മാർക്സിസ്റ്റ് ക്ലാസിക്കുകൾ:

മാർക്സിസവും സോഷ്യലിസവും

marxistu classikkukal:
marxisavum socialisavum

•

dr. k n ganesh

•

first edition
august 2017

•

second edition
october 2019

•

typesetting & published
chintha publishers, thiruvananthapuram

•

cover
midas

Distribution

DESHABHIMANI BOOKHOUSE
H O Thiruvananthapuram 695035
phone: 0471-2303026, 6063026
Email: chinthapublishers@gmail.com
Website: www.chinthapublishers.com

Branch

Head Office Kunnukuzhi • Statue Thiruvananthapuram • KSRTC Bus Station Alappuzha • KSRTC Bus Station Ernakulam • Machingal Lane Thrissur • IG Road Kozhikode • Mavoor Road Kozhikode • NGO Union Building Kannur • Central Bus Terminal Complex Thavakkara Kannur

---

CR - 2134 / 5135
ISBN - 978-93-86637-21-5

മാർക്സിസ്റ്റ് ക്ലാസിക്കുകൾ:
മാർക്സിസവും സോഷ്യലിസവും

ഡോ. കെ എൻ ഗണേഷ്

ചിന്ത പബ്ലിഷേഴ്സ്
തിരുവനന്തപുരം-695 035

ഡോ. കെ എൻ ഗണേഷ്

പ്രശസ്ത ചരിത്രകാരൻ. കാലിക്കറ്റ് സർവ്വകലാശാല ചരിത്രവിഭാഗം പ്രൊഫസറായി വിരമിച്ചു.

പ്രധാന കൃതികൾ: *കേരളത്തിന്റെ ഇന്നലെകൾ, കുഞ്ചൻ നമ്പ്യാർ വാക്കും സമൂഹവും, കേരള സമൂഹപഠനങ്ങൾ, കേരള സമൂഹം ഇന്ന് നാളെ, പ്രകൃതിയും മനുഷ്യനും, അറിവിന്റെ സാർവ്വത്രികത, ചരിത്രം ഉണ്ടാകുന്നത്, മലയാളിയുടെ ദേശകാലങ്ങൾ, അറിവിന്റെ വിനിമയം കേരളത്തിൽ, Reflections in premodern Kerala, locality and culture in Kerala History*

Email: knganesh2008@gmail.com

ഉള്ളടക്കം

ഭാഗം മൂന്ന്
മൂലധന വിമർശം

പ്രസാധകക്കുറിപ്പ്

മാർക്സിസ്റ്റു ക്ലാസിക്കുകളെ വായനക്കാർക്കു പരിചയപ്പെടുത്തുന്ന പുസ്തകമാണ്, *മാർക്സിസ്റ്റു ക്ലാസിക്കുകൾ: മാർക്സിസവും സോഷ്യലിസവും*. ഡോ. കെ എൻ ഗണേഷ് ആണ് ഇതു തയ്യാറാക്കിയിരിക്കുന്നത്.

മാർക്സിസം മാർക്സും എംഗൽസും എഴുതിവച്ചിട്ടുള്ള വരികൾ മാത്രമല്ല: അവരുടെ കാലഘട്ടത്തിലെ സംഭവവികാസങ്ങളെ അവർ എങ്ങനെ വൈരുദ്ധ്യാത്മകമായും ചരിത്രപരവുമായും വിലയിരുത്തി മറ്റുള്ളവരിൽനിന്നും വ്യത്യസ്തമായ നിഗമനങ്ങളിൽ എത്തിച്ചേർന്നു; ലെനിനും മൗ സെ ദോങ്ങും പില്ക്കാലത്ത് തങ്ങളുടെ സവിശേഷമായ കാലദേശ പശ്ചാത്തലത്തിൽ എങ്ങനെ അവയെ പുനർ വ്യാഖ്യാനം ചെയ്തു, അവയ്ക്ക് എന്തെന്ത് സംഭാവനകൾ നല്കി; ഇവയെല്ലാം ചേർന്നതാണ്.

ഇന്നു വ്യത്യസ്തമായിക്കൊണ്ടിരിക്കുന്ന സാഹചര്യങ്ങളിൽ മാർക്സും എംഗൽസും, ലെനിനും മൗ സെ ദോങ്ങും എത്തിച്ചേർന്ന നിഗമനങ്ങളെയും ആവിഷ്കരിച്ച സിദ്ധാന്തങ്ങളെയും പുതിയ അനുഭവങ്ങളുടെ അടിസ്ഥാനത്തിൽ എങ്ങനെ തിരിച്ചറിയുകയും മനസ്സിലാക്കുകയും വേണം. ആ വഴിക്കുള്ള പഠന മനനങ്ങൾക്കുള്ള ആമുഖമാണ് ഡോ. കെ എൻ ഗണേഷിന്റെ *മാർക്സിസ്റ്റു ക്ലാസിക്കുകൾ: മാർക്സിസവും സോഷ്യലിസവും* എന്ന ഈ പുസ്തകം.

ഇതു വൻതോതിൽ വായിക്കപ്പെടുകയും സ്വീകരിക്കപ്പെടുകയും ചെയ്യും എന്ന വിശ്വാസത്തോടെ രണ്ടാം പതിപ്പ് നിങ്ങളുടെ കൈകളിലെത്തിക്കുന്നു.

ചിന്ത പബ്ലിഷേഴ്സ്

ഭാഗം ഒന്ന്

അടിസ്ഥാനഗ്രന്ഥങ്ങൾ

കമ്യൂണിസ്റ്റ് മാനിഫെസ്റ്റോ

ഒന്ന്

ബൈബിളും *ഖുർആനും* കഴിഞ്ഞാൽ ലോകത്തിൽ ഏറ്റവും അധികം പ്രചാരം ലഭിച്ച കൃതി *കമ്യൂണിസ്റ്റ് മാനിഫെസ്റ്റോ* ആണെന്ന് പറയാറുണ്ട്. ഏതായാലും ആധുനിക ലോകത്തിൽ ഇത്രയധികം സ്വാധീനം ചെലുത്തിയ കൃതി വേറെ ഉണ്ടെന്നു തോന്നുന്നില്ല. പ്രസിദ്ധീകരിച്ച് 160-ൽപ്പരം വർഷങ്ങൾ കഴിഞ്ഞിട്ടും ഇപ്പോഴും വിവിധ ഭാഷകളിൽ അതിന്റെ പതിപ്പുകൾ വന്നുകൊണ്ടിരിക്കുന്നു.

1848 ഫെബ്രുവരിയിലാണ് *മാനിഫെസ്റ്റോ* എഴുതി പൂർത്തിയാക്കിയത്. അത് ആദ്യമായി അച്ചടിച്ച് വിതരണംചെയ്യപ്പെട്ടത് മാർച്ച് ആദ്യമാണ്. 1848 ഫെബ്രുവരി 24 ന് പാരീസിലെ ജനങ്ങളുടെ കലാപം ഫ്രഞ്ച് ചക്രവർത്തിയായ ലൂയി ഫിലിപ്പിനെ പുറത്താക്കി. കലാപത്തിൽ പാരീസിലെ തൊഴിലാളികൾ നിർണ്ണായകമായ പങ്കുവഹിച്ചിരുന്നു. മാർച്ച് 18ന് ജർമ്മനിയിൽ ബെർലിനിലെ തൊഴിലാളികൾ പ്രഷ്യൻ കൈസറായിരുന്ന ഫ്രെഡറിക് വില്യം നാലാമനെതിരായി കലാപം ആരംഭിക്കുകയും അതിനിഷ്ഠൂരമായ രീതിയിൽ കലാപം അടിച്ചമർത്തപ്പെടുകയും ചെയ്തു. അതേമാസം ഹോളണ്ടിലെ ആംസ്റ്റർഡാമിൽ തൊഴിലാളികളുടെ കലാപം പൊട്ടിപ്പുറപ്പെടുകയും അവരുടെ ആവശ്യങ്ങളിൽ പലതും ഭരണകൂടത്തിന് അംഗീകരിക്കേണ്ടിവരികയും ചെയ്തു. തൊഴിലാളികൾ നടത്തിയ മാനിഫെസ്റ്റോ ചർച്ചയുടെ തുടർച്ചയായാണ് കലാപം നടന്നത്. കലാപത്തെച്ചൊല്ലി ആംസ്റ്റർഡാമിൽ നടന്ന കുറ്റവിചാരണയിൽ മാനിഫെസ്റ്റോയെ, കമ്യൂണിസ്റ്റുകാരുടെ ദുരുദ്ദേശ്യങ്ങളെ വ്യക്തമാക്കുന്ന ഇതുവരെ കണ്ടിട്ടില്ലാത്തവിധത്തിൽ ആക്ഷേപകരവും അത്യന്തം പ്രകോപ

നപരവുമായ ലഘുലേഖയായി വിലയിരുത്തി.

ഫ്രാൻസിലും ജർമ്മനിയിലും മാനിഫെസ്റ്റോയുടെ കോപ്പികൾ കണ്ടുകെട്ടപ്പെട്ടു. ബെൽജിയത്തിലെ ബ്രസെൺസിൽ താമസിച്ചിരുന്ന മാർക്സ് നാടുകടത്തപ്പെട്ടു. പിന്നീട് പാരീസിലെ വിപ്ലവ ഗവൺമെന്റാണ് മാർക്സിന് അഭയം നല്കിയത്. എന്നിട്ടും *മാനിഫെസ്റ്റോ* ഫ്രഞ്ച്, പോളിഷ്, സ്വീഡിഷ്, ഇംഗ്ലീഷ് ഭാഷകളിൽ വിവർത്തനം ചെയ്യപ്പെട്ടു. ഇറ്റാലിയനിലും സ്പാനിഷിലും വിവർത്തനംചെയ്യാൻ ശ്രമം നടന്നു. ഏറ്റവുമധികം ജനപ്രിയമായതും ഭരണാധികാരികൾ ഏറ്റവുമധികം വെറുക്കുന്നതുമായ ലഘുലേഖയായി അത് മാറി.

1872 ൽ *മാനിഫെസ്റ്റോ* പുനഃപ്രസാധനം ചെയ്യപ്പെട്ടു. തുടർന്ന് യൂറോപ്പിലെ മിക്കവാറും എല്ലാ ഭാഷകളിലും *മാനിഫെസ്റ്റോ* വിവർത്തനം ചെയ്യപ്പെട്ടു. വളർന്നുവന്ന കമ്യൂണിസ്റ്റ് പ്രസ്ഥാനത്തിന് ആശയപരമായ നേതൃത്വം നല്കിയ ലഘുലേഖയായി അതു മാറി. (1932 ൽ ഇടപ്പള്ളി കരുണാകരമേനോനും 1948 ൽ ഡി എം പൊറ്റക്കാട്ടും *മാനിഫെസ്റ്റോ* മലയാളത്തിലേക്ക് വിവർത്തനംചെയ്തു.)

മാനിഫെസ്റ്റോയുടെ പ്രചാരണത്തിന്റെ കാരണം എന്തായിരുന്നു? പതിനെട്ടാം നൂറ്റാണ്ടിന്റെ ഉത്തരാർദ്ധത്തിലാണ് യൂറോപ്പിൽ മുതലാളിത്ത വ്യവസ്ഥ ശക്തിപ്പെട്ടുവരാനാരംഭിച്ചത്. ആഗോളതലത്തിൽ നടന്ന യൂറോപ്യൻ കോളനിവല്ക്കരണത്തിന്റെ ഫലമായി ലോകത്തിന്റെ നാനാഭാഗങ്ങളിൽനിന്ന് പിടിച്ചെടുക്കുകയും സമാഹരിക്കുകയും ചെയ്ത സമ്പത്ത് യൂറോപ്പിലേക്ക് പ്രത്യേകിച്ച് ബ്രിട്ടനിലേക്ക് പ്രവഹിച്ചു. തുണിത്തരങ്ങൾ, ഇരുമ്പുരുക്ക് മുതലായ വ്യവസായങ്ങളിൽ പുതിയ സാങ്കേതികവിദ്യകളുടെ ഉപയോഗം ആധുനിക സംഘടിത ഫാക്ടറികളുടെ വളർച്ചയ്ക്കു കാരണമായി. വൻതോതിൽ തൊഴിലാളികളെ കൂലിക്ക് പണിയെടുപ്പിച്ചു. അതിന്റെ ഫലമായി വ്യാവസായികോല്പാദനം പതിന്മടങ്ങ് വർദ്ധിച്ചു. തൊഴിലാളികളുടെമേലുള്ള മർദ്ദന - ചൂഷണ രൂപങ്ങൾ വർദ്ധിക്കുകയും നിരവധി തൊഴിൽ കലാപങ്ങൾക്ക് കാരണമാകുകയും ചെയ്തു.

വ്യാവസായിക മുതലാളിമാരുടെ വർദ്ധിച്ച ചൂഷണവും തൊഴിലാളികളുടെ ദുരിതങ്ങളും തമ്മിലുള്ള ബന്ധം പതിനെട്ടാം നൂറ്റാണ്ടിന്റെ അവസാനംതന്നെ തിരിച്ചറിയാൻ ആരംഭിച്ചിരുന്നു. ഫ്രാൻസിൽ അബെ മാബ്ലിയും മോറല്ലിയും പുതിയതായി വളർന്നുവന്ന സ്വകാര്യസ്വത്താണ് എല്ലാ ദുരിതങ്ങൾക്കും കാരണമെന്നും സ്വകാര്യസ്വത്ത് ഉടനടി നിരോധിക്കണമെന്നും വാദിച്ചു. ഫ്രഞ്ച് വിപ്ലവകാരികളിൽ ഒരാളും തുല്യരുടെ ഗൂഢാലോചന (Conspiracy of Equals), എന്ന സംഘടന സ്ഥാപിച്ചയാളുമായ ഫ്രാൻഷ്വാ ബാബിയു മൂലധനവും സ്വതന്ത്ര കമ്പോളവും തമ്മിലുള്ള ബന്ധമാണ് തൊഴിലാളികളുടെ മേലുള്ള വർദ്ധിച്ച ചൂഷണത്തിലേക്ക് നയിക്കുന്നതെന്നും അതുകൊണ്ട് മൂലധനത്തെ ഇല്ലായ്മചെയ്യുകയാണ് വേണ്ടതെന്നും അഭിപ്രായപ്പെട്ടു. രഹസ്യ സംഘാടനവും കലാപങ്ങളുംവഴി മൂലധനാധിപത്യത്തെ തകർക്കാമെന്നാണ് അദ്ദേഹം ധരി

ച്ചത്. തുല്യരുടെ സംഘടന 1796 ൽ നടത്തിയ കലാപശ്രമം അടിച്ചമർത്തുകയും ബാബിയുവും ഫിലിപ്പോഗുവാനരോട്ടിയുമടക്കമുള്ള സംഘടനാ നേതാക്കൾ വധിക്കപ്പെടുകയും ചെയ്തു. പാരീസിൽ അക്കാലത്ത് വ്യാപകമായിരുന്ന ജനകീയ സമിതികൾ (കമ്യൂണുകൾ) ആണ് പുതിയ സമൂഹത്തിന്റെ അടിത്തറയായി ബാബിയു കരുതിയത്. കമ്യൂണിസം എന്ന ആശയം ഇങ്ങനെ വളർന്നുവന്നു.

19-ാം നൂറ്റാണ്ടിന്റെ ആദ്യ ദശകങ്ങളിൽ തൊഴിലാളികലാപങ്ങൾ അതിവേഗം വ്യാപിച്ചു. അവയ്ക്ക് സംഘടിത രൂപങ്ങളില്ലായിരുന്നു. ഭക്ഷണത്തിനും തൊഴിലിനുംവേണ്ടിയുള്ള കലാപങ്ങളായിട്ടായിരുന്നു പലതും നടന്നത്. ചിലത് ആധുനിക വ്യവസായങ്ങളിൽ സ്ഥാപിക്കപ്പെട്ട യന്ത്രങ്ങളെ തകർക്കുന്നതിനായിരുന്നു. കുറെ തൊഴിൽ ചെയ്യുന്ന തൊഴിലാളികളുടെ ട്രേഡ്‌യൂണിയനുകൾ വളർന്നുവന്നത് 1820 കളിലായിരുന്നു. യൂറോപ്പിലെ വിവിധ രാജ്യങ്ങളിൽ വ്യവസായവല്ക്കരണം ശക്തിപ്പെട്ടതോടെ അവിടെയെല്ലാം തൊഴിലാളി സംഘർഷങ്ങളും വളർന്നുവന്നു. 1840 കളിൽ നിരവധി രാഷ്ട്രങ്ങളിൽ കാർഷികത്തകർച്ചയും അതിന്റെ ഫലമായുള്ള ഭക്ഷ്യക്ഷാമവും വ്യാപിച്ചു. ഫ്രാൻസും ജർമ്മനിയും നിരവധി കലാപങ്ങളുടെ കേന്ദ്രമായി.

വളർന്നുവന്ന തൊഴിലാളി സംഘർഷങ്ങളുടെ പശ്ചാത്തലത്തിൽ അക്കാലത്ത് ആധിപത്യംനേടിയ മുതലാളിത്ത വ്യവസ്ഥയോടുള്ള അതൃപ്തിയും വളർന്നുവന്നു. ബാബിയുവിനെ പിന്തുടർന്ന് നിരവധിപേർ മുതലാളിത്ത വ്യവസ്ഥയുടെ ചൂഷണാധിഷ്ഠിത സ്വഭാവത്തിനെതിരെ ശക്തമായി വിമർശനമുയർത്തി. മാനിഫെസ്റ്റോയിൽത്തന്നെ ചൂണ്ടിക്കാണിക്കുന്നതുപോലെ തൊഴിലാളിവർഗ്ഗത്തിന്റെ സംഘടിതരൂപങ്ങൾക്ക് ഒരു പുതിയ സമൂഹത്തിന്റെ സ്രഷ്ടാക്കളാകാൻ കഴിയുമെന്ന ധാരണ ആദ്യകാല ചിന്തകന്മാർക്കുണ്ടായിരുന്നില്ല. റോബർട്ട് ഓവൻ, ചാൾസ് ഫ്യൂരിയെ, ഹെൻറിഡി സാങ്സിമോൺ, എത്വാങ്കാബെ, പിയർജോസഫ് ഫ്രൂധോൺ തുടങ്ങിയവരായിരുന്നു ഈ ചിന്തകന്മാർ. ഇവരിൽ ഒരു വ്യവസായി കൂടിയായിരുന്ന ഓവൻ തൊഴിലാളികളുടെ കൂട്ടായ്മയുടെ അടിസ്ഥാനത്തിൽ ന്യൂലാനാർ എന്ന 'ഹോംകോളനി' സൃഷ്ടിച്ചു. ഫ്യൂരിയെ, തൊഴിലാളികൾ തമ്മിലുള്ള പരസ്പരസഹായസംഘങ്ങളുടെ (ഫലാഞ്ച്) അടിസ്ഥാനത്തിലുള്ള പുതിയ ആദർശസമൂഹം വിഭാവനംചെയ്തു. സാങ്സിമോൺ മുതലാളിമാരും തൊഴിലാളികളും അടങ്ങുന്ന അദ്ധ്വാനിക്കുന്നവരുടെ വർഗ്ഗം (Toiling class) നേതൃത്വം നല്കുന്ന ശാസ്ത്രസാങ്കേതികവിദ്യകൾക്ക് ഊന്നൽ നല്കുന്ന കേന്ദ്രീകൃത സമൂഹമാണ് വിഭാവനംചെയ്തത്. കാബെ താൻ വിഭാവനംചെയ്യുന്ന കമ്യൂണിസ്റ്റ് സമൂഹത്തെ *ഇക്കാരിയ* (Icaria) എന്ന കൃതിയിൽ വിശദീകരിച്ചു. അതിപ്രധാന കൃതിയായി മാർക്സ് കണക്കാക്കുകയും പിന്നീട് അതി ശക്തമായി വിമർശിക്കുകയും ചെയ്ത പ്രൂധോണിന്റെ *ദാരിദ്ര്യത്തിന്റെ തത്വശാസ്ത്രം* എന്ന കൃതിയിൽ സ്വത്തുടമ സമ്പ്രദായംതന്നെ മോഷണമാണെ

ന്നും ജനങ്ങളുടെ ദുരിതങ്ങൾ സ്വത്തുടമയിൽനിന്നുത്ഭവിച്ചതാണെന്നും വാദിച്ചു. പരസ്പരസഹായത്തിലധിഷ്ഠിതമായ സമൂഹത്തിനുവേണ്ടിയാണ് അദ്ദേഹവും വാദിച്ചത്.

ഇതിനിടയിൽ കമ്യൂണിസ്റ്റ് ആശയങ്ങൾ ഉൾക്കൊണ്ടുള്ള സംഘടിത രൂപങ്ങൾ വളർന്നുവരുന്നുണ്ടായിരുന്നു.

1833 ൽ ഫ്രാങ്ക്ഫർട്ടിൽ നടന്ന തൊഴിലാളികളുടെ ഒരു കലാപം അടിച്ചമർത്തപ്പെട്ടിരുന്നു. അതിനുശേഷം ജർമ്മൻ തൊഴിലാളികൾ ചേർന്ന് 'നിരോധിക്കപ്പെട്ടവരുടെ ലീഗ്' എന്ന സംഘടന 1834 ൽ രൂപീകരിച്ചു. ഈ സംഘടന (League of the Banned) അധികകാലം നിലനിന്നില്ല. എംഗൽസ് പിന്നീട് പറഞ്ഞത് 1840 ൽത്തന്നെ ഈ ലീഗിന്റെ പ്രവർത്തനം ഇല്ലാതായി എന്നാണ്. 1836 ൽ ഇതിൽനിന്ന് ഒരു വിഭാഗം വേറിട്ടുപോവുകയും നീതിമാന്മാരുടെ ലീഗ് (League of the Just) എന്ന മാറ്റൊരു സംഘടന രൂപീകരിക്കുകയും ചെയ്തു. ഫ്രാങ്ക്ഫർട്ട് കലാപത്തിന് നേതൃത്വംകൊടുത്ത ഒരു പ്രസ് കമ്പോസിറ്ററായിരുന്ന കാൾ ഷാപ്പർ, ചെരുപ്പുകുത്തിയായ ഹെൻറിച്ച് ബോവർ, ഒരു തുന്നൽ തൊഴിലാളിയായ വില്യം വൈറ്റ്ലിങ് തുടങ്ങിയവരായിരുന്നു പുതിയ ലീഗിന്റെ നേതാക്കൾ. ഭരണകൂടത്തിന്റെ അടിച്ചമർത്തൽ കാരണം മറ്റു രാജ്യങ്ങളിലേക്ക് ഓടിപ്പോകേണ്ടിവന്ന ജർമ്മൻ തൊഴിലാളികൾ ലീഗിന്റെ ശാഖകൾ മറ്റു രാജ്യങ്ങളിലും ആരംഭിച്ചു. 1840 കളിൽ ലീഗിന് ബ്രിട്ടനിൽത്തന്നെ ആയിരത്തോളം അംഗങ്ങളുണ്ടായിരുന്നു.

ജർമ്മനിയിലെ ബാർമ്മനിൽ ഒരു ഫാക്ടറിയുടമയുടെ മകനായി ജനിച്ച ഫ്രഡറിക് എംഗൽസിന് ആദ്യകാലംമുതൽതന്നെ തൊഴിലാളികളുമായി അടുത്ത ബന്ധമുണ്ടായിരുന്നു. 1840 കളിൽ നീതിമാന്മാരുടെ ലീഗുമായി അദ്ദേഹം സഹകരിച്ച് പ്രവർത്തിച്ചു. 1843-44 ൽ ഇംഗ്ലണ്ടിലെ മാഞ്ചസ്റ്ററിലെത്തിയ അദ്ദേഹം തൊഴിലാളികളുമായി കൂടുതൽ ഇടപഴകി. കൂട്ടുകാരിയായ മേരി ബേൺസിന്റെ സഹായത്തോടെ മാഞ്ചസ്റ്ററിലെ തൊഴിലാളി മേഖലകൾ മുഴുവൻ സന്ദർശിക്കുകയും *ഇംഗ്ലണ്ടിലെ തൊഴിലാളിവർഗ്ഗത്തിന്റെ സ്ഥിതി* എന്ന പുസ്തകം എഴുതുകയും ചെയ്തു. 1843-44 ൽതന്നെയാണ് കാൾമാർക്സും തൊഴിലാളി പ്രസ്ഥാനങ്ങളിൽ ആകൃഷ്ടനാകുന്നത്. 1845 ൽ മാർക്സും എംഗൽസും സഹകരിച്ചു പ്രവർത്തിക്കാനാരംഭിച്ചു. അതിനുശേഷം ''കമ്യൂണിസ്റ്റ് കറസ്പോണ്ടൻസ് കമ്മിറ്റികൾ'' എന്ന ഗ്രൂപ്പുകൾ പലയിടങ്ങളിലായി ആരംഭിക്കുകയും, മാർക്സും എംഗൽസും ഇവയിൽ സജീവമായി പ്രവർത്തിക്കുകയും ചെയ്തു.

'നീതിമാന്മാരുടെ ലീഗിന്റെ" ആദ്യ മുദ്രാവാക്യം 'എല്ലാ മനുഷ്യരും സഹോദരന്മാരാണ്' എന്നതായിരുന്നു. വ്യവസായത്തൊഴിലാളികളും കൈത്തൊഴിൽകാരും ഈ സംഘടനയിലുണ്ടായിരുന്നതുകൊണ്ട് ഇവർ തമ്മിൽ അഭിപ്രായവ്യത്യാസങ്ങളുമുണ്ടായിരുന്നു. വ്യവസായത്തൊഴിലാളികൾ മുതലാളിമാരെ എതിർത്തപ്പോൾ കൈത്തൊഴിൽകാർ

ആധുനിക ഫാക്ടറിവ്യവസ്ഥയെതന്നെയാണ് വിനാശകരമായി കണ്ടത്. തൊഴിലാളിവർഗ്ഗത്തിന്റെ മോചനം എല്ലാവരുടെയും അടിസ്ഥാനലക്ഷ്യമായിരുന്നതുകൊണ്ട് എല്ലാവരും യോജിച്ചു പ്രവർത്തിക്കണമെന്ന ധാരണ വളർന്നുവരികയും ചെയ്തു.

1830 കളിൽത്തന്നെയാണ് വ്യവസായ തൊഴിലാളികളുടെ ആദ്യ ട്രേഡ്യൂണിയനുകൾ വളർന്നുവന്നത്. അത്തരം ട്രേഡ്യൂണിയനുകൾ ലണ്ടനിൽ ഒന്നുചേർന്ന് ലണ്ടൻ വർക്കിങ്മെൻസ് അസോസിയേഷന് (പിന്നീട് ചാർട്ടിസ്റ്റുകൾ എന്നറിയപ്പെട്ടു) ജന്മം നല്കി. മറ്റിടങ്ങളിലും ട്രേഡ്യൂണിയനുകൾ വളർന്നുവന്നു. ഇവരുടെ നിരവധി പ്രവർത്തകരും കമ്യൂണിസ്റ്റ് സ്വാധീനത്തിൽ വന്നു. തൊഴിലാളികളുടെ ഇടയിലെ അസംതൃപ്തിയും പടർന്നുപിടിച്ചു. ഈ സാഹചര്യങ്ങളിലാണ് നീതിമാന്മാരുടെ ലീഗും കമ്യൂണിസ്റ്റ് കറസ്പോണ്ടൻസ് കമ്മിറ്റികളും സമാന ചിന്താഗതിക്കാരും ഒന്നിച്ചു പ്രവർത്തിക്കണമെന്ന ധാരണയുണ്ടായത്. മാർക്സും എംഗൽസും ചർച്ചകളിൽ സജീവമായി പങ്കെടുത്തു. 1847 ജൂണിൽ ലണ്ടനിൽവെച്ചു നടന്ന കമ്യൂണിസ്റ്റുലീഗിന്റെ ആദ്യത്തെ കോൺഗ്രസിൽ നീതിമാന്മാരുടെ ലീഗും ലണ്ടനിലെ കമ്യൂണിസ്റ്റ് കറസ്പോണ്ടൻസ് കമ്മിറ്റിയും ഒന്നായി. മാർക്സിന്റെ നിർദ്ദേശപ്രകാരം 'എല്ലാ മനുഷ്യരും സഹോദരന്മാരാണ്' എന്ന മുദ്രാവാക്യത്തിനുപകരം 'എല്ലാ പ്രോലിറ്റേറിയന്മാരും ഒന്നിക്കുക' എന്ന മുദ്രാവാക്യം അംഗീകരിക്കപ്പെട്ടു. ഷാപ്പർ, ബോവർ, ഒരു വാച്ചുനിർമ്മാതാവായ ജോസഫ്മോൾ, കറസ്പോണ്ടൻസ് കമ്മിറ്റി അംഗമായ വില്യംവുൾഫ് (മാർക്സ് പിന്നീട് *മൂലധന*ത്തിന്റെ ഒന്നാം വോള്യം സമർപ്പിച്ചത് വുൾഫിനായിരുന്നു) തുടങ്ങിയവരായിരുന്നു ലീഗിന്റെ നേതാക്കൾ. പുതിയ കമ്യൂണിസ്റ്റ് ലീഗിന് ഒരു മാനിഫെസ്റ്റോ വേണമെന്ന ധാരണയുമുണ്ടായി.

1847 നവംബറിൽ കമ്യൂണിസ്റ്റ് ലീഗിന്റെ രണ്ടാമത്തെ കോൺഗ്രസ് ലണ്ടനിൽവെച്ചു ചേർന്നു. മാർക്സും എംഗൽസും അതിൽ പൂർണ്ണസമയം പങ്കെടുത്തു. അവിടെവെച്ചാണ് ഔപചാരികമായിത്തന്നെ ലീഗിന് ഒരു മാനിഫെസ്റ്റോ വേണമെന്ന തീരുമാനമുണ്ടായത്. എംഗൽസിന്റെ നിർദ്ദേശപ്രകാരം മാനിഫെസ്റ്റോ എഴുതുന്ന ചുമതല മാർക്സിനെ ഏല്പിച്ചു. 1848 ഫെബ്രുവരി ഒന്നിനാണ് മാർക്സ് *മാനിഫെസ്റ്റോ* എഴുതിത്തീർത്ത് ലീഗിനെ ഏല്പിച്ചത്.

ഇതിനിടെ എംഗൽസ് കമ്യൂണിസ്റ്റ് ലീഗിനുവേണ്ടി *കമ്യൂണിസത്തിന്റെ തത്ത്വങ്ങൾ* എന്ന ഒരു ലഘുലേഖ തയ്യാറാക്കുന്നുണ്ടായിരുന്നു. കമ്യൂണിസത്തിന് ഒരു 'കാറ്റക്കിസം' എന്ന രീതിയിൽ തയ്യാറാക്കിയ രേഖ എംഗൽസ്തന്നെ ഉപേക്ഷിച്ചു. 'കാറ്റക്കിസം'' എന്ന മത ബോധന സ്വഭാവമുള്ള പ്രയോഗമല്ല, ഒരു മാനിഫെസ്റ്റോ തന്നെയാണ് വേണ്ടത് എന്ന് പിന്നീട് എംഗൽസ് വാദിച്ചു. കമ്യൂണിസത്തിന്റെ തത്ത്വങ്ങളിലെ പ്രസക്തഭാഗങ്ങൾ *മാനിഫെസ്റ്റോ*യിൽ ചേർക്കപ്പെടുകയും ചെയ്തു.

മാനിഫെസ്റ്റോയുടെ രചനയ്ക്ക് മറ്റൊരു പ്രാധാന്യംകൂടിയുണ്ടായി

രുന്നു. കമ്യൂണിസമെന്ന ലക്ഷ്യത്തെ സംബന്ധിച്ചും ലക്ഷ്യം നേടിയെടുക്കാൻ തൊഴിലാളികളെല്ലാവരും ഒന്നിക്കണം എന്നതിനെ സംബന്ധിച്ചും അഭിപ്രായവ്യത്യാസമില്ലായിരുന്നെങ്കിലും അതിനുള്ള മാർഗ്ഗത്തെക്കുറിച്ച് അന്നുതന്നെ അഭിപ്രായവ്യത്യാസമുണ്ടായിരുന്നു. പ്രൂധോണിന്റെ *ദാരിദ്ര്യത്തിന്റെ തത്വശാസ്ത്ര*ത്തിന് തൊഴിലാളികൾക്കിടയിൽ അല്പം സ്വാധീനമുണ്ടായിരുന്നു. പലവിധത്തിലുള്ള കാല്പനിക സോഷ്യലിസ്റ്റ് ചിന്താഗതികളും തൊഴിലാളികളെ സ്വാധീനിച്ചു. പ്രൂധോണും വൈറ്റ്ലിങ്ങിനെപ്പോലുള്ള തൊഴിലാളികളും കൈത്തൊഴിൽകാരുടെ പരസ്പര സഹായ രൂപങ്ങളെയാണ് കമ്യൂണിസത്തിലേക്കുള്ള പാതയായി കണ്ടത്. വൈറ്റ്ലിങ് എഴുതിയ *പാവപ്പെട്ട പാപികൾക്കുള്ള സുവിശേഷം* (Gospel for poor Sinners) യേശുക്രിസ്തുവിനെ ഒരു കമ്യൂണിസ്റ്റ് പ്രചാരകനാക്കി അവതരിപ്പിച്ചത് വലിയ വിവാദങ്ങൾക്കിടയാക്കി. സ്വത്തുടമാസംവിധാനമില്ലാത്ത ആദർശ കമ്യൂണിസ്റ്റ് വ്യവസ്ഥിതിയെയാണ് ഇവരെല്ലാം സ്വപ്നംകണ്ടത്.

മാർക്സ് ഇത്തരം വാദങ്ങളുമായി വിയോജിച്ചു. സ്വത്തുടമാ സമ്പ്രദായം അടിച്ചേല്പിക്കുന്ന കേവലമായ മർദ്ദനരൂപമായല്ല, മനുഷ്യരുടെ ജീവിത സമ്പാദനത്തിനുള്ള ഉല്പാദന വ്യവസ്ഥകളിൽ ചരിത്രപരമായി വരുന്ന മാറ്റങ്ങളുടെ സൃഷ്ടിയായാണ് ആധുനികകാലത്തെ പണക്കാരും പാവപ്പെട്ടവരും തമ്മിലുള്ള അന്തരത്തെ മാർക്സ് കണ്ടത്. സ്വത്തുള്ളവരും ഇല്ലാത്തവരും തമ്മിലുള്ള അന്തരമല്ല അത്, ജീവിതത്തിനാവശ്യമായ ഉല്പാദനത്തിനുള്ള വിഭവങ്ങളും ഉപകരണങ്ങളും മുടക്കുമുതലും തൊഴിലാളികളുടെ അദ്ധ്വാനവും എല്ലാം കയ്യടക്കുന്ന മുതലാളിമാരും സ്വന്തം അദ്ധ്വാനം വില്ക്കേണ്ടിവരുന്ന പ്രോലിറ്റേറിയന്മാരും (പ്രോലിറ്റേറിയേററ് പ്രാചീന റോമിലെ ഏറ്റവും അധഃസ്ഥിതവർഗ്ഗമാണ്, സ്വന്തം കുട്ടികളെയൊഴികെ മറ്റൊന്നും ഭരണകൂടത്തിനു നല്കാൻ കഴിയാത്തവർ അല്ലെങ്കിൽ സ്വന്തം കുട്ടികളെ അടിമകളായി വിറ്റവർ) തമ്മിലുള്ള വർഗ്ഗവൈരുദ്ധ്യമാണത്. ഇവിടെ പ്രോലിറ്റേറിയന്മാർ സ്വന്തം അദ്ധ്വാനമല്ലാതെ മറ്റൊന്നും വില്ക്കാനില്ലാത്തവരാണ്. കൈവശം ഒന്നുമില്ലാത്തതുകൊണ്ട് ഒന്നും നഷ്ടപ്പെടാനുമില്ലാത്തവരാണ്. ചരിത്രപരമായ അവസ്ഥാന്തരങ്ങൾകൊണ്ടാണ് പ്രോലിറ്റേറിയന്മാർ സൃഷ്ടിക്കപ്പെടുന്നത്. നിലനില്പിനുവേണ്ടിയുള്ള അവരുടെ സമരമാണ് മുതലാളിവർഗ്ഗവും പ്രോലിറ്ററിയേറ്റും തമ്മിൽ നേർക്കുനേരുള്ള പോരാട്ടമായി തീരുന്നത്. അവരില്ലാതെ മൂലധനം വളരുകയില്ല. അതുകൊണ്ടുതന്നെ ഇന്നത്തെ മുതലാളിത്ത വ്യവസ്ഥയെ തകർത്തെറിയാനുള്ള കഴിവും അവർക്കുതന്നെയാണ്. *കമ്യൂണിസ്റ്റ് മാനിഫെസ്റ്റോ*യിലെ വാദഗതികൾക്ക് ആധാരമായി സ്വീകരിച്ച നിലപാടും വ്യത്യസ്തമാണ്. പ്രൂധോണെയും മറ്റു കാല്പനിക സോഷ്യലിസ്റ്റുകളെയുംപോലെ സമകാലിക സമൂഹത്തിന്റെ മാത്രം വിശകലനമല്ല *മാനിഫെസ്റ്റോ*യിൽ ഉള്ളത്. സമകാലിക വ്യവസ്ഥയെ ചരിത്രപരമായി പരിശോധിച്ച് നിഗമനങ്ങളിൽ എ

ത്തുകയാണ് ഇവിടെ ചെയ്യുന്നത്. ചരിത്രപരമായ ഭൗതികവാദ സമീപനത്തിന്റെ ഏറ്റവും ശക്തമായ അവതരണങ്ങളിലൊന്നാണ് *മാനിഫെസ്റ്റോ.* തൊഴിലാളിവർഗ്ഗ വിപ്ലവം അനിവാര്യതയാണെന്നു വാദിക്കുകയും അതിനായി തയ്യാറെടുക്കാൻ എല്ലാ തൊഴിലാളികളോടും ആഹ്വാനംചെയ്യുകയുമാണ് *കമ്യൂണിസ്റ്റ് മാനിഫെസ്റ്റോ* ചെയ്യുന്നത്.

പിന്നീട് നടക്കുന്ന തൊഴിലാളിവർഗ്ഗ സമരങ്ങളുടെ ലക്ഷ്യനിർണ്ണയം *കമ്യൂണിസ്റ്റ് മാനിഫെസ്റ്റോ* നടത്തുന്നു. വർഗ്ഗസമരങ്ങൾക്ക് കൃത്യമായ ഒരു കാഴ്ചപ്പാട് നല്കുകയും ചെയ്യുന്നു. കഴിഞ്ഞ ഒന്നര നൂറ്റാണ്ടിലധികംകാലം ഈ കാഴ്ചപ്പാട് ലോകമാസകലമുള്ള ജനസാമാന്യത്തെ സ്വാധീനിച്ചിട്ടുണ്ട്.

*കമ്യൂണിസ്റ്റ് മാനിഫെസ്റ്റോ*യുടെ ആരംഭവാചകം സുപ്രസിദ്ധമാണ്. ''ഒരു ഭൂതം യൂറോപ്പിനെ ബാധിച്ചിരിക്കുന്നു - കമ്യൂണിസ്റ്റ് ഭൂതം''. ഭൂതം, കരിനിഴൽ, പ്രതീതി മാത്രമായ എന്തോ ഒന്ന്, സത്വം ഇങ്ങനെ പലവിധത്തിൽ വിവർത്തനം ചെയ്യാവുന്ന spectre എന്ന വാക്കിനെക്കുറിച്ചു തന്നെ ധാരാളം ചർച്ചകൾ നടന്നിട്ടുണ്ട്. തീർച്ചയായും കമ്യൂണിസം യൂറോപ്പിൽ ഒരു യാഥാർത്ഥ്യമായെന്നല്ല മാനിഫെസ്റ്റോ പറയുന്നത്. അപ്പോൾ പ്രതീതി മാത്രമായ കമ്യൂണിസത്തെ ഒരു ശക്തിയായി എല്ലാ യൂറോപ്യൻ രാഷ്ട്രങ്ങളും അംഗീകരിച്ചിരിക്കുന്നുവെന്നു തുടർന്നു പറയുന്നു. എങ്ങനെയാണ് ഒരു ഭൂതത്തെ ശക്തിയായി അംഗീകരിക്കാൻ കഴിയുന്നത്?

ഈ ചോദ്യത്തിന് മാനിഫെസ്റ്റോ നല്കുന്ന ഉത്തരം ചരിത്രപരമാണ്. മറ്റൊരു സുപ്രസിദ്ധമായ വാചകത്തിലൂടെയാണ് ഈ ഉത്തരം ആരംഭിക്കുന്നത്. ''ഇതുവരെ നിലനിന്ന സമൂഹത്തിന്റെ ചരിത്രം വർഗ്ഗസമരങ്ങളുടെ ചരിത്രമാണ്''. 1888 ൽ എംഗൽസ് ഈ വാചകത്തോടൊപ്പം ''അതായത്, എല്ലാ എഴുതപ്പെട്ട ചരിത്രത്തിന്റെയും'' എന്നു കൂട്ടിച്ചേർക്കുന്നുണ്ട്. എഴുത്തിനുമുമ്പുള്ള നിരവധി സമൂഹങ്ങളെക്കുറിച്ചുള്ള വിവരങ്ങൾ ഗവേഷകർ കണ്ടെത്തിയതാണ് ഈ തിരുത്തിനുകാരണം എന്നും എംഗൽസ് പറയുന്നു. എഴുത്തു വളർന്നുവന്നതിനുശേഷമുള്ള സമൂഹങ്ങളിൽ മർദ്ദകരും മർദ്ദിതരും സ്വതന്ത്രനും അടിമയും പട്രീഷ്യനും പ്ലെബിയനും പ്രഭുവും കുടിയാനും തുടങ്ങിയ വിരുദ്ധ വർഗ്ഗങ്ങളായി തിരിഞ്ഞുനിന്നിട്ടുണ്ട്. അവരുടെ സംഘർഷങ്ങളാണ് അന്നന്നത്തെ സമൂഹവ്യവസ്ഥകളെ തകിടം മറിച്ച് മറ്റൊരു വ്യവസ്ഥയെ സൃഷ്ടിച്ചിട്ടുള്ളത്.

ഈ വൈരുദ്ധ്യങ്ങൾ ഉണ്ടാകുന്നതെങ്ങനെയാണ്? എല്ലാ സമൂഹങ്ങളിലും മനുഷ്യർ സങ്കീർണ്ണമായ ക്രമങ്ങളിലാണ് സംഘടിക്കപ്പെടുന്നത്. അവർ പല തട്ടുകളിലാണ് ജീവിക്കുന്നത്. പക്ഷേ, സമൂഹ വ്യവസ്ഥകളിലെ മർദ്ദകരൂപങ്ങൾ ശക്തിപ്പെടുമ്പോൾ സമൂഹത്തിലെ വൈരുദ്ധ്യങ്ങൾ വർദ്ധിക്കുമ്പോൾ ഈ പലതട്ടുകളെല്ലാം ഒന്നായിത്തീരുന്നു. അവർ മർദ്ദിതരുടെയോ മർദ്ദകരുടെയോ കൂടെച്ചേരുന്നു. അങ്ങനെയാണ് ഒരു വ്യവസ്ഥയുടെ നിലനില്പിനെ നിർണ്ണയിക്കുന്ന അടിസ്ഥാന വർഗ്ഗ

വൈരുദ്ധ്യങ്ങൾ പ്രത്യക്ഷപ്പെടുന്നത്. ഒരു സമൂഹത്തിൽ നിരവധി വർഗ്ഗങ്ങൾ ഉണ്ടാകാം. പക്ഷേ, അടിസ്ഥാന വൈരുദ്ധ്യം ഒന്നു തന്നെയായിരിക്കും.

മുതലാളിത്തത്തിന്റെ കാലഘട്ടത്തിന് ഒരു സവിശേഷതയുണ്ട്. അത് വർഗ്ഗ വൈരുദ്ധ്യങ്ങളെ ലളിതവല്ക്കരിക്കുന്നുവെന്ന് മാനിഫെസ്റ്റോ പറയുന്നു. മുതലാളിത്ത സമൂഹം രണ്ടുവിരുദ്ധ ചേരികളായി മാറിയിരിക്കുകയാണ്. മുതലാളിമാരും പ്രോലിറ്റേറിയറ്റും. *(ഇവിടെ പ്രോലിറ്റേറിയറ്റ് എന്ന വാക്ക് സൗകര്യത്തിന് അങ്ങനെ തന്നെ ഉപയോഗിക്കുകയാണ്. തൊഴിലെടുക്കുന്നവർ എന്ന അർത്ഥത്തിൽ മാർക്സ് Arbeiter എന്ന വാക്കാണ് ഉപയോഗിക്കുന്നത്. തൊഴിലെടുക്കുന്നവർ പലവിധമാകാം, പ്രോലിറ്റേറിയറ്റ് ഒന്നാണ്; അദ്ധ്വാനശക്തിയല്ലാതെ മറ്റൊന്നും കൈവശമില്ലാത്തവരാണ്).* ഇതിൽ മുതലാളിമാർ വളർന്നുവന്നത് ഫ്യൂഡൽ ബന്ധങ്ങൾക്കുള്ളിൽനിന്നാണ്. മുൻകാല കുടിയാന്മാർ, നഗരത്തിലെ ഇടത്തരക്കാരായി മാറുന്നു. അവരിൽനിന്നാണ് മുതലാളിമാരുണ്ടാകുന്നത്.

അമേരിക്കയുടെ കണ്ടുപിടിത്തവും ഭൂഖണ്ഡാന്തരയാത്രകളും ചേർന്ന് വൻതോതിൽ വാണിജ്യത്തിൻെറയും വ്യവസായത്തിന്റെയും വളർച്ചയ്ക്കനുകൂലമായ അന്തരീക്ഷം സൃഷ്ടിച്ചു. പുതിയ വിപണികളുടെ സാദ്ധ്യതകൾ ഉപയോഗിക്കാൻ ഫ്യൂഡൽ തൊഴിൽരൂപങ്ങൾക്കു കഴിഞ്ഞില്ല. ഉല്പാദനം കൈത്തൊഴിൽശാലകളിൽനിന്നും പിന്നീട് ആവിയന്ത്രത്തിന്റെയും മറ്റു യന്ത്രങ്ങളുടെയും ഉപയോഗത്തോടെ ഫാക്ടറികളിൽനിന്നുമായി പഴയ ഇടത്തരക്കാർ അപ്രത്യക്ഷരായി. ‘‘വ്യവസായസൈന്യ’’ങ്ങളുടെ പുതിയ മുതലാളിത്തം സ്ഥാനംപിടിച്ചു. മദ്ധ്യകാലത്തുനിന്നു തുടർന്ന മറ്റെല്ലാ വർഗ്ഗങ്ങളെയും മുതലാളിവർഗ്ഗം പിൻതള്ളി. ഫ്യൂഡൽ കാലത്തെ എല്ലാ മര്യാദകളെയും ആശ്രിതത്വബന്ധങ്ങളെയും ഇല്ലാതാക്കുകയും സ്വതാല്പര്യങ്ങളനുസരിച്ചും പണമിടപാടുകളുപയോഗിച്ചുമുള്ള ബന്ധങ്ങളല്ലാതെ മനുഷ്യർ തമ്മിലുള്ള എല്ലാ ബന്ധങ്ങളും നിഷേധിക്കുകയും ചെയ്തു. മതപരവും രാഷ്ട്രീയവുമായ ചൂഷണ രൂപങ്ങൾക്കുപകരം നേരിട്ടുള്ള സാമ്പത്തികചൂഷണം സ്ഥാനംപിടിച്ചു. അതുവരെയുണ്ടായിരുന്ന വൈദ്യൻ, അഭിഭാഷകൻ, പുരോഹിതൻ, കവി, ശാസ്ത്രജ്ഞൻ മുതലായ എല്ലാ ധൈഷണിക പ്രവർത്തകരെയും കൂലിവേലക്കാരാക്കി. കുടുംബത്തെ വെറും സാമ്പത്തികബന്ധമാക്കി.

മുതലാളിത്തത്തിന്റെ വളർച്ചയോടൊപ്പം മുതലാളിവർഗ്ഗത്തിന്റെ രാഷ്ട്രീയമായ മുന്നേറ്റവും ഉണ്ടായി. ആധുനിക വ്യവസായങ്ങളുടെ വളർച്ച പഴയ രാജവാഴ്ചയ്ക്കുപകരം ജനപ്രാതിനിദ്ധ്യ സ്വഭാവമുള്ള പുതിയ രാഷ്ട്രത്തെ വളർത്തിക്കൊണ്ടുവന്നു. മുതലാളിവർഗ്ഗത്തിന്റെ പൊതുപ്രവർത്തനങ്ങൾ നിയന്ത്രിക്കുന്നതിനുള്ള കമ്മിറ്റിയായി ആധുനികരാഷ്ട്രത്തിന്റെ ഭരണനിർവ്വാഹകർ മാറി.

സ്വന്തം ഉല്പാദനോപാധികളിൽ തുടർച്ചയായി വിപ്ലവകരമായ മാറ്റങ്ങൾ വരുത്തിക്കൊണ്ടല്ലാതെ മുതലാളിത്തത്തിന് നിലനില്ക്കാനാവി

ല്ലെന്ന് *മാനിഫെസ്റ്റോ* പറയുന്നു. വിപണി ലോകം മുഴുവൻ വ്യാപിക്കേണ്ടത് മുതലാളിത്തത്തിന്റെ ആവശ്യമാണ്. അതുകൊണ്ട് അതിന് എല്ലായിടത്തും ബന്ധങ്ങൾ സ്ഥാപിക്കണം. താമസിക്കണം. ഇടപെടണം. ദേശീയതലത്തിലുള്ള വ്യവസായങ്ങളിൽനിന്നുമാറി ഉല്പാദനത്തിനും ഉപഭോഗത്തിനും സാർവ്വജനീന സ്വഭാവം നല്കണം. പഴയ ആവശ്യങ്ങൾക്കുപകരം മറുനാടുകളിൽനിന്നും മറ്റു സാഹചര്യങ്ങളിൽനിന്നുമുള്ള ഉല്പന്നങ്ങൾക്കുള്ള പുതിയ ആവശ്യങ്ങൾ സൃഷ്ടിക്കണം. വ്യത്യസ്ത രാഷ്ട്രങ്ങളിൽ സൃഷ്ടിക്കപ്പെടുന്ന ധൈഷണിക സൃഷ്ടികളും പ്രാദേശിക സാഹിത്യങ്ങൾപോലും പൊതുസ്വത്തും ലോകസാഹിത്യവുമായി മാറണം. ആശയവിനിമയോപാധികളുടെ വൻതോതിലുള്ള വളർച്ചയുടെ ഫലമായി ഏറ്റവും പിന്നോക്ക രാഷ്ട്രങ്ങളെപ്പോലും നാഗരിക സമൂഹങ്ങളാക്കണം. ഗ്രാമപ്രദേശങ്ങളെ നഗരങ്ങളുടെ ആധിപത്യത്തിൻകീഴിലാക്കണം. ജനങ്ങളുടെയും അവരുടെ ഉല്പാദന ഉപാധികളുടെയും സ്വത്തിന്റെയും വൈവിദ്ധ്യമാർന്ന, ചിതറിയ അവസ്ഥയെ ഇല്ലാതാക്കുകയും അവയെല്ലാം മുതലാളിത്തത്തിന്റെ കൈയിൽ കേന്ദ്രീകരിക്കുകയും വേണം. ഇതിനാവശ്യമായ രാഷ്ട്രീയ കേന്ദ്രീകരണവും അനിവാര്യമാണ്. എല്ലാ വ്യത്യസ്ത നിയമങ്ങളെയും താല്പര്യങ്ങളെയും നികുതി വ്യവസ്ഥകളെയും ഭരണസംവിധാനങ്ങളെയും ഒന്നിച്ചുചേർത്ത് ഒറ്റരാഷ്ട്രവും ഒറ്റ നിയമവ്യവസ്ഥയും ഒറ്റ ദേശീയ വർഗ്ഗതാല്പര്യവും നികുതി വ്യവസ്ഥയുമാക്കി മാറ്റണം. എല്ലാ പ്രകൃതിശക്തികളെയും കീഴടക്കി മുതലാളിത്തം നിയന്ത്രിക്കുന്ന ബൃഹത്തായ ഉല്പാദനശക്തികളുടെ - യന്ത്രങ്ങളുടെ, പുതിയ കാർഷിക രൂപങ്ങളുടെ, ഗതാഗതത്തിന്റെ, ഊർജ്ജരൂപങ്ങളുടെ ''മണ്ണിൽനിന്ന് മാന്ത്രികശക്തിയാൽ പുറത്തെടുക്കുന്ന ജനസഞ്ചയങ്ങളുടെ'' *അതായത് ലോകമാസകലമുള്ള ജനങ്ങളിൽനിന്ന് കണ്ടെത്തുന്ന അടിമകളും അല്ലാത്തവരുമായ കൂലിപ്പട്ടാളത്തെ* - ആധിപത്യം ഉറപ്പുവരുത്തണം.

ഇത്തരം വിപ്ലവകരമായ മാറ്റങ്ങൾ അവയുടേതായ പ്രത്യാഘാതങ്ങളുമുണ്ടാക്കും. സാമൂഹ്യസാഹചര്യങ്ങളിൽ വരുന്ന തുടർച്ചയായ കലങ്ങിമറിയലുകൾ, തുടർച്ചയായ അരക്ഷിതാവസ്ഥകളിലേക്കും പ്രക്ഷോഭങ്ങളിലേക്കും നയിക്കും. ''എല്ലാ ഖരവസ്തുക്കളും ഉരുകി വായുവിൽ ചേരുന്നു. എല്ലാ പാവനതകളും മലീമസമാക്കപ്പെടുന്നു'' എന്നു പറഞ്ഞത് ഈ അവസ്ഥയെയാണ്. മുതലാളിത്ത ഉല്പാദനത്തിന്റെ അനിയന്ത്രിതമായ വളർച്ച വാണിജ്യക്കുഴപ്പങ്ങളിലേക്കു നയിക്കുന്നു. കുഴപ്പങ്ങൾ പുറത്തുവരുന്നത് അമിതോല്പാദനം എന്ന പകർച്ചവ്യാധിയായാണ്. ഉല്പാദനശക്തികൾ സൃഷ്ടിക്കുന്ന വമ്പിച്ച മുന്നേറ്റങ്ങൾക്കനുസരിച്ച് ഉല്പാദനസാഹചര്യങ്ങൾ വളരുന്നില്ല. ഇത് വമ്പിച്ച സാമ്പത്തികത്തകർച്ചയിലേക്കും നശീകരണത്തിലേക്കും നയിക്കുന്നു. ഇതിനു പരിഹാരമായി ഒന്നുകിൽ കെട്ടിക്കിടക്കുന്ന ഉല്പന്നങ്ങൾ നശിപ്പിക്കുകയും ഫാക്ടറികൾ തന്നെ അടച്ചുപൂട്ടുകയും ചെയ്യേണ്ടിവരും, അല്ലെങ്കിൽ ഉല്പ

ന്നങ്ങൾക്കു പുതിയ കമ്പോളങ്ങൾ കണ്ടെത്തേണ്ടിവരും. ഇതു കൂടുതൽ തീവ്രമായ കുഴപ്പങ്ങളിലേക്കു നയിക്കുന്നു.

തൊഴിലെടുക്കുന്നവരിലും ഇതേ രീതിയിലുള്ള മാറ്റങ്ങൾ ഉണ്ടാവുകയാണ്. തൊഴിലെടുക്കുന്നവർ സ്വന്തം അദ്ധ്വാനത്തെ കഷണം കഷണമായി ഒരു ചരക്കായി വില്ക്കുകയാണ്. തൊഴിലിന്റെ വ്യക്തിഗത സ്വഭാവം പൂർണ്ണമായി നഷ്ടപ്പെടുന്നു. മുതലാളിയുടെ ഫാക്ടറികളിലും തൊഴിലിടങ്ങളിലും അവരെ പട്ടാളക്കാരെപ്പോലെ സംഘടിപ്പിക്കുന്നു. അവർ അതോടെ മുതലാളിമാരുടെ അടിമകളാവുകയാണ്. അവിടെ പ്രായമോ ലിംഗഭേദമോ ഒന്നും പ്രശ്നമല്ല. തൊഴിലാളിക്കു കിട്ടുന്ന വേതനമെന്നത് തൊഴിലാളിയെന്ന നിലയിൽ അയാളുടെ നിലനില്പിനും അയാളുടെ പുനരുല്പാദനത്തിനുംവേണ്ടി മാത്രമാണ്. യന്ത്രങ്ങളുടെ ഉപയോഗം അയാളുടെ അദ്ധ്വാനത്തെ കുറയ്ക്കുന്നില്ല. മുതലാളി തൊഴിൽസമയം കൂട്ടുന്നു. അല്ലെങ്കിൽ യന്ത്രത്തിന്റെ വേഗതയനുസരിച്ച് കൂടുതൽ വേഗതയിൽ അദ്ധ്വാനിക്കേണ്ടിവരുന്നു. മുതലാളിത്ത ഉല്പാദനം വർദ്ധിക്കുംതോറും തൊഴിലാളി കൂടുതൽ ദുരിതങ്ങളിലേക്കു താഴുന്നു.

ഈ അവസ്ഥ സൃഷ്ടിക്കുന്ന മറ്റൊരു വിഭാഗമുണ്ട്. സമൂഹത്തിലെ ദൂഷിതർ, എല്ലാ വ്യാവസായിക നഗരങ്ങളിലും കാണാവുന്ന കൂലിത്തല്ലുകാർ, കൂട്ടിക്കൊടുപ്പുകാർ, തട്ടിപ്പു നടത്തി ജീവിക്കുന്നവർ, കള്ളന്മാർ തുടങ്ങിയവർ. മാനിഫെസ്റ്റോയിൽ ലുംപൻ പ്രോലിറ്റേറിയറ്റ് എന്നു വിളിക്കുന്ന ഈ വിഭാഗം ഇതേ അവസ്ഥയിൽനിന്നു തന്നെ സൃഷ്ടിക്കപ്പെടുന്നവരാണ്. പക്ഷേ, മുതലാളിത്ത താല്പര്യങ്ങളും മറ്റുവിധങ്ങളിലുള്ള യാഥാസ്ഥിതിക താല്പര്യങ്ങളും അവരെ സ്വാധീനിക്കാമെന്നതുകൊണ്ട് മുതലാളിമാരുമായി നേരിട്ടുള്ള സംഘർഷത്തിനു തയ്യാറാകണമെന്നില്ല. പകരം തികഞ്ഞ പിന്തിരിപ്പൻ നിലപാടുവരെ സ്വീകരിച്ചേക്കാം.

പ്രോലിറ്റേറിയറ്റിന്റെ എണ്ണവും അതിവേഗം വർദ്ധിക്കുകയാണ്. ചെറുകിടകച്ചവടക്കാർ, കൈത്തൊഴിൽക്കാർ, കൃഷിക്കാർ തുടങ്ങിയവരെല്ലാവരും തൊഴിൽസേനയിൽ ചേരുകയാണ്. എല്ലാ വർഗ്ഗങ്ങളിൽനിന്നും തൊഴിലാളികൾ സൃഷ്ടിക്കപ്പെടുന്നുണ്ട്. ലഭ്യമായ തൊഴിലുകൾക്കു വേണ്ടി കടുത്ത മത്സരവും ഇവർ തമ്മിൽ നടക്കുന്നുണ്ട്. അതുകൊണ്ടു തന്നെ ആദ്യഘട്ടത്തിൽ തൊഴിലെടുക്കുന്നവർ നാടെങ്ങും ചിതറിക്കിടക്കുന്ന, ഒരു കൂട്ടമാണ്. അവരെ അപ്പോൾ സംഘടിപ്പിക്കുന്നത് മുതലാളിമാരാണ്. മുതലാളിമാർ അവരുടെ ആവശ്യങ്ങൾക്കുവേണ്ടി, സ്വന്തം വർഗ്ഗശത്രുക്കൾക്കെതിരായി അവരെ ഉപയോഗിക്കുന്നു. എന്നാൽ ക്രമേണ തൊഴിലെടുക്കുന്നവർ തമ്മിലുള്ള വൈവിദ്ധ്യം കുറയുകയും യന്ത്രവല്കൃതമായ വ്യാവസായിക ഉല്പാദനത്തിൻകീഴിൽ അദ്ധ്വാനത്തിന്റെ വൈവിദ്ധ്യം ഇല്ലാതാകുകയും ചെയ്യുന്നു. അതായത് എത്ര വ്യത്യസ്തമായ വൈദഗ്ദ്ധ്യമുള്ള തൊഴിലാളികളായാലും മുതലാളിത്ത ഉല്പാദനത്തിൽ മുതലാളി ആവശ്യപ്പെടുന്ന പ്രകാരം പണിയെടുക്കേണ്ടിവരുന്നു. അദ്ധ്വാനം ഒരർത്ഥത്തിൽ 'തുല്യ'മാകുന്നു.

ഈ ഘട്ടത്തിലാണ് മുതലാളിത്ത വികാസത്തിന്റെ അനിശ്ചിതത്വവും അസ്ഥിരതയും പുറത്തുവരുന്നത്. സാമ്പത്തികക്കുഴപ്പങ്ങളും തകർച്ചകളും തൊഴിലാളികളുടെ ജീവിതം ദുസ്സഹമാക്കുന്നു. അവർ മുതലാളിമാർക്കെതിരെ സംഘടിക്കാനാരംഭിക്കുന്നു. തൊഴിൽ സമരങ്ങൾ വളരുന്നു. തൊഴിൽ സമരങ്ങൾ ചിലയിടങ്ങളിൽ വിജയിക്കാം. പക്ഷേ, ആവിജയം പോലും സ്ഥിരമല്ല. അതിനുപകരം തൊഴിലാളികൾ തമ്മിലുള്ള കൂടുതൽ വിശാലമായ ഐക്യത്തിലേക്കും സംഘടനയിലേക്കുമാണ് നയിക്കുന്നത്. നിരവധി പ്രാദേശിക സമരങ്ങൾ ദേശീയതലത്തിൽ മുതലാളിത്തത്തിനെതിരായ സംഘടിത പ്രസ്ഥാനമായി മാറുന്നു. എല്ലാ വർഗ്ഗസമരങ്ങളും രാഷ്ട്രീയ സമരങ്ങളാണ്. അതിലൂടെ പ്രോലിറ്റേറിയറ്റ് ഒരു സംഘടിത വർഗ്ഗമായി മാറുകയാണ്.

തൊഴിലാളിവർഗ്ഗത്തിന്റെ സമരായുധങ്ങൾ വിവിധ തലങ്ങളിൽനിന്നാണ് ലഭിക്കുന്നത്. മറ്റു രാഷ്ട്രങ്ങളിലെ മുതലാളിമാരുമായുള്ള മത്സരം മൂലം മുതലാളിമാർക്കുതന്നെ തൊഴിലാളികളുടെ സഹായം തേടേണ്ടി വരുന്നു, അതിന്റെ ഭാഗമായി അവർക്ക് വിദ്യാഭ്യാസം നല്കുന്നു. വ്യവസായവല്ക്കരണത്തിന്റെ ഭാഗമായി മുൻപു ഭരണവർഗ്ഗത്തിന്റെ ഭാഗമായിരുന്ന വിഭാഗങ്ങൾ (ഡോക്ടർ, വക്കീൽ, ശാസ്ത്രജ്ഞൻ മുതലായവർ) തൊഴിൽസേനയിലേക്ക് മാറ്റപ്പെടുന്നു. അവരും തൊഴിലാളികൾക്ക് അവരുടെ വികസനാശയങ്ങൾ നല്കുന്നു. അതേസമയം പ്രോലിറ്റേറിയന്മാർ സ്വത്തുടമകളല്ല, അവരുടെ കുടുംബബന്ധങ്ങളും ബൂർഷ്വാ കുടുംബബന്ധങ്ങളും ഒരുപോലെയല്ല. നിയമം, ധാർമ്മികത, മതം തുടങ്ങിയവയെല്ലാം മുതലാളിയുടെ താല്പര്യങ്ങളെ പ്രതിനിധീകരിക്കുന്നവയാണ്. അതേസമയം, കൂലിവേലയുടെ നിലനില്പുതന്നെ വ്യവസായങ്ങളുടെ വളർച്ചയെ ആശ്രയിച്ചാണ്. അതുകൊണ്ട്, മുതലാളിത്തത്തിന്റെ വികാസത്തിന്റെ ഭാഗമായി തൊഴിലാളികളുടെ കൂടുതൽ സംഘടിത രൂപങ്ങൾ ആവശ്യമായിവരുന്നു. ഈ സംഘടിത രൂപങ്ങളും മുതലാളിവർഗ്ഗവും തമ്മിലുള്ള 'ആഭ്യന്തരയുദ്ധം' ഒരു വിപ്ലവമായി പൊട്ടിപ്പുറപ്പെടുന്നു.

*മാനിഫെസ്റ്റോ*യുടെ രണ്ടാമത്തെ ഭാഗം തൊഴിലാളിവർഗ്ഗവും കമ്യൂണിസ്റ്റുകാരും തമ്മിലുള്ള ബന്ധത്തെക്കുറിച്ചാണ്. കമ്യൂണിസ്റ്റുകാരുടെ ലക്ഷ്യം മൂന്നാണ്. ഒന്ന്, പ്രോലിറ്റേറിയറ്റിനെ വർഗ്ഗബോധമുള്ള തൊഴിലാളികളാക്കി മാറ്റുക, രണ്ട്, ബൂർഷ്വാ ആധിപത്യം പിഴുതെറിയുക, മൂന്ന് തൊഴിലാളിവർഗ്ഗം രാഷ്ട്രീയാധികാരം പിടിച്ചെടുക്കുക. ഈ നിലപാടുകൾ ഏതെങ്കിലും സാർവ്വലൗകിക പരിഷ്കർത്താവ് കണ്ടെത്തിയതോ നിർമ്മിച്ചതോ ആയ ആശയങ്ങളല്ല, നിലവിലുള്ള വർഗ്ഗസമരത്തിന്റെ തന്നെ ഉല്പന്നമാണ്. വർഗ്ഗസമരം ഒരു സാമൂഹ്യ പ്രക്രിയയാണ്. കാരണം മുതലാളിത്തം എന്നത് വ്യക്തിഗതമായ സ്വത്തവകാശം മാത്രമല്ല, അതൊരു സാമൂഹ്യാധികാരരൂപമാണ്. ഈ സാമൂഹ്യാധികാരരൂപവും അതിന്റെ ഫലമായുണ്ടാകുന്ന ചൂഷണവും സൃഷ്ടിക്കുന്ന ദുരിത

ങ്ങളെ ഇല്ലായ്മ ചെയ്യുക എന്നതാണ് കമ്യൂണിസ്റ്റുകാരുടെ ലക്ഷ്യം. ഇന്ന് അദ്ധ്വാനത്തിന്റെ ലക്ഷ്യം മുതലാളിത്തത്തിന്റെ വികാസമാണ്. എന്നാൽ, ഒരു കമ്യൂണിസ്റ്റ് സമൂഹത്തിൽ സംഭരിക്കപ്പെടുന്ന സാമൂഹ്യ മായ അദ്ധ്വാനം തൊഴിലെടുക്കുന്നവരുടെ നിലനില്പിനെ വളർത്തുകയും സമ്പന്നമാക്കുകയും ചെയ്യുന്നതിനുള്ള ഉപാധിയായിരിക്കും. ഇതിനെ യാണ് *മാനിഫെസ്റ്റോ* ഓരോരുത്തരുടെയും സ്വതന്ത്രമായ വികാസമെ ന്നത് എല്ലാവരുടെയും സ്വതന്ത്രമായ വികാസമാണ്' എന്നു പറയുന്നത്.

ഇതിന്റെ ഭാഗമായി സ്വകാര്യസ്വത്ത് ഇല്ലാതാക്കേണ്ടിവരും. സ്വകാ ര്യസ്വത്ത് എന്നാൽ മുതലാളിയുടെ സ്വത്താണ്. മുതലാളിയുടെ സ്വത്ത വകാശം നിലനിർത്തുകയാണ് 'വ്യക്തിഗത താല്പര്യം' എന്നതുകൊണ്ട് മുതലാളി അർത്ഥമാക്കുന്നത്. കമ്യൂണിസ്റ്റുകാർ എതിർക്കുന്നത് മറ്റുള്ള വരുടെ അദ്ധ്വാനം കൈയടക്കി സ്വത്ത് സമ്പാദിക്കുന്നതിനെയാണ്. സാമൂഹ്യ ഉല്പന്നങ്ങൾ ജനങ്ങൾ കൈവശപ്പെടുത്തുന്നതിനെയും ഉപ യോഗിക്കുന്നതിനെയും എതിർക്കുന്നില്ല. സമൂഹത്തിന്റെ ധൈഷണിക പ്രവർത്തനങ്ങൾ മുതലാളിത്തത്തിനു കീഴടങ്ങുന്നതിനെ മാത്രമാണ് ക മ്യൂണിസ്റ്റുകാർ എതിർക്കുന്നത്. അതുപോലെ മുതലാളിമാരുടെ സംസ് കാരം എന്നത് ബഹുഭൂരിപക്ഷം ജനങ്ങളെ സംബന്ധിച്ചിടത്തോളം ഒ രു യന്ത്രംപോലെ പ്രവർത്തിക്കാനുള്ള പരിശീലനമാണ്. അതിനെയും കമ്യൂണിസ്റ്റുകാർ എതിർക്കുന്നു.

മുതലാളിത്ത കുടുംബബന്ധങ്ങൾ നിലനില്ക്കുന്നത് സ്വകാര്യ ലാഭ ത്തിനുവേണ്ടിയാണ്. തൊഴിലാളികളുടെ ഭാര്യമാരും പെൺമക്കളും പോലും മുതലാളിമാരുടെ നിയന്ത്രണത്തിലാണ്. അതിനോടൊപ്പം സ്വന്തം വർഗ്ഗത്തിൽപ്പെട്ടവരുടെ ഭാര്യമാരെയും അവർ ഭോഗിക്കുന്നു. അവർ ഭാ ര്യമാരെ കാണുന്നത് ഉല്പാദനോപകരണമെന്ന നിലയിൽ മാത്രമാണ്. ഉല്പാദനോപകരണമെന്ന നിലയിൽ എല്ലാ സ്ത്രീകളെയും പൊതുവായി കാണുകയാണ് അവർ ചെയ്യുന്നത്. കമ്യൂണിസം ചെയ്യുന്നത് യഥാർത്ഥ ത്തിലുള്ള സ്ത്രീ സമുദായത്തെ പുറത്തുകൊണ്ടുവരികയാണ്. *സ്ത്രീ സമുദായമെന്നത് കമ്യൂണിസ്റ്റുകാർ കണ്ടുപിടിച്ച ആശയമല്ലെന്നും ചരിത്രകാലം മുഴുവൻ നിലനിന്നിട്ടുണ്ടെന്നും മാനിഫെസ്റ്റോ പറയുന്നു. മുതലാളിത്തം അതിനെ വളച്ചൊടിച്ച് ഭോഗവസ്തുക്കളാക്കി മാറ്റുകയാണ് ചെയ്യുന്നത്.*

തൊഴിലാളികൾക്ക് രാഷ്ട്രമില്ല എന്നു മാനിഫെസ്റ്റോ പറയുന്നു. തൊഴിലാളിവർഗ്ഗം രാഷ്ട്രീയാധികാരം നേടുമ്പോൾ, അവർതന്നെ ഒരു ദേശീയതയായി മാറും. ഇപ്പോൾ തന്നെ മുതലാളിത്തത്തിന്റെ വികാ സവും സ്വതന്ത്രവാണിജ്യവും വിപണിയും കാരണം ദേശീയ ഭിന്നതകൾ അപ്രത്യക്ഷമാവുകയാണ്. തൊഴിലാളിവർഗ്ഗത്തിന്റെ ആധിപത്യം ഈ പ്രവണതയെ കൂടുതൽ ശക്തിപ്പെടുത്തും.

കമ്യൂണിസ്റ്റുകാർ വാദിക്കുന്നത് സാമൂഹ്യ വിദ്യാഭ്യാസത്തിനു വേണ്ടിയാണ്. രക്ഷിതാക്കൾ കുട്ടികളുടെമേൽ ആധിപത്യം ചെലുത്തു

ന്നതിനെ അംഗീകരിക്കുന്നില്ല. ഭരണവർഗ്ഗത്തിന്റെ ആശയങ്ങൾ പ്രചരിപ്പിക്കുന്നതിനല്ല വിദ്യാഭ്യാസം. മാനിഫെസ്റ്റോ ചൂണ്ടിക്കാണിക്കുന്നത് ഭൗതിക ഉല്പാദനത്തിൽ വരുന്ന മാറ്റങ്ങളും, ധൈഷണിക ഉല്പാദനത്തിൽ വരുന്ന മാറ്റങ്ങളും അല്ലെങ്കിൽ ബുദ്ധിജീവികളുടെ പ്രവർത്തനങ്ങളും തമ്മിൽ പൊരുത്തപ്പെട്ടിരിക്കുമെന്നാണ്. ഓരോ കാലഘട്ടങ്ങളിലും അധീശത്വം ചെലുത്തുന്ന ആശയങ്ങൾ ഭരണവർഗ്ഗങ്ങളുടെ ആശയങ്ങളായിരിക്കും.

പക്ഷേ, മതം, ധാർമ്മികത, തത്ത്വചിന്ത, നിയമം, രാഷ്ട്രീയം തുടങ്ങിയവ സമൂഹ്യ വ്യവസ്ഥകളിൽ വരുന്ന മാറ്റങ്ങളെ അതിജീവിക്കുമെന്ന് പറയാറുണ്ട്. സമൂഹത്തിൽ തുടരുന്ന ചില പൊതു ആശയങ്ങളുണ്ട്. അവ പൊതുവിൽ വർഗ്ഗവൈരുദ്ധ്യങ്ങളെ നിലനിർത്തുന്ന ആശയങ്ങളാണ്. വ്യത്യസ്ത കാലഘട്ടങ്ങളിലെ സമൂഹങ്ങളിൽ ഉണ്ടാകുന്ന വ്യത്യസ്തവും വൈവിദ്ധ്യമുള്ളതുമായ രൂപങ്ങൾ പലപ്പോഴും ചില പൊതുരൂപങ്ങളും ആശയങ്ങളും അംഗീകരിക്കും. അവയാണ് മതവും ധാർമ്മികതയും നിയമവും മറ്റുമായി പ്രത്യക്ഷപ്പെടുന്നത്. വർഗ്ഗവൈരുദ്ധ്യങ്ങൾ അവസാനിക്കുന്നതോടെയാണ് പൊതുരൂപങ്ങളും ആശയങ്ങളും ഇല്ലാതാകുക.

ഈ പൊതുധാരണകളുടെ വെളിച്ചത്തിൽ തൊഴിലാളിവർഗ്ഗം സംഘടിക്കുകയും രാഷ്ട്രീയാധികാരം പിടിച്ചെടുക്കുകയും വേണമെന്ന് മാനിഫെസ്റ്റോ പ്രഖ്യാപിക്കുന്നു. തൊഴിലാളിവർഗ്ഗം ഭരണവർഗ്ഗമായി സംഘടിക്കുന്നതോടെ, ആ പുതിയ രാഷ്ട്രത്തിലേക്ക് എല്ലാവിധ ഉല്പാദന ഉപാധികളും കേന്ദ്രീകരിക്കപ്പെടും. അതിനായി മുതലാളിമാരുടെ കൈയിൽനിന്ന് എല്ലാ മൂലധനവും ഘട്ടംഘട്ടമായി പിടിച്ചെടുക്കും. ഇതു സാധിക്കണമെങ്കിൽ സ്വത്തുടമ, ഉല്പാദനം, പഴയ സാമൂഹ്യക്രമത്തിന്റെ തലങ്ങൾ എന്നിവയിലേക്ക് കടന്നുകയറാൻ തൊഴിലാളിവർഗ്ഗത്തിനു കഴിയണം. എല്ലാവിധ ഉല്പാദന വിതരണ പ്രവർത്തനങ്ങളുടെമേലും സർവ്വാധിപത്യം സ്ഥാപിക്കാൻ തൊഴിലാളിവർഗ്ഗത്തിനു കഴിയണമെന്നർത്ഥം. *സർവ്വാധിപത്യം (Dictatorship) എന്ന വാക്കിന് വ്യത്യസ്തമായ അർത്ഥമാണന്നുണ്ടായിരുന്നത്. റോമാ റിപ്പബ്ലിക്കിൽ സവിശേഷ ഘട്ടങ്ങളിൽ, ഉദാഹരണത്തിന് യുദ്ധകാലത്ത്, അധികാരം കൈയാളുന്ന വ്യക്തികളെയാണ് ഡിക്ടേറ്റർമാർ അല്ലെങ്കിൽ സർവ്വാധിപതികൾ എന്നു വിളിച്ചിരുന്നത്. വിപ്ലവാനന്തരഘട്ടം അതുപോലുള്ള സവിശേഷ ഘട്ടമാണ്. അപ്പോൾ തൊഴിലാളിവർഗ്ഗ സർവ്വാധിപത്യം ആവശ്യമായി വരും. ഇത്തരത്തിലുള്ള കാലഘട്ടം മർദ്ദകഭരണമാണെന്നും ജനാധിപത്യത്തിന്റെ നിഷേധമാണെന്നുമുള്ള ധാരണകൾ ഇരുപതാം നൂറ്റാണ്ടിൽ വളർന്നുവന്നതാണ്. ഒരു വർഗ്ഗത്തിന്റെ സർവ്വാധിപത്യവും ഭരണകൂടത്തിന്റെ മർദ്ദകസ്വഭാവവും രണ്ടാണ്. പൂർണ്ണ ജനാധിപത്യം പോലും ഒരു വർഗ്ഗത്തിന്റെ സർവ്വാധിപത്യമാകാം. അമേരിക്ക ഉദാഹരണം.* പക്ഷേ, ഈ പ്രക്രിയയ്ക്കാവശ്യമായ നടപടികൾ വ്യത്യസ്ത രാഷ്ട്രങ്ങളിൽ വ്യത്യസ്തമാ

യിരിക്കും.

മാനിഫെസ്റ്റോ ഈ ഭാഗം അവസാനിപ്പിക്കുന്നത് വികസിത മുതലാളിത്ത രാഷ്ട്രങ്ങൾക്ക് പ്രായോഗികമെന്ന് കരുതുന്ന ചില നടപടികൾ സൂചിപ്പിച്ചുകൊണ്ടാണ്. ഭൂസ്വത്തും ഭൂനികുതിയും ഇല്ലാതാക്കുക, പിന്തുടർച്ചാവകാശം നിരോധിക്കുക, പല തട്ടുകളുള്ള ആദായനികുതി, കേന്ദ്രീകൃത ബാങ്കിങ് സംവിധാനം, വിനിമയത്തിന്റെയും ഗതാഗതത്തിന്റെയും കേന്ദ്രീകരണം, ഭരണകൂടത്തിന്റെ ഉടമസ്ഥതയിലുള്ള ഫാക്ടറികളുടെയും ഉല്പാദനോപകരണങ്ങളുടെയും വികാസം, എല്ലാവർക്കും തുല്യാദ്ധ്വാനം, കൃഷിയും വ്യവസായവും തമ്മിൽ ബന്ധപ്പെടുത്തലും ഗ്രാമവും നഗരവും തമ്മിലുള്ള ഭിന്നത ഇല്ലാതാക്കലും, പൊതുവിദ്യാലയങ്ങളിൽ എല്ലാ കുട്ടികൾക്കും സൗജന്യവിദ്യാഭ്യാസം, ബാലവേല നിരോധിക്കൽ, വിദ്യാഭ്യാസവും വ്യാവസായികോല്പാദനവും തമ്മിൽ ബന്ധപ്പെടുത്തൽ തുടങ്ങിയവ ഇതിൽപ്പെടും.

ഈ മാറ്റങ്ങൾ സൃഷ്ടിക്കുന്ന പുതിയ മുന്നേറ്റങ്ങളുടെ ഫലമായി എല്ലാ വർഗ്ഗവൈരുദ്ധ്യങ്ങളും അവസാനിക്കുമെന്നും ഓരോ വ്യക്തിയുടെയും എല്ലാവരുടെയും സ്വതന്ത്രമായ വളർച്ചയിലേക്കു നയിക്കുന്ന സമൂഹം വളർന്നുവരുമെന്നും മാനിഫെസ്റ്റോ പ്രഖ്യാപിക്കുന്നു.

മാനിഫെസ്റ്റോ മാറ്റങ്ങളുടെ പൊതുദിശ മാത്രമാണ് നല്കുന്നത്. ഓരോ പ്രദേശങ്ങളിലും രാഷ്ട്രങ്ങളിലും വരുന്ന മാറ്റങ്ങൾ എന്തായിരിക്കുമെന്നും അതിന് ഉപയോഗിക്കേണ്ട അടവുകളും തന്ത്രങ്ങളും എന്തായിരിക്കുമെന്നും മാനിഫെസ്റ്റോ വിശദീകരിക്കുന്നില്ല. അടവുകളും തന്ത്രങ്ങളും രൂപപ്പെടുത്തേണ്ട ചില പൊതു മാർഗ്ഗനിർദ്ദേശങ്ങൾ മാത്രമാണ് മാനിഫെസ്റ്റോയിലുള്ളത്. അതിലൊന്ന് കമ്യൂണിസ്റ്റുകാർ ഓരോരോ രാഷ്ട്രത്തിലെയും തൊഴിലാളിവർഗ്ഗത്തിന്റെയും (അവരുടെ പാർട്ടികളുടെയും) ഏറ്റവും സ്ഥൈര്യമാർന്നതും ബോധപരമായി ഏറ്റവും ഉയർന്നതുമായ വിഭാഗമായിരിക്കണം. അവർക്ക് മറ്റുള്ളവരെയെല്ലാവരെയും മുന്നോട്ടുകൊണ്ടുപോകാനും, തൊഴിലാളിവർഗ്ഗ പ്രസ്ഥാനത്തിന്റെ പാത, സാഹചര്യങ്ങൾ, അന്ത്യഫലങ്ങൾ എന്നിവയെക്കുറിച്ച് വ്യക്തമായ ധാരണ രൂപപ്പെടുത്താനും കഴിയണം. മറ്റു തൊഴിലാളിവർഗ്ഗ പാർട്ടികൾ നിലവിലുള്ളപ്പോൾ അവരെ എതിർക്കുന്ന വ്യത്യസ്ത പാർട്ടിയായി കമ്യൂണിസ്റ്റുകാർ മാറേണ്ടതില്ല. തൊഴിലാളിവർഗ്ഗത്തിന്റെ പൊതു താല്പര്യങ്ങളല്ലാതെ മറ്റു താല്പര്യങ്ങൾ കമ്യൂണിസ്റ്റുകാർക്കില്ല. തൊഴിലാളിവർഗ്ഗ പ്രസ്ഥാനത്തെ നിർണ്ണയിക്കാൻ ശ്രമിക്കുന്ന ഏതെങ്കിലും വിഭാഗീയ തത്ത്വങ്ങൾ നടപ്പിലാക്കാൻ അവർ തുനിയരുത്.

അതേസമയം, *മാനിഫെസ്റ്റോയുടെ* അവസാന ഭാഗങ്ങളിൽ, മറ്റുതരത്തിലുള്ള സോഷ്യലിസ്റ്റ്, കമ്യൂണിസ്റ്റ് പ്രവണതകളെ *മാനിഫെസ്റ്റോ* ശക്തമായി വിമർശിക്കുന്നുണ്ട്. *മാനിഫെസ്റ്റോയുടെ* അവസാന ഭാഗങ്ങളിലുള്ള ഈ വാദങ്ങൾ ഇന്നത്തെ സാഹചര്യങ്ങളിൽ ഏറെ പ്രസക്തമാണ്.

കമ്യൂണിസ്റ്റ് മാനിഫെസ്റ്റോ ഒരു സൈദ്ധാന്തിക രേഖയല്ല. വിപ്ലവ പ്രവർത്തനത്തിന് തൊഴിലാളിവർഗ്ഗത്തെ പ്രേരിപ്പിക്കുന്ന, വിപ്ലവത്തിന്റെ പൊതുദിശ നിർണ്ണയിക്കുന്ന ഒരു പ്രായോഗിക രേഖയാണ്. അതിൽ സൂചിപ്പിച്ച നിരവധി ആശയങ്ങൾ മാർക്സിന്റെയും എംഗൽസിന്റെയും പില്ക്കാല രചനകളിൽ, പ്രത്യേകിച്ച് *മൂലധന*ത്തിൽ വിശദമായി പ്രതിപാദിക്കുന്നുണ്ട്. അതിന് ആധാരമായ ചരിത്രപരമായ ഭൗതികവാദത്തിന്റെ സമീപനം *ജർമ്മൻ പ്രത്യയശാസ്ത്രത്തിൽ* കുറെക്കൂടി വിശദമായി കാണാം. അന്ന് അപ്രകാശിതങ്ങളായിരുന്ന മറ്റു നിരവധി കുറിപ്പുകളിലും ചില ആശയങ്ങൾ വിശദീകരിച്ചിട്ടുണ്ട്. പിന്നീട് എംഗൽസ് പ്രസിദ്ധീകരിച്ച *മൂലധനം* മൂന്നാം വോള്യത്തിൽ 'വർഗ്ഗങ്ങളെ'ക്കുറിച്ചുള്ള ഭാഗം അപൂർണ്ണമാണ്. ഭരണകൂടത്തെക്കുറിച്ചുള്ള ഒരു ഭാഗംകൂടി *മൂലധന*ത്തിൽ ഉൾപ്പെടുത്തണമെന്ന് മാർക്സ് കരുതിയെങ്കിലും അത് എഴുതപ്പെട്ടില്ല.

മാർക്സും എംഗൽസും വിഭാവനംചെയ്ത കമ്യൂണിസ്റ്റ് പാർട്ടിയുടെ പ്രവർത്തനത്തെ മറ്റു പല ഇടതുപക്ഷ നിലപാടുകളിൽനിന്നും അവർ വേർതിരിക്കുന്നുണ്ട്. ഇന്നത്തെ സാഹചര്യങ്ങളിൽ അത് വളരെ പ്രധാനമാണ്. എന്തുകൊണ്ട് തൊഴിലാളിവർഗ്ഗ വിപ്ലവസംഘടനയ്ക്ക് കമ്യൂണിസ്റ്റ് ലീഗ് എന്നും മാനിഫെസ്റ്റോയ്ക്ക് *കമ്യൂണിസ്റ്റ് മാനിഫെസ്റ്റോ* എന്നും പേരു നല്കിയെന്ന് എംഗൽസ് പിന്നീട് വിശദീകരിക്കുന്നു. മാനിഫെസ്റ്റോ പ്രസിദ്ധീകരിച്ചകാലത്ത് 'സോഷ്യലിസ്റ്റ്' എന്നാൽ ഏതെങ്കിലും വിധത്തിലുള്ള കാല്പനിക സോഷ്യലിസ്റ്റ് എന്നായിരുന്നു അർത്ഥം. ഫ്യൂരിയെയുടെ പരസ്പരസഹായം, ലൂയിബ്ലാങ്ക് എന്ന വിപ്ലവകാരി നിർദ്ദേശിച്ച ദേശീയ പണിശാലകൾ, റോബർട്ട് ഓവന്റെ ആദർശ തൊഴിലാളി ഗ്രാമങ്ങൾ തുടങ്ങിയവയെല്ലാം സോഷ്യലിസം എന്ന പേരിലാണ് അറിയപ്പെട്ടത്. ഇതേ ആശയംതന്നെയാണ് നീതിമാന്മാരുടെ ലീഗിന്റെ 'എല്ലാ മനുഷ്യരും സഹോദരന്മാരാണ്' എന്ന മുദ്രാവാക്യവും ഉൾക്കൊണ്ടിരുന്നത്. ഇത്തരം ആശയങ്ങളെയാണ് 'സാർവ്വലൗകിക പരിഷ്കർത്താക്കളുടെ നിലപാടുകൾ' എന്ന് മാനിഫെസ്റ്റോയിൽ പരിഹസിക്കുന്നത്. അവയ്ക്കുപകരം തൊഴിലാളിവർഗ്ഗം സ്വന്തം സംഘടനാരീതികളിലൂടെ എത്തിച്ചേരുന്ന വർഗ്ഗരഹിതമായ സംഘരൂപത്തെയാണ് കമ്യൂണിസമായി മാനിഫെസ്റ്റോയിൽ കാണുന്നത്.

ഈ നിലപാടിൽ നിന്നുകൊണ്ട് മറ്റു നിലപാടുകളെ മാനിഫെസ്റ്റോ ശക്തമായി വിമർശിക്കുന്നുണ്ട്. അത്തരം നിലപാടുകളുടെ അലയൊലികൾ ഇന്നും നമ്മുടെ ഇടയിലുള്ളതുകൊണ്ട് അവ ചർച്ചചെയ്യപ്പെടണം, അതിലാദ്യത്തേത് 'ഫ്യൂഡൽ സോഷ്യലിസമാണ്'. 'ഫ്യൂഡൽ' സോഷ്യലിസം രണ്ടുവിധത്തിലുണ്ട്. ഒന്ന് മുതലാളിത്തം പുറന്തള്ളിയ ഫ്യൂഡൽ കോയ്മകൾ അവരുടെ തകർന്നുപോയ 'നല്ല നാളെകളെ' നോക്കി പരിതപിക്കുകയും അതിനു കാരണക്കാരായ ബൂർഷ്വാസിയെ അതിശക്തമായി വിമർശിക്കുകയും ചെയ്യുന്നു. മുതലാളിത്തം ചൂഷണംചെയ്യുന്ന

തൊഴിലാളികളെ അവർ സംഘടിപ്പിക്കുന്നു, അതിനോടൊപ്പം തൊഴിലാളി സമരങ്ങളിലെ വിപ്ലവാംശത്തെ ശക്തമായി അപലപിക്കുകയും അതിൽനിന്ന് അവരെ പിന്തിരിപ്പിക്കാൻ ശ്രമിക്കുകയും ചെയ്യുന്നു. തൊഴിലാളി സമരങ്ങളെ അടിച്ചമർത്തുന്നതിലും അവർ മുൻപന്തിയിലാണ്. മതമേധാവികളും ഇവരോടൊപ്പം സോഷ്യലിസ്റ്റുകളാകുന്നതു കാണാം. യൂറോപ്പിലെ ക്രിസ്ത്യൻ സോഷ്യലിസ്റ്റുകൾ, ഇംഗ്ലണ്ടിൽ ബെഞ്ചമിൻ ഡിസ്രേലി, കാർലൈൻ തുടങ്ങിയവർ സ്ഥാപിച്ച 'യങ് ഇംഗ്ലണ്ട്' തുടങ്ങിയവയെയാണ് ഉദാഹരണങ്ങളായി കാണുന്നത്. ഇന്ത്യയിൽ വിവിധ തരം ജനതാദൾ ഗ്രൂപ്പുകളുടെ ''സോഷ്യലിസം' എന്താണെന്ന് ഇതിനനുസരിച്ച് പരിശോധിക്കേണ്ടതാണ്.

രണ്ടാമത്തേത് പെറ്റി ബൂർഷ്വാ സോഷ്യലിസമാണ്. മുതലാളിത്തത്തിന്റെ അഭൂതപൂർവ്വമായ വളർച്ചകാരണം പിന്തള്ളപ്പെട്ട വിഭാഗങ്ങളാണ് ചെറുകിട കൃഷിക്കാരും കൈത്തൊഴിൽകാരും കച്ചവടക്കാരും. ഇവർ മുതലാളിമാരുടെയും തൊഴിലാളികളുടെയും ഇടയിൽ ചാഞ്ചാടുന്ന വിഭാഗമാണ്. ഇവരിൽ നല്ലൊരു ഭാഗവും തൊഴിലാളിവർഗ്ഗത്തിന്റെ ഭാഗമായിത്തീരുന്നവരുമാണ്. അവർ വാദിക്കുന്നത് തൊഴിലാളിവർഗ്ഗത്തിന്റെ നേതൃത്വം ഇടത്തരക്കാർ ഏറ്റെടുക്കണമെന്നാണ്. മുതലാളിത്ത ഉല്പാദനവ്യവസ്ഥയുടെ ദോഷഫലങ്ങളെയും ദുരിതങ്ങളെയും സാംസ്കാരിക അധഃപതനത്തെയുമെല്ലാം ശക്തമായി വിമർശിക്കുകയും ചെയ്യുന്നു. മാനിഫെസ്റ്റോ ചൂണ്ടിക്കാണിക്കുന്നത് ഇത്തരം വാദഗതികൾ എത്തിച്ചേരുന്നത് പഴയ സമൂഹബന്ധങ്ങളുടെ പുനഃസ്ഥാപനത്തിലേക്കാണെന്നാണ്. ഉദാഹരണത്തിന് തൊഴിലാളിവർഗ്ഗത്തെ വളർത്തിക്കൊണ്ടു വരുന്നതിനുപകരം കൈത്തൊഴിൽ സംഘങ്ങളെ നിലനിർത്തുക, ഫാക്ടറികളുടെ വളർച്ചയെയും യന്ത്രവല്ക്കരണത്തെയും എതിർക്കുക തുടങ്ങിയത് ഇവരുടെ രീതിയാണ്. അതായത് ആധുനികവല്ക്കരണം തടസ്സപ്പെടുന്നു. സാമ്പത്തികശാസ്ത്രജ്ഞനായ ഡിസ്മോണ്ടിയുടെ നിലപാടാണ് മാനിഫെസ്റ്റോ ഉദാഹരിക്കുന്നത്. പഴയ ഗിൽഡ് വ്യവസ്ഥയിലേക്കും പരമ്പരാഗത കാർഷിക ബന്ധങ്ങളിലേക്കുമുള്ള തിരിച്ചുപോക്കാണ് ഇവിടെ സോഷ്യലിസം. നമ്മുടെ നാട്ടിലെ 'ഗാന്ധിയൻ സോഷ്യലിസം' വേറെയെന്താണ്?

ഇടത്തരക്കാരുടെ സോഷ്യലിസത്തിന്റെ മറ്റൊരു രൂപമാണ് ജർമ്മൻ 'യഥാർത്ഥ' സോഷ്യലിസം. ജർമ്മൻ ബുദ്ധിജീവികൾ (ഇവിടെ ഉദ്ദേശിക്കുന്നത് ജർമ്മനിയിലെ യുവ ഹെഗലിയന്മാരെയും ഫിഷ്നെ, ഷെല്ലിങ് തുടങ്ങിയവരുടെ അനുയായികളെയുമാണ്) തൊഴിലാളിവർഗ്ഗത്തിന്റെ താല്പര്യങ്ങൾക്കുവേണ്ടിയല്ല നിലകൊള്ളുന്നത്, 'മനുഷ്യനു' വേണ്ടിയാണ്, മനുഷ്യസ്വഭാവത്തിനുവേണ്ടിയാണ്. അവർ ബൂർഷ്വാ സ്ഥാപനങ്ങളെയും അവ സൃഷ്ടിക്കുന്ന അന്തരീക്ഷത്തെയും എതിർക്കുന്നു. അതിനോടൊപ്പം സോഷ്യലിസ്റ്റ് ആവശ്യങ്ങൾ ഉന്നയിച്ചുകൊണ്ടുള്ള പ്രസ്ഥാനങ്ങളെയും എതിർക്കുന്നു. അതുകൊണ്ടുതന്നെ അന്ന് ജർമ്മനിയിൽ

ബൂർഷാസിയെ എതിർക്കുന്ന ഫ്യൂഡൽ ഭരണകൂടങ്ങളുടെ കൈയിലെ ആയുധമായി ഇവർ മാറുകയും ചെയ്യുന്നു. ഇതു മുഴുവനും പൊതിഞ്ഞുവെക്കുന്നത് താത്വികന്മാരുടെ മേലങ്കികൾക്കുള്ളിലാണ്. മുതലാളിത്തത്തെയും 'മുഖ്യധാരാ വ്യവസ്ഥാപിത' രാഷ്ട്രീയത്തെ മൊത്തത്തിലും വിമർശിക്കുന്ന ഇത്തരം ബുദ്ധിജീവികളെ ധാരാളമായി നമ്മുടെ ഇടയിലും കാണാം.

നാലാമത്തേത് ബൂർഷാ സോഷ്യലിസമാണ്. ബൂർഷാസിതന്നെ സോഷ്യലിസം പ്രസംഗിക്കുന്ന അവസ്ഥയാണിത്. പ്രൂധോണിന്റെ *ദാരിദ്ര്യത്തിന്റെ തത്ത്വശാസ്ത്ര*ത്തെയാണ് മാനിഫെസ്റ്റോ ഇതിന് ഉദാഹരണമായെടുക്കുന്നത്. അവരുടെ അഭിപ്രായത്തിൽ എല്ലാവരും മുതലാളിമാരായി മാറുന്ന, അല്ലെങ്കിൽ ആരും തൊഴിലാളികളാകാത്ത സുവർണ്ണ കാലഘട്ടമാണ് സോഷ്യലിസം. അത്തരം സ്വപ്നങ്ങൾ ഇന്ന് സംരംഭകത്വത്തിന്റെപേരിൽ ധാരാളംപേർ കാണുന്നുണ്ട്. മറ്റൊരു രീതി മുതലാളിയും തൊഴിലാളിയും തമ്മിലുള്ള ബന്ധത്തിൽ മാറ്റങ്ങൾ വരുത്താതെതന്നെ ഭരണപരിഷ്കാരങ്ങൾവഴി തൊഴിലെടുക്കുന്നവരുടെ ദുരിതങ്ങൾ അകറ്റുക എന്നതാണ്. അതായത് മുതലാളിവർഗ്ഗം നിലനില്ക്കുന്നതുതന്നെ തൊഴിലാളികൾക്കുവേണ്ടിയാണ് എന്നു വരുത്തിത്തീർക്കുന്നു. ഇരുപതാം നൂറ്റാണ്ടിലെ 'ക്ഷേമരാഷ്ട്ര സങ്കല്പ'ത്തിൽ ഇതിന്റെ ധ്വനിയുണ്ട്. ഗാന്ധിയുടെ 'ട്രസ്റ്റിഷിപ്പും' നെഹ്റുവിന്റെ 'സോഷ്യലിസ്റ്റ് പാറ്റേണും' ഇതിന്റെ നല്ല ഉദാഹരണങ്ങളാണ്. ഇന്നും ഈ നിലപാടിന് ഇന്ത്യയിൽ ധാരാളം വക്താക്കളുണ്ട്. മുതലാളി വ്യവസായം തുടങ്ങുന്നത് ജനങ്ങൾക്ക് തൊഴിൽ നല്കാനാണെന്ന പൊതു ബോധത്തിലും അതുണ്ട്.

അഞ്ചാമത്തേത് കാല്പനിക സോഷ്യലിസമാണ്. കാല്പനിക സോഷ്യലിസ്റ്റുകൾ മുതലാളിത്തത്തിന്റെ വളർച്ചയെയും അതിൽ തൊഴിലാളിവർഗ്ഗം വഹിക്കുന്ന പങ്കും കൂടുതൽ വ്യക്തമായി കാണുന്നവരാണ്. പക്ഷേ, അവർ തൊഴിലാളിവർഗത്തെ വിപ്ലവശക്തിയായി തിരിച്ചറിയുന്നില്ല. മുതലാളിത്ത വ്യവസ്ഥക്കെതിരെ ശക്തമായ വിമർശനങ്ങൾ ഉന്നയിക്കുമ്പോൾത്തന്നെ സോഷ്യലിസത്തെക്കുറിച്ചുള്ള അവരുടെ നിർദ്ദേശങ്ങളെല്ലാംതന്നെ കാല്പനികമാണ്. മുമ്പു സൂചിപ്പിച്ച ഫ്യൂരിയെ, ഓവൻ, കാബെ തുടങ്ങിയവരുടെ നിർദ്ദേശങ്ങളെല്ലാം ഇതിൽപ്പെടും. അതിനോടൊപ്പം അവർ തൊഴിലാളിവർഗ്ഗത്തിന്റെ രാഷ്ട്രീയ മുന്നേറ്റങ്ങളെ എതിർക്കുന്നതിനെക്കുറിച്ചും മാനിഫെസ്റ്റോ പറയുന്നുണ്ട്. ഉദാഹരണത്തിന് റോബർട്ട് ഓവന്റെ അനുയായികൾ ചാർട്ടിസ്റ്റുകളെ എതിർക്കുന്നതും ഫ്യൂരിയെയുടെ അനുയായികൾ 1848 ലെ ജൂൺ വിപ്ലവത്തിന് നേതൃത്വം കൊടുത്ത ലൂയി ബ്ലാങ്കിന്റെ സംഘത്തെ എതിർക്കുന്നതും ചൂണ്ടിക്കാണിക്കുന്നു.

അവസാനമായി കമ്യൂണിസ്റ്റുകാർ വളർന്നുവരുന്ന എല്ലാ തൊഴിലാളിവർഗ്ഗ പ്രസ്ഥാനങ്ങളുമായി എങ്ങനെ സഹകരിക്കുമെന്ന് മാനി

ഫെസ്റ്റോ ചൂണ്ടിക്കാണിക്കുന്നു. അതിനോടൊപ്പം തൊഴിലാളിവർഗ്ഗത്തിന്റെ ആസന്ന ഭാവിയിലെ ലക്ഷ്യങ്ങളും നിറവേറ്റാനായി പോരാടും. കാർഷികവിപ്ലവം, ബൂർഷ്വാ വിപ്ലവത്തിന്റെ ലക്ഷ്യങ്ങൾ നിറവേറ്റൽ, യാഥാസ്ഥിതിക പിന്തിരിപ്പൻ ശക്തികൾക്കെതിരായ പോരാട്ടം തുടങ്ങിയവയെല്ലാം ഇതിന്റെ ഭാഗമാണ്. ഇന്ത്യയിൽ കൊളോണിയലിസത്തിനെതിരായ പ്രക്ഷോഭങ്ങൾ ഉദാഹരണമാണ്. ഇപ്പോൾ വർഗ്ഗീയവിരുദ്ധ പോരാട്ടം മറ്റൊരുദാഹരണമാണ്. ഇത്തരം ലക്ഷ്യങ്ങൾ നിറവേറ്റാനായി വിവിധ ശക്തികളുമായി കൂട്ടുചേരേണ്ടിവരും. എല്ലായിടത്തും നിലവിലുള്ള സാമൂഹ്യവ്യവസ്ഥയ്ക്കെതിരായ എല്ലാ വിപ്ലവ പ്രസ്ഥാനങ്ങളെയും അവർ പിന്തുണയ്ക്കും. എല്ലാ കാലത്തും അവർ മുതലാളിത്ത ഉല്പാദനബന്ധങ്ങളുടെ (മാനിഫെസ്റ്റോയിലെ 'സ്വത്തു പ്രശ്നം') പ്രശ്നങ്ങൾ അവർ നിരന്തരമായി ഉന്നയിച്ചുകൊണ്ടിരിക്കും. അതിനോടൊപ്പം എല്ലാ രാഷ്ട്രങ്ങളിലുമുള്ള ജനാധിപത്യ പാർട്ടികൾ തമ്മിലുള്ള ഐക്യത്തിനുവേണ്ടിയും പ്രവർത്തിക്കും.

സായുധമോ അല്ലാത്തതോ ആയ, കേവലമായ തൊഴിലാളി വിപ്ലവമുന്നേറ്റത്തിനുവേണ്ടിയല്ല മാനിഫെസ്റ്റോ വാദിക്കുന്നത്. അത് പിന്നീട് ഒന്നാം ഇന്റർനാഷണലിന്റെ ഘട്ടത്തിൽ ബകുനിന്റെ അരാജകവാദികളുമായുള്ള തർക്കത്തിൽ മാർക്സും എംഗൽസും കൂടുതൽ വ്യക്തമാക്കുന്നുണ്ട്. ബകുനിനെ സംബന്ധിച്ചിടത്തോളം വിപ്ലവം എന്നത് ഉടൻ നടക്കേണ്ട തൊഴിലാളിവർഗ്ഗത്തിന്റെ മോചനമാണ്. അതിന് എന്തു മാർഗ്ഗവും ഉപയോഗിക്കാം. വിപ്ലവാനന്തര സമൂഹത്തെക്കുറിച്ച് കാല്പനികമായ ധാരണകൾ മാത്രമേ ബകുനിനുണ്ടായിരുന്നുള്ളു. മാർക്സിനെ സംബന്ധിച്ചിടത്തോളം വിപ്ലവം മുതലാളിത്ത ഭരണകൂടത്തെ തകർക്കുകയും ഉല്പാദന ബന്ധങ്ങളെയും അന്തിമമായി വർഗ്ഗങ്ങളെയും ഇല്ലാതാക്കുകയും ചെയ്യുന്ന പ്രക്രിയയാണ്. അതുകൊണ്ട് വിപ്ലവപ്രക്രിയയ്ക്ക് ഒരു കാലയളവും മാനിഫെസ്റ്റോയിൽ നിർദ്ദേശിക്കുന്നില്ല. അതിനുപകരം വിപ്ലവപ്രക്രിയയ്ക്കും അത് നേടിയെടുക്കേണ്ട അന്തിമ ലക്ഷ്യങ്ങൾക്കുമാണ് *മാനിഫെസ്റ്റോ* ഊന്നൽ നല്കുന്നത്.

ഏതാണ്ട് രണ്ടു നൂറ്റാണ്ടുമുമ്പ് യൂറോപ്പിലെഴുതപ്പെട്ട ഒരു കൃതിയ്ക്ക് ഇന്നത്തെ സാർവ്വലൗകിക പ്രസക്തി എന്താണ്? അക്കാലത്തെഴുതപ്പെട്ട മറ്റു നിരവധി ലഘുലേഖകളും കൃതികളും വിസ്മൃതിയിലാണ്ടുപോയിട്ടുണ്ട്. അക്കൂട്ടത്തിൽ മാനിഫെസ്റ്റോയെയും ഉൾപ്പെടുത്തേണ്ടതല്ലേ?

നമ്മുടെ ഇടയിലെ നിരവധി കമ്യൂണിസ്റ്റ് വിരുദ്ധരും 'ജനപക്ഷ' ബുദ്ധിജീവികളും ചോദിക്കുന്ന ചോദ്യമാണിത്. ഇതിനുത്തരം പറയണമെങ്കിൽ, മാനിഫെസ്റ്റോയുടെ പൊതു നിരീക്ഷണങ്ങളെ ഇന്നത്തെ സാഹചര്യത്തിൽ പരിശോധിക്കേണ്ടതാവശ്യമാണ്.

ഒന്നാമത്തേത്, കമ്യൂണിസ്റ്റ് 'ഭൂത'ത്തെക്കുറിച്ചുള്ള പരാമർശമാണ്. അന്ന് യൂറോപ്പിനെ ബാധിച്ച ഭൂതം പിന്നീട് ആഗോളതലത്തിൽ യാഥാർത്ഥ്യമായി. റഷ്യയും ചൈനയുമടക്കമുള്ള നിരവധി രാഷ്ട്രങ്ങളിൽ

വിപ്ലവങ്ങളും വിപ്ലവശ്രമങ്ങളും നടന്നതു മാത്രമല്ല, ലോകമാസകലം കമ്യൂണിസ്റ്റ് പാർട്ടികളും തൊഴിലാളിവർഗ്ഗ പ്രസ്ഥാനവും വ്യാപിക്കുകയും ചെയ്തു.

രണ്ടാമത്തേത്, നമ്മുടെ ചരിത്രം വർഗ്ഗസമരങ്ങളുടെ ചരിത്രമാണെന്ന നിരീക്ഷണത്തെ കഴിഞ്ഞ രണ്ടു നൂറ്റാണ്ടുകൾ സാധൂകരിച്ചു. കർഷകർ ജന്മിമാർക്കെതിരെയും ഗോത്രവർഗ്ഗ ജനവിഭാഗങ്ങൾ അവരെ അടിച്ചമർത്തിയ ഭരണാധികാരികൾക്കെതിരെയും അടിമകളാക്കപ്പെട്ടവർ ഉടമകൾക്കെതിരെയും കോളനികളിലെ ജനത കൊളോണിയൽ അധിപതികൾക്കെതിരെയും പോരാടി. ഏറ്റവും പ്രധാനമായി എല്ലാ പ്രദേശങ്ങളിലും തൊഴിലെടുക്കുന്നവർ മുതലാളിമാർക്കെതിരെ പ്രക്ഷോഭങ്ങൾ നടത്തി അവയിൽ ചിലത് വിപ്ലവങ്ങളിലേക്കും തൊഴിലാളിവർഗ്ഗ ഭരണകൂടങ്ങളിലേക്കും നയിച്ചു.

മുതലാളിത്തം ആഗോളവ്യാപകമായ ഒരു സമ്പദ് വ്യവസ്ഥയായി മാറി. മാനിഫെസ്റ്റോയിൽ പറഞ്ഞതുപോലെ അത് ലോകത്തിലെ സമസ്ത വിഭവങ്ങളും ഉല്പാദനോപാധികളും വിപണികളും കൈയടക്കി. ഇപ്പോഴും കൈയടക്കിക്കൊണ്ടിരിക്കുകയാണ്. അതിൻകീഴിൽ ഉല്പാദനശക്തികൾ പ്രകൃതിയുടെയും മനുഷ്യരുടെയുംമേൽ ആധിപത്യംചെലുത്തുന്ന, ഭൂമിയുടെമേലും ഭൂമിയ്ക്കപ്പുറത്തും വികസിക്കുന്ന ശക്തികളായിതീർന്നു. അതിന്റെ ലാഭാധിഷ്ഠിത രൂപങ്ങൾക്കുകീഴിൽ ലോകജനതയെ മുഴുവൻ സംഘടിപ്പിക്കാൻ ശ്രമിക്കുന്ന ശാസ്ത്രവും സാങ്കേതികവിദ്യയും കലയും സാഹിത്യവും ദൃശ്യശ്രാവ്യരൂപങ്ങളും ആശയവിനിമയോപാധികളും കാഴ്ചയും കേൾവിയും മനുഷ്യശരീരങ്ങളെപ്പോലും അതിന്റെ കീഴിൽ ചരക്കുവല്ക്കരിക്കുകയാണ്. മാനിഫെസ്റ്റോയിൽ സൂചിപ്പിക്കുന്നതുപോലെ മൂലധനം അതിന്റെതന്നെ പ്രതിബിംബമായ ഒരു ലോകം സൃഷ്ടിക്കുകയാണ്.

മാനിഫെസ്റ്റോയിൽ വിവരിക്കുന്ന പ്രോലിറ്റേറിയന്മാരും ഇന്നൊരു യാഥാർത്ഥ്യമാണ്. പണിയെടുക്കുന്ന വിഭവങ്ങളും വീടും കുടിയും നഷ്ടപ്പെട്ടവർ, സ്വന്തം ജന്മനാടുപോലും വിട്ട് അലഞ്ഞുതിരിയുന്നവർ, കുടുംബബന്ധങ്ങൾ, ധാർമ്മികത, നിയമങ്ങൾ, പൗരാവകാശങ്ങൾ തുടങ്ങിയവയൊന്നും ബാധകമല്ലാത്തവർ, മുതലാളിത്തംതന്നെ സൃഷ്ടിക്കുന്ന നിരവധി സാമ്പത്തിക കുഴപ്പങ്ങൾ, യുദ്ധങ്ങൾ, പരിസ്ഥിതിനാശം, പ്രകൃതിയുടെ നശീകരണം തുടങ്ങിയവ കാരണം തൊഴിലും ജീവിതോപാധികളും നഷ്ടപ്പെടുകയും, സ്വന്തം വീടും പണിസ്ഥലവും നഷ്ടപ്പെടുകയും മാറാരോഗങ്ങൾക്കിരയാവുകയും ചെയ്തവർ-ഇത്തരക്കാരുടെ എണ്ണം നാം ചിന്തിക്കുന്നതിലും അധികമാണ്. ലോകത്തിലെ സമ്പത്ത് മുഴുവൻ ഒരു ന്യൂനപക്ഷ മുതലാളിമാർ കയ്യടക്കുമ്പോൾ ബഹുഭൂരിപക്ഷം ജനങ്ങളും ദാരിദ്ര്യത്തിന്റെയും ദുരിതങ്ങളുടെയും ചെളിക്കുണ്ടിലേക്ക് കൂപ്പുകുത്തുകയാണ്. അടുത്തകാലത്തു നടന്ന എല്ലാ പഠനങ്ങളും സൂചിപ്പിക്കുന്നത് ദരിദ്രരും ധനികരും തമ്മിലുള്ള അന്തരം ഇത്രയധികമായ

മറ്റൊരു കാലഘട്ടം ലോകചരിത്രത്തിലുണ്ടായിട്ടില്ലെന്നാണ്. ഒന്നാം ലോക മഹായുദ്ധത്തിനുമുമ്പുണ്ടായിരുന്ന വൈരുദ്ധ്യങ്ങൾപോലും ഇപ്പോൾ കവച്ചുവെയ്ക്കപ്പെടുകയാണ്.

*മാനിഫെസ്റ്റോ*യിൽ പറയുന്നതുപോലെ ഇത്തരത്തിൽ ചിതറിയ, അലഞ്ഞുതിരിയുന്ന തൊഴിൽസേനയെ സ്വന്തം ലാഭ താല്പര്യങ്ങൾക്കനുസരിച്ച് മുതലാളിവർഗ്ഗം സംഘടിപ്പിക്കുകയാണ്. ലോകമാസകലം വ്യാപിച്ചുകിടക്കുന്ന ഫ്രീട്രേഡ് സോണുകളിൽ, സ്പെഷ്യൽട്രേഡ് സോണുകളിൽ, ടെക്നോപാർക്കുകളിൽ, വീടുകളിലും പുറത്തുമുള്ള വിയർപ്പുശാലകളിൽ, ഷോപ്പിങ്മാളുകളിൽ നിയതമായ തൊഴിൽ സമയമോ വേതനമോ മറ്റാനുകൂല്യങ്ങളോ ഇല്ലാതെ പണിയെടുക്കാൻ തൊഴിലാളിവർഗ്ഗം വിധിക്കപ്പെടുകയാണ്. അവയിൽ സ്ത്രീകളുടെയും കുട്ടികളുടെയും അദ്ധ്വാനത്തിന്റെ വർദ്ധിച്ച ചൂഷണം വ്യാപകമാണ്. മാനിഫെസ്റ്റോയിൽത്തന്നെ പറയുന്നതുപോലെ പരസ്യവും പരോക്ഷവുമായ വ്യഭിചാരവും ലൈംഗിക വിപണനവും സ്ത്രീ ശരീരത്തിന്റെ ചരക്കുവല്ക്കരണവും ഇന്ന് മുതലാളിത്തത്തിന്റെ മുഖമുദ്രയാണ്.

അതുപോലെ സംസ്കാരവും വിദ്യാഭ്യാസവും ആരോഗ്യപരിപാലനവും തുടങ്ങി ജീവിത രീതികളുടെ എല്ലാ ഘടകങ്ങളും മുതലാളിത്തം നിയന്ത്രിക്കുന്നു. ഈ നിയന്ത്രണത്തെ കൂടുതൽ ശക്തമാക്കാൻ എല്ലാ മേഖലകളിലും ശാസ്ത്രസാങ്കേതികവിദ്യകളുടെ സഹായത്തോടെ മാനേജർമാരുടെ, മേൽനോട്ടക്കാരുടെ, സി സി ടി വിപോലുള്ള യന്ത്രോപകരണങ്ങളുടെ, ആധാർകാർഡുപോലുള്ള വിവരകേന്ദ്രീകരണ തന്ത്രങ്ങളുടെ ഒരു വ്യൂഹംതന്നെ സൃഷ്ടിച്ചിരിക്കുകയാണ്. മുതലാളിത്തം തൊഴിലാളികളെ ഒരു വ്യാവസായിക സൈന്യമെന്ന നിലയിൽ സംഘടിപ്പിക്കുന്നു എന്ന മാനിഫെസ്റ്റോയിലെ നിരീക്ഷണം ഇന്ന് മറ്റേതുകാലഘട്ടത്തെക്കാളും അന്വർത്ഥമാണ്. മനുഷ്യരെ അധികമധികം യാന്ത്രികമായി പ്രവർത്തിപ്പിക്കുന്ന സംസ്കാരവും നിലവിൽ വന്നിരിക്കുന്നു.

മുതലാളിത്തത്തിന്റെ ഈ കടന്നാക്രമണം ആഗോളതലത്തിൽ പ്രോലിറ്റേറിയന്മാരുടെ എണ്ണത്തെ വർദ്ധിപ്പിക്കുന്നു. മുൻപ് സൂചിപ്പിച്ചതുപോലെ, അവരെ സംഘടിത തൊഴിലാളികളാക്കി മാറ്റുന്നത് മുതലാളിത്തത്തിന്റെ ലാഭാവശ്യങ്ങൾക്കനുസരിച്ചുമാത്രമാണ്. മറ്റുള്ളവരെ ഒരു റിസർവ്വ് സൈന്യമായി നിലനിർത്തുന്നു. ഭരണകൂടത്തെ ഉപയോഗിച്ചുള്ള വിവിധതരത്തിലുള്ള ആനുകൂല്യങ്ങളും പ്രലോഭനങ്ങളും വഴി അവരെ മുതലാളിത്തത്തിന്റെ ദൂഷിത വലയത്തിൽത്തന്നെ കുരുക്കിയിടുന്നു. അവരുടെ തന്നെ കള്ളപ്പണവും ധനപരമായ കുംഭകോണങ്ങളും ഭൂമിയുടെയും മറ്റു വിഭവങ്ങളുടെയുംമേലുള്ള കടന്നുകയറ്റങ്ങളും പിടിച്ചുപറികളും നിലനിർത്താൻ ഇവരെ ഉപയോഗിക്കുന്നു. ഇതു നടപ്പിലാക്കുന്നതിന് ഒത്താശചെയ്യുന്ന നിർവ്വാഹകസമിതികളായി ഭരണകൂടങ്ങൾ മാറിക്കൊണ്ടിരിക്കുകയാണ്. ഇടക്കാലത്ത് പ്രധാനമായിരുന്ന യുദ്ധങ്ങൾക്കും ആക്രമണങ്ങൾക്കും പകരം സാമ്പത്തിക അധിനിവേ

ശത്തിനാണ് ഇന്ന് മുതലാളിത്തം പ്രാധാന്യം കൊടുക്കുന്നത്. ഈ അധിനിവേശം ശരിയായ ഇരപിടിയൻ മുതലാളിത്തമായി മാറുകയാണ്. അതിനോടൊപ്പം പണിയാളരെ മുതലാളിത്തത്തിന്റെ നിരവധി 'സമ്മാന'ങ്ങൾക്കും ക്ഷേമപദ്ധതികൾക്കും ജീവകാരുണ്യ പ്രവർത്തനത്തിനും മറ്റു പ്രലോഭനങ്ങൾക്കും വശംവദരാക്കുകയും ഇതൊന്നും നടന്നില്ലെങ്കിൽ, ആക്രമിക്കാനും അടിച്ചമർത്താനും അത്യാധുനിക സാങ്കേതിക വിദ്യകളുടെ അകമ്പടിയോടെ ഒരു സൈന്യം എപ്പോഴും തയ്യാറായി നില്പുണ്ട്.

മാനിഫെസ്റ്റോയുടെ അന്തരീക്ഷത്തിൽനിന്ന് ഒരു പ്രധാന വ്യത്യാസം ഇന്നുണ്ട്. കമ്യൂണിസ്റ്റ് 'ഭൂതം' അന്ന് ഏതാനും കലാപകാരികളുടെയും തൊഴിലാളി സംഘടനകളുടെയും സ്വപ്നമായിരുന്നു. പിന്നീട് അത് മുതലാളിത്തത്തെ ആഗോളതലത്തിൽ വെല്ലുവിളിക്കുകയും ചിലയിടങ്ങളിൽ കുറച്ചുകാലത്തേക്കെങ്കിലും കീഴടക്കുകയും ചെയ്തു. ഇരുപതാം നൂറ്റാണ്ടിൽ ലോകംതന്നെ സാമ്രാജ്യത്വചേരിയും സോഷ്യലിസ്റ്റ് ചേരിയുമായി തിരിഞ്ഞു. മുൻ കോളനി രാജ്യങ്ങളിൽ നല്ലൊരു ശതമാനവും സാമ്രാജ്യത്വവിരുദ്ധരായി. ഇരുപതാം നൂറ്റാണ്ടിന്റെ അവസാനം ധനമൂലധനത്തിന്റെ ആധിപത്യവും ഉദാരവല്ക്കരണവും ചേർന്നു സൃഷ്ടിച്ച പുതിയ അന്തരീക്ഷവും സോവിയറ്റ് യൂണിയന്റെ തകർച്ചയും ചേർന്നാണ് സ്ഥിതിഗതികൾ മുതലാളിത്തത്തിനനുകൂലമാക്കിയത്. എങ്കിലും ഈ അനുഭവം മുതലാളിത്തത്തെ ഭയചകിതരാക്കിയിട്ടുണ്ട്. അതുകൊണ്ട് അവരുടെ ആവനാഴിയിലുള്ള എല്ലാ ആയുധങ്ങളും പുറത്തെടുത്ത് കമ്യൂണിസ്റ്റ് ഭൂതത്തെ ഉച്ചാടനംചെയ്യാൻ അവർ നിരന്തരമായി പരിശ്രമിക്കുകയാണ്. ഇതിനായി മുതലാളിത്തത്തിന്റെ ആനന്ദോത്സവങ്ങൾ, ആധുനികോത്തരം താത്ത്വിക പ്രപഞ്ചം, മതം, ജാതി, വംശം, ലിംഗം, പ്രാദേശികഭിന്നതകൾ, കമ്യൂണിസ്റ്റുകാരുടെ താത്ത്വികവും പ്രായോഗികവുമായ ഭിന്നതകൾ, അടവുകളിലെയും തന്ത്രങ്ങളിലെയും പാളിച്ചകൾ, തിരിച്ചടികൾ തുടങ്ങി എന്തും എടുത്തുപയോഗിക്കാൻ മുതലാളിത്തം സന്നദ്ധമാണ്. കമ്യൂണിസ്റ്റുകാരെ രാഷ്ട്രീയമായും ഭരണകൂട മർദ്ദന രൂപങ്ങളുപയോഗിച്ചും വേട്ടയാടുന്നതിനുപുറമെയാണിത്. ഈ ആശയതലത്തിലുള്ള പ്രത്യാക്രമണം ഇന്ന് വിദ്യാഭ്യാസവും ആശയവിനിമയവും വൈജ്ഞാനിക രൂപങ്ങളുമടക്കമുള്ള എല്ലാ മേഖലകളെയും സ്വാധീനിച്ചിരിക്കുകയാണ്.

മുതലാളിത്തത്തിന്റെ സാമ്പത്തികവും രാഷ്ട്രീയവും ആശയപരവുമായ ആക്രമണം ലോകമാസകലമുള്ള പ്രാദേശിക ജനതകളെ വിഹ്വലരാക്കിയിട്ടുമുണ്ട്. പ്രാദേശിക ജനതകൾ ഇതുവരെ നിലനിർത്തിയിരുന്ന സാമ്പത്തികവും സാമൂഹ്യവും സാംസ്കാരികവുമായ വൈവിദ്ധ്യം മുതലാളിത്താക്രമണത്തിൽ അതിവേഗം നഷ്ടപ്പെടുകയാണ്. പല വിഭാഗങ്ങളും മുതലാളിത്തത്തിന് തൊഴിൽപരമായും സാംസ്കാരികമായും അടിമപ്പെട്ടുകഴിഞ്ഞു. മറ്റുള്ളവർ അടിമപ്പെട്ടുകൊണ്ടിരിക്കുകയാണ്. ഈ

സാഹചര്യങ്ങളിൽ സ്വന്തം മതപരവും ജാതീയവും വംശീയവുമായ വൈവിദ്ധ്യത്തെ അല്ലെങ്കിൽ സ്വത്വങ്ങളെ നിലനിർത്താനുള്ള സമരങ്ങൾ നടക്കുന്നുണ്ട്. അവരുടെ ശത്രു മുതലാളിത്തമല്ല, മുതലാളിത്തത്തിനുതന്നെ വിരുദ്ധമായ മറ്റു പ്രവണതകളാണ്. ഇന്ത്യയിൽ അവർ എതിർക്കുന്ന ബ്രാഹ്മണാധിപത്യവും സവർണ്ണ മേധാവിത്വവും ഉദാഹരണമാണ്. മാനിഫെസ്റ്റോയിൽ പരാമർശിക്കപ്പെട്ട പിന്തിരിപ്പൻ സോഷ്യലിസ്റ്റ് രൂപങ്ങളുമായി ഇവയെ താരതമ്യപ്പെടുത്താവുന്നതാണ്. സോഷ്യലിസ്റ്റുകളുടെ ഇടയിൽനിന്നുതന്നെ നല്ലൊരു വിഭാഗത്തിനിടയിൽ ഭരണ പരിഷ്കാരങ്ങളിലൂടെതന്നെ തൊഴിലാളികളുടെ അവകാശങ്ങൾ ഉറപ്പുവരുത്താമെന്ന ധാരണയും വളർന്നുവന്നിട്ടുണ്ട്. യൂറോപ്പിലെ സോഷ്യൽ ഡെമോക്രസി ഇതിന് നല്ല ഉദാഹരണമാണ്.

മുതലാളിത്തത്തിന്റെ നീരാളിപ്പിടിത്തത്തിന് അടിമപ്പെട്ടവർ അവരുമായി നിലനില്പിനുള്ള പോരാട്ടത്തിന്റെ ഭാഗമായി ജാതീയവും വംശപരവും ലിംഗപരവുമായ മുദ്രാവാക്യങ്ങൾ ഉയർത്തുന്നുണ്ട്. അവരുടെ ശത്രു മുതലാളിത്തം തന്നെയാണ്. ഉയർത്തുന്ന മുദ്രാവാക്യങ്ങൾ വ്യത്യസ്തമാണെന്നുമാത്രം. ഇവയെയും മുമ്പു സൂചിപ്പിച്ച പിന്തിരിപ്പൻ സ്വത്വമുദ്രാവാക്യങ്ങളെയും തമ്മിൽ വേർതിരിക്കേണ്ടതാണ്. മാനിഫെസ്റ്റോയിൽ പറയുന്ന ചിതറിയ പ്രോലിറ്റേറിയന്മാരുടെ ഭാഗമാണവർ. അവർ ഒരു വർഗ്ഗമായി മാറേണ്ടവരാണ്.

ഇതുപോലെ മാനിഫെസ്റ്റോയിൽ സൂചിപ്പിക്കപ്പെട്ട പെറ്റിബൂർഷ്വാ സോഷ്യലിസത്തിന്റെ വകഭേദങ്ങളും ഇപ്പോൾ കാണാം. മുൻകാലങ്ങളിൽനിന്ന് വ്യത്യസ്തമായി പെറ്റി ബൂർഷ്വാ സോഷ്യലിസ്റ്റുകൾ കമ്യൂണിസ്റ്റുകൾക്കെതിരായ ആക്രമണം അതി തീവ്രമാക്കിയിരിക്കുകയാണ്. കമ്യൂണിസ്റ്റ് പാർട്ടികൾക്കെതിരെ, ട്രേഡ്‌യൂണിയനുകൾക്കെതിരെ, എല്ലാവിധ സംഘടിത രൂപങ്ങൾക്കുമെതിരെ, വർഗ്ഗസമരങ്ങളുടെ ഫലമായി വളർന്നുവരുന്ന വിപ്ലവപ്രസ്ഥാനത്തിനെതിരെയാണ് ഈ ആക്രമണം നടക്കുന്നത്. സങ്കീർണ്ണമായ സാഹചര്യങ്ങളിൽ, മുതലാളിത്തത്തിന്റെ ആയുധമുറകളെ നേരിടുമ്പോൾ വിപ്ലവ പ്രസ്ഥാനങ്ങൾക്ക് നേരിടാവുന്ന പാളിച്ചകളും തിരിച്ചടികളുമെല്ലാം പെറ്റി ബൂർഷ്വാ വിപ്ലവകാരികൾ മുതലാക്കുന്നുണ്ട്. ഇതിന്റെ ഫലമായി വർഗ്ഗസമരത്തിൽനിന്ന് അവർ പിന്നോട്ടുപോവുന്നു. അവർ ജാതീയവും മതപരവും ലിംഗപരവും വംശീയവും പ്രാദേശികവുമായ മുദ്രാവാക്യങ്ങളിലേക്കൊതുങ്ങുകയോ കേവലമായ പരിഷ്കരണവാദികളായി മാറുകയോ ചെയ്യുന്നു. സ്വത്വരാഷ്ട്രീയം ഇവരുടെ അടിസ്ഥാന പ്രവർത്തന രൂപമായി മാറിയിരിക്കുന്നു. മുതലാളിത്തത്തെ വെല്ലുവിളിക്കാവുന്ന സംഘടിത വിപ്ലവ പ്രസ്ഥാനത്തിന്റെ വളർച്ചയെ തകർക്കുകയാണ് ഇന്ന് അവർ ചെയ്തുകൊണ്ടിരിക്കുന്നത്. മുൻ സൂചിപ്പിച്ച 'യഥാർത്ഥ' (അതായത് വ്യവസ്ഥാപിത മുഖ്യധാരാ വിരുദ്ധ) താത്ത്വിക ബുദ്ധിജീവികളും സാംസ്കാരിക പ്രവർത്തകരുമെല്ലാം ഇവരിൽ നിരവധിയാണ്. അതേ സമയം മാനിഫെസ്റ്റോയിൽ

വ്യക്തമായി സൂചിപ്പിക്കപ്പെട്ടതുപോലെ, ഓരോ രാഷ്ട്രത്തിലും മൂലധന ത്തിനും മുതലാളിത്തത്തിനുമെതിരായി തൊഴിലാളിവർഗ്ഗ സംഘാടന ത്തിന്റെ അടവുകളും തന്ത്രങ്ങളും വ്യത്യസ്തമായിരിക്കും. ഇന്ത്യയെ പ്പോലെ കാർഷികവൃത്തിക്ക് വേരോട്ടവും ജാതീയതയടക്കമുള്ള മുൻകാല സാമൂഹ്യബന്ധങ്ങൾക്ക് സ്വാധീനവുമുള്ള സമൂഹത്തിൽ ജാതിയുടെയും മതത്തിന്റെയും സ്വാധീനത്തെയും അവഗണിച്ചുകൊണ്ട് മുന്നോട്ടുപോ കാനാവില്ല. അതുപോലെ പുരുഷ മേധാവിത്വ കുടുംബങ്ങളും അവഗ ണിക്കാനാകാത്ത ഘടകമാണ്.

മാനിഫെസ്റ്റോയിൽ പരാമർശിക്കുന്നതുപോലെ മുതലാളിത്തം മുൻകാല സാമൂഹ്യബന്ധങ്ങളെയെല്ലാം തച്ചുതകർക്കുന്നുണ്ടെങ്കിലും മതവും ജാതിയും ലിംഗപദവിയും പരമ്പരാഗത സാമൂഹ്യ മര്യാദകളു മെല്ലാം പൊതു രൂപങ്ങളായി സമൂഹത്തിൽ ഇന്നും നിലനില്ക്കുന്നുണ്ട്. പെറ്റി ബൂർഷ്വാ വിപ്ലവകാരികൾ പലപ്പോഴും ചെയ്യുന്നത് ഇത്തരം ഭിന്ന തകളെ ആദർശവല്ക്കരിക്കുകയും അവയെ വർഗ്ഗസമരങ്ങൾക്കുപകരം വയ്ക്കുകയുമാണ്. അത്തരം നിലപാടുകൾ ശക്തമായി എതിർക്കപ്പെ ടണം. അതേസമയം, പ്രോലിറ്റേറിയറ്റിന്റെ വർഗ്ഗപരമായ ഐക്യ ത്തിന്റെയും മുതലാളിത്തത്തിനെതിരായ സംഘടിത സമരങ്ങളുടെയും വളർച്ചയ്ക്ക് ഉതകുന്നവിധത്തിൽ മതനിരപേക്ഷവും ജാതീയതയ്ക്ക് അതീതവും ലിംഗതുല്യതയും സ്വതന്ത്ര സ്ത്രീ സമുദായത്തെ നില നിർത്തുന്നതും പ്രാദേശിക ഭിന്നതയ്ക്ക് അതീതവുമായ സെക്കുലർ ജനാ ധിപത്യ മണ്ഡലം ഇന്നത്തെ അനിവാര്യതയാണ്. ഭൂ കേന്ദ്രീകരണ ത്തിനും ഭൂമിയുടെയും വിഭവങ്ങളുടെ ചരക്കുവല്ക്കരണത്തിനും എതി രായ കർഷകരുടെയും ഗ്രാമീണതൊഴിലാളികളുടെയും സമരവും പ്രസ ക്തമാണ്. അതായത് ജാതിമത വർഗ്ഗീയ ശക്തികൾക്കും പുരുഷ മേധാ വിത്വത്തിനും ഭൂപ്രഭുത്വത്തിനും പ്രാദേശിക സങ്കുചിതവാദത്തിനും എതി രായ പോരാട്ടം തൊഴിലാളിവർഗ്ഗത്തിന്റെ രാഷ്ട്രീയമായ വളർച്ചയ്ക്ക് അത്യന്താപേക്ഷിതമാണ്.

മുതലാളിത്തത്തിന്റെ അനിയന്ത്രിതമായ വളർച്ചയുടെ പ്രത്യാഘാ തങ്ങൾ എല്ലാ മണ്ഡലങ്ങളിലേക്കും വ്യാപിക്കുകയാണ്. അടിക്കടി നട ക്കുന്ന സാമ്പത്തിക കുഴപ്പങ്ങളും തകർച്ചകളും ഏതാണ്ട് സ്ഥിരമായി ക്കൊണ്ടിരിക്കുന്ന സാമ്പത്തികമാന്ദ്യം, പരിസ്ഥിതിയിലും കാലാവസ്ഥ യിലും സൃഷ്ടിച്ചുകൊണ്ടിരിക്കുന്ന പ്രത്യാഘാതങ്ങളും വിഭവങ്ങളുടെയും പ്രത്യേകിച്ച് പുനരുല്പാദിപ്പിക്കാനാകാത്ത കല്ക്കരിയും പെട്രോളിയ വുംപോലുള്ള ഊർജ്ജ സ്രോതസ്സുകളുടെയും നാശവും, ആഗോള താപനം, നഗരവല്ക്കരണവും മലിനീകരണവും, പുതിയ ഉല്പാദന രൂപ ങ്ങളുടെയും ഊർജ്ജ രൂപങ്ങളുടെയും മനുഷ്യജീവിതത്തിലേക്കുള്ള കടന്നുകയറ്റം, സംസ്കാരത്തിന്റെ കമ്പോളവല്ക്കരണം തുടങ്ങിയവ പുതിയ ചെറുത്തുനില്പുകളും സമരരൂപങ്ങളും സൃഷ്ടിക്കുന്നുണ്ട്.

ഇത്തരം ചെറുത്തുനില്പുകളെല്ലാം മുതലാളിത്തത്തെ സമഗ്രമായി

കാണുന്നവയാകണമെന്നില്ല. ചിലവ തൊഴിലാളികൾക്കിടയിൽത്തന്നെയുള്ള ഭിന്നതകളെ ഉപയോഗപ്പെടുത്താം. പ്രോലിറ്റേറിയറ്റിന്റെ വർഗ്ഗബോധത്തെയും വർഗ്ഗപരമായ സംഘാടനത്തെയും മുന്നിൽ കാണുന്നവർ ഇത്തരം ചെറുത്തുനില്പുകളെ വിലയിരുത്തി അവയെ തൊഴിലാളിവർഗ്ഗ പ്രസ്ഥാനവുമായി വിളക്കിച്ചേർക്കാനുള്ള മാർഗ്ഗങ്ങൾ ആരായണം.

മുതലാളിത്തത്തിനെതിരായ പോരാട്ടത്തെ ബഹുവർഗ്ഗ സ്വഭാവമുള്ള ജനസഞ്ചയത്തിന്റെ രാഷ്ട്രീയമായി കാണുന്നവരുണ്ട്. ഇവിടെ മാനിഫെസ്റ്റോയിലെ പരാമർശങ്ങൾ പ്രസക്തമാണ്. പണിയാളർ, അല്ലെങ്കിൽ അദ്ധ്വാനശക്തിയുടെ ഉടമകൾ എന്ന നിലയിൽ പ്രോലിറ്റേറിയന്മാർ വൈവിദ്ധ്യമാർന്ന, വ്യത്യസ്ത സ്വഭാവവിശേഷങ്ങളും നിലപാടുകളുമുള്ള വിഭാഗം തന്നെയാണ്. ഇവരെ ആദ്യം സ്വന്തം ലാഭ താല്പര്യങ്ങൾക്കുവേണ്ടി സംഘടിപ്പിക്കുന്നത് മുതലാളിത്തമാണ്. അവരുടെ ആവശ്യങ്ങൾ നിറവേറ്റാനുള്ള വിദ്യാഭ്യാസവും സംസ്കാരവും ജീവിതരീതികളും അവർക്കുനല്കുന്നു. അവരെ അടിമകളാക്കി നിലനിർത്താനുള്ള എല്ലാ മാർഗ്ഗങ്ങളും മുതലാളിത്തം തേടുകയും ചെയ്യുന്നു. അവർ ആ നിലയിൽനിന്നു മുന്നോട്ടുപോയി തങ്ങൾ ചെന്നുപെട്ടിരിക്കുന്ന വൈവിദ്ധ്യങ്ങളെക്കുറിച്ചുള്ള വ്യക്തമായ അവബോധവും രാഷ്ട്രീയ ഇച്ഛാശക്തിയുമുള്ള, മുതലാളിത്തത്തെ എല്ലാതലങ്ങളിലും വെല്ലുവിളിക്കുകയും അതുമായി സംഘർഷത്തിലേർപ്പെടുകയും ചെയ്യുന്നു. മാനിഫെസ്റ്റോയുടെ ഭാഷയിൽ, 'മറയോടെയുള്ള ആഭ്യന്തരയുദ്ധം' നടത്തുന്ന വർഗ്ഗമായി മാറുമ്പോഴാണ് വിപ്ലവത്തിനുള്ള സാഹചര്യമൊരുങ്ങുന്നത്. ജനസഞ്ചയത്തിന്റെ രാഷ്ട്രീയത്തിന് ബഹുജനസമരങ്ങളെ സൃഷ്ടിക്കാൻ കഴിഞ്ഞേക്കാം. അതിന് മുതലാളിത്ത ഭരണകൂടത്തെ തകർത്ത് പുതിയ സമൂഹത്തിന് രൂപംനല്കുന്ന വിപ്ലവപ്രസ്ഥാനമാകാൻ കഴിയില്ല. തൊഴിലാളിവർഗ്ഗ പ്രസ്ഥാനത്തെ പിറകോട്ടടിപ്പിക്കുന്ന ആശയ സംഹിതകളല്ല നമുക്കാവശ്യം, മുന്നോട്ടുപോകാനുള്ള പുതിയ ആയുധങ്ങളാണ്.

ഇതിലേക്ക് ദിശാബോധം നമുക്കു നല്കുന്നുവെന്നതാണ് മാനിഫെസ്റ്റോയുടെ സമകാലിക പ്രസക്തി.

സോഷ്യലിസം
സാങ്കല്പികവും ശാസ്ത്രീയവും

ഒന്ന്

ആയിരത്തിയെണ്ണൂറ്റി എഴുപത്തി അഞ്ചിൽ ബെർലിൻ സർവ്വകലാശാലയിലെ ഒരു പ്രൊഫസറായിരുന്ന യുജീൻ ദൂറിങ് സ്വയം ഒരു സോഷ്യലിസ്റ്റ് ആണെന്നു പ്രഖ്യാപിക്കുകയും തന്റെ സോഷ്യലിസ്റ്റ് സിദ്ധാന്തം അവതരിപ്പിക്കുന്ന മൂന്നു വോള്യങ്ങളുള്ള ഒരു ബൃഹദ് ഗ്രന്ഥം പ്രസിദ്ധീകരിക്കുകയും ചെയ്തു. തനിക്കു മുമ്പുള്ള സോഷ്യലിസ്റ്റുകളെ, പ്രത്യേകിച്ച് മാർക്സിനെ, അതിശക്തമായി വിമർശിക്കുന്നതായിരുന്നു ആ ഗ്രന്ഥം. ദൂറിങ്ങിന്റെ വിമർശനങ്ങൾക്ക് മറുപടി നല്കിക്കൊണ്ടുള്ള ഒരു ലേഖന പരമ്പര എംഗൽസ് ജർമ്മൻ സോഷ്യലിസ്റ്റ് പാർട്ടിയുടെ മുഖപത്രമായ *വോർവാർട്ട്സ്* എന്ന മാസികയിൽ പ്രസിദ്ധീകരിച്ചു. ആ ലേഖനങ്ങൾ പിന്നീട് *യുജീൻ ഡ്യൂറിങ്ങിന്റെ ശാസ്ത്രവിപ്ലവം* (ഇംഗ്ലീഷിൽ *ദൂറിങ്ങിനെതിരെ*) എന്ന പേരിൽ പ്രസിദ്ധീകരിക്കപ്പെട്ടു.

1880 ൽ മാർക്സിന്റെ പുത്രീ ഭർത്താവും ഫ്രാൻസിലെ പ്രമുഖ സോഷ്യലിസ്റ്റുമായിരുന്ന പോൾ ലഫാർഗ്ഗ് *ദൂറിങ്ങിനെതിരെ*യിലെ മൂന്നദ്ധ്യായങ്ങൾ പ്രത്യേകം ഒരു ലഘുലേഖയായി പ്രസിദ്ധീകരിക്കണമെന്നാവശ്യപ്പെട്ടു. ഇതാണ് *സോഷ്യലിസം: സാങ്കല്പികവും ശാസ്ത്രീയവും* എന്ന പുസ്തകമായത്. അന്നത്തെ സോഷ്യലിസ്റ്റ് പ്രവർത്തകർക്ക് മാർഗ്ഗദർശിയായ ഒരു പുസ്തകമെന്ന നിലയിലാണ് ഇത് വിഭാവനം ചെയ്യപ്പെട്ടത്. 19-ാം നൂറ്റാണ്ടിന്റെ അന്ത്യത്തിൽ ഏറ്റവുമധികം വിറ്റഴിക്കുകയും സ്വാധീനം ചെലുത്തുകയും ചെയ്ത ലഘുലേഖയായിരുന്നു ഇത്.

ദൂറിങ്ങിനെതിരെ എന്ന പുസ്തകത്തിൽ നിന്നെടുത്തതാണെങ്കിലും

സ്വതന്ത്രമായ ഘടനയുള്ള ഒരു ലഘുലേഖയാണിത്. ഈ ലഘുലേഖയ്ക്ക് ''മാർക്ക്'' എന്ന പേരിൽ ജർമ്മനിയിലെ കാർഷിക സമുദായങ്ങളെക്കുറിച്ച് സുദീർഘമായ ഒരു അനുബന്ധം എംഗൽസ് ഉൾപ്പെടുത്തി. അതുപോലെ 1892 ൽ ഇതിന്റെ ഇംഗ്ലീഷ് പതിപ്പ് പുറത്തിറക്കിയപ്പോൾ ഇംഗ്ലണ്ടിലെ സ്ഥിതിഗതികളെ പ്രത്യേകിച്ച് വിലയിരുത്തുന്ന സുദീർഘമായ ഒരു അവതാരികയും ചേർത്തു. എംഗൽസിന്റെ ഈ ലഘുലേഖയുടെ പഠനത്തിന് ഈ അവതാരികയും അനുബന്ധവും ഏറെ പ്രസക്തമാണ്.

മാർക്സിസത്തിന്റെ ആധാരശിലകളായ ചരിത്രപരമായ ഭൗതികവാദത്തിന്റെയും വൈരുദ്ധ്യാത്മകരീതിയുടെയും സാധാരണക്കാർക്ക് ഉൾക്കൊള്ളാൻ കഴിയുന്ന ആദ്യത്തെ വിശദീകരണമാണിത്. ഒരർത്ഥത്തിൽ, *കമ്യൂണിസ്റ്റ് മാനിഫെസ്റ്റോ*യിലെ പ്രതിപാദനത്തിന്റെ തുടർച്ചയായി ഈ ലഘുലേഖയെ കാണാം. അതേസമയം, ഇതിനിടയിൽ പ്രസിദ്ധീകരിക്കപ്പെട്ട *മൂലധന*ത്തിന്റെയും മാർക്സിന്റെ മറ്റു പല രചനകളുടെയും സ്വാധീനം ഈ ലഘുലേഖയിൽ കാണാം. ഇവ കൂടാതെ മാർക്സും എംഗൽസും നടത്തിപ്പോന്ന ശാസ്ത്രീയ കാഴ്ചപ്പാടോടെയുള്ള ശാസ്ത്രഗവേഷണത്തെക്കുറിച്ചുള്ള അന്വേഷണത്തിന്റെ സ്വാധീനവും ഈ കൃതിയിൽ വ്യക്തമാണ്.

സോഷ്യലിസം: സാങ്കല്പികവും ശാസ്ത്രീയവും എന്ന കൃതിക്ക് മൂന്നു ഭാഗങ്ങളാണുള്ളത്. ആദ്യത്തെ ഭാഗത്തിൽ സാങ്കല്പിക സോഷ്യലിസത്തെയും പ്രധാനപ്പെട്ട സാങ്കല്പിക സോഷ്യലിസ്റ്റുകളായ സാങ് സിമോൺ, ഫ്യൂരിയെ, റോബർട്ട് ഓവൻ എന്നിവരുടെ പ്രധാന നിരീക്ഷണങ്ങളെയുംകുറിച്ച് പ്രതിപാദിക്കുന്നു. രണ്ടാമത്തെ ഭാഗത്തിൽ മാർക്സിന്റെ (എംഗൽസിന്റെയും) രീതിശാസ്ത്രം അതായത് ശാസ്ത്രീയ സോഷ്യലിസം എന്താണെന്നതിനെക്കുറിച്ചുള്ള സമഗ്രമായ അവതരണമാണ്. മൂന്നാമത്തെ ഭാഗത്തിൽ ഈ നിരീക്ഷണങ്ങളുടെ അടിസ്ഥാനത്തിൽ ആധുനിക മുതലാളിത്തത്തിന്റെ രൂപീകരണവും ഘടനയും അതിൽനിന്നുള്ള മോചന രൂപങ്ങളും വിശദീകരിക്കുന്നു.

രണ്ട്

സോഷ്യലിസം: സാങ്കല്പികവും ശാസ്ത്രീയവും എന്ന ലഘുലേഖ ആരംഭിക്കുന്നത് വളരെ ശ്രദ്ധേയവും, എന്നാൽ ഇന്നത്തെ കാലത്ത് വിവാദങ്ങളുയർത്താവുന്നതുമായ ഒരു പ്രഖ്യാപനത്തോടെയാണ്. ആധുനിക സോഷ്യലിസം, സൈദ്ധാന്തികമായി പതിനെട്ടാം നൂറ്റാണ്ടിലെ ജ്ഞാനോദയ ചിന്തകരുടെ വാദങ്ങളുടെ തുടർച്ചയാണ്. ജ്ഞാനോദയ ചിന്തകർ അതുവരെ നിലനിന്ന എല്ലാ സിദ്ധാന്തങ്ങളെയും അതിശക്തമായി വിമർശിച്ചു. മതം, പ്രകൃതിശാസ്ത്രം, സമൂഹം, രാഷ്ട്രീയ സ്ഥാപനങ്ങൾ എന്നിവയെല്ലാം ശക്തമായ വിമർശനത്തിനു വിധേയമായി. വിമർ

ശനത്തിന്റെ അളവുകോൽ യുക്തിപരതയായിരുന്നു. അതുവരെ നില നിന്ന ഭരണകൂടങ്ങളും സമൂഹങ്ങളുമെല്ലാം യുക്തിസഹമല്ലെന്നു ജ്ഞാനോദയ ചിന്തകർ കണ്ടെത്തി. അന്ധവിശ്വാസങ്ങൾ, അനീതി, മർദ്ദനം, സാമൂഹ്യപദവികൾ തുടങ്ങിയവയെല്ലാം യുക്തിഹീനമാണെന്നു കണ്ടെത്തി. അവയ്ക്കുപകരം പ്രകൃതിദത്തമായ സമത്വത്തിന്റെയും മനുഷ്യാവകാശങ്ങളുടെയും ശാശ്വതമായ സത്യങ്ങളുടെയും യുക്തിസഹമായ പുതുയുഗത്തിനുവേണ്ടി, യുക്തിയുടെ രാജ്യത്തിനുവേണ്ടി അവർ വാദിച്ചു.

ഫ്യൂഡലിസത്തിനെതിരായ വൻസമരങ്ങളുടെ പശ്ചാത്തലത്തിലായിരുന്നു ജ്ഞാനോദയ ചിന്തകർ വളർന്നുവന്നത്. പുതിയ മുതലാളി വർഗ്ഗമായിരുന്നു ഈ സമരങ്ങൾക്കു നേതൃത്വം നല്കിയത്. അതേസമയം ഈ സമരങ്ങളിലെല്ലാം ആധുനിക തൊഴിലാളിവർഗ്ഗത്തിന്റെ മുൻഗാമികൾ സ്വതന്ത്രകലാപങ്ങൾ നടത്തി. ഈ കലാപങ്ങൾ ചേർന്നായിരുന്നു ഫ്യൂഡൽ വാഴ്ചയുടെ തകർച്ചയിലേക്കും മുതലാളിവർഗ്ഗത്തിന്റെ വിജയത്തിലേക്കും നയിച്ചത്. എന്നാൽ ജ്ഞാനോദയ ചിന്തകർ സ്വപ്നം കണ്ട യുക്തിയുടെ രാജ്യമെന്നത് മുതലാളിവർഗ്ഗം സൃഷ്ടിച്ച ഭരണകൂടമായി മാറി. ശാശ്വതമായ നീതിയെന്നത് മുതലാളിവർഗ്ഗത്തിന്റെ നീതിന്യായക്രമമായി, പ്രകൃതിദത്തമായ തുല്യത മുതലാളിവർഗ്ഗം സൃഷ്ടിച്ച നിയമത്തിനുമുമ്പിലുള്ള തുല്യതയായി. മനുഷ്യാവകാശങ്ങൾ മുതലാളിമാരുടെ സ്വത്തുടമാവകാശമായി. റൂസോ പറഞ്ഞ സാമൂഹ്യകരാർ ഒരു ബൂർഷ്വാ ജനാധിപത്യ റിപ്പബ്ലിക്കായാണ് രൂപംകൊണ്ടത്. അതായത് ജ്ഞാനോദയ ചിന്തകർ നിലകൊണ്ട മനുഷ്യ സ്വഭാവത്തെയും മോചനത്തെയുംകുറിച്ചുള്ള ആശയങ്ങൾ ഒരു വർഗ്ഗത്തിന്റെ ആധിപത്യത്തിലേക്കാണ് നയിച്ചത്.

പതിനെട്ടാം നൂറ്റാണ്ടിലെ മുതലാളിത്തത്തിന്റെ പ്രതിനിധികൾക്ക് പീഡിതരായ മുഴുവൻ ജനവിഭാഗങ്ങളുടെയും പ്രതിനിധികളായി സ്വയം അവതരിപ്പിക്കാൻ കഴിഞ്ഞിരുന്നു. അതിന് രണ്ടു കാരണങ്ങളുണ്ടായിരുന്നുവെന്ന് എംഗൽസ് ചൂണ്ടിക്കാണിക്കുന്നു. വളർന്നുവന്ന മുതലാളിത്തത്തിന് കൂലിവേലക്കാരില്ലാതെ നിലനില്ക്കാൻ കഴിയുമായിരുന്നില്ല. മദ്ധ്യകാലത്തെ നഗരങ്ങളിലെ തൊഴിലുടമകൾ ആധുനിക മുതലാളിവർഗ്ഗമായി മാറിയതിനോടൊപ്പം അന്നത്തെ ആശ്രിതരും ദിവസക്കൂലിക്കാരും ആധുനിക പ്രോലിറ്റേറിയന്മാരായി. ഇവരെല്ലാവരും ഫ്യൂഡൽ കോയ്മക്കെതിരുമായിരുന്നു. രണ്ടാമത്, പ്രോലിറ്റേറിയന്മാർ ഒരു വർഗ്ഗമായി വളർന്നുവന്നിരുന്നില്ല. അവരുടെ കലാപങ്ങൾക്ക് മുതലാളിവർഗ്ഗത്തെ വെല്ലുവിളിക്കാനുള്ള കരുത്തും ആദ്യഘട്ടത്തിലുണ്ടായിരുന്നില്ല. എന്നാൽ 16-ാം നൂറ്റാണ്ടിലെ അനബാപ്റ്റിസ്റ്റുകൾ, 17-ാം നൂറ്റാണ്ടിൽ ഇംഗ്ലണ്ടിലെ ലെവല്ലർമാർ, 18-ാം നൂറ്റാണ്ടിൽ ഫ്രാൻഷ്വാബാബിയു എന്നിവരുടെ കലാപങ്ങൾ വളർന്നു വരുന്ന വൈരുദ്ധ്യത്തെ തുറന്നുകാട്ടി.

ഈ സാഹചര്യത്തിൽ ജ്ഞാനോദയ കാലത്തെ പുതിയ ചിന്തകളെ ഉപജീവിച്ചാണ് ആദ്യകാല സോഷ്യലിസ്റ്റുകൾ സ്വന്തം ആശയങ്ങൾ വളർ

ത്തിക്കൊണ്ടുവന്നത്. മൊറെല്ലി, മാബ്.... എന്നിവരുടെ ആദ്യകാല കമ്യൂണിസ്റ്റ് സിദ്ധാന്തങ്ങൾ സമത്വത്തിന് പുതിയ വ്യാഖ്യാനം നല്കി. വർഗ്ഗപരമായ ഭിന്നതകളെ നിരാകരിക്കുന്നതും എല്ലാ ജീവിത സുഖങ്ങളെയും ത്യജിച്ചുകൊണ്ട് മനുഷ്യരിലെ തുല്യത ഉറപ്പുവരുത്തുന്നതുമായ ഒരു സന്ന്യാസി പ്രസ്ഥാനമായിട്ടാണ് ആദ്യകാലത്ത് കമ്യൂണിസം വിഭാവനം ചെയ്യപ്പെട്ടത്. യുക്തിയുടെ രാജ്യവും ശാശ്വത നീതിയും ഉറപ്പുവരുത്തുന്ന മാനവിക മോചനമായിരുന്നു ആദ്യകാല സോഷ്യലിസ്റ്റുകളുടെ ലക്ഷ്യം.

ആദ്യകാല സോഷ്യലിസ്റ്റുകളിൽ സാങ്സിമോൺ, ഫ്യൂരിയെ, റോബർട്ട് ഓവൻ എന്നിവർ മുതലാളിത്ത വ്യവസ്ഥയുടെ അതിശക്തരായ വിമർശകരായിരുന്നുവെന്ന് എംഗൽസ് ചൂണ്ടിക്കാണിക്കുന്നു. വളർന്നുവരുന്ന മുതലാളിവർഗ്ഗവും ഫ്യൂഡൽ പ്രഭുക്കന്മാരും തമ്മിലുള്ള വൈരുദ്ധ്യം 'തൊഴിലെടുക്കുന്നവരും' 'അലസരും' തമ്മിലുള്ള വൈരുദ്ധ്യമായാണ് സാങ്സിമോൺ കണ്ടത്. ശാസ്ത്രവും വ്യവസായവും തമ്മിലുള്ള തൊഴിൽശക്തിയിൽ അധിഷ്ഠിതമായ ഒരു പുതിയ ക്രിസ്തുമതത്തിലേക്കു നയിക്കുമെന്ന് അദ്ദേഹം വാദിച്ചു. രാഷ്ട്രീയ സമ്പദ്ഘടനയ്ക്കു കീഴ്വഴങ്ങണം. രാഷ്ട്രീയഘടനയ്ക്കു പകരം വസ്തുക്കളുടെ, അല്ലെങ്കിൽ സാമ്പത്തിക ഘടകങ്ങളുടെ നിയന്ത്രണത്തിനു പ്രാധാന്യം വരണം. എന്നാൽ മാത്രമാണ് സമൂഹഘടനയിൽ പണിയെടുക്കാതെ ജീവിക്കുന്ന 'അലസരെ' ഒഴിവാക്കാൻ കഴിയുക.

ബൂർഷ്വാ സമൂഹത്തിലെ ഭൗതികവും ധാർമ്മികവുമായ ദുരിതങ്ങളെ കൂടുതൽ ആഴത്തിൽ വിമർശിച്ചത് ഫ്യൂരിയെയായിരുന്നു. 18-ാം നൂറ്റാണ്ടിലെ ചിന്തകരുടെ ഉദാത്തമായ ആശയങ്ങളും അതിനുശേഷം വളർന്നുവന്ന സമൂഹത്തിലെ ദുരിതമയമായ ജീവിതവും തമ്മിലുള്ള വൈരുദ്ധ്യം ഫ്യൂരിയെ ചൂണ്ടിക്കാണിച്ചു. മുതലാളിത്തത്തിന്റെ വളർച്ചയെ ചരിത്രപരമായി പരിശോധിച്ച ഫ്യൂരിയെ പ്രാകൃതത്വം, കാടത്തം, ആൺകോയ്മ, നാഗരികത (മുതലാളിത്തം) എന്നീ നാലുഘട്ടങ്ങളായി ചരിത്രത്തെ വിഭജിച്ചു. നാഗരികതയിലാണ് ധനികരും ദരിദ്രരും തമ്മിലുള്ള അന്തരം ഏറ്റവും പ്രകടമാകുന്നത്, അതിഭീമമായ സമ്പന്നത തന്നെയാണ് അതിദാരുണമായ ദാരിദ്ര്യത്തെ സൃഷ്ടിക്കുന്നത്. ഈ വൈരുദ്ധ്യം ഒരിക്കലും പരിഹരിക്കാനാവാതെ നാഗരിക സംസ്കാരം ഒരു ദൂഷിതവലയത്തിൽ തിരിയുകയാണ്. ഏതൊരു സമൂഹത്തിലെയും മാനവികമോചനത്തിന്റെ സ്വാഭാവികമായ അളവുകോൽ സ്ത്രീവിമോചനത്തിന്റെ തോതാണെന്നും ഫ്യൂരിയെ വാദിച്ചു.

ഇംഗ്ലണ്ടിലെ വ്യവസായ വിപ്ലവത്തിന്റെ പശ്ചാത്തലത്തിലാണ് റോബർട്ട് ഓവൻ ന്യൂലനാർക്ക് എന്ന തന്റെ വ്യവസായ കോളനി സ്ഥാപിച്ചത്. 1800 മുതൽ 1829 വരെ സ്കോട്ട്ലാൻഡിലെ ന്യൂലനാർക്കിലെ തുണിമില്ലിൽ അദ്ദേഹം സൃഷ്ടിച്ച കോളനിയിൽ മറ്റു വ്യവസായ തൊഴിലാളികൾ ജീവിച്ചുവന്ന അതിദാരുണമായ ജീവിത സാഹചര്യങ്ങളിൽ

നിന്നു വ്യത്യസ്തമായ ജീവിതരീതി സൃഷ്ടിക്കാൻ അദ്ദേഹത്തിനു കഴിഞ്ഞു. ആ കോളനിയിൽ മദ്യപാനം, പൊലീസ്, കുറ്റകൃത്യങ്ങൾ, വ്യവഹാരങ്ങൾ, ദരിദ്രർക്കുള്ള നിയമങ്ങൾ തുടങ്ങിയവ അപ്രത്യക്ഷമായി. കുട്ടികൾക്കുവേണ്ടി സ്കൂളുകൾ തുറക്കുകയും രണ്ടു വയസ്സുമുതലുള്ള കുട്ടികളെ സ്കൂളിലാക്കുകയും ചെയ്തു. തൊഴിലാളികളുടെ തൊഴിൽ സമയം കുറച്ചിട്ടും മിൽ ലാഭത്തിൽ പ്രവർത്തിച്ചു. ഈ ലാഭത്തിന്റെ നല്ലൊരു ഭാഗം തൊഴിലാളികൾക്കിടയിൽ തന്നെ വിതരണം ചെയ്തു. ഈ അനുഭവങ്ങളിൽനിന്നാണ് ഓവൻ ഒരു കമ്യൂണിസ്റ്റായത്. സ്വകാര്യ സ്വത്ത്, മതം, അന്നു നിലനിന്ന വിവാഹരീതി എന്നിവ ഇല്ലായ്മ ചെയ്താലല്ലാതെ സാമൂഹ്യമാറ്റം സാദ്ധ്യമല്ലെന്ന് ഓവൻ വാദിച്ചു. സമൂഹത്തെ കമ്യൂണുകളാക്കി സംഘടിപ്പിക്കുന്നതിനും ഉല്പാദനവും വാണിജ്യവും സഹകരണസംഘങ്ങൾ വഴിയാക്കുന്നതിനും വേണ്ടി അദ്ദേഹം നിലകൊണ്ടു. ഒരു മണിക്കൂർ തൊഴിൽസമയം കുറിക്കുന്ന ലേബർ നോട്ടുകൾ (നാണയങ്ങൾ) ഉപയോഗിച്ച് തൊഴിലാളികൾ ഉല്പാദിപ്പിച്ച വസ്തുക്കൾ വിനിമയം നടത്തി (എത്ര മണിക്കൂർ സമയമെടുത്താണ് ഒരു വസ്തു ഉല്പാദിപ്പിച്ചത് അത്രയുമായിരിക്കും അതിന്റെ വില) പക്ഷേ, ഇത്തരത്തിലുള്ള പല നീക്കങ്ങളും പരാജയപ്പെട്ടു. ഓവൻ തന്നെ സമൂഹത്തിൽ ഒറ്റപ്പെട്ടു.

ഇത്തരം പരാജയങ്ങളുടെ കാരണമായി എംഗൽസ് ചൂണ്ടിക്കാണിക്കുന്നത് ഒരു പൊതുസ്വഭാവമാണ്. ആദ്യകാല സോഷ്യലിസ്റ്റുകൾ സാമൂഹ്യപ്രശ്നങ്ങൾക്ക് പരിഹാരം കണ്ടത് മനുഷ്യമസ്തിഷ്കത്തിൽനിന്നു തന്നെയാണ്. സമൂഹം എന്നത് തെറ്റുകളുടെ കൂമ്പാരമാണ്. യുക്തിപരതയിൽനിന്നാണ് പരിഹാരം കാണേണ്ടത്. കൂടുതൽ കൃത്യമായ ഒരു സമൂഹത്തിന്റെ നിർമ്മിതിക്കും അതിനെ പ്രായോഗികതലത്തിൽ നടപ്പിലാക്കുന്നതിനും മാതൃകാപരീക്ഷണങ്ങൾ നടത്തണമായിരുന്നു. കൂടുതൽ സമ്പൂർണ്ണമായ മാതൃകകളുടെ നിർമ്മാണത്തിന് ശുദ്ധമായ മനോരഥകല്പനകളിലേക്കു മാറേണ്ടതുണ്ടായിരുന്നു. അതുപോലെ പലർക്കും സോഷ്യലിസം എന്നത് കേവല സത്യവും യുക്തിയും നീതിയുമായിരുന്നു. അത്തരം ഒരു കേവലസത്യത്തിനും കാലം, സ്ഥലം, മനുഷ്യരുടെ ചരിത്രപരമായ വളർച്ച എന്നിവയുമായി ഒരു ബന്ധവുമില്ലായിരുന്നു. അതേസമയം ഓരോ ചിന്തകനും അവരുടേതായ പരികല്പനകളനുസരിച്ച് കേവല സത്യങ്ങളെ നിർവ്വചിക്കാനാരംഭിച്ചു. ഇവിടെ സത്യവും നീതിയും യുക്തിയുമെല്ലാം അവരവരുടെ ആത്മനിഷ്ഠ ധാരണകൾക്കനുസരിച്ചാണ് നിർവ്വചിച്ചത്. മനുഷ്യർ ജീവിക്കുന്ന വസ്തുനിഷ്ഠ സാഹചര്യങ്ങൾ, അയാളുടെ സാമ്പത്തിക ബന്ധങ്ങളുടെ യാഥാർത്ഥ്യങ്ങൾ എന്നിവ പരിഗണനയ്ക്കു വിഷയമായില്ല. ഇത്തരം നിരവധി സിദ്ധാന്തങ്ങളാണ് സോഷ്യലിസ്റ്റ് തൊഴിലാളികളെപ്പോലും സ്വാധീനിച്ചതെന്ന് എംഗൽസ് ചൂണ്ടിക്കാണിക്കുന്നു.

മൂന്ന്

രണ്ടാമത്തെ ഭാഗത്തിൽ എംഗൽസ് പരിശോധിക്കുന്നത് സോഷ്യലിസത്തെക്കുറിച്ചുള്ള ശാസ്ത്രീയമായ സമീപനത്തിന്റെ ഉറവിടങ്ങളെയാണ്. ജ്ഞാനോദയ സിദ്ധാന്തങ്ങളിൽനിന്ന് വ്യതിരിക്തമായ മറ്റൊരു സമീപനം ജർമ്മൻ തത്ത്വചിന്തകർ വളർത്തിക്കൊണ്ടുവന്നിരുന്നുവെന്ന് എംഗൽസ് വാദിക്കുന്നു. അത് വൈരുദ്ധ്യാത്മക യുക്തിയാണ്. വൈരുദ്ധ്യാത്മക യുക്തി വളർന്നുവന്നത് ഗ്രീക്ക് തത്ത്വചിന്തയിലാണ്. ആധുനിക കാലത്തിന്റെ ആദ്യഘട്ടത്തിൽ ദെക്കാർത്തെയും സ്പിനോസയെയും പോലുള്ളവർ വൈരുദ്ധ്യാത്മക യുക്തി പ്രയോഗിച്ചുവെങ്കിലും അതി ഭൗതിക ചിന്തയ്ക്കാണ് ആധിപത്യം ലഭിച്ചത്. ഹെഗൽ വരെയുള്ള ജർമ്മൻ ചിന്തകരാണ് ഈ പ്രവണതയെ മറികടന്ന് വൈരുദ്ധ്യാത്മകതയ്ക്ക് ഊന്നൽ നല്കിയത്.

വൈരുദ്ധ്യാത്മകത എന്നാൽ എന്താണെന്ന് ചുരുങ്ങിയ വാചകങ്ങളിൽ എംഗൽസ് വിശദീകരിക്കുന്നു. പ്രകൃതിയെയും മാനവിക ചരിത്രത്തെയും പരിശോധിക്കുമ്പോൾ നാം ആദ്യം കാണുന്നത് നിരവധി തരത്തിലുള്ള ബന്ധങ്ങളുടെയും പ്രവർത്തനങ്ങളുടെയും ചേരുവകളുടെയും വൈവിദ്ധ്യങ്ങളുടെയും വലക്കെട്ടുകളാണ്. അവയിലെല്ലാം ചലിക്കുന്നു, ഉണ്ടാകുന്നു, ഇല്ലാതാകുന്നു എന്നീ പ്രയോഗങ്ങൾ ആദ്യം നമ്മൾ കാണുന്നത് സമഗ്രമായാണ്. അതിലെ ഘടകങ്ങൾ പിന്നീടാണ് പ്രത്യക്ഷപ്പെടുന്നത്. ഇത്തരം സമഗ്രതയുടെ വ്യത്യസ്ത ഘടകങ്ങൾ മനസ്സിലാക്കുന്നതിനു നാം അവയുടെ സ്വാഭാവികമോ ചരിത്രപരമോ ആയ വലകളെ ഇഴതിരിച്ച് പരിശോധിക്കുകയും കാര്യകാരണ ബന്ധങ്ങൾ വേർതിരിച്ചറിയുകയും ചെയ്യേണ്ടിവരും. വ്യത്യസ്തതകളെ പരിശോധിക്കുമ്പോൾ ഇവ തമ്മിലുള്ള ബന്ധങ്ങളും പരിശോധിക്കണം. ഓരോ വസ്തുവിന്റെയും അസ്തിത്വം നിർണ്ണയിക്കുമ്പോൾ അസ്തിത്വത്തിന്റെ തുടക്കവും ഒടുക്കവും നിർണ്ണയിക്കണം. അവയുടെ സ്ഥിതി നിർണ്ണയിക്കുമ്പോൾ അവയുടെ ചലനത്തെയും നിർണയിക്കണം. പക്ഷേ അതി ഭൗതികവാദികൾ ഇതിനൊന്നും തയ്യാറല്ല. അവർ വ്യത്യസ്തതകളെ ഒരിക്കലും നികത്താനാകാത്ത വൈരുദ്ധ്യങ്ങളായാണ് കാണുന്നത്. അവർക്ക് ഒരു വസ്തു ഒന്നുകിൽ ഉണ്ട്, അല്ലെങ്കിൽ ഇല്ല. ഒരു വസ്തുവിന് ഒരേ സമയം അതും വേറൊന്നുമാകാൻ കഴിയില്ല. പക്ഷേ, യാഥാർത്ഥ്യം അതല്ല. ഒരു ജൈവശരീരത്തിലെ കോശങ്ങൾ ഇല്ലാതാകുകയും പുതിയവ ഉണ്ടാവുകയും ചെയ്യുന്നുണ്ട്. അവ വളരുമ്പോൾ പുതിയ കോശങ്ങൾ ചേർന്നുവരുന്നുണ്ട്. അതുകൊണ്ട് ജൈവവസ്തുക്കൾ അവയും, അതോടൊപ്പം മറ്റൊന്നുമാണ്. അതുപോലെ എല്ലാ വസ്തുക്കൾക്കും ഗണപരവും ഋണപരവുമായ അവസ്ഥകളുണ്ട്. അവ തമ്മിൽ അഭേദ്യവും വൈരുദ്ധ്യാത്മകവുമായ ബന്ധവുമുണ്ട്. അവ പരസ്പരം സന്നിവേശിക്കുകയും ചെയ്യുന്നു. അതായത്, ഒന്ന് ഋണപരമാകുന്നത് മറ്റേത് ഗണപരമാകുന്നതുകൊണ്ടാ

ണ്. വസ്തുക്കളുടെ വളർച്ച അവയുടെ നാശത്തിനു കാരണമാകും. നാശം പുതിയ വസ്തുക്കളുടെ വളർച്ചയ്ക്കും.

പ്രകൃതി അതിഭൗതികമായല്ല, വൈരുദ്ധ്യാത്മകമായാണ് പ്രവർത്തിക്കുന്നതെന്ന് എംഗൽസ് വാദിക്കുന്നു. അത് ഒരു ശാശ്വത സത്യത്തിന്റെ ഭാഗമായല്ല ചലിക്കുന്നത്, നിരന്തരമായ ചാക്രിക പ്രവർത്തനവുമല്ല. അതിന് ചരിത്രപമായ പരിണാമമുണ്ട്. ഡാർവിന്റെ പരിണാമ സിദ്ധാന്തത്തെ ഇതിനുള്ള ഏറ്റവും മികച്ച തെളിവായി എംഗൽസ് അവതരിപ്പിക്കുന്നു. കാന്റിന്റെയും ലാപ്ലസിന്റെയും പ്രപഞ്ചോല്പത്തി സിദ്ധാന്തം എംഗൽസ് ചൂണ്ടിക്കാണിക്കുന്ന മറ്റൊരു തെളിവാണ്.

ജർമ്മൻ തത്ത്വചിന്തയാണ് പ്രപഞ്ചത്തിന്റെയും ലോകത്തിന്റെയും മുഴുവൻ ചലനങ്ങളെയും പ്രക്രിയാധിഷ്ഠിതമായി വിശദീകരിച്ചത്. ഇതിന്റെ ഉത്തമ ദൃഷ്ടാന്തം ഹെഗലായിരുന്നു. ചരിത്രമെന്നത് ഇദ്ദേഹത്തിന്റെ കണ്ണിൽ യുദ്ധങ്ങളുടെയും അക്രമങ്ങളുടെയും യുക്തിഹീനമായ ആഖ്യാനമല്ല, അതിനുപകരം മനുഷ്യന്റെ വളർച്ച നടക്കുന്ന പ്രക്രിയയാണ്. ഹെഗൽ ഒരു ആശയവാദിയും കൂടിയായിരുന്നു. വസ്തുക്കളും അവയുടെ പരിണാമങ്ങളും ശാശ്വതമായി നിൽക്കുന്ന 'ആശയ'ത്തിന്റെ സാക്ഷാൽക്കാരമാണ്. മാനവിക ചരിത്രം തന്നെ ഇങ്ങനെയുള്ള കേവല സത്യത്തിന്റെ (ഹെഗലിന്റെ 'ലോകസത്ത') സാക്ഷാൽക്കാരത്തിനുവേണ്ടിയുള്ളതാണ്. ലോകചരിത്രത്തെ മുഴുവൻ ഒരു വശത്ത് പ്രക്രിയയായി കാണുകയും അതേസമയം പ്രക്രിയാബദ്ധമല്ലാത്ത ഏതോ ഒരു ശാശ്വത സത്യത്തിന്റെ സാക്ഷാത്കാരമായി ഈ പ്രക്രിയയെ ചിത്രീകരിക്കുകയും ചെയ്തത് ഹെഗലിന്റെ ചിന്തയിലെ അടിസ്ഥാന വൈരുദ്ധ്യമായിരുന്നു.

ഈ വൈരുദ്ധ്യത്തെ മറികടക്കാവുന്നത് ഭൗതികവാദത്തിലൂടെയാണ്. ഈ ഭൗതികവാദം പതിനെട്ടാം നൂറ്റാണ്ടിലെ യാന്ത്രിക ഭൗതികവാദമല്ല. വൈരുദ്ധ്യാത്മകതയുമായി ബന്ധിപ്പിക്കുമ്പോഴുണ്ടാകുന്ന ഭൗതികവാദവുമായാണ്. ഭൗതികവാദത്തിന്റെ വൈരുദ്ധ്യാത്മക സമീപനം ചരിത്ര പ്രക്രിയയെ ഏതെങ്കിലും ചിന്തയിലോ ശാശ്വത സത്യത്തിലോ ലോകസത്തയിലോ അല്ല ഊന്നുന്നത്, സമൂഹത്തിന്റെ ഉല്പാദന വിനിമയ ബന്ധങ്ങളിലാണ്, സാമ്പത്തിക സാഹചര്യങ്ങളിലാണ്. വർഗ്ഗസമരങ്ങൾ വളർന്നുവരുന്നത് അവയിൽനിന്നാണ്. ഇവയുടെ അടിസ്ഥാനത്തിലാണ് ഒരു ചരിത്ര കാലഘട്ടത്തിലെ നീതിന്യായപരവും രാഷ്ട്രീയവുമായ സ്ഥാപനങ്ങളെയും മതപരവും താത്ത്വികവും മറ്റുമായ ആശയങ്ങളെയും വിശദീകരിക്കേണ്ടത്. എംഗൽസിന്റെ തന്നെ ഭാഷയിൽ പറഞ്ഞാൽ, മനുഷ്യന്റെ അറിവു നേടലിനെ അയാളുടെ അസ്തിത്വത്തിന്റെ അടിസ്ഥാനത്തിലാണ് വിശദീകരിക്കേണ്ടത്. നേരെ തിരിച്ചല്ല.

ആദ്യകാല സോഷ്യലിസത്തിന് മുതലാളിത്തത്തെ വിമർശിക്കാൻ കഴിഞ്ഞുവെങ്കിലും അതിനെ വിശദീകരിക്കാനോ അതിനെ കീഴടക്കാനോ കഴിഞ്ഞില്ല. അതു സാധിക്കണമെങ്കിൽ മുതലാളിത്തം വളർന്നുവന്ന ചരിത്രപരമായ സാഹചര്യങ്ങളും, ഒരു പ്രത്യേക ചരിത്രഘട്ടത്തിലെ അതിന്റെ

അനിവാര്യതയും അതിന്റെ അനിവാര്യമായ അധഃപതനവും അവതരിപ്പിക്കാൻ കഴിയണം. അതിന്റെ അടിസ്ഥാന സ്വഭാവമെന്തെന്ന് പുറത്തുകൊണ്ടുവരാൻ കഴിയണം. ഇതിലാദ്യത്തേത് ചരിത്രപരമായ ഭൗതികവാദമനുസരിച്ചുള്ള വിശകലനമാണ്. രണ്ടാമത്തേത് മിച്ചമൂല്യ സിദ്ധാന്തമാണ്. ഇവ രണ്ടും അവതരിപ്പിച്ചത് മാർക്സാണ്. മാർക്സിന്റെ ഈ രണ്ടു കണ്ടെത്തലുകളിലൂടെയാണ് സോഷ്യലിസം ശാസ്ത്രമായി മാറിയതെന്ന് എംഗൽസ് വാദിക്കുന്നു.

നാല്

ലഘുലേഖയുടെ അവസാനത്തെ ഭാഗത്തിൽ മുതലാളിത്തത്തിന്റെ വികാസത്തെ ചരിത്രപരമായ ഭൗതികവാദമനുസരിച്ച് വിശദീകരിക്കുകയാണ് എംഗൽസ് ചെയ്യുന്നത്. മനുഷ്യജീവിതത്തെ നിലനിർത്തുന്നതിനുള്ള ഉല്പാദനവും വിനിമയവുമാണ് സാമൂഹ്യഘടനയുടെ അടിത്തറയാകുന്നത്. അവയിൽനിന്നാണ് സമൂഹക്രമങ്ങളും വർഗ്ഗപരമായ ഭിന്നതകളും വളർന്നുവരുന്നത്. അതുകൊണ്ട് സാമൂഹ്യ മാറ്റങ്ങളെയും രാഷ്ട്രീയ വിപ്ലവങ്ങളെയും പരിശോധിക്കേണ്ടത് ശാശ്വതസത്യത്തെയോ നീതിയെയോ ആധാരമാക്കിയല്ല. ഉല്പാദന വിനിമയ രൂപങ്ങളെ ആശ്രയിച്ചാണ്. ഈ വിശദീകരണത്തിന് എംഗൽസ് ആശ്രയിക്കുന്നത് മാർക്സിന്റെ *മൂലധന*ത്തെയാണ്.

മുതലാളിത്തം വളർന്നുവരുന്നതിനുമുമ്പുള്ള മദ്ധ്യകാലഘട്ടത്തിൽ മദ്ധ്യ ചെറുകിട വ്യക്തിഗത ഉല്പാദനത്തിനായിരുന്നു പ്രാധാന്യം. ഉല്പാദനം വ്യക്തിഗതമായ ഉപഭോഗത്തിനായിരുന്നു, ഒന്നുകിൽ ഉല്പാദകർക്കുവേണ്ടിത്തന്നെയോ, അല്ലെങ്കിൽ പ്രഭുവിനുവേണ്ടിയോ ആകും. മുതലാളിത്ത ഉല്പാദന രൂപങ്ങൾ വളർന്നുവരുന്നത് മൂന്നുഘട്ടങ്ങളിലൂടെയാണ്. തൊഴിലാളികളുടെ ലളിതമായ സഹകരണം, കൈത്തൊഴിൽശാലകൾ അല്ലെങ്കിൽ പണിശാലകൾ, ആധുനിക വ്യവസായങ്ങൾ. ഇവയിൽ ആദ്യഘട്ടത്തിൽ ഉല്പാദനം നടക്കുന്നത് മുൻകൂട്ടി തീരുമാനിക്കപ്പെട്ട ഏതെങ്കിലും പദ്ധതി അനുസരിച്ചല്ല, വിനിമയത്തിന്റെ ഭാഗമായി ഉല്പന്നങ്ങൾ ചരക്കുകളായി മാറുകയാണ്. പിന്നീട് ഫാക്ടറികളിലാണ് വ്യക്തമായ, മുൻകൂട്ടി തീരുമാനിക്കപ്പെട്ട പദ്ധതിയനുസരിച്ച് ഉല്പാദനം നടക്കുന്നത്.

ഫാക്ടറികളിൽ മറ്റൊരു മാറ്റവും വരുന്നു. വ്യക്തിഗതമായ അദ്ധ്വാനം സാമൂഹ്യമായ അദ്ധ്വാനത്തിന് വഴിമാറുന്നു. സാമൂഹ്യ അദ്ധ്വാനം പഴയ ഉല്പാദനരീതികളിൽ വിപ്ലവകരമായ മാറ്റങ്ങൾ വരുത്തിയെന്ന് എംഗൽസ് പറയുന്നു. ഉല്പാദനം വൻതോതിൽ വർദ്ധിപ്പിച്ചു. വ്യാപകമായ യന്ത്രവല്ക്കരണം സാദ്ധ്യമാക്കി. വിപണനത്തിനും യന്ത്രങ്ങൾ വന്നു. ഇതിന്റെ ഫലമായി ഉല്പാദനശക്തികളുടെ വികാസം സാദ്ധ്യമാക്കി. മറ്റൊരു പ്രധാനപ്പെട്ട വൈരുദ്ധ്യവും നിലവിൽവന്നു. ആദ്യഘട്ടത്തിലെ കൈത്തൊഴിൽ

ശാലകളിൽ ഉല്പാദനോപാധികൾ കൈവശംവെച്ചിരുന്നവർതന്നെയാണ് ഉല്പന്നങ്ങൾ കൈയടക്കിയത്. കാരണം, അവ അയാളുടെ ഉല്പന്നങ്ങളായിരുന്നു. പുതിയ സാഹചര്യങ്ങളിലും ഉല്പാദനോപാധികൾ കൈവശംവെച്ചവർ ഉല്പന്നങ്ങൾ കൈയടക്കി, പക്ഷേ, ആ ഉല്പന്നങ്ങൾ അയാൾ ഉണ്ടാക്കിയതല്ല. മറ്റുള്ളവരുടെ അദ്ധ്വാനത്തിന്റെ ഫലമായിരുന്നു. അതായത്, ഉല്പാദനോപാധികളുടെയും ഉല്പന്നങ്ങളുടെയുംമേലുള്ള മുതലാളിയുടെ ഉടമാവകാശം തുടർന്നു, അതേസമയം അദ്ധ്വാനം സാമൂഹ്യാദ്ധ്വാനമായി മാറുകയും ചെയ്തു. സാമൂഹ്യാദ്ധ്വാനവും വ്യക്തിഗത ഉടമാവകാശവും (അതായത് മുതലാളിയുടെ ഉടമാവകാശവും) തമ്മിലുള്ള വൈരുദ്ധ്യമാണ് ഇന്നത്തെ സാമൂഹ്യ വൈരുദ്ധ്യങ്ങളുടെ കാതൽ.

വ്യക്തിഗത അദ്ധ്വാനത്തിൽനിന്ന് സാമൂഹ്യ അദ്ധ്വാനത്തിലേക്കുള്ള പരിവർത്തനം മറ്റു മാറ്റങ്ങളും സൃഷ്ടിച്ചു. കൂലിവേല ചരിത്രത്തിന്റെ എല്ലാ ഘട്ടങ്ങളിലും നിലവിലിരുന്നതാണ്. കർഷകത്തൊഴിലാളികളും കൈത്തൊഴിൽശാലകളിലെ പണിക്കാരും കൂലിവേലക്കാരാണ്. അതേസമയം അവർക്ക് സ്വന്തമായി കൃഷിചെയ്യുന്നതിനും സ്വന്തം തൊഴിൽശാലയുണ്ടാക്കുന്നതിനും തടസ്സമില്ല. മുതലാളിത്തം നിലനില്ക്കുന്നത്സ്ഥിരമായ കൂലിത്തൊഴിലാളികളെ സൃഷ്ടിച്ചുകൊണ്ടാണ്. പഴയ സാമൂഹ്യബന്ധങ്ങളുടെ തകർച്ചയുടെ ഫലമായി അവർ മറ്റെല്ലാ തൊഴിൽ മേഖലകളിൽനിന്നും ജീവിതോപാധികളിൽനിന്നും ആട്ടിയോടിക്കപ്പെടുന്നു. അങ്ങനെയാണ് അദ്ധ്വാനശക്തിയല്ലാതെ മറ്റൊന്നുമില്ലാത്തവരാകുന്നത്, പ്രോലിറ്റേറിയറ്റാകുന്നത്. അതായത് സാമൂഹ്യാദ്ധ്വാനവും മുതലാളിത്ത കൈയടക്കലും തമ്മിലുള്ള വൈരുദ്ധ്യം പ്രോലിറ്റേറിയറ്റും മുതലാളി വർഗ്ഗവും തമ്മിലുള്ള വൈരുദ്ധ്യമായി തീരുന്നു.

മുതലാളിത്തത്തിന്റെ വികാസം സൃഷ്ടിക്കുന്ന മറ്റു പ്രശ്നങ്ങളുമുണ്ട്. ഉല്പാദകർക്ക് അവർ ഏർപ്പെടുന്ന സാമൂഹ്യബന്ധങ്ങളുടെമേലുള്ള നിയന്ത്രണം നഷ്ടപ്പെടുന്നു. അയാളുടെ ജീവിതാവശ്യങ്ങൾ നിറവേറ്റുന്നതിനാണ് അയാൾ ഉല്പാദനത്തിൽ ഏർപ്പെടുന്നത്. എന്നാൽ അയാൾ ഉല്പാദിപ്പിക്കുന്ന വസ്തുക്കൾ യഥാർത്ഥ ആവശ്യങ്ങൾ നിറവേറ്റുമോ എന്നയാൾക്കറിയില്ല. വിനിമയത്തിലൂടെയാണ് വസ്തുക്കളുടെ വിതരണം നടക്കുന്നത്. മുതലാളിമാർ തമ്മിലുള്ള മത്സരമാണ് ഇതിനെ നിർണ്ണയിക്കുന്നത്. അതായത്, സ്വയം ഉല്പാദിപ്പിക്കുന്ന വസ്തുക്കളുടെ വിതരണംപോലും ഉല്പാദകരിൽ നിന്നന്യമായ സ്വാഭാവിക (മുതലാളിത്ത) നിയമങ്ങൾക്കനുസരിച്ചാകുന്നു. ഉല്പന്നം ഉല്പാദകരെ നിയന്ത്രിക്കുന്നു.

ആദ്യഘട്ടങ്ങളിൽ ഉല്പാദകരുടെയും അവരുടെ കുടുംബങ്ങളുടെയും ആവശ്യങ്ങൾകഴിച്ച് ശേഷിച്ച ഉല്പന്നങ്ങളാണ് വിപണിയിലെത്തിയത്. പിന്നീട് ചരക്കുല്പാദനത്തിൽ കേന്ദ്രീകരിക്കാനാരംഭിച്ചു. വ്യക്തിഗതമായ ചരക്കുല്പാദനം ക്രമേണ സാമൂഹ്യോല്പാദനമായി മാറി. വ്യത്യസ്ത പ്രദേശങ്ങളിലുള്ള ഉല്പാദകർ തമ്മിലുള്ള മത്സരമായി അതു മാറി. ആ

ധുനിക വ്യവസായങ്ങളുടെ വളർച്ചയോടെ ഈ മത്സരം മുതലാളിമാർ തമ്മിലുള്ള മത്സരമായിത്തീരുകയും മുതലാളിത്തം നിലനില്ക്കുമോ ഇല്ലയോ എന്നതുപോലും ചർച്ചചെയ്യപ്പെടുകയും ചെയ്തു. ഈ മത്സരത്തിന് വ്യവസ്ഥാപിത നിയമങ്ങളൊന്നുമുണ്ടായിരുന്നില്ല. അതായത്, വ്യക്തിഗതമായ പണിശാലകളിലെ, പിന്നീട് ഫാക്ടറികളിലെ, സംഘടിത ഉല്പാദനവും പൊതുവിൽ ഉല്പാദനരംഗത്ത് സമൂഹത്തിലെ അരാജകത്വവും തമ്മിലുള്ള വൈരുദ്ധ്യം വർദ്ധിച്ചു.

യന്ത്രവല്ക്കരണം വളർന്നുവന്നതോടെ മുഴുവൻ കൂലിപ്പണിക്കാരെയും ആവശ്യമില്ലാതായി. നിരവധിപേർ പുറത്താക്കപ്പെട്ടു. ഇവരാണ് വ്യവസായ റിസർവ്വ് സൈന്യമായി മാറിയത്. യന്ത്രവല്ക്കരണം തൊഴിലെടുക്കുന്നവരുടെ ജീവിതോപാധികളെത്തന്നെ നശിപ്പിച്ചു. അതിന്റെ ഫലമായി കൂലിവേലയെ ആശ്രയിക്കുന്നവരുടെ എണ്ണം വർദ്ധിച്ചു. റിസർവ്വ് സൈന്യത്തിന്റെ എണ്ണം വർദ്ധിച്ചതോടെ ലോകമാസകലമുള്ള പട്ടിണിപ്പാവങ്ങളുടെ എണ്ണം വർദ്ധിച്ചു. സ്വന്തം ജീവിതോപാധികൾ തകർന്നതിനോടൊപ്പം കൂലിവേലചെയ്യാനുള്ള സാദ്ധ്യതയും അവർക്ക് നഷ്ടപ്പെടുകയായിരുന്നു. എങ്കിലും മൂലധനം സൃഷ്ടിച്ചവരും അവരിൽനിന്നുതന്നെയുള്ളവരായിരുന്നു.

ഇതിന്റെഫലമായി ഉല്പാദനം വർദ്ധിച്ചുവെങ്കിലും തത്തുല്യമായ വിപണികളുടെ വ്യാപനമുണ്ടായില്ല. മുതലാളിത്തക്കുഴപ്പങ്ങളായിരുന്നു ഫലം. ഉല്പന്നങ്ങൾ കെട്ടിക്കിടന്നു, വാണിജ്യം മുരടിച്ചു, പണവും വായ്പയും ഇല്ലാതെയായി, ഫാക്ടറികൾ അടച്ചിട്ടു. ഇപ്പോൾ പത്തുവർഷം കൂടുമ്പോൾ ചിലപ്പോൾ അതിനേക്കാൾ വേഗത്തിൽ കുഴപ്പങ്ങളുണ്ടാകുന്നു. ഉല്പാദനവ്യവസ്ഥയും വിനിമയവ്യവസ്ഥയും തമ്മിലുള്ള വൈരുദ്ധ്യമായി ഇതു മാറുന്നു.

ഇതെല്ലാം കാണിക്കുന്നത് മുതലാളിത്തംതന്നെ അഴിച്ചുവിട്ട ശക്തികളെ, സാമൂഹ്യ ഉല്പാദനം, യന്ത്രവല്ക്കരണം, മുതലാളിത്ത മത്സരം, വിനിമയത്തിന്റെ വികാസം തുടങ്ങിയവയെ പിടിച്ചുകെട്ടാൻ അതിനാകുന്നില്ലെന്നാണ്. അതുകൊണ്ട് മുതലാളിമാർ കേന്ദ്രീകരണത്തിലേക്ക് നീങ്ങുന്നു. വ്യക്തമായ ആസൂത്രണത്തോടെയുള്ള കുത്തക മുതലാളിത്തം സ്ഥാനമേറ്റെടുക്കുന്നു. ഉല്പാദനത്തിന്റെ നിയന്ത്രണം ഭരണകൂടത്തിന്റെ കൈയിലേക്ക് വരുന്നു. മുതലാളിമാരുടെ എല്ലാ സാമൂഹ്യ പ്രവർത്തനങ്ങളും ശമ്പളം വാങ്ങുന്ന ഉദ്യോഗസ്ഥർ നിയന്ത്രിക്കുന്നു. ഡിവിഡൻഡ് കൈയടക്കുകയും ഷെയർമാർക്കറ്റിൽ വിലപേശുകയുമല്ലാതെ വേറൊരു പണിയും പഴയ മുതലാളിമാർക്കില്ലാതാകുന്നു.

ഭരണകൂടത്തിന്റെ നിയന്ത്രണം സോഷ്യലിസമാണെന്ന് തെറ്റിദ്ധരിക്കരുതെന്ന് എംഗൽസ് മുന്നറിയിപ്പു നല്കുന്നുണ്ട്. ജർമ്മനി, ബെൽജിയം മുതലായ നിരവധി രാജ്യങ്ങളിൽ ഭരണകൂടത്തിന്റെ ഇടപെടലും നിയന്ത്രണവും ഉണ്ട്. അപ്പോഴും അത് മുതലാളിത്തത്തിന്റെ ഉപകരണമാണ്. എംഗൽസിന്റെ ഭാഷയിൽ മൊത്തം ദേശീയ മൂലധനത്തിന്റെ ആ

ദർശ വ്യക്തിരൂപമാണ് അത്. അതുകൊണ്ട് ഉല്പാദനശക്തികളുടെ നിയന്ത്രണം ഭരണകൂടം ഏറ്റെടുത്തതുകൊണ്ട് (അതായത് നമ്മുടെ ഭാഷയിൽ പൊതുമേഖലയുടെ വ്യാപനംകൊണ്ടു) മാത്രം മൂലധനത്തെ ഇല്ലാതാക്കാനാകില്ല. അതേസമയം അത്തരത്തിലുള്ള പരിഹാരത്തിനുള്ള സാങ്കേതിക സാഹചര്യങ്ങളൊരുക്കാൻ കഴിയും.

അടിസ്ഥാന വൈരുദ്ധ്യം ഉല്പാദന ശക്തികളുടെ നിസ്സീമമായ വളർച്ചയും ഉല്പാദനബന്ധങ്ങളുടെ വ്യക്തിഗത ഉടമാവകാശ സ്വഭാവവും തമ്മിൽത്തന്നെയാണ്. ഈ വൈരുദ്ധ്യം ഇല്ലാതാകുന്നത് പ്രോലിറ്റേറിയറ്റ് അധികാരം പിടിച്ചെടുക്കുന്നതോടെയാണ്. മുമ്പ് ഭരണകൂടം ഔദ്യോഗികമായി സമൂഹത്തെ മുഴുവൻ പ്രതിനിധാനം ചെയ്തതായി കണക്കാക്കപ്പെട്ടിരുന്നു. ഒരു വർഗ്ഗസമൂഹത്തിൽ ഭരണകൂടം പ്രതിനിധാനം ചെയ്യുന്ന വർഗ്ഗം സമൂഹത്തിന്റെ മൊത്തം പ്രതിനിധിയായി സ്വയം കണക്കാക്കിയതുകൊണ്ട് മാത്രമാണിത്. പക്ഷേ, തൊഴിലാളിവർഗ്ഗ വിപ്ലവത്തിനുശേഷം ഭരണകൂടം മൊത്തം സമൂഹത്തിന്റെ പ്രതിനിധിയായി മാറുകയാണ്. അതായത്, പഴയ രീതിയിലുള്ള ഭരണകൂടത്തിന്റെ ആവശ്യമില്ലാതാകുകയാണ്. സമൂഹബന്ധങ്ങളിൽ ഭരണകൂടത്തിന്റെ ഇടപെടൽ അനാവശ്യമാകുന്നു. വ്യക്തികളുടെമേലുള്ള അധികാര രൂപങ്ങൾക്കുപകരം വസ്തുക്കളുടെമേലുള്ള നിയന്ത്രണവും ഉല്പാദനപ്രക്രിയകളുടെ പ്രവർത്തനവും മാത്രം പ്രധാനമാകുന്നു. ഭരണകൂടത്തെ ഇല്ലാതാക്കുകയല്ല. അത് സ്വയം ഇല്ലാതാകുന്നു. ഉല്പാദനോപാധികളുടെ സാമൂഹ്യമായ കൈയടക്കൽ ഉല്പാദനത്തിന്റെമേലുള്ള കൃത്രിമമായ നിയന്ത്രണങ്ങളെ ഇല്ലാതാക്കുന്നു. അതുപോലെ ഉല്പാദനശക്തികളുടെ നാശത്തെയും ഇല്ലാതാക്കുന്നു. ഭരണവർഗ്ഗങ്ങളുടെയും അവരുടെ രാഷ്ട്രീയ പ്രതിനിധികളുടെയും അമിതോപഭോഗം ഇല്ലാതാക്കുന്നതോടെ വൻതോതിലുള്ള ഉല്പാദനോപാധികൾ സമൂഹത്തിന് ലഭ്യമാക്കുന്നു.

വിപ്ലവശേഷം ഉല്പാദനോപാധികളെ ഭരണകൂടത്തിന്റെ സ്വത്താക്കി മാറ്റണമെന്നാണ് എംഗൽസ് വാദിക്കുന്നത്. ലഘുലേഖയിൽ വേറൊരിടത്ത് ഉല്പാദനോപാധികൾ പൊതുസ്വത്താകുമെന്നും പറയുന്നു. സുനിശ്ചിതമായ ആസൂത്രണമനുസരിച്ചുള്ള സാമൂഹ്യഉല്പാദനം സാദ്ധ്യമാകുമെന്നും പറയുന്നു. അതായത് ഭരണകൂടംതന്നെ അനാവശ്യമായിത്തീരുന്ന ഘട്ടങ്ങളിൽ മനുഷ്യരുടെ സാമൂഹ്യസംഘാടനവും സ്വതന്ത്രമായ പ്രവർത്തനവുംതന്നെ ഇത് സാദ്ധ്യമാക്കും. മനുഷ്യർ അവരുടെ സാമൂഹ്യഘടനയെ നിർണ്ണയിക്കും. ചരക്കുല്പാദനവും ഉല്പന്നങ്ങൾക്ക് ഉല്പാദകരുടെമേലുള്ള നിയന്ത്രണവും ഇല്ലാതാകും. അദ്ധ്വാനം എന്നത് പ്രകൃതിയും ചരിത്രവും കൂടി അടിച്ചേല്പിച്ച ജീവിതം നിലനിർത്താനുള്ള അവശ്യഘടകം എന്നതിനുപകരം സ്വതന്ത്രമായ അദ്ധ്വാനമായി വികസിക്കും. മനുഷ്യരുടെ ചുറ്റുപാടുകളും ജീവിതസാഹചര്യങ്ങളും മനുഷ്യരുടെ നിയന്ത്രണത്തിൽ വന്നുചേരും.

അഞ്ച്

ശാസ്ത്രീയ സോഷ്യലിസത്തിന്റെ ഈ രൂപരേഖയ്ക്ക് 1892 ൽ എഴുതിയ അവതാരികയിൽ ലഘുലേഖയിൽ പരാമർശിക്കാത്ത മറ്റു ചില വിഷയങ്ങൾകൂടി ചർച്ചചെയ്യുന്നുണ്ട്. അതിലൊന്ന് ഭൗതികവാദത്തിന്റെ വികാസമാണ്. മാർക്സും എംഗൽസും എഴുതിയ *വിശുദ്ധ കുടുംബ* (The Holy Family)ത്തിൽ നിന്നുള്ള ഉദ്ധരണികളിലൂടെയാണ് ഭൗതികവാദത്തോടുള്ള നിലപാട് വിശദമാക്കുന്നത്. ഫ്രാൻസിസ് ബേക്കണിന്റെ ഭൗതികവാദം പിന്നീട് ഗണിതശാസ്ത്രജ്ഞരുടെ അമൂർത്താനുഭവങ്ങളിലേക്കു മാറുകയും മാനവവിരുദ്ധ (misanthropy)മായിത്തീരുകയും ചെയ്യുന്നു. അതുപോലെ മാനവവിരുദ്ധമായ ആത്മീയവാദത്തെ പ്രതിരോധിക്കുന്നതിനായി ഇന്ദ്രിയവേദ്യമായ അനുഭവങ്ങളെയെല്ലാം അടക്കിവെച്ച് തികച്ചും ധൈഷണികമായ ഒന്നായി മാറുന്നു. ഈ നിലപാടുകൾ തോമസ് ഹോബ്സ് എന്ന ചിന്തകനിൽ കാണാം. ജോൺലോക്ക് എല്ലാ മനുഷ്യജ്ഞാനത്തേയും ഇന്ദ്രിയാനുഭവങ്ങളുടെ ഉല്പന്നമായിക്കണ്ടു.

ഇത്തരത്തിൽ ധൈഷണിക പ്രവർത്തനങ്ങളെ ഇന്ദ്രിയാനുഭവങ്ങളിൽനിന്ന് വേർതിരിക്കുകയും ആത്മീയവാദികളിൽനിന്ന് സ്വയം വേർപിരിയുകയും ചെയ്തതോടെ മറ്റൊരുതരത്തിലുള്ള അജ്ഞേയതാവാദം (Agnosticism) സ്ഥാനം ഏറ്റെടുത്തുവെന്ന് എംഗൽസ് ചൂണ്ടിക്കാണിക്കുന്നു. അതായത് ദൈവംപോലുള്ള അതിഭൗതിക സങ്കല്പങ്ങളെക്കുറിച്ച് നമുക്കൊന്നും പറയാൻ കഴിയില്ല. ഇമ്മാനുവൽ കാന്റ് പറഞ്ഞത് ഒരു വസ്തുവിനെ നമുക്ക് വിശദീകരിക്കാമെങ്കിലും വസ്തുവിന്റെ ഉള്ളടക്കം (Thing in itself) എന്താണെന്ന് പറയാൻ കഴിയില്ലെന്നാണ്. അതായത് ഇത്തരത്തിലുള്ള വാദഗതികൾ അജ്ഞേയതാവാദികളെ വിചിത്രമായ വൈരുദ്ധ്യങ്ങളിൽ കൊണ്ടെത്തിക്കുന്നുണ്ട്. ശാസ്ത്രജ്ഞർ എന്ന നിലയിൽ അവർ മൂർത്തതലങ്ങളിൽ ആത്മീയതയെ നിഷേധിക്കുന്നു; അമൂർത്തതലങ്ങളിൽ ആത്മീയതയെ അംഗീകരിക്കുന്നു. ചരിത്രപരമായ ഭൗതികവാദം (എംഗൽസ് ഇവിടെയാണ് ഈ പ്രയോഗം ഉന്നയിക്കുന്നത്) ചരിത്രപരമായ അജ്ഞേയതാവാദമല്ല. അത് സമൂഹ വികാസത്തിന്റെയും ഉല്പാദന വ്യവസ്ഥയിലും വിനിമയരീതികളിലും വരുന്ന മാറ്റങ്ങളുടെയും, വർഗ്ഗവിഭജനത്തിന്റെയും സംഘർഷങ്ങളുടെയും കാരണങ്ങളും സംഭവ പരമ്പരകളും അന്വേഷിക്കുന്ന ഒരു ശാസ്ത്രമാണ്. അതായത് അജ്ഞേയമായ എന്തെങ്കിലുമുണ്ടെന്ന് ചരിത്രപരമായ ഭൗതികവാദം അംഗീകരിക്കുന്നില്ല.

എംഗൽസിന്റെ ഈ നിലപാട് ചരിത്രപരമായി മുതലാളിത്തത്തിന്റെ വളർച്ചയെക്കുറിച്ചുള്ള ചില നിഗമനങ്ങളിലെത്തിക്കുന്നുണ്ട്. ഇംഗ്ലണ്ടിന്റെ ചരിത്രത്തിന്റെ ചില സവിശേഷതകളിൽ അദ്ദേഹം ഊന്നുന്നു. ഫ്യൂഡലിസത്തിനെതിരായ ബൂർഷ്വാ സംഘർഷത്തിന്റെ ആദ്യഘട്ടമായി

അദ്ദേഹം കാണുന്നത് പ്രൊട്ടസ്റ്റന്റ് മത നവീകരണത്തെയാണ്. റോമൻ കാത്തോലിക്കാപ്പള്ളി ഫ്യൂഡലിസത്തിന്റെ അന്താരാഷ്ട്ര കേന്ദ്രമായിരുന്നു. അതിനെതിരായ പോരാട്ടമായിരുന്നു മതനവീകരണം. സർവ്വകലാശാല കളിൽനിന്നും കച്ചവടക്കാരിൽനിന്നുമായിരുന്നു ഈ സമരം വളർന്നു വന്നത്. മത്സരാധിഷ്ഠിതമായ വാണിജ്യസമൂഹത്തിൽ ഒരു വ്യക്തിയു ടെ വിജയപരാജയങ്ങൾ അയാളുടെ സാമർത്ഥ്യവും പ്രവർത്തനവും മാ ത്രമല്ല തീരുമാനിക്കുന്നത്. അയാൾക്ക് നിയന്ത്രിക്കാനാവാത്ത (മുതലാ ളിത്ത വ്യവസ്ഥ സൃഷ്ടിക്കുന്ന) സാഹചര്യങ്ങളും കൂടിയാണ്. ഇതേ ആശയമാണ് ജോൺ കാൽവിന്റെ ദൈവഹിത (predestination) സിദ്ധാ ന്തമാകുന്നത്. കാൽവിന്റെ സ്വർഗ്ഗരാജ്യം ഒരു റിപ്പബ്ലിക്കായിരുന്നു. കാൽ വിനിസം ഹോളണ്ടിൽ ഒരു റിപ്പബ്ലിക്കും ഇംഗ്ലണ്ടിലും സ്കോട്ട്ലണ്ടിലും റിപ്പബ്ലിക്കിനുവേണ്ടി വാദിക്കുന്ന പാർട്ടികളും സ്ഥാപിച്ചു.

ഇംഗ്ലീഷ് വിപ്ലവവും ഫ്രഞ്ചുവിപ്ലവവുമായിരുന്നു ബൂർഷ്വാസിയുടെ മറ്റു രണ്ടു പോരാട്ടങ്ങൾ. ഇംഗ്ലീഷ് വിപ്ലവം അവസാനിച്ചത് വളർന്നു വരുന്ന മുതലാളിവർഗ്ഗവും പഴയ ഫ്യൂഡൽ പ്രഭുക്കളും തമ്മിലുള്ള അനു രഞ്ജനത്തിലായിരുന്നു. 16-ാം നൂറ്റാണ്ടിൽ ഹെൻറി എട്ടാമൻ എന്ന രാജാവ് പുതിയ ഒരു സംഘം ഭൂപ്രഭുക്കളെ സൃഷ്ടിച്ചിരുന്നു. അവർ രാഷ്ട്രീയവും സാമ്പത്തികവുമായ കാരണങ്ങളാൽ വളർന്നുവരുന്ന മുതലാളിവർഗ്ഗവു മായി സഹകരിക്കാൻ തയ്യാറായിരുന്നു. പുതിയ തലമുറയിൽപ്പെട്ട കച്ച വടക്കാരും തൊഴിലുടമകളും തൊഴിലെടുക്കുന്നവരെ അടക്കിനിർത്തു ന്നതിനുള്ള ഉപായങ്ങൾ കണ്ടെത്തുന്നതിൽ ശ്രദ്ധിച്ചു. അവർ മതവിശ്വാ സികളായിരുന്നതുകൊണ്ട് തൊഴിലെടുക്കുന്നവരുടെമേലും മതവിശ്വാ സത്തിനനുസൃതമായ കീഴടങ്ങൽ അടിച്ചേല്പിക്കുന്നതിൽ ശ്രദ്ധിച്ചു. പുതിയ ഭൗതികവാദം മുതലാളിമാരെക്കാളധികമായി രാജാധികാരത്തെ പിന്തുണച്ച പ്രഭുക്കന്മാരിലാണ് രൂപംകൊണ്ടതെന്ന് എംഗൽസ് ചൂണ്ടി ക്കാണിക്കുന്നു. പിന്നീട് ഫ്രഞ്ച് വിപ്ലവത്തിന് അടിത്തറപാകിയതും ഇതേ ഭൗതികവാദമായിരുന്നു.

ഒരുവശത്ത് ഭൗതികവാദം ഫ്രഞ്ചുവിപ്ലവത്തിന്റെ ആധാരശിലയാ യെങ്കിൽ മറുവശത്ത് ഇംഗ്ലീഷ് മുതലാളിമാർ അവരുടെ മതത്തിൽ മു റുകെപിടിച്ചതായി എംഗൽസ് ചൂണ്ടിക്കാണിക്കുന്നു. പക്ഷേ, ഈ വി ശ്വാസം അവരുടെ ഭൗതികവികാസത്തെ നിയന്ത്രിച്ചില്ല. വ്യവസായ വി പ്ലവം വിശ്വാസികളുടെയും അവിശ്വാസികളുടെയും കൂടിച്ചേർന്നുള്ള ഉല് പന്നമായിരുന്നു. ഇംഗ്ലണ്ടിലെ തൊഴിലാളികളടക്കമുള്ള സാധാരണ ജ നങ്ങളെ തങ്ങൾക്കുകീഴിൽ ഉറപ്പിച്ചുനിർത്താനുള്ള ഉപാധിയെന്ന നില യിലാണ് അവർ മതത്തെ സമീപിച്ചത്. ഇവാഞ്ചെലിക്കൽ മിഷനറിമാർ മുതൽ സാൽവേഷൻ ആർമിവരെയുള്ള വ്യത്യസ്ത പ്രസ്ഥാനങ്ങളെ എംഗൽസ് ഈ പ്രവണതയുടെ ഭാഗമായി കാണുന്നു. ഇത്തരം ശ്രമ ങ്ങളെ അതിജീവിച്ചാണ് ഇംഗ്ലണ്ടിൽ ചാർട്ടിസ്റ്റുകൾപോലുള്ള തൊഴി ലാളി പ്രസ്ഥാനങ്ങളുണ്ടായിവന്നത്.

മതങ്ങളെ നിലനിർത്തുന്നത് തൊഴിലാളി പ്രസ്ഥാനങ്ങളെ നിയന്ത്രിക്കുന്നതിനുള്ള തന്ത്രമായി ബൂർഷ്വാസി കാണുന്നുവെന്നാണ് എംഗൽസ് ഇവിടെ വിലയിരുത്തുന്നത്. ഇംഗ്ലണ്ടിന്റെ ചുവടുപിടിച്ച് ജർമ്മൻകാരും ഫ്രഞ്ചുകാരുമെല്ലാം മതത്തിലേക്കു തിരിച്ചുപോകുന്നതും എംഗൽസിന്റെ ശ്രദ്ധയിൽപെടുന്നുണ്ട്. ഒരുകാലത്ത് ഭൗതികവാദത്തെ പിന്തുണച്ചിരുന്ന ഫ്രഞ്ചുകാരും, പ്രൊട്ടസ്റ്റന്റ് മതത്തിനെ കാര്യമായി പ്രോത്സാഹിപ്പിക്കാതിരുന്ന ജർമ്മൻകാരും മതത്തെ പ്രോത്സാഹിപ്പിക്കുന്നു. അതായത് മതം വർഗ്ഗസമരത്തിന്റെ ഒരുപാധിയായി മാറുന്നു.

എംഗൽസിന്റെ ചരിത്രപരമായ ഭൗതികവാദ സമീപനത്തിന്റെ ഉത്തമ ദൃഷ്ടാന്തമാണിത്. സമൂഹവ്യവസ്ഥയുടെ അടിത്തറയായി സാമ്പത്തികബന്ധങ്ങളെ എംഗൽസ് കാണുന്നുവെന്നത് വസ്തുതയാണ്. എംഗൽസ് ഒരു യാന്ത്രിക ഭൗതികവാദിയായിരുന്നില്ല, അതുകൊണ്ടുതന്നെ സാമ്പത്തികനിർണ്ണയവാദം എന്ന് അദ്ദേഹത്തിന്റെ നിലപാടിനെ മുദ്രകുത്തുക പ്രയാസമാണ്. ഇതിനുള്ള ശക്തമായ തെളിവുകൾ ഈ രചനയിൽത്തന്നെ കാണാം. ഒന്ന്, എങ്ങനെ മുതലാളിത്തം സ്വന്തം കുഴപ്പങ്ങളെ മറികടക്കാനായി ഭരണകൂടത്തിന്റെ ഇടപെടലിനെ ഉപയോഗിക്കുന്നു; രണ്ട്, തൊഴിലാളിവർഗ്ഗ സമരങ്ങളെ ഒതുക്കുന്നതിനുള്ള തന്ത്രമായി മതത്തെ എങ്ങനെ ഉപയോഗിക്കുന്നു; അതിന് ഭൗതികവാദത്തിൽനിന്ന് വളർന്നുവരുന്ന അജ്ഞേയതാവാദം കൊടുക്കുന്ന ആ സമീപനങ്ങൾക്കുള്ള അംഗീകാരം എങ്ങനെ സഹായിക്കുന്നു. ചരിത്രപരമായ ഭൗതികവാദത്തിന്റെ അന്വേഷണ പരതയിലാണ് എംഗൽസ് ഊന്നുന്നത്.

കൂലിവേലയും മൂലധനവും

ഒന്ന്

മാർക്സ് തന്റെ അർത്ഥശാസ്ത്ര നിലപാടുകൾ തൊഴിലാളികൾക്ക് ഉൾക്കൊള്ളാവുന്ന വിധത്തിൽ എഴുതിയ ലഘുലേഖകളിൽ ആദ്യത്തേതാണ് *കൂലിവേലയും മൂലധനവും.* 1847 അവസാനം *കമ്യൂണിസ്റ്റു മാനിഫെസ്റ്റോ* തയ്യാറാക്കുന്ന തിരക്കിനിടയിൽ തൊഴിലാളികൾക്കുവേണ്ടി ചെയ്ത ചില പ്രഭാഷണങ്ങളെ ആധാരമാക്കിയാണ് *കൂലിവേലയും മൂലധനവും* തയ്യാറാക്കപ്പെട്ടത്. അതുകൊണ്ട് മാനിഫെസ്റ്റോയിലെ മുതലാളിത്ത വ്യവസ്ഥയ്ക്കെതിരായ വിമർശനങ്ങളുടെ അടിത്തറ നമുക്ക് ഈ ലഘുലേഖയിൽ കാണാൻ കഴിയും. 1849 ൽ പ്രസിദ്ധീകരിച്ച ഈ ലഘുലേഖ അരനൂറ്റാണ്ടിലേറെക്കാലം തൊഴിലാളി പ്രസ്ഥാനത്തിന്റെ മുഖ്യ അർത്ഥശാസ്ത്ര രേഖകളിലൊന്നായി നിലനിന്നു.

സാധാരണ ജനങ്ങൾക്ക് മനസ്സിലാകുന്ന വിധത്തിൽ എഴുതപ്പെട്ടതാണെങ്കിലും മാർക്സിന്റെ അർത്ഥശാസ്ത്ര നിരീക്ഷണങ്ങളിൽ ശ്രദ്ധേയമായ മുന്നേറ്റം ഇതിൽ കാണാം. അതിനുമുമ്പുള്ള രചനകളിൽ തന്നെ പ്രത്യക്ഷപ്പെട്ട കൂലിവേലയും മൂലധനവും തമ്മിലും തൊഴിലാളിയും മുതലാളിയും തമ്മിലുമുള്ള വൈരുദ്ധ്യങ്ങളെ കുറെക്കൂടി കൃത്യമായും ശാസ്ത്രീയമായും വിശദീകരിക്കാൻ മാർക്സ് ശ്രമിക്കുന്നു. പിന്നീട് *മൂലധന*ത്തിൽ വ്യക്തമായി വിശദീകരിക്കപ്പെട്ട വിനിമയമൂല്യം, മിച്ചമൂല്യം തുടങ്ങിയവയെക്കുറിച്ചുള്ള ധാരണകളുടെ ആദ്യരൂപം ഇവിടെ കാണാം. മുതലാളിത്ത മത്സരങ്ങളെയും കുഴപ്പങ്ങളെയും കുറിച്ചുള്ള നിരീക്ഷണങ്ങളും കാണാം.

മാർക്സിന്റെ സൈദ്ധാന്തിക സമീപനങ്ങളുടെ ചലനാത്മകതയ്ക്ക് മറ്റൊരു തെളിവാണ് ഈ ലഘുലേഖ. അടിസ്ഥാന സമീപനത്തിൽ മാ

റ്റമില്ലെങ്കിലും, കൂടുതൽ പ്രായോഗികാനുഭവങ്ങളുടെയും തെളിവുകളുടെയും വെളിച്ചത്തിൽ കൂടുതൽ വ്യാപ്തിയിലേക്കും ആഴത്തിലേക്കും മാർക്സ് ഇവിടെ പോകുന്നുണ്ട്. പിന്നീടുള്ള കൃതികളിലും ഇത്തരം മാറ്റങ്ങൾ ഉണ്ടാകുന്നുണ്ട്. ഇതിന്റെ ഭാഗമായാണ് മാർക്സിന്റെ 1849 ലെ ലഘുലേഖയിൽ സുപ്രധാനമായ ഒരു തിരുത്ത് 1891 ലെ പതിപ്പിൽ എംഗൽസ് വരുത്തിയത്. അതനുസരിച്ച്, കൂലിവേല, അദ്ധ്വാനത്തിന്റെ വില്പന എന്നതിൽനിന്നു മാറി അദ്ധ്വാനശക്തിയുടെ വില്പന എന്നായി മാറുന്നു. ഈ മാറ്റത്തിന്റെ പ്രസക്തി പിന്നീട് പരിശോധിക്കും.

രണ്ട്

കൂലി എന്നാൽ എന്താണ്? എങ്ങനെയാണ് അത് കണക്കുകൂട്ടുക? ഏതെങ്കിലും പ്രത്യേക തരത്തിലുള്ള തൊഴിൽ ചെയ്യുന്നതിന് ഒരു തൊഴിലാളി തൊഴിലുടമയിൽനിന്ന് കൈപ്പറ്റുന്ന പണമാണ് കൂലി. തൊഴിലുടമ കൂലി നല്കുന്നത് ഒരു നിശ്ചിത സമയത്തിനകം ഒരു നിശ്ചിത അദ്ധ്വാനം ഫലപ്രദമായി പൂർത്തിയാക്കുന്നതിനാണ്. അതായത് മുതലാളി തൊഴിലാളിയുടെ അദ്ധ്വാനം പണം കൊടുത്തു വാങ്ങുന്നു. മറ്റൊരു രീതിയിൽ പറഞ്ഞാൽ ഒരാൾ 60 രൂപ നല്കി രണ്ടു കിലോ പഞ്ചസാര വാങ്ങുന്നു. അതുപോലെ ഒരു മുതലാളി ഒരു നിശ്ചിത തുക നല്കി ഒരു തൊഴിലാളിയുടെ 8 - 10 മണിക്കൂർ തൊഴിൽസമയം വാങ്ങുന്നു.

ആദ്യത്തെ ഉദാഹരണത്തിൽ രണ്ടു കിലോ പഞ്ചസാര ഒരു ചരക്കാണ്. തൊഴിലാളിയുടെ തൊഴിൽസമയവും ചരക്കാണ്. ചരക്കിന്റെ കമ്പോളവില ഒരു നിശ്ചിത അനുപാതത്തിലാണ് നിർണ്ണയിക്കുക. 30 രൂപ വില നല്കി ഒരു കിലോ പഞ്ചസാര വാങ്ങാമെങ്കിൽ രണ്ടു കിലോയുടെ വില അതിനിരട്ടിയാണ്. തൊഴിലാളിയുടെ തൊഴിൽസമയവും അതുപോലെതന്നെ. മൂന്നാറിലെ തോട്ടം തൊഴിലാളികളുടെ കൂലി കൂട്ടണമെങ്കിൽ അവർ തൊഴിലിൽ ഏർപ്പെടുന്ന സമയവും കൂട്ടണമെന്നാണ് മുതലാളിമാർ വാദിച്ചത്. തൊഴിലാളികൾ തൊഴിലിൽ ഏർപ്പെടുന്ന സമയത്തിന്റെയും ആ സമയത്തു ചെയ്തു തീർക്കുന്ന തൊഴിലിന്റെയും അനുപാതത്തിലാണ് കൂലി നിർണ്ണയിക്കുക.

തൊഴിലാളി നിശ്ചിത സമയത്തിൽ ചെയ്തുതീർക്കുന്ന തൊഴിലിനനുസരിച്ചാണ് ഉല്പാദനം നടക്കുന്നത്. ഉല്പന്നങ്ങൾ കമ്പോളത്തിൽ വില്ക്കുമ്പോൾ അവ ചരക്കുകളായിത്തീരുന്നു. ചരക്കുകൾ കമ്പോളത്തിൽ വില്ക്കുമ്പോൾ സ്വീകരിക്കുന്ന അനുപാതത്തിന് വിനിമയമൂല്യം എന്നാണ് പറയുക. വിനിമയമൂല്യത്തെ നാം പണത്തിൽ കണക്കുകൂട്ടുമ്പോൾ അതിനു വില എന്നു പറയും. നിശ്ചിത സമയത്ത് തൊഴിലാളി ചെലവാക്കുന്ന അദ്ധ്വാനവും ഇത്തരത്തിൽ ഒരു ചരക്കാണ്. മനുഷ്യരുടെ 'ഇറച്ചിയും ചോര'യുമടങ്ങുന്ന ഈ ചരക്കിന് മുതലാളി നല്കുന്ന വിലയെയാണ് കൂലി എന്നു പറയുന്നത്.

ഇവിടെ മാർക്സ് സുപ്രധാനമായ ഒരു വേർതിരിവ് നടത്തുന്നുണ്ട്.

തൊഴിലാളിയുടെ ഉല്പന്നം വിറ്റുകിട്ടുന്ന വരുമാനത്തിൽനിന്നല്ല മുതലാളി കൂലി നല്കുന്നത്. മുതലാളിക്ക് വിറ്റുവരവുണ്ടാകുന്നുണ്ടോ അതു കെട്ടിക്കിടക്കുന്നോ എന്നത് തൊഴിലാളിക്കു നല്കുന്ന കൂലിയുമായി ബന്ധമില്ല. മുതലാളിയുടെ കൈവശമുള്ള പണത്തിൽനിന്നാണ് തൊഴിലാളിക്കു കൂലി നല്കുന്നത്. അതായത് അയാളുടെ മൂലധനത്തിൽനിന്നാണ് തൊഴിലാളിക്കു കൂലി നല്കുന്നത്. തൊഴിലാളിയുടെ കൂലി അയാൾ ഉല്പാദിപ്പിക്കുന്ന വസ്തുവിന്റെ വിറ്റുവരവിൽനിന്ന് അയാൾക്കു ലഭിക്കുന്ന വിഹിതമല്ല. ഉല്പാദനത്തിനുവേണ്ടി അസംസ്കൃതവസ്തുക്കളും യന്ത്രസാമഗ്രികളും വാങ്ങുന്നതുപോലെയാണ് അയാൾ മനുഷ്യരുടെ അദ്ധ്വാനം കൂലിക്ക് വാങ്ങുന്നത്. ചുരുക്കത്തിൽ തൊഴിലാളിയുടെ അദ്ധ്വാനം മൂലധനത്തിന്റെ ഭാഗമാണ്.

എന്തിനാണ് മുതലാളി തൊഴിലാളിക്ക് കൂലി നല്കുന്നത്? അയാൾക്കാവശ്യമായ പാർപ്പിടം, ഭക്ഷണം, വസ്ത്രം, ഇന്ധനം, വെളിച്ചം മുതലായവ സംഭരിക്കുന്നതിനുള്ള തുകയാണ് മുതലാളി നല്കുന്നത്. തൊഴിലാളി എന്തിനാണ് കൂലിക്കു സ്വയം വില്ക്കുന്നത്? അയാളുടെ ജീവിതം നിലനിർത്താനാണ്. തൊഴിലാളി പണിയുന്ന കെട്ടിടങ്ങളോ, തുന്നുന്ന പട്ടോ, ഉണ്ടാക്കുന്ന സ്വർണ്ണ ഉരുപ്പടികളോ അയാൾക്കുവേണ്ടി ഉണ്ടാക്കുന്നവയല്ല, അയാൾ അതൊക്കെ ചെയ്യുന്നത് കൂലിക്കാണ്. അയാൾ ഈ കൂലിക്കായി തന്റെ ജീവിതത്തിന്റെ കുറെ സമയം ത്യജിക്കുകയാണ്. ഈ തൊഴിൽസമയത്തിന്റെ മുമ്പും പിമ്പും മാത്രമാണ് അയാൾ ശരിക്കു ജീവിക്കുന്നത്.

മനുഷ്യരുടെ അദ്ധ്വാനവും മുതലാളിക്കുവേണ്ടി പണിയെടുക്കുന്ന തൊഴിൽസമയവും തമ്മിൽ വ്യത്യാസമുണ്ട്. മനുഷ്യർ എല്ലാ കാലത്തും കൂലിവേല ചെയ്യുന്നയാളായിരുന്നില്ല. അടിമപ്പണി ചെയ്യുന്നയാൾ കൂലിക്ക് സ്വയം വില്ക്കുന്നില്ല. അയാൾ തന്നെ ഒരു ചരക്കാണ്. ഫ്യൂഡലിസത്തിലെ കുടിയാൻ തന്റെ മുഴുവൻ തൊഴിൽസമയവും ജന്മിക്കു വില്ക്കുന്നില്ല. അയാൾ ചെയ്യുന്നത് താൻ തനിക്കു കിട്ടിയ ഭൂമിയിൽ പണിയെടുത്തുണ്ടാക്കുന്ന വസ്തുക്കളുടെ ഒരു വിഹിതം ജന്മിക്കു നല്കുകയാണ്. എന്നാൽ, കൂലിവേല ചെയ്യുന്നവരുടെ കൈയിൽ അസംസ്കൃതവസ്തുക്കളില്ല, യന്ത്രസാമഗ്രികളില്ല, പണമില്ല. അതുകൊണ്ട് ഇതെല്ലാം കൈവശമുള്ള ആളുടെ കീഴിൽ അയാൾ പണിയെടുത്ത് കൂലി വാങ്ങുന്നു.

മുതലാളിക്ക് തൊഴിലാളിയുടെ അദ്ധ്വാനം തന്റെ മൂലധനത്തിന്റെ ഭാഗമാകുന്നതുപോലെ തൊഴിലാളി പണിയെടുക്കുന്നത് മുതലാളിത്തവർഗ്ഗത്തിനാണ്. തൊഴിലാളി ഏതെങ്കിലും മുതലാളിയുടെ ആശ്രിതനോ ആശ്രിതയോ അല്ല. മുതലാളിക്ക് വ്യക്തിപരമായി ഏതെങ്കിലും ഒരു തൊഴിലാളിയോട് പ്രതിബദ്ധതയും ഇല്ല.

ഇങ്ങനെ തൊഴിലാളിക്കു ലഭിക്കുന്ന കൂലി എങ്ങനെ നിർണ്ണയിക്കപ്പെടുന്നു എന്നത് പ്രധാന ചോദ്യമാണ്. അതു മനസ്സിലാകണമെങ്കിൽ, മറ്റൊരു ചോദ്യത്തിന് ഉത്തരം കണ്ടെത്തണം. ഒരു ചരക്കിന്റെ വില എങ്ങനെയാണ് നിർണ്ണയിക്കുന്നത്?

മൂന്ന്

എന്തിനാണ് വസ്തുക്കൾ ഉല്പാദിപ്പിക്കപ്പെടുന്നത്? ജനങ്ങളുടെ ഏതെങ്കിലും വിധത്തിലുള്ള ആവശ്യങ്ങൾ നിറവേറ്റാനാണ്. ഉല്പാദിപ്പിക്കപ്പെടുന്ന വസ്തുക്കൾ ആവശ്യങ്ങൾ നിറവേറ്റാനായി വില കൊടുത്തു വാങ്ങുകയും വില്ക്കുകയും ചെയ്യുമ്പോൾ അത് ചരക്കാകുന്നു.

ഏതൊരു വസ്തു ഉല്പാദിപ്പിക്കുന്നതിനും അതിന്റെ പ്രാഥമിക ചെലവുകളുണ്ട്. അതിനുവേണ്ട അസംസ്കൃത വസ്തുക്കളുടെ ചെലവ്, ഉപകരണച്ചെലവ്, ഭൂമിക്കോ കെട്ടിടത്തിനോ നല്കുന്ന വാടക, തൊഴിലാളിക്ക് നല്കുന്ന കൂലി എന്നിവയെല്ലാം അതിൽപെടും. ഇതെല്ലാം ചേർന്നാണ് ഉല്പാദനച്ചെലവ് നിർണ്ണയിക്കുന്നത്. ഒരു വസ്തു വില്ക്കുമ്പോൾ ഉല്പാദനച്ചെലവിനു താഴെ ആരും വില്ക്കാനാഗ്രഹിക്കുകയില്ല. ആവശ്യക്കാർ വർദ്ധിക്കുമ്പോൾ വില കൂട്ടി വില്ക്കും. ആവശ്യക്കാർ കുറയുമ്പോൾ വിലയും കുറയും. ഉല്പന്നങ്ങൾ ധാരാളമായി കെട്ടിക്കിടക്കുകയും ആവശ്യക്കാർ തീരെ ഇല്ലാതാകുകയും ചെയ്യുമ്പോൾ ഉല്പാദനച്ചെലവിനേക്കാൾ കുറച്ച് വിലയിടേണ്ടിവരും. ഉല്പാദനച്ചെലവും വിലയും ഒരിക്കലും സമമായി നില്ക്കുകയില്ല. ഏതൊരു ചരക്കിന്റെ വിലയും ഉല്പാദനച്ചെലവിനേക്കാൾ കൂടുതലോ കുറവോ ആയിരിക്കും. കൂടുതലായാൽ നാം ലാഭമെന്നു പറയും, കുറവായാൽ നഷ്ടമെന്നും.

ഇവിടെ വേറൊരു ഘടകം കൂടി പ്രവർത്തിക്കുന്നുണ്ട്. ഒരൊറ്റ മുതലാളിയോ, ഉല്പാദകനോ അല്ല രംഗത്തുണ്ടാകുക. നിരവധി പേർ ഒരേ വസ്തു ഉല്പാദിപ്പിക്കും. ഓരോ മുതലാളിയും മറ്റു മുതലാളിമാരേക്കാളധികം ആവശ്യക്കാരെ കണ്ടെത്താൻ ശ്രമിക്കും. അതിനായി സ്വന്തം ഉൽപന്നങ്ങൾ വില കുറച്ചു വില്ക്കും, ഗുണനിലവാരം വർദ്ധിപ്പിക്കാൻ ശ്രമിക്കും. അപ്പോഴും ഉല്പാദനച്ചെലവിനേക്കാൾ കുറച്ചു വില്ക്കാൻ അയാൾക്കു സാധിക്കുകയില്ല. ഇതിനെ മുതലാളിത്ത മത്സരമെന്നു വിളിക്കും.

മത്സരം കൊണ്ട് രണ്ടു ഫലങ്ങളാണുണ്ടാകുക. ഒന്നുകിൽ, ഉല്പാദനം വൻതോതിൽ വർദ്ധിക്കുകയും, അതിനനുസരിച്ച് ആവശ്യക്കാരില്ലാത്തതുകൊണ്ട് ഉല്പന്നങ്ങൾ കെട്ടിക്കിടക്കുകയും ചെയ്യും. അല്ലെങ്കിൽ, ഏതെങ്കിലും മുതലാളി വിപണി കൈയടക്കി, മറ്റുള്ളവരുടെ ഉല്പന്നങ്ങളെയൊക്കെ പുറത്താക്കും.

തൊഴിലാളിയും മുതലാളിയും തമ്മിലുള്ള ബന്ധത്തിലും ഇതൊക്കെയാണ് സംഭവിക്കുന്നത്. മുതലാളി കൂലി നല്കുന്നത് ഉല്പാദനച്ചെലവിന്റെ ഭാഗമായാണ്. അയാളെ തൊഴിലാളിയാക്കി നിലനിർത്തുന്നതിന്, അതായത് നിലനില്പിനും അയാളെ തൊഴിലാളിയായി പുനരുല്പാദിപ്പിക്കുന്നതിനും (തൊഴിലാളിയെന്ന നിലയിലുള്ള ശാരീരികവും മാനസികവുമായ കഴിവുകൾ നിലനിർത്തുന്നതിന്) ആണ് കൂലി നല്കുന്നത്. കൂലിയുടെ അളവ് തീരുമാനിക്കുന്നത് തൊഴിലാളിയെന്ന നിലയിലുള്ള നിലനില്പിന്റെ ചെലവാണ്. ഇതിനെ രണ്ടു രീതിയിൽ കാണാം. ഒന്ന്,

യഥാർത്ഥ കൂലിയാണ്. മറ്റു ചരക്കുകളുടെ വിലയുമായി ബന്ധപ്പെടുത്തിയാണ് യഥാർത്ഥ കൂലി തീരുമാനിക്കുന്നത്. തൊഴിലാളി നിത്യജീവിതത്തിന്റെ ഭാഗമായി വാങ്ങുന്ന വസ്തുക്കളുടെ വില വർദ്ധിക്കുന്നതനുസരിച്ച് യഥാർത്ഥ കൂലിയുടെ മാനങ്ങളിലും മാറ്റമുണ്ടാകും. രണ്ടാമത്തേത്, ആപേക്ഷിക കൂലിയാണ്. തൊഴിലാളി ഒരു പുതിയ ചരക്കുല്പാദിപ്പിക്കുന്നതിൽ നടത്തുന്ന അദ്ധ്വാനവും അതിനുവേണ്ടി വരുന്ന മൊത്തം മൂലധനവിഹിതവും തമ്മിലുള്ള ബന്ധത്തിന്റെ അടിസ്ഥാനത്തിലാണ് അതു നിർണ്ണയിക്കുന്നത്. ഒരു വസ്തുവിന്റെ ഉല്പാദനത്തിൽ കൂലിക്കാണ് പ്രധാന പങ്കെങ്കിൽ അതിന്റെ മൂല്യവും വൻതോതിൽ സാങ്കേതിക വിദ്യകളും മറ്റു സാമഗ്രികളുമുപയോഗിച്ചു നടത്തുന്ന ഉല്പാദനത്തിൽ കൂലിയുടെ വിഹിതവും വ്യത്യസ്തമായിരിക്കും.

ഇവിടെയാണ് മാർക്സ് തന്റെ സുപ്രധാനമായ നിഗമനം കൊണ്ടുവരുന്നത്. ചരക്കുകളുടെ വില വർദ്ധിക്കുന്നതനുസരിച്ച് കൂലി അതുപോലെ നിലനില്ക്കുകയോ കൂടുകയോ ചെയ്യാം. ഇപ്പോൾ തൊഴിലാളികൾക്ക് ലഭിക്കുന്ന ക്ഷാമബത്ത ചരക്കുകളുടെ വില വർദ്ധനയനുസരിച്ച് കൂലി വർദ്ധിക്കുന്ന രീതിയാണ്. മുമ്പു സൂചിപ്പിച്ചതുപോലെ കൂലിക്ക് അയാൾ ഉല്പാദിപ്പിക്കുന്ന വസ്തുവിന്റെ വിലയുമായി ബന്ധമില്ല. അതിനുമുമ്പുതന്നെ മുതലാളി സമാഹരിച്ച സമ്പത്തിൽനിന്നാണ് തൊഴിലാളിക്കു കൂലി ലഭിക്കുന്നത്. തൊഴിലാളി ഉല്പാദിപ്പിക്കുന്ന വസ്തുവിന്റെ വില തീരുമാനിക്കുന്നത് മൂന്നു ഘടകങ്ങൾ ചേർന്നാണ്. ഒന്ന്, വസ്തുവിന്റെ ഉല്പാദനത്തിനുവേണ്ടി ചെലവാക്കിയ അസംസ്കൃതവസ്തുക്കൾ, ഉപകരണങ്ങൾ, യന്ത്രങ്ങൾ തുടങ്ങിയവയുടെ വില തിരിച്ചുകിട്ടണം. രണ്ട് മുതലാളി നല്കിയ കൂലി തിരിച്ചുകിട്ടണം, മൂന്ന് ലാഭം കിട്ടണം. ഇവ മൂന്നും സാദ്ധ്യമാകണമെങ്കിൽ അതിന് ഒരു വഴിയേ ഉള്ളൂ. അസംസ്കൃതവസ്തുക്കൾ, യന്ത്രസാമഗ്രികൾ തുടങ്ങിയവയുടെ വിലയിൽ നീക്കുപോക്കുകൾ സാദ്ധ്യമല്ല. അപ്പോൾ മുതലാളിയുടെ ലാഭം വരുന്നത് തൊഴിലാളിയുടെ അദ്ധ്വാനം സൃഷ്ടിക്കുന്ന പുതിയ മൂല്യത്തിൽ നിന്നാണ്. അതായത് തൊഴിലാളിയുടെ അദ്ധ്വാനത്തിൽനിന്നാണ് തൊഴിലാളിക്കു ലഭിക്കുന്ന കൂലിയും ലാഭവുമുണ്ടാകുന്നത്.

മറ്റൊരു രീതിയിൽ പറയുകയാണെങ്കിൽ, മുതലാളിയുടെ ലാഭം വർദ്ധിക്കുംതോറും തൊഴിലാളിയുടെ കൂലി കുറയുന്നു. മുതലാളിയുടെ ലാഭം കുറയുമ്പോൾ തൊഴിലാളിയുടെ കൂലിയുടെ വിഹിതം വർദ്ധിക്കുന്നു. ഇവിടെ വർദ്ധിക്കുന്നതും കുറയുന്നതും തൊഴിലാളിയുടെ കൂലിയുടെ ആപേക്ഷികതലമാണ്. മുമ്പു പറഞ്ഞതുപോലെ, കമ്പോളത്തിൽ ചരക്കുകളുടെ വില വർദ്ധിക്കുന്നതനുസരിച്ച്, തൊഴിലാളിയുടെ യഥാർത്ഥ കൂലി വർദ്ധിക്കാം. മുതലാളിയുടെ ലാഭവുമായി ബന്ധപ്പെടുത്തുമ്പോൾ തൊഴിലാളിയുടെ ആപേക്ഷികമായ കൂലി കുറയും. ആപേക്ഷികമായ കൂലി കൂടുമ്പോൾ ലാഭം കുറയും.

ഈ സ്ഥിതിയുണ്ടാകുന്നതിന് വേറൊരു കാരണവുമുണ്ട്. കൂലി തൊഴിലാളിയും മുതലാളിയും തമ്മിലുള്ള വിലപേശൽ കരാറിന്റെ മാത്രം

സൃഷ്ടിയല്ല. മൂലധനം ഒരു സാമൂഹ്യ ഉല്പാദന ബന്ധമാണ്. തൊഴിലാളികൾ വ്യക്തികളായി തന്നെയാണ് സ്വന്തം അദ്ധ്വാനം വിൽക്കുന്നത്. അതേസമയം അവർ സാമൂഹ്യ ഉല്പാദന പ്രക്രിയയുടെ ഭാഗമാണ്. ചരക്കുകളുടെ കമ്പോളവിലയും ഉല്പാദനച്ചെലവുകളും തീരുമാനിക്കുന്നത് സാമൂഹ്യമായാണ്. കൂലിയും അതുപോലെ തന്നെയാണ്. മുതലാളിമാർ കൂലിവേലയ്ക്കെടുക്കുന്നത് ഒരു തൊഴിലാളിയെയല്ല, ഒരു തൊഴിൽസേനയെയാണ്. കൂലിയുടെ തത്ത്വം അവർക്കെല്ലാവർക്കും ബാധകവുമാണ്. അതുകൊണ്ട് നിലനില്പിനാവശ്യമായ കൂലിയെന്നത് മനുഷ്യരാശിക്ക് (Species) മുഴുവൻ ബാധകമാണ്. മൂലധനം തൊഴിലാളികളുടെ അദ്ധ്വാനത്തിന്റെ സമാഹരിക്കപ്പെട്ട രൂപമാണ്. തൊഴിലാളികളുടെ അദ്ധ്വാനം സൃഷ്ടിക്കുന്ന ചരക്കുകളുടെയും വിനിമയമൂല്യത്തിന്റെയും അവയുടെ സാമൂഹ്യമാനങ്ങളുടെയും ആകത്തുകയാണ്. അതായത് പരുത്തിക്കുപകരം വാഹനങ്ങളും, വാഹനങ്ങൾക്കുപകരം യന്ത്രസാമഗ്രികളും യന്ത്രസാമഗ്രികൾക്കുപകരം ഇലക്ട്രോണിക്സും ഐടിയും പ്രതിഷ്ഠിച്ചാലും, മൂലധനത്തിന്റെ അടിസ്ഥാന സ്വഭാവത്തിൽ മാറ്റം വരികയില്ല.

മൂലധനം നിലനില്ക്കുന്നത് അദ്ധ്വാനത്തിന്റെ വിലയുടെ ഒരു പങ്ക് ലാഭമായി കൈവശം വെച്ചുകൊണ്ടാണ്. തൊഴിലാളി അന്വേഷിച്ച് ഉല്പാദിപ്പിക്കുന്ന ഒരു വസ്തുപോലും അയാളുടേതായി മാറുന്നില്ല. അദ്ധ്വാനത്തിന്റെ വില പോലും അയാൾക്ക് പൂർണ്ണമായി ലഭിക്കുന്നില്ല. തൊഴിലാളിയുടെ ചൂഷണം ബാഹ്യമായ ഏതെങ്കിലും വിധത്തിലുള്ള മർദ്ദനരൂപമല്ല. മൂലധനത്തിന്റെ ഘടനയുടെ ഭാഗമാണ് ചൂഷണം. ചൂഷണമില്ലാതെ മൂലധനത്തിന്റെ വളർച്ച സാദ്ധ്യമല്ല.

നാല്

ഈ വിശകലനത്തിൽനിന്ന് മാർക്സ് എത്തിച്ചേരുന്ന സുപ്രധാന നിഗമനങ്ങളുണ്ട്.

ഒന്ന്, മുതലാളിവർഗ്ഗത്തിന്റെ വളർച്ച, അത് ഒരു രാജ്യത്തിലായാലും, ആഗോളതലത്തിലായാലും, സാദ്ധ്യമാകുന്നത് തൊഴിലാളിവർഗ്ഗത്തിന്റെ സമാനമായ വളർച്ചയിലൂടെയാണ്. അവിടെ മൊത്തത്തിലുള്ള ലാഭം വർദ്ധിക്കുംതോറും മൊത്തത്തിലുള്ള കൂലി വിഹിതം കുറയുന്നു.

രണ്ട്, അതുകൊണ്ട്, മുതലാളിയുടെയും തൊഴിലാളിയുടെയും താല്പര്യങ്ങൾ പരസ്പര വിരുദ്ധമായിരിക്കും. മൊത്തത്തിലുള്ള ലാഭം പരമാവധി വർദ്ധിപ്പിക്കുക എന്നത് മുതലാളിയുടെ താല്പര്യമാണെങ്കിൽ, സ്വന്തം നിലനില്പിന് കൂലി വിഹിതം പരമാവധി വർദ്ധിപ്പിക്കുക തൊഴിലാളിയുടെ താല്പര്യവും.

മൂന്ന്, തൊഴിലാളിയുടെ വരുമാനം മൂലധനത്തിന്റെ വികാസമനുസരിച്ച് വർദ്ധിക്കുമെങ്കിലും മുതലാളിയും തൊഴിലാളിയും തമ്മിലുള്ള സാമൂഹ്യമായ അന്തരവും വർദ്ധിക്കും. മൂലധനത്തിന് തൊഴിലാളിയുടെ

മേലുള്ള ആധിപത്യവും, തൊഴിലാളിക്ക് മൂലധനത്തിന്റെ മേലുള്ള ആശ്രിതത്വവും വർദ്ധിക്കും.

നാല്, മുതലാളിമാർ തമ്മിലുള്ള മത്സരം പ്രധാന ഘടകമാകും. മുതലാളിമാർക്ക് അവരോട് മത്സരിക്കുന്ന മറ്റു മുതലാളിമാരെ ഒഴിവാക്കാൻ വില കുറച്ചു വില്ക്കേണ്ടിവരും. അതിന് ഉല്പാദനത്തിന്റെ തോത് വർദ്ധിപ്പിക്കേണ്ടിവരും. അതായത് ഉല്പാദനക്ഷമത വർദ്ധിപ്പിക്കണം. അതിന് രണ്ടു മാർഗ്ഗങ്ങളാണുള്ളത്. ഒന്ന്, തൊഴിൽവിഭജനം ശക്തിപ്പെടുത്തുക, മറ്റൊന്ന് യന്ത്രവല്ക്കരണം നടത്തുക. യന്ത്രവല്ക്കരണത്തിന്റെയും തൊഴിൽവിഭജനത്തിന്റെയും ഫലമായി ഉല്പാദനച്ചെലവ് മൊത്തത്തിൽ കുറയ്ക്കാൻ കഴിഞ്ഞാൽ, ഉല്പാദനക്ഷമത ലാഭകരമാക്കി മാറ്റാം. എല്ലാ മുതലാളിമാരും ഇതുതന്നെ ചെയ്യുമ്പോൾ ശക്തമായ മുതലാളിത്ത മത്സരം ഉണ്ടാകും.

അഞ്ച്, ഉല്പാദനച്ചെലവ് കുറയ്ക്കുന്നതിനായി, തൊഴിലാളികളുടെ എണ്ണത്തിൽ കുറവു വരുത്താനാരംഭിക്കും. എണ്ണത്തിൽ കുറവു വരുമ്പോൾ ലഭ്യമായ തൊഴിലുകളിൽ കയറിപ്പറ്റാനുള്ള തൊഴിലാളികൾ തമ്മിലുള്ള മത്സരവും വർദ്ധിക്കും. കുറഞ്ഞ കൂലിക്ക് പണിയെടുക്കാൻ തൊഴിലാളികൾ തയ്യാറാകും. അതായത് അവരുടെ കൂലി ചുരുങ്ങും.

ആറ്, മുതലാളിമാർ അധികമധികം വിപുലമായ തോതിൽ ബൃഹത്തായ ഉല്പാദന ഉപാധികളെ ചൂഷണം ചെയ്യാൻ തുടങ്ങുകയും അതിനായി എല്ലാ സാമ്പത്തികസ്രോതസ്സുകളും വിനിയോഗിക്കുകയും ചെയ്യുമ്പോൾ, 'വ്യാവസായിക ഭൂകമ്പങ്ങൾ' അല്ലെങ്കിൽ സാമ്പത്തിക കുഴപ്പങ്ങളുണ്ടാകും. ആഗോളതലത്തിൽ മുതലാളിത്തം വളരുമ്പോൾ പുതിയ വിപണികൾ വളരുന്നതിന്റെ സാദ്ധ്യത ഇല്ലാതാകും. അതായത് കുഴപ്പങ്ങൾ പരിഹരിക്കപ്പെടുന്നതിന്റെ സാദ്ധ്യതകളും അടയും. സമ്പന്നനും കുടിലനുമായ ഒരു പ്രഭു തന്റെ ശവക്കല്ലറയിലേക്ക് എല്ലാ അടിമകളെയും വലിച്ചിഴയ്ക്കുന്നതുപോലെ വളർന്നുവരുന്ന സാമ്പത്തികക്കുഴപ്പങ്ങൾ തൊഴിലാളിവർഗ്ഗത്തിന്റെയും നാശത്തിനു കാരണമാകും.

ഈ അവസാനഭാഗം മുഴുവനും മുതലാളിത്ത വൈരുദ്ധ്യങ്ങൾ സൃഷ്ടിക്കുന്ന സാദ്ധ്യതകളെന്ന നിലയിലാണ് മാർക്സ് വിശദീകരിക്കുന്നത്. ഇന്ന് മുതലാളിത്തം ആഗോള വ്യവസ്ഥയായി മാറുകയാണ്. ആഗോളതലത്തിലുള്ള തൊഴിൽവിഭജനവും യന്ത്രവല്ക്കരണവും ഇന്നൊരു യാഥാർത്ഥ്യമാണ്. തൊഴിൽ തുറകൾക്കുവേണ്ടിയുള്ള വർദ്ധിച്ച മത്സരവും ഇന്ന് നമുക്കനുഭവമാണ്. മാർക്സ് സൂചിപ്പിച്ചതുപോലുള്ള തുടർച്ചയായ സാമ്പത്തികക്കുഴപ്പങ്ങളും യാഥാർത്ഥ്യമാണെന്നു മാത്രമല്ല, 2008ലെ സാമ്പത്തികക്കുഴപ്പത്തിൽനിന്ന് ഇതുവരെ ലോകമുതലാളിത്തം കരകയറിയിട്ടുമില്ല. ഏറ്റവുമവസാനം മാർക്സ് പറയുന്ന ഒരു വാചകം കൂടി ഇവിടെ പ്രസക്തമാണ്. മൂലധനത്തിന്റെ അനുസ്യൂതമായ വളർച്ചയുടെ ഘട്ടം തന്നെയാണ് കൂലിവേലയുടെ വികാസത്തിനുള്ള സാഹചര്യങ്ങൾ സൃഷ്ടിക്കുന്നത്. തൊഴിലാളിവർഗ്ഗത്തിന്റെ സംഘടിതരൂപങ്ങളുടെ വ്യാപനം അപ്പോഴാണ് സാദ്ധ്യമാകുന്നത്. മുതലാളിത്തത്തിന്റെ

വികാസം മുതലാളിയും തൊഴിലാളിയും തമ്മിലുള്ള സംഘർഷത്തിന്റെ വർഗ്ഗസമരത്തിന്റെ വികാസമാകുമെന്ന് മാർക്സ് സൂചിപ്പിക്കുന്നു.

അഞ്ച്

ഏറ്റവും അവസാനമായി 1891 ൽ എംഗൽസ് ഈ ലഘുലേഖയിൽ വരുത്തിയ ഒരു തിരുത്ത് വളരെ പ്രധാനമാണ്. പിന്നീട് മാർക്സ് തയ്യാറാക്കിയ *മൂലധന*ത്തിന്റെയും നിരവധി അർത്ഥശാസ്ത്രപരമായ കൈയെഴുത്തു പ്രതികളുടെയും വെളിച്ചത്തിൽ എംഗൽസിന്റെ തിരുത്ത് ഇപ്രകാരമാണ്. തൊഴിലാളി വില്ക്കുന്നത് അദ്ധ്വാനമല്ല, അദ്ധ്വാനശക്തിയാണ്.

ഈ തിരുത്തിനുള്ള വിശദീകരണം ഇപ്രകാരമാണ്. തൊഴിലാളിയുടെ അദ്ധ്വാനം നിശ്ചിത സമയത്തിനുള്ളിൽ ക്രമീകരിക്കപ്പെടുന്ന നിശ്ചിതമായ ഉല്പാദനം ലക്ഷ്യമാക്കുന്ന ഒരു പ്രവർത്തനമാണ്. ഉല്പാദനച്ചെലവുകളുടെ കണക്കുകൂട്ടലിലും കൂലിയുടെ നിർണ്ണയത്തിലും വരുന്നതും ഇതാണ്. അതായത് മുതലാളിയുടെ കാഴ്ചപ്പാടിലും കണക്കുകൂട്ടലുകളിലും വരുന്ന ''സമാഹൃതമായ അദ്ധ്വാന''(Accumulated Labour)ത്തിന്റെ നിർണ്ണയത്തിലാണ് ('മൂലധനസമാഹരണം Accumulation of Capital - എന്ന പദം ലഘുലേഖയിലൊരിടത്തും മാർക്സ് ഉപയോഗിക്കുന്നില്ല) അദ്ധ്വാനം ഇത്തരത്തിൽ പ്രത്യക്ഷപ്പെടുന്നത്. എന്നാൽ, തൊഴിലാളിയെ സംബന്ധിച്ചിടത്തോളം അദ്ധ്വാനം അയാളുടെ ശക്തിയാണ്, വിഭവമാണ്. ഈ വിഭവത്തെ ഏതാനും മണിക്കൂർ നേരത്തെ അദ്ധ്വാനമായി അയാൾക്കു വില്ക്കേണ്ടിവരികയാണ്. പിന്നീട് 'അർത്ഥശാസ്ത്ര വിമർശനത്തിന് ഒരു സംഭാവന' (A contribution to the critique of Political Economy)യിലും മൂലധനത്തിലും ഈ ആശയം കൂടുതൽ വിശദമായി വരുന്നുണ്ട്. ഈ വിഭവമാണ് തൊഴിലാളി വില്ക്കുന്നത്. തൊഴിലാളിയെ നിലനിർത്തുന്നതിനുള്ള ചെലവ് അദ്ധ്വാനശക്തിയെ നിലനിർത്താനുള്ള ചെലവാണ്. ഈ വിഭവത്തെ പ്രയോജനപ്പെടുത്തിയാണ് മുതലാളി ലാഭമുണ്ടാക്കുന്നത്. മാർക്സ് ഈ ലഘുലേഖയിൽ അദ്ദേഹത്തിന്റെ പില്ക്കാല കൃതികളിൽ വിശദീകരിക്കുന്ന മിച്ചമൂല്യ സിദ്ധാന്തത്തെക്കുറിച്ച് പരാമർശിക്കുന്നില്ല. അദ്ധ്വാനവും മൂല്യവും തമ്മിൽ ബന്ധപ്പെടുത്തുന്നതിലും മിച്ചമൂല്യ സിദ്ധാന്തത്തിലും അദ്ധ്വാനശക്തിയാണ് ഏറെ പ്രസക്തമാകുക. അതിന്റെ വെളിച്ചത്തിൽ അദ്ധ്വാനശക്തിയാണ് തൊഴിലാളി കൂലിക്കുവേണ്ടി വില്ക്കുന്നതെന്ന് എംഗൽസ് വിശദീകരിക്കുന്നു.

കൂലി, വില, ലാഭം

ഒന്ന്

ആയിരത്തിയെണ്ണൂറ്റി അറുപത്തി അഞ്ചിലാണ് മാർക്സ് *കൂലി, വില, ലാഭം* എന്ന ലഘുലേഖ എഴുതിയത്. 1861 ൽ സ്ഥാപിക്കപ്പെട്ട സാർവ്വദേശീയ തൊഴിലാളി സംഘടനയായ ഒന്നാം ഇന്റർനാഷണലിൽ നടന്ന ചർച്ചകളാണ് ഈ ലഘുലേഖയ്ക്ക് കാരണമായത്. ഇന്റർനാഷണലിൽ സംബന്ധിച്ച ജോൺ വെസ്റ്റൺ എന്ന ഇംഗ്ലീഷുകാരനായ തൊഴിലാളി പ്രവർത്തകൻ ട്രേഡ് യൂണിയനുകൾ ഉയർന്ന കൂലിക്കുവേണ്ടി സമരം ചെയ്യുന്നതിനെതിരെ വാദിച്ചു. ഒരു പ്രദേശത്തെ ദേശീയ ഉല്പാദനം വർദ്ധിക്കുന്നതനുസരിച്ചാണ് കൂലി വർദ്ധിക്കുന്നതെന്നും ജീവിതച്ചെലവുകൾ വർദ്ധിക്കുന്നതുകൊണ്ട് ഉയർന്ന കൂലിക്കുവേണ്ടി വാദിച്ചതുകൊണ്ട് മെച്ചമൊന്നുമില്ലെന്നുമായിരുന്നു വെസ്റ്റണിന്റെ വാദം. കൂലിയും ഉല്പന്നങ്ങളുടെ വിലയും തമ്മിലുള്ള ബന്ധത്തെക്കുറിച്ചുള്ള തെറ്റിദ്ധാരണകളാണ് വെസ്റ്റണിന്റെ വാദത്തിനുപിന്നിൽ എന്നു മാർക്സ് ചൂണ്ടിക്കാണിച്ചു. അതു വിശദീകരിക്കാനെഴുതിയ ലഘുലേഖയാണ് *കൂലി, വില, ലാഭം.*

1844 ലെ ''കൈയെഴുത്തു പ്രതികളി''ൽനിന്ന് മാർക്സിന്റെ അർത്ഥശാസ്ത്ര വിശകലനം എത്രമാത്രം മുന്നോട്ടുപോയെന്ന് ഈ ലഘുലേഖ പ്രകടമാക്കുന്നു. ഇതെഴുതിയതിനുശേഷം രണ്ടുവർഷം കഴിഞ്ഞാണ് മാർക്സ് തന്റെ *മൂലധനം* പ്രസിദ്ധീകരിക്കുന്നത്. *മൂലധന*ത്തിൽ വിശദമായി പ്രതിപാദിക്കുന്ന പല ആശയങ്ങളും ഈ ലഘുലേഖയിൽ കാണാം.

കൂലി വേലയും മൂലധനവും എന്ന ലഘുലേഖയുടെ ഒരർത്ഥത്തി

ലുള്ള തുടർച്ചയായും ഇതിനെ കാണാം. അതിൽ വിശദീകരിക്കാത്തതും ഇതിനിടയിൽ (1859 ൽ) പ്രസിദ്ധീകരിക്കപ്പെട്ട *അർത്ഥശാസ്ത്ര വിമർശനത്തിന് ഒരു സംഭാവന* എന്ന കൃതിയിൽ പ്രതിപാദിക്കുന്നതുമായ ആശയങ്ങളെ ഈ ലഘുലേഖയിൽ ഒന്നുകൂടി കൃത്യമായി ഇതിൽ വിശദീകരിക്കുന്നു.

രണ്ട്

അക്കാലത്തു പ്രചാരത്തിലിരുന്നതും ഇന്നും ശക്തമായ സ്വാധീനം ചെലുത്തുന്നതുമായ രണ്ട് ആശയങ്ങളെ മാർക്സ് തുടക്കത്തിൽ തന്നെ നിരാകരിക്കുന്നു. ഒന്ന് പ്രദാനവും ചോദനവും തമ്മിലുള്ള ബന്ധത്തെക്കുറിച്ചുള്ള, ഇന്നും സാമ്പത്തിക ശാസ്ത്രത്തിന്റെ അടിത്തറയായ തത്ത്വമാണ്. കമ്പോളവിലയുടെ കയറ്റിറക്കങ്ങളെ മാത്രമേ പ്രദാനവും ചോദനവും തമ്മിലുള്ള ബന്ധം സ്വാധീനിക്കുന്നുള്ളൂവെന്ന് മാർക്സ് ചൂണ്ടിക്കാണിക്കുന്നു. ഒരു വസ്തുവിന്റെ മൂല്യം എന്താണെന്ന് വിശദീകരിക്കാൻ അതിനു സാധിക്കുകയില്ല. ഒരു വസ്തുവിന്റെ ലഭ്യതയും ആവശ്യക്കാരുടെ എണ്ണവും തുല്യമായാൽ, ആ വസ്തുവിന്റെ കമ്പോളവിലയും മൂല്യവും തുല്യമാകും, അപ്പോഴും വിലയെന്താണെന്നു പറയാൻ സാധിക്കുമെന്നല്ലാതെ, മൂല്യത്തിന്റെ വിശദീകരണം സാദ്ധ്യമല്ല.

മാർക്സ് നിരാകരിക്കുന്ന മറ്റൊരു വാദം കൂലിയുടെ ഏറ്റക്കുറച്ചിലാണ് ചരക്കുകളുടെ വിലയെ സ്വാധീനിക്കുന്നത് എന്നതാണ്. ഇന്നും പ്രചാരത്തിലുള്ള ഒരു വാദമാണത്. ഇതനുസരിച്ച് ലാഭം, വാടക മുതലായവ കൂലിക്കുവേണ്ടി നീക്കിവെയ്ക്കുന്ന തുകയുടെ നിശ്ചിത ശതമാനങ്ങളാണ്. അതുകൊണ്ട് കൂലി കൂടിയാൽ ലാഭം കുറയും. ലാഭം കൂട്ടാനായി, അല്ലെങ്കിൽ നഷ്ടം സംഭവിക്കാതിരിക്കാനായി മുതലാളി വില കൂട്ടി വില്ക്കേണ്ടിവരും. ഇത് മറ്റൊരബദ്ധമായാണ് മാർക്സ് കാണുന്നത്. കൂലി അദ്ധ്വാനത്തിന്റെ വിലയാണ്. വില ഉല്പന്നത്തിന്റെ വിലയും. അപ്പോൾ വില വിലയെ നിർണ്ണയിക്കുന്നു എന്നു പറയണം. അല്ലെങ്കിൽ മൂല്യം മൂല്യത്തെ നിർണ്ണയിക്കുന്നു എന്നു പറയണം. ഇത് അസംബന്ധമാണ്.

ഇവിടെയാണ് *കൂലി വേലയും മൂലധനവും* എന്ന ലഘുലേഖയിൽ നിന്ന് സുപ്രധാനമായ മുന്നേറ്റം മാർക്സ് നടത്തുന്നത്. *കൂലിവേലയും മൂലധനവും* ആരംഭിക്കുന്നത് ഉല്പാദനച്ചെലവിൽ നിന്നാണ്. തൊഴിലാളിയുടെ അദ്ധ്വാനം അവിടെ ഉല്പാദനച്ചെലവിന്റെ ഭാഗമാണ്. അതിന്റെ അടിസ്ഥാനത്തിലാണ് ലാഭം നിർണ്ണയിക്കുന്നത്. മാർക്സ് ഉല്പാദനവിലകൾ (Prices of Production) എന്ന പ്രയോഗത്തിലൂടെ വീണ്ടും ഇതിലേക്ക് തിരിച്ചുവന്നു. അത് *മൂലധന*ത്തിന്റെ മൂന്നാം വോള്യത്തിലാണ്. എന്നാൽ *കൂലി, വില, ലാഭ*ത്തിൽ അദ്ദേഹം ആരംഭിക്കുന്നത് അദ്ധ്വാനത്തിന്റെ മൂല്യത്തിൽനിന്നാണ്. എന്താണ് അദ്ധ്വാനത്തിന്റെ മൂല്യം?

ഈ ചോദ്യത്തിലേക്ക് കടക്കുന്നതിനുമുമ്പ്, മറ്റൊരു ചോദ്യത്തിന് ഉത്തരം കണ്ടെത്തേണ്ടതുണ്ട്. വസ്തുക്കളുടെ ലഭ്യതയും ആവശ്യക്കാരുടെ എണ്ണവും മാത്രമല്ല വിലയെ നിർണ്ണയിക്കുന്നതെങ്കിൽ പിന്നെയെന്താണ്? അതു കൂലിയുമല്ല എന്നു മാർക്സ് പറയുന്നു. ഇവയ്ക്കെല്ലാം പകരം, ചരക്കുകളുടെ വിലയെന്നത് അദ്ധ്വാനത്തിന്റെ വിലയാണെന്ന്. എന്താണ് അദ്ധ്വാനത്തിന്റെ വില?

ഇവിടെ വില എന്നാൽ എന്താണെന്ന് ആദ്യം വിശദീകരിക്കണം. വില പ്രത്യക്ഷപ്പെടുന്നത് വസ്തുക്കൾ, ഉല്പന്നങ്ങൾ വില്ക്കുകയും വാങ്ങുകയും ചെയ്യുമ്പോഴാണ്. വില എപ്പോഴും പണമായാണ് ഇന്നു കണക്കുകൂട്ടുന്നത്. വില പണമാണോ? അല്ല. പണം വിലയെ തിട്ടപ്പെടുത്താനുള്ള, സമൂഹം അംഗീകരിക്കുന്ന ഒരു മാനദണ്ഡമാണ്. പണം കൊണ്ട് വാങ്ങുന്നത് വസ്തുക്കളാണ്. വസ്തുക്കളുടെ മൂല്യമാണ്. അപ്പോൾ എന്താണ് മൂല്യം?

വസ്തുക്കൾക്ക് പല തരത്തിലുള്ള മൂല്യങ്ങളുണ്ടാകാം. ഒരാൾക്ക് ഒരു വസ്തു ആകർഷണീയമായിരിക്കാം. പാരമ്പര്യമായി കിട്ടിയതാകാം, കുടുംബത്തിലുള്ളവർക്ക് ഏറ്റവും പ്രിയപ്പെട്ടതാകാം, സുഖകരമോ ദുഃഖകരമോ ആയ ഓർമ്മകൾ ഉണർത്തുന്നതാകാം. 'അമൂല്യ'മായ വസ്തു എന്നൊക്കെ നാം പറയുമല്ലോ. ഇത്തരത്തിലുള്ള വ്യക്തിപരമായ വൈകാരികതലങ്ങൾ കമ്പോളത്തിൽ കൈമാറ്റം ചെയ്യാൻ കഴിയണമെന്നില്ല. ചരക്കുകളായി കൈമാറ്റം ചെയ്യപ്പെടുമ്പോൾ നാം ചരക്കുകളുടെ സാമൂഹ്യപ്രവർത്തനങ്ങളാണ് കൈമാറ്റം ചെയ്യുന്നത്. ചരക്ക് ഒരു സാമൂഹ്യ ഉല്പന്നമാണ്. എല്ലാ ചരക്കുകളുടെയും പൊതു സാമൂഹ്യസത്ത അദ്ധ്വാനമാണ്. വെറും വ്യക്തിഗതമായ അദ്ധ്വാനമല്ല, സാമൂഹ്യ അദ്ധ്വാനമാണ് വസ്തുക്കൾ ഉപയോഗിച്ചുള്ള സാമൂഹ്യ പ്രവർത്തനതലത്തെ രൂപപ്പെടുത്തുന്നത്. ഒരു ചരക്കുല്പാദിപ്പിക്കുമ്പോൾ ഒരു സാമൂഹ്യതാല്പര്യം നിറവേറ്റുന്നതിനുള്ള വസ്തു ഉല്പാദിക്കുക മാത്രമല്ല ചെയ്യുന്നത്, അത് സമൂഹം ചെലവാക്കുന്ന മൊത്തം സാമൂഹ്യ അദ്ധ്വാനത്തിന്റെ, അതായത് സാമൂഹ്യതൊഴിൽ വിഭജനത്തിന്റെ ഭാഗമാകണം.

ഏതെങ്കിലും സാമൂഹ്യാവശ്യം നിറവേറ്റുന്നതിനുവേണ്ടി, മനുഷ്യർ സാമൂഹ്യമായി നടത്തുന്ന അദ്ധ്വാനത്തിന്റെ ദൃഢീകരിക്കപ്പെട്ട (Crystallised) രൂപത്തെയാണ് നാം ചരക്ക് എന്നു വിളിക്കുന്നത്. അദ്ധ്വാനമാണ് വസ്തുവിന് മൂല്യം നല്കുന്നത്, അതിനെ വിനിമയം നടത്താനുള്ള ചരക്കാക്കി മാറ്റുന്നത്. അദ്ധ്വാനത്തെ നാം കണക്കുകൂട്ടുന്നത് അദ്ധ്വാന സമയത്തിലൂടെയാണ്. ഓരോ ചരക്കിന്റെയും ആപേക്ഷിക മൂല്യം തീരുമാനിക്കപ്പെടുന്നത് അതു നിർമ്മിക്കുന്നതിനു വേണ്ടി ചെലവഴിക്കപ്പെട്ട, അതിന്റെ ഭാഗമായിത്തീർന്ന അദ്ധ്വാനത്തിലൂടെയാണ്. ഈ അദ്ധ്വാനം, മുമ്പു സൂചിപ്പിച്ചതുപോലെ, സാമൂഹ്യ അദ്ധ്വാനമാണ്. ഒരു സമൂഹത്തിന്റെ നിലവിലുള്ള (വളർച്ചയുടെ) ദശയിൽ, അന്നത്തെ ഉല്പാദന സാഹചര്യങ്ങളിൽ, അന്നത്തെ സമൂഹത്തിൽ നിലനില്ക്കുന്ന

ശരാശരി പ്രവർത്തന തീവ്രതയുടെയും തൊഴിലാളികളുടെ ശരാശരി വൈദഗ്ദ്ധ്യത്തിന്റെയും അടിസ്ഥാനത്തിൽ വേണ്ടിവരുന്ന അദ്ധ്വാനത്തിന്റെ അളവാണ് ഒരു ചരക്കിന്റെ മൂല്യം തീരുമാനിക്കുക. ഉദാഹരണത്തിന് കൈത്തറിയുടെയും യന്ത്രത്തറിയുടെയും അദ്ധ്വാനത്തിന്റെ അളവ് ഭിന്നമാണ്. യന്ത്രവല്ക്കരണം വർദ്ധിക്കുംതോറും അദ്ധ്വാനത്തിനു വേണ്ടിവരുന്ന സമയം കുറയും, പക്ഷേ, മൂല്യം വ്യത്യസ്തമാകില്ല.

ഇവിടെയാണ് മാർക്സ് മറ്റൊരു പ്രധാനപ്പെട്ട ആശയം അവതരിപ്പിക്കുന്നത്, അദ്ധ്വാനത്തിന്റെ ഉല്പാദനശക്തി. പിന്നീട് അദ്ധ്വാനശക്തി എന്ന് മാർക്സ് വിശേഷിപ്പിക്കുന്നതും ഇതിനെയാണ്. അദ്ധ്വാനശക്തി എന്നത് അതീന്ദ്രിയമായ എന്തെങ്കിലും കഴിവല്ല. അതും കൃത്യമായി കണക്കുകൂട്ടിയെടുക്കാവുന്നതാണ്. അദ്ധ്വാനശക്തിയിൽ താഴെ പറയുന്ന ഘടകങ്ങൾ ഉണ്ടാകും.

1. മനുഷ്യർക്കുള്ള ജൈവവും സ്വാഭാവികവുമായ ശേഷി അല്ലെങ്കിൽ ഊർജ്ജം.
2. അവർ പരിശീലനത്തിലൂടെയും വിദ്യാഭ്യാസത്തിലൂടെയും നേടിയെടുക്കുന്ന കഴിവുകൾ.
3. അദ്ധ്വാനത്തിന്റെ പ്രകൃതിദത്ത സാഹചര്യങ്ങൾ. ഉദാ: മണ്ണിന്റെ ഫലഭൂയിഷ്ഠത, ഖനികൾ മുതലായവ.
4. അദ്ധ്വാനത്തിന്റെ സാമൂഹ്യശക്തികളുടെ വികാസം; അതായത് ഉല്പാദനത്തിന്റെ വളർച്ച, മൂലധനകേന്ദ്രീകരണം, അദ്ധ്വാനത്തിന്റെ വിഭജനം, യന്ത്രങ്ങൾ, പുതിയ ഉല്പാദനരീതികൾ, ഗതാഗതത്തിന്റെയും വിനിമയത്തിന്റെയും വികാസം. ശാസ്ത്രം പ്രകൃതിയെ അദ്ധ്വാനത്തിന്റെ ഉപാധിയായി മാറ്റിയെടുക്കുന്ന രീതികൾ, അദ്ധ്വാനത്തിന്റെ സഹകരണ സാമൂഹ്യ രൂപങ്ങൾ തുടങ്ങിയവയെല്ലാം ഇതിൽപെടും. അദ്ധ്വാനത്തിന്റെ ഉല്പാദനശക്തി വർദ്ധിക്കുംതോറും ഒരു പ്രത്യേക വസ്തുവിൽ ചെലവാക്കുന്ന അദ്ധ്വാനം കുറയും; ഉല്പന്നത്തിന്റെ മൂല്യവും കുറയും.

അദ്ധ്വാനത്തിന്റെ സമയം വർദ്ധിക്കുന്നതനുസരിച്ച് ചരക്കുകളുടെ മൂല്യം വർദ്ധിക്കും. എന്നാൽ അദ്ധ്വാനത്തിന്റെ, ഉല്പാദനശക്തികളുടെ വർദ്ധനയനുസരിച്ച് ചരക്കിന്റെ മൂല്യം കുറയും. ഇവിടെ മൂല്യവും പണവും തമ്മിലുള്ള ബന്ധമെന്താണ്? സാമൂഹ്യാദ്ധ്വാനത്തിന്റെ ശരാശരി അളവ് മാത്രമാണ് കമ്പോള വിലയിൽ കാണുന്നത്, അതായത് ശരാശരി ഉല്പാദന സാഹചര്യങ്ങളിൽ, ഒരു വസ്തുവിന്റെ നിശ്ചിത അളവ് നല്കാനുള്ള സാമൂഹ്യാദ്ധ്വാനത്തിന്റെ അളവ്.

ഇവിടെ മറ്റൊരു പ്രധാന ആശയവും മാർക്സ് അവതരിപ്പിക്കുന്നു. ഒരു വസ്തുവിനെ അതിന്റെ മൂല്യത്തേക്കാൾ ഉയർന്ന വിലയ്ക്കു വില്ക്കുന്നതുകൊണ്ടല്ല ലാഭം ഉണ്ടാകുന്നത്. ഒരു വസ്തുവിനെ അതിന്റെ മോഹവിലയ്ക്കു വിറ്റാൽപ്പോലും സമൂഹം നിശ്ചയിക്കുന്ന മൂല്യത്തിനനുസരിച്ചേ വില നിർണ്ണയിക്കാൻ സാധിക്കൂ. അതായത് വസ്തുക്കൾ

വില്ക്കപ്പെടുന്നത് അതിന്റെ യഥാർത്ഥമൂല്യത്തിൽ തന്നെയാണ്. പിന്നെയെങ്ങനെയാണ് ലാഭം ഉണ്ടാകുന്നത്?

മൂന്ന്

ഇവിടെയാണ് അദ്ധ്വാനശക്തി എന്ന വാക്കിന്റെ യഥാർത്ഥ അർത്ഥം പുറത്തുവരുന്നത്. അദ്ധ്വാനത്തിന്റെ വില എന്നതു മുതലാളിയെ സംബന്ധിച്ചിടത്തോളം എട്ടോ പത്തോ മണിക്കൂർ നേരം ഒരാൾ ചെയ്യുന്ന തൊഴിലിനുള്ള കൂലിയാണ്. എന്നാൽ, അദ്ധ്വാനശക്തിയുടെ മൂല്യം എന്നത് അതല്ല. ഏതൊരു ചരക്കിന്റെയും മൂല്യം തീരുമാനിക്കപ്പെടുന്നത് അതിലടങ്ങിയിരിക്കുന്ന അദ്ധ്വാനത്തിന്റെ അളവ് അനുസരിച്ചാണ്. തൊഴിലാളിക്ക് മുതലാളി കൂലി നല്കുന്നുണ്ടെങ്കിൽ അയാൾ കൂലി നല്കുന്ന മാനദണ്ഡവും തൊഴിലാളിയിൽ അടങ്ങുന്ന അദ്ധ്വാനത്തിന്റെ അളവ് അനുസരിച്ചായിരിക്കണം. അതെങ്ങനെ തീരുമാനിക്കും?

ഒന്ന്, അദ്ധ്വാനശക്തിയെന്നത് ജീവിക്കുന്ന വ്യക്തിയിലാണുള്ളത്. ജീവിതം നിലനിർത്താനായി എല്ലാ മനുഷ്യരും ചില അവശ്യവസ്തുക്കൾ ഉപയോഗിക്കേണ്ടിവരും. രണ്ട്, ഏതൊരു യന്ത്രത്തെയുംപോലെ, മനുഷ്യർക്കും കുറെക്കാലം കഴിഞ്ഞാൽ തേയ്മാനം സംഭവിക്കും, പഴയതുപോലെ അദ്ധ്വാനിക്കാൻ കഴിയില്ല. അപ്പോൾ അവരുടെ കുട്ടികളെ വളർത്തിക്കൊണ്ടുവരണം, പുതിയ തലമുറ തൊഴിലാളികളെ സൃഷ്ടിക്കണം. മൂന്ന്, സ്വന്തം അദ്ധ്വാനശക്തി വളർത്തിക്കൊണ്ടുവരാൻ ആവശ്യമായ വൈദഗ്ദ്ധ്യം നേടിയെടുക്കാൻ, അവർക്ക് ചെലവാക്കേണ്ടിവരും. നാല്, വ്യത്യസ്ത നിലവാരത്തിലുള്ള അദ്ധ്വാനത്തിന്റെ സൃഷ്ടിക്കാവശ്യമായ ചെലവുകൾ വ്യത്യസ്തമായിരിക്കും, അതുകൊണ്ട് വ്യത്യസ്ത തൊഴിലുകളിലുള്ള അദ്ധ്വാനത്തിന്റെ മൂല്യവും വ്യത്യസ്തമായിരിക്കും. അഞ്ച്, വ്യത്യസ്ത അദ്ധ്വാനശക്തികളുടെ മൂല്യം വ്യത്യസ്തമാകുന്നതുകൊണ്ട് അവയുടെ വിലയും തുല്യമായിരിക്കുകയില്ല. ചുരുക്കത്തിൽ അദ്ധ്വാനശക്തിയുടെ മൂല്യം എന്നത് അദ്ധ്വാനശക്തിയെ ഉല്പാദിപ്പിക്കാനും വളർത്താനും നിലനിർത്താനുമുള്ള വിഭവങ്ങളുടെ മൂല്യം കൊണ്ടാണ് നിർണ്ണയിക്കപ്പെടുക.

ഇവിടെയാണ് അടുത്ത പ്രധാനപ്പെട്ട വൈരുദ്ധ്യം പ്രത്യക്ഷപ്പെടുന്നത്. തൊഴിലാളിയുടെ അദ്ധ്വാനശക്തിയുടെ അളവും മുതലാളിക്ക് ഒരു വസ്തുവിനെ ഉല്പാദിപ്പിക്കാനുള്ള അദ്ധ്വാനത്തിന്റെ അളവും ഒന്നല്ല. ആദ്യത്തേത് തീരുമാനിക്കുന്നത് അയാളുടെ വൈദഗ്ദ്ധ്യമാണ്, അറിവാണ്, പ്രവർത്തനപരതയാണ്, ശാരീരികശേഷിയാണ്. രണ്ടാമത്തേത്, മുതലാളിക്ക് വിപണിയിലെത്തിക്കേണ്ട ചരക്കുകളുടെ അളവാണ്. വിപണിയിലെത്തിക്കേണ്ട ചരക്കുകൾ ഒരു ദിവസം 4 മണിക്കൂർകൊണ്ട് ഉല്പാദിപ്പിക്കാമെങ്കിൽ എട്ടു പത്തു മണിക്കൂർ പണിയെടുക്കാനുള്ള അദ്ധ്വാനശേഷി തൊഴിലാളിക്കുണ്ട്. തൊഴിലാളി മുതലാളിക്ക് വില്ക്കു

ന്നത് 8 - 10 മണിക്കൂർ പ്രവർത്തിക്കുന്ന അദ്ധ്വാനശക്തിയാണ്. മുതലാളി തൊഴിലാളിക്ക് നല്കുന്നത് 4 മണിക്കൂർ ചരക്കുല്പാദനത്തിന്റെ കൂലിയും.

മുതലാളി തൊഴിലാളിക്ക് എട്ടു പത്തു മണിക്കൂർ തൊഴിൽ നല്കുന്നുണ്ട്. അതായത്, തൊഴിലാളി മുതലാളിക്കാവശ്യമുള്ളതിനേക്കാൾ ഇരട്ടിയോ അതിലധികമോ ചരക്ക് ഉല്പാദിപ്പിക്കുന്നുണ്ട്. തൊഴിലാളിക്ക് ഒരു വിഭാഗം ചരക്കുല്പാദനത്തിന് കൂലി നല്കുന്നുണ്ടെങ്കിൽ, മറ്റെ ഭാഗത്തിന് കൂലി നല്കുന്നില്ല. എട്ടുമണിക്കൂർ പണിയെടുത്താൽ നാലു മണിക്കൂറിനു കൂലി നല്കും, മറ്റെ നാലു മണിക്കൂറിന് കൂലിയില്ല. ഈ കൂലിയില്ലാത്ത അദ്ധ്വാനമാണ് മുതലാളിയെ ചരക്ക് അതിന്റെ യഥാർത്ഥമൂല്യത്തിൽ വില്ക്കാൻ സഹായിക്കുന്നത്. കൂലിയില്ലാത്ത അദ്ധ്വാനം വഴി മുതലാളി സൃഷ്ടിക്കുന്ന മൂല്യം ലാഭമായി അയാളുടെ കൈവശം വന്നുചേരുന്നു. ഇതിനെയാണ് മിച്ചമൂല്യം (Surplus Value) എന്നു വിളിക്കുന്നത്.

ഇത് ശരിയാണെങ്കിൽ, അദ്ധ്വാനത്തിന്റെ വിലയാണ് കൂലി എന്ന ധാരണ എങ്ങനെ വളർന്നുവന്നു? മനുഷ്യന്റെ അദ്ധ്വാനശക്തിയും അദ്ധ്വാനവും തമ്മിലുള്ള ആശയക്കുഴപ്പമാണ് ഇതിനുകാരണം. അദ്ധ്വാനശക്തിയുടെ വില നാം അദ്ധ്വാനത്തിന്റെ വിലയായി കണക്കാക്കുന്നു. തൊഴിലാളി മുതലാളിക്ക് വില്ക്കുന്നത് അദ്ധ്വാനശക്തിയാണ്. മുതലാളി തൊഴിലാളിക്ക് നല്കുന്നത് താൻ ചരക്കുല്പാദനത്തിന് ആവശ്യമാണെന്ന് കണക്കുകൂട്ടിവെച്ച അദ്ധ്വാനത്തിന്റെ കൂലിയാണ്. അദ്ധ്വാനത്തിന്റെ മൂല്യം എന്ന പ്രയോഗത്തിൽ കൂലിയോടെയുള്ള അദ്ധ്വാനവും കൂലിയില്ലാത്ത അദ്ധ്വാനവും അടങ്ങുന്നു. ഇതു സൃഷ്ടിക്കുന്ന മിഥ്യാധാരണയാണ് മിച്ചമൂല്യം സൃഷ്ടിക്കുന്നതിനു മുതലാളിയെ സഹായിക്കുന്നത്.

നാല്

മിച്ചമൂല്യത്തിനെയാണ്, അല്ലെങ്കിൽ കൂലി നല്കാതെ മുതലാളി പിടിച്ചെടുക്കുന്ന അദ്ധ്വാനത്തെയാണ്, മാർക്സ് ലാഭം എന്നു വിളിക്കുന്നത്. ലാഭത്തെക്കുറിച്ച് അന്നു നിലനിന്ന (ഇന്നും നിലനില്ക്കുന്ന) ചില ധാരണകളെയും മാർക്സ് തിരുത്തുന്നു. വ്യവസായം നടത്തുന്ന സ്ഥലത്തിനുള്ള വാടക, പണത്തിനുള്ള പലിശ എന്നിവ ലാഭത്തിനപ്പുറം നില്ക്കുന്ന മുതലാളിയുടെ ബാദ്ധ്യതകളല്ല, അവ ലാഭത്തിന്റെ ഭാഗം തന്നെയാണ്. മിച്ചമൂല്യത്തിന്റെ വിവിധ ഭാഗങ്ങൾക്കുള്ള പേരുകൾ മാത്രമാണവ. ഭൂമിയും മുടക്കുമുതലുമെല്ലാം തൊഴിലാളിയുടെ അദ്ധ്വാനത്തെ സഹായിക്കുന്ന ഘടകങ്ങളാണ്. അവയുടെ ചെലവും തൊഴിലാളിയുടെ ഉല്പാദനശക്തിയിലടങ്ങുന്നു. സ്വന്തമായി ഭൂമിയില്ലാത്ത, വായ്പയെടുത്തു സംരംഭങ്ങളാരംഭിക്കുന്ന മുതലാളിക്ക് സ്വന്തം ലാഭത്തിൽനിന്ന് വാടകയും പലിശയും അടച്ചുതീർക്കേണ്ടിവരുമെന്നു മാത്രം.

മുതലാളിത്ത ചൂഷണത്തിന്റെ തലവും ഇതിന്റെ അടിസ്ഥാനത്തിലാണ് കാണേണ്ടത്. മാർക്സ് അർത്ഥമാക്കുന്നത് ചൂഷണമെന്നത് പിഴിയലോ, പിടിച്ചുപറിയോ, മോഷണമോ, മർദ്ദനമോ അല്ല. കൂലിയോടെയുള്ള അദ്ധ്വാനവും കൂലിയില്ലാത്ത അദ്ധ്വാനവും തമ്മിലുള്ള അനുപാതമാണ്. തൊഴിലാളിയുടെ അദ്ധ്വാനശക്തിയുടെ വിനിയോഗവും മുതലാളിയുടെ അദ്ധ്വാനസങ്കല്പവും തമ്മിലുള്ള വൈരുദ്ധ്യമാണ്. ഈ വൈരുദ്ധ്യം മൂലധനസമാഹരണത്തിൽ തന്നെ ഉൾച്ചേർന്നതുമാണ്. മിച്ചമൂല്യമില്ലാതെ, മുതലാളിത്ത വികാസം സാദ്ധ്യമല്ല. മറ്റൊരു രീതിയിൽ പറഞ്ഞാൽ, മുതലാളി കൈയടക്കിവെച്ച് ധൂർത്തിനുപയോഗിക്കുന്ന പണമല്ല ലാഭം, അത് മൂലധനത്തിന്റെ വികാസത്തിന്റെ ഭാഗമാണ്.

ഇവിടെ നിന്ന് മാർക്സ് ലാഭവും കൂലിയും വിലയും തമ്മിലുള്ള ബന്ധത്തിലേക്കു കടക്കുന്നു. ലാഭവും കൂലിയും തമ്മിലുള്ള ബന്ധത്തെ കൂലിയോടെയുള്ള അദ്ധ്വാനവും കൂലിയില്ലാത്ത അദ്ധ്വാനവും തമ്മിലുള്ള ബന്ധമായി കണക്കാക്കാം. അവ രണ്ടും തുല്യമാണെങ്കിൽ, ഉദാഹരണത്തിന് രണ്ടും ആയിരം രൂപ വീതമാണെങ്കിൽ ലാഭത്തിന്റെ തോത് നൂറുശതമാനമായിരിക്കും. ഒരു വ്യവസായത്തിന്റെ മൊത്തം മൂലധനം (അസംസ്കൃത വസ്തുക്കൾ, യന്ത്രസാമഗ്രികൾ, ഭൂമി തുടങ്ങിയവയെല്ലാമടക്കം) 5000 രൂപയാണെങ്കിൽ ലാഭത്തിന്റെ തോത് 20 ശതമാനമാകും. പക്ഷേ, ഒരു വ്യവസായത്തിൽ കൂലി മാത്രമേ മാറുന്നുള്ളൂ. മറ്റുള്ളവയെല്ലാം സ്ഥിരമായിരിക്കും. അപ്പോൾ കൂലി കൂടുമ്പോൾ ലാഭം കുറയും, കൂലി കുറയുമ്പോൾ ലാഭം വർദ്ധിക്കും.

വിലയുമായിട്ടുള്ള ബന്ധവും പ്രസക്തമാണ്. ഒരു നിശ്ചിത സമയത്തിലുല്പാദിപ്പിക്കുന്ന ചരക്കുകളുടെ എണ്ണം അദ്ധ്വാനസമയത്തിന്റെ ദൈർഘ്യത്തിനനുസരിച്ചല്ല, എത്രമാത്രം അദ്ധ്വാനശക്തി ചെലവാക്കപ്പെടുന്നുവെന്നതിനെ ആധാരമാക്കിയാണ്. വില തീരുമാനിക്കുന്നതും എത്രമാത്രം അദ്ധ്വാനം ഉല്പന്നങ്ങളിൽ വിനിയോഗിക്കപ്പെടുന്നുവെന്നതിനെ ആധാരമാക്കിയാണ്. യന്ത്രവല്ക്കരണവും അസംസ്കൃതവസ്തുക്കളും ലഭ്യമാകുമ്പോൾ മൂലധനത്തിന്റെ ഘടനയിൽ വ്യത്യാസമുണ്ടാകും. ഉല്പാദനത്തിന്റെ എണ്ണവും വേഗതയും വർദ്ധിക്കുമ്പോൾ ഒരു പ്രത്യേക വസ്തുവിന്റെ മേലുള്ള മൂലധനം കുറയും, അങ്ങനെ വില പിടിച്ചുനിർത്താൻ സാധിക്കും. പക്ഷേ, മൊത്തം മൂലധനത്തിൽ കൂലിയുടെ അനുപാതവും കുറയും.

മാർക്സിന്റെ നിഗമനങ്ങളനുസരിച്ച് കൂലി വർദ്ധിപ്പിക്കുന്നതിനുള്ള സമരം കൂലിയുടെ ഘടനയിൽനിന്നു തന്നെ വളർന്നുവരുന്നതാണ്. മനുഷ്യരുടെ അദ്ധ്വാനശക്തിക്ക് കൂലി നല്കാതെ ലാഭമാക്കി മുതലാളി മാറ്റുമ്പോൾ തൊഴിലാളി കൂലിക്കുവേണ്ടിയുള്ള സമരങ്ങൾ നടത്തുന്നത് സ്വന്തം അദ്ധ്വാനശക്തിയുടെ നിലനില്പിനും വികാസത്തിനുമാണ്. അതിന് നിലനില്പിന്റെയും പ്രജനനത്തിന്റേതുമായ ജൈവതലമുണ്ട്. അതിനോടൊപ്പം പ്രത്യേക സാമൂഹ്യബന്ധങ്ങളിൽ വളർന്നുവരുന്ന മനു

ഷ്യരുടെ സാമൂഹ്യാവശ്യങ്ങൾക്ക് ചരിത്രപരമായി നിർണ്ണയിക്കപ്പെടുന്ന ഒരു സാമൂഹ്യതലവും ഉണ്ടാകും. പല രീതികളിലൂടെ മുതലാളി ലാഭം വർദ്ധിപ്പിക്കുമ്പോൾ, മൂലധനത്തിലെ കൂലിയുടെ അംശം കുറയുകയാണ്. ഏറ്റവും ഉയർന്ന ലാഭം എന്നത് ഏറ്റവും താണ കൂലിയാണ്.

അതുകൊണ്ട് കൂലിക്കൂടുതലിനുവേണ്ടി സമരം ചെയ്യാതെ തൊഴിലാളിക്ക് നിർവ്വാഹമില്ല. പക്ഷേ, അതു മാത്രം പോര. തൊഴിലാളിയുടെ അദ്ധ്വാനമാണ് മൂലധനമായി മാറുന്നത്. മൂലധനത്തിന്റെ വികാസം സാമൂഹ്യാദ്ധ്വാനത്തിന്റെ വികാസമാണ്. പുതിയൊരു സമ്പദ്‌വ്യവസ്ഥ സൃഷ്ടിക്കാനുള്ള ഭൗതിക സാഹചര്യങ്ങളും മുതലാളിത്തത്തിൽ തന്നെയാണൊരുങ്ങുന്നത്. അതെങ്ങനെ ഉപയോഗിച്ച് ഒരു പുതിയ സമൂഹം സൃഷ്ടിക്കണമെന്നും തൊഴിലാളി തിരിച്ചറിയണം. കൂലിവ്യവസ്ഥയുടെ അന്ത്യത്തിനുവേണ്ടി തൊഴിലാളി പ്രവർത്തിക്കണമെന്നും മാർക്സ് വാദിക്കുന്നു.

അർത്ഥശാസ്ത്ര വിമർശനത്തിന് ഒരു സംഭാവന: മുഖവുര

ഒന്ന്

മാർക്സിസത്തെ വിശദീകരിക്കാനും വിമർശിക്കാനും ഒരുപോലെ ഉപയോഗിക്കപ്പെടുന്ന ഒരു പ്രധാന ലഘുകൃതിയാണ് 1859 ൽ പ്രസിദ്ധീകരിച്ച *അർത്ഥശാസ്ത്ര വിമർശനത്തിന് ഒരു സംഭാവന*യ്ക്ക് (A contribution to the critique of Political Economy) എഴുതിയ മുഖവുര. 1840കൾ മുതൽ വളർത്തിക്കൊണ്ടുവന്ന തന്റെ അടിസ്ഥാന സമീപനത്തെ സമഗ്രമായി മാർക്സ് ഇവിടെ വിശദീകരിക്കുന്നു. ചരിത്രപരമായ ഭൗതികവാദം എന്നു പൊതുവിൽ പറയുന്ന ഈ സമീപനത്തെ സംബന്ധിച്ച് മാർക്സിന്റെ വ്യക്തമായ പ്രസ്താവനയുമാണിത്.

അർത്ഥശാസ്ത്ര വിമർശനത്തിന് ഒരു സംഭാവന ചരിത്രപരമായ ഭൗതികവാദത്തെക്കുറിച്ചുള്ള ഒരു ഗ്രന്ഥമല്ല. അത് ബൂർഷ്വാ സമ്പദ് വ്യവസ്ഥയെക്കുറിച്ച് എഴുതാൻ തീരുമാനിച്ച ആറു വിഷയങ്ങളെക്കുറിച്ചുള്ള ഒരു ബൃഹദ്ഗ്രന്ഥത്തിന്റെ ആദ്യഭാഗമാണ്. മൂലധനം, ഭൂവുടമ സമ്പ്രദായം, കൂലിവേല, ഭരണകൂടം, വിദേശവാണിജ്യം, ആഗോള വിപണി എന്ന ക്രമത്തിലാണ് അദ്ദേഹം പുസ്തകം എഴുതാൻ തീരുമാനിച്ചത്. ഇതിൽ ആദ്യഭാഗത്തിലെ ഏതാനും അദ്ധ്യായങ്ങൾ മാത്രമാണ് അർത്ഥശാസ്ത്ര വിമർശനത്തിന് ഒരു സംഭാവനയിലുള്ളത്.

അതിനുശേഷം അദ്ദേഹം തന്റെ സമീപനത്തിൽ വ്യത്യാസങ്ങൾ വരുത്തുകയും പല കൈയെഴുത്തു പ്രതികൾ തയ്യാറാക്കുകയും ചെയ്തു. അതിൽ ഒരു കൈയെഴുത്തു പ്രതിയാണ് *ഗ്രുൻഡ്റീസ്* എന്ന പേരിൽ പ്രസിദ്ധീകരിച്ചത്. മറ്റൊന്ന് *മാർക്സ്/എംഗൽസ് സമ്പൂർണ്ണ കൃതികളുടെ 34-ാം വോള്യമായി* പ്രസിദ്ധീകരിച്ചിട്ടുണ്ട്. അതിനുശേഷ

മാണ് *മൂലധന*ത്തിന്റെ ആദ്യത്തെ വോള്യം എഴുതി പ്രസിദ്ധീകരിക്കുന്നത്. തുടർന്ന് എഴുതിയ നിരവധി കൈയെഴുത്തു പ്രതികളിൽനിന്നാണ് *മൂലധന*ത്തിന്റെ രണ്ടും മൂന്നും വോള്യങ്ങളും *മിച്ചമൂല്യത്തിന്റെ സിദ്ധാന്തങ്ങൾ* എന്ന കൃതിയും പ്രസിദ്ധീകരിക്കപ്പെട്ടത്.

'മുഖവുര'യുടെ ആദ്യ ഭാഗത്തിൽ തന്നെ മാർക്സ് തന്റെ നിലപാടുകളുടെ വളർച്ചയെക്കുറിച്ച് പ്രതിപാദിക്കുന്നുണ്ട്. 1842-43 ൽ *റൈനിഷ് സെയ്തുങ്* എന്ന പത്രത്തിന്റെ പത്രാധിപരായി ചുമതലയെടുക്കേണ്ടിവന്നപ്പോൾ, അക്കാലത്ത് ജർമ്മനിയിൽ വളർന്നുവന്ന നിരവധി സംഘർഷങ്ങളും ഈ സംഘർഷങ്ങളെച്ചൊല്ലിയുള്ള നിലപാടുകളുടെ പേരിൽ പത്രത്തിനെതിരെ ഭരണകൂടത്തിന്റെ ആക്രമണമുണ്ടായതുമാണ് തന്റെ ശ്രദ്ധ സാമ്പത്തിക പ്രശ്നങ്ങളിലേക്ക് തിരിച്ചുവിട്ടതെന്ന് മാർക്സ് എഴുതുന്നു. ഫ്രഞ്ച് സോഷ്യലിസ്റ്റ് - കമ്യൂണിസ്റ്റ് സിദ്ധാന്തങ്ങളും അപ്പോഴാണ് മാർക്സ് ശ്രദ്ധയോടെ പഠിച്ചത്. ഈ അന്വേഷണ ഫലങ്ങൾ ആദ്യമായി അവതരിപ്പിച്ചത് *ഹെഗലിന്റെ നിയമസിദ്ധാന്തത്തെക്കുറിച്ചുള്ള വിമർശന പഠനത്തിലാണ് (A Critique of the Hegel's Philosophy of Right - 1843)* മനുഷ്യമനസ്സിന്റെ വളർച്ചയുടെ അടിസ്ഥാനത്തിലല്ല രാഷ്ട്രീയവും നൈതികവുമായ ബന്ധങ്ങളെയും രൂപങ്ങളെയും പരിശോധിക്കേണ്ടത്, ഭൗതികജീവിത സാഹചര്യങ്ങളിൽനിന്നാണ്. ഇംഗ്ലീഷ് - ഫ്രഞ്ച് ചിന്തകന്മാരുടെ ചുവടുപിടിച്ച് ഹെഗൽ "പൗര സമൂഹം" (Civil society) എന്നു വിളിക്കുന്നതിന്റെ ഘടന (ശരീരശാസ്ത്രം - anatomy - എന്ന പദമാണ് മാർക്സ് ഉപയോഗിക്കുന്നത്) കണ്ടെത്തേണ്ടത് അർത്ഥശാസ്ത്രത്തിലാണ്. പാരീസിൽ വെച്ചെഴുതിയ *സാമ്പത്തികവും ദാർശനികവുമായ കൈയെഴുത്തു പ്രതികൾ* ഈ ആശയത്തെ കൂടുതൽ മൂർത്തമാക്കി. 1846 ലെ *ജർമ്മൻ പ്രത്യയശാസ്ത്ര*ത്തിൽ ഹെഗലിയൻ ചിന്തകന്മാർക്കെതിരായ വിമർശനത്തിൽ കൂടുതൽ വിശദമായി അവതരിപ്പിച്ചു. ഫ്രെഡറിക് എംഗൽസും തന്റേതായ വഴിയിലൂടെ ഇതേ ആശയങ്ങളിലേക്കെത്തുന്നുണ്ടായിരുന്നു. *കമ്യൂണിസ്റ്റ് മാനിഫെസ്റ്റോ*യിൽ ബൂർഷ്വാ സമ്പദ്‌വ്യവസ്ഥയെക്കുറിച്ചു വളർത്തിക്കൊണ്ടുവന്ന ആശയങ്ങൾ കൃത്യമായി അവതരിപ്പിച്ചു. *കൂലിവേലയും മൂലധനവും* എന്ന കൃതിയിലൂടെ അർത്ഥശാസ്ത്രത്തിലേക്ക് കൂടുതൽ ആഴത്തിലിറങ്ങി.

പതിനഞ്ചു വർഷത്തോളം നീണ്ട അർത്ഥശാസ്ത്ര പഠനങ്ങളുടെ പരിണതഫലമാണ് *അർത്ഥശാസ്ത്ര വിമർശനത്തിന് ഒരു സംഭാവന* എന്ന പുസ്തകത്തിലൂടെ പുറത്തുകൊണ്ടുവന്നത്. അതിനെന്തിനാണ് ചരിത്രപരമായ ഭൗതികവാദത്തിലൂന്നിയ ഒരു മുഖവുര? ഇതിനുത്തരം ലഭിക്കുന്നതിന് മാർക്സ് തന്റെ അർത്ഥശാസ്ത്ര പഠനങ്ങൾക്കുപയോഗിച്ച രീതിശാസ്ത്രമെന്തായിരുന്നുവെന്നറിയണം. ഇവിടെ ശ്രമിക്കുന്നത് 'മുഖവുര'യിലെ സമഗ്രമായ പ്രതിപാദനത്തെ പൊതുവിൽ അവതരിപ്പിക്കുകയും *അർത്ഥശാസ്ത്ര വിമർശനത്തിന് ഒരു സംഭാവന*യും മറ്റു ചില സമകാലിക കൃതികളുമുപയോഗിച്ച് 'മുഖവുര'യുടെ പ്രസക്തി വിശദീകരിക്കുകയുമാണ്.

രണ്ട്

'മുഖവുര'യിലെ പ്രസ്താവനകളെ താഴെ പറയുന്ന വിധത്തിൽ സമാഹരിക്കാം.

1. മനുഷ്യർ അവരുടെ ജീവിതത്തിന്റെ സാമൂഹ്യ ഉല്പാദനത്തിൽ, അനിവാര്യമായും സ്വന്തം ഇച്ഛകളിൽനിന്നും അതിൽ നിന്നു വേറിട്ടുമുള്ള വ്യക്തമായ ബന്ധങ്ങളിൽ ഏർപ്പെടുന്നു. ഈ ബന്ധങ്ങളെയാണ് ഉല്പാദന ബന്ധങ്ങൾ എന്നു വിളിക്കുന്നത്. ഈ ഉല്പാദന ബന്ധങ്ങൾ അവരുടെ ഭൗതിക ഉല്പാദനശക്തികളുടെ വളർച്ചയുടെ നിശ്ചിതഘട്ടവുമായി യോജിച്ചു പോകുന്നവയാണ്. അതായത് ഭൗതിക ഉല്പാദനശക്തികളുടെ വളർച്ച മനുഷ്യ ജീവിതത്തിന്റെ വളർച്ച തന്നെയാണ്. ഉല്പാദന ബന്ധങ്ങൾ അതിന്റെ വിവിധ ഘട്ടങ്ങളിൽ പ്രത്യക്ഷപ്പെടുന്നവയും.

2. ഉല്പാദന ബന്ധങ്ങളുടെ സമഗ്രതയെയാണ് നാം ഒരു സമൂഹത്തിന്റെ സാമ്പത്തിക ഘടനയെന്നു വിളിക്കുന്നത്. അതിൽനിന്ന് നൈതികവും രാഷ്ട്രീയവുമായ ഉപരിഘടന വളർന്നുവരുന്നു.

സാമ്പത്തിക ഘടന സമൂഹത്തിന്റെ യഥാർത്ഥ അടിത്തറയാണ്. എന്നാൽ, സാമൂഹ്യബോധരൂപങ്ങൾ പൊരുത്തപ്പെടുന്നത് ഉപരിഘടനയുമായാണ്. സാധാരണയായി 'അടിത്തറ - മേൽക്കൂര' സിദ്ധാന്തം എന്നൊക്കെ വിളിക്കുന്ന ഈ പ്രസ്താവന അക്കാലത്തെ ഫ്രഞ്ച് - ഇംഗ്ലീഷ് രാഷ്ട്രീയ സാമൂഹ്യ ചിന്തകന്മാരുടെയും ഹെഗലിന്റെയും വാദങ്ങളുടെ നിരാകരണമായിരുന്നു. അവരെല്ലാവരും രാഷ്ട്രീയ നൈതികബന്ധങ്ങളെയും പൗരസമൂഹത്തെയും മനുഷ്യരുടെ ഇച്ഛാശക്തിയുമായും മാനസികാവസ്ഥകളുമായാണ് ബന്ധപ്പെടുത്തിയിരുന്നത്. 'മനുഷ്യസ്വഭാവവും' 'ഇച്ഛാശക്തി'യുമായി ബന്ധപ്പെടുത്തിയാണ് ബൂർഷ്വാ സമൂഹത്തിന്റെ വളർച്ചയെ തന്നെ കണ്ടത്. ഇതിനെ മാർക്സ് നിരാകരിക്കുന്നു.

3. മനുഷ്യരുടെ ബോധമണ്ഡലമല്ല അവരുടെ ജീവിതത്തെ (existence - ചിലർ അസ്തിത്വം എന്നും പറയാറുണ്ട്) നിർണ്ണയിക്കുന്നത്, അവരുടെ സാമൂഹ്യ അസ്തിത്വമാണ് അവരുടെ ബോധമണ്ഡലത്തെ നിർണ്ണയിക്കുന്നത്.

ഈ പ്രസിദ്ധമായ പ്രസ്താവനയെ സാമ്പത്തിക നിർണ്ണയവാദമായി പലരും കാണാറുണ്ട്. പക്ഷേ, ബോധമണ്ഡലത്തെ നിരാകരിക്കുകയല്ല മാർക്സ് ചെയ്യുന്നത്. ജീവിതത്തെ സൃഷ്ടിക്കുന്നത് സാമൂഹ്യ ഉല്പാദന രൂപങ്ങളാണ് എന്നത് പ്രാഥമികമായി വിലയിരുത്തുകയാണ് അദ്ദേഹം ചെയ്യുന്നത്.

4. വളർച്ചയുടെ പ്രത്യേക ഘട്ടത്തിൽ സമൂഹത്തിലെ ഭൗതിക ഉല്പാദന ശക്തികൾ നിലവിലുള്ള ഉല്പാദനബന്ധങ്ങളുമായി ഏറ്റുമുട്ടുന്നു.

അതായത്, മനുഷ്യർ അപ്പോൾ നിലനില്ക്കുന്ന സ്വത്തുടമാബന്ധങ്ങളെ ചോദ്യം ചെയ്യുന്നു. ഇത് മുമ്പുള്ള പ്രസ്താവനയുമായി കൂട്ടി വായിക്കേണ്ടതാണ്. സാമൂഹ്യ സംഘർഷങ്ങൾക്ക് രണ്ടു തലമുണ്ട്. ഒന്ന്, ഉല്പാദനബന്ധങ്ങളുടെ തലം. അതാണ് യഥാർത്ഥവും പ്രാഥമികവും. എന്നാൽ, ജനങ്ങൾ അത്തരം സംഘർഷങ്ങളെ കാണുക സ്വത്തുടമാബന്ധങ്ങളുടെ അടിസ്ഥാനത്തിലാണ്; ജന്മിത്തം, മുതലാളിത്തം എന്നിവ ഉദാഹരണങ്ങളാണ്.

5. ഉല്പാദന ശക്തികളുടെ വളർച്ചയ്ക്ക് ഉല്പാദനബന്ധങ്ങൾ വിലങ്ങു തടിയായി മാറുന്നു. അന്നാണ് സാമൂഹ്യവിപ്ലവത്തിന്റെ കാലഘട്ടം ആരംഭിക്കുന്നത്.

സാമ്പത്തിക അടിത്തറയിലാണ് ഇത്തരം മാറ്റങ്ങൾ ആരംഭിക്കുന്നത്. എന്നാൽ അത് ഉപരിഘടനയിലേക്കുള്ള മാറ്റത്തിലേക്ക് നയിക്കുന്നു. ഈ ആശയത്തെ അടുത്ത പ്രസ്താവനകളിൽ കൂടുതൽ വിശദീകരിക്കുന്നുണ്ട്.

6. സാമ്പത്തിക ഉല്പാദന സാഹചര്യങ്ങളിൽ വരുന്ന ഭൗതികമായ മാറ്റങ്ങളെയും അതു സൃഷ്ടിക്കുന്ന സംഘർഷങ്ങളെക്കുറിച്ച് മനുഷ്യർ ബോധമുള്ളവരായി പോരാട്ടങ്ങളിലേക്കു വരുന്ന ആശയതലവും തമ്മിൽ വേർതിരിക്കണം.

ഭൗതിക ഉല്പാദന സാഹചര്യങ്ങളിൽ വരുന്ന മാറ്റങ്ങളെ പ്രകൃതിശാസ്ത്രത്തിന്റെ കൃത്യതയോടെ വിശദീകരിക്കാമെന്ന് മാർക്സ് പറയുന്നു. ഇവിടെയാണ് അർത്ഥശാസ്ത്രത്തിന്റെ പ്രസക്തി. എന്നാൽ മനുഷ്യർ സാമൂഹ്യ വിപ്ലവത്തിലേക്കു വരുന്നത് ബോധമണ്ഡലത്തിന്റെ വികാസത്തിലൂടെയാണ്. അത് നൈതികവും രാഷ്ട്രീയവും മതപരവും കലാപരവും താത്ത്വികവുമൊക്കെയാണ്. ഈ ആശയതലം അവരുടെ പോരാട്ടങ്ങളെ സ്വാധീനിക്കും.

7. ഈ ആശയതലത്തെ വിശദീകരിക്കേണ്ടത് ഭൗതിക ജീവിതത്തിലെ വൈരുദ്ധ്യങ്ങളെയും ഉല്പാദന ശക്തികളും ഉല്പാദനബന്ധങ്ങളും തമ്മിലുള്ള വൈരുദ്ധ്യങ്ങളെയും ആധാരമാക്കിയാണ്. ഓരോ വ്യക്തിയും അവരവരെപ്പറ്റി എന്തു ചിന്തിക്കുന്നു എന്നതിനെ ആധാരമാക്കിയല്ല, അവരെപ്പറ്റിയുള്ള സാമൂഹ്യമായ വിലയിരുത്തൽ നടക്കുന്നത്. അതുപോലെ, സാമൂഹ്യമാറ്റങ്ങളുടെ തലം തീരുമാനിക്കേണ്ടത് ബോധമണ്ഡലത്തെ ആധാരമാക്കിയല്ല. അതായത്, ഒരാൾ അല്ലെങ്കിൽ ഒരു കൂട്ടം ആളുകൾ ആഗ്രഹിച്ചതുകൊണ്ടു മാത്രം സാമൂഹ്യവിപ്ലവം ഉണ്ടാവുകയില്ല.

8. ഓരോ സമൂഹക്രമത്തിനും പര്യാപ്തമായ വിധത്തിൽ എല്ലാവിധ ഉല്പാദന ശക്തികളും വികസിക്കുന്നതുവരെ ഒരു സമൂഹക്രമവും നശിപ്പിക്കപ്പെടുകയില്ല.

മറ്റൊരു വിധത്തിൽ പറഞ്ഞാൽ, പുതിയ ഉല്പാദനബന്ധങ്ങൾ വികസിച്ചുവരുമ്പോൾ ആണ് പഴയ സമൂഹക്രമത്തിന്റെ പ്രസക്തി ന

ശിക്കുന്നത്. അതിന് പുതിയ ഉല്പാദനബന്ധങ്ങൾക്കാവശ്യമായ ഭൗതിക സാഹചര്യങ്ങൾ വളർന്നുവരണം. ഈ ഭൗതിക സാഹചര്യങ്ങൾ വളർന്നുവരുന്നത് പഴയ സമൂഹത്തിന്റെ ചട്ടക്കൂടിനുള്ളിൽ നിന്നു തന്നെയാണ്. അപ്പോഴാണ് പുതിയ ഭൗതിക സാഹചര്യങ്ങളും പഴയ സമൂഹക്രമവും തമ്മിലുള്ള ഏറ്റുമുട്ടൽ നടക്കുന്നത്.

9. മനുഷ്യരാശി അനിവാര്യമായി അതിനു നേടാൻ കഴിയുന്ന ലക്ഷ്യങ്ങൾ മാത്രമേ, അല്ലെങ്കിൽ പരിഹരിക്കാൻ കഴിയുന്ന പ്രശ്നങ്ങൾ മാത്രമേ മുന്നോട്ടുവയ്ക്കാറുള്ളൂ.

അതായത്, പഴയ സമൂഹക്രമങ്ങൾക്കെതിരായ പോരാട്ടങ്ങൾ നടക്കുമ്പോൾ പുതിയ സമൂഹക്രമം സൃഷ്ടിക്കുന്നതിനാവശ്യമായ ഭൗതിക സാഹചര്യങ്ങൾ വളർന്നുവരും. അപ്പോൾ മാത്രമാണ് പഴയ സമൂഹക്രമം തകരുമ്പോൾ പ്രശ്നപരിഹാരമെന്ന നിലയിൽ പുതിയ സമൂഹക്രമം വ്യാപിക്കുന്നത്.

10. സമൂഹത്തിന്റെ സാമ്പത്തിക വികാസത്തിന്റെ വ്യത്യസ്ത യുഗ (epoch) ങ്ങളായി നമുക്ക് ഏഷ്യാറ്റിക്, പ്രാചീനം, ഫ്യൂഡൽ, ആധുനിക ബൂർഷ്വാ ഉല്പാദനരീതികളെ (mode of production) വ്യവഹരിക്കാം. സാമൂഹ്യ ഉല്പാദന പ്രക്രിയയുടെ ഏറ്റവും അവസാനത്തെ വൈരുദ്ധ്യാത്മക രൂപമാണ് മുതലാളിത്ത ഉല്പാദന രീതി.

'ഘട്ടങ്ങളുടെ സിദ്ധാന്തം' എന്നൊക്കെ പൊതുവിൽ വ്യവഹരിക്കപ്പെടാറുള്ള ഈ പ്രസ്താവനയെ മൊത്തത്തിൽ മാർക്സിന്റെ ചരിത്രവീക്ഷണമായി കാണാറുണ്ട്. പക്ഷേ, ഇവിടെ രണ്ടു കാര്യങ്ങളാണ് ഉദ്ദേശിക്കുന്നത്. ഒന്നാമത്, സാമ്പത്തിക വികാസത്തെ, അതായത് വ്യത്യസ്ത ഉല്പാദനരീതികളുടെ വികാസത്തെ പൊതുവിൽ അവതരിപ്പിക്കുക, അവയുടെ മാറ്റങ്ങൾ സമൂഹവൈരുദ്ധ്യങ്ങളുടെയും അവയുടെ വിപ്ലവപരമായ പരിഹാരങ്ങളുടെയും അടിസ്ഥാനത്തിലാണെന്നും ബൂർഷ്വാ ഉല്പാദനരീതി വൈരുദ്ധ്യാത്മകമാണെന്നും സ്ഥാപിക്കുക. ഇത് കൂടുതൽ വിശദമായി *ജർമ്മൻ പ്രത്യയശാസ്ത്ര*ത്തിന്റെ 'ഫോയർബാഹ്' എന്ന അദ്ധ്യായത്തിലും *ഗ്രുൻഡ്റീസി*ലെ 'പ്രാങ് മുതലാളിത്ത സാമൂഹ്യ - സാമ്പത്തിക രൂപങ്ങൾ' എന്ന ഭാഗത്തിലും കാണാം.

11. മുതലാളിത്ത സമൂഹ രൂപത്തോടെ മനുഷ്യസമൂഹത്തിന്റെ പ്രാക് ചരിത്രം അവസാനിക്കുന്നു.

ഈ പ്രസ്താവന ഭരണകൂടത്തിന്റെ അന്തിമമായ ഉദയത്തോടെ ചരിത്രം അവസാനിക്കുന്നു എന്ന ഹെഗലിയൻ പ്രസ്താവനയ്ക്കുള്ള മറുപടിയാണ്. ഭരണകൂടം വളരുമ്പോഴല്ല, മുതലാളിത്ത സമൂഹ രൂപത്തിന്റെ തകർച്ചയോടെയാണ് വർഗ്ഗവൈരുദ്ധ്യങ്ങളും അവസാനം വർഗ്ഗങ്ങളും ഇല്ലാതാകുന്നത്. അതായത് മുതലാളിത്തം അവസാനത്തെ വർഗ്ഗ സമൂഹമാണ്. വർഗ്ഗ സമൂഹങ്ങൾ ഇല്ലാതാകുമ്പോഴാണ് മനുഷ്യസമൂഹത്തിന്റെ പ്രാക് ചരിത്രം അവസാനിക്കുന്നത്.

മൂന്ന്

മേൽ കൊടുത്ത പ്രസ്താവനകളെ മാർക്സിസ്റ്റുകാരും മാർക്സ് വിമർശകരും ഒരുപോലെ രൂപപരമായാണ് (formal) സ്വീകരിക്കാറുള്ളത്. സാമ്പത്തിക നിർണ്ണയവാദം, അടിത്തറ - മേല്ക്കൂര സിദ്ധാന്തം, ഘട്ടങ്ങളെ ആധാരമാക്കിയുള്ള ചരിത്ര സിദ്ധാന്തം തുടങ്ങിയ പല സ്റ്റാൻഡേർഡ് പാഠപുസ്തക 'മാർക്സിസ്റ്റ്' വിശകലനങ്ങളും മേൽ പ്രസ്താവനകളെ ആധാരമാക്കിയാണ്. പക്ഷേ, ഇവയെ കൂടുതൽ വ്യക്തമായി മനസ്സിലാക്കുന്നതിന് എംഗൽസിന്റെ ചില നിരീക്ഷണങ്ങൾ സഹായകരമാണ്. *(F. Engels: Karl Marx, A contribution to the critique of Political Economy - Review).*

എംഗൽസ് പ്രധാനമായി രണ്ടു കാര്യങ്ങളാണ് ചൂണ്ടിക്കാണിക്കുന്നത്. ഒന്ന്, മാർക്സ് ഹെഗലിന്റെ വൈരുദ്ധ്യാത്മക രീതിശാസ്ത്രത്തെ നിരാകരിക്കുക അല്ല ചെയ്തത്. അതിന്റെ ആശയവാദപരമായ ചട്ടക്കൂട് പൊളിച്ചു കളഞ്ഞ് ഭൗതികവാദപരമാക്കുകയാണ്. മനുഷ്യമനസ്സും ഇച്ഛകളുമല്ല രാഷ്ട്രീയ നൈതികബന്ധങ്ങൾക്ക് ആധാരം. ജീവിതത്തിന്റെ സാമൂഹ്യ ഉല്പാദനമാണെന്നു പറയുന്നതിന്റെ അർത്ഥം അതാണ്. വൈരുദ്ധ്യാത്മകത ഭൗതിക ജീവിതത്തെയോ ആശയതലങ്ങളെയോ നിഷേധിക്കുന്നില്ല. പ്രാഥമികതലം, വൈരുദ്ധ്യങ്ങളുടെ അടിത്തറ, ജീവിതമാണെന്ന് ചൂണ്ടിക്കാണിക്കുക മാത്രമേ ചെയ്യുന്നുള്ളൂ.

രണ്ടാമത്തേത്, ഭൗതികജീവിതത്തിന്റെ യുക്തി എന്താണെന്നതാണ് മാർക്സ് വിശദീകരിക്കുന്നത്. ഭൗതികജീവിതത്തിന്റെ യുക്തി എന്നാൽ അതിന്റെ അർത്ഥം ചരിത്രപരത എന്നാണ്. ബൂർഷ്വാ സാമ്പത്തിക ശാസ്ത്രവും സാമൂഹ്യശാസ്ത്രവും ആകാശത്തുനിന്നു പൊട്ടിവീണതുപോലുള്ള സംവർഗ്ഗങ്ങളുടെ (categories) അടിസ്ഥാനത്തിലാണ് സാമൂഹ്യ, സാമ്പത്തിക പ്രക്രിയകളെ വിശദീകരിക്കുന്നത്. ഇമ്മാനുവെൽ കാന്റിനെപോലുള്ളവർ അവതരിപ്പിച്ച ഈ നിലപാടിനെ മാർക്സ് ചോദ്യം ചെയ്യുന്നു. മാർക്സിന്റെ സംവർഗ്ഗങ്ങൾ (അദ്ധ്വാനം, ഉല്പാദനശക്തികൾ, ഉല്പാദനബന്ധങ്ങൾ) തുടങ്ങിയവയെല്ലാം ചരിത്രപരമാണ്; ഭൗതിക ജീവിതത്തിന്റെ ഉല്പന്നങ്ങളാണ്.

*അർത്ഥശാസ്ത്ര വിമർശനത്തിനുള്ള സംഭാവന*യുടെ ഏറ്റവും ശ്രദ്ധേയമായ ഭാഗമാണ് അർത്ഥശാസ്ത്രത്തിന്റെ രീതി എന്ന ഭാഗം. ('സംഭാവന', മോസ്കോപതിപ്പ്. 1970 പുറം 205-214). സാമ്പ്രദായിക അർത്ഥശാസ്ത്രം ആരംഭിക്കുന്നത് ജനസംഖ്യ, ഉല്പാദനം, ഉപഭോഗം, കമ്പോളം, വില, പണം മുതലായ സംവർഗ്ഗങ്ങളിൽനിന്നാണ്. പക്ഷേ, ഈ സംവർഗ്ഗങ്ങളിലോരോന്നും അവയിൽ അടങ്ങുന്ന സങ്കീർണ്ണമായ പ്രക്രിയകളെ കുറിക്കുന്ന അമൂർത്തവും അവ്യക്തവുമായ പദങ്ങളാണ്. ഇവയെ പലതവണ വെട്ടിമുറിച്ചാൽ മാത്രമേ ഇവ സൂചിപ്പിക്കുന്ന പ്രക്രിയ

കളിലെത്താൻ കഴിയുകയുള്ളൂ. എന്നാൽ, ഈ അടിസ്ഥാന പ്രക്രിയകളിൽനിന്ന് സംവർഗ്ഗങ്ങളിലെത്തുന്നതാണ് ഉചിതം എന്ന് മാർക്സ് വാദിക്കുന്നു.

മുതലാളിത്ത സമൂഹത്തിൽ ഉപയോഗിക്കുന്ന ഒരു സംവർഗ്ഗവും മുതലാളിത്തം സൃഷ്ടിച്ചതല്ല. അദ്ധ്വാനം, ഉല്പാദനം, ഉപഭോഗം, വിപണി, പണം, വില മുതലായവയെല്ലാം മുൻസമൂഹങ്ങളിലും ഉള്ളതാണ്. പണത്തിന്റെ വരവിനു മുമ്പു തന്നെ കൈമാറ്റങ്ങൾ നടക്കുന്നുണ്ട്. അദ്ധ്വാനം മനുഷ്യജീവിതത്തിന്റെ അടിസ്ഥാന പ്രക്രിയയാണ്; മനുഷ്യനും പ്രകൃതിയും തമ്മിലുള്ള പാരസ്പര്യത്തിന്റെ സൂചകമാണ്. പ്രകൃതിയും മനുഷ്യരുമായുള്ള നിരന്തര ഇടപെടലുകളിലൂടെ അദ്ധ്വാനശക്തി (Labour power) വർദ്ധിച്ചുകൊണ്ടിരിക്കുകയാണ്. മനുഷ്യർ ഉപയോഗിക്കുന്ന ഉപകരണങ്ങളും സാങ്കേതിക വിദ്യകളുമെല്ലാം ഇത്തരത്തിൽ വളർന്നുവരികയാണ്. ഇങ്ങനെ ചരിത്രപരമായി പുനരുല്പാദിപ്പിക്കപ്പെട്ട അദ്ധ്വാനത്തെയാണ് മുതലാളി കൂലിവേലയാക്കി മാറ്റുന്നത്. ഇത് അമൂർത്ത അദ്ധ്വാനമാണ്. അതായത് അദ്ധ്വാനം എന്നത് മുതലാളിത്തത്തിന്റെ ഭാഗമായ സംവർഗ്ഗമല്ല; ബോധമണ്ഡലത്തിന്റെ സൃഷ്ടിയല്ല. അത് ചരിത്രപരമായി വളർന്നുവരുന്ന മനുഷ്യരുടെ ഉല്പാദനശക്തിയാണ്. ഉല്പാദനശക്തിയുടെ അമൂർത്തരൂപത്തെയാണ് മുതലാളി വില കൊടുത്തു വാങ്ങുന്നത്, സമൂഹാവശ്യങ്ങൾക്കുള്ള മൂർത്ത അദ്ധ്വാനമാക്കി മാറ്റുന്നത്.

ഇതേ രീതിയിൽ മുതലാളിത്തത്തിന്റെ വിശകലനത്തിനാവശ്യമായ എല്ലാ സംവർഗ്ഗങ്ങളെയും ചരിത്രപരമായി വിശകലനം ചെയ്യാമെന്ന് മാർക്സ് വാദിക്കുന്നു. പണവും വിലയും വിനിമയവും വിപണിയും ഭരണകൂടവും നിയമവുമെല്ലാം ഇത്തരം സംവർഗ്ഗങ്ങളാണ്. അവയൊന്നും മുതലാളിത്തം സൃഷ്ടിച്ചതല്ല. ചരിത്രത്തിൽ മനുഷ്യർ സൃഷ്ടിച്ച വിവിധ രൂപങ്ങളുടെ അമൂർത്തതകളിൽനിന്ന് മുതലാളിത്തം അതിനാവശ്യമായ മൂർത്ത രൂപങ്ങളെ ഉല്പാദിപ്പിക്കുകയാണ് ചെയ്യുന്നത്. മുതലാളിത്തം അവ എങ്ങനെ ഉല്പാദിപ്പിക്കുന്നുവെന്നു മനസ്സിലാക്കുന്നതിന് മനുഷ്യരാശിയുടെ ചരിത്രം മുഴുവൻ പരിശോധിക്കേണ്ടിവരും. ആ ചരിത്രം രേഖീയമല്ല. വൈരുദ്ധ്യാത്മകമാണ്. വിവിധ സമൂഹ രൂപങ്ങളിലൂടെയുള്ള മുന്നേറ്റമാണ്. ഈ മൂർത്ത രൂപങ്ങളെല്ലാം സാമൂഹ്യമാണ്, വ്യക്തിഗത താല്പര്യങ്ങൾക്ക് അതീതമാണ്. ഇന്ന് മുതലാളിത്തം സൃഷ്ടിക്കുന്ന മൂർത്ത രൂപങ്ങളുടെ പൊളിച്ചെഴുത്തും സാമൂഹ്യ പ്രക്രിയയുമായിരിക്കും. അതിനെയാണ് സാമൂഹ്യവിപ്ലവമെന്ന് മാർക്സ് വിളിക്കുന്നത്.

മാർക്സിന്റെ ചരിത്രരീതിയെ കൂടുതൽ വ്യക്തമായി മനസ്സിലാക്കുന്നതിന് മാർക്സ് 1846 ൽ പി വി അന്നെൻകോവിന് എഴുതിയ ഒരു കത്തും സഹായിക്കും (*Marx to P V Annenkov, Dec 28, 1846*) പ്രൂധോണിന്റെ നിലപാടുകളെ അതിരൂക്ഷമായി വിമർശിക്കുന്ന ഈ കത്തിൽ പ്രൂധോണിനു പറ്റിയ തെറ്റുകളുടെ ഉറവിടം അദ്ദേഹം ഉപയോഗിക്കുന്ന സംവർഗ്ഗങ്ങളാണെന്ന് മാർക്സ് വിലയിരുത്തുന്നു. 'സ്വത്ത്' എന്ന

സംവർഗ്ഗത്തെ ഉപയോഗിക്കുന്ന പ്രൂധോൺ സ്വത്തിന്റെ ചരിത്രപരമായ ഉറവിടങ്ങൾപോലും അന്വേഷിക്കുന്നില്ല. മനുഷ്യരുടെ അത്യാഗ്രഹത്തിന്റെയും ദുരയുടെയും സൂചനയാണെന്നു വിലയിരുത്തുന്നതോടെ പ്രൂധോൺ ആശയവാദത്തിലേക്കു വീഴുകയാണ്. ഇതേ ആശയവാദപരമായ സമീപനം ബൂർഷ്വാ സാമ്പത്തിക ശാസ്ത്രത്തിലും സാമൂഹ്യശാസ്ത്രത്തിലുമുടനീളം കാണാമെന്ന് മാർക്സ് വിലയിരുത്തുന്നു. അതായത് മുതലാളിത്ത ആശയസംഹിതയുടെ അടിത്തറ ആശയവാദമാണ്. ഭൗതികവാദമല്ല.

ലൂയി ബോണപാർട്ടിന്റെ ബ്രൂമെയർ പതിനെട്ട്

ഒന്ന്

ചരിത്രപരമായ ഭൗതികവാദത്തിന്റെ പ്രധാന ഉപജ്ഞാതാവ് മാർക്സ് ആയിരുന്നെങ്കിലും സ്വന്തം സമീപനത്തെ ആധാരമാക്കിയുള്ള ഒരൊറ്റ ചരിത്ര ഗ്രന്ഥം പോലും അദ്ദേഹം എഴുതിയിട്ടില്ല. സ്വന്തം ജീവിതത്തിന്റെ ഭൂരിഭാഗവും താൻ ജീവിച്ച കാലത്തെ മൂലധന വ്യവസ്ഥയെ പഠിക്കാനാണ് അദ്ദേഹം ചെലവഴിച്ചത്. താൻ ജീവിച്ച കാലത്തെ സംഭവങ്ങളെ ചരിത്ര സമീപനമുപയോഗിച്ച് പരിശോധിക്കുന്ന ശ്രദ്ധേയമായ ചില ലേഖനങ്ങളും അദ്ദേഹം എഴുതി. അവയിൽ അദ്ദേഹം ഉപയോഗിക്കുന്ന ഭൗതികവാദപരമായ ചരിത്ര സമീപനം എന്താണെന്ന് കൃത്യമായി പുറത്തുകൊണ്ടു വരുന്ന കൃതിയാണ് *ലൂയി ബോണപാർട്ടിന്റെ 18-ാം ബ്രൂമെയർ* 1852 ൽ ന്യൂയോർക്കിൽനിന്നു പ്രസിദ്ധീകരിച്ച *ദ റെവല്യൂഷൻ* എന്ന ആനുകാലികത്തിലാണ് ഈ പ്രബന്ധം പ്രസിദ്ധീകരിക്കപ്പെട്ടത്.

ഫ്രാൻസിന്റെ ചരിത്രത്തിലെ നിർണ്ണായകമായ മൂന്നു വർഷങ്ങളാണ് ഈ കൃതിയിലെ പ്രതിപാദ്യ വിഷയം. 1848 ഫെബ്രുവരി 24 മുതൽ 1851 ഡിസംബർ 2 വരെ (അതാണ് തലക്കെട്ടിലെ ബ്രൂമെയർ 18, ബ്രൂമെയർ ഫ്രഞ്ച് വിപ്ലവ കലണ്ടറിൽ നവംബർ - ഡിസംബറിനു തുല്യമായ മാസമാണ്) യുള്ള കാലഘട്ടമാണിത്. 1848 ഫെബ്രുവരിയിൽ, 1830 മുതൽ 1848 വരെ ഫ്രാൻസ് ഭരിച്ച 'ബൂർഷ്വാ ഏകാധിപതി' എന്നറിയപ്പെട്ട ലൂയി ഫിലിപ്പ് പുറത്താക്കപ്പെട്ടു. തുടർന്നു ഫ്രഞ്ച് രാഷ്ട്രീയത്തിലെ നിരവധി കലങ്ങിമറിയലുകൾക്കുശേഷം 1851 ഡിസംബർ 2 ന് പ്രസിഡന്റായ ലൂയി നെപ്പോളിയൻ പാർലമെന്റ് പിരിച്ചുവിടുകയും മറ്റൊരു ഏകാധിപതിയും 'ചക്രവർത്തിയു'മായി സ്ഥാനമേറ്റെടുക്കുകയും ചെയ്തു. എന്തു

കൊണ്ട് ഇങ്ങനെ സംഭവിച്ചു എന്നാണ് മാർക്സ് വിശദീകരിക്കുന്നത്.

ഇതൊരു രാഷ്ട്രീയ ചരിത്രമാണ്. കാലഗണനക്രമം നിലനിർത്തുന്നുണ്ടെങ്കിലും അതുപ്രകാരമുള്ള സംഭവങ്ങളുടെ വിശദീകരണമല്ല മാർക്സ് നടത്തുന്നത്. ഓരോ സംഭവത്തെയും കാര്യകാരണ ബന്ധമായി പരിശോധിക്കുകയും അവയിലേക്കു നയിക്കുന്ന വർഗ്ഗബന്ധങ്ങളുടെയും ഉല്പാദനബന്ധങ്ങളുടെയും സൂക്ഷ്മതലങ്ങൾ പുറത്തുകൊണ്ടുവരികയും ചെയ്യുന്ന രീതിയാണ് ഇവിടെ സ്വീകരിക്കുന്നത്. രാഷ്ട്രീയ ചരിത്രം എഴുതുന്നതിനായി ഏതെങ്കിലും പുതിയ സംവർഗ്ഗങ്ങളോ അമൂർത്ത ധാരണകളോ മാർക്സ് ഉപയോഗിക്കുന്നില്ല. രാഷ്ട്രീയ സംഭവങ്ങൾ ഇന്ദ്രിയ ഗോചരമാണ് (emperical), വസ്തുതാപരമാണ്. പക്ഷേ, അവയുടെ കാരണങ്ങളും ബന്ധങ്ങളും പ്രക്രിയകളും അങ്ങനെയാകണമെന്നില്ല. അവയെ പുറത്തുകൊണ്ടുവന്ന് രാഷ്ട്രീയ ചരിത്രത്തെ വിശദീകരിക്കുകയാണ് മാർക്സിന്റെ ലക്ഷ്യം.

രണ്ട്

കൃതിയുടെ തുടക്കത്തിൽത്തന്നെ തന്റെ പൊതുസമീപനം എന്താണെന്ന് വ്യക്തമാക്കുന്നുണ്ട്. മനുഷ്യർ അവരുടെ ചരിത്രം നിർമ്മിക്കുന്നുണ്ട്. അതവർക്ക് തോന്നിയ വിധത്തിലല്ല, അവർ സ്വയം തിരഞ്ഞെടുക്കുന്ന രീതിയിലല്ല നിർമ്മിക്കുന്നത്. അവർ നേരിടുന്നതും, ഭൂതകാലത്തിൽനിന്ന് അവർക്ക് ലഭിക്കുന്നതുമായ സവിശേഷ സാഹചര്യങ്ങളിലാണ് ചരിത്രം നിർമ്മിക്കപ്പെടുന്നത്. അവരിലും ചുറ്റുപാടുമുള്ള വസ്തുക്കളിലും വിപ്ലവകരമായ മാറ്റങ്ങൾ നടത്തുമ്പോഴും, അതുവരെ ഇല്ലാതിരുന്ന എന്തെങ്കിലും വസ്തുവിനെയോ സാഹചര്യങ്ങളെയോ സൃഷ്ടിക്കുമ്പോഴും അവർ അതിന് ഭൂതകാലത്തെ ഏതെങ്കിലും ഓർമ്മകളെ ''ഭൂതങ്ങളെ'' ഉപയോഗിച്ചാണ് വിശദീകരിക്കുന്നത്, പേരുകളിടുന്നത്. ഒരാൾ ഒരു പുതിയ ഭാഷ പഠിക്കുന്നത് അതിലെ പദങ്ങൾ അയാൾക്ക് നേരത്തെ അറിയാവുന്ന മാതൃഭാഷയിലേക്ക് വിവർത്തനം ചെയ്തുകൊണ്ടാണ്. മാതൃഭാഷ പൂർണ്ണമായി മാറ്റിവെക്കാൻ സാധിക്കുമ്പോൾ മാത്രമേ അയാൾക്ക് പുതിയ ഭാഷയിൽ സ്വതന്ത്രമായി ആവിഷ്കാരങ്ങൾ നടത്താൻ സാധിക്കൂ. മാർക്സിൻെറ ഭാഷയിൽ 'ജീവിക്കുന്നവരുടെ മസ്തിഷ്കത്തിൽ മരിച്ചുപോയ തലമുറകളുടെ പാരമ്പര്യങ്ങൾ ഒരു ഭീകര സ്വപ്നത്തിന്റെ ഭാരമായിത്തീരുന്നു.'

ഇതേ ആശയം മറ്റൊരു രീതിയിലും മാർക്സ് വിശദമാക്കുന്നു. ഹെഗലിനെയാണ് മാർക്സ് ഉദ്ധരിക്കുന്നത്. ലോകചരിത്രത്തിലെ എല്ലാ പ്രധാനപ്പെട്ട വ്യക്തികളും സംഭവങ്ങളും രണ്ടുപ്രാവശ്യം ഉണ്ടാകുന്നുവെന്ന് ഹെഗൽ പറഞ്ഞിട്ടുണ്ട്. ആദ്യം അത് ദുരന്തമായും പിന്നീട് പ്രഹസനമായും എന്നു പറയാൻ ഹെഗൽ മറന്നുപോയെന്നാണ് മാർക്സ് പറയുന്നത്. അതുപോലെയാണ് 1848 മുതൽ 1851 വരെയുള്ള കാലഘട്ടവും. ഫ്രഞ്ച് വിപ്ലവം സൃഷ്ടിച്ച സാഹചര്യങ്ങളിലും ഓർമ്മകളിലും വളർ

ന്നുവന്ന ഫ്രഞ്ച് സമൂഹം അതേ മാതൃകയിലാണ് 1848 മുതൽ നടന്ന സംഭവങ്ങളിലും പങ്കുവഹിച്ചത്. 1789 ലെ ഫ്രഞ്ച് വിപ്ലവം 1799 ൽ നെപ്പോളിയൻ എന്ന ദുരന്തത്തിൽ കലാശിച്ചപ്പോൾ 1848 ലെ വിപ്ലവം അയാളുടെ അനന്തരവനായ ലൂയി ബോണപാർട്ടിനെ ചക്രവർത്തിയായി വാഴിച്ചുകൊണ്ട് അവസാനിച്ചു.

ലൂയി ഫിലിപ്പിനെ പുറത്താക്കിയത് ഫ്രഞ്ച് ജനതയായിരുന്നു. ജനങ്ങൾ ബാരിക്കേഡുകൾ സൃഷ്ടിച്ച് പ്രതിരോധം തീർത്തു. നാഷണൽ ഗാർഡ് (പൊലീസ്) നിശ്ചലരായി. സൈന്യം കാര്യമായി പ്രതിരോധിച്ചില്ല. ലൂയി ഫിലിപ്പിന് നാടുവിട്ട് ഓടേണ്ടിവന്നു. ഭരണപരിഷ്കാരത്തിനുവേണ്ടിയുള്ള ശ്രമങ്ങളെ ഓരോ വിഭാഗവും വ്യാഖ്യാനിച്ചു. ഫ്രാൻസ് ഒരു റിപ്പബ്ലിക് ആകണമെന്ന വാദമുയർന്നു. പാരീസിലെ തൊഴിലാളികൾ ഒരു സോഷ്യൽ റിപ്പബ്ലിക്കാണ് ആവശ്യപ്പെട്ടത്. 1848 മെയ് 4 ന് ഒരു ഭരണഘടനയുണ്ടാക്കാനുള്ള ശ്രമങ്ങൾ ആരംഭിച്ചു.

മെയ് 4 ന് ചേർന്ന ദേശീയ അസംബ്ലി ഒരു ബൂർഷ്വാ ഭരണഘടനയുണ്ടാക്കാനാണ് തീരുമാനിച്ചത്. അതിനെ ശക്തമായെതിർത്ത തൊഴിലാളിവർഗ്ഗ നേതാവായ ആഗസ്ത് ബ്ലാൻക്വിയും സഖാക്കളും ദേശീയ അസംബ്ലിയിൽനിന്നു പുറത്താക്കപ്പെട്ടു. പിന്നീടൊരിക്കലും അവർ തിരിച്ചു വന്നില്ല.

1848 ജൂണിൽ ഫ്രാൻസിലെ തൊഴിലെടുക്കുന്നവർ ബ്ലാൻക്വിയുടെ നേതൃത്വത്തിൽ ദേശീയ അസംബ്ലിക്കെതിരെ കലാപം നടത്തി. ജൂൺ 25 ഓടെ കലാപം പൂർണ്ണമായി അടിച്ചമർത്തപ്പെട്ടു. കലാപത്തിൽ തൊഴിലാളികൾ ഒറ്റയ്ക്കായിരുന്നു. ധനപ്രഭുക്കന്മാർ, വ്യവസായ മുതലാളിമാർ, ഇടത്തരക്കാർ, പെറ്റി ബൂർഷ്വാകൾ, സൈന്യം, സന്നദ്ധ പൊലീസ് സേനയായി മാറിയ ലുംപൻ വിഭാഗങ്ങൾ, ബുദ്ധിജീവികൾ, പുരോഹിതന്മാർ, ഗ്രാമീണർ തുടങ്ങിയവരെല്ലാം തൊഴിലാളികൾക്കെതിരായിരുന്നു. കലാപത്തിൽ മൂവായിരത്തോളംപേർ വധിക്കപ്പെട്ടു, 15000 പേരെ വിചാരണയില്ലാതെ നാടുകടത്തി. ജൂൺ വിപ്ലവത്തെ യൂറോപ്പ് മുഴുവൻ നടുങ്ങിയ ഒരു 'ഭൂകമ്പ'മായി മാർക്സ് വിലയിരുത്തുന്നു. പിന്നീട് ബൂർഷ്വാസിയോട് പരാജയപ്പെട്ട മറ്റു വർഗ്ഗങ്ങൾക്ക് കാര്യമായൊന്നും നഷ്ടപ്പെട്ടിരുന്നില്ല. തൊഴിലാളിവർഗ്ഗത്തിൽനിന്ന് കൂടുതൽ കൂടുതൽ അകന്നു നില്ക്കുന്നവരുടെ തോല്വി യഥാർത്ഥത്തിൽ ഒരു നാണക്കേടായിരുന്നു.

ഇവിടെ തൊഴിലാളിവർഗ്ഗത്തെക്കുറിച്ച് സുപ്രധാനമായ ഒരു പരാമർശം കൂട്ടിച്ചേർക്കുന്നുണ്ട്. തൊഴിലാളിവർഗ്ഗം പിന്നീടും പല പ്രാവശ്യം മുന്നേറാൻ ശ്രമിക്കുന്നുണ്ട്, അവയെല്ലാം കൂടുതൽ ദുർബ്ബലമായിരുന്നു. തൊഴിലാളികൾ വിപ്ലവ സ്വഭാവം കാണിക്കുന്ന മറ്റു വർഗ്ഗങ്ങളുമായി സഖ്യത്തിലേർപെടുന്നുണ്ട്. അവർ പരാജയപ്പെടുമ്പോൾ പരാജയത്തിന്റെ ഭാരം തൊഴിലാളിവർഗ്ഗത്തിലും വന്നു ചേരുന്നു. വിനിമയ ബാങ്കുകൾ, സംഘടനകൾ മുതലായ പല പരീക്ഷണങ്ങളിലും തൊഴിലാളികൾ ഏർപ്പെടുന്നുണ്ട്. പഴയ ലോകത്തിന്റെ (ബൂർഷ്വാ ലോകത്തിന്റെ) വിപുലമായ വിഭവ സാമഗ്രികൾ തന്നെ ഉപയോഗിച്ച് വിപ്ലവങ്ങൾ നടത്തുന്നതി

നുപകരം അതിന്റെ പിന്നിൽ നിന്നുകൊണ്ട്, സ്വന്തം പരിമിതമായ വിഭവങ്ങൾ ഉപയോഗിച്ച് സ്വയം മോചിപ്പിക്കാൻ ശ്രമിക്കുകയാണ് തൊഴിലാളിവർഗ്ഗം ചെയ്യുന്നത്. അവയെല്ലാം പരാജയപ്പെടുന്നു. ലൂയി ബ്ലാൻകിയുടെ 'ദേശീയ തൊഴിൽശാലകളും' മറ്റ് ചില പരീക്ഷണങ്ങളുമാണ് മാർക്സ് ഉദ്ദേശിക്കുന്നതെന്നു വ്യക്തമാണ്.

തൊഴിലാളിവർഗ്ഗകലാപത്തെ അടിച്ചമർത്തിയതിനുശേഷം ബൂർഷ്വാ റിപ്പബ്ലിക്കന്മാരുടെ സർവ്വാധിപത്യമാണ് നടക്കുന്നത്. പാരീസ് നഗരത്തിൽ നിരോധനാജ്ഞ ഏർപ്പെടുത്തി. എല്ലാവിധ സംഘടനാ രൂപങ്ങളും നിരോധിച്ചു. ഇതിനിടെ പുതിയ ഭരണഘടന ഉണ്ടാക്കാനുള്ള നീക്കങ്ങളും നടന്നു. 1848 ഡിസംബർ 10 ന് ഒരു പൊതുതിരഞ്ഞെടുപ്പിലൂടെ ലൂയി നെപ്പോളിയൻ പ്രസിഡന്റായി തെരഞ്ഞെടുക്കപ്പെട്ടു. പുതിയ ഭരണഘടനയുടെ ഒരു സ്വഭാവവും പ്രകടമായിരുന്നു. എല്ലാ വിധ സ്വാതന്ത്ര്യവും അനുവദിക്കപ്പെടുമെങ്കിലും 'മറ്റുള്ളവർക്കുള്ള തുല്യാവകാശങ്ങളെയും പൊതുസുരക്ഷ'യെയും ബാധിക്കാത്ത വിധത്തിൽ വേണം അവ ഉപയോഗിക്കാൻ എന്നതു കൂടി അതിൽ എഴുതിച്ചേർത്തു. 'പൊതുസുരക്ഷ' എന്നത് മറ്റെല്ലാ ജനാധിപത്യ അവകാശങ്ങളെയും നശിപ്പിക്കാനുള്ള ഉപാധിയായിരുന്നു.

ലൂയി നെപ്പോളിയൻ പ്രസിഡന്റായി തിരഞ്ഞെടുക്കപ്പെട്ടതോടെ ഭരണവർഗ്ഗം രണ്ടു വിഭാഗങ്ങളായി തീർന്നുവെന്നു മാർക്സ് ചൂണ്ടിക്കാണിക്കുന്നു. ഒന്ന് പഴയ പ്രഭുക്കന്മാരും രാജപക്ഷപാതികളുമാണ്. പ്രസിഡന്റിന്റെ വർദ്ധിച്ച അവകാശങ്ങളെ അവർ ന്യായീകരിച്ചു. മറുപക്ഷം, ശുദ്ധ റിപ്പബ്ലിക്കന്മാരാണ്. എല്ലാ അവകാശങ്ങളും പാർലമെന്റിനു നൽകണമെന്നാണ് അവർ വാദിച്ചത്. എന്നാൽ 1849 മേയിൽ പുതിയ ഭരണഘടനയനുസരിച്ച് തെരഞ്ഞെടുക്കപ്പെട്ട പാർലമെന്റിൽ പ്രഭുക്കന്മാരും രാജപക്ഷപാതികളുമടക്കമുള്ള പാർട്ടി ഓഫ് ഓർഡർ എന്ന ("Party of order") കക്ഷിക്കാണ് ആധിപത്യം ലഭിച്ചത്. ശുദ്ധ റിപ്പബ്ലിക്കിനുവേണ്ടി വാദിച്ചവർ ഒരു ചെറു ന്യൂനപക്ഷമായി.

1849 മുതൽ 1851 വരെയുള്ള കാലഘട്ടത്തിൽ പ്രഭുക്കന്മാർക്കും രാജപക്ഷപാതികൾക്കുമായിരുന്നു ഭൂരിപക്ഷം. രണ്ടാമത്തെ പ്രധാനപ്പെട്ട വിഭാഗം സോഷ്യൽ ഡെമോക്രാറ്റുകളും. ആരായിരുന്നു സോഷ്യൽ ഡെമോക്രാറ്റുകൾ? പെറ്റി ബൂർഷ്വാസിയും തൊഴിലാളിവർഗ്ഗവും ചേർന്നാണ് സോഷ്യൽ ഡെമോക്രാറ്റിക് പാർട്ടി രൂപീകരിച്ചത്. തൊഴിലാളിവർഗ്ഗം അവരുടെ വിപ്ലവ മുദ്രാവാക്യങ്ങൾ ഉപേക്ഷിച്ച് ജനാധിപത്യപരമായി പെറ്റി ബൂർഷ്വാസിയുടെ താല്പര്യങ്ങൾക്ക് 'സോഷ്യലിസ്റ്റ്' പരിവേഷം നല്കി. ഇവിടെ മാർക്സ് സൂചിപ്പിക്കുന്ന മറ്റൊരു വസ്തുതയുണ്ട്. സോഷ്യൽ ഡെമോക്രാറ്റുകളുടെ, അതായത് പെറ്റി ബൂർഷ്വാസിയുടെ ലക്ഷ്യം വർഗ്ഗസമരത്തെ തീവ്രമാക്കുകയല്ല, വർഗ്ഗസഹകരണത്തിലേക്കു നീങ്ങുകയാണ്. ജനാധിപത്യപരമായ പരിവർത്തനം പെറ്റി ബൂർഷ്വാസിയുടെ താല്പര്യമനുസരിച്ചുള്ള പരിവർത്തനമാണ്. സ്വന്തം താല്പര്യങ്ങൾ നിലനിർത്തുകയെന്നതിലപ്പുറമുള്ള വർഗ്ഗസ്വഭാവമൊന്നും അ

വർക്കില്ല. ഈ സ്വഭാവം കൊണ്ടു തന്നെ അവരെ എളുപ്പത്തിൽ കബളിപ്പിക്കാമെന്ന് ഭരണവർഗ്ഗത്തിനറിയാമായിരുന്നു. ഫ്രെഞ്ച് സൈന്യങ്ങൾ റോമിനെ ആക്രമിച്ചപ്പോൾ (നവംബർ1848) അതിന് ദേശീയ അസംബ്ലിയുടെ അനുവാദമില്ലെന്നും ലൂയി നെപ്പോളിയനെ ഇംപീച്ച് ചെയ്യണമെന്നും സോഷ്യൽ ഡെമോക്രാറ്റുകൾ ആവശ്യപ്പെട്ടു. ചെയ്തില്ലെങ്കിൽ സായുധകലാപത്തിലേക്കു നീങ്ങുമെന്നും അവർ വെല്ലുവിളിച്ചു. ഇംപീച്ച്മെന്റ് പ്രമേയം അസംബ്ലിയിൽ പരാജയപ്പെട്ടപ്പോൾ, സോഷ്യൽ ഡെമോക്രാറ്റുകൾ സഭ വിട്ടു പോവുകയും പുറത്ത് സൈന്യവുമായി ഏറ്റുമുട്ടുകയും ചെയ്തു (1849 മെയ് 28 മുതൽ ജൂൺ 13 വരെ). ഫലം പൂർണ്ണമായ തകർച്ചയായിരുന്നു. നിരവധി സോഷ്യൽ ഡെമോക്രാറ്റുകൾക്ക് രാജ്യം വിട്ടു പോകേണ്ടിവന്നു.

സോഷ്യൽ ഡെമോക്രാറ്റുകളുടെ നടപടിയെക്കുറിച്ച് മാർക്സ് ഇങ്ങനെയാണ് പറയുന്നത്. പാർലമെന്റിൽ വിജയിക്കണമെന്ന് ആഗ്രഹമുണ്ടായിരുന്നെങ്കിൽ അവർ സായുധ സമരത്തിന് നീങ്ങരുതായിരുന്നു. എന്നാൽ പാർലമെന്റിനു പുറത്ത് അവർ സായുധസമരത്തിനല്ല നീങ്ങിയത്, സമാധാനപരമായി (ആയുധമില്ലാതെ) നീങ്ങിയ ജനക്കൂട്ടത്തെ സൈന്യം കൈകാര്യം ചെയ്തു. സോഷ്യൽ ഡെമോക്രാറ്റുകൾക്ക് സൈന്യത്തിലെ ഒരു വിഭാഗം വോട്ടു ചെയ്തുവെന്നതു ശരിയാണ്. അതിന്റെ അർത്ഥം സൈന്യം അവരെ കലാപത്തിന് സഹായിക്കുമെന്നല്ല. ചുരുക്കത്തിൽ ഭരണവർഗ്ഗത്തെ നേരിടുന്നതിൽ പെറ്റി ബൂർഷ്വാ സോഷ്യൽ ഡെമോക്രാറ്റുകൾ കാണിച്ച മണ്ടത്തരങ്ങൾ അവരുടെ തന്നെ നാശത്തിലെത്തിച്ചു.

ഇതിനെ തുടർന്നുണ്ടായത് 'വ്യവസ്ഥാ പാലക കക്ഷി'യും ലൂയി നെപ്പോളിയനും തമ്മിലുള്ള പോരാട്ടമാണ്. എന്തുകൊണ്ട് പഴയ സഖ്യശക്തികൾ തമ്മിലകന്നുവെന്ന ചോദ്യത്തിനുത്തരം കേവല രാഷ്ട്രീയത്തിലല്ല. വർഗ്ഗബന്ധങ്ങളിലാണ് മാർക്സ് കണ്ടെത്തുന്നത്. ലൂയി നെപ്പോളിയൻ പ്രസിഡന്റാകുന്നത് ഫ്രാൻസിലെ മുഖ്യ സാമൂഹ്യവർഗ്ഗമായ ഇടത്തരം കൃഷിക്കാരുടെ പിന്തുണയോടെയാണ്. ഭരണവർഗ്ഗമായ ബൂർഷ്വാസിക്ക് അനുകൂലമായിരുന്നു 1848 ലെ വിപ്ലവവും അതിനുശേഷമുണ്ടായ മാറ്റങ്ങളും. പക്ഷേ, 1848 ലെ തൊഴിലാളിവർഗ്ഗ കലാപം അവരെ നടുക്കി. അതുകൊണ്ട്, പൂർണ്ണമായ ജനാധിപത്യ റിപ്പബ്ലിക്കൻ വ്യവസ്ഥയിൽ അവർക്കു താല്പര്യമുണ്ടായിരുന്നില്ല. അതുകൊണ്ടാണ് ധനപ്രഭുക്കളെയും രാജപക്ഷപാതികളെയും അവർ പിന്തുണച്ചത്. എന്നാൽ, 1850 കളുടെ ആദ്യം പ്രധാന വ്യാവസായിക എതിരാളികളായ ഇംഗ്ലണ്ടിനെ അപേക്ഷിച്ച് ഫ്രാൻസ് വളരെ പിറകിലായിരുന്നു. അവരുടെ ആഭ്യന്തരവികാസത്തിന് ഗ്രാമീണ കമ്പോളങ്ങളുടെ വികാസം അത്യാവശ്യമായിരുന്നു. സാമ്പത്തികമായി ഞെരുക്കത്തിലായിരുന്ന ചെറുകിട കൃഷിക്കാരും അവരുടെ വളർച്ചയ്ക്ക് മുതലാളിത്ത വികസനത്തെ തന്നെയാണ് ആശ്രയിച്ചത്.

ഫ്രാൻസിലെ മുതലാളിത്ത വികസനത്തെ സംബന്ധിച്ചിടത്തോളം

പുതിയ റിപ്പബ്ലിക്കൻ പരീക്ഷണം ഒരു ഭാരമായി തുടങ്ങിയെന്നർത്ഥം. ഇതു മനസ്സിലാക്കിയ ലൂയി നെപ്പോളിയൻ എങ്ങനെ മുതലാളിത്ത വികസനത്തിന് 'സമാധാനപര'മായ അന്തരീക്ഷം ഉറപ്പുനല്കി എന്നു വിശദീകരിക്കുന്നു. സമാധാനപരമായ അന്തരീക്ഷം എന്നാൽ പുതിയ റിപ്പബ്ലിക്കൻ പരീക്ഷണവും പാർലമെന്ററി വ്യവസ്ഥയും അവസാനിപ്പിക്കുകയാണ്. ഫ്രഞ്ച് കർഷകരിൽ അപ്പോഴും നിലനിന്ന നെപ്പോളിയന്റെ ഓർമ്മകളും റോമാ ചക്രവർത്തിമാരുടെ പാരമ്പര്യവും പുതുക്കിക്കൊണ്ട് സ്വയം ഒരു സർവ്വാധിപതിയായി പ്രഖ്യാപിക്കുകയാണ്. അതായത് ലൂയി ബോണപാർട്ടിന്റെ ''രാജവാഴ്ച'' മുതലാളിത്ത വികസനത്തിന്റെ മറ്റൊരു മുഖം മാത്രമായിരുന്നു. അതിന്റെ മുമ്പിൽ മറ്റെല്ലാ വർഗ്ഗങ്ങളും തകർന്നുവീഴുകയും ചെയ്തു.

മൂന്ന്

ലൂയി ബോണപാർട്ടിന്റെ ബ്രൂമെയർ 18 ന്റെ ഏറ്റവും ശ്രദ്ധേയമായ ഭാഗം മുൻ വിവരിച്ച രാഷ്ട്രീയ പ്രക്രിയകളുടെ വിശകലനമല്ല. അതിനുശേഷം ലൂയി നെപ്പോളിയന്റെ ഭരണകൂടത്തിനാധാരമായ ശക്തികളെക്കുറിച്ചുള്ള ചർച്ചയാണ്. നാം പൊതുവിൽ കരുതാറുള്ളത് മുതലാളിത്ത ഭരണകൂടങ്ങൾക്ക് ലിബറൽ ജനാധിപത്യസ്വഭാവവും അതനുസരിച്ചുള്ള ആശയസംഹിതകളും ഉണ്ടായിരിക്കുമെന്നാണ്. 'അടിത്തറ - മേല്ക്കൂര' സിദ്ധാന്തത്തിന്റെ യാന്ത്രികമായ വ്യാഖ്യാനങ്ങളും അത്തരം വീക്ഷണത്തിനനുകൂലമാണ്.

എന്നാൽ മാർക്സ് ലൂയി നെപ്പോളിയന്റെ മുതലാളിത്ത ഭരണകൂടത്തെ നെപ്പോളിയന്റെ രാജവാഴ്ചയുമായാണ് താരതമ്യം ചെയ്യുന്നത്. നെപ്പോളിയന്റെയും ലൂയി നെപ്പോളിയന്റെയും വാഴ്ചകൾ തമ്മിലുണ്ടായിരുന്ന ആദ്യത്തെ താരതമ്യം രണ്ടു പേരുടെയും ഭരണത്തിന്റെ ജനകീയാടിത്തറയാണ്. രണ്ടുപേരും ഇടത്തരം കർഷകരുടെ പ്രതിനിധികളാണ്. ഇടത്തരം കർഷകരുടെ മുന്നേറ്റത്തിനുള്ള, ആധിപത്യത്തിലുള്ള വാഞ്ഛകളാണ് അവരെ മുന്നോട്ടു നയിച്ചത്. ഒരു ചെറുകിട കൃഷിക്കാരന് അയാളുടെ സ്വത്തിനോടുള്ള സഹജമായ കാമനയെ നിയമപരമായ അവകാശമാക്കി മാറ്റുകയാണ് നെപ്പോളിയൻ ചെയ്തത്. ലൂയി നെപ്പോളിയനും സ്വത്തിന്റെ സംരക്ഷണം മുഖ്യമായി കണ്ടു. എല്ലാവർക്കും ഭൂമി നല്കുക എന്നതു പ്രധാന മുദ്രാവാക്യമായി മാറി. ഇതോടെ ഭൂവുടമകളുടെ ആധിപത്യം തകരുകയും ഭൂമി മുഴുവനും പണയവ്യവസ്ഥകൾക്കും മൂലധനത്തിനും അധീനവുമാവുകയും ചെയ്തു.

ഭൂമിയും വസ്തുക്കളും വിനിമയരൂപങ്ങൾക്കു കീഴടങ്ങുന്നതോടെ അവ നികുതി വ്യവസ്ഥയ്ക്കും അധീനമാകുന്നു. അതായത് ഭൂമിയും മറ്റു വസ്തുവകകളും റവന്യൂ വകുപ്പിനുകീഴിൽ വരുന്നു. കൂടുതൽ ഫലപ്രദമായ നികുതി വ്യവസ്ഥയെന്നാൽ കൂടുതൽ ഫലപ്രദമായ ഭരണകൂടമാണ്. അതിനാവശ്യം ശക്തമായ ഉദ്യോഗസ്ഥ വൃന്ദമാണ്. ധാരാളം

ശമ്പളം കൊടുത്ത് തീറ്റിപ്പോറ്റുന്ന ഉദ്യോഗസ്ഥന്മാർ ലൂയി നെപ്പോളിയന്റെ ആശയസംഹിതയുടെ രണ്ടാമത്തെ ഭാഗമാണ്. അദ്ദേഹം ആദ്യം ചെയ്ത പരിഷ്കാരങ്ങളിലൊന്ന് ഉദ്യോഗസ്ഥന്മാരുടെ ശമ്പളം വർദ്ധിപ്പിക്കുകയായിരുന്നു.

ലൂയി നെപ്പോളിയന്റെ ആശയസംഹിതയുടെ മൂന്നാമത്തെ അംശം പുരോഹിതന്മാരാണ്. ഭൂവുടമകളായ ചെറുകിട കൃഷിക്കാർക്ക് സ്വർഗ്ഗരാജ്യം സ്വായത്തമാണ്, കടം കേറി മുടിഞ്ഞ ഒരു കൃഷിക്കാരന് സ്വർഗ്ഗരാജ്യത്തെ കുറിച്ചാലോചിക്കാൻ നേരമില്ല, അയാൾ ദൈവത്തെ ശപിക്കുകയാണ് ചെയ്യുക. അപ്പോൾ സ്വർഗ്ഗരാജ്യവും സ്വകാര്യ സ്വത്തും ഒന്നിച്ചു പോകും. സ്വത്തില്ലാത്തവന് 'ഭൂമിയിലെ പൊലീസുകാർക്കുള്ള പട്ടം ധരിച്ച വേട്ട നായാ'യിട്ടാണ് പുരോഹിതൻ പ്രത്യക്ഷപ്പെടുക. അങ്ങനെ പൗരോഹിത്യവും മതവും ലൂയി നെപ്പോളിയന്റെ ആശയസംഹിതയുടെ ഭാഗമാണ്.

ലൂയി നെപ്പോളിയന്റെ അവസാനത്തെ 'ഉപകരണം' സൈന്യമാണ്. സൈന്യത്തിലെ നല്ലൊരു ഭാഗം ചെറുകിട കൃഷിക്കാരാണ്. കൃഷിക്കാരിൽനിന്നുയർന്നുവന്ന ലുമ്പൻ പ്രോലിറ്റേറിയന്മാരാണ് പട്ടാളക്കാരാകുന്നത്. പട്ടാളത്തിൽ ചേരുന്നതു കൊണ്ടുള്ള അഭിമാനമാണ് അവരെ നിലനിർത്തുന്നത്. ഈ അഭിമാനത്തെ തന്നെയാണ് ലൂയി നെപ്പോളിയൻ തന്റെ അധികാരത്തിന്റെ അടിത്തറയാക്കുന്നത്.

സ്വത്തുടമാ സമ്പ്രദായം, ഉദ്യോഗസ്ഥ മേധാവിത്വം, പൗരോഹിത്യം, സൈന്യം എന്നിവയെയെല്ലാം ഇടത്തരം കൃഷിക്കാരന്റെ യുവകാമനകളായാണ് മാർക്സ് കാണുന്നത്. ലൂയി നെപ്പോളിയൻ തന്നെ ലുമ്പൻ പ്രോലിറ്റേറിയന്മാരുടെ പ്രതിനിധിയാണ്. അത്തരത്തിലുള്ള ഒരു ഏകാധിപതിയെ പിന്തുണയ്ക്കേണ്ട ഗതികേടിലേക്ക് മുതലാളിത്തം വഴുതിവീഴുന്നു. മുതലാളിത്തത്തിന് പിടിച്ചു നില്ക്കണമെങ്കിൽ മദ്ധ്യവർഗ്ഗത്തിന്റെ പിന്തുണ വേണം. ലൂയി നെപ്പോളിയൻ പ്രത്യക്ഷപ്പെടുന്നത് ഇത്തരം മദ്ധ്യവർഗ്ഗത്തിന്റെ പ്രതിനിധിയായാണ്. അവരിൽ ഇടത്തരം കൃഷിക്കാർ മുതൽ ലുമ്പൻ പ്രോലിറ്റേറിയന്മാർ വരെ എല്ലാവരും പെടും.

മാർക്സിന്റെ വിശകലനരീതി അതിനുശേഷം വളർന്നുവന്ന മറ്റു ഭരണകൂടങ്ങൾക്കും ഉപയോഗിക്കാമെന്നു കാണാൻ പ്രയാസമില്ല. ജർമ്മനിയിൽ ബിസ്മാർക്കും പിന്നീട് ഹിറ്റ്ലറും ഇറ്റലിയിൽ മുസോളിനിയും ഇതുപോലെയുള്ള ഏകാധിപതികളായിരുന്നു. ബിസ്മാർക്ക് പ്രഷ്യൻ രാജാവിന്റെ പ്രതിനിധിയായി സ്വയം കണ്ടിരുന്നുവെങ്കിൽ മറ്റു രണ്ടു പേരും കണ്ടിരുന്നത് ഇടത്തരക്കാരുടെ, ലുമ്പന്മാരുടെ, പ്രതിനിധികളായാണ്. അവരെ നിരുപാധികം അതതു കാലഘട്ടത്തിലെ ബൂർഷ്വാസി പിന്തുണയ്ക്കുകയും നിലനിർത്തുകയും ചെയ്തു. അതിന്റെ കാരണങ്ങൾ അന്വേഷിക്കേണ്ടത് സമൂഹ ബന്ധങ്ങളുടെ വളർച്ചയിലും അവയുടെ രാഷ്ട്രീയ പ്രത്യാഘാതങ്ങളിലുമാണ്. ഈ അന്വേഷണത്തിന്റെ വ്യക്തമായ ഉദാഹരണമാണ് *ബ്രൂമെയർ പതിനെട്ട്.*

ഫ്രാൻസിലെ ആഭ്യന്തര യുദ്ധങ്ങൾ

ഒന്ന്

ആയിരത്തിയെണ്ണൂറ്റി എഴുപത്തി ഒന്നിലെ പാരീസ് കമ്യൂൺ ആധുനിക ചരിത്രത്തിലെ സുപ്രധാന നാഴികക്കല്ലുകളിൽ ഒന്നാണ്. തൊഴിലാളിവർഗ്ഗത്തിന് അധികാരം പിടിച്ചെടുക്കാൻ കഴിയുമെന്നു മാത്രമല്ല, ആഴത്തിലുള്ള പരിഷ്കാരങ്ങളിലൂടെ ഒരു പുതിയ സമൂഹത്തിന് അടിത്തറ പാകാൻ കഴിയുമെന്നും കമ്യൂൺ തെളിയിച്ചു. തൊഴിലാളിവർഗ്ഗം അധികാരം പിടിച്ചെടുക്കുന്ന സാഹചര്യങ്ങളിൽ ബൂർഷ്വാസിയും ഭൂവുടമകളുമടങ്ങുന്ന ഭരണാധികാരികൾ എങ്ങനെ അതിനോടു പ്രതികരിക്കുമെന്നതിനും തർക്കമറ്റ തെളിവായിരുന്നു പാരീസ് കമ്യൂൺ. 1871 മെയ് 30 ന് മാർക്സ് ഒന്നാം ഇന്റർനാഷണലിന് നല്കിയ വിശദമായ കുറിപ്പ് കമ്മ്യൂണിനോട് അദ്ദേഹത്തിന്റെ പ്രതികരണത്തെ വ്യക്തമായി രേഖപ്പെടുത്തുന്നു. ഇതും ഫ്രാൻസിലെ സ്ഥിതിഗതികളെക്കുറിച്ച് മാർക്സ് ചെയ്ത മറ്റു ചില പ്രഭാഷണങ്ങളും ചേർത്താണ് എംഗൽസ് *ഫ്രാൻസിലെ ആഭ്യന്തര യുദ്ധങ്ങൾ (Civil Wars in France)* എന്ന കൃതി 1891 ൽ പ്രസിദ്ധീകരിച്ചത്.

ഫ്രാൻസിൽ ലൂയി നെപ്പോളിയൻ ചക്രവർത്തിയായി പ്രഖ്യാപിക്കപ്പെട്ടതിനെ സംബന്ധിച്ച് *പതിനെട്ട് ബ്രൂമെയറിൽ* മാർക്സ് നേരത്തെ തന്നെ ചർച്ച ചെയ്തിട്ടുണ്ട്. ബൂർഷ്വാസി ഭരണാധികാരി വർഗ്ഗമായിരിക്കുമ്പോൾ പാർലമെന്ററി സംവിധാനത്തെ തകർത്തും പട്ടാളം, ഉദ്യോഗസ്ഥ മേധാവികൾ, കർഷകജനങ്ങൾ എന്നിവരെ സ്വാധീനിച്ചും എങ്ങനെ അധികാരം നിലനിർത്താൻ ശ്രമിക്കുമെന്ന് ലൂയി നെപ്പോളിയൻ തെളിയിച്ചു. 1864 ൽ ലൂയി നെപ്പോളിയൻ നടത്തിയ ഹിതപരിശോധനയിൽ

പാരീസിലെ തൊഴിലാളിവർഗ്ഗം ഒന്നടങ്കം എതിർത്തു വോട്ടു ചെയ്തു. എന്നിട്ടും കർഷകരും ഗ്രാമീണ ജനതയുമാണ് ലൂയി നെപ്പോളിയനെ രക്ഷിച്ചത്. 1866 മുതൽ ഫ്രാൻസും ജർമ്മനിയും തമ്മിൽ നടന്ന യുദ്ധങ്ങൾ ഫ്രഞ്ചു സമ്പദ്വ്യവസ്ഥയെത്തന്നെ തകരാറിലാക്കി.

പാരീസിലെ തൊഴിലാളിവർഗ്ഗത്തിന്റെ ദുരിതങ്ങൾ വർദ്ധിച്ചു. ലൂയി നെപ്പോളിയന്റെയും പ്രഷ്യൻ ചാൻസലറായിരുന്ന ബിസ്മാർക്കിന്റെയും അധികാരമോഹങ്ങൾ പൊതുജീവിതത്തെത്തന്നെ സ്തംഭിപ്പിച്ചു. 1870 ൽ ലൂയി നെപ്പോളിയൻ കീഴടങ്ങിയതോടെ ഫ്രഞ്ച് ഭരണം പ്രതിസന്ധിയിലായി. പാരീസിലെ തൊഴിലാളിവർഗ്ഗം പാരീസിനെ റിപ്പബ്ലിക്കായി പ്രഖ്യാപിച്ചു. ബൂർഷ്വാസിയും പ്രഭുക്കന്മാരും പ്രമുഖ രാജപക്ഷപാതിയായിരുന്ന തിയേഴ്സിന്റെ നേതൃത്വത്തിൽ വെഴ്സായിയിൽ നിലയുറപ്പിച്ചു. ലൂയി നെപ്പോളിയൻ കീഴടങ്ങിയെങ്കിലും, അദ്ദേഹത്തിന്റെ അനുയായികൾക്ക് മുൻതൂക്കമുള്ള ഗവൺമെന്റ് തുടരാനുള്ള ശ്രമത്തിന് പ്രതിബന്ധമായി നിന്നത് പാരീസിലെ തൊഴിലാളിവർഗ്ഗവും അവരോടൊപ്പം നിന്ന നാഷണൽ ഗാർഡുമായിരുന്നു.

യുദ്ധക്കെടുതികളും സമ്പദ്വ്യവസ്ഥയുടെ തകർച്ചയും ചേർന്ന് പാരീസിൽ ക്ഷാമത്തിന്റെ അന്തരീക്ഷം സൃഷ്ടിച്ചിരുന്നു. തൊഴിലാളികളുടെ ഭാഗത്തുനിന്നുള്ള ചെറിയ അനക്കത്തെപ്പോലും തിരിച്ചറിയുന്നതിനും അതിനെ തകർക്കുന്നതിനും ഭരണകൂടം ജാഗരൂകരുമായിരുന്നു. ഇതിനെതിരെയാണ് 1870 സെപ്തംബർ 4 ന് പാരീസിൽ റിപ്പബ്ലിക്ക് പ്രഖ്യാപിക്കപ്പെട്ടത്. എന്നാൽ, റിപ്പബ്ലിക്കിനെ തകർക്കാൻ മാത്രമല്ല, പാരീസിയൻ തൊഴിലാളിവർഗ്ഗത്തെ മുഴുവൻ തകർത്തെറിയാൻ തിയേഴ്സിന്റെ സംഘം ശ്രമിച്ചതോടെയാണ് പാരീസിലെ തൊഴിലാളിവർഗ്ഗം വിപ്ലവാത്മകമായ സംഘർഷത്തിലേക്ക് നീങ്ങിയതും 1871 മാർച്ച് 18 ന് പാരീസിനെ കമ്യൂൺ ആയി പ്രഖ്യാപിച്ചതും. മുമ്പു സൂചിപ്പിച്ചതുപോലെ, പാരീസിന്റെ സംരക്ഷണ സേനയായ നാഷണൽ ഗാർഡ് ഒപ്പം നിന്നതോടെ കമ്യൂൺ ഒരു യാഥാർത്ഥ്യമായി.

1871 മെയ് 28 വരെയാണ് കമ്യൂൺ നിലനിന്നത്. അതായത് 72 ദിവസം. ഈ 72 ദിവസം കൊണ്ട് തൊഴിലാളിവർഗ്ഗ വിപ്ലവം എന്താകണമെന്നും അതു സൃഷ്ടിക്കുന്ന ഭരണകൂടത്തിന്റെ സ്വഭാവം എന്തായിരിക്കുമെന്നും സംബന്ധിച്ച് വ്യക്തമായ ദിശാനിർണ്ണയമാണ് കമ്യൂൺ നടത്തിയത്. എംഗൽസ്, മാർക്സിന്റെ കുറിപ്പുകൾക്കെഴുതിയ മുഖവുരയിൽ സൂചിപ്പിച്ചതുപോലെ 'തൊഴിലാളിവർഗ്ഗ സർവ്വാധിപത്യം എങ്ങനെയിരിക്കുമെന്ന് നിങ്ങൾക്കറിയണോ? പാരീസ് കമ്യൂണിലേക്കു നോക്കൂ. തൊഴിലാളിവർഗ്ഗ സർവ്വാധിപത്യം അതായിരുന്നു.'

രണ്ട്

മാർക്സ് പാരീസ് കമ്യൂണിന്റെ ചരിത്രം രേഖപ്പെടുത്തുന്നത് 1870

സെപ്തംബർ 4 മുതലാണ്. അന്നാണ് പാരീസിലെ തൊഴിലാളിവർഗ്ഗം നഗരം നിയന്ത്രിച്ച പട്ടാളത്തെ പുറത്താക്കുന്നതും റിപ്പബ്ലിക്കായി പ്രഖ്യാപിക്കുന്നതും. ലൂയി നെപ്പോളിയൻ ജർമ്മൻ സൈന്യത്തോടു കീഴടങ്ങിയതിന് തൊട്ടുപിറകെയായിരുന്നു അത്. പ്രഷ്യൻ സൈന്യം പാരീസിലേക്കു മാർച്ചു ചെയ്യുകയായിരുന്നു. എന്നാൽ, പുതിയ റിപ്പബ്ലിക്കിനെ പിന്തുണച്ച് പ്രഷ്യൻ സൈന്യത്തെ തുരത്താനുള്ള സന്നാഹങ്ങൾ ചെയ്യുന്നതിനുപകരം റിപ്പബ്ലിക്കിനെ ശ്വാസം മുട്ടിക്കാനാണ് തിയേഴ്സിന്റെ നേതൃത്വത്തിലുള്ള സംഘം ശ്രമിച്ചത്. ഇതിനിടയിൽ തെരഞ്ഞെടുക്കപ്പെട്ട, പ്രധാനമായും ഗ്രാമപ്രദേശങ്ങളിലെ രാജപക്ഷപാതികളുടെ പ്രതിനിധികളടങ്ങിയ ഒരു ദേശീയ അസംബ്ലി നിലവിലുണ്ടായിരുന്നു. ദേശീയ അസംബ്ലിയുടെ ആസ്ഥാനം ഫ്രാൻസിലെ പ്രമുഖ തുറമുഖ നഗരമായ ബോർഡോവിലായിരുന്നു. റിപ്പബ്ലിക്കിന്റെ പ്രഖ്യാപനം ദേശീയ അസംബ്ലിയെ യഥാർത്ഥത്തിൽ ശക്തിപ്പെടുത്തുന്നതിനായിരുന്നെങ്കിലും, ദേശീയ അസംബ്ലിയും റിപ്പബ്ലിക്കും തമ്മിൽ സംഘർഷത്തിലേക്കു നീക്കാനാണ് തിയേഴ്സും സംഘവും ശ്രമിച്ചത്. അതായത്, റിപ്പബ്ലിക്കിന്റെ സ്ഥാപനം പ്രകടമായ വർഗ്ഗസമരത്തിലേക്കു നയിച്ചു.

1871 ജനുവരിയിൽ പ്രഷ്യൻ സൈന്യം പാരീസിലെത്തി. ആഭ്യന്തര കലഹത്തിൽ കൂടുതൽ താല്പര്യം കാണിച്ച രാജപക്ഷപാതികൾ പാരീസിനെ സംരക്ഷിക്കുന്നതിന് കാര്യമായൊന്നും ചെയ്തില്ല. സായുധരായ തൊഴിലാളിവർഗ്ഗമാണ് ചെറുത്തുനിന്നത്. ജനുവരി 28 ന് പാരീസ് പ്രഷ്യൻ സൈന്യത്തിന് കീഴടങ്ങി. പാരീസിന്റെ കീഴടങ്ങൽ ഫ്രാൻസിന്റെ കീഴടങ്ങലായിരുന്നുവെന്നു മാർക്സ് പറയുന്നു. പാരീസിന്റെ ഭരണം വിനോയ്, വാലെന്റിൻ, പാലഡിൻസ് എന്ന മൂവർഗ്ഗംഘത്തിന്റെ കൈയിലായി. പാരീസിന്റെ നാഷണൽ ഗാർഡിനോട് ആയുധങ്ങൾ മുഴുവൻ തിരികെ നല്കാൻ ആവശ്യപ്പെട്ടു. നാഷണൽ ഗാർഡ് സ്വയം പുനഃസംഘടിക്കുകയും അവരുടെ നിയന്ത്രണത്തിന് ഒരു കേന്ദ്ര കമ്മിറ്റിയെ തിരഞ്ഞെടുക്കുകയും ചെയ്തു. പുതിയ കേന്ദ്ര കമ്മിറ്റി, ആയുധങ്ങളെല്ലാം സുരക്ഷിത സ്ഥാനങ്ങളിലെത്തിക്കാൻ ഏർപ്പാടു ചെയ്തു. ആയുധങ്ങൾ പിടിച്ചെടുക്കാൻ വിനോയുടെ നേതൃത്വത്തിൽ ശ്രമം നടന്നതോടെ ആഭ്യന്തര യുദ്ധം യാഥാർത്ഥ്യമായി. മൊത്തം മൂന്നുലക്ഷം വരുന്ന നാഷണൽ ഗാർഡുകളിൽ 300 പേരാണ് ഭരണപക്ഷത്തിന്റെ കൂടെ ചേർന്നത്. സംഘടിത തൊഴിലാളിവർഗ്ഗത്തിനെതിരെ നിറയൊഴിക്കാൻ നാഷണൽ ഗാർഡുകളോട് പട്ടാള മേധാവികൾ ആവശ്യപ്പെട്ടപ്പോൾ നാഷണൽ ഗാർഡുകൾ അതിനു വിസമ്മതിച്ചു. വീണ്ടും നിർബ്ബന്ധിച്ചപ്പോൾ പട്ടാള മേധാവികളായ ലെകോംതിനെയും ക്ലെമന്റ് തോമസിനെയും നാഷണൽ ഗാർഡുകൾ വെടിവെച്ചു വീഴ്ത്തി. സംഘർഷം പരസ്യമായി. സായുധരായ തൊഴിലാളികളും നാഷണൽ ഗാർഡുകളും തിയേഴ്സിന്റെ പട്ടാളവുമായി ഏറ്റുമുട്ടി.

ലൂയി നെപ്പോളിയന്റെ പഴയ ഭരണകൂടത്തെ പുനഃസ്ഥാപിക്കാനുള്ള

തിയേഴ്സിന്റെയും സംഘത്തിന്റെയും ശ്രമങ്ങളെ പാരീസിലെ തൊഴിലാളിവർഗ്ഗം ചെറുത്തുനിന്നതാണ് വർഗ്ഗസമരമായി മാറിയത്. പാരീസിലെ തൊഴിലാളികൾക്ക് വർഗ്ഗസമരത്തിന്റെ നീണ്ട ചരിത്രമുണ്ട്. 1789 ലും 1830 ലും 1848 ജൂണിലും അവർ കലാപങ്ങൾ നടത്തി. 1848 ജൂണിൽ അവർ ഫ്രാൻസിനെ 'സോഷ്യൽ റിപ്പബ്ലിക്കായി' പ്രഖ്യാപിച്ചു. പക്ഷേ, 'സോഷ്യൽ റിപ്പബ്ലിക്ക്' എന്നാൽ എന്താണെന്നതിനെക്കുറിച്ച് അവർക്കു തന്നെ ആശയവ്യക്തതയില്ലായിരുന്നുവെന്ന് മാർക്സ് ചൂണ്ടിക്കാണിക്കുന്നു. 1871 ആയപ്പോഴേക്കും പുതിയ ഭരണകൂടത്തിന്റെ സ്വഭാവം എന്തായിരിക്കണമെന്നതിനെക്കുറിച്ച് ആശയവ്യക്തത വളർന്നുവന്നിരുന്നു.

പാരീസിലെ തൊഴിലാളിവർഗ്ഗത്തെ നയിച്ചത് രണ്ടു വിഭാഗങ്ങളായിരുന്നു. ആഗസ്ത് ബ്ലാങ്കിയുടെ നേതൃത്വത്തിലുള്ള സംഘവും പ്രൂധോണിന്റെ സ്വാധീനത്തിലുള്ള സംഘവും. മാർക്സിന്റെ ഒന്നാം ഇന്റർനാഷണലിലെ പ്രവർത്തകർ ബ്ലാങ്കിയുടെ സംഘത്തോടൊപ്പമാണുണ്ടായിരുന്നത്. അവരിൽ വൈലാങ്ങിനെപ്പോലുള്ള ചിലർ മാർക്സിന്റെ അനുയായികളായിരുന്നു. കമ്യൂണിനുമുമ്പു തന്നെ ബ്ലാങ്കിയടക്കം നല്ലൊരു സംഘം തൊഴിലാളി നേതാക്കൾ ജയിലിലുമായിരുന്നു. എങ്കിലും, ആഭ്യന്തരയുദ്ധത്തിനും ഭരണവർഗ്ഗങ്ങളുടെ പരാജയങ്ങൾക്കും വഞ്ചനയ്ക്കും അറുതി വരുത്തണമെന്ന കാര്യത്തിൽ തൊഴിലാളിവർഗ്ഗം ഒറ്റക്കെട്ടായിരുന്നു. മാത്രമല്ല, പ്രൂധോണിന്റെയോ മറ്റേതെങ്കിലും ചിന്തകന്റെയോ സിദ്ധാന്തങ്ങളല്ല അവർ നടപ്പിലാക്കിയത്; അവരുടെ ഉയർന്ന വർഗ്ഗബോധത്തിൽനിന്നു രൂപംകൊണ്ട ആശയങ്ങളായിരുന്നു. 1871 മാർച്ച് 18 ന് പാരീസ് ഭരിച്ചിരുന്ന മൂവർ സംഘത്തെ തൊഴിലാളിവർഗ്ഗവും നാഷണൽ ഗാർഡുകളും ചേർന്ന് പുറത്താക്കുകയും ഭരണം തെരഞ്ഞെടുക്കപ്പെട്ട കേന്ദ്ര കമ്മിറ്റിയെ ഏല്പിക്കുകയും ചെയ്തു. തുടർന്നു നടന്ന സംഘർഷത്തിലാണ് ലെകോംതും തോമസും വെടിവെച്ചു വീഴ്ത്തപ്പെട്ടത്. പുതിയ കേന്ദ്ര കമ്മിറ്റിയുടെ കീഴിൽ മാർച്ച് 26 ന് പാരീസ് കമ്യൂൺ തെരഞ്ഞെടുക്കപ്പെട്ടു. മാർച്ച് 28 ന് അത് ഔപചാരികമായി നിലവിൽവന്നു.

പ്രായപൂർത്തി വോട്ടവകാശമനുസരിച്ച് തെരഞ്ഞെടുക്കപ്പെട്ട കൗൺസിലർമാരടങ്ങുന്നതായിരുന്നു കമ്യൂൺ. ഭൂരിപക്ഷം കൗൺസിലർമാരും തൊഴിലാളികളോ, അംഗീകരിക്കപ്പെട്ട തൊഴിലാളി പ്രതിനിധികളോ ആയിരുന്നു. കമ്യൂണിന്റെ പ്രവർത്തനം വെറും പാർലമെന്ററി സമിതിയായിട്ടായിരുന്നില്ല, നിയമനിർമ്മാണവും നിർവ്വഹണവും കൂടിച്ചേർന്ന അധികാരങ്ങളാണ് കമ്യൂണിനുണ്ടായിരുന്നത്. പൊലീസിന്റെ രാഷ്ട്രീയ മർദ്ദക സ്വഭാവം ഇല്ലാതായി. കമ്യൂണിനോട് ഉത്തരവാദിത്വമുള്ള ഒരു ഏജൻസിയായി അതു മാറി. ഉദ്യോഗസ്ഥന്മാരുടെ ഘടനയും മാറി. കൗൺസിലർമാർ അടക്കം എല്ലാ ഉദ്യോഗസ്ഥരും തൊഴിലാളികളുടെ വേതനത്തിൽ ജോലി ചെയ്യണമെന്ന നിബന്ധന വന്നു. പരമാവധി വേതനം 6000 ഫ്രാങ്ക് ആയി നിർണ്ണയിച്ചു. മാന്യവ്യക്തികളോടൊപ്പം അവർക്കു കിട്ടിയിരുന്ന ആനുകൂല്യങ്ങളും മറ്റു സ്ഥാപിത താല്പര്യങ്ങളും ഇല്ലായ്മ

ചെയ്യപ്പെട്ടു. ഫ്രഞ്ച് ഭരണകൂടത്തിന്റെ മർദ്ദനചിഹ്നമായ ഗില്ലറ്റിൻ കൊണ്ടുവന്ന് പരസ്യമായി നശിപ്പിച്ചു. മുനിസിപ്പൽ ഭരണം മാത്രമല്ല, പാരീസിൽ നടന്ന എല്ലാ പ്രവർത്തനങ്ങളും കമ്യൂണിന്റെ നിയന്ത്രണത്തിൽ വന്നു. കേന്ദ്ര ഗവൺമെന്റിന്റെ അധികാരങ്ങൾ ഇല്ലാതെയായി.

മൂന്ന്

പൊലീസിന്റെയും പട്ടാളത്തിന്റെയും സ്വതന്ത്ര അസ്തിത്വം ഇല്ലാതാകുകയും ഭരണനിർവ്വഹണം കമ്യൂണിന്റെ നിയന്ത്രണത്തിൽ വരുകയും ചെയ്തതോടെ മറ്റു വിഷയങ്ങളിലേക്കു ശ്രദ്ധ തിരിക്കാൻ കമ്യൂണിനായി. മർദ്ദനത്തിന്റെ ആദ്ധ്യാത്മിക ഉപകരണമായ 'പുരോഹിതാധിപത്യ' (parson power)ത്തെ തകർക്കുകയായിരുന്നു കമ്യൂണിന്റെ ആദ്യത്തെ ലക്ഷ്യം. പള്ളികളുടെ എല്ലാവിധ സ്വത്തുടമാവകാശങ്ങളും എടുത്തുകളഞ്ഞു. പുരോഹിതരെ സ്വന്തം സ്വകാര്യജീവിതത്തിലേക്കു പറഞ്ഞയയ്ക്കുകയും അവിടെ വിശ്വാസികളുടെ ദയയ്ക്കും ദാനധർമ്മങ്ങൾക്കും വിധേയരായി ജീവിക്കാനാവശ്യപ്പെടുകയും ചെയ്തു. എല്ലാ വിദ്യാലയങ്ങളും ജനങ്ങളുടെ സ്വതന്ത്രമായ പ്രവേശനത്തിനായി തുറന്നുകൊടുക്കുകയും പള്ളിയുടെയോ ഭരണകൂടത്തിന്റെയോ ഒരുവിധ ഇടപെടലും വിദ്യാലയങ്ങളിലുണ്ടാകില്ലെന്ന് ഉറപ്പുവരുത്തുകയും ചെയ്തു. സ്കൂളുകളിൽനിന്ന് എല്ലാവിധ മതചിഹ്നങ്ങൾ, ചിത്രങ്ങൾ, ആചാരങ്ങൾ, പ്രാർത്ഥനകൾ എന്നിവയെല്ലാം തുടച്ചുനീക്കപ്പെട്ടു. 'വർഗ്ഗപരമായ മുൻവിധികളും സർക്കാർ മർദ്ദനരൂപങ്ങളും ഉണ്ടാക്കിയ വിലങ്ങുകളിൽനിന്ന് ശാസ്ത്രം തന്നെ മോചിപ്പിക്കപ്പെട്ടു'മെന്ന് മാർക്സ് പറയുന്നു.

ജുഡീഷ്യറിക്ക് ഗവൺമെന്റുകളോടുള്ള വിധേയത്വം ഇല്ലാതെയായി. മജിസ്ട്രേട്ടുമാരും ജഡ്ജിമാരും തിരഞ്ഞെടുക്കപ്പെട്ടു. അവരുടെ സാമൂഹ്യ ഉത്തരവാദിത്വം ഉറപ്പുവരുത്തുകയും അല്ലെങ്കിൽ സ്ഥാനം വരെ നഷ്ടപ്പെടുമെന്ന് അനുശാസിക്കുകയും ചെയ്തു.

പാരീസ് കമ്യൂൺ ഫ്രാൻസിലെ മറ്റെല്ലാ വ്യാവസായിക കേന്ദ്രങ്ങളുടെയും ഭരണനിർവ്വഹണത്തിന് മാതൃകയായി കണക്കാക്കപ്പെട്ടു. ഏറ്റവും ചെറിയ പ്രാദേശിക ഘടകങ്ങളുടെയും മാതൃക കമ്യൂണായി. കേന്ദ്രീകൃത ഭരണരൂപങ്ങൾക്കുപകരം ഉല്പാദകരുടെ സ്വയംഭരണം സ്ഥാപിക്കണമെന്നാണ് അവരാഗ്രഹിച്ചത്. ഗ്രാമീണ കമ്യൂണുകളുടെ പ്രവിശ്യാതലത്തിലുള്ള പൊതുവായ കാര്യങ്ങൾ ആ തലത്തിലുള്ള ഒരു പ്രതിനിധിസഭ വഴി നിർവ്വഹിക്കപ്പെടും. അതുപോലെ പ്രവിശ്യയിലെ പ്രതിനിധിസഭകൾ പാരീസിലെ ദേശീയ പ്രതിനിധിസഭയ്ക്ക് അംഗങ്ങളെ അയയ്ക്കും. ഓരോ പ്രതിനിധിയും അയാൾ തെരഞ്ഞെടുക്കപ്പെടുന്ന പ്രതിനിധിസഭയുടെ നിർദ്ദേശങ്ങൾക്ക് (മാൻഡേറ്റുകൾക്ക്) വിധേയമായിരിക്കും. അവരെ പിൻവലിക്കാനുള്ള അവകാശവും പ്രാദേശിക സമൂഹത്തിനുണ്ട്. കേന്ദ്ര ഗവൺമെന്റിന്റെ ചില പ്രധാന പ്രവർത്തനങ്ങൾ

കമ്യൂണിന്റെ ഏജന്റുകൾ വഴി നിർവ്വഹിക്കപ്പെടണം. ദേശീയ ഐക്യത്തെയോ ഭരണനിർവ്വഹണരീതികളെയോ തകർക്കുകയല്ല കമ്യൂണിന്റെ ലക്ഷ്യം. ജനങ്ങളുടെമേൽ ഇത്തിക്കണ്ണിയായി പ്രവർത്തിക്കുന്ന ഭരണകൂടം പ്രവർത്തിക്കാതാക്കുകയാണ്. ഭരണവർഗ്ഗത്തിന്റെ പ്രതിനിധികൾ പാർലമെന്റിൽ പോയി ജനങ്ങളുടെ വികാരത്തെ വളച്ചൊടിക്കുന്നതിനു പകരം, പ്രായപൂർത്തി വോട്ടവകാശം വഴി തിരഞ്ഞെടുക്കപ്പെടുന്ന ജനപ്രതിനിധികൾ കമ്യൂണുകളായി സംഘടിപ്പിക്കപ്പെട്ട ജനങ്ങളോടു പ്രതിബദ്ധതയുള്ളവരായിരിക്കും. തെരഞ്ഞെടുക്കാനുള്ള സാർവ്വത്രിക അവകാശം ശ്രേണീബദ്ധമായ ഭരണരീതികൾക്കു പകരമായി പ്രവർത്തിക്കും.

മദ്ധ്യകാല പ്രാദേശിക കമ്യൂണുകളുടെ പുനഃസ്ഥാപനം (ഇന്ത്യയിലെ ഗ്രാമസ്വരാജ്) അല്ല പാരീസ് കമ്യൂൺ ലക്ഷ്യമാക്കിയതെന്ന് മാർക്സ് ചൂണ്ടിക്കാണിക്കുന്നു. കമ്യൂണിന്റെ ലക്ഷ്യം ചെറിയ രാഷ്ട്രങ്ങളുടെ കൂട്ടായ്മയായിരുന്നില്ല. അമിത കേന്ദ്രീകരണത്തിനെതിരായ സമരവുമല്ല പാരീസ് കമ്യൂൺ നടത്തിയത്. ഭരണവർഗ്ഗത്തിന്റെ ഭരണകൂടരൂപങ്ങൾ സൃഷ്ടിച്ച എല്ലാ മർദ്ദനരൂപങ്ങളെയും ഇല്ലാതാക്കുകയും സമൂഹത്തിന്റെ സ്വതന്ത്രമായ പ്രവർത്തനം സാദ്ധ്യമാക്കുകയുമാണ് കമ്യൂൺ ചെയ്തത്. ഗ്രാമീണ ഉല്പാദകരെ നഗരങ്ങളിലെ തൊഴിലാളിവർഗ്ഗത്തിന്റെ ധൈഷണിക നേതൃത്വത്തിന്റെ കീഴിൽ കൊണ്ടുവന്നു. ഭരണകൂടത്തിന്റെ ഇടപെടൽ ഇല്ലാത്തതുകൊണ്ട് പ്രാദേശിക തലത്തിൽ സ്വാതന്ത്ര്യം സാദ്ധ്യമായി. ഇതുവരെയുള്ള ഗവൺമെന്റുകളുടെ ഏറ്റവുമധികം പണം കുടിക്കുന്ന ഘടകങ്ങളായ സൈന്യത്തെയും ഉദ്യോഗസ്ഥ മേധാവിത്വത്തെയും ഇല്ലാതെയാക്കി.

കമ്യൂൺ ഏറ്റവും പ്രധാനമായി ഇടപെട്ടത് ഉല്പാദന രൂപങ്ങളിലായിരുന്നു. മുതലാളിമാർ അടച്ചിട്ട എല്ലാ ഫാക്ടറികളെക്കുറിച്ചും ഒരു കണക്കെടുപ്പു നടത്തുകയും, ആ ഫാക്ടറികളിൽ ജോലി ചെയ്തിരുന്ന തൊഴിലാളികളെ വരുത്തി ഫാക്ടറികളുടെ പ്രവർത്തനം പുനർനിർണ്ണയിക്കുകയും ചെയ്തു. തൊഴിലാളികളെ സഹകരണ സംഘങ്ങളായി പുനഃസംഘടിപ്പിച്ചു. സഹകരണ സംഘങ്ങളെയെല്ലാം ഒരു പൊതു യൂണിയന്റെ കീഴിൽ കൊണ്ടുവന്നു. ബേക്കർമാർ പോലുള്ള തൊഴിൽ വിഭാഗങ്ങളുടെ രാത്രി തൊഴിൽ നിരോധിച്ചു. ഏതെങ്കിലും ന്യായങ്ങൾ പറഞ്ഞ് തൊഴിലാളികളുടെ ശമ്പളം പിടിച്ചുവയ്ക്കുന്ന നടപടികളും കമ്യൂൺ കർശനമായി നിരോധിച്ചു. പണ്ടം പണയത്തിനെടുക്കുന്ന പണമിടപാടു സ്ഥാപനങ്ങളെല്ലാം അടച്ചുപൂട്ടി. തൊഴിലാളികൾക്ക് അവരുടെ ഉല്പാദനോപകരണങ്ങളുടെമേലുള്ള അവകാശത്തിനും വായ്പയെടുക്കാനുള്ള സ്വാതന്ത്ര്യത്തിനും ഇത്തരം സ്ഥാപനങ്ങൾ തടസ്സം സൃഷ്ടിക്കുമെന്ന നിലപാടിന്റെ അടിസ്ഥാനത്തിലായിരുന്നു ഇത്. കമ്യൂൺ സ്വത്തവകാശത്തെ ഇല്ലാതാക്കുന്നുവെന്നാണ് ഭരണവർഗ്ഗം ഇത്തരം നീക്കങ്ങളോട് പ്രതികരിച്ചത്. ഉല്പാദനോപകരണങ്ങൾ, ഭൂമി, മൂലധനം തുടങ്ങിയവയെല്ലാം സ്വതന്ത്രവും സഹവർത്തിത്വത്തിന്റെ അടിസ്ഥാനത്തിലുമുള്ള

അദ്ധ്വാനത്തിന് വിധേയമാക്കുകയാണ്, അതായത് എല്ലാവരുടെയും വ്യക്തിഗതമായ അവകാശങ്ങൾ ഉറപ്പുവരുത്തുകയാണ് കമ്യൂൺ ചെയ്തതെന്ന് മാർക്സ് ചൂണ്ടിക്കാണിക്കുന്നു. സ്വതന്ത്രമായ തൊഴിൽ കൂട്ടായ്മകളുടെ നിയന്ത്രണം തന്നെയാണ് കമ്യൂണിസം.

സ്വതന്ത്രമായ വായ്പയ്ക്കുള്ള അവകാശം എന്ന കമ്മ്യൂണിന്റെ നിലപാട് മദ്ധ്യവർഗ്ഗങ്ങളെയും സ്വാധീനിച്ചുവെന്നു മാർക്സ് പറയുന്നു. കാരണം കടം, വായ്പ, പലിശ, ഉത്തമർണ്ണന്മാരുടെ അക്കൗണ്ടിങ് തുടങ്ങിയവ സൃഷ്ടിച്ച ബാദ്ധ്യതകൾ കാരണം വലയുന്നവരായിരുന്നു മദ്ധ്യവർഗ്ഗത്തിൽ അധികവും. ഈ ബാദ്ധ്യതകളിൽനിന്ന് അവരെ മോചിപ്പിക്കുകയാണ് കമ്യൂൺ ചെയ്തത്. അതുപോലെ കമ്യൂണിന്റെ വിജയം മാത്രമാണ് കർഷകരുടെ ഏകപ്രതീക്ഷ എന്ന നിലപാടും ശരിയായിരുന്നു. യുദ്ധത്തിനും മറ്റു തരത്തിലുള്ള ചെലവുകൾക്കുംവേണ്ടി അതിഭീമമായ നികുതി ബാദ്ധ്യതയാണ് അതുവരെയുള്ള ഗവൺമെന്റുകൾ കർഷകരുടെ മേൽ ചുമത്തിയത്. കൂടാതെ, പ്രഷ്യക്കാർക്ക് ഫ്രഞ്ചുകാർ നല്കേണ്ടിവന്ന ഭീമമായ നഷ്ടപരിഹാരവും കൃഷിക്കാരുടെ ചുമലുകളിലായിരുന്നു.

കമ്യൂണിന്റെ ആദ്യത്തെ പ്രഖ്യാപനങ്ങളിലൊന്നിൽ പറഞ്ഞത്, യുദ്ധത്തിന്റെ ചെലവുകൾ വഹിക്കേണ്ടത് അതിന്റെ യഥാർത്ഥ ഉത്തരവാദികൾ, അതായത് ഗവൺമെന്റ് ഘടകങ്ങൾ, തന്നെയാണെന്നായിരുന്നു. അതുപോലെ പുരോഹിതന്മാരുടെ ശമ്പളം നികുതിപ്പണത്തിൽ നിന്നെടുക്കുന്നതിനു പകരം വിശ്വാസികളുടെ ഔദാര്യത്തിനനുസരിച്ചാകുന്നതും കർഷകരും എതിർക്കേണ്ടതില്ല. പാരീസിലെ ഭൂമി മുഴുവൻ കൈയടക്കി, ക്രയവിക്രയ വസ്തുക്കളാക്കി കമ്പനികളുടെയും കോൺട്രാക്ടർമാരുടെയും നേരെ കമ്യൂൺ ശക്തമായി മുന്നോട്ടുനീങ്ങി.

നാല്

കമ്യൂൺ വരുത്തിയ ഈ നിരവധി മാറ്റങ്ങളെല്ലാം വർഗ്ഗസമരത്തിന്റെ ഭാഗം തന്നെയായിരുന്നു. കമ്യൂണിന്റെ പ്രവർത്തനം കണ്ടു വെറുതെയിരിക്കുകയായിരുന്നില്ല തിയേഴ്സ് ഭരണകൂടം. കമ്യൂണും ഗ്രാമപ്രദേശങ്ങളും തമ്മിൽ സ്വതന്ത്രമായ സമ്പർക്കമുണ്ടാവുകയാണെങ്കിൽ അത് ഗ്രാമപ്രദേശങ്ങളിലെല്ലാം കലാപങ്ങൾക്കു വഴിവെക്കുമെന്നും ഇപ്പോൾ തങ്ങൾക്ക് ഗ്രാമങ്ങളിലുള്ള സ്വാധീനം ഇല്ലാതാകുമെന്നും അവർ ഭയപ്പെട്ടു. കമ്യൂണിനെ പാരീസ് നഗരത്തെ ഉപരോധിച്ച് ശ്വാസംമുട്ടിക്കുകയും കമ്യൂൺ നടത്തുന്ന 'അക്രമ'ങ്ങളെക്കുറിച്ച് നിരന്തരമായി തെറ്റിദ്ധാരണകളും ഊഹാപോഹങ്ങളും പ്രചരിപ്പിച്ച് പുറത്തുള്ളവരെ കമ്യൂണിൽ നിന്നകറ്റുകയുമായിരുന്നു അവരുടെ തന്ത്രം. പാരീസിനെ സൈനികമായി ഉപരോധിച്ച് കീഴടക്കുക എന്ന ആശയം കൂടി ഉണ്ടായിരുന്നെങ്കിലും, അതിനാവശ്യമായ സൈന്യത്തെ സംഘടിപ്പിക്കാൻ അവർക്കു കഴിഞ്ഞില്ല.

കമ്യൂൺ നടത്തുന്ന ദൈവനിന്ദയെക്കുറിച്ചുള്ള ശക്തമായ പ്രചാരണമായിരുന്നു മറ്റൊരു രീതി. കൃത്യവിലോപത്തിന് അവരുടെ ഒരു സൈന്യാധിപനെ കമ്യൂൺ പുറത്താക്കിയതും കള്ളപ്പേരിൽ നുഴഞ്ഞുകയറാൻ ശ്രമിച്ച ഒരു കമ്യൂൺ അംഗത്തെ അറസ്റ്റ് ചെയ്തതുമെല്ലാം കമ്യൂണിനെതിരായ പ്രചാരണത്തിന്റെ ഭാഗമായി. അതേസമയം കമ്യൂൺ പാരീസിൽ വരുത്തിയ മാറ്റങ്ങൾ അവിശ്വസനീയമായിരുന്നു. പാരീസ് യൂറോപ്യൻ മുതലാളിമാരുടെ 'ആനന്ദോത്സവ' കേന്ദ്രമാണെന്ന ധാരണ ഇല്ലാതെയായി. രാത്രി കൊള്ളകൾ, കൊലപാതകങ്ങൾ, മോഷണങ്ങൾ തുടങ്ങിയവ ഇല്ലാതെയായി. സ്ത്രീകളുടെ ധീരതയും സ്ഥൈര്യവും മാന്യതയും പ്രകടമാക്കപ്പെട്ടു. പുതിയ ലോകത്തെ സൃഷ്ടിക്കാൻ ശ്രമിക്കുന്ന പാരീസിനെയാണ് അക്കാലത്തു കണ്ടത്.

മുമ്പുണ്ടായ സംഘർഷങ്ങളിൽ തിയേഴ്സ് ഭരണകൂടം തടവുകാരാക്കി പിടിച്ചവരെ വിട്ടുകിട്ടണമെന്ന് കമ്യൂൺ ആവശ്യപ്പെട്ടതാണ് വീണ്ടും സംഘർഷത്തിന് വഴിയൊരുക്കിയത്. ബ്ലാങ്കിയടക്കമുള്ളവർ അന്നും തടങ്കലിലായിരുന്നു. തടവുകാരെ തിയേഴ്സ് ഭരണകൂടം നിരന്തരമായി പീഡിപ്പിക്കുകയും മർദ്ദിക്കുകയും ചെയ്തതോടെ കമ്യൂണും പാരീസിലെ 64 രാജപക്ഷപാതികളെ ബന്ദികളാക്കി. അതിൽ പാരീസിലെ ആർച്ച് ബിഷപ്പ് ദാർബോയും ഉൾപ്പെട്ടിരുന്നു. അവസാനം ബ്ലാങ്കിയെ വിട്ടുകൊടുത്താൽ ദാർബോയെയും മറ്റു പുരോഹിതന്മാരെയും നല്കാമെന്നതായി പ്രധാന ചർച്ച. വീണ്ടും വീണ്ടും ബ്ലാങ്കിയെ വിട്ടുകിട്ടണമെന്നാവശ്യപ്പെട്ടിട്ടും തിയേഴ്സ് കൂട്ടാക്കിയില്ല. അവസാനം ദാർബോയ് വധിക്കപ്പെട്ടു. ദാർബോയ് വധം തിയേഴ്സിന് ആവശ്യമുള്ള സന്ദർഭമായിരുന്നു. മാർക്സ് പറയുന്നതുപോലെ 'ബ്ലാങ്കിയുടെ തല അങ്ങോട്ടു നല്കുന്നതിനേക്കാൾ ദാർബോയുടെ ശവത്തിലായിരുന്നു തിയേഴ്സിന്റെ താല്പര്യം.' പ്രഷ്യൻ സൈന്യത്തിന്റെ സഹായത്തോടെ തിയേഴ്സ് പാരീസ് ആക്രമിച്ചു. മെയ് 28 ന് പാരീസ് കമ്യൂൺ തകർന്നു. പാരീസ് ഇതുവരെ കാണാത്ത വിധത്തിലുള്ള അതിഭീകരമായ കൂട്ടക്കൊലയാണ് പിന്നീടു നടന്നത്.

മാർക്സ് തന്റെ പ്രബന്ധം ഇങ്ങനെയാണ് അവസാനിപ്പിക്കുന്നത്:

> തൊഴിലാളികളുടെ പാരീസും, അതിന്റെ കമ്യൂണും ഒരു പുതിയ സമൂഹത്തിന്റെ സമുജ്ജ്വലമായ നാന്ദിയായി എക്കാലത്തും വാഴ്ത്തപ്പെടും. അതിന്റെ രക്തസാക്ഷികൾ തൊഴിലാളികളുടെ മഹത്തായ ഹൃദയങ്ങളിൽ സ്ഥാനം പിടിക്കും. ചരിത്രം തളച്ചിട്ട കഴുമരങ്ങളിൽനിന്ന് കമ്യൂണിന്റെ കൊടും ഘാതകരെ മോചിപ്പിക്കാൻ അവരുടെ പുരോഹിതരുടെ ഒരുവിധ പ്രാർത്ഥനയ്ക്കും കഴിയുകയില്ല.

ഗോഥാ പരിപാടിയുടെ വിമർശനം

ഒന്ന്

ആയിരത്തി എണ്ണൂറ്റി എഴുപത്തി അഞ്ചിലാണ് ജർമ്മനിയിലെ ഗോഥായിൽവെച്ച് ജർമ്മൻ സോഷ്യൽ ഡെമോക്രാറ്റുകളുടെ ഏകീകരണ കോൺഗ്രസ് ചേരുന്നത്. അതുവരെ ജർമ്മനിയിലെ തൊഴിലാളി വർഗ്ഗത്തിന് രണ്ട് രാഷ്ട്രീയ സംഘടനകളുണ്ടായിരുന്നു. ഒന്ന്, അഗസ്ത് ബെബലും വില്യം ലൈബ്നെറ്റും നയിച്ച സോഷ്യൽ ഡെമോക്രാറ്റിക് വർക്കേഴ്സ് പാർട്ടി, രണ്ടാമത്തേത് ഫെർഡിനാന്റ് ലസാലിന്റെ ജനറൽ ജർമ്മൻ വർക്കേഴ്സ് യൂണിയൻ. ആദ്യകാലത്ത് മാർക്സിന്റെ അനുയായിയായിരിക്കുകയും പിന്നീട് വേറിട്ടുപോവുകയും ചെയ്ത ലസാലിന് തൊഴിലാളികൾക്കിടയിൽ ശക്തമായ സ്വാധീനമുണ്ടായിരുന്നു. 1869 ൽ ഐസനാക്ക് എന്ന സ്ഥലത്തുചേർന്ന സമ്മേളനത്തിലാണ് ജർമ്മൻ സോഷ്യൽ ഡെമോക്രാറ്റിക് വർക്കേഴ്സ് പാർട്ടിയുണ്ടാകുന്നത്. 1870 ൽ ഏകീകൃത ജർമ്മനി രൂപംകൊണ്ട പശ്ചാത്തലത്തിൽ വ്യത്യസ്ത സംഘടനകളെ യോജിപ്പിക്കാനുള്ള ശ്രമമാണ് ഗോഥാ കോൺഗ്രസിലേക്ക് നയിച്ചത്.

തൊഴിലാളിവർഗ്ഗത്തിന് ഒരു ഏകീകൃത പാർട്ടിയുണ്ടാകണമെന്ന ധാരണയെ ഒരിക്കലും മാർക്സ് എതിർത്തില്ല. അതിനുവേണ്ടിയുണ്ടാക്കിയ വിപ്ലവ പരിപാടിയുടെ കാര്യത്തിലായിരുന്നു മാർക്സിന്റെ പ്രധാന വിമർശനങ്ങളെല്ലാം. ഒന്ന്, മാർക്സ് *കമ്യൂണിസ്റ്റ് മാനിഫെസ്റ്റോ*യിലൂടെയും പിന്നീട് നിരവധി രചനകളിലൂടെയും വളർത്തിക്കൊണ്ടുവന്ന ശാസ്ത്രീയ നിലപാടുകൾ ലസാൽ അംഗീകരിച്ചില്ല. തൊഴിലാളിവർഗ്ഗ വിപ്ലവം

എന്നാൽ തൊഴിലാളി ക്ഷേമത്തിൽനിന്ന് വ്യത്യസ്തമായിരുന്നില്ല. രണ്ട്, മുതലാളിത്തം വളർന്നുവന്ന സമഗ്ര സാഹചര്യങ്ങൾ ലസാലിന് അപ്രസക്തമായിരുന്നു. അതുകൊണ്ട് മുതലാളിത്തവും ഭൂവുടമകളും തമ്മിലുള്ള ബന്ധം, ഭൂവുടമാ വ്യവസ്ഥയ്ക്കും ഗ്രാമീണ ഉല്പാദന ബന്ധങ്ങൾക്കും മുതലാളിത്തത്തിന്റെ വളർച്ചയിലുള്ള പ്രാധാന്യം തുടങ്ങിയവ ലസാൽ അംഗീകരിച്ചില്ല. മൂന്ന്, തൊഴിലാളിവർഗ്ഗത്തിന്റെ സാർവ്വദേശീയ സ്വഭാവം ലസാൽ അംഗീകരിച്ചില്ല. അതിനു പകരം തൊഴിലാളിവർഗ്ഗത്തെ ദേശീയ തൊഴിലാളിവർഗ്ഗമായി കണക്കാക്കി. നാലാമത്, ഭരണകൂടത്തിന്റെ തകർച്ചയെക്കുറിച്ചുള്ള മാർക്സിന്റെയും എംഗൽസിന്റെയും സുപ്രധാന വാദങ്ങൾ ലസാൽ അംഗീകരിച്ചില്ല. ഭരണകൂടം എല്ലാ കാലത്തും നിലനില്ക്കും. അത് മുതലാളിത്തത്തിന്റെ സ്വാധീനത്തിൽ നിന്ന് സ്വതന്ത്രമാകണമെന്നുമാത്രം. ലസാലിന്റെ ഈ നിലപാടുകൾ ഗോഥാ പരിപാടിയുടെ കരടിൽ പ്രത്യക്ഷപ്പെട്ടിരുന്നു. അതിനെയാണ് മാർക്സ് എതിർത്തത്.

ഇവയോടൊപ്പം എംഗൽസ് ബെബലിനെഴുതിയ ഒരു കത്തിൽ (മാർച്ച് 18-28, 1875) കൂട്ടിച്ചേർക്കുന്ന ചില കാര്യങ്ങളുണ്ട്. പരിപാടിയിലെ നിരവധി ആവശ്യങ്ങൾ ഒരു വിപ്ലവ പാർട്ടി മുന്നോട്ടു വയ്ക്കുന്ന ആവശ്യങ്ങളായിരുന്നില്ല. ബൂർഷ്വാ ജനാധിപത്യ ആവശ്യങ്ങളായിരുന്നു. അവ എങ്ങനെയാണ് സോഷ്യൽ ഡെമോക്രാറ്റിക് പാർട്ടിയുടെ പരിപാടിയിൽ കടന്നുവന്നതെന്ന് എംഗൽസ് ചോദിക്കുന്നു. അതുപോലെ തൊഴിലാളി വർഗ്ഗ സാർവ്വദേശീയതയ്ക്കു പകരം 'ജനങ്ങളുടെ അന്താരാഷ്ട്ര സാഹോദര്യം' മുതലായ പ്രയോഗങ്ങൾ എങ്ങനെ വന്നുവെന്നും എംഗൽസ് ചോദിക്കുന്നു. പരിപാടിയിൽ ഒരു വാക്കുപോലും ഒരു വർഗ്ഗമെന്ന നിലയിലുള്ള തൊഴിലാളിവർഗ്ഗത്തിന്റെ സംഘാടനത്തെക്കുറിച്ചില്ല. അതായത് പരിപാടിയുടെ ഘടനയിൽത്തന്നെ വിപ്ലവത്തിനോടുള്ള പ്രതിബദ്ധത കണ്ടിരുന്നില്ല.

ഇനി നമുക്ക് മാർക്സിന്റെ പ്രധാന വിമർശനങ്ങളിലേക്ക് കടക്കാം.

രണ്ട്

എല്ലാ സമ്പത്തിന്റെയും എല്ലാ സംസ്കാരത്തിന്റെയും സ്രോതസ്സ് അദ്ധ്വാനമാണെന്ന് ഗോഥാ പരിപാടി വിലയിരുത്തുന്നു. സമൂഹത്തിലാണ്, സമൂഹത്തിലൂടെയാണ് ഉപയോഗപ്രദമായ അദ്ധ്വാനം സാദ്ധ്യമാകുന്നത്. അദ്ധ്വാനത്തിന്റെ ഉല്പന്നങ്ങൾ സമൂഹത്തിലെ എല്ലാ അംഗങ്ങൾക്കും തുല്യമായി അവകാശപ്പെട്ടതാണ്.

മാർക്സ് ഈ വാചകത്തെ അങ്ങനെതന്നെ നിരാകരിക്കുന്നു. എല്ലാ സമ്പത്തിന്റെയും സ്രോതസ്സ് അദ്ധ്വാനമല്ല. പ്രകൃതിയും നിരവധി ഉപയോഗമൂല്യങ്ങൾ സൃഷ്ടിക്കുന്നുണ്ട്. മനുഷ്യരുടെ അദ്ധ്വാനശക്തിപോലും പ്രകൃതിശക്തിയാണ്. എല്ലാ സമ്പത്തിന്റെയും സ്രോതസ്സ് അദ്ധ്വാനമാ

ണെന്ന ധാരണ മുതലാളിത്തത്തിന്റേതാണ്. കാരണം മനുഷ്യർ ആദ്യം മുതൽതന്നെ പ്രകൃതിയെ ഒരു ഉടമയുടെ മനഃസ്ഥിതിയോടെയാണ് കണ്ടിരുന്നത്. പ്രകൃതി തനിക്ക് അവകാശപ്പെട്ടതാണെന്ന് അയാൾ ധരിച്ചു. അപ്പോൾ അദ്ധ്വാനമാണ് എല്ലാവിധ ഉപയോഗമൂല്യങ്ങളും സൃഷ്ടിക്കുന്നത്, പ്രകൃതിയല്ല. അദ്ധ്വാനം എല്ലാവിധ ഉപയോഗമൂല്യങ്ങളും സൃഷ്ടിക്കുമ്പോൾ, അദ്ധ്വാനിക്കുന്നവർ എല്ലാക്കാലത്തും അദ്ധ്വാനത്തിന്റെ ഭൗതിക സാഹചര്യങ്ങൾ നിയന്ത്രിക്കുന്നവരുടെ, അതായത് സ്വത്തുടമകളുടെ, പിടിയിലാകണം. അദ്ധ്വാനിക്കുന്നവർക്ക് മോചനമുണ്ടാകില്ലെന്നർത്ഥം. അദ്ധ്വാനമില്ലാതെ ഒരു സമൂഹവും ഉണ്ടാവുകയില്ല.

അപ്പോൾ, ഉപയോഗപ്രദമായ അദ്ധ്വാനം സമൂഹത്തിലാണ് സാദ്ധ്യമാകുന്നത് എന്നു പറയുന്നതിന് എന്താണർത്ഥം? പറയേണ്ടിയിരുന്നത്, ഉപയോഗമില്ലാത്ത, സമൂഹത്തെ നശിപ്പിക്കുന്ന അദ്ധ്വാനവും സമൂഹത്തിൽ ചെയ്യാം എന്നാണ്. അത്തരം തൊഴിലുകളും മനുഷ്യർക്ക് വരുമാനദായകമാകാം. മനുഷ്യർക്ക് അലസരായിരുന്നും വരുമാനമുണ്ടാക്കാം. അദ്ധ്വാനത്തിന്റെ ഉല്പന്നങ്ങൾ തുല്യമായി വിതരണംചെയ്യുമെന്ന് ആർക്കു വേണമെങ്കിലും പറയാം. ഓരോ സമൂഹത്തിന്റെയും ഘടനയുടെ ഭാഗമായിത്തന്നെ തുല്യാവകാശങ്ങൾക്കുവേണ്ടി വാദിച്ചിട്ടുണ്ട്. എല്ലാവിധ സ്വകാര്യ സ്വത്തു രൂപങ്ങളും തുല്യാവകാശത്തിന്റെ അടിസ്ഥാനത്തിൽത്തന്നെയാണ് നിലനിന്നിട്ടുള്ളത്.

ഇതിനുപകരം പറയേണ്ടിയിരുന്നത് അദ്ധ്വാനം സമ്പത്തായി മാറുന്നത് സാമൂഹ്യ അദ്ധ്വാനം എന്ന നിലയിലാണ് 'എന്നും' സാമൂഹ്യാദ്ധ്വാനം വളരുന്നതനുസരിച്ച് തൊഴിലാളികൾക്കിടയിൽ ദാരിദ്ര്യവും ദുരിതവും വർദ്ധിക്കുകയും തൊഴിൽ ചെയ്യാത്തവർക്കിടയിൽ സമ്പത്തും സംസ്കാരവും വർദ്ധിക്കുകയും ചെയ്യുന്നു എന്നും ആക്കണമെന്നാണ് മാർക്സ് പറയുന്നത്.

'ഇന്നത്തെ സമൂഹത്തിൽ അദ്ധ്വാനോപാധികൾ മുതലാളിവർഗ്ഗത്തിന്റെ കുത്തകയാണ്' എന്നു പറയുന്നത് തെറ്റാണെന്ന് മാർക്സ് വാദിക്കുന്നു. ഉല്പാദനോപാധികൾ മുതലാളിമാരുടെയും ഭൂപ്രഭുവർഗ്ഗത്തിന്റെയും കൈയിലാണ്. ഭൂമിയും ഉല്പാദന ഉപാധിയാണ്. അത് ഭൂപ്രഭുവിന്റെ കൈയിലാണ്.

അദ്ധ്വാനത്തിന്റെ മോചനമെന്നാൽ അദ്ധ്വാന ഉപാധികളെ സമൂഹത്തിന്റെ പൊതു സ്വത്താക്കി മാറ്റുകയും ഉല്പന്നങ്ങളുടെ ന്യായമായ വിതരണത്തോടെയുള്ള സഹകരണാടിസ്ഥാനത്തിലുള്ള അദ്ധ്വാനത്തിന്റെ നിർണ്ണയവുമാണെന്ന് പരിപാടി പറയുന്നു.

ഈ വാചകത്തിൽ നിരവധി ആശയക്കുഴപ്പങ്ങൾ കാണാമെന്ന് മാർക്സ് വാദിക്കുന്നു. 'ഉല്പന്നങ്ങളുടെ ന്യായമായ വിതരണം (fair distribution) എന്നാൽ എന്താണ്? എല്ലാ ബൂർഷ്വാ സമൂഹങ്ങളും വാദിക്കുന്നത് അവരുടെ വിതരണ രീതി ന്യായമാണെന്നാണ്. അത് ന്യായമല്ലെന്ന് ഏവർക്കുമറിയാം. അതിന് പരിഹാരം 'തുല്യമായ അവകാശം'

അദ്ധ്വാന ഉല്പന്നങ്ങളുടെ തുല്യമായ (ഒരു കുറവുമില്ലാതെയുള്ള) വിതരണം എന്നതല്ല. നാം ഇവിടെ സൂചിപ്പിക്കുന്നത് അദ്ധ്വാന ഉല്പന്നങ്ങളെ സംബന്ധിച്ചല്ല. ഒരു സമൂഹം ഉല്പാദിപ്പിക്കുന്ന മൊത്തം സാമൂഹ്യ ഉല്പന്നങ്ങളെക്കുറിച്ചാണ്. സാമൂഹ്യ അദ്ധ്വാനത്തിന്റെമേലുള്ള മുതലാളിവർഗ്ഗത്തിന്റെയും സ്വത്തുടമകളുടെയും നിയന്ത്രണം ഇല്ലാതാകുമ്പോൾ, ഉല്പാദനം തൊഴിലാളികളുടെ സഹകരണാടിസ്ഥാനത്തിലാകുന്നു. സഹകരണാടിസ്ഥാനത്തിലുള്ള ഉല്പാദനം സൃഷ്ടിക്കുന്ന മൊത്തം സാമൂഹ്യ ഉല്പന്നത്തിൽനിന്ന് ഉല്പാദനോപാധികൾക്കുള്ള ചെലവ്, ഉല്പാദന വികാസത്തിനുള്ള ചെലവ്, അപകടങ്ങൾ, പ്രകൃതിക്ഷോഭങ്ങൾ മുതലായവയ്ക്കുള്ള ഇൻഷുറൻസ് തുടങ്ങിയവ കുറയ്ക്കണം. ഉല്പന്നത്തിൽനിന്നുള്ള വരുമാനത്തിൽനിന്ന് വ്യക്തികൾക്ക് വിതരണം ചെയ്യുന്നതിനുമുമ്പ് പൊതുഭരണച്ചെലവ്, സ്കൂളുകൾ, ആരോഗ്യസേവനം മുതലായ പൊതു ആവശ്യങ്ങൾക്കുള്ള ചെലവുകൾ, തൊഴിൽ ചെയ്യാൻ കഴിയാത്തവർക്കുള്ള വേതനം (പെൻഷൻ മുതലായവ) എന്നിവയും കുറയ്ക്കണം. ഇവയെല്ലാം കഴിച്ച് ബാക്കി വരുന്നവയാണ് വിതരണം ചെയ്യേണ്ടത്.

വിപ്ലവാനന്തര പുതിയ സമൂഹം സ്വന്തമായ അടിത്തറയിൽ ഉണ്ടാക്കപ്പെടുന്നതല്ല. അത് മുതലാളിത്ത സമൂഹത്തിൽനിന്നും വളർന്നുവരുന്നതാണ്. അതുകൊണ്ട്, പഴയ സമൂഹത്തിന്റെ സാമ്പത്തികവും ധാർമ്മികവും ധൈഷണികവുമായ മുദ്രകൾ അതിൽ പതിഞ്ഞിട്ടുണ്ടാകും. ഓരോ വ്യക്തിക്കും അത്യാവശ്യ കിഴിവുകൾക്കുശേഷം തിരിച്ചു ലഭിക്കുന്നത് അപ്പോൾ സമൂഹത്തിന് നല്കുന്ന അദ്ധ്വാനത്തിനു തുല്യമാണ്. അയാൾ /അവൾ എത്ര ജോലിയാണ് സമൂഹത്തിന് ചെയ്തതെന്നതിന് ഒരു സാക്ഷ്യപത്രം അയാൾക്ക്/അവൾക്ക് നല്കും. ഈ സാക്ഷ്യപത്രമനുസരിച്ച് അയാൾക്ക്/അവൾക്കാവശ്യമായ ഉപഭോഗവസ്തുക്കൾ മൊത്തം സാമൂഹ്യശേഖരത്തിൽനിന്ന് ലഭിക്കും. മൊത്തം സാമൂഹ്യ ശേഖരത്തിൽനിന്ന് മുൻ കാണിച്ച കിഴിവുകൾക്കുശേഷമുള്ള തുകയാണ് അയാൾക്ക്/അവൾക്ക് ലഭിക്കുക. അദ്ധ്വാനവും വേതനവും തമ്മിലുള്ള ഈ തുല്യത ബൂർഷ്വാ അവകാശമാണ്. ഈ അവകാശം തൊഴിലാളിയുടെ അദ്ധ്വാനത്തിന് ആനുപാതികമാണ്, അദ്ധ്വാനം എന്ന തുല്യമായ അളവുകോൽ എല്ലാ വരുമാനത്തിനും ഉപയോഗിക്കുന്നതുകൊണ്ടാണ് തുല്യത എന്ന് നാം പറയുന്നത്. അദ്ധ്വാനവും വരുമാനവും തമ്മിലുള്ള അനുപാതം വ്യക്തികൾക്കനുസരിച്ച് മാറുകയില്ല, കാരണം, വിനിമയത്തിന്റെ ശരാശരി തലമാണ് കണക്കിലെടുക്കുന്നത്.

കൂടാതെ ചിലർക്ക് ശാരീരികവും മാനസികവുമായ വർദ്ധിച്ച കഴിവുകൾ ഉണ്ടാകാം. അതുകൊണ്ട് അവർക്ക് ഒരേ സമയംകൊണ്ട് കൂടുതൽ ജോലിചെയ്യാനും കൂടുതൽ സമയം ജോലിചെയ്യാനും കഴിയും. അപ്പോൾ അയാളുടെ, അവളുടെ തൊഴിൽ സമയവും തൊഴിൽ ക്ഷമതയും കണക്കിലെടുക്കേണ്ടിവരും. അതുകൊണ്ട്, വിപ്ലവാനന്തര സമൂ

ഹത്തിലെ തുല്യത അസമത്വത്തെ ഇല്ലാതാക്കുന്നില്ല. അതിന്റെ ഉള്ളടക്കത്തിലെ തൊഴിൽക്ഷമതയുടെ അസമത്വം നിലനില്ക്കും. ഉദാഹരണത്തിന് ഒരു തൊഴിലാളി വിവാഹിതയാകും. മറ്റെയാൾ അവിവാഹിതയാകും. ഒരാൾക്ക് കൂടുതൽ കുട്ടികളുണ്ടാകും, ഇതനുസരിച്ച് ചെലവുകളിലും മാറ്റംവരും. അപ്പോൾ തുല്യമായ വേതനം നല്കിയാൽപോലും അസമത്വം ഇല്ലായ്മചെയ്യാൻ കഴിയുകയില്ല. അദ്ധ്വാനത്തിനനുസരിച്ചുള്ള വേതനത്തിൽ തുല്യമായ അളവുകോൽ ഉപയോഗിക്കുമെങ്കിലും സാമൂഹ്യ ഉപഭോഗത്തിൽ അവരുടെ പങ്ക് തുല്യമാകണമെന്നില്ല.

മാർക്സ് ഒന്നാംഘട്ടത്തിലെ കമ്യൂണിസം എന്നും പിന്നീട് മാർക്സിസ്റ്റുകൾ സോഷ്യലിസം എന്നും വിളിക്കുന്ന കാലഘട്ടത്തിലെ സമൂഹം മുതലാളിത്തത്തിന്റെ സ്വാധീനമുള്ള സമൂഹമാണ്, ഉല്പാദന ബന്ധങ്ങളിലാണ് മാറ്റങ്ങളുണ്ടാകുന്നത്. അവകാശങ്ങളുടെ ഘടനയിൽ പഴയ സ്വാധീനം നിലനില്ക്കുന്നു. എന്നാൽ കമ്യൂണിസ്റ്റ് സമൂഹത്തിന്റെ ഉന്നത ഘട്ടം എന്ന് മാർക്സും പില്ക്കാല മാർക്സിസ്റ്റുകൾ 'കമ്യൂണിസ്റ്റ് സമൂഹം' എന്നും വിളിക്കുന്ന ഘട്ടത്തിലെ സ്ഥിതി വ്യത്യസ്തമാണ്. മുതലാളിത്ത തൊഴിൽ ഘടനയും തൊഴിൽ വിഭജനവും സോഷ്യലിസ്റ്റ് സമൂഹത്തിലും കാണാം. എന്നാൽ കമ്യൂണിസത്തിൽ ഈ തൊഴിൽ വിഭജന രീതിയോടുള്ള വ്യക്തികളുടെ വിധേയത്വം ഇല്ലാതെയാകുന്നു; മാനസികവും ശാരീരികവുമായ അദ്ധ്വാനം എന്ന വിഭജനം അദൃശ്യമാകുന്നു. അദ്ധ്വാനം ജീവിതോപാധിയല്ല, അദ്ധ്വാനിക്കുക എന്നത് മനുഷ്യജീവിതത്തിന്റെ പ്രധാന ആവശ്യമായിത്തീരുന്നു. വ്യക്തികളുടെ സർവ്വതോന്മുഖമായ വളർച്ചമൂലം ഉല്പാദന ശക്തികൾ വികസിക്കുകയും സഹകരണാടിസ്ഥാനത്തിലുള്ള സമ്പത്തിന്റെ വളർച്ച സാദ്ധ്യമാവുകയും ചെയ്യുന്നു. അപ്പോൾ ബൂർഷ്വാ അവകാശത്തിന്റെ അടിസ്ഥാനത്തിൽ അദ്ധ്വാനവും വേതനവും തമ്മിലുള്ള തുല്യതയെ മറികടക്കാൻ കഴിയുന്നു. ഓരോരുത്തരും സ്വന്തം കഴിവും ഇച്ഛാശക്തിയുമനുസരിച്ചാണ് അദ്ധ്വാനിക്കുന്നത്, അവിടെ അദ്ധ്വാനസമയത്തിനല്ല, കഴിവിനാണ് പ്രാധാന്യം ലഭിക്കുക. അതിനാവശ്യമായ കായികവും മാനസികവുമായ കഴിവുകൾ അയാൾക്കുണ്ടാകും. ശാസ്ത്ര സാങ്കേതികവിദ്യകളുടെയും സാമൂഹ്യമായ സംഘാടന രൂപങ്ങളുടെയും വികാസത്തെ അയാൾ/അവൾ തന്നെ നിർണ്ണയിക്കുകയും സ്വന്തം കഴിവുകൾ വികസിപ്പിക്കുകയും ചെയ്യും. അയാളുടെ/അവളുടെ ആവശ്യങ്ങൾക്കനുസരിച്ച് ഉല്പാദനം നടത്താനും ഉപഭോഗവസ്തുക്കൾ വിതരണംചെയ്യാനുമുള്ള സാദ്ധ്യതകളും അന്ന് വളർന്നുവരും.

ഇവിടെ ഉല്പാദനവും ഉപഭോഗവും വേറിട്ടു കാണേണ്ടതല്ല. ചില സോഷ്യലിസ്റ്റുകൾ ബൂർഷ്വാ സാമ്പത്തികശാസ്ത്രജ്ഞരുടെ വാദമുപയോഗിച്ച് ഉല്പാദനക്രമം എന്തായാലും വിതരണക്രമത്തിൽ മാറ്റം വരുത്തിയാൽ മതി എന്നു വാദിക്കുന്നു. ഉപഭോഗവസ്തുക്കളുടെ വിതരണം എന്നത് ഉല്പാദന സാഹചര്യങ്ങളുടെ വിതരണത്തിന്റെ ഫലമാണ്. മുത

ലാളിത്ത രീതിയനുസരിച്ച് ഉല്പാദന സാഹചര്യങ്ങൾ തൊഴിലാളികളല്ലാത്തവരുടെ നിയന്ത്രണത്തിലാണ്. അതാണ് ഭൂസ്വത്തും മുതലാളിത്തവുമായി മാറുന്നത്. തൊഴിലെടുക്കുന്നവർക്ക് അദ്ധ്വാനശക്തിയുടെ ഉടമാവകാശമേയുള്ളു. അങ്ങനെ വിതരണം നടക്കുന്ന സമൂഹങ്ങളിൽ ഇന്നു കാണുന്ന ഉപഭോഗ വസ്തുക്കളുടെ വിതരണവും സ്വാഭാവികമാണ്. അതായത് ഉപഭോഗവസ്തുക്കളുടെ വിതരണം തൊഴിലാളികളല്ലാത്ത സമ്പന്ന വർഗ്ഗങ്ങളിൽ കേന്ദ്രീകരിക്കും. തൊഴിലാളികൾതന്നെ സഹകരണാടിസ്ഥാനത്തിൽ സ്വത്തുടമകളാകുമ്പോൾ, ഉപഭോഗവസ്തുക്കളുടെ വിതരണവും വ്യത്യസ്തമാകും. ഇതിലൂന്നുന്നതിനു പകരം ഉല്പന്നങ്ങളുടെ പുനർ വിതരണമാണ് സോഷ്യലിസം എന്ന വാദം നിരാകരിക്കണമെന്ന് മാർക്സ് നിർദ്ദേശിക്കുന്നു.

മൂന്ന്

തൊഴിലാളി വർഗ്ഗവും മറ്റു വർഗ്ഗങ്ങളും തമ്മിലുള്ള വൈരുദ്ധ്യമാണ് മറ്റൊരു പ്രധാന വിഷയം. അദ്ധ്വാനത്തിന്റെ മോചനം തൊഴിലാളിവർഗ്ഗത്തിന്റെ ദൗത്യമാണ്. മറ്റു വർഗ്ഗങ്ങളെല്ലാം പിന്തിരിപ്പന്മാരുടെ കൂട്ടമാണെന്നാണ് പരിപാടി പറയുന്നത്. വർഗ്ഗങ്ങളുടെയും വർഗ്ഗബന്ധങ്ങളുടെയും വളർച്ചയെക്കുറിച്ചുള്ള ബാലിശമായ ധാരണകളിൽനിന്നാണ് ഈ പരാമർശമുണ്ടാകുന്നത്. *കമ്യൂണിസ്റ്റ് മാനിഫെസ്റ്റോ*യിൽ പറയുന്നത്, ബൂർഷ്വാസിയുമായുള്ള ഏറ്റുമുട്ടലിൽ യഥാർത്ഥ വിപ്ലവവർഗ്ഗം പ്രോലിറ്റേറിയറ്റാണെന്നാണ്. ഒരുകാലത്ത് ബൂർഷ്വാസിക്കും വിപ്ലവപരമായ പങ്കുണ്ടായിരുന്നു. എന്നാൽ, ആധുനിക വ്യവസായങ്ങളുടെ വളർച്ചയുടെ പശ്ചാത്തലത്തിൽ ബൂർഷ്വാസി ആധിപത്യം സ്ഥാപിക്കുകയും മറ്റെല്ലാ വർഗ്ഗങ്ങളും ജീർണ്ണമാവുകയും ചെയ്യുന്നു. താഴ്ന്ന മദ്ധ്യവർഗ്ഗംപോലും അവരുടെ വിഭവങ്ങളെല്ലാം തകർന്ന് പ്രോലിറ്റേറിയറ്റിൽ ചേരുന്നു. ഇത് സൂചിപ്പിക്കുന്നതിനുപകരം എല്ലാ മറ്റു വർഗ്ഗങ്ങളെയും ഒറ്റയടിക്ക് പിന്തിരിപ്പന്മാരെന്ന് വിളിക്കുന്നതിൽ അർത്ഥമില്ല. ഉദാഹരണത്തിന് കൈത്തൊഴിൽകാരെയും ചെറുകിട വ്യവസായികളെയും കർഷകരെയുമെല്ലാം പിന്തിരിപ്പന്മാരെന്ന് വിളിക്കുന്നതിൽ എന്തർത്ഥമാണുള്ളത്?

ഇന്നത്തെ ദേശീയ രാഷ്ട്രത്തിന്റെ ചട്ടക്കൂടിനുള്ളിലാണ് ആദ്യം തൊഴിലാളിവർഗ്ഗം അതിന്റെ മോചനത്തിനുവേണ്ടി ശ്രമിക്കുന്നത്. അതിന്റെ ഫലമായുണ്ടായി വരുന്ന എല്ലാ നാഗരിക രാഷ്ട്രങ്ങളിലെ തൊഴിലാളികൾക്കും ഉണ്ടാവേണ്ടത് പൊതുവായ ജനങ്ങളുടെ അന്താരാഷ്ട്ര സാഹോദര്യമാണെന്ന് പരിപാടി വാദിക്കുന്നു.

തൊഴിലാളിവർഗ്ഗം സംഘടിക്കേണ്ടത് ദേശീയ തലത്തിലല്ല, വർഗ്ഗമായാണ്. തൊഴിലാളികളുടെ രാജ്യം അതിന്റെ സമരത്തിനുള്ള വേദി മാത്രമാണ്. വർഗ്ഗസമരം ദേശീയമാകുന്നത് അതിന്റെ ഉള്ളടക്കത്തിലല്ല, അതിന്റെ രൂപത്തിലാണ്. ദേശീയ രാഷ്ട്രീയത്തിന്റെ ചട്ടക്കൂട് എന്നത്

ലോക വിപണിയുടെ ചട്ടക്കൂടിനുള്ളിലാണ്. അന്താരാഷ്ട്ര ബന്ധങ്ങളുടെ ചട്ടക്കൂടിനുള്ളിലാണ്. ഇത് എല്ലാ മുതലാളിമാർക്കും അറിയുന്നതുമാണ്.

എങ്ങനെയാണ് ജർമ്മൻപാർട്ടിയുടെ സാർവ്വദേശീയത 'ജനങ്ങളുടെ അന്താരാഷ്ട്ര സാഹോദര്യ''മാകുന്നത്? ഉദാഹരണത്തിന്, ജർമ്മൻ തൊഴിലാളിവർഗ്ഗം നേരിടേണ്ടത് ജർമ്മൻ മുതലാളിവർഗ്ഗത്തെ മാത്രമല്ല, ജർമ്മൻ ചാൻസലർ ബിസ്മാർക്കിന്റെ സാർവ്വദേശീയനയത്തെക്കൂടിയാണ്. 'അന്താരാഷ്ട്ര സാഹോദര്യ'മെന്നത് ബൂർഷ്വാപാർട്ടികളുടെയും മുദ്രാവാക്യമാണെന്നും മാർക്സ് ചൂണ്ടിക്കാണിക്കുന്നു. അതേസമയം സാർവ്വദേശീയ തൊഴിലാളിവർഗ്ഗത്തിന്റെ ആദ്യത്തെ ചരിത്രപരമായ രൂപം പാരീസ് കമ്യൂണാണ്. പാരീസ് കമ്യൂണിന്റെ പാതയാണ് ജർമ്മൻ തൊഴിലാളിവർഗ്ഗം പിന്തുടരേണ്ടത്. പാരീസിലെ തൊഴിലാളികൾ ഉയിർത്തെഴുന്നേറ്റത് തിയേഴ്സിന്റെ ബൂർഷ്വാ ഭരണകൂടത്തിനെതിരെ മാത്രമല്ല, അക്രമാസക്തമായ പ്രഷ്യൻ സൈന്യത്തിനെതിരെകൂടിയാണ്.

തൊഴിലാളിവർഗ്ഗ പാർട്ടി എല്ലാ നിയമപരമായ മാർഗ്ഗങ്ങളിലൂടെയും ഒരു സ്വതന്ത്ര ഭരണകൂടത്തിനും സോഷ്യലിസ്റ്റ് സമൂഹത്തിനുംവേണ്ടി ശ്രമിക്കുമെന്നും എല്ലാവിധ ചൂഷണങ്ങളും സാമൂഹ്യവും രാഷ്ട്രീയവുമായ അസമത്വങ്ങളും അവസാനിപ്പിക്കുമെന്നും പരിപാടി നിർദ്ദേശിക്കുന്നു. അതിനോടൊപ്പം കൂലി സംവിധാനവും അവസാനിപ്പിക്കുമെന്നും പറയുന്നു.

കൂലി സംവിധാനവും കൂലിയെ സംബന്ധിച്ച 'ഇരുമ്പു നിയമവും' (ലസാലിന്റെ ആശയമാണിത്) മാർക്സ് അംഗീകരിക്കുന്നില്ല. കൂലിയെന്നത് കൊടുക്കുന്ന വേതനം കുറവാണോ കൂടുതലാണോ എന്നതിന്റെ അടിസ്ഥാനത്തിലല്ല, അദ്ധ്വാനശക്തിയുടെ മൂല്യം അല്ലെങ്കിൽ വില എന്ന രീതിയിലാണ് കണക്കാക്കേണ്ടത്. 'കൂലിയുടെ ഇരുമ്പുനിയമം' എന്നത് എല്ലാക്കാലത്തും തൊഴിലുടമ തൊഴിലാളിക്ക് മിനിമം കൂലിയേ നല്കുകയുള്ളു എന്നതാണ്. ഇത് ശരിയാണെങ്കിൽ ഒരു സമൂഹത്തിലും തുല്യത കൈവരിക്കാനാവുകയില്ല. കൂലിവേല നശിപ്പിച്ചാലും വേതനത്തിലെ കുറവ് നിലനില്ക്കും. എന്നാൽ കൂലിവേല എന്നത് ഒരു അടിമത്ത രൂപമാണ്. മുതലാളിത്ത വികാസമനുസരിച്ച് ഈ അടിമത്ത രൂപമാണ് ശക്തിപ്പെടുന്നത്. കൂലി കുറയ്ക്കുന്നതും കൂട്ടുന്നതും അടിമത്തത്തിന്റെ വളർച്ചയ്ക്ക് ബാധകമല്ല. അതുപോലെ സാമൂഹ്യവും രാഷ്ട്രീയവുമായ അസമത്വം അവസാനിപ്പിക്കുകയല്ല. വർഗ്ഗഭിന്നതകൾ ഇല്ലാതാകുന്നതോടെ, അവയിൽനിന്നുണ്ടാകുന്ന സാമൂഹ്യവും രാഷ്ട്രീയവുമായ ഭിന്നതകൾ അവസാനിക്കുകയാണ് ചെയ്യുക.

പണിയെടുക്കുന്നവരുടെ ജനാധിപത്യപരമായ നിയന്ത്രണത്തിൽ പ്രവർത്തിക്കുന്ന ഉല്പാദക സഹകരണ സംഘങ്ങൾക്കുവേണ്ടി പരിപാടി നിലകൊള്ളുന്നു. വ്യവസായത്തിലും കൃഷിയിലുമാരംഭിക്കുന്ന ഉല്പാദക സഹകരണസംഘങ്ങളിൽനിന്നാണ് മൊത്തം അദ്ധ്വാനത്തിന്റെ സോഷ്യലിസ്റ്റ് സംഘാടനം സാദ്ധ്യമാകുന്നതെന്നും പരിപാടി നിർദ്ദേശി

ക്കുന്നു. സംഘങ്ങൾക്ക് ഭരണകൂടത്തിന്റെ സഹായവും വേണം.

ഇവിടെ വിപ്ലവാനന്തരകാലത്തെ സാമൂഹ്യ പരിവർത്തനത്തിന്റെ ഫലമായല്ല, 'ഭരണകൂടത്തിന്റെ സഹായ'ത്തോടെ സംഘടിപ്പിക്കുന്ന ഉല്പാദക സഹകരണ സംഘങ്ങൾ സോഷ്യലിസത്തിലേക്ക് നയിക്കുമെന്നാണ് വാദിക്കുന്നത്. അതായത് ഒരു പുതിയ റെയിൽവെ പദ്ധതി നിർമ്മിക്കുന്നതുപോലെ ഭരണകൂടത്തിന്റെ സഹായത്തോടെ ഒരു സമൂഹത്തെയും നിർമ്മിക്കാം! 'ഭരണകൂടത്തിന്റെ സഹായം' പണിയെടുക്കുന്നവരുടെ ജനാധിപത്യപരമായ നിയന്ത്രണത്തിൻകീഴിലാകണം. എന്നാൽ അന്ന് ജർമ്മനിയിൽ പണിയെടുക്കുന്നവരുടെ ഭൂരിഭാഗം കർഷകരാണ്, തൊഴിലാളിവർഗ്ഗമല്ല. തൊഴിലാളിവർഗ്ഗത്തിന്റെ ലക്ഷ്യം ഇന്നത്തെ ഉല്പാദന സാഹചര്യങ്ങളുടെ വിപ്ലവാത്മകമായ പരിവർത്തനമാകണം, ഭരണകൂടത്തിന്റെ സഹായത്തോടെ സഹകരണസംഘങ്ങളുണ്ടാക്കുകയല്ല. തൊഴിലാളികൾ സ്വയം സൃഷ്ടിക്കുന്ന സഹകരണ സംഘങ്ങൾക്കുമാത്രമാണ് പ്രസക്തിയുണ്ടാകുക.

മറ്റുചില 'ജനാധിപത്യപരമായ' ആവശ്യങ്ങളിലേക്കും മാർക്സ് കടക്കുന്നു. ഒന്ന്, 'സ്വതന്ത്ര ഭരണകൂടം' എന്ന വാക്കിന് ഒരർത്ഥവുമില്ല. വിപ്ലവാനന്തര സമൂഹത്തിൽ ഭരണകൂടത്തിനുണ്ടാകേണ്ട മാറ്റമാണ് പരിപാടിയിൽ വിഭാവനം ചെയ്യേണ്ടത്. ഉദാഹരണത്തിന് ഭാവി ഭരണകൂടത്തിൽ 'ഒരൊറ്റ ക്രമാനുബദ്ധമായ ആദായനികുതി' ഏർപ്പെടുത്തുമെന്ന് വാദിക്കുന്നതിൽ അർത്ഥമില്ല. ബൂർഷ്വാ രാഷ്ട്രങ്ങളിലും ഇത് നടപ്പിലാക്കാം. 'സാർവ്വത്രിക പ്രാഥമിക വിദ്യാഭ്യാസം, സൗജന്യ വിദ്യാഭ്യാസം തുടങ്ങിയവയും അതുപോലെതന്നെ. 'ഭരണകൂട'മല്ല വിദ്യാഭ്യാസം നല്കേണ്ടത്, വിദ്യാഭ്യാസം നല്കേണ്ടത് അദ്ധ്യാപകരാണ്, സ്കൂളുകളാണ്, ഗവൺമെന്റും പള്ളിയും വിദ്യാഭ്യാസം നല്കുന്നതിൽനിന്ന് ഒഴിവാകണം. "മനഃസാക്ഷിയുടെ സ്വാതന്ത്ര്യം" എന്ന വാക്കിന് പല അർത്ഥങ്ങളുണ്ടാകാം. മതവാദികൾ അവരുടെ മനഃസാക്ഷിയുടെ സ്വാതന്ത്ര്യമായും ഇത് വ്യാഖ്യാനിക്കാം. 'സ്ത്രീ തൊഴിലിന്റെ നിയന്ത്രണം' എന്നാൽ അന്നത്തെ സാഹചര്യത്തിൽ സ്ത്രീകളെ ഒഴിവാക്കുന്നതിനു തുല്യമാണ്. സ്ത്രീകളെ ശാരീരികമായും ധാർമ്മികമായും ആരോഗ്യകരമല്ലാത്ത സാഹചര്യങ്ങളിൽ പണിയെടുപ്പിക്കുകയില്ല എന്നാണുദ്ദേശ്യമെങ്കിൽ അതു പറയേണ്ടതായിരുന്നു.

ചുരുക്കത്തിൽ വിപ്ലവാനന്തര ഘട്ടത്തിൽ ഉണ്ടാകുന്ന സാമൂഹ്യ പരിവർത്തനങ്ങൾ പരിഗണിച്ചല്ല *ഗോഥാ പരിപാടി*യിലെ ആവശ്യങ്ങൾ ഉന്നയിച്ചിരിക്കുന്നത്, ബൂർഷ്വാ സമൂഹത്തിൽതന്നെയുള്ള ആവശ്യങ്ങളുടെ അടിസ്ഥാനത്തിലാണ്. ഒരു പരിപാടിക്ക് വിപ്ലവപരിപാടിയായി മാറാൻ കഴിഞ്ഞില്ലെങ്കിൽ അതിന്റെ ഉദ്ദേശ്യലക്ഷ്യങ്ങൾ പ്രകടമാകുകയില്ല. ബൂർഷ്വാ ജനാധിപത്യപരമായ ചില ആവശ്യങ്ങളുടെ പത്രിക മാത്രമേ ആവുകയുള്ളു. മാർക്സിന്റെ പ്രധാന വിമർശനവും ഇതിനെ ആധാരമാക്കിയാണ്.

കുടുംബം, സ്വകാര്യസ്വത്ത് ഭരണകൂടം എന്നിവയുടെ ഉത്ഭവം

ഒന്ന്

ഫ്രെഡറിക് എംഗൽസ് 1884 ൽ പ്രസിദ്ധീകരിച്ച *കുടുംബം, സ്വകാര്യസ്വത്ത്, ഭരണകൂടം എന്നിവയുടെ ഉത്ഭവം* എന്ന കൃതി കഴിഞ്ഞ രണ്ടു നൂറ്റാണ്ടുകളിലായി പ്രസിദ്ധീകരിച്ച മാർക്സിസ്റ്റ്-സോഷ്യലിസ്റ്റ് ഗ്രന്ഥങ്ങളിൽ ഏറ്റവും ശ്രദ്ധയാകർഷിച്ച കൃതികളിൽ ഒന്നാണ്. നരവംശശാസ്ത്രജ്ഞരുടെയും മാർക്സിസ്റ്റുകളുടെയും സ്ത്രീവാദ പ്രസ്ഥാനത്തിന്റെ പ്രവർത്തകരുടെയും ഇടയിൽ നിരവധി ചർച്ചകൾക്കും സംവാദങ്ങൾക്കും വിഷയമായതാണ് ഈ കൃതി. ഇതിലെ നിഗമനങ്ങളെ നിരാകരിക്കുന്നവർപോലും ഇതിന്റെ പ്രാധാന്യത്തെ അംഗീകരിക്കുന്നു.

മുതലാളിത്ത ബന്ധങ്ങളുടെ അടിവേര് സ്വകാര്യ സ്വത്താണെന്നും സ്വകാര്യ സ്വത്തുടമാ ബന്ധങ്ങൾ നിയമപരമായ ചട്ടക്കൂടുണ്ടാക്കുകയും അതിനെ ന്യായീകരിക്കുകയും ചെയ്യുകയാണ് ഭരണകൂടത്തിന്റെ മുഖ്യ ധർമ്മം എന്നും കണ്ടെത്തിയതോടെ സ്വകാര്യ സ്വത്തും ഭരണകൂടവും എങ്ങനെ വളർന്നുവന്നുവെന്ന് പരിശോധിക്കാൻ മാർക്സും എംഗൽസും ശ്രമിച്ചിരുന്നു. 1846 ലെ *ജർമ്മൻ പ്രത്യയശാസ്ത്ര*ത്തിൽ ഇതിനുള്ള ആദ്യ ശ്രമങ്ങൾ കാണാം. തുടർന്ന് 1859 ൽ എഴുതിയ *ഗ്രുൻഡ്റീസിൽ* സാമാന്യം വിശദമായിത്തന്നെ സ്വത്തുടമാബന്ധങ്ങളുടെ വളർച്ച മാർക്സ് പരിശോധിക്കുന്നു. വിശദമായല്ലെങ്കിലും *മൂലധന*ത്തിലും മാർക്സ് ഇതിനുള്ള ശ്രമങ്ങൾ നടത്തുന്നുണ്ട്. തുടർന്ന് 1878-81 കാലഘട്ടത്തിൽ ലൂയി മോർഗ്ഗൻ, ഹെന്റി മെയ്ൻ, മാക്സിം കോവലോവ്സ്കി തുടങ്ങിയവരുടെ രചനകളെ മാർക്സ് വിശദമായി പഠിക്കുകയും കുറിപ്പുകളെഴുതിയെടു

ക്കുകയും ചെയ്തിരുന്നു. ഈ കുറിപ്പുകളെ ലോറൻസ് ക്രേഡർ എന്ന നരവംശ ശാസ്ത്രജ്ഞൻ *Ethnological Notes of Karl Marx* എന്നപേരിൽ പ്രസിദ്ധീകരിച്ചിട്ടുണ്ട്. ഇവയെ ആധാരമാക്കി ക്രേഡർ തന്നെ രചിച്ച *Asiatic Mode of Production* എന്ന പുസ്തകവും ശ്രദ്ധേയമാണ്. മാർക്സ് വേരാസസുലിക് എന്ന റഷ്യൻ സോഷ്യലിസ്റ്റിനെഴുതിയ കത്തുകളിൽ റഷ്യൻ കമ്യൂണുകളുടെ (ഒബ്ഷിനാ) പ്രവർത്തനത്തെക്കുറിച്ച് നടത്തിയ പരാമർശങ്ങളെ ആധാരമാക്കി തിയോഡോർ ഷാനിൻ എഴുതിയ *Marx and the Russian Road* എന്ന പുസ്തകവും ശ്രദ്ധേയമാണ്. ഈയിടെയായി മാർക്സ് യൂറോപ്പേതര രാഷ്ട്രങ്ങളെക്കുറിച്ചെഴുതിയ കുറിപ്പുകളെയും ലേഖനങ്ങളെയും ആധാരമാക്കി തയ്യാറാക്കിയ കെവിൻ ആൻഡേഴ്സന്റെ *Marx at the Margins* എന്ന പുസ്തകവും പരിശോധിക്കപ്പെടണം.

മാർക്സ് ഒരു യൂറോ കേന്ദ്രീകൃത ചിന്തകനായിരുന്നു എന്ന വിമർശനത്തെ ചോദ്യംചെയ്യുന്നവയാണ് ഈ പുസ്തകങ്ങളെല്ലാം. എംഗൽസ് ആധാരമാക്കുന്നത് മാർക്സിന്റെ ഈ കുറിപ്പുകളാണ്.

രണ്ടാമത്തേത് ഇക്കാലത്ത് പ്രസിദ്ധീകരിക്കപ്പെട്ട നരവംശ ശാസ്ത്രപഠനങ്ങളാണ്. യൂറോപ്പേതര പ്രദേശങ്ങളിലെ ജനസമൂഹങ്ങളെക്കുറിച്ച് അക്കാലത്ത് ലഭ്യമായ രേഖകളെല്ലാം മാർക്സും എംഗൽസും പരിശോധിച്ചിരുന്നു. ഇന്ത്യയെക്കുറിച്ചുള്ള ഈസ്റ്റ് ഇന്ത്യാ കമ്പനിയുടെ രേഖകൾ മാർക്സ് പഠിച്ചത് ഉദാഹരണമാണ്. നാല്പതുകളിലും അൻപതുകളിലുമായി ഊർജ്ജസ്വലമായ നരവംശ ശാസ്ത്രപഠനങ്ങൾ ഇവരുടെ ശ്രദ്ധയാകർഷിച്ചു. ഡാർവിന്റെ *സ്പീഷിസിന്റെ ഉല്പത്തി* മാർക്സിനെ വൻതോതിൽ ആകർഷിച്ചതായി നമുക്കറിയാം. തുടർന്നുവന്ന നരവംശ ശാസ്ത്രജ്ഞരിൽ മാർക്സിനെയും എംഗൽസിനെയും ഏറ്റവും ആകർഷിച്ചത് അമേരിക്കയിലെ ഇറോക്കോയ് ഇന്ത്യക്കാരെക്കുറിച്ച് പഠനം നടത്തിയ ലൂയി മോർഗ്ഗന്റെ *പ്രാചീനസമൂഹം* എന്ന പുസ്തകമായിരുന്നു. മോർഗ്ഗനുശേഷം ബക്കോഫൻ, മക്ലെന്നൻ, ലബോക്ക് ടെയ്‌ലർ മുതലായവരുടെ ഗ്രന്ഥങ്ങളും എംഗൽസ് വായിച്ചു. ഇവയുടെ സ്വാധീനം എംഗൽസിന്റെ കൃതിയിലുടനീളം കാണാം.

മാർക്സിന്റെ നിര്യാണത്തിന്റെ അടുത്തവർഷം എംഗൽസ് എന്തിന് ഇത്തരത്തിലുള്ള പുസ്തകം പ്രസിദ്ധീകരിച്ചു. ലൂയി മോർഗ്ഗന്റെ നരവംശശാസ്ത്ര ഗവേഷണങ്ങളുടെ വെളിച്ചത്തിൽ എത്തിച്ചേർന്ന നിഗമനങ്ങളെ ആധാരമാക്കി മാർക്സ് ഒരു പുസ്തകമെഴുതാൻ ആലോചിച്ചിരുന്നുവെന്ന് എംഗൽസ് പറയുന്നു. മാർക്സ് അതിനുവേണ്ടി തയ്യാറാക്കിയ കുറിപ്പുകളാണ് ക്രേഡറും ആൻഡേഴ്സനും മറ്റും ഇപ്പോൾ പ്രസിദ്ധീകരിച്ചത്. മാർക്സിന്റെ ലക്ഷ്യം രണ്ടു കാര്യങ്ങളായിരുന്നു. ഒന്ന് സ്വത്തുടമാ സമ്പ്രദായത്തിന്റെയും അദ്ധ്വാനത്തിന്റെയും വികാസത്തെ മനസ്സിലാക്കുക, രണ്ട്, ഒരു സ്പീഷിസ് എന്ന നിലയിലുള്ള മനുഷ്യരുടെ പുനരുല്പാദനത്തെ മനസ്സിലാക്കുക. ലൂയി മോർഗ്ഗൻ തന്റെ *പ്രാചീന*

സമൂഹം (Ancient Society, 1877) എന്ന പുസ്തകത്തിൽ കൈകാര്യം ചെയ്തത് ഇവ രണ്ടുമായിരുന്നു എന്നത് മാർക്സിനെയും എംഗൽസിനെയും ഒരുപോലെ ആകർഷിച്ചു. തുടർന്ന് ബക്കോഫൻ, മക്ലെന്നൻ തുടങ്ങിയവരുടെ നിഗമനങ്ങൾ എംഗൽസ് 1891 ൽ പുസ്തകത്തിന്റെ നാലാം പതിപ്പിനെഴുതിയ മുഖവുരയിൽ ചർച്ചചെയ്തു. ചരിത്രപരമായ ഭൗതികവാദമനുസരിച്ച് മാനവ സമൂഹത്തിന്റെ വികാസപരിണാമങ്ങൾ മനസ്സിലാക്കുക എന്ന ദൗത്യമായിരുന്നു ഇതിനുപിറകിൽ.

രണ്ട്

പ്രാചീനസമൂഹത്തെക്കുറിച്ചുള്ള തന്റെ പഠനത്തിൽ ലൂയി മോർഗ്ഗൻ ആധാരമായി സ്വീകരിച്ചത് ജോൺ മില്ലറും ആദം ഫെർഗ്ഗുസനും മുതലുള്ള എല്ലാ സാമൂഹ്യ ശാസ്ത്രജ്ഞരും അംഗീകരിച്ച സാമൂഹ്യ പരിണാമ സങ്കല്പനമായിരുന്നു. കിരാതത്വം (savagery), മ്ലേച്ഛത (barbarism), നാഗരികത (civilization). എംഗൽസും ഇതുതന്നെ ആധാരമായി സ്വീകരിച്ചെങ്കിലും പുരാവസ്തു ഗവേഷകർ നിർദ്ദേശിച്ച മറ്റൊരു വിഭജനത്തെക്കുറിച്ച് പ്രാചീന ശിലായുഗം, നവീന ശിലായുഗം, ലോഹയുഗം-അദ്ദേഹത്തിന് അറിയാമായിരുന്നു. അതുകൊണ്ട് കിരാതത്വത്തെക്കുറിച്ചുള്ള തന്റെ വിശദീകരണത്തിൽ അതിനെ പ്രാചീന ശിലായുഗവുമായും മ്ലേച്ഛതയെ നവീനശിലായുഗവുമായും ബന്ധിപ്പിച്ചു. കിരാതത്വത്തെ ഭക്ഷ്യശേഖരണവുമായും ആദിമ ഗ്രാമങ്ങളുടെ വളർച്ചയുമായും ബന്ധിപ്പിച്ചെങ്കിൽ മ്ലേച്ഛതയെ കന്നുകാലിവളർത്തൽ, പാത്രനിർമ്മാണം, കൃഷി എന്നിവയുടെ വളർച്ചയുടെ കാലമായാണ് സൂചിപ്പിച്ചത്. ലോഹങ്ങളുടെ പ്രത്യേകിച്ച് ഇരുമ്പിന്റെ ഉപയോഗവും കുശവന്റെ ചക്രം, വണ്ടികളുടെ നിർമ്മാണം, നഗരങ്ങളുടെ വളർച്ച തുടങ്ങിയവയുമായി അവസാനത്തെ നാഗരികഘട്ടത്തെ ബന്ധപ്പെടുത്തി.

എന്നാൽ, കാലഘട്ടങ്ങളുടെ ഇത്തരത്തിലുള്ള സാങ്കേതിക വിഭജനത്തിലല്ല മോർഗ്ഗനും, അദ്ദേഹത്തെ പിന്തുടർന്ന് എംഗൽസും ഊന്നിയത്. ന്യൂയോർക്കിനടുത്തുണ്ടായിരുന്ന ഗോത്ര സമൂഹമായ ഇറോക്കോയുടെ ഇടയിൽ ജീവിച്ചു പഠിച്ച മോർഗ്ഗൻ ഊന്നിയത് അവരുടെ കുടുംബബന്ധങ്ങളിലായിരുന്നു. ഇറോക്കോയ് ഗോത്രങ്ങൾ നിലനിന്നത് ചാർച്ചക്കൂട്ടങ്ങളായിട്ടായിരുന്നു (Kinship group). അവരിൽ രക്തബന്ധമുള്ളവർ ചേർന്നാണ് ഗോത്രങ്ങളായി മാറിയത്. ഇത്തരം രക്തബന്ധ വ്യവസ്ഥകളിൽനിന്നാണ് കുടുംബങ്ങൾ വളർന്നുവന്നത്. രക്തബന്ധ വ്യവസ്ഥകൾ ഒരേ രൂപങ്ങളിലുള്ളവയല്ല. ചില വ്യവസ്ഥകളിൽ അഗമ്യഗമനം (സഹോദരിയും സഹോദരനും തമ്മിലുള്ള ലൈംഗികബന്ധം) സാദ്ധ്യമല്ല, ചില വ്യവസ്ഥകളിൽ ആകാം. ചിലയിടങ്ങൾ പുരുഷന്മാർ ബഹുഭാര്യാത്വത്തിലും മറ്റുചിലയിടങ്ങളിൽ സ്ത്രീകൾ ബഹുഭർത്തൃത്വത്തിലും ജീവിക്കുന്നു. രണ്ടു ഗോത്രങ്ങളിലെ സ്ത്രീകളും പുരുഷന്മാരും തമ്മി

ലുള്ള പൊതു വിവാഹ രൂപങ്ങളും കാണാൻ കഴിയും. ഇത്തരം ഭിന്നതകൾ എങ്ങനെ ഉണ്ടായി വന്നു? ഇറോക്വോയ് ഗോത്ര വ്യവസ്ഥയിലെ പഠനങ്ങളെ ആധാരമാക്കി മോർഗ്ഗൻ ചെന്നെത്തിയ നിഗമനം ഇവയെല്ലാം അതി പ്രാചീനകാലത്ത് മനുഷ്യസമൂഹത്തിലെ സ്വതന്ത്ര വേഴ്ചയെ സൂചിപ്പിക്കുന്നുവെന്നാണ്. അതി പ്രാചീനസമൂഹം കൂട്ടങ്ങൾ ആയിരുന്നു. അതിൽനിന്ന് പിന്നീടാണ് ഗോത്രങ്ങൾ (Tribe) ഉണ്ടായി വന്നത് എന്നാണ്. മറ്റൊരു രീതിയിൽ പറഞ്ഞാൽ, സ്വതന്ത്ര വേഴ്ചാ സമൂഹങ്ങളിൽനിന്നുള്ള പരിവർത്തനങ്ങൾ പില്ക്കാലത്തെ ചാർച്ചക്കൂട്ടങ്ങളെയും കുടുംബങ്ങളുടെ വളർച്ചയെയും നിർണ്ണയിച്ചു.

സ്വതന്ത്ര വേഴ്ചാ സമൂഹങ്ങളിൽനിന്ന് കുടുംബത്തിലേക്കുള്ള വളർച്ചയെ നാലു ദശകളിലായാണ് മോർഗ്ഗൻ വിശദീകരിച്ചത്.രക്തബന്ധ കുടുംബങ്ങൾ, ഇതിൽ വേഴ്ചകളുണ്ടാകുന്നത് തലമുറകൾക്കുള്ളിലാണ്. അതായത്. രക്തബന്ധ ഗ്രൂപ്പുകൾക്കുള്ളിലെ എല്ലാ മുത്തച്ഛന്മാരും മുത്തശ്ശിമാരും പരസ്പരം ഭർത്താക്കന്മാരും ഭാര്യമാരുമാണ്, അതുപോലെ അച്ഛന്മാരും അമ്മമാരും, പിന്നീട് മക്കളും. ഇവിടെ നിഷേധിക്കപ്പെടുന്നത് മക്കളും അച്ഛനമ്മമാരും തമ്മിലുള്ള വേഴ്ചകളാണ്. ഒരേ തലമുറയിൽപ്പെട്ട എല്ലാവരും പരസ്പരം ദായാദികളാണ്. അതുകൊണ്ട് ഭർത്താക്കന്മാരും ഭാര്യമാരുമാണ്.

2. വഴിക്രമങ്ങൾ (പുനാലുവൻ കുടുംബം) ആദ്യഘട്ടത്തിൽ തലമുറകൾ തമ്മിലുള്ള ബന്ധങ്ങൾ നിഷേധിക്കപ്പെട്ടുവെങ്കിൽ ഇപ്പോൾ സഹോദരീ സഹോദരന്മാർ തമ്മിലുള്ള ബന്ധങ്ങൾ നിഷേധിക്കപ്പെടുന്നു. ചിലപ്പോൾ നേരിട്ടുള്ള ദായാദികൾ തമ്മിലുള്ള ബന്ധവും നിഷേധിക്കപ്പെടാം. ഇവിടെ കുടുംബത്തിന്റെ ഘടന തീരുമാനിക്കുന്നത് തലമുറകളായല്ല, ആൺ വഴിയോ പെൺവഴിയോ ആയാണ്. പക്ഷേ, അവിടെ ഭർത്താക്കന്മാരെയോ ഭാര്യമാരെയോ തിരഞ്ഞെടുക്കുന്നതിൽ നിയന്ത്രണമുണ്ടാകണമെന്നില്ല. ഉദാഹരണത്തിന് ഒരു സ്ത്രീയുടെ സഹോദരിയുടെ ഭർത്താവ് അവരുടെ ഭർത്താവാകും; ഒരു പുരുഷന്റെ ഭാര്യാ സഹോദരി അയാളുടെ ഭാര്യയാകും. ഒരു വിഭാഗത്തിൽപ്പെട്ട പുരുഷന്മാർ മറ്റൊരു വിഭാഗത്തിൽപ്പെട്ട സ്ത്രീകളെയും നേരെ തിരിച്ചും വിവാഹംകഴിക്കും. അങ്ങനെയുള്ള ബന്ധങ്ങളിൽനിന്നാണ് ജനങ്ങൾ (gens) ഉണ്ടായി വരുന്നത്.

3. യുഗ്മ കുടുംബങ്ങൾ: (pairing families) വഴിക്രമങ്ങളിൽ ഏതെങ്കിലും ആൺ വഴിയിൽപ്പെട്ടവർ മറ്റൊരു പെൺവഴിയിൽപ്പെട്ടവരെയെല്ലാം ഭാര്യമാരായി സ്വീകരിക്കാം, അതിൽ ഒരാൾ മുഖ്യ ഭാര്യ (നമ്മുടെ രാജവംശങ്ങളിലെ 'പട്ടമഹിഷി') ആയി മാറുന്നു. അതുപോലെ ഒരു മുഖ്യ ഭർത്താവും ഉണ്ടാകാം. ഇവർ അയാൾക്കോ അവർക്കോ ഏറ്റവും ഇഷ്ടപ്പെട്ട ഭാര്യയാകണം . ഗോത്ര മര്യാദകൾക്കനുസരിച്ചാണ് ഈ തീരുമാനമുണ്ടാക്കുക. (ദശരഥന്റെ പട്ടമഹിഷി കൗസല്യയും ഇഷ്ട ഭാര്യ കൈകേയിയുമായിരുന്നെന്നോർക്കുക) ചിലപ്പോൾ സ്ത്രീകളെ കവർന്നെടു

ത്തും വിലയ്ക്കുവാങ്ങിച്ചും (ഇന്ത്യയിൽ സ്വയംവരംപോലുള്ള ചടങ്ങുകൾ വഴിയും) യുഗ്മങ്ങളെ സൃഷ്ടിക്കാം. യുഗ്മങ്ങൾ ഒരു സ്വതന്ത്രമായ കുടുംബത്തിലേക്ക് നയിക്കണമെന്നില്ല. പക്ഷേ, പൊതു വേഴ്ചാക്രമങ്ങളിൽ ഒരു പ്രത്യേക തായ്വഴിയെ, അല്ലെങ്കിൽ ആൺവഴിയെ സൃഷ്ടിക്കാൻ മതിയാകും.

യുഗ്മകുടുംബങ്ങൾ സൃഷ്ടിക്കുന്ന സുപ്രധാന മാറ്റങ്ങളിലേക്ക് എംഗൽസ് വിരൽചൂണ്ടുന്നു. അതുവരെയുള്ള കുടുംബങ്ങളിൽ അവകാശങ്ങൾ കൈമാറിയിരുന്നത് തായ്വഴിയാണ്. കാരണം കുട്ടികളുടെ ഗോത്രത്തിലെയും കുടുംബത്തിലെയും സ്ഥാനം നിർണ്ണയിക്കാനുള്ള ഏകവഴി അമ്മയുമായുള്ള ബന്ധമാണ്. എന്നാൽ യുഗ്മകുടുംബങ്ങൾ കുട്ടികളുടെ അച്ഛനെയും കൂടി വേർതിരിച്ചു. കാരണം യുഗങ്ങൾ ഗോത്രങ്ങളും കുലങ്ങളുമല്ല, രണ്ടു വ്യക്തികളാണ്. അവിടെ 'അച്ഛൻ' മക്കളുടെയും കുടുംബത്തിന്റെയും സംരക്ഷകനായി, പുതിയ ഭക്ഷണപദാർത്ഥങ്ങളും സമ്പത്തും കൊണ്ടുവരുന്നയാളായി. കന്നുകാലിവളർത്തലിന്റെയും കൃഷിയുടെയും അടിസ്ഥാനത്തിൽ കുലങ്ങളുടെയും കുടുംബങ്ങളുടെയും സമ്പത്ത് വളർന്നുവന്നപ്പോൾ സമ്പത്തിന്റെ അധിപനും അച്ഛനായി. അവസാനം മക്കൾ അച്ഛന്റെ പേരും ഗോത്രനാമവുംവരെ ഏറ്റെടുക്കുന്ന സ്ഥിതിവന്നു. ഇതോടെ അമ്മവഴി അവകാശങ്ങൾ ഇല്ലാതായി. എംഗൽസ് ചൂണ്ടിക്കാണിക്കുന്നതുപോലെ അമ്മവഴി അവകാശം ഇല്ലാതായത് ''സ്ത്രീലിംഗത്തിന്റെ ലോകചരിത്രപരമായ തോല്വിയായിരുന്നു.'' യുഗ്മകുടുംബങ്ങൾ വളർന്നുവന്നുവെങ്കിലും ബഹുഭാര്യാത്വവും ബഹുഭർത്തൃത്വവും നിലനിന്നു. അവയിൽ കേന്ദ്രസ്ഥാനത്തു പുരുഷൻ വരുകയും പുരുഷന്റെ ഭാര്യയായി ഒരു സ്ത്രീ, അല്ലെങ്കിൽ സ്ത്രീയുടെ ഭർത്താവായ പുരുഷൻ വേണമെന്ന നിർബ്ബന്ധം ഔപചാരികതലത്തിൽ വരുകയും ചെയ്തു.

4. ഏകവേഴ്ചാ കുടുംബം (monogamous family) ഇതിലാണ് പുരുഷാധിപത്യം ഔപചാരികമായി അംഗീകരിക്കപ്പെടുന്നത്. ഇവിടെ കുട്ടികളുടെ പിതൃത്വം ചോദ്യംചെയ്യാൻ പറ്റാത്തവിധമാകണം, അച്ഛന്റെ സ്വത്ത് കുട്ടികൾക്ക് സ്വാഭാവിക അവകാശമെന്ന നിലയിൽ വന്നു ചേരണം. ഇത് സാധിക്കണമെങ്കിൽ വിവാഹബന്ധം ഔപചാരികവും കർക്കശവുമാകണം. സ്ത്രീകളുടെ ചാരിത്ര്യവും സദാചാരനിഷ്ഠയും അവിതർക്കിതമായാലേ സ്വത്തിന്റെ കൈമാറ്റവും തർക്കവിഷയമല്ലാതാവുകയുള്ളു. നാഗരികതയുടെ വളർച്ചയും ഏകവേഴ്ചാ കുടുംബവും ഒരേ പ്രവണതയുടെ ഭാഗമാണ്.

മൂന്ന്

ഏകവേഴ്ചാ കുടുംബത്തിൽ പിന്തുടരുന്ന കർക്കശ നിയമങ്ങൾ മുൻകാലങ്ങളിലെ വേഴ്ചയിലുള്ള സ്വാതന്ത്ര്യത്തെ ഇല്ലാതാക്കുന്നില്ലെന്ന്

മോർഗ്ഗൻ സൂചിപ്പിച്ചു. ഇതിന്റെ ഒരു രൂപം വ്യഭിചാരമാണ്. അതിൽ സ്ത്രീകൾ പരപുരുഷന്മാരുമായി ഇണ ചേരുന്നു. മറ്റൊന്ന് ഹറ്റേറിസം അല്ലെങ്കിൽ ഗണികാത്വമാണ്. അവിടെ പുരുഷന്മാർ അവിവാഹിതകളായ സ്ത്രീകളുമായി ഇണ ചേരുന്നു. ഇവ രണ്ടും ഏകവേഴ്ചകളോടൊപ്പമാണ് വളർന്നുവരുന്നത്. ഹറ്റേറിസത്തിന്റെ തീവ്ര രൂപമായാണ് എംഗൽസ് വേശ്യാവൃത്തിയെ കാണുന്നത്. ഹറ്റേറിസം അടിമപ്പണിക്കു തുല്യമാണ്, അതായത് സ്ത്രീകൾ പുരുഷന്റെ ലൈംഗിക അടിമകളായി മാറുന്നു; വേശ്യാവൃത്തി കൂലിവേലയ്ക്കു തുല്യമാണ്. വേശ്യകൾ സ്വന്തം ശരീരത്തിന്റെ ഉപഭോഗത്തിന് പുരുഷന്മാരോടു കൂലി വാങ്ങുന്നു. അതായത് സദാചാരനിഷ്ഠയനുസരിച്ചുള്ള ഏകവേഴ്ചാ കുടുംബങ്ങളുടെ വളർച്ചയാണ് വ്യഭിചാരവും വേശ്യാവൃത്തിയും ഹറ്റേറിസവും സൃഷ്ടിക്കുന്നത് എന്നത് ഒരു വൈരുദ്ധ്യമാണ്.

ഏകവേഴ്ചാ കുടുംബം സൃഷ്ടിക്കുന്ന മറ്റൊരു വൈരുദ്ധ്യമുണ്ട്. അവഗണിക്കപ്പെടുന്ന ഭാര്യയാണത്. പുരുഷന്മാർ ഹറ്റേറിസത്തിലൂടെയും വേശ്യകളുടെ അടുത്തുപോയും കാമപ്രാപ്തി വരുത്തുമ്പോൾ സ്ത്രീകൾ വീട്ടിനുള്ളിൽത്തന്നെ അവഗണിക്കപ്പെട്ടുകഴിയുന്നു. ഇതിൽനിന്നാണ് വ്യഭിചാരമുണ്ടാകുന്നത്. ഇതിന്റെ ഫലമായി അമ്മയാരെന്ന് കൃത്യമായി അറിയുമ്പോഴും പിതൃത്വം ഒരഭിപ്രായമായി മാറുന്നു. അതുകൊണ്ട് കോസ് നെപ്പോളിയൻ വ്യവസ്ഥചെയ്യുന്നത് 'വിവാഹത്തിൽ ജനിച്ച കുഞ്ഞിന്റെ അച്ഛൻ ഭർത്താവായിരിക്കു'മെന്നാണ്. "മൂവായിരം വർഷത്തെ ഏക വേഴ്ചാ കുടുംബങ്ങളുടെ പരിണതഫലം ഇതാ"ണെന്നാണ് എംഗൽസ് പറയുന്നത്. ചാൾസ് ഫൂരിയെ പറയുന്നതുപോലെ "വിവാഹത്തിന്റെ ധാർമ്മികതയിൽ, രണ്ടു വ്യഭിചാരങ്ങൾ ഒരു സദാചാരത്തെ സൃഷ്ടിക്കുന്നു".

വ്യക്തിഗതമായ പ്രണയം (Individual sex love) ആധുനിക സമൂഹത്തിന്റെ സൃഷ്ടിയാണെന്ന് എംഗൽസ് വാദിക്കുന്നു. മദ്ധ്യകാലത്തിനു മുമ്പ് പ്രണയമുണ്ടായിരുന്നില്ല. ഭോഗാസക്തിയുണ്ടായിരുന്നു. അതാരുമായി വേണമെന്നത് രക്ഷിതാക്കളുടെ, ഗോത്രത്തിന്റെ തീരുമാനമായിരുന്നു. മദ്ധ്യകാലത്ത് പ്രണയം പ്രത്യക്ഷപ്പെടുന്നത് വ്യഭിചാരമായാണ്. ഭർത്താവ്, അല്ലെങ്കിൽ വ്യവസ്ഥാപിതമായി ഗോത്രവും കുടുംബവും തീരുമാനിക്കുന്ന പുരുഷൻ നിലനില്ക്കെ തന്നെയാണ് പ്രണയം പ്രത്യക്ഷപ്പെടുന്നത്. എങ്കിലും വിവാഹം തീരുമാനിക്കുന്നത് കുടുംബങ്ങളാണ്. ബൂർഷ്വാസിയുടെ വളർച്ചയുടെ ഘട്ടത്തിൽ പ്രണയ വിവാഹങ്ങൾ മനുഷ്യാവകാശമായി മാറുന്നു. അവ മിക്കവാറും പുരുഷന്റെ ഭാഗത്തുനിന്നാണ്. അപൂർവ്വമായി സ്ത്രീയുടെയും. പക്ഷേ, ഏക വേഴ്ചാ കുടുംബങ്ങൾ ബൂർഷ്വാ സ്വത്തവകാശവുമായി നേരിട്ടു ബന്ധപ്പെടുന്നതുകൊണ്ട്, അവ പ്രണയവിവാഹങ്ങളെ പ്രോത്സാഹിപ്പിക്കുകയില്ല. കുടുംബങ്ങൾ തമ്മിലുള്ള ബന്ധങ്ങളായാകും വിവാഹങ്ങൾ നിലനില്ക്കുക. ഏകവേഴ്ചാ കുടുംബങ്ങൾ പുരുഷാധിപത്യത്തിലും വേർപിരിയാത്ത

ബന്ധങ്ങളുടെ സങ്കല്പത്തിലും അധിഷ്ഠിതമാണ്. പുരുഷാധിപത്യം അയാളുടെ സാമ്പത്തികാധിപത്യത്തിന്റെ സൃഷ്ടിയാണ്. വേർപിരിയാത്ത ബന്ധങ്ങളെക്കുറിച്ചുള്ള ധാരണ ഏകവേഴ്ചാ കുടുംബങ്ങളുടെ ഉത്ഭവത്തെക്കുറിച്ചുള്ള പൗരോഹിത്യത്തിന്റെയും പൊതുവെ മതങ്ങളുടെയും തെറ്റിദ്ധാരണകൊണ്ടാണെന്ന് എംഗൽസ് പറയുന്നു. പ്രണയവിവാഹങ്ങൾ ധാർമ്മികമാണെങ്കിൽ അവ ധാർമ്മികമായി തുടരുക പ്രണയം തുടരുമ്പോഴാണ്. പ്രണയകാലം പ്രത്യേകിച്ച് പുരുഷന്മാർക്ക് വ്യത്യസ്തമാണ്. അത് അവസാനിക്കുമ്പോൾ വിവാഹവും ഇല്ലാതാകണം. അല്ലെങ്കിൽ അത് വ്യക്തികൾക്കും സമൂഹത്തിനും ഒരു ബാദ്ധ്യതയാകും.

മുതലാളിത്ത ഉല്പാദനവും അതുമായി ബന്ധപ്പെട്ട സ്വത്തുടമാ ബന്ധങ്ങളും ഇല്ലാതാകുമ്പോൾ ഔപചാരികമായ ഏകവേഴ്ചാ കുടുംബങ്ങളും ഇല്ലാതാകുമെന്ന് എംഗൽസ് വാദിക്കുന്നു. അതോടെ വ്യഭിചാരവും ഹറ്റേറിസവും വേശ്യാവൃത്തിയും അപ്രസക്തമാകും. സ്ത്രീകൾ സമൂഹത്തിൽ യഥാർത്ഥ തുല്യത കൈവരിക്കുമ്പോൾ സൃഷ്ടിക്കപ്പെടുന്ന വിവാഹങ്ങൾ യഥാർത്ഥത്തിലുള്ള പ്രണയത്തിൽ അധിഷ്ഠിതമായിരിക്കും. അതായത് പണവും സ്വത്തും മറ്റേതെങ്കിലും വിധത്തിലുള്ള സാമൂഹ്യാധികാര രൂപങ്ങളും സ്ത്രീപുരുഷ ബന്ധങ്ങളെ സ്വാധീനിക്കുകയില്ല. പ്രണയമൊഴിച്ച് മറ്റൊരു ബാദ്ധ്യതയും സ്ത്രീപുരുഷബന്ധങ്ങളിൽ അവശേഷിക്കുകയില്ല. സ്ത്രീകൾ അത്തരത്തിലുള്ള ബന്ധങ്ങളിൽ ബഹുപുരുഷവേഴ്ചകളിലേക്ക് നീങ്ങണമെന്നില്ല. പുരുഷന്മാർ കൂടുതൽ ഏകവേഴ്ചകളിലേക്ക് നീങ്ങുകയാണ് ചെയ്യുക. അതായത് സമൂഹത്തിലെ പൂർണ്ണ വ്യക്തികൾ എന്ന നിലയിൽ സ്ത്രീ പുരുഷന്മാർ ഏർപ്പെടുന്ന പ്രണയബന്ധങ്ങളാണ് പുതിയ കുടുംബത്തിന് അടിത്തറയിടുക.

നാല്

ജനങ്ങളിൽനിന്ന് ഭരണകൂടത്തിലേക്കുള്ള വളർച്ചയെയാണ് പുസ്തകത്തിന്റെ അടുത്ത ഭാഗത്തിൽ എംഗൽസ് പരിശോധിക്കുന്നത്. ഇതിന് നാല് ഉദാഹരണങ്ങൾ എംഗൽസ് നല്കുന്നു. ഒന്ന്, മോർഗ്ഗൻ വിശദീകരിച്ച ഇറൊക്കോയ് ഗണം; രണ്ട്, ഏഥൻസിലെ ഭരണകൂടത്തിന്റെ വളർച്ച; മൂന്ന് റോമൻ ഭരണകൂടത്തിന്റെ വളർച്ച; നാലാമത്തേത് യൂറോപ്പിൽ ജർമ്മൻ സ്വത്തുടമാ ബന്ധങ്ങളുടെ വളർച്ച.

ഇറോക്കോയുകൾക്ക് ജനം എന്നത് ഒരു രക്തബന്ധ ഗ്രൂപ്പാണ്. രക്തബന്ധ ചാർച്ചാക്രമങ്ങൾവഴിയാണ് വഴിക്രമങ്ങൾ അല്ലെങ്കിൽ പിന്തുടർച്ചാക്രമങ്ങൾ ഉണ്ടായി വരുന്നത്. മുമ്പ് സൂചിപ്പിച്ചതുപോലെ രണ്ട് വഴിക്രമങ്ങൾ (ആൺ വഴിയും പെൺവഴിയും) തമ്മിലുള്ള വിവാഹബന്ധങ്ങളിൽനിന്നാണ് ജനങ്ങൾ രൂപപ്പെടുന്നത്. ഇറോക്കോയ് ജനങ്ങൾ തായ്‌വഴിക്രമങ്ങളാണ്. കാരണം പിന്തുടർച്ച ഉറപ്പിക്കണമെങ്കിൽ മാതൃദായംതന്നെ പിന്തുടരണം. ഒരു ജനത്തിന്റെ ഘടന താഴെപറയുംപ്രകാരമാണ്:

1. ഓരോ ഗണസംഘവും (ജെന്റിസ്) ഒരു തലവനെ തെരഞ്ഞെടുക്കുന്നു. ഈ തലവൻ ഗണസംഘത്തിലെ അംഗമാകണം. മാതൃദായപ്രകാരമായതുകൊണ്ട് മുൻ തലവന്റെ മകൻ തെരഞ്ഞെടുക്കപ്പെടുകയില്ല. സഹോദരന്റെയോ സഹോദരിയുടെ മക്കളെ തെരഞ്ഞെടുക്കാം. തലവന്റെ ഉത്തവാദിത്വങ്ങൾ ഒരു കാരണവരുടെ ധാർമ്മിക ഉത്തരവാദിത്വമാണ്. അയാൾക്ക് ശാസനാധികാരമില്ല.
2. തലവനെ ജനങ്ങൾക്ക് മാറ്റാം. അതുപോലെ സേനാനായകനെയും. സ്ത്രീകളും പുരുഷന്മാരും ചേർന്നാണ് ഈ മാറ്റം വരുത്തുക. ചിലപ്പോൾ ഗോത്ര യോഗത്തിന് ജനത്തിന്റെ അംഗീകാരമില്ലാതെ തലവനെ മാറ്റാം.
3. ഒരംഗത്തിനും ജനത്തിന്റെ ഉള്ളിൽനിന്ന് വിവാഹം കഴിക്കാൻ അവകാശമില്ല.
4. മരിച്ചുപോയവരുടെ വസ്തുവകകൾ ജീവിച്ചിരിക്കുന്നവരുടെ ഇടയിൽ വിതരണം ചെയ്യും. അവ ജനത്തിന് പുറത്തുപോകാൻ പാടില്ല.
5. ജനത്തിന് സ്വന്തമായ പേരുകളുണ്ടാകും; ഈ പേരുകൾ മറ്റു ജനങ്ങൾ ഉപയോഗിക്കാൻ പാടില്ല.
6. ജനത്തിലെ അംഗങ്ങൾ പരസ്പരം സഹായിക്കുകയും പുറമെനിന്ന് ആക്രമണമുണ്ടായാൽ ഒരുമിച്ച് നില്ക്കുകയും വേണം.
7. മറ്റ് ആളുകളെ ഗോത്രത്തിലേക്ക് മൊത്തമായി സ്വീകരിക്കാം. ഉദാഹരണത്തിന് യുദ്ധത്തടവുകാരെ ജനത്തിന് ദത്തെടുക്കാം.
8. മതപരമായ ചടങ്ങുകൾ പ്രത്യേകമായുണ്ടാകും.
9. പൊതുശ്മശാനമുണ്ടാകും.
10. ഓരോ ജനത്തിനും ഒരു പൊതു സമിതിയുണ്ടാകും. അതിൽ എല്ലാ പുരുഷന്മാരും സ്ത്രീകളും അംഗങ്ങളാകും. നിരവധി ഇറോക്കോയ് ജനങ്ങൾ ചേർന്ന് ഒരു സാഹോദര്യം (phratry) ആയി മാറിയിരുന്നു. നിരവധി സാഹോദര്യങ്ങൾ ചേർന്ന് ഒരു ഗോത്രവും (Tribe). ഇതിൽ സാഹോദര്യങ്ങൾക്ക് പ്രധാനമായും സാമൂഹികവും മതപരവുമായ ഉത്തരവാദിത്വങ്ങളാണ് ഉണ്ടായിരുന്നത്. മത്സരങ്ങൾ നടത്തുക, നീതിന്യായപരമായ തീരുമാനങ്ങൾ എടുക്കുക, ശവമടക്കു ചടങ്ങുകൾപോലുള്ളവ നടത്തുക, ജനത്തലവന്റെ തെരഞ്ഞെടുപ്പിൽ (Mysteries) ഇടപെടുക, രഹസ്യാത്മക ആചാരങ്ങൾ സംഘടിപ്പിക്കുക തുടങ്ങിയവയെല്ലാം ഇതിൽ ഉൾപ്പെട്ടിരുന്നു. ഗോത്രങ്ങൾക്കുണ്ടായിരുന്ന സവിശേഷതകൾ താഴെപ്പറയുന്നവയായിരുന്നു:

1. ഗോത്രനാമവും അധീനത്തിലുള്ള പ്രദേശവും.
2. ഗോത്രഭാഷ അല്ലെങ്കിൽ മൊഴിവഴക്കം.
3. ജനം തെരഞ്ഞെടുക്കുന്ന തലവന്മാർക്കും പടനായകന്മാർക്കും അംഗീകാരം.

4. അവരെ പുറന്തള്ളാനുള്ള അവകാശം
5. പൊതു മതാശയങ്ങൾ, ആരാധനാ ചടങ്ങുകൾ.
6. ഒരു പൊതു ഗോത്രസമിതി, എല്ലാ ജനത്തലവന്മാരും പടനായകന്മാരും അതിലെ അംഗങ്ങളായിരിക്കും.
7. ഒരു പൊതു ഗോത്രത്തലവൻ, അയാളുടെ അധികാരങ്ങൾ പരിമിതമാണ്.

മിക്കവാറും ഗോത്രങ്ങളും ഇതിലപ്പുറം പോകാറില്ല. പക്ഷേ, ഇറോക്വോയ് ഇന്ത്യക്കാർക്ക് അഞ്ചു ഗോത്രങ്ങൾ തമ്മിലുള്ള ഏകോപന സമിതിയുണ്ടായിരുന്നു. അതിന്റെ സവിശേഷതകൾ താഴെ ചേർക്കുന്നു:

1. 5 ഗോത്രങ്ങൾക്കും അവരുടെ ഗോത്രങ്ങൾക്കുള്ളിൽ സ്വതന്ത്രമായ പരമാധികാരം.
2. ഫെഡറൽ കൗൺസിലാണ് സമിതിയുടെ പ്രവർത്തനം നിർവ്വഹിച്ചത്.
3. സമിതിയുടെ പ്രവർത്തനത്തിനായി കൗൺസിൽ അംഗങ്ങളായ തലവന്മാർക്ക് പുതിയ അധികാരങ്ങൾ നല്കിയിരുന്നു.
4. കൗൺസിലിന്റെ എല്ലാ തീരുമാനങ്ങളും ഏകകണ്ഠമായിരുന്നു.
5. ഗോത്രങ്ങൾക്കു വോട്ടുചെയ്യാം, എല്ലാവരും അംഗീകരിക്കുന്ന തീരുമാനമാണ് സമിതി എടുക്കുക.
6. ഓരോ ഗോത്ര സമിതിക്കും ഫെഡറൽ കൗൺസിൽ വിളിക്കാം. കൗൺസിലിന് സ്വയം ചേരാൻ കഴിയുകയില്ല.
7. ഏകോപനസമിതിക്ക് ഒരു തലവനോ നിർവ്വഹണാധികാരിയോ ഇല്ല.
8. പൊതുജനങ്ങളുടെ മുമ്പിലാണ് കൗൺസിൽ ചേരുക. ആർക്കും സംസാരിക്കാം. അന്തിമ തീരുമാനം കൗൺസിൽ എടുക്കും.
9. കൗൺസിലിന് തുല്യാധികാരങ്ങളുള്ള രണ്ടു പടത്തലവന്മാരുണ്ടാകും.

ഇതിൽനിന്ന് മനസ്സിലാകുന്ന വസ്തുതയുണ്ട്. രാജാക്കന്മാരും പ്രഭുക്കന്മാരും കോടതിയും ജയിലുകളും പട്ടാളവുമില്ലാതെ ഗോത്രങ്ങളുടെ എല്ലാ പ്രവർത്തനങ്ങളും ഇറോക്വോയ് ഇന്ത്യക്കാർ നടത്തിയിരുന്നു. ഭൂമി മുഴുവൻ ഗോത്ര സ്വത്തായിരുന്നു. പാവപ്പെട്ടവരെയും വൃദ്ധരെയും ഭിന്നശേഷികളുള്ളവരെയും ഗോത്രങ്ങൾതന്നെ നിലനിർത്തിയിരുന്നു. വ്യക്തിപരമായ മാന്യതയും സത്യസന്ധതയും ധീരതയും പ്രദർശിപ്പിക്കുന്നതിലും ഗോത്രങ്ങൾ പിന്നിലല്ല. അതായത് വർഗ്ഗ സമൂഹങ്ങൾ രൂപപ്പെടുന്നതിനുമുമ്പുള്ള സമൂഹഘടനയുടെ ഒരു സൂചന ഇറോക്വോയ് ഗോത്രം നമുക്ക് നല്കുന്നു.

അഞ്ച്

മേല്പറഞ്ഞ ഗോത്രഘടനയ്ക്ക് സമാനമായ ഘടനയാണ് പ്രാചീന ഗ്രീസിലെ ജനങ്ങൾക്കുണ്ടായിരുന്നത്. പൊതു ആരാധനാ രൂപങ്ങൾ പൊതു ശ്മശാനങ്ങൾ, പൊതുവായ പിന്തുടർച്ചാവകാശങ്ങൾ, ആക്രമണങ്ങൾക്കെതിരെ വളർന്നുവന്ന പാരസ്പര്യം; പൊതുസ്വത്തവകാശം, തുടങ്ങിയവ ഇവിടെ കാണാം. അതിനോടൊപ്പം പിതൃദായവും അംഗീകരിച്ചിരുന്നു. ഗോത്രങ്ങളിലെ അന്തർവിവാഹങ്ങൾ നിരോധിച്ചിരുന്നു. തലവന്മാരെ തെരഞ്ഞെടുക്കുകയും പുറത്താക്കുകയും ചെയ്യാമായിരുന്നു. ഇവിടെയും ജനങ്ങൾ രക്തബന്ധ ഗ്രൂപ്പുകളായാണ് പ്രവർത്തിച്ചത്. ജനങ്ങൾ ചേർന്ന് സാഹോദര്യങ്ങളും സാഹോദര്യങ്ങൾ ചേർന്ന് ഗോത്രങ്ങളും ഉണ്ടായിരുന്നു. ഗോത്രങ്ങൾക്ക് ഒരു പൊതു സമിതിയും സഭയും ഉണ്ടായിരുന്നു. ഗോത്രങ്ങൾ തമ്മിലുള്ള സംഘർഷങ്ങൾ വർദ്ധിച്ചുവന്നപ്പോൾ ഓരോ ഗോത്രവും ഒരു സൈനികത്തലവന്റെ കീഴിൽവന്നു. സൈനികത്തലവന് സൈനിക ഉത്തരവാദിത്വംകൂടാതെ ആരാധനാപരവും നീതിന്യായപരവുമായ ഉത്തരവാദിത്വങ്ങളും വന്നുചേർന്നു. ഗോത്രസമിതികളുടെയും സൈനികത്തലവന്മാരുടെയും ഉത്തരവാദിത്വങ്ങൾ തമ്മിലുള്ള വേർതിരിവിൽനിന്നാണ് ഭരണകൂടം സൃഷ്ടിക്കപ്പെടുന്നത്.

ഈ വേർതിരിവ് എങ്ങനെയുണ്ടായെന്നാണ് എംഗൽസ് പിന്നീട് പരിശോധിക്കുന്നത്. ഏഥൻസിൽ മൂന്നു വിഭാഗങ്ങൾ ഉണ്ടായിരുന്നു. പ്രഭുക്കന്മാർ, കർഷകർ, കൈത്തൊഴിൽകാർ. ഇവരിൽ പ്രഭുക്കന്മാരിൽനിന്ന് തെരഞ്ഞെടുക്കപ്പെട്ട ആർക്കൺമാരാണ് പഴയ സൈനികത്തലവന്മാർക്കു പകരം ഏഥൻസിലെ ഭരണം നിർവ്വഹിച്ചത്. ഏഥൻസിന്റെ വാണിജ്യം വളർന്നു വന്നപ്പോൾ സമ്പത്ത് പ്രഭുക്കന്മാരുടെ ഇടയിൽ കുമിഞ്ഞുകൂടി. കടൽക്കൊള്ളയും ഇതിൽ പ്രഭുക്കന്മാരെ സഹായിച്ചു. പഴയ ഗോത്രവ്യവസ്ഥയ്ക്ക് പണത്തിന്റെയും വാണിജ്യത്തിന്റെയും പുതിയ ലോകത്തെ കൈകാര്യംചെയ്യാൻ കഴിവുണ്ടായിരുന്നില്ല. ധനികരായ പ്രഭുക്കന്മാർ ചുറ്റുപാടുമുണ്ടായിരുന്ന കാർഷികപ്രദേശങ്ങളെ കൈയടക്കി കൊള്ളപ്പലിശയുടെ അടിസ്ഥാനത്തിൽ അവർ ഭൂമിയും മുതലും പിടിച്ചെടുത്തു. ഭൂമി കൈയേറ്റത്തെയും കൊള്ള പലിശയെയും സംരക്ഷിക്കുന്ന നിയമങ്ങൾ പുതിയതായി നിലവിൽവന്നു. വിളവിന്റെ ആറിലൊന്ന് പാട്ടമായി പ്രഭുക്കൾക്ക് നല്കുമെന്ന വ്യവസ്ഥയിൽ കൃഷിക്കാർക്ക് ഭൂമി കൈവശംവയ്ക്കാൻ അവകാശം ലഭിച്ചു. കന്നുകാലികൾ, ആഡംബരവസ്തുക്കൾ തുടങ്ങിയവയിലെ സ്വകാര്യ സ്വത്തുടമാവകാശം വ്യക്തികൾ തമ്മിലുള്ള വാണിജ്യം വർദ്ധിപ്പിച്ചു. വസ്തുക്കൾ ചരക്കുകളായി. ചരക്കുല്പാദനം വർദ്ധിച്ചതോടെ വ്യക്തിഗത ഉല്പാദനവും വർദ്ധിച്ചു. എല്ലാ വിഭവങ്ങളും വ്യക്തിഗത സ്വത്തുക്കളായി. ഈ സ്വത്തുടമാ സംവിധാനത്തെ സംരക്ഷിക്കാൻ നിയമങ്ങൾ വേണ്ടിവന്നു. നിയമപാലകരും നിയമനിർമ്മാണത്തിന്റെയും നിയമപാലനത്തിന്റെയും ചുമതല ഏഥൻസിലെ

ഗോത്ര കൗൺസിലിനായി. പഴയ ഗോത്രസംവിധാനവും പുതിയ സ്വത്തുടമകളും തമ്മിലുള്ള സംഘർഷം വർദ്ധിച്ചു. പഴയ ഗോത്രങ്ങൾക്കു പകരം ഏഥൻസ് നഗരത്തിലെ പൗരത്വത്തിന് പ്രാധാന്യം ലഭിച്ചു. ഏഥൻസ് ഒരു പൗരസമൂഹമായി. അതിന് നിയമാവലികളും പുതിയ ഭരണഘടനയും ഉണ്ടായി.

ഇതേ മാറ്റങ്ങളാണ് റോമിലും സംഭവിച്ചതെന്ന് എംഗൽസ് ചൂണ്ടിക്കാണിക്കുന്നു. അവിടെയും ആദ്യഘട്ടത്തിൽ ജനത്തിന്റെ സ്വത്ത്, പൊതുശ്മശാനം, പൊതു ആരാധനാ ചടങ്ങുകൾ, അന്തർവിവാഹത്തിന്റെ നിരോധനം, പൊതുവായ ഭൂസ്വത്ത്, പരസ്പര സഹവർത്തിത്വവും സഹായവും, ഗോത്രനാമം, അപരിചിതരെ ജനത്തിൽ പ്രവേശിപ്പിക്കാനുള്ള അധികാരം തുടങ്ങിയവ കാണാം. പക്ഷേ, തലവന്മാരെ തെരഞ്ഞെടുക്കാനോ പുറത്താക്കാനോ അധികാരമില്ല. ക്രമേണ 'പിതാക്കന്മാർ' (Patres) എന്ന വിളിക്കുന്ന മുതിർന്നവരുടെ കൈയിൽ അധികാരം വന്നുചേർന്നു. മുതിർന്നവരുടെ ഒരു കൗൺസിൽ (സെനറ്റ്-മുതിർന്നവരുടെ സംഘം) ഭരണം നടത്തി. ഇവർ കൂടാതെ ഒരു പൊതു സഭയും നിലവിൽ വന്നു. റോം മറ്റു പ്രദേശങ്ങളെ കീഴടക്കുകയും അധികാരം സ്ഥാപിക്കുകയും ചെയ്തപ്പോൾ റോമിലെ 'പൗരന്മാർ' സ്വത്തുടമകളും ഭരണാധികാരികളുമായി. കീഴടക്കിയ പ്രദേശങ്ങളിലെ ജനങ്ങൾ ഇവരുടെ കീഴാളരായി. പിന്നീട് റോമിൽ ഉണ്ടായ ഭരണഘടനകളിലെല്ലാം സ്വത്തിന്റെ അളവനുസരിച്ച് പൗരന്മാരെ തിരിക്കുന്ന സമ്പ്രദായം നിലവിൽ വന്നു. സമിതികളിലെ വോട്ടവകാശം, സൈനികസേവനം, നികുതി നല്കാനുള്ള ബാദ്ധ്യത എന്നിവയെല്ലാം സ്വത്തുടമകൾക്കായി. റോം കീഴടക്കിയ പ്രദേശങ്ങളുടെമേലുള്ള അധികാരവും നിയമപരമായി വ്യവസ്ഥചെയ്യപ്പെട്ടു.

എംഗൽസ് നല്കുന്ന മൂന്നാമത്തെ ഉദാഹരണം യൂറോപ്യൻ ഗോത്രസമൂഹങ്ങളുടേതാണ്. ഭൂമിയുടെമേലുള്ള അവകാശങ്ങൾക്കനുസരിച്ചാണ് ഗോത്രങ്ങൾ നിലനിന്നത്. ഭൂമി പൊതുസ്വത്തായിരുന്നു. സ്ത്രീകൾക്ക് വിവാഹമോചനത്തിനുള്ള അവകാശമുണ്ടായിരുന്നു. പൊതുസഭകളിൽ വോട്ടുചെയ്യാമായിരുന്നു. ആദ്യഘട്ടത്തിൽ അമ്മവഴി രൂപങ്ങളുണ്ടായിരിക്കാം. എങ്കിലും പില്ക്കാലത്ത് അത് പിതൃദായത്തിലേക്കു മാറിയിരുന്നു. വിവാഹങ്ങൾ യുഗ്മരൂപങ്ങളായിരുന്നു, ഏകഭാര്യാത്വത്തിലേക്കു കടന്നിരുന്നു. ഭൂസ്വത്തുടമയെ സംബന്ധിച്ച തർക്കങ്ങൾ ഒരുവശത്ത് രക്തബന്ധ ഗ്രൂപ്പുകളുടെ ഐക്യദാർഢ്യങ്ങൾക്കും സൗഹൃദങ്ങൾക്കും കാരണമായിരുന്നു. അതുകൊണ്ട് സ്വത്തുകൂടാതെ ഈ സൗഹൃദങ്ങളും കുടിപ്പകകളും അനന്തരാവകാശികൾ ഏറ്റെടുക്കേണ്ടിയിരുന്നു. മുൻകാലത്തു നടന്ന കൊലപാതകങ്ങൾക്ക് ദണ്ഡ പരിഹാരമായി വെർഗ്ഗിൽസ് എന്ന പണം നല്കേണ്ടിയിരുന്നു. നല്കിയില്ലെങ്കിൽ അതും അനന്തരാവകാശിയുടെ ബാദ്ധ്യതയാകും. ഗോത്രങ്ങൾ തമ്മിലും ഇത്തരം സ്ഥിരം കുടിപ്പകകളും ശത്രുതകളും നിലനിന്നിരുന്നു. അതുകൊണ്ട് സൈനികത്തലവന്മാർ (ഡ്യൂക്കുകൾ) എല്ലാ ഗോത്രങ്ങൾക്കുമുണ്ടായിരുന്നു. മറ്റു

ഗോത്രങ്ങളെപ്പോലെ ഇവർക്കും ഗോത്രസഭകളും തലവന്മാരുമുണ്ടായിരുന്നു.

ജർമ്മാനിക് വർഗ്ഗക്കാരിലെ ഭരണകൂടത്തിന്റെ ഉദയത്തെ റോമൻ സാമ്രാജ്യത്തിന്റെ ആധിപത്യത്തിന്റെ വെളിച്ചത്തിലാണ് എംഗൽസ് വിലയിരുത്തുന്നത്. റോമാസാമ്രാജ്യം അടിമവേലയുടെ അടിസ്ഥാനത്തിലാണ് സമ്പത്തും അധികാരവും വ്യാപിപ്പിച്ചത്. സാമ്രാജ്യത്തിന്റെ വലിയ ഭാഗങ്ങൾ റോമാ പൗരന്മാരുടെ എസ്റ്റേറ്റുകളായി. ക്രമേണ അടിമകൾ ദുർല്ലഭമാവുകയും അടിമസമ്പ്രദായം അധ:പതിക്കുകയും ചെയ്തു. എസ്റ്റേറ്റിൽ ജോലിചെയ്തത് കോളണിൽ എന്നു വിളിക്കുന്ന തൊഴിൽ കൂട്ടങ്ങളായി. അതിനോടൊപ്പം സ്വതന്ത്ര കർഷകരും വളർന്നുവന്നു. ജർമ്മൻകാർ റോമാധിപത്യത്തിനെതിരെ തിരിച്ചടിക്കാനാരംഭിച്ചത് ഭൂമി തിരിച്ചുപിടിക്കുകയും അവരുടെ ഇടയിൽ വിതരണം നടത്തുകയും ചെയ്തുകൊണ്ടായിരുന്നു. പഴയ ജനസമുദായങ്ങൾക്കുപകരം ഗൃഹങ്ങളുടെ ഇടയിലാണ് വിതരണം നടന്നത്. ഗൃഹങ്ങളുടെ ആധിപത്യം പുതിയ രക്തബന്ധ ഗ്രൂപ്പുകളെ സൃഷ്ടിച്ചു. ഈ ഗ്രൂപ്പുകളുടെ സ്വത്തവകാശങ്ങളെ സംരക്ഷിക്കുന്ന പുതിയ നിയമാവലികൾ ഉണ്ടായി. അവരുടെ കീഴിൽ അടിമകളും കുടിയാന്മാരും സ്വതന്ത്രരായ കൃഷിക്കാരും പണിയെടുത്തു. ഈ പുതിയ ഭൂപ്രഭു വർഗ്ഗങ്ങളിൽനിന്നാണ് ഫ്യൂഡൽ നിയമാവലികളും രാജവാഴ്ചയും വളർന്നുവന്നത്. അതിന്റെ നീതീകരണത്തിൽ ശക്തമായ പങ്കുവഹിച്ചത് ക്രിസ്ത്യൻ പള്ളിയുമായിരുന്നു.

ആറ്

എംഗൽസിന്റെ നിരീക്ഷണങ്ങൾ ചെന്നെത്തുന്നത് താഴെ സൂചിപ്പിക്കുന്ന പ്രധാനപ്പെട്ട നിഗമനങ്ങളിലാണ്.

1. രക്തബന്ധാടിസ്ഥാനത്തിലുള്ള ജനങ്ങളുടെ വിവിധ തലങ്ങളിലുള്ള സംഘാടനമനുസരിച്ചാണ് ഗോത്ര സമൂഹങ്ങളുണ്ടാകുന്നത്. രക്തബന്ധാടിസ്ഥാനത്തിലുള്ള ഗ്രൂപ്പുകൾ സ്വതന്ത്ര വേഴ്ചയുടെ അടിസ്ഥാനത്തിലുള്ള ആദിമഗണങ്ങളിൽനിന്ന് ഏതെങ്കിലും വിധത്തിലുള്ള വഴിക്രമങ്ങളനുസരിച്ച് ഉണ്ടാകുന്നതാണ്. ആദ്യഘട്ടത്തിൽ മാതൃമുറയനുസരിച്ച് പിന്തുടർച്ച നിർണ്ണയിക്കുന്ന ഗ്രൂപ്പുകളിൽ ക്രമേണ അച്ഛൻവഴി സ്ഥാനം പിടിക്കുന്നു. ഇതിനുശേഷമാണ് യുഗ്മ കുടുംബങ്ങളും ക്രമേണ ഏകവേഴ്ചാ കുടുംബങ്ങളുമുണ്ടാകുന്നത്. ഗോത്രത്തിൽനിന്ന് കുടുംബത്തിലേക്കുള്ള ഈ മാറ്റം വേഴ്ചകളിൽ സൃഷ്ടിക്കപ്പെടുന്ന നിബന്ധനകളിൽനിന്ന് ഉണ്ടാകുന്നതാണ്. ഈ നിബന്ധനകൾ സ്വത്തുടമ വഴിയും ഭരണാധികാരക്രമങ്ങൾവഴിയും സൃഷ്ടിക്കപ്പെടുന്നു. അവസാനം സൃഷ്ടിക്കപ്പെടുന്ന പിതൃമേധാവിത്വ കുടുംബങ്ങൾ സമൂഹത്തിൽ സ്ത്രീയുടെ അധമപദവിയെ പൂർണ്ണമാക്കുന്നു.

2. ഗോത്രത്തിൽനിന്ന് പിതൃമേധാവിത്വ കുടുംബങ്ങളിലേക്കുള്ള

മാറ്റം ഗോത്രസമൂഹങ്ങളിലെ പൊതുസ്വത്ത്, പൊതു അവകാശങ്ങൾ, പരസ്പര സഹവർത്തിത്വ രൂപങ്ങൾ, ആചാരമര്യാദകൾ, പൊതുജീവിത ക്രമങ്ങൾ തുടങ്ങിയവയെല്ലാം ഇല്ലാതാക്കുന്നു. സ്വത്തുടമാ ബന്ധങ്ങളിലധിഷ്ഠിതമായ ശ്രേണീബദ്ധമായ സമൂഹങ്ങൾ വളർന്നുവരുന്നു. ഇത്തരം ശ്രേണീ ബദ്ധ സമൂഹങ്ങളും അവയുടെ മര്യാദകളും നില നില്ക്കുന്നത് പുതിയ ഒരു പൗരസമൂഹത്തിലാണ്; പുതിയ നിയമാവലി കളാൽ നിയന്ത്രിക്കപ്പെടുന്ന പൗരസമൂഹത്തിലാണ്.

3. സമ്പത്തിന്റെ സമാഹരണമാണ് ശ്രേണീബദ്ധതയുടെ ഒരടിത്തറ. ഭൂമി, വിഭവങ്ങൾ, കന്നുകാലികൾ, സ്വർണ്ണം, വാണിജ്യം, അടിമകൾ, മറ്റു കീഴാളവിഭാഗങ്ങൾ എന്നിവയെല്ലാം സമ്പത്താണ്. സമ്പത്ത് ഏതു വിധത്തിൽ കയ്യടക്കുകയും പങ്കുവയ്ക്കുകയും ചെയ്യുന്നു എന്നതനുസ രിച്ചാണ് സ്വകാര്യസ്വത്ത് രൂപപ്പെടുന്നത്. ഗോത്ര സമൂഹങ്ങളിൽനിന്ന് ഏകവേഴ്ചാ കുടുംബങ്ങൾ രൂപംകൊള്ളുമ്പോൾ ഇത്തരം കുടുംബങ്ങൾ കൈയടക്കുന്ന സ്വത്ത് സ്വകാര്യസ്വത്തായി മാറുന്നു.

4. സ്വകാര്യ സ്വത്തിന്റെ വളർച്ച സ്വത്തുടമകളും സ്വത്തില്ലാത്തവരും തമ്മിലും ഉടയാളരും അടിമകളടക്കമുള്ള പണിയാളരും തമ്മിലുള്ള വൈരുദ്ധ്യങ്ങൾ സൃഷ്ടിക്കുന്നു. കുടുംബത്തിന്റെയും സ്വകാര്യസ്വത്തി ന്റെയും സംരക്ഷണത്തിന് സംരക്ഷകരും നിയമാവലികളും ആവശ്യ മായിരുന്നു. സ്വത്തുടമയും സംരക്ഷണരൂപങ്ങളും നിയമാവലികളും അവ യുടെ നിർവ്വഹണവും ചേർന്ന് പുതിയ അധികാരസ്ഥാനങ്ങൾ ഉണ്ടായി വരുകയാണ്. ഗോത്രസമൂഹങ്ങളിൽ ജനങ്ങൾ കൂട്ടായോ അവർ നിശ്ച യിക്കുന്ന സഭകളും സമിതികളും വഴിയോ എടുക്കുന്ന തീരുമാനങ്ങൾ ക്കുപകരം സ്വത്തുടമകൾ സൃഷ്ടിക്കുന്ന അധികാരസ്ഥാനങ്ങൾ അവരു ടെ താല്പര്യപ്രകാരം എടുക്കുന്ന തീരുമാനങ്ങൾ മൊത്തം സമൂഹത്തി നു ബാധകമാകുന്നു. സ്വാഭാവികമായും അത്തരം തീരുമാനങ്ങൾക്കെ തിരായി സ്വത്തും അധികാരവുമില്ലാത്ത സ്വത്തുടമകൾക്ക് അദ്ധ്വാനവും സേവനവും വിഭവങ്ങളും നല്കാൻ നിർബ്ബന്ധിതരായ ജനവിഭാഗങ്ങൾ ഇതിനെ ചെറുക്കുകയാണ്. ഇങ്ങനെ സൃഷ്ടിക്കപ്പെടുന്ന വൈരുദ്ധ്യങ്ങ ളും സംഘർഷങ്ങളുമാണ് വർഗ്ഗസമൂഹങ്ങളെ സൃഷ്ടിക്കുന്നത്. ഏതു രീതിയിലാണ് ഈ വൈരുദ്ധ്യങ്ങൾ സൃഷ്ടിക്കപ്പെടുന്നത് എന്നത് ആ സമൂഹരൂപീകരണത്തിന്റെ സവിശേഷതകളെ ആശ്രയിച്ചിരിക്കും. ഈ വ്യത്യസ്തത എംഗൽസ് വിശദീകരിക്കുന്ന മൂന്നുദാഹരണങ്ങളിലും കാ ണാം.

5. ഏകവേഴ്ചാ കുടുംബം, സ്വകാര്യസ്വത്ത്, ഭരണകൂടം എന്നിവ യുടെ ഉത്ഭവം പരസ്പരബദ്ധമാണ്. മ്ലേച്ഛതയിൽനിന്ന് നാഗരികതയി ലേക്കുള്ള പരിവർത്തനവും ഇതും തമ്മിൽ ബന്ധപ്പെട്ടിരിക്കുന്നു. നാഗ രികതകൾ അതുകൊണ്ട് വർഗ്ഗ സമൂഹങ്ങളാണ്.

ഏഴ്

ഈ നിർദ്ദേശങ്ങളോടൊപ്പം ജർമ്മൻകാരനായ ബക്കോഫന്റെ *മാതൃ അവകാശം* (1861) എന്ന പുസ്തകത്തിലെ നിഗമനങ്ങളും എംഗൽസ് തന്റെ വാദത്തിൽ ഉൾപ്പെടുത്തുന്നുണ്ട്. അവയിങ്ങനെയാണ്. 1. ആദിമ കാലത്ത് മനുഷ്യർ സ്വതന്ത്ര ലൈംഗികവേഴ്ചകളിലാണ് ജീവിച്ചത്. അതിനെ ബക്കോഫൻ ഹറ്റേറിസം എന്നാണ് വിളിക്കുന്നത്. (മോർഗ്ഗൻ ഹറ്റേറിസം എന്ന് വിളിച്ചത് ഏകവേഴ്ചാ കുടുംബങ്ങളോടൊപ്പം വളർന്നുവന്ന വേഴ്ചാരൂപമായാണ്) 2. എല്ലാ മുറക്രമങ്ങളും അമ്മവഴിയായാണ് തീരുമാനിച്ചിരുന്നത്. 3. അമ്മയാണ് അംഗീകരിക്കപ്പെട്ട ജനയിതാവ് എന്നതുകൊണ്ട് അമ്മയ്ക്ക് വൻതോതിലുള്ള പ്രാധാന്യവും ആദരവും ലഭിക്കുകയും അത് സ്ത്രീ ആധിപത്യത്തിൽ എത്തുകയും ചെയ്തു. 4. അതിൽനിന്ന് ഏകവേഴ്ചാ രൂപങ്ങളിലേക്കുള്ള പരിണാമത്തിൽ മറ്റു പുരുഷന്മാർക്ക് സ്ത്രീകളുടെമേലുള്ള അവകാശം വിലക്കേണ്ടിയിരുന്നു. അതിനുള്ള മാർഗ്ഗം സ്ത്രീയെ കുറച്ചുകാലത്തേക്ക് പുരുഷന്റെ അടിമയാക്കി മാറ്റുക എന്നതായിരുന്നു.

ബക്കോഫന്റെ ഈ വാദങ്ങൾ അതിശക്തിയായി എതിർക്കപ്പെട്ടു. ഇംഗ്ലീഷുകാരനായ ജോൺ എഫ് മക്ലെന്നൺ വാദിച്ചത്, ഏകവേഴ്ചാ കുടുംബങ്ങളുടെ വളർച്ചയും മുമ്പുണ്ടായിരുന്ന സ്വതന്ത്ര വേഴ്ചയും അഗമ്യഗമനവുമായി ഒരു ബന്ധവുമില്ലെന്നാണ്. രണ്ടുതരത്തിലുള്ള വേഴ്ചകളാണുണ്ടായിരുന്നത്. ഗോത്രത്തിലെ അന്തർവിവാഹങ്ങൾ (Enligamy); ഒരു ഗോത്രവും മറ്റു ഗോത്രവും തമ്മിലുള്ള ബഹിർവിവാഹങ്ങൾ (Erogamy); ഈ രണ്ടു രൂപങ്ങളുടെയും അടിസ്ഥാനത്തിൽ ഗോത്രത്തിനകത്തെ ബന്ധങ്ങളെയും പദവിഘടനയെയും ഗോത്രങ്ങൾ തമ്മിലുള്ള ബന്ധങ്ങളെയും നിർണ്ണയിക്കാം. അന്തർവിവാഹത്തിന് പ്രാധാന്യമുള്ളപ്പോൾ മാതൃദായത്തിനും പ്രാധാന്യം വരും. ബഹിർവിവാഹങ്ങൾ പിതൃദായത്തിലേക്കും സ്ത്രീകളുടെ അടിമത്തത്തിലേക്കും നയിക്കും. മക്ലെന്നൺ മൂന്നുതരത്തിലുള്ള വിവാഹങ്ങൾ മാത്രമേ അംഗീകരിച്ചുള്ളു. ബഹുഭർതൃത്വം, ബഹുഭാര്യാത്വം ഏകവേഴ്ചകൾ. അവയ്ക്കുമുമ്പ് നിലനിന്ന ഗോത്ര വിവാഹങ്ങളെ അദ്ദേഹം അംഗീകരിച്ചില്ല. മോർഗ്ഗൻ സ്വതന്ത്ര വേഴ്ചകൾക്കും ഗോത്ര വിവാഹങ്ങൾക്കും വ്യക്തമായ തെളിവുകൾ കൊണ്ടുവരുകയും ആദ്യകാല മാതൃ അവകാശ രൂപങ്ങളെ പുറത്തു കൊണ്ടുവരികയും ചെയ്തപ്പോഴും അവ അവഗണിക്കപ്പെട്ടു. പിന്നീട് എഡ്വേർഡ് വെസ്റ്റർമാർക്ക് തന്റെ പ്രശസ്തമായ *മനുഷ്യവിവാഹത്തിന്റെ ചരിത്ര*ത്തിലും ആദ്യകാല സ്വതന്ത്ര വേഴ്ചകളെ അംഗീകരിക്കാൻ വിസമ്മതിക്കുകയും ഏകവേഴ്ചാ രൂപങ്ങളാണ് മനുഷ്യരുടെ വിവാഹരൂപങ്ങൾ എന്ന് സമർത്ഥിക്കുകയും ചെയ്തു. മോർഗ്ഗന്റെ നിഗമനങ്ങൾ അവഗണിക്കപ്പെട്ടുവെന്ന് എംഗൽസ് ചൂണ്ടിക്കാണിക്കുന്നു.

ലൂയി മോർഗ്ഗനോടുള്ള നരവംശ ശാസ്ത്രജ്ഞരുടെ അവഗണന ഏതാണ്ട് ഒരു നൂറ്റാണ്ടുകാലം തുടർന്നു. ഈയിടെയായി ഷെയർഫോർട്ടസ്, മോർട്ടൺ ഫ്രൈഡ്, മാർഷൽ സാഹ്‌ലിൻസ്, എലിനോർ ലീകോക്ക് തുടങ്ങിയരുടെ ഗവേഷണങ്ങളും എമ്മാനുവൽ തെറേ, പിയർ ഫിലിപ്പ്റേയ്, ഷോൺ സുരൈത് കനാൽ ക്ലോസ് മീയാസു തുടങ്ങിയ ഫ്രഞ്ച് നരവംശ ശാസ്ത്രജ്ഞരുടെയും ഗവേഷണങ്ങൾ മോർഗ്ഗന്റെയും അതുവഴി എംഗൽസിന്റെയും നിരീക്ഷണങ്ങൾക്ക് പുതിയൊരു ജന്മം നല്കിയിരിക്കുകയാണ്. സ്വതന്ത്രവേഴ്ചയിൽനിന്ന് ഏകവേഴ്ചാ കുടുംബങ്ങളിലേക്കുള്ള പരിവർത്തനവും പൊതുസ്വത്ത് കൈകാര്യംചെയ്ത ഗോത്രസമൂഹങ്ങളിൽനിന്ന് സ്വകാര്യസ്വത്തും ഭരണകൂടവുമുള്ള നാഗരിക സമൂഹങ്ങളിലേക്കുള്ള മാറ്റവും ഏതാണ്ട് അംഗീകരിക്കപ്പെടുന്നു. ലൈംഗികമായ തൊഴിൽ വിഭജനം മനുഷ്യരാശിയുടെ ആദ്യത്തെ തൊഴിൽ വിഭജന രൂപമാണെന്ന മാർക്സിന്റെ നിർദ്ദേശവും ഇന്ന് അംഗീകരിക്കപ്പെടുകയാണ്. ഇവയെ ആധാരമാക്കിയുള്ള അന്വേഷണപഠനങ്ങളും സംവാദങ്ങളും ഇന്നും തുടരുന്നു.

പ്രകൃതിയുടെ വൈരുദ്ധ്യാത്മകത

ഒന്ന്

ഫ്രെഡറിക് എംഗൽസിന്റെ *പ്രകൃതിയുടെ വൈരുദ്ധ്യാത്മകത* മാർക്സും എംഗൽസും നടത്തിയ ശാസ്ത്ര പഠനങ്ങളുടെ അടിസ്ഥാനത്തിൽ എത്തിച്ചേർന്ന നിഗമനങ്ങളാണ്. പൂർണ്ണ രൂപത്തിലുള്ള ഒരു ഗ്രന്ഥമായി ഇതിനെ കണക്കാക്കാൻ സാദ്ധ്യമല്ലെങ്കിലും അവരുടെ ശാസ്ത്ര നിരീക്ഷണങ്ങളുടെ ദിശ ഇതിൽനിന്നു വ്യക്തമാണ്. വൈരുദ്ധ്യാത്മകത എന്നതുകൊണ്ട് അവർ എന്താണ് ഉദ്ദേശിച്ചിരുന്നതെന്നും ഈ കൃതി വ്യക്തമാക്കുന്നു.

1873 ലാണ് എംഗൽസ് ഈ ഗ്രന്ഥ രചനയ്ക്കുള്ള ശ്രമങ്ങൾ ആരംഭിച്ചത്. അതിനുമുമ്പ് 1850 കളിൽ മാർക്സ് തന്റെ സാമ്പത്തികശാസ്ത്ര പഠനങ്ങൾ ആരംഭിച്ചപ്പോൾ തന്നെ ശാസ്ത്രപഠനത്തിന്റെ പ്രാധാന്യം അദ്ദേഹത്തിനു വ്യക്തമായിരുന്നു. ഗണിതശാസ്ത്രം ഗൗരവത്തിൽ പഠിക്കേണ്ടതിന്റെ ആവശ്യം മാർക്സിനു ബോദ്ധ്യമായിരുന്നു. ഇതിനായി അദ്ദേഹം തയ്യാറാക്കിയ കുറിപ്പുകൾ *ഗണിതശാസ്ത്ര കൈയെഴുത്തുപ്രതികൾ (Mathematical Manuscripts)* എന്ന പേരിൽ പ്രസിദ്ധീകരിക്കപ്പെട്ടിട്ടുണ്ട്. രസതന്ത്രത്തിലും മാർക്സ് തല്പരനായിരുന്നു. 1859ൽ ഡാർവിന്റെ *സ്പീഷീസിന്റെ ഉല്പത്തി* പ്രസിദ്ധീകരിക്കപ്പെട്ടതിനുശേഷം പരിണാമ സിദ്ധാന്തത്തിലും പ്രത്യേകിച്ച് മനുഷ്യപരിണാമത്തിലും അദ്ദേഹം ശ്രദ്ധ പതിപ്പിച്ചു. എംഗൽസ് ഭൗതികത്തിലും ജീവശാസ്ത്രത്തിലും അതുപോലെ പഠനങ്ങൾ നടത്തി. സ്വന്തം ലോകവീക്ഷണത്തിന്റെയും പ്രകൃതിയെയും മനുഷ്യനെയുംകുറിച്ചുള്ള നിലപാടുകളുടെയും വളർച്ചയ്ക്ക് ഈ പഠനങ്ങളെ പ്രയോജനപ്പെടുത്താൻ ഇരുവരും ശ്രമിച്ചു.

എംഗൽസ് തന്റെ *ഡ്യൂറിങ്ങിനെതിരെ* എന്ന പുസ്തകം എഴുതിയപ്പോൾ ഹെഗലിന്റെ വൈരുദ്ധ്യാത്മക സിദ്ധാന്തം മാർക്സ് നിർദ്ദേശിച്ച പുതിയ ഭൗതിക അടിത്തറയിൽ വികസിപ്പിക്കേണ്ടതിന്റെ ആവശ്യം എംഗൽസിന് ബോദ്ധ്യമായി. ഇതിന്റെയെല്ലാം ഫലമാണ് *പ്രകൃതിയുടെ വൈരുദ്ധ്യാത്മകത* എന്ന ഗ്രന്ഥത്തിനുവേണ്ടിയുള്ള ശ്രമം.

1873 മുതൽ 1886 വരെ തുടർച്ചയായി എംഗൽസ് പുസ്തകത്തിനാവശ്യമായ കുറിപ്പുകൾ തയ്യാറാക്കിയിരുന്നു. ഈ കുറിപ്പുകളുടെ നാലു ഫോൾഡറുകളാണ് നമുക്കു ലഭിച്ചിട്ടുള്ളത്. പുസ്തകം പൂർണ്ണ രൂപത്തിലാകും മുമ്പു തന്നെ എംഗൽസ് മരിച്ചു. പൂർത്തിയാക്കിയ രണ്ടു അദ്ധ്യായങ്ങൾ രണ്ടു ലേഖനങ്ങളായി 1896 ലും 1898 ലും പ്രസിദ്ധീകരിക്കപ്പെട്ടു.

അവയാണ് *പ്രേതലോകത്തിലെ പ്രകൃതിശാസ്ത്രം (Natural Science in the spirit world) ആൾക്കുരങ്ങിൽനിന്ന് മനുഷ്യനിലേക്കുള്ള മാറ്റത്തിൽ അദ്ധ്വാനത്തിന്റെ പങ്ക് (The part played by Labour in the transition from Ape to Man). ഡ്യൂറിങ്ങിനെതിരെ* എന്ന പുസ്തകത്തിനുവേണ്ടി ആദ്യം തയ്യാറാക്കിയ ചില കുറിപ്പുകളും കൈയെഴുത്തു പ്രതികളിൽ ഉൾപ്പെട്ടിരുന്നു.

പ്രകൃതിയുടെ വൈരുദ്ധ്യാത്മകത ആദ്യം പ്രസിദ്ധീകരിച്ചത് 1925 ലാണ്. ഉള്ളടക്കത്തിന്റെ പരിശോധന കാണിക്കുന്നത് പുസ്തകത്തിന്റെ പല ഭാഗങ്ങളും പല കാലഘട്ടത്തിൽ എഴുതപ്പെട്ടതാണെന്നാണ്. പ്രധാനപ്പെട്ട ഭാഗങ്ങൾ 1876 നും 1882 നും മദ്ധ്യേ എഴുതി. മറ്റു നിരവധി കുറിപ്പുകളുടെ കാലം വ്യക്തമല്ല. അവ പലതും അന്തിമ രൂപങ്ങളല്ലെന്ന് കുറിപ്പുകളുടെ പരിശോധന തന്നെ വ്യക്തമാക്കുന്നുണ്ട്.

പുസ്തകത്തിന്റെ ഈ സ്വഭാവം കൊണ്ടുതന്നെ അതിലെ ഉള്ളടക്കത്തിന്റെ പൂർണ്ണമായ അവതരണത്തിന് ഇവിടെ ശ്രമിക്കുന്നില്ല. പരിശോധിക്കപ്പെടുന്നത് 19-ാം നൂറ്റാണ്ടിലെ ശാസ്ത്രമാണെന്നും ഓർക്കണം. അന്നത്തെ പല ആശയങ്ങളും പൂർണ്ണമായി മാറിയിട്ടുണ്ട്. ചിലത് തിരസ്കരിക്കപ്പെട്ടിട്ടുണ്ട്. ഇവയെല്ലാം കണക്കിലെടുത്തുകൊണ്ടാണ് പുസ്തകത്തിന്റെ അവതരണം സാദ്ധ്യമാകുക.

രണ്ട്

1876 ൽ എഴുതിയതായി കരുതപ്പെടുന്ന അവതാരികയിലാണ് എംഗൽസ് താൻ ഈ പുസ്തകം എന്തിനെഴുതി എന്നതിനെക്കുറിച്ച് സൂചന നല്കുന്നത്. പുസ്തകത്തിന്റെ മറ്റു ഭാഗങ്ങളെല്ലാം എഴുതിയത് 1876 നുശേഷമാണെന്നു വ്യക്തമാകുന്നതുകൊണ്ട് പുസ്തകത്തിന്റെ പൊതുദിശാനിർണ്ണയമായി ഈ അവതാരികയെ കണക്കാക്കാം. അവതാരികയ്ക്ക് ഒരു അനുബന്ധമെന്ന നിലയിൽ *ഡ്യൂറിങ്ങിനെതിരെ* എന്ന പുസ്തകത്തിനുവേണ്ടി എഴുതിയ (എന്നാൽ പുസ്തകത്തിൽനിന്ന് ഒഴിവാക്കിയ) ഒരു ആമുഖവും എംഗൽസ് ഉൾപ്പെടുത്തുന്നുണ്ട്.

ഫ്യൂഡലിസത്തിനെതിരായ ബൂർഷ്വാ ജനാധിപത്യവിപ്ലവങ്ങൾക്ക് സമാനമായ വൈജ്ഞാനിക വിപ്ലവം 16-ാം നൂറ്റാണ്ടു മുതൽ യൂറോപ്പിൽ അരങ്ങേറിയെന്ന് എംഗൽസ് ചൂണ്ടിക്കാണിക്കുന്നു. 16-ാം നൂറ്റാണ്ടിൽ ലിയോനാർഡോ ഡാവിഞ്ചിയും ആൽബെർട്ട് ഡ്യൂററും ഈ പുതിയ പ്രവണതയുടെ പ്രതിനിധികളായിരുന്നു. ഡാവിഞ്ചി ചിത്രകാരൻ മാത്രമായിരുന്നില്ല. ഒരു ഗണിതശാസ്ത്രജ്ഞനും എഞ്ചിനീയറും ഭൗതികശാസ്ത്രജ്ഞനുമെല്ലാമായിരുന്നു. ഡ്യൂറർ പെയിന്റിങ്ങിലും കൊത്തുപണിയിലും മാത്രമല്ല, കോട്ടകളുടെ നിർമ്മാണത്തിലും വിദഗ്ദ്ധനായിരുന്നു. ഇതേ കാലത്താണ് കത്തോലിക്കാ പള്ളിയും വൈജ്ഞാനിക ലോകവും ഒരുപോലെ അംഗീകരിച്ച ടോളമിയുടെ ഭൗമ കേന്ദ്ര സിദ്ധാന്തത്തെ കോപ്പർ നിക്കസ് അട്ടിമറിച്ചത്. പോപ്പിന്റെ ചാക്രിക ലേഖനം മാർട്ടിൻ ലൂഥർ കത്തിച്ചതിനു സമാനമായിരുന്നു കോപ്പർ നിക്കസിന്റെ സിദ്ധാന്തമെന്ന് എംഗൽസ് പറയുന്നു. ഇതിനെത്തുടർന്ന് മദ്ധ്യകാലഘട്ടത്തിൽ ക്രിസ്ത്യൻ പള്ളിയും പൊതുസമൂഹവും വെച്ചു പുലർത്തിയിരുന്ന പ്രകൃതി സങ്കല്പങ്ങളെല്ലാം ചോദ്യം ചെയ്യപ്പെട്ടു. ഭൂമിയുടെയും ആകാശഗോളങ്ങളുടെയും സ്ഥാനത്തെക്കുറിച്ച് അന്നു വെച്ചു പുലർത്തിയിരുന്ന സങ്കല്പങ്ങളെയായിരുന്നു കോപ്പർ നിക്കസും കെപ്ലറും ഗലീലിയോയും ചോദ്യം ചെയ്തത്. അതിനോടൊപ്പം പ്രകൃതിയെക്കുറിച്ചു പഠിക്കാനുള്ള പുതിയ ഗണിതശാസ്ത്ര രീതികൾ വളർന്നുവന്നു. ദെക്കാർത്തിന്റെ അനലിറ്റിക്കൽ ജ്യോമട്രി, നാപ്പിയറിന്റെ ലോഗരിതങ്ങൾ, ലൈബ്നിറ്റ്സിന്റെയും ന്യൂട്ടന്റെയും കാൽക്കുലസ് എന്നിവ പ്രധാനമായിരുന്നു. ഖരവസ്തുക്കളുടെ ചലനങ്ങൾക്ക് പുതിയ ചലന നിയമങ്ങൾ കണ്ടെത്തപ്പെട്ടു. കെപ്ലർ ഗ്രഹങ്ങളുടെ ചലനം നിർണ്ണയിച്ചെങ്കിൽ ന്യൂട്ടൻ എല്ലാ ദ്രവ്യരൂപങ്ങളുടെയും ചലനത്തിന് നിയമങ്ങൾ കണ്ടെത്തി. മദ്ധ്യകാല ആൽക്കെമിയിൽനിന്ന് രസതന്ത്രം മോചിപ്പിക്കപ്പെട്ടു. ജീവശാസ്ത്രത്തിൽ നിരവധി ജീവജാലജനുസ്സുകൾ കണ്ടെത്തപ്പെടുകയും അവയെ ലിന്നയസ് വർഗ്ഗീകരിച്ച് ഒരു പുതിയ വിവരസഞ്ചയം സൃഷ്ടിക്കുകയും ചെയ്തു.

ഇത്തരത്തിൽ വളർന്നുവന്ന ശാസ്ത്രസങ്കല്പങ്ങൾക്ക് ഗൗരവമുള്ള ഒരു പരിമിതിയുണ്ടായിരുന്നു. പ്രകൃതിയുടെ കേവലമായ അവ്യയസ്വഭാവത്തെക്കുറിച്ചുള്ള അടിയുറച്ച ധാരണയുടെ അടിസ്ഥാനത്തിലാണ് അവർ സ്വന്തം സങ്കല്പങ്ങൾ രൂപപ്പെടുത്തിയത്. ഇതിന്റെ അർത്ഥം പ്രപഞ്ചം സ്ഥിരമായ, അടിസ്ഥാനമാറ്റങ്ങളില്ലാത്ത ഒരു രൂപമാണെന്നാണ്. ഒരു പ്രാഥമികമായ പ്രഭാവത്തിനുശേഷം പിന്നീട് പ്രപഞ്ചം മാറ്റങ്ങളില്ലാതെ തുടർന്നുപോരുകയാണ്. ജീവജാലങ്ങളുടെ ഘടനയിൽ ചില മാറ്റങ്ങൾ വന്നിട്ടുണ്ടാകാം. അവയിൽ മനുഷ്യർ സൃഷ്ടിച്ച മാറ്റങ്ങളും ഉണ്ടാകും. പ്രപഞ്ചത്തിനുണ്ടാകുന്ന മാറ്റങ്ങളെല്ലാം സ്ഥലീയമാണ്. ഒരു സ്ഥലത്തുനിന്ന് മറ്റൊരു സ്ഥലത്തേക്ക് വസ്തുക്കൾ മാറുന്നു. മനുഷ്യരുടെ ചരിത്രത്തിൽ കാലഗണനാക്രമമനുസരിച്ചുള്ള വികാസം മാത്ര

മാണ് ഉണ്ടാകുന്നത്. അതായത് പ്രപഞ്ചത്തിന്റെ ആദ്യകാലത്തുണ്ടായിരുന്നവ അവസാനം വരെയുണ്ടാകും - നേരിയ സ്ഥാനചലനങ്ങളോടെ. അടിസ്ഥാന പരിവർത്തനങ്ങളെല്ലാം ഈ കാഴ്ചപ്പാടിൽ നിഷേധിക്കപ്പെടുന്നു.

പിന്നീട് യാന്ത്രിക ലോകവീക്ഷണം (mechanistic world view) എന്നു വിളിക്കപ്പെട്ട ഈ സമീപനം പ്രാചീന ഗ്രീക്കുകാർ പോലും അംഗീകരിച്ചിരുന്നില്ലെന്ന് എംഗൽസ് ചൂണ്ടിക്കാണിക്കുന്നു. ചലനാത്മകമായ പ്രപഞ്ചത്തെയാണ് പ്രാചീന ഗ്രീക്കുകാർ കണ്ടത്. അവ്യവസ്ഥാപിതമായ (chaos) ദശയിൽനിന്ന് ലോകം ഉണ്ടായി വന്നതാണ്. അത് വെറും സ്ഥാവരമായ വസ്തുവല്ല. സ്ഥാവര പ്രപഞ്ചം ദൈവശാസ്ത്രപരമായ ആശയമാണ്. ദൈവം സൃഷ്ടിച്ച പ്രപഞ്ചത്തിൽ പിന്നീട് മാറ്റങ്ങൾ എങ്ങനെ വരാനാണ്! ഇതേ ആശയം തന്നെ ശാസ്ത്രവും ഉപയോഗിക്കുമ്പോൾ അത് ദൈവശാസ്ത്രത്തിൽ കുടുങ്ങുകയാണ് ചെയ്യുന്നതെന്ന് എംഗൽസ് പറയുന്നു. ന്യൂട്ടൺപോലും ഒരു ആദിമ പ്രഭാവം (first impulse) അനുസരിച്ചാണ് പ്രപഞ്ചത്തെ വിശദീകരിക്കുന്നത്. സ്പിനോസ മുതലുള്ള ചിന്തകന്മാരാണ് ലോകത്തെ ലൗകികതലത്തിൽനിന്നു തന്നെ വിശദീകരിക്കാൻ ശ്രമിച്ചത്.

ഈ യാന്ത്രിക വീക്ഷണത്തെ ആദ്യം ചോദ്യം ചെയ്തത് ഇമ്മാനുവേൽ കാന്റ് ആയിരുന്നുവെന്ന് എംഗൽസ് പറയുന്നു. ന്യൂട്ടന്റെ ആദിമ പ്രഭാവത്തെ നിരാകരിക്കുകയും ഭൂമിയും സൗരയൂഥവും കാലഘട്ടങ്ങളിലൂടെ ഉണ്ടാകുകയാണ് ചെയ്തതെന്ന് വാദിക്കുകയും ചെയ്തു. ഇതിനെയാണ് കാന്റ് ലാപ്ലേസ് നെബുലാർ സിദ്ധാന്തം (nebular hypothesis) എന്നു വിളിക്കുന്നത്. ഇതിനെ തുടർന്ന് ഭൂഗർഭ ശാസ്ത്ര ഗവേഷണങ്ങൾ ഭൗമപ്രതലത്തിലും ഉള്ളിലും വന്നുകൊണ്ടിരിക്കുന്ന തുടർച്ചയായ മാറ്റങ്ങളെ രേഖപ്പെടുത്തി. ബാരൺ കൂവിയർ എന്ന ശാസ്ത്രജ്ഞൻ ഈ മാറ്റങ്ങൾ ദൈവത്തിന്റെ ഇടപെടലുകളുടെ അടിസ്ഥാനത്തിലാണെന്ന് വാദിക്കാൻ ശ്രമിക്കുകയും അതിനായി ആകസ്മിക വിപത്തുക്കൾ (catastrophe) വഴിയാണ് ഭൂമിയിൽ പരിവർത്തനങ്ങളുണ്ടായത് എന്ന് വാദിക്കുകയും ചെയ്തു. എന്നാൽ ചാൾസ് ല്യെൽ മാറ്റങ്ങൾ ക്രമാനുഗതമാണ് എന്നു വാദിക്കുകയും ദൈവത്തിന്റെ ഇടപെടലിനുപകരം പ്രകൃതിയുടെ ചലനാത്മകതയെ ഉപയോഗിച്ച് സ്വന്തം വാദങ്ങൾ സമർത്ഥിക്കുകയും ചെയ്തു.

ദൈവകല്പിതമോ മറ്റേതെങ്കിലും അതിഭൗതികശക്തിയുടെ ഇടപെടലുകളുടെ അടിസ്ഥാനത്തിലോ ഉള്ള പ്രപഞ്ച വീക്ഷണത്തെ ഭൗതിക സിദ്ധാന്തങ്ങളും ചോദ്യം ചെയ്തു. എല്ലാവിധ ഊർജ്ജ രൂപങ്ങളും പരസ്പരം രൂപം മാറുമെന്ന ഊർജ്ജസ്ഥായിതാ വാദം (conservation of energy) അതിഭൗതികവാദങ്ങളുടെ ശക്തമായ നിരാകരണമാണെന്ന് എംഗൽസ് ചൂണ്ടിക്കാണിക്കുന്നു. ഡാൽട്ടനുശേഷമുള്ള അണുസിദ്ധാന്തം, കോശങ്ങളുടെ കണ്ടെത്തൽ, സ്പീഷീസിന്റെ സ്ഥാവരതയെക്കുറിച്ചു

ള്ള ധാരണകളുടെ നിരാകരണം, ഏറ്റവുമവസാനം (എംഗൽസ് എഴുതുന്ന സമയത്ത്) ഡാർവിന്റെ പരിണാമസിദ്ധാന്തം തുടങ്ങിയവയെല്ലാം അതിഭൗതിക സങ്കല്പങ്ങളെ നിരാകരിച്ചു. സ്പീഷീസിലെ വേർതിരിവുകൾ വഴിയാണ് മനുഷ്യൻ തന്നെ വളർന്നുവരുന്നത്.

മനുഷ്യരുടെ വളർച്ചയിലൂടെ നാം ചരിത്രത്തിലെത്തുന്നു. എല്ലാ ജീവികൾക്കും അവരുടെ ചരിത്രമുണ്ട്, അവരുടെ പ്രജനനത്തിന്റെയും സ്പീഷീസിന്റെ പ്രസരണത്തിന്റെയും ചരിത്രം. പക്ഷേ, ബോധപൂർവ്വമായി ചരിത്രം ഉണ്ടാക്കുന്നത് മനുഷ്യർ മാത്രമാണ്. മനുഷ്യരുടെ ബോധപൂർവമായ ചരിത്രമുണ്ടാക്കൽ ശക്തിപ്പെടുമ്പോൾ അനിയന്ത്രിതമായ ഘടകങ്ങളുടെയും പ്രവചനാതീതമായ ശക്തികളുടെയും സ്വാധീനങ്ങളിൽനിന്ന് സ്വയം മോചിപ്പിക്കുകയും കൂടുതൽ കൃത്യമായി ലക്ഷ്യനിർണ്ണയവും ഫലങ്ങളും തമ്മിലുള്ള ബന്ധം പ്രത്യക്ഷപ്പെടുകയും ചെയ്യുന്നു. എന്നാൽ ഇപ്പോഴും അനിയന്ത്രിതവും പ്രവചനാതീതവുമായ ഘടകങ്ങളാണ് മനുഷ്യരെ സ്വാധീനിക്കുന്നതെന്ന് ചൂണ്ടിക്കാണിക്കപ്പെടുന്നു. മനുഷ്യൻ പ്രകൃതിയെ നിയന്ത്രിച്ചുവെന്നും ഉല്പാദനത്തിൽ അൽഭുതകരമായ വർദ്ധനയുണ്ടായെന്നും ഊറ്റം കൊള്ളുമ്പോഴും അതിന്റെ ഫലമായി സംഭവിക്കുന്നത് ജനങ്ങളുടെ എണ്ണമറ്റ ദുരിതങ്ങളും അടിക്കടിയുണ്ടാകുന്ന സാമ്പത്തികക്കുഴപ്പങ്ങളുമാണ്. സാമൂഹ്യോല്പാദനത്തിന്റെയും വിതരണത്തിന്റെയും ബോധപൂർവ്വവും ആസൂത്രിതവുമായ സംഘാടനം മാത്രമാണ് ഈ ദുരിതങ്ങളിൽനിന്ന് കരകയറാനുള്ള മാർഗ്ഗം.

അതിനോടൊപ്പം ഉണ്ടാകുന്ന എല്ലാ വസ്തുക്കളും ഇല്ലാതാകുമെന്ന വസ്തുതയിലേക്കും എംഗൽസ് ശ്രദ്ധ ക്ഷണിക്കുന്നു. കോടാനുകോടി വർഷങ്ങൾ കഴിയുമ്പോൾ ഭൂമിയും മറ്റു ഗ്രഹങ്ങളും ഇതുപോലെ ഉണ്ടാവുകയില്ല, സൗരയൂഥവും മറ്റു നക്ഷത്രക്കൂട്ടങ്ങളും അവസാനിക്കും. ചലനാത്മക പ്രകൃതി അതിനുശേഷവും നിലനില്ക്കും. പ്രകൃതിയുടെ ചലനാത്മകത ഗണപരം മാത്രമല്ല ഗുണപരം കൂടിയാണ്. യാന്ത്രികമായ സ്ഥാനചലനം മാത്രമല്ല, ദ്രവ്യത്തിനുണ്ടാവുക. അവയിൽനിന്ന് ഗുണപരമായ മാറ്റത്തോടെയുള്ള പുതിയ രൂപങ്ങൾ വളർന്നുവരാം. അനന്തമായ കാലത്തിൽ നിരവധി ലോകങ്ങൾ തുടർച്ചയായി ഉണ്ടായി വരാം. ചിന്താശക്തിയുള്ള മനുഷ്യനെപ്പോലുള്ള ജീവിയും അക്കൂട്ടത്തിൽ അപ്രത്യക്ഷമാകാം, മറ്റേതെങ്കിലും കാലത്ത് മറ്റേതെങ്കിലും ലോകത്തിൽ ചിന്താശക്തിയുള്ള ജീവികൾ വീണ്ടും ഉണ്ടാകാം.

മതചിന്തയ്ക്കോ അതിനെ പിന്തുടർന്നുവന്ന യാന്ത്രിക സമീപനത്തിനോ പ്രപഞ്ചത്തെയും ജീവജാലങ്ങളെയുംകുറിച്ച് കൃത്യമായ സമീപനം സൃഷ്ടിക്കാൻ കഴിയില്ല. വൈരുദ്ധ്യാത്മക ചിന്തയ്ക്കു മാത്രമാണ് അത് സാദ്ധ്യമാകുന്നത്. പ്രപഞ്ചം ചലനാത്മകമാണെന്നും എല്ലാ വസ്തുക്കളും ഉണ്ടാകുകയും ഇല്ലാതാകുകയും ചെയ്യുമെന്നത് വൈരുദ്ധ്യാത്മകതയുടെ അടിത്തറയാണ്. ഗ്രീക്കുകാർ ഇത്തരത്തിൽ ചിന്തിച്ചവരാണ്. അവർ വസ്തുക്കൾ തമ്മിലുള്ള പരസ്പര ബന്ധങ്ങളെ കാണുന്നതി

നോടൊപ്പം അവയെ സമഗ്രമായി പരിശോധിക്കുകയും ചെയ്തു. വൈരുദ്ധ്യാത്മകത പുനർജ്ജീവിച്ചത് ഹെഗലിലാണ്. പക്ഷേ, ഹെഗൽ ആശയവാദിയായിരുന്നതുകൊണ്ട് അദ്ദേഹം ആരംഭിച്ചത് വസ്തുക്കൾ തമ്മിലുള്ള ബന്ധങ്ങളിൽനിന്നല്ല, അദ്ദേഹം നിർദ്ദേശിച്ച ലോകസത്ത (World spirit)യും ബാഹ്യലോകവും തമ്മിലുള്ള ബന്ധത്തിൽനിന്നാണ്. ഹെഗലിയൻ സമീപനത്തെ മാർക്സ് തിരുത്തുകയും വൈരുദ്ധ്യാത്മകതയ്ക്ക് ഭൗതികമായ അടിത്തറ നല്കുകയും ചെയ്തു.

ഈ മാറ്റം മറ്റൊരു പ്രധാനപ്പെട്ട രീതിശാസ്ത്രപരമായ മാറ്റത്തിലേക്കും നയിച്ചു. മാർക്സ് സാമൂഹ്യ പ്രവണതകളെ പരിശോധിച്ചത് ഇന്ദ്രിയഗോചരമായ വസ്തുക്കളുടെ പഠനത്തിന്റെ (Empiricism) രീതിയിലായിരുന്നില്ല, സിദ്ധാന്തവും പ്രയോഗവും തമ്മിൽ വൈരുദ്ധ്യാത്മകമായി ബന്ധിപ്പിച്ചായിരുന്നു. ഇതേ രീതി തന്നെ പ്രപഞ്ചത്തെയും ജീവജാലങ്ങളെയും സംബന്ധിച്ച പഠനങ്ങളിലേക്കും വ്യാപിപ്പിക്കാൻ കഴിയുമെന്നും എംഗൽസ് വാദിക്കുന്നു.

മൂന്ന്

ജനങ്ങളുടെ സാമാന്യബോധത്തെ വൈരുദ്ധ്യാത്മകമായി പരിശോധിക്കുന്ന രീതിയാണ് ''പ്രേതലോകത്തിലെ പ്രകൃതിശാസ്ത്രം" എന്ന ഭാഗം. ഇന്ദ്രിയ ഗോചരവാദവും യാന്ത്രിക സമീപനവും പലപ്പോഴും അന്ധവിശ്വാസങ്ങളെ നിലനിർത്താറുണ്ട്. ആധുനിക യുക്തിചിന്തയുടെ ഉപജ്ഞാതാക്കളിൽ ഒരാളായ ഫ്രാൻസിസ് ബേക്കൺ വിവിധ തരത്തിലുള്ള അത്ഭുത കൃത്യങ്ങൾ നടത്തുന്നതിനെക്കുറിച്ചും മറ്റു ലോഹങ്ങളെ സ്വർണ്ണമായി മാറ്റുന്നതിനെക്കുറിച്ചും കുറിപ്പുകൾ തയ്യാറാക്കിയിരുന്നു. ന്യൂട്ടൺ തന്റെ വാർദ്ധക്യം ചെലവാക്കിയത് യോഹന്നാന്റെ സുവിശേഷത്തിലെ വെളിപാടുകളെ വിശദീകരിക്കുന്നതിനാണ്. ഇത്തരം പ്രവണതകൾ എംഗൽസിന്റെ കാലത്തും തുടർന്നിരുന്നു. ഡാർവിനോടൊപ്പം പരിണാമസിദ്ധാന്തത്തിന്റെ ഉപജ്ഞാതാവായിരുന്നു ആൽഫ്രഡ് റസൽവാലസ്. അതിനോടൊപ്പം അദ്ദേഹം പലവിധത്തിലുള്ള അത്ഭുത കൃത്യങ്ങളുടെയും മെസ്മരിസം പോലുള്ള മനോനിയന്ത്രണ രീതികളുടെയും ഉപജ്ഞാതാവായിരുന്നു.

ഇത്തരം ഒരു 'മെസ്മരിസ' പ്രകടനം മാഞ്ചസ്റ്ററിൽവെച്ച് നേരിട്ടു കണ്ടത് വിവരിക്കുന്നുണ്ട്. ഒരു കാന്തമുപയോഗിച്ച് ഒരു സ്ത്രീയെ മയക്കിക്കിടത്തി. അതിനുശേഷം തലയോട്ടിയുടെ ഒരു ഭാഗത്ത് തൊട്ടപ്പോൾ ആ സ്ത്രീ ചാടിയെഴുന്നേറ്റ് വളരെ പ്രകടനാത്മകമായി നടനചാതുരിയോടെ പ്രവർത്തിച്ചു. അവിടെ ഇല്ലാത്ത കുഞ്ഞിനെ എടുത്തു താലോലിക്കുകയും ഉമ്മവെക്കുകയും ചെയ്യുന്നതായി കാണിച്ചു. തലയോട്ടിയുടെ വേറൊരു ഭാഗത്ത് തൊട്ടപ്പോൾ ആ സ്ത്രീ മുട്ടുകുത്തിനിന്ന് പ്രാർത്ഥിക്കാൻ തുടങ്ങി.

ഇതു കണ്ടതിനുശേഷം എംഗൽസും കൂട്ടരും അവർക്കിതേ പ്രഭാവം സൃഷ്ടിക്കാൻ കഴിയുമോ എന്നു പരിശോധിച്ചു. 12 വയസ്സുള്ള ഒരു കുട്ടി പരീക്ഷണത്തിനു തയ്യാറായി. മെസ്മറിസ്റ്റ് ചെയ്ത എല്ലാ കാര്യങ്ങളും ആ കുട്ടിയെക്കൊണ്ടു ചെയ്യിക്കാൻ എംഗൽസിനു കഴിഞ്ഞു. മാത്രമല്ല, മെസ്മറിസ്റ്റ് ചെയ്യാത്ത പാട്ടുപാടൽ, ചൂളമടിക്കൽ, നൃത്തം ചെയ്യൽ, ഗുസ്തി, തുന്നൽ, ചെരുപ്പുതുന്നൽ, പുകവലി തുടങ്ങിയവയെല്ലാം കുട്ടിയെക്കൊണ്ട് അനുകരിപ്പിക്കാനും കഴിഞ്ഞു. അയാളുടെ തള്ളവിരലിന്റെ ഒരു പ്രത്യേക ഭാഗത്ത് തൊട്ടാൽ മദ്യപനെപ്പോലെ അഭിനയിപ്പിക്കാൻ പറ്റുമെന്നും കണ്ടെത്തി. പക്ഷേ, ഒരു കാര്യം മാത്രം. ശരീരത്തിന്റെ ഏതെങ്കിലും ഭാഗത്ത് തൊടുമ്പോൾ എന്തു ചെയ്യണമെന്ന് കുട്ടിയെ മുൻകൂട്ടി ബോദ്ധ്യപ്പെടുത്തിയിരിക്കണം. അല്ലെങ്കിൽ ഒന്നും സംഭവിക്കുകയില്ല. കുറച്ചു തവണ കഴിഞ്ഞപ്പോൾ കുട്ടി ഇത്തരം പ്രകടനത്തിൽ ഒരു 'വിദഗ്ദ്ധ'നായെന്ന് എംഗൽസ് പറയുന്നു.

ഇതുപോലെ പ്രേതങ്ങൾ ഏതെങ്കിലും 'മാധ്യമ'ങ്ങൾ വഴി സംസാരിക്കുന്നവിധം, പ്രേതങ്ങളുടെ ഫോട്ടോ എടുക്കൽ തുടങ്ങിയവയും വിശദീകരിക്കാൻ കഴിയും. ശ്രീമതി ഗപ്പി എന്ന സ്ത്രീയുടെ ഫോട്ടോയിൽ ഒരു പ്രേതം പ്രത്യക്ഷപ്പെടുകയും, ശ്രീമതി ഗപ്പിയെ തന്നെ 'ആകാശത്തുകൂടി' പറപ്പിച്ച് അടഞ്ഞ വാതിലിൽക്കൂടി 'പ്രത്യക്ഷപ്പെടുത്തുന്ന വിധവും' ഫ്ളോറൻസ് കുക്ക് എന്ന സ്ത്രീയോടൊപ്പം കേറ്റി എന്ന പ്രേതത്തെ 'കാണുന്ന രീതിയും' എംഗൽസ് പരാമർശിക്കുന്നു. ശ്രീമതി ഗപ്പിയോടൊപ്പമുണ്ടായിരുന്ന പ്രേതം ഒരു കർട്ടനുപിന്നിൽ നിന്ന അവരുടെ ഭർത്താവായിരുന്നു! കേറ്റി വേറെയാരുമല്ല, ഫ്ളോറൻസ് കുക്ക് തന്നെയും! 'കേറ്റി'യെ പ്രത്യക്ഷപ്പെടുത്തുക ഒരു വിനോദമായെന്നും എംഗൽസ് പറയുന്നു.

ഇവിടെയെല്ലാം കേവലമായ ഇന്ദ്രിയപരമായ കാണൽ മാത്രമല്ല വേണ്ടത്. ഇത്തരം 'അത്ഭുത'ങ്ങൾ എങ്ങനെ നടക്കുന്നു എന്ന യുക്തിസഹമായ പരിശോധനയാണാവശ്യം എന്ന് എംഗൽസ് പറയുന്നു. കേവലവിശ്വാസികൾ ഒരിക്കലും അവരുടെ കാഴ്ചയെ വസ്തുനിഷ്ഠമായി, യുക്തിസഹമായി പരിശോധിക്കാറില്ല. വിശ്വാസികൾ വിജയിക്കുന്നതും അവിടെയാണ്.

നാല്

പ്രകൃതിയുടെ വൈരുദ്ധ്യാത്മകതയിൽ ഒരുപക്ഷേ, ഏറ്റവും അറിയപ്പെടുന്ന ഭാഗം *ആൾക്കുരങ്ങിൽനിന്ന് മനുഷ്യനിലേക്കുള്ള മാറ്റത്തിൽ അദ്ധ്വാനത്തിനുള്ള പങ്ക്* ആണ്. പുസ്തകത്തിന്റെ ഘടനയിൽ ഈ ഭാഗം ഏതാണ്ട് സ്വതന്ത്രമായി നില്ക്കുന്നു.

ശാസ്ത്രസംബന്ധിയായ ഒരു പഠനത്തിൽ മനുഷ്യ പരിണാമത്തെ സംബന്ധിച്ച ഈ ഭാഗം എങ്ങനെ വന്നു? മാർക്സിന്റെയും എംഗൽസി

ന്റെയും ചിന്തയുടെ വികാസത്തിലേക്ക് വെളിച്ചംവീശുന്ന ഒന്നാണിത്. മാർക്സ് ആദ്യകാലത്ത് എഴുതിയ 'സാമ്പത്തികവും ദാർശനികവുമായ കൈയെഴുത്തു പ്രതികളിൽ' എങ്ങനെ അദ്ധ്വാനത്തെ കേന്ദ്ര സ്ഥാനത്തു കൊണ്ടുവന്നുവെന്ന് നാം കണ്ടു. അവിടെ മാർക്സ് ചെയ്തത് ഹെഗലിയൻ വൈരുദ്ധ്യാത്മകതയുടെ ആശയവാദപരമായ അടിത്തറയ്ക്കു പകരം തികച്ചും ഭൗതികവും സാർവ്വത്രികമായി ഏവർക്കും അനുഭവമുള്ളതുമായ അദ്ധ്വാനത്തിൽ കേന്ദ്രീകരിക്കുകയായിരുന്നു (പിന്നീട് അദ്ദേഹം അതിനെ അദ്ധ്വാനശക്തി എന്ന് നിർവ്വചിച്ചു.)

ഇതിനുശേഷമാണ് ഡാർവിന്റെ പരിണാമസിദ്ധാന്തം പുറത്തുവന്നത്. പ്രൈമേറ്റുകളിൽ സംഭരിച്ച വേർതിരിവിൽനിന്നാണ് മനുഷ്യർ വളർന്നുവന്നത് എന്ന് ഡാർവിൻ വാദിച്ചു. ഈ ആശയം ഉടനടി വൻതോതിലുള്ള വാദപ്രതിവാദങ്ങൾക്ക് കാരണമാവുകയും ക്രിസ്ത്യൻ പള്ളിയും ഒരു സംഘം ശാസ്ത്രജ്ഞരും പരിണാമവാദത്തിനെതിരായി രംഗത്തുവരികയും ചെയ്തു. പരിണാമവാദത്തെ അനുകൂലിച്ച് തോമസ് ഹെൻറി ഹക്സ്‌ലിയും എതിർത്തുകൊണ്ട് ബിഷപ്പ് വിൽബർപോഴ്സും നടത്തിയ വാദപ്രതിവാദം പ്രസിദ്ധമാണ്. പരിണാമവാദത്തെ എതിർത്തവർ ഉന്നയിച്ച പ്രധാനചോദ്യം ഇതാണ്; മനുഷ്യർ ആൾക്കുരങ്ങിൽനിന്നാണ് പരിണമിച്ചതെങ്കിൽ ആൾക്കുരങ്ങുകൾക്കില്ലാത്ത ബുദ്ധിശക്തിയും പ്രവർത്തനശേഷിയും മനുഷ്യർക്ക് എങ്ങനെയുണ്ടായി?

ഈ ചോദ്യത്തിന് നിരവധി ഉത്തരങ്ങൾ നല്കപ്പെട്ടു. രണ്ടുകാലിൽ നിവർന്നുള്ള നടത്തം, നീണ്ട പ്രവർത്തനക്ഷമമായ കാലുകളും കൈകളും, കണ്ണിന്റെ ഉപയോഗം (ഡാർവിൻ ഇതിന് വളരെ പ്രാധാന്യംനല്കി.) മസ്തിഷ്കത്തിന്റെ വളർച്ച തുടങ്ങിയവ പ്രധാനമായിരുന്നു. ഇവയിലേതാണ് മനുഷ്യ പരിണാമത്തിന്റെ നിർണ്ണായക ഘടകം. അതിനോടൊപ്പം ഡാർവിന് ജൈവ പരിണാമത്തെ മുഴുവൻ നിർണ്ണയിക്കുന്ന ഘടകമുണ്ടായിരുന്നു. നിലനില്പിനുള്ള പോരാട്ടം (Struggle for Existence) ആണത്. മേല്പറഞ്ഞ ഘടകങ്ങൾക്ക് നിലനിൽപിനുള്ള പോരാട്ടത്തിൽ എന്തു സ്വാധീനമാണുള്ളത്.

ഇവയ്ക്കുള്ള ഉത്തരം പരിണാമവാദത്തെക്കുറിച്ചുള്ള ദൈവശാസ്ത്രപരമായ വിമർശനങ്ങളെ നേരിടുന്നതിന് പ്രധാനമായിരുന്നു. ദൈവം മനുഷ്യനെ സൃഷ്ടിച്ചുവെന്ന് സമ്മതിച്ചാൽ മസ്തിഷ്കം വളർന്നുവന്നതെങ്ങനെയെന്നും കണ്ണിന്റെ കാഴ്ചശക്തിയെക്കുറിച്ചും രണ്ടുകാലിലുള്ള നടത്തത്തെയും കൈകളുടെ പ്രവർത്തനശേഷിയെയും വിശദീകരിക്കാം. പക്ഷേ, കേവലമായ മനുഷ്യ പരിണാമമനുസരിച്ചാണെങ്കിലോ? അവിടെ ഇത്തരത്തിലുള്ള പ്രവണതകളിലേക്ക് അതും ദൈവത്തെയോ ഹെഗലിന്റെ ലോകസത്തയെപോലെ അതിഭാവുകത്വ സ്വഭാവമുള്ള ഒരു സംവർഗ്ഗത്തെയോ ഉപയോഗിക്കാനാവില്ല. അതിഭൗതികതയിലല്ല, ഭൗതികതയിൽനിന്നാണ്, യഥാർത്ഥ ലോകത്തിൽനിന്നാണ് നാം അന്വേഷണം ആരംഭിക്കേണ്ടത്. അങ്ങനെ എംഗൽസ് അദ്ധ്വാനത്തിലെത്തിച്ചേരുന്നു.

അതിഭൗതിക വിശദീകരണങ്ങൾക്ക് മറ്റൊരപകടവുമുണ്ട്. നിലനില്പിനുള്ള പോരാട്ടവുമായി അതിന് ബന്ധമില്ല. നിലനില്പിനുള്ള പോരാട്ടം ജൈവ പ്രക്രിയയാണ്. അതിൽ ഏതെങ്കിലും ശക്തിയോ സത്തയോ ഇടപെടുന്നതായി അറിയില്ല. നിലനില്പിനുള്ള പോരാട്ടം ജീവികളെ പ്രവർത്തനസജ്ജരാക്കുന്നുണ്ട്. ഇരതേടലും സ്വയം സുരക്ഷയും അതിൻെറ ഭാഗമാണ്. സ്വാഭാവികമായും മനുഷ്യപൂർവികരും ഇതിൽ നിന്നാകും ആരംഭിക്കുക. ഇരതേടുന്നതിനും സുരക്ഷയ്ക്കും വേണ്ടി മനുഷ്യർ അവരുടെ മുൻകാലുകളെ സ്വതന്ത്രമാക്കുന്നു. മുൻകാലുകൾ കൈകളാകുന്നു. കൈകൾക്ക് വ്യത്യസ്ത വസ്തുക്കളെ ഒതുക്കിപ്പിടിക്കാൻ കഴിയുന്നു. കൂടുതൽ പ്രവർത്തനങ്ങൾക്കുള്ള ശേഷി കൈകൾ നേടുന്നു. കൈകൾ വെറും അദ്ധ്വാനത്തിനുള്ള ഉപകരണങ്ങളല്ല. അദ്ധ്വാനത്തിന്റെ ഉല്പന്നമാണ്. നിലനില്പിനുള്ള പോരാട്ടത്തിന്റെ ഭാഗമായി മനുഷ്യർ നേടിയെടുത്ത ആദ്യശേഷിയാണത്.

ശരീരത്തിനകത്തെ പരസ്പര ബന്ധങ്ങളിൽനിന്നാണ് വളർച്ച സാദ്ധ്യമാകുന്നത് എന്ന് ഡാർവിൻ വാദിച്ചു. ശരീരത്തിലെ ഏതെങ്കിലും അവയവത്തിന് സവിശേഷമായ കഴിവുകൾ ലഭിച്ചാൽ അവ മറ്റുള്ള അവയവങ്ങളെയും സ്വാധീനിക്കും. അതുകൊണ്ട് ശരീരത്തിനു രൂപമാറ്റംവരെ സംഭവിക്കാം. കൈകൾ നേടിയ സ്വാതന്ത്ര്യം കാലുകളുടെ ഉപയോഗത്തെയും നിവർന്നുള്ള നടത്തത്തേയും സ്വാധീനിച്ചിട്ടുണ്ട്. മറ്റുള്ള ശരീരഭാഗങ്ങളെയും സ്വാധീനിച്ചിരിക്കാം. അവ എത്രമാത്രമെന്ന് തുടർന്നുള്ള അന്വേഷണങ്ങൾ തെളിയിക്കേണ്ടതുണ്ടെന്ന് എംഗൽസ് പറയുന്നു. ഡാർഗ്ഗി തോംപ്സന്റെ *വളർച്ചയും രൂപവും* (growth & form) എന്ന പുസ്തകത്തിലും നാഡീജീവശാസ്ത്രപരമായ അന്വേഷണങ്ങളിലും ഈ ദിശയിലുള്ള പഠനങ്ങൾ ഏറെ മുന്നോട്ടു പോയിട്ടുണ്ട്.

അഞ്ച്

മനുഷ്യൻ ഒരു സാമൂഹ്യജീവിയാണ്. അദ്ധ്വാനത്തിന്റെ വികാസം മനുഷ്യന്റെ സാമൂഹ്യജീവിതത്തെയും പ്രപഞ്ചത്തെക്കുറിച്ചുള്ള ധാരണകളെയും വളർത്തുന്നുണ്ട്. പ്രകൃതിയിലെ വസ്തുക്കളിൽ അതുവരെ അറിയപ്പെടാത്ത നിരവധി സ്വഭാവവിശേഷങ്ങൾ അയാൾ കണ്ടെത്തുന്നുണ്ട്. അദ്ധ്വാനത്തിന്റെ ഫലമായി മനുഷ്യർ കൂടുതൽ അടുത്തു ബന്ധപ്പെടുന്നുണ്ട്. കൂട്ടായ പ്രവർത്തനവും പരസ്പരാശ്രിതത്വവും വളരുന്നുണ്ട്. ഇതിന്റെ ഫലമായി ആശയങ്ങളും കൈമാറുന്നുണ്ട്. മനുഷ്യർക്ക് എന്തെങ്കിലും പരസ്പരം പറയാനുള്ളപ്പോഴാണ് ഭാഷ ഉണ്ടാകുന്നത്. ഭാഷ വളർന്നുവരുമ്പോഴാണ് ആശയങ്ങൾ ശേഖരിക്കപ്പെടുന്നത്. ഇന്ദ്രിയങ്ങൾ വഴിയായി എത്തുന്ന നിരവധി വിവരങ്ങൾ, കാഴ്ചകൾ, കേൾവികൾ, സ്പർശനത്തിലൂടെയും സ്വാദിലൂടെയും മണത്തിലൂടെയും ലഭിക്കുന്നവ എല്ലാം ശേഖരിക്കപ്പെടുന്നു, ഓർമ്മിക്കപ്പെടുന്നു. ഇവയുടെ ഫലമായി മസ്തി

ഷ്കവും വളരുന്നു. നമ്മെക്കാൾ കൂടുതൽ കാഴ്ചയും കേൾവിയുമുള്ള ജീവികളുണ്ട്. കഴുകന് നമ്മെക്കാൾ നന്നായി കാണാൻ കഴിയും. വവ്വാലിന് കേൾക്കാൻ കഴിയും; നായയ്ക്ക് മണക്കാൻ കഴിയും. പക്ഷേ, അവയ്ക്ക് അനുഭവപ്പെട്ട കാര്യങ്ങൾ നമ്മെപ്പോലെ ഓർക്കാൻ കഴിയില്ല. കൈകളുടെ വളർച്ചയോടെ എല്ലാ വസ്തുക്കളും തൊടുമ്പോൾ തിരിച്ചറിയാനും നമുക്ക് കഴിയുന്നു.

കൈകളുടെ പ്രവർത്തനശേഷി, ഭാഷയുടെ വളർച്ച, മസ്തിഷ്കത്തിന്റെ വളർച്ച എന്നിവയ്ക്കെല്ലം ആധാരമായി എംഗൽസ് കാണുന്നത് അദ്ധ്വാനത്തെയാണ്. അദ്ധ്വാനമെന്നാൽ പ്രായോഗിക പ്രവർത്തനമാണ്. അത് ബോധപൂർവ്വമായ, കൃത്യമായ ലക്ഷ്യനിർണ്ണയത്തോടെയുള്ള പ്രായോഗിക പ്രവർത്തനമാണ്. ഇരതേടുന്നതിനാണ് മനുഷ്യർ ആയുധങ്ങൾ നിർമ്മിക്കുന്നത്. അതിനാണ് കൈകൾ ഉപയോഗിക്കുന്നത്. നായാട്ടിനും മത്സ്യബന്ധനത്തിനുമുള്ള ഉപകരണങ്ങൾ നിർമ്മിക്കപ്പെടുന്നു. അതേ ഉപകരണങ്ങൾ അവരുടെ സുരക്ഷയ്ക്കായും ഉപയോഗിക്കുന്നു. പച്ചക്കറികളുടെ കൂടെ മാംസഭക്ഷണം ഒരു ശീലമാക്കിയത് മനുഷ്യരുടെ വളർച്ചയെ വൻതോതിൽ സഹായിച്ചുവെന്ന് എംഗൽസ് പറയുന്നു. മസ്തിഷ്കത്തിന്റെ വളർച്ചയ്ക്കാവശ്യമായ പോഷക ഘടകങ്ങളും ഏറ്റവുമധികം ഉള്ളിൽച്ചെന്നത് മാംസാഹാരംവഴിയാണ്. മാംസാഹാരം മറ്റു രണ്ടു മാറ്റങ്ങളിലേക്കും നയിച്ചു. മാംസം ചുട്ടുതിന്നുന്നതിനാണ് മനുഷ്യർ തീ കൂട്ടാനാരംഭിച്ചത്. ഇത് മനുഷ്യരുടെ ദഹനശക്തി വർദ്ധിപ്പിച്ചു. മറ്റൊരു മാറ്റം മൃഗങ്ങളെ മെരുക്കിയെടുക്കലായിരുന്നു. മാംസമായി ഉപയോഗിക്കാവുന്ന മൃഗങ്ങളുടെ എണ്ണവും ഇതുവഴി വർദ്ധിച്ചു.

ക്രമേണ മനുഷ്യരുടെ ആവശ്യങ്ങളും ലക്ഷ്യങ്ങളും വർദ്ധിച്ചു. പുതിയ പ്രായോഗികരീതികൾ വളർന്നുവന്നു. കൃഷി, തുന്നൽ, നൂൽനൂൽപ്, ലോഹപ്പണി, പാത്രപ്പണി, ഗതാഗതം തുടങ്ങിയവ വളർന്നുവന്നു. ഉല്പന്നങ്ങൾ കൈമാറ്റംചെയ്യപ്പെട്ടു. വാണിജ്യവും വ്യവസായവും വളർന്നുവന്നു. ഇതോടൊപ്പം ശാസ്ത്രവും കലയും പ്രത്യക്ഷപ്പെട്ടു. ഗോത്രങ്ങൾ മാറി രാഷ്ട്രങ്ങളായി. ഭരണകൂടങ്ങളായി. നിയമാവലികളും രാഷ്ട്രീയവുമുണ്ടായി. അതിനോടൊപ്പം മനുഷ്യമനസ്സുകളിൽ മനുഷ്യർ ഉപയോഗിക്കുന്ന വസ്തുക്കളുടെ മായികമായ പ്രതിഫലനമെന്നനിലയിൽ മതവും ഉണ്ടായി. മായികമായ പ്രതിഫലനങ്ങൾക്ക്, മനുഷ്യമനസ്സുകളുടെ ഉല്പന്നങ്ങൾക്ക് ആധിപത്യം ലഭിച്ചപ്പോൾ മനുഷ്യർ നേരിട്ട് ഉല്പാദിപ്പിച്ച വസ്തുക്കളുടെ പ്രാധാന്യം കുറഞ്ഞു. മനുഷ്യരുടെ സാംസ്കാരികമായ വളർച്ചയുടെ കാരണംതന്നെ മനുഷ്യ മനസ്സുകളിൽ, മനുഷ്യമസ്തിഷ്കത്തിന്റെ പ്രവർത്തനങ്ങളിൽ ആരോപിക്കപ്പെട്ടു. മനുഷ്യമനസ്സുകളുടെ പ്രവർത്തനങ്ങൾക്ക് ആശയതലത്തിൽ ലഭിച്ച ആധിപത്യം കൊണ്ടാണ് അദ്ധ്വാനത്തിന്റെ പങ്കെന്തെന്ന് ഡാർവിനിസം സൃഷ്ടിച്ച ഭൗതികവാദികൾക്കുപോലും തിരിച്ചറിയാൻ കഴിയാത്തതെന്ന് എംഗൽസ് പറയുന്നു.

ആറ്

മൃഗങ്ങൾ അവയുടെ പ്രവർത്തനംവഴി ചുറ്റുപാടുകളെ മാറ്റുന്നുണ്ട്. ഈ മാറ്റങ്ങൾ മൃഗങ്ങളിലും പരിവർത്തനം വരുത്തുന്നുണ്ട്. പ്രകൃതിയിൽ ഒന്നും ഒറ്റപ്പെട്ട് സംഭവിക്കുന്നില്ല. എല്ലാ പ്രവർത്തനങ്ങളും പരസ്പരബന്ധിതമാണ്. കന്നുകാലിവളർത്തൽ വ്യാപകമാകുന്ന ഇടങ്ങളിൽ കാടുകൾ വളരുക പ്രയാസമായിരിക്കും. ഉദാഹരണത്തിന് സെന്റ് ഹെലേന എന്ന ദ്വീപിൽ ആദ്യം കുടിയേറിയവർ കൊണ്ടുവന്ന ആടുകളും പന്നികളും അവിടെയുണ്ടായിരുന്ന സസ്യസമ്പത്തു മുഴുവൻ നശിപ്പിച്ചു. അത് പിന്നീട് കുടിയേറിയവർക്ക് കൃഷിചെയ്യാൻ സൗകര്യമൊരുക്കി. മൃഗങ്ങൾ സസ്യസമ്പത്തിനെ നശിപ്പിക്കുന്നത് ബോധപൂർവ്വമല്ല. മനുഷ്യർ അതു ചെയ്യുന്നത് ബോധപൂർവ്വമാണ്. മനുഷ്യർ സസ്യസമ്പത്തിനെ നശിപ്പിക്കുന്നത് കൂടുതൽ ഉല്പാദനശേഷിയുള്ള സസ്യജനുസ്സുകൾ നട്ടുവളർത്താനാണ്. അയാൾ ഉപയോഗമുള്ള സസ്യങ്ങളെയും മൃഗങ്ങളെയും മറ്റു പ്രദേശങ്ങളിൽ കൊണ്ടുപോയി ഒരു വൻകരയിലെതന്നെ ജൈവ സമ്പത്തിനെ മാറ്റിമറിക്കുന്നു. കൃത്രിമ ജീവോല്പാദനരീതികൾവഴി തിരിച്ചറിയാനാവാത്ത വിപത്തിൽ സസ്യങ്ങളെയും മൃഗങ്ങളെയും മാറ്റിമറിക്കുന്നു. പലപ്പോഴും നാം വീട്ടിൽ നട്ടുവളർത്തുന്ന ചെടികളുടെയോ പോറ്റിവളർത്തുന്ന മൃഗങ്ങളുടെയോ ആദിമ രൂപമെന്തെന്നുപോലും തിരിച്ചറിയാൻ കഴിയുന്നില്ല.

ആസൂത്രിതമായ ലക്ഷ്യനിർണ്ണയത്തോടെയുള്ള പ്രവർത്തനം മൃഗങ്ങൾക്കും നടത്താൻ കഴിയും. പക്ഷേ, അത് ബോധപൂർവ്വമല്ല, നാഡീവ്യൂഹത്തിൻെറ വികാസത്തോട് ആനുപാതികമായിരിക്കും. വീട്ടുമൃഗങ്ങളിൽ ബുദ്ധിശക്തിയുടെ വളർച്ച കൂടുതൽ കണ്ടേക്കും. എങ്കിലും മൃഗങ്ങൾ ചുറ്റുപാടുകളെ ഉപയോഗിക്കുക മാത്രമാണ് ചെയ്യുന്നത്. മനുഷ്യൻ സ്വന്തം ലക്ഷ്യങ്ങൾ നേടിയെടുക്കുന്നതിനുവേണ്ടി ചുറ്റുപാടുകളെ മാറ്റിമറിക്കുന്നു, അതിനെ നിയന്ത്രിക്കുന്നു. ഈ നിയന്ത്രണം സാദ്ധ്യമാകുന്നത് അദ്ധ്വാനത്തിലൂടെയാണ്.

മനുഷ്യർ പ്രകൃതിയുടെമേൽ നേടുന്ന വിജയങ്ങളെ സംബന്ധിച്ച് ഊറ്റംകൊള്ളുന്നത് അപകടകരമാണെന്ന് എംഗൽസ് പറയുന്നു. ഓരോ വിജയത്തിനും പ്രകൃതി നമ്മോട് പ്രതികാരം വീട്ടുന്നുണ്ട്. മെസോപൊട്ടേമിയയിലും ഗ്രീസിലും ഏഷ്യാ മൈനറി (തുർക്കി)ലും മറ്റിടങ്ങളിലുമുണ്ടായിരുന്ന ജനങ്ങൾ കാടുവെട്ടി കൃഷിചെയ്തപ്പോൾ അവിടത്തെ സസ്യസമ്പത്തും ജലസമ്പത്തും നശിപ്പിക്കുകയും ഇന്നത്തെ കൊടും വറുതിയിലേക്ക് അവരെ നയിക്കുകയുമാണ് ചെയ്യുന്നതെന്ന് അറിവില്ലായിരുന്നു. ഇറ്റലിക്കാർ ആൽപ്സിലെ പൈൻ കാടുകളെ നശിപ്പിച്ചപ്പോൾ അവർ അവിടത്തെ പാൽ വ്യവസായത്തിന്റെ കടയ്ക്കു കത്തിവെക്കുകയാണ് ചെയ്തതെന്നറിഞ്ഞില്ല, അവിടത്തെ ജലസ്രോതസ്സുകളെ നശി

പ്പിക്കുകയാണ് ചെയ്തതെന്നും. ഉരുളക്കിഴങ്ങു കൃഷി യൂറോപ്പിൽ പ്രചരിപ്പിച്ചവർതന്നെയാണ് സ്ക്രോഫുല എന്ന രോഗത്തെയും കൊണ്ടുവന്നത്. നമ്മുടെ പ്രകൃതിയുടെമേലുള്ള ആധിപത്യം എന്നാൽ തോന്നിയപോലെ അതിനെ നശിപ്പിക്കുകയല്ല. നാം പ്രകൃതിയുടെ ഭാഗമാണ്, അതിന്റെ നടുവിലാണ് നാം ജീവിക്കുന്നത്. പ്രകൃതിനിയമങ്ങൾ കൃത്യമായി മനസ്സിലാക്കുകയും അവയെ കൃത്യമായി പ്രയോഗിക്കുകയും ചെയ്യുന്നതിലാണ് മനുഷ്യരും മറ്റു ജീവികളും തമ്മിലുള്ള വ്യത്യാസം സ്ഥിതിചെയ്യുന്നത്.

മനുഷ്യരുടെ പ്രവർത്തനങ്ങൾക്ക് പ്രകൃതിയിൽ വരുത്തുന്ന പ്രത്യാഘാതങ്ങൾ മാത്രമല്ല ഉള്ളത്, അവയുടെ സാമൂഹ്യ പ്രത്യാഘാതങ്ങളും പരിശോധിക്കേണ്ടതാണ്. അയർലാന്റിൽ പരമ്പരാഗത കൃഷി രൂപങ്ങൾ മാറ്റി ഉരുളക്കിഴങ്ങുകൃഷി വ്യാപകമാക്കിയപ്പോൾ 1847 ലെ കൃഷിനാശം ഒരു ക്ഷാമത്തെ ക്ഷണിച്ചുവരുത്തി. ചാരായം വാറ്റുന്നതെങ്ങനെയെന്ന് കണ്ടുപിടിച്ചവർക്ക് അതുകൊണ്ട് അമേരിക്കൻ ഭൂഖണ്ഡത്തിലെ ആദിവാസികളെ കൊന്നൊടുക്കാൻ കഴിയുമെന്ന് അറിയില്ലായിരുന്നു. കൊളംബസ് അമേരിക്ക കണ്ടുപിടിച്ചപ്പോൾ പിന്നീട് അവിടം നീഗ്രോ അടിമത്തത്തിന്റെ താവളമാകുമെന്നറിയില്ലായിരുന്നു. അതുപോലെ ആധുനിക മുതലാളിത്തം മുഴുവൻ സമ്പത്തും ഏതാനും ആളുകളിൽ കേന്ദ്രീകരിക്കുന്നതുവഴി ബഹുഭൂരിപക്ഷം പേരെയും ദുരിതങ്ങളിൽ ആഴ്ത്തുകയാണ്.

ആധുനിക മുതലാളിത്ത സമൂഹങ്ങളിൽ ലാഭത്തിനുള്ള ത്വരയാണ് പാരിസ്ഥിതികവും സാമൂഹ്യവുമായ ദുരന്തങ്ങൾ വരുത്തിവെക്കുന്നതെന്ന് എംഗൽസ് ചൂണ്ടിക്കാട്ടുന്നു. ക്യൂബയിലെ സ്പാനിഷ് എസ്റ്റേറ്റുടമകൾ അവിടെയുള്ള മലയോരങ്ങളിൽ കാടുകൾ മുഴുവൻ കത്തിച്ചുകളഞ്ഞ് കാലിത്തോട്ടങ്ങൾ വളർത്താനുള്ള ഇന്ധനം സമ്പാദിച്ചപ്പോൾ, ഉഷ്ണമേഖലയിലെ വൻമഴകൾ മണ്ണുമുഴുവൻ ഒഴുക്കിക്കളഞ്ഞ് അവിടം മുഴുവൻ പാറക്കൂട്ടങ്ങളാക്കുമെന്നാലോചിച്ചില്ല. മുതലാളിത്ത വ്യവസ്ഥ ഒരിക്കലും ദീർഘകാല ആസൂത്രണത്തിൽ താല്പര്യമുള്ളവരല്ല, അവർക്ക് വേണ്ടത് പെട്ടെന്ന് കിട്ടാവുന്ന മൂർത്തമായ ഫലങ്ങളാണ്, കൊയ്യാവുന്ന ലാഭമാണ്. ഇതാണ് ആധുനിക സമൂഹത്തെ കൊടും കുഴപ്പങ്ങളിലേക്ക് നയിക്കുന്നതും.

പാരസ്ഥിതികവും സാമൂഹ്യവുമായ ദുരന്തങ്ങളെക്കുറിച്ചുള്ള എംഗൽസിന്റെ മുന്നറിയിപ്പ് പൂർണ്ണമായും ശരിയായിരുന്നെന്ന് പിന്നീട് നടന്ന സംഭവങ്ങൾ തെളിയിച്ചിരിക്കുകയാണ്. രണ്ട് ലോക മഹായുദ്ധങ്ങളും പിന്നീടുണ്ടായ ചെറുതും വലുതുമായ നിരവധി യുദ്ധങ്ങളിലെ കെടുതികൾ, ആണവ ദുരന്തം, വ്യാപകമായ വനനശീകരണംമൂലം പ്രത്യേകിച്ച് ഉഷ്ണമേഖലകളിലുണ്ടായ നാശനഷ്ടങ്ങൾ, ആഗോളതാപനം, മുതലാളിത്ത വ്യവസ്ഥ ഇന്നു സൃഷ്ടിച്ചുകൊണ്ടിരിക്കുന്ന സാമൂഹ്യ ദുരന്തങ്ങൾ, അശരണരായ കുടിയേറ്റ തൊഴിലാളികൾ, വൻ പ്രോ

ജക്ടുകളുടെ ഫലമായി കുടിയിറക്കപ്പെട്ടവർ, അനിയന്ത്രിതമായ രാസവളങ്ങളുടെയും കീടനാശിനികളുടെയും ഉപയോഗംമൂലം കൃഷിനാശം നേരിട്ടവർ, പുതിയ മാലിന്യങ്ങൾ, രോഗങ്ങൾ തുടങ്ങി യുക്തിസഹമായ അദ്ധ്വാന രൂപങ്ങൾക്കും ഉല്പാദനവിതരണ രൂപങ്ങൾക്കും ഒഴിവാക്കാമായിരുന്ന നിരവധി കെടുതികൾ നമ്മെ നിരന്തരമായി അലട്ടുകയാണ്. എംഗൽസ് ചൂണ്ടിക്കാണിച്ച മുതലാളിത്തത്തിന്റെ ദശവത്സരക്കുഴപ്പങ്ങൾ ഇപ്പോൾ ഏതാണ്ട് സ്ഥിരമായ കുഴപ്പങ്ങളായി മാറുകയാണ്. ബോധപൂർവ്വവും കൃത്യമായ ലക്ഷ്യ നിർണ്ണയത്തോടെ ആസൂത്രിതവുമായ അദ്ധ്വാനത്തിന്റെ പ്രാധാന്യം എംഗൽസ് ചൂണ്ടിക്കാണിച്ചത് വീണ്ടെടുക്കേണ്ട സമയംകൂടിയായിരിക്കുന്നു.

ഇതിനോടൊപ്പം മനുഷ്യ പരിണാമത്തിന്റെ മറ്റൊരു സവിശേഷതയും പുസ്തകത്തിന്റെ അവസാനം എംഗൽസ് വിശദീകരിക്കുന്നുണ്ട്. ജീവജാലങ്ങളുടെ പരിണാമം ഡാർവിനെയും അദ്ദേഹത്തിന്റെ അനുയായികളെയും സംബന്ധിച്ചിടത്തോളം നിലനില്പിനുള്ള പോരാട്ടത്തിൽ അധിഷ്ഠിതമാണ്. മനുഷ്യർക്ക് നിലനില്പിനുള്ള പോരാട്ടം ബോധപൂർവ്വമായ പ്രക്രിയയാണ്. അവിടെ നിലനില്പിന്റെ സങ്കല്പം മാറിവരുന്നുണ്ട്. പുതിയ പുതിയ ആഗ്രഹങ്ങളും ലക്ഷ്യനിർണ്ണയവും നടക്കുന്നുണ്ട്. അതുകൊണ്ട് മനുഷ്യ പരിണാമത്തിൽ നിലനില്പ് എന്ന വാക്കിന് മൃഗതുല്യമായ ജീവിതം എന്നു മാത്രമല്ല അർത്ഥം. പുതിയ ആനന്ദങ്ങളും വികസിതരൂപങ്ങളും കണ്ടെത്തുക എന്നതുകൂടിയാണ്. ഈ അർത്ഥത്തിൽക്കൂടി മനുഷ്യർ മൃഗങ്ങളിൽനിന്ന് വേർപെടുന്നു. എംഗൽസിന്റെ കാലഘട്ടത്തിൽ ശക്തമായി ഇടപെട്ടിരുന്ന സോഷ്യൽ ഡാർവിനിസ്റ്റുകൾക്കെതിരായ ശക്തമായ വിമർശനം കൂടിയാണിത്. നിലനില്പിനുള്ള പോരാട്ടം മനുഷ്യർക്ക് പുതിയ സാമൂഹ്യ വ്യവസ്ഥകളിലേക്കും ജീവിത രൂപങ്ങളിലേക്കുമുള്ള മുന്നേറ്റമാണ്. ഈ മുന്നേറ്റം പ്രകൃതി നിയമങ്ങളെ പൂർണ്ണമായി ഉൾക്കൊണ്ടും സാമൂഹ്യ പ്രത്യാഘാതങ്ങളെക്കുറിച്ച് നിരന്തരം ജാഗരൂകരായും ബോധപൂർവ്വം സംഘടിപ്പിക്കേണ്ട ഒന്നാണ്. മുതലാളിത്ത വ്യവസ്ഥയ്ക്ക് അതിനു കഴിയില്ലെന്നും പാരിസ്ഥിതികവും സാമൂഹ്യവുമായ സന്തുലിതാവസ്ഥയ്ക്ക് ഒരു പുതിയ സമൂഹക്രമം വേണ്ടിവരുമെന്നും എംഗൽസ് സൂചിപ്പിക്കുന്നു.

ഏഴ്

*പ്രകൃതിയുടെ വൈരുദ്ധ്യാത്മകത*യുടെ പ്രധാനപ്പെട്ട ഭാഗം വിവിധ ശാസ്ത്രശാഖകളുടെ വളർച്ചയെക്കുറിച്ച് എംഗൽസ് തയ്യാറാക്കിയ കുറിപ്പുകളാണ്. ഗണിതം, ഭൗതികം, രസതന്ത്രം ജീവശാസ്ത്രം എന്നിവയെക്കുറിച്ചെഴുതിയ കുറിപ്പുകളും ഇതിൽപ്പെടും. ഇവ പ്രധാനമായും 19-ാം നൂറ്റാണ്ടിൽ വിവിധ ശാസ്ത്രജ്ഞരുടെ നിലപാടുകളെക്കുറിച്ചായതുകൊണ്ട് അവ അതേപടി ഇവിടെ ചർച്ചചെയ്യുന്നില്ല. പക്ഷേ, കുറി

പ്പുകളിലുടനീളം പ്രത്യക്ഷപ്പെടുന്ന രീതിശാസ്ത്രം പൊതുവിൽ ചർച്ചചെയ്യേണ്ടതുണ്ട്.

ശാസ്ത്രത്തിന്റെ വളർച്ച എംഗൽസ് പരിശോധിക്കുന്നത് ചരിത്രപരമായാണ്. ഇവയിൽ ഓരോ ശാസ്ത്രശാഖയുടെ വളർച്ചയെയും അവ വളർന്നുവന്ന കാലത്തെ ഭൗതിക ജീവിത രൂപങ്ങളുമായി ബന്ധപ്പെടുത്തുകയും ചെയ്യുന്നു. ഉദാഹരണത്തിന് ജ്യോതിശാസ്ത്രം കന്നുകാലി മേച്ചിൽക്കാരുടെയും കൃഷിക്കാരുടെയും ജീവിതവൃത്തിക്ക് അത്യാവശ്യമായിരുന്നു. ജ്യോതിശാസ്ത്രത്തിന് ഗണിതത്തിന്റെ വളർച്ചയും അനിവാര്യമാണ്. നഗരങ്ങളും കെട്ടിടനിർമ്മാണം, കൈത്തൊഴിലുകൾ തുടങ്ങിയവയും വളർന്നുവന്നപ്പോൾ ഭൗതികം വളർന്നുവന്നു. ഗതാഗതവും യുദ്ധവും ഭൗതികത്തിന്റെയും ഗണിതത്തിന്റെയും വളർച്ചയെ കൂടുതൽ ശക്തിപ്പെടുത്തി.

ആധുനികകാലത്ത് കുരിശുയുദ്ധങ്ങൾക്കുശേഷം വ്യവസായങ്ങൾ വളരാനാരംഭിക്കുകയും പുതിയ ഭൗതിക രസതന്ത്ര വിജ്ഞാനം അതിനോടൊപ്പം വളരുകയും ചെയ്തു. തുന്നൽ, ഘടികാരനിർമ്മാണം, ധാന്യം പൊടിക്കുന്ന മില്ലുകൾ, തുണി ചായം മുക്കൽ, ലോഹനിർമ്മാണം, മദ്യം, കണ്ണടനിർമ്മാണം തുടങ്ങിയവ ഭൗതികത്തിന്റെയും രസതന്ത്രത്തിന്റെയും വളർച്ചയ്ക്ക് കാരണമായി. യൂറോപ്പിൽ മുഴുവനും ഈ മാറ്റങ്ങൾ പരസ്പര ബന്ധിതമായാണ് വളർന്നുവന്നത്. ഭൂമിശാസ്ത്രപരമായ കണ്ടുപിടിത്തങ്ങൾ നടന്നത് ലാഭമോഹംകൊണ്ടും ഉല്പാദനത്തിനുവേണ്ടിയുമായിരുന്നെങ്കിലും കാലാവസ്ഥ, ജന്തുശാസ്ത്രം, സസ്യശാസ്ത്രം, മനുഷ്യ ശരീര ശാസ്ത്രം എന്നിവയിൽ പുതിയ അറിവുകൾ നേടിത്തന്നു. അച്ചടിയന്ത്രം ഇവയെ പ്രചരിപ്പിക്കാൻ സഹായിച്ചു.

18-19 നൂറ്റാണ്ടിലാണ് പ്രത്യേകശാസ്ത്ര ശാഖകൾ വളർന്നുവന്നത്. ഭൗതികം, രസതന്ത്രം, മനുഷ്യശരീരശാസ്ത്രം, ജന്തുശാസ്ത്രം, സസ്യശാസ്ത്രം, പ്രാചീന ജീവശാസ്ത്രം ഭൂഗർഭശാസ്ത്രം തുടങ്ങിയവ പ്രത്യേക വിഷയങ്ങളായത്.

ഈ മാറ്റങ്ങളെ വീണ്ടും വ്യത്യസ്ത ഘട്ടങ്ങളായി എഗൽസ് വേർതിരിക്കുന്നു. ന്യൂട്ടണോടുകൂടി ആദ്യഘട്ടം അവസാനിക്കുന്നു. കോപ്പർനിക്കസോടുകൂടി ആരംഭിച്ച ഈ ഘട്ടം വൈജ്ഞാനികതലത്തിൽ വിപ്ലവകരമായ മാറ്റംവരുത്തി. ജ്യോതിശാസ്ത്രം, ഗണിതം, ഭൗതികം എന്നിവയിൽ കാതലായ മാറ്റങ്ങൾ ഉണ്ടായെങ്കിലും ജൈവഘടനയെക്കുറിച്ചുള്ള പഠനങ്ങളിൽ കാര്യമായ പുരോഗതി ഉണ്ടായില്ല. പ്രപഞ്ചത്തിന്റെ സ്ഥലീയ(Spatial)മായ ഘടകങ്ങൾക്ക് മാത്രമാണ് പ്രാധാന്യം കൈവന്നത്. കാലം പ്രധാന ചർച്ചാ വിഷയമായില്ല. അതുകൊണ്ട് പ്രകൃതിയുടെ ചരിത്രം എല്ലാ കാലത്തും ഒരേപോലെയായിരുന്നു. സ്ഥാവരത്വമായിരുന്നു പ്രകൃതിയുടെ സ്വഭാവം.

വൈജ്ഞാനിക വിപ്ലവം മദ്ധ്യകാല പ്രകൃതി വീക്ഷണത്തെ വെല്ലുവിളിച്ചുവെങ്കിലും ദൈവശാസ്ത്രത്തിന്റെ പ്രപഞ്ചനിർമ്മിതിയെ ഉൾക്കൊണ്ടു. രണ്ടാമത്തെ ഘട്ടത്തിൽ രസതന്ത്രത്തിന്റെയും ജീവശാസ്

ത്രത്തിന്റെയും വളർച്ചയാണ് പ്രകൃതിയുടെ ചലനാത്മകതയെ അംഗീകരിച്ചത്. ഇതിന്റെ ഘട്ടങ്ങളായി എംഗൽസ് താഴെ പറയുന്നവയെ ചൂണ്ടിക്കാണിക്കുന്നു. ഒന്ന്, കാന്റ്-ലാപ്ലസ് പ്രപഞ്ചോല്പത്തി സിദ്ധാന്തം, രണ്ട്, ഭൂഗർഭശാസ്ത്രവും പ്രാക്തന ജീവശാസ്ത്രവും (ല്യെലിന്റെ ക്രമാനുഗത വികാസത്തിന്റെ സിദ്ധാന്തം), മൂന്ന്, ജൈവ രസതന്ത്രം, ജൈവ വസ്തുക്കൾക്ക് രസതന്ത്ര സിദ്ധാന്തങ്ങൾ പ്രായോഗികമാണെന്ന് തെളിയിച്ചു. നാല്, താപത്തിന്റെ യാന്ത്രികോല്പാദന സിദ്ധാന്തം, അഞ്ച്, പരിണാമം, കോശങ്ങൾ മുതലായവ. ആറ്, ജൈവശാസ്ത്രം, ഭൂമിശാസ്ത്രം തുടങ്ങിയവയിലെ താരതമ്യ പഠനങ്ങൾ ചലനാത്മകതയെക്കുറിച്ച് അഭിപ്രായ ഭിന്നതകൾക്കും ദൈവശാസ്ത്രത്തിനനുകൂലമായ നിരീക്ഷണങ്ങളും ഉണ്ടായിരുന്നെങ്കിലും പ്രകൃതിയുടെ ചലനാത്മകത പൊതുവെ അംഗീകരിക്കപ്പെട്ടു.

പ്രകൃതിയെക്കുറിച്ചുള്ള അതിഭൗതികവും യാഥാസ്ഥിതികവുമായ സങ്കല്പങ്ങളിൽ മാറ്റംവരുത്തിയത് മൂന്ന് സിദ്ധാന്തങ്ങളാണെന്ന് എംഗൽസ് അഭിപ്രായപ്പെടുന്നു. ഒന്ന് ഊർജ്ജസ്ഥായിതാവാദം (Conservation of energy). ബലങ്ങൾ (forces) എന്ന അവർണ്ണനീയമായ ശക്തികൾക്കുപകരം ഊർജ്ജത്തിന് വിവിധ രൂപങ്ങൾ ഉണ്ടെന്നും (പ്രകാശം, വൈദ്യുതി, യാന്ത്രികോർജ്ജം, താപോർജ്ജം മുതലായവ) അവ ഒന്നിൽനിന്ന് വേറൊന്നിലേക്ക് മാറാമെന്നും തെളിയിക്കപ്പെട്ടത് പ്രധാനപ്പെട്ട കണ്ടുപിടിത്തമായിരുന്നു. രണ്ടാമത്തേത്, ജൈവ കോശങ്ങളുടെ കണ്ടെത്തലായിരുന്നു. ജൈവശാസ്ത്രത്തിന് പ്രകൃതിദത്തവും സ്വാഭാവികവുമായ അടിത്തറ നല്കാൻ സഹായിച്ചു. മൂന്നാമത്തേത്, പരിണാമ സിദ്ധാന്തമായിരുന്നു. അതനുസരിച്ച് ഏകകോശ ജീവികളിൽനിന്ന് ബഹുകോശ ജീവികളിലേക്കും സസ്യങ്ങളിലേക്കും ജന്തുക്കളിലേക്കുമുള്ള മാറ്റങ്ങൾ വിശദീകരിക്കപ്പെട്ടു. ഈ പ്രാക് ചരിത്രത്തെക്കുറിച്ചുള്ള മനുഷ്യ മസ്തിഷ്കത്തിന്റെ വളർച്ച ഇപ്പോഴും ഒരു അത്ഭുതമായിരുന്നേനെ എന്ന് എംഗൽസ് പറയുന്നു. ഇനിയും ഒന്ന് വിശദീകരിക്കാനുണ്ടെന്ന് എംഗൽസ് പറയുന്നു. അജൈവ പ്രകൃതിയിൽനിന്ന് എങ്ങനെയാണ് ജീവൻ ഉത്ഭവിച്ചത്? ഈ പ്രശ്നം ഇരുപതാം നൂറ്റാണ്ടിൽ ശാസ്ത്രജ്ഞർ ഏറ്റെടുക്കുകയും എന്താണ് സംഭവിച്ചത് എന്ന് വിശദീകരിക്കാൻ ശ്രമിക്കുന്ന നിരവധി സിദ്ധാന്തങ്ങൾ അവതരിപ്പിക്കുകയും ചെയ്തിട്ടുണ്ട്.

എട്ട്

എംഗൽസിന്റെ രണ്ടാമത്തെ രീതിശാസ്ത്രപരമായ ഘടകം വൈരുദ്ധ്യാത്മകതയാണ്. ഹെഗലിയൻ വൈരുദ്ധ്യാത്മകതയുടെ മൂന്ന് തത്ത്വങ്ങൾ എംഗൽസ് അവതരിപ്പിക്കുന്നുണ്ട്. 1. ഗണപരതയിൽനിന്ന് ഗുണപരതയിലേക്കുള്ള മാറ്റം. 2. വിപരീതങ്ങളുടെ പരസ്പര സന്നിവേശവും ഐക്യവും. 3. നിഷേധത്തിന്റെ നിഷേധം.

എന്തിനാണ് എംഗൽസ് പ്രസിദ്ധമായ ഈ ഹെഗലിയൻ തത്ത്വങ്ങൾ ഇവിടെ അവതരിപ്പിക്കുന്നത്? മേല്പറഞ്ഞ തത്ത്വങ്ങളുടെ അടിസ്ഥാനത്തിൽ ഈ പുസ്തകവും എംഗൽസിന്റെ നിലപാടുകളും അതിശക്തമായി വിമർശിക്കപ്പെട്ടിട്ടുണ്ട്. പ്രകൃതിശാസ്ത്രത്തെ യാന്ത്രിക ചട്ടക്കൂടിലൊതുക്കാനുള്ള വിഫലമായ ശ്രമമാണ് എംഗൽസ് നടത്തിയതെന്ന വിമർശനമുണ്ട്. എംഗൽസ് ഒരു യാന്ത്രിക ഭൗതികവാദിയായി ചിത്രീകരിക്കപ്പെട്ടിട്ടുമുണ്ട്. പക്ഷേ, വസ്തുതയെന്താണ്?

ഒരു പാഠപുസ്തക രൂപത്തിൽ അവതരിപ്പിക്കാനല്ല താൻ ഈ തത്ത്വങ്ങൾകൊണ്ടുദ്ദേശിക്കുന്നതെന്ന് എംഗൽസ് ആദ്യംതന്നെ പറയുന്നുണ്ട്. (പിന്നീട് അത്തരം പാഠപുസ്തകങ്ങൾ എഴുതപ്പെട്ടിട്ടുണ്ട്. മോറിസ് *കോൺഫോർത്ത്* ഉദാഹരണം) അദ്ദേഹം വേറൊന്നാണ് പറയാൻ ശ്രമിക്കുന്നത്. വൈരുദ്ധ്യാത്മകതയെ രണ്ടുവിധത്തിൽ സമീപിക്കാം. വസ്തുനിഷ്ഠവും ആത്മനിഷ്ഠവും. ചലനാത്മക പ്രകൃതിതന്നെ വസ്തുനിഷ്ഠ വൈരുദ്ധ്യാത്മകതയ്ക്ക് ഉദാഹരണമാണ്. ഉൺമ (being)യിൽനിന്ന് ഉണ്ടാകലിലേക്കുള്ള (becoming)വ്യതിയാനം ഏതൊരു വസ്തുവിന്റെയും അടിസ്ഥാന സ്വഭാവമാണ്. ജനനവും മരണവും വളർച്ചയും നാശവും അതുപോലെതന്നെ. ഇവിടെയെല്ലാം ശാശ്വതവും ചിരന്തനവുമായ പ്രകൃതിയെ സംബന്ധിച്ച ദൈവശാസ്ത്രപരവും പിന്നീട് ന്യൂട്ടോണിയൻ കേവലവാദപരവുമായ നിലപാടുകളെ നിരാകരിക്കുകയാണ് എംഗൽസ് ചെയ്യുന്നത്. ആത്മനിഷ്ഠ വൈരുദ്ധ്യാത്മകത എന്നത് ചിന്താപരമായ പ്രക്രിയയാണ്. പ്രകൃതിയിലെ വൈരുദ്ധ്യാത്മകതയുടെ പ്രതിഫലനമാണ് വൈരുദ്ധ്യാത്മക ചിന്തയായിത്തീരുന്നത്. പ്രകൃതിയിലെ ചലനപ്രക്രിയ, അത് സൃഷ്ടിക്കുന്ന വൈരുദ്ധ്യങ്ങളുടെ സംഘട്ടനം, തുടർന്നുണ്ടാകുന്ന പുതിയ രൂപങ്ങൾ എന്നിവ പ്രകൃതിയെ നിർണ്ണയിക്കുന്നു. ഈ പ്രക്രിയകളെല്ലാം നമുക്ക് വൈദ്യുതി, കാന്ത വൈദ്യുതി, ജൈവപ്രക്രിയകൾ എന്നിവയിലെല്ലാം കാണാം. പക്ഷേ, ഈ പ്രക്രിയകളെ വിശദീകരിക്കുന്നതിന് നാം എന്തു സംവർഗ്ഗങ്ങളാണ് ഉപയോഗിക്കുക? സ്ഥാവരമായ, കൃത്യമായ നിയമങ്ങളിലൂടെ വിശദീകരിക്കാൻ കഴിയുന്നവയെ പോസിറ്റീവ് എന്നും അസ്ഥിരമായവയെ നെഗറ്റീവ് എന്നും വിളിക്കണോ? (ഈ നിലപാടിനെയാണ് പോസിറ്റിവിസം എന്നു പറയുന്നത്). അങ്ങനെ ചെയ്യാൻ സാധിക്കണമെന്നില്ല. ഉദാഹരണത്തിന് ജൈവപരിണാമം സംഭവിക്കുന്നത് പാരമ്പര്യവും പാരിസ്ഥിതിക പൊരുത്തവും തമ്മിലുള്ള വൈരുദ്ധ്യത്തിലൂടെയാണ്. പാരമ്പര്യം യാഥാസ്ഥിതികമാണ്, അത് ജീവജാലങ്ങളുടെ തനിയാവർത്തനം ഉറപ്പുവരുത്തുന്നു. പാരിസ്ഥിതിക പൊരുത്തം ജീവജാലങ്ങളിൽ വ്യതിയാനങ്ങൾ സൃഷ്ടിക്കുന്നു. അപ്പോൾ പാരമ്പര്യത്തെ പോസിറ്റീവ് എന്നോ പാരിസ്ഥിതിക പൊരുത്തത്തെ നെഗറ്റീവ് എന്നോ വിളിക്കാൻ കഴിയില്ല. ജീവജാലങ്ങളിൽ സംഭവിക്കുന്ന മാറ്റത്തെ 'പാരമ്പര്യം' അല്ലെങ്കിൽ 'പാരിസ്ഥിതിക പൊരുത്തം' എന്ന് പറയാൻ കഴിയില്ല. മാറ്റങ്ങൾ സംഭവിക്കുന്നത് നേർരേഖകളിലൂടെയോ പൂർ

ണ്ണമായ വേർപെടുത്തലുകളിലൂടെയോ അല്ല. അത്തരം ചിന്തകൾ അതിഭൗതികവാദത്തിൽനിന്നുണ്ടാകുന്നതാണ്. പ്രകൃതിയിൽ മാറ്റങ്ങൾ വരുന്നത് വിപരീതങ്ങളുടെ സംയോജനത്തിലൂടെയാണ്, അതായത് പുതിയ ജീവിയിൽ പാരമ്പര്യത്തിന്റെയും പാരിസ്ഥിതിക പൊരുത്തത്തിന്റെ ഫലമായുണ്ടായ മാറ്റത്തിന്റെയും അംശങ്ങൾ കാണാം. (മനുഷ്യരുടെ ജെനോംമാപ്പിന്റെ 98 ശതമാനവും ചിമ്പാൻസിയിലുമുണ്ടെന്നോർക്കുക).

അതുപോലെയുള്ള മറ്റൊരു ദ്വന്ദ്വം ഭാഗവും പൂർണ്ണവും ആണ്. ലളിതവും സങ്കീർണ്ണവും മറ്റൊരു ദ്വന്ദ്വമാണ്. ഉദാഹരണത്തിന് ഒരു മൃഗത്തിനെ നാം കാണേണ്ടത് അതിലെ അവയവങ്ങളായോ രാസഘടനയായോ അല്ല. ഇവയിലേതെങ്കിലും ആ ജീവജാലത്തിന്റെയോ വസ്തുവിന്റെയോ സത്തയും ആകുന്നില്ല. എല്ലാ സത്തകളും ആപേക്ഷികമാണെന്ന ഹെഗലിന്റെ വാക്കുകളെ ഇവിടെ എംഗൽസ് ഉദ്ധരിക്കുന്നു.

അമൂർത്തമായ താദാത്മ്യവും (abstract identity)ജൈവ പ്രകൃതിക്ക് ബാധകമല്ല. ഒരു ജീവിക്ക് അതേ ജീവിയുമായി താദാത്മ്യമുണ്ട്. അതേ സമയം വ്യതിരിക്തതയുമുണ്ട്. ആ ജൈവ പ്രകൃതിയിലും പൂർണ്ണമായ താദാത്മ്യം കണ്ടെത്താനാവില്ല. തുടർച്ചയായ മാറ്റങ്ങൾ നമുക്ക് അജൈവ പ്രകൃതിയിലും കാണാം. എങ്കിലും താദാത്മ്യവാദം ഇന്ന് തുടരുന്നുവെന്ന് എംഗൽസ് ചൂണ്ടിക്കാണിക്കുന്നു. താദാത്മ്യവും വ്യതിരിക്തതയും ഒരിക്കലും കൂട്ടിച്ചേർക്കാനാകാത്ത വൈപരീത്യങ്ങളാണെന്ന് പ്രകൃതി ശാസ്ത്രജ്ഞന്മാർ വിശ്വസിക്കുന്നു. യഥാർത്ഥത്തിൽ താദാത്മ്യത്തിന്റെ ഉള്ളിൽ വ്യതിരിക്തതയെ കൊണ്ടുവരികയാണ് വേണ്ടത്. അപ്പോഴാണ് നമുക്ക് ജൈവവും അജൈവവുമായ പ്രക്രിയകളെ വിശദീകരിക്കാൻ കഴിയുക.

ഇതുപോലെ അതിഭൗതികത കടന്നുകയറുന്ന മറ്റൊരു ദ്വന്ദ്വമാണ് യാദൃച്ഛികതയും (chance) ആവശ്യകതയും (necessity). മനുഷ്യരുടെ സാമാന്യബോധം യാദൃച്ഛികതയും ആവശ്യകതയും തമ്മിലുള്ള ബന്ധത്തെ നിരാകരിക്കുന്നു. പക്ഷേ, പ്രകൃതിയിൽ എല്ലാ വിധത്തിലുള്ള പ്രക്രിയകളുമുണ്ട് ചിലത് യാദൃച്ഛികമാണ്, ചിലത് ആവശ്യമായി സംഭവിക്കുന്നവയാണ്. ഇതിനെ ശാസ്ത്രം രണ്ടുവിധത്തിൽ സമീപിക്കുന്നുവെന്ന് എംഗൽസ് പറയുന്നു. ഒരു കൂട്ടം ശാസ്ത്രജ്ഞർ യാദൃച്ഛികതയെ അംഗീകരിക്കുന്നവരാണ്. പക്ഷേ, അവർക്ക് അവ പഠനാർഹമല്ല. കാരണം, ആവശ്യമായി സംഭവിക്കുന്നവ മാത്രമേ കൃത്യമായ നിയമങ്ങളായി അവതരിപ്പിക്കാൻ കഴിയു. മറ്റുള്ളവ അപ്രസക്തമാണ്. ഇത്തരത്തിലുള്ള നിലപാടുകൾകൊണ്ട് എല്ലാ ശാസ്ത്രവും അവസാനിക്കുമെന്ന് എംഗൽസ് പറയുന്നു. കാരണം, ശാസ്ത്രം പഠിക്കേണ്ടത് അറിയുന്ന കാര്യങ്ങളല്ല, അറിയാത്ത കാര്യങ്ങളാണ്. ശാസ്ത്രം ചെയ്യുന്നത് അവർക്ക് വിശദീകരിക്കാൻ കഴിയുന്ന കാര്യങ്ങളെ പ്രകൃതിദത്തമായും വിശദീകരിക്കാൻ കഴിയാത്ത കാര്യങ്ങളെ പ്രകൃത്യതീതമായും (ഉദാ: ദൈവം) കാണുകയാണ്. എനിക്കറിയാത്ത കാര്യങ്ങൾ ശാസ്ത്രത്തിന്റെ ഭാഗമല്ല എന്ന് വാദിക്കുകയാണ് പലരും ചെയ്യുന്നത്.

ഇതിന്റെ മറുവശവും എംഗൽസ് ചൂണ്ടിക്കാണിക്കുന്നു. അത് നിർണ്ണയവാദമാണ്(determinism). അത് യാദൃച്ഛികതയെ പൂർണ്ണമായും നിരാകരിക്കുന്നു. ആവശ്യകതയുടെ അടിസ്ഥാനത്തിലാണ് പ്രകൃതിയുടെ എല്ലാ പ്രവർത്തനങ്ങളും നടക്കുന്നത്. മറ്റൊരു രീതിയിൽ പറയുകയാണെങ്കിൽ ക്രിസ്ത്യൻ തത്ത്വചിന്തകർ 'ദൈവഹിത'മെന്നും നാം 'വിധി'യെന്നും പറയുന്ന കാര്യങ്ങൾ ഇപ്പോൾ ശാസ്ത്രം 'ആവശ്യകത' എന്ന പേരിൽ വിളിക്കുന്നു. ഇത്തരം വാദം യാദൃച്ഛികതയെയും ഒഴിവാക്കുന്നില്ല. ഒരു പ്രത്യേക നായിന്റെ വാലിന്റെ നീളം പത്തിഞ്ചാകാം. അത് യാദൃച്ഛികതയാകാം? അത് ദൈവനിശ്ചയവുമാകാം. അത് ആവശ്യകതയാണെന്ന് പറയുന്നത് നമ്മുടെ ധാരണ ഒരിഞ്ചുപോലും മുന്നോട്ടുപോകാൻ സഹായിക്കുന്നില്ല. നായിന്റെ വാലിന്റെ നീളത്തിന്റെ കാരണമെന്തെന്ന് നമുക്ക് മനസ്സിലാകുന്നില്ല. അതായത് യാദൃച്ഛികതയെ ആവശ്യകതകൊണ്ട് വിശദീകരിക്കാൻ സാധിക്കുന്നില്ലെന്നു മാത്രമല്ല, ആവശ്യകതയ്ക്കു തന്നെ യാദൃച്ഛിക സ്വഭാവമാണുണ്ടാകുന്നത്.

എന്നാൽ ഡാർവ്വിന്റെ പരിണാമസിദ്ധാന്തം യാദൃച്ഛികതയിൽ നിന്നാണ് ആരംഭിക്കുന്നത്. ഒരു പ്രത്യേക സ്പീഷിസിലെ വ്യക്തികൾ തമ്മിലുണ്ടാകുന്ന യാദൃച്ഛികമായ വ്യത്യാസങ്ങൾ ആ സ്പീഷിസിന്റെ സ്വഭാവത്തെത്തന്നെ തകർക്കുകയും മറ്റൊരു സ്പീഷിസിന്റെ വളർച്ചയിലേക്ക് നയിക്കുകയും ചെയ്യുന്നു. ഇവിടെ യാദൃച്ഛികത ആവശ്യകതയെ അട്ടിമറിക്കുകയാണെന്ന് എംഗൽസ് പറയുന്നു. അതായത് യാദൃച്ഛികതയെ ഒഴിവാക്കിക്കൊണ്ടുള്ള ശാസ്ത്രാന്വേഷണം സാദ്ധ്യമല്ലെന്ന് പരിണാമസിദ്ധാന്തം തെളിയിക്കുന്നു.

ഒൻപത്

ശാസ്ത്ര ഗവേഷണത്തെ സ്വാധീനിക്കുന്ന അതിഭൗതിക സങ്കല്പങ്ങളെയും ദ്വന്ദ്വങ്ങളെയും നിരാകരിക്കുന്നതിനും ആവശ്യകതയെയും യാദൃച്ഛികതകളെയും തമ്മിൽ ബന്ധിപ്പിക്കുന്നതിനുമാണ് എംഗൽസ് വൈരുദ്ധ്യാത്മകതയെ ഉപയോഗിക്കുന്നത്. ഇത് മറ്റു രീതികളിലും എംഗൽസ് അവതരിപ്പിക്കുന്നുണ്ട്.

അതിലൊന്ന് രൂപപരമായ യുക്തിയുടെ വിമർശനമാണ് (formal logic). രൂപപരമായ യുക്തി രണ്ടുവിധമുണ്ട്. ഡിഡക്ഷനും ഇൻഡക്ഷനും. ഒരു പൊതുവായി അംഗീകരിക്കപ്പെടുന്ന സത്യത്തിൽനിന്ന് കണ്ടെത്തുന്ന സവിശേഷതയാണ് ഡിഡഷന്റെ കാതൽ. എന്നാൽ സവിശേഷതകൾ തിട്ടപ്പെടുത്തുന്നതിലൂടെ കണ്ടെത്തുന്ന പൊതു സത്യമാണ് ഇൻഡക്ഷന്റെ രീതി. ഇതിൽ സവിശേഷതകളുടെ പരിശോധനയിൽനിന്ന് വ്യത്യസ്തമായ നിഗമനങ്ങളിലെത്തിച്ചേരാമെന്ന് എംഗൽസ് ചൂണ്ടിക്കാണിക്കുന്നു. ഒരു വസ്തുവിന്റെ എല്ലാ ഭാഗങ്ങളെയും കൂട്ടിച്ചേർത്തുവെച്ചാൽ ആ വസ്തുവായി മാറണമെന്നില്ല. ചിലപ്പോൾ ഭാഗങ്ങളെ കൂട്ടി

ച്ചേർത്തുവെക്കുന്നതിനുതന്നെ ഉദ്ദേശിക്കപ്പെട്ട വസ്തുവിന്റെ ഒരു മുൻ സങ്കല്പം ആവശ്യമായി വരും. അതായത് അവിടെ ഡിഡക്ഷൻ വേണ്ടിവരും. അപ്പോൾ ഈ രണ്ടു രീതികളും തമ്മിൽ വേർതിരിക്കുന്നതിൽ പ്രസക്തിയില്ല.

അതുപോലെ ഇൻഡക്ഷനിൽ ഉൾക്കൊണ്ട ഏകപക്ഷീയമായ ഇന്ദ്രിയവാദത്തെയും (one sided emperism) എംഗൽസ് നിരാകരിക്കുന്നു. ഇന്ദ്രിയ ഗോചരമായ വസ്തുക്കളെ എണ്ണി തിട്ടപ്പെടുത്തുകയോ വർഗ്ഗീകരിക്കുകയോ ചെയ്തുകൊണ്ടുമാത്രം നിഗമനങ്ങളിലെത്താനാവില്ല. വസ്തുക്കളുണ്ടാകുന്ന കാര്യകാരണബദ്ധത അറിയണം. വസ്തുക്കൾ തമ്മിലുള്ള പരസ്പര ബന്ധങ്ങളും വ്യത്യാസങ്ങളും അറിയണം. നിരവധി പ്രതിഭാസങ്ങൾ പരസ്പരബന്ധവും പരസ്പര പ്രവർത്തനങ്ങളിൽ അധിഷ്ഠിതവുമാണ്, അവയറിയണം. ഇതിനെല്ലാം ആവശ്യമായത് കാര്യകാരണബദ്ധതയെയും പാരസ്പര്യങ്ങളെയുമെല്ലാം ഉൾക്കൊള്ളുന്ന മറ്റൊരു യുക്തിയാണ്. വൈരുദ്ധ്യാത്മകതയെ അത്തരം യുക്തിയായി എംഗൽസ് നിർദ്ദേശിക്കുന്നു.

വൈരുദ്ധ്യാത്മകയുക്തി നാലുതലത്തിലുള്ള നിർണ്ണയങ്ങളിൽ ചെന്നെത്തുന്നു.

1. ഉൾക്കൊള്ളലിന്റെ നിർണ്ണയം. ഒരു വസ്തുവിൽ ഉൾക്കൊള്ളുകയോ ഉൾക്കൊള്ളാതിരിക്കുകയോ ചെയ്യുന്ന ഒരു സവിശേഷത (റോസ് ചുകന്നതാണ്, റോസ് നീലയല്ല)

2. ഉൾപ്പെടുത്തലിന്റെ നിർണ്ണയം: ഒരു കർത്തൃത്വ (subject) അതുമായുള്ള ഒരു പ്രത്യേക ബന്ധം അടങ്ങിയിരിക്കുന്നു (മനുഷ്യൻ നശ്വരനാണ്, പല മനുഷ്യരും നശ്വരരാണ്. എല്ലാ മനുഷ്യരും നശ്വരരാണ്).

ആവശ്യകതയുടെ നിർണ്ണയം: ഒരു കർത്തൃത്വത്തിൽ അതിന്റെ മൂർത്തീഭാവം (substantiate)കൂട്ടിച്ചേർക്കപ്പെടുന്നു. (റോസ് ഒരു ചെടിയാണ് സൂര്യനുദിക്കുമ്പോൾ പകലാണ്. പൂവിന്റെ നിറം മഞ്ഞ അല്ലെങ്കിൽ വെള്ളയാണ്.

4. ഒരു പൊതുധാരണയുടെ (notion) അടിസ്ഥാനത്തിൽ കർത്തൃത്വത്തിന്റെ നിർണ്ണയം (റോഡ് മോശമാണ്, റോഡ് യാത്രചെയ്യാൻ നല്ലതാണ്).

ഇതിനോടൊപ്പം പൊതു പ്രവണതകളെയും പ്രക്രിയകളെയും കുറിച്ചു പഠിക്കുമ്പോൾ ഹെഗൽ നിർദ്ദേശിക്കുന്ന അനന്ത(infinity)ത്തെക്കുറിച്ചുള്ള ധാരണയും എംഗൽസ് ഉൾപ്പെടുത്തുന്നു. യഥാർത്ഥത്തിലുള്ള അനന്തം പ്രകൃതിയുടെയും ചരിത്രത്തിന്റെയും പ്രക്രിയകൾ വഴി നിറയ്ക്കപ്പെടുന്നു. അല്ലെങ്കിൽ പൂർണ്ണമാക്കപ്പെടുന്നതാണ്. അത് പ്രക്രിയാബദ്ധമാണ്. എന്നാൽ, മറ്റൊരുതരത്തിലുള്ള അനന്തമുണ്ട് (bad infinity). അവിടെ ഒരേ പ്രക്രിയയുടെ അല്ലെങ്കിൽ വസ്തുവിന്റെ തനിയാവർത്തനങ്ങൾ മാത്രമാണുണ്ടാവുക. ഇതിൽ യഥാർത്ഥ അനന്തത്തിലാണ് പ്രകൃതിയുടെയും ചരിത്രത്തിന്റെയും യഥാർത്ഥ പ്രക്രിയകൾ മുന്നേറുന്നത്. മറ്റേത് ഗണിതശാസ്ത്രപരമോ യാന്ത്രികമോ ആയ തനി

യാവർത്തനങ്ങളുടെ ഫലമായുണ്ടാകുന്ന ഒരു മാതൃകയാണ്. യഥാർത്ഥ ത്തിലുള്ള അനന്തത ഗുണപരമായ മാറ്റങ്ങൾക്ക് വിധേയമാണ്, മറ്റേ തിൽ അങ്ങനെ ഒന്നില്ല. അത് ശാശ്വതമാണ്. നിരന്തരമാണ്. ഇതിന്റെ ശാശ്വത നിയമങ്ങളാണ് ശാസ്ത്ര നിയമങ്ങളായി കണക്കാക്കപ്പെടുന്നത്. എന്നാൽ അത്തരം നിയമങ്ങൾ ചരിത്രപരമായി മാറുകയാണെന്ന് എംഗൽസ് നിരീക്ഷിക്കുന്നു. കൂടാതെ ശാസ്ത്രജ്ഞരുടെ നിലപാടുകൾ ഭൗമകേന്ദ്രിതമാണെന്നും (Geo centric) എംഗൽസ് നിരീക്ഷിക്കുന്നു. പ്രപ ഞ്ച സത്യങ്ങളാണ് ശാസ്ത്രജ്ഞർ പറയുന്നത് എന്നാണ് വാദമെങ്കി ലും ഭൂമിയിൽനിന്നു മാത്രമാണ് അവർക്ക് നിരീക്ഷിക്കാൻ കഴിയുക. ഭൂമിയിൽനിന്ന് തിരിച്ചറിയുന്ന വസ്തുതകൾ പ്രപഞ്ചത്തിന്റെ മറ്റു കോ ണുകളിൽ എങ്ങനെയാകുമെന്ന് അറിയില്ല.

മേൽ സൂചിപ്പിച്ച പൊതുധാരണകളുടെ അടിസ്ഥാനത്തിന്റെ ശാസ് ത്രത്തിന്റെ വളർച്ച മുഴുവൻ പരിശോധിക്കുകയാണ് എംഗൽസ് ചെയ്യു ന്നത്. താഴെ സൂചിപ്പിക്കുന്ന പൊതു ധാരണകളിലാണ് അദ്ദേഹം ചെന്നെ ത്താൻ ശ്രമിക്കുന്നത്.

1. പ്രപഞ്ചത്തിന്റെയും ജീവിതത്തിന്റെയും പ്രക്രിയകൾ ചലനാത്മ കവും വൈരുദ്ധ്യാത്മകവുമാണ്.

2. അവയുടെ പ്രവർത്തന നിയമങ്ങൾ ആണ് മനുഷ്യർ കണ്ടെ ത്താൻ ശ്രമിക്കുന്നത്. നിയമങ്ങൾ സൃഷ്ടിക്കപ്പെടുന്നത് ചരിത്രപരമായ പ്രക്രിയയിലൂടെയാണ്.

3. നിയമങ്ങളും പ്രക്രിയകളും ശാശ്വതവും ചിരന്തനവുമാണെന്ന ആശയങ്ങൾ മനുഷ്യരുടെ അതിഭൗതികമായ ആശയങ്ങളും ദ്വന്ദ്വങ്ങ ളുംവഴി സൃഷ്ടിക്കപ്പെടുന്ന അബദ്ധധാരണകളാണ്. ന്യൂട്ടണുശേഷമു ണ്ടായ ശാസ്ത്രം ഈ ധാരണകളെ സ്ഥിരീകരിക്കാനാണ് ശ്രമിക്കുന്നത്.

4. എല്ലാ പ്രക്രിയകളും കാര്യകാരണബദ്ധവും പരസ്പരബദ്ധവു മാണ്. ഇവയെ കണ്ടെത്താൻ രൂപപരമായ യുക്തികൊണ്ടു മാത്രം സാധി ക്കുകയില്ല. ഏകപക്ഷീയമായ ഇന്ദ്രിയവാദവും ഇതിന് അപ്രാപ്തമാണ്.

5. ഇതിന് സഹായിക്കുന്നത് വൈരുദ്ധ്യാത്മക യുക്തിയാണ്. ശാസ്ത്രബോധത്തെ സ്വാധീനിക്കുന്ന യാന്ത്രിക വീക്ഷണങ്ങളെയും അതി ഭൗതിക സങ്കല്പങ്ങളെയും മറികടക്കാൻ വൈരുദ്ധ്യാത്മകതയ്ക്ക് മാത്രമേ കഴിയൂ.

ചുരുക്കത്തിൽ നിലവിലുള്ള ശാസ്ത്രരീതിയെയും നിഗമനങ്ങളുടെ സ്വഭാവത്തെയുംകുറിച്ച് അതിശക്തമായ വിമർശനങ്ങളാണ് എംഗൽസ് ഉയർത്തുന്നത്. സമാനമായ വിമർശനങ്ങൾ 20-ാം നൂറ്റാണ്ടിൽ തോമസ് ക്യൂൻ, ഇംറെലാക്കട്ടോസ് തുടങ്ങിയവരും ഉയർത്തുന്നതായി കാണാം. അവരും കേന്ദ്രീകരിക്കുന്നത് ശാസ്ത്രവീക്ഷണങ്ങളുടെ ചരിത്രപരത യിലാണ്. എംഗൽസിന്റെ വൈരുദ്ധ്യാത്മക യുക്തിയെ ഇല്യാപ്രിഗോ ഷിൻ, റിച്ചാർഡ് ലെവോന്റിൻ, റിച്ചാർഡ് ലോവിൻസ്, സ്റ്റീഫൻ ജേഗുൾഡ്, സ്റ്റീവൻറോസ് മുതലായ നിരവധി ശാസ്ത്രജ്ഞരും അംഗീകരിക്കുന്ന തായും കാണാം.

ഭാഗം രണ്ട്

ദാർശനികമായ വളർച്ച

ജൂത പ്രശ്നത്തെപ്പറ്റി

മതവും ഭരണകൂടവും തമ്മിലുള്ള ബന്ധം മാർക്സിന്റെ ആദ്യ കാല കൃതികളിലെ പ്രധാന ചർച്ചാവിഷയമായിരുന്നു. ഇതിന് രണ്ടു കാരണങ്ങളാണ് ഉണ്ടായിരുന്നത്. ജർമ്മൻ താത്ത്വിക അന്തരീക്ഷത്തിൽ ഹെഗലിന്റെയും യുവഹെഗലിയന്മാരുടെയും പ്രധാനപ്പെട്ട നിലപാടുക ളിലൊന്ന് മതത്തെ സംബന്ധിച്ചതായിരുന്നു. ജർമ്മനിയെപ്പോലെ പല യൂറോപ്യൻ രാജ്യങ്ങളിലും പ്രധാനപ്പെട്ട ചർച്ചാവിഷയം മതമായിരുന്നു. പാശ്ചാത്യരാജ്യങ്ങളിലെ ജൂതന്മാരുടെ സാന്നിദ്ധ്യവും സജീവ പ്രശ്ന ങ്ങളിൽ ജൂതരുടെ സംഘടിതമായ ഇടപെടലും ചർച്ചകളെ കൂടുതൽ സജീവമാക്കി. പാശ്ചാത്യ ഭരണകൂടങ്ങൾ ക്രമേണ സെക്കുലർ സ്വഭാവം കൈവരിക്കവെയാണ് ജൂതന്മാർ അവരുടെ പ്രവർത്തന സ്വാതന്ത്ര്യത്തെ യും അവകാശങ്ങളെയും സംബന്ധിച്ച ചോദ്യങ്ങൾ ഉയർത്താൻ ആരം ഭിച്ചത്.

യുവ ഹെഗലിയനായ ബ്രൂണോ ബോവർ 'ജൂതപ്രശ്ന'ത്തെ മുൻനിർത്തി ലേഖനങ്ങളും പുസ്തകങ്ങളും എഴുതി. ബോവറിന്റെ പ്രധാ നവാദം 19-ാം നൂറ്റാണ്ടിൽ യൂറോപ്പിൽ വളർന്നുവരുന്ന ഭരണകൂടത്തി നുള്ളിൽ ജൂതന്മാർക്ക് തനതായ മോചനം സാദ്ധ്യമല്ലെന്നായിരുന്നു. പാശ്ചാത്യ ഭരണകൂടങ്ങളുടെ പ്രധാന മതം ക്രിസ്തുമതമാണ്. അവ രും ജൂതന്മാരും തമ്മിൽ മതപരമായ വൈരുദ്ധ്യമുണ്ട്. ഈ മതപരമായ വൈരുദ്ധ്യം പരിഹരിക്കാനും ക്രിസ്ത്യാനികളുടെയും ജൂതന്മാരുടെയും അവകാശങ്ങൾ തമ്മിൽ സമാനതയും തുല്യതയും ഉറപ്പുവരുത്താനുമു ള്ള നിർദ്ദേശങ്ങളായിരുന്നു ബോവർ മുന്നോട്ടുവെച്ചത്. മാർക്സ് ഈ നിർദ്ദേശങ്ങളെ വിമർശിച്ചുകൊണ്ടെഴുതിയ ലേഖനമാണ് *ജൂതപ്രശ്ന ത്തെപ്പറ്റി.*

മൗലികമായി ഹെഗലിയൻ സ്വാധീനത്തിൽ നിന്നുകൊണ്ടുതന്നെ എഴുതിയ ലേഖനമായിരുന്നു ഇത്. എങ്കിലും അന്നും ഇന്നും ഒരുപോലെ പ്രസക്തമായ ചില പ്രശ്നങ്ങളെക്കുറിച്ചുള്ള വൈരുദ്ധ്യാത്മകമായ സമീപനം ഇവിടെ കാണാം.

രണ്ടുതലങ്ങളിൽനിന്നാണ് മാർക്സ് 'ജൂതപ്രശ്ന'ത്തെ സമീപിക്കുന്നത്. ഒന്നാമത്തേത്, ഒരു ക്രിസ്ത്യൻ ഭരണകൂടവും ജൂതന്മാരും തമ്മിലുള്ള ഭിന്നത. രണ്ടാമത്തേത്, ഭരണകൂടവും സിവിൽ സമൂഹവും തമ്മിലുള്ള ഭിന്നത. ഇതിൽ പില്ക്കാലത്ത് ജൂതന്മാരെ വ്യവഹരിക്കാൻ വ്യാപകമായി ഉപയോഗിക്കപ്പെട്ട പ്രയോഗം, വംശീയ സ്വഭാവമുള്ള സെമറ്റിസം മാർക്സ് ഒരു സ്ഥലത്തും ഉപയോഗിക്കുന്നില്ല.

മാർക്സിന്റെ നിരീക്ഷണമനുസരിച്ച്, ബോവറിന്റെ വാദം ഏതാണ്ടിങ്ങനെയാണ്: ക്രിസ്ത്യാനികളും ജൂതന്മാരും തമ്മിലുള്ള വൈപരീത്യം മതപരമായ വൈപരീത്യമാണ്. ഒരു ക്രിസ്ത്യൻ ഭരണകൂടത്തിന് ജൂതന്മാരെ മോചിപ്പിക്കാനായി കഴിയില്ല. കാരണം ക്രിസ്ത്യൻ ഭരണകൂടത്തിൽ ക്രിസ്ത്യാനികൾതന്നെ മോചിപ്പിക്കപ്പെട്ടിട്ടില്ല. ക്രസ്ത്യൻ ഭരണകൂടത്തിന് ചെയ്യാൻ കഴിയുന്നത് ജൂതന്മാർക്ക് ആനുകൂല്യങ്ങൾ നല്കുക എന്നതാണ്. അതായത് ആനുകൂല്യങ്ങൾ നല്കി ജൂതന്മാരെ മറ്റുള്ളവരിൽനിന്ന് അകറ്റിനിർത്താം. അങ്ങനെ അകറ്റി നിർത്തുമ്പോൾ ജൂതന്മാർക്ക് മറ്റുള്ളവരിൽനിന്നുള്ള സമ്മർദ്ദമേറുകയാണ്. ജൂതന്മാർ ക്രിസ്തുമതത്തിൽനിന്ന് മതപരമായി ഭിന്നമാണ്. അവർക്ക് ക്രിസ്ത്യൻ ഭരണകൂടത്തോട് ജൂതരുടെ രീതിയിൽ മാത്രമേ പെരുമാറാൻ കഴിയൂ. അതായത് ക്രിസ്ത്യൻ ഭരണകൂടത്തിനുപകരം സ്വന്തം നിയമം അവർ സ്ഥാപിക്കുന്നു; അവരുടെ കല്പിതമായ ദേശീയത അവർ സ്ഥാപിക്കുന്നു. മറ്റുള്ളവരിൽനിന്ന് വ്യത്യസ്തമായ ചരിത്രവും ഭാവിയും അവർ അവകാശപ്പെടുന്നു. ജൂതന്മാർ ദൈവത്തിന്റെ തിരഞ്ഞെടുക്കപ്പെട്ടവരാകുന്നു.

ഇത്തരത്തിലുള്ള വൈപരീത്യം എങ്ങനെ അവസാനിപ്പിക്കും? ബോവറിന് ഒറ്റവഴിയേ ഉള്ളൂ. മതത്തെ ഇല്ലാതാക്കുക. ക്രിസ്തുമതവും ജൂതമതവും ഒരുപോലെ മനുഷ്യമനസ്സിന്റെ വളർച്ചയിലെ വിവിധ ദശകളായി സ്വയം കണക്കാക്കുമ്പോൾ, ക്രിസ്ത്യാനിയും ജൂതനും തമ്മിലുള്ള ബന്ധം ശാസ്ത്രീയവും മാനവികവുമായ ബന്ധമായി തീരുന്നു. അതായത് ജൂതന്മാരുടെ മോചനം സാദ്ധ്യമാകുന്നത് ജൂതമതം ഇല്ലാതാകുമ്പോഴാണ്.

എന്നാൽ മാർക്സ് ചോദിക്കുന്ന ചോദ്യം വേറൊന്നാണ്. മോചനം എന്നതുകൊണ്ട് എന്താണുദ്ദേശിക്കുന്നത്? ഏതേതു സാഹചര്യങ്ങളിൽ നിന്നാണ് മോചനം ആവശ്യമുള്ളത്? മോചനം രാഷ്ട്രീയതലത്തിലുള്ള മോചനമാണോ മാനവികതലത്തിലുള്ള മോചനമാണോ? രാഷ്ട്രീയതലത്തിലുള്ള മോചനമാണുദ്ദേശിക്കുന്നതെങ്കിൽ, അവിടെ ജൂതമതത്തിന്റെയോ, പൊതുവിൽ മനുഷ്യർക്ക് എല്ലാ മതങ്ങളുടെയോ നിരോധനം ആവശ്യമാണോ?

ജൂതന്മാരുടെ, (അല്ലെങ്കിൽ വേറെ ഏതെങ്കിലും മതത്തിന്റെ) മോചനമാണ് പ്രധാനമെങ്കിൽ ഭരണകൂടത്തിന്റെ സ്വഭാവമാണ് നാം അന്വേഷിക്കേണ്ടത്. ജർമ്മനിയിൽ (ഇതെഴുതുന്നകാലത്ത്) ഒരു രാഷ്ട്രമില്ല. അതുകൊണ്ട് ജൂതന്മാരുടെ മോചനത്തിന്റെ പ്രശ്നം ദൈവശാസ്ത്രപരമായ പ്രശ്നമാണ്. അവിടെ ജൂതന്മാരും ക്രിസ്ത്യൻ ഭരണാധികാര രൂപവും തമ്മിലാണ് വൈരുദ്ധ്യം. അതുകൊണ്ട് അവിടെ വിമർശനവും ദൈവശാസ്ത്രപരമായിരിക്കും. ഏതു ദൈവശാസ്ത്രമാണ് നാം സ്വീകരിക്കേണ്ടത്? ക്രിസ്തുമതത്തിന്റെയോ ജൂതമതത്തിന്റെയോ? അപ്പോഴും നമുക്ക് ദൈവശാസ്ത്രത്തിന്റെ പിടിയിൽനിന്ന് സ്വയം മോചിപ്പിക്കാൻ കഴിയുകയില്ല.

ഫ്രാൻസിൽ ഒരു ഭരണകൂടമുണ്ട്. അതുകൊണ്ട് ജൂതപ്രശ്നം ഭരണഘടനയുടെ പ്രശ്നമാണ്. അവിടെ രാഷ്ട്രീയമോചനം പൂർണ്ണമല്ലാത്തതുകൊണ്ട്, ക്രിസ്തുമതവും ഭരണകൂടമതവുമായുള്ള സദൃശത ഫ്രഞ്ച് ഭരണഘടനയിലുണ്ട്. അതായത് ക്രിസ്തുമതം ഭൂരിപക്ഷ മതമാണ്. അതുകൊണ്ട് ജൂതന്മാരുടെ എതിർപ്പിന് ദൈവശാസ്ത്രപരമായ എതിർപ്പിനോടുള്ള സദൃശ്യതയുണ്ട്.

ചില വടക്കേ അമേരിക്കൻ രാഷ്ട്രങ്ങളിൽ മാത്രമാണ് ജൂതപ്രശ്നം പൂർണ്ണമായി മതേതരമാകുന്നത്. അവിടെ മതവും രാഷ്ട്രവും തമ്മിലുള്ള വേർതിരിവ് പ്രകടമാണ്. അവിടെ മതവും രാഷ്ട്രവും തമ്മിലുള്ള ബന്ധം കൈകാര്യംചെയ്യുന്ന വിധം മതപരമല്ല, രാഷ്ട്രീയതലത്തിലാണ്. അപ്പോൾ അവിടെ ജൂതപ്രശ്നവും രാഷ്ട്രീയമായി കൈകാര്യംചെയ്യാം. പക്ഷേ, വടക്കേ അമേരിക്കൻ രാഷ്ട്രങ്ങളിൽ മതം വളരെ സജീവമാണ്. ഇതു കാണിക്കുന്നത് രാഷ്ട്രീയ ഭരണകൂടങ്ങൾ പൂർണ്ണരൂപത്തിലെത്തുമ്പോഴും അവിടെ മതത്തിന്റെ സജീവത കുറയണമെന്നില്ലെന്നാണ്. അത് എങ്ങനെ സംഭവിക്കുന്നു? രാഷ്ട്രീയമായ ഭരണസംവിധാനരൂപങ്ങൾ ശക്തിപ്പെടുമ്പോൾ മതം അപ്രസക്തമാകേണ്ടതല്ലേ?

ഇതിനു കാരണമായി മാർക്സ് കാണുന്നത് ഭരണകൂടത്തിന്റെ മതേതര സങ്കുചിത രൂപത്തെയാണ്. രാഷ്ട്രീയ മോചനവും മതവും തമ്മിലുള്ള ബന്ധം രാഷ്ട്രീയ മോചനവും മാനവിക മോചനവും തമ്മിലുള്ള ബന്ധത്തെയാണ് സൂചിപ്പിക്കുന്നത്.

രണ്ട്

ഇവിടെയാണ് മാർക്സ് ഭരണകൂടവും പൗരസമൂഹവും തമ്മിലുള്ള ബന്ധത്തിലേക്ക് കടക്കുന്നത്. ഈ ആശയം ഹെഗലിന്റേതാണ്. ഹെഗൽതന്നെ ഇത് തനിക്കുമുമ്പുണ്ടായിരുന്ന ജ്ഞാനോദയ ചിന്തകരിൽ നിന്ന് ഉൾക്കൊണ്ടതാണ്. മാർക്സ് ഇവിടെ വ്യക്തമായ ഹെഗലിയൻ ഭാഷയിൽ, ഭരണകൂടത്തെ മനുഷ്യരാശിയുടെ ജീവിതമായി കണക്കാക്കുന്നു. ഭരണകൂടം മനുഷ്യരുടെ വ്യക്തിജീവിതത്തെയോ സ്വാതന്ത്ര്യ

ളെയോ സമൂഹജീവിതത്തിന്റെ വിവിധ തലങ്ങളെയോ അല്ല ഉൾക്കൊള്ളുന്നത്, ഇവയെല്ലാം ഉൾക്കൊള്ളുന്ന അമൂർത്തതലത്തെയാണ്. നിയമാവലികളും ഭരണനിർവ്വഹണ രൂപങ്ങളും അധികാരഘടനയുമെല്ലാമായി പ്രത്യക്ഷപ്പെടുന്നത് ഈ അമൂർത്തതലമാണ്. ഒരു പ്രത്യേക, മതവും രാഷ്ട്രവുമായി ബന്ധപ്പെടുമ്പോൾ ഈ അമൂർത്തതലത്തിൽ മനുഷ്യരാശിയുടെ സമഗ്രതലം മുഴുവൻ ഉൾക്കൊള്ളാൻ ഒരു മതരാഷ്ട്രത്തിലാകില്ല. മറ്റു മതങ്ങളുമായും അവയുടെ നിയമാവലികളുമായുമുള്ള വ്യതിരിക്തത മതരാഷ്ട്രങ്ങൾക്ക് നിലനിർത്തേണ്ടിവരും. മതസ്വാതന്ത്ര്യം പൂർണ്ണമായി സാദ്ധ്യമാകുന്നത് മതങ്ങൾ ഭരണകൂടത്തിൽ വരുമ്പോഴല്ല, രാഷ്ട്രം മതേതരവും നിരീശ്വരവാദപരവുമായ അമൂർത്തതലങ്ങൾ മുഴുവൻ കൈകാര്യം ചെയ്യുമ്പോഴാണ്, മതങ്ങൾക്ക് സ്വതന്ത്രമായി പ്രവർത്തിക്കാനുള്ള അന്തരീക്ഷമുണ്ടാകുക. അതായത് മതങ്ങളുടെ രാഷ്ട്രീയ മോചനത്തിന് രാഷ്ട്രത്തിന്റെ മതങ്ങളിൽനിന്നുള്ള മോചനം അവശ്യഘടകമായി തീരും.

രാഷ്ട്രം മതങ്ങളിൽനിന്ന് മോചിപ്പിക്കപ്പെടുമ്പോൾ മതങ്ങൾ പ്രവർത്തിക്കുക സിവിൽ സമൂഹങ്ങളിലാകും. പൗരസമൂഹങ്ങളിൽ മതങ്ങളുടെ പ്രസക്തി എന്താണ്? ഇവിടെ മാർക്സ് ആധുനികയുഗത്തിൽ സിവിൽ സമൂഹങ്ങളുടെ ഉല്പത്തിയിലേക്ക് കടക്കുന്നു. ഫ്യൂഡലിസത്തിന്റെ തകർച്ചയോടെയാണ് ആധുനികയുഗം വളർന്നുവരുന്നത്. മദ്ധ്യകാല സമൂഹത്തിൽ സിവിൽ സമൂഹവും രാഷ്ട്രീയ സമൂഹവും തമ്മിലുള്ള വ്യത്യാസമില്ലായിരുന്നു. സ്വത്തവകാശം, കുടുംബം, അദ്ധ്വാന രൂപങ്ങൾ തുടങ്ങിയവ നേരിട്ട് ജന്മവും തറവാടുകളും കൈത്തൊഴിൽ ശ്രേണികളുമായി മാറിയിരുന്നു. ഇവയെല്ലാം ചേർന്നാണ് വ്യക്തിയും ഭരണകൂടവും തമ്മിലുള്ള ബന്ധം ചിട്ടപ്പെടുത്തിയിരുന്നത്. ഈ ബന്ധങ്ങൾ വേർതിരിവുകളുടെയും പുറന്തള്ളപ്പെടലിന്റെയും ബന്ധങ്ങളായിരുന്നു. ഇവ ഒരേസമയം സമൂഹബന്ധങ്ങളും രാഷ്ട്രീയ ബന്ധങ്ങളുമായിരുന്നു. വ്യക്തിയുടെ അധികാരഘടനയുമായുള്ള പ്രത്യേകബന്ധങ്ങൾ അയാളുടെ തൊഴിൽ കൂട്ടായ്മയും ഭരണകൂടവും തമ്മിലുള്ള പൊതുബന്ധങ്ങളായി മാറിയിരുന്നു.

ആധുനിക രാഷ്ട്രീയ വിപ്ലവങ്ങൾ സിവിൽ സമൂഹത്തിന്റെ രാഷ്ട്രീയ സ്വഭാവം ഇല്ലാതാക്കി. അത് പൗരസമൂഹത്തെ രണ്ടു പ്രധാന വിഭാഗങ്ങളാക്കിതിരിച്ചു. ഒരുവശത്ത് വ്യക്തികൾ, മറുവശത്ത് ഈ വ്യക്തികളുടെ ജീവിതത്തിന്റെ ഉള്ളടക്കവും സാമൂഹ്യസ്ഥാനവും നിർണ്ണയിക്കുന്ന ഭൗതികവും ആത്മീയവുമായ ഘടകങ്ങൾ, ഫ്യൂഡലിസത്തിൽ സിവിൽ സമൂഹത്തിന്റെ ഭാഗമായ രാഷ്ട്രീയ രൂപങ്ങളെ കൂട്ടിച്ചേർത്ത് പുതിയ സമൂഹത്തിന്റെ പൊതു രൂപങ്ങളാക്കി. ഓരോ വ്യക്തിയുടെയും പ്രത്യേക പ്രവർത്തനങ്ങളും അവരുടെ ജീവിതത്തിലെ സവിശേഷ സ്ഥാനവും വെറും വ്യക്തിഗതമായ പ്രാധാന്യമുള്ളതു മാത്രമായി. പൊതു പ്രവർത്തനങ്ങൾ വ്യക്തിയുടെ സാമാന്യ രൂപങ്ങളായി, രാഷ്ട്രീയ ഉത്തരവാദി

ത്വങ്ങൾ വ്യക്തിയുടെ സാമാന്യ ഉത്തരവാദിത്വങ്ങളായി. വ്യക്തിയുടെ അഹങ്കാരം അയാളുടെ അടിസ്ഥാന സ്വഭാവമായി. അഹങ്കാരമുള്ള വ്യക്തികളുടെ പ്രവർത്തനങ്ങളെ മനുഷ്യാവകാശങ്ങളായി ഭരണകൂടം അംഗീകരിച്ചു. വ്യക്തിസ്വാതന്ത്ര്യവും സ്വാതന്ത്ര്യത്തിനുള്ള അംഗീകാരവും അയാളുടെ ജീവിതത്തിന്റെ ഉള്ളടക്കമായ ആത്മീയവും ഭൗതികവുമായ മാത്രകളുടെ അനിയന്ത്രിതമായ ചലനങ്ങളുടെ അംഗീകാരവുമായി.

അതുകൊണ്ട് വ്യക്തികൾക്ക് മതത്തിൽനിന്നുള്ള സ്വാതന്ത്ര്യമല്ല, മതസ്വാതന്ത്ര്യമാണ് ലഭിച്ചത്. വ്യക്തികൾക്ക് സ്വത്തിൽനിന്ന് സ്വാതന്ത്ര്യം ലഭിച്ചില്ല, പക്ഷേ, സ്വത്തുടമയാകാനുള്ള സ്വാതന്ത്ര്യം ലഭിച്ചു. വ്യവസായ സംരംഭങ്ങളുടെ അഹംഭാവത്തിൽനിന്ന് സ്വാതന്ത്ര്യം ലഭിച്ചില്ല, വ്യവസായസംരംഭങ്ങൾ നടത്താനുള്ള സ്വാതന്ത്ര്യം ലഭിച്ചു. രാഷ്ട്രീയ വിപ്ലവങ്ങൾ സിവിൽ സമൂഹത്തിന്റെ ഘടകങ്ങളെ വിമർശനങ്ങൾക്ക് വിധേയമാക്കിയില്ല. സിവിൽ സമൂഹത്തിന്റെ ഘടകങ്ങളെയെല്ലാം രാഷ്ട്രീയ ഘടനയുടെ നിലനില്പിനുള്ള സ്വാഭാവിക അടിത്തറയായി കണക്കാക്കി. മനുഷ്യനും പൗരനും തമ്മിലുള്ള വ്യത്യാസം സൃഷ്ടിച്ചു; വ്യക്തിഗതവും ഇന്ദ്രിയബദ്ധവുമായ ജീവിതം നയിക്കുന്നവർ മനുഷ്യരാണ്. പൗരന്മാർ, അല്ലെങ്കിൽ രാഷ്ട്രീയ മനുഷ്യർ നിയമപരമായി അംഗീകരിക്കപ്പെട്ട അമൂർത്തരായ കൃത്രിമ മനുഷ്യരാണ്. യഥാർത്ഥ മനുഷ്യരെ അവരുടെ അഹത്തിന്റെ അടിസ്ഥാനത്തിൽ നിർണ്ണയിച്ചപ്പോൾ അമൂർത്ത പൗരന്മാർ ആദർശ മനുഷ്യരായി. ആധുനിക യുഗത്തിലേക്കുള്ള രാഷ്ട്രീയ വിപ്ലവങ്ങൾ ചെയ്തത് ഇത്തരത്തിൽ വ്യക്തിഗതമായ അഹങ്ങളുള്ള സിവിൽ സമൂഹത്തിലെ അംഗങ്ങളായും നിയമപരമായി അംഗീകരിക്കപ്പെട്ട പൗരന്മാരായും മാറ്റുകയാണ്.

മൂന്ന്

ആധുനിക യുഗത്തിലെ ഭരണകൂടത്തിന്റെയും സിവിൽ സമൂഹത്തിന്റെ തലങ്ങളിൽ മതങ്ങളുടെയും സ്ഥാനമെന്താണ്? ഒന്നുകിൽ, അവയ്ക്ക് ഭരണകൂടങ്ങളാകാം. അപ്പോൾ അവ മതനിയമങ്ങൾക്കനുസരിച്ച് നിയമപരമായ അമൂർത്ത മനുഷ്യരെ, പൗരന്മാരെ നിർണ്ണയിക്കേണ്ടിവരും. അത്തരത്തിലുള്ള ഏതു ശ്രമവും ഭാഗികമായിരിക്കും. അല്ലെങ്കിൽ അവ സിവിൽ സമൂഹത്തിന്റെ ഭാഗമാകും. സിവിൽ സമൂഹത്തിലെ മതസ്വാതന്ത്ര്യം സമൂഹത്തിന്റെ ഏതു സ്വഭാവത്തെയാണ് പ്രകടിപ്പിക്കുക?

മതസ്വാതന്ത്ര്യം വ്യക്തിഗതമായ അഹങ്ങളെ പ്രകടിപ്പിക്കുന്നുണ്ടെങ്കിൽ, അതിന് ആധുനിക യുഗത്തിലെ അഹങ്ങളെക്കൂടി ഉൾക്കൊള്ളേണ്ടിവരും. അതായത്, സിവിൽ സമൂഹത്തിലെ മത സ്വാതന്ത്ര്യമെന്നത് പള്ളിയിൽ പോകുകയും പ്രാർത്ഥിക്കുകയും ചെയ്യുക മാത്രമല്ല, ഈ പ്രാർത്ഥനയും വിശ്വാസവും നിത്യജീവിതത്തിലെ പ്രശ്നങ്ങളുടെ മായികമായ പരിഹാര മാർഗ്ഗങ്ങൾ കൂടിയാണ്. അപ്പോൾ അയാളുടെ നിത്യ

ജീവിതവും പരിശോധിക്കേണ്ടിവരും. മാർക്സ് ജൂതന്മാരെത്തന്നെ ഉദാഹരിക്കുന്നു. യഥാർത്ഥ ജൂതൻ ഞായറാഴ്ച സബാത്തിനുപോകുന്ന ആൾ മാത്രമല്ല, അയാൾക്ക് പ്രായോഗിക ആവശ്യങ്ങളുണ്ട്, സ്വന്തം താല്പര്യങ്ങളുണ്ട്. ജൂതന്മാർ പണമിടപാടുകാരാണ്, ബാങ്കർമാരാണ്. ജൂതന്മാരുടെ മതംവഴി നിലനിർത്തപ്പെടുന്നതും ഇത്തരം തൊഴിലുകളാണ്. ഇതൊഴിച്ചുള്ള മറ്റു തൊഴിലുകളെയും ചരിത്രം, കല തുടങ്ങിയവയെയും അയാൾ പുച്ഛത്തോടെയാണ് കാണുന്നത്. സ്ത്രീപുരുഷബന്ധങ്ങളെപ്പോലും കച്ചവടക്കണ്ണുകളിലൂടെ അയാൾ കാണുന്നു. നിയമമെന്നത് അയാൾക്ക് ധാർമ്മികതയാണ്, അവകാശങ്ങളെന്നത് അയാളുടെ സ്വതാല്പര്യങ്ങൾക്കുള്ള അവകാശങ്ങളാണ്. ഇത്തരം നിയമങ്ങൾ അയാളുടെ സ്വഭാവത്തെയും തീരുമാനങ്ങളെയും നിർണ്ണയിക്കുന്നതുകൊണ്ട് നിയമലംഘനം ശിക്ഷാർഹമാണ്. മതത്തിന്റെ ഘടനയ്ക്കുള്ളിൽതന്നെ അന്യവല്ക്കരണം അയാളെ വേട്ടയാടുന്നുണ്ട്. ക്രിസ്തുമതവും ജൂതമതവും അംഗീകരിക്കുന്ന സ്വർഗ്ഗരാജ്യ സങ്കല്പം പ്രായോഗികതലത്തിൽ ധനസമ്പാദനത്തിലേക്കും സ്വതാല്പര്യങ്ങളുടെ സംബന്ധത്തിലേക്കുമാണ് അയാളെ നയിക്കുന്നത്. മതസ്വാതന്ത്ര്യം ജൂതനെ സംബന്ധിച്ചിടത്തോളം വ്യക്തിഗതമായ അഹത്തിന്റെ വളർച്ചയുടെയും ധനസമ്പാദനത്തിന്റെയും മറ്റൊരു പേരാകുന്നു.

അപ്പോൾ ജൂതന്മാരുടെ മോചനം എന്നാൽ എന്താണ്? ആധുനിക സമൂഹത്തിന്റെ ഘടനയ്ക്കുള്ളിൽ നടക്കുന്ന മോചനം ഭരണകൂടത്തിൽ നിന്ന് വേർതിരിഞ്ഞ മതസ്വാതന്ത്ര്യമാകാം, പ്രായോഗികതലത്തിൽ അതിന്റെ അർത്ഥം ജൂതന്മാരുടെ സങ്കുചിത രൂപമായി സമൂഹത്തെ സൃഷ്ടിക്കുന്നു എന്നതാണ്. ജൂതന്മാരുടെ മതസംഹിതയിലുള്ള അമൂർത്ത സ്വഭാവമല്ല അത്തരം സമൂഹത്തെ നിർണ്ണയിക്കുക, ഇന്നത്തെ സമൂഹത്തിന്റെ വ്യക്തിഗത അഹങ്ങളും സ്വതാല്പര്യങ്ങളുമായിരിക്കും. അവയെ നിർണ്ണയിക്കാൻ ജൂതമതത്തെത്തന്നെ ഉപയോഗിക്കുകയും ചെയ്യും. ജൂതമതം മറ്റെല്ലാ മതങ്ങളെയുംപോലെ മായികവും അമൂർത്തവുമായ മനുഷ്യ സ്വഭാവത്തിലുറച്ചതാണ്. അതിനെത്തന്നെയാണ് പ്രായോഗിക മനുഷ്യ വൃത്തിയായി തീരുമാനിക്കുന്നതും. അപ്പോൾ മാനവികതലത്തിൽ ജൂതന്മാരുടെ മോചനം എന്താകണം?

ഇവിടെ നാം ഹെഗലിയൻ വീക്ഷണത്തെ മാർക്സ് വിമർശനാത്മകമായി തിരിച്ചിടുന്നത് കാണാം. ഹെഗൽ വാദിച്ചത് ഭരണകൂടം സിവിൽ സമൂഹത്തെ തന്നിൽത്തന്നെ ഉൾപ്പെടുത്തി സ്വാതന്ത്ര്യത്തിന്റെ പുതിയ തലം സൃഷ്ടിക്കണമെന്നാണ്. എന്നാൽ, മാർക്സ് വാദിക്കുന്നത് നേരെ തിരിച്ചാണ്. സിവിൽ സമൂഹത്തിൽ ഇന്ന് അടച്ചിടപ്പെട്ട യഥാർത്ഥ വ്യക്തിയായ മനുഷ്യൻ ഭരണകൂടം നിർണ്ണയിക്കുന്ന അമൂർത്തപൗരനെ ഉൾക്കൊള്ളുകയും ഭരണകൂടം നിർണ്ണയിക്കുന്ന ജൈവപരമായ ഉൺമയായി മനുഷ്യർതന്നെ മാറുകയും ചെയ്യുമ്പോൾ, അതയാളുടെ പ്രത്യേക തൊഴിലിലും സ്ഥാനത്തിലും പ്രകടിപ്പിക്കുമ്പോൾ, അയാളുടെ സ്വന്തം ശ

ക്തികളെ സാമൂഹ്യശക്തികളായി അംഗീകരിക്കുകയും സംഘടിപ്പിക്കുകയും ചെയ്യുമ്പോൾ, സാമൂഹ്യാധികാരത്തെ അയാളിൽനിന്നും ഭിന്നമായ രാഷ്ട്രീയാധികാരമായി കാണാതിരിക്കുമ്പോൾ, അപ്പോഴാണ് മാനവിക മോചനം സാദ്ധ്യമാകുക എന്ന് മാർക്സ് പറയുന്നു.

മാർക്സിന്റെ ഈ നിലപാട് നിരവധി അഭിപ്രായങ്ങൾ സൃഷ്ടിച്ചിട്ടുണ്ട്. രാഷ്ട്രീയസമൂഹത്തെ ഇല്ലാതാക്കി സിവിൽ സമൂഹത്തിന്റെ പരമാധികാരം സ്ഥാപിക്കുകയാണ് ഇവിടെ മാർക്സ് ഉദ്ദേശിക്കുന്നത് എന്ന വാദമുണ്ട്. മാർക്സിന്റെ വൈരുദ്ധ്യാത്മക യുക്തിക്ക് നിരക്കുന്നതല്ല ഈ വാദം. രാഷ്ട്രീയത്തെയോ ഭരണകൂടത്തിന്റെ നിയാമക രൂപങ്ങളെയോ നിഷേധിക്കുകയല്ല മാർക്സ് ചെയ്യുന്നത്. ബൂർഷ്വാ വിപ്ലവങ്ങൾ സൃഷ്ടിച്ച ഭരണകൂടവും സിവിൽ സമൂഹവും തമ്മിലുള്ള വൈരുദ്ധ്യം ഇല്ലായ്മചെയ്യണമെന്നാണ് മാർക്സ് വാദിക്കുന്നത്. യഥാർത്ഥ ജീവിതത്തെ വലയംചെയ്യുന്ന അമൂർത്ത രൂപങ്ങൾ ഇല്ലാതായാൽ മാത്രമാണ് മാനവികമോചനം സാദ്ധ്യമാവുക. യഥാർത്ഥ ജീവിതത്തെ നിർണ്ണയിക്കുന്ന മായികവും അമൂർത്തവുമായ രൂപമായാണ് മാർക്സ് മതത്തെ കാണുന്നത്. അപ്പോൾ മാനവിക സ്വാതന്ത്ര്യത്തിന്റെ അടിത്തറ മതസ്വാതന്ത്ര്യമല്ല, സമൂഹത്തിന്റെ മതത്തിൽനിന്നുള്ള സ്വാതന്ത്ര്യമാണ്. ജൂതന്റെ മോചനം സാദ്ധ്യമാകുന്നത് സമൂഹത്തിന്റെ ജൂത മതത്തിൽനിന്നുള്ള മോചനത്തിലൂടെയാണ്.

ഹെഗലിന്റെ നിയമതത്വചിന്തക്കെതിരായ വിമർശനം: മാർക്സിന്റെ അവതാരിക

ഒന്ന്

ആയിരത്തി എണ്ണൂറ്റി നാല്പത്തി മൂന്ന്- നാല്പത്തിനാലിലാണ് ഹെഗലിന്റെ നിയമതത്ത്വചിന്തയെ സംബന്ധിച്ച വിമർശനപഠനം തയ്യാറാക്കിയത്. മാർക്സിന്റെ മറ്റു നിരവധി ആദ്യകാല കൃതികളെപ്പോലെ ഈ വിമർശന പഠനവും മാർക്സിന്റെ ജീവിതകാലത്ത് പ്രസിദ്ധീകരിക്കപ്പെട്ടില്ല. അതിന് മാർക്സ് തന്നെ എഴുതിയ ഒരു അവതാരിക മാത്രമാണ് അക്കാലത്ത് പ്രസിദ്ധീകരിക്കപ്പെട്ടത്. വിമർശന പഠനം പിന്നീട് 1927 ൽ സോവിയറ്റ് യൂണിയനിൽനിന്നാണ് പ്രസിദ്ധീകരിച്ചത്.

ഹെഗലിന്റെ നിയമതത്ത്വചിന്ത അദ്ദേഹത്തിന്റെ ചരിത്ര വീക്ഷണത്തിനും ഭരണകൂടത്തിന്റെയും സമൂഹത്തിന്റെയും ഗതിയെക്കുറിച്ചുള്ള അദ്ദേഹത്തിന്റെ നിരീക്ഷണങ്ങൾക്കും ഏറെ പ്രധാനമാണ്. ഹെഗലിനെ സംബന്ധിച്ചിടത്തോളം മനുഷ്യജീവിതം നടക്കുന്നത് കുടുംബത്തിലും പൗര സമൂഹത്തിലും (civil society) ആണ്. എന്നാൽ, കുടുംബത്തിന്റെയും പൗര സമൂഹത്തിന്റെയും പ്രവർത്തനങ്ങളെ ചിട്ടപ്പെടുത്തുന്നതിന് അത്യന്താപേക്ഷിതമായ ബാഹ്യഘടകം ആവശ്യമുണ്ടെന്ന് ഹെഗൽ കരുതുന്നു. അതാണ് ഭരണകൂടം. ഭരണകൂടം പൗരസമൂഹത്തെക്കാൾ ഉയർന്ന അധികാരഘടനയാണ്. ഭരണകൂടം സൃഷ്ടിക്കുന്ന ചട്ടങ്ങൾ, നിയമങ്ങൾ, നിയന്ത്രണരൂപങ്ങൾ എന്നിവയാണ് പൗരസമൂഹത്തെ ചിട്ടപ്പെടുത്തുന്നത്.

മനുഷ്യരുടെ ചിന്തകൾക്കും പ്രവർത്തനങ്ങൾക്കും വ്യത്യസ്തതകളുണ്ട്. അതുകൊണ്ട് കുടുംബത്തിന്റെയും പൗരസമൂഹത്തിന്റെയും ഘടനകൾക്കും വ്യത്യസ്തതകൾ ഉണ്ടാകും. എന്നാൽ, ഭരണകൂടത്തിന്റെ

ചിട്ടകൾക്കും നിയമങ്ങൾക്കും വ്യത്യസ്തതകളുണ്ടാവില്ല. അതിന് പൊതു സ്വഭാവമാണുണ്ടാകുക. ഭരണഘടനയും അതിന്റെ നിയന്ത്രണരൂപങ്ങളും കുടുംബത്തിന്റെയും പൗരസമൂഹത്തിന്റെയും സാർവ്വത്രിക രൂപങ്ങളെയാണ് കണക്കിലെടുക്കുക. പൗരസമൂഹത്തിൽ മൂർത്തമായി കാണുന്ന വ്യത്യസ്തതകളും ഇത്തരം നിയന്ത്രണ രൂപങ്ങളും തമ്മിൽ വൈരുദ്ധ്യമുണ്ടാകുമെന്നർത്ഥം. ഹെഗലിനെ സംബന്ധിച്ചിടത്തോളം ഇത്തരം വൈരുദ്ധ്യങ്ങൾ ഇല്ലാതാകുന്നത് ഭരണകൂടത്തിന്റെ നിയന്ത്രണരൂപങ്ങളും പൗര സമൂഹത്തിന്റ വ്യത്യസ്തതകളും തമ്മിലുള്ള വൈരുദ്ധ്യങ്ങൾ ഇല്ലാതാകുമ്പോഴാണ്, ഭരണകൂടം നടപ്പിലാക്കുന്ന നിയമങ്ങളും പൗരസമൂഹത്തിന്റെ പ്രവർത്തനരീതികളും തമ്മിൽ പൂർണ്ണമായി പൊരുത്തപ്പെടുമ്പോഴാണ്. അപ്പോൾ ഭരണകൂടവും പൗരസമൂഹവും തമ്മിലുള്ള ഭിന്നതകൾ ഇല്ലാതാകുന്നു. നിയമസംഹിതകൾ സമൂഹത്തിന്റെ ആശയസംഹിതകളാകുന്നു. അപ്പോഴാണ് സ്വാതന്ത്ര്യം യാഥാർത്ഥ്യമാകുന്നത്.

ഹെഗലിന്റെ വാദഗതികളെക്കുറിച്ച് മാർക്സ് നടത്തുന്ന വിമർശനങ്ങൾ പൂർണ്ണമായി ഇവിടെ പരിശോധിക്കുന്നില്ല. വിമർശനത്തിന്റെ ഒരു തലം ഇവിടെ പ്രസക്തമാണ്. ഹെഗൽ ഭരണകൂടവും പൗരസമൂഹവും തമ്മിലുള്ള വേർതിരിവ് സാധിക്കുന്നത്, രാഷ്ട്രീയത്തെ പൗരസമൂഹത്തിൽ നിന്ന് വേർതിരിക്കുന്നതിലൂടെയാണ്. രാഷ്ട്രീയത്തെ ഹെഗൽ ബന്ധപ്പെടുത്തുന്നത് ഭരണകൂടത്തിന്റെ ഘടനയുമായി, അതിന്റെ നിയമങ്ങളും നിർവ്വഹണരൂപങ്ങളുമായാണ്. പൗരസമൂഹം രാഷ്ട്രീയത്തിലും ഭരണകൂടത്തിലും പ്രത്യക്ഷപ്പെടുന്നത് നിയമസഭകളിലെ പ്രാതിനിദ്ധ്യത്തിലൂടെയാണ്. പൗരസമൂഹത്തിലെ വ്യക്തികൾക്ക് അപ്പോൾ രണ്ടുവിധത്തിലുള്ള അസ്തിത്വങ്ങളുണ്ട്. ഒന്ന് ഒരു സ്വകാര്യ വ്യക്തിയെന്നനിലയിൽ, മറ്റേത് ഒരു പൗരനെന്നനിലയിൽ. സ്വകാര്യ വ്യക്തിയെന്നനിലയിൽ അയാൾ പൗരസമൂഹത്തിൽപ്പെട്ട ആൾക്കൂട്ടങ്ങളുടെ ഭാഗമാണ്. പൗരനെന്നനിലയിൽ അയാൾ ഭരണകൂടത്തിന്റെ നിയമ സംഹിതകൾ അനുസരിക്കുന്ന ഒരാളായി മാറുന്നു. അല്ലെങ്കിൽ നിയമസഭയിലേക്ക് പ്രതിനിധിയെ തെരഞ്ഞെടുക്കുന്ന വോട്ടറായി തീരുന്നു. ഇത്തരത്തിലുള്ള വേർതിരിവ് സൃഷ്ടിച്ചാണ് ഹെഗൽ ഭരണകൂടത്തെയും പൗരസമൂഹത്തെയും ഭിന്നമായി കാണുന്നത്.

ഹെഗൽ ഇത് സാധിക്കുന്നത് യാഥാർത്ഥ്യത്തെ തലതിരിച്ചു കാണുന്നതിലൂടെയാണ്. പൗരസമൂഹത്തിലെ വൈരുദ്ധ്യങ്ങളാണ് നിയന്ത്രണങ്ങളും നിയമരൂപങ്ങളും ആവശ്യമാക്കുന്നത്, അതിനുള്ള സംവിധാനങ്ങൾ മനുഷ്യർ സൃഷ്ടിക്കുന്നത്. ഈ സംവിധാനങ്ങളാണ് ഭരണകൂടങ്ങളായി മാറുന്നത്. എന്നാൽ ഹെഗൽ ഭരണകൂടവും നിയമാവലികളും വളർന്നുവരുന്നതായി കാണുന്നത് ഒരു ഭരണാധികാരിയിൽനിന്നാണ്. ഭരണ നിർവ്വഹണം എന്നത് ഭരണാധികാരിയുടെ ആത്മാവിന്റെ നിഗൂഢമായ വിപുലീകരണമാണ്. അധികാരം എന്നത് ഭരണാധികാരിയുടെ

ശരീരവും ആത്മാവുമായി തീരുന്നതോടെ യഥാർത്ഥ ലോകത്തിൽനിന്ന് വേറിട്ടുനില്ക്കുന്ന നിഗൂഢ തത്ത്വവും പ്രവർത്തനരീതിയുമായി അതു മാറുന്നു. യഥാർത്ഥത്തിൽ നിലനില്ക്കുന്ന ഭരണകൂട രൂപങ്ങളുടെ നിയമ സംവിധാനങ്ങളുടെ പ്രതിഫലനമായി പൗരസമൂഹത്തിൽനിന്ന് വേറിട്ടു നില്ക്കുന്ന പ്രതിഭാസമായി രാഷ്ട്രീയ ഭരണകൂടം പ്രത്യക്ഷപ്പെടുന്നു. ഹെഗലിന്റെ ഭരണകൂട സങ്കല്പം സമൂഹത്തിൽ നിലനില്ക്കുന്ന യഥാർത്ഥ വൈരുദ്ധ്യങ്ങളുടെ, അവയിൽനിന്ന് വളർന്നുവരുന്ന നിയമാവലികളുടെ നിഗൂഢവല്ക്കരണമാണ്.

*നിയമ തത്ത്വചിന്തയുടെ വിമർശനപഠന*ത്തിന് മാർക്സിന്റെ അവതാരികയിൽ ഹെഗൽ സ്വന്തം കൃതി രചിച്ച ജർമ്മൻ സാഹചര്യങ്ങളിൽ ഭരണകൂടവും പൗരസമൂഹവും തമ്മിലുള്ള ഭിന്നതയെയും രാഷ്ട്രീയത്തിന്റെ നിഗൂഢവല്ക്കരണത്തെയും സൃഷ്ടിച്ച ഘടകങ്ങളെയാണ് പരിശോധിക്കുന്നത്.

രണ്ട്

മാർക്സ് പരിശോധിക്കുന്ന ആദ്യത്തെ ഘടകം മതമാണ്. മതവും ഭരണകൂടവും തമ്മിലുള്ള ബന്ധം വ്യക്തമാണ്. മതമാണ് നിയമാവലികളെ സൃഷ്ടിച്ചത്. ദൈവശാസ്ത്രം ഒരു രാഷ്ട്രീയ രൂപമാണ്. ഇത്തരത്തിലുള്ള മതത്തിന്റെ സ്ഥാനംതന്നെ ഹെഗലിന്റെ തലതിരിച്ചിട്ട സമീപനത്തിന്റെ ഉദാഹരണവുമാണ്. മതം മനുഷ്യനെ സൃഷ്ടിക്കുന്നില്ല. മനുഷ്യനാണ് മതത്തെ സൃഷ്ടിക്കുന്നത്. ഈ മനുഷ്യൻ പ്രപഞ്ചത്തിന് പുറത്തുള്ള അമൂർത്തനായ വ്യക്തിയല്ല. അയാൾ ഉള്ളത് ഇഹലോകത്തിലാണ്, ഭരണകൂടത്തിലാണ് സമൂഹത്തിലാണ്. അതുകൊണ്ട് മതം സൃഷ്ടിക്കപ്പെടുന്നത് തലതിരിച്ചിട്ട ലോകബോധമെന്ന നിലയിലാണ്. തലതിരിച്ചിട്ട ലോകത്തിന്റെ പൊതു സിദ്ധാന്തമാണ് മതം. മതം അത്തരം ലോകത്തിന്റെ ആത്മീയതലമാണ്, ജനകീയ യുക്തിയാണ്, ആവേശമാണ്, ധാർമ്മികതയാണ്, ആത്മശാന്തിയുടെ രൂപമാണ്. അത് അയഥാർത്ഥമായ മാനവിക സത്തയുടെ അത്ഭുതകരമായ സാക്ഷാൽക്കാരമാണ്. അതേസമയം, മതം അംഗീകരിക്കുന്ന ദുരിതവും വേദനയും യഥാർത്ഥ ദുരിതത്തിന്റെയും വേദനയുടെയും പ്രകടനംതന്നെയാണ്. തലതിരിച്ചിട്ട വിധത്തിൽ, യഥാർത്ഥ ലോകത്തിലെ ദുരിതത്തിനെതിരായ പ്രതിഷേധമായി അത് മാറുന്നു. കറുപ്പുതിന്നുന്നവർ സ്വന്തം ദുരിതങ്ങളിൽനിന്ന് രക്ഷപ്പെടാൻ, ആത്മശാന്തിനേടാൻ ഒരുവഴി അന്വേഷിക്കുകയാണ്. ദുരിതങ്ങളോടുള്ള (തലതിരിച്ചിട്ട) പ്രതിഷേധമാണത്. അതുതന്നെയാണ് മതവും ചെയ്യുന്നത്. കറുപ്പുചെയ്യുന്നതുപോലെ മതം മനുഷ്യർക്ക് മായികമായ സന്തോഷം നല്കുകയാണ്.

മനുഷ്യർക്ക് ലഭിച്ചുകൊണ്ടിരിക്കുന്ന മായികമായ സന്തോഷമെന്ന നിലയിലുള്ള മതത്തെ ഇല്ലായ്മചെയ്യണമെങ്കിൽ അവരുടെ യഥാർത്ഥ

സന്തോഷം ആവശ്യപ്പെടണം. നിലവിലുള്ള അവസ്ഥ സൃഷ്ടിക്കുന്ന മായികലോകം ഇല്ലാതാകണമെന്നുള്ള ആവശ്യം അത്തരത്തിലുള്ള ലോകം ആവശ്യമാക്കുന്ന അവസ്ഥ ഇല്ലാതാകണമെന്ന ആവശ്യവുമായി ബന്ധപ്പെട്ടിരിക്കുന്നു. മതം മനുഷ്യനെ ചുറ്റിക്കൊണ്ടിരിക്കുന്ന മായികസൂര്യനാണ്. അയാൾ തനിക്കുചുറ്റും സ്വയം പരിക്രമണം നടത്തുന്നില്ലെങ്കിലാണ് ഇങ്ങനെയൊരു സൂര്യൻ വേണ്ടിവരുന്നത്.

മനുഷ്യർ അവരുടെ ജീവിത യാഥാർത്ഥ്യം തിരിച്ചറിയുമ്പോൾ മാത്രമാണ് മതമില്ലാതാകുക എന്നാണ് മാർക്സ് പറയുന്നത്. മനുഷ്യൻ തന്നിൽനിന്നുതന്നെ, താൻ ജീവിക്കുന്ന യാഥാർത്ഥ്യങ്ങളിൽനിന്നുതന്നെ അന്യവല്ക്കരിക്കപ്പെട്ട ജീവിയാണ്. ഈ അന്യവല്ക്കരണത്തിന്റെ വിശുദ്ധ രൂപമാണ് മതം. മതത്തെ തുറന്നുകാട്ടണമെങ്കിൽ മനുഷ്യരുടെ അന്യവല്ക്കരണത്തിന്റെ അവിശുദ്ധ രൂപങ്ങളെ തുറന്നുകാട്ടണം. സ്വർഗ്ഗത്തെ വിമർശിക്കണമെങ്കിൽ നാമാദ്യം വിമർശിക്കേണ്ടത് ഭൂമിയെയാണ്. മതത്തെ വിമർശിക്കുമ്പോൾ അതിന്റെതന്നെ യഥാർത്ഥരൂപമായ നിയമത്തെ വിമർശിക്കണം. ദൈവശാസ്ത്ര വിമർശനം അതിന്റെ യഥാർത്ഥ രൂപമായ രാഷ്ട്രീയത്തിന്റെ വിമർശനമാകണം. ചരിത്രത്തിന്റെ ലക്ഷ്യംതന്നെ സത്യത്തിനപ്പുറമുള്ള ലോകം അപ്രത്യക്ഷമാകുമ്പോൾ, ലോകത്തിന്റെ സത്യം തേടുകയാണ്.

മതം എങ്ങനെയാണുണ്ടാകുന്നതെന്നറിയാതെ മതത്തെ വിമർശിക്കുന്നതിൽ അർത്ഥമില്ലെന്നാണ് മാർക്സ് ചൂണ്ടിക്കാണിക്കുന്നത്. മനുഷ്യർതന്നെ അവരുടെ ആവശ്യങ്ങൾക്കുവേണ്ടി സൃഷ്ടിച്ച ഭരണകൂട രൂപങ്ങൾ ഒരു ഭരണാധികാരിയുടെ ആത്മാവിഷ്കാരവും അനുകമ്പയുമാണെന്ന് കരുതുമ്പോഴും ഇതേ രീതിയിലുള്ള മായികവലയത്തിലാണ് മനുഷ്യർപെടുന്നത്. ഹെഗലിന്റെ തിരിച്ചിട്ട യുക്തിയുടെ ഉറവിടവും ഇവിടെ മാർക്സ് തേടുന്നുണ്ട്.

മൂന്ന്

ഭരണകൂടത്തിന്റെയും നിയമത്തിന്റെയും യാഥാർത്ഥ്യം മനുഷ്യർ എങ്ങനെയാണ് തേടുന്നത്? അവിടെയാണ് തത്ത്വചിന്തയുടെ പ്രാധാന്യം. ചരിത്രത്തിന്റെ പ്രാധാന്യവും അവിടെത്തന്നെയാണ്.

ജർമ്മൻകാരുടെ കാര്യത്തിൽ ഇത് രണ്ടുരീതിയിലാണ് സംഭവിക്കുന്നതെന്ന് മാർക്സ് പറയുന്നു. 1843 ൽ മാർക്സ് ഇതെഴുതുന്ന കാലത്ത് ജർമ്മനി ഒരു ദേശീയ രാഷ്ട്രമായിട്ടില്ല. എന്നാൽ, ജർമ്മൻ ദേശീയത വളർന്നുവരുന്നുണ്ടായിരുന്നു. വിവിധ ദേശങ്ങളും സമൂഹങ്ങളുമായി വിഭജിക്കപ്പെട്ട ജർമ്മനിയുടെ 'ദേശീയത' എന്തായിരിക്കും. പരസ്പരം പോരടിക്കുന്ന ജർമ്മൻ സമൂഹങ്ങളുടെ 'സാഹചര്യങ്ങൾ സൃഷ്ടിച്ചത് പരമ്പരാഗത രാജവാഴ്ചയാണെന്ന് മാർക്സ് പറയുന്നു. പോരടിക്കുന്ന ജർമ്മൻകാരെ ഒന്നിച്ചുനിർത്തുന്നതിന് ഹെഗലിന്റെ ഭാഷയിൽ ഒരു മഹത്തായ

ഭരണകൂടത്തിന്റെ ആവശ്യമുണ്ട്. എന്നാൽ പരസ്പരം മല്ലടിക്കുന്നതു കൊണ്ട് അത്തരം രാജവാഴ്ച സൃഷ്ടിക്കാൻ ആർക്കും സാധിക്കുന്നില്ല. ജർമ്മൻ ദേശീയതയ്ക്ക് ഒരു രാഷ്ട്രത്തെ സൃഷ്ടിക്കാൻ കഴിയുന്നില്ല. എന്നാൽ ചില ഹെഗലിയന്മാരും തത്ത്വചിന്തകരും ജർമ്മൻ ദേശീയതയെ കണ്ടെത്തുന്നത്, അതിന്റെ സ്വാഭാവിക പ്രകൃതിയിലാണ്. അതായത് പ്രകൃതിദത്തമായ ജർമ്മനിയെക്കുറിച്ച് അവർ സംസാരിക്കുന്നു. ഇത്തരം 'പ്രകൃതിദത്ത'മായ അടിത്തറകൾ കണ്ടെത്താനുള്ള ശ്രമവും അസംബന്ധമാണെന്ന് മാർക്സ് പറയുന്നു. മൂന്നാമത്തേത് തത്ത്വചിന്തയാണ്. ഹെഗൽ ചെയ്യുന്നത് താത്ത്വികമായി ജർമ്മൻ രാഷ്ട്രത്തെ വിഭാവനംചെയ്യാനുള്ള ശ്രമമാണ്. ഇത്തരം താത്ത്വികശ്രമങ്ങൾ ജർമ്മൻ ചരിത്രത്തെ ആശയപരമായി വലിച്ചുനീട്ടാനുള്ള ശ്രമമാണ്. അതായത് നിയതമായ ഭരണാധികാര സങ്കല്പങ്ങൾ വളർന്നുവരാത്ത രാജവാഴ്ച രൂപങ്ങൾ മാത്രമുണ്ടായിരുന്ന ജർമ്മനിയുടെ ചരിത്രത്തെ ഒരു സർവ്വാധിപത്യ ഭരണകൂടത്തിലേക്കുള്ള ജൈത്രയാത്രയായി വിഭാവനംചെയ്യുകയാണ് ഹെഗൽ. അതുകൊണ്ട് ജർമ്മനിയുടെ യഥാർത്ഥ ചരിത്രത്തെയല്ല നാം വിമർശിക്കേണ്ടത്. ജർമ്മനിക്കുവേണ്ടി താത്ത്വികന്മാർ സൃഷ്ടിച്ച അയഥാർത്ഥ ചരിത്രത്തെയാണ്. യഥാർത്ഥ ജർമ്മൻ രാഷ്ട്രീയത്തിന് ഇത്തരം തത്ത്വചിന്തയെ നിഷേധിക്കേണ്ടിവരുന്നു.

ജർമ്മനിയുടെ ചരിത്രത്തിൽ (1843വരെ) ഒരു വിപ്ലവമാണുണ്ടായത്. അത് മാർട്ടിൻ ലൂഥറിന്റെ പ്രോട്ടസ്റ്റന്റ് വിപ്ലവമാണ്. ലൂഥർ ചെയ്തത് പള്ളിയുടെ വിശുദ്ധിക്കുപകരം സ്വന്തം ഉത്തമവിശ്വാസത്തെ പകരംവയ്ക്കുകയാണ്. അദ്ദേഹം അധികാരത്തിലുള്ള വിശ്വാസത്തെ തകർത്ത് വിശ്വാസത്തിന് അധികാരം നല്കി. അദ്ദേഹം അൽമായരെ പുരോഹിതരാക്കുകയും അതുവഴി പുരോഹിതരെ അൽമായരാക്കുകയും ചെയ്തു. ഔപചാരികമായ മതവിശ്വാസത്തിനുപകരം ആന്തരികമായ വിശ്വാസത്തെ പ്രതിഷ്ഠിച്ചു. അതുകൊണ്ട് സാധാരണക്കാർക്ക് നേരിടേണ്ടിവന്നത് മതസ്ഥാപനങ്ങളെ മാത്രമല്ല, വിശ്വാസികളായ മനുഷ്യരെക്കൂടിയായിരുന്നു. മതമേധാവിയായ പോപ്പിനെതിരെ മാത്രമല്ല സമരംചെയ്യേണ്ടിവന്നത്, സ്വയം മതമേധാവികളായി മാറിയ രാജാക്കന്മാർക്കെതിരെ കൂടിയായിരുന്നു. അതുകൊണ്ട് മതേതരത്വം എന്നത് മതസ്ഥാപനങ്ങൾക്കെതിരായ പോരാട്ടം മാത്രമായിരുന്നില്ല. ഏറ്റവും തീവ്രമായ കർഷക സമരങ്ങളിൽ (1525 ലെ കർഷകസമരം) പോലും ദൈവശാസ്ത്രം രാഷ്ട്രീയമായി.

അതിനുശേഷം ജർമ്മനിയിൽ ഒരു വിപ്ലവ പ്രക്രിയ നടന്നിട്ടില്ല. ജർമ്മനിയിലുണ്ടായതു മുഴുവനും തത്ത്വചിന്തകരാണ്. തത്ത്വചിന്തയിലെ വളർച്ചയ്ക്കനുസരിച്ച് ജർമ്മൻ ജനത വളർന്നില്ല. ജർമ്മനിയിലെ ആധുനിക പ്രവണതകൾ മുഴുവനും തത്ത്വചിന്തയിലായിരുന്നു. ജർമ്മൻ ജനതയിലുറങ്ങിക്കിടന്നതു മുഴുവനും മദ്ധ്യകാല പ്രവണതകളുടെ തുടർച്ചയാണ്. ജർമ്മനിയിൽ ഒരു പുതിയ മദ്ധ്യവർഗ്ഗം, ബൂർഷ്വാസിയും, പുതിയ

സ്വത്തുടമാ സമ്പ്രദായവും രൂപംകൊള്ളുന്നുണ്ട്. പക്ഷേ, അതിനു പരമ്പരാഗത ബന്ധങ്ങളെ തകർക്കാനുള്ള ശക്തിയില്ല. അതിനുപകരം, ബൂർഷ്വാസി ശ്രമിക്കുന്നത്, അതിനു നിലയുറപ്പിക്കാൻ സഹായിക്കുന്ന രാഷ്ട്രീയ മാറ്റത്തിനാണ്. നിലവിലുള്ള രാജവാഴ്ചാ രൂപങ്ങളെയും അധീശത്വ രീതികളെയും തകർക്കാൻ അത് ശ്രമിക്കുന്നില്ല.

ഭാഗികമായ രാഷ്ട്രീയ വിപ്ലവങ്ങൾകൊണ്ട് മാനവിക മോചനങ്ങൾ സാദ്ധ്യമല്ല. ജർമ്മൻ തത്ത്വചിന്ത മാനവിക മോചനത്തെയാണ് ലക്ഷ്യമാക്കുന്നത്. അത് പ്രയോഗതലത്തിൽ നടപ്പാക്കുന്നതെങ്ങനെയെന്ന് തത്ത്വചിന്തകർക്കറിയില്ല. ഇത്തരത്തിൽ മാനവിക മോചനത്തിലേക്ക് നീങ്ങാൻ ജർമ്മൻ മദ്ധ്യവർഗ്ഗത്തിനും കഴിയില്ല. അവരുടെ ആവശ്യങ്ങളെല്ലാം മറ്റുവർഗ്ഗങ്ങളുമായി ബന്ധപ്പെട്ടുള്ളവ മാത്രമാണ്. നിലവിലുള്ള സ്വത്തുടമാബന്ധങ്ങളിൽ നഷ്ടപ്പെടാൻ പലതുമുള്ളവരാണ് അവരെല്ലാവരും. കൈയിൽ ഒന്നുമില്ലാത്തവരും എല്ലാം നേടിയെടുക്കാൻ തയ്യാറുള്ളവരുമായ ഒരു വിഭാഗത്തിനു മാത്രമാണ് മാനവിക മോചനത്തെപ്പറ്റി പൊതുവിൽ പറയാൻ സാദ്ധ്യമാകുന്നത്. അവർ മുതലാളിത്ത ബന്ധങ്ങളുടെ ഫലമായി വളർന്നുവരുന്ന പ്രോലിറ്റേറിയറ്റാണെന്ന് മാർക്സ് പറയുന്നു. ജർമ്മനിയുടെ മദ്ധ്യകാല ബാദ്ധ്യതകളിൽനിന്നും വിശ്വാസപ്രമാണങ്ങളിൽനിന്നും ആധുനിക സമൂഹം സൃഷ്ടിക്കുന്ന ബന്ധങ്ങളിൽനിന്നുമെല്ലാം ഒരുപോലെ മോചനം സാദ്ധ്യമാകുന്നത് പ്രോലിറ്റേറിയറ്റിന്റെ മോചന സമരത്തിലൂടെയാണെന്ന് മാർക്സ് പറയുന്നു.

ഹെഗലിന്റെ താത്ത്വിക പരിവർത്തനത്തിനെതിരായ വിമർശനത്തിലൂടെ മാർക്സിന്റെ ചിന്താപദ്ധതി രൂപപ്പെട്ടു തുടങ്ങിയെന്ന് ഇതിൽനിന്നു കാണാം. അപ്പോഴും മാർക്സ് തത്ത്വചിന്തയെ മാനവമോചനത്തിന്റെ ശിരസ്സും പ്രോലിറ്റേറിയറ്റിനെ അതിന്റെ ഹൃദയവുമായി ചിത്രീകരിക്കുന്നുണ്ട്. തത്ത്വചിന്തയല്ല, പ്രയോഗമാണ് മനുഷ്യചരിത്രത്തിന്റെ ആണിവേര് എന്ന് വാദിക്കുകയും മതവും തത്ത്വചിന്തയും പ്രായോഗികതലത്തിൽ ഭരണകൂടവും രാഷ്ട്രീയവുമടക്കം ഈ പ്രായോഗികതയെ തലകുത്തനെ, ആശയതലത്തിലാണ് കാണുന്നത് എന്ന് വാദിക്കുകയും ചെയ്യുന്നതിനിടെ അൽത്ത്യൂസർ സൂചിപ്പിച്ച 'ജ്ഞാനശാസ്ത്രപരമായ വേർപെടൽ' മാർക്സിന്റെ ഈ ആദ്യകാല കൃതിയിൽത്തന്നെ ആരംഭിക്കുന്നതായി കാണാം. തീർച്ചയായും ഇത് പില്ക്കാലത്തെ മാർക്സിസ്റ്റ് വിപ്ലവ ചിന്തയായി മാറിയിട്ടില്ല. പക്ഷേ, അതിന്റെ തുടക്കം വ്യക്തമാണ്.

നാല്

മാർക്സിന്റെ ഈ ആദിമ കൃതി പരിചയപ്പെടുത്തുന്നതിന്റെ സാഹചര്യവും അല്പം വിശദീകരിക്കേണ്ടതുണ്ട്. അതി ബൃഹത്താണെങ്കിലും മാർക്സിന്റെ ചിന്ത അപൂർണ്ണമായിരുന്നുവെന്ന് ഏവർക്കും അറിയാം.

അത് തുറന്നിട്ട സാദ്ധ്യതകൾ നിരവധിയാണ്. അവയിൽ പലതും ഇപ്പോഴും പൂർണ്ണമായി പരിശോധിക്കപ്പെട്ടിട്ടില്ല. അവയിൽ ചിലതാണ് മതത്തെയും ദേശീയതയെയും ഭരണകൂടത്തെയുംകുറിച്ചുള്ള അദ്ദേഹത്തിന്റെ പരാമർശങ്ങൾ. ഇവയുടെ തുടക്കം നമുക്ക് ഈ കൃതിയിൽ കാണാം. മാർക്സിന്റെ വിശകലനങ്ങളെ തുടർച്ചയായി നിർണ്ണയിച്ച വൈരുദ്ധ്യാത്മകചിന്തയും നമുക്കിവിടെ കാണാം.

'മതം മനുഷ്യനെ മയക്കുന്ന കറുപ്പാണ്' എന്ന പ്രസിദ്ധമായ വാചകം വരുന്നത് ഈ കൃതിയിലാണ്. ഇതിന്റെ ദുർവ്യാഖ്യാനങ്ങൾ നിരവധിയായതുകൊണ്ട് അതിലേക്കു കടക്കുന്നില്ല. ഒന്നുമാത്രം പ്രസക്തമാണ്. ഹെഗലിന്റെ നിയമചിന്തയുടെ വിമർശനത്തിലാണ് ഈ വാചകം വരുന്നത്. മനുഷ്യരുടെ പ്രായോഗിക സാമൂഹ്യബന്ധങ്ങളിൽനിന്ന് രൂപംകൊള്ളുന്ന ഒന്നായല്ല ഹെഗൽ ഭരണകൂടത്തെയും നിയമത്തെയും കാണുന്നത്; അഭൗമമായ ഒരു 'മാനവസത്ത'യുടെ ഉല്പന്നമായാണ്. ഇതുതന്നെയാണ് മതത്തിന്റെ അവസ്ഥയും. ദുരിതപൂർണ്ണമായ ജീവിതത്തിൽ ആത്മശാന്തി നല്കുന്ന ശക്തിയായി മനുഷ്യർ ദൈവത്തെയും മതത്തെയും കാണുമ്പോൾ പ്രായോഗിക ജീവിതത്തിന്റെ ഉല്പന്നങ്ങളാണ് ദുരിതങ്ങൾ എന്നത് മറക്കുന്നു. മനുഷ്യർ ആത്മശാന്തിക്കായി ദൈവത്തെയും ദുരിതനിവാരണത്തിനായി ഭരണാധികാരികളെയും ഒരേ രീതിയിലാണ് സമീപിക്കുന്നത്. ദുരിതങ്ങൾക്കുള്ള കാരണം എന്ത് എന്ന തിരിച്ചറിവാണ് അവിടെ മനുഷ്യർക്ക് നഷ്ടപ്പെടുന്നത്. ഈ തിരിച്ചറിവ് മനുഷ്യർ നേടിയെടുത്താൽ മതത്തിന്റെ പ്രസക്തിയില്ലാതാകുന്നു. ഭരണകൂടങ്ങളെ മനുഷ്യർ ചോദ്യംചെയ്യാനായി ആരംഭിക്കുന്നു. ഈ തിരിച്ചറിവ് ഇല്ലാതാക്കുന്ന പ്രവർത്തനം നടത്തുമ്പോൾ മതം നിയമമാകുന്നു, ദൈവശാസ്ത്രം രാഷ്ട്രീയവുമാകുന്നു. മത രാഷ്ട്രീയത്തിന്റെയും രാഷ്ട്രീയമതങ്ങളുടെയും വേരുകൾ നാം ഇവിടെ കണ്ടെത്തുന്നു.

ദേശീയതയെക്കുറിച്ചുള്ള നിരീക്ഷണങ്ങളും ശ്രദ്ധേയമാണ്. ദേശങ്ങളും സമൂഹങ്ങളും തമ്മിലടിക്കുന്ന, ലൂതറൽ പൗരോഹിത്യ വിപ്ലവമൊഴികെ മറ്റൊരു വിപ്ലവത്തിന്റെയും പാരമ്പര്യം അവകാശപ്പെടാനില്ലാത്ത ജർമ്മനിയിൽ ദേശീയത പ്രത്യക്ഷപ്പെടുന്നത് പ്രകൃതിദത്തമായ ഭൂമിശാസ്ത്രമായാണ്; അല്ലെങ്കിൽ താത്ത്വികമായി നിർമ്മിക്കപ്പെടുന്ന സത്തയാണ്. ഹെഗലിന്റെ ജർമ്മൻ രാഷ്ട്രം ഇത്തരം ഒരു സത്തയാണ്. അതായത് വിപ്ലവ പാരമ്പര്യങ്ങളില്ലാത്ത ഒരു സമൂഹത്തിൽ ദേശീയതയ്ക്ക് സ്വയം നിർവ്വചനത്തിനായി അവർ നടത്തിയ ഒരു പോരാട്ടത്തിൽ അടിത്തറ തേടേണ്ടിവരുന്നു. അല്ലെങ്കിൽ ഭൂമിശാസ്ത്രത്തിൽ, മിത്തുകളിൽ, താത്ത്വിക ചിന്തകളിൽ അഭയംതേടുന്നു. ഇവ ആ ദേശത്തിൽ നിർമ്മിക്കപ്പെടുന്ന ഭരണാധിപത്യത്തിന്റെ മുഖമുദ്രയാകുന്നു. ഇവിടെയെല്ലാം നിഷേധിക്കപ്പെടുന്നത് ചരിത്രത്തിന്റെ പ്രയോഗതലമാണ്. അവിടെയാണ് ഒരു ദേശത്തിന്റെ അതിരുകളിൽ യഥാർത്ഥത്തിൽ ജീവിച്ച മനുഷ്യരെ കണ്ടെത്തുന്നത്.

സാമ്പത്തികവും ദാർശനികവുമായ കൈയെഴുത്തുപ്രതികൾ

ഒന്ന്

മാർക്സിന്റെ സാമ്പത്തികശാസ്ത്രത്തിലേക്കും ചരിത്ര രാഷ്ട്രീയ വീക്ഷണങ്ങളിലേക്കും കടക്കുന്നതിനുമുമ്പ് മാർക്സിയൻ ചിന്തയുടെ, നിലപാടുകളുടെ വളർച്ചയിലേക്ക് ശ്രദ്ധ തിരിക്കേണ്ടതുണ്ട്. ലെനിൻ തന്റെ *മാർക്സിസത്തിന്റെ മൂന്നു സ്രോതസ്സുകളും മൂന്നു ഘടകങ്ങളും* എന്ന ലഘുലേഖയിൽ മാർക്സിന്റെ വീക്ഷണത്തിന് ആധാരമായി പറയുന്നത് ബ്രിട്ടീഷ് രാഷ്ട്രീയ ധനശാസ്ത്രം, ഫ്രഞ്ച് കമ്യൂണിസം, ജർമ്മൻ ആശയവാദം എന്നിവയെയാണ്. മാർക്സിയൻ വീക്ഷണത്തെ രൂപപ്പെടുത്തിയ ഇന്ധനങ്ങൾ ഇവയാണ്. ഇവയെ ആധാരമാക്കി മാർക്സിന്റെ നിലപാടുകൾ എങ്ങനെ രൂപപ്പെട്ടുവന്നു എന്നു പരിശോധിക്കാതെ മാർക്സിസ്റ്റ് ക്ലാസിക്കുകൾ പൂർണ്ണമായി ഉൾക്കൊള്ളാൻ കഴിയുകയില്ല.

എപികൃൂറസിനെക്കുറിച്ചുള്ള തന്റെ ഗവേഷണ പ്രബന്ധത്തിന് ഡോക്ടറേറ്റ് നേടിയശേഷം ജർമ്മനിയിലും പാരീസിലുമായി താമസിച്ചിരുന്ന കാലത്താണ് മാർക്സ് മുൻസൂചിപ്പിച്ച മൂന്നുധാരകളുമായി ബന്ധപ്പെടുന്നത്. മാർക്സ് ഹെഗലിന്റെയോ ഹെഗലിന്റെ വിദ്യാർത്ഥികളുടെയോ ശിഷ്യനായിരുന്നില്ലെങ്കിലും യുവഹെഗലിയന്മാരുമായി അടുത്ത ബന്ധം പുലർത്തി. ബ്രൂണോബോവർ, മാക്സ് സ്റ്റിർണർ, മോസസ് ഹെഡ്, ലുദ്‌വിഗ് ഫൊയർബാഹ് തുടങ്ങിയവരുടെ ആശയങ്ങളെ ഉൾക്കൊള്ളാനും ഏറ്റുമുട്ടാനും അദ്ദേഹം സമയം ചെലവഴിച്ചു. അതിനോടൊപ്പം ബാബിയു മുതൽ ഫ്യൂരിയേ വരെയുള്ള കമ്യൂണിസ്റ്റ് - സോഷ്യലിസ്റ്റുകളുടെ രചനകളും അദ്ദേഹം പഠിച്ചു. അക്കാലത്ത് ഫ്രാൻസിലെ

തൊഴിലാളി പ്രസ്ഥാനത്തിൽ ഏറ്റവുമധികം സ്വാധീനം ചെലുത്തിയ പ്രൂധോണിന്റെ രചനകളും പഠിച്ചു. ഇവ കൂടാതെയാണ് ആദംസ്മിത്ത്, റിക്കോർഡോ, മാൽത്തുസ്, സേയ് (say) തുടങ്ങിയവരുടെ രചനകൾ അദ്ദേഹം പഠിക്കുന്നത്. ഇക്കാലത്തെഴുതിയ കുറിപ്പുകൾ (1843-44) ക്രൊസ്വീസ് നാഹ് പാഠങ്ങൾ (Kreusn ach Texts) എന്ന പേരിൽ സമാഹരിക്കപ്പെട്ടിട്ടുണ്ട്.

ഇക്കാലത്ത് മാർക്സ് എഴുതിയ നിരവധി ഗ്രന്ഥങ്ങൾ അക്കാലത്ത് പ്രസാധനം ചെയ്തവയും അപ്രകാശിതമായവയുമുണ്ട്. ജൂത പ്രശ്നം, ഹെഗലിന്റെ നിയമചിന്തയെക്കുറിച്ചുള്ള വിമർശനം, വിശുദ്ധ കുടുംബം, തത്വശാസ്ത്രത്തിന്റെ ദാരിദ്ര്യം, ജർമ്മൻ പ്രത്യയശാസ്ത്രം തുടങ്ങിയവ പ്രശസ്തമാണ്. ഇവയെല്ലാം ബ്രൂണോബോവർ, സ്റ്റിർണർ, ഫൊയർബാഹ്, ഹെഗൽ, പ്രൂധോൺ തുടങ്ങിയ ചിന്തകരെക്കുറിച്ച് എഴുതിയ വിമർശന പ്രബന്ധങ്ങളാണ്. ഇവയിൽ ചിലത് അക്കാലത്തെ ജേണലുകളിൽ പ്രസിദ്ധീകരിച്ചുവെങ്കിലും ഭൂരിഭാഗവും വെളിച്ചം കണ്ടില്ല. സോവിയറ്റ് യൂണിയൻ സ്ഥാപിച്ച മാർക്സ് - എംഗൽസ് ഇൻസ്റ്റിറ്റ്യൂട്ടാണ് ഇവ സമാഹരിച്ച് പ്രസിദ്ധീകരിച്ചത്.

മാർക്സ് സ്വതന്ത്രമായ നിലയിൽ സ്വന്തം നിലപാടുകൾ വ്യക്തമാക്കാനായി ഒരു പുസ്തകമെഴുതാൻ തീരുമാനിച്ചിരുന്നു. ''രാഷ്ട്രീയത്തിന്റെയും രാഷ്ട്രീയ ധനശാസ്ത്രത്തിന്റെയും വിമർശനം'' എന്ന പേരിൽ എഴുതാൻ തീരുമാനിച്ച പുസ്തകം പ്രസിദ്ധീകരിക്കാനായി കാൾ ലാസ്ക് എന്ന പ്രസാധകനുമായി കരാറിലാവുകയും ചെയ്തു. പക്ഷേ, സ്വന്തം നാട്ടിൽനിന്ന് പാരീസിലേക്കും പിന്നീട് മറ്റു സ്ഥലങ്ങളിലേക്കും (ബ്രസൽസ്, ലണ്ടൻ) മാറിത്താമസിക്കാൻ നിർബ്ബന്ധിതനായതുകൊണ്ട് എഴുത്ത് പൂർണ്ണ രൂപത്തിൽ നടന്നില്ല. എഴുത്തുകാരന്റെ വിപ്ലവ ചിന്താഗതി തന്റെ തൊഴിലിനു പ്രശ്നമുണ്ടാക്കുമെന്നു കരുതിയ പ്രസാധകനും മുൻകൈയെടുത്തില്ല. അവസാനം 1846 ൽ കരാർ അവസാനിപ്പിച്ചു. പുസ്തകം പ്രസിദ്ധീകരിക്കപ്പെട്ടില്ല.

മാർക്സിന്റെ നിരവധി അപ്രകാശിത രചനകളിൽനിന്ന് ഈ പുസ്തകത്തിന്റെ കൈയെഴുത്തു പ്രതികൾ പിന്നീടു മാത്രമാണ് കണ്ടെത്തപ്പെട്ടത്. പുസ്തകത്തിനു നല്കിയ ആമുഖത്തിൽ പൂർണ്ണമായ പുസ്തകമാണ് ഉള്ളത് എന്നു പറയുന്നുണ്ട്. പക്ഷേ, നമുക്കു കിട്ടിയത് മൂന്നു വ്യത്യസ്ത കൈയെഴുത്തു പ്രതികളാണ്. അതിൽ രണ്ടെണ്ണം മാത്രമാണ് ഏതാണ്ട് പൂർണ്ണരൂപത്തിലുള്ളത്. മറ്റേത് നാലു പേജ് മാത്രവും. ഇവയെ ചേർത്താണ് *സാമ്പത്തികവും ദാർശനികവുമായ കൈയെഴുത്തു പ്രതികൾ* എന്ന പേരിൽ 1932 ൽ പ്രസിദ്ധീകരിച്ചത്.

ഇതിനെയാണ് ഇവിടെ പരിചയപ്പെടുത്തുന്നത്.

രണ്ട്

ഈ പുസ്തകത്തിന്റെ ഉള്ളടക്കത്തിലേക്കു കടക്കുന്നതിനുമുൻപ് ഇതുയർത്തിയ സുപ്രധാനമായ വാദപ്രതിവാദം കൂടി പരാമർശിക്കണം. ഈ വാദപ്രതിവാദം പലർക്കും പരിചയമുള്ളതുമാണ്. പുസ്തകം പ്രസിദ്ധീകരിച്ച സന്ദർഭത്തിൽ അതു കാര്യമായ ചലനമുണ്ടാക്കിയില്ല. ക്രമേണ മാർക്സിസം യാന്ത്രികമായ സാമ്പത്തിക നിർണ്ണയവാദമാണെന്ന ധാരണ ശക്തിപ്പെടുകയും സ്റ്റാലിന്റെ കാലത്തെ മർദ്ദന രാഷ്ട്രീയത്തെയും ജനാധിപത്യ നിഷേധത്തെയുംകുറിച്ചുള്ള ചർച്ചകൾ വ്യാപകമാവുകയും ചെയ്തപ്പോഴാണ് മാർക്സിന്റെ ആദ്യകാല കൃതികൾ ശ്രദ്ധിച്ചു വായിക്കപ്പെട്ടത്. ഇതിന്റെ ഫലമായി ഏണസ്റ്റ് ബ്ലോഗ്, ആദം ഷാഫ്, എറിക് ഫ്രോം തുടങ്ങിയവർ മാർക്സിന്റെ ആദ്യകാല രചനകളെ ആധാരമാക്കി ഒരു ''മാനവികവാദി''യായ മാർക്സിനെ അവതരിപ്പിക്കാൻ ശ്രമിച്ചു. പില്ക്കാലത്തെ മാർക്സിസ്റ്റുകൾ ഇതിനെ നിരാകരിച്ച് യാന്ത്രികമായ സാമ്പത്തികവാദത്തിലേക്കു നീങ്ങുകയാണ് ചെയ്തതെന്ന് അവർ വാദിച്ചു.

ഇത്തരം വാദങ്ങളെ ഫ്രെഞ്ച് ചിന്തകനായ ലൂയി അൽത്ത്യൂസർ നിരാകരിച്ചു. മാർക്സിന്റെ ആദ്യകാലത്തെ രചനകളും പക്വതയാർജ്ജിച്ചതിനുശേഷം പിന്നീടെഴുതിയ രചനകളും തമ്മിൽ പ്രകടമായ അന്തരമുണ്ട്. ഹെഗലിന്റെയും ഫൊയർബാഹിന്റെയും സ്വാധീനത്തിൽനിന്ന് ജ്ഞാനശാസ്ത്രപരമായി വേർപെട്ടപ്പോൾ (epistemological break) മാത്രമാണ് മാർക്സ് മാനവികവാദിയിൽനിന്നു യഥാർത്ഥ വിപ്ലവകാരിയായി മാറിയതെന്ന് അൽത്ത്യൂസർ വാദിച്ചു.

ആദ്യകാല മാർക്സിനെയും പില്ക്കാല മാർക്സിനെയും കുറിച്ചുള്ള ചർച്ചകൾ പിന്നെയും തുടർന്നു. ആദ്യകാല മാർക്സിനെ ആധാരമാക്കി ഒരു മാനവികവാദിയായ മാർക്സിനെ സൃഷ്ടിച്ച് മാർക്സിസത്തിന്റെ മുഖം മിനുക്കാനുള്ള ശ്രമങ്ങളായിരുന്നു അധികവും. ഇത്തരം ശ്രമങ്ങളെ *ഹ്യൂമനിസ്റ്റ് വിവാദം* എന്ന ഒരു പ്രബന്ധത്തിൽ വീണ്ടും അൽത്ത്യൂസർ അപലപിച്ചു.

ആധുനികോത്തരവാദികൾ രംഗം കൈയടക്കിയതിനുശേഷം മാർക്സിസം തന്നെ പുറന്തള്ളപ്പെട്ടു എന്നു വാദിക്കപ്പെടുന്ന ഇന്നത്തെ കാലത്ത് ഈ വിവാദവും ഏതാണ്ട് നിലച്ചിരിക്കുകയാണ്. എന്നാൽ മാർക്സിനെ മനസ്സിലാക്കാൻ ശ്രമിക്കുന്നവർക്ക് ഇതു പ്രസക്തമാണ്. ആദ്യകാലത്തെ മാനവികവാദിയായ മാർക്സ് പിന്നീട് സാമ്പത്തികനിർണ്ണയവാദിയായതാണോ? മാർക്സിസ്റ്റ് വിപ്ലവസിദ്ധാന്തം തന്നെ ചിലർ ആരോപിക്കുന്നതുപോലെ, മാനവികതയ്ക്കെതിരാണോ? മാർക്സിസ്റ്റ് വിപ്ലവ സിദ്ധാന്തം തന്നെ യഥാർത്ഥത്തിൽ എന്താണ്?

അന്നു നിലവിലിരുന്ന താത്ത്വികവും രാഷ്ട്രീയവുമായ വീക്ഷണ

ങ്ങളിൽനിന്ന് തികച്ചും വ്യത്യസ്തവും വിപരീതവുമായ താത്ത്വികവും രാഷ്ട്രീയവുമായ വീക്ഷണം രൂപപ്പെടുത്താനുള്ള ആദ്യത്തെ ധീരമായ ശ്രമങ്ങളാണ് *സാമ്പത്തികവും ദാർശനികവുമായ കൈയെഴുത്തു പ്രതികൾ.*

മുൻ സൂചിപ്പിച്ചതുപോലെ, ഇത് അപൂർണ്ണമാണ്. പക്ഷേ, പില്ക്കാലത്ത് മാർക്സ് തന്നെ വളർത്തിക്കൊണ്ടുവന്നതും, അവികസിതമായ രീതിയിൽ കിടക്കുന്നതുമായ നിരവധി ആശയങ്ങളാൽ സമ്പന്നവുമാണത്. അവയിലെ ചില പ്രധാന ആശയങ്ങൾ മാത്രമാണ് ഇവിടെ അവതരിപ്പിക്കുന്നത്.

മൂന്ന്

മാർക്സിന്റെ ആദ്യത്തെ കൈയെഴുത്തു പ്രതിയിൽ കൂലി, അദ്ധ്വാനം, മൂലധനം എന്നിവയെക്കുറിച്ചും സ്വകാര്യ സ്വത്ത് എങ്ങനെ രൂപപ്പെടുന്നു എന്നതിനെ സംബന്ധിച്ചുമുള്ള ആശയങ്ങളാണ് പ്രധാനമായും ഉള്ളത്. പ്രധാനമായും ആദം സ്മിത്തിന്റെ *ദേശങ്ങളുടെ സമ്പത്തി*ന്റെ വിമർശനാത്മക രൂപമാണ് ഈ ഭാഗം. കൂടാതെ റിക്കാർഡോ, മാൽത്തൂസ്, ലോഡർഡേൽ, ഷുൾസ്, സേയ് മുതലായ സാമ്പത്തിക ചിന്തകരെക്കുറിച്ചുള്ള പരാമർശങ്ങളും ഇതിലുണ്ട്.

വളരെ പ്രധാനപ്പെട്ട ഒരു പ്രസ്താവനയോടെയാണ് മാർക്സ് തന്റെ കൈയെഴുത്തു പ്രതി ആരംഭിക്കുന്നത്. മുതലാളിയും തൊഴിലാളിയും തമ്മിലുള്ള വൈരുദ്ധ്യാത്മകമായ സംഘർഷത്തിലൂടെയാണ് കൂലി തീരുമാനിക്കപ്പെടുന്നത്. 'ഈ സംഘർഷത്തിൽ മുതലാളിക്കാണ് വിജയം. കാരണം, മുതലാളിക്ക് തന്റെ മൂലധനത്തിന്റെമേലുള്ള പലിശയിലൂടെയും ഭൂപ്രഭുവിന് തന്റെ ഭൂമിയുടെമേലുള്ള പാട്ടത്തിലൂടെയും വരുമാനം വർദ്ധിപ്പിക്കാം. തൊഴിലാളിക്ക് ഇതു രണ്ടും കൈവശമില്ല. അയാളുടെ കൈവശമുള്ളത് അദ്ധ്വാനം മാത്രമാണ്, അത് ഇത്തരം മാർഗ്ഗങ്ങളിലൂടെ വർദ്ധിപ്പിക്കാനാവില്ല.

തൊഴിലാളിക്ക് മുതലാളിയില്ലാതെ നിലനില്ക്കാനാവില്ല. മുതലാളിക്ക് തൊഴിലാളിയില്ലാതെയും. മുതലാളിക്ക് തൊഴിലാളി എന്ന വ്യക്തിയല്ല മുമ്പിലുള്ളത്, അയാളുടെ അദ്ധ്വാനം മാത്രമാണ്. ഈ അദ്ധ്വാനം അയാൾ വിലയ്ക്കു, വാങ്ങുന്നു. ആ വിലയെയാണ് നാം കൂലി എന്നു വിളിക്കുന്നത്. മനുഷ്യാദ്ധ്വാനം വില്പനച്ചരക്കാണ്. കൂലി അതിനു നിശ്ചയിക്കുന്ന വിലയും.

എല്ലാ വസ്തുക്കൾക്കും ഉല്പന്നങ്ങൾക്കും കമ്പോള വിലയുണ്ട്. അദ്ധ്വാനത്തിന്റെ വിലയും അതുപോലെയാണ്. അദ്ധ്വാനിക്കുന്ന ആളുകളുടെ എണ്ണം മുതലാളിയുടെ ആവശ്യത്തെക്കാൾ വർദ്ധിക്കുമ്പോൾ, തൊഴിലെടുക്കുന്നവരിൽ കുറേപ്പേർ പട്ടിണികിടക്കേണ്ടിവരും. മുതലാളിക്ക് പുതിയ ഉല്പാദന സാദ്ധ്യതകൾ സൃഷ്ടിച്ച് അവിടെ തൊഴിലാളി

കളെ നിയമിക്കുകയും ചെയ്യാം. അവിടെ അയാൾ നിശ്ചയിക്കുന്ന കൂലിക്ക് അവർ പണിയെടുക്കേണ്ടിവരും. കാരണം, വേറെയാളുകൾ എപ്പോഴും പുറത്തുണ്ടല്ലോ. ലാഭം കുറയുകയാണെങ്കിൽ അതനുസരിച്ച് കൂലിയും വെട്ടിക്കുറയ്ക്കാം.

സമൂഹത്തിലെ സമ്പത്തിന്റെ വളർച്ച നിർണ്ണയിക്കുന്നത് മുതലാളിയുടെ ലാഭമാണ്. സമ്പത്തിന്റെ വളർച്ച സൃഷ്ടിക്കപ്പെടുന്നത് മുതലാളിമാർ തമ്മിലുള്ള മത്സരത്തിലൂടെയുമാണ്. അപ്പോൾ ലഭ്യതയിലേറെ തൊഴിലാളികൾ ആവശ്യമായി വരും. സമ്പത്ത് പൊതുവിൽ വളരുന്നതുകൊണ്ട് കൂടുതൽ വരുമാനമുണ്ടാക്കാനായി തൊഴിലാളികൾ അധികാദ്ധ്വാനം ചെയ്യുന്നു. അവരുടെ ജീവിതദൈർഘ്യം പോലും കുറയാനിതിടയാക്കുന്നു. പുതിയ തൊഴിലാളികളെ നിയമിക്കാൻ പഴയ തൊഴിലാളികൾ പിരിഞ്ഞുപോകുന്നു. അതായത് സ്വയം നശിക്കാതിരിക്കാനായി ജീവിതത്തിന്റെ ഒരു ഘട്ടം അവർ ത്യജിക്കേണ്ടിവരുന്നു.

മുതലാളിത്തം വികസിക്കുന്നതനുസരിച്ച് തൊഴിൽ വിഭജനം വർദ്ധിക്കുന്നു. അതനുസരിച്ച് തൊഴിലാളികളുടെ എണ്ണവും വർദ്ധിക്കുന്നു. ഇവിടെ തൊഴിലാളി പൂർണ്ണമായും മൂലധനത്തിന്, കമ്പോള വിലയിലെ ചലനങ്ങൾക്ക് വിധേയരാണ്. ഇത്തരത്തിൽ മൂലധനത്തിന് അടിമകളായ എണ്ണത്തിന്റെ വർദ്ധന തൊഴിലാളികൾക്കിടയിൽ വമ്പിച്ച മത്സരത്തിലേക്കും അവരുടെ അദ്ധ്വാനത്തിന്റെ മൂല്യശോഷണത്തിലേക്കും നയിക്കുന്നു. അവരുടെ അദ്ധ്വാനം യന്ത്രവല്ക്കരിക്കപ്പെടുന്നു. അതവരുടെ മാനസികഘടനയെപ്പോലും ബാധിക്കുന്നു.

കൂടുതൽ സമ്പന്നമായ സമൂഹങ്ങളിൽ അതീവ ധനികർക്ക് മാത്രം പണത്തിന്റെ മേലുള്ള പലിശയിൽ (ധനമൂലധനത്തിൽ) ജീവിക്കാൻ കഴിയുന്നു. ശേഷിച്ചവർ അപ്പോഴും മൂലധനസമാഹരണത്തിന് ശ്രമിക്കേണ്ടിവരുകയാണ്. വൻകിടക്കാർക്കുള്ള സ്വാതന്ത്ര്യവും സാഹചര്യങ്ങളും അവർക്കു ലഭിക്കുന്നില്ല. വൻകിടക്കാർ ചെറുകിടക്കാരെ നശിപ്പിക്കുകയും അവർ ക്രമേണ തൊഴിലാളിവർഗ്ഗമായി തീരുകയും ചെയ്യുന്നു. ഇക്കാലത്ത് കൂലി വർദ്ധിക്കും. പക്ഷേ, വർദ്ധിച്ച കൂലി, അധികധന സമ്പാദനത്തിനുള്ള മുതലാളിയുടെ ആഗ്രഹം തൊഴിലാളിയിലും ജനിപ്പിക്കുന്നു. അതിന് അയാളുടെ മനസ്സും ശരീരവുംപോലും ബലികൊടുക്കേണ്ടിവരുന്നു. അതിനോടൊപ്പം മുതലാളി ലാഭവിഹിതം വർദ്ധിപ്പിക്കാൻ അധികമധികമായി യന്ത്രങ്ങളെ ആശ്രയിക്കുകയാണ്. തൊഴിലാളി അദ്ധ്വാനിക്കുന്ന യന്ത്രമായി മാറിയിരിക്കുകയാണ്. അയാൾക്ക് ഇപ്പോൾ യന്ത്രം തന്നെ തന്നോടു മത്സരിക്കുന്നതായി അനുഭവപ്പെടുകയാണ്. ഇതിനോടൊപ്പം, മുതലാളിത്തത്തിന്റെ മത്സരവും യന്ത്രവല്ക്കരണവുംമൂലം വ്യവസായങ്ങളുടെ അമിതോല്പാദനം നടക്കുകയാണ്. ഇത് തൊഴിലാളികളെ വൻതോതിൽ പുറത്താക്കുന്നതിലേക്കു നയിക്കുന്നു.

അതായത് മുതലാളിത്തത്തിന്റെ ഒരു ഘട്ടത്തിലും, തൊഴിലാളിയുടെ അവസ്ഥയിൽ മാറ്റം വരുന്നില്ല. മുതലാളിത്തം തകരുമ്പോൾ തൊഴിലാ

ളിയും തകരുന്നു. മുതലാളിത്തം വളരുമ്പോൾ തൊഴിലാളിയുടെ മേൽ അമിത അദ്ധ്വാന ഭാരം കെട്ടിവയ്ക്കപ്പെടുന്നു. മുതലാളിത്തം അതീവ സമ്പന്നമാകുമ്പോൾ, തൊഴിലാളിയുടെ മനസ്സും ശരീരവും തകർന്ന്, ശാശ്വതമായ ദുരിതത്തിലാഴുന്നു.

ഇവിടെ സാമ്പത്തികശാസ്ത്രജ്ഞരുടെ അദ്ധ്വാനസങ്കല്പത്തെ മാർക്സ് അതിരൂക്ഷമായി വിമർശിക്കുന്നുണ്ട്. തൊഴിലാളി ഒരു പ്രോലിറ്റേറിയനാണ്. അതായത് മൂലധനമോ വിഭവങ്ങളോ, പാട്ടമോ ഒന്നുമില്ലാതെ കേവലമായ അമൂർത്താദ്ധ്വാനംകൊണ്ടു മാത്രം ജീവിക്കുന്ന ആളാണ്. ഇവിടെ സാമ്പത്തികശാസ്ത്രം കാണുന്ന തൊഴിൽ അല്ലെങ്കിൽ അദ്ധ്വാനം ഈ അമൂർത്ത അദ്ധ്വാനം മാത്രമാണ്. അയാളെ തൊഴിലെടുക്കാതിരിക്കുമ്പോഴുള്ള ഒരു മനുഷ്യനായി കാണുന്നില്ല. മറ്റൊരു ഭാഷയിൽ പറഞ്ഞാൽ അയാൾ ജീനിവെച്ച കുതിരയോ, ഭാരം ചുമക്കുന്ന കാളയോ ആണ്. ജീനിവെക്കാത്ത കുതിരയും ഭാരം ചുമക്കാത്ത കാളയും തീറ്റിപ്പോറ്റേണ്ടുന്ന മൃഗങ്ങളാണ്. തൊഴിലാളിയും അതുപോലെയാണ്. മറ്റു ചുമതലകൾ മതവും വൈദ്യന്മാരും രാഷ്ട്രീയക്കാരും പൊലീസുകാരും ഒക്കെക്കൂടി ഏറ്റെടുത്തുകൊള്ളും. സ്റ്റാറ്റിസ്റ്റിക്സുകാർ അവരുടെ പട്ടികകളുണ്ടാക്കും. സാമ്പത്തികശാസ്ത്രജ്ഞർക്ക് അദ്ധ്വാനം എന്നത് ജീവിത സമ്പാദനത്തിനുള്ള മാർഗ്ഗമാണ്. അതായത് മൂലധന സമാഹരണത്തിനുള്ള മാർഗ്ഗം.

മൂലധനം അപ്പോൾ എന്താണ്?

മൂലധനം എന്നത് മറ്റുള്ളവരുടെ അദ്ധ്വാനത്തിന്റെ ഉല്പന്നങ്ങളുടെ മേലുള്ള സ്വകാര്യ സ്വത്തവകാശമാണ്. ഈ സ്വത്തവകാശം ഒരാൾക്കു ലഭിക്കുന്നത് നിയമം വഴിയാണ്. (ഇവിടെ സേയ്യെയാണ് മാർക്സ് ഉദ്ധരിക്കുന്നത്). ആദം സ്മിത്തിന്റെ ഭാഷയിൽ, മൂലധനം ശേഖരിക്കപ്പെട്ട അദ്ധ്വാനമാണ്.

മൂലധനം സമാഹരിക്കുന്നത് ലാഭം വഴിയാണ്. ലാഭമുണ്ടാക്കുന്നത് കൂലിയുടെ മേൽ നിയന്ത്രണമേർപ്പെടുത്തിയാണ്. അതിനോടൊപ്പം അസംസ്കൃത വസ്തുക്കളുടെ വില കുറയ്ക്കാനും മുതലാളി ശ്രദ്ധിക്കുന്നു. ഉല്പന്നത്തിന്റെ കമ്പോള വില അതിന്റെ സ്വാഭാവിക വിലയെക്കാൾ ഉയർന്നുനില്ക്കേണ്ടതും അയാളുടെ ആവശ്യമാണ്.

സ്വാഭാവികമായ, പ്രകൃതിദത്തമായ വസ്തുവിനെ ഒരു വ്യവസായോല്പന്നമായി മാറ്റുന്ന പ്രക്രിയ ഇവിടെ പ്രധാനമാണ്. ഇവിടെ മനുഷ്യരുടെ അദ്ധ്വാനമാണ് വർദ്ധിക്കുന്നത്. അതുകൊണ്ട് കൂലി വർദ്ധിക്കുന്നില്ല. അതിനുപകരം മൂലധന നിക്ഷേപമാണ് വർദ്ധിക്കുന്നത്. അതായത് അസംസ്കൃത വസ്തുക്കൾ, സാങ്കേതിക വിദ്യകൾ തുടങ്ങി മനുഷ്യാദ്ധ്വാനത്തിലൂടെ സൃഷ്ടിക്കപ്പെട്ട മറ്റു വസ്തുക്കളാണ് ഇവിടെ നിക്ഷേപമാകുന്നത്. അതായത് ഒരു ഉല്പന്നത്തിന്റെമേലുള്ള മനുഷ്യാദ്ധ്വാനത്തിന്റെ തോത് വർദ്ധിക്കുമ്പോൾ, യഥാർത്ഥത്തിൽ ഉയരുന്നത് മൃതരൂപത്തിലുള്ള (നിക്ഷേപമായി മാറുന്ന) മൂലധനത്തിൽനിന്നുള്ള ലാഭമാണ്.

ഇതിനോടൊപ്പം വിനിമയത്തിന്റെ രൂപങ്ങ (ഉദാ: ഗതാഗതം, അസംസ്കൃത വസ്തുക്കളുടെ വിതരണം)ളുടെ ചെലവു കുറയുമ്പോഴും ലാഭം വർദ്ധിക്കും.

മുതലാളിമാർ തമ്മിലുള്ള മത്സരം വർദ്ധിക്കുമ്പോൾ മൂലധനത്തിന്റെ കേന്ദ്രീകരണവും വർദ്ധിക്കും. മൂലധനത്തിന്റെ കേന്ദ്രീകരണംമൂലം വൻകിട മുതലാളിമാർക്ക് ധനവിനിമയത്തിന്റെയും പലിശയുടെയുംമേൽ ആധിപത്യം ലഭിക്കും. കൂടാതെ സ്ഥിരവും വിനിമയ രൂപത്തിലുമുള്ളതായ മൂലധനത്തിന്റെ നിയന്ത്രണവും അവർക്കാണ് സാദ്ധ്യമാവുക. പുതിയ സാങ്കേതിക വിദ്യകളുടെ (അദ്ധ്വാനോപാധികളുടെ) സംഘാടനവും അയാൾക്കാണ് സാധിക്കുക.

മൂലധനവും ഭൂപ്രഭുത്വവും തമ്മിലുള്ള ബന്ധവും ചർച്ച ചെയ്യുന്നുണ്ട്. ഭൂപ്രഭുവിന്റെ വരുമാനമാർഗ്ഗം പാട്ടമാണ്. ഭൂവുടമ കുടിയാന്റെ മേൽ പാട്ടം വർദ്ധിപ്പിക്കുന്നതനുസരിച്ച് കുടിയാൻ അയാൾ നിയമിക്കുന്ന തൊഴിലാളിയുടെ കൂലി കുറയ്ക്കുന്നു. പാട്ടം തീരുമാനിക്കുന്നത് ഭൂമിയുടെ ഉല്പാദനശേഷി അനുസരിച്ചാണ്. ഉല്പാദനശേഷി വർദ്ധിക്കുമ്പോൾ പാട്ടം വർദ്ധിക്കുന്നു. അതായത് ഉല്പാദനശേഷി വർദ്ധിപ്പിക്കുന്നത് തൊഴിലാളിയുടെ അദ്ധ്വാനമാണെങ്കിലും അതിൽനിന്ന് നേട്ടമുണ്ടാക്കുന്നത് ഭൂവുടമയാണ്. ഉല്പാദനം വർദ്ധിക്കുമ്പോൾ ഉല്പന്നങ്ങളുടെ വില കുറയും, അപ്പോഴും പാട്ടം വർദ്ധിക്കുന്നു. അതായത് വ്യവസായത്തൊഴിലാളികളുടെ കൂലി താഴ്ത്തുന്നതിനും, മുതലാളിത്ത മത്സരത്തിലും അമിതോല്പാദനത്തിലും എല്ലാം ഭൂപ്രഭുവിനും താല്പര്യമുണ്ട്. മാത്രമല്ല, മൂലധനത്തിന്റെ മേലുള്ള പലിശയും വൻഭൂസ്വത്തായാണ് മാറുന്നത്. അങ്ങനെ എല്ലാ വിധത്തിലുള്ള സാമൂഹ്യമായ വികാസരൂപങ്ങളും വൻഭൂസ്വത്തിനനുകൂലമാകുന്നു. ചെറുകിട കർഷകർ പണമോ വിഭവങ്ങളോ കൈവശമില്ലാത്തതുകൊണ്ടു പുറത്തുപോകുന്നു.

നാല്

കൂലിയെയും അദ്ധ്വാനത്തെയും മൂലധനത്തെയും പറ്റിയുള്ള ആശയങ്ങളിൽനിന്നാണ് സ്വകാര്യസ്വത്തിന്റെ സങ്കല്പത്തിലേക്ക് കടക്കുന്നത്. ഈ ഭാഗത്തിൽ അന്നത്തെ സാമ്പത്തികശാസ്ത്രത്തെ നിർണ്ണയിക്കുന്ന നിരവധി ആശയങ്ങളെ മാർക്സ് ചോദ്യംചെയ്യുന്നുണ്ട്. ഒന്ന്, സ്വാർത്ഥ താല്പര്യങ്ങളും അത്യാഗ്രഹവുമാണ് സാമ്പത്തിക പ്രക്രിയകളെ നിർണ്ണയിക്കുന്നത്. അതാണ് മുതൽ ആർജ്ജിക്കുന്നതിലേക്കും മുതലാളിമാർ തമ്മിലുള്ള മത്സരത്തിലേക്കും നയിക്കുന്നത്. രണ്ട്, മുതൽ ആർജ്ജിക്കുന്നതുകൊണ്ടും മത്സരംകൊണ്ടും സമൂഹത്തിലെ സമ്പത്ത് വർദ്ധിക്കുന്നു. മൂന്ന്, ക്രയവിക്രയം, തൊഴിൽ വിഭജനം തുടങ്ങിയവയെല്ലാം ഇതിന്റെ സൃഷ്ടിയാണ്. അതായത് അത്യാഗ്രഹം, സ്വാർത്ഥ താല്പര്യം മുതലായ ഭാവനാസൃഷ്ടമായ സാഹചര്യങ്ങളിൽനിന്നാണ് സാമ്പത്തിക

ശാസ്ത്രം ആരംഭിക്കുന്നതുതന്നെ. അതിൽനിന്നാണ് തൊഴിൽവിഭജനം, ക്രയവിക്രയം മുതലായവയിൽ എത്തുന്നത്. ഇത് ദൈവശാസ്ത്രജ്ഞൻ ആദാമിന്റെ ഏദൻതോട്ടത്തിൽ നിന്നുള്ള വീഴ്ചയും പാപത്തിന്റെ ഉത്ഭവവും തമ്മിൽ ബന്ധപ്പെടുത്തുന്നതുപോലെയാണെന്ന് മാർക്സ് പറയുന്നു.

അതിനുപകരം മറ്റൊരു സാമ്പത്തിക വസ്തുതയിൽനിന്നാണ് സ്വകാര്യസ്വത്തിന്റെ ഉത്ഭവത്തെക്കുറിച്ചുള്ള അന്വേഷണം ആരംഭിക്കേണ്ടത്. എന്തുകൊണ്ട് കൂടുതൽ സമ്പത്ത് ഉല്പാദിപ്പിക്കുന്തോറും തൊഴിലാളി കൂടുതൽ ദരിദ്രനായിത്തീരുന്നു? മറ്റൊരു രീതിയിൽ ചോദിച്ചാൽ, വസ്തുക്കളുടെ, ഉല്പന്നങ്ങളുടെ മൂല്യം വർദ്ധിക്കുന്തോറും എന്തുകൊണ്ട് മനുഷ്യരുടെ മൂല്യം കുറയുന്നു?

ഇവിടെയാണ് അന്യവല്ക്കരണം (Alienation) എന്ന ആശയം മാർക്സ് ഉന്നയിക്കുന്നത്. അദ്ധ്വാനത്തിലൂടെ ഉല്പാദിപ്പിക്കപ്പെടുന്ന വസ്തുത തൊഴിലാളിക്ക് അന്യമായിത്തീരുന്നു. അതായത് അദ്ധ്വാനത്തിന്റെ സാക്ഷാത്കാരമെന്നത് അതിന്റെ വസ്തുവല്ക്കരണമാണ്. ഉല്പന്നം അദ്ധ്വാനിക്കുന്നയാളുടേതല്ലാതായി മാറുന്നു. കൂടുതൽ വസ്തുക്കൾ അദ്ധ്വാനത്തിലൂടെ ഉല്പാദിക്കുന്തോറും അന്യവല്ക്കരിക്കപ്പെട്ട വസ്തുക്കളുടെ ലോകം കൂടുതൽ വലുതാകുകയാണ്, അതോടെ ഉല്പാദകർ കൂടുതൽ ദരിദ്രരാകുന്നു. കൂടുതൽ തൊഴിലെടുക്കുന്ന ആൾ ഭൗതിക ലോകത്തെ (തൊഴിൽശാലയിൽ) ഉപയോഗപ്പെടുത്തുന്തോറും, സ്വന്തം ജീവിതോപാധികൾ അയാൾക്ക് നഷ്ടമാവുകയാണ്. അതിനോടൊപ്പം അദ്ധ്വാനത്തിനുപകരം യന്ത്രങ്ങൾ സ്ഥാപിക്കപ്പെടുന്നതോടെ തൊഴിലാളിയുടെ അദ്ധ്വാനം വീണ്ടും ചുരുങ്ങുകയാണ്.

നിക്ഷേപവും ഉല്പന്നവും തമ്മിലല്ല, അദ്ധ്വാനവും ഉല്പന്നവും തമ്മിൽ ബന്ധിപ്പിച്ചാലാണ് അന്യവല്ക്കരണത്തിന്റെ തോത് പുറത്തുവരിക. ഈ ബന്ധങ്ങൾ രണ്ടുതരത്തിലാണെന്ന് മാർക്സ് പറയുന്നു. ഒന്ന്, തൊഴിലാളിയും അദ്ധ്വാനത്തിന്റെ ഉല്പന്നവും തമ്മിലുള്ള ബന്ധമാണ്. അവിടെ ഉല്പന്നം അന്യവല്ക്കരിക്കപ്പെട്ട ഒരു വസ്തുവാകുന്നു. രണ്ടാമത്തേത് അദ്ധ്വാനവും ഉല്പാദന പ്രവർത്തനവും തമ്മിലുള്ള ബന്ധമാണ്. അവിടെ തൊഴിലാളി അയാൾക്കുവേണ്ടിയല്ല ജോലിചെയ്യുന്നത്. കൂലി കിട്ടാനായി ആർക്കോവേണ്ടി പണിയെടുക്കുകയാണ്. ഇവിടെ സ്വന്തം സ്വത്വത്തെ അയാൾ അന്യവല്ക്കരിക്കുകയാണ്.

ഇത് കൂടാതെ മൂന്നാമതൊരുതലം കൂടി മാർക്സ് കണ്ടെത്തുന്നു. മനുഷ്യൻ ഒരു ജൈവ ഉൺമയാണ് (Species being). ഒരു ജീവിയെന്ന നിലയിൽ മനുഷ്യർ ചുറ്റുപാടുമുള്ള അജൈവ പ്രകൃതിയുമായി ബന്ധം സ്ഥാപിക്കുന്നുണ്ട്, അതവരുടെ ബോധത്തിന്റെ ഭാഗമാണ്. മറ്റൊരുരീതിയിൽ പറഞ്ഞാൽ, പ്രകൃതി മനുഷ്യരുടെ അജൈവശരീരമാണ്. അജൈവശരീരമായ പ്രകൃതിയും മനുഷ്യരും തമ്മിലുള്ള ബന്ധത്തിലൂടെയാണ് മനുഷ്യർ അവരുടെ ഭൗതികജീവിതം ഉല്പാദിപ്പിക്കുന്നത്. അ

തവരുടെ സ്വതന്ത്രവും ബോധപൂർവ്വവുമായ ജീവിതപ്രവർത്തനമാണ്. മനുഷ്യർ അതുകൊണ്ട് പ്രകൃതിയെ മുഴുവൻ പുനരുല്പാദിപ്പിക്കുന്നു, അവരുടെ സാമൂഹ്യപവർത്തനത്തിലൂടെയാണ് വസ്തുക്കളെ ഉല്പാദിപ്പിക്കുന്നത്.

എന്നാൽ കൂലിവേല ഈ അവസ്ഥയെ മുഴുവൻ മാറ്റിമറിക്കുന്നു. സ്വന്തം ഉല്പന്നത്തിൽനിന്ന് തൊഴിലാളി അന്യവല്ക്കരിക്കപ്പെടുന്നു. അതിനോടൊപ്പം ജീവിതാവശ്യങ്ങൾക്കുവേണ്ടിയുള്ള വസ്തുക്കളെ ഉല്പാദിപ്പിക്കുന്ന ജൈവാദ്ധ്വാനത്തിനുപകരം അയാൾ സ്വന്തം ജീവിതം നിലനിർത്തുന്ന വ്യക്തിഗതാദ്ധ്വാനത്തിലേക്ക് ചുരുങ്ങുന്നു. ഇതിന്റെ ഫലമായി മറ്റൊരാളിൽനിന്നും തന്നിൽനിന്നുപോലും അയാൾ അന്യവല്ക്കരിക്കപ്പെടുന്നു. പക്ഷേ, ഇത്തരത്തിൽ അയാൾ നടത്തുന്ന അദ്ധ്വാനത്തിന്റെ ഫലം, വസ്തുക്കളുടെ ലോകം ആരുടെ കൈവശമാണുള്ളത്? എന്തുകൊണ്ടാണ് അയാൾക്ക് സ്വന്തം ഉല്പന്നവുമായുള്ള ബന്ധം നിലനിർത്താൻ കഴിയാത്തത്?

ഇവിടെയാണ് സുപ്രധാനമായ മറ്റൊരാശയം മാർക്സ് കൊണ്ടുവരുന്നത്. അന്യവല്ക്കരണം നടക്കുന്ന പ്രക്രിയ പ്രായോഗികതലത്തിലാണ്. അന്യവല്ക്കരണം നടക്കുന്നത് തൊഴിലാളി തന്റെ അദ്ധ്വാനത്തിന്റെ ഭാഗമായിത്തന്നെ അദ്ധ്വാനപ്രക്രിയയ്ക്ക് പുറത്തുള്ള മറ്റൊരാളുമായി ബന്ധം സ്ഥാപിക്കുന്നതുകൊണ്ടാണ്. തൊഴിലാളി മുതലാളിയുമായി ബന്ധം സ്ഥാപിക്കുന്നു. മുതലാളി തൊഴിൽ സ്ഥലത്തിന്റെയും അസംസ്കൃത വസ്തുക്കളുടെയും അയാളുടെ അദ്ധ്വാനത്തിന്റെയും ഉടമയാണ്. അവ മുഴുവനും മുതലാളിയുടെ സ്വകാര്യസ്വത്താണ്. അതായത് അന്യവല്ക്കരിക്കപ്പെട്ട അദ്ധ്വാനത്തിൽനിന്ന് മനുഷ്യനിൽനിന്നാണ് സ്വകാര്യസ്വത്ത് ഉണ്ടാകുന്നത്. ഒരാൾ മറ്റൊരാളുടെ അദ്ധ്വാനവും ഉല്പന്നങ്ങളും കൈയടക്കുമ്പോഴാണ് സ്വകാര്യസ്വത്തുണ്ടാകുന്നത്.

ഈ ആശയത്തിന്റെ പ്രായോഗിക പ്രസക്തി പുറത്തുവരുന്നത് കൂലിയെ സംബന്ധിച്ച സംഘർഷങ്ങളെക്കുറിച്ചുള്ള മാർക്സിന്റെ വിലയിരുത്തലുകളിലാണ്. മാർക്സിനെ സംബന്ധിച്ചിടത്തോളം കൂലിയും സ്വകാര്യസ്വത്തും ഒന്നാണ്. അതായത് സ്വകാര്യസ്വത്ത് മുതലാളി തൊഴിലാളിയിൽനിന്ന് തട്ടിയെടുക്കുന്ന കൂലിയാണ്. അപ്പോൾ കൂലിയിലെ വർദ്ധന എന്നത് അടിമയ്ക്ക് കിട്ടുന്ന ഭേദപ്പെട്ട വേതനമാണ്. അതുകൊണ്ട് അയാൾക്ക് നഷ്ടപ്പെട്ട മാനവികപദവി തിരിച്ചുകിട്ടുകയില്ല.

പ്രൂധോൺ ആവശ്യപ്പെട്ടതുപോലെ കൂലിയിലെ തുല്യത എന്ന ആശയം ഇന്നത്തെ തൊഴിലാളിയും അയാളുടെ അദ്ധ്വാനവും തമ്മിലുള്ള ബന്ധത്തെ എല്ലാ മനുഷ്യരും അദ്ധ്വാനവും തമ്മിലുള്ള ബന്ധമാക്കുന്നു. അതായത് എല്ലാ മനുഷ്യർക്കും ജോലിക്ക് വേതനം ലഭിക്കുമെന്നുറപ്പുവരുത്തുന്നു. അവിടെ സമൂഹംതന്നെ മുതലാളിയാവുകയാണ്.

അപ്പോൾ തൊഴിലാളിയുടെ ലക്ഷ്യം അയാളുടെ അന്യവല്ക്കരണത്തെ ഇല്ലാതാക്കുകയാണ്. അതായത് സ്വകാര്യസ്വത്തിനെ, മുതലാളി

ത്തത്തിനെ ഇല്ലാതാക്കുകയാണ്. ഇവിടെ മുതലാളിത്തത്തിന്റെ അന്ത്യം, തൊഴിലാളിയുടെ മോചനവും അതുവഴി മനുഷ്യരാശിയുടെ മോചനവുമായി തീരുന്നു.

അഞ്ച്

സ്വകാര്യസ്വത്ത് മുതലാളിയും തൊഴിലാളിയും തമ്മിൽ, മൂലധനവും അദ്ധ്വാനവും തമ്മിലുള്ള ബന്ധമായി തീരുന്നത് ഇങ്ങനെയാണ്. അദ്ധ്വാനം സ്വത്തിനെ ഒഴിവാക്കിക്കൊണ്ട് സ്വകാര്യസ്വത്തിന്റെ ആത്മനിഷ്ഠ സത്തയായി തീരുന്നു. മൂലധനം, അദ്ധ്വാനത്തെ ഒഴിവാക്കിക്കൊണ്ട്, വസ്തുനിഷ്ഠ അദ്ധ്വാനമായിത്തീരുന്നു. സ്വകാര്യസ്വത്തിന്റെ അകത്തുള്ള വൈരുദ്ധ്യം ഇതാണ്. മറ്റൊരുരീതിയിൽ പറയുകയാണെങ്കിൽ, അദ്ധ്വാനമാണ് മൂലധനത്തെ സൃഷ്ടിക്കുന്ന ആത്മനിഷ്ഠഘടകം, അദ്ധ്വാനിക്കുന്നവർക്ക് സ്വത്ത് നിഷേധിക്കപ്പെടുന്നു. സ്വത്ത് കൈയടക്കുന്ന മൂലധനം അദ്ധ്വാനത്തെ ഒഴിവാക്കുന്നു.

ഈ വൈരുദ്ധ്യം ഇല്ലാതാകുന്നത് കമ്യൂണിസത്തിലാണ്. കമ്യൂണിസം സ്വകാര്യസ്വത്തിന്റെ അന്ത്യമാണ്.

കമ്യൂണിസത്തിന് രണ്ടു രൂപങ്ങളുണ്ടെന്ന് മാർക്സ് പറയുന്നു. ആദ്യത്തെ രൂപത്തിൽ സ്വകാര്യസ്വത്ത് ഇല്ലാതാക്കപ്പെടുകയല്ല ചെയ്യുന്നത്. അപ്പോൾ എല്ലാം നേരിട്ട് കൈയടക്കാനുള്ള വെമ്പലാണ്. തൊഴിലാളി ഇല്ലാതാവുകയല്ല, എല്ലാവരും തൊഴിലാളികളാവുകയാണ്. സമൂഹവും വസ്തുക്കളും തമ്മിൽത്തമ്മിലുള്ള ബന്ധമായി അപ്പോഴും സ്വകാര്യസ്വത്ത് തുടരുന്നു. സ്വത്തുടമ സമൂഹമാണ്. സമൂഹം ഒരു സാർവ്വജനീന മുതലാളിയായി മാറുകയാണ്, അതിന്റെ അധികാര രൂപമാണ്. അത്യാഗ്രഹവും അസൂയയും പോലുള്ള മുതലാളിത്ത രൂപങ്ങൾ ഇവിടെയും തുടരുന്നുണ്ട്. അവയെല്ലാംതന്നെ മുൻകൂട്ടി തീരുമാനിക്കപ്പെട്ട ചില മാനദണ്ഡങ്ങളനുസരിച്ച് ക്രമീകരിക്കപ്പെടുന്നു. ഈ കമ്യൂണിസത്തിന് ജനാധിപത്യപരമോ സ്വേച്ഛാധിപത്യപരമോ ആയ രാഷ്ട്രീയ സ്വഭാവമുണ്ടാകും. സ്വകാര്യസ്വത്ത് വേറൊരുരീതിയിൽ നിലനില്ക്കുന്നതുകൊണ്ട് മനുഷ്യന്റെ അന്യവല്ക്കരണം ഇവിടെ ഇല്ലാതാകുന്നില്ല.

രണ്ടാമത്തെ രൂപത്തിലാണ് സ്വകാര്യസ്വത്തും അന്യവല്ക്കരണവും ഇല്ലാതാവുക. ഇതിൽ മനുഷ്യനും പ്രകൃതിയും തമ്മിലുള്ള പാരസ്പര്യം പുനഃസ്ഥാപിക്കപ്പെടുകയും മനുഷ്യനും പ്രകൃതിയും തമ്മിലും മനുഷ്യനും മനുഷ്യനും തമ്മിലുമുള്ള വൈരുദ്ധ്യങ്ങൾ ഇല്ലാതാകുകയും ചെയ്യുന്നു. ചരിത്രം മുഴുവനും ഇത്തരത്തിലുള്ള സമൂഹം ഉണ്ടാകലിന്റെ പ്രക്രിയയാണ്. ഇതിലൂടെ നടക്കുന്നത് എല്ലാവിധത്തിലുള്ള അന്യവൽക്കരണരൂപങ്ങളിൽനിന്നും മനുഷ്യജീവിതത്തെ പിടിച്ചെടുക്കുന്ന പ്രക്രിയയാണ്. അതായത് ഭരണകൂടം, മതം, കുടുംബം മുതലായവയിൽനി

ന്ന് മനുഷ്യന്റെ സാമൂഹ്യ അസ്തിത്വം തിരിച്ചുപിടിക്കുന്ന പ്രക്രിയയാണ്. ഇതിൽ മനുഷ്യർ പ്രവർത്തിക്കുന്നതും ആനന്ദിക്കുന്നതും സാമൂഹ്യമായാണ്. മനുഷ്യന്റെ സ്വാർത്ഥതയും വ്യക്തിനിഷ്ഠതയും അതോടെ ഇല്ലാതാകുന്നു. മറ്റുള്ളവരുടെ ആനന്ദം നമ്മുടെ നേട്ടമായി മാറുകയും മറ്റുള്ളവരുമായി നേരിട്ടു ബന്ധപ്പെട്ടുള്ള പ്രവർത്തനം ഒരാളുടെ ജീവിതത്തിന്റെ ആവിഷ്കാരമാകുകയും ചെയ്യുന്ന ഘട്ടമാണ്.

അതിനോടൊപ്പം പ്രകൃതിശാസ്ത്രം വ്യവസായവല്ക്കരണത്തിലൂടെ പ്രായോഗികതലത്തിൽ മനുഷ്യജീവിതത്തെ മാറ്റിമറിച്ചതിനെ മാർക്സ് തിരിച്ചറിയുന്നു. ശാസ്ത്രം മാനവിക മോചനത്തിന്റെ പാതയാണ്. അതേസമയം മുതലാളിത്തത്തിനുകീഴിൽ അത് മനുഷ്യന്റെ അമാനവീകരണത്തിലേക്കാണ് നയിച്ചത്. വ്യവസായങ്ങളെ മനുഷ്യന്റെ സ്വാഭാവിക ശക്തികളുടെ വസ്തുനിഷ്ഠ സാക്ഷാൽക്കാരമായി കാണണം. അങ്ങനെയെങ്കിൽ ശാസ്ത്രത്തിന് യഥാർത്ഥ മാനവികശാസ്ത്രമായി മാറാൻ കഴിയും. അതുപോലെ മാനവിക ചരിത്രത്തിലൂടെ മനുഷ്യന്റെ യഥാർത്ഥ പ്രകൃതം പുറത്തുവരുന്നുണ്ടെങ്കിൽ, വ്യവസായങ്ങളിലൂടെ വളർന്നുവരുന്ന പ്രകൃതം, ഇപ്പോൾ അന്യവല്ക്കരിക്കപ്പെട്ട വിധത്തിലാണെങ്കിലും മനുഷ്യരുടെ നരവംശീയ പ്രകൃതത്തെ കാണിക്കുന്നു എന്ന് മാർക്സ് പറയുന്നു. ഈ രണ്ടു പ്രകൃതങ്ങൾ തമ്മിൽ വൈരുദ്ധ്യാത്മകമായി ചേരുമ്പോഴാണ് മനുഷ്യരുടെ സ്വസാക്ഷാൽക്കാരം സാദ്ധ്യമാകുന്നത്.

ഇന്ദ്രിയ ഗോചരമായ വസ്തുതകളെയാണ് ശാസ്ത്രം പരിശോധിക്കുന്നത്. മനുഷ്യനെത്തന്നെ ഇന്ദ്രിയബോധത്തിന് വിധേയമാക്കുകയാണ് ചരിത്രം ചെയ്യുന്നത്. അതായത് മാനവിക ചരിത്രം എന്നത് അദ്ധ്വാനത്തിലൂടെയുള്ള മനുഷ്യന്റെ സൃഷ്ടിയാണ്, അതായത് പ്രകൃതിയെക്കുറിച്ചും മനുഷ്യനെക്കുറിച്ചുമുള്ള ഇന്ദ്രിയബദ്ധമായ ബോധത്തിലൂടെയാണ് ഭാവി സമൂഹത്തിന്റെ നിർമ്മാണ പ്രക്രിയ നടക്കുന്നത്.

സ്ത്രീപുരുഷബന്ധങ്ങളെ ഇത്തരത്തിലുള്ള മനുഷ്യരുടെ സൃഷ്ടിയുടെ സൂചകമായി മാർക്സ് കാണുന്നു. ഏറ്റവും നേരിട്ടുള്ള, സ്വാഭാവികവും, അവശ്യവുമായ ബന്ധം സ്ത്രീപുരുഷ ബന്ധമാണ്. ഇത് ഇന്ദ്രിയബദ്ധവും നിരീക്ഷണത്തിന് വിധേയവുമാണ്. മനുഷ്യസ്വഭാവം എത്രമാത്രം മാനവികമായിത്തീർന്നുവെന്ന് അയാളുടെ മാനവികസത്ത എത്രമാത്രം പ്രകൃതി സ്വഭാവമായിത്തീർന്നുവെന്ന് സൂചിപ്പിക്കുന്ന ബന്ധമാണിത്. മറ്റൊരാൾ എത്രമാത്രം അയാളുടെ ആവശ്യമായിത്തീർന്നുവെന്നും ഒരാളുടെ വ്യക്തിജീവിതം എത്രമാത്രം ഒരു സാമൂഹ്യ ഉൺമയായിത്തീർന്നുവെന്നും ഇത് പ്രദർശിപ്പിക്കുന്നു. അന്യവല്ക്കരിക്കപ്പെട്ട സമൂഹങ്ങളിൽ സ്ത്രീപുരുഷ ബന്ധങ്ങൾ വേശ്യാവൃത്തിയുടെ മറ്റൊരു രൂപമാണെന്നും മാർക്സ് അഭിപ്രായപ്പെടുന്നു. വേശ്യാവൃത്തിയിൽ സ്വന്തം ശരീരം വില്ക്കുന്നവൾ മാത്രമല്ല, അതുപയോഗിക്കുന്ന ആളും മുതലാളിത്തസമൂഹത്തിന്റെ അധമസ്വഭാവത്തിന്റെ പ്രതീകങ്ങളാണ്.

ആറ്

കൈയെഴുത്തു പ്രതികളുടെ അവസാനഭാഗം ഹെഗേലിയൻ വൈരുദ്ധ്യാത്മകതയുടെ വിമർശനമാണ്. അതിലെ പല ഭാഗങ്ങളും ഹെഗേലിയൻ ചിന്തയുടെ സങ്കീർണ്ണവശങ്ങളുമായി ബന്ധപ്പെടുന്നതുകൊണ്ട് മുഴുവൻ പ്രതിപാദിക്കുന്നില്ല. മാർക്സിന്റെ പില്ക്കാല രചനകളിൽ പ്രസക്തമായ ചില ഘടകങ്ങൾ മാത്രമാണിവിടെ പറയുന്നത്.

ഹെഗലിന്റെ വൈരുദ്ധ്യാത്മകചിന്തയിൽ രണ്ടുതരത്തിലുള്ള പാളിച്ചകൾ ഉള്ളതായി മാർക്സ് ചൂണ്ടിക്കാണിക്കുന്നു. അതിലൊന്ന്, മനുഷ്യനിൽനിന്ന് അന്യവല്ക്കരിക്കപ്പെട്ട തലങ്ങളായി സമ്പത്ത്, ഭരണകൂടം തുടങ്ങിയവയെ ഹെഗൽ വിശദീകരിക്കുമ്പോൾ അവയെയെല്ലാം ചിന്തയുടെ തലങ്ങളായാണ് ഹെഗൽ കരുതുന്നത്. അതായത് മനുഷ്യരാശിയുടെ അന്യവല്ക്കരണപ്രക്രിയയുടെ ചരിത്രം മുഴുവനും അമൂർത്ത ചിന്തയുടെ ഉല്പാദനത്തിന്റെ ചരിത്രമാണ്. അന്യവല്ക്കരണവും അതിനെ മറികടക്കലും ബോധതലത്തിൽ മാത്രം നടക്കുന്ന പ്രക്രിയയാണ്. ബോധമണ്ഡലത്തിൽനിന്നുള്ള വേർതിരിവിനെയാണ്, മനുഷ്യൻ മറികടക്കേണ്ടത്. അയാൾ ചെന്നുപെടുന്ന അമാനവിക സാഹചര്യങ്ങളെയല്ല.

രണ്ടാമത്, പ്രകൃതിയുടെ മാനവിക സ്വഭാവവും മാനവിക ചരിത്രം സൃഷ്ടിച്ച പ്രകൃതിയും അമൂർത്തമായ മനസ്സിന്റെ സൃഷ്ടിയായാണ്, ചിന്തയുടെ ഉല്പന്നങ്ങളായാണ് ഹെഗൽ കണക്കാക്കുന്നത്. ഇതിന്റെ ഫലമായി ബോധം അല്ലെങ്കിൽ സ്വയം ബോധം തന്നെയാണ് അന്തിമതലം വരെ പ്രത്യക്ഷപ്പെടുന്നത്. ഇവിടെ മനുഷ്യനെ സ്വയം ബോധവുമായി തുലനംചെയ്യുന്നു. ഹെഗലിന്റെ വൈരുദ്ധ്യാത്മകതയുടെ ഏറ്റവും പ്രധാനപ്പെട്ട സംഭാവനയായി മാർക്സ് കരുതുന്ന നിഷേധാത്മകതയുടെ അടിസ്ഥാനത്തിൽ മനുഷ്യന്റെ സത്ത അദ്ധ്വാനമാണെന്ന് ഹെഗൽ തിരിച്ചറിയുന്നുണ്ട്. അതിനെ വീണ്ടും കേവലജ്ഞാനത്തിൽ കൊണ്ടുവന്ന് പ്രതിഷ്ഠിക്കുന്നുവെന്നുമാത്രം.

ഇവിടെയാണ് മാർക്സ് സ്വന്തം നിലപാടിനെ ആശയവാദികളിൽനിന്നും അതുപോലെ ഭൗതികവാദികളിൽനിന്നും വേർപെടുത്തുന്നത്. യഥാർത്ഥ, മനുഷ്യൻ അയാളുടെ യഥാർത്ഥ വസ്തുനിഷ്ഠ ശക്തികളെ സ്ഥാപിക്കുകയാണ് ചെയ്യുന്നത്. അയാൾ ഈ കഴിവുകളെ അയാളിൽനിന്ന് അന്യമായ വസ്തുക്കളായി ബാഹ്യലോകത്തിൽ കൊണ്ടുവരുന്നു. അതായത് അയാളിൽ ഉൾച്ചേർന്ന വസ്തുനിഷ്ഠ ശക്തികളെയാണ് അയാൾ പ്രകടിപ്പിക്കുന്നത്. ഈ വസ്തുനിഷ്ഠ സ്വഭാവം, അതായത് പ്രകൃതി അയാളുടെ സ്വത്വത്തിന്റെ ഭാഗവുമാണ്.

അയാൾ പ്രവർത്തിക്കുന്നത് ഏതെങ്കിലും ആന്തരികസത്തയുടെയോ 'ശുദ്ധ പ്രവർത്തന'ത്തിന്റെയോ അടിസ്ഥാനത്തിലല്ല. അയാളുടെ വസ്തുനിഷ്ഠമായ പ്രവർത്തനം അയാളുടെ സ്വാഭാവിക ഉണ്മയാണ്. വസ്തുനിഷ്ഠമായ പ്രവർത്തനത്തിന് വസ്തുക്കളുടെ ആവശ്യമുണ്ട്. ഉദാ

ഹരണത്തിന് വിശപ്പ് ഒരു സ്വാഭാവികാവശ്യമാണ്. അതിന് ഒരു ബാഹ്യ പ്രകൃതിയും അവിടെ വിശപ്പ് അടക്കാനുള്ള ഒരു വസ്തുവും ആവശ്യ മാണ്. ഈ വസ്തുവും വിശക്കുന്ന ശരീരവും ഉൾച്ചേർന്നാലാണ് വിശ പ്പടങ്ങുക. അപ്പോഴാണ് വിശക്കുന്നവരുടെ അസ്തിത്വം പ്രകടിപ്പിക്കപ്പെ ടുക. ഇത്തരത്തിൽ ആശയവാദവും ഭൗതികവാദവും തമ്മിലുള്ള കേവ ലമായ വേർതിരിവിനെ മറികടന്നുകൊണ്ട് അവ രണ്ടും ഒന്നിപ്പിക്കുന്ന, അതായത് ആത്മനിഷ്ഠതയെയും വസ്തുനിഷ്ഠതയെയും വൈരുദ്ധ്യാ ത്മകമായി വിളക്കിച്ചേർക്കുന്ന രീതിയെയാണ് മാർക്സ് 'മാനവികവാദം' എന്നും 'പ്രകൃതിവാദം' എന്നുമൊക്കെ വിളിക്കുന്നത്.

ഏഴ്

മുൻ സൂചിപ്പിച്ചതുപോലെ ''കൈയെഴുത്തുപ്രതികൾ'' അപൂർണ്ണ മാണ്. അതിലെ ആശയങ്ങളും അപൂർണ്ണമാണ്. എങ്കിലും പില്ക്കാലത്ത് മാർക്സ് വികസിപ്പിച്ച ആശയങ്ങളുടെ അങ്കുരങ്ങൾ ഇതിൽ കാണാം. അവയിൽ പ്രധാനപ്പെട്ടവ സംഗ്രഹിക്കുകയാണിവിടെ.

1. തൊഴിലാളിയും മുതലാളിയും തമ്മിലുള്ള വൈരുദ്ധ്യത്തെ സമൂ ഹബന്ധങ്ങളുടെ കേന്ദ്ര സ്ഥാനത്ത് കൊണ്ടുവന്നു. വർഗ്ഗസമരങ്ങളുടെ അടിസ്ഥാനത്തിലുള്ള തൊഴിലാളിയുടെ മോചനത്തെ മാനവിക മോച നത്തിന്റെ ചവിട്ടുപടിയായി തിരിച്ചറിഞ്ഞു. ഇതാണ് മാർക്സിന്റെ വിപ്ലവ സിദ്ധാന്തവും പ്രയോഗവുമായി വികസിച്ചത്.

2. അദ്ധ്വാനിക്കുന്നവരും അവരുടെ അദ്ധ്വാനത്തിന്റെ ഉല്പന്നവും തമ്മിലുള്ള ബന്ധത്തിൽനിന്നാണ് വൈരുദ്ധ്യത്തിന്റെ ഉറവിടം രേഖപ്പെ ടുത്തിയത്. ഈ ബന്ധത്തെയാണ് അന്യവല്ക്കരണം എന്നും ഉല്പന്ന ങ്ങളുടെയും അദ്ധ്വാനത്തിന്റെയുംമേലുള്ള മുതലാളിയുടെ നിയമപരമായ അവകാശങ്ങളെ സ്വകാര്യസ്വത്ത് എന്നും വിളിച്ചത്. ഇത് പിന്നീട് മാർ ക്സിന്റെ രചനകളിൽ ഉല്പാദനബന്ധങ്ങൾ എന്നും ഉല്പാദനവ്യവസ്ഥ എന്നുമായി. അദ്ധ്വാനിക്കുന്നവരും ഉല്പന്നവും തമ്മിലുള്ള ബന്ധത്തെ പിന്നീട് അദ്ധ്വാനശക്തി എന്ന ആശയത്തിന്റെ അടിസ്ഥാനത്തിൽ ഉല്പ ന്നത്തിൽതന്നെ ഉൾച്ചേർന്നതായി മാർക്സ് പിന്നീട് വിശദീകരിച്ചു. അ തിനെ എങ്ങനെ മുതലാളി കൈയടക്കുന്നുവെന്നും വിശദീകരിച്ചു. ഇ തിൽനിന്നാണ് അദ്ധ്വാനമൂല്യ സിദ്ധാന്തവും മിച്ചമൂല്യ സിദ്ധാന്തവും രൂ പംകൊണ്ടത്. കൈയെഴുത്തു പ്രതികളിൽ സൂചിപ്പിച്ച അമിതോല്പാദ നത്തിന്റെ ഫലങ്ങളാണ് പിന്നീട് മുതലാളിത്തക്കുഴപ്പങ്ങളുടെ സിദ്ധാ ന്തമായി വളർന്നുവന്നത്.

3. മാർക്സ് ഇവിടെ സൂചിപ്പിച്ച അമൂർത്ത അദ്ധ്വാനം പിന്നീട് അദ്ധ്വാനമൂല്യ സിദ്ധാന്തത്തിന്റെ ആധാരഘടകമായി. അത് സമൂഹത്തിന് ആവശ്യമുള്ള അദ്ധ്വാനമായി മൂലധനത്തിന്റെ വിശദീകരണത്തിൽ ഉൾ ചേർക്കപ്പെട്ടു. മൃത മൂലധനം (Dead Capital) എന്ന പ്രയോഗം മൂലധന

ത്തിൽ മൂലധനത്തിന്റെ ജൈവഘടന (Organic composition of Capital) എന്നായി ഉപയോഗിച്ചു.

4. പ്രകൃതി മനുഷ്യന്റെ അജൈവ ശരീരമാണെന്ന പ്രയോഗം വീണ്ടും മൂലധനത്തിലും പ്രത്യക്ഷപ്പെട്ടു. മനുഷ്യന്റെ വസ്തുനിഷ്ഠ കഴിവുകൾ പിന്നീട് ഉല്പാദനശക്തികൾ എന്നായി മാറി. പ്രകൃതിയും മനുഷ്യനും തമ്മിലുള്ള പാരസ്പര്യം സാമൂഹ്യമായ ചയാപചയം (Social Metabolism) ആയി മൂലധനത്തിൽ പ്രത്യക്ഷപ്പെട്ടു.

5. സ്ത്രീകളെക്കുറിച്ചുള്ള നിലപാടുകൾ *കമ്യൂണിസ്റ്റ് മാനിഫെസ്റ്റോ* യിൽ പ്രത്യക്ഷപ്പെട്ടു. അവ, പിന്നീടെഴുതിയ നിരവധി കൈയെഴുത്തു പ്രതികളിലും കടന്നുവന്നു.

6. കമ്യൂണിസത്തിന്റെ രണ്ട് രൂപങ്ങൾ രണ്ടു ഘട്ടങ്ങളായി പിന്നീടുള്ള കൃതികളിലും അവതരിപ്പിക്കപ്പെട്ടു. അതിൽ ആദ്യഘട്ടത്തിന് സോഷ്യലിസം എന്ന പേരു നല്കപ്പെടുകയും സ്വത്ത് സാമൂഹ്യസ്വത്തായും അദ്ധ്വാനം സാമൂഹ്യാദ്ധ്വാനമായും നിലനില്ക്കും എന്ന് വിശദീകരിക്കപ്പെടുകയും ചെയ്തു. കമ്യൂണിസത്തെക്കുറിച്ചുള്ള ആശയത്തിൽ കാര്യമായ വ്യതിയാനം ഉണ്ടായില്ല. ഭരണകൂടത്തിന്റെ തിരോധാനം കൂടുതൽ വ്യക്തമായി അവതരിപ്പിക്കപ്പെട്ടുവെന്നുമാത്രം.

അന്യവല്ക്കരണത്തിന്റെ മൂർത്തതലങ്ങൾ മിച്ചമൂല്യ സിദ്ധാന്തത്തിലും ചരക്കിനെയും വിനിമയമൂല്യത്തെയുംകുറിച്ചുള്ള ആശയങ്ങളിലും ഉൾപ്പെടുത്തപ്പെട്ടു. അന്യവല്ക്കരണത്തിന്റെ ആത്മനിഷ്ഠതലം മാത്രം പിന്നീട് ചരക്കുകളുടെ വിഗ്രഹവല്ക്കരണം (Fetishism of the commodities) എന്നപേരിൽ ചർച്ചചെയ്യപ്പെട്ടു.

8. 'കൈയെഴുത്തു പ്രതി'കൾ സാമ്പത്തിക ശാസ്ത്രത്തിൽനിന്ന് ആരംഭിക്കുന്നതുതന്നെ അദ്ധ്വാനത്തിനും ഉല്പാദനബന്ധങ്ങൾക്കും മാർക്സ് നല്കിയ പ്രാഥമികതയെ തെളിയിക്കുന്നു. മാർക്സ് കേവല മാനവികവാദിയായിരുന്നില്ല. പിന്നീട് അദ്ദേഹം വിശദീകരിച്ച ചരിത്രപരവും വൈരുദ്ധ്യാത്മകവുമായ പ്രക്രിയയ്ക്ക് അദ്ദേഹം മനുഷ്യാധിഷ്ഠിതമായ ഒരു പേരുനല്കിയെന്നുമാത്രം. ഹെഗലിന്റെ അമൂർത്ത ആശയവാദത്തിന്റെ വിമർശനത്തിലൂടെ അദ്ദേഹം തന്റെ വൈരുദ്ധ്യാത്മക നിലപാടിനെ കൂടുതൽ മൂർത്തമാക്കി. മനുഷ്യരുടെ ചരിത്രപരമായി വളർന്നുവന്ന സ്വയം സംഘാടന പ്രക്രിയയുടെ സാക്ഷാൽക്കാരത്തെയാണ് അദ്ദേഹം കമ്യൂണിസം എന്നു വിളിച്ചത്. ഈ ആശയം ഇന്നും പ്രസക്തമായിത്തന്നെ നില്ക്കുന്നു.

വിശുദ്ധ കുടുംബം

ഒന്ന്

മാർക്സും എംഗൽസും ചേർന്നെഴുതിയ ആദ്യകൃതിയാണ് വിശുദ്ധകുടുംബം. 1844 അവസാനം എംഗൽസ് തന്റെപണിസ്ഥലമായ മാഞ്ചെസ്റ്ററിൽ നിന്ന് സ്വന്തം നാടായ ജർമ്മനിയിലെ ബാർമെനിലേക്കു പോകുമ്പോൾ പാരീസിൽ ഇറങ്ങുകയും പത്തുദിവസം മാർക്സിന്റെ കൂടെ താമസിക്കുകയും ചെയ്തു. അവർതമ്മിലുള്ള രണ്ടാമത്തെ കൂടിക്കാഴ്ചയായിരുന്നു അത്. അപ്പോൾ നടന്ന ചർച്ചകളിൽ നിന്നാണ് വിശുദ്ധകുടുംബം. എന്ന കൃതി രൂപം കൊണ്ടത്. ആയുഷ്ക്കാലം മുഴുവൻ നീണ്ടുനിന്ന യോജിച്ച പ്രവർത്തനത്തിൻരെ തുടക്കവുമായിരുന്നു അത്.

ജർമ്മൻ ചിന്തയിൽ നിന്ന് ആധിപത്യം ചെലുത്തിയത്യുവഹെഗലിയന്മാരായിരുന്നു. ഹെഗൽ 1831 ൽ മരിച്ചുവെങ്കിലും അദ്ദേഹത്തിന്റെ ശിഷ്യരും അനുയായികളും ഹെഗലിന്റെ ചിന്താഗതികലെ മുന്നോട്ടുകൊണ്ടുപോവുകയും അക്കാലത്തെ ആശയപരവും പ്രായോഗിവുമായ പ്രശ്നങ്ങളെ അപഗ്രതിക്കാൻ ഹെഗലിൻ ചിന്തയെ ഉപയോഗിക്കുകയും ചെയ്തു. ഗാൻസ്, ഹെന്റിക്സ് തുടങ്ങിയ ഹെഗലിനറെ ശിഷ്യന്മാർ ഹെഗലിയൻ ചിന്തയുടെ ആശയവാദപരമായ സമപീനത്തെ മുറുകെപ്പിടിച്ചു. എന്നാൽ മറ്റു യുവഹെഗലിയന്മാർ അത്തരം നിലപാടുകളിൽ നിന്നു മാറുകയും സമകാലീന പ്രശ്നങ്ങളെ പരിശോദിക്കാനുള്ള വിമർശനപദ്ധതിയായി ഹെഗലിയൻ ചിന്തയെ മാറ്റുകയും ചെയ്തു. ഫോയർബാഗായിരുന്നു ഇവരിൽ പ്രധാനി. ഹെഗലിന്റെ നേരിട്ടുള്ള ശിഷ്യനായിരുന്നില്ലെങ്കിലും ഹെഗലിന്റെ ചിന്താപദ്ധതിയെ ഉപയോഗിച്ച് മതത്തിനും തത്വചി

ന്തയ്ക്കുമെതിരെ ശക്തമായ വിമർശനമുന്നയിക്കാനും ഭൗതികവാദപരമായ സമീപനമുൾക്കൊള്ളാനും ഫോയർബാഗിനു കഴിഞ്ഞു.

മറ്റു ചിലർ ബ്രൂണോ ബോവർ, എഡ്ഗാർ ബോവർ എന്നീ സഹോദന്മാരും അവരുടെ സുഹൃത്തുക്കളുമായിരുന്നു. റൈച്ചാർട്ട്, ഫൗച്ചർ, ജുംഗ് ഹിറ്റ്സ്, സെലിഗ (സൈക്ക്ലിൻസ്കി) തുടങ്ങി നിരവധി പേരെ മാർക്സകും എംഗൽസും പരാമർശിക്കുന്നുണ്ട്. ഇവരെയാണ് മാർക്കും എംഗൽസും വിശുദ്ധ കുടുംബം എന്നുവിളിക്കുന്നത്. ആൽഗമൈൻ ലിറ്ററേച്ചർ ഡൈറ്റംഗ് എന്ന ആനുകാലികത്തെ കേന്ദ്രീകരിച്ചാണ് ഇവരുടെ ലേഖനങ്ങളും ചർച്ചകളും പ്രത്യക്ഷപ്പെട്ടത്. വിമർശനാത്മകമായ വിമർശം (Critical Criticism) എന്ന് സ്വയം പേരിട്ട ചിന്താപദ്ധതിയുടെ വക്താക്കളാണ്. വിശുദ്ധകുടുംബത്തെ മാർക്സും എംഗൽസും അവതരിപ്പിക്കുന്നത്.

വിമർശനാത്മകവിമർശനം എന്നാലെന്താണ്? ഹേഗലിയൻ ചിന്തയുടെ അടിത്തറ ആദ്ധ്യാത്മിക സ്വഭാവമുള്ള ലോകസത്തയാണ്. ചരിത്രത്തെ തന്നെ ലോകസത്തയുടെ ഇതൾ വിരിയലാണ് ഹേഗൽവ ിലയിരുത്തിയത്. ചരിത്രത്തിന്റെ അന്ത്യം നീതിയും തുല്യതയും ഉറപ്പുവരുത്തുന്ന ആദർശ സമൂഹമാണ്. അതിനെ രൂപപ്പെടുത്തുന്ന ആദർശഭരണകൂടമാണ് യുവഹേഗലിയന്മാർ ഹേഗലിന്റെ വൈരുദ്ധ്യാത്മക രീതിശാസ്ത്രം ഉൾക്കൊണ്ടു. അദ്ദേഹത്തിന്റെ ആശയവാദപരമായ നിഗമനങ്ങളെ വിമർശിച്ചു. ബോവർ സഹോദരന്മാർ ലോകസത്തയ്ക്ക് പകരം വെച്ച ഏതെങ്കിലും ലോകസത്തയുടെ ഇതൽ വിരിയലല്ല, മാനവരാശിയുടെ വിമർശനാത്മകമായ വികാസമാണ് നിത്യജീവിതത്തെ രൂപപ്പെടുത്തുന്ന എല്ലാ ഘടകങ്ങളെയും വിമർശിക്കുകയും മറികടക്കുകയും ചെയ്തു കൊണ്ടാണ് ചരിത്രം വളരുന്നത്. ഹേഗൽ നിർദ്ദേശിക്കുന്ന ചരിത്രത്തിൻരെ അന്ത്യം മനുഷ്യരുടെ വിമർശപരമായ സിദ്ധികളുടെ വളർച്ചയുടെ ഫലമായിരിക്കും.

വിമർനാത്മകവിമർശനം എന്നാൽ പ്രശാന്തമായ ജ്ഞാനമാമ്. സാധാരണ മനുഷ്യരുൾക്കൊള്ളുന്ന വിമർസനപരമല്ലാത്ത സാമാന്യബോധത്തിൽ നിന്ന് വ്യത്യസ്തമാണത്. സാമാന്യബോധം വൈകാരികവും സംഘർഷാത്മകവുമാകുമ്പോൾ പ്രശാന്തമായ ജ്ഞാനം (Trangil knowledge) ഹേഗലിയൻ അമൂർത്തതയാണ്. മൂർത്ത സംഘർഷങ്ങളിൽ നിന്നകന്ന കേവലജ്ഞാനമാണ്.

രണ്ട്

വിമർശനാത്മകവിമർശവും അതു സൃഷ്ടിക്കുന്ന കേവലജ്ഞാനവും എങ്ങനെയാണ് പ്രവർത്തിക്കുന്നത്? മാർക്സം എംഗൽസും ഇതിന് പല ഉദാഹരണങ്ങൾ നല്കുന്നു. എഡ്ഗർ ബോവറിന്റെ രചനകളിൽ നിന്നാണ് അവർ ഉദാഹരണങ്ങൾ സ്വീകരിക്കുന്നത്. ആദ്യകാല ട്രേഡ് യൂണിയൻ

പ്രവർത്തകയും സോഷ്യലിസ്റ്റുമായിരുന്ന ഫ്ലോറ ട്രിസ്റ്റാൻ ട്രേഡ് യൂണിയനുകൾക്കുവേണ്ടി വാദിച്ചതിനെതിരെ എഡ്ഗർ ബോവർ പറഞ്ഞതിങ്ങനെയാമ്. തൊഴിലാളികളുടെ അദ്ധ്വാനം വ്യക്തിഗതമാണ്. അയാളുടെ വ്യക്തിഗതാവശ്യങ്ങൾക്കു വേണ്ടിയാണ്. അതുകൊണ്ട് അയാൾ ഒന്നും ഉണ്ടാക്കുന്നില്ല അയാൽ എന്തെങ്കിലും ഉണ്ടാക്കണമെങ്കിൽ അയാൾ സംഘടിക്കണം. അയാൾ സംഘടിക്കേണ്ടത് ട്രിസ്റ്റൻ വാദിച്ചതുപോലെ നിത്യജീവിതാവശ്യങ്ങൾ ഉന്നയിച്ചല്ല. അതുകൊണ്ട് വിമർശനാത്മക വിമർശനത്തിന്റെ അടിസ്ഥാനത്തിൽ വ്യക്തിഗാദ്ധ്വാനമായി തൊഴിലാളികലെ വേർതിരിക്കുന്ന വ്യവസ്ഥക്കെതിരെ സംഘടിക്കണം. അതായത് ഫ്ലോറാട്രിസ്റ്റർ വാദിച്ചതുപോലെ ജീവിതാവശ്യങ്ങളുടെ സാമാന്യ തലത്തിലല്ല, വിമർശകന്മാർ നിർദ്ദേശിക്കുന്ന വ്യവസ്ഥിതിയെ സംബന്ധിച്ച സംവർഗ്ഗങ്ങളുടെ തലത്തിലാമ് സംഘടിപ്പിക്കേണ്ടത്. ട്രിസ്റ്റാന്റെ വാദം ഒരുതരം സ്ത്രൈണമായ വരട്ടുവാദമാണെന്ന് ബോവർ പറയുന്നു. എന്നാൽ ബോവറിന്റെ വാദങ്ങൾ പുറത്തു ചായങ്ങൾ പൂശി ആഭരണങ്ങളണിഞ്ഞ ഹെഗലിൻ അമൂർത്തയുടെ വരട്ടുവാദമാണെന്ന് മാർക്സും എംഗൽസും ചൂണ്ടിക്കാണിക്കുന്നു. അതിന് തൊവിലാളിയുടെ യഥാർത്ഥ ജീവിതവുമായി ബന്ധമില്ല.

ഇതുപോലെ ബെറോ എന്ന പൊലീസ് കമ്മീഷണർ ലൈംഗികപ്രവർത്തകരെക്കുറിച്ചെഴുതിയ പുസ്തകവും പരാമർശിക്കപ്പെടുന്നുണ്ട്. പൊലീസ് കമ്മീഷണർ അവരെക്കുറിച്ചെഴുതുമ്പോൾ അദ്ദേഹത്തിന്റെ കാഴ്ചപ്പാട് നിയമത്തിന്റെതാകുന്നത് എഡ്ഗർ ബോവറിന്റെ അത്ഭുതപ്പെടുത്തുന്നു. എന്നാൽ ലൈംഗിക പ്രവർത്തകരോടുള്ള വിമർശനാത്മക കാഴ്ചപ്പാട് എന്താകണമെന്ന് അദ്ദേഹം വിശദീകരിക്കുന്നില്ല.

പ്രണയമാണ് ബോവറിന്റെ മറ്റൊരുപരാമർശ വിഷയം ഇക്കാലത്തെ ചില റോമാന്റിക് നോവലുകളെക്കുറിച്ചു ചർച്ച ചെയ്യുമ്പോഴാണ് പ്രണയം പരാമർശ വിഷയമാകുന്നത്. പ്രണയം ബാലിശമാണ്. അതൊരുദുഷ്ദേവതയാണ്. അത് പ്രണയിക്കുന്നരെ വസ്തുവല്ക്കരിക്കുന്നു. കേവല അഭിനിവേശത്തെ ന്യായീകരിക്കുന്നു. ആത്മാവിന്റെ വൈകാരികതയുടെ ബാഹ്യഘടകങ്ങളായി മനുഷ്യരെ മാറ്റുന്നു. പ്രണയം സാത്താനാമ്. എന്നാൽ വിമർശനാത്മക പ്രണയം ൦ാരു അമൂർത്തവികാരമാണ്. അതായത് യഥാർത്ഥ മനുഷ്യൻ തമ്മിൽ വൈകാരിക തലങ്ങളിൽ ഉണ്ടാക്കുന്ന യഥാർത്ഥ പ്രണയത്തെ അത് ബഹിഷ്ക്കരിക്കുന്നു. അതിനെ അമൂർത്തമായ സൈദ്ധാന്തികമായ ഏതോ ഒരുചേതോവികാരമാക്കി മാറ്റുന്നു. അതെപ്പോൾ വരും. എപ്പോൾ പോകും എന്നൊന്നും പറയാൻ സാധിക്കില്ല.

മൂന്ന്

പിയർ പ്രൊഡോണിന്റെ എന്താണ് സ്വത്ത് എന്ന പുസ്തകത്തെ

ക്കുറിച്ച് എഡ്ഗർബോവറിന്റെ പരാമർസങ്ങളെ സംബന്ധിച്ചാണ് പിന്നീട് മാർക്സും എംഗൽസും ചർച്ച ചെയ്യുന്നത്. ഇവിടെ രണ്ടു തലങ്ങളിൽ നിന്നാണ് ചർച്ച നടക്കുന്നതെന്ന് അവർ പറയുന്നു. ഒന്ന് 1740 ൽ പ്രൊഡോൺ ഫ്രിഞ്ചിൽ പ്രസിദ്ധീകരിച്ച പുസ്തകം 1744 ൽ അദ്ദേഹം തന്നെ ജർമ്മനിയിലേക്ക് വിവർത്തനം ചെയ്തു. ഫ്രഞ്ച് പുസ്തകത്തിൽ സ്വത്തുടമ സമ്പ്രദായത്തെ സാമൂഹ്യബന്ധങ്ങളുടെ ഉടമ അടിമ ബന്ധങ്ങളുടെ അടിസ്ഥാനത്തിൽ വിശദീകരിച്ചപ്പോൾ ജർമ്മൻ പുസ്തകത്തിന്റെ സ്വരം വ്യത്യസ്തമാണ്. ഉദാഹരണത്തിൽ ഫ്രഞ്ചിൽ പ്രൊഡോൺ സമൂഹത്തിന്റെ പ്രായോഗികാവശ്യങ്ങൾക്കു വേണ്ടിയാണ് നിലകൊള്ളുന്നത്. എന്നാൽ ജർമ്മൻ വിവർത്തനത്തിൽ പ്രായോഗിവാശ്യങ്ങൾ അമൂർത്തമായ ശാസ്ത്രീയലക്ഷ്യങ്ങളായി മാറുന്നു. സംരംഭകർ, വിപ്ലവകാരികൾ പരിഷ്ക്കർത്താക്കൾ, അഴിമതിക്കാർ, അറിവില്ലാത്തവർ തുടങ്ങിയവരെല്ലാം ഫ്രഞ്ച് കൃതിയിൽ സമൂഹത്തിന്റെ ഭാഗമായ യഥാർത്ഥമനുഷ്യരാണ്. എന്നാൽ ജർമ്മൻ വിവർത്തനത്തിൽ അവരെല്ലാവരും സമൂഹത്തന്റെ ഭാഗമായ പ്രത്യേക സംവർഗ്ഗങ്ങളായി തീരുന്നു. വിദ്യാഭ്യാസം, നിയമങ്ങലെക്കുറിച്ചുള്ള ജ്ഞാനം, സാമൂഹ്യ സംഘർഷങ്ങൾ തുടങ്ങിയവയെല്ലാം ഫ്രഞ്ച് കൃതിയിൽസമൂഹപ്രക്രിയയുടെ വ്യത്യസ്തവശങ്ങളാണ്. അവയിൽ മനുഷ്യരുടെ തെറ്റുകളും ശരികളും അജ്ഞതയും അറിവുമെല്ലാം അവർക്ക് സജമാണ്. ഒരു കൂട്ടർക്ക് അറിവില്ലാത്തതുകൊണ്ട് അറിവ് തന്നെ ഇല്ലാതാകുന്നില്ല. ജർമ്മൻ കൃതിയിൽ ഇവയെല്ലാം സംവർഗ്ഗങ്ങളായി മാറുന്നതുകൊണ്ട് ഇവർതമ്മിലുള്ള വേർതിരിവുകളുടെ സ്വബാവം മാറുന്നു. ചിലർക്ക് അറിവില്ലാത്തതും മൂല്യബോധമില്ലാത്തതും അവരുടെ വിധിയായി തീരുന്നു. ചില തത്വങ്ങൾ ഒരുവിഭാഗത്തിനുമനസ്സിലാകുകയും ിഭാഗത്തിന് മനസ്സിലാകാതിരിക്കുകയും ചെയ്യുന്നത് ഫ്രഞ്ച് കൃതിയിൽ മനുഷ്യസഹജമാണ്. ജർമ്മൻ കൃതിയിൽ അത് സൈദ്ധാന്തികമായ വേർതിരിവാണ്.

ഈ വ്യത്യസ്ത പ്രോഡോൺരെ സ്വത്തിനെക്കുറിച്ചുള്ള സങ്കല ്പത്തെതന്നെ സ്വാധീനിക്കുന്നുണ്ട്. ഫ്രഞ്ച് കൃതിയിൽ റോമിൽ അടികളെ മോചിപ്പികകുന്ന സ്വന്തം സമ്പാദ്യത്തെ തകർക്കുന്നതായി ഉടമകൾ കരുതിയിരുന്നുവെന്നു പറയുന്നു. എന്നാൽ ജർമ്മൻ കൃതിയിൽ അത് സ്വന്തം അവകാശത്തെ ഇല്ലാതാക്കുന്നതായി തീരുന്നു. ജർമ്മൻകൃതിയിൽവിഗ്രഹാരാധന, അടിമ സമ്പ്രദായം, സുഖലോലുപത എന്നിവ റോമൻ സ്ഥാപനങ്ങളുടെ അടിത്തറയാകുമ്പോൾ ഫ്രഞ്ച് കൃതിയിൽ മതത്തിലെ വിഗ്രാഹാരാധന, ഭരണകൂടത്തിലെ അടിമത്തം, സ്വകാര്യ ജീവിതത്തിലെ സുഖലോലുപത എന്നായി മാറുന്നു. അതായത് അവ പൊതു റോമൻ സ്വഭാവമല്ലാതാകുന്നു. ഫ്രഞ്ച് വിപ്ലവത്തിൽ പുതിയതായി വന്ന സമൂഹക്രമത്തിന് പ്രത്യേക രീതിയോ സ്വഭാവമോ ഇല്ല. എന്നു ഫ്രഞ്ച് കൃതിയിൽ പറയുമ്പോൾ ജർമ്മൻ കൃതിയിൽ പുതിയതും പഴയതും തമ്മിൽ വേർപെടുത്തി രണ്ടു സംവർഗ്ഗങ്ങളാക്കുന്നു.

പ്രോഡോണിനെക്കുറിച്ച് മാർക്സ് മറ്റു കൃതികളിൽ നടത്തുന്ന പരാമർശങ്ങളെല്ലാം തീവ്രവിമർശനപരമാണ്. പക്ഷേ, എന്താണ് സ്വത്ത് എന്ന കൃതിയാണ് പ്രൗഡോണിന്റെ രചനകളിൽ യഥാർത്ഥ്യ മനുഷ്യരെയാണ് പ്രോഡൺ ചർച്ച ചെയ്യുന്നത്. എന്നാൽ ബോവർ ചർച്ച ചെയ്യുന്ന സ്വബോധത്തെ സംബന്ധിച്ചാണ്. സമത്വം ബോധമണ്ഡലത്തിന്റെ ഉല്പന്നമാണ്. സ്വബോദം മതബോധവുമായും ബന്ധപ്പെട്ടതാണ് പ്രൗഡോണിന് സ്വകാര്യസ്വത്ത് ചരിത്രപരമായ ഉല്പന്നമാണ്. എന്നാൽ പ്രൗഡോണ്ഡ സ്വകാര്യസ്വത്തും സ്വത്തില്ല്യാമയും സംവർഗ്ഗങ്ങളായി കാണുന്നു എന്നാണ് ബോവറഫിന്റെ വിമർശനം ബോവറിനെയും കൂട്ടരെയും സംബന്ധിച്ചിടത്തോളം അമൂർത്ത വർഗ്ഗങ്ങളാണ് നിത്യജീവിതത്തെക്കാൾ പ്രധാനം. പ്രോഡോണിന്റെ ജർമ്മൻ പരിഭാഷയിലും ഇതേ പ്രവണതകൾ കാണാമെന്ന് മാർക്സും എംഗൽസും ചൂണ്ടിക്കാണിക്കുന്നു.

ഇതിന്റെ അർത്ഥം പ്രൗഡോണിന് പിഴവുകൾ സംഭവിച്ചിട്ടില്ല എന്നല്ല. നിലവിലുള്ള ബൂർഷ്വാ സാമ്പത്തിക ശാസ്ത്രത്തെ മറികടക്കാൻ പ്രൂഡോണിന് കഴിയുന്നില്ല. പ്രൂഢോൺ മനുഷ്യാവകാശങ്ങളെ പുനസ്ഥാപിക്കാൻ ശ്രമിക്കുന്നതു പോലും സാമ്പത്തികശാസ്ത്രത്തിന്റെ പരിധിക്കുള്ളിലാണ്. പക്ഷേ, എഡ്ഗർ ബോവർ ഈ പരിമിതമായ നിലപാടിലും സ്വീകരിക്കുന്നില്ല. അദ്ദേഹം അദ്ധ്വാനത്തിന്റെ മൂല്യത്തെയും തൊഴിൽസമയത്തെയും പോലും ഒരു നിയമത്തിൻരെ തത്വമാക്കി മാറ്റുകയാണ്. സ്വാതന്ത്ര്യം മുതലായ ആശയങ്ങളുടെ പോലും സാമ്പത്തിക ശാസ്ത്രത്തിലുള്ള അർത്ഥങ്ങളല്ല (സ്വതന്ത്ര വാണിജ്യം, സ്വതന്ത്രകരാറുകൾ) അമൂർത്തമായ അർത്ഥങ്ങറളാമ് ബോവറിനെ സ്വാധീനിക്കുന്നത്. പ്രാഥമികമായ സാമ്പത്തിക ബന്ധങ്ങളെക്കുറിച്ചുപോലും ധാരണയില്ലാതെ അമൂർത്തമായ ചിലതത്വങ്ങൾ ഉന്നയിക്കുക മാത്രമാണ് പ്രൊഡോണെ വിമർശിക്കുമ്പോൾ എസ് ഗർബോവർ ചെയ്യുന്നത്

നാല്

എഡ്ഗർ ബോവറിന്റെ സഹോദരനും വിശുദ്ധകുടുംബത്തിന്റെ മുഖ്യതത്വചിന്തകനുമായ ബ്രൂണോബോവറിൻരെ നിരവധി ഗ്രന്ഥങ്ങളിലാണ് വിമർശനാത്മക വിമർശനത്തിന്റെ മുഖ്യവാദങ്ങളുള്ളത്. ബ്രൂണോ ബോവറിന്റെ നിലപാടുകളെ കേവലവിമർശനം എന്നാണ് മാർക്സും എംഗൽസും വിശേഷിപ്പിക്കുന്നത്.

കേവല വിമർശനത്തിന്റെ ഉറവിടം ഹെഗേലിയൻ സത്ത (Spint) ആണ് അത് ലൗകികത (mass)യിൽ നിന്ന് വ്യത്യസ്തമാണ്. ഇതുവരെ എല്ലാ സത്യങ്ങളുടെയും ഉറവിടം ലൗകികതയാണെന്നാണ് വിശ്വസിക്കപ്പെട്ടിരുന്നത്. ഇപ്പോൾ അത് തെറ്റാണെന്ന് തെളിയിക്കപ്പെട്ടിരിക്കുന്നു. ഏറ്റവും മികച്ചത് എന്നദ്ദേഹം പറയുന്നുമ്ട്. മറ്റു സാമ്പത്തിക ശാസ്ത്രജ്ഞന്മാരെല്ലാവരും സ്വകാര്യ സ്വത്തിനെ സ്വാഭാവികമായി കണക്കാക്കു

മ്പോൾ സ്വകാര്യസ്വത്തിനെ നിശിതമായ വിമർശനത്തിന് വിധേയമാക്കിയത് പ്രൗഡോണാണ്. അതേസമയം സ്വകാര്യ സ്വത്ത് സൃഷ്ടിച്ച കൂലി, വാണിജ്യടം, മൂല്യം, വില, പണം തുടങ്ങിയവയെ സ്വകാര്യ സ്വത്തിന്റെ രൂപങ്ങളായി അദ്ദേഹം അംഗീകരിക്കുന്നില്ല. സ്വകാര്യ സ്വത്തിനെ സ്വാഭാവികമായി കാണുന്നവർ അതിന്റെ രൂപങ്ങളെയെല്ലാം സ്വാഭാവികമായ മനഷ്യബന്ധങ്ങളായാണ്. മനുഷ്യർ തമ്മിൽ ഏർപ്പെടുന്ന കരാറുകളും പരസ്പര സമ്മതങ്ങളുമായാണ് കാണുന്നത്. പ്രാഡോൺ ഈ നിലപാടിനെ ശക്തമായി വിമർശിക്കുന്നു. സാമ്പത്തികബനധങ്ങളിലെ മാനവികതലങ്ങൾ അദ്ദേഹം ഗൈരവത്തിലെടുക്കുകയും അവ സൃ,്്ടിക്കുന്ന ്മാനവികയാഥാർത്ഥ്യങ്ങളെ സ്വകാര്യസ്വത്ത് സൃഷ്ടിക്കുന്ന യാന്ത്രിക ബന്ധങ്ങളെ അതിശക്തമായി വിമർശിക്കുകയും ചെയ്യുന്നു

പക്ഷേ, പ്രൗഡോണിന്റെ കൃതിയിലെ ഇത്തരത്തിലുള്ള സവിശേഷതകളൊന്നും (ജർമ്മൻ പരിഭാഷ വായിച്ച) എഡ്ഗർ ബോവറിന് മനസ്സിലായിട്ടില്ല. സ്വകാര്യ സ്വത്തിന്റെ സത്തയെ സാമ്പത്തികശാസ്ത്രത്തിന്റെയും നിയമത്തിൻരെ കേന്ദ്രതലത്തിലേക്ക് പ്രൗഡോൺ കൊണ്ടുവന്നതല്ല. ബോവർ മനസ്സിലായത്. അതിനുപകരം ചരിത്രത്തിനറെ കേവലമായ അടിത്തറയായി നീതിയെ പ്രൗഡോൺ പ്രതിഷ്ഠിച്ചു എന്നാണ് മനസ്സിലാക്കിയത്. പ്രൗഡോൺ തെളിയിക്കുന്നതായി ബോവർ കാണുന്ന വൈരുദ്ധ്യം ദാരിദ്ര്യവും ദുരിതങ്ങളും ഒരുവശത്തും സമത്വവും നീതിയും മറുവശത്തുമായ വൈരുദ്ധ്യമാണ്. യഥാർത്ഥത്തിൽ പ്രൗഡോൺ വാദിച്ചത് സ്വകാര്യസ്വത്തില്ലാതായാൽ ദാരിദ്ര്യവും ഇല്ലാതാകുമെന്നാണ്. എഡ്ഗർ ബോവർക്ക് അതൊന്നും പ്രശ്നമല്ല. അദ്ദേഹത്തന് സ്വത്തും സമ്പത്തും ഒരൊറ്റ സംവർഗ്ഗമാണ്. അതുകൊണ്ട് ഉടമയും തൊഴിലാളിയും അതേസംവർഗ്ഗത്തിന്റെ ഭാഗമാമ്. അവർതമ്മിലുള്ള വൈരുദ്ധ്യം അദ്ദേഹത്തിൻരെ വിഷയമല്ല. ഈ വൈരുദ്ധ്യമാണ് സ്വകാര്യസ്വത്തിനെ നശിപ്പിക്കുന്നത് എന്നതും അദ്ദേഹത്തിന്റെ വിഷയമല്ല. അതിനുപകരം ഇവയെയെല്ലാം വിമർശനത്തിനു വിധേയമാക്കുകയാണ് വേണ്ടത്.

ഈ വിമർശനം എങ്ങനെ നടക്കും? പ്രൗഡോൺ സ്വകാര്യസ്വത്തിനെ വിമർശിക്കുന്നത് അത് സമൂഹത്തിൽ സമത്വം ഇവിടെ വെറും സംവർഗ്ഗമല്ല. അത് മനുഷ്യർ തമ്മിലുള്ള തുല്യതയാണ്. മാനസിക സത്തയുടെ ഐക്യമാണ്. ഇപ്പോൾ വിമർശനാത്മകമായി തെളിയിക്കപ്പെടുന്നതാണ് സത്യം മാർക്സും എംഗൽസും പറയുന്നതുപോലെ മുമ്പ് മൃഗങ്ങൾസസ്യങ്ങളെ ഭക്ഷിച്ചിരുന്നു. മനുഷ്യർ മൃഗങ്ങളെയും എന്നാൽ ഇപ്പോൾ ചരിത്രം നിലനില്ക്കുന്തന് ഭക്ഷണശീലങ്ങൾ സൈദ്ധാന്തികമായി തെളിയിക്കപ്പെടുന്നതിലൂടെയും അതായത് സൈദ്ധാന്തികമായി ഭക്ഷിക്കണം മനുഷ്യൻ നിലനില്ക്കുന്നത് ചരിത്രത്തെ നിലനിർത്തുന്നതിനാണ് ചരിത്രം നിലനില്ക്കുന്നത് സത്യം തെളിയിക്കപ്പെടുന്നതിനാണ്. സത്യം സ്വാവബോധത്തിൽ എത്തുന്നതിനാണ് അങ്ങനെ സാധാരണ മനുഷ്യരുടെ ചരിത്രത്തിൽ നിന്നു മാറിയുള്ള അധിഭൗതികമായ സത്യാമ്പേഷ

ണമുണ്ടാകുന്നു. സത്യം ഭൗതിക ജീവിതത്തിൽ നിന്ന് വേർതിരിക്കപ്പെടുന്നു.

ഈ വേർതിരിവ് രണ്ടു തരത്തിൽ പ്രത്യക്ഷപ്പെടുന്നു. ഒരു സംഭവത്തിന്റെ ജയപരാജയങ്ങൾ വിലയിരുത്തുന്ന വിധമാണ് ഒന്നാമത്തെത്. ഫ്രഞ്ച് വിപ്ലവം സാധാരണ മനു,്യരെ സംബന്ധിച്ച് പരാജയവും ബൂർഷ്വാസിക്ക് ഒരു വിജയമാണ്. കാരണം സാധാരണ മനുഷ്യരുടെ മോചനം ബൂർഷ്വാസിയുടെ മോചനസങ്കല്പത്തിൽ നിന്ന് ഭിന്നമായ സാഹചര്യങ്ങളിലാണ് നടക്കുന്നത്. ഫ്രഞ്ച് വിപ്ലവംകൊണ്ട് നേട്ടമുണ്ടാക്കിയവർ ബഹുജനങ്ങളിൽ തന്നെ ഒരുചെറുവിഭാഗം മാത്രമായിരുന്നു. പക്ഷേ, വിമർശനാത്മകചരിത്രത്തിന് ഈ പരിമിതികൾ പ്രസക്തമല്ല. അവർക്ക് വിപ്ലവത്തിന്റെ ജയപരാജയങ്ങൾ തീരുമാനിക്കുന്നതുതന്നെ അതിലടഹ്ങിയിരിക്കുന്ന 'ആശയ'മായി മാറുന്നു. അതോടെ ആശയത്തിൽ പങ്കു ചേരാത്ത ജനങ്ങൾ ആശയത്തിനെതിരായി കാണപ്പെടുന്നു.

ഫ്രഞ്ച് വിപ്ലവം 18-ാം നൂറ്റാണ്ടിലെ ഒരുപരി7ീണമായിരുന്നുവെന്നും അതിന്റെ ആശയങ്ങൾ അന്ന് സ്ഥാപിക്കാൻ ആഗ്രഹിച്ചുരുന്ന വസ്തുക്കളുടെ ക്രമത്തിന് അതീതമായിരുന്നില്ലെന്നും ബോവർ പറയുന്നു. എന്നാൽ ഫ്രഞ്ച് വിപ്ലവം മുന്നോട്ടുവെച്ചാണ് ഒരു പുതുലോകത്തിന്റെ ആശയമായിരുന്നു.വെന്ന് മാർക്സും എംഗൽസും പറയുന്നു. പൗരസമൂഹം സൃഷ്ടിക്കുന്ന മാനവികക്രമം പിന്നീട് മാത്രമാണ് അത് ബൂർഷ്വാ അധീശത്വമായത്. നെപ്പോളിയൻ ആദ്യഘട്ടത്തിലെ വിപ്ലവഭീകരത തുടർന്നു. തുർച്ചയായ യുദ്ധങ്ങളിലൂടെ വിപ്ലവത്തെ നിലനിർത്താൻ ശ്രമിക്കുകയും ചെയ്തു.

ആശയവും ജനവും തമ്മിലുള്ള വൈരുദ്ധ്യത്തിലാണ് ബ്രൂണോ ബോവർ ഇവിടെ ഊന്നുന്നത്. ജനതയുടെ സ്വയം ജീർണവൽക്കരണത്തിലും സ്വയം വഞ്ചനയിലുമാണ് സത്ത അതിന്റെ ശത്രുവിനെ തേടുന്നത്. പുരോഗതി പ്രാപിക്കുന്തനും വളരുന്നതുമെല്ലാം സത്തയാണ്. ആശയങ്ങളാണ്. ജനങ്ങളല്ല. അതായത് സത്തയുടെ വളർച്ച കൂടുതൽ ... നവീകരിക്കപ്പെട്ട സാഹചര്യങ്ങളാണ് സൃഷ്ടിക്കുന്നത് പ്രകവലവിമർശനം സാദ്ധ്യമാക്കുന്നതു തന്നെ ഇത്തരം അമാനവീകരണമാണ്.ോ

ഹേഗലും ലോകസത്തയുടെ സാക്ഷാൽക്കാരത്തിലാണ് ൂന്നിയത്. എന്നാൽ തത്വചിന്തകനെ കേവലസത്തയായി കാണാൻ അദ്ദേഹം വിസമ്മതിച്ചിരുന്നു. ചരിത്രമുണ്ടാക്കുന്നത് ബോധത്തിലൂടെയാണെന്നാണ് അദ്ദേഹം വാദിച്ചത്. ബ്രൂണോ ബോൺ ഒരുപിടികൂടി കടന്ന് കേവലവിമർശനത്തെ മോചനത്തിുള്ള പദ്ധതിയാകുന്നു. മനുഷ്യരാശിക്കെതിരെ ലോകസത്തയെ പ്രതിഷ്ഠിക്കുകയും സ്വയം അതായിത്തീരുകയും ചെയ്യുന്നു. "ജൂതപ്രശ്നത്തെ സംബന്ധിച്ചും മനുഷ്യാവകാശങ്ങളെക്കുറിച്ചുമുള്ള ബോവറിന്റെ പരാമർശങ്ങൾ അമാനവിക സമീപനത്തിന്റെ മറ്റുദാഹരണങ്ങളാണ്. ജൂതപ്രശ്നത്തെ ജൂതരുടെ രാഷ്ട്രീയ മോചനത്തിന്റെ

പ്രശ്നമല്ല. ജൂതമതവുമായി ബന്ധപ്പെടുത്തിയാണ് ബോവർ കാണുന്നത്. അതുകൊണ്ട് അവരുടെ മോചനം മനുഷ്യാവകാശങ്ങളുടെ പ്രശ്നമല്ല. അതുകൊണ്ട് അവരുടെ മതപരമായ ഭിന്നതയുടെതാണ്. അതനുസരിച്ച് സത്തയുടെ സ്വാതന്ത്ര്യത്തെയും ആത്മീയ സ്വാതന്ത്ര്യത്തെയും സംബന്ധിച്ച ക്രിസ്ത്യൻ സങ്കല്പങ്ങളും "ബഹുജന"ങ്ങളായ ജൂതന്മാരുടെ ഭൗതികതയും തമ്മിലാണ് ജൂതന്മാരുടെ മോചനം സൈദ്ധാന്തികമാണ്. അവരുടെ വൈരുദ്ധ്യം. ആഗ്രമനുസരിച്ചാണ്.

ഇതേ ആശയം പിന്നീട് സോഷ്യലിസത്തിനെതിരെയും ഉപയോഗപ്പെടുത്തുന്നു. ബഹുജനങ്ങളുടെ ലൗകിക സോഷ്യലിസം മോചനത്തെ വെറും സിദ്ധാന്തമായല്ല. ഭൗതികജീവിതത്തിലെ യഥാർത്ഥ സ്വാതന്ത്ര്യമായാണ് കാണുന്നത്. വിമർശനത്തിന് അതൊരു സൈന്താന്തിക പ്രശ്നമാണ് ഇതുതന്നെ നിയമത്തെയും രാഷ്ട്രീയത്തെയും കുറിച്ചുള്ള സമീപനത്തിലും പ്രകടമാകുന്നു. അവിടെയെല്ലാം സമൂഹത്തിലെ യഥാർത്ഥ പ്രശ്നങ്ങളിൽ നിന്ന് വേറിട്ടുള്ള സൈദ്ധാന്തിക സമീപനത്തിലാണ് ബോവർ ഊന്നുന്നത്. മനുഷ്യാവകാശങ്ങളെ സംബന്ധിച്ച പ്രശ്നങ്ങൾ സ്വതന്ത്രമാനവികതയെ സംബന്ധിച്ച നിലപാടുകളായി മാറുന്നു. മനുഷ്യാവകാശങ്ങൾ നേടിയെടുക്കേണ്ട അവകാശങ്ങളല്ല, ആന്തരികമായി ഉണ്ടാക്കുന്നവയാണ്.

അഞ്ച്

ഫ്രാൻസിൽ വളർന്നുവന്ന ഭൗതികവാദത്തെ ബ്രൂണോ ബോവർ സ്പിനോസയുടെ ചിന്തയുമായാണ് ബന്ധിപ്പിക്കുന്നത്. സ്പിനോസ ദൈവത്തെ പ്രപഞ്ചമായും പ്രപഞ്ചത്തെ ദൈവമായും കണ്ടു. ദ്രവ്യത്തെ പദാർത്ഥമായി വ്യാഖ്യാനിച്ചതോടെ ഭൗതികതയ്ക്കു ആത്മീയമായ വിശദീകരണം നല്കുകയാണ് ഫ്രെഞ്ച് ഭൗതികവാദികൾ ചെയ്തതെന്ന് ബോവർ പറയുന്നു. അതിലെ മാർക്സും എംഗൽസും ശക്തമായി വിമർശിച്ചു. ഈ വാദഗതി ജർമ്മൻ ആശയവാദത്തിന്റെതാണ്. അവരെ സംബന്ധിച്ചിടത്തോളം ചിന്തയും അധിഭൗതികതയുമാണ് പ്രധാനം. ചിന്ത മാനവികവാദവുമായാമ് യോജിക്കുക. അതായത് ജർമ്മൻ ചിന്തകരെ സംബന്ധിച്ചിടത്തോളം ഭൗതികവാദം മാനവിക വാദമാണ്. അതിനു വിപരീതമായി സോഷ്യലിസവും കമ്യൂണിസവും പ്രായോഗികതലത്തിലുള്ള ബൗതികവാദമാണ്. ദെക്കാർത്തെയും ജോൺ ലോക്കുമായി ബന്ധപ്പെടുത്തി രണ്ടു വിധത്തിലുള്ള ഭൗതികവാദസരണികൾ ഫ്രാൻസിലുണ്ടായിട്ടുണ്ട്.

ദെക്കാർത്തെയുടെ കാഴ്ചപ്പാട് ദ്രവ്യത്തിന് സർഗ്ഗാത്മകമായ കഴിവ് നല്കുകയും യാന്ത്രികചലനം അതിന്റെ സ്വഭാവമാക്കുകയും ചെയ്തു. പിന്നീട് വന്ന ചിന്തകർ ഈ വാദം പിന്തുടർന്നു. ലാ മെട്രി എന്ന ചിന്തകൻ മനുഷ്യരുടെ ആത്മാവിന് ദെകകാർത്ത് നിർദ്ദേശിച്ച് അനിമാ എന്ന

സർഗ്ഗാത്മക ശേഷി നല്കി. ശരീരവും ആശയങ്ങളും യാന്ത്രികചലനങ്ങളാണെന്ന് വാദിച്ചു. ദെക്കാർത്തിന്റെ വാദങ്ങളെ (കാർട്ടീസിയനിസം) എതിർത്തത് ഗാസെൻഡിയാക്കിരുന്നു. എപ്പിക്യൂറിസിന്റെ ഗ്രീക്കു ഭൗതികവാദത്തെ പുനർനിർമ്മിക്കാനാണ്. ഗാസെൻഡി ശ്രമിച്ചത്. ഹോബ്സായിരുന്നു മറ്റൊരു എതിരാളി. ഫ്രഞ്ചുകാരനായ പിയറി ബെയിൽ സംശയവാദത്തിന്റെ (sceptsism) അടിസ്ഥാനത്തിലും ദെക്കാർത്തെയുടെ നിലപാടുകളെ നേരിട്ടു. നിരീശ്വരവാദത്തിന്റെ തുടക്കം കുറിച്ചതും ബെയ്ലായിരുന്നു.

ഇംഗ്ലീഷ് വൈദികനായ സൺസ് സ്കോട്ടസ് ഭൗതികപദാർത്ഥങ്ങൾക്ക് ചിന്താശക്തിയുണ്ടെന്നും അത് ദൈവഹിതമാണെന്നും വാദിച്ചു. ഫ്രാൻസിസ് ബേക്കൺ പദാർത്ഥങ്ങളുടെ പ്രവർത്തനത്തെ ദൈവഹിതത്തിൽ നിന്ന് പൂർണ്ണമായി വേർപെടുത്തി. ഭൗതികത്തെ ഇന്ദ്രിയാനുഭവങ്ങളുമായി ബന്ധപ്പെടുത്തുകയും വിശേഷാനുഭവഹ്ങലിൽ നിന്ന് നിരീക്ഷണങ്ങളിലൂടെയും പരീക്ഷണങ്ങളിലൂടെയും സാമാന്യവല്ക്കരണത്തിലെത്തുന്ന സയൻസിന്റെ രീതി വളർത്തിക്കൊണ്ടുവരികയും ചെയ്തു. ഹോബ്സ് ഭൗതികവാദത്തെ പൂർണ്ണമായും ധൈഷഓണികമായ പ്രവർത്തനമാക്കി. ശരീരം ഉണ്മ, പദാർത്ഥം തുടങ്ങിയവയെല്ലാം ഒരേ യാഥാർത്ഥ്യത്തിനു നല്കുന്ന പല പേരുകളായി ഭൗതികവസ്തുക്കൾ മാത്രമാണ് ഗോചരമെന്നതുകൊണ്ട് ദൈവത്തിന്റെ അസ്തിത്വം നമ്മുടെ അറിവിന്റെ ദൈവസങ്കല്പം ഹോബ്സ് നിഷേധിച്ചു. ജോൺ ലോക്ക് അതിനുമപ്പുറം കടകകുകയും എല്ലാ ജ്ഞാനത്തെയും ഇന്ദ്രിയങ്ങൾക്ക് വിധേയമാക്കുകയും ചെയ്തു. ഇന്ദ്രിയങ്ങൾക്കും ഒരു ലോകവുമില്ല ഇവരിൽ നിന്നാണഅ കോണ്ടിലാക്, ബെൽവേഷ്യസ്, ഹോൾബാക്ക് തുടങ്ങിവയരുടെ ഭൗതിവാദം രൂപം കൊള്ളുന്നത്.

ഇതിൽനിന്നാണ് മാർക്സിന്റെയും എംഗൽസിനറെയും സുപ്രധാനമായ നിഗമനം വരുന്നത് കർട്ടീസിയൻ ഭൗതികവാദം പ്രകൃതിശാസ്ത്രത്തിലേക്ക് നേരിട്ടു നയിക്കുമ്പോൾ ഫ്രെഞ്ച് ഭൗതികവാദം സോഷ്യലിസത്തിലേക്കു കമ്യൂണിസത്തിലേക്കും നയിക്കുന്നു. മനുഷ്യർ ഇന്ദ്രിയഗോചരമായ വസ്തുക്കളിൽ നിന്നും അവയുടെ അനുഭവങ്ങൾ വഴിയുമാണ് മനുഷ്യൻ അറിവ് നേടുന്നതെങ്കില്്യ ഇന്ദ്രിയ ഗോചരമായ ലോകത്തെ മനുഷ്യരെന്ന നിലയിൽ അറിവുനേടുന്നതിനുവേണ്ടി ക്രമപ്പെടുത്താനും കഴിയും. അതായത് മനുഷ്യരുടെ സ്വകാര്യ താല്പര്യങ്ങൾ മാനവികതല്പര്യങ്ങളുമായി പൊരുത്തപ്പെടുത്തുക അടിസ്ഥാന ധാർമ്മകത്വമാകും. മനുഷ്യർ ഭൗതികതലത്തിൽ അസ്വതന്ത്രരാകണമെങ്കിൽ അസ്വാതന്ത്ര്യത്തന്റെ അയാളുടെ നേരെയുള്ള കുറ്റകൃത്യങ്ങളുടെ സാമൂഹ്യതലം തകർക്കപ്പെടണം. മനുഷ്യർ പരിസ്ഥിതിയാൽ നിർണ്ണയിക്കപ്പെടുന്നുണ്ടെങ്കിൽ, പരിസ്ഥിതി മാനവികമാക്കപ്പെടണം. മനുഷ്യർ സാമൂഹ്യ ജീവിയാണെങ്കിൽ, അയാളുടെ സ്വഭാവ നിർണ്ണയം നടത്തുന്നത് സ്വന്തം വ്യക്തിത്വത്തിലല്ല, സമൂഹത്തിന്റെ ശക്തിയിലാകണം.

ഇത്തരം വാദഗതികൾ ഹെൽപേപ്യസ് ഫ്യൂരിയേ, ബാബിയു തുടങ്ങി ഭൗതികവാദികളിൽ കാണാം. ബെൻനാമിന്റെ കൃത്യമായി മനസ്സിലാക്കപ്പെട്ടതാല്പര്യം. (Correctly understood Interest) ഈ ആശയങ്ങളിൽ നിന്ന് ഉടലെടുത്തതാണ്. ഇതിനെ ആധാരമാക്കിയാണ് റോബർട്ട്, ഓവൻ ഇംഗ്ലീഷ് കമ്യൂണിസം വളർത്തിയെടുത്തത്. കാബെ ജോവർ ഗേ തുടങ്ങിയവരും ഭൗതികവാദത്തെ യഥാർത്ഥമാനവികവാദമായും കമ്യൂണിസത്തിന്റെ യുക്തിപരമായ അടിത്തറയായും വികസിപ്പിച്ചു.

ബ്രൂണോ ബോവറിന്റെ കേവലവിമർശനം സോഷ്യലിസത്തെയും കമ്യൂമിസത്തെയും വിമർശനാത്മകമല്ലാത്ത “ബഹുജന” ലൈംഗിക” സിദ്ധാന്തങ്ങളായാണ് കാണുന്നത്. ഇത്തരം സിദ്ധാന്തങ്ങൾസ്പിനോസയുടെ ആശയങ്ങളിൽ നിന്ന് ഉടലെടുത്തതാണ്. ഭൗതിക വാദികളുടെ പദാർത്ഥം ബോവറിന്റെ സ്വാവബോധവുമായി ബന്ധപ്പെട്ടതാണ്. സ്വാവബോധം അയാളുടെ സ്വയം നിലനില്ക്കുന്ന കർത്തൃത്വമായി മാറുന്നു. ഇന്ദ്രിയഗോചരമായ വസ്തുക്കളെ തിരിച്ചറിയുന്നത് കർത്തൃത്വമാണ്. സ്വാവബോധമായി മാറുന്നതാണ് ജ്ഞആനം അതായത് സ്വാവബോധം തിരിച്ചറിയുന്ന യാഥാർത്ഥ്യം അതിനെതന്നെയാണ്. യാഥാർത്ഥ്യം സ്വന്തം മസ്തിഷ്ക്കത്തിന്റെ ഉല്പന്നങ്ങൾ തന്നെയാമ്. അതായത് ചിന്തയ്ക്കപ്പുറമുള്ള ഉണ്ടയോ സത്തയുടെ നൈസർഗികതയ്ക്കപ്പുറമുള്ള സ്വാഭാവികോർജ്ജമോ യുക്തിക്കപ്പുറമുള്ള മനുഷ്യശക്തിയോ ജ്ഞാനത്തിനപ്പുറമുള്ള വികാരമോ വാഞ്ചകളോ സ്വന്തം പ്രവർത്തനങ്ങൾക്കപ്പുറമുള്ള മാനവിക സ്വാധീനങ്ങളോ മസ്തിഷ്കത്തിനപ്പുറമുള്ള ഹൃദയമോ നിലവില്ല. വിമർശനകർക്കപ്പുറമുള്ള മനുഷ്യരില്ല. അമൂർത്തമായ സാമാന്യവല്ക്കരണത്തിനപ്പുറമുള്ള യഥാർത്ഥ സമൂഹവും നിലവിലില്ല. വിമർശനം അതോടെ ദൈവികമായി ദൈവശാസ്ത്രപരമായി മാറുന്നു. ദൈവവും മനുഷ്യനും തമ്മിലുള്ള വൈരുദ്ധ്യവും വിമർശനാത്മകവിമർശനവും ലൗകികതയും തമ്മിലുള്ള വൈരുദ്ധ്യമായിത്തീരുന്നു. വിമർശനം ലൗകികമായ സാമൂഹ്യപരിവർത്തനത്തിന്റെ നിഷേധമായിത്തീരുന്നു.

ആറ്

ഈ നിഗമനങ്ങൾക്ക് അനുപൂരകമായി മാർക്സും എംഗൽസും ഉപയോഗിക്കുന്നത് യൂജിൻ സ്യൂ എന്ന നോവലിസ്റ്റ് എഴുതിയ “പാരീസ് രഹസ്യങ്ങൾ” (Mysteries of paris) എന്ന ജനപ്രിയ നോവലിനെ സംബന്ധിച്ച് സെലിഗ (എഫ് എസ് സൈക്ലിൻസ്കി) എഴുതിയ വിമർശനമാണ്.

പാരീസിലെ രഹസ്യങ്ങളിലെ നായകനായ റുഡോൾഫ് ഒരു ചെറു ജർമ്മൻ പ്രബുകുടുംബത്തിലെ അംഗമാണ്. ാരീസിൽ ദ്വിമുഖമായ ജീവിതം നയിക്കുന്നു. അയാൾ പ്രഭുവായി ജീവിതം നയിക്കുന്നതുകൂടാതെ പാരീസിലെ കുറ്റവാളി സമൂഹത്തിലേക്ക് ഇറങ്ങിച്ചെല്ലുകയും പല

വിധതന്ത്രങ്ങളുപയോഗിച്ച് അവരെ സന്മാർഗ്ഗത്തിലേക്കു നയിക്കാൻ ശ്രമിക്കുകയും ചെയ്തു. അതിനായി അയാൾക്ക് സന്മാർഗ്ഗവും ദുർമാർഗ്ഗവും പടിപ്പിക്കുന്ന രണ്ട് അദ്ധ്യാപകരുണ്ട്. അയാൾക്ക് ഒരു മുൻ കാമുകിയും ഇപ്പോഴത്തെ കാമുകിയുമുണ്ട്. ക്ഷപ്പെടുത്തുന്നത് അമ്മയാൽ ഉപേക്ഷിക്കപ്പെട്ട് ലൈംഗിക പ്രവർത്തനകയായി മാറിയ സ്വന്തം മകളെയാമ് അതു പോലെ മറ്റുപ ലരെയും അയാൾ രക്ഷപ്പെടുത്തുന്നുണ്ട്. സന്മാർഗ്ഗത്തിലേക്കു വരാൻ തയ്യാറാകാത്തവരെ അയാൾ നിർദ്ദയം പീഡിപ്പിക്കുന്നു, ഒരാളുടെ കണ്ണുചൂന്നെടുക്കുകയും കൊലപ്പെടുത്തുകയും ചെയ്യുന്നു. ചുരുക്കത്തിൽ അയാൾ സ്വയം ഒരു ദൈവമായി മാറുകയാണ്. സന്മാർഗികളെ സംരക്ഷിക്കുന്നു. അല്ലാത്തവരെ നശിപ്പിക്കുന്നു.

റൂഡോൾഫിനെ വിമർസനാത്മകവിമർശനത്തിന്റെ പ്രായോഗിക രൂപമാണ് മാർക്സും എംഗൽസും കാണുന്നത്. അവിടെ നന്മ, തിന്മ, ഗുണം, ദോഷം, എന്നിവയെല്ലാം നായകനായ ദഡോൾഫാണ് തീരുമാനിക്കുന്നത്. അയാൾ നടത്തുന്നത് സാമൂഹ്യപരിവർത്തനപ്രക്രിയാണെന്നതിൽ അയാൾക്ക് സംശയമില്ല. ഈ പരിവർത്തന പ്രക്രിയ നടക്കുന്നത് അയാളുടെ മസ്തിഷ്കത്തിലാണ് മസ്തിഷ്കത്തിൽ നടക്കുന്ന പ്രവർത്തനങ്ങളെ കേവലമായി പ്രായോഗികമാക്കി തീർക്കുകയാണ് അയാൾ ചെയ്യുന്നത്. ലോകം അയാളുടെ ഇച്ഛക്കും ഗുണദോഷവിശ്ലേഷണത്തിനും അടിസ്ഥാനത്തിൽ നടക്കുന്ന പ്രക്രിയയാണ്. അതിന്റെ ആന്തരിക ബന്ധങ്ങളോ വൈരുദ്ധ്യങ്ങളോ അല്ല, അവയെക്കുറിച്ച് അവൾ എത്തിച്ചേരുന്ന നിലപാടുകലാണ് പ്രധാനം. അത്തരം നിലപാടുകൾ കൃസ്തുമതപരമാണ് അതിന്റെ നന്മതിന്മകളെയും ദൈവികവും ലൗകികവുമായ മാർഗ്ഗങ്ങളെയും ആധാരമാക്കിയുള്ളതാണ്.

ഈ നിലപാടുകൾ വിശുദ്ധകുടുംബത്തിനും ജർമ്മൻ ആശയവാദത്തിനും പൊതുവായുള്ള നിലപാടുകളാണെന്ന് മാർക്സും എംഗൽസും വാദിക്കുന്നു. ജനകീയതലത്തിൽ നടക്കുന്ന സംഘർഷങ്ങളും വൈരുദ്ധ്യങ്ങളും അറിവിന്റെയും വികാരത്തിന്റെയും മണ്ഡലങ്ങളും ആശയവാദിയെ സംബന്ധിച്ചിടത്തോളം വിമർശന രഹിതമായ പൊതു സാമാന്യബോധത്തിന്റെതലമാണ്. അതിൽ നിന്ന് സ്വാവബോധത്തിന്റെയോ കർത്തൃത്വത്തിന്റെയോ വികാസമുണ്ടാകുന്നില്ല. അതുകൊണ്ട് അയാൾ സോഷ്യലിസത്തെയും കമ്യൂണിസത്തെയും പൊതുവിൽ ഭൗതികവാദത്തെയും തള്ളിപ്പറയുന്നു. നിത്യജീവിതത്തിൽ നടക്കുന്ന പരിവർത്തന പ്രക്രിയയ്ക്കുപകരം അയാൾ അമൂർത്തസംവർഗ്ഗങ്ങളെ ആധാരമാക്കി ചിന്താമണ്ഡലത്തിൽ നടക്കുന്ന പ്രക്രിയയെ പ്രതിഷ്ഠിക്കുന്നു. ഈ പ്രക്രിയയാണ് സാമൂഹ്യമാറ്റങ്ങൾക്ക് പ്രേരകമാക്കേണ്ടത് എന്ന് വാദിക്കുന്നു.

'വിശുദ്ധ കുടുംബ'ത്തിൽ ബ്രൂണോ ബോവർക്കും അദ്ദേഹത്തിൻരെ അനുയായികൾക്കുമെതിരെ നടത്തുന്ന വിമർശനങ്ങൾക്ക് ഇന്നും പ്രസക്തിയുണ്ടെന്നു കാണാൻ പ്രയാസമില്ല. ഭൗതികവാദത്തെ പൊതുവിലും സോഷ്യലിസത്തിന്റെയും കമ്യൂമിസത്തെയും സവിശേഷമായും വിമർശി

ക്കുന്ന നിരവധി ബുദ്ധിജീവികൾ സ്വന്തം സംവാദങ്ങലെ ഭൗതിതലത ങ്ങളിലുള്ള പ്രശ്നങ്ങളിൽ സമഗ്രമായി കേന്ദ്രീകരിക്കുകയല്ല ചെയ്യുന്ന ത്. നിലവിലുള്ള വൈരുദ്ധ്യങ്ങലെ ആധാരമാക്കി സ്വന്തം മസ്തിഷ്ക ത്തിൽ രൂപപ്പെടുത്തുന്ന അമൂർത്തമായ സംവർഗ്ഗങ്ങളെ ആധാരമാക്കി നിത്യജീവിതത്തിലെ സംഘർഷങ്ങളെ വിലയിരുത്തുന്നു. വിമർശനാത്മ കമായ സത്ത വിമർശനരഹിതമായ ലൗകികത എന്നീ ദ്വന്ദ്വങ്ങൾക്ക് സാമാന്യമായി ദ്വന്ദ്വങ്ങളിലും വിപരീതങ്ങളിലും ഈ വിമർശനങ്ങൾ ഊന്നുകയുംചെയ്യുന്നു. ജാതീയത എന്ന സംവർഗം/യഥാർത്ഥ ജാതി കൾ, മതപരത എന്ന സംവര്ഗം/യഥാർത്ഥ മതവിശ്വാസികൾ അധികാരം/ അധികാരരാഹിത്യം എന്നീ സംവർഗങ്ങൾ അധികാരം ഉപയോഗിക്കുന്ന വരും അതിനു കീഴ്പ്പെടുന്നവരുമായ ജനങ്ങൾ എന്നിങ്ങനെ ലൗകികത ലവും സത്താതലവും തമ്മിലുള്ള വിപരീതങ്ങൾ തുടർച്ചയായി നമ്മുടെ ചർച്ചകളിൽ കാണാം. ഇവിടെയെല്ലാം നിത്യജീവിതത്തിലെ യാഥാർത്ഥ്യ ങ്ങലെ മറികടന്നുകൊണ്ട് ബുദ്ധിജീവികളുടെ മസ്തിഷ്ക്കത്തിലുള്ള സംവർഗ്ഗങ്ങൾ സ്ഥാനം പിടിക്കുന്നതും കാണാം. നമ്മുടെയിടയിൽ അധി കാരം മുതലായ കേവല സംജ്ഞകളെ കേന്ദ്രീകരിച്ചുള്ള ചർച്ചകൾ ഉദാ ഹരണമാണ്. അവയെ ആധാരമാക്കിയുള്ള സോഷ്യലിസ്റ്റ് കമ്യൂണിസ്റ്റു വിരുദ്ധ വിമർശനങ്ങൾ ആത്യന്തികമായി അധീരവർഗ്ഗങ്ങളെ പിന്തുണ നല്കുന്നു. സോഷ്യലിസവും കമ്യൂണിസവും രൂപം കൊള്ളുന്നത്. കേവല വിമർശനത്തിൽ നിന്നല്ല. നിത്യജീവിതവൈരുദ്ധ്യങ്ങളെ ആധാ രമാക്കിയുള്ള സമരങ്ങളിൽ നിന്നാണെന്നും ഈ കൃതി നമ്മെ ബോദ്ധ്യ പ്പെടുത്തുന്നു.

ലുദ്‌വിഗ് ഫൊയർബാഹും ക്ലാസിക്കൽ ജർമ്മൻ തത്ത്വചിന്തയുടെ അന്ത്യവും

ഒന്ന്

മാർക്സിസ്റ്റ് ലോകവീക്ഷണത്തിന്റെ പൊതുഘടനയെയും ഹെഗലിയൻ വീക്ഷണത്തിൽ നിന്നുണ്ടായ വേർതിരിവും സമഗ്രമായി പ്രതിപാദിച്ചുകൊണ്ട് എംഗൽസ് 1888 ൽ തയ്യാറാക്കിയ പുസ്തകമാണ് *ലുദ്‌വിഗ് ഫൊയർബാഹും ക്ലാസിക്കൽ ജർമ്മൻ തത്ത്വചിന്തയുടെ അന്ത്യവും*. ഡി എൻ സ്റ്റാർക്ക് എന്ന പണ്ഡിതൻ 1885 ൽ തയ്യാറാക്കിയ *ലുദ്‌വിഗ് ഫൊയർബാഹ്* എന്ന കൃതിയോടുള്ള പ്രതികരണമെന്ന നിലയിലാണ് എംഗൽസ് ഇത് തയ്യാറാക്കിയത്. മാർക്സിന്റെ പ്രശസ്തമായ *ഫൊയർബാഹ് തീസിസ്* ഈ കൃതിയുടെ അനുബന്ധമെന്ന നിലയിലാണ് ആദ്യം പ്രസിദ്ധീകരിക്കപ്പെട്ടത്. മാർക്സിസ്റ്റ് ലോകവീക്ഷണം എങ്ങനെയാണ് വളർന്നുവന്നതെന്ന് അവരുടെ രീതിയിൽത്തന്നെ വിശദീകരിക്കുന്ന ഗ്രന്ഥമെന്ന നിലയിൽ ഇതിന് ഒരു പ്രത്യേക സ്ഥാനമുണ്ട്.

ആശയവാദവും ഭൗതികവാദവും തമ്മിലുള്ള വൈരുദ്ധ്യത്തിന്റെ പശ്ചാത്തലത്തിലാണ് മാർക്സിസ്റ്റ് ലോകവീക്ഷണം വളർന്നുവന്നതെന്ന് എംഗൽസ് ചൂണ്ടിക്കാണിക്കുന്നു. ഹെഗൽ ഒരു ആശയവാദിയായിരുന്നു. എന്നാൽ, നിരവധി യുവഹെഗലിയന്മാർ ഭൗതികവാദികളായിരുന്നു. ഹെഗലിന്റെ വീക്ഷണത്തിന്റെ സവിശേഷതകൾ തന്നെയാണ് വ്യത്യസ്ത വീക്ഷണങ്ങളിലേക്ക് നയിച്ചതെന്ന് എംഗൽസ് ചൂണ്ടിക്കാണിക്കുന്നു.

ഹെഗലിന്റെ സുപ്രസിദ്ധമായ രണ്ടു പ്രസ്താവനകളുണ്ട് 'യഥാർത്ഥമെന്നത് യുക്തിപരമാണ്. യുക്തിപരമെന്നത് യഥാർത്ഥമാണ്.' മറ്റൊരു പ്രസ്താവന 'യാഥാർത്ഥ്യം അതിന്റെ വളർച്ചയുടെ വഴിയിൽവെച്ച് ഒരു ആവശ്യകതയായി തീരുന്നു.' ആന്തരിക ചിന്തയുടെ യുക്തിപരതയെ

യും ബാഹ്യപ്രകൃതിയുടെ യാഥാർത്ഥ്യവും തമ്മിൽ വൈരുദ്ധ്യാത്മക മായി ബന്ധപ്പെടുത്തുകയാണ് ഹെഗൽ ചെയ്യുന്നത്. യാഥാർത്ഥ്യമെന്നത് പ്രകൃതിയുടെയും സമൂഹത്തിന്റെയും ചലനങ്ങളാൽ നിർണ്ണയിക്കപ്പെട്ട താണ്. അതുകൊണ്ട് യാഥാർത്ഥ്യത്തിന് എല്ലാക്കാലത്തും നിയതമായ സ്വഭാവമുണ്ടാകും. അതേസമയം ഹെഗൽ ചരിത്രത്തെ വിശദീകരിക്കു ന്നത് മാനവരാശിയുടെ ഔന്നത്യങ്ങളിലേക്കുള്ള പ്രയാണമായാണ്. ഈ പ്രയാണത്തിന്റെ അന്ത്യം പ്രഷ്യൻ ഭരണകൂടത്തിന്റെ വികാസമാണെന്ന തീരെ ലളിതവല്ക്കരിക്കപ്പെട്ട നിഗമനത്തിലും അദ്ദേഹമെത്തി.

എന്തുകൊണ്ടാണ് വളരെ ഉദാത്തമായ രീതി സ്വീകരിച്ച ആൾ വളരെ ക്ഷുദ്രമായ നിഗമനത്തിൽ ചെന്നെത്തിയത്? അദ്ദേഹം ജീവിക്കുകയും വളരുകയും ചെയ്ത സാഹചര്യങ്ങളായിരുന്നു ഇതിനു കാരണം. ഹെ ഗൽ അടിസ്ഥാനപരമായി ഒരു ജർമ്മനായിരുന്നു. ഫ്രഞ്ച് വിപ്ലവത്തിൽ ആവേശം കൊള്ളുന്നതിനോടൊപ്പം പ്രഷ്യൻ രാഷ്ട്രത്തിന്റെ ലോകാ ധിപത്യ സാദ്ധ്യതകളിൽ അഭിമാനം കൊണ്ടിരുന്ന ഈ ജർമ്മൻകാരൻ ചരിത്രത്തിന്റെ ഗതിവിഗതികളെ ഭരണകൂടത്തിന്റെ വളർച്ചയുമായി ബന്ധ പ്പെട്ട അമൂർത്ത ധാരണകളുടെ അടിസ്ഥാനത്തിലാണ് കണ്ടത്. അതു കൊണ്ട് സമ്പൂർണ്ണവും വൈകല്യങ്ങളില്ലാത്തതുമായ ഒരു സമൂഹത്തെ യും രാഷ്ട്രത്തെയും അദ്ദേഹം ഭാവിയിൽ കണ്ടു. ഇത്തരത്തിലുള്ള രാ ഷ്ട്രം യഥാർത്ഥ ലോകത്തിൽ സാദ്ധ്യമല്ല. ചരിത്രത്തിലെ സമൂഹങ്ങൾ നിരവധി പരിവർത്തന ഘട്ടങ്ങളാണ്. അവ തീർച്ചയായും നമ്മെ കൂടു തൽ ഉയർന്ന ഘട്ടങ്ങളിലേക്കെത്തിക്കുന്നുണ്ട്. പക്ഷേ, ഒരു ആദർശസ മൂഹം നാം കാണുകയില്ല. ഒരു കാലത്ത് യുക്തിസഹവും യഥാർത്ഥവു മായ സമൂഹം രൂപംകൊള്ളുന്നു. സമൂഹം പിന്നീട് കാലഘട്ടങ്ങളായി മാറി മറിയുന്നതനുസരിച്ച് ഓരോ കാലഘട്ടത്തിലെയും യാഥാർത്ഥ്യങ്ങൾ യുക്തി നിഷേധമായിത്തീരുന്നു. യുക്തി നിഷേധത്തിന് നിലനില്ക്കാൻ അവകാശമില്ല. നിലനില്ക്കുന്നതെല്ലാം നശിക്കാനും അർഹമാണ്. പിന്നീട് പുതിയ ഒരു യാഥാർത്ഥ്യം വളർന്നുവരും.

വൈരുദ്ധ്യാത്മക ചിന്തയുടെ സ്വഭാവം തന്നെ അത് എല്ലാ ആത്യ ന്തിക സത്യങ്ങളെയും മാനവികതയുടെ എല്ലാ ശാശ്വത അവസ്ഥക ളെയും ഉടച്ചുകളയും എന്നതാണ്. അതിന് ഒന്നും അന്തിമമോ ശാശ്വ തമോ പാവനമോ അല്ല. എല്ലാ വസ്തുക്കളുടെയും ക്ഷണിക സ്വഭാവ മാണ് അത് തുറന്നു കാണിക്കുന്നത്. ഉണ്ടാകലിന്റെയും ഇല്ലാതാകലിന്റെ യും തുടർച്ചയായ പ്രക്രിയകളൊഴികെ ബാക്കിയൊന്നും അതിൽ നില നില്ക്കുന്നില്ല. ഈ തുടർച്ചയായ പ്രക്രിയകൾ ചിന്തിക്കുന്ന മസ്തിഷ്ക ത്തിൽ സൃഷ്ടിക്കുന്ന പ്രതിഫലനങ്ങളാണ് വൈരുദ്ധ്യാത്മക ചിന്ത. വൈ രുദ്ധ്യാത്മക ചിന്തയ്ക്ക് ഒരു യാഥാസ്ഥിതിക വശമുണ്ട്. ഓരോ കാല ഘട്ടത്തിനും സാഹചര്യങ്ങൾക്കും ആവശ്യമായ അറിവിന്റെയും സമൂ ഹത്തിന്റെയും സവിശേഷഘട്ടങ്ങളെ അത് ന്യായീകരിക്കുന്നുണ്ട്. പക്ഷേ, ഇത്തരം ഘട്ടങ്ങൾ ആപേക്ഷികമാണ്. അതിന്റെ വിപ്ലവ സ്വഭാവം ത

ന്നെയാണ് ശാശ്വതം; വൈരുദ്ധ്യാത്മകത അംഗീകരിക്കുന്ന ഒരേ ഒരു കേവല വസ്തുത വിപ്ലവ പ്രക്രിയയുടെ നൈരന്തര്യമാണ്.

ഹെഗലിയൻ വീക്ഷണത്തിന്റെ രീതിയുപയോഗിച്ച് എത്തിച്ചേരാവുന്ന ഈ നിഗമനങ്ങളിൽ ഹെഗൽ പോലും എത്തിച്ചേർന്നില്ലെന്ന് എംഗൽസ് ചൂണ്ടിക്കാണിക്കുന്നു. അദ്ദേഹം ഈ പ്രക്രിയയെ മുഴുവനും കേവലാശയ (absolute idea)ത്തിന്റെ സാക്ഷാൽക്കാരമായാണ് കണ്ടത്. ഹെഗലിനെ സംബന്ധിച്ചിടത്തോളം ചരിത്രം അവസാനിക്കുന്നത് കേവലാശയത്തിന്റെ ജ്ഞാനപരമായ സാക്ഷാൽക്കാരത്തോടെയാണ്. ഈ സാക്ഷാൽക്കാരം നടക്കുന്നത് പ്രഷ്യൻ ഭരണകൂടത്തിലുമാണ്.

ഹെഗലിന്റെ പ്രധാനപ്പെട്ട സംഭാവനയായി എംഗൽസ് കണ്ടെത്തുന്നത് വേറൊരു വസ്തുതയാണ്. വൈജ്ഞാനികവും ചരിത്രപരവുമായ എല്ലാ മേഖലകളിലൂടെയും സഞ്ചരിച്ച ഹെഗൽ വ്യവസ്ഥയുടെ വിശദീകരണത്തിനുവേണ്ടി നിരവധി തരത്തിലുള്ള പദാവലികൾ ഉപയോഗിച്ചു. ചരിത്രത്തിന്റെ, യുക്തിചിന്തയുടെ, പ്രകൃതി ചിന്തയുടെ, മാനസിക ചിന്തയുടെ, മതത്തിന്റെ, സൗന്ദര്യശാസ്ത്രത്തിന്റെ, നിയമത്തിന്റെ 'വ്യവസ്ഥാ' പരമായ വലക്കെട്ടുകളിലൂടെയുള്ള പ്രയാണമായിരുന്നു അദ്ദേഹത്തിന്റെ തത്വചിന്തയുടെ ആധാരം. ഇവയുടെ അന്വേഷണത്തിന്റെ ഫലമായി, വൈരുദ്ധ്യാത്മകമായ ചിന്താ പദ്ധതി ഉപയോഗിച്ചുകൊണ്ട് അദ്ദേഹം സൃഷ്ടിച്ച വ്യവസ്ഥയിൽ മനുഷ്യന്റെ ഭൗതികവും മാനസികവുമായ വികാസത്തെ അദ്ദേഹം വിശദീകരിച്ചു, അബോധപൂർവ്വമാണെങ്കിലും വ്യവസ്ഥകളുടെ വലക്കെട്ടുകൾ മറികടക്കാനുള്ള വഴിയും അദ്ദേഹം കാണിച്ചുതന്നു.

രണ്ട്

ഹെഗലിന്റെ മരണശേഷം (1831) ഹെഗലിയൻ ചിന്ത രണ്ടു വഴിക്കുതിരിഞ്ഞു. ഒരു കൂട്ടർ ഹെഗലിന്റെ യാഥാസ്ഥിതികമായ 'വ്യവസ്ഥാപിത'മായ ഭാഗത്തെ മുറുകെ പിടിച്ചു. മറുവശത്ത് 'യുവഹെഗലിയ'ന്മാർ എന്നറിയപ്പെടുന്ന ഇടതുപക്ഷം ജർമ്മനിയിലെ ഫ്യൂഡൽ നാടുവാഴിത്തത്തിനും അവരുടെ ചിന്താപദ്ധതികൾക്കുമെതിരായി തിരിഞ്ഞു. സ്ട്രൗസിന്റെ *യേശുവിന്റെ ജീവിതം* (1835) ആയിരുന്നു യുവഹെഗലിയന്മാരുടെ ചർച്ചകൾക്ക് തുടക്കമിട്ടത്. ബ്രൂണോ ബോവർ, സ്ട്രൗസിനെ ശക്തമായി വിമർശിക്കുകയും യേശുവിന്റെ അത്ഭുതകഥകൾ പലതും സുവിശേഷം എഴുത്തുകാർ തന്നെ കെട്ടിയുണ്ടാക്കിയതാണെന്നു തെളിയിക്കുകയും ചെയ്തു. ഈ ചർച്ച മറ്റൊരു ചർച്ചയിലേക്കു നയിച്ചു. സുവിശേഷക്കഥകൾ എഴുത്തുകാർ കൃത്രിമമായി നിർമ്മിച്ചതാണോ അതോ വിശ്വാസികളുടെ സ്വാവബോധത്തിൽനിന്ന് സ്വാഭാവികമായി ഉയർന്നുവന്നതാണോ എന്ന ചർച്ച വാസ്തവവും (substance) സ്വാവബോധവും (self - consciousness) തമ്മിലുള്ള ചർച്ചയായി. മാക്സ് സ്റ്റിർണർ 'സ്വാ

വബോധ'ത്തെ മാറ്റി 'അഹ'(ego)ത്തെ കൊണ്ടുവരികയും കേന്ദ്ര സ്ഥാനത്തു പ്രതിഷ്ഠിക്കുകയും ചെയ്തു. ആധുനിക അരാജകവാദത്തിന്റെ പ്രധാന പ്രചോദനവും സ്റ്റിർണറായിരുന്നു.

അവയ്ക്കുശേഷമാണ് ഫൊയർബാഹിന്റെ *ക്രിസ്തുമതത്തിന്റെ സത്ത* എന്ന പുസ്തകം പ്രസിദ്ധീകരിക്കപ്പെട്ടത്. ഫൊയർബാഹ് ഭൗതികവാദത്തെ കേന്ദ്ര സ്ഥാനത്തുകൊണ്ടുവന്നു. പ്രകൃതി നിലനില്ക്കുന്നത് തത്ത്വചിന്തയ്ക്കു പുറത്താണ്. നാമെല്ലാവരും പ്രകൃതിയുടെ സന്തതികളാണ്. പ്രകൃതിക്കും മനുഷ്യനുമപ്പുറം ഒന്നുമില്ല. മതം സൃഷ്ടിക്കുന്ന ഭാവനാലോകം നമ്മുടെ തന്നെ സത്തയുടെ മായികമായ പ്രതിഫലനങ്ങളാണ്. നമ്മെ വലയം ചെയ്തുവെന്നു കരുതപ്പെട്ട വ്യവസ്ഥ അതോടെ തകർന്നുവീണു. മാർക്സും എംഗൽസും അടക്കം നിരവധി പേർ ഫൊയർബാഹിന്റെ അനുയായികളായെന്ന് എംഗൽസ് പറയുന്നു. ഫൊയർബാഹിന്റെ നിലപാടുകളെപ്പറ്റി അഭിപ്രായ വ്യത്യാസമുണ്ടായിരുന്നെങ്കിലും ഈ സ്വാധീനം വ്യക്തമായി *വിശുദ്ധ കുടുംബ*ത്തിൽ കാണാം.

ഫൊയർബാഹിനു രണ്ടു ദൗർബല്യങ്ങളുണ്ടായിരുന്നു. ഒന്ന്, അദ്ദേഹം ശാസ്ത്രീയ ചിന്തയ്ക്കുപകരം സാഹിത്യാവിഷ്കാരങ്ങൾക്കു പ്രാധാന്യം നല്കി. രണ്ട്, അദ്ദേഹം പ്രണയത്തെ കേന്ദ്ര സ്ഥാനത്തു കൊണ്ടുവന്നു. ഇവ രണ്ടും ചേർന്ന് ആദ്യകാല സോഷ്യലിസ്റ്റ് ചിന്തയുടെ ശാസ്ത്രീയ സ്വഭാവം കളഞ്ഞുവെന്ന് എംഗൽസ് പരാതിപ്പെടുന്നു. അതേസമയം, മാർക്സ് തന്റെ ആദ്യകാല രചനകളിൽ പ്രണയത്തിന് ഒരു പുതിയ സമൂഹ രൂപത്തിന്റെ 'ലിറ്റ്മസ് ടെസ്റ്റ്' എന്ന നിലയിൽ പ്രാധാന്യം നല്കിയതും ശ്രദ്ധിക്കാവുന്നതാണ്.

മൂന്ന്

യുവഹെഗലിയന്മാരിൽനിന്ന് മാർക്സിസ്റ്റ് കാഴ്ചപ്പാടിലേക്കുള്ള പരിവർത്തനമാണ് പിന്നീട് എംഗൽസ് വിശദീകരിക്കുന്നത്. ചിന്തയും (thinking) ഉൺമയും (being) ആധുനിക തത്ത്വചിന്തയുടെ പ്രധാന ചർച്ചാവിഷയമാണ്. ഇതു ക്രമേണ ആത്മാവും ശരീരവും സംബന്ധിച്ച, ചേതനയും (spirit) പ്രകൃതിയും സംബന്ധിച്ച ചർച്ചകളായി മാറി. ഇവയിൽ ചേതനയ്ക്ക് അല്ലെങ്കിൽ ആത്മാവിന് പ്രാഥമികത നല്കിക്കൊണ്ടുള്ള വാദഗതികൾ ആശയവാദവും പ്രകൃതിക്ക് പ്രാഥമികത നല്കിക്കൊണ്ടുള്ള വാദഗതികൾ ഭൗതികവാദവുമായി. ഇവ രണ്ടിലും നിരവധി വ്യത്യസ്ത കാഴ്ചപ്പാടുകളും വളർന്നുവന്നു.

ഈ രണ്ടു പൊതുധാരകളെ പരസ്പരം ബന്ധിപ്പിക്കാൻ ശ്രമിച്ചവരും നിരവധിയായിരുന്നു. ഹ്യൂം ഇവയെ സാമാന്യതയുടെയും (Universality) വിശേഷതയുടെയും (Particularity) അടിസ്ഥാനത്തിൽ ബന്ധിപ്പിച്ചു. കാന്റ് പ്രാതിഭാസിക ലോകത്തിന് അതീതമായ സത്തയിലാണ്

വസ്തുവിന്റെ ഉണ്മ (thing - in- itself) കുടികൊള്ളുന്നതെന്ന് വാദിക്കുകയും മനനം വഴിയാണ് അതിനെ തിരിച്ചറിയേണ്ടതെന്ന് സമർത്ഥിക്കുകയും ചെയ്തു. ഒരു പദാർത്ഥത്തെ നാം തന്നെ ഉല്പാദിപ്പിക്കുമ്പോൾ അതിന്റെ ഉൾക്കാമ്പ് നാം തിരിച്ചറിയുകയാണെന്ന യാഥാർത്ഥ്യം അദ്ദേഹം മറന്നു.

ഭൗതികവാദത്തിനും പരിമിതികളുണ്ടായിരുന്നു. 18-ാം നൂറ്റാണ്ടിലെ ഭൗതികവാദം യാന്ത്രികമായിരുന്നു. മനുഷ്യൻ പോലും അക്കാലത്തെ ഭൗതികവാദികളെ സംബന്ധിച്ചിടത്തോളം ഒരു യന്ത്രം മാത്രമായിരുന്നു. രണ്ടാമത്, ഭൗതികവാദത്തിന് പ്രപഞ്ചത്തെ ഒരു പ്രക്രിയയായി, ചരിത്രപരമായ വികാസ പരിണാമങ്ങൾക്കു വിധേയമായി കാണാൻ കഴിഞ്ഞില്ല. ഇതിന്റെ കാരണം യാന്ത്രികവീക്ഷണം മാത്രമായിരുന്നില്ല. അക്കാലത്തെ ശാസ്ത്രചിന്തയെ പൊതിഞ്ഞിരുന്ന അതിഭൗതികവാദങ്ങൾ കൂടിയായിരുന്നു. മദ്ധ്യകാലസമൂഹം പ്രാകൃതമാണെന്ന മുൻവിധി നിലനിന്നതുകൊണ്ട് അക്കാലത്തുണ്ടായ വികാസരൂപങ്ങൾ ആരും കണക്കിലെടുത്തില്ല. പ്രകൃതിശാസ്ത്രത്തിന്റെ വളർച്ച ദൈവസങ്കല്പത്തിനെതിരായ തെളിവുകളായിരുന്നു. അതിനപ്പുറം ആരും മുന്നോട്ടുപോയില്ല. പ്രകൃതിശാസ്ത്രത്തെയും അതിനെ ആധാരമാക്കിയ ഭൗതികവാദത്തെയും കേന്ദ്ര സ്ഥാനത്തുകൊണ്ടുവന്നത് ഫൊയർബാഹ് ആയിരുന്നുവെന്ന് എംഗൽസ് പറയുന്നു. പക്ഷേ, നമുക്ക് വേണ്ടത് പ്രകൃതിശാസ്ത്രം മാത്രമല്ല, ഭൗതികവാദത്തിൽ ആധാരമാക്കിയ സാമൂഹ്യശാസ്ത്രവുമാണ്.അതായത് അന്നത്തെ ചരിത്രത്തിന്റെയും തത്ത്വചിന്തയുടെയും ആകത്തുകയാണ്. അത് ഫൊയർബാഹിന്റെ പരിഗണനയിൽ വന്നില്ല.

ഫൊയർബാഹിനെ ഒരു ആശയവാദിയായി പരിഗണിക്കുന്നവരുണ്ട്. അദ്ദേഹം ഊന്നുന്ന ദയയും പ്രണയവും സത്യാന്വേഷണവുമെല്ലാം ആശയവാദമാണെന്നു പറയുന്നു. പക്ഷേ, ആശയവാദവും ആദർശപരമായ ലക്ഷ്യങ്ങളും തമ്മിൽ കൂട്ടിക്കുഴയ്ക്കുന്നതു ശരിയല്ല. ഭൗതികലോകം അതിന്റെ സ്വാധീനം പ്രകടിപ്പിക്കുന്നത് മനുഷ്യമസ്തിഷ്ക്കത്തിലാണ്, സ്വാഭാവികമായും ഭൗതികലോകം വികാരങ്ങളും ചിന്തകളും ഉൾക്കാഴ്ചകളും പ്രേരണകളും മറ്റുമായി മസ്തിഷ്കത്തിൽ പ്രതിഫലിക്കുന്നു. ഇതിന്റെ ഫലമായി പലവിധത്തിലുള്ള ആശയങ്ങൾ വളർന്നുവരും. ഇതും ആശയവാദവും തമ്മിൽ ബന്ധമില്ല. ഫൊയർബാഹ് ആശയവാദിയാകുന്നത് വേറൊരു തലത്തിലാണ്. അദ്ദേഹം വാദിക്കുന്നത് തത്ത്വചിന്ത മതത്തിൽപ്പെടണം എന്നാണ്.

അദ്ദേഹം മതസത്തയെ മാനവികസത്തയുമായി ബന്ധപ്പെടുത്തുന്നു. മാനവരാശിയിലെ മാറ്റങ്ങൾ മതപരമായ മാറ്റങ്ങളുമായാണ് ബന്ധപ്പെടുന്നത് എന്ന് അദ്ദേഹം വാദിക്കുന്നു. മതങ്ങളുടെ അഭൗമവും അതീന്ദ്രിയവുമായ സ്വഭാവം തകരണം. ദയ, പ്രേമം, സത്യം മുതലായവ നിലനില്ക്കണം. പക്ഷേ, സാമൂഹ്യ ധാർമ്മികതയുടെ പ്രാധാന്യത്തെക്കുറിച്ച് ഹെഗൽ നടത്തിയ നിരീക്ഷണങ്ങളിലേക്കുപോലും ഫൊയർബാഹ്

എത്തുന്നില്ലെന്നു എംഗൽസ് ചൂണ്ടിക്കാണിക്കുന്നു. ഫൊയർബാഹിന്റെ ധാർമ്മിക സങ്കല്പം സമൂഹത്തിലെ ഭരണവർഗ്ഗത്തിന്റെ ധാർമ്മിക സങ്കല്പമാണ്, പാവപ്പെട്ടവർക്ക് ധാർമ്മികത സൃഷ്ടിക്കാനുള്ള കഴിവില്ല. മുതലാളിത്ത ലോകത്തിലെ ധാർമ്മികതയുടെ ഉത്തമദൃഷ്ടാന്തം സ്റ്റോക്ക് എക്സ്ചേഞ്ച് ആയിരിക്കും. പ്രണയം എന്നത് വ്യത്യസ്ത വർഗ്ഗങ്ങൾ തമ്മിൽ, പ്രത്യേകിച്ച് പണക്കാരും പാവപ്പെട്ടവരും തമ്മിലുള്ള അനുരഞ്ജനത്തിന്റെ ഉത്തമ മാതൃകയാകും.

സമൂഹയാഥാർത്ഥ്യങ്ങളെ ഉൾക്കൊള്ളുന്നതിനും മറികടക്കുന്നതിനും ഫൊയർബാഹിന്റെ ഭൗതികവാദത്തിനു കഴിയുന്നില്ല.

നാല്

ഹെഗലിയൻ ആശയവാദത്തിൽനിന്നുള്ള വേർതിരിവിൽനിന്നാണ് മാർക്സിസ്റ്റ് കാഴ്ചപ്പാട് വളർന്നുവരുന്നത്. ഹെഗലിയൻ ദർശനത്തിന്റെ വിപ്ലവപരമായ അംശം വൈരുദ്ധ്യാത്മകരീതിശാസ്ത്രമാണ്. ഹെഗൽ ഭൗതികവസ്തുക്കളെ, യാഥാർത്ഥ്യത്തെ ആന്തരിക ആശയങ്ങളുടെ പ്രതിഫലനമായാണ് കണ്ടത്. എന്നാൽ മാർക്സും (എംഗൽസും) ആന്തരിക ആശയങ്ങളെ യാഥാർത്ഥ്യങ്ങളുടെ പ്രതിഫലനമായാണ് കണ്ടത്. ഭൗതിക പ്രപഞ്ചത്തിനും മാനവിക ചിന്തയ്ക്കും അതുകൊണ്ട് രണ്ടുതരത്തിലുള്ള ചലന നിയമങ്ങളുണ്ടാകും. വാസ്തവത്തിൽ അവ രണ്ടും ഒന്നാണെങ്കിലും മനുഷ്യർക്ക് ബോധപൂർവ്വം അവയെ പ്രകടിപ്പിക്കാനുള്ള കഴിവിന്റെ അടിസ്ഥാനത്തിൽ രണ്ടും ഭിന്നമായിരിക്കും. പ്രകൃതിയിലും മാനവികചരിത്രത്തിലും ഈ നിയമങ്ങൾ അബോധപൂർവ്വമായാണ് പ്രകടിപ്പിക്കപ്പെടുന്നത്, ഒരു കൂട്ടം യാദൃച്ഛികതകളായി പ്രത്യക്ഷപ്പെടുന്നു. അപ്പോൾ ആശയങ്ങൾ ഭൗതിക യാഥാർത്ഥ്യങ്ങളുടെ ബോധതലത്തിലുള്ള ബിംബങ്ങളാണ്. അങ്ങനെ ഹെഗലിന്റെ യുക്തി ഇവിടെ തലകുത്തി നില്ക്കുന്നു.

വൈരുദ്ധ്യാത്മകതയുടെ മറ്റൊരു തലവും പ്രധാനമാണ്. പ്രപഞ്ചം നിർമ്മിതമായ വസ്തുക്കളുടെ ഒരു കൂട്ടമല്ല, അത് പ്രക്രിയകളുടെ സംഘാതങ്ങളാണ്, വസ്തുക്കളുടെ സ്ഥിരത നമ്മുടെ മസ്തിഷ്കത്തിലുള്ള അവയുടെ പ്രതിഫലനങ്ങൾ പോലെ തന്നെ ക്ഷണികമാണ്. അതായത് വസ്തുക്കൾ ക്ഷണത്തിൽ ഉണ്ടാവുകയും ഇല്ലാതാകുകയും ചെയ്യുന്നു. ഉണ്ടാകലും ഇല്ലാതാകലും യാദൃച്ഛികമാണെന്നു തോന്നുമെങ്കിലും, പലപ്പോഴും തിരിച്ചടികളും പിന്നോട്ടുപോക്കും ഉണ്ടാകുമെങ്കിലും, പൊതുപ്രക്രിയകൾ പുരോഗമനപരമാണ്, അവ മുന്നേറുകയാണ്. ഈ തിരിച്ചറിവുണ്ടായാൽ കേവല സത്യത്തിനുവേണ്ടിയുള്ള അന്വേഷണം അവസാനിക്കും, ഇപ്പോഴുള്ള അറിവുകളുടെ പരിമിതികളെക്കുറിച്ചു ബോധമുണ്ടായിരിക്കും. ജ്ഞാനസമ്പാദനത്തെ ബാധിക്കുന്ന അതിഭൗതിക സങ്കല്പങ്ങളെക്കുറിച്ച് - തെറ്റും ശരിയും, നന്മയും തിന്മയും, സംയോ

ജനവും (Identity) വ്യത്യസ്തതയും (difference), ആകസ്മികതയും ആവശ്യകതയും - ജാഗരൂകരായിരിക്കും. ഇവയ്ക്കെല്ലാം ആപേക്ഷിക മായ സാധുത മാത്രമേയുള്ളു എന്ന് അപ്പോൾ തിരിച്ചറിയും. ശരിയോ ടൊപ്പം തെറ്റുമുണ്ടാകും, സംയോജനത്തോടൊപ്പം വ്യത്യസ്തതയും.

യാന്ത്രിക ഭൗതികവാദത്തിനെതിരായും വൈരുദ്ധ്യാത്മകതയ്ക്കനു കൂലവുമായ നിലപാടുകൾ ജീവശാസ്ത്ര മേഖലകളിൽനിന്നു വളർന്നു വരുന്നു എന്ന് എംഗൽസ് പറയുന്നു. ഒന്ന് മനുഷ്യശരീരശാസ്ത്രവും കോശങ്ങളുടെ വളർച്ചയുമാണ്. രണ്ട്, ഭ്രൂണശാസ്ത്രവും മനുഷ്യഭ്രൂ ണത്തിന്റെ വളർച്ചയെക്കുറിച്ചുള്ള കണ്ടെത്തലുകളുമാണ്. മൂന്ന് ഭൂഗർ ഭശാസ്ത്രവും ഭൂമിയുടെ വളർച്ചയെക്കുറിച്ചുള്ള നിരീക്ഷണങ്ങളുമാണ്. ഇതിനോടൊപ്പം ഡാർവിന്റെ പരിണാമവാദം പ്രകൃതിയിൽനിന്ന് ജീവ ജാലങ്ങളുടെയും മനുഷ്യരുടെയും വളർച്ചയെക്കുറിച്ചുള്ള പരസ്പരബ ന്ധിതമായ വിവരണം നല്കുന്നു. ഇതോടെ ''പ്രകൃതിവ്യവസ്ഥ''കളെ ക്കുറിച്ചുള്ള അതിഭൗതിക സങ്കല്പങ്ങൾ തകരുകയും വൈരുദ്ധ്യാത്മ കതയുടെ പ്രാധാന്യം വർദ്ധിക്കുകയും ചെയ്യുന്നു. അതിഭൗതികവാദ ങ്ങളെ പുനഃസ്ഥാപിക്കാനുള്ള ശ്രമങ്ങൾ തിരിച്ചുപോക്കായിരിക്കുമെന്ന് എംഗൽസ് അഭിപ്രായപ്പെടുന്നു.

മറ്റൊരു സമാനമായ പ്രക്രിയ പ്രത്യക്ഷപ്പെടുന്നത് ചരിത്രത്തിലാണ്. പ്രകൃതിയിൽ അബോധതലത്തിലുള്ള പ്രതിഭാസങ്ങളുടെ പ്രതിപ്രവർ ത്തനങ്ങൾ വഴിയാണ് വ്യക്തമായി നിർണ്ണയിക്കാവുന്ന പ്രക്രിയകളുണ്ടാ കുന്നത്. ഇത്തരം പ്രക്രിയകൾക്ക് വ്യക്തമായ ലക്ഷ്യങ്ങളുള്ളതായി നമു ക്ക് അനുഭവപ്പെടുന്നു. എന്നാൽ, ചരിത്രത്തിൽ നേരെ തിരിച്ചാണ്. ജന ങ്ങൾ ബുദ്ധിയോടെയും വികാരത്തോടെയും വ്യക്തമായ ലക്ഷ്യങ്ങൾ ക്കുവേണ്ടി പ്രവർത്തിക്കുന്നവരാണ്. വ്യക്തമായ ഉദ്ദേശ്യ ലക്ഷ്യങ്ങളി ല്ലാതെ ഒരു പ്രവർത്തനവും നടക്കുന്നില്ല. എങ്കിലും, ചരിത്ര സംഭവ ങ്ങൾ ഉണ്ടാകുന്നത് യാദൃച്ഛികതകളായാണ്. യാദൃച്ഛികതകളുടെ പുറം തോടും വ്യക്തമായ ചലനനിയമങ്ങളുടെ അകക്കാമ്പുമാണ് ചരിത്രത്തി നുള്ളത്.

മനുഷ്യരാണ് ചരിത്രം നിർമ്മിക്കുന്നത്. അതിനായി ഓരോരുത്തരും അവരുടെ ബോധപൂർവ്വമായ ആഗ്രഹങ്ങളാണ് പിന്തുടരുന്നത്. പല ദിശ യിലുള്ള അവരുടെ പ്രവർത്തനങ്ങളും അവയുടെ വൈവിദ്ധ്യമാർന്ന ഫല ങ്ങളും ചേർന്ന് സൃഷ്ടിക്കുന്ന ബാഹ്യലോകമാണ് ചരിത്രമാകുന്നത്. പഴയ ഭൗതികവാദം ഈ ബാഹ്യലോകത്തെ പ്രഭുക്കളെന്നും ഭൃത്യ രെന്നും, പണക്കാരെന്നും പാവപ്പെട്ടവരെന്നും തിരിക്കുന്നു. ഇതിൽ ഭൃത്യരും പാവപ്പെട്ടവരും വിജയിക്കണമെന്നാഗ്രഹിക്കുന്നു. പക്ഷേ, ഇത്ത രത്തിലുള്ള സമൂഹ ഭിന്നതകൾ സൃഷ്ടിക്കുന്നതെന്താണെന്ന് അന്വേ ഷിക്കുന്നില്ല. സമൂഹത്തിൽ വർഗ്ഗവിഭജനമുണ്ട്. പക്ഷേ, വർഗ്ഗങ്ങൾ എങ്ങ നെയാണുണ്ടാകുന്നത്? ഉല്പാദനശക്തികളുടെ വളർച്ചയും അക്കാലത്തു ണ്ടായിരുന്ന ഉല്പാദന ക്രമത്തിനെതിരെ ഉല്പാദനശക്തികളുടെ കലാ

പവുമാണ് വർഗ്ഗസമരമായി പ്രത്യക്ഷപ്പെടുന്നത്. ഉല്പാദനശക്തികളെന്ന നിലയിൽ ബൂർഷ്വാസിയുടെ വളർച്ച ഉല്പാദനക്രമമെന്ന നിലയിൽ ഫ്യൂഡൽ പ്രഭുക്കന്മാരുമായും ഗിൽഡ് മാസ്റ്റർമാരുമായുള്ള സംഘർഷത്തിലേക്കു നയിച്ചു. അതുപോലെ പ്രോലിറ്റേറിയേറ്റും മുതലാളിമാരും തമ്മിലുള്ള സംഘർഷവും വളർന്നുവരുന്നു. എല്ലാ രാഷ്ട്രീയ സമരങ്ങളും വർഗ്ഗസമരങ്ങളാണ്. എല്ലാ വർഗ്ഗസമരങ്ങളും വർഗ്ഗത്തിന്റെ സാമ്പത്തികമായ മോചനത്തിനുള്ളതാണ്. പക്ഷേ, ഈ സാമ്പത്തിക മോചനം നടക്കണമെങ്കിൽ രാഷ്ട്രീയ മോചനം ആവശ്യമാണ്. ഏതുവർഗ്ഗം ഭരിച്ചാലും അതിന്റെ പ്രവർത്തനങ്ങളുടെ ക്രമീകരണത്തിന് ഭരണകൂടം വഴി സാധുത നേടുന്ന നിയമങ്ങൾ ആവശ്യമാണ്. ബൂർഷ്വാസിയെ സംബന്ധിച്ചിടത്തോളം റോമൻ നിയമാവലി ഇത്തരം ശക്തമായ ഉപകരണമാണ്. കാരണം, ചരക്കുല്പാദകർക്കും കച്ചവടക്കാർക്കും വേണ്ടിയുള്ള ആദ്യ നിയമസംഹിത രൂപപ്പെട്ടത് റോമിലാണ്. തൊഴിലാളിവർഗ്ഗത്തിന്റെ സാമ്പത്തിക മോചനത്തിന് ഈ നിയമസംഹിതയുടെയും അതു നിലനിർത്തുന്ന ഭരണകൂടത്തിന്റെയും തകർച്ച അനിവാര്യമാണ്.

ഭരണകൂടത്തിന് മറ്റൊരു പങ്കുമുണ്ട്. നിയമങ്ങളെയും മുതലാളിത്തത്തിന്റെ ഭൗതികരൂപങ്ങളെയും ജനങ്ങളുടെ ചിന്താ പ്രക്രിയയുടെ ഭാഗമാക്കുകയും അവയെ ജനങ്ങളറിയാതെ തന്നെ അവരുടെ ജീവിതത്തിലെ അനിവാര്യതകളാക്കുകയും ('പണമില്ലാത്തവൻ പിണം') ചെയ്യുന്ന ആശയസംഹിതകൾക്കു അവർ രൂപം നല്കുന്നു. അതിനു മതത്തിനെയും ഉപയോഗിക്കാം. മതം ഒരു ആശയസംഹിതയായാൽ അതിശക്തമായ യാഥാസ്ഥിതിക ശക്തിയായി അതു മാറും. ആശയസംഹിതകൾ യാഥാസ്ഥിതിക ശക്തികളായി മാറുമ്പോൾ ചിന്തയുടെയും സിദ്ധാന്തത്തിന്റെയും ശാസ്ത്രത്തിന്റെയും തത്ത്വചിന്തയുടെയും പുരോഗമനപരമായ സാദ്ധ്യതകൾ മുഴുവൻ ഉൾക്കൊള്ളുന്നത് വിപ്ലവകാരികളായ വർഗ്ഗമാണ്. അവരുടെ ആശയങ്ങൾ മുഴുവൻ വിപ്ലവ പ്രവർത്തനത്തിന്റെ ഇന്ധനങ്ങളായിമാറും. ഇത്തരത്തിൽ തത്ത്വചിന്ത സിദ്ധാന്തമെന്ന നിലയിൽ വിപ്ലവ പ്രവർത്തനമായിത്തീരും.

ഫൊയർബാഹ് തീസിസുകൾ

ഒന്ന്

ഫൊ*യർബാഹിനെക്കുറിച്ച്* എന്നപേരിൽ മാർക്സ് 1845 ൽ എഴുതിയ ചില കുറിപ്പുകളാണ് എംഗൽസ് 1888ൽ *ഫൊയർബാഹ് തീസിസുകൾ* എന്ന പേരിൽ പ്രസിദ്ധീകരിച്ചത്. എംഗൽസിന്റെ *ലുദ്‌വിഗ് ഫൊയർ ബാഹും ക്ലാസിക്കൽ ജർമ്മൻ തത്ത്വചിന്തയുടെ അന്ത്യവും* എന്ന കൃതിക്ക് അനുബന്ധമായാണ് ഈ കുറിപ്പുകൾ പ്രസിദ്ധീകരിച്ചത്.

19-ാം നൂറ്റാണ്ടിൽ ഹെഗലിയൻ ചിന്ത നിരവധി ചിന്താധാരകൾക്ക് ജന്മം നല്കിയിട്ടുണ്ട്. അവയ്ക്ക് നേതൃത്വം നല്കിയവരിൽ ചിലർ പൂർണ്ണമായ ആത്മീയവാദികളായിരുന്നു. വേറെ ചിലർ ഭൗതികവാദികളായിരുന്നു. ലുദ്‌വിഗ് ഫൊയർബാഹ് ഭൗതികവാദികളിൽ പ്രമുഖനായിരുന്നു. തന്റെ ഭൗതികവാദ നിലപാടുകളുടെ അടിസ്ഥാനത്തിൽ ഫൊയർബാഹ് ക്രിസ്തുമതത്തിന്റെമേൽ നടത്തിയ വിമർശനം വൻതോതിലുള്ള സ്വാധീനമാണ് ഉളവാക്കിയത്. അന്യവല്ക്കരണത്തെക്കുറിച്ചുള്ള ഹെഗലിയൻ കാഴ്ചപ്പാടും അതിന് ഫൊയർബാഹ് നല്കിയ ഭൗതികവാദപരമായ വിശകലനവും മാർക്സിനെ നേരിട്ട് സ്വാധീനിച്ചിരുന്നു.

എങ്കിലും ഫൊയർബാഹിന്റെ ഭൗതികവാദ നിലപാടുകളിൽനിന്ന് മാർക്സ് പിന്നീട് അകന്നു. മാർക്സ് അക്കാലത്ത് എഴുതിയ *വിശുദ്ധ കുടുംബവും ജർമ്മൻ പ്രത്യയശാസ്ത്രവും* യുവഹെഗലിയൻമാർക്കെതിരെയും പ്രത്യേകിച്ച് ഫൊയർബാഹിനെതിരെയുമുള്ള ശക്തമായ വിമർശനമാണ്. യുവഹെഗലിയന്മാരുടെ ആശയവാദത്തെ ശക്തമായി വിമർശിക്കുന്നതോടൊപ്പം ഫൊയർബാഹിൽ കാണപ്പെട്ട യാന്ത്രിക ഭൗ

തികവാദത്തെയും മാർക്സ് വിമർശിച്ചു. ഈ വിമർശനത്തിലൂടെയാണ് മാർക്സ് സ്വന്തം താത്ത്വികനിലപാട് പൂർണ്ണമായി അവതരിപ്പിക്കുന്നത്.

ഫൊയർബാഹ് തീസിസിൽ മാർക്സ് അവതരിപ്പിച്ച നിലപാടുകളാണ് പിന്നീട് ലൂയി അൽത്തൂസർ ജ്ഞാനസിദ്ധാന്തപരമായ വേർതിരിവ് (Epistomological Break) ആയി കണക്കാക്കുന്നത്. മാർക്സിന്റെ തത്ത്വചിന്ത അതിന്റെ പക്വതയിലെത്തുന്നതിന്റെ ആദ്യ സൂചനയായി ഫൊയർബാഹ് തീസിസിനെ മറ്റു ചിന്തകരും കണ്ടിട്ടുണ്ട്. മാർക്സിന്റെ വീക്ഷണം ഒരു പ്രയോഗ തത്ത്വചിന്തയായി (philosophy of praxis) മാറുന്ന ആദ്യ സൂചനയും ഫൊയർബാഹ് തീസിസിലാണ് കാണുന്നത്.

പതിനൊന്നു കുറിപ്പുകളാണ് ഇതിൽ പ്രത്യക്ഷപ്പെടുന്നത്. ഓരോ കുറിപ്പിന്റെയും ഒരു ചുരുക്കം നല്കുന്നതിനോടൊപ്പം ഓരോ കുറിപ്പിന്റെയും വിശദീകരണം നല്കാനുമാണ് ഇവിടെ ശ്രമിക്കുന്നത്.

രണ്ട്

തീസിസ് ഒന്ന്

ചുരുക്കം: ഇതുവരെയുള്ള ഭൗതികവാദം യാഥാർത്ഥ്യത്തെ ഒരു വസ്തുവായാണ് കാണുന്നത്. അതിനെ ആത്മനിഷ്ഠമായി, മനുഷ്യരുടെ ഇന്ദ്രിയബദ്ധമായ പ്രവർത്തനമായി കാണുന്നില്ല. പ്രവർത്തനങ്ങളെ വളർത്തിക്കൊണ്ടുവന്നത് ആശയവാദമാണ്. അതും അമൂർത്തമായി മാത്രം. കാരണം, ആശയവാദത്തിന് മനുഷ്യരുടെ ഇന്ദ്രിയബദ്ധമായ പ്രവർത്തനങ്ങളെ കാണാൻ കഴിയില്ല. ഫൊയർബാഹ് ഇന്ദ്രിയബദ്ധവും താത്ത്വികവുമായ വസ്തുക്കളെ വേർപെടുത്താൻ ശ്രമിക്കുന്നുണ്ട്. അപ്പോൾ മനുഷ്യരുടെ പ്രവർത്തനത്തെ വസ്തുനിഷ്ഠമാക്കുന്നില്ല. അതുകൊണ്ട് യഥാർത്ഥ മാനവിക മനോഭാവമെന്നത് സൈദ്ധാന്തിക നിലപാടായിത്തീരുന്നു. അതിന്റെ പ്രകടനം മാത്രമാണ് മനുഷ്യരുടെ എല്ലാ പ്രവർത്തനവും. അതുകൊണ്ട് മനുഷ്യരുടെ വിപ്ലവപരവും പ്രായോഗിക-വിമർശനാത്മകവുമായ പ്രവർത്തനങ്ങളെ മനസ്സിലാക്കാൻ ഫൊയർബാഹിന് കഴിയുന്നില്ല.

വിശദീകരണം

'ഇതുവരെയുള്ള ഭൗതികവാദം' മാർക്സിനുമുമ്പുള്ള ഭൗതികവാദമാണ്. പക്ഷേ, മാർക്സിനുമുമ്പുള്ള ഭൗതികവാദ പാരമ്പര്യത്തെ സമഗ്രമായല്ല ഇവിടെ വിലയിരുത്തുന്നത്. ഹെൽപെഷ്യസ്, ഹോൾബാഹ്, ദിദറോയും *എൻസൈക്ലോപ്പീഡിയ*യുടെ പ്രവർത്തകരും തുടങ്ങിയവരടങ്ങുന്ന ആധുനിക ഭൗതികവാദികളാണ്. ഫൊയർബാഹും അവരിൽ പെടുമെന്ന് മാർക്സ്തന്നെ പറയുന്നു. ഈ ഭൗതികവാദം ന്യൂട്ടോണി

യൻ ബലതന്ത്രത്തിന്റെ യാന്ത്രികമായ ഒരു വലിച്ചുനീട്ടലാണ്. പ്രകൃതിയിലെ പ്രതിഭാസങ്ങളും 'പ്രകൃതി നിയമ'ങ്ങളും യാന്ത്രികമാണ്. അവതന്നെയാണ് മനുഷ്യരുടെ പ്രവർത്തനങ്ങളെയും സ്വാധീനിക്കുന്നത്. മനുഷ്യൻ സ്വയമേവ ഒന്നും ചെയ്യുന്നില്ല. ചെയ്യുന്ന കാര്യങ്ങളെല്ലാം സ്വാഭാവികമായി, പ്രകൃതിദത്തമായി മനുഷ്യന് കൈവരുന്നതാണ്. ഈ ഭൗതികവാദത്തിന് അടുത്തകാലംവരെ നിർണ്ണായകമായ സ്വാധീനമുള്ളതായി നമുക്കറിയാം. മനുഷ്യരുടെ ശാരീരികശേഷികൾ, മസ്തിഷ്കം, ബുദ്ധിശക്തി, സർഗ്ഗചേതന, ലൈംഗികതയും പ്രജനനശേഷിയും, പാരമ്പര്യം, സാഹചര്യങ്ങളുമായുള്ള പൊരുത്തപ്പെടൽ തുടങ്ങിയവയെയെല്ലാം യാന്ത്രികമായ, പ്രകൃതിദത്തമായ എന്തോ വസ്തുവായി കാണുന്ന രീതി ഇത്തരം ഭൗതികവാദത്തിൽ കാണാം. ഇവിടെയൊന്നും മനുഷ്യനും ചുറ്റുപാടും തമ്മിലുള്ള ബന്ധവും അത് മനുഷ്യരുടെ പ്രവർത്തനങ്ങളിൽ വരുത്തുന്ന മാറ്റവും ഗൗരവത്തിലെടുക്കാറില്ല. ഇന്ദ്രിയബദ്ധമായ പ്രവർത്തനമായി മാർക്സ് വിശേഷിപ്പിക്കുന്നത് ഈ പാരമ്പര്യത്തെയാണ്. മനുഷ്യർ ചുറ്റുപാടുകളെ കാണുന്ന രീതി ഒരു വസ്തുവല്ല. അങ്ങനെയെങ്കിൽ മനുഷ്യരും കമ്പ്യൂട്ടറും തമ്മിൽ അല്ലെങ്കിൽ മനുഷ്യനും ഒരു ക്യാമറയും തമ്മിൽ ഒരു വ്യത്യാസവുമില്ല. മനുഷ്യരുടെ കാഴ്ചയുടെ സവിശേഷതയെയാണ് ആത്മനിഷ്ഠതലം എന്ന് വിളിക്കുന്നത്. ആ സവിശേഷതകൾ യാന്ത്രിക ഭൗതികവാദം കണക്കിലെടുക്കുന്നതുപോലുമില്ല.

ആശയവാദം മാനവികസത്തയ്ക്കും ആത്മാവിനും പ്രാധാന്യം നല്കി. മനുഷ്യരുടെ പ്രവർത്തനങ്ങളെ മാനവികസത്തയുടെ ആവിഷ്കാരമായും ആത്മസാക്ഷാല്ക്കാരമായും വിശേഷിപ്പിച്ചു. അവയുടെ അടിസ്ഥാനത്തിൽ പ്രവർത്തനങ്ങളെ വിലയിരുത്താൻ ശ്രമിച്ചു. പതിനെട്ടാം നൂറ്റാണ്ടിൽ വളർന്നുവന്ന മനുഷ്യസ്വഭാവം മുതലായ ആശയങ്ങളും ആശയവാദപരമായിരുന്നു. ഇത്തരം നിരീക്ഷണങ്ങളൊന്നുംതന്നെ മനുഷ്യരുടെ യഥാർത്ഥ പ്രവർത്തനങ്ങളെ, മനുഷ്യരും ചുറ്റുപാടും തമ്മിലുള്ള പ്രതിപ്രവർത്തനങ്ങളെ വിലയിരുത്തിക്കൊണ്ടായിരുന്നില്ല. നിശ്ചിത സാഹചര്യങ്ങളിൽ മനുഷ്യരുടെ പ്രവർത്തനം എന്താകണം അല്ലെങ്കിൽ എന്തായിരിക്കണം എന്ന തീരുമാനങ്ങളുടെ അടിസ്ഥാനത്തിലായിരുന്നു. ഇതുകൊണ്ടാണ് അമൂർത്തമായ രീതിയിലാണ് ആശയവാദികൾ മനുഷ്യരുടെ പ്രവർത്തനങ്ങളെ വിലയിരുത്തുന്നത് എന്ന് മാർക്സ് പറയുന്നത്.

മറ്റൊരുതരത്തിലുള്ള തല തിരിച്ചിടലാണ് ഫൊയർബാഹ് നടത്തുന്നത് എന്ന് മാർക്സ് പറയുന്നു. ഫൊയർബാഹ് ഭൗതികവാദിയാണെങ്കിലും മനുഷ്യരുടെ യഥാർത്ഥ പ്രവർത്തനങ്ങളെയല്ല വസ്തുനിഷ്ഠമായി കാണുന്നത്. അവരുടെ സൈദ്ധാന്തിക നിലപാടിനെയാണ് വസ്തുനിഷ്ഠമായി കാണുന്നത്. മനുഷ്യരുടെ ചിന്ത അല്ലെങ്കിൽ താത്ത്വികതലം എന്നത് ഒരു ഭൗതികവസ്തുവാണ്. അത് നടത്തുന്ന വിശകലന

ങ്ങൾ, വിശദീകരണങ്ങൾ തുടങ്ങിയവയാണ്. അവ നല്കുന്ന ചട്ടക്കൂടാണ് മനുഷ്യരുടെ പ്രവർത്തനങ്ങൾക്കാവശ്യമായ സൈദ്ധാന്തിക അടിത്തറ നല്കുന്നത്. ഇതെന്തെന്നു മനസ്സിലായാൽ പ്രവർത്തനങ്ങളുടെ ദിശയും വ്യക്തമാകും.

ഏതെങ്കിലും തത്വത്തിന്റെ പ്രകടനമായല്ല ചരിത്രസംഭവങ്ങൾ ഉണ്ടാകുന്നത്. മനുഷ്യർ സ്വന്തം പ്രവർത്തനങ്ങളിലൂടെ, അദ്ധ്വാനത്തിലൂടെ ചരിത്രം നിർമ്മിക്കുകയാണ്. അത് നിലവിലുള്ള സാഹചര്യങ്ങളുടെ പ്രായോഗികതലത്തിലുള്ള വിമർശനമാണ്. സാഹചര്യങ്ങളെയാകെ ഉടച്ചുവാർക്കുന്ന വിപ്ലവപ്രവർത്തനമാണ്. ഇത്തരം വിമർശനങ്ങളും വിപ്ലവങ്ങളും ഏതെങ്കിലും മാനവികസത്തയുടെ, മനുഷ്യസ്വഭാവത്തിന്റെ, ആത്മാവിന്റെ പ്രകടനമാണോ? അങ്ങനെയെങ്കിൽ അവയെ നിർണ്ണയിക്കുന്നത് ഏത് അമൂർത്തതത്ത്വമാണ്. മനുഷ്യരുടെ യഥാർത്ഥ ഇന്ദ്രിയബദ്ധമായ പ്രവർത്തനത്തെ വിശദീകരിക്കുന്നതിന് ഫൊയർബാഹ് നിർദ്ദേശിക്കുന്നു.

തീസിസ് രണ്ട്

മനുഷ്യരുടെ ചിന്തയെ വസ്തുനിഷ്ഠ സത്യമായി പരിഗണിക്കാമോ എന്ന ചോദ്യം സൈദ്ധാന്തിക പ്രശ്നമല്ല, അതൊരു പ്രായോഗിക പ്രശ്നമാണ്. പ്രയോഗതലത്തിലാണ് മനുഷ്യൻ സത്യം തെളിയിക്കേണ്ടത്. സത്യമെന്നത് അയാളുടെ ചിന്തയുടെ യാഥാർത്ഥ്യവും ശക്തിയുമാണ്, അതിന്റെ ഇഹലോകപരതയാണ്. പ്രയോഗത്തിൽനിന്ന് ഭിന്നമായി ചിന്തയുടെ യാഥാർത്ഥ്യവും അയഥാർത്ഥ്യവും സംബന്ധിച്ച തർക്കം കേവല വൈഷണിക സ്വഭാവമുള്ള (Scholastic) ചോദ്യമാണ്.

വിശദീകരണം

ചിന്തയെ വസ്തുനിഷ്ഠ സത്യമായി പരിഗണിക്കാമോ എന്നത് തത്വചിന്തയുടെ അടിസ്ഥാന പ്രശ്നങ്ങളിൽ ഒന്നാണ്. ആധുനികകാലത്ത് ഇതിന് വളരെയധികം പ്രാധാന്യം ലഭിച്ചു. റെനെ ദെക്കാർത്തെ ചിന്തയെ, സംശയങ്ങൾ പ്രകടിപ്പിക്കാനും ചോദ്യംചോദിക്കാനുമുള്ള കഴിവിനെ, മാനവിക സത്തയുടെ അടിസ്ഥാന സ്വഭാവമാക്കി. ചിന്തയ്ക്ക് യുക്തിപരവും ഗണിതപരവുമായ ഘടനയും നല്കി. ഇമ്മാനുവെൽകാന്റ് ഇന്ദ്രിയബദ്ധമായ പ്രതിഭാസങ്ങളുടെ ലോകത്തിന്, അല്ലെങ്കിൽ മനുഷ്യൻ നേരിട്ടുകാണുന്ന വസ്തുക്കൾക്ക് അപ്പുറമുള്ള ലോകത്തെ ചിന്തയിലൂടെയാണ് കണ്ടെത്തുന്നത് എന്ന് അഭിപ്രായപ്പെട്ടു. ചിന്തയ്ക്ക് അപഗ്രഥനപരമായ, ഗണിതശാസ്ത്രപരമായ സ്വഭാവമുണ്ടായിരിക്കും. ഹെഗൽ തന്റെ തത്വചിന്തയുടെ ആധാരമായി കണക്കാക്കിയത് ചിന്തയെയാണ്. ഹെഗലിന്റെ ലോകസത്ത പ്രകടിപ്പിക്കപ്പെടുന്നത് ചിന്തയിലാണ്. ചിന്ത യുക്തിപരമാണ്. ലോകത്തിന്റെ യാഥാർത്ഥ്യം പ്രകടിപ്പിക്കുന്നതും ചിന്തയിലൂടെയാണ്. ആധുനിക തത്വചിന്തയുടെ വെളിച്ചത്തിൽ ചിന്ത

യാണ് വസ്തുനിഷ്ഠ സത്യം.

ആധുനിക തത്ത്വചിന്തയുടെ ഈ അവകാശവാദത്തെയാണ് മാർക്സ് ചോദ്യംചെയ്യുന്നത്. വസ്തുനിഷ്ഠ സത്യം എന്നാൽ എന്താണ്? ചിന്തയിൽനിന്ന് ഏതാനും ഗണിതശാസ്ത്ര സൂത്രവാക്യങ്ങളായി പൊട്ടിവീഴുന്ന എന്തെങ്കിലും പ്രതിഭാസമാണോ സത്യം? സത്യം കാന്റ് വാദിച്ചതുപോലെ അതീന്ദ്രിയമായ (Franscendentan) ഒന്നാണോ? സത്യം ആകാശത്തുനിന്ന് പൊട്ടിവീഴുന്നതല്ല, മനുഷ്യൻ തെളിയിക്കേണ്ടതാണ്. സത്യം തെളിയിക്കുന്നത് അതീന്ദ്രിയമായല്ല, ഇഹലോകത്തിന്റെ, നമ്മുടെ യാഥാർത്ഥ്യത്തിന്റെ സത്യമാണ് തെളിയിക്കേണ്ടത്. സത്യം തെളിയിക്കുന്നത് സൈദ്ധാന്തികമായല്ല, പ്രായോഗികമായാണ്.

ചിന്ത വേണ്ടെന്നല്ല ഇപ്പറഞ്ഞതിന്റെ അർത്ഥം. ചിന്ത സമൂഹത്തിൽ പ്രവർത്തിക്കുന്നത് സിദ്ധാന്തങ്ങളായാണ്. സിദ്ധാന്തങ്ങൾ എപ്പോഴും പ്രകൃതിയെ സംബന്ധിച്ചുള്ളതാണ്. സമൂഹത്തെ സംബന്ധിച്ചുള്ളതാണ്. നാം ചിന്തയിൽ കാണുന്ന പ്രകൃതിയോ സമൂഹമോ അല്ല സിദ്ധാന്തങ്ങൾ പരിശോധിക്കുന്നത്, പ്രായോഗിക ജീവിതത്തിൽ ഇടപെടുന്ന പ്രകൃതിയെയും നാമടക്കമുള്ള സമൂഹത്തെയുംകുറിച്ചാണ്. പ്രായോഗിക ജീവിതത്തെ മാത്രമേ വസ്തുനിഷ്ഠമാക്കാൻ കഴിയൂ. പ്രായോഗിക ജീവിതവുമായി വേറിട്ട ചിന്ത, സിദ്ധാന്തം, പ്രകൃതിസങ്കല്പം, സത്യാന്വേഷണം തുടങ്ങിയവയെ ഉപയോഗിച്ചുകൊണ്ട് യാഥാർത്ഥ്യത്തെ പരിശോധിക്കുന്ന രീതി പ്രായോഗികമല്ല. അത്തരം ചോദ്യമുന്നയിക്കുന്ന രീതിയെയാണ് മാർക്സ് കേവല ധൈഷണികത എന്നുവിളിക്കുന്നത്. അതിലൂടെ യഥാർത്ഥ സത്യത്തെ കണ്ടെത്താൻ കഴിയില്ല.

തീസിസ് മൂന്ന്

ചുരുക്കം: മനുഷ്യർ അവരുടെ സാഹചര്യങ്ങളുടെയും അവരെ വളർത്തിയ രീതികളുടെയും ഉല്പന്നങ്ങളാണെന്ന് ചില ഭൗതികവാദികൾ ചൂണ്ടിക്കാണിക്കുന്നു. സാഹചര്യങ്ങളും വളർത്തുന്ന വിധങ്ങളും മാറുമ്പോൾ മനുഷ്യരും മാറും. അവർ മറക്കുന്നത് മനുഷ്യരാണ് സാഹചര്യങ്ങൾ സൃഷ്ടിക്കുന്നത് എന്നും വിദ്യ നല്കുന്നവനുതന്നെ വിദ്യയഭ്യസിക്കേണ്ടിവരുമെന്നുള്ളതുമാണ്. ഇത് സമൂഹത്തെ രണ്ടായി തിരിക്കുന്നതിലേക്കും ഒന്ന് സമൂഹത്തേക്കാൾ ഉയർന്നതാണെന്ന് വാദിക്കുന്നതിലേക്കും നയിക്കുന്നു. സാഹചര്യങ്ങളുടെ മാറ്റവും മനുഷ്യരുടെ പ്രവർത്തനവും തമ്മിലുള്ള പൊരുത്തത്തെയാണ് വിപ്ലവ പ്രയോഗം എന്ന് വിളിക്കുന്നത്.

വിശദീകരണം

ബാബിയു മുതൽ റോബർട്ട് ഓവൻവരെയുള്ള ആദ്യകാല വിപ്ലവ ചിന്തകരുടെ നിരീക്ഷണങ്ങളുടെ വിമർശനമാണിത്. അവർ സമൂഹത്തിൽ ഒരു അധീശവർഗ്ഗവും വിധേയവർഗ്ഗവും അല്ലെങ്കിൽ ഉള്ളവരും ഇല്ലാ

ത്തവരും തമ്മിലുള്ള വിഭജനം നിലനില്ക്കുന്നതായി കണ്ടു. അതിൽ ഉള്ളവർ അല്ലെങ്കിൽ അധീശവർഗ്ഗം സമൂഹത്തിനുമേൽ മൊത്തത്തിൽ ആധിപത്യം ചെലുത്തുന്നതായും കണ്ടു. എന്തുകൊണ്ടാണ് ഉള്ളവർ ഉള്ളവരും ഇല്ലാത്തവർ ഇല്ലാത്തവരുമായി മാറുന്നത്? അതിന് കാരണമായി അവർ കണ്ടത് രണ്ടാണ്. പാരമ്പര്യവും സാഹചര്യങ്ങളും. പാരമ്പര്യമെന്നാൽ സംസ്കാരവും ജീവിത ശൈലികളും വിജ്ഞാനവും ധാർമ്മിക നീതിബോധവും വളർന്നുവരുന്ന തലമുറയെ പഠിപ്പിച്ചെടുക്കുന്ന വിധമാണ്. അധീശവർഗ്ഗം അവരുടെ മാതൃകയിൽ അടുത്ത തലമുറയെ സൃഷ്ടിക്കുന്നു, വിധേയവർഗ്ഗവും അതുപോലെതന്നെ ചെയ്യുന്നു. വളർന്നുവരുന്ന സാഹചര്യങ്ങളിലെ വേർതിരിവുകളും അധീശരെയും വിധേയരെയും തമ്മിൽ വേർതിരിക്കുന്നു. അതായത് സമൂഹവിഭജനം വളർന്നുവരുമ്പോൾതന്നെ അതിന്റെ കാരണഘടകങ്ങൾ സമൂഹത്തിൽ നിലനില്ക്കുന്നുണ്ട്. സമൂഹത്തിന്റെ വളർച്ച നടക്കുന്നത് അതിനുള്ളിലാണ്.

മാർക്സ് ചോദിക്കുന്ന ചോദ്യം ഇതാണ്: വർഗ്ഗവിഭജനത്തിന് കാരണമാകുന്നു എന്ന് പറയപ്പെടുന്ന ജീവിതശൈലികളും സംസ്കാരവും ഉല്പാദന വിതരണ രൂപങ്ങളും വിജ്ഞാനവും നീതിബോധവും എങ്ങനെയാണുണ്ടാകുന്നത്? അവ അനാദിയാണോ? ദൈവമോ മറ്റേതെങ്കിലും ശക്തിയോ സൃഷ്ടിച്ച നീതിസംഹിതകളാണോ? ഉള്ളവരും ഇല്ലാത്തവരും തമ്മിലുള്ള ഭിന്നത എല്ലാകാലത്തും ഒരേ രൂപത്തിൽത്തന്നെയാണോ നില്ക്കുന്നത്? അല്ലെന്നാണ് മാർക്സിന്റെ നിരീക്ഷണം. മനുഷ്യർ ജീവിക്കുന്ന സാഹചര്യങ്ങൾ സൃഷ്ടിക്കുന്നത് മനുഷ്യർ തന്നെയാണ്. അവ സ്വയംഭൂവും അനാദിയുമൊന്നുമല്ല. വിജ്ഞാനവും ജീവിതശൈലികളും സംസ്കാരവുമൊക്കെ പഠിപ്പിച്ചുകൊടുക്കുന്നവർക്ക് അവരെ പഠിപ്പിച്ചുകൊടുത്ത വേറെയാരെങ്കിലുമുണ്ടാകും. പാരമ്പര്യം, വഴക്കം, നാട്ടുനടപ്പ് എന്നൊക്കെ പറയുന്നത് യാന്ത്രികമായി തുടർന്നുപോരുന്നതല്ല, ജനങ്ങൾ നിർമ്മിക്കുന്നതാണ്. മറ്റുള്ളവരെ പഠിപ്പിക്കുന്നതാണ്. അപ്പോൾ ഉള്ളവരും ഇല്ലാത്തവരും തമ്മിലുള്ള ഭിന്നതയും മനുഷ്യനിർമ്മിതമാണ്.

ഉള്ളവനെന്നും ഇല്ലാത്തവനെന്നും കേവലമായും യാന്ത്രികമായും സമൂഹത്തെ വേർതിരിക്കുന്നവിധത്തെയും മാർക്സ് വിമർശിക്കുന്നുണ്ട്. ഇല്ലാത്തവർ എന്നൊരുകൂട്ടം ആളുകൾ ഇല്ല. സാഹചര്യങ്ങൾ ഒരുകൂട്ടം ആളുകളെ ഇല്ലാത്തവരാക്കുകയാണ്. അങ്ങനെ ഒരുകൂട്ടം ആളുകൾ ഇല്ലാത്തവരാകുന്നതുകൊണ്ടാണ് ചിലർ ഉള്ളവരായിത്തീരുന്നത്. വൈരുദ്ധ്യത്തിന്റെ ഈ സ്വഭാവം കൃത്യമായി തിരിച്ചറിയാതെ അവയെ രൂപപരമായ (പാരമ്പര്യം, ജീവിതരീതി, വിദ്യാഭ്യാസം തുടങ്ങിയവ) ഭിന്നതകളുടെ അടിസ്ഥാനത്തിലാണ് ആദ്യകാല വിപ്ലവ ചിന്തകർ വേർതിരിക്കുന്നത്. അത് അവരുടെ വിപ്ലവ കാഴ്ചപ്പാടുകളെയും സ്വാധീനിക്കുന്നു. അപ്പോൾ വിപ്ലവം എന്നാൽ എന്താണ്? സാഹചര്യങ്ങളെ മാറ്റലോ പാരമ്പര്യങ്ങളെ ഇളക്കിമറിക്കലോ ഉള്ളവരും ഇല്ലാത്തവരും തമ്മിലുള്ള വൈ

രുദ്ധ്യങ്ങളെ വിളക്കിച്ചേർക്കലോ അല്ല. മനുഷ്യരുടെ പ്രവർത്തനംകൊണ്ട് അവർ മുമ്പു സൃഷ്ടിച്ച ജീവിത സാഹചര്യങ്ങൾ മാറുമ്പോൾ, അല്ലെങ്കിൽ മാറ്റപ്പെടുമ്പോഴാണ് നാം വിപ്ലവം എന്നു വിളിക്കുന്നത്. വിപ്ലവം ഒരു പ്രയോഗമാണ്. ചിന്താ പദ്ധതികളിലൂടെയോ ധിഷണാശക്തികൊണ്ടോ നിർമ്മിക്കപ്പെടുന്ന ഒന്നല്ല. സ്വന്തം ജീവിതസാഹചര്യങ്ങളിൽ നിന്നുതന്നെ മനുഷ്യർ നടത്തുന്ന പ്രവർത്തനങ്ങളാണ് വിപ്ലവത്തിലേക്ക് നയിക്കുന്നത്. അവർ വളർന്നു വന്ന ജീവിത സാഹചര്യങ്ങൾ ഇല്ലാതാകുന്നു. പുതിയവ അവർ സൃഷ്ടിക്കുന്നു.

തീസിസ് നാല്

ചുരുക്കം: ഫൊയർബാഹ് ആരംഭിക്കുന്നത് മതപരമായ അന്യവല്ക്കരണത്തിൽനിന്നാണ്. യഥാർത്ഥ ലോകം മതത്തിന്റെ ഭാവനാ ലോകമായി അന്യവല്ക്കരിക്കപ്പെടുന്നുവെന്നും അതുകൊണ്ട് മതലോകത്തിനുപകരം സെക്കുലറായ യഥാർത്ഥ ലോകം സ്ഥാപിക്കുകയാണ് വേണ്ടതെന്നും അദ്ദേഹം വാദിക്കുന്നു. പക്ഷേ യഥാർത്ഥ ലോകത്തിലെ വൈരുദ്ധ്യങ്ങൾ അദ്ദേഹം തിരിച്ചറിയുന്നില്ല. സെക്കുലർ യഥാർത്ഥ ലോകംതന്നെ വൈരുദ്ധ്യാത്മകമാണെന്നും വിപ്ലവ പ്രയോഗത്തിലൂടെ ഈ വൈരുദ്ധ്യങ്ങളെ ഇല്ലായ്മ ചെയ്യുകയാണ് വേണ്ടതെന്നും തിരിച്ചറിയണം. വിശുദ്ധ കുടുംബത്തിന്റെ രഹസ്യം കുടുംബത്തിലാണ് കണ്ടെത്തേണ്ടത്. അതിനെ സൈദ്ധാന്തികമായി വിമർശിക്കുകയും വിപ്ലവം വഴി മാറ്റി മറിക്കുകയും വേണം.

വിശദീകരണം

ഫൊയർബാഹ് മുമ്പ് സൂചിപ്പിച്ചതുപോലെ ഒരു യാന്ത്രിക ഭൗതികവാദിയായിരുന്നു. അദ്ദേഹം മതചിന്തയെ ശക്തമായി എതിർക്കുകയും മതങ്ങളുടെ സ്വർഗ്ഗനരകങ്ങൾ ജനങ്ങളെ യഥാർത്ഥ ജീവിതത്തിൽനിന്ന് വേർപെടുത്തുന്ന മായികലോകമാണെന്ന് വ്യാഖ്യാനിക്കുകയും ചെയ്തു. സെക്കുലറിസമാണ് ഫൊയർബാഹിനെ സംബന്ധിച്ചിടത്തോളം മനുഷ്യരുടെ അന്യവല്ക്കരണത്തിന്റെ അന്ത്യം.

ഇവിടെ മാർക്സ് മതങ്ങളെക്കുറിച്ച് സ്വീകരിക്കുന്ന നിലപാട് അതിനുമുമ്പ് മതത്തെക്കുറിച്ച് സ്വീകരിച്ചുപോന്ന നിലപാടുകളുടെ തീർച്ചയാണെന്ന് കാണാം. അതോടൊപ്പം ഇവിടെ ഒന്നാം തീസിസിൽ മാർക്സ് സ്വീകരിക്കുന്ന നിലപാടുമായി കൂട്ടിച്ചേർത്തു വായിക്കണം. മതേതരമായ മാനവികത എന്ന അർത്ഥത്തിലാണ് ഫൊയർബാഹ് സെക്കുലറിസത്തെ കാണുന്നത്. അതായത് മനുഷ്യരുടെ യഥാർത്ഥ മനോഭാവം മതമല്ല, മതേതരത്വമാണ്. പക്ഷേ, മതേതരത്വം എന്നാൽ എന്താണ്? അതൊരു മനോഭാവമാണ്. താത്ത്വികമായ നിലപാടാണ്. മതേതരത്വം എന്ന താത്ത്വികമായ നിലപാടനുസരിച്ചുള്ള പ്രവർത്തനങ്ങളാണ് മനഷ്യരുടെ എല്ലാ യഥാർത്ഥ പ്രവർത്തനങ്ങളും എന്നുവരുന്നു.

ഇത് ശരിയാണോ? ഇവിടെയാണ് മാർക്സിന്റെ പ്രസക്തമായ നിരീക്ഷണം വരുന്നത്. മതേതരത്വ സമൂഹം എന്ന താത്വിക നിലപാടിൽ നിന്ന് വൈരുദ്ധ്യങ്ങൾ നിറഞ്ഞ യഥാർത്ഥ സമൂഹം നിഷ്പതിപ്പിച്ചെടുക്കുക പ്രയാസമാണ്. അതുകൊണ്ട് വൈരുദ്ധ്യാത്മകമായ യഥാർത്ഥ സമൂഹത്തെ സ്വയം വിഭാവനംചെയ്യുന്ന മതേതര സമൂഹത്തിൽ തിരിച്ചറിയാൻ ഫൊയർബാഹിന് കഴിയുന്നില്ല. ഇതിൽനിന്ന് മറ്റൊരു പാളിച്ചയും ഫൊയർബാഹിന് സംഭവിക്കുന്നു. സമൂഹ വൈരുദ്ധ്യങ്ങളുടെ ഫലമായി സൃഷ്ടിക്കപ്പെടുന്ന യഥാർത്ഥ അന്യവല്ക്കരണത്തെ ഫൊയർബാഹ് തിരിച്ചറിയുന്നില്ല. മതപരമായ അന്യവല്ക്കരണത്തെ മാത്രമേ മനസ്സിലാക്കുന്നുള്ളു.

മതത്തെ വിമർശിക്കുമ്പോൾ പലർക്കും പറ്റുന്ന അബദ്ധത്തിലേക്കാണ് മാർക്സ് ഇവിടെയും വിരൽചൂണ്ടുന്നത്. മനുഷ്യർ സൃഷ്ടിക്കുന്ന അതീന്ദ്രിയവും അതിഭൗതികവുമായ സങ്കല്പങ്ങളിലല്ല, മനുഷ്യരുടെ അന്യവല്ക്കരണത്തിന്റെ രഹസ്യം കിടക്കുന്നത്. മനുഷ്യർ അനുഭവിക്കുന്ന ദുരിതങ്ങളുടെ, പീഡനങ്ങളുടെ, ചൂഷണത്തിന്റെ യാഥാർത്ഥ്യം സമൂഹ വൈരുദ്ധ്യങ്ങളിൽതന്നെയാണുള്ളത്, അതിനു പുറത്തല്ല. മനുഷ്യരെ മറ്റു മനുഷ്യർ തന്നെയാണ് ചൂഷണംചെയ്യുന്നത്, പീഡിപ്പിക്കുന്നത്, ദുരിതത്തിലാഴ്ത്തുന്നത്. അത് പരിഹരിക്കാനുള്ള അഭിവാഞ്ഛയും ശാന്തിയും സമാധാനവുമെല്ലാം അയാൾ പ്രപഞ്ച ശക്തികളിലോ സർവശക്തനായ ദൈവത്തിലോ കാണുന്നുവെന്ന് മാത്രം. ഈ മായികലോകം അയാളുടെ ഭാവനയിൽനിന്ന് പോകണമെങ്കിൽ യഥാർത്ഥ ലോകത്തിലെ ദുരിതം ഇല്ലാതാകണം.വിശുദ്ധ കുടുംബത്തിന്റെ രഹസ്യം യഥാർത്ഥ കുടുബത്തിൽ കണ്ടെത്തണം എന്ന് പറയുന്നത് ഇതാണ്.

യഥാർത്ഥ ലോകത്തിലെ ദുരിതം ഇല്ലാതാകണമെങ്കിൽ, യഥാർത്ഥ ലോകം ശക്തമായി വിമർശിക്കപ്പെടണം. അതിലെ സാമൂഹ്യ വൈരുദ്ധ്യങ്ങൾ വിപ്ലവപ്രവർത്തനംവഴി തകർക്കപ്പെടണം. മതം വഴിയാകുന്ന അന്യവല്ക്കരണവും ഇല്ലാതാകുന്നത് അപ്പോഴാണ്. മതേതരത്വത്തിന് മാത്രമായി അത് സാധിക്കുകയില്ല.

തീസിസ് അഞ്ച്

ചുരുക്കം: അമൂർത്ത ചിന്തകൊണ്ടുമാത്രം തൃപ്തിപ്പെടാതെ ഫൊയർബാഹ് നമ്മോട് ഇന്ദ്രിയബദ്ധമായ മനനം നടത്താൻ പറയുന്നു. ഇന്ദ്രിയബദ്ധത എന്നത് മനുഷ്യരുടെ പ്രായോഗികമായ ഇന്ദ്രിയപ്രവർത്തനമായി തിരിച്ചറിയുന്നില്ല.

വിശദീകരണം

ഫൊയർബാഹിന്റെ സൈദ്ധാന്തിക ഭൗതികവാദവും പ്രയോഗവും തമ്മിലുള്ള അകല്ച്ചയെ സൂചിപ്പിക്കുന്ന ഈ തീസിസ് അക്കാലത്തെ ഭൗതികചിന്തയുടെ മൊത്തത്തിലുള്ള വിമർശനമാണെന്നു പറയാം.

അമൂർത്ത ചിന്തയിൽനിന്നാണ് ഫൊയർബാഹ് തന്റെ ഭൗതിക പരിപ്രേക്ഷ്യം ആരംഭിക്കുന്നത്. അമൂർത്തചിന്തയുടെ വസ്തുനിഷ്ഠ സത്യം ചൂണ്ടിക്കാണിച്ചുകൊണ്ടാണ് അമൂർത്ത ചിന്ത കേവല ആശയവാദമാകില്ല എന്ന് എങ്ങനെ ഉറപ്പിക്കാം? അതിനുള്ള വഴി യഥാർത്ഥ ലോകത്തെ ഇന്ദ്രിയബദ്ധമായി പരിശോധിക്കുകയും മനനംചെയ്യുകയുമാണ്. ഫൊയർബാഹും പിന്നീടുവന്ന നിരവധി ശാസ്ത്രചിന്തകരും സ്വീകരിച്ചവഴിയും ഇന്ദ്രിയവാദപരമാണ്. നമുക്ക് ഇന്ദ്രിയങ്ങളിലൂടെ ലഭിക്കുന്ന വിവരങ്ങളെ, നിരീക്ഷണങ്ങളെ ഗൗരവത്തിൽ മനനംചെയ്ത്, പരിശോധിച്ച് അവയിലെ വസ്തുനിഷ്ഠ സത്യം കണ്ടെത്തുക എന്ന വഴി ഇവിടെ നിർദ്ദേശിക്കുന്നു.

ഇവിടെയാണ് മാർക്സിന്റെ നിരീക്ഷണം പ്രസക്തമാകുന്നത്. മനുഷ്യർ നിരീക്ഷിക്കുകയും മനനംചെയ്യുകയുംവഴി സത്യത്തിലെത്തുന്നവർ മാത്രമല്ല, മനുഷ്യരുടെ യഥാർത്ഥത്തിലുള്ള ഇന്ദ്രിയബദ്ധമായ പ്രവർത്തനം പ്രായോഗിക പ്രവർത്തനമാണ്. നിത്യജീവിത പ്രവർത്തനങ്ങളുടെ ഭാഗമായാണ് മനുഷ്യർ നിരീക്ഷിക്കുന്നത്, കേൾക്കുന്നത്. രുചിയറിയുന്നത്, മണക്കുന്നത്, ശരീരംകൊണ്ട് സ്പർശിക്കുന്നത്, പിടിക്കുന്നത്, ഉപയോഗിക്കുന്നത്. ഈ പ്രവർത്തനങ്ങൾവഴി ലഭിക്കുന്ന നിരവധി അനുഭവങ്ങളിൽനിന്നാണ് മനുഷ്യർ അമൂർത്താശയങ്ങളിലെത്തുന്നത്. ഈ യാഥാർത്ഥ്യത്തിനു പകരമായാണ് ഫൊയർബാഹ് ഇന്ദ്രിയബദ്ധമായ മനനത്തെക്കുറിച്ചും പറയുന്നത്. അമൂർത്തവും മൂർത്തവും തമ്മിലുള്ള യഥാർത്ഥ ബന്ധങ്ങൾ അവിടെ ഫൊയർബാഹ് തിരിച്ചറിയുന്നില്ല.

തീസിസ് ആറ്

ചുരുക്കം: ഫൊയർബാഹ് മതസത്തയെ മാനവികസത്തയായി മാറ്റുന്നു. മാനവികസത്ത എന്നത് ഓരോ വ്യക്തിയിലും അടങ്ങിയ എന്തോ ഒന്നല്ല. അത് സമൂഹ ബന്ധങ്ങളുടെ ചേരുവയാണ്. എന്നാൽ, ഈ യഥാർത്ഥ സത്തയുടെ വിമർശനത്തിലേക്ക് ഫൊയർബാഹ് കടക്കുന്നില്ല. അതിനുപകരം ചരിത്രത്തിൽനിന്ന് മതവികാരത്തെ ഒരു പ്രത്യേകവസ്തുവായി വേർതിരിക്കുകയും അതുൾക്കൊള്ളുന്ന അമൂർത്തവും ഏകവുമായ മനുഷ്യവ്യക്തിയെ അനുമാനിക്കുകയും ചെയ്യുന്നു. അതോടെ മാനവികസത്ത എന്നത് ആന്തരികവും മൂകവുമായ ഒരു പൊതു സ്വഭാവമായി തീരുകയും അത് പല വ്യക്തികളെയും സ്വാഭാവികമായി യോജിപ്പിക്കുന്നതായി കരുതുകയും ചെയ്യുന്നു.

വിശദീകരണം

ഇത് ഫൊയർബാഹിനെതിരെ മാത്രമല്ല, ഹെഗലിയന്മാർക്കും പൊതുവെ സത്താവാദികൾക്കെല്ലാവർക്കും എതിരെ ഉയർത്തുന്ന വിമർശനമാണ്. മാർക്സ് ചൂണ്ടിക്കാണിക്കുന്നത് മതസത്തയെ ചരിത്രത്തിൽ എല്ലാ സമൂഹങ്ങളിലും നിലനില്ക്കുന്ന പൊതുസ്വഭാവമായി ഫൊയർ

ബാഹ് വിലയിരുത്തുന്നുവെന്നാണ്. ഈ പൊതുസ്വഭാവം മാനവസത്തയായിത്തീരുന്നു.

മാർക്സിന്റെ പ്രധാന വിമർശനം അതിന്റെ രണ്ടാമത്തെ ഭാഗമാണ് മതസത്തയെ പൊതുസ്വഭാവവും മാനവസത്തയുമാക്കി മാറ്റുന്നതോടെ ആ സത്തയുടെ തുടർച്ച ഉറപ്പുവരുത്തേണ്ടതുണ്ട്. ഫൊയർബാഹ് അത് കണ്ടെത്തുന്നത് വ്യക്തിയിലാണ്. വ്യക്തികൾ എന്ന ബഹുവചനത്തിലൂടെ കൂടി പ്രത്യക്ഷപ്പെടുന്ന സാധാരണ മനുഷ്യവ്യക്തികളല്ല, ഫോയർബാഹിന്റെ വ്യക്തി. അയാൾ മതസത്ത അല്ലെങ്കിൽ മാനവസത്ത ഉൾക്കൊള്ളുന്ന അമൂർത്ത വ്യക്തിയാണ്. അതായത് മതസത്തയുടെ പൊതുസ്വഭാവത്തെ സ്ഥിരീകരിക്കാൻ മതസത്ത ഉൾക്കൊള്ളുന്ന വ്യക്തിയെ സമൂഹത്തിന്റെ ആധാര ശിലയാക്കി മാറ്റേണ്ടിവരുന്നു. ഇതേ മതസത്ത അല്ലെങ്കിൽ മാനവികസത്ത വ്യക്തികളെ സംയോജിപ്പിക്കുന്ന പൊതുസ്വഭാവവുമായി തീരുന്നു. മാനവികസത്ത എന്ന അമൂർത്തതയെ ന്യായീകരിക്കാൻ സമൂഹത്തെ അതേ അമൂർത്തത അടങ്ങുന്ന വ്യക്തികളുടെ കൂട്ടമായി ചിത്രീകരിക്കേണ്ടിവരുന്നു.

മാനവികസത്ത സൃഷ്ടിക്കുന്ന ചാക്രികവലയം കാരണം അപ്രത്യക്ഷമാകുന്നത് സമൂഹബന്ധങ്ങളാണ്. ഇവിടെയാണ് മാനവികസത്തയെക്കുറിച്ചുള്ള മാർക്സിന്റെ ബദൽ നിർദ്ദേശം പ്രസക്തമാകുന്നത്. മാനവികസത്തയെ കാണേണ്ടത് വ്യക്തിയിൽ അന്തർലീനമായ എന്തോ ഒരു വസ്തു ആയല്ല. അത് ആശയവാദമാണ്. സമൂഹബന്ധങ്ങളുടെ സംഘാതം ആയാണ്. ഈ ആശയം മതത്തെയും വ്യക്തിയെയും സത്തയെയും സംബന്ധിച്ച നമ്മുടെ ആശയങ്ങളിലെല്ലാം മാറ്റം വരുത്തുന്നുണ്ട്. ഫൊയർബാഹ് അടക്കമുള്ള സാധാരണ ചിന്തകന്മാരിൽനിന്ന് മാർക്സിന്റെ നിരീക്ഷണങ്ങൾ വേർപെടുന്നത് ഇവിടെ കാണാം.

തീസിസ് ഏഴ്

ചുരുക്കം: മതവികാരം എന്നത് ഒരു സാമൂഹ്യ ഉല്പന്നമാണെന്നത് ഫൊയർബാഹ് മനസ്സിലാക്കുന്നില്ല, അദ്ദേഹം വിശകലനംചെയ്യുന്ന അമൂർത്ത മനുഷ്യൻ ഒരു സവിശേഷ സമൂഹത്തിൽപെടുമെന്നും കാണുന്നില്ല.

വിശദീകരണം

മറ്റു ചിന്തകരിൽനിന്നുള്ള മാർക്സിന്റെ വേർപെടൽ കൃത്യമായ ദിശയിലേക്ക് നീങ്ങുന്നത് ഇവിടെ കാണാം. മാനവസത്തയെ സമൂഹബന്ധങ്ങളായി കണ്ട മാർക്സ് ഇവിടെ ഒരു പടികൂടി മുന്നോട്ടുപോകുന്നു. സത്തയുടെ ഭാഗമായി ഫൊയർബാഹ് കണ്ട മതവികാരം ഇവിടെ ഒരു സാമൂഹ്യ ഉല്പന്നമായിത്തീരുന്നു. അതായത് മതവികാരത്തിന്റെ ഉറവിടം മനസ്സോ ഇന്ദ്രിയബദ്ധമായ മനനമോ ഒന്നുമല്ല അത് സവിശേഷ സാമൂഹ്യ ബന്ധങ്ങൾ ഉല്പാദിപ്പിക്കുന്നതാണ്. അതോടെ മതത്തെ ചുറ്റി

നില്ക്കുന്ന മായിക പരിവേഷം നീങ്ങുകയാണ്. മതസത്തയെ മാനവസത്തയാക്കി മാറ്റുന്ന എന്തെങ്കിലും അമൂർത്തതയുടെ ആവശ്യം അവിടെയില്ല. മതവികാരം തുടരുന്നത് സവിശേഷ സമൂഹങ്ങളിലാണ്. സവിശേഷ സമൂഹ ബന്ധങ്ങൾ സൃഷ്ടിക്കുന്ന യാഥാർത്ഥ്യങ്ങൾ തന്നെയാണ് മതമെന്ന രൂപത്തെയും സൃഷ്ടിക്കുന്നത്. മതത്തിനുവേണ്ടി ഫൊയർബാഹ് സൃഷ്ടിക്കുന്ന അമൂർത്ത വ്യക്തി ഏതെങ്കിലും സമൂഹത്തിലെ സാധാരണ മനുഷ്യനായി മാറുന്നു.

തീസിസ് എട്ട്

ചുരുക്കം: സാമൂഹ്യജീവിതം പ്രായോഗികമാണ്. സിദ്ധാന്തങ്ങളെ നിഗൂഢവല്ക്കരണത്തിലേക്ക് നയിക്കുന്ന രഹസ്യങ്ങളെല്ലാം അവയുടെ യുക്തിസഹമായ പരിഹാരം കണ്ടെത്തുന്നത് മനുഷ്യരുടെ പ്രയോഗത്തിലൂടെയും അവരുടെ പ്രയോഗത്തെ മനസ്സിലാക്കുന്നതിലൂടെയുമാണ്.

വിശദീകരണം

ഈ തീസിസിലൂടെ മാർക്സ് മറ്റു ചിന്തകരിൽനിന്ന് പൂർണ്ണമായി വേർപെടുന്നു. അമൂർത്ത ചിന്തയുടെയും അമൂർത്ത വ്യക്തിയുടെയും കോയ്മയിൽനിന്ന് മാറി മാർക്സ് സമൂഹജീവിതത്തെ കേന്ദ്രസ്ഥാനത്ത് കൊണ്ടുവരുന്നു. അതിനുശേഷം സമൂഹജീവിതത്തെ ചുറ്റിനിന്നിരുന്ന അമൂർത്തതകളും അതിഭൗതിക വീക്ഷണങ്ങളും എടുത്തുകളയുകയും, അതിന്റെ പ്രായോഗികതലത്തെ കേന്ദ്രസ്ഥാനത്ത് കൊണ്ടുവരികയും ചെയ്യുന്നു. അതോടെ സിദ്ധാന്തം എന്നതും പുനരാവിഷ്കരിക്കപ്പെടുകയാണ്. സിദ്ധാന്തത്തിന് എന്തെങ്കിലും വിധത്തിലുള്ള സത്താവാദപരമോ അതിഭൗതികമോ ആയ സ്വഭാവമില്ല. അത്തരത്തിൽ സിദ്ധാന്തത്തെ ഏതെങ്കിലും വിധത്തിൽ നിഗൂഢവല്ക്കരിക്കുന്ന എല്ലാ ആശയങ്ങളും മനുഷ്യരുടെ പ്രയോഗത്തിൽ സ്വയം തിരിച്ചറിയേണ്ടിവരുന്നു.

അതോടെ യുക്തി, യുക്തിപരത തുടങ്ങിയവയും ചിന്തയുമായുള്ള ഏകാത്മക ബന്ധവും ഇല്ലാതാകുന്നു. മനുഷ്യരുടെ പ്രയോഗം യുക്തിപരമാണ്. വ്യത്യസ്ത ആശയങ്ങളും സംവർഗ്ഗങ്ങളും ചിന്താ രൂപങ്ങളുമെല്ലാം ഉല്പാദിപ്പിക്കപ്പെടുന്നത് മനുഷ്യരുടെ പ്രയോഗത്തിൽനിന്നാണ്. അവയിൽ ചിലത് നിഗൂഢവല്ക്കരിക്കപ്പെടുന്നുണ്ടെങ്കിൽ മനുഷ്യരുടെ യഥാർത്ഥ ജീവിതത്തിൽനിന്ന് അന്യമായ എന്തെങ്കിലും രഹസ്യം ഒളിപ്പിച്ചുവെക്കുന്നുണ്ടെങ്കിൽ, (മതം ഉദാഹരണമാണ്) അതിന്റെ ഉറവിടങ്ങൾ തിരിച്ചറിയേണ്ടതും മനുഷ്യരുടെ പ്രയോഗത്തിൽനിന്നാണ്. അതിനെ സനിഷ്കർഷമായി പഠിച്ച് മനസ്സിലാക്കുന്നതിലൂടെയാണ്. അതോടെ മൂർത്തത്തിൽനിന്ന് അമൂർത്തത്തിലേക്കും പ്രയോഗത്തിൽനിന്ന് സിദ്ധാന്തത്തിലേക്കും മാർക്സ് കടക്കുന്നു.

തീസിസ് ഒൻപത്

ഇന്ദ്രിയപരതയെ പ്രയോഗതലത്തിൽ അംഗീകരിക്കാത്ത മനനാത്മകമായ ഭൗതികവാദം എത്തിച്ചേരുന്ന ഏറ്റവും ഉയർന്നതലം 'പൗരസമൂഹ' (Civil society)ത്തിൽ വ്യക്തികളെക്കുറിച്ചുള്ള മനനമാണ്.

വിശദീകരണം

ആധുനിക സാമൂഹ്യശാസ്ത്രത്തെയും അർത്ഥശാസ്ത്രത്തെയും നയിക്കുന്ന അടിസ്ഥാന ആശയത്തെയാണ് ഇവിടെ മാർക്സ് പരാമർശിക്കുന്നത്. ഇംഗ്ലീഷ് സാമൂഹ്യശാസ്ത്രജ്ഞനായ ജോൺ ലോക്ക് മുതൽ പത്തൊൻപതാം നൂറ്റാണ്ടിലെ ചിന്തകർ തുടർച്ചയായുപയോഗിച്ചത് ഇന്ദ്രിയ ഗോചരമായ വസ്തുക്കളുടെയും പ്രതിഭാസങ്ങളുടെയും വിശകലനവും മനനവുമായിരുന്നു. ഭൗതികവാദവും ആശയവാദവും ഏതാണ്ടൊരുപോലെയാണ് ഈ കാഴ്ചപ്പാട് സ്വീകരിച്ചത്. ഭൗതികവസ്തുക്കളുടെ വിശകലനവും മനനവും അതിൽനിന്ന് എത്തിച്ചേരുന്ന നിഗമനങ്ങളും അമൂർത്തമായ പ്രക്രിയയായി. ഈ പ്രവണത ജ്ഞാനോദയ ചിന്തകരും 19-ാം നൂറ്റാണ്ടിലെ സാമൂഹ്യശാസ്ത്ര ചിന്തകരും ഒരുപോലെ അംഗീകരിച്ച രണ്ട് സംവർഗ്ഗങ്ങളിലെത്തിച്ചേർന്നു. ഭൗതിക പ്രതിഭാസങ്ങളും മനുഷ്യനും തമ്മിലുള്ള ബന്ധത്തിന്റെ പ്രയോഗതലത്തെ അംഗീകരിക്കാതിരിക്കുമ്പോൾ എത്തിച്ചേരാൻ സാധിക്കുന്ന രണ്ടു സംവർഗ്ഗങ്ങളാണിവ.

അതിലൊന്ന് വ്യക്തിയാണ്. ഇന്ദ്രിയബദ്ധവാദം വ്യത്യസ്ത പ്രതിഭാസങ്ങളെ അവയുടെ മാത്രകളുടെ അടിസ്ഥാനത്തിലാണ് കാണുന്നത്. ഭൗതികവസ്തുക്കളുടെ മാത്രകൾ അണുക്കളാണ്. പദാർത്ഥങ്ങളുടെ മാത്രകൾ തന്മാത്രകളാണ്. ജീവരൂപങ്ങളുടെ മാത്രകൾ കോശങ്ങളാണ്, അതുപോലെ സമൂഹത്തിന്റെ മാത്രകൾ വ്യക്തികളാണ്. ഹെഗലിന്റെ ലോകസത്തയുടെയും ഫൊയർബാഹിന്റെ മാനവസത്തയുടെയും എല്ലാം സ്ഥാനവും വ്യക്തികളാണ്. വ്യക്തി സ്വഭാവങ്ങളുടെ നിരീക്ഷണത്തെയും മനനത്തെയും ആധാരമാക്കി, അല്ലെങ്കിൽ വ്യക്തികളുടെ അഭിലാഷങ്ങളെയും ആഗ്രഹങ്ങളെയും ബുദ്ധിശക്തിയെയും വൈകാരികതയെയുമൊക്കെ മുൻനിർത്തി, മനുഷ്യസ്വഭാവത്തിന്റെ (human nature) വസ്തുനിഷ്ഠസത്യം ഗ്രഹിക്കാമെന്ന ധാരണ വളർന്നുവന്നു. ലോക്ക് മുതൽ ആദംസ്മിത്ത്വരെയുള്ളവരുടെ വ്യക്തിഗത സ്വാർത്ഥതാല്പര്യം, ജോൺ സ്റ്റുവർട്ട്മില്ലിനെപ്പോലുള്ളവരുടെ വ്യക്തിഗത സന്തുഷ്ടി, ജർമ്മൻ ചിന്തകരുടെ വ്യക്തിയും സത്തയും തമ്മിലും വ്യക്തിയും പ്രകൃതിയും തമ്മിലുമുള്ള ബന്ധം തുടങ്ങിയ ആശയങ്ങളിലെല്ലാം വ്യക്തിയെക്കുറിച്ചുള്ള മനനം കാണാം.

സിവിൽസമൂഹമാണ് രണ്ടാമത്തേത്. വ്യക്തികൾ ജീവിക്കുന്നത് സിവിൽ സമൂഹത്തിലാണ്. സിവിൽ സമൂഹം അരിസ്റ്റോട്ടിൽമുതൽ വളർ

ന്നുവന്നതും ഹോബ്സും ലോക്കും വ്യക്തമായ രൂപം നല്കിയതുമായ മറ്റൊരു ആശയമാണ്. വ്യക്തികൾ തമ്മിലുള്ള കൊള്ളകൊടുക്കകൾക്ക് നിയമപരമായ സാധുതയും അംഗീകാരവും ലഭിക്കുമ്പോൾ, അത്തരത്തിലുള്ള ബന്ധങ്ങൾക്ക് ഒരു സാമൂഹ്യ കരാറിന്റെ സ്വഭാവം കൈവരുമ്പോഴാണ് സിവിൽ സമൂഹം വളർന്നുവരുന്നത്. മാർക്സിന്റെ കാഴ്ചപ്പാടിൽ സമൂഹത്തിലെ പ്രവണതകളുടെ നിരീക്ഷണവും മനനവും അതിനെ ആധാരമാക്കി രൂപംകൊള്ളുന്ന സമൂഹഘടനയെയും സാമൂഹ്യ കരാർ വ്യവസ്ഥകളെയും കുറിച്ചുള്ള ആശയങ്ങളുമാണ് സിവിൽ സമൂഹത്തെ ഉല്പാദിപ്പിക്കുന്നത്. സിവിൽ സമൂഹം വ്യക്തിയിൽ അധിഷ്ഠിതവുമാണ്. മനനത്തിന്റെ ഫലമായി രൂപപ്പെടുന്ന സിവിൽ സമൂഹം അമൂർത്തതലത്തിലുള്ള ഒരു സംവർഗ്ഗമാണ്.

തീസിസ് പത്ത്

ചുരുക്കം: പഴയ ഭൗതികവാദത്തിന്റെ നിലപാട് 'സിവിൽ സമൂഹ'മാണ്; പുതിയതിന്റെ നിലപാട് 'മാനവസമൂഹമാണ്'. സാമൂഹ്യവല്ക്കരിക്കപ്പെട്ട മാനവികതയാണ്.

വിശദീകരണം

മാർക്സ് തന്റെ നിലപാട് സുവ്യക്തമാക്കുന്ന വളരെ പ്രധാനപ്പെട്ട പ്രസ്താവനയാണിത്. ജ്ഞാനോദയ ചിന്തകരുടെയും ജർമ്മൻ ചിന്തകരുടെയും വാദഗതികളിൽത്തന്നെ സിവിൽ സമൂഹത്തിന് സുപ്രധാന സ്ഥാനമുണ്ടായിരുന്നു. ഹെഗലിനോടുള്ള വിമർശനത്തിന്റെ പശ്ചാത്തലത്തിൽ ഫൊയർബാഹ് സിവിൽ സമൂഹത്തെ തന്റെ നിലപാടിന്റെ കേന്ദ്രസ്ഥാനത്തുനിർത്തി. ഭരണകൂടവുമായും നിയമസംഹിതകളും മറ്റു വ്യക്തികൾ തമ്മിൽ തമ്മിലും വ്യക്തിയും സമൂഹത്തിന്റെ മറ്റു ഘടകങ്ങളും തമ്മിൽ ബന്ധപ്പെടുത്തുന്ന മറ്റു സംവർഗ്ഗങ്ങളും ആശയങ്ങളുമെല്ലാം സിവിൽ സമൂഹത്തെ സംബന്ധിച്ച ആശയങ്ങളിലും പ്രതിഫലിച്ചു. ഹെഗൽ കണ്ടത് ഭരണകൂടവും സിവിൽസമൂഹവും തമ്മിലുള്ള വൈരുദ്ധ്യം ഭരണകൂടത്തിനനുകൂലമായി മാറും എന്നും ഭരണകൂടം സിവിൽസമൂഹത്തെ സ്വയം ചിട്ടപ്പെടുത്തുന്നതോടെ ഈ വൈരുദ്ധ്യം ഇല്ലാതാവുകയും ചെയ്യുമെന്നാണ്. ഫൊയർബാഹ് നേരെമറിച്ച് വാദിച്ചു. സിവിൽസമൂഹം അതിനെ പൊതിഞ്ഞിരിക്കുന്ന അന്യവല്ക്കരണത്തെ ഇല്ലാതാക്കി സ്വയം സാക്ഷാല്ക്കരിക്കുമെന്നും അപ്പോൾ സമൂഹവൈരുദ്ധ്യങ്ങളും ഇല്ലാതാകുമെന്നും അദ്ദേഹം വാദിച്ചു. സമാനമായ നിലപാട് മാർക്സ്തന്നെ ആദ്യകാല കൃതികളിൽ സ്വീകരിക്കുന്നതായി കാണാം. ഭരണകൂടം സിവിൽസമൂഹത്തെ ഉൾക്കൊള്ളുന്നതിനുപകരം സിവിൽസമൂഹം ഭരണകൂടത്തെ ഉൾക്കൊള്ളുമ്പോൾ അതിനെ വലയം ചെയ്യുന്ന വൈരുദ്ധ്യങ്ങൾ ഇല്ലാതാകുമെന്ന് മാർക്സ് തന്റെ ആദ്യകാല

കൃതികളിൽ വാദിച്ചിരുന്നു. ഹെഗലിനെ തലതിരിച്ചിടുമ്പോഴും ഹെഗലിന്റെ സ്വാധീനം നമുക്ക് കാണാം. എന്നാൽ, ഇവിടെ സിവിൽസമൂഹത്തെതന്നെ നിയമാവലികളുടെ പൗരജീവിതത്തിന്റെയും അമൂർത്തതകളാൽ ബന്ധിക്കപ്പെട്ട ഒരു സംവർഗ്ഗമായാണ് കാണുന്നത്. മുൻ സൂചിപ്പിച്ച മനുഷ്യപ്രയോഗത്തിൽനിന്നകന്ന് 'മനനാത്മക' ഭൗതികവാദത്തിന്റെ സൃഷ്ടിയാണ് സിവിൽസമൂഹം. സിവിൽസമൂഹത്തിന്റെ അമൂർത്തവും ഔപചാരികവുമായ തലങ്ങൾകൂടി ഇല്ലാതാകുമ്പോൾ ശേഷിക്കുന്നത് പ്രായോഗികതലത്തിൽ സ്വന്തം ജീവിതം നിലനിർത്തുന്നതിനും വളർത്തുന്നതിനുംവേണ്ടി പ്രയത്നിക്കുന്ന മനുഷ്യസമൂഹമാണ്. അവർ ഒറ്റയ്ക്കല്ല, വ്യക്തികളായല്ല പണിയെടുക്കുന്നത്. അവരുടെ സത്ത നില കൊള്ളുന്നത് പ്രായോഗികതലത്തിൽ അവർ ഏർപ്പെടുന്ന സാമൂഹ്യബന്ധങ്ങളാണ്. അതായത് മാനവിക സമൂഹത്തിലെ മാനവികത ഏതെങ്കിലും അമൂർത്തമായ സത്തയല്ല. അത് സാമൂഹ്യബന്ധങ്ങളുടെ തന്നെ ഉല്പന്നമാണ്. നിയമാവലികളും, നിർവ്വഹണരൂപങ്ങളും ആശയസംഹിതയും മതവുമെല്ലാം ഇത്തരം ഉല്പന്നങ്ങളാണ്.

മനുഷ്യബന്ധങ്ങളുടെ ഈ രൂപത്തെയാണ് മാർക്സ് സാമൂഹ്യവല്ക്കരിക്കപ്പെട്ട മാനവികത എന്ന് വിളിക്കുന്നത്. സാമൂഹ്യവല്ക്കരിക്കപ്പെട്ട മാനവികത ഭരണകൂടത്തിന്റെയും നിയമത്തിന്റെയും ആശയസംഹിതകളുടെയും അമൂർത്തതകളിൽനിന്ന് സൃഷ്ടിക്കപ്പെടുന്നതല്ല. മനുഷ്യർ അവരുടെ ജീവിതപ്രയത്നത്തിന്റെ ഭാഗമായി ഏർപ്പെടുന്ന പ്രായോഗിക ബന്ധങ്ങളാണ് സമൂഹത്തെ സൃഷ്ടിക്കുന്നത്. ഇത്തരം ബന്ധങ്ങൾ സമൂഹത്തിന്റെ കെട്ടുറപ്പിനെ നിർണ്ണയിക്കുകയും അതിനാവശ്യമായ ബന്ധങ്ങളും ആശയങ്ങളും ഉല്പാദിപ്പിക്കുകയും ചെയ്യുമ്പോൾ അവയെയാണ് മാനവികത എന്നു വിളിക്കുന്നത്. 'സാമൂഹ്യവല്ക്കരിക്കപ്പെട്ട മാനവികത മൂർത്തവും പ്രയോഗബദ്ധവുമാണ്. തുടർന്ന് വളർന്നുവരുന്ന സോഷ്യലിസത്തിന്റെ അന്തഃസത്ത സാമൂഹ്യവല്ക്കരിക്കപ്പെട്ട മാനവികതയാണ്.

തീസിസ് പതിനൊന്ന്

ചുരുക്കം: തത്ത്വചിന്തകർ പല രീതികളിൽ ലോകത്തെ വ്യാഖ്യാനിച്ചിട്ടേയുള്ളൂ, അതിന്റെ പരിവർത്തനമാണ് പ്രധാനം.

വിശദീകരണം

ഒരു പ്രത്യേക വിശദീകരണം ആവശ്യപ്പെടാത്തവിധത്തിൽ പ്രശസ്തമാണ് ഈ പതിനൊന്നാം തീസിസ്. മാർക്സ് ഒരു വിപ്ലവകാരിയായി പൂർണ്ണമായവിധത്തിൽ മാറുന്നതും ഇവിടെ കാണാം. എങ്കിലും മാർക്സ് എന്താണ് ഇവിടെ ഉദ്ദേശിച്ചത് എന്നതിനെക്കുറിച്ച് അഭിപ്രായഭിന്നതകളുണ്ട്. ഒരു തത്ത്വചിന്തകൻ എന്ന നിലയിലുള്ള മാർക്സിന്റെ അന്ത്യവും വിപ്ലവകാരി എന്ന നിലയിലുള്ള മാർക്സിന്റെ തുടക്കവുമായി

കരുതുന്നവരുണ്ട്. തത്ത്വചിന്തയുടെ ലക്ഷ്യം വ്യാഖ്യാനങ്ങൾ മാത്രമല്ല. വിപ്ലവങ്ങൾ കൂടിയാണെന്നും അതുകൊണ്ട് തത്ത്വചിന്തകൻ വിപ്ലവകാരിയായി മാറുകയാണ് വേണ്ടതെന്നും മാർക്സ് കരുതിയതായി ഈ പ്രസ്താവനയെ വിലയിരുത്തുന്നവരുണ്ട്. മാർക്സ് എന്ന ചിന്തകനിൽനിന്ന് പ്രയോഗതലത്തിൽ മാർക്സ് എന്ന അർത്ഥശാസ്ത്രജ്ഞനിലേക്കുള്ള മാറ്റത്തെ ഇത് സൂചിപ്പിക്കുന്നതായി കരുതുന്നവരുണ്ട്.

അതിനുമുമ്പുള്ള പത്തു തീസിസുകളുമായി ഈ വാചകത്തെ ബന്ധിപ്പിച്ചാൽ ഇതിന്റെ അർത്ഥം ഒന്നുകൂടി പ്രകടമാകും. പ്രകൃതിയെയും സമൂഹത്തെയുംകുറിച്ചുള്ള അതുവരെയുള്ള ചിന്തകരും പ്രത്യേകിച്ച് ഫൊയർബാഹിന്റെ നിലപാടുകളെ, ഇന്ദ്രിയബദ്ധമായ മനുഷ്യരുടെ പ്രവർത്തനത്തെ, അതായത് ജ്ഞാനസമ്പാദനത്തിന്റെ പ്രയോഗതലത്തെ അവഗണിച്ചുകൊണ്ടുള്ള നിലപാടുകളായാണ് മാർക്സ് വിലയിരുത്തുന്നത്. പ്രയോഗതലത്തെ കേന്ദ്രസ്ഥാനത്ത് കൊണ്ടുവരുകയും അതനുസരിച്ച് ചിന്തയുടെയും മനനത്തിന്റെയും അമൂർത്ത ജ്ഞാനത്തിന്റെയും ഒക്കെ തലങ്ങൾ പുനഃപരിശോധിക്കുകയും ചെയ്താൽ വളരെ വ്യത്യസ്തമായ ചിത്രമാണ് കിട്ടുക. അപ്പോൾ മനുഷ്യരെ വലയംചെയ്തിരിക്കുന്ന അമൂർത്ത സംവർഗ്ഗങ്ങൾക്ക്, മനുഷ്യന്റെ ഭാവനാസൃഷ്ടമായ ലോകങ്ങൾക്ക് പ്രസക്തിയില്ലാതാകുന്നു. മനുഷ്യർ സ്വപ്രയത്നംകൊണ്ട് നിർമ്മിക്കുകയും പുനർനിർമ്മിക്കുകയും ചെയ്യുന്ന യഥാർത്ഥലോകം അയാൾക്കുമുമ്പിൽ തെളിയുന്നു. താൻ ശാശ്വതമാണെന്നും സത്തയാണെന്നുമൊക്കെ സങ്കല്പിച്ചിരുന്ന എല്ലാ ആശയങ്ങളും സംവർഗ്ഗങ്ങളും മനുഷ്യസമൂഹങ്ങളുടെ പ്രായോഗികതലത്തിലുള്ള ഉല്പന്നങ്ങളായി അയാൾ തിരിച്ചറിയുന്നു.

അവിടെയാണ് ചിന്തയുടെ യാഥാർത്ഥ്യം അയാൾ മനസ്സിലാക്കുന്നത്. ചിന്തയുടെ ലക്ഷ്യം ചുറ്റുപാടുകളെ വ്യാഖ്യാനിക്കലല്ല. മനുഷ്യരുടെ പ്രയോഗത്തിൽനിന്നാണ് ചിന്തയുണ്ടാകുന്നത്. ചിന്തയിലും പ്രയോഗത്തിലുംനിന്ന് സിദ്ധാന്തങ്ങൾ രൂപംകൊള്ളുന്നു. അവ വീണ്ടും പ്രയോഗമായി മാറുകയാണ്. ഇതിലൂടെ മനുഷ്യർ അതുവരെ ജീവിച്ച സാഹചര്യങ്ങളെ മാറ്റിമറിക്കുന്നു. അതായത് ചിന്തയും പ്രവർത്തനവും തമ്മിലുള്ള ബന്ധം സിദ്ധാന്തവും പ്രയോഗവും തമ്മിലുള്ള ബന്ധം വിപ്ലവപ്രയോഗത്തിലേക്ക് നയിക്കുകയാണ്. മനുഷ്യർ അവർ ജീവിക്കുന്ന ലോകത്തെ മാറ്റുകയാണ്.

ജർമ്മൻ പ്രത്യയശാസ്ത്രം (1)
ഫൊയർബാഹ്

ഒന്ന്

ജർമ്മൻ പ്രത്യയശാസ്ത്രം മാർക്സിന്റെയും എംഗൽസിന്റെയും രാഷ്ട്രീയ ചിന്തയുടെ വളർച്ചയുടെ നാഴികക്കല്ലായി കണക്കാക്കപ്പെടുന്ന രചനയാണ്. യുവ ഹെഗലിയന്മാരായ ലുദ്‌വിഗ് ഫൊയർബാഹ്, ബ്രൂണോ ബോവർ, മാർക്സ് സ്റ്റിർണർ എന്നിവരുടെ ആശയങ്ങളുടെ സമഗ്ര വിമർശനമാണീ കൃതി. 1845-46 ഘട്ടത്തിലാണ് മാർക്സ് യുവ ഹെഗലിയന്മാരെ സംബന്ധിച്ച വിമർശനം എഴുതിത്തീർത്തത്. 1846-47 ൽ ജർമ്മനിയിൽ സ്വാധീനംചെലുത്തിയ 'യഥാർത്ഥ സോഷ്യലിസ്റ്റുകളെ' ശക്തമായി വിമർശിച്ചുകൊണ്ട് എംഗൽസ് 1846-47 ൽ രചിച്ച ഭാഗം ഇതിന്റെ തുടർച്ചയാണ്. 1845 ൽ മാർക്സ് കുറിച്ചിട്ട 'ഫൊയർബാഹ് തീസിസുകളും ഇതിന്റെ ഭാഗമായി കണക്കാക്കാം.

പുസ്തകം എഴുതിത്തീർത്തതിനുശേഷം അതിനൊരു പ്രസാധകനെ കണ്ടെത്താൻ മാർക്സും എംഗൽസും കഴിയാവുന്നത്ര ശ്രമിച്ചുവെങ്കിലും വിജയിച്ചില്ല. മാർക്സിന്റെ മരണശേഷം പുസ്തകത്തിന്റെ കൈയെഴുത്തുപ്രതി ജർമ്മൻ സോഷ്യൽ ഡെമോക്രാറ്റിക് പാർട്ടിയുടെ കൈവശം വന്നുചേർന്നു. ഇതിൽ 'ഫൊയർബാഹ് തീസിസുകൾ' മാത്രം എംഗൽസ് 1888 ൽ പ്രസിദ്ധീകരിച്ചു. ഫൊയർബാഹിനെക്കുറിച്ച് തന്റേതായ മറ്റൊരു കുറിപ്പും എംഗൽസ് കൂട്ടിച്ചേർത്തു. 1903-04 ൽ മാക്സ് സ്റ്റിർണറിനെക്കുറിച്ചുള്ള ഭാഗം എഡ്വേർഡ് ബേർൺസ്റ്റീൻ പ്രസിദ്ധീകരിച്ചു. ജർമ്മൻ സോഷ്യൽ ഡെമോക്രാറ്റിക് പാർട്ടിയുടെ ജേണലുകളിൽ മറ്റു ചില ഭാഗങ്ങളും പ്രസിദ്ധീകരിക്കപ്പെട്ടു. 1924 ൽ 'ഫൊയർബാഹിനെ'ക്കുറിച്ചുള്ള ഭാഗം റഷ്യയിൽ കമ്യൂണിസ്റ്റുപാർട്ടി പ്രസിദ്ധീ

കരിച്ചു. 1932 ൽ മാത്രമാണ് ജർമ്മൻ ഭാഷയിൽ പുസ്തകത്തിന്റെ പൂർണ്ണമായ പതിപ്പ് പ്രസിദ്ധീകരിക്കപ്പെട്ടത്.

ജർമ്മൻ പ്രത്യയശാസ്ത്രം അപ്പോഴും ഇംഗ്ലീഷ് വായനക്കാർക്ക് പൂർണ്ണരൂപത്തിൽ ലഭ്യമായിരുന്നില്ല. 1926 ൽ പുസ്തകത്തിന്റെ ചില ഭാഗങ്ങളുടെ ഇംഗ്ലീഷ് വിവർത്തനം പ്രസിദ്ധീകരിക്കപ്പെട്ടു. 1964 ലാണ് പുസ്തകം പൂർണ്ണരൂപത്തിൽ ഇംഗ്ലീഷിൽ പുറത്തുവന്നത്.

മാർക്സിന്റെ ചിന്തയിൽ ജ്ഞാനസിദ്ധാന്തപരമായ വഴിത്തിരിവുണ്ടായി എന്ന് ലൂയി അൽത്തൂസർ വാദിക്കുന്നത് *ജർമ്മൻ പ്രത്യയശാസ്ത്ര*ത്തെ ആധാരമാക്കിയാണ്. *ജർമ്മൻ പ്രത്യയശാസ്ത്ര*ത്തിൽ വളർത്തിക്കൊണ്ടുവന്ന നിരവധി ആശയങ്ങൾ *കമ്യൂണിസ്റ്റ് മാനിഫെസ്റ്റോ*യുടെ രചനയിൽ നേരിട്ട് പ്രയോജനപ്പെടുത്തി എന്നും ചൂണ്ടിക്കാണിക്കപ്പെടുന്നു. മാർക്സിന്റെ ആദ്യകാല കൃതികളുമായി താരതമ്യപ്പെടുത്തുമ്പോൾ മാർക്സിന്റെ കാഴ്ചപ്പാടുകളിൽ വന്ന വ്യതിയാനം *ജർമ്മൻ പ്രത്യയശാസ്ത്ര*ത്തിൽ പ്രകടമാണ്. അതിനെച്ചൊല്ലി അൽത്തൂസറിന്റെയും മറ്റും വിശകലനങ്ങളെക്കുറിച്ച് അഭിപ്രായ വ്യത്യാസമുണ്ടാകാം. മാർക്സിന്റെ നിലപാടുകളെ അവയുടെ സമഗ്രതയിൽ കാണുകയായിരിക്കും സൈദ്ധാന്തികതലത്തിലും പ്രായോഗികതലത്തിലും പ്രയോജനകരമാകുക.

മാർക്സിന്റെ ചരിത്രപരമായ കാഴ്ചപ്പാടുകളുടെ ഏറ്റവും സമഗ്രമായ അവതരണമാണ് 'ഫൊയർബാഹ്' എന്ന ശീർഷകത്തിലുള്ള ആദ്യഭാഗത്തിൽ കാണാവുന്നത്. ഫൊയർബാഹിന്റെ സമീപനത്തിലുള്ള ആശയവാദത്തിന്റെ അതിരൂക്ഷമായ വിമർശനവുമാണത്.

രണ്ട്

ഒരു കഥപറഞ്ഞുകൊണ്ടാണ് മാർക്സ് ആരംഭിക്കുന്നത്. പണ്ടൊരുകാലത്ത് ഒരു മനുഷ്യൻ ജീവിച്ചിരുന്നു. അദ്ദേഹം കരുതിയത് ആളുകൾ വെള്ളത്തിൽ മുങ്ങി മരിക്കുന്നത് ഗുരുത്വാകർഷണത്തിന്റെ ആശയം തലയിൽ കയറിയതുകൊണ്ടാണെന്നാണ്. ഈ അന്ധവിശ്വാസം മനസ്സിൽനിന്ന്, ബുദ്ധിയിൽനിന്ന് മായ്ച്ചുകളഞ്ഞാൽ പിന്നെയാരും വെള്ളത്തെ പേടിക്കില്ല. ഇത് തെളിയിക്കാനായി അദ്ദേഹം നിരവധി വിവരങ്ങൾ ശേഖരിച്ചു. ജീവിതകാലം മുഴുവൻ ഗുരുത്വാകർഷണത്തിന്റെ ആശയം എന്ന അന്ധവിശ്വാസത്തിനെതിരെ പോരാടി. അതുകൊണ്ട് ആളുകൾ മുങ്ങിമരിക്കാതായോ?

തത്വചിന്തകന്മാർ ഇതുപോലെയാണ്. അവർക്ക് ചിന്തയിലാണ് വിപ്ലവങ്ങൾ നടക്കുന്നത്. മാർക്സിന്റെ കാലഘട്ടത്തിലെ ജർമ്മൻ ചിന്തകന്മാർക്ക് ഹെഗലിയൻ ചിന്തയിലുണ്ടായ വിപ്ലവവുമായി താരതമ്യപ്പെടുത്തുമ്പോൾ ഫ്രഞ്ച് വിപ്ലവമൊക്കെ കുട്ടിക്കളിയാണ്. ജർമ്മൻ ചിന്തകർ പ്രധാനമായി വിമർശിക്കുന്നത് മതപരമായ ആശയങ്ങളെയാണ്.

രാഷ്ട്രീയവും നൈതികവും ധാർമ്മികവുമായ തലങ്ങളിൽപോലും മതത്തിന്റെയും ദൈവശാസ്ത്രത്തിന്റെയും ആശയങ്ങളാണ് സ്വാധീനം ചെലുത്തിയത് എന്ന് അവർ വാദിച്ചു. അവർ ഈ വിമർശനങ്ങൾ ഉയർത്തിയത് ചിന്തയുടെ, ആശയങ്ങളുടെ തലത്തിൽ മാത്രമായിരുന്നു. ചിന്തയെ ദൈവത്തിന്റെ സാമ്രാജ്യത്തിൽനിന്നു മാറ്റി മനുഷ്യന്റെ സാമ്രാജ്യത്തിൽ പ്രതിഷ്ഠിക്കാൻ അവർ ശ്രമിച്ചു. അപ്പോഴും ആ മാറ്റം ചിന്തയുടെ തലത്തിൽ മാത്രമായിരുന്നു. ദൈവചിന്തയ്ക്കുപകരം വിമർശനാത്മകമായ ചിന്ത, അല്ലെങ്കിൽ അഹങ്കാരത്തിൽ ആധാരമാക്കിയ ചിന്ത വളർത്തിയെടുക്കാനാണ് അവർ ശ്രമിച്ചത്. ജർമ്മൻ ചിന്തയും ജർമ്മൻ യാഥാർത്ഥ്യവും തമ്മിലുള്ള ബന്ധമെന്തെന്ന് അന്വേഷിക്കാൻ അവർ ശ്രമിച്ചില്ല.

മാർക്സും എംഗൽസും ആരംഭിക്കുന്നത് ചിന്തയിൽനിന്നല്ല, യാഥാർത്ഥ്യത്തിൽനിന്നാണ്. അത് 'മനുഷ്യൻ' എന്ന അമൂർത്ത സംവർഗ്ഗത്തിൽനിന്നല്ല. യഥാർത്ഥ മനുഷ്യരിൽനിന്നാണ്. അവരുടെ പ്രവർത്തനങ്ങളിൽനിന്നും ഭൗതികജീവിത സാഹചര്യങ്ങളിൽനിന്നുമാണ്. അത്തരം പ്രമേയങ്ങളെ സ്ഥിരീകരിക്കുന്നത് പ്രായോഗികമായാണ്. മനുഷ്യപ്രവർത്തനങ്ങളുടെ പ്രായോഗികത ചരിത്രപരമാണ്. അങ്ങനെ മനുഷ്യരുടെ പ്രവർത്തനങ്ങളെക്കുറിച്ചുള്ള അന്വേഷണം മാർക്സ് ആരംഭിക്കുന്നത് മാനവികചരിത്രത്തിലൂടെയാണ്.

മാനവിക ചരിത്രത്തിന്റെ ആദ്യത്തെ പ്രമേയം ജീവിക്കുന്ന മനുഷ്യരുടെ അസ്തിത്വമാണ്. മനുഷ്യർ ജീവിക്കുന്നു എന്നുറപ്പുവരുത്തുന്നത് അവരുടെ ശാരീരികഘടനയും അവരും ബാഹ്യപ്രകൃതിയും തമ്മിലുള്ള ബന്ധവുമാണ്. ബാഹ്യപ്രകൃതിയിൽ ഭൂമിശാസ്ത്രം, അന്തരീക്ഷവും ജലവും, കാലാവസ്ഥ തുടങ്ങിയവയെല്ലാം അടങ്ങിയിരിക്കുന്നു. പ്രകൃതിജന്യമായ ഈ അടിത്തറയും മനുഷ്യരുടെ പ്രവർത്തനങ്ങൾകൊണ്ട് അവയിൽ വന്നുകൊണ്ടിരിക്കുന്ന പരിവർത്തനങ്ങളുമാണ് എല്ലാ ചരിത്രരചനകളുടെയും ആരംഭം.

മനുഷ്യർ മൃഗങ്ങളിൽനിന്ന് വേർതിരിയുന്നത് അവർ അവരുടെ ജീവിതോപാധികൾ ഉല്പാദിപ്പിക്കുമ്പോഴാണ്. ജീവിതോപാധികളുടെ ഉല്പാദനം മനുഷ്യരുടെ ശാരീരിക ഘടനയുമായി ബന്ധപ്പെട്ടിരിക്കുന്നു. ജീവിതോപാധികൾ ഉല്പാദിപ്പിക്കുമ്പോൾ പരോക്ഷമായി മനുഷ്യർ സ്വന്തം ഭൗതികജീവിതത്തെത്തന്നെയാണ് ഉല്പാദിപ്പിക്കുന്നത്.

മനുഷ്യർ അവരുടെ ജീവിതോപാധികൾ ഉല്പാദിപ്പിക്കുന്ന രീതി അവർ യഥാർത്ഥത്തിൽ കണ്ടെത്തുകയും പുനരുല്പാദിപ്പിക്കുകയും ചെയ്യുന്ന വിഭവങ്ങളുടെ സ്വഭാവത്തെ ആശ്രയിച്ചിരിക്കും. വ്യക്തികളുടെ ശാരീരികമായ അസ്തിത്വത്തിന്റെ പുനരുല്പാദനമല്ല അവിടെ നടക്കുന്നത്. അത് അവരുടെ ജീവിതത്തെ ആവിഷ്കരിക്കുന്ന രീതിയാണ്. വ്യക്തികൾ അവരുടെ ജീവിതത്തെ ആവിഷ്കരിക്കുന്ന വിധത്തിലാണ് അവരുടെ ഉൺമ നിലകൊള്ളുന്നത്. അവരുടെ ഉൺമ അവരുടെ ഉല്പാദ

നവുമായി പൊരുത്തപ്പെടുന്നു. അവർ എന്തുല്പാദിപ്പിക്കുന്നു, എങ്ങനെ ഉല്പാദിപ്പിക്കുന്നു എന്നതുമായും. അതായത് അവരുടെ ഉല്പാദനരീതിയുമായും (Mode of Production)അപ്പോൾ വ്യക്തിത്വം എന്നത് അവരുടെ ഉല്പാദന സാഹചര്യങ്ങളെ ആശ്രയിച്ചിരിക്കും.

ജനസംഖ്യ വർദ്ധിക്കുമ്പോഴാണ് ഇത്തരം ഉല്പാദനം പ്രത്യക്ഷപ്പെടുന്നത്. വ്യക്തികൾ തമ്മിലുള്ള ബന്ധങ്ങൾ ഇവിടെ ഒരു മുന്നുപാധിയാണ്. വ്യക്തിബന്ധങ്ങളെ നിർണ്ണയിക്കുന്നത് ഉല്പാദനമാണ്.

ഉല്പാദനം എന്നാൽ എന്താണ്? ജീവിതംതന്നെയാണ് ഉല്പാദിപ്പിക്കപ്പെടുന്നത്. ജീവിതം എന്നത് ഭക്ഷണമാണ്. വസ്ത്രമാണ്. പാർപ്പിടമാണ്. മറ്റു നിരവധി ആവശ്യങ്ങളാണ്. ഇവ നിറവേറ്റുന്നതിനുള്ള ഉപാധികളാണ് ഉല്പാദിപ്പിക്കുന്നത്. ഓരോ ആവശ്യവും നിറവേറ്റപ്പെടുമ്പോഴും രണ്ടു പ്രവർത്തനങ്ങൾ നടക്കുന്നുണ്ട്. ഒന്ന് നിറവേറ്റുന്ന പ്രവർത്തനം, രണ്ട്, നിറവേറ്റുന്ന ഉപകരണത്തിന്റെ സമ്പാദനം. ഭക്ഷണം ഉല്പാദിപ്പിക്കുക എന്നാൽ ഭക്ഷണം ഉല്പാദിപ്പിക്കുക മാത്രമല്ല, ഭക്ഷണമായി മാറുന്ന വസ്തുക്കളുടെയും ഉപകരണങ്ങളുടെയും ഉല്പാദനം കൂടിയാണ്. ഇത് പുതിയ ആവശ്യങ്ങൾ സൃഷ്ടിക്കുന്നു. ഇത്തരം പുതിയ ആവശ്യങ്ങളുടെ സൃഷ്ടിയാണ് ആദ്യത്തെ ചരിത്രപരമായ പ്രവർത്തനം.

മനുഷ്യർ സ്വന്തം ജീവിതം എല്ലാ ദിവസവും പുനരുല്പാദിപ്പിക്കുന്നുണ്ട്, അവർ മറ്റു ജീവിതങ്ങളെയും ഉല്പാദിപ്പിക്കുന്നു. വംശവർദ്ധന ഉണ്ടാകുന്നു. ഇതിന്റെഫലമായി സ്ത്രീപുരുഷ ബന്ധങ്ങൾ, മാതാപിതാക്കളും കുട്ടികളും തമ്മിലുള്ള ബന്ധങ്ങൾ, കുടുംബം എന്നിവ വളർന്നുവരുന്നു. കുടുംബം ആദ്യഘട്ടത്തിൽ ഒരേയൊരു സാമൂഹ്യബന്ധമാണ്. പിന്നീട് കൂടുതൽ സങ്കീർണ്ണമായ നിരവധി സാമൂഹ്യബന്ധങ്ങൾ വളർന്നുവരുമ്പോൾ അതിന്റെ പ്രാധാന്യം കുറയുന്നു.

ജീവിതത്തിന്റെ ഉല്പാദനം അങ്ങനെ രണ്ടുതരത്തിലുള്ള ബന്ധമായി പ്രത്യക്ഷപ്പെടുന്നു. ഒന്ന് സ്വാഭാവികമായ, ജൈവ ബന്ധങ്ങളായി. രണ്ട് സാമൂഹ്യബന്ധങ്ങളായി. സാമൂഹ്യം എന്നത് വ്യത്യസ്ത സാഹചര്യങ്ങളിൽ, വ്യത്യസ്ത ലക്ഷ്യങ്ങൾക്കുവേണ്ടി വ്യക്തികൾ തമ്മിലുള്ള സഹകരണാത്മക ബന്ധങ്ങളാണ്. അതായത് ഓരോ ഉല്പാദനരീതിക്കും അതിന്റേതായ സഹകരണരീതി അല്ലെങ്കിൽ സാമൂഹ്യ രൂപമുണ്ടായിരിക്കും. ഈ സഹകരണരൂപം ഒരു 'ഉല്പാദനശക്തി'യാണെന്ന് മാർക്സ് പറയുന്നു. ഉല്പാദനശക്തിയെന്നാൽ വ്യക്തിഗതമായ അദ്ധ്വാനം, അതിനാവശ്യമായ ഊർജ്ജം എന്നിവ മാത്രമല്ല, അതിനുപയോഗിക്കുന്ന ഉപകരണങ്ങൾ കൂടിയാണ്. ഭൗതികമായ ഉല്പാദനോപകരണങ്ങളുടെ വളർച്ച വ്യക്തിഗതമായ അദ്ധ്വാനത്തിനുള്ള കഴിവുകളെയും വർദ്ധിപ്പിക്കുന്നുണ്ട്. മനുഷ്യർക്ക് ലഭ്യമായ ഉല്പാദനശക്തികളുടെ ആകെത്തുക സമൂഹത്തിന്റെ ഘടനയെ നിർണ്ണയിക്കുന്നുണ്ട്. മനുഷ്യരുടെ ആവശ്യങ്ങളും ഉല്പാദനരീതിയുമനുസരിച്ച് അവർ തമ്മിലുള്ള ബന്ധങ്ങളിൽ മാറ്റങ്ങൾ വരികയും പുതിയ രൂപങ്ങൾ കൈക്കൊള്ളുകയും ചെയ്യുന്നു

ണ്ട്. ഇവയെയാണ് പ്രാഥമിക ചരിത്രബന്ധങ്ങളായി കാണേണ്ടത്.

മനുഷ്യർ സ്വന്തം ജീവിതം ഉല്പാദിപ്പിക്കുന്നത് അവരുടെ ഭൗതിക ഘടനയെ പുരസ്കരിച്ചാണ്. ഇതേ ഭൗതികഘടനയാണ് ബോധത്തെയും നിർണ്ണയിക്കുന്നത്. ഭാഷ ഉദാഹരണമാണ്. ഭാഷ എന്നത് മറ്റുള്ളവർക്കു കൂടി നിലനില്ക്കുന്ന പ്രായോഗികവും യഥാർത്ഥവുമായ ബോധമാണ്, മറ്റുള്ളവർക്കുവേണ്ടി നിലനില്ക്കുന്നതുകൊണ്ടാണ് എനിക്ക് ഭാഷയുള്ളത്. അതായത് മറ്റുള്ളവരുമായുള്ള പരസ്പരബന്ധത്തിന്റെ ആവശ്യമാണ് ഭാഷയുണ്ടാക്കുന്നത്. അതുപോലെ ഒരു സാമൂഹ്യ ഉല്പന്നമാണ് ബോധം. ആദ്യഘട്ടത്തിൽ ഇന്ദ്രിയബദ്ധമായ ചുറ്റുപാടുകളെയും അവയിലുള്ള മറ്റു വ്യക്തികളെയും വസ്തുക്കളെയും കുറിച്ചുള്ള ബോധമാണ്. സ്വബോധം വളരുന്നതും അതിലൂടെയാണ്. അതിനോടൊപ്പം അത് പ്രകൃതിയെയും പ്രകൃതിശക്തിയെയുംകുറിച്ചുള്ള ബോധമാണ്, പ്രകൃതി അതിശക്തമായ നിയന്ത്രണ വിധേയമല്ലാത്ത ശക്തിയായി പ്രത്യക്ഷപ്പെടുന്നു. പിന്നീട് ജനസംഖ്യ വർദ്ധിക്കുകയും ആവശ്യങ്ങളും ഉല്പാദനക്ഷമതയും വർദ്ധിക്കുകയും തൊഴിൽ വിഭജനം ശക്തിപ്പെടുകയും ചെയ്യുമ്പോൾ പ്രകൃതിയെക്കുറിച്ചുള്ള സമീപനത്തിലും ബോധത്തിലും മാറ്റം വരുന്നു. ജീവിതബദ്ധമല്ലാത്ത ശുദ്ധബോധം എന്നൊന്നില്ല. സിദ്ധാന്തങ്ങൾ, ദൈവശാസ്ത്രം, തത്ത്വചിന്ത, ധാർമ്മികത എന്നിവയും നിലവിലുള്ള സാമൂഹ്യബന്ധങ്ങളിൽനിന്നുതന്നെയാണ് വളർന്നുവരുന്നത്.

മൂന്ന്

ഈ മാറ്റങ്ങളിലാണ് അദ്ധ്വാന വിഭജനത്തിന്റെ പ്രാധാന്യം മാർക്സ് ചൂണ്ടിക്കാണിക്കുന്നത്. ഉല്പാദനത്തിന്റെ വർദ്ധന, ആവശ്യങ്ങളുടെ വർദ്ധന, ജനസംഖ്യാ വർദ്ധന എന്നിവ ചേർന്നാണ് അദ്ധ്വാന വിഭജനം സൃഷ്ടിക്കുന്നത്. ആദ്യത്തെ അദ്ധ്വാന വിഭജനം ലൈംഗിക ക്രിയയിലുള്ള വിഭജനമാണ്. പിന്നീടത് ശാരീരികശക്തി, ആവശ്യങ്ങളുടെ വൈവിദ്ധ്യം തുടങ്ങിയവയനുസരിച്ചുള്ള 'സ്വാഭാവിക' വിഭജനമായി മാറുന്നു. യഥാർത്ഥ അദ്ധ്വാന വിഭജനം പ്രത്യക്ഷപ്പെടുന്നത്. ഭൗതികമായ അദ്ധ്വാനവും മാനസികമായ അദ്ധ്വാനവും തമ്മിലുള്ള വിഭജനം വളർന്നുവരുന്നതോടെയാണ്. പുരോഹിതവൃത്തി പ്രത്യേക തൊഴിലായി മാറുന്നത് ഉദാഹരണമാണ്. ഭൗതികവും മാനസികവുമായ തൊഴിൽ വിഭജനം വളർന്നുവരുന്നതോടെ ധൈഷണികവും ഭൗതികവുമായ പ്രവർത്തനങ്ങൾ നിർവ്വഹിക്കുന്നത് വ്യത്യസ്ത വ്യക്തികളായിത്തീരുന്നു. അദ്ധ്വാനവും അതിന്റെ ആസ്വാദനവും ഉല്പാദനവും ഉപഭോഗവും വേർപിരിയുന്നു. ഇതിന്റെ ഫലമായി ഉല്പാദനശക്തികളും സമൂഹതലവും ബോധമണ്ഡലവും വിരുദ്ധ ശക്തികളായി മാറുകയാണ്.

അദ്ധ്വാന വിഭജനത്തിന്റെ വളർച്ച മാർക്സ് മറ്റൊരു രീതിയിലും വിശദീകരിക്കുന്നു. അതിലൊന്ന് കുടുംബത്തിലെ അദ്ധ്വാന വിഭജനവും

സമൂഹം പരസ്പരവിരുദ്ധമായി പ്രവർത്തിക്കുന്ന കുടുംബങ്ങളായി വേർപിരിയുന്നതുമാണ്. ഇതിന്റെ ഫലമായി അദ്ധ്വാനവും അതിന്റെ ഉല്പന്നങ്ങളും അസമമായി വിതരണംചെയ്യപ്പെടുന്നു. ഈ അസമമായ വിതരണത്തിൽനിന്നാണ് സ്വത്തുണ്ടാകുന്നത്. ഇതാദ്യം പ്രത്യക്ഷപ്പെടുന്നത് കുടുംബത്തിലാണ്. ഭാര്യയും കുട്ടികളും ഭർത്താവിന്റെ അടിമകളായിത്തീരുകയാണ്. കുടുംബത്തിൽ അന്തർല്ലീനമായ ഈ അടിമത്തമാണ് ആദ്യത്തെ സ്വത്തിന്റെ രൂപം. തൊഴിൽ വിഭജനത്തിന്റെ തന്നെ മറ്റൊരു രൂപമാണ് സ്വകാര്യ സ്വത്തെന്നും മാർക്സ് ചൂണ്ടിക്കാണിക്കുന്നു.

അദ്ധ്വാന വിഭജനം മറ്റൊന്നിനെയും സൂചിപ്പിക്കുന്നു. ഒരു പ്രത്യേക വ്യക്തിയുടെയും അല്ലെങ്കിൽ കുടുംബത്തിന്റെയും താല്പര്യം പരസ്പരം ബന്ധപ്പെടുന്ന എല്ലാ വ്യക്തികളുടെയും പൊതു താല്പര്യവും തമ്മിലുള്ള വൈരുദ്ധ്യമാണത്. ഈ 'പൊതുതാല്പര്യം' എന്നത് ഭാവനയിലുദിക്കുന്ന എന്തെങ്കിലും ആശയമല്ല. അദ്ധ്വാനം വിഭജിക്കപ്പെടുന്ന സമൂഹത്തിലെ വ്യക്തികൾ തമ്മിലുള്ള പരസ്പരാശ്രിതത്വമാണ് പൊതുതാല്പര്യങ്ങൾ സൃഷ്ടിക്കുന്നത്. വ്യക്തിതാല്പര്യങ്ങളും പൊതു താല്പര്യങ്ങളും തമ്മിലുള്ള വൈരുദ്ധ്യങ്ങൾ വളർന്നുവരുമ്പോൾ പൊതുതാല്പര്യങ്ങൾ സ്വതന്ത്രമായ രൂപം കൈക്കൊള്ളുന്നു. വ്യക്തികളെ അവരുടെ താല്പര്യങ്ങൾക്കതീതമായി സംയോജിപ്പിക്കുന്ന മായിക സമുദായമാക്കി മാറ്റുന്നു, അത് ഭരണകൂടമാകുന്നു. വർഗ്ഗ സമൂഹങ്ങളിൽ അധീശവർഗ്ഗ താല്പര്യം ഭരണകൂടത്തിലൂടെ 'പൊതുതാല്പര്യ'മായി പ്രകടിപ്പിക്കപ്പെടുന്നു.

മനുഷ്യർ സ്വാഭാവികമായി വളരുന്ന സമൂഹത്തിന്റെ ഭാഗമാകുകയും പ്രത്യേക വ്യക്തിയുടെ താല്പര്യവും പൊതുതാല്പര്യവും തമ്മിലുള്ള വേർതിരിവു നിലനില്ക്കുകയും ചെയ്യുമ്പോൾ മനുഷ്യർ സ്വന്തം നിലനില്പിന്റെ ഭാഗമായി പ്രത്യേക വ്യക്തി താല്പര്യങ്ങൾ നിറവേറ്റുന്നവരായി മാറുകയാണ്. അയാളുടെ നിത്യജീവിതവൃത്തിയുടെ ഭാഗമായതുകൊണ്ട് അതിൽനിന്ന് അയാൾക്കു മോചനമില്ല. അതായത് അയാളുടെ സ്വന്തം അദ്ധ്വാനംതന്നെ അയാളെ നിയന്ത്രിക്കുന്ന അന്യശക്തിയായിത്തീരുകയാണ്. അദ്ധ്വാന വിഭജനവും നിരവധി വ്യക്തികളുടെ സഹകരണവും സൃഷ്ടിക്കുന്ന ബൃഹത് ഉല്പാദനശക്തിയാണ് സാമൂഹ്യശക്തി എന്നത്. എന്നാൽ ഈ സാമൂഹ്യശക്തി അവരുടെ ബോധപൂർവ്വമായ ഐക്യശക്തിയല്ല. വ്യക്തികളെന്ന നിലയിൽ ഈ സാമൂഹ്യശക്തിയുടെ ഉല്പത്തിയെയും ലക്ഷ്യത്തെയുംകുറിച്ച് അവർ അജ്ഞരാണ്. അവർക്ക് അതിനെ നിയന്ത്രിക്കാനും സാധിക്കുന്നില്ലെന്നു മാത്രമല്ല അവരുടെ ഇച്ഛകൾക്കതീതമായുള്ള വിചിത്രമായ ഘട്ടങ്ങളിലൂടെയാണ് അത് കടന്നുപോകുന്നത്. സാമൂഹ്യപ്രവർത്തനംതന്നെ അജ്ഞേയ ശക്തിയായി മാറുകയാണ്. ഈ അജ്ഞേയ ശക്തിയുടെ പ്രകടിത രൂപമാണ് സ്വകാര്യ സ്വത്തവകാശം. അദ്ധ്വാന വിഭജനത്തിന്റെ വികാസമാണ് വ്യത്യസ്ത സ്വത്തുടമാ ബന്ധങ്ങളെ സൃഷ്ടിക്കുന്നത്.

നാല്

ഉല്പാദനത്തിന്റെ വളർച്ചയുടെ വിവിധ തലങ്ങളുമായാണ് സ്വത്തുടമാസമ്പ്രദായം ബന്ധപ്പെടുന്നത്. അവയിലാദ്യത്തേത് ഗോത്ര സ്വത്താണ്. ജനങ്ങൾ നായാടിയും മത്സ്യബന്ധനം നടത്തിയും കന്നുകാലികളെ പോറ്റിയും, കൃഷിചെയ്തും ജീവിക്കുന്നു. കൃഷിചെയ്യാത്ത ധാരാളം ഭൂമിയുടെ ലഭ്യത ഇവിടെ അത്യാവശ്യമാണ്. തൊഴിൽ വിഭജനം പ്രധാനമായും കുടുംബത്തിലെ തൊഴിൽ വിഭജനത്തിന്റെ ഒരു വലിച്ചുനീട്ടൽ മാത്രമാണ്. ഗോത്രത്തലവന്മാരായ മൂപ്പന്മാർ, ഗോത്രത്തിലെ അംഗങ്ങൾ, അടിമകൾ എന്നിങ്ങനെയുള്ള വിഭജനമാണ്. ജനസംഖ്യയുടെ വർദ്ധന, വിദേശബന്ധങ്ങൾ, യുദ്ധത്തിന്റെയും കൈമാറ്റത്തിന്റെയും വളർച്ച, ആവശ്യങ്ങളുടെ വർദ്ധന എന്നിവയാണ് കുടുംബങ്ങളിൽ അന്തർല്ലീനമായ അടിമത്തത്തെ പുറത്തുകൊണ്ടുവരുന്നത്.

രണ്ടാമത്തേത് പ്രാചീന സമുദായങ്ങളുടെയും ഭരണകൂടങ്ങളുടെയും സ്വത്താണ്. ഗോത്ര സമൂഹങ്ങൾ യുദ്ധംചെയ്തും കീഴടക്കിയും കരാർ വഴിയായും സംയോജിക്കുകയും അതിന്റെ കേന്ദ്രം നഗരമാകുകയും ചെയ്യുന്നു. അതിനോടൊപ്പം അടിമത്തവും വളരുന്നു. നഗരവും ഗ്രാമപ്രദേശവും തമ്മിലുള്ള വിഭജനം രൂപപ്പെടുന്നു. നഗരങ്ങളിലെ പൗരന്മാർ അടിമകളുടെ ഉടയാളരാകുന്നു. നഗരങ്ങളിൽപോലും പണിശാലകളുടെ ഉടമകളും കച്ചവടക്കാരും തമ്മിലുള്ള വൈരുദ്ധ്യവും വർദ്ധിക്കുന്നു. റോമിനെപ്പോലുള്ള നഗരങ്ങളിലാണ് സ്വകാര്യ സ്വത്തുടമ വ്യക്തമായി പ്രത്യക്ഷപ്പെടുന്നത്.

മൂന്നാമത്തേത് ഫ്യൂഡൽ സ്വത്തുടമാ രൂപമാണ്. പ്രാചീനകാലത്ത് നഗരങ്ങളിൽനിന്നാണ് സ്വത്തുടമാബന്ധങ്ങൾ വളർന്നുവന്നതെങ്കിൽ, ഫ്യൂഡൽ സമൂഹത്തിൽ അത് വളർന്നുവരുന്നത് ഗ്രാമങ്ങളിൽനിന്നാണ്. പ്രാചീന സമുദായങ്ങളിലെപ്പോലെ ഉല്പാദകവർഗ്ഗം അടിമകളല്ല, കുടിയാന്മാരാക്കപ്പെട്ട ചെറുകിട കർഷകരാണ്. ശ്രേണീബദ്ധമായ ഭൂവുടമാസമ്പ്രദായവും ഭൂവുടമകളുടെ നിയന്ത്രണത്തിലുള്ള സൈനികരുമാണ് കുടിയാന്മാരെ നിയന്ത്രിക്കുന്നത്. ഫ്യൂഡൽ ഭൂവുടമ ബന്ധത്തോടൊപ്പം തന്നെ നഗരങ്ങളിൽ ഗിൽഡുകളുടെ കോർപറേറ്റ് സ്വത്തുടമയാണ് നിലനില്ക്കുന്നത്. ഫ്യൂഡൽ ഭൂവുടമയും കുടിയാനും തമ്മിലുള്ള ബന്ധംപോലെ ഗിൽഡുകളിലെ മാസ്റ്ററും കൈത്തൊഴിൽക്കാരും തമ്മിലുള്ള ബന്ധവും പ്രധാനമാകുന്നു.

നഗരവും ഗ്രാമവും തമ്മിലുള്ള വേർതിരിവാണ് മാനസികവും ഭൗതികവുമായ അദ്ധ്വാന വിഭജനത്തിന്റെ ഏറ്റവും പ്രധാന ഘടകം. ഭരണം, പൊലീസ്, നികുതികൾ, രാഷ്ട്രീയം, മുനിസിപ്പൽ സംവിധാനം തുടങ്ങിയവ ആവശ്യമാക്കുന്നത് നഗരത്തിന്റെ വളർച്ചയാണ്. അദ്ധ്വാനവിഭജനത്തിന്റെയും ഉല്പാദനോപകരണങ്ങളുടെ വളർച്ചയുടെയും അടിസ്ഥാ

നത്തിൽ രണ്ടു ബൃഹദ് വർഗ്ഗങ്ങളുടെ വളർച്ച സാദ്ധ്യമാക്കുന്നതും നഗരവും ഗ്രാമവും തമ്മിലുള്ള വിഭജനമാണ്. നഗരങ്ങളിലാണ് ജനസംഖ്യ കേന്ദ്രീകരിക്കുന്നത്. ഉല്പാദനോപാധികൾ വളരുന്നത്. മൂലധനം രൂപപ്പെടുന്നത്. ഗ്രാമത്തിൽ ഒറ്റപ്പെടലും വേർതിരിവുകളുമാണ്. മൂലധനവും ഭൂസ്വത്തും തമ്മിലുള്ള വേർതിരിവും ഇതിന്റെ ഭാഗമാണ്. പൂർണ്ണമായും അദ്ധ്വാനത്തിലും വിപണനത്തിലും ആശ്രയിക്കുന്ന സ്വത്തുടമാബന്ധങ്ങൾ അപ്പോഴാണ് നഗരങ്ങളിൽ വളർന്നുവരുന്നത്.

ആദ്യകാലത്ത് നഗരങ്ങളിലെ മൂലധനം ഒരു വീട്, തൊഴിലുപകരണങ്ങൾ, പരമ്പരാഗത ഉപഭോക്താക്കളടങ്ങുന്ന വിപണി തുടങ്ങിയവയടങ്ങുന്ന ചെറുകിട മൂലധനമായിരുന്നു. നഗരങ്ങളിലെ തൊഴിൽ വിഭജനത്തിന്റെ അടുത്ത ഘട്ടം ഉല്പാദനവും വിനിമയവും തമ്മിലുള്ള വേർതിരിവും ഒരു പ്രത്യേക വർഗ്ഗം കച്ചവടക്കാരുടെ വളർച്ചയുമായിരുന്നു. ഇതിന്റെ ഫലമായി പട്ടണങ്ങൾ തമ്മിലുള്ള വിനിമയം വർദ്ധിക്കുകയും ഒരു പട്ടണത്തിൽനിന്ന് മറ്റൊരു പട്ടണത്തിലേക്ക് ഉല്പാദനോപകരണങ്ങളുടെ (സാങ്കേതികവിദ്യകളുടെ) വിനിമയം നടക്കുകയും ചെയ്തു. അതായത് മുൻകാലത്ത് ഓരോ സാങ്കേതിക കണ്ടുപിടിത്തവും ഓരോ പ്രദേശങ്ങൾക്കുംവേണ്ടി വെവ്വേറെ വേണ്ടി വന്നിരുന്നെങ്കിൽ ഇപ്പോൾ ഒരു കണ്ടുപിടിത്തം വിനിമയംവഴി മറ്റെല്ലായിടത്തും എത്തിച്ചേരുന്ന നിലയെത്തി. ഇതുകൊണ്ട് ഉല്പാദനം വർദ്ധിക്കുകയും ക്രമേണ ഗിൽഡുകളിൽ വേറിട്ട വൻ പണിശാലകൾ വളർന്നുവരികയും ചെയ്തു. ഗ്രാമപ്രദേശങ്ങളിൽനിന്ന് തൊഴിലന്വേഷിച്ചുവന്ന കർഷകർക്കും മുൻ ഗിൽഡ് തൊഴിലാളികൾക്കും പുതിയ പണിശാലകൾ തൊഴിൽ നല്കി. പണിശാലകളുടെ വളർച്ച വാണിജ്യത്തെയും വൻതോതിൽ വർദ്ധിപ്പിച്ചു. രാജ്യങ്ങൾ തമ്മിലുള്ള വാണിജ്യ മത്സരങ്ങൾ, യുദ്ധങ്ങൾ, കസ്റ്റംസ് നിയന്ത്രണങ്ങൾ എന്നിവയും വർദ്ധിച്ചു.

അമേരിക്കയിൽനിന്നും മറ്റ് ഭൂഭാഗങ്ങളിൽനിന്നുമുള്ള സ്വർണ്ണത്തിന്റെയും വെള്ളിയുടെയും വരവ് പണത്തിന്റെ ഉപയോഗത്തെ ശക്തിപ്പെടുത്തി. ഒരുവശത്ത് പ്രാദേശിക വിപണികൾ സംരക്ഷിക്കാനുള്ള നിയമങ്ങളുണ്ടായെങ്കിൽ മറുശത്ത് കീഴടക്കപ്പെട്ട കോളനികൾക്കുമേലുള്ള കുത്തക നിയന്ത്രണവും വർദ്ധിച്ചു. ഇത് ഏറ്റവും ഫലപ്രദമായി നടപ്പിലാക്കിയ രാജ്യം ഇംഗ്ലണ്ടായിരുന്നു. അതേസമയം എല്ലാ രാജ്യങ്ങളും അവരവരുടെ ഉല്പാദനം സംരക്ഷിക്കുകയും വിപണനം വർദ്ധിപ്പിക്കാൻ ശ്രമിക്കുകയും ചെയ്തപ്പോൾ രാജ്യങ്ങൾ തമ്മിലുള്ള മത്സരം കടുത്തു. ഇതിൽനിന്നാണ് ഉല്പാദന വർദ്ധനവിനായി വൻകിട വ്യവസായങ്ങൾ വളർന്നുവന്നത്. എല്ലാ മൂലധനത്തെയും വ്യവസായ മൂലധനമാക്കിമാറ്റി, വാണിജ്യത്തെ മൂലധനസമാഹരണത്തിന്റെകീഴിൽ കൊണ്ടുവന്നു. പുതിയ വ്യാവസായികോല്പന്നങ്ങൾക്ക് ഒരു ലോകവിപണി സൃഷ്ടിച്ചു. മൂലധനം ഏറ്റവും തീവ്രവും ആഗോളവ്യാപകവുമായ സ്വകാര്യ സ്വത്തുടമാ രൂപമായി വളർന്നുവന്നു.

അഞ്ച്

മൂലധനം എന്ന സ്വത്തുടമാ രൂപം സമൂഹത്തിൽ എന്താണ് ചെയ്തത്? അത് മത്സരത്തെയും ഗതാഗത വിനിമയ രൂപങ്ങളെയും സാർവ്വത്രികമാക്കുകയും ലോക വിപണിയെ സൃഷ്ടിക്കുകയും ചെയ്തു. എല്ലാ മൂലധനത്തെയും വ്യാവസായിക മൂലധനമാക്കിയും ധനവിനിമയവ്യവസ്ഥ സൃഷ്ടിച്ച് മൂലധന പരിക്രമത്തിന്റെ വേഗത വർദ്ധിപ്പിച്ചു. മൂലധന കേന്ദ്രീകരണം സാദ്ധ്യമാക്കി. മുതലാളിത്ത മത്സരം സാർവ്വത്രികമായതോടെ എല്ലാ വ്യക്തികളെയും മൂലധനത്തിനുവേണ്ടി അവരുടെ മുഴുവൻ ഊർജ്ജവും ചെലവാക്കാൻ പ്രേരിപ്പിച്ചു. ആശയസംഹിതകൾ, മതങ്ങൾ, ധാർമ്മികത മുതലായവയെ പരമാവധി തകർത്തു. തകർക്കാൻ കഴിയാത്തവയെ വെറും നുണകളാക്കി മാറ്റിയെടുത്തു. ദേശീയതകളുടെ വേർതിരിവുകൾ അവസാനിപ്പിക്കുകയും ഓരോ ദേശീയതയെയും അവരുടെ ആവശ്യങ്ങൾ നിറവേറ്റാനായി മുഴുവൻ ലോകത്തെയും ആശ്രയിക്കുന്ന സ്ഥിതിയിലെത്തിക്കുകയുംചെയ്തു. അദ്ധ്വാന വിഭജനത്തിന്റെ സ്വാഭാവികത മുഴുവനും തകർത്തു. പ്രകൃതിശാസ്ത്രത്തെ മൂലധനത്തിന്റെ അടിയാളരാക്കി മാറ്റി. അദ്ധ്വാനത്തിന്റെ എല്ലാ സ്വാഭാവിക രൂപങ്ങളെയും നശിപ്പിക്കുകയും സ്വാഭാവിക ബന്ധങ്ങളെ പണത്തിന്റെ അടിസ്ഥാനത്തിലുള്ള ബന്ധങ്ങളാക്കിമാറ്റുകയും ചെയ്തു. എല്ലാ കൈത്തൊഴിലുകളെയും പഴയ അദ്ധ്വാന രൂപങ്ങളെയും നശിപ്പിച്ചു. സ്വാഭാവികമായി വളർന്നുവരുന്ന നഗരങ്ങൾക്കുപകരം പൊടുന്നനെ പൊട്ടിമുളയ്ക്കുന്ന വ്യവസായനഗരങ്ങൾ സ്ഥാനംപിടിച്ചു. ഗ്രാമങ്ങളുടെമേൽ നഗരങ്ങളുടെ ആധിപത്യം പൂർണ്ണമാക്കി. യാന്ത്രിക സംവിധാനങ്ങളുടെ വരവ് ഉല്പാദനശക്തികളുടെ അതിവേഗത്തിലുള്ള വളർച്ച സാദ്ധ്യമാക്കി. ഉല്പാദനശക്തികളുടെ വളർച്ച മൂലധനത്തിന്റെ വളർച്ചയ്ക്കു മാത്രം ഉതകുന്നതായിരിക്കുമെന്ന് ഉറപ്പുവരുത്തുകയും ഭൂരിപക്ഷത്തിന് അവ നശീകരണശക്തികളായി മാറുകയും ചെയ്തു. ദേശീയമായ വേർതിരിവുകളെല്ലാം തകർത്തതോടെ എല്ലാ പ്രദേശങ്ങളിലും ഒരേ തരത്തിലുള്ള വർഗ്ഗബന്ധങ്ങളാണ് വളർന്നുവന്നത്.

മൂലധനം സൃഷ്ടിച്ച മാറ്റങ്ങളുടെ പശ്ചാത്തലത്തിലാണ് മാർക്സും എംഗൽസും വർഗ്ഗങ്ങളെന്താണെന്ന അന്വേഷണത്തിലേക്കു കടക്കുന്നത്. വർഗ്ഗം വർഗ്ഗ സമൂഹത്തിന്റെയും വർഗ്ഗ സമരങ്ങളുടെയും മുന്നുപാധിയല്ല, ഉദാഹരണത്തിന് മുതലാളിത്ത സമൂഹത്തിൽ വ്യക്തികൾ മുതലാളിമാരായി മാറുമ്പോഴാണ് മുതലാളിവർഗ്ഗമുണ്ടാകുന്നത്, അതിനുമുമ്പല്ല. വ്യത്യസ്ത വ്യക്തികൾ ഒരു വർഗ്ഗമായി രൂപപ്പെടുന്നത് മറ്റൊരു വർഗ്ഗത്തിനെതിരായി പൊതുസമരം നടത്തേണ്ടി വരുമ്പോഴാണ്. അല്ലെങ്കിൽ അവർ പരസ്പരം മത്സരിക്കുന്ന വ്യക്തികൾ മാത്രമാണ്. മറുവശത്ത് ഒരു വർഗ്ഗം രൂപപ്പെട്ടാൽ വ്യക്തികളിൽനിന്ന് സ്വതന്ത്രമായ അസ്

തിത്വം അതിന് കൈവരുന്നുണ്ട്. വ്യക്തികൾക്ക് അവരുടെ ജീവിത സാഹചര്യങ്ങൾ മുൻകൂട്ടി തീരുമാനിക്കപ്പെട്ടതായി അനുഭവപ്പെടുന്നു. അവരുടെ ജീവിതത്തിലെ സ്ഥാനവും വ്യക്തിപരമായ വികസനവുമെല്ലാം നല്കുന്നതായി വർഗ്ഗം മാറുന്നു. ബൂർഷ്വാസിയെപ്പോലെ ഇത്തരത്തിൽ രൂപപ്പെട്ട വർഗ്ഗം അധികാരം കൈയടക്കുമ്പോൾ ബൂർഷ്വാസിയുടെ ആശയങ്ങൾ അധീശത്വ ആശയങ്ങളായിത്തീരുന്നു. വ്യക്തിസ്വാതന്ത്ര്യം മുതലായ ഇത്തരം ആശയങ്ങൾ ബൂർഷ്വാസി നല്കുന്ന സാഹചര്യങ്ങളിൽ വളർന്നുവരുന്ന വ്യക്തികൾക്കു മാത്രമേയുള്ളൂ. വ്യക്തിഗതമായ മത്സരങ്ങളും വ്യവസായ മത്സരങ്ങളും നിലനില്ക്കുന്ന സമൂഹം സൃഷ്ടിക്കുന്ന ആകസ്മികതകൾ സ്വാതന്ത്ര്യത്തിന്റെ ലക്ഷണമായി പലരും ധരിക്കുന്നു. അതുകൊണ്ട് ബൂർഷ്വാസമൂഹം നല്കുന്ന വ്യക്തിസ്വാതന്ത്ര്യം മറ്റൊരിടത്തുമില്ലെന്നും കരുതുന്നു. എന്നാൽ അദ്ധ്വാനിക്കുന്ന പ്രോലിറ്റേറിയന്മാർക്ക് ഇതൊന്നും ബാധകമല്ല. വ്യക്തികളെന്ന നിലയിൽ ആധുനിക ജീവിത സാഹചര്യങ്ങളുടെമേൽ അവർക്ക് ഒരു നിയന്ത്രണവുമില്ല. ഓരോ പ്രോലിറ്റേറിയന്റെയും വ്യക്തിഗത സ്വത്വവും അയാൾ ചെയ്യുന്ന അദ്ധ്വാനവും തമ്മിലുള്ള വൈരുദ്ധ്യവും അയാൾ തിരിച്ചറിയുന്നു. കാരണം അയാളുടെ അദ്ധ്വാനം അയാളുടെമേൽ അടിച്ചേല്പിക്കപ്പെട്ട സാഹചര്യമാണ്. അതുകൊണ്ട് പ്രോലിറ്റേറിയൻ എന്ന സ്വന്തം വർഗ്ഗത്തിൽനിന്ന് എതിർവർഗ്ഗത്തിലേക്ക് അയാളെ എത്തിക്കുന്ന ഒരു സാഹചര്യവും ഇല്ലെന്നും അയാൾ തിരിച്ചറിയുന്നു. ഈ തിരിച്ചറിവുകളാണ് വർഗ്ഗവൈരുദ്ധ്യങ്ങളിലേക്ക് നയിക്കുന്നത്.

സാമൂഹ്യ വിപ്ലവങ്ങളുടെ അടിത്തറ വർഗ്ഗവൈരുദ്ധ്യങ്ങളാണ്. വർഗ്ഗവൈരുദ്ധ്യങ്ങൾ ഉല്പാദനശക്തികളും അവ സൃഷ്ടിക്കുന്ന സാമൂഹ്യബന്ധങ്ങളും തമ്മിലുള്ള വൈരുദ്ധ്യങ്ങളാണ്. ഒരു വ്യക്തിക്ക് ഈ വൈരുദ്ധ്യം ഒരാളുടെ വ്യക്തിത്വവും അയാൾ എത്തിച്ചേരുന്ന ഭൗതിക സാഹചര്യങ്ങളും തമ്മിലുള്ള വൈരുദ്ധ്യമായാണ് അനുഭവപ്പെടുക. കുടുംബം, ഫ്യൂഡൽ ബന്ധങ്ങൾ തുടങ്ങി വിവിധ കാലഘട്ടങ്ങളിലെ രൂപങ്ങളിലും ഈ വേർതിരിവുണ്ട്. ആധുനിക മുതലാളിത്ത സമൂഹത്തിൽ ഈ വൈരുദ്ധ്യം കൂടുതൽ പ്രകടമാണ്. ഉല്പാദനശക്തികൾപോലും വ്യക്തികളിൽനിന്ന് സ്വതന്ത്രമാകുന്നു. മനുഷ്യരുടെ അദ്ധ്വാനവും സാങ്കേതിക വിദ്യകളുമെല്ലാം വ്യക്തിയുടെ കഴിവുകളല്ല, അവ സ്വകാര്യസ്വത്തിന്റെ, മൂലധനത്തിന്റെ ശക്തികളായിത്തീരുന്നു. അതോടെ സ്വന്തം ജീവിതത്തിന്റെ ഉള്ളടക്കംപോലും നഷ്ടപ്പെട്ട, സ്വന്തം അദ്ധ്വാനശക്തിയും ഉപകരണങ്ങളുമെല്ലാം കൊള്ളയടിക്കപ്പെട്ട ആളുകളായി ഭൂരിപക്ഷംപേരും മാറുകയാണ്. അവർ യഥാർത്ഥ വ്യക്തികളല്ല, അമൂർത്ത വ്യക്തികളായി മാറുന്നുവെന്ന് മാർക്സ് പറയുന്നു. മൂലധനം എന്ന സ്വകാര്യ സ്വത്തിന്റെ ആധിപത്യം സൃഷ്ടിക്കുന്ന ഭീതിദമായ അവസ്ഥയാണിത്.

ഭരണകൂടവും സ്വകാര്യസ്വത്തും തമ്മിൽ ഇഴപിരിയാത്ത ബന്ധമാണുള്ളത്. മൂലധനത്തിന് ഒരു സവിശേഷതയുണ്ട്. കുടുംബം, ഗോത്ര

സ്വത്ത്, സമുദായസ്വത്ത്, ഫ്യൂഡൽ ഭൂസ്വത്ത് തുടങ്ങിയവയിൽനിന്ന് വ്യത്യസ്തമായി ബൂർഷ്വാസ്വത്തിന് ഏതെങ്കിലും വിധത്തിലുള്ള സമുദായരൂപത്തിന്റെ പിന്തുണ ആവശ്യമില്ല. പണം അതിനെ പൂർണ്ണമായ സ്വകാര്യ സ്വത്താക്കി മാറ്റുന്നു. അതുകൊണ്ട് ഭരണകൂടം ബൂർഷ്വാ സാമൂഹ്യസാമ്പത്തിക ബന്ധങ്ങൾ നിലനില്ക്കുന്ന പൊതു സമൂഹത്തിൽനിന്ന് അത് വേർപെടുകയും അതിനോടൊപ്പം പ്രവർത്തിക്കുകയും ചെയ്യുന്നു. അതായത് ബൂർഷ്വാ സ്വത്തും താല്പര്യങ്ങളും ഉറപ്പുവരുത്തുന്ന ഒരു സംഘടിത രൂപമായാണ് ഭരണകൂടം നിലനില്ക്കുന്നത്. അതേസമയം പഴയ സാമുദായിക രൂപങ്ങൾ നിലനില്ക്കുന്ന സമൂഹങ്ങളിൽ ഭരണകൂടത്തിന് ഒരു മിശ്ര സ്വഭാവം കൈവരുമെന്നും മാർക്സ് ചൂണ്ടിക്കാണിക്കുന്നുണ്ട്. ഭരണകൂടം ഭരണവർഗ്ഗത്തിലെ വ്യക്തികൾ അവരുടെ പൊതു താല്പര്യങ്ങൾ അടിച്ചേല്പിക്കുന്ന രൂപമാണ്. ഒരു കാലഘട്ടത്തിലെ പൗരസമൂഹം അതനുസരിച്ചാണ് ക്രമപ്പെടുന്നത്. എല്ലാ പൊതു സ്ഥാപനങ്ങളും ഭരണകൂടത്തിന്റെ സഹായത്തോടെ സൃഷ്ടിക്കപ്പെടുകയും അവയ്ക്ക് രാഷ്ട്രീയ രൂപം കൈവരുകയും ചെയ്യുന്നു. നീതിഭരണഘടനാപരമായ നിയമമാകുന്നു. സ്വാഭാവിക സമുദായങ്ങൾ തകരുകയും നിയമം തീരുമാനിക്കുന്ന സിവിൽ നൈതിക സമുദായം നിലവിൽ വരുകയും ചെയ്യുന്ന ഇത്തരം നൈതിക രൂപങ്ങൾ സൃഷ്ടിക്കുന്നു. ജാലവിദ്യയുടെ ഫലമായി ഒരാൾക്ക് ഒരുതരത്തിലുള്ള അവകാശവുമില്ലാത്ത വസ്തുക്കളിൽപോലും നിയമപരമായ അവകാശമുണ്ടെന്നുവരുന്നു. ഉദാഹരണത്തിന് ഒരാൾക്ക് ഒരു തുണ്ടു ഭൂമിയുടെമേൽ അവകാശം നിയമപരമായി ലഭിക്കാം, പക്ഷേ, മൂലധനമിറക്കാതെ അയാൾക്ക് കൃഷിചെയ്യാൻ സാധിക്കുകയില്ല. ഭൂവുടമയെന്ന നിലയിൽ കൃഷിക്കൊത്ത ഭൂമിയുടെമേലുള്ള അവകാശം ഒന്നുമല്ല. ബൂർഷ്വാ ഉല്പാദന രീതിയിൽ സാമൂഹ്യവിപ്ലവമെന്നത് എല്ലാം കൈയടക്കുകയും വ്യക്തികളുടെ ജീവിതോപാധികൾ മാത്രമല്ല, അവരുടെ വ്യക്തിഗതമായ സ്വത്വത്തെപ്പോലും കാർന്നുതിന്നുകയും ചെയ്യുന്ന മൂലധനമെന്ന സ്വകാര്യ സ്വത്തിന്റെ അന്ത്യം ലക്ഷ്യമാക്കിയുള്ള സമരമാണ്. മൂലധനത്തെ സ്വകാര്യസ്വത്തായി നിലനിർത്തുന്നത് ഭരണകൂടമാണ്. സ്വകാര്യ സ്വത്ത് ഇല്ലാതാകണമെങ്കിൽ ഭരണകൂടം ഇല്ലാതാകണം. ഭൂസ്വത്തിന്റെയോ നഗരസ്വത്തിന്റെയോ അടിസ്ഥാനത്തിലുള്ള ഏതെങ്കിലും രൂപമല്ല അതിനുപകരം വരുക. മനുഷ്യർ അവരുടെ അദ്ധ്വാനശക്തിയെയും ഉല്പാദനോപാധികളെയും അവയ്ക്കാവശ്യമായ അറിവിന്റെ പ്രകൃതിശാസ്ത്രത്തിന്റെ രൂപങ്ങളെയും വീണ്ടെടുത്ത് സഹകരണാടിസ്ഥാനത്തിൽ പുനഃസംഘടിപ്പിക്കാനുള്ള ബോധപൂർവ്വമായ ശ്രമങ്ങളാണ് നടത്തുന്നത്. ഉല്പാദനശക്തികളുടെ സർവ്വതോമുഖമായ വികാസം അതിന്റെ ആധാരഘടകമാണ്. ഇത് സാർവ്വലൗകികമായി നടക്കേണ്ട പ്രക്രിയയുമാണ്. ഇത് സൃഷ്ടിക്കുന്ന സാമൂഹ്യ മുന്നേറ്റമാണ് കമ്യൂണിസത്തിലെത്തിക്കുക. കമ്യൂണിസം എന്നത് നാം സ്ഥാപിക്കുന്ന ഒരു പ്രവർത്തന സംവിധാന

മല്ല, യഥാർത്ഥലോകം അംഗീകരിക്കേണ്ട ഒരു ആദർശമാണ്. ഇന്നത്തെ അവസ്ഥയെ തകർക്കുന്ന പ്രസ്ഥാനമാണ് കമ്യൂണിസം.

ആറ്

മൂലധനത്തിന്റെ വളർച്ചയെക്കുറിച്ചുള്ള മാർക്സിന്റെയും എംഗൽസിന്റെയും വിശകലനം ചരിത്രപരമാണ്. ചരിത്രം എന്നത് അമൂർത്തമായ ഏതെങ്കിലും വിധത്തിലുള്ള സ്വാവബോധത്തിന്റെ വളർച്ചയോ ദൈവഹിതത്തിന്റെയോ ലക്ഷ്യത്തിന്റെയോ അടിസ്ഥാനത്തിലുള്ള മുന്നേറ്റവുമല്ല. ചരിത്രമെന്നത് ഒരു തലമുറയിൽനിന്ന് അടുത്ത തലമുറയിലേക്ക് മനുഷ്യർ അവർ ഉപയോഗിക്കുന്ന വിഭവങ്ങൾ, സമ്പത്ത്, ഉല്പാദനശക്തികൾ എന്നിവ കൈമാറുന്ന വിധമാണ്. മുൻതലമുറകൾ നടത്തിപ്പോന്ന പ്രവർത്തനങ്ങൾ തികച്ചും വ്യത്യസ്തമായ സാഹചര്യങ്ങളിൽ അടുത്ത തലമുറയിലും തുടരുന്നു. അതിനോടൊപ്പം മനുഷ്യർ നടത്തുന്ന പുതിയ പ്രവർത്തനങ്ങളിലൂടെ പഴയ സാഹചര്യങ്ങളെ മാറ്റിമറിക്കുന്നു. വ്യത്യസ്ത പ്രവർത്തന രൂപങ്ങളും പ്രവർത്തനമണ്ഡലങ്ങളും പരസ്പരം പ്രവർത്തിക്കുമ്പോൾ അത് വികസനത്തിന്റെ രൂപങ്ങളെത്തന്നെ വിപുലമാക്കുന്നു. പഴയകാലത്തെ ഒറ്റപ്പെട്ട ദേശീയ രൂപങ്ങൾ വളർച്ചയെത്തിയ പുതിയ ഉല്പാദനരീതിയാൽ മാറ്റിമറിക്കപ്പെടുന്നു. ഇത്തരത്തിൽ വിവിധ ലോകരാഷ്ട്രങ്ങൾ തമ്മിലുള്ള ബന്ധങ്ങൾ വർദ്ധിക്കുമ്പോഴാണ് ലോക ചരിത്രം വളർന്നുവരുന്നത്. ഉദാഹരണത്തിന്, ഇംഗ്ലണ്ടിൽ കണ്ടെത്തുന്ന ഒരു പുതിയ യന്ത്രം ഇന്ത്യയിലെയും ചൈനയിലെയും നിരവധി തൊഴിലാളികളുടെ അന്നം മുട്ടിക്കുമ്പോഴാണ് ലോകചരിത്രം ഉണ്ടാകുന്നത്. അതുപോലെ ഇറക്കുമതി ചെയ്യപ്പെട്ട പഞ്ചസാരയും കാപ്പിയും നെപ്പോളിയന്റെ ഇറക്കുമതി നിയന്ത്രണംമൂലം ജർമ്മൻകാർക്ക് ലഭിക്കാതായപ്പോൾ ജർമ്മൻകാർ നെപ്പോളിയനെതിരെ തിരിയുകയും 1813ലെ ജർമ്മൻ മോചനസമരങ്ങൾക്ക് കാരണമാവുകയും ചെയ്തു. ഇവിടെയെല്ലാം ഏതെങ്കിലും അതിഭൗതികമായ ഘടനയല്ല ചരിത്രത്തെ സൃഷ്ടിക്കുന്നത്, മനുഷ്യരുടെ വ്യക്തിജീവിതത്തിലെ, അവരുടെ ഭക്ഷണത്തിന്റെയും വസ്ത്രത്തിന്റെയും പാർപ്പിടത്തിന്റെയും പ്രശ്നങ്ങൾ തന്നെയാണ്.

ചരിത്രത്തിന്റെ യഥാർത്ഥ അടിത്തറ മനുഷ്യജീവിതത്തിന്റെ ഭൗതികമായ ഉല്പാദനവും ഉല്പാദന രീതി സൃഷ്ടിക്കുന്ന പരസ്പരബന്ധങ്ങളുടെ രൂപങ്ങളും തന്നെയാണ്. ഈ പരസ്പര ബന്ധങ്ങളാണ് പൗരസമൂഹമായി മാറുന്നത്. വ്യത്യസ്ത ഘട്ടങ്ങളിൽ വളർന്നുവരുന്ന ഉല്പാദനരീതികളും സമൂഹ രൂപങ്ങളും എല്ലാ ചരിത്രത്തിൻെറയും അടിത്തറയാണ്. ഈ സമൂഹത്തിന്റെ പ്രവർത്തനം വിശദീകരിക്കുന്നത് ഭരണകൂടത്തിലൂടെയാണ്. ഇതിൽനിന്ന് എങ്ങനെയാണ് വ്യത്യസ്ത ബോധരൂപങ്ങൾ, മതം, തത്ത്വചിന്ത, ധാർമ്മികത മുതലായവ രൂപപ്പെടുന്നത്

എന്നും ചരിത്രം വിശദീകരിക്കുന്നു. ഇവയെ അവയുടെ സമഗ്രതയിലും അതുപോലെ വ്യത്യസ്ത ഭാഗങ്ങളുടെ പരസ്പര പ്രവർത്തനങ്ങളാലും കാണാൻ കഴിയും. ആശയവാദപരമായ ചരിത്രംപോലെ ഓരോ കാലഘട്ടത്തിലെയും ചരിത്രത്തെ വിശദീകരിക്കാൻ ഏതെങ്കിലും സംവർഗ്ഗത്തെ (സാമ്രാജ്യം, സ്വേച്ഛാധിപത്യം, ജനാധിപത്യം മുതലായവ) ഉപയോഗിക്കുകയല്ല ഇവിടെ ചെയ്യുന്നത്. ആശയങ്ങളുടെ അടിസ്ഥാനത്തിൽ ഭൗതിക പ്രവർത്തനങ്ങളെ വിശദീകരിക്കുന്നതിനുപകരം ഭൗതിക പ്രയോഗത്തിൽനിന്ന് ആശയങ്ങൾ എങ്ങനെ രൂപപ്പെടുന്നുവെന്നാണ് ഭൗതികവാദപരമായ ചരിത്ര സമീപനം അന്വേഷിക്കുന്നത്. അതുകൊണ്ട് ബോധമണ്ഡലത്തിന്റെ ഉല്പന്നങ്ങളെ 'മാനസിക'മായ വിമർശനംകൊണ്ടുമാത്രം ഇല്ലാതാക്കാൻ കഴിയുകയില്ല. ബോധമണ്ഡലത്തിന്റെ ഉൽപന്നങ്ങൾ ഇല്ലാതാകുന്നത് അവയെ സൃഷ്ടിച്ച യഥാർത്ഥ സമൂഹബന്ധങ്ങൾ തകരുമ്പോഴാണ്. ഓരോ കാലഘട്ടവും അതിന്റേതായ ഭൗതിക ഫലങ്ങൾ, ഉല്പാദനശക്തികൾ, പ്രകൃതിയും മനുഷ്യനും തമ്മിലും വ്യക്തികൾ തമ്മിലുമുള്ള ബന്ധങ്ങൾ സൃഷ്ടിക്കുന്നുണ്ട്. ഓരോ കാലഘട്ടത്തിലെയും ഉല്പാദനശക്തികളും സമ്പത്തും അടുത്ത ഘട്ടത്തിലേക്കു മാറുന്നുണ്ട്. എന്നാൽ ഈ പുതിയ ഘട്ടം അവയ്ക്ക് പുതിയ ജീവിത സാഹചര്യങ്ങളും പുതിയ വികസന രൂപങ്ങളും സവിശേഷതകളും നല്കുന്നുണ്ട്. സാഹചര്യങ്ങൾ മനുഷ്യനെ സൃഷ്ടിക്കുന്നതിനോടൊപ്പം മനുഷ്യർ സാഹചര്യങ്ങളെയും സൃഷ്ടിക്കുന്നു. മനുഷ്യർ അവർ നിലനിൽക്കുന്ന സാഹചര്യങ്ങളെ തകർത്ത് പുതിയ സാഹചര്യങ്ങളെ സൃഷ്ടിക്കുന്ന പ്രവർത്തനങ്ങളാണ് വിപ്ലവങ്ങൾ. വിപ്ലവങ്ങളാണ് ചരിത്രത്തിന്റെ ചാലകശക്തികൾ, അവതന്നെയാണ് മതത്തിന്റെയും തത്ത്വചിന്തയുടെയും മറ്റെല്ലാവിധ സിദ്ധാന്തങ്ങളുടെയും ചാലകശക്തികളും.

എന്നാൽ ചരിത്ര രചന നടക്കുന്നത് ഇങ്ങനെയല്ല. സാധാരണ ജീവിതത്തിൽനിന്ന് വേർതിരിഞ്ഞ അതിഭൗമമായ എന്തോ പ്രക്രിയ ആയാണ് ചരിത്രം എഴുതപ്പെടുന്നത്. മനുഷ്യനും പ്രകൃതിയും തമ്മിലുള്ള പാരസ്പര്യം ഇല്ലാതാകുകയും അവ തമ്മിലുള്ള വൈരുദ്ധ്യത്തിൽ ഊന്നുകയും ചെയ്യുന്നു. ചരിത്രത്തിൽ സവിശേഷ രാഷ്ട്രീയ സംഭവങ്ങൾക്കും മതപരവും മറ്റു സൈദ്ധാന്തികവുമായ സംഘർഷങ്ങൾക്കും മാത്രം പ്രാധാന്യം കൈവരുന്നു. ഓരോ ചരിത്രഘട്ടത്തിലും ആ ഘട്ടത്തിന്റെ മായക്കാഴ്ചകൾ മാത്രമാണ് അവർ പങ്കിടുന്നത്. ഒരു കാലഘട്ടം അവരുടെ പ്രവർത്തനങ്ങൾ മുഴുവൻ നടക്കുന്നത് രാഷ്ട്രീയവും മതപരവുമായ താല്പര്യങ്ങൾ കൊണ്ടാണെന്ന് സ്വയം കാണുകയാണെങ്കിൽ, ചരിത്രകാരന്മാർ ഇത്തരം അഭിപ്രായങ്ങളെ അംഗീകരിക്കുന്നു. ഉദാഹരണത്തിന് ഇന്ത്യക്കാരുടെ ഇടയിലും ഈജിപ്തുകാരുടെ ഇടയിലും നിലനിന്ന അദ്ധ്വാനവിഭജനം അവരുടെ ഭരണരീതികളിലും മതത്തിലും ജാതിവ്യവസ്ഥയെ സൃഷ്ടിച്ചുവെങ്കിൽ, ഈ സമൂഹരൂപത്തെത്തന്നെ സൃഷ്ടിച്ചത് ജാതിവ്യവസ്ഥയായിരുന്നുവെന്ന് ചരിത്രകാരന്മാർ വിലയിരുത്തുന്നു. മറ്റുചിലർ

മതത്തിന്റെ മായക്കാഴ്ചയാണ് ചരിത്രത്തിന്റെ ചാലകശക്തിയെന്ന നിലപാടിലും എത്തുന്നു. ഓരോ കാലഘട്ടത്തിലെയും മായക്കാഴ്ചകളുടെ അവതരണമായി ചരിത്രം മാറുന്നതിന് മറ്റൊരു കാരണംകൂടിയുണ്ട്. അദ്ധ്വാനത്തിന്റെ വിഭജനം ഭരണവർഗ്ഗത്തിനിടിയിൽ മാനസികവും ഭൗതികവുമായ അദ്ധ്വാനങ്ങൾ തമ്മിലുള്ള വിഭജനമായി മാറുന്നുണ്ട്. ഭരണവർഗ്ഗത്തിലെ ഒരു വിഭാഗം അതിന്റെ ചിന്തകരായി മാറുകയും ഭരണവർഗ്ഗം അതിനെക്കുറിച്ചുതന്നെ സൃഷ്ടിക്കുന്ന മായക്കാഴ്ചകളുടെ രൂപീകരണം അവരുടെ ജീവിതമാർഗ്ഗമായി തീരുകയും ചെയ്യുന്നു. ഭരണവർഗ്ഗത്തിലെ കൂടുതൽ പ്രായോഗികതലത്തിൽ നില്ക്കുന്നവർ ഇത്തരം മായക്കാഴ്ചകൾ സ്വീകരിക്കുന്നതിലല്ല ശ്രദ്ധിക്കുന്നത്. എങ്കിലും അവ സ്വീകരിക്കാൻ ഈ വിഭാഗം തയ്യാറാണ്. ചിലപ്പോൾ ഈ രണ്ടു ഭാഗങ്ങൾ തമ്മിലുള്ള ഭിന്നതകൾ നേരിട്ടു ശത്രുതകളായി മാറിയേക്കാം. പക്ഷേ, ഭരണവർഗ്ഗത്തിന്റെ നിലനില്പ് അപകടത്തിലാകുന്ന അവസരങ്ങളിൽ ഇത്തരം ശത്രുതകൾ മാറി ഇരു വിഭാഗവും യോജിക്കുന്നതായി കാണാം. ഒരു പ്രത്യേക ഘട്ടത്തിൽ വിപ്ലവാശയങ്ങൾ വളർന്നുവരുന്നത് വിപ്ലവകാരിയായ ഒരു വർഗ്ഗത്തിന്റെ വളർച്ചയെ സൂചിപ്പിക്കുന്നു.

മുൻകാലത്തെ ഭരണവർഗ്ഗത്തിനുപകരം വളർന്നുവരുന്ന പുതിയ വർഗ്ഗത്തിന് അവരുടെ ലക്ഷ്യം നിറവേറ്റുന്നതിന്, അവരുടെ വർഗ്ഗതാല്പര്യത്തെ സമൂഹത്തിന്റെ പൊതുതാല്പര്യമായി അവതരിപ്പിക്കേണ്ടതുണ്ട്. അതായത് അത്തരം ആശയങ്ങൾക്ക് സാർവ്വലൗകിക സ്വഭാവം കൈവരേണ്ടതുണ്ട്, അവയ്ക്ക് യുക്തിപരവും സാർവ്വത്രികവുമായ അംഗീകാരം നല്കേണ്ടതുണ്ട്. അതേ സമയം വിപ്ലവം നടത്തുന്ന വർഗ്ഗത്തിന് സമൂഹത്തിന്റെ അതായത് ഭരണവർഗ്ഗത്തിൽപെടാത്ത എല്ലാവരുടെയും പ്രതിനിധിയായും മാറേണ്ടതുണ്ട്. ഫ്രഞ്ച് ബൂർഷ്വാസി പ്രഭുത്വവർഗ്ഗത്തിന്റെ ഭരണം അവസാനിപ്പിച്ചപ്പോൾ നിരവധി പ്രോലിറ്റേറിയന്മാർക്കും അതിന്റെ ആനുകൂല്യങ്ങൾ ലഭിച്ചു. പക്ഷേ, അവരിൽ ചിലരെ മുതലാളിമാരാകുന്നതിലേക്ക് മാത്രമാണ് അത് എത്തിച്ചത്. ഓരോ ഭരണവർഗ്ഗവും അവർക്ക് മുമ്പുണ്ടായിരുന്ന ഭരണവർഗ്ഗത്തേക്കാൾ കൂടുതൽ വിശാലമായ അടിത്തറയിലാണ് സ്വന്തം ആധിപത്യം സ്ഥാപിക്കുന്നത്. പുതിയ ഭരണവർഗ്ഗത്തോടുള്ള എതിർപ്പും അതുപോലെ രൂക്ഷവും ശക്തവുമായി പുറത്തുവരുന്നു.

ഭൗതികവും മാനസികവുമായ അദ്ധ്വാനം വേർപെടുന്നതിന്റെ ഫലമായി അധീശത്വ ആശയങ്ങൾ അധീശത്വം വഹിക്കുന്ന വ്യക്തികളിൽ നിന്ന് നിലവിലുള്ള ഘട്ടത്തിലെ ഉല്പാദനരീതിയിൽനിന്നും വേർപെടുന്നു. അപ്പോഴാണ് ചരിത്രത്തെ നിർണ്ണയിക്കുന്നത് ആശയങ്ങളാണെന്ന ധാരണ വളർന്നുവരുന്നത്. ആശയസംഹിതയുടെ, അല്ലെങ്കിൽ പ്രത്യയശാസ്ത്രത്തിന്റെ വക്താക്കൾ എല്ലാ ഭൗതിക പ്രവർത്തനങ്ങളെയും ആശയങ്ങളുടെ അടിസ്ഥാനത്തിൽ വ്യാഖ്യാനിക്കുകയും യഥാർത്ഥ പ്രക്രിയകളെ തലതിരിച്ചിടുകയും ചെയ്യുന്നു. പുരോഹിതന്മാർ, നിയമജ്ഞർ, രാഷ്ട്രീ

യക്കാർ എന്നിവർ ഇതിന്റെ വിദഗ്ധരാണ്.

ഈ തിരിച്ചിടൽ സാധിക്കുന്നത് മറ്റൊരു കാരണംകൊണ്ടുകൂടിയാണ്. തൊഴിൽ വിഭജനം കാരണം നിയമജ്ഞരുടെയും മറ്റും തൊഴിലുകൾക്ക് സ്വതന്ത്രമായ അസ്തിത്വം കൈവരുന്നുണ്ട്. എല്ലാവരും അവരവരുടെ വൈദഗ്ദ്ധ്യം സത്യമാണെന്ന് കരുതുന്നു. അവരുടെ തൊഴിലും യാഥാർത്ഥ്യവും തമ്മിലുള്ള ബന്ധത്തെയും മായികമായാണ് കാണുന്നത്. ഇത്തരം ബന്ധങ്ങൾ പ്രത്യക്ഷപ്പെടുന്നത് സങ്കല്പങ്ങൾ ആയാണ്. ഈ സങ്കല്പങ്ങൾ ആശയങ്ങളും പ്രയോഗവും തമ്മിലുള്ള പരസ്പര ബന്ധത്തിന്റെ അടിസ്ഥാനത്തിലല്ല, സ്ഥിരവും ശാശ്വതവുമായ സങ്കല്പങ്ങളായാണ് പ്രത്യക്ഷപ്പെടുന്നത്. ഒരു ജഡ്ജിയെ സംബന്ധിച്ചിടത്തോളം അയാൾ പിന്തുടരുന്ന നിയമാവലി മാത്രമാണ് സത്യം. നിയമാവലികൾ സാമൂഹ്യബന്ധങ്ങളുടെ സൃഷ്ടി മാത്രമാണെന്ന് അയാൾ മനസ്സിലാക്കുന്നില്ല. സാധാരണ മനുഷ്യരുടെ ബോധവും ഇതുപോലെയാണ്. സ്വന്തം ജീവിതം പ്രയോഗത്തിൽ നിന്നല്ല, ഭരണകൂടത്തിന്റെയും നിയമങ്ങളുടെയും സൃഷ്ടിയായാണ് അവർ കരുതുന്നത്. നിയമങ്ങൾക്ക് ഈ സ്വഭാവം കൈവരുന്നത് മറ്റൊരു കാരണംകൊണ്ടുകൂടിയാണ്. ബൂർഷ്വാസിയുടെ ആധിപത്യം ലോക വിപണിയെ ആധാരമാക്കിയുള്ള സാർവ്വത്രിക രൂപമാണ്. അതുകൊണ്ട് ബൂർഷ്വാസി അനുവർത്തിക്കുന്ന നിയമങ്ങൾക്ക് ഏറ്റവും വിശാലമായ സാമാന്യ സ്വഭാവം നല്കേണ്ടതുണ്ട്.

മതത്തിന്റെ സ്വഭാവവും ഇതുപോലെയാണ്. യഥാർത്ഥത്തിൽ നിലനില്ക്കുന്ന ശക്തികളെ അതീന്ദ്രിയ ബോധത്തിന്റെ ഭാഗമാക്കി മാറ്റുന്നതിലാണ് മതത്തിന്റെ വിജയം. സ്വന്തം ജീവിതത്തിന്റെ ഉയർച്ചതാഴ്ചകൾ അതിന്ദ്രീയശക്തികളുടെ പ്രവർത്തനഫലമാണെന്ന മായികക്കാഴ്ചയാണ് മതം പ്രചരിപ്പിക്കുന്നത്. പ്രാചീനകാലത്തിലും ഫ്യൂഡലിസത്തിലും രാഷ്ട്രീയം, നിയമം, ശാസ്ത്രം മുതലായവയും അവ ഉൾപ്പെടുന്ന 'സമുദായവും' മതപരമായ ആശയങ്ങളുമായാണ് പൊരുത്തപ്പെടുന്നത്. സാമൂഹ്യ പ്രയോഗത്തിൽനിന്ന് വേർപെട്ടു കാണുന്നതുകൊണ്ട് അവയ്ക്ക് തനതായ ചരിത്രമില്ല. അതിനുപകരം ദൈവശാസ്ത്രപരമായ കാരണങ്ങളിൽ നിന്ന് ഇവ വളർന്നുവരുന്നുവെന്നാണ് സങ്കല്പം. അതോടെ അവ ദൈവശാസ്ത്രത്തിന്റെ ഭാഗമായിത്തീരുന്നു.

ജർമ്മൻ പ്രത്യയശാസ്ത്രം (2)
മാക്സ് സ്റ്റിർണർ

ഒന്ന്

ആയിരത്തി എണ്ണൂറ്റി നാല്പത്തിമൂന്ന് മുതൽ ഹെഗലിയൻ ചിന്തയ്ക്കും യുവ ഹെഗലിയന്മാരുടെ വാദഗതികൾക്കുമെതിരായ ശക്തമായ വിമർശനങ്ങളുടെ പശ്ചാത്തലത്തിലാണ് മാർക്സും എംഗൽസും സ്വന്തം നിലപാടുകൾ രൂപപ്പെടുത്തിയത്. യുവ ഹെഗലിയന്മാരുടെ ആശയവാദപരമായ നിലപാടുകളെ വിമർശിച്ചുകൊണ്ടാണ് മാർക്സും എംഗൽസും ചേർന്ന് *വിശുദ്ധ കുടുംബം* എന്ന ഗ്രന്ഥം രചിച്ചത്. *വിശുദ്ധ കുടുംബം* ജർമ്മൻ ചിന്തകർക്കിടയിൽ വാദപ്രതിവാദങ്ങൾക്കു കാരണമാവുകയും പല ഹെഗലിയന്മാരും *വിശുദ്ധ കുടുംബ*ത്തിലെ വാദങ്ങളെയും അതിലടങ്ങിയ കമ്യൂണിസ്റ്റ് ചിന്താഗതിയെയും വിമർശിക്കുകയും ചെയ്തു. ഈ വിമർശനങ്ങളാണ് *ജർമ്മൻ പ്രത്യയശാസ്ത്രം* എന്ന ഗ്രന്ഥമെഴുതാൻ മാർക്സിനെയും എംഗൽസിനെയും പ്രേരിപ്പിച്ചത്. ഫൊയർബാഹ്, ബ്രൂണോബോവർ, മാക്സ് സ്റ്റിർണർ എന്നീ ചിന്തകരെയും ജർമ്മൻ സോഷ്യലിസ്റ്റ് ചിന്തകരെയുമാണ് പുസ്തകത്തിൽ ചർച്ച ചെയ്തത്.

ഈ പുസ്തകത്തിലെ അധികമൊന്നും ചർച്ച ചെയ്യപ്പെടാത്ത, ശ്രദ്ധേയമായ ഭാഗങ്ങൾ ബ്രൂണോ ബോവറിനെയും മാക്സ് സ്റ്റിർണറിനെയും കുറിച്ച് മാർക്സ് എഴുതിയ അദ്ധ്യായങ്ങളാണ്. യുവഹെഗലിയൻ ചിന്തയുടെ ആശയവാദപരമായ തലങ്ങൾ ചർച്ച ചെയ്തുവെന്നതാണ് ഈ അദ്ധ്യായങ്ങളുടെ സമകാലിക പ്രസക്തിയെങ്കിലും മാർക്സിന്റെയും എംഗൽസിന്റെയും രാഷ്ട്രീയ സാമൂഹ്യദർശനങ്ങളുടെ നിരവധി സവി

ശേഷതകൾ ഈ അദ്ധ്യായങ്ങൾ പുറത്തുകൊണ്ടുവരുന്നുണ്ട്. ബോവറും സ്റ്റിർണറും ഹെഗലിയൻ ചിന്തയുടെ ആശയതലങ്ങളിൽ ഊന്നിനിന്നുകൊണ്ട് സാമൂഹ്യപ്രക്രിയകളെ പരിശോധിക്കാൻ ശ്രമിച്ചവരാണ്. സാമൂഹ്യപ്രക്രിയകളെ നിർണ്ണയിക്കുന്നത് സത്താവാദപരമായ ചിന്താഗതികളാണെന്നും മതം, ഭരണകൂടം മുതലായ സാമൂഹ്യാധികാര രൂപങ്ങൾ നിലനില്ക്കുന്നത് അവയുടെ ആശയപരമായ സാരാംശം (substance) സമൂഹത്തിന്റെ തന്നെ സത്തയായി മാറ്റുന്നതുവഴിയാണെന്നും ബോവർ വാദിച്ചു. ഇതിനെതിരായ പ്രതിരോധം ആശയതലത്തിൽ തന്നെയാണ് വേണ്ടത്. സത്താവാദത്തിനെതിരായ വിട്ടുവീഴ്ചയില്ലാത്ത വിമർശനത്തിലൂടെയാണ് തത്ത്വചിന്തകന്മാർ പുതിയ വഴികൾ തേടേണ്ടത്. വിമർശനം സ്വാവബോധത്തിന്റെ വളർച്ചയാണ്.

യുവ ഹെഗലിയന്മാരുടെ ഇത്തരം വാദഗതികളെയാണ് മാർക്സും എംഗൽസും *വിശുദ്ധകുടുംബ*ത്തിൽ വിമർശിച്ചത്. യുവ ഹെഗലിയന്മാർ മതത്തിന്റെയും ഭരണകൂടത്തിന്റെയും അധികാരരൂപങ്ങളെ ശക്തമായി വിമർശിക്കുന്നുണ്ടെങ്കിലും മതചിന്തയുടെ ആശയവാദപരമായ ചട്ടക്കൂടുകളിൽനിന്ന് സ്വയം മോചിപ്പിക്കാൻ കഴിയുന്നില്ല. മതത്തെയും ഭരണകൂടത്തെയും നിയമങ്ങളെയും സ്വത്തവകാശത്തെയും എല്ലാം സൃഷ്ടിക്കുന്ന ചരിത്രപരമായ പ്രക്രിയകളെ തിരിച്ചറിയുന്നില്ല. അതുകൊണ്ടുതന്നെ കമ്യൂണിസത്തെപ്പോലുള്ള സാമൂഹ്യവിപ്ലവ പ്രസ്ഥാനങ്ങളെ അവർ നിരാകരിക്കുന്നു.

രണ്ട്

യുവഹെഗലിയന്മാരുടെ നിലപാടുകളും മാർക്സിന്റെയും എംഗൽസിന്റെയും നിലപാടുകളും തമ്മിലുള്ള ഭിന്നതകൾ ഏറ്റവും വ്യക്തമായി പുറത്തുവരുന്നത് മാക്സ് സ്റ്റിർണറിന്റെ നിലപാടുകളെക്കുറിച്ചെഴുതിയ സുദീർഘമായ വിമർശനത്തിലാണ്. മാക്സ് സ്റ്റിർണറിന്റെ നിലപാടുകൾ മിഖായിൽ ബകുനിനെയും മറ്റു അരാജകവാദ പ്രസ്ഥാന (anarchism) ത്തിന്റെ വക്താക്കളെയും ശക്തമായി സ്വാധീനിച്ചിരുന്നു. അരാജകവാദം ക്ഷയിച്ചതോടെ സ്റ്റിർണർ പൊതുവെ അവഗണിക്കപ്പെട്ടു. 1960 കളിൽ അമേരിക്കയിലെ വിദ്യാർത്ഥിസമരങ്ങളുടെയും നവഇടതുപക്ഷ പ്രസ്ഥാനത്തിന്റെയും വളർച്ചയുടെ പശ്ചാത്തലത്തിലാണ് സ്റ്റിർണറിന്റെ രചനകൾ തിരിച്ചുവന്നത്. സ്വന്തം സൈദ്ധാന്തിക നിലപാടുകൾ വ്യത്യസ്തമായിരുന്നെങ്കിലും പാശ്ചാത്യ അരാജക പ്രസ്ഥാനത്തിന്റെ പിതാമഹനായി സ്റ്റിർണറിനെ കരുതുന്നതിൽ തെറ്റില്ല.

ഹെഗലിന്റെ അടിസ്ഥാന ആശയങ്ങളായ ലോകസത്ത (World spirit) യെയും അന്തിമഘട്ടത്തിൽ ഭരണകൂടത്തിലൂടെയുള്ള സത്തയുടെ സാക്ഷാത്കാരത്തെയും സ്റ്റിർണർ നിരാകരിക്കുന്നു. ചരിത്രത്തിനു പ്രാ

ധാന്യമുണ്ട്. പക്ഷേ, അത് അഹ (ego)ത്തിന്റെ സാക്ഷാത്കാരത്തിന്റെ ചരിത്രമാണ്. വ്യക്തിയുടെ വളർച്ചയും സാക്ഷാത്കാരവും അഹത്തിന്റെ വളർച്ചയിലൂടെയാണ് ഉണ്ടാകുന്നത്. ഇതിന്റെ ഫലമായുണ്ടാകുന്ന പരിണാമങ്ങളിലൂടെയാണ് മാനവിക വികാസം സാദ്ധ്യമാകുന്നത്; ചരിത്രത്തിന്റെ ഗതി നിർണ്ണയിക്കുന്നത്.

സ്റ്റിർണറിന്റെ ചരിത്രവാദത്തെ (ഇതിൽ സെലിഗ, അർണോൾഡ് റൂയ് മുതലായ മറ്റു ചിന്തകരുടെ വാദങ്ങളുംപെടും) പൊതുവിൽ ഇങ്ങനെ സംഗ്രഹിക്കാം.

മനുഷ്യരുടെ ചിന്താ പദ്ധതികൾ പൊതുവിൽ മൂന്നു ഘട്ടങ്ങളിലൂടെ കടന്നുപോകുന്നു. ഒന്ന്, യാഥാർത്ഥ്യവാദം (Realism) രണ്ട്, ആശയവാദം (idealism) മൂന്ന്, ഇവ രണ്ടും കൂട്ടിയുള്ള നിഷേധാത്മകമായ ഐക്യം (ഏകതാവാദം).

ഇവ പ്രത്യക്ഷപ്പെടുന്നത് മനുഷ്യരുടെ വ്യക്തിവികാസതലത്തിലും ചരിത്രതലത്തിലുമാണ്. വ്യക്തിവികാസതലത്തിൽ കുട്ടികൾ ബാഹ്യവസ്തുക്കളെ ആശ്രയിക്കുന്നവരാണ്. അതുകൊണ്ട് അക്കാലത്ത് യാഥാർത്ഥ്യവാദം പ്രത്യക്ഷപ്പെടുന്നു. യുവാക്കളാകുമ്പോൾ അവർ ആശയങ്ങളെയും ഭാവനയെയും ആശ്രയിക്കുന്നു. അക്കാലത്ത് ആശയവാദം പ്രത്യക്ഷപ്പെടുന്നു. മുതിർന്ന മനുഷ്യർ ഇതു രണ്ടും കൂടി ചേർക്കുന്നവരാണ്. ഒന്നുകിൽ അവർ വസ്തുക്കളുടെയും ആശയങ്ങളുടെയും ഉടമകളാണ്, അല്ലെങ്കിൽ വസ്തുക്കളിൽനിന്നും ആശയങ്ങളിൽനിന്നും സ്വതന്ത്രരാണ്. ഇവ രണ്ടും അഹത്തിന്റെ രൂപങ്ങളായി സ്റ്റിർണർ കരുതുന്നു. അഹംഭാവം മനുഷ്യന്റെ അടിസ്ഥാനഭാവമായി മാറുകയും ചെയ്യുന്നു.

മനുഷ്യരുടെ ചരിത്രപരമായ വളർച്ചയിലും ദാർശനികമായ വളർച്ചയിലും ഇതേ പരിവർത്തനങ്ങൾ കാണാമെന്ന് സ്റ്റിർണർ പറയുന്നു. ആഫ്രിക്കൻ നീഗ്രോകൾ ചരിത്രപരമായ വളർച്ചയിൽ കുട്ടികളെപ്പോലെയാണ്, എന്നാൽ അവർ യാഥാർത്ഥ്യവാദികളുമാണ്. അവരെ (അതായത് കുട്ടികളെയും ആഫ്രിക്കക്കാരെയും) യാഥാർത്ഥ്യ - അഹം വാദികളെന്നു വിളിക്കാം. സാധാരണയായി അഹംഭാവമുള്ളവർ എന്നു പറയുന്നത് ഇവരെയാണ്. മംഗോളുകൾ (ഇവിടെ ഉദ്ദേശിക്കുന്നത് ചൈനാക്കാരെയും പൊതുവിൽ ഏഷ്യക്കാരെയടക്കമാണ്) യുവാക്കളെപ്പോലെയാണ്. അതുകൊണ്ട് അവർ ആശയവാദികളാണ്, ആത്മീയവാദികളും ഭക്തരും വിശ്വാസികളുമൊക്കെയാണ്. കോക്കേഷ്യന്മാർ (അതായത് യൂറോപ്യന്മാർ) മുതിർന്ന മനുഷ്യരാണ്, അതുകൊണ്ട് അവരിൽ യാഥാർത്ഥ്യവാദവും ആശയവാദവും ഉൾച്ചേരുന്നു. ഇവരിലാണ് അഹം പൂർണ്ണരൂപത്തിലെത്തുന്നത്; ഏക (unique)മായി മാറുന്നത്.

ഇതനുസരിച്ച് ചരിത്രത്തെ മൊത്തത്തിൽ വിഭജിക്കാം. പ്രാചീന കാലഘട്ടത്തിലെ മനുഷ്യർ നീഗ്രോ സ്വഭാവമുള്ളവരായിരുന്നു. അവർ കുട്ടികളെപ്പോലെയാണ്. പ്രകൃതിയിൽ ആശ്രയിക്കുന്നവരും അതുകൊണ്ട് ലൗകികവാദികളും യാഥാർത്ഥ്യവാദികളുമാണ്. അവർക്ക് ദൈ

വസങ്കല്പമില്ല. ലൗകികവസ്തുക്കളുടെ അന്വേഷണത്തിന്റെ ഭാഗമായി വിവിധ ചിന്താസരണികൾ വളർന്നുവരുന്നു.

രണ്ടാമത്തെ കാലഘട്ടം മംഗളോയിഡ് സ്വഭാവമുള്ളവരാണ്. അവർ ആത്മീയവാദികളാണ്. ക്രിസ്ത്യാനികൾ അവരിൽപെടുന്നു, ആശയവാദികളാണ്. ഇവരിൽ ക്രിസ്തുമതവിശ്വാസികൾ 'ശുദ്ധ ആത്മീയവാദികളാ'ണ്. മറ്റുള്ളവരുടെ ആത്മീയവാദം അശുദ്ധമാണ്; ഒരുതരം ബാധോപദ്രവം പോലെയാണ്.

ആത്മീയതയുടെ മറ്റു രൂപങ്ങളും സ്റ്റിർണർ വിശദീകരിക്കുന്നുണ്ട്. പ്രേതബാധയാണൊന്ന് (apparition). വസ്തുക്കളെപ്പോലിരിക്കുന്ന ആത്മാവും ആത്മീയമായ വസ്തുവും അതിൽപെടും. ക്രിസ്ത്യൻ ദൈവം വസ്തുനിഷ്ഠമാണ്, രണ്ടാമത്തേത് ആത്മീയതയുടെ സ്ഥിര രൂപമാണ്. അല്ലെങ്കിൽ സ്ഥിരമായ ആശയമാണ് (whimsy). ദൈവസങ്കല്പത്തിന്റെ പൂർണ്ണ രൂപമാണിത്. മതങ്ങളുടെ ചരിത്രത്തെ സ്റ്റിർണർ ഇങ്ങനെ വിഭജിക്കുന്നുണ്ട്. മദ്ധ്യകാല കത്തോലിക്കാമതം മതത്തിന്റെ ബാല്യമാണ്, പ്രൊട്ടസ്റ്റന്റ് മതം യുവത്വവും. ചുരുക്കത്തിൽ എല്ലാ തരത്തിലുള്ള യാഥാർത്ഥ്യവാദങ്ങളും മനുഷ്യരുടെ ബാല്യകാല ചാപല്യമാണ്, യുവത്വത്തിലെത്തുമ്പോൾ മനുഷ്യർ ആശയവാദികളും ആത്മീയവാദികളുമാകുന്നു.

മതത്തിലായാലും തത്ത്വചിന്തയിലായാലും മറ്റേതു രൂപത്തിലായാലും മുതിർന്ന മനുഷ്യരുടെ അല്ലെങ്കിൽ 'മനുഷ്യന്റെ' കാലമുണ്ട്. ഈ ഘട്ടത്തിൽ ആശയവാദവും യാഥാർത്ഥ്യവാദവും ഒന്നുചേരുന്നു. പക്ഷേ, അവിടെയും വേർതിരിവുണ്ട്, വിദ്യാഭ്യാസമുള്ളവരും ഇല്ലാത്തവരും. ആഫ്രിക്കക്കാർ, കുട്ടികൾ, കത്തോലിക്കർ, യാഥാർത്ഥ്യവാദികൾ, ദുഷ്ടന്മാർ തുടങ്ങിയവർ 'വിദ്യാഭ്യാസമില്ലാത്തവരാണ്'. യുവാക്കൾ, മംഗോളുകൾ, പ്രോട്ടസ്റ്റന്റുകൾ, ആശയവാദികൾ, സജ്ജനങ്ങൾ തുടങ്ങിയവർ വിദ്യാഭ്യാസമുള്ളവരാണ്. വിദ്യാഭ്യാസമുള്ളവർ വിദ്യാഭ്യാസമില്ലാത്തവരേക്കാൾ എപ്പോഴും മേലെയായിരിക്കും. ഇതിനാണ് ശ്രേണീബദ്ധത (Hierarchy) എന്നു പറയുന്നത്. ശ്രേണീബദ്ധതയാണ് ചരിത്രത്തെ മുന്നോട്ടു നയിക്കുന്നത്. ആശയവാദികളായ തത്ത്വചിന്തകരാണ് ചരിത്രത്തിന്റെ വിധാതാക്കൾ.

തത്ത്വചിന്തയുടെ രൂപങ്ങൾ ഇതനുസരിച്ച് മൂന്നുവിധമാണ്, ഒന്ന് രാഷ്ട്രീയ ഉദാരവാദം, അത് യാഥാർത്ഥ്യവാദത്തിന്റെ രൂപമാണ്. അതുകൊണ്ട് അത് വിദ്യാഹീനവും, ബാലിശവും വസ്തുനിഷ്ഠവുമാണ്. അധിപനെ (Master) അംഗീകരിക്കുന്നില്ല. രണ്ടാമത്തേത്, സാമൂഹ്യഉദാരവാദം (കമ്യൂണിസം) അത് ആശയവാദമാണ്, വിദ്യാസമ്പന്നമാണ്, സ്വത്തിനെ അംഗീകരിക്കുന്നില്ല. മൂന്നാമത്തേത് മാനവ ഉദാരവാദമാണ് (Humane Liberalism) അത് അധിപനെയോ സ്വത്തിനെയോ ദൈവത്തെയോ അംഗീകരിക്കുന്നില്ല. അഹംവാദത്തിന്റെ ഉദാത്തരൂപമാണത്.

സ്റ്റിർണറുടെ ചരിത്രവാദത്തിന്റെ രണ്ടുവശങ്ങൾ വ്യക്തമാണ്. ഒന്ന്

ചരിത്രത്തിന്റെ അന്തിമലക്ഷ്യം അഹത്തിന്റെ വളർച്ചയാണ്. മുതിർന്നവരുടെ, മനുഷ്യന്റെ അടിസ്ഥാന സ്വഭാവം തന്നെ അഹമാണ്, അഹത്തിന്റെ തന്നെ ഉന്നതരൂപമായ ഏകമാണ്. അതുകൊണ്ട് ബാഹ്യലോകവുമായുള്ള ബന്ധം, യാഥാർത്ഥ്യവാദം മുതലായതൊക്കെ കുട്ടിക്കാലത്തെ കുസൃതികളാണ്. ആ കാലത്തുതന്നെ ഗ്രീക്ക് ചിന്തകന്മാരെപ്പോലെ ചിന്തയുടെ അങ്കുരങ്ങൾ വളർന്നുവരുമ്പോൾ അതിലെ സത്തയുടെ, അഹത്തിന്റെ അംശങ്ങൾ പരിശോധിക്കാനാണ് സ്റ്റിർണർ മുതിരുന്നത്. അതുകൊണ്ട് ദെമോക്രിറ്റസിനെയും എപിക്യൂറസിനെയും ഡയോജനിസ് ലയർട്ടസിനെയും പോലുള്ള ചിന്തകരുടെ യാഥാർത്ഥ്യവാദപരമായ സമീപനത്തിലെ ഭൗതികചിന്ത സ്റ്റിർണർ അവഗണിക്കുന്നു. അതുപോലെ ആത്മീയവാദത്തിന്റെ വളർച്ച എന്നാൽ സ്റ്റിർണറിനു ക്രിസ്തുമതമാണ്. ക്രിസ്തുമതവും മറ്റു മതങ്ങളും ആകാശത്തുനിന്ന് പൊട്ടിവീണതുപോലെയാണ്. എന്നാൽ അവരുടെ ലോകം മജ്ജയും മാംസവുമുള്ളതാണെന്നും അതിന്റെ സ്വാധീനം അക്കാലത്തെ ദൈവസങ്കല്പങ്ങളിലും (പ്രേതം, ദൈവം, ആത്മാവ്) ഉണ്ടാകാമെന്നും സ്റ്റിർണർ അംഗീകരിക്കുന്നില്ല. അതായത് അഹം, ബാഹ്യലോകം എന്നീ ദ്വന്ദ്വങ്ങൾ മാത്രമുള്ളതുകൊണ്ട് യാഥാർത്ഥ്യവാദവും ഭൗതികപ്രപഞ്ചത്തെക്കുറിച്ചുള്ള അന്വേഷണവും ബാലചാപല്യങ്ങളാണ്. അവ മനുഷ്യന്റെ വികാസത്തിലേക്കു നയിക്കുന്നില്ല.

യാഥാർത്ഥ്യവാദവും ആശയവാദവും തമ്മിലുള്ള 'നിഷേധാത്മകമായ ഐക്യ' (negative unity)മാണ് മനുഷ്യനിലേക്കു നയിക്കുന്നത്. ബാഹ്യലോകത്തിലെ പ്രവർത്തനങ്ങൾ തീർച്ചയായും പ്രധാനമാണ്. പക്ഷേ, ഉദാത്തമായ ആശയങ്ങൾ അവയെ നിയന്ത്രിക്കും. ഫ്രഞ്ചുവിപ്ലവം ഫ്യൂഡൽ രാജവാഴ്ചയുടെ അന്ത്യം കുറിച്ച മഹത്തായ വിപ്ലവമായിരുന്നു, അതിനെ നിയന്ത്രിച്ചത് റോബ്സിയർ, സാങ്ജസ്റ്റ മുതലായവരുടെ ആത്മീയ ആശയങ്ങളായിരുന്നു. വിദ്യാഭ്യാസം ഇത്തരത്തിലുള്ള ആത്മീയവും ധാർമ്മികവുമായ ആശയങ്ങൾ സൃഷ്ടിക്കുന്നതിൽ പ്രധാന പങ്കു വഹിക്കുന്നു. വിദ്യാഭ്യാസമില്ലാത്തവർ ബാഹ്യലോകവുമായി ഭൗതികതലത്തിൽ മാത്രമാണ് ബന്ധപ്പെടുന്നത്. ആശയങ്ങളുടെയും ചിന്തയുടെയും വളർച്ചയും അവയ്ക്ക് പ്രവർത്തനങ്ങളെ നിർണ്ണയിക്കാനുള്ള കഴിവ് അല്ലെങ്കിൽ ഉദാത്തമായ സങ്കല്പങ്ങളുടെ ആധിപത്യവുമാണ് 'മനുഷ്യനെ സൃഷ്ടിക്കുന്നത്'; മനുഷ്യൻ 'അഹ'മായിതീരുന്നത്. യഥാർത്ഥ മനുഷ്യരെ സൃഷ്ടിക്കുന്ന ചരിത്രപ്രക്രിയകൾ അവിടെ പ്രശ്നമല്ല.

ഇവിടെ 'പാവനത' (holy) എന്ന ആശയം സ്റ്റിർണർ ഉപയോഗിക്കുന്നു. മതം, ഭരണകൂടം, സ്വത്ത് മുതലായവ നിലനില്ക്കുന്നത് അഹത്തിൽനിന്നതീതമായ സ്ഥിരവും 'പാവന'വുമായ സ്വഭാവം അതിനുണ്ട് എന്ന് സങ്കല്പിക്കുന്നതുകൊണ്ടാണ്. ഇത്തരം സ്ഥാപനങ്ങളെല്ലാം 'പാവന'മായി കണക്കാക്കുന്നതുകൊണ്ട് അവയെ മനുഷ്യർ അനുസരി

ക്കുന്നു. സങ്കല്പങ്ങളുടെ ഇത്തരം ആധിപത്യത്തിന്റെ നല്ലൊരുദാഹരണം കുടുംബമാണ്. കുടുംബത്തെ നിലനിർത്തുന്നത് കുടുംബത്തിന്റെ 'പാവനത'യുടെ ആശയമാണ്. കുടുംബബന്ധങ്ങൾ വിച്ഛേദിക്കുമ്പോൾ നമുക്ക് മനസ്സാക്ഷിയുടെ ശല്യം അനുഭവപ്പെടുന്നത് കുടുംബബന്ധങ്ങൾ പാവനമാണെന്ന സങ്കല്പം കൊണ്ടാണ്.

സമൂഹബന്ധങ്ങൾക്ക്, സ്ഥാപനങ്ങൾക്ക് മനുഷ്യർ നല്കുന്ന 'പാവനത'യാണ് അത്തരം സ്ഥാപനങ്ങളെ നിഷേധിക്കാൻ മനുഷ്യരെ പ്രേരിപ്പിക്കാതിരിക്കുന്നത്. ഇത് മതപരമായ നമ്മുടെ പശ്ചാത്തലത്തിൽ നിന്നുയരുന്നതാണ്. എന്നാൽ മനുഷ്യൻ പുറത്തുവരണമെങ്കിൽ അഹം ഏകമെന്ന നിലയിൽ പുറത്തുവരണം. അതായത് നാമിന്ന് പാവനമെന്ന് കരുതുന്ന എല്ലാത്തിനെയും വിച്ഛേദിക്കാൻ നമുക്കു കഴിയണം. അതു മുഴുവൻ അഹത്തിന്റെ, ഏകത്തിന്റെ ഇച്ഛയ്ക്കു കീഴ്പ്പെടുത്താൻ സാധിക്കണം.

സ്റ്റിർണറിന്റെ അഹം അല്ലെങ്കിൽ ഏകം വ്യക്തിത്വത്തിന്റെ അതുല്യദശയാണ്. വിവിധതരത്തിലുള്ള പ്രേതങ്ങൾക്കും വെളിപാടുകൾക്കും ദൈവങ്ങൾക്കും ഭരണകൂടങ്ങൾക്കും അതുപോലെയുള്ള പാവനരൂപങ്ങൾക്കും എതിരായാണ് അഹം എന്ന ഏകം സൃഷ്ടിക്കപ്പെടുന്നത്. തന്റെ ചുറ്റുപാടുമുള്ള വിഭവങ്ങളെ, വസ്തുക്കളെ, ആശയങ്ങളെ പിടിച്ചെടുത്തുകൊണ്ടാണ് അഹം ശക്തിപ്പെടുന്നത്. പാവനത എന്നതും മറ്റു ബാഹ്യലോകത്തിന്റെ രൂപങ്ങളും അഹത്തിന്റെ അടിമത്തത്തെ സൂചിപ്പിക്കുന്നുവെങ്കിൽ അഹം സ്വതന്ത്രമാകുന്നത് ആധുനിക കാലഘട്ടത്തിലെ ഉദാരരൂപങ്ങളിലാണ്. അപ്പോൾ അഹം എന്ന ഏകത്തിന് അതിനെ കീഴ്പ്പെടുത്തുന്ന എല്ലാ 'പാവന'മായ സാമൂഹ്യ സ്ഥാപനങ്ങളെയും തകർത്തെറിയാൻ സാധിക്കുന്നു. മതവും ഭരണകൂടവും സ്വത്തുടമയും എല്ലാം ഏകത്തിന് കീഴ്പ്പെടുന്നു. ഇവയെല്ലാം ഏകം അനുഭവിക്കുകയാണ്.

മൂന്ന്

സ്റ്റിർണറിനെതിരായ മാർക്സിന്റെ വിമർശനങ്ങൾ പൊതുവിൽ അരാജകവാദികൾക്കെതിരായ മാർക്സിന്റെ വിമർശനങ്ങളാണ്. പില്ക്കാലത്തും ഈ വിമർശനങ്ങൾക്ക് പ്രസക്തിയുണ്ട്. അവയാണ് ഇനി ചുരുക്കി പ്രതിപാദിക്കുന്നത്.

ഇവയിലാദ്യത്തേതും ഏറ്റവും പ്രധാനപ്പെട്ടതും അഹത്തിന്റെ നിർവ്വചനം തന്നെയാണ്. അഹം എന്നത് ജനങ്ങളല്ല. ജനങ്ങൾ നേടുന്ന ഒന്നും ജനങ്ങളുടെ സംഘാടന രൂപങ്ങളൊന്നും അഹത്തിന്റേതാവില്ല. ജനങ്ങൾ സ്വതന്ത്രരാണെങ്കിൽ എനിക്ക് സ്വാതന്ത്ര്യമില്ല എന്നാണർത്ഥം. ജനങ്ങളുടെ കൈയിൽ സമ്പത്തുണ്ടെങ്കിൽ എനിക്കു സമ്പത്തില്ല. ഞാൻ

ഭരണകൂടമല്ല. അതുകൊണ്ട് ഭരണകൂടമല്ലാത്തതെന്തോ അതാണ് ഞാൻ. ഇത് മറ്റു വസ്തുക്കൾക്കും ആശയങ്ങൾക്കും ബാധകമാണ്. പണം മനുഷ്യന്റെ വിനിമയ രൂപമാണ്. ഞാൻ സ്വന്തമായി ഉണ്ടാക്കിയ പണമാണ് എന്റെ വിനിമയ രൂപം. പൊതു ശരിയാണ് മനുഷ്യന്റെ ശരി. ശരി എന്നത് എനിക്ക് ശരിയാണ് എന്നത് അതിന്റെ വിപരീതമാണ്. ഈ അവസാനത്തെ വിപരീതങ്ങൾ അസംബന്ധമായി തോന്നാം. പക്ഷേ, സ്റ്റിർണറിന്റെ അഹത്തിന്റെ നിർവ്വചനത്തിൽ അത് ഉൾപെടും. ശരി എന്നത് മനുഷ്യന്റെ കഴിവായി നിർവ്വചിക്കുകയാണെങ്കിൽ അഹത്തിന് അത് എന്റെ കഴിവായിത്തീരുന്നു. അതായത് എന്റെ കഴിവാണ് ശരി. അപ്പോൾ മറ്റുള്ളവരുടെ കഴിവുകൾ തെറ്റാകും. അഹം രൂപപ്പെടുന്നത് നിഷേധാത്മകമായ ഐക്യം കൊണ്ടായതുകൊണ്ട് ബാഹ്യമായ എല്ലാ സ്ഥാപനങ്ങളുടെയും നിഷേധം അഹത്തിന്റെ വളർച്ചയ്ക്കാവശ്യമാണ്.

അഹത്തിന്റെ ഈ നിർവ്വചനം വിചിത്രമായ ധാരണകളിലേക്കു നയിക്കുന്നു. അഹത്തിന്റെ സ്വാതന്ത്ര്യം അതിന്റെ സവിശേഷത (peculiarity) യിലാണ് നിലനില്ക്കുന്നത്; സ്വാതന്ത്ര്യത്തിന്റെ വിപരീതമാണത്. സ്വാതന്ത്ര്യം എന്നത് അധികാരരൂപത്തെ പുറത്താക്കുകയാണെങ്കിൽ സവിശേഷത സ്വന്തം അധികാരം പിടിച്ചെടുക്കുകയാണ്. സ്വാതന്ത്ര്യത്തിന്റെ ആധാരം അന്യശക്തിക്കെതിരായ സമരമാണെങ്കിൽ സ്വന്തം അസ്തിത്വത്തിലുള്ള ആനന്ദമാണ് സവിശേഷതയുടെ രൂപം. ഇതുതന്നെയാണ് അഹത്തിനെ സംബന്ധിച്ച മറ്റാശയങ്ങളിലും പ്രത്യക്ഷപ്പെടുന്നത്. അഹത്തിന്റെ ശരികൾ മറ്റുള്ളവരുടെ ശരിയല്ല. മറ്റുള്ളവരുടെ ശരി അഹത്തിന്റെ തെറ്റാണ്. ഇത്തരത്തിൽ സാമൂഹ്യനീതിയുടെ സങ്കൽപം തന്നെ അഹത്തിനെതിരായി മാറുന്നതു കാണാം. സമൂഹത്തിന്റെ അധീശ ഇച്ഛയാണ് അവകാശം എന്നു നിർവ്വചിക്കുകയാണെങ്കിൽ അവകാശവും നിയമവും തമ്മിൽ വ്യത്യാസമില്ല. മറ്റൊരു രീതിയിൽ ഈ ദ്വന്ദ്വത്തെ അവതരിപ്പിക്കുകയാണെങ്കിൽ നിയമവും ഭരണകൂടവും എന്റെ ഇച്ഛക്കെതിരാണ്. എന്റെ ഇച്ഛ അതിന്റെ പൂർണ്ണ രൂപത്തിലെത്തണമെങ്കിൽ ഭരണകൂടം ഇല്ലാതാകണം. ഏകം എന്നത് ഭരണകൂടവും നിയമവും പോലെ അഹത്തിന്റെ വിലങ്ങുതടികൾ ഇല്ലാതാകുന്ന അവസ്ഥയാണ്.

അതുകൊണ്ടുതന്നെ ലിബറൽ ബൂർഷ്വാ ഭരണകൂടവും കമ്യൂണിസവും സ്റ്റിർണർ അംഗീകരിക്കുന്നില്ല. ലിബറൽ ഭരണകൂടം ഭൗതികതയുടെ ആധിപത്യമാണ്. വസ്തുക്കൾ ആശയങ്ങളെ കീഴടക്കുകയാണ്. കമ്യൂണിസം ആശയങ്ങൾ വസ്തുക്കളെ കീഴടക്കുന്നതാണ്. അതിൽ സമൂഹം വ്യക്തിയെയും അഹത്തെയും പൂർണ്ണമായി വിഴുങ്ങി അതിന്റെ ആധിപത്യം സ്ഥാപിക്കുകയാണ്. രണ്ടും അഹത്തെ നശിപ്പിക്കുന്നു. അതുകൊണ്ട് വിപ്ലവങ്ങൾ അഹത്തിന്റെ മോചനം സാദ്ധ്യമാക്കുന്നില്ല. അഹം വളരുന്നത് കലാപങ്ങളിലൂടെയാണ്, ഭരണകൂടത്തിനും, 'വ്യവസ്ഥിതി'ക്കുമെതിരായ കലാപങ്ങൾ. അഹം വളരുന്നത് 'വ്യവസ്ഥിതി'

യെ നശിപ്പിക്കുന്നതിലൂടെയാണ്, വ്യക്തിഗതമായ കലാപങ്ങളിലൂടെ അന്യരുടെ, സമൂഹത്തിന്റെ അവകാശങ്ങൾ പിടിച്ചെടുക്കുന്നതിലൂടെയാണ്. അവയുടെ പാവനതയെ നശിപ്പിച്ച് സാധാരണ വസ്തുക്കളാക്കി മാറ്റുന്നതിലൂടെയാണ്.

സ്റ്റിർണറുടെ വാദങ്ങളുടെ ദൗർബല്യം പാവനതയുടെയോ അഹത്തിന്റെയോ ചരിത്രപരമായ വേരുകൾ അന്വേഷിക്കാത്തതാണെന്ന് മാർക്സ് ചൂണ്ടിക്കാണിക്കുന്നു. ഭരണകൂടവും മതവും നിയമങ്ങളും ശാശ്വതമായ ഏതെങ്കിലും അന്യവും പാവനവുമായ സങ്കല്പങ്ങളല്ല, അവ ഉല്പാദനശക്തികളുടെ വളർച്ചയുടെ ഭാഗമായി ചരിത്രത്തിൽ ഉയർന്നുവരുന്ന പ്രതിഭാസങ്ങളാണ്. അവ തകരുന്നത് അഹത്തിന്റെ വളർച്ചയിലൂടെയല്ല, നിരവധി വ്യക്തികൾ പങ്കെടുക്കുന്ന ചരിത്രപരമായ പ്രക്രിയകളിലൂടെയാണ്. വ്യക്തികളുടെ അഹം നടത്തുന്ന കലാപങ്ങളിലും ഇതേ സാഹചര്യങ്ങൾ തന്നെ വ്യക്തമായ പങ്കു വഹിക്കുന്നുണ്ട്. സ്റ്റിർണർ ഉദാഹരിക്കുന്ന *വിശുദ്ധ കുടുംബ*ത്തെ തന്നെ അദ്ദേഹത്തിന്റെ വാദങ്ങളുടെ ദൗർബല്യങ്ങളുടെ തെളിവായി മാർക്സ് ചൂണ്ടിക്കാണിക്കുന്നു. *വിശുദ്ധകുടുംബ*മെന്ന സങ്കല്പം കുടുംബത്തിന്റെ യാഥാർത്ഥ്യവുമായി പൊരുത്തപ്പെടാത്തതാണ്. ബൂർഷ്വാ കുടുംബങ്ങൾ നിലനില്ക്കെത്തന്നെ കുടുംബബന്ധങ്ങളുടെ പാവനതയെ ബൂർഷ്വാസി മുഖവിലയ്ക്കെടുക്കുന്നില്ല. സ്വതന്ത്ര വേഴ്ചകളും വ്യഭിചാരവും യുവാക്കളുടെ കുടുംബത്തിൽനിന്നു വേറിട്ടു നില്ക്കലും വസ്തുതർക്കങ്ങളുമെല്ലാം ബൂർഷ്വാ സമൂഹത്തിൽ വ്യാപകമാണ്. ചില ബന്ധങ്ങളിൽ യഥാർത്ഥ പ്രണയവും ഐക്യദാർഢ്യവും കാണാമെങ്കിലും അത് ബൂർഷ്വാ കുടുംബത്തിന്റെ സ്വഭാവമല്ല. എങ്കിലും കുടുംബത്തിന്റെ നിലനില്പിൽ ബൂർഷ്വാസിക്ക് താല്പര്യമുണ്ട്. അത് സ്വകാര്യസ്വത്തിന്റെ ഘടനയുമായി ബന്ധപ്പെട്ടതാണ്. അല്ലാതെ 'പാവന' സങ്കല്പമല്ല. ബൂർഷ്വാ കുടുംബത്തെ തകർക്കണമെങ്കിൽ അഹത്തിന്റെ ഏകത്വംകൊണ്ട് അതില്ലാതാകില്ല. കുടുംബത്തെ നിലനിർത്തുന്ന സ്വത്തുടമാബന്ധങ്ങൾ തകരുക തന്നെ വേണം.

ഇതുപോലെ തന്നെയാണ് മതത്തിനും ഭരണകൂടത്തിനും സ്വകാര്യസ്വത്തിനും ഇന്നത്തെ ഭാഷയിൽ പറഞ്ഞാൽ, 'വ്യവസ്ഥിതി'ക്കുമെതിരായ കലാപങ്ങളുടെ അവസ്ഥയും. അഹത്തിന്റെ കലാപങ്ങൾ ഒന്നുകിൽ മറ്റുള്ളവരുടെ അഹത്തെ തകർക്കുകയാണ്, അവരുടെ മതത്തെയും ഭരണകൂടത്തെയും സ്വത്തിനെയും ഇല്ലാതാക്കുകയാണ്. എന്തിനാണ് ഇല്ലാതാക്കുന്നത്? അഹത്തിന്റെ ആനന്ദത്തിനാണ്. എല്ലാ അഹങ്ങളും അവരവരുടെ ആനന്ദത്തിനുവേണ്ടി കലാപം നടത്തിയാലോ? അതിനുള്ള സ്റ്റിർണറുടെ ഉത്തരം ലളിതമാണ്. അഹത്തിന്റെ യഥാർത്ഥ സ്വഭാവം എല്ലാവരോടുമുള്ള സ്നേഹമാണ്. അവരവരുടെ ആനന്ദം എല്ലാവരുടെയും ആനന്ദമാണ്. പക്ഷേ, ഈ ആനന്ദത്തിന്റെ ചരിത്ര സാഹചര്യം എന്തായിരിക്കണമെന്നത് സ്റ്റിർണറിന്റെ പ്രശ്നമല്ല. അത് സൃഷ്ടിക്കുന്ന ഏകത്തിനെ (unity)യാണ് സമൂഹം എന്നു സ്റ്റിർണർ വിളിക്കുന്നത്. ഈ സമൂ

ഹത്തിനെ നിലനിർത്തുന്നത് അഹങ്ങളുടെ യോജിപ്പാണ്. അഹങ്ങളുടെ യോജിപ്പ് മറ്റൊരു തരത്തിലുള്ള പാവനതയെയല്ലേ സൃഷ്ടിക്കുക? അവിടെ മതവും ഭരണകൂടവും സ്വത്തുമൊക്കെ വളർന്നുവരികയില്ലെന്ന് എന്താണുറപ്പ്? അഹത്തിന്റെ 'സച്ചിദാനന്ദം' തന്നെ ഇവയെയൊക്കെ വീണ്ടും ഉയർത്തിക്കൊണ്ടു വരികയില്ലേ? ഉദാഹരണത്തിന് അമേരിക്കൻ 'അഹം' എല്ലാവരെയും സ്നേഹിച്ച് മനുഷ്യരാശിയെ മുഴുവൻ സ്വന്തം ഭാഗമാക്കിയില്ലേ?

അതുകൊണ്ട് മാർക്സ് പറയുന്നു. മാക്സ് സ്റ്റിർണർ, സെർവാന്റിസീന്റെ പ്രസിദ്ധ രചനയായ *ഡോൺ കിക്സോട്ടി*ലെ സാഞ്ചോപാൻസ എന്ന കഥാപാത്രത്തെപ്പോലെയാണ്. അഹം എന്ന കഴുതയെ കെട്ടിവലിച്ച് മതം, ഭരണകൂടം, സ്വകാര്യസ്വത്ത് തുടങ്ങിയവയ്ക്കെതിരെ യുദ്ധം ചെയ്യുന്നയാൾ. എന്തിനെതിരെയാണ് യുദ്ധം ചെയ്യുന്നതെന്നോ യുദ്ധം നടക്കുന്ന സാഹചര്യങ്ങളെക്കുറിച്ചോ ഒന്നും അയാൾ അറിയുന്നില്ല. ഓരോ യുദ്ധവും മോചനപ്പോരാട്ടങ്ങളായാണ് അയാൾ കരുതുന്നത്. എന്നാൽ അയാൾ കൂടുതൽ കൂടുതൽ അടിമത്തത്തിലേക്ക് വലിച്ചിഴക്കപ്പെടുകയാണ്. താൻ പ്രവർത്തിക്കുന്ന ചരിത്ര സാഹചര്യങ്ങളെയോ വൈരുദ്ധ്യങ്ങളെയോ തിരിച്ചറിയാതെ സ്വന്തം അയൽവാസിയെ 'വ്യവസ്ഥിതി'യുടെ വക്താവായി കാണുന്ന പെറ്റി ബൂർഷ്വാസിയെയാണ് സ്റ്റിർണർ പ്രതിനിധീകരിക്കുന്നത്. മാക്സ് സ്റ്റിർണറിന്റെ 'വ്യവസ്ഥിതി'ക്കെതിരായ കലാപം ഇത്തരത്തിലുള്ള അബദ്ധ നാടകമാണ്. ചരിത്ര പ്രക്രിയയെയും സാമൂഹ്യബന്ധങ്ങളുടെ വളർച്ചയെയും പൂർണ്ണമായി അവഗണിച്ചുകൊണ്ടുള്ള ഇത്തരം നാടകങ്ങളാണ് സ്റ്റിർണർ മുതലുള്ള അരാജകവാദികൾ ആവർത്തിക്കുന്നത്.

തത്വശാസ്ത്രത്തിന്റെ ദാരിദ്ര്യം

ഒന്ന്

ആയിരത്തിയെണ്ണൂറ്റി നാല്പത്തിയാറ് - 47 ൽ മാർക്സ് രചിച്ച തത്വശാസ്ത്രത്തിന്റെ ദാരിദ്ര്യം എന്ന കൃതി സാമ്പത്തികശാസ്ത്ര നിരീക്ഷണങ്ങളുടെ ആദ്യത്തെ പൂർണ്ണരൂപമാണ്. മാർക്സ് പില്ക്കാലത്തു നടത്തിയ സാമ്പത്തിക ശാസ്ത്രപഠനങ്ങളുടെ താത്വികവും രീതിശാസ്ത്ര പരവുമായ തലങ്ങൾ ഈ ഗ്രന്ഥത്തിൽ പ്രകടമാണ്.

പ്രൗഡോൺ തന്റെ ദാരിദ്ര്യത്തിന്റെ തത്വശാസ്ത്രം എന്ന കൃതി പ്രസിദ്ധീകരിച്ചത് 1846 ലാണ്. എന്താണ് സ്വത്ത് എന്ന് പ്രൗഡോണിന്റെ കൃതിയെ പൊതുവിൽ മാർക്സ് ശ്ലാഘിക്കുകയാണ് ചെയ്തിരുന്നത്. എന്നാൽ പുതിയ പുസ്തകത്തെക്കുറിച്ചുള്ള മാർക്സിന്റെ അഭിപ്രായം തികച്ചും വ്യത്യസ്തമായിരുന്നു. സ്വന്തം വായനകളിലൂടെ കൂടുതൽ വ്യക്തവും ദൃഢവുമായ അർത്ഥശാസ്ത്രനിഗമനങ്ങളിലേക്ക് മാർക്സ് എത്തിയിരുന്നുവെന്നാമ് കാണുന്നത്.

തത്വശാസ്ത്രത്തിന്റെ ദാരിദ്ര്യത്തിന് പ്രധാനമായും രണ്ടു ഭാഗങ്ങളാണുള്ളത്. ആദ്യത്തെ ഭാഗം പ്രൗഡോണിന്റെ പ്രധാന കണ്ടെത്തലിനെ വിമർശിക്കുന്നു. രണ്ടാമത്തെ ഭാഗത്തിൽ പ്രൗഡോണിന്റെ രീതിശാസ്ത്രം ശക്തമായ വിമർശനത്തിനിരയാക്കുന്നു.

പ്രാഡൗണിനെക്കുറിച്ചുള്ള വിലയിരുത്തലിൽ അതുവരെയുള്ള പ്രധാന സാമ്പത്തിക ശാസ്ത്രജ്ഞരുടെ നിഗമനങ്ങൾ മാർക്സിനെ സ്വാധീനിച്ചുവെന്നു കാണാം. ഫിസിയോക്രാറ്റുകൾ, ആദം സ്മിത്ത്, റിക്കോർഡോ ഡിസ്മോണ്ടി തുടങ്ങിയവരുടെ കൃതികളെയാണ് മാർക്സ്

പ്രധാനമായും അവലംബിക്കുന്നത്. അവരിൽ ഏറ്റവും പ്രധാന റിക്കോർഡോയാണ്. കമ്പോളത്തിലെ വിറ്റുവരവാണ് വസ്തുക്കളുടെ വില നിർണ്ണയിക്കുന്നതെന്ന സാമാന്യയുക്തിയെ റിക്കാർഡോ എതിർത്തു. മനുഷ്യാദ്ധ്വാനമാണ് വസ്തുക്കളുടെ മൂല്യം. നിർണ്ണയിക്കുന്നത് എന്നും അതടങ്ങുന്ന ഉല്പാദനച്ചെലവും ലാഭവും ചേർന്നാണ് വസ്തുവിലെ വില തീരുമാനിക്കുന്നത് എന്നും അദ്ദേഹം വാദിച്ചു. വില അതുകൊമ്ട് വസ്തുവിന്റെ വിനിമയമൂല്യത്തെയാണ് സൂചിപ്പിക്കുന്നത് ഉല്പാദനച്ചെലവ് എന്നാൽ യന്ത്രസാമഗ്രികൾക്കും അസംസ്കൃതവസ്തുക്കൾക്കുമുള്ള ചിലവും തൊഴിലാളികൾക്കുള്ള വേതനവും ചേർന്നതാണ്. യന്ത്രസാമഗ്രികൾക്കും അസംസ്കൃത വസ്തുക്കൾക്കുമുള്ള ചെലവ് സ്ഥിരമായതുകൊണ്ട് മാറ്റം വരുന്നത്. വേതനത്തിലാണ്. അപ്പോൾ ലാഭം എന്നത് വേദനത്തിനുള്ള തുക കഴിച്ചുള്ള മിച്ചമാണ്. അതായത് മിച്ചമൂല്യവും ലാഭവും ഒന്നാണ് രണ്ടം വസ്തുവിന്റെ വിനിമയമൂല്യവുമായി ബന്ധപ്പെടുന്നു.

തൊഴിലാളികളുടെ അദ്ധ്വാനവും വസ്തുവിന്റെ മൂല്യവും തമ്മിൽ റിക്കാർഡോ കാണുന്ന ബന്ധം ശാസ്ത്രീയമായി സാമ്പത്തികബന്ധങ്ങളെ വിലയിരുത്തുന്ന ബൂർഷ്വാ സങ്കല്പമാണ് ലാഭവും മിച്ചമൂല്യവും ഒന്നാണെന്ന റിക്കാർഡോയുടെ വിലയിരുത്തലിനെ പിന്നീട് മാർക്സ് വിമർശിക്കുന്നുണ്ട്. അതുകൊണ്ട് ലാഭവിഹിതത്തെ നിയന്ത്രിക്കാനുള്ള മാർഗ്ഗം നികുതിയാണെന്ന റിക്കോർഡോയുടെ വിലയിരുത്തലിനെയും മാർക്സ് വിമർശിക്കുന്ന എന്നാൽ പ്രോഡൗണിന്റെ വാദഗതിയെ വിമർശിക്കുന്നതിന് മാർക്സ് റിക്കാർഡോയുടെ വാദം തന്നെയാണുപയോഗിക്കുന്നത്. എങ്കിലും വ്യത്യസ്തമായ സ്വന്തം നിലപാടുകളിലേക്ക് എത്താനുള്ള ശ്രമം മാർക്സ് നടത്തുന്നുമുണ്ട്.

രണ്ട്

പ്രൗഡോണിന്റെ വാദം വ്യത്യസ്തമാണ് അദ്ധ്വാനവും മൂല്യവും തമ്മിലുള്ള ബന്ധം അദ്ദേഹം അംഗീകരിക്കുന്നുണ്ട്. എന്നാൽ കമ്പോളത്തിൽ വിനിമയം ചെയ്യപ്പെടുന്നത് അതിന്റെ സംഘടിത മൂല്യമാണ് (Castituted value) എന്നാണ് അദ്ദേഹത്തിന്റെ വാദം. സംഘടിതമൂല്യം ഉപയോഗമൂല്യവും വിനിമയമൂല്യവും ചേർന്നതാണ്. വിനിമയമൂല്യം എന്നത് വില്ക്കുന്നയാൾ തീരുമാനിക്കുന്ന മൂല്യമാണ്. അത് സ്വാഭാവികമായും അദ്ധ്വാനത്തെ ആശ്രയിച്ചിരിക്കും. ഉപയോഗ മൂല്യം വാങ്ങുന്നയാളിന്റെ താല്പര്യമനുസരിച്ചുള്ള മൂല്യമാണ്. വാങ്ങുന്നയാളിന്റെ താല്പര്യം നോക്കി മാത്രമേ വില്ക്കാൻ കഴിയൂ. അതുകൊണ്ട് അതിനുള്ള കണക്കുകൂട്ടൽ കൂടി നടത്തിയാണ് വസ്തുക്കൾ വില്ക്കുക.

പ്രൗഡോണിന്റെ വാദം മറ്റൊരു സാമ്പത്തികശാസ്ത്രചിന്തകനായ ഡേയുടെ (J B say)തത്വവുമായി കൂടി പൊരുത്തപ്പെടുന്നതു കാണാം.

സേയുടെ തത്വം പ്രദാനവും പ്രചോദനവും തമ്മിലുള്ള തുല്യതയെ ആശ്രയിച്ചിരിക്കുന്നു. ഈതത്വത്തെ വിനിയമമൂല്യവും ഉപയോഗമൂല്യവും തമ്മിലുള്ള തുല്യതയായി പ്രൗഡോൺ വ്യാഖ്യാനിക്കുന്നു. അതോടെ ഒരു വസ്തുവിന്റെ മൂല്യം ഒരേസമയം മനുഷ്യാദ്ധ്വാനത്തെയും കമ്പോള നിയമങ്ങളെയും ആശ്രയിക്കുന്നു.

വസ്തുവിന്റെ ഉപയോഗമൂല്യവും വിനിമയമൂല്യവും തുല്യമാണെങ്കിൽ ഒരു വസ്തുവിന്റെ വില കൂടുകയും കുറയുകയും ചെയ്യുന്നതെന്തുകൊണ്ടാണ് കമ്പോളത്തിൽ ഉല്പന്നങ്ങളെത്താതിരിക്കുമ്പോൾ ഉല്പന്നങഅങളുടെ വില കൂടുന്നു. കമ്പോളത്തിൽ ധാരാളം ഉല്പന്നങ്ങളുണ്ടാകുമ്പോൾ അവയുടെ വില കുറയുന്നു. അതായത് വിനിമയമൂല്യം ബന്ധപ്പെടുന്നത് ദൗർലഭ്യവുമായാണ്. ദുർല്ലഭമായ വസ്തുക്കളുടെ മൂല്യം ഉല്പാദനച്ചെലവുമായാണ് ബന്ധപ്പെടുക. അവ ദുർല്ലഭമായതുകൊണ്ട് തന്നെ. ഉപയോഗവും കുറവായിരിക്കും. സുലഭമായ വസ്തുക്കൾ എല്ലാവരും ഉപയോഗിക്കുന്നതാണ്. അതിന് ഉപയോഗമൂല്യവുമായാണ് ബന്ധമുള്ളഥ്. ഉല്പാദനം എങ്ങനെ എന്നത് അവിടെ പ്രശ്നമല്ല. ഇത് വേറൊരു രീതിയിലും അവതരിപ്പിക്കാം. വിനിമയമൂല്യം ബന്ധപ്പെടുന്നത് വസ്തുവിന്റെ പ്രയോജനവുമായാണ് (utility) പ്രയോജനമുള്ള വസ്തുക്കൾക്ക് വിലകൂടും. അതേസമയം വസ്തുവിന്റെ ഉപയോഗമൂല്യം ബലപ്പെടുന്നത് അതിനെ സംബന്ധിച്ച കണക്കുകൂട്ടലുമായാണ് (Eshmatian) കുറഞ്ഞ കണക്കുകൂട്ടലുള്ള അതായത് വിലക്കുറവുല്ള വസ്തുക്കൾക്ക് കൂടുതൽ ഉപയോഗമുണ്ടാകും.

പക്ഷേ, ഇത്തരം തുലനങ്ങൾ ശരിയല്ലെന്ന് മാർക്സ് ചൂണ്ടിക്കാണിക്കുന്നു. വസ്തുക്കളുടെ ദൗർലഭ്യമനുഭവപ്പെടുന്നത് ആവശ്യമനുസരിച്ചാണ് ആവശ്യക്കാരുടെ എണ്ണം ഉല്പന്നങ്ങളെ ക്കാൾ അദികമാകുമ്പോൾ ആണ് ദൗർലഭ്യമനുഭവപ്പെടുന്നത്. ആവശ്യം കേവലം പ്രയോജനവുമായി ബന്ധപ്പെടുന്നതുമല്ല. ഭക്ഷണവും വസ്ത്രവും പാർപ്പിടവും എല്ലാവർക്കും പ്രയോജനമുണ്ട്. എല്ലാവർക്കും ആവശ്യമുണ്ട്. എന്നാൽ മറ്റു ചില വസ്തുക്കൾക്ക് പ്രയോജനമുണ്ടാകാമെങ്കിലും അതിനനുസരിച്ചല്ല ആവശ്യക്കാരുണ്ടാക്കുക ഒരുവ ിനോദ പരിപാടിയുടെ പ്രയോജനത്തെപ്പറ്റി അഭിപ്രായ വ്യത്യാസമുണ്ടാകാം. പക്ഷേ, ആവശ്യക്കാർ ഏറെയായിരിക്കും. അപ്പോഴും ദൗർലഭ്യമനുഭവപ്പെടാം. അതുപോലെ ഉപയോഗവും കണക്കുകൂട്ടലുകളും തമ്മിലും ബന്ധപ്പെടുന്നില്ല. വില നിശ്ചയിക്കുന്നത് ഉപയോഗത്തിന്റെ തോതനുസരിച്ചല്ല ആവശ്യമനുസരിച്ചാണ്. ചില ആളുകൾ കൂടുതൽ ഭക്ഷണം രുചിച്ചുകഴിക്കുന്നുവെന്നതുകൊണ്ടല്ല ഭക്ഷണപദാർത്ഥങ്ങളുടെ വില നിശ്ചയിക്കുന്നത് അതിന് ആവശ്യക്കാർ ഏറെയുണ്ടാകുമ്പോഴാണ്. അതുകൊണ്ട് വിനിമയമൂല്യവും ഉപയോഗമൂല്യവും തമ്മിൽ ചേർത്തതല്ല വില നിശ്ചയിക്കുന്നത്. വിലയുടെ ആധാരം വിനിമയമൂല്യം തന്നെയാണ് ആവശ്യക്കാരും അതു നിറവേറ്റുന്നവരും തമ്മിൽ ബന്ധം ഈ ബന്ധത്തിന്റെ അടിത്തറ ഉല്പാദനത്തിനു വേണ്ടിവരുന്ന

മനുഷ്യാദ്ധ്വാനവും.

പ്രൊഡോൺ കൊണ്ടുവരുന്ന മറ്റൊരു വാദവുമുണ്ട്. ഉല്പന്നത്തിന്റെ മൂല്യം തീരുമാനിക്കുന്നത് തൊഴിൽ സമയമനുസരിച്ചാണെന്ന റിക്കാർഡോഖിന്റെയും പിന്നീട് മാർക്സിന്റെയും വാദം പ്രൗഡോൺ അംഗീകരിക്കുന്നുണ്ട്. പക്ഷേ, ഉല്പാദനത്തിന്റെ തോത്, അതായത് തൊഴിൽ സമയത്തിന്റെ ദൈർഘ്യം എങ്ങനെയാണ് തീരുമാനിക്കുക? അത് ഉല്പന്നങ്ങളുടെ ലഭ്യതയും ആവശ്യവും തമ്മിലുള്ള ആനുപാതിക ബന്ധമാണെന്ന് പ്രൗഡോൺ വാദിക്കുന്നു. ആവശ്യക്കാർ അധികമുണ്ടെങ്കിൽ, ഉല്പാദനം വർദ്ധിപ്പിക്കേണ്ടിവരും. തൊഴിൽ സമയവും വർദ്ധിക്കും. ആവശ്യക്കാർ കുറയുമ്പോൾ ഉല്പാദനം കുറയും, തൊഴിൽ സമയം കുറയും അതായത് ഫാക്ടറി അടച്ചുപൂട്ടേണ്ടിവരും. മൂല്യവും തീരുമാനിക്കപ്പെടുന്നത് ഈ അനുപാതത്തെ ആധാരമാക്കിയാണ്.

തൊഴിൽ സമയത്തും മൂല്യവും വിലയിരുത്തുന്നത് ഇത്തരം അനുപാതത്തെ ആധാരമാക്കിയല്ലെന്ന് മാർക്സ് ചൂണ്ടിക്കാണിക്കുന്നു. ഒന്നാമത്, വസ്തുക്കളുടെ വിലയും തൊഴിൽ സമയവുമെല്ലാം തീരുമാനിക്കുന്നത് ഇത്തരം അനുപാതത്തിന്റെ അടിസ്ഥാനത്തിലാണെങ്കിൽ പിന്നെ ഒരു സംഘടിത മൂല്യത്തിന്റെ ആവശ്യം വരുന്നില്ല രണ്ട്, വിലയുടെയും ഉല്പാദനത്തിന്റെയും ഏറ്റക്കുറച്ചിലുകൾ ഉണ്ടാകുന്നത് ലഭ്യതയും ആവശ്യവും തമ്മിലുള്ള അനുപാതത്തിനനുസരിച്ചല്ല, മാത്രമല്ല, അത്തരം ഏറ്റക്കുറച്ചിലുകൾ അനുപാതത്തെ നിലനിർത്തുന്നതിലേക്കല്ല, അനുപാതമില്ലാതാക്കുന്നതിലേക്കാണ് നയിക്കുന്നത്. മൂന്നാമത്, സ്വർണ്ണത്തിന്റെയും കടലാസ് പണത്തിന്റെയും (കറൻസി നോട്ടുകളുടെയും) ലഭ്യത ഉറപ്പുവരുത്തുന്നതുവഴി ആവശ്യക്കാർക്ക് വസ്തുക്കൾ വാങ്ങാനുള്ള പണം ലഭ്യമാക്കാമെന്നും പ്രൊഡോൺ കരുതുന്നു. സ്വർണ്ണം ചിലരുടെ കൈയിൽ പൂഴ്ത്തി വെക്കുന്നതാണ് പ്രശ്നം. സ്വർണ്ണം മറ്റുള്ളവസ്തുക്കളെപ്പോലെതന്നെ ഒരു ചരക്കാണെന്നും അത് ചിലരുടെ കൈവശം മാത്രം വരാവുന്നതാണെന്നും പ്രൊഡോൺ മറക്കുന്നു. അതേസമയം എല്ലാ ചരക്കുകളെയും പണത്തിനു തുല്യമാക്കാമെന്നും പ്രൗഡോൺ വാദിക്കുന്നു.

അദ്ധ്വാനത്തെ പണവുമായി തുലനം ചെയ്യാമെന്ന വാദം കാല്പനിക സോഷ്യലിസ്റ്റുകളും കമ്യൂണിസ്റ്റുകളും നേരത്തെ തന്നെ ഉന്നയിച്ചിട്ടുള്ളതാമ്. ഇതേ വാദം ജർമ്മൻ സാമ്പത്തിക ശാസ്ത്രജ്ഞനും സോഷ്യലിസ്റ്റ് അനുഭാവിയുമായിരുന്ന റോസ് ബെർട്ടസ് വീണ്ടും ഉന്നയിക്കുന്നുവെന്ന് പുസ്തകത്തിന് 1884 ൽ എഴുതിയ അവതാരികയിൽ എംഗൽസ് ചൂണ്ടിക്കാണിക്കുന്നുണ്ട്. ഒരു തൊഴിലാളിയുടെ അദ്ധ്വാനം (തൊഴിൽ സമയം) അനുസരിച്ച് അയാൾക്ക് ടോക്കണുകൾ നല്കുക. ടോക്കണുകൾ ഉപയോഗിച്ച് അയാൾക്ക് നിശ്ചിതതുകയ്ക്കുള്ള ഉല്പന്നങ്ങൾ വാങ്ങാം. ബാങ്കിൽ നിന്ന് തത്തുല്യമായ പണം എടുക്കുന്നു. പണം വീണ്ടും മുതലാളിയുടെ കൈവശമെത്തുന്നു. ഈ സങ്കല്പം അദ്ധ്വാ

നവും പണവും തമ്മിലുള്ള തുലനത്തെ ആശ്രയിച്ചാണെന്നും അതു തികച്ചും തെറ്റാണെന്നും മാർക്സ് ചൂണ്ടിക്കാണിക്കുന്നു. കാരണം കടലാസു പണവുമായി തുലനം ചെയ്യാവുന്ന സ്വർണ്ണത്തിനു മൂല്യമുണ്ട്. രണ്ടാമത് അദ്ധ്വാനമൂല്യവും അതിനു തുല്യമായ പണവും തമ്മിലുള്ള തുല്യതയും ഉറപ്പിക്കാവുന്നതല്ല. അതുകൊണ്ട് തന്നെ പ്രൗഡോൺ വാദിക്കുന്നതു പോലെ ലഭ്യതയും ആവശ്യവും തമ്മിലുള്ള തുല്യതയും ഉറപ്പിക്കാവുന്നതല്ല. പണം ചിലരുടെ കൈയിൽ കുന്നുകൂടാൻ സാദ്ധ്യതയുണ്ടെന്നതും പണത്തിന്റെ വിനിമയത്തെ ബാധിക്കുന്നു.

പ്രൗഡോണിന്റെ അടുത്ത പ്രധാനപ്പെട്ട ആശയം മിച്ച അദ്ധ്വാനത്തെക്കുറിച്ചുള്ള സങ്കല്പമാണ്. "അദ്ധ്വാനം" എന്നത് മിച്ചത്തെ ജനിപ്പിക്കുന്നു. എന്ന് ആശയമാമത്. ഇവിടെ 'അദ്ധ്വാനം' എന്നത് സമൂഹത്തിന്റെ അദ്ധ്വാനമാണ്. സമൂഹത്തെ വ്യക്തിവല്ക്കരിക്കുകയാണ് പ്രൗഡോൺ ചെയ്യുന്നത് എന്ന് മാർക്സ് പറയുന്നു. ഈ സമൂഹ വ്യക്തിയുടെ അദ്ധ്വാനം മിച്ചം ഉണ്ടാക്കുന്നതുകൊണ്ടാണ് മിച്ചം സമാഹരിക്കുന്ന ഒരു വിഭാഗം ഉണ്ടാകുന്നത്. ധനികരും ദരിദ്രരും ഉണ്ടാകുന്നത്. ഇവിടെ പ്രൗഡോണിന്റെ പ്രശ്നമായി മാർക്സ് ചൂണ്ടിക്കാണിക്കുന്നതും ഈ മിച്ചത്തിലെ അവ്യക്തതയാണ്. "സംഘടിത മൂല്യം" അനുസരിച്ച് ലഭ്യതയും ആവശ്യവും തുലനം ചെയ്യപ്പെട്ടുവെങ്കിൽ അവിടെ അസമത്വമുണ്ടാകില്ല. അപ്പോൾ അസമത്വത്തെ വിശദീകരിക്കാൻ പ്രൗഡോണിന് മിച്ചം സൃഷ്ടിക്കേണ്ടിവരുന്നു. മിച്ചം വ്യക്തിഗതമായാൽ മിച്ചമുണ്ടാക്കുന്നവരും മിച്ചമുണ്ടാക്കാത്തവരും വരും. സമൂഹത്തിന്റെ മിച്ചം എന്നത് സമൂഹത്തിന്റെ സർഗ്ഗാത്മകതയുമായാണ് പ്രൗഡോൺ ബന്ധപ്പെടുത്തുന്നത്. പ്രൗമീതിയസിന്റെ മിത്താണ് അവിടെ പ്രൗഡോൺ ഉയർത്തുന്നത്.

ഈ മിത്തിന്റെയും സമൂഹ സങ്കല്പത്തിന്റെയും പൊള്ളത്തരം മാർക്സ് ചൂണ്ടിക്കാണിക്കുന്നു. സമൂഹം പുതിയ കണ്ടെത്തലുകൾ നടത്തുന്നതും ഉല്പാദന രൂപങ്ങൾ സൃഷ്ടിക്കുന്നതും ഉല്പാദനശക്തികളുടെ വളർച്ചയാണ്. ഉല്പാദനശക്തികളുടെ വളർച്ച, സാങ്കേതികവിദ്യകളുടെ രൂപത്തിലായാലും അദ്ധ്വാനശക്തിയുടെ വളർച്ചയാണ്. ഈ മുന്നേറ്റം മുതലാളിത്ത സമൂഹത്തിൽ നടക്കുന്നത് മത്സരത്തിലൂടെയാണ് ഇവിടെയൊന്നും ഒരു സാമൂഹ്യ "പ്രൊമീതിയസിന്റെ പ്രവർത്തനം ഉണ്ടാകുന്നില്ല. മുതലാളിത്ത സമൂഹത്തിലെ മിച്ചം ബൂർഷ്വാസിയുടെ സമ്പത്താണ്. അത് ഏതെങ്കിലും വിധത്തിലുള്ള പൊതു സ്വത്തല്ല. സ്വത്തുമടകൾ പ്രൊമീത്യൻ 'സമൂഹമല്ല, മുതലാളിമാരാണ്. സമൂഹത്തിന്റെ മിച്ച അദ്ധ്വാനമല്ല തൊഴിലാളികളുടെ മിച്ച മൂല്യമാണ് സമ്പത്തായി മാറുന്നത്.

മൂന്ന്

തന്റെ പഠനത്തിൽ പ്രൗഡോൺ ഉപയോഗിക്കുന്ന രീതി ശാസ്ത്രം എന്താണ്? മാർക്സ് ഇത് അവതരിപ്പിക്കുന്നത് ചില നിരീക്ഷണങ്ങളിലൂടെയാണ്.

1. അതിലൊന്നാമത്തെത് അമൂർത്തവല്ക്കരണമാണ്. ഹെഗലിയൻ വൈരുദ്ധ്യാത്മകതയിൽ നിന്ന് കടമെടുത്തതാണീ രീതി. എല്ലാ സാമൂഹ്യ പ്രക്രിയകളെയും യുക്തിപരമായ സംവർഗ്ഗങ്ങളാക്കി മാറ്റുന്നു. അവ തമ്മിലുള്ള കേവലമായ ബന്ധങ്ങളെയും അവയുടെ പ്രവർത്തനങ്ങളെയും ഉപയോഗിച്ച് വസ്തുതകളെ വിശദീകരിക്കുന്നു. അതായത് നിത്യ ജീവിതത്തിലെ ബന്ധങ്ങലെ സാമ്പത്തിക സംവർഗങ്ങളാക്കിമാറ്റുന്നു. ഈ സാമ്പത്തിക സംവർഗങ്ങളെ ആകാശത്തുനിന്നു പൊട്ടിവീണതുപോലെ അവതരിപ്പിക്കുന്നു. ഹെഗലിയൻ രീതിയിൽ സംവർഗ്ഗങ്ങളുടെ തീസിസും ആന്റിതീസിസും അവ തമ്മിലുള്ള വൈരുദ്ധ്യാത്മക ഉദ്ഗ്രഥനവും ചർച്ച ചെയ്യുന്നു.
2. സാമ്പത്തിക സംവർഗ്ഗങ്ങൾ യഥാർത്ഥത്തിൽ സാമൂഹ്യ ഉല്പാദന ബന്ധങ്ങളുടെ സൈദ്ധാന്തികമായ അവതരണങ്ങൾ മാത്രമാണ്. പക്ഷേ പ്രോഡോൺ അവയെ മാനവികതയുടെ വ്യക്തികൾക്കതീതമായ യുക്തിയാക്കി മാറ്റുന്നു.
3. സമൂഹത്തിലെ ഉല്പാദനബന്ധങ്ങളെ അവയുടെ സമഗ്രതയിലല്ല പ്രൗഡോൺ കാണുന്നത്. സാമ്പത്തിക ബന്ധങ്ങലെ വ്യത്യസ്ത സാമൂഹ്യഘട്ടങ്ങളായാണ് പ്രൗഡോൺ കാണുന്നത്. ഓരോഘട്ടത്തെയും വിശദീകരിക്കുന്നതിന് സമൂഹ ബന്ധങ്ങളുടെ മറ്റുതലങ്ങളുടെ സഹായം തേടേണ്ടിവരുന്നു.
4. ഹെഗലിയൻ വൈരുദ്ധ്യാത്മകതയിലും പ്രൗഡോൺ മാറ്റങ്ങൾ വരുത്തുന്നു. നന്മതിന്മകൾ, നേട്ടങ്ങളും കോട്ടങ്ങളും എന്ന രീതിയിലാണ് സമൂഹവൈരുദ്ധ്യങ്ങളെ പ്രാഡോൺ കാണുന്നത്. ഉദാഹരണത്തിന് അടിമ സമ്പ്രദായത്തിന് ചീത്തവശങ്ങൾ മാത്രമല്ല ഉള്ളത് അമേരിക്കൻ വ്യവസായങ്ങളുടെ വളർച്ചയും കാർഷികാഭിവൃദ്ധിയും ഉണ്ടായത് അടിമസമ്പ്രദായം മൂലമാണ്. അടിമത്തമില്ലായിരുന്നെങ്കിൽ അമേരിക്ക എന്നൊരു രാജ്യംതന്നെ ലോകഭൂപടത്തിൽ കാണില്ലായിരുന്നു. സാമ്പത്തിക ബന്ധങ്ങളെ ക്രമാനുഗതമായി ചർച്ച ചെയ്യുന്നതുകൊണ്ട് പ്രൊഡോൺ വൈരുദ്ധ്യങ്ങളെയും ക്രമാനുഗതമായ പ്രക്രിയയാക്കി മാറ്റുന്നു.
5. ഇതിന്റെ ഫലമായി ചരിത്രം, യഥാർത്ഥ മനുഷ്യരുടെ ചരിത്രമല്ലാതാകുന്നു. താൻ നിർമ്മിച്ച വൈരുദ്ധ്യങ്ങളുടെ ചരിത്രപരമായ തുടർച്ചയായി മാറുന്നു.

6. ചരിത്രം അതോടെ മേഖലയുക്തിയുടെ വൈരുദ്ധ്യാത്മക ചലനത്തിൽ പ്രതിഫലിപ്പിക്കുന്ന ഒന്നാകുന്നു. എന്തെങ്കിലും പ്രത്യക്ഷപ്പെടുന്നു. എന്തെങ്കിലും ഉല്പാദിപ്പിക്കപ്പെടുന്നു എന്നാൽ പ്രപഞ്ചത്തിലെന്നപോലെ നാഗരികതകളിലും എല്ലാം എല്ലാകാലത്തും ശാശ്വതമായി നിലനില്ക്കുന്നു എന്നാണർത്ഥമെന്ന് പ്രൊഡോൺ പറയുന്നു. വൈരുദ്ധ്യങ്ങളെ ഇല്ലായ്മ ചെയ്യുന്നത് സാമൂഹ്യധൈഷണികതയുടെ ബാദ്ധ്യതയാണ്. ഇതനുസരിച്ച് സാമ്പത്തിക ബന്ധങ്ങളുടെ ഗുണപരമായ വശം സമത്വത്തെ അംഗീകരിക്കുന്നു. ദോഷവശം അസമത്വത്തെയും സമർത്ഥിക്കുന്നു. സമത്വമെന്നത് സാമൂഹ്യ ധൈഷണികതയുടെ ശാശ്വതവും അതേസമയം നിഗൂഢാത്മകവുമായ ലക്ഷ്യനിർണ്ണയമാണ്. അത് വിധി കല്പിതമായ ലക്ഷ്യമായതുകൊണ്ട് ചരിത്ര പ്രക്രിയയെ വിശദീകരിക്കാനും അതുപയോഗിക്കുന്നു

7. കേവലമായ സാമ്പത്തിക സംവർഗ്ഗങ്ങൾ യഥാർത്ഥ ജീവിതത്തിൽ നിന്നകന്ന അമൂർത്തതകളായാണ് നിലകൊള്ളുന്നത്. യഥാർത്ഥ സാമ്പത്തികബന്ധങ്ങൾ ചരിത്രപരമായ വൈരുദ്ധ്യങ്ങളുടെ ഉല്പന്നങ്ങൾ ആണ്. ഫ്യൂഡൽ ബന്ധങ്ങളിലെ വൈരുദ്ധ്യങ്ങൾ ആണ് മുതലാളിത്തത്തെ സൃഷ്ടിച്ചത് മുതലാളിയും തൊഴിലാളിയും തമ്മിലുള്ള വൈരുദ്ധ്യങ്ങൾ മുതലാളിത്തത്തിലെ വൈരുദ്ധ്യങ്ങളാണ്. മുതലാളിത്ത വ്യവസ്ഥയുടെ സംവർഗ്ഗങ്ങളെയാണ് ശാശ്വതീകരിക്കാൻ സാമ്പത്തിക ശാസ്ത്രജ്ഞൻ വെമ്പുന്നത്. പക്ഷേ, അതിൽ വളർന്നുവരുന്ന വൈരുദ്ധ്യങ്ങൾ സാമ്പത്തികശാസ്ത്രജ്ഞരെയും ആശയക്കുഴപ്പത്തിലാഴ്ത്തുന്നുണ്ട്. അതിന്റെ ഫലമായി മൂന്നുതരത്തിലുള്ള സാമ്പത്തിക ശാസ്ത്രജ്ഞർ വളരുന്നുണ്ട്. ഇത്തരം ബന്ധങ്ങൾ വിധികല്പിതമാണെന്നു വാദിക്കുന്നവർ (Tatalusts) ആദംസ്മിത്തും റിക്കാർഡോയും ഇവരിൽപെടും. രണ്ടാമത്തേത് മാനവികവാദികളാണ്. (Humanitarians) അവർ മുതലാളിത്തത്തെ ന്യായീകരിക്കുമെങ്കിലും അതു സൃഷ്ടിക്കുന്ന ദുരിതങ്ങളെ നീക്കാനുള്ള വഴിതേടുന്നവരാണ്. മൂന്നാമത്തേത് മനുഷ്യ സേവനവാദികളാണ്. (Philanthropists) അവർ ബൂർഷ്വാബന്ധങ്ങളിലെ വൈരുദ്ധ്യങ്ങളെ ഇല്ലായ്മ ചെയ്തു കൊണ്ട് മുതലാളിത്തവ്യവസ്ഥയെ നിലനിർത്താൻ ശ്രമിക്കുന്നു. ഈ മൂന്നുകൂട്ടരും മുതലാളിത്തവ്യവസ്ഥയെ നിലനിർത്താൻ ശ്രമിക്കുന്നവരാണ്. സോഷ്യലിസ്റ്റുകളും കമ്യൂണിസ്റ്റുകളും നേർവിപരീതമായി മുതലാളിത്തവ്യവസ്ഥയെ തകർക്കാൻ ഒരുങ്ങുന്നവരാണ്.

പ്രോഡോൺ ഇതു രണ്ടുമല്ല. അദ്ദേഹം ഇന്നത്തെ സമ്പദ് വ്യവസ്ഥയുടെ ഗുണപരമായ വശങ്ങൾ സാമ്പത്തികശാസ്ത്രജ്ഞൻ വിശദീകരിക്കുന്നതായി കാണുന്നു. ദോഷപരമായ വശങ്ങളെ സോഷ്യലിസ്റ്റുകൾ നിരാകരിക്കുന്നതായും കാണുന്നു. സാമ്പത്തിക ശാസ്ത്രജ്ഞരിൽ

നിന്ന് സാമ്പത്തിക ബന്ധങ്ങളുടെ ശാശ്വതവശങ്ങൾ സ്വീകരിക്കുന്നു. സോഷ്യലിസ്റ്റുകളിൽ നിന്ന് ദരിദ്ര്യത്തെ കേവലദാരിദ്ര്യമായി മാത്രം കാണുന്ന രീതിയും സ്വീകരിക്കുന്നു. ഇവരുടെ രണ്ടു പേരുടെയും വിമർശകനായും പ്രത്യക്ഷപ്പെടുന്നു. മുതലാളിത്തത്തിനു വേണ്ടി സാമ്പത്തിക ശാസ്ത്രത്തിൽ നിന്നു ഭിന്നമായ താത്വിക ഫോർമുല അദ്ദേഹം നിർദ്ദേശിക്കുന്നു. സോഷ്യലിസ്റ്റുകളെ പോലെ മുതലാളിത്തത്തിൽ നിന്ന് ഒരു പിടിമേലോട്ടുയരാൻ അദ്ദേഹത്തിനു സാധിക്കുന്നില്ല.

മൂലധനത്തിനും അധ്വാനത്തിനുമിടയിൽ അർത്ഥശാസ്ത്രത്തിനും കമ്യൂണിസത്തിനു മിടയിൽ ചാഞ്ചാടുന്ന പെറ്റി ബൂർഷ്വയാണ് പ്രൗഡോൺ.

നാല്

ഗുണദോഷമിശ്രിതമായ സംവർഗ്ഗങ്ങളുടെ അടിസ്ഥാനത്തിലാണ് പ്രൊഡോൺ യഥാർത്ഥ സാമ്പത്തിക ബന്ധങ്ങളെ പരിശോധിക്കുന്നത്. അവയിലാദ്യത്തെ തൊഴിൽ വിഭജനവും യന്ത്രവല്ക്കരണവുമാണ്. വ്യത്യസ്ത സമൂഹങ്ങളിലെ തൊഴിൽ വിഭജന വ്യത്യസ്തരീതികളിലാണ്. ജാതികൾ, കൈത്തൊഴിൽ സംഘങ്ങൾ, വ്യാവസായങ്ങൾ തുടങ്ങിയവയിലെ തൊഴിൽ വിഭജനത്തിലെ വ്യത്യാസം ഉദാഹരണം. പ്രൊഡോൺ തൊഴിൽ വിഭജനം എന്ന ഒരൊറ്റ പ്രയോഗത്തിൽ ഇവയെല്ലാം അമൂർത്തവല്ക്കരിക്കുന്നു. മനുഷ്യനിലെ വ്യത്യസ്തശേഷികളുടെ വികാസം യഥാർത്ഥത്തിൽ തൊഴിൽ വിഭജനത്തിന്റെ ഉല്പന്നമാക്കാം എന്നതും അദ്ദേഹം ശ്രദ്ധിക്കുന്നില്ല. മാർക്സിന്റെ ഭാഷയിൽ ചുമടുതൊഴിലാളി തത്വചിന്തകനും തമ്മിലുള്ള വ്യത്യാസം ഇത്തരത്തിലാണ്. അതുകൊണ്ട് തൊഴിൽ വിഭജനം എന്ന പൊതു സംവർഗ്ഗത്തെ ഉപയോഗിച്ച് പ്രൗഡോൺ എല്ലാ സമൂഹങ്ങളെയും ഒരുപോലെ അളക്കുന്നു.

യന്ത്രങ്ങളെ തൊഴിൽ വിഭജനത്തിന്റെ യുക്തിസഹമായ വൈപരീത്യമായാണ് പ്രൗഡോൺ കാണുന്നത് യന്ത്രങ്ങൾ തൊഴിൽ വിഭജനത്തെ ഇല്ലാതാക്കുന്നു. എല്ലാ തൊവിലാളികളെയും യന്ത്രങ്ങളുടെ പ്രവർത്തനത്തിന്റെ ആശ്രിയതരാക്കി മാറ്റുന്നു. യന്ത്രങ്ങൾ മനുഷ്യരുടെ അധിപരാക്കുന്നു. തീർച്ചയായും യന്ത്രങ്ങൾ തൊഴിലിന്റെ സംഘാടനത്തിൽ ആവിയന്ത്രവും സൃഷ്ടിക്കുന്ന സംഘാടനം വ്യത്യസ്തമാണ്. കൈകൊണ്ട് തിരിക്കുന്നയന്ത്രം ഫ്യൂഡൽ കോയ്മയെ സൃഷ്ടിക്കുന്നുവെങ്കിൽ ആവിയന്ത്രം മുതലാളിയെ സൃഷ്ടിക്കുന്നു. പക്ഷേ, യന്ത്രങ്ങൾ ഒരു സാമ്പത്തിക സംവർഗ്ഗമെന്ന നിലയിൽ എരുമയിൽ നിന്നോ കാളയിൽ നിന്നോ ഭിന്നമല്ല. യന്ത്രങ്ങൾ മറ്റൊരു ഉല്പാദനശക്തിയാണ്. യന്ത്രങ്ങൾ ഉപയോഗിച്ചുള്ള ആധുനികഫാക്ടറി മറ്റൊരു സാമൂഹ്യ ഉല്പാദനബന്ധമാണ്.

എന്നാൽ പ്രൗഡോൺ വേറൊരു വിധത്തിലാണ് യന്ത്രവല്ക്കരണത്തെ സമീപിക്കുന്നത്. ഉല്പാദനത്തെ നിരവധി വിഭാഗങ്ങളാക്കി തിരിക്കുന്നത്. ഒരാൾ നിരീക്ഷിക്കുന്നു. അയാൾ അതിൽനിന്ന് ഒരു സ്ഥിരം സംഘം തൊഴിലാളികളെ സൃഷ്ടിക്കുന്നു. മറ്റുള്ളവർക്കും ഈ രീതി ഉപദേശിക്കുന്നു. ആദ്യഘട്ടത്തിൽ മറ്റുള്ളവർക്കും ഈ രീതി ഉപദേശിക്കുന്നു. ആദ്യഘട്ടത്തിൽ മറ്റുള്ളവരുമായി തുല്യനിലയിൽ പെരുമാറ്റമെങ്കിലും പിന്നീട് ഇയാളുടെ തൊഴിലാളികളാകുന്നു. അവസാനം തൊഴിലാളി മുതലാളിയുടെ ആശ്രിതനാകുന്നു. പക്ഷേ, ഇത്തരം 'ചരിത്രം'ത്തിന് യഥാർത്ഥ ചരിത്രവുമായി ഒരുബന്ധവുമില്ലെന്നും മാർക്സ് ചൂണ്ടിക്കാണിക്കുന്നു. വ്യത്യസ്ത സമൂഹങ്ങളിലെ തൊഴിൽവിഭജനം അതാതുകാലത്തെ ഭൗതിക ഉല്പാദനത്തിൽ നിന്ന് വളർന്നുവന്നതാണ്. ഏതെങ്കിലും ബുദ്ധിജീവിയോ നിയമനിർമ്മാതാവോ നിർദ്ദേശിച്ചതല്ല. ആധുനിക ഫാക്ടറിയിലെ തൊഴിൽ വിഭജനം മറ്റു സമൂഹങ്ങളിൽ വളർന്നുവരുന്നതുമില്ല.

യന്ത്രങ്ങളെ സംബന്ധിച്ച് പ്രൗഡോൺ വളർത്തിക്കൊണ്ടു വരുന്ന ധാരണ തെറ്റാണ്. യന്ത്രങ്ങൾ തൊഴിൽ വിഭജനത്തെ ഇല്ലാതാക്കുകയല്ല ചെയ്യുന്നത്. യന്ത്രങ്ങൾ സ്ഥാപിക്കപ്പെടുന്നതോടെ തൊഴിൽ വിഭജനം കൂടുതൽ സങ്കീർണ്ണമായി തീരുകയാണ്. യന്ത്രങ്ങൾക്ക് മറ്റൊരു പ്രാധാന്യമുണ്ട്. എല്ലാ യന്ത്രങ്ങളും തൊഴിലാളികളും തൊഴിലുടമകളും തമ്മിലുള്ള സംഘർഷങ്ങളുടെ ഫലവുമാണ്. തൊഴിൽ വിഭജനം വളർന്നുവന്നതിന്റെ ഫലമായി മൂലധന കേന്ദ്രീകരണം ശക്തിപ്പെടുകയാണ്, അതിനോടൊപ്പം തൊഴിലാളിയുടെ വ്യക്തിഗത അദ്ധ്വാനം കൂടുതൽ ലളിതവല്ക്കരിക്കപ്പെടുകയാണ്. അതുകൊണ്ട് പ്രൊഡോൺ തൊഴിലാളികളോടാവശ്യപ്പെടുന്നത്. യന്ത്രങ്ങളുടെ മുഴുവൻ പ്രവർത്തനപ്രക്രിയയും തൊഴിലാളികൽ പടിക്കണമെന്നാണ് അതായത് യാന്ത്രികാദ്ധ്വാനം തൊഴിൽ വിഭജനത്തെ ഇല്ലാതാക്കുക എന്നാൽ തൊഴിലാളി പഴയ കൈത്തൊവിൽശാലയിലെ അദ്ധ്വാനരീതിയിലേക്ക് തിരിച്ചു പോകണമെന്നാണ്. പ്രൊഡോന്റെ പെറ്റി ബൂർഷ്വാ സമീപനത്തിന്റെ മറ്റൊരുദാഹരണമായി മാർക്സ് ഇതിനെ എടുത്തുകാട്ടുന്നു.

പ്രൗഡോൺ അതുപോലെ മത്സരാധിഷ്ഠിത സമൂഹങ്ങൾ എല്ലാ കാലത്തും ഉണ്ടായിരുന്നുവെന്നു വാദിക്കുന്നു. ഒരു വസ്തുവിനെ അനുകരിച്ചു മറ്റൊന്നുണ്ടാക്കുക എന്നാൽ മത്സരിക്കുകയാണെന്ന് പ്രൊഡോൺ പറയുന്നു. മത്സരം എന്നാൽ വാണിജ്യപരമായ അനുകരണമാണ്. പ്രൗഡോൺ മത്സരത്തെ മനുഷ്യമനസ്സിന്റെ അടിസ്ഥാനാവശ്യമാക്കി തീർക്കുന്നു. പതിനെട്ടാം നൂറ്റാണ്ടിലെ മുതലാളിത്ത മുന്നേറ്റത്തിന്റെ ഫലമാണ് മത്സരം എന്ന ചരിത്രവസ്തുത അദ്ദേഹം അംഗീകരിക്കുന്നില്ല. മത്സരം ജനങ്ങളിൽ ദുരിതങ്ങൾ സൃഷ്ടിക്കുന്നു, ആഭ്യന്തരയുദ്ധങ്ങളുണ്ടാക്കുന്നു. പ്രകൃതിയുടെ ഘടനയെ മാറ്റുന്നു.

അതിനുള്ള പ്രതിവിധിയായി പ്രൗഡോൺ കാണുന്ത് കുത്തകക

ളെയാണ് കുത്തക എന്നത് നല്ല കാര്യമായി അദ്ദേഹം കരുതുന്നു. ഫ്യൂഡലിസത്തിലും കുത്തകയുണ്ടായിരുന്നു. അവിടെ ദൈവശാസ്ത്രത്തിന്റെ ഇടപെടലോടെയുള്ള കൃത്രിമകുത്തകകളാണുണ്ടായിരുന്നത്. മുതലാളിത്തത്തിൽ അത് സ്വാഭാവികകുത്തകകളാണ്. കുത്തകകളും മത്സരവും തമ്മിലുള്ള വൈരുദ്ധ്യമാണ് പ്രധാനം. പക്ഷേ, മാർക്സുണ്ടാക്കാണിക്കുന്നത് കുത്തകകളും മത്സരവും തമ്മിലുള്ള വൈരുദ്ധ്യം ചലനാത്മകമാണെന്നാണ് മത്സരത്തിൽ നിന്ന് കുത്തകകളുണ്ടാകുന്നു, കുത്തകകൾ തമ്മിലുള്ള മത്സരവും വർദ്ധിക്കുന്നു. തൊഴിലാളിവർഗ്ഗ പ്രസ്ഥാനങ്ങൾ ശക്തമാകുമ്പോൾ കുത്തകകൾ തമ്മിലുള്ള മത്സരം കൂടുതൽ തീവ്രമാകുന്നു.

സ്വത്തും പാട്ടവുമാണ് പ്രൗഡോൺ മറ്റൊരു പ്രധാന പരാമർശവിഷയം. ഇവ രണ്ടും അതിനോടൊപ്പം വായ്പയും ശാശ്വതമായ വിധി നിർണ്ണയിച്ച സംസർഗ്ഗങ്ങളായാണ് പ്രൊഡോൺ കാണുന്നത്. പണിയെടുക്കുന്ന സമൂഹത്തിന്റെ മേൽ നിഗൂഢമായ അധീശത്വപരമായ കർത്തവ്യം നിർവഹിക്കാൻ വിധിക്കപ്പെട്ട ഒരാളെന്ന നിലയിലാണ് പ്രൂഡോൺ സ്വത്തുടമയെ കാണുന്നത്. പാട്ടം ഭൂമിയുടെ സ്വാഭാവികമായ മൂല്യവും. ഇവിടെ ഉല്പാദനബന്ധങ്ങളും മനുഷ്യാധ്വാനം ഭൂമിയിലും മറ്റു വിഭവങ്ങളിലും സൃഷ്ടിക്കുന്ന മാറ്റങ്ങളും പരാമർശവിഷയമാകുന്നില്ല. ഭൂസ്വത്ത് എന്നത് മുതലാളിത്തസ്വത്തുടമ സമ്പ്രദായത്തിന്റെ ഭാഗമാണെന്നതും പ്രൗഡോൺ പരിഗണിക്കുന്നില്ല. ഭൂമിയിൽ നിന്നുള്ള പാട്ടം (തറപ്പാട്ടംധ ഭൂവുടമയും വ്യവസായ മുതലാളിയും തമ്മിലാണ് ബന്ധപ്പെടുത്തുന്നത്. പ്രോഡോൺ പാട്ടത്തെ ഭൂമിയുടെ ഫലഭൂയിഷ്ഠതയുമായാണ് ബന്ധപ്പെടുത്തുന്നത്. എന്നാൽ ഫലഭൂയിഷ്ഠതയിൽ വ്യത്യാസമുള്ള ഭൂമികളുടെ ഉല്പന്നങ്ങളുടെ വില തുല്യമാക്കുന്നതിനാണ് പാട്ടം പ്രയോജനപ്പെടുത്തുന്നത്. എന്നാൽ പ്രൊഡോനെ സംബന്ധിച്ചിടത്തോളം പാട്ടമെന്നത് ഭൂമിയുടെ വിലതുല്യമാക്കുന്നതിനുള്ള രീതിയാണ്

തൊഴിൽ സമരങ്ങളെ സംബന്ധിച്ച പ്രൗഡോന്റെ നിലപാടും ശ്രദ്ധേയമാണ്. സാമ്പത്തിശാസ്ത്രജ്ഞർ പൊതുവെ തൊഴിൽ സംഘടനകൾക്കെതിരാണ്. തൊഴിൽ സമരങ്ങൾ ഉല്പാദനത്തെ തടസ്സപ്പെടുത്തും, അതുകൊണ്ടുണ്ടാകുന്ന നഷ്ടം ഫാക്ടറിയെയും അതുവഴി തൊഴിലാളികളെയും ബാധിക്കും. പ്രൊഡോൺ തൊഴിൽ സമരങ്ങളെ സംബനഅധിച്ച് ഇതേ നിലപാടാണ് സ്വീകരിക്കുന്നത്. തൊഴിൽ സമരങ്ങൾ കൂലിനിരക്ക് കൂട്ടിയേക്കാം കൂട്ടിയ കൂലി നിരക്ക് വിലക്കയറ്റത്തിനിടയാക്കും, അതു തൊഴിലാളികളെതന്നെയാകും നിഷേധാത്മകമായി ബാധിക്കുക. വസ്തുതകൾക്കും മുതലാളിത്ത ഉല്പാദനബന്ധങ്ങളുടെ സ്വഭാവത്തിനും തികച്ചും വിരുദ്ധമായ നിലപാട് പൊതുവിൽ പ്രൗഡോന്റെ വാദങ്ങളെ മുതലാളിത്തകാഴ്ചപ്പാടിനൊപ്പം നിർത്തുന്നുവെന്ന് മാർക്സും ചൂണ്ടിക്കാണിക്കുന്നു

അഞ്ച്

തത്വശാസ്ത്രത്തിന്റെ ദാരിദ്ര്യം നമ്മുടെ ശ്രദ്ധയാകർഷിക്കുന്നത് പ്രാഡോന്റെ കൃതിയുടെ വിമർശനമെന്നു നിലയിലല്ല. മാർക്സിന്റെ അർത്ഥശാസ്ത്ര നിലപാടുകലുടെ വളർച്ചയിലെ ഒരു നാഴികകല്ലാണ് ഈ കൃതി. പ്രൗഡോനെതിരായ വിമർശനം സമാനസ്വബാവമുള്ള നിരവധിചിന്തകന്മാർക്കെതിരായ വിമർശനമാണ്. കമ്യൂണിസ്റ്റ് മാനിഫെസ്റ്റോയിൽ ഇത്തരം വാദങ്ങളെ ഫ്യൂഡൽ സോഷ്യലിസം എന്ന പേരിലാണ് വിളിച്ചത്.

ഇവരുടെ നിലപാടുകളുടെ പൊതുസ്വഭാവം ആശയങ്ങളും വസ്തുക്കളും തമ്മിൽ കൂട്ടിക്കുഴയ്ക്കുകയാണ്. ഉദാഹരണത്തിന് വിനിമയ മൂല്യവും ഉപയോഗമൂല്യവും ആശ്വാസപരമായ സമാനമാണെങ്കിലും യഥാർത്ഥ ജീവിതത്തിൽ തികച്ചും വ്യത്യസ്തമായ ധർമ്മമാണ് നിർവഹിക്കുന്നത്. അവയെ ഒന്നാക്കി പ്രോഡോൺ കാണുന്നു. കമ്പോളത്തിൽ വാങ്ങുന്നവരും വില്ക്കുന്നവരും തമ്മിലും ഫാക്ടറിയിൽ മുതലാളിയും തൊഴിലാളിയും തമ്മിലുള്ള ബന്ധങ്ങളെ സമത്വം, അസമത്വം എന്നീ ആശയങ്ങളുടെ അടിസ്ഥാനത്തിലാണ് കാണുന്നത്. യഥാർത്ഥ ബന്ധങ്ങളുടെ പഠനത്തിന്റെ അടിസ്ഥാനത്തിൽ അവയെ വിശദീകരിക്കാനുള്ള ആശയങ്ങൾ രൂപപ്പെടുത്തുകയല്ല പ്രൂഡോൺ ചെയ്യുന്നത്. ഇതേരീതിയിൽ യാഥാർത്ഥ്യത്തിനുമുകളിലും അതിനു മുമ്പും ആശയങ്ങളെ പ്രതിഷ്ഠിക്കുന്ന രീതി പ്രൗഡോന്റെ ചർച്ചകളിൽ ഉടനീളം കാണാം. തൊഴിൽ വിഭജനം, സ്വത്ത്, പാട്ടം, വായ്പ, മൂല്യം, വില തുടങ്ങിയവയെല്ലാം പ്രൊഡോന് വ്യത്യസ്തമായ സാമ്പത്തിക സംവർഗ്ഗങ്ങളാണ്. ആശയങ്ങളാണ്. ഇവയനുസരിച്ച് ക്രമപ്പെടുത്തേണ്ട സാമൂഹ്യപ്രക്രിയകളാണ് അദ്ദേഹം പഠിക്കുന്നത്. അതായത് പ്രൗഡോന്റെ സാമ്പത്തിക പ്രക്രിയകൾ അദ്ദേഹത്തിന്റെ മസ്തിഷ്കത്തിലാണ് നടക്കുന്നത്

ആശയങ്ങളുടെ ഉപയോഗത്തിലും ഇതേ വിപത്തിലുള്ള പാളിച്ചകൾ സംഭവിക്കുന്നുണ്ട്. ഹേഗലിയൻ വൈരുദ്ധ്യാത്മകതയുടെ ഉപയോഗം ഉദാഹരണമാണ്. വൈരുദ്ധ്യാത്മകതയുടെ ഉപയോഗം ഉദാഹരണമാണ്. ഹെഗലിയൻ വൈരുദ്ധ്യങ്ങൾ പ്രൗഡോൻ നന്മ, തിന്മ, ഗുണം, ദോഷം എന്നിങ്ങനെയുള്ള വിപരീതാത്മകമായ ദ്വന്ദ്വങ്ങളാണ്. ഇത്തരം ദ്വന്ദ്വങ്ങൾ അദ്ദേഹം പടിക്കുന്ന മുതലാളിത്തവ്യവസ്ഥയുടെ ചലനാത്മകതയുടെ പഠനത്തിന് വെളിച്ചം വീശുന്നില്ല. സമത്വത്തെക്കുറിച്ചുള്ള അതിഭൗതികമായ സങ്കല്പം മാത്രമാണ് വ്യവസ്ഥിതിയുടെ ലക്ഷ്യമായി അദ്ദേഹം കാണുന്നത്. ഈ സമത്വം കൈവരിക്കുന്നത് വർഗ്ഗസമരങ്ങളിലൂടെയല്ല, മുതലാളിത്തത്തിന്റെ അസമത്വം, ചൂഷണം, കൊള്ള എന്നിവയെ നീക്കാനുള്ള നിയമപരമായ പോംവഴികളാണ് അദ്ദേഹം തേടുന്നത്. മുതലാളിത്തം വരുത്തിവെയ്ക്കുന്ന ദുരിതങ്ങളോട് ക്രിയാത്മകമായ പ്രതി

കരിച്ച ആളായിട്ടുപോലും അദ്ദേഹത്തിന്റെ രീതിശാസ്ത്രപരമായ വൈകല്യങ്ങൾ പ്രൊഡോന്റെ വാദങ്ങളുടെ ന്യൂനതയായി മാറുന്നു.

യഥാർത്ഥ ജീവിതത്തിൽനിന്ന്, ഉല്പാദനശക്തികളുടെ വളർച്ചയെയും ഉല്പാദനബന്ധങ്ങളുടെയും വിശകലനങ്ങളിൽ നിന്ന് മുതലാളിത്ത വ്യവസ്ഥയുടെ ചലനാത്മകതയെ രേഖപ്പെടുത്താനാണ് മാർക്സ് ശ്രമിക്കുന്നത്. പ്രൗഡോണിനെപ്പോലുള്ള ചിന്തകന്മാർ അവരോ അവരുടെ പൂർവ്വികരോ സൃഷ്ടിച്ച സംവർഗ്ഗങ്ങളുടെ അടിസ്ഥാനത്തിൽ യഥാർത്ഥ്യസമൂഹബന്ധങ്ങളോ വിശകലനം ചെയ്യാനാണ് ശ്രമിച്ചത്. ഇത്തരം ശ്രമങ്ങളുടെ അർത്ഥശൂന്യതയെയാണ് തത്വശാസ്ത്രത്തിന്റെ ദാരിദ്ര്യം എന്നു മാർക്സ് വിളിക്കുന്നത്. അർത്ഥശാസ്ത്രജ്ഞരും കമ്യൂണിസ്റ്റുകാരും തമ്മിൽ മാർക്സ് കണ്ടെത്തുന്ന വൈരുദ്ധ്യത്തിന്റെ കാതലും ഇതാണ്.

മാർക്സിന്റെ ഇന്ത്യൻ ലേഖനങ്ങൾ

ഒന്ന്

മാർക്സും എംഗൽസും ഇന്ത്യയെ കേന്ദ്രീകരിച്ച് പ്രത്യേക പഠനമോ പ്രബന്ധമോ രചിച്ചിട്ടില്ല. മാർക്സ് ഒരു പത്രപ്രവർത്തകൻ എന്ന നിലയിൽ, *ന്യൂയോർക്ക് ഡെയ്‌ലി ട്രിബ്യൂണിൽ* സമകാലിക വിഷയങ്ങളെക്കുറിച്ചെഴുതിയ ലേഖനങ്ങളിൽ ചിലത് ഇന്ത്യയെ സംബന്ധിച്ചതാണ്. ചരിത്ര പ്രക്രിയകളെക്കുറിച്ചുള്ള പൊതുവായ പരാമർശങ്ങളിൽ ചിലത് ഇന്ത്യയെക്കുറിച്ചുള്ളതാണ്. തന്റെ ജീവിതത്തിന്റെ അവസാനഘട്ടത്തിൽ ഇന്ത്യയും ചൈനയും റഷ്യയുമടക്കമുള്ള രാജ്യങ്ങളിലെ സാമൂഹ്യവികസനത്തെക്കുറിച്ച് മാർക്സ് ശ്രദ്ധയോടെ പഠിച്ചിരുന്നു എന്നതിന് തെളിവുകളുണ്ട്. അവയിൽ ചിലത് ലോറൻസ് ക്രേഡർ എന്ന ഡച്ച് പണ്ഡിതൻ *Ethnological Notes of Karl Marx* എന്ന പേരിൽ പ്രസിദ്ധീകരിച്ചിട്ടുണ്ട്. ഇന്ത്യയെയും ചൈനയെയും കുറിച്ചെഴുതിയ ലേഖനങ്ങൾ ഡോണാ ടോർ സമാഹരിച്ച് പ്രസിദ്ധീകരിച്ചിട്ടുണ്ട്. മാർക്സ് ഇന്ത്യയെക്കുറിച്ചെഴുതിയ എല്ലാ പരാമർശങ്ങളും, പ്രത്യേകിച്ച് അദ്ദേഹത്തിന്റെ പത്രലേഖനങ്ങൾ സമാഹരിച്ച് അലിഗഡ് സർവ്വകലാശാലയിലെ ഇഖ്ബാൽ ഹുസൈൻ അടുത്തകാലത്ത് പ്രസിദ്ധീകരിച്ചിട്ടുണ്ട്. (*Marx on India*).

ചിതറിയ രൂപത്തിലാണെങ്കിലും മാർക്സ് ഇന്ത്യയെക്കുറിച്ച് നടത്തിയ പരാമർശങ്ങൾ ധാരാളം ചർച്ചകൾക്ക് വഴി തെളിയിച്ചിട്ടുണ്ട്. ഇന്ത്യൻ സാഹചര്യങ്ങളെക്കുറിച്ച് പ്രത്യക്ഷമായ ധാരണകളില്ലാതെ ബ്രിട്ടീഷ് രേഖകളെവെച്ച് മാർക്സ് അഭിപ്രായം പറയുകയാണ് ചെയ്തതെന്ന് വാദിക്കപ്പെടുന്നുണ്ട്. മാർക്സ് നടത്തിയത് യൂറോ കേന്ദ്രിത നിരീ

ക്ഷണങ്ങളായിരുന്നു എന്നും വാദിച്ചിട്ടുണ്ട്. യൂറോപ്യൻ നിരീക്ഷണങ്ങളിൽനിന്ന് മാർക്സ് എടുത്തുപയോഗിച്ച 'പൗരസ്ത്യ സ്വേച്ഛാധിപത്യം' മുതലായ പ്രയോഗങ്ങളും ശക്തമായി വിമർശിക്കപ്പെട്ടിട്ടുണ്ട്. അതിനുപകരം പാശ്ചാത്യസമൂഹങ്ങളുടെ വളർച്ചയുടെ ഭാഗമായി മാർക്സ് കണ്ട അടിമവ്യവസ്ഥ, ഫ്യൂഡലിസം തുടങ്ങിയ വ്യവസ്ഥകൾ ഇന്ത്യയിലും കണ്ടിരുന്നതായി ചില ചരിത്രകാരന്മാർ വാദിച്ചിട്ടുണ്ട്. ഈ വാദപ്രതിവാദങ്ങൾ ഇന്ത്യാ ചരിത്രത്തിലും ലോകചരിത്രത്തിൽ മൊത്തത്തിലും ശ്രദ്ധേയമായ നിരീക്ഷണങ്ങൾ ഉല്പാദിപ്പിക്കുന്നതിൽ പ്രധാനപങ്കും വഹിച്ചിട്ടുണ്ട്.

ഈ ചർച്ചകളിലേക്കും സംവാദങ്ങളിലേക്കും പോകാൻ ഇവിടെ ഉദ്ദേശിക്കുന്നില്ല. ഇന്ത്യയെക്കുറിച്ച് മാർക്സ് പറഞ്ഞ കാര്യങ്ങളെന്തെല്ലാമാണെന്ന് പൊതുവെ പരിശോധിക്കുകയാണ് ഇവിടെ ചെയ്യുന്നത്.

രണ്ട്

ഇന്ത്യയെക്കുറിച്ചുള്ള മാർക്സിന്റെ പരാമർശങ്ങൾ മൂന്നുതരത്തിൽ പെട്ടവയാണ്. ഒന്ന്, ഇന്ത്യൻ സമൂഹവ്യവസ്ഥയെക്കുറിച്ച് മൊത്തത്തിലുള്ള പരാമർശങ്ങൾ; രണ്ട്, ഇന്ത്യയിലെ ബ്രിട്ടീഷ് ഭരണത്തെക്കുറിച്ചുള്ള നിരീക്ഷണങ്ങൾ; മൂന്ന്, ഇന്ത്യയിലെ സമകാലിക സംഭവവികാസങ്ങളെക്കുറിച്ച് പ്രത്യേകിച്ച് 1857 ലെ കലാപത്തെക്കുറിച്ചുള്ള പരിശോധന. ഇവ മൂന്നും ചേർത്തുവെച്ച് വായിക്കുകയാണെങ്കിൽ ഇന്ത്യയെക്കുറിച്ചുള്ള പൊതു കാഴ്ചപ്പാട് രൂപപ്പെടുന്നതായി കാണാം.

ഇന്ത്യൻ ഭരണത്തെക്കുറിച്ച് ഈസ്റ്റ് ഇന്ത്യാ കമ്പനി സ്ഥാപിച്ച ഗവൺമെന്റ് സമർപ്പിക്കുന്ന ഫിഫ്ത്ത് റിപ്പോർട്ട് പോലുള്ള രേഖകളിൽനിന്നാണ് ഇന്ത്യൻ സമൂഹവ്യവസ്ഥയെക്കുറിച്ചുള്ള ധാരണകൾ മാർക്സ് രൂപീകരിക്കുന്നത്. പിന്നീട് തന്റെ സുഹൃത്തുകൂടിയായ മാക്സിം കോവലേവ്സ്കി, ജോൺ ബഡ്ഫിയർ, ഹെൻറി മെയ്ൻ മുതലായവരുടെ പഠനങ്ങളും മാർക്സ് ഉപയോഗിക്കുന്നുണ്ട്. ബ്രിട്ടീഷ് രേഖകളുടെ അടിസ്ഥാനത്തിൽ മാർക്സ് എത്തിച്ചേർന്ന നിഗമനങ്ങൾ *ന്യൂയോർക്ക് ഡെയ്ലി ട്രിബ്യൂണിൽ* മാർക്സ് എഴുതിയ 'ബ്രിട്ടീഷ് ഭരണം' *ഇന്ത്യയിൽ.* (ജൂൺ 25, 1853) എന്ന ലേഖനത്തിൽ കാണാം.

ഏഷ്യയിൽ എല്ലാ കാലത്തും ഭരണകൂടത്തിന് മൂന്നു വകുപ്പുകളുണ്ടായിരുന്നതായി മാർക്സ് പറയുന്നു. ഒന്ന്, ധനകാര്യം അല്ലെങ്കിൽ സ്വന്തം പ്രദേശത്തെ കൊള്ളയടിക്കാനുള്ള വകുപ്പ്, രണ്ട്, യുദ്ധം അല്ലെങ്കിൽ പരദേശത്തിന്റെ കൊള്ള; മൂന്ന്, പൊതുമരാമത്ത്. അറേബ്യയും പേർഷ്യയും ഇന്ത്യയും മദ്ധ്യേഷ്യയുമടക്കമുള്ള പൗരസ്ത്യദേശങ്ങളിലെ വരണ്ട കാലാവസ്ഥ മൂലം അവിടത്തെ കൃഷിയുടെ വളർച്ചയ്ക്ക് ജലസേചനം അനിവാര്യമായിരുന്നു. ഈജിപ്തിലും ഇന്ത്യയിലും മണ്ണിനെ ഫലഭൂയിഷ്ഠമാക്കാൻ ഉപയോഗിച്ചിരുന്നത് വെള്ളപ്പൊക്കങ്ങളായി

രുന്നു. ജലദൗർല്ലഭ്യത്തിന് പരിഹാരമായി കണ്ടിരുന്നത് പ്രാദേശികതലത്തിൽ ജലവിതരണത്തിനുള്ള സംവിധാനങ്ങളായിരുന്നില്ല, അതിനുപകരം കേന്ദ്രീകൃതമായ ഭരണകൂടത്തിന്റെ ഇടപെടലായിരുന്നു. പ്രാദേശികതലത്തിൽ വെള്ളമെത്തിക്കാനുള്ള പൊതുമരാമത്തു സംവിധാനങ്ങൾ ഭരണകൂടത്തിന്റെ ചുമതലയായി മാറി. ഫലപ്രദമായി വെള്ളമെത്തിക്കുന്നതിൽ വിജയിച്ച ഭരണകൂടങ്ങളുടെ കാലത്ത് കാർഷിക സമൃദ്ധിയുണ്ടായി. അതിൽ പരാജയപ്പെട്ട രാജ്യങ്ങൾ തകരുകയും ചെയ്തു. ഒരു യുദ്ധമുണ്ടായാൽപോലും ആളുകൾ കൃഷിഭൂമി വിട്ട് പലായനം ചെയ്യുകയും അവിടത്തെ നാഗരികത ഇല്ലാതാവുകയും ചെയ്തു.

രണ്ടാമത്തെ സവിശേഷത ഇന്ത്യയിലുണ്ടായിരുന്ന കൃഷിയും കൈത്തൊഴിലുകളും തമ്മിലുള്ള സംയോജനമാണ്. കൃഷിയും കൈത്തൊഴിലുകളും കുടുംബങ്ങളിൽ കേന്ദ്രീകരിച്ചു. ഇവ രണ്ടും ഒരുമിച്ചു പ്രവർത്തിക്കുന്ന ചെറിയ കേന്ദ്രങ്ങൾ എല്ലായിടങ്ങളിലും വളർന്നുവന്നു. അതിൽനിന്നാണ് ഇന്ത്യയിലെ ഗ്രാമസമൂഹം വളർന്നുവന്നത്. ഗ്രാമസമൂഹത്തിന്റെ വളർച്ച ഗ്രാമത്തിന്റെ ഉള്ളിൽ തൊഴിൽ വിഭജനം സാദ്ധ്യമാക്കി. ഫിഫ്ത്ത് റിപ്പോർട്ടിന്റെ അടിസ്ഥാനത്തിൽ ഗ്രാമസമൂഹത്തിന്റെ രൂപരേഖ മാർക്സ് അവതരിപ്പിക്കുന്നു. ഒരു ഗ്രാമത്തലവൻ, കണക്കെഴുത്തുകാരൻ, പൊലീസുകാരൻ, കൃഷിയും മറ്റ് ഉല്പാദനവും സംരക്ഷിക്കുന്നവൻ, ഗ്രാമം കാവൽക്കാരൻ, കുളങ്ങൾ സംരക്ഷിക്കുന്നയാൾ, ബ്രാഹ്മണൻ, ജ്യോത്സ്യൻ, അദ്ധ്യാപകൻ തുടങ്ങിയവരെല്ലാം ഇതിന്റെ ഭാഗമാണ്.

മൂന്നാമത്തെ സവിശേഷത ഗ്രാമഘടനയുടെ ജഡത്വമാണ്. ജഡത്വമുണ്ടാകുന്നത് ഫലഭൂയിഷ്ഠതയുടെ കുറവും ഉല്പാദനമില്ലായ്മയും കൊണ്ടല്ല, ഇവിടത്തെ മനുഷ്യരെ ബാധിച്ചിരിക്കുന്ന മാനസികമായ ചങ്ങലകളാണ്. പരമ്പരാഗത നിയമാവലികളുടെയും അന്ധവിശ്വാസങ്ങളുടെയും ചങ്ങലകളിൽ ഇന്ത്യൻ ജനത കുടുങ്ങിക്കിടക്കുകയാണ്. ജാതിയിലും അടിമത്തത്തിലുമാണ് ഈ ബന്ധനങ്ങളുടെ ഉറവിടങ്ങൾ മാർക്സ് കാണുന്നത്. ജാതിയും അടിമത്തവും സൃഷ്ടിച്ച മാനസികാവസ്ഥ സാമൂഹ്യവികാസത്തിനുപകരം മനുഷ്യരുടെ എല്ലാ അവസ്ഥകളെയും വിധിയായി കാണുന്ന രീതി സൃഷ്ടിച്ചു. മനുഷ്യർ പ്രകൃതിയെ നിർണ്ണയിക്കുന്നതിനുപകരം പ്രകൃതിക്കു കീഴടങ്ങേണ്ടിവന്നു. ഇന്ത്യക്കാർ പിന്തുടർന്ന പ്രാകൃതമതരൂപങ്ങൾ ഇതിന്റെ തെളിവാണ്.

മൂന്ന്

മാർക്സ് പിന്നീടെഴുതിയ 'ഇന്ത്യയിലെ ബ്രിട്ടീഷ് ഭരണത്തിന്റെ ഭാവിഫലങ്ങൾ' (*ന്യൂയോർക്ക് ഡെയ്‌ലി ട്രിബ്യൂൺ*, ആഗസ്ത് 8, 1853) എന്ന ലേഖനത്തിൽ തന്റെ നിലപാട് കുറച്ചുകൂടി വിശദീകരിക്കുന്നുണ്ട്. ഇന്ത്യക്കാർക്ക് അറിയപ്പെടുന്ന രീതിയിൽ ഒരു ചരിത്രമില്ലായിരു

ന്നുവെന്ന് മാർക്സ് പറയുന്നു. ഇന്ത്യക്കാരുടെ ചരിത്രം അവരെ കീഴടക്കിയവരുടെ ചരിത്രമാണ്. മുമ്പു സൂചിപ്പിച്ചതുപോലെ, ചരിത്രമെന്നത് സാമൂഹ്യ പരിവർത്തനത്തിന്റെ, സാമൂഹ്യവികാസത്തിന്റെ പ്രക്രിയയാണെങ്കിൽ, അതാണ് ഇന്ത്യക്കില്ലാത്തത് എന്നാണ് മാർക്സ് ഉദ്ദേശിക്കുന്നത്. ഇന്ത്യയെ കീഴടക്കിയവർ അവരുടേതായ സമൂഹവ്യവസ്ഥകളെ ഇന്ത്യയിൽ പുനർനിർമ്മിക്കുകയല്ല ചെയ്തത്. അവർ ഇന്ത്യൻ സമൂഹത്തിന്റെ ഭാഗമാകുകയായിരുന്നു, അതായത് ഗ്രാമീണ സമൂഹത്തിന്റെയും പ്രാദേശിക കൈത്തൊഴിൽ രൂപങ്ങളുടെയും ഭാഗമായി അവരും മാറി.

ഈ ലേഖനത്തിലും മറ്റുപലയിടങ്ങളിലുമായി ഈ പ്രക്രിയയുടെ ഒരു പ്രധാന കാരണം മാർക്സും എംഗൽസും സൂചിപ്പിക്കുന്നുണ്ട്. ഇന്ത്യയിലെ സ്വകാര്യസ്വത്തിന്റെ അഭാവമായിരുന്നു അത്. 1853 ജൂൺ 14ന് മാർക്സ് എംഗൽസിനെഴുതിയ ഒരു കത്തിൽ (*സമ്പൂർണ്ണകൃതികൾ* വോള്യം 39 പുറം 346–8) ഗ്രാമത്തലവന്മാരുടെ സ്ഥാനം പിന്തുടർച്ചാവകാശമായിരുന്നെന്നും ഗ്രാമത്തിന്റെ പൊതുഭൂമി പൊതുവായി തന്നെ കൃഷി ചെയ്തിരുന്നെന്നും മാർക്സ് സൂചിപ്പിക്കുന്നു. അവിടെ തന്നെ എല്ലാ കുടികിടപ്പുകാർക്കും സ്വന്തം കൃഷിഭൂമിയുണ്ടായിരുന്നു. തരിശുഭൂമി പൊതു മേച്ചിൽ സ്ഥലമായിരുന്നു. ഈ ഘടനയ്ക്കുള്ളിൽ തന്നെയാണ് ജാതിയും അടിയാർ സമ്പ്രദായവും നിലനിന്നത്. ഭാര്യമാരും പെൺമക്കളും നൂൽനൂൽപ്പും നെയ്ത്തുംപോലുള്ള കൈത്തൊഴിലുകൾ ചെയ്തുവന്നു. സ്വകാര്യസ്വത്തില്ലാതിരിക്കുകയും നിലവിലുള്ള തൊഴിൽ വിഭജനം ജാതിപരവും ലിംഗപരവുമായി വിതരണം ചെയ്യപ്പെടുകയുമായിരുന്നു ഇന്ത്യൻ ഗ്രാമസമൂഹങ്ങളുടെ രീതിയെന്നാണ് മാർക്സ് വിശദീകരിക്കുന്നത്. ഇത്തരം ഗ്രാമ റിപ്പബ്ലിക്കുകളായിരുന്നു ഇന്ത്യൻ സമൂഹത്തിന്റെ ജഡത്വത്തിനും പിന്നോക്കാവസ്ഥയ്ക്കും പ്രധാന കാരണമെന്നാണ് മാർക്സ് കരുതിയത്.

ഇന്ത്യൻ ഗ്രാമ സമൂഹങ്ങളെ ഒരിടത്തും പ്രാചീന സമൂഹങ്ങളായോ ഗോത്രസമൂഹങ്ങളായോ കാണുന്നില്ലെന്നതും ശ്രദ്ധിക്കേണ്ടതാണ്. പൗരസ്ത്യ ഭരണകൂടങ്ങൾ നിലനില്ക്കുന്നത് യുദ്ധങ്ങളുടെയും ആന്തരികവുമായുള്ള കൊള്ളകളുടെയും അടിസ്ഥാനത്തിലാണ്. ഇത്തരത്തിലുള്ള രൂപങ്ങൾ മിച്ച ഉല്പന്നത്തിന്റെ സമാഹരണത്തിന്റെ രീതിയുമാണ്. മിച്ച ഉല്പന്നത്തിന്റെ സമാഹരണം കാർഷിക അഭിവൃദ്ധിയും കൈത്തൊഴിലുകളുടെ വളർച്ചയും കൊണ്ടു മുന്നേറുമ്പോൾ രാഷ്ട്രങ്ങൾ നിലനില്ക്കുന്നു, ഇല്ലെങ്കിൽ രാഷ്ട്രങ്ങളും ജനസമൂഹങ്ങളും തകരുന്നു. ഉല്പാദനശക്തികളുടെ വളർച്ചയുടെ നൈരന്തര്യം ഉറപ്പുവരുത്താൻ കഴിയുന്ന സമൂഹരൂപങ്ങളെ സൃഷ്ടിക്കാൻ ഇന്ത്യൻ ഗ്രാമ സമൂഹങ്ങൾക്കും ഗ്രാമതലത്തിൽ, കുടുംബതലത്തിൽ നടക്കുന്ന കൃഷിയുടെയും കൈത്തൊഴിലിന്റെയും സംയോജനത്തിനും സാധിക്കുന്നില്ല. ഗ്രാമ സമൂഹങ്ങളിലെ തൊഴിൽ വിഭജനത്തെ നിർണ്ണയിക്കുന്ന ജാതിയുടെയും അടിയാള

ത്തത്തിന്റെയും മതസംഹിതകളുടെയും, പ്രത്യേകിച്ച് 'ക്രൂരസ്വഭാവമുള്ള' ഹിന്ദുമതത്തിന്റെയും സ്വാധീനത്തിലേക്കാണ് മാർക്സ് വിരൽചൂണ്ടുന്നത്. അവയാണ് സാമൂഹ്യമുന്നേറ്റങ്ങളെ തടയുന്നത്.

മാർക്സിന്റെ പില്ക്കാല കൃതികളിലും ഈ അടിസ്ഥാന വീക്ഷണങ്ങളിൽ മാറ്റം വരുന്നില്ല. ഹെൻറി മെയിനിന്റെ ഹിന്ദു നിയമത്തെക്കുറിച്ചുള്ള പുസ്തകത്തിൽ ഹൈന്ദവ നിയമാവലികളുടെ ആധിപത്യമാണ് ഇന്ത്യയുടെ ജഡത്വത്തിന് കാരണമെന്ന വാദത്തെ മാർക്സ് ചർച്ചയ്ക്കു വിധേയമാക്കുന്നു. മെയിനുമായുള്ള മാർക്സിന്റെ അഭിപ്രായവ്യത്യാസം അദ്ദേഹത്തിന്റെ മൗലിക നിലപാടിനെ ആശ്രയിച്ചുള്ളതാണ്. നിയമാവലികളല്ല സമൂഹ വ്യവസ്ഥകളെ സൃഷ്ടിക്കുന്നത്, സമൂഹ വ്യവസ്ഥകളാണ് നിയമാവലികളെ സൃഷ്ടിക്കുന്നത്. കൂട്ടായ്മ സ്വത്തിന്റെ അടിസ്ഥാനത്തിലുള്ള ഗ്രാമസമൂഹത്തിന്റെ വളർച്ചയും അതിലെ ജാതിബദ്ധമായ തൊഴിൽ രൂപങ്ങളുമാണ് ഇവയെ നിലനിർത്തുന്ന ധർമ്മശാസ്ത്രങ്ങളുടെയും സ്മൃതികളുടെയും സ്വീകാര്യത ഉറപ്പുവരുത്തിയത്. ഇന്ത്യ ഒരു ഫ്യൂഡൽ സമൂഹമാണെന്നുള്ള കോവലേവ്സ്കിയുടെ വാദവുമായും അദ്ദേഹം വിയോജിക്കുന്നു. ഫ്യൂഡൽ സമൂഹം ഭൂസ്വത്തുടമാസമ്പ്രദായത്തിന്റെ രൂപമാണ് ഇന്ത്യയിൽ സമൂഹവിഭജനവും അതനുസരിച്ചുള്ള മിച്ച ഉല്പന്നത്തിന്റെ വിതരണവും കാണാമെങ്കിലും ഫ്യൂഡൽ എസ്റ്റേറ്റുകളുടെ മാതൃകയിലുള്ള സ്വത്തുടമ സമ്പ്രദായം കാണാനാവില്ല. മുൻ സൂചിപ്പിച്ച കത്തിൽ കൃഷ്ണാനദിയുടെ തെക്കുഭാഗത്ത് സ്വത്തുടമാ രൂപങ്ങൾ കാണാൻ കഴിയുമെന്ന് അദ്ദേഹം സമ്മതിക്കുന്നുണ്ട്. കൂട്ടായ്മ സ്വത്തിന്റെ അടിസ്ഥാനത്തിലുള്ള ഗ്രാമസമൂഹങ്ങൾ അദ്ദേഹം കൃത്യമായി കാണാമെന്ന് വാദിക്കുന്നത് വടക്കു പടിഞ്ഞാറേ ഇന്ത്യയിലാണ്.

നാല്

മാർക്സിന്റെ നിരീക്ഷണങ്ങൾ ധാരാളം ചർച്ചകൾക്കു വഴി തെളിയിച്ചിട്ടുള്ളതുകൊണ്ട് അവയെക്കുറിച്ചുകൂടി പരാമർശിക്കേണ്ടതുണ്ട്. മാർക്സിന്റെ ഒരുപക്ഷേ ഏറ്റവുമധികം ചർച്ച ചെയ്യപ്പെട്ടതും ചരിത്രകാരന്മാരുടെ ശക്തമായ വിമർശനത്തിനിരയായതുമായ ആശയം പൗരസ്ത്യ സ്വേച്ഛാധിപത്യമാണ്. ആഭ്യന്തരവും ബാഹ്യവുമായ കൊള്ളകളുടെയും കീഴടക്കലുകളുടെയും കാർഷിക വളർച്ചയ്ക്ക് ജനങ്ങളിൽ വെള്ളമെത്തിക്കുന്നതിനുള്ള പൊതുമരാമത്തുപണികളുടെയും അടിസ്ഥാനത്തിൽ നിലനിന്ന സ്വേച്ഛാധിപത്യത്തിന്റെ ആശയം പതിനേഴാം നൂറ്റാണ്ടിൽ ഇന്ത്യ സന്ദർശിച്ച ഫ്രഞ്ചുകാരനായ ഫ്രാൻസ്വാ ബെർണിയേയുടെയാണ്. നഗരങ്ങളിലെ ധനികന്യൂനപക്ഷവും ദരിദ്രരും അന്ധവിശ്വാസികളുമായ ഗ്രാമീണ ജനതയും തമ്മിലുള്ള അന്തരത്തിന്റെ ചിത്രം ബെർണിയേ വരച്ചുകാട്ടിയത് ഇന്ത്യയെക്കുറിച്ചുള്ള യൂറോപ്യൻ ആഖ്യാ

നങ്ങളുടെയെല്ലാം തുടക്കമായിരുന്നു. മാർക്സിനുശേഷം അമേരിക്കൻ - ആസ്ട്രിയൻ പണ്ഡിതനായ കാൾവിറ്റ് ഫോഗൽ പൗരസ്ത്യ സ്വേച്ഛാധിപത്യത്തെ ഒരു സിദ്ധാന്തമായി അവതരിപ്പിച്ചു. മാർക്സ് ചൂണ്ടിക്കാണിച്ച ജലദൗർല്ലഭ്യവും ഉല്പാദനത്തിനാവശ്യമായ വെള്ളത്തിന്റെ മേൽ ഭരണകൂടത്തിനുണ്ടായിരുന്ന സമ്പൂർണ്ണാധിപത്യവുമാണ് വിറ്റ് ഫോഗൽ തന്റെ സിദ്ധാന്തത്തിനടിത്തറയാക്കിയത്. എന്നാൽ വിറ്റ് ഫോഗലിന്റെ സിദ്ധാന്തം ഇന്നു ലഭ്യമായ ചരിത്ര വസ്തുതകൾക്ക് നിരക്കുന്നതല്ലെന്ന് ഇർഫാൻ ഹബീബിനെപ്പോലുള്ള പണ്ഡിതന്മാർ ചൂണ്ടിക്കാണിച്ചു. അതിനോടൊപ്പം മാർക്സിന്റെ നിരീക്ഷണങ്ങളിലെ ദൗർബല്യങ്ങളും ചൂണ്ടിക്കാണിക്കപ്പെട്ടു.

ഗ്രാമസമൂഹങ്ങളെയും അവയിലെ സ്വകാര്യ സ്വത്തുടമ ബന്ധങ്ങളുടെ അഭാവത്തെക്കുറിച്ചുമുള്ള മാർക്സിന്റെ പരാമർശങ്ങളും വിമർശന വിധേയമായി. തന്റെ നിഗമനങ്ങൾക്ക് ബ്രിട്ടീഷ് രേഖകളെയും യൂറോപ്യൻ പണ്ഡിതന്മാരുടെ നിരീക്ഷണങ്ങളെയും ആശ്രയിച്ച മാർക്സിന് ഇന്ത്യയിലെ യഥാർത്ഥ സ്ഥിതിഗതികളെക്കുറിച്ച് അറിയില്ലായിരുന്നു എന്നതാണ് പ്രധാന വിമർശനം. ഇന്ത്യയിൽ യൂറോപ്പിനു സമാനമായ അടിമവ്യവസ്ഥ വളർന്നുവന്നു എന്നു ചില പണ്ഡിതന്മാർ വാദിച്ചപ്പോൾ കൊസാംബി വാദിച്ചത് ഗ്രീസിലെ സ്പാർട്ടയ്ക്കു സമാനമായ നിർബ്ബന്ധിതാദ്ധ്വാനമാണ് ഇന്ത്യയിൽ നിലനിന്നതെന്നാണ്. യൂറോപ്യൻ ഫ്യൂഡലിസത്തിൽനിന്ന് വ്യത്യസ്തമാണെങ്കിലും ഇന്ത്യയിൽ ഫ്യൂഡൽ സ്വത്തുടമാ ബന്ധങ്ങൾ നിലനിന്നിരുന്നുവെന്ന് ആർ എസ് ശർമ്മയെപ്പോലെ ചിലർ വാദിച്ചു. മുഗൾ കാലഘട്ടത്തിൽ ഭരണകൂടത്തിന്റെ നിയന്ത്രണത്തിലുള്ള സ്വത്തുടമാ ബന്ധങ്ങളാണ് നിലനിന്നത്. സ്വത്തുടമ ബന്ധങ്ങളോടൊപ്പം പല വിധത്തിലുള്ള ആശ്രിതത്വബന്ധങ്ങൾ നിലനിന്ന ഗ്രാമസമൂഹങ്ങൾ ഇന്ത്യയിൽ വളർന്നുവന്നുവെന്നും വാദിക്കപ്പെട്ടു. ജജ്മാനി സമ്പ്രദായം, കുപ്പ വ്യവസ്ഥ (Tributary System) തുടങ്ങിയ രൂപങ്ങളും പരിശോധിക്കപ്പെട്ടു.

ഇത്തരം വാദങ്ങളും പിന്നീട് നടന്ന ചരിത്രാന്വേഷണങ്ങളും മാർക്സിന്റെ ആദിമ നിരീക്ഷണങ്ങളിൽ ആഴത്തിലുള്ള മാറ്റങ്ങൾ വരുത്തിയിട്ടുണ്ട്. മാർക്സ് കണ്ട 'ആദർശ' ഗ്രാമസമൂഹങ്ങളുടെയും 'സ്വേച്ഛാധിപത്യ'പരമായ രാജവാഴ്ചയുടെയും യഥാർത്ഥ സ്വഭാവം വളരെ വ്യത്യസ്തമായിരുന്നു എന്ന് ഇന്ന് തീർച്ചയാണ്. സ്വത്തുടമാബന്ധങ്ങളെയും ചൂഷണ രൂപങ്ങളെയുംകുറിച്ചുള്ള ധാരണകളും വ്യത്യസ്തമാണ്. മാർക്സ് തന്നെ ചൂണ്ടിക്കാണിച്ചതുപോലെ, വ്യക്തിഗത സ്വത്തുടമ ഇന്ത്യയുടെ പല ഭാഗങ്ങളിലും നിലവിലിരുന്നുവെന്നതും വ്യക്തമാണ്. എങ്കിലും മാർക്സിന്റെ അടിസ്ഥാന നിരീക്ഷണങ്ങളിൽ രണ്ടെണ്ണം ഇപ്പോഴും ബാക്കിനില്ക്കുന്നു. അതിൽ ഒന്നാമത്തേത്, ഇന്ത്യൻ ജനതയുടെ സാമൂഹ്യവികാസ പ്രക്രിയയെ സംബന്ധിച്ചതാണ്. സാമൂഹ്യവികാസ പ്രക്രിയ എന്നത് ഉല്പാദനശക്തികളുടെ വളർച്ചയുമായി ബന്ധപ്പെട്ടതാണ്.

കാർഷികരംഗത്തും വ്യാവസായികരംഗത്തും എല്ലാ ഉല്പാദനമേഖലകളിലും 'പ്രകൃതിയെ നിർണ്ണയിക്കാൻ' സാധിക്കുന്ന വിധത്തിലുള്ള ശാസ്ത്ര സാങ്കേതികവിദ്യകളുടെയും അറിവിന്റെയും വികാസത്തിന് ഇന്ത്യൻ ജനതയ്ക്ക് കഴിവുണ്ടായിരുന്നോ? ഇന്ത്യയിലെ അതിബൃഹത്തായ ജനസംഖ്യമൂലം അദ്ധ്വാനിക്കുന്നവർ ധാരാളം ലഭ്യമായിരുന്നു. അതുകൊണ്ട് സാങ്കേതിക വിദ്യകളുടെ വികാസം അനാവശ്യമായിരുന്നു എന്ന് ഇർഫാൻ ഹബീബ് വാദിക്കുന്നു. അതുകൊണ്ട് ഒരു വ്യാവസായിക വിപ്ലവത്തിനും മുതലാളിത്ത വികാസത്തിനുമുള്ള അടിസ്ഥാനശേഷികൾ ഇന്ത്യക്കാർക്ക് വളർത്തിക്കൊണ്ടുവരാൻ കഴിഞ്ഞില്ല.

രണ്ടാമത്തേത് ഇന്ത്യക്കാരുടെ വളർച്ചയെ മുരടിപ്പിച്ച 'മാനസികാവസ്ഥ'യെ സംബന്ധിച്ചതാണ്. ജാതിയും അടിമത്തരൂപങ്ങളും ഇന്ത്യക്കാരുടെ മാനസിക വികാസത്തെ തളച്ചിടുന്ന വിധത്തിലുള്ള മതവിശ്വാസം ഇന്ത്യയിലെ സാമൂഹ്യപരിവർത്തനങ്ങളെ തടഞ്ഞുവെന്നുള്ള മാർക്സിന്റെ നിഗമനം ഇന്നും ഗൗരവമേറിയ പരിഗണനയർഹിക്കുന്നതാണ്. ഇന്ത്യൻ സമൂഹഘടനയിൽ സമഗ്രമായ മാറ്റങ്ങൾ വരുത്തുന്ന സാമൂഹ്യവിപ്ലവങ്ങളുടെ അഭാവം പില്ക്കാലത്തെ ചരിത്രകാരന്മാരും നിരാകരിച്ചിട്ടില്ല. രാജവാഴ്ചയും സ്വത്തുടമാ രൂപങ്ങളും നിലനിന്നുവെന്നു വാദിച്ചാലും അവയിൽനിന്നുള്ള സാമൂഹ്യപരിവർത്തനത്തെ തടഞ്ഞ ശക്തികൾ ഏതാണെന്ന ചോദ്യം ഇന്നും പ്രസക്തമാണ്. അവയിൽ മതവും ജാതിയും സൃഷ്ടിച്ച ഭൗതിക ജീവിത രൂപങ്ങളുടെയും ആശയ സംഹിതകളുടെയും പ്രാധാന്യം തള്ളിക്കളയാവുന്നതല്ല

അഞ്ച്

ബ്രിട്ടീഷ് ഭരണകൂടം ഇന്ത്യൻ ജനതയുടെ മേൽ അടിച്ചേല്പിച്ച കൊടും ദുരിതങ്ങളെപ്പറ്റി മാർക്സിന് സംശയമില്ലായിരുന്നു. യൂറോപ്യൻ സ്വേച്ഛാധിപത്യം പൗരസ്ത്യ സ്വേച്ഛാധിപത്യത്തിന്റെ മേൽ ആധിപത്യം സ്ഥാപിച്ചു എന്നാണ് മാർക്സ് അതിനെക്കുറിച്ചു പറയുന്നത്. ഈസ്റ്റ് ഇന്ത്യാ കമ്പനി 'മഹാനായ കൊള്ളക്കാരൻ' ക്ലൈവിന്റെ നേതൃത്വത്തിൽ ഇന്ത്യൻ ജനതയെ മുച്ചൂടും കൊള്ളയടിച്ചു. ബ്രിട്ടീഷ് ഭരണകൂടത്തിന്റെ സബ്സിഡിയറി സമ്പ്രദായം നാട്ടുരാജ്യങ്ങളെ സ്വതന്ത്രമാക്കുന്നതിനു പകരം അവരുടെ സ്വാതന്ത്ര്യം അപഹരിക്കുകയാണ് ചെയ്തത്. ഇന്ത്യൻ കൈത്തൊഴിൽകാരുടെ ജീവിതം തകർക്കുകയും അതിനുപകരം ബ്രിട്ടീഷ് തുണി ഉല്പന്നങ്ങളുടെ വിപണിയാക്കി ഇന്ത്യയെ മാറ്റി ലാഭം കൊയ്യുകയും ചെയ്തു. 18-ാം നൂറ്റാണ്ടിന്റെ മദ്ധ്യത്തിൽ ആരംഭിച്ച ഇന്ത്യയെ കീഴടക്കുന്ന പ്രക്രിയ ഒരു നൂറ്റാണ്ടുകാലം തുടർന്നുവെന്നും 1849ൽ മാത്രമാണ് ഇന്ത്യ പൂർണ്ണമായി ബ്രിട്ടീഷ് സാമ്രാജ്യത്തിന്റെ ഭാഗമായത് എന്നും മാർക്സ് പറയുന്നു. ഈ കീഴടക്കലും കൊള്ളയുമാണ് ബ്രിട്ടനിലെ മുതലാളിത്തത്തെ ശക്തിപ്പെടുത്തിയത്.

ഇതിനുമുമ്പ് ഇന്ത്യയെ കീഴടക്കിയവരും ബ്രിട്ടീഷുകാരും തമ്മിലുള്ള വ്യത്യാസവും മാർക്സ് ചൂണ്ടിക്കാണിക്കുന്നു. മറ്റുള്ളവരിൽനിന്നു വ്യത്യസ്തമായി, ഇന്ത്യൻ സംസ്കാരത്തിന് ഉൾക്കൊള്ളാൻ കഴിയാത്തവിധത്തിൽ ഉല്പാദനശക്തികളുടെ വികാസത്തിലെ മേൽകോയ്മ ബ്രിട്ടീഷുകാർക്കായിരുന്നു. അതുകൊണ്ട് അവർ പ്രാദേശിക സമൂഹങ്ങളെ തകർക്കുകയും കൈത്തൊഴിലുകളെ നശിപ്പിക്കുകയും പ്രാദേശിക സമൂഹങ്ങളിലെ ഉപരിവർഗ്ഗങ്ങളെ തകർക്കുകയും ചെയ്തു. ഇങ്ങനെ തകർന്നടിഞ്ഞ അവശിഷ്ടങ്ങളിൽനിന്നാണ് ഒരു പുതിയ ഇന്ത്യ വളർന്നുവരുന്നത്. അത് തുടങ്ങിക്കഴിഞ്ഞു എന്ന് മാർക്സ് നിരീക്ഷിക്കുന്നു.

ഈ പുനരുത്ഥാനത്തിന്റെ ആദ്യത്തെ പടവ് മുഗൾ കാലഘട്ടത്തേക്കാൾ വിപുലമായ ഇന്ത്യയുടെ രാഷ്ട്രീയ ഐക്യമാണ്. ഈ രാഷ്ട്രീയ ഐക്യം വളർന്നുവരുന്നത് ബ്രിട്ടീഷുകാർ പരിശീലിപ്പിച്ചെടുത്ത ഇന്ത്യൻ സൈന്യത്തിന്റെ പ്രവർത്തനത്തോടെയാണ്. വീണ്ടും ഒരു വിദേശാക്രമണത്തിൽനിന്ന് ഇന്ത്യയെ സംരക്ഷിക്കുന്നത് ഈ സൈന്യമാണ്. ടെലഗ്രാഫിന്റെ വളർച്ച ഈ രാഷ്ട്രത്തിനകത്തെ ആശയസംവേദനം ഉറപ്പുവരുത്തുന്നു. ഇന്ത്യക്കാരും യൂറോപ്യന്മാരും ചേർന്ന് നടത്തുന്ന സ്വതന്ത്രപത്രങ്ങൾ പുനർനിർമ്മാണത്തിന്റെ മറ്റൊരു പ്രധാന പ്രേരകശക്തിയായി മാർക്സ് കാണുന്നു. ആവിയന്ത്രം ഘടിപ്പിച്ച കപ്പൽ ഗതാഗതത്തിന്റെ വളർച്ച ഇന്ത്യക്കാരും യൂറോപ്പും തമ്മിലുള്ള ബന്ധത്തെ ശക്തിപ്പെടുത്തിയിരിക്കുന്നു. തുറമുഖങ്ങളുടെ വളർച്ച തെക്കു കിഴക്കേ ഏഷ്യയുമായുള്ള ബന്ധത്തെയും ശക്തിപ്പെടുത്തുന്നു. ഇത് ഇന്ത്യക്കാരുടെ ജഡത്വത്തിനു കാരണമായ ഒറ്റപ്പെട്ട അവസ്ഥയ്ക്ക് പരിഹാരമായിരിക്കുന്നു.

മറ്റൊരു പ്രധാനപ്പെട്ട മാറ്റം സ്വത്തുടമ സമ്പ്രദായത്തിലാണ്. ബംഗാളിലെ സമിൻഭാരിയും തെക്കെ ഇന്ത്യയിലെ റയ്യത്വാരിയും രണ്ടു തരത്തിലുള്ള സ്വകാര്യ സ്വത്തുടമ ബന്ധങ്ങളെ സൃഷ്ടിച്ചിരിക്കുന്നു. ഇന്ത്യയിൽ ഇല്ലാതിരുന്നതും എന്നാൽ ഏറ്റവും ആവശ്യമായിരുന്നതുമായ (desideratum) ഘടന സൃഷ്ടിക്കപ്പെട്ടുവെന്നാണ് മാർക്സ് പറയുന്നത്. ഈ സ്വത്തുടമ വ്യവസ്ഥകൾ ഏറ്റവും കുടിലവും ജനങ്ങളുടെമേൽ കനത്ത ദുരിതങ്ങൾ അടിച്ചേല്പിക്കുന്നതുമാണ്. പക്ഷേ, സമൂഹത്തിന്റെ ചലനാത്മകതയ്ക്ക് അത് ആവശ്യവുമാണ്. ബംഗാളിൽ ബ്രിട്ടീഷുകാരുടെ കീഴിൽ രൂപംകൊള്ളുന്ന ആധുനിക വിദ്യാഭ്യാസം ആധുനിക ശാസ്ത്രമുൾക്കൊണ്ട ഒരു പുതിയ മദ്ധ്യവർഗ്ഗത്തെ സൃഷ്ടിക്കുന്നു. ഇവർക്ക് ഭരണനിർവ്വഹണത്തിനുള്ള ശേഷിയുമുണ്ട്.

റെയിൽ റോഡുകളുടെ വളർച്ചയാണ് മറ്റൊരു അടിസ്ഥാന മാറ്റം. ബ്രിട്ടീഷുകാരുടെ ഇന്ത്യൻ നയത്തിലുള്ള കാതലായ വ്യതിയാനമായാണ് മാർക്സ് റെയിൽവെയെ കാണുന്നത്. ബ്രിട്ടീഷ് പ്രഭുക്കന്മാർ ഇന്ത്യയെ കീഴടക്കാൻ ശ്രമിച്ചിരുന്നു. ധനികർ ഇന്ത്യയെ കൊള്ളയടിച്ചിരുന്നു. മില്ലു

ടമകൾ അവരുടെ ഉല്പന്നങ്ങളുടെ വിപണിയാക്കി മാറ്റിയിരുന്നു. ഈ സ്ഥിതിക്ക് വ്യത്യാസം വരികയാണ്. ഇന്ത്യയെ സ്വന്തം നിലയിൽ പുനരുല്പാദനക്ഷമമായ ഒരു രാജ്യമായി വികസിപ്പിക്കേണ്ടത് ആവശ്യമാണെന്ന് മുതലാളിത്തത്തിന് ബോദ്ധ്യപ്പെട്ടിരിക്കുന്നു. ജലസേചന പദ്ധതികളും റോഡുകളും നിർമ്മിക്കാൻ അതിന് താല്പര്യമുണ്ട്. ഇപ്പോൾ (1853ൽ) ഇന്ത്യയൊട്ടുക്ക് റെയിൽ റോഡുകൾ നിർമ്മിക്കാനും അത് തയ്യാറെടുക്കുന്നു. റോഡുകൾ, കുളങ്ങൾ, ജലപാതകൾ എന്നിവയുടെ വികസനം കൂടാതെ റെയിൽപാതകൾ കൂടി വികസിപ്പിക്കുമ്പോൾ ഇതുവരെ ഗ്രാമതലത്തിലെ ജഡത്വത്തിനു കാരണമായ അവയുടെ ഒറ്റപ്പെടലിന് അറുതിവരികയാണ്.

ബ്രിട്ടീഷ് മുതലാളിമാർ ഇന്ത്യയിൽ റെയിൽപാതകൾ നിർമ്മിക്കുന്നത് കുറഞ്ഞ ചെലവിൽ പരുത്തിയും അവരുടെ വ്യവസായങ്ങൾക്കാവശ്യമായ മറ്റ് അസംസ്കൃതവസ്തുക്കളും സംഭരിക്കുന്നതിനാണ് എന്നതിൽ മാർക്സിനു സംശയമില്ല. പക്ഷേ, നിങ്ങൾ ഒരു രാജ്യത്തിന്റെ ഗതാഗതത്തിനോ (മറ്റാവശ്യങ്ങൾക്കോ) വേണ്ടി ഒരു സാങ്കേതികവിദ്യ ഉപയോഗിക്കുകയാണെങ്കിൽ, അതിനെ മറ്റാവശ്യങ്ങൾക്കായി രൂപാന്തരപ്പെടുത്തുന്നത് തടയാൻ കഴിയില്ല. ഇന്ത്യയെപ്പോലെ ഇരുമ്പും കൽക്കരിയുമുള്ള രാജ്യത്തിൽ അത് അനിവാര്യമാണ്. റെയിൽവെ ഗതാഗതത്തിനുവേണ്ടി കൊണ്ടുവരുന്ന യന്ത്രങ്ങൾ റെയിൽവെയുമായി ബന്ധമില്ലാത്ത മറ്റാവശ്യങ്ങൾക്കുവേണ്ടി ഉപയോഗിക്കപ്പെടും. അതായത് റെയിൽവെ ആധുനിക വ്യവസായങ്ങളുടെ മുന്നോടിയായി മാറും. ഇപ്പോൾ തന്നെ ആവിയന്ത്രങ്ങളുടെ പ്രവർത്തനങ്ങളിൽ ഇന്ത്യൻ എഞ്ചിനീയർമാർ പ്രവർത്തിക്കുന്നത് മാർക്സ് ചൂണ്ടിക്കാണിക്കുന്നു. ഇന്ത്യക്കാരുടെ ഗണിതശാസ്ത്രപരമായ വൈദഗ്ദ്ധ്യവും കണക്കുകളിലും ശാസ്ത്ര വിഷയങ്ങളിലുമുള്ള താല്പര്യവും അവരെ നല്ല മൂലധന സമാഹർത്താക്കളാക്കാൻ സഹായിക്കുമെന്ന് ബ്രിട്ടീഷ് ഭരണാധികാരികൾ തന്നെ പറയുന്നുണ്ട്. ഇന്ത്യൻ ജാതികൾ നിലനില്ക്കുന്ന പരമ്പരാഗത തൊഴിൽ വിഭജനമാണ് ഇന്ത്യയുടെ ശക്തിക്കും വികാസത്തിനും പ്രതിബന്ധമാകുന്നത് എന്നതുകൊണ്ട് അതിനെ തകർക്കാനും ആധുനിക വ്യവസായത്തിനു കഴിയും.

ഇതെല്ലാം കൊണ്ട് ഇന്ത്യൻ ജനതയെ മോചിപ്പിക്കാൻ ബ്രിട്ടീഷ് ബൂർഷ്വാസി പരിശ്രമിക്കുമെന്ന് അർത്ഥമില്ല. ഇന്ത്യൻ ജനതയുടെ സാമൂഹ്യ സാഹചര്യങ്ങളിലും മാറ്റം വരുത്തുകയില്ല. അവരുടെ ആവശ്യങ്ങൾക്കുവേണ്ടി കൊണ്ടുവരുന്ന അറിവും ശാസ്ത്ര സാങ്കേതിക വിദ്യകളും ഉല്പാദനശക്തികളുടെ വികാസത്തിനും അത് ഉൾക്കൊള്ളാനുള്ള ഇന്ത്യൻ ജനതയുടെ കഴിവിനും ആവശ്യമായ ഭൗതിക സാഹചര്യങ്ങളൊരുക്കും. രക്തവും അഴുക്കും ചിന്തിയ, ദുരിതങ്ങളുടെയും അധമ പദവിയുടെയും വഴികളിൽ കൂടി തന്നെയാണ് ഇവയും ഇന്ത്യക്കാർക്ക് പ്രാപ്യമാകുക.

മാർക്സിന്റെ വാദഗതിയുടെ വൈരുദ്ധ്യാത്മകതലം ഇവിടെ കൂടുതൽ വ്യക്തമാകുന്നു. യൂറോപ്പിനോളം വലിപ്പമുള്ള രാജ്യമായ ഇന്ത്യയെ തകർത്തുകൊണ്ടിരിക്കുന്നത് മൂലധനമാണ്. ഈ സംഹാരരൂപങ്ങൾ മൂലധന കേന്ദ്രീകരണത്തിന്റെ ജൈവഫലങ്ങളുമാണ്. ഇതേ സംഹാരനൃത്തമാണ് മൂലധനത്തെ എല്ലാ നഗരങ്ങളിലും വ്യാപിക്കുന്ന സമ്പദ്‌വ്യവസ്ഥയാക്കി മാറ്റുന്നത്. അതാണ് മനുഷ്യരാശിയുടെ പരസ്പരാശ്രിതത്വത്തിന്റെ അടിസ്ഥാനത്തിലുള്ള സാർവ്വലൗകിക ബന്ധങ്ങളിലേക്കു നയിക്കുന്നത്, അതിനോടൊപ്പം ഉല്പാദന പ്രവർത്തനത്തെ പ്രകൃതി ശക്തികളുടെ മേലുള്ള ശാസ്ത്രീയമായ ആധിപത്യത്തിലേക്കു നയിക്കുന്നത്. ഇവ രണ്ടും ചേർന്നാണ് പുതിയ സാമൂഹ്യവിപ്ലവങ്ങളെ അടിത്തറയാകുന്നതും.

എന്നാൽ ഈ മാറ്റങ്ങളുടെ നേട്ടം ഇന്ത്യക്കാർക്ക് കൈവരുമോ? അതിന് രണ്ട് സാദ്ധ്യതകളാണ് മാർക്സ് കാണുന്നത്. ഒന്ന്, ബ്രിട്ടനിൽ ഭരണവർഗ്ഗങ്ങൾക്കുപകരം തൊഴിലാളിവർഗ്ഗ ഭരണകൂടം നിലവിൽവരണം. അല്ലെങ്കിൽ ഇംഗ്ലീഷ് ആധിപത്യത്തെ പുറത്താക്കുന്ന വിധത്തിൽ ഇന്ത്യക്കാർ ശക്തി പ്രാപിക്കണം. അതിനുള്ള കഴിവ് ഇന്ത്യക്കാർക്കുണ്ടെന്നും മാർക്സ് കരുതുന്നു. അവർ ഇപ്പോൾ തന്നെ ധീരതയിൽ ബ്രിട്ടീഷുകാരെ വരെ അതിശയിപ്പിച്ചിട്ടുണ്ട്. ബ്രിട്ടീഷ് ഭരണാധികാരികൾ സ്വന്തം നാട്ടിൽ പറയുന്നതെന്തോ അതിനുനേരെ വിരുദ്ധമായാണ് ഇന്ത്യയിൽ പ്രവർത്തിക്കുന്നത്. സ്വന്തം നാട്ടിൽ മാന്യരായി സഞ്ചരിക്കുന്നവർ കോളനികളിൽ നഗ്നരായി നടക്കുന്നു. അതുകൊണ്ടുതന്നെ ബൂർഷ്വാസിയുടെ യഥാർത്ഥ മുദ്രാവാക്യങ്ങൾക്കുവേണ്ടി വാദിക്കുന്നവർ കോളനികളിൽ വളർന്നുവരികയും അവർ കൊളോണിയൽ ആധിപത്യത്തെ നശിപ്പിക്കുകയും ചെയ്യാം.

കൊളോണിയൽ ആധിപത്യത്തിന് ഇന്ത്യയിൽ ഗുണപരവും ഋണപരവുമായ ഫലങ്ങളുണ്ടെന്നാണ് മാർക്സ് ചൂണ്ടിക്കാണിക്കുന്നത്. ഗുണപരമെന്നതുകൊണ്ട് ഉദ്ദേശിക്കുന്നത് ഇന്ത്യയിലെ ജഡമായ പരമ്പരാഗത സമൂഹത്തെ തകർക്കുകയും സ്വകാര്യ സ്വത്തും വിദ്യാഭ്യാസവും ശാസ്ത്ര സാങ്കേതിക വിദ്യകളും ഗതാഗത ശൃംഖലകളുമടക്കം സാമൂഹ്യപരിവർത്തനത്തിന്റെ ശക്തികളെ കൊണ്ടുവന്നുവെന്നതിലാണ്. ഈ മാറ്റം 'വിപ്ലവാത്മക' മാണെന്നുവരെ മാർക്സ് പറയുന്നുണ്ട്. ഋണപരമായ ഫലമെന്നത് ഇതേശക്തികളെ ഉപയോഗിച്ച് ഇന്ത്യൻ ജനതയുടെ ജീവിതത്തെ ദുരിതമയമാക്കുകയും അവരുടെ വിഭവങ്ങളെയും ഉല്പന്നങ്ങളെയും കവർന്നെടുക്കുകയും ചെയ്തു എന്നതാണ്. ഈ മർദ്ദന ചൂഷണ രൂപങ്ങളുടെ പ്രത്യാഘാതങ്ങളെ വിലയിരുത്തുന്നതിലും മാർക്സ് ശ്രദ്ധിച്ചു.

ആറ്

മാർക്സും എംഗൽസും *ന്യൂയോർക്ക് ഡെയ്‌ലി ട്രിബ്യൂണിൽ* എഴുതിയ ലേഖനങ്ങളിൽ ഏറ്റവും അധികം എണ്ണം 1857 ലെ ഇന്ത്യൻ കലാപത്തെക്കുറിച്ച് എഴുതിയതാണ്. കലാപത്തെക്കുറിച്ച് ബ്രിട്ടീഷ് പത്രങ്ങളിൽ വന്ന പക്ഷപാതപരമായ സമീപനത്തെ വിമർശിക്കുന്നതോടൊപ്പം ഇന്ത്യയിൽ ബ്രിട്ടീഷുകാർ കലാപകാരികളെ നേരിടുന്നതിൽ കാണിച്ച മണ്ടത്തരങ്ങളെയും അതിനിശിതമായി മാർക്സ് വിമർശിക്കുന്നു. കലാപം പരാജയപ്പെടുമെന്നതിൽ ആദ്യം മുതൽ തന്നെ മാർക്സിനു സംശയമുണ്ടായിരുന്നില്ല. അതേസമയം, കലാപകാരികളെ ഒതുക്കുന്നതിൽ ബ്രിട്ടീഷ് സൈന്യവും ഭരണകൂടവും കാണിച്ച വെപ്രാളവും ലക്ഷ്യബോധമില്ലാത്ത സമീപനവുമാണ് കലാപത്തിന്റെ കാലം വലിച്ചുനീട്ടിയത് എന്നാണ് മാർക്സ് സൂചിപ്പിക്കുന്നത്.

ഡൽഹിയിലെയും മീററ്റിലെയും പട്ടാള ക്യാമ്പുകളിലെ കലാപം ക്ഷണിച്ചുവരുത്തിയത് ബ്രിട്ടീഷുകാർ തന്നെയായിരുന്നു. പിന്നീട് കലാപം അതിവേഗം ഗ്രാമതലങ്ങളിൽ, കർഷകരുടെ ഇടയിലേക്ക് വ്യാപിക്കുകയായിരുന്നു. കലാപത്തിന് മൂന്നു കാരണങ്ങളാണ് മാർക്സ് കാണുന്നത്. ഒന്ന്, പ്രാദേശിക നാടുവാഴികളുടെ അവകാശങ്ങളിൽ ബ്രിട്ടീഷുകാർ ഇടപെടുകയും രാജ്യങ്ങളെ പിടിച്ചെടുക്കുകയും ചെയ്തു. അനന്തരാവകാശികളില്ലാത്ത നാട്ടുരാജ്യങ്ങളെ ഏറ്റെടുക്കാൻ ബ്രിട്ടീഷുകാർക്ക് അവകാശമുണ്ടെന്ന നിയമം കാലാകാലങ്ങളായി നിലനിന്ന ദത്തെടുക്കുക എന്ന പരിഹാരമാർഗ്ഗത്തിനെതിരെയുള്ള കൈയേറലായിരുന്നു. പരമ്പരാഗതമായ ഈ അവകാശം ഇല്ലാതായത് നാടുവാഴികളുടെ എതിർപ്പിനെ ക്ഷണിച്ചുവരുത്തി. രണ്ടാമത്തേത്, സ്വത്തവകാശത്തിലുള്ള ഇടപെടലായിരുന്നു. ഗ്രാമതലത്തിൽ സ്വകാര്യ സ്വത്തുടമാബന്ധങ്ങൾ കൊണ്ടുവന്നത് പലയിടങ്ങളിൽ നിലനിന്ന പരമ്പരാഗത അവകാശങ്ങളെ അട്ടിമറിച്ചു. സ്വത്തുടമകളെന്ന നിലയിൽ നികുതി കൊടുക്കുന്നവരായി നിരവധി പേർ മാറിയതും എതിർപ്പ് ക്ഷണിച്ചുവരുത്തി. മൂന്നാമത്തേത്, മതത്തിലുള്ള ഇടപെടലായിരുന്നു. സൈന്യത്തിൽ ചേരുന്നവർ ഗ്രാമീണ കർഷകരും പരമ്പരാഗത മതവിശ്വാസികളുമായിരുന്നു. അവർ പിന്തുടർന്ന ആചാരങ്ങളോ ജീവിതരീതികളോ കൈവിടാൻ അവർ തയ്യാറായിരുന്നില്ല. സൈനികാവശ്യങ്ങൾക്കുവേണ്ടി അത്തരം ധാരണകൾ ഉപേക്ഷിക്കണമെന്ന് നിർബ്ബന്ധിക്കപ്പെട്ടപ്പോൾ അവർ എതിർത്തു.

ഏറ്റവും പ്രധാനപ്പെട്ട കാരണം ഇതൊന്നുമല്ലായിരുന്നുവെന്ന് മാർക്സ് ചൂണ്ടിക്കാണിക്കുന്നു. ബ്രിട്ടീഷുകാരുടെ ഭരണനയങ്ങൾ അടിച്ചേല്പിച്ച ദുരിതങ്ങളായിരുന്നു കലാപത്തിന്റെ യഥാർത്ഥ കാരണം. കലാപകാരികൾ ചെയ്തത് വർഷങ്ങളായി ബ്രിട്ടീഷ് ഭരണാധികാരികൾ നടത്തിയ ക്രൂരതകളോടുള്ള പ്രതിക്രിയയാണ്. അതാണ് ബറേലിയിലും മറ്റും നടന്ന ബ്രിട്ടീഷ് ഓഫീസർമാരുടെ കൊലപാതകങ്ങൾക്ക് കാരണ

മായത്. ഹിന്ദുമതത്തിൽ അടങ്ങിയ സ്വാഭാവിക ക്രൗര്യവും (മാർക്സിനു കേട്ടു കേൾവിയുള്ള യാഗങ്ങളും കുരുതികളുമാണ് ഈ ധാരണയിലെത്തിക്കുന്നത്) ഇതിലേക്കു നയിക്കാമെന്ന് മാർക്സ് കരുതുന്നു.

1857ലെ സംഭവങ്ങളെ 'ലഹള'യോ 'സമര'മോ ആയല്ല മാർക്സ് കാണുന്നത്, കലാപം (insurrection) ആയാണ്. യൂറോപ്പിൽ നടന്നതും (ബ്രിട്ടീഷ് ഭരണകൂടം അഭിനന്ദിച്ചതുമായ) നിരവധി കലാപങ്ങളുമായി മാർക്സ് താരതമ്യപ്പെടുത്തുന്നുണ്ട്. കലാപങ്ങൾ രൂപപ്പെടുന്നത് ഒരു സമൂഹത്തിന്റെ അവകാശങ്ങൾ നിഷേധിക്കപ്പെടുമ്പോഴോ അവർ തുടർച്ചയായ കടുത്ത മർദ്ദനത്തിനും ചൂഷണത്തിനുമിരയായി അവരുടെ എല്ലാ സഹനശക്തിയും നശിക്കുമ്പോഴോ ആണ്. ഏതെങ്കിലും വിധത്തിലുള്ള ആശയസംഹിതകളുടെയോ സംഘാടനരൂപങ്ങളുടെയോ പിൻബലം കലാപങ്ങൾക്കുണ്ടാകണമെന്നില്ല. 1857ലെ സംഭവങ്ങൾക്ക് ഇന്ത്യൻ കലാപം എന്നു വിളിക്കുമ്പോൾ അതിനു ഒരു പൊതു സ്വഭാവമുണ്ട് എന്ന് മാർക്സ് അംഗീകരിക്കുന്നു. ഈ പൊതുസ്വഭാവത്തിനുകാരണം ബ്രിട്ടീഷ് കൊളോണിയൽ ഭരണകൂടമാണ്. അവരുടെ ചെയ്തികളോടുള്ള പ്രതിക്രിയയ്ക്ക് ദേശീയ സ്വഭാവമുണ്ട്. അതിന് രൂപമില്ല. വടക്കെ ഇന്ത്യയൊട്ടാകെ വ്യാപിച്ച കലാപത്തെ നേരിടാനുള്ള സന്നദ്ധതയോ ഭൂമിശാസ്ത്രപരമായ പരിജ്ഞാനം പോലുമോ ബ്രിട്ടീഷുകാർക്ക് ഉണ്ടായിരുന്നില്ല. കലാപകാരികൾ അവരുടെ കലാപ ചിഹ്നമായി കണ്ടത് പഴയ ഹിന്ദുസ്താന്റെ തലസ്ഥാനമായ ഡൽഹിയാണ്. ബ്രിട്ടീഷുകാരും ധരിച്ചത് ഡൽഹി തിരിച്ചുപിടിച്ചാൽ കലാപത്തിന് അന്ത്യമായി എന്നാണ്. അതുകൊണ്ട് കലാപം അവസാനിച്ചില്ല. നാട്ടുരാജ്യമായ അവധിന്റെ തലസ്ഥാനമായ ലക്നൗവിൽ അതിനേക്കാൾ ശക്തമായ എതിർപ്പ് നേരിടേണ്ടിവന്നു. മറ്റെല്ലാ പ്രദേശങ്ങളിലെയും ചെറുത്തുനില്പ് അമർച്ച ചെയ്യാൻ ബ്രിട്ടീഷുകാർക്ക് ഏതാണ്ട് രണ്ടുകൊല്ലം വേണ്ടിവന്നു.

കലാപത്തിന്റെ തകർച്ചയെ ബ്രിട്ടീഷുകാരുടെ ഇന്ത്യയുടെമേലുള്ള പുനർവിജയമായാണ് മാർക്സ് കാണുന്നത്. ഈ പുനർവിജയം ബ്രിട്ടീഷുകാരും ഇന്ത്യക്കാരും തമ്മിലുള്ള അകല്ച്ച വർദ്ധിപ്പിച്ചിട്ടേ ഉള്ളൂ. ബ്രിട്ടീഷ് സൈന്യങ്ങളുടെ പ്രതികാര സ്വഭാവമുള്ള ക്രൂരതകൾ ഈ അകല്ച്ചയ്ക്ക് കാരണമായിട്ടുണ്ട്. ഹിന്ദുക്കളുടെ ഇടയിലും മുസ്ലീങ്ങളുടെ ഇടയിലും 'ക്രിസ്ത്യൻ' അക്രമകാരിക്കെതിരായ രോഷം വീണ്ടും വർദ്ധിക്കുകയാണ്. ഈ രോഷം പുതിയ സംഘർഷങ്ങളിലേക്കു നയിച്ചേക്കാമെന്നും മാർക്സ് കരുതുന്നു.

1857ലെ കലാപത്തെ 'ഒന്നാം സ്വാതന്ത്ര്യ സമര'മായി കണ്ട ദേശീയവാദികളുടെ നിലപാടിൽനിന്ന് വ്യത്യസ്തമായ നിലപാടാണ് മാർക്സിനുണ്ടായിരുന്നത്. ഇന്ത്യയെ കൊളോണിയൽ ഭരണത്തിനുകീഴിലുള്ള രാഷ്ട്രീയ ഏകകമായി മാർക്സ് കണ്ടു. ഈ ഭരണകൂടം അടിച്ചമർത്തിയ പരമ്പരാഗത ഭരണവർഗ്ഗങ്ങളടക്കമുള്ള ജനവിഭാഗങ്ങളുടെ പ്രതിക്രിയയാണ് കലാപം. ഈ വിഭാഗങ്ങളിൽ നാടുവാഴികളുണ്ട്, ഹിന്ദു

ക്കളുണ്ട്, മുസ്ലീങ്ങളുണ്ട്, കർഷകരുണ്ട്. മറ്റു രീതികളിൽ കൊളോണിയൽ മർദ്ദനത്തിനിരയായ ജനസാമാന്യമുണ്ട്. ഇവരും ബ്രിട്ടീഷുകാരും തമ്മിലുള്ള വൈരുദ്ധ്യം ഭാവിയിൽ വർദ്ധിക്കാനാണ് പോകുന്നത്. അത് വീണ്ടും കലാപങ്ങളിലേക്കു നയിക്കും. അതേസമയം വ്യവസായങ്ങളുടെ വളർച്ചയും അതിലൂടെ വളർന്നുവരുന്ന തൊഴിലാളിവർഗ്ഗവും ഉണ്ടാകുമ്പോൾ മാത്രമാണ് ഇത്തരം കലാപങ്ങൾ സാമൂഹ്യവിപ്ലവങ്ങളിലേക്കു നയിക്കുക. ബ്രിട്ടീഷ് ഭരണത്തിന്റെ അന്ത്യവും അപ്പോഴാണ് നിർണ്ണയിക്കപ്പെടുക.

മാർക്സിന്റെ ഈ പൊതുനിഗമനങ്ങൾ ഉയർത്തുന്ന നിരവധി ചോദ്യങ്ങളുണ്ട്. 1857 നുശേഷം കർഷകർ, ആദിവാസികൾ, മുസ്ലീങ്ങൾ തുടങ്ങിയവരുടെ കലാപങ്ങൾ നടക്കുന്നുണ്ട്. മാർക്സ് സൂചിപ്പിക്കുന്നതുപോലെ ക്രിസ്ത്യൻ 'വിദേശി'ക്കെതിരായി ഹിന്ദുക്കളും മുസ്ലീങ്ങളും നിലകൊള്ളുകയും അവരവരുടെ രാഷ്ട്രത്തിനുവേണ്ടി വാദിക്കുകയും ചെയ്യുന്നുണ്ട്. ഇവയ്ക്ക് തീർച്ചയായും പ്രതിരോധത്തിന്റെ പ്രാധാന്യമുണ്ട്, പക്ഷേ, പുതിയ സമൂഹങ്ങളിലേക്കു നയിക്കുന്ന സാമൂഹ്യ വിപ്ലവത്തിന്റെ സ്വഭാവമില്ല. മാർക്സ് സൂചിപ്പിച്ച സാമൂഹ്യ വികാസ പ്രക്രിയ ഇന്ത്യൻ സമൂഹത്തിന്റെ അടിസ്ഥാന ഘടനയെ തന്നെ മാറ്റിമറിക്കുന്നു. ശാസ്ത്ര - സാങ്കേതികവിദ്യകളുടെയും പുതിയ സമൂഹ ഘടനയുടെയും അടിസ്ഥാനത്തിൽ മുതലാളിത്ത ചൂഷണവും ജാതി-മതശക്തികളുടെ ജഡമായ മാനസികാവസ്ഥകളും സൃഷ്ടിക്കുന്ന വിലങ്ങുതടികളെ മറികടക്കുന്ന പ്രക്രിയയാണ്.

ഭാഗം മൂന്ന്

മൂലധന വിമർശം

മാർക്സും പരിസ്ഥിതിയും

ഒന്ന്

മാർക്സിനെ സാമ്പത്തിക നിർണ്ണയവാദിയും യാന്ത്രിക ഭൗതിക വാദിയുമായി അവതരിപ്പിക്കാനുള്ള ശ്രമങ്ങൾ വ്യാപകമാണ്. സാമൂഹ്യ വികസനത്തെക്കുറിച്ചുള്ള ആശയങ്ങളിൽപ്പോലും സാങ്കേതിക വികാസത്തിലാണ് മാർക്സ് ഊന്നിയതെന്ന് വാദിക്കുന്നവരും നിരവധിയാണ്. ഉല്പാദനശക്തികളുടെ വികാസത്തിനും സാമ്പത്തിക ബന്ധങ്ങളുടെ വളർച്ചയ്ക്കും മാറ്റത്തിനും മാർക്സും എംഗൽസും നല്കിയ പ്രാഥമികത മേല്പറഞ്ഞ വിമർശനങ്ങൾക്ക് ശക്തമായ തെളിവായി ചൂണ്ടിക്കാട്ടപ്പെടുന്നു.

ഇത്തരം വാദഗതികളുടെ ഭാഗമായി ഉയർത്തപ്പെടുന്ന നിരവധി പ്രശ്നങ്ങളുണ്ട്. അതിലൊന്ന് പരിസ്ഥിതിയാണ്. ഉല്പാദന ശക്തികളുടെ വളർച്ചയിലും സാമ്പത്തിക ബന്ധങ്ങളിലും ഊന്നിയുള്ള മാർക്സിന്റെ വിശകലനങ്ങൾ പാരിസ്ഥിതിക പ്രശ്നങ്ങളെ തമസ്കരിക്കുവാൻ ശ്രമിച്ചതായി കരുതുന്നവർ ഇന്നും നിരവധിയാണ്. കേവല പരിസ്ഥിതിവാദികൾ മാർക്സിസ്റ്റ് വീക്ഷണത്തെ അപ്പാടെ തിരസ്കരിക്കുന്നു. മാർക്സിസ്റ്റുകളിൽ നിരവധിപേർ പരിസ്ഥിതി പ്രശ്നംതന്നെ മുതലാളിത്ത കാല്പനികതയുടെ രൂപവും വികസന വിരുദ്ധവുമായി കരുതുന്നവരാണ്. അതേസമയം കഴിഞ്ഞ മൂന്നു ദശകങ്ങളിലായി പരിസ്ഥിതി പ്രശ്നവും പരിസ്ഥിതി പ്രസ്ഥാനങ്ങളും ആഗോള പ്രതിരോധ പ്രസ്ഥാനങ്ങളുടെ കേന്ദ്രസ്ഥാനത്തേക്ക് വന്നിട്ടുണ്ട്. കാലാവസ്ഥാ വ്യതിയാനത്തെ സംബന്ധിച്ച ആദിമനിരീക്ഷണങ്ങൾ ശാസ്ത്രീയമായി സ്ഥിരീകരിക്കപ്പെട്ട

തോടെ പ്രതിരോധ പ്രസ്ഥാനങ്ങളുടെ പ്രധാന മുദ്രാവാക്യങ്ങളിൽ ഒന്ന് കാലാവസ്ഥാ വ്യതിയാനത്തെ സംബന്ധിച്ചതായി മാറിക്കഴിഞ്ഞു. പരിസ്ഥിതി സന്തുലിതമായ സുസ്ഥിര വികസനം എന്ന ആശയം ഏറിയും കുറഞ്ഞും ജനാധിപത്യ പ്രസ്ഥാനങ്ങൾ സ്വീകരിച്ചുവരികയാണ്.

ഈ പശ്ചാത്തലത്തിൽ മനുഷ്യനും പ്രകൃതിയും തമ്മിലുള്ള ബന്ധത്തെക്കുറിച്ച് മാർക്സ് *ഗ്രുൻഡ്റിസി*ലും *മൂലധന*ത്തിലും നടത്തുന്ന നിരീക്ഷണങ്ങൾ പഠനമർഹിക്കുന്നവയാണ്.

രണ്ട്

പ്രകൃതിയും മനുഷ്യനും തമ്മിലുള്ള ബന്ധത്തെക്കുറിച്ചുള്ള മാർക്സിന്റെ ആദ്യത്തെ പ്രധാന നിരീക്ഷണങ്ങൾ ബ്രിട്ടീഷ് വൈദികനും സാമ്പത്തിക ശാസ്ത്രജ്ഞനുമായ തോമസ് മാൽത്തൂസിന്റെ സിദ്ധാന്തങ്ങളെക്കുറിച്ചുള്ള വിമർശനങ്ങളിലാണ്. മനുഷ്യരുടെ ജനസംഖ്യയും അവർക്ക് ലഭ്യമായ വിഭവങ്ങളും തമ്മിൽ സ്ഥിരമായ പൊരുത്തക്കേടുണ്ടായിരിക്കുമെന്നാണ് മാൽത്തൂസ് വാദിച്ചത്. മനുഷ്യരുടെ ജനസംഖ്യ അവരുടെ പ്രത്യുല്പാദനംവഴി 'ജ്യാമിതിക' മായി വളരുമ്പോൾ വിഭവങ്ങളുടെ പുനരുല്പാദനം സങ്കലിതമായിരിക്കും. മനുഷ്യർക്ക് സ്വന്തം ജീവിതകാലത്തുതന്നെ നിരവധി സന്തതികളെ പ്രത്യുല്പാദിപ്പിക്കാൻ കഴിയുമ്പോൾ വിഭവങ്ങൾ നശിച്ചതിനുശേഷമാണ് വീണ്ടും ഉല്പാദിപ്പിക്കപ്പെടുന്നത്. അതുകൊണ്ട് അമിതമായ ജനസംഖ്യ മനുഷ്യരാശിയുടെ നിലനില്പിന്റെ പ്രശ്നമാണ്. ജനസംഖ്യ കുതിച്ചുയരുകയും വിഭവങ്ങൾ അതിനനുസരിച്ച് വർദ്ധിക്കാതിരിക്കുകയും ചെയ്താൽ വസ്തുക്കളുടെ ദൗർല്ലഭ്യം (scarcity)മനുഷ്യരാശിയെ കുഴയ്ക്കുന്ന പ്രശ്നമാകും. മാൽത്തൂസ് പറഞ്ഞ രീതിയിലല്ലെങ്കിലും നിരവധി സാമ്പത്തികശാസ്ത്രജ്ഞരും പരിസ്ഥിതി വാദികളും അംഗീകരിക്കുന്ന വാദമാണിത്.

മാർക്സ് ഈ പ്രശ്നത്തെ വേറൊരു വിധത്തിലാണ് കണ്ടത്. എല്ലാ ചരിത്രകാലഘട്ടത്തെയും ബാധിക്കുന്ന ഒരു പൊതുപ്രശ്നമായാണ് അമിത ജനസംഖ്യയെ മാൽത്തൂസ് കാണുന്നതെന്ന് മാർക്സ് ചൂണ്ടിക്കാണിച്ചു. വ്യത്യസ്ത കാലഘട്ടങ്ങളിൽ അമിത ജനസംഖ്യയുടെ പ്രസക്തി വ്യത്യസ്തമായിരിക്കുമെന്ന് മാൽത്തൂസ് തിരിച്ചറിയുന്നില്ല. മനുഷ്യരാശിയുടെ പ്രത്യുല്പാദനം ജ്യാമിതികവും പ്രകൃതി വിഭവങ്ങളുടെ (നിലനില്പിനാധാരമായ വിഭവങ്ങളുടെ) വളർച്ച സങ്കലിതവുമാണെന്ന് വാദിച്ചാൽപോലും ഇവ രണ്ടും തമ്മിലുള്ള സമവാക്യങ്ങൾ ഓരോ ചരിത്രഘട്ടത്തിലും വ്യത്യസ്തമായിരിക്കും. പ്രാചീനകാലത്ത് മറുനാടുകളിൽ കുടിയേറിപ്പാർത്തവരും ഇന്ന് കുടിയേറിപ്പാർക്കുന്നവരും ഭിന്നരാണ്. പ്രാചീനകാലത്തെ യാചകരല്ല ഇന്നത്തെ യാചകർ. മാൽത്തൂസിനെ സംബന്ധിച്ചിടത്തോളം ഇവരെല്ലാവരും അധിക ജനസംഖ്യയാണ്. സ്വാഭാ

വികമായി പുനരുല്പാദിപ്പിക്കപ്പെടുന്നവരാണ്. അവരുടെ പുനരുല്പാദനത്തെ നിയന്ത്രിക്കാനുള്ള ബാഹ്യമായ എന്തെങ്കിലും സംവിധാനമുണ്ടാകണം. അത് ജനസംഖ്യാ നിയന്ത്രണമാണ്. ജനസംഖ്യയുടെ വർദ്ധനയ്ക്കും നിയന്ത്രണത്തിനുമുള്ള ചരിത്രപരമായ ഘടകങ്ങളെ മാൽത്തൂസ് അവഗണിക്കുന്നു. അതു മുഴുവൻ യാന്ത്രികമായ ജനസംഖ്യാ വർദ്ധനയുടെ പ്രശ്നമാക്കുന്നു.

ഒരു നിശ്ചിതസംഖ്യ ജനങ്ങളെ നിശ്ചിത അളവ് അവശ്യവസ്തുക്കളുമായി തുലനം ചെയ്യുന്നതും മണ്ടത്തരമാണെന്ന് മാർക്സ് ചൂണ്ടിക്കാണിക്കുന്നു. മനുഷ്യരുടെ നിലനില്പിനുള്ള ഉപാധികളല്ല, തൊഴിലിനുള്ള ഉപാധികൾ വഴിയാണ് അവശ്യവസ്തുക്കളുമായുള്ള തുലനം സാദ്ധ്യമാക്കുന്നത്. തൊഴിലില്ലായ്മയാണ് മനുഷ്യരെ അമിത ജനസംഖ്യയുടെ ഭാഗമാക്കുന്നത്. തൊഴിലിനുള്ള ഉപാധികളെന്നാൽ ഓരോ വ്യക്തിക്കും അയാളുടെ പ്രത്യുല്പാദനത്തിനുള്ള ഉപാധികളുമായി ബന്ധപ്പെടുകയാണ്. അത് തൊഴിലാളിയുടെ ഉല്പാദന സാഹചര്യങ്ങളുമായുള്ള ബന്ധമാണ്. പ്രാചീന അടിമത്ത സമ്പ്രദായത്തിൽ ആവശ്യത്തിനനുസരിച്ചാണ് അടിമകളെ സൃഷ്ടിച്ചിരുന്നത്. അതുകൊണ്ട് മിച്ച അടിമത്തം എന്ന ഒരു വാക്കില്ല. മദ്ധ്യകാലത്ത് മിച്ച കുടിയാന്മാരുമില്ല. മൂലധനത്തിന്റെ വളർച്ചയോടെയാണ് നാം മിച്ച തൊഴിലാളികളെക്കുറിച്ച്, അല്ലെങ്കിൽ സ്വത്തില്ലാത്ത തൊഴിലാളികളെക്കുറിച്ച് കേട്ടു തുടങ്ങുന്നത്. പ്രാചീന മദ്ധ്യകാലങ്ങളിൽ ഉല്പാദനമിച്ചം മുഴുവൻ ഒരു ചെറു സംഘം ഉടമകൾക്ക് തിന്നുതീർക്കാൻ കഴിയാത്തപ്പോഴാണ് അവർ യാചകരെയും മറ്റ് ആശ്രിതരെയും തീറ്റിപ്പോറ്റുന്നത്. നായാടികൾക്കിടയിലെ അമിത ജനസംഖ്യയാണ് അവർ തമ്മിലുള്ള യുദ്ധങ്ങൾക്ക് കാരണമായതെന്ന് പറയാറുണ്ട്. നായാടി സമൂഹങ്ങളുടെ പ്രത്യുല്പാദനത്തിന്റെ നിലനില്പിന് ധാരാളം പ്രദേശങ്ങൾ ആവശ്യമുണ്ടായിരുന്നു. അതിനുവേണ്ടിയാണ് യുദ്ധങ്ങൾ നടന്നത്. അതായത് ജനസംഖ്യയും നിലനിൽപിനുള്ള ഉപാധികളും തമ്മിലുള്ള അമൂർത്തമായ സമവാക്യങ്ങളല്ല, മനുഷ്യരുടെ പ്രത്യുല്പാദനത്തിനുള്ള സാഹചര്യങ്ങളാണ് ആപേക്ഷികമായ അമിത ജനസംഖ്യയെ സൃഷ്ടിക്കുന്നത്. അമിത ജനസംഖ്യ എപ്പോഴും ആപേക്ഷികമാണ്. ജീവിതോപാധികളുമായി അതിന് നേരിട്ടു ബന്ധമില്ല. ജീവിതോപാധികളുടെ ഉല്പാദനവുമായാണ് അതിന് ബന്ധമുള്ളത്. ജീവിതോപാധികളുടെ ഉല്പാദന സാഹചര്യങ്ങൾ സാമൂഹ്യമാണ്.

മുതലാളിത്ത കാലഘട്ടത്തിലെ അമിത ജനസംഖ്യയും പാപ്പരീകരണവും ഒന്നാണെന്ന് മാർക്സ് ചൂണ്ടിക്കാണിക്കുന്നു. അതുകൊണ്ട് ജനസംഖ്യാ വർദ്ധനയും അമിത ജനസംഖ്യയും രണ്ടാണ്. ജനസംഖ്യാ വർദ്ധന ഉല്പാദന സാഹചര്യങ്ങളിൽ വരുന്ന മാറ്റങ്ങളനുസരിച്ച് ഒരു വ്യക്തി തന്റെ സമൂഹത്തിലെ അംഗമെന്ന നിലയിൽതന്നെയും സ്വന്തം ഉല്പാദന സാഹചര്യങ്ങളെയും പ്രത്യുല്പാദിപ്പിക്കുന്നതിന്റെ ഫലമാണ്. അമിത ജനസംഖ്യ ഇങ്ങനെയുള്ള സാമൂഹ്യമായ ഉല്പാദന സാഹച

ര്യങ്ങളിൽനിന്നുതന്നെ മനുഷ്യർ പുറത്താക്കപ്പെടുന്ന അവസ്ഥയാണ്. അദ്ധ്വാനത്തിന്റെ ഭാഗമായിത്തന്നെ പാപ്പരീകരണം സൃഷ്ടിക്കുന്ന ഏക വ്യവസ്ഥ മുതലാളിത്തമാണെന്ന് മാർക്സ് ചൂണ്ടിക്കാണിക്കുന്നു. മുതലാളിത്തം അവരുടെ ഉല്പാദനത്തിനാവശ്യമായ തൊഴിലാളികളെ സമാഹരിക്കുന്നത് ഉല്പാദനത്തിനാവശ്യമായ വിപുലമായ തൊഴിൽ സേനയിൽനിന്നാണ്. അതായത് തൊഴിലാളികളുടെ സൃഷ്ടിതന്നെ തൊഴിൽരഹിതരെയും സൃഷ്ടിക്കുന്നു. തൊഴിൽരഹിതരുടെ അദ്ധ്വാനശേഷി എപ്പോഴും മുതലാളിക്കാവശ്യമുണ്ട്. സ്വന്തം തൊഴിലാളികളുടെ തൊഴിൽശേഷി നശിക്കുമ്പോൾ അവരെ പിരിച്ചുവിട്ട് മറ്റൊരുകൂട്ടം തൊഴിലാളികളെ പകരം നിയമിക്കുന്നു. തൊഴിലാളികളുടെ പ്രത്യുല്പാദനം ഉറപ്പുവരുത്തേണ്ട ബാദ്ധ്യത അങ്ങനെ സ്വന്തം ചുമലിൽനിന്ന് ഒഴിവാക്കുന്നു. അതിനായി പാപ്പരീകരിക്കപ്പെട്ട വൻ ജനസംഖ്യയെ നിലനിർത്തുന്നു.

യഥാർത്ഥത്തിൽ, മറ്റൊരുകൂട്ടം അമിത ജനസംഖ്യയുണ്ടെന്ന് മാർക്സ് ചൂണ്ടിക്കാണിക്കുന്നുണ്ട്. മുതലാളിമാരുടെ അധികവരുമാനം തിന്നുതീർക്കുന്ന അലസ ജനവിഭാഗമാണത്. സാധാരണ ജനതയ്ക്കാവശ്യമുള്ള വസ്തുക്കളുടെ മാത്രം ഉല്പാദനത്തിന് പരിമിതികളുണ്ട്. അതുകൊണ്ട് ആഡംബരവസ്തുക്കളുടെ ഉല്പാദനത്തിലും മുതലാളി ശ്രദ്ധിക്കുന്നുണ്ട്. ഇവ ഉപയോഗിക്കുന്ന അലസവർഗ്ഗം അമിത ജനസംഖ്യയുടെ നിർവ്വചനങ്ങളിൽപെടാറില്ല. അമിത ജനസംഖ്യ പാപ്പരീകരിക്കപ്പെട്ടവരാണ്, ജനനനിയന്ത്രണത്തിന്റെ ഇരകളും അവരാണ്.

മൂന്ന്

മുതലാളിത്തകാലത്ത് വളർന്നുവരുന്ന അദ്ധ്വാനവും പാപ്പരീകരണവും തമ്മിലുള്ള ബന്ധം മാർക്സ് എങ്ങനെയാണ് വിശദീകരിക്കുന്നത്? ഇതിന്റെ ആദ്യപടി മൂലധനം ഒന്നാം വോള്യത്തിൽ ഏഴാമത്തെ അദ്ധ്യായത്തിലാണ് കാണാൻ കഴിയുക. അതിൽ ആദ്യത്തെ ഭാഗത്തിൽ അദ്ധ്വാനപ്രക്രിയയെ മാർക്സ് വിശദീകരിക്കുന്നു. അദ്ധ്വാനപ്രക്രിയ മനുഷ്യനും പ്രകൃതിയും പങ്കെടുക്കുന്ന പ്രക്രിയയാണ്. മനുഷ്യൻ സ്വന്തം ഇഷ്ടപ്രകാരം ഇടപെടുകയും നിർണ്ണയിക്കുകയും ചെയ്യുന്ന പ്രക്രിയയാണത്. മനുഷ്യൻ പ്രകൃതിയെ അതിന്റെതന്നെ ശക്തികളുടെ ഭാഗമായി നേരിടുന്നു. അതിനായി സ്വന്തം മസ്തിഷ്കവും കൈകളും കാലുകളും, സ്വന്തം ശരീരത്തിന്റെ പ്രകൃതിദത്തമായ എല്ലാ ശക്തികളും ഉപയോഗിച്ച് പ്രകൃതിയുടെ ഉല്പന്നങ്ങളെ ഉപയോഗപ്പെടുത്തുകയും സ്വന്തം ആവശ്യങ്ങൾക്കനുസരിച്ച് മാറ്റിയെടുക്കുകയും ചെയ്യുന്നു. ഇത്തരത്തിൽ ഭൗതികലോകത്തിലിടപെടുമ്പോഴും മാറ്റുമ്പോഴും സ്വന്തം പ്രകൃതത്തിൽ തന്നെ മാറ്റം വരുത്തുകയാണ് അയാൾ ചെയ്യുന്നത്.

മനുഷ്യർ പ്രകൃതിയിൽ ഇടപെടുന്ന ഈ രീതിയെ ചയാപചയപ്രക്രിയ (Metabolism) എന്നാണ് പറയുന്നത്. *മൂലധന*ത്തിന്റെ ആദ്യ വിവർത്തനങ്ങളിൽ മാർക്സ് ഉപയോഗിച്ച ജർമ്മൻ പദത്തെ (Staff Vechsel) ഭൗതിക പ്രതിക്രിയ, ഭൗതിക പരിക്രമം, സാമൂഹ്യ പ്രതിപ്രവർത്തനം എന്നൊക്കെയാണ് തർജ്ജമ ചെയ്തിരുന്നത്. മാർക്സിന്റെ ഉദ്ദേശം കൂടുതൽ വ്യക്തമാക്കുന്നത് പിന്നീടുണ്ടായ വിവർത്തനങ്ങളിൽ ഉപയോഗിച്ച ചയാപചയം എന്ന വാക്കാണ്.

മാർക്സ് തന്റെ ഉദ്ദേശ്യം പിന്നീട് വിശദീകരിക്കുന്നുണ്ട്. ഒരു എട്ടുകാലി വല നെയ്യുമ്പോൾ ഏറ്റവും വിദഗ്ദ്ധനായ ഒരു ശില്പിയെപ്പോലും കടത്തിവെട്ടാറുണ്ട്. എന്നാൽ ശില്പിയും എട്ടുകാലിയും തമ്മിലുള്ള വ്യത്യാസം ഇതാണ്. ഒരു ശില്പി തന്റെ ശില്പത്തെ ആദ്യം ഭാവനയിൽ കാണുകയും പിന്നീട് അത് കെട്ടിയുയർത്തുകയും ചെയ്യുന്നു. അതുപോലെ ഓരോ തൊഴിലാളിയും അയാൾ പണിയെടുക്കുന്ന വിഭവങ്ങളിൽ മാറ്റംവരുത്തുക മാത്രമല്ല, അയാൾ അതിലൂടെ താൻ ഉദ്ദേശിക്കുന്ന ലക്ഷ്യം നേടിയെടുക്കുകയും ചെയ്യുന്നു. അയാൾ അതിനുവേണ്ടി തന്റെ ശരീരാവയവങ്ങളെ സ്വന്തം ലക്ഷ്യങ്ങൾക്കനുസൃതമായി ഉപയോഗിക്കുന്നു. ഇതിനെയാണ് സാമൂഹ്യ ചയാപചയ പ്രക്രിയ എന്നു വിളിക്കുന്നത്. ഇവിടെ മനുഷ്യർ അവരുടെ നിലനില്പിനുവേണ്ടി കഴിക്കുന്ന ഭക്ഷണപദാർത്ഥങ്ങളെ നാം ഒഴിവാക്കുകയാണ്. അവ ഉപയോഗിച്ച് മനുഷ്യശരീരം വീണ്ടും അദ്ധ്വാനിക്കുന്നതിനുവേണ്ടി നിലനിർത്തപ്പെടുകയാണ്. സാമൂഹ്യ ചയാപചയ പ്രക്രിയയിൽ പ്രകൃതിതന്നെ അയാളുടെ പ്രവർത്തനങ്ങൾക്കുള്ള ഒരു അവയവമായി മാറുകയാണ്. അതുമായി സ്വന്തം ശരീരാവയവങ്ങളെ അയാൾ ബന്ധപ്പെടുത്തുന്നു. അയാളുടെ ആദ്യത്തെ വിഭവക്കലവറയും ഉപകരണശാലയും ഭൂമിയാണ്. മനുഷ്യർ ഉപയോഗിച്ച ആദ്യത്തെ ശിലായുധങ്ങൾ അതിൽനിന്നാണ് ലഭിച്ചത്. ഭൂമി തന്നെ ഒരു അദ്ധ്വാനോപകരണമാണ്. അത് കൃഷിയിൽ ഉപയോഗിക്കുമ്പോൾ മറ്റ് ഉപകരണങ്ങളും അദ്ധ്വാനത്തിന്റെ കൂടുതൽ വികസിത രൂപങ്ങളും ഉണ്ടാകുന്നു. മനുഷ്യർ മൃഗങ്ങളെ മെരുക്കിയെടുക്കുമ്പോഴും പ്രത്യേക കല്ലുകളും മരങ്ങളും അസ്ഥികളും ഉപയോഗിച്ച് ഉപകരണങ്ങൾ നിർമ്മിക്കുമ്പോഴും ഈ മാറ്റങ്ങളാണ് സംഭവിക്കുന്നത്. ഇത്തരത്തിൽ നിർമ്മിക്കപ്പെടുന്ന യാന്ത്രിക ഉപകരണങ്ങളെ ഉല്പാദനത്തിന്റെ അസ്ഥികളും പേശികളുമായി കണക്കാക്കാമെന്ന് മാർക്സ് പറയുന്നു. അതുപോലെ ഇത്തരം യന്ത്രങ്ങളെ ഉൾക്കൊള്ളുകയും നിലനിർത്തുകയും ചെയ്യുന്ന പൈപ്പുകൾ, ട്യൂബുകൾ, പാത്രങ്ങൾ മുതലായവയെ ധമനീവ്യൂഹവുമായി കണക്കാക്കാം. സാമൂഹ്യ ചയാപചയ പ്രക്രിയ അപ്പോൾ നടക്കുന്നത് തൊഴിലാളികളുടെ പണിയിടങ്ങളിലാണ്. അവിടെയാണ് പ്രകൃതിയും മനുഷ്യനും ഒന്നിക്കുന്നത്.

അദ്ധ്വാന രൂപങ്ങളുടെ ചരിത്രപരതയിലേക്കും മാർക്സ് വിരൽചൂണ്ടുന്നുണ്ട്. ഉല്പാദനത്തിനാവശ്യമായ വിഭവങ്ങളെ നേരിട്ട് എടുക്കുന്ന

ഖനന വ്യവസായങ്ങളും മത്സ്യബന്ധനം, നായാട്ട് മുതലായ രൂപങ്ങളുമൊഴിച്ചാൽ മറ്റുള്ള എല്ലാ വ്യവസായങ്ങളിലും അതിനുമുമ്പുള്ള അദ്ധ്വാനംവഴി ചോർത്തിയെടുത്ത വസ്തുക്കളെ, അതായത് അദ്ധ്വാനത്തിന്റെ ഉല്പന്നങ്ങളെ ഉപകരണങ്ങളായി ഉപയോഗിക്കുന്നുണ്ട്. കൃഷിയിൽ വിത്ത് ഉദാഹരണമാണ്. മെരുക്കിയെടുത്ത മൃഗങ്ങളും സസ്യങ്ങളും വെറും പ്രകൃതിയുടെ ഉല്പന്നങ്ങളല്ല, അവ പല തലമുറകളായി മനുഷ്യരുടെതന്നെ മേൽനോട്ടത്തിൽ ഉല്പാദിപ്പിക്കപ്പെട്ട വസ്തുക്കളാണ്. ഏത് ഉല്പാദന പ്രക്രിയയിലും ഭൗതിക പ്രകൃതിയിലും ഭൂതകാല അദ്ധ്വാനത്തിന്റെ ഇത്തരം അടയാളങ്ങൾ കാണാം.

'അങ്ങനെ അദ്ധ്വാനം' തലേദിവസത്തെ അദ്ധ്വാനത്തിന്റെ ഉല്പന്നങ്ങൾ ഉപയോഗിച്ച് പുതിയ ഉല്പന്നങ്ങൾ സൃഷ്ടിക്കുന്നു, അല്ലെങ്കിൽ ഒരു കൂട്ടം ഉല്പന്നങ്ങളെ മറ്റൊരുകൂട്ടം ഉല്പന്നങ്ങളുടെ ഉല്പാദനോപാധികളായി ഉപയോഗിക്കുന്നു. അവിടെയും ഉല്പാദന പ്രക്രിയയുടെ യഥാർത്ഥ പങ്കാളികൾ മനുഷ്യനും ഭൂമിയുമാണ്. ഭൂമി അല്ലെങ്കിൽ പ്രകൃതി അപ്പോഴും മനുഷ്യനിൽനിന്ന് സ്വതന്ത്രമായി നില്ക്കുന്നു. മനുഷ്യർ ഇപ്പോഴും പ്രകൃതി നേരിട്ടു നല്കുന്നതും മറ്റു മനുഷ്യർ സ്വന്തം അദ്ധ്വാനംകൊണ്ട് മാറ്റിമറിക്കാത്തതുമായ നിരവധി വിഭവങ്ങൾ (ഉദാ: ഫോസിൽ ഇന്ധനങ്ങൾ) ഉപയോഗിക്കുന്നുണ്ട്. അദ്ധ്വാന പ്രക്രിയ എന്നാൽ എന്താണ്? മനുഷ്യരുടെ ആവശ്യങ്ങൾക്കനുസരിച്ച് പ്രകൃതിവിഭവങ്ങളെ രൂപാന്തരപ്പെടുത്തിയെടുക്കുന്ന പ്രക്രിയയാണ്. പ്രകൃതിയും മനുഷ്യനും തമ്മിലുള്ള വിനിമയം നടക്കുന്നതിന് അദ്ധ്വാനം അവശ്യസാഹചര്യമാണ്. മനുഷ്യ അസ്തിത്വത്തിന് പ്രകൃതി സൃഷ്ടിക്കുന്ന സാഹചര്യമാണത്. ഏതെങ്കിലും ഒരു പ്രത്യേക സാമൂഹ്യ ദശയിൽ മാത്രമല്ല ഇത് പ്രസക്തമാകുന്നത്. എല്ലാ ദശകളിലും ഒരുപോലെ പ്രസക്തമാണ്. അതേസമയം പ്രകൃതിയേയും മനുഷ്യരേയും തമ്മിൽ കേവലമായി വേർതിരിക്കുന്നതുകൊണ്ട് പ്രയോജനവുമില്ല. മാർക്സ്തന്നെ നല്കുന്ന ഉദാഹരണം ഇങ്ങനെയാണ്. നാം കുടിക്കുന്ന ധാന്യക്കഞ്ഞിയിൽനിന്ന് ഏതു സാഹചര്യങ്ങളിലാണ് ധാന്യം ഉല്പാദിപ്പിച്ചതെന്ന് കണ്ടെത്താൻ കഴിയില്ല. ഒരു പ്രത്യേക സാമൂഹ്യദശയിൽ ഉടമകളുടെ ചാട്ടവാറിന്റെ കീഴിൽ അടിമകളാണ് ഉല്പാദിപ്പിക്കുക, മറ്റൊരു ദശയിൽ ഒരു ചെറുകിട കർഷകൻ സ്വന്തം വയലിൽനിന്നാകും, മൂന്നാമതൊരു ദശയിൽ ഒരു മുതലാളിയുടെ മേൽനോട്ടത്തിൽ, അയാളുടെ പാടശേഖരത്തിലായിരിക്കും. എല്ലായിടങ്ങളിലും പ്രകൃതിയും മനുഷ്യനും തമ്മിലുള്ള വിനിമയവും പാരസ്പര്യവുമുണ്ട്. പക്ഷേ, അതിന്റെ വികസനത്തെ നിർണ്ണയിക്കുന്ന ബന്ധങ്ങളും വ്യത്യസ്തമാകും.

ഇവിടെയാണ് മുതലാളിത്ത സമൂഹവും അതിനുമുമ്പുണ്ടായിരുന്ന സമൂഹങ്ങളും തമ്മിലുള്ള വേർതിരിവ് പ്രത്യക്ഷപ്പെടുന്നത്. ഇത് *ഗ്രുൻഡ്റിസിൽ* കൂടുതൽ വ്യക്തമായി വിശദീകരിക്കുന്നുണ്ട്. അടിമത്ത സമ്പ്രദായത്തിലും ഫ്യൂഡലിസത്തിലും അദ്ധ്വാനരൂപങ്ങൾ ഉടമകളുടെയും

ഫ്യൂഡൽ പ്രഭുക്കന്മാരുടെയും പ്രത്യുല്പാദനത്തിന്റെ അജൈവവും സ്വാഭാവികവുമായ സാഹചര്യങ്ങൾ മാത്രമാണ്. സ്വാഭാവികതലത്തിൽ അദ്ധ്വാനിക്കുന്നവർ ഏതെങ്കിലും കുടുംബത്തിലെയോ സമുദായത്തിലെയോ അംഗങ്ങളാണ്. അജൈവതലത്തിൽ അവരുടെ ബന്ധം ഭൂമിയുമായും മണ്ണുമായുമാണ്. ഇവ രണ്ടും ചേർന്നാണ് അദ്ധ്വാനിക്കുന്നവരുടെ പ്രത്യുല്പാദനം നടക്കുന്നത്. അവരുടെ മിച്ച ഉല്പന്നങ്ങളാണ് ഉടമകളെയും പ്രഭുക്കളെയും നിലനിർത്തുന്നത്. എന്നാൽ, മുതലാളിത്തത്തിൽ ഈ സ്ഥിതി മാറുന്നു. അദ്ധ്വാനിക്കുന്നവരുടെ ജീവിതത്തിന്റെ അജൈവവും സ്വാഭാവികവുമായ തലങ്ങൾ വേർതിരിക്കപ്പെടുന്നു. അതായത് അദ്ധ്വാനിക്കുന്നവരും അവർ പ്രത്യുല്പാദനം നടത്തുന്ന പ്രകൃതിയുമായുള്ള ബന്ധം വിച്ഛേദിക്കപ്പെടുന്നു. അദ്ധ്വാനിക്കുന്നവർ പ്രവർത്തിക്കുന്ന പ്രകൃതി, അതായത് ഭൂമി, വിഭവങ്ങൾ, അസംസ്കൃത വസ്തുക്കൾ എല്ലാം മൂലധനമായി മാറുകയാണ്. മുതലാളിയുടെ സ്വത്തായി മാറുകയാണ്. പ്രകൃതിയുമായുള്ള ചയാപചയ പ്രക്രിയ നിർണ്ണയിക്കുന്ന അജൈവമായ സാഹചര്യങ്ങളും ജീവിക്കുന്ന മനുഷ്യരും തമ്മിലുള്ള ബന്ധം ഇല്ലാതാകുന്നു. മനുഷ്യർ സ്വന്തം നിലനില്പിനുവേണ്ടി അവരവരുടെ അദ്ധ്വാനം മുതലാളികൾക്ക് വില്ക്കുന്നു. അതോടെ അദ്ധ്വാനംപോലും മൂലധനത്തിന്റെ ഭാഗമായിത്തീരുന്നു.

നാല്

മുതലാളിത്ത വ്യവസ്ഥയുടെ കീഴിൽ പ്രകൃതിയും മനുഷ്യനും തമ്മിലുള്ള ബന്ധത്തിൽ വരുന്ന മാറ്റങ്ങൾ മാർക്സ് പരിശോധിക്കുന്നത് കൃഷിയുടെ വളർച്ചയിലാണ് (*മൂലധനം*, പതിനഞ്ചാം അദ്ധ്യായം. ഭാഗം 10 കാണുക). മുതലാളിത്തം പഴയ സമൂഹത്തിലെ കർഷകരെ ഇല്ലാതാക്കുകയും, അതിനുപകരം കൂലിവേലക്കാരെ, കർഷകത്തൊഴിലാളികളെ സൃഷ്ടിക്കുകയും ചെയ്യുന്നു. പഴയ കാർഷിക ഉല്പാദനരീതികൾ മാറി ശാസ്ത്രീയ ഉല്പാദനരീതികൾ വരുന്നു. കൃഷിയും കൈത്തൊഴിലുകളും തമ്മിലുള്ള ബന്ധം ഇല്ലാതാകുകയും കൃഷി വ്യവസായവല്കരിക്കപ്പെടുകയും ചെയ്യുന്നു. ഇവയുടെ ഫലമായി നഗരവും ഗ്രാമവും തമ്മിലുള്ള വേർതിരിവ് വളർന്നുവരുന്നു. ഈ വേർതിരിവ് തൊഴിലാളികളെ നഗരങ്ങളിൽ കേന്ദ്രീകരിക്കുകയും നഗരങ്ങളിലെ ജനസംഖ്യ വർദ്ധിപ്പിക്കുകയും മാത്രമല്ല ചെയ്യുന്നത്. മനുഷ്യരും മണ്ണും തമ്മിലുള്ള പാരസ്പര്യം, ചയാപചയ പ്രക്രിയ നശിപ്പിക്കുകയും ചെയ്യുന്നുണ്ട്. അതായത് ഭക്ഷണവും വസ്ത്രവും പോലെ മനുഷ്യർ ഉപയോഗിച്ച പ്രകൃതിദത്തമായ വസ്തുക്കളുടെ പാഴ്‌രൂപങ്ങൾ തിരിച്ചു മണ്ണിൽ ചേരുന്നില്ല. ഇതിന്റെ ഫലമായി മണ്ണിന്റെ ഫലഭൂയിഷ്ഠത നിലനിർത്തുന്നതിനുള്ള സ്വാഭാവിക സാഹചര്യങ്ങൾ ഇല്ലാതാകുന്നു.

ഇതിന്റെ ഫലമായി 'ഒരേസമയം നഗരത്തിലെ തൊഴിലാളിയുടെ ആരോഗ്യത്തെയും ഗ്രാമീണ തൊഴിലാളിയുടെ ധൈഷണിക ജീവിതത്തെയും അത് നശിപ്പിക്കുന്നു'വെന്ന് മാർക്സ് പറയുന്നു. ചയാപചയത്തിന്റെ പ്രകൃതിയും മനുഷ്യനും തമ്മിലുള്ള പാരസ്പര്യത്തിന്റെ സ്വാഭാവികമായി വളർന്നുവന്ന സാഹചര്യങ്ങളെ നശിപ്പിച്ചതിനുശേഷം, ഒരു വ്യവസ്ഥയെന്ന നിലയിൽ അതിന്റെ പുനർനിർമ്മാണത്തിനുവേണ്ടി മൂലധനം ആഹ്വാനം ചെയ്യുന്നു. സാമൂഹ്യോല്പാദനത്തിന് പുതിയ നിർണ്ണായക നിയമങ്ങളായും, മനുഷ്യരാശിയുടെ പൂർണ്ണ വളർച്ചയ്ക്കുള്ള രൂപങ്ങളായും അവ അവതരിപ്പിക്കപ്പെടുന്നു. വ്യവസായങ്ങളെന്നപോലെ കൃഷിയിലും ഉല്പാദനത്തിന്റെ പരിവർത്തനം മൂലധനത്തിന്റെ നിയന്ത്രണത്തിലാകുന്നു. തൊഴിലാളിയുടെ ഊർജ്ജസ്വലതയും, സ്വാതന്ത്ര്യവും നശിപ്പിക്കുന്നതിനുള്ള ഉപാധിയായി ഉല്പാദനോപകരണങ്ങൾ തന്നെ മാറുന്നു. ഗ്രാമീണ തൊഴിലാളികൾ നഗരങ്ങളിലെ നിർവ്വാഹകരുടെ നിയന്ത്രണത്തിന്റെ കീഴിൽ വരുന്നു. മുതലാളിത്ത കാർഷിക സംവിധാനത്തിൽ ഉല്പാദനക്ഷമതയുടെ വർദ്ധനവും വർദ്ധിതമായ തൊഴിലുകളും തൊഴിൽശക്തിയുടെ നശീകരണത്തിലേക്കാണ് നയിക്കുന്നത്. കാർഷിക മുതലാളിത്തത്തിന്റെ വളർച്ച തൊഴിലാളികളുടെ മാത്രമല്ല, മണ്ണിന്റെയും കൊള്ളയിലേക്കാണ് നയിക്കുന്നത്. മൂലധനത്തിന്റെ കീഴിൽ മണ്ണിന്റെ ഫലഭൂയിഷ്ഠത വർദ്ധിപ്പിക്കാനുള്ള ശ്രമങ്ങൾ ആ ഫലഭൂയിഷ്ഠത നിലനിർത്താനുള്ള സ്ഥായിയും സ്വാഭാവികമായ സാഹചര്യങ്ങളുടെ നാശത്തിലേക്കാണ് നയിക്കുന്നത്. അമേരിക്കൻ ഐക്യനാടുകളെപ്പോലെ, കൃഷിയെ ആധുനിക വ്യവസായത്തിന്റെ രൂപത്തിൽ സംഘടിപ്പിക്കുന്ന രാഷ്ട്രങ്ങളിൽ ഈ നശീകരണം അതിവേഗത്തിലാകുന്നു. (ഇവിടെ മാർക്സ് പ്രശസ്ത രസതന്ത്രജ്ഞനും കാർഷിക ശാസ്ത്രജ്ഞനുമായ ലീബിഗിനെ ഉദ്ധരിക്കുന്നു) മുതലാളിത്ത ഉല്പാദനം സാങ്കേതികവിദ്യയെ വളർത്തുകയും നിരവധി പ്രക്രിയകളെ സാമൂഹ്യമായി ഒരുമിച്ചു കൊണ്ടുവരികയും ചെയ്യുന്നുണ്ട്. പക്ഷേ, എല്ലാ സമ്പത്തിന്റെയും ഉറവിടമായ മണ്ണിനെയും മണ്ണിൽ പണിയെടുക്കുന്നവരെയും തകർത്തുകൊണ്ടാണ് ഇതു സാധിക്കുന്നത്.

ഈ പ്രക്രിയയുടെ ഒരുദാഹരണവും മാർക്സ് നല്കുന്നു (*മൂലധനം*, അദ്ധ്യായം 27). സതർലാണ്ട് പ്രഭ്വി തന്റെ പ്രദേശം മുഴുവനും ഒരു ചെമ്മരിയാട് ഫാമാക്കാൻ തീരുമാനിച്ചു. 1814 മുതൽ 1820 വരെയുള്ള കാലയളവിൽ സതർലാണ്ടിലുണ്ടായിരുന്ന പതിനയ്യായിരം താമസക്കാരെ അവിടെ നിന്നു പുറത്താക്കുകയും അവരുടെ ഗ്രാമങ്ങളെയെല്ലാം തീവെച്ച് നശിപ്പിക്കുകയും അവരുടെ വയലുകളെയെല്ലാം പുൽത്തകിടികളാക്കി മാറ്റുകയും ചെയ്തു. മാറിപ്പോകാൻ വിസമ്മതിച്ച ഒരു വൃദ്ധസ്ത്രീയെ കുടിലിനോടൊപ്പം ചുട്ടു കൊന്നു. പ്രാദേശിക ജനതയുടെ കൈവശമുണ്ടായിരുന്ന 8 ലക്ഷത്തോളം ഏക്കർ ഭൂമി ഇവർ കൈയടക്കി. പുറത്താക്കപ്പെട്ടവരുടെ 'പുനരധിവാസ'ത്തിനായി കടൽത്തീരത്ത് 6000 ഏ

ക്കർ നല്കി. ആ 6000 ഏക്കറും പാഴ്നിലമായതുകൊണ്ട് ഒരു വരുമാനവും ലഭിച്ചില്ല. ഇത്തരത്തിൽ പിടിച്ചെടുത്ത ഭൂമിയിൽനിന്ന് 29 ചെമ്മരിയാട് ഫാമുകൾ ഉണ്ടാക്കുകയും അതിൽ ഓരോ കുടുംബത്തെ താമസിപ്പിക്കുകയും ചെയ്തു. 1835 നകം 15000 മനുഷ്യർക്കുപകരം 1,31,000 ചെമ്മരിയാടുകൾ അവിടെ താമസിച്ചിരുന്നു. അവിടെയുണ്ടായിരുന്നവർ മത്സ്യത്തൊഴിലാളികളായി - പകുതി കരയിലും പകുതി വെള്ളത്തിലും. ഇത്തരത്തിൽ പൊതുഭൂമികളുടെയും സമുദായങ്ങളും ഗോത്രങ്ങളും അധിവസിച്ചതുമായ ഭൂമികളുടെയും കൊള്ള പ്രാകൃത മൂലധന സംഭരണത്തിന്റെ രീതിയാണ്. ഇതാണ് മുതലാളിത്ത കൃഷിക്കു ജന്മം നല്കിയത്, ഇവിടെനിന്നു പുറത്താക്കപ്പെട്ടവരാണ് നഗരങ്ങളിലെ വ്യവസായങ്ങൾക്ക് 'സ്വതന്ത്രരായ' പ്രോലിറ്റേറിയറ്റിനെ നല്കിയത്. നാട്ടിൻപുറത്തെ പ്രകൃതിയും മനുഷ്യനും തമ്മിലുള്ള പാരസ്പര്യം ഇല്ലാതാകുകയും അതിനുപകരം വാണിജ്യബന്ധങ്ങൾ ആധിപത്യം നേടുകയും ചെയ്തു.

അഞ്ച്

മൂലധനാധിപത്യത്തിന്റെ ഫലമായി മനുഷ്യനിലും പ്രകൃതിയിലും വരുന്ന മാറ്റത്തിന് രണ്ട് രീതികളുണ്ട്. ഒന്ന്, അദ്ധ്വാനിക്കുന്നവരുടെ പാപ്പരീകരണമാണ്, മറ്റൊന്ന് പ്രകൃതിവിഭവങ്ങളുടെ ശോഷണവും നാശവുമാണ്. മൂലധനത്തിന്റെ വികാസത്തിന്റെ തോതനുസരിച്ച് അതിന്റെ കൈവശം വരുന്ന അദ്ധ്വാനശക്തിയും വികസിക്കുന്നു. യഥാർത്ഥത്തിൽ തൊഴിലെടുക്കുന്നവർ കൂടാതെ തൊഴിലെടുക്കാത്ത മിച്ച ജനസംഖ്യയുടെ എണ്ണവും വർദ്ധിക്കുന്നു. ഇവരിൽ അലഞ്ഞുതിരിയുന്നവർ, കുറ്റവാളികൾ, ലൈംഗികത്തൊഴിലാളികൾ തുടങ്ങിയവർ കൂടാതെ മൂന്നു വിഭാഗങ്ങൾ കൂടിയുണ്ടെന്നു മാർക്സ് ചൂണ്ടിക്കാണിക്കുന്നു. അതിലൊന്ന്, അദ്ധ്വാനശക്തിയുള്ള തൊഴിൽരഹിതരാണ്. അവർക്ക് സ്ഥിരമായ തൊഴിൽ ഉണ്ടാകാറില്ല. രണ്ടാമത്തേത്, അനാഥരും പാപ്പരായവരുടെ മക്കളുമാണ്. മൂന്നാമത്തേത് അനാരോഗ്യംകൊണ്ടും വ്യവസായങ്ങളിലെ അപകടങ്ങൾമൂലവും പ്രവർത്തനശേഷി നഷ്ടപ്പെട്ടവർ, തൊഴിൽപ്രായം കഴിഞ്ഞവർ, വിധവകൾ മുതലായവരാണ്. ഇവരെല്ലാം പാപ്പരീകരണം മൂലം തൊഴിൽസേനയുടെ ഓരം പറ്റുന്നവരാണ്. അതായത് മൂലധനത്തിന്റെ വളർച്ച തന്നെയാണ് ഇത്തരം പാപ്പരീകരണത്തിലേക്ക് നയിക്കുന്നതെന്ന് മാർക്സ് വാദിക്കുന്നു. അനാരോഗ്യവും അംഗഭംഗങ്ങളും തൊഴിൽശേഷിയുടെ നഷ്ടവുമെല്ലാം മൂലധന സമാഹരണത്തിന്റെ സൃഷ്ടികളാണ്. അദ്ധ്വാനത്തിന്റെ ഉല്പാദനക്ഷമത വർദ്ധിക്കുംതോറും തൊഴിലുകൾക്ക് വേണ്ടിയുള്ള തൊഴിലാളികളുടെ സമ്മർദ്ദം വർദ്ധിക്കുന്നു. അതനുസരിച്ച് തൊഴിലാളികളുടെ ജീവിത സാഹചര്യങ്ങൾ കൂടുതൽ അപകടത്തിലാകുന്നു.

പ്രകൃതിവിഭവങ്ങളുടെ നാശം രണ്ടുവിധത്തിലാണ് നടക്കുന്നത്. അതിലൊന്ന്, മനുഷ്യനും പ്രകൃതിയും തമ്മിലുള്ള പാരസ്പര്യത്തിന്റെ, സാമൂഹ്യചയാപചയത്തിന്റെ തകർച്ചയാണ്. മുതലാളിത്ത വ്യവസ്ഥയുടെ വളർച്ചയുടെ അടിത്തറ തന്നെ മണ്ണിൽനിന്ന് അദ്ധ്വാനിക്കുന്നവരെ വേർതിരിക്കുന്നതിലൂടെയാണെന്ന് മാർക്സ് പറയുന്നു. മനുഷ്യരെ, അവരവർ പ്രത്യുല്പാദനം നടത്തുന്നതിന്റെ ഉപാധികളിൽനിന്ന് വേർതിരിച്ചാലാണ് ഒരു 'സ്വതന്ത്ര' തൊഴിലാളിവർഗ്ഗം സൃഷ്ടിക്കപ്പെടുകയും അവരെ കൂലിവേലയ്ക്കുപയോഗിക്കാൻ മുതലാളിമാർക്കു സാധിക്കുകയും ചെയ്യുക. രണ്ടാമത്തേത് വിഭവങ്ങളുടെ തന്നെ നാശമാണ്. അയർലണ്ടിലെ ജനങ്ങളെ തൊഴിലാളിവർഗ്ഗമായി ഇംഗ്ലണ്ടിലെ ഫാക്ടറികൾക്ക് ഇറക്കുമതി ചെയ്തപ്പോൾ അവരുടെ മണ്ണും കൂടി ഇറക്കുമതി ചെയ്തെന്ന് മാർക്സ് പറയുന്നു.

അമിത വിഭവചൂഷണം സൃഷ്ടിക്കുന്ന വിഭവങ്ങളുടെ നാശം വ്യക്തമാകുന്നത് കോളനികളിലാണ്. മാർക്സും എംഗൽസും എടുത്തു കാണിക്കുന്ന 'ഗുവാനോ മുതലാളിത്തം' പ്രകടമായ ഉദാഹരണമാണ്. ദക്ഷിണ അമേരിക്കയിലെ ചിലിയുടെ കടൽതീരത്ത് പസിഫിക് സമുദ്രത്തിൽനിന്നു വരുന്ന ദേശാടനപ്പക്ഷികൾ വന്നു വിസർജ്ജിക്കുന്ന പക്ഷിക്കാട്ടമുണ്ട്. ഗുവാനോ എന്നു വിളിക്കുന്ന കാട്ടമായിരുന്നു ചിലിയുടെ മണ്ണിന്റെ ഫലഭൂയിഷ്ഠതയ്ക്കു കാരണവും. ഇതു കണ്ടെത്തിയ യൂറോപ്യന്മാർ പക്ഷിക്കാട്ടം ചിലിയിൽനിന്ന് കയറ്റുമതി ചെയ്യാനാരംഭിച്ചു. പക്ഷിക്കാട്ടം ശേഖരിക്കുന്നതിനായി ചൈനക്കാരായ കൂലിക്കാരെയും നിയോഗിച്ചു. ഈ പക്ഷിക്കാട്ടത്തിലൂടെ ലഭിച്ച നൈട്രേറ്റ് വളമാണ് യൂറോപ്പിലെ മുതലാളിത്ത കൃഷിയെ പ്രത്യേകിച്ച് മൾബെറി കൃഷിയെ വളർത്തിയത്. ഇരുപതാം നൂറ്റാണ്ടിന്റെ ആദ്യം കൃത്രിമ നൈട്രേറ്റ് വളം കണ്ടുപിടിച്ചതോടെ പക്ഷിക്കാട്ടത്തിന്റെ ആവശ്യമില്ലാതായി. അതിനകം ചിലിയിലെ കൃഷി പൂർണ്ണമായും നശിച്ചിരുന്നു.

വിഭവചൂഷണത്തിന്റെ മറ്റൊരു വശവും മാർക്സ് ചൂണ്ടിക്കാണിക്കുന്നു. പല കാർഷികവിളകളുടെയും ഉല്പാദനം അവയ്ക്ക് ലഭിക്കുന്ന കമ്പോളവിലകളെയും വിലകൾക്ക് സംഭവിക്കുന്ന ഏറ്റക്കുറച്ചിലുകളെയും ആശ്രയിച്ചാണ്. അത്തരത്തിൽ കമ്പോളബദ്ധമായ വിളവെടുപ്പുകളും കൃഷിയും തമ്മിൽ വൈരുദ്ധ്യമുണ്ട്. കൃഷി നടക്കുന്നത് സ്ഥിരമായ മനുഷ്യാവശ്യങ്ങൾ നിറവേറ്റുന്നതിനാണ്. ഭക്ഷണവും അതുപോലുള്ള മനുഷ്യാവശ്യങ്ങളും നിരവധി തലമുറകളായി നിലനില്ക്കുന്നവയാണ്. കമ്പോളാധിഷ്ഠിതമായ കൃഷിക്ക് അത്തരം ആവശ്യങ്ങളെ എപ്പോഴും നിറവേറ്റാൻ കഴിയണമെന്നില്ല. തലമുറകളായി നിലനില്ക്കുന്ന അദ്ധ്വാന രൂപങ്ങളെ അത് നശിപ്പിക്കുകയും ചെയ്യുന്നു.

കൃഷിയുടെ മേലുള്ള മുതലാളിത്ത ആധിപത്യത്തിന്റെ മറ്റൊരു പ്രത്യാഘാതത്തിലേക്കു കൂടി മാർക്സ് ശ്രദ്ധ ക്ഷണിക്കുന്നുണ്ട്. കാർഷിക മുതലാളിത്തത്തിന്റെ ലക്ഷ്യം കമ്പോളത്തിനാവശ്യമായ ഉല്പാദ

നമാണ്. മുൻ കാലഘട്ടങ്ങളിലെപ്പോലെ മണ്ണിൽ പണിയെടുക്കുന്നവരുടെ ജീവസന്ധാരണമല്ല. അതുകൊണ്ട് കാർഷിക മുതലാളിത്തം ഉപയോഗിക്കുന്ന കൂലിവേലക്കാരുടെ എണ്ണം കുറയുന്നു. ശേഷിക്കുന്നവർ ജീവിക്കാനായി നഗരങ്ങളിൽ എത്തുന്നു. ഇതിന്റെ ഫലമായി രണ്ടു കാര്യങ്ങൾ ഒന്നിച്ചു നടക്കുന്നുണ്ട്. ഒന്ന്, വൻകിട വ്യവസായങ്ങൾ അദ്ധ്വാനശക്തിയെ പാഴ്‌വസ്തുക്കളാക്കുകയും പുറന്തള്ളുകയും ചെയ്യുന്നു. വാണിജ്യ കൃഷി മണ്ണിന്റെ സ്വാഭാവിക ഉല്പാദനക്ഷമതയെ തകർക്കുന്നു. ഇവ രണ്ടും ചേർന്നു നടത്തുന്ന മനുഷ്യശക്തിയുടെയും വിഭവങ്ങളുടെയും നാശമാണ് നാം പരിസ്ഥിതി നാശം എന്നു പൊതുവിൽ വിളിക്കുന്നത്.

ഇത്തരത്തിലുള്ള വിഭവനാശത്തിലേക്കു നയിക്കുന്ന വേറൊരു ഘടകം സ്വത്തുടമാ സംവിധാനമാണ്. മുതലാളിത്തത്തിന്റെ സ്വത്തുടമ രീതി ഭൂമിയെയും വിഭവങ്ങളെയും മനുഷ്യാദ്ധ്വാനത്തെയുമെല്ലാം ചരക്കുകളാക്കി മാറ്റുന്നതിൽ അധിഷ്ഠിതമാണ്. *മൂലധനം* മൂന്നാം വോള്യത്തിൽ മൂലധനം ഭൂമിയുടെയും വിഭവങ്ങളുടെയുംമേൽ ആധിപത്യം സ്ഥാപിക്കുന്നതെങ്ങനെയെന്നു വിശദീകരിക്കുന്നുണ്ട്. (അദ്ധ്യായം നാല്പത്തിയേഴ്). കാർഷിക ഉല്പന്നങ്ങൾ വിനിമയത്തിലേക്കു വരാത്ത, അല്ലെങ്കിൽ വളരെ ചുരുങ്ങിയ ഭാഗം മാത്രം കമ്പോളത്തിലെത്തുന്ന ആദ്യകാലങ്ങളിൽ, ഭൂപ്രഭുവിനു ലഭിക്കുന്ന കരവും കുറവായിരിക്കും. പലപ്പോഴും അതിൽ അവിടെനിന്നുള്ള കൈത്തൊഴിൽ ഉല്പന്നങ്ങളും അടങ്ങിയിരിക്കും. മുതലാളിത്തം കൈത്തൊഴിലുകളും കൃഷിയും തമ്മിലുള്ള ബന്ധത്തെ നശിപ്പിക്കുന്നു. കാർഷികോല്പാദനത്തിന്റെ മേലുള്ള മിച്ചമൂല്യസമാഹരണമായി പാട്ടം മാറുന്നു. പക്ഷേ, കാർഷികോല്പാദനത്തിന്റെയല്ല ഭൂമിയുടെ ഉല്പാദനക്ഷമതയിലാണ് പാട്ടം നിർണ്ണയിക്കപ്പെടുന്നത് എന്ന പ്രചാരണമാണ് അത് നടത്തുന്നത്. അതുവരെ ഒരു വിലയുമില്ലാതിരുന്ന ഭൂമിക്ക് അതോടെ മൂല്യമുണ്ടാകുന്നു. ഭൂമിയുടെ മൂല്യവർദ്ധനയ്ക്കായി വിഭവങ്ങൾ കൂടുതൽ കണ്ടെത്തപ്പെടുകയും ഉല്പാദനക്ഷമത വർദ്ധിപ്പിക്കാൻ ശ്രമങ്ങൾ നടക്കുകയും ചെയ്യുന്നു. ഭൂമിയുടെയും വിഭവങ്ങളുടെയും ഉല്പാദനത്തിന്റെയുമെല്ലാം നിലനില്പ് കമ്പോളത്തിനനുസരിച്ചാകുന്നതോടെ ഭൂമി ഒരു സാധാരണ വ്യാവസായിക ഉല്പാദനോപകരണമായി മാറുകയാണ്. മറ്റെല്ലാ ഉപകരണങ്ങളെയുംപോലെ ഭൂമിക്കും വിഭവങ്ങൾക്കും തേയ്മാനം സംഭവിക്കുകയും നശിക്കുകയും ചെയ്യുന്നു. എന്നാൽ, മനുഷ്യാദ്ധ്വാനം നശിക്കുമ്പോൾ മറ്റു മനുഷ്യരെ വെച്ച് തൊഴിലെടുപ്പിക്കാം. യന്ത്രങ്ങൾക്ക് തേയ്മാനം സംഭവിച്ചാൽ മറ്റു യന്ത്രങ്ങൾ പകരംവയ്ക്കാം. ഭൂമിയും വിഭവങ്ങളും നശിച്ചാൽ പകരം വെക്കാൻ ഒന്നുമുണ്ടാകില്ല.

ഇതിൽനിന്നാണ് മാർക്സ് തന്റെ സുസ്ഥിരതയെക്കുറിച്ചുള്ള സങ്കല്പം മുന്നോട്ടുവയ്ക്കുന്നത്. ഒരു മനുഷ്യൻ മറ്റൊരു മനുഷ്യന്റെ മേൽ ഉടമസ്ഥാവകാശം സ്ഥാപിക്കുന്ന അടിമ സമ്പ്രദായത്തെ നാം നിരാകരിച്ചു.

അതുപോലെ തന്നെയാണ് ഏതാനും വ്യക്തികൾ ഭൂഗോളത്തിന്റെ മേൽ ചെലുത്തുന്ന സർവ്വാധിപത്യം. ഒരു സമൂഹത്തിനോ ദേശത്തിനോ എല്ലാ സമൂഹങ്ങളും ഒന്നിച്ചെടുത്താൽ പോലുമോ ഭൂഗോളത്തിനുമേൽ ഉടമകളാകാൻ കഴിയില്ല. അവർക്കുള്ളത് കൈവശാവകാശം മാത്രമാണ്, അതിനെ ഉപയോഗിക്കാനുള്ള അവകാശമാണ്. അതിനാവശ്യമായ പ്രകൃതിവിഭവങ്ങളും മണ്ണും ജൈവസമ്പത്തുമെല്ലാം മുൻ തലമുറകളിൽ നിന്ന് ലഭിച്ചവയാണ്. ഉല്പാദന ഉപകരണങ്ങൾപോലും മുമ്പുള്ളവരുടെ അദ്ധ്വാനഫലമാണ്. എല്ലാ നല്ല കുടുംബത്തലവന്മാരെയും പോലെ (boni patres familias) ഭൂഗോളത്തെ കൂടുതൽ മെച്ചപ്പെടുത്തി അനന്തര തലമുറകൾക്ക് കൈമാറുക എന്നത് അവരുടെ ഉത്തരവാദിത്വമാണ്. മനുഷ്യരെയെന്നപോലെ വസ്തുക്കളെയും വിഭവങ്ങളെയും ഭൂഗോളത്തെ തന്നെയും ചരക്കുവല്ക്കരിക്കുന്ന വ്യവസ്ഥയിൽ സുസ്ഥിരത ഉറപ്പുവരുത്തുക സാദ്ധ്യമല്ല. സാമൂഹ്യമായ അദ്ധ്വാന കൂട്ടായ്മകളുടെ ഉല്പാദന - വിനിമയ രൂപങ്ങളിലാണ് സുസ്ഥിരത യാഥാർത്ഥ്യമാകുക.

ആറ്

മാർക്സ് പല ഭാഗങ്ങളിലായി നടത്തുന്ന പാരിസ്ഥിതിക പരാമർശങ്ങളെ പൊതുവിൽ ഇങ്ങനെ സംഗ്രഹിക്കാം:

1. അടിമസമ്പ്രദായവും കുടിയായ്മ രൂപങ്ങളും നിലനിന്ന മുതലാളിത്തപൂർവ്വ സമ്പദ്വ്യവസ്ഥകളിൽ മനുഷ്യരും പ്രകൃതിയും തമ്മിൽ വേർതിരിക്കപ്പെടുകയോ സാമൂഹ്യചയാപചയ പ്രക്രിയ തകർക്കപ്പെടുകയോ ചെയ്തിരുന്നില്ല. സാമൂഹ്യ അധീശ വർഗ്ഗങ്ങൾ പൊതുവെ അദ്ധ്വാനിക്കുന്നവരെ അജൈവ പ്രകൃതിയുടെ ഭാഗമായാണ് കണ്ടിരുന്നത്.

2. നഗരവും ഗ്രാമവും തമ്മിലുള്ള ഭിന്നതയാണ് മനുഷ്യനും പ്രകൃതിയും തമ്മിലുള്ള ബന്ധത്തിലെ ആദ്യത്തെ ഭിന്നതയായി പ്രത്യക്ഷപ്പെടുന്നത്. ക്രമേണ കൃഷിയും കൈത്തൊഴിലുകളും തമ്മിൽ വേർപെടുന്നു. ഈ പ്രക്രിയയെ പൂർണ്ണമാക്കുന്നത് മുതലാളിത്തമാണ്. അദ്ധ്വാനിക്കുന്നവരെ അവരുടെ ജീവിതോപാധികളിൽനിന്നും വിഭവങ്ങളിൽനിന്നും വേർപെടുത്തുന്നത് മുതലാളിത്തമാണ്. മുതലാളിത്തം ഭൂമിയെയും വിഭവങ്ങളെയും അദ്ധ്വാനിക്കുന്നവർ ഉപയോഗിക്കുന്ന ഉപകരണങ്ങളെപ്പോലും സ്വന്തം സ്വകാര്യ സ്വത്താക്കി മാറ്റുന്നു. സ്വന്തം അന്നം നേടിയിരുന്ന തൊഴിലെടുക്കുന്നവരെ ഭക്ഷണത്തിനുവേണ്ടി മുതലാളിക്ക് സ്വയം വില്ക്കുന്ന കൂലിവേലക്കാരാക്കി മാറ്റുന്നു.

3. ഈ വേർതിരിവ് രണ്ടു തരത്തിലുള്ള പ്രത്യാഘാതങ്ങൾ സൃഷ്ടിക്കുന്നു. ഒന്ന്, അദ്ധ്വാനിക്കുന്നവർ സ്വന്തം ജീവിത പരിതഃസ്ഥിതികളിൽനിന്ന് വേർപെടുത്തപ്പെടുമ്പോൾ അവർക്ക് നിത്യജീവിത മാർഗ്ഗങ്ങൾക്കുവേണ്ടി കൂലിവേലയെ ആശ്രയിക്കേണ്ടിവരുന്നു. എന്നാൽ, മുതലാ

ളിത്തം തൊഴിലാളിയെക്കാണുന്നത് മറ്റൊരു ഉല്പാദനോപകരണമായാണ്. അതുകൊണ്ട് ആവശ്യമുള്ളവരെ മാത്രം കൂലിക്കു നിർത്തുകയും മറ്റുള്ളവരെ പുറത്താക്കുകയും ചെയ്യുന്നു. അങ്ങനെ ഒരു വ്യവസായ റിസർവ്വ് സൈന്യം രൂപപ്പെടുന്നു. സ്വന്തം ജീവിതോപാധികൾ നഷ്ടപ്പെടുകയും അതിനോടൊപ്പം കൂലിവേലയ്ക്കുപോലും സാദ്ധ്യത നഷ്ടപ്പെടുകയും ചെയ്യുന്ന അദ്ധ്വാനിക്കുന്ന വർഗ്ഗം പാപ്പരീകരിക്കപ്പെടുന്നു. പാപ്പരീകരണത്തെ അമിത ജനസംഖ്യയായും 'ജനസംഖ്യാ വിസ്ഫോടന'മായും മറ്റും മുതലാളിത്തം വ്യാഖ്യാനിക്കുകയും ജനസംഖ്യാ നിയന്ത്രണത്തിനുള്ള നടപടികൾ എടുക്കുകയും ചെയ്യുന്നു. 19 – 20 നൂറ്റാണ്ടുകളിൽ വ്യാപിച്ച ജനന നിയന്ത്രണ നടപടിക്രമങ്ങളെ ഇതിന്റെ അടിസ്ഥാനത്തിൽ വിശദീകരിക്കാം.

4. സാമൂഹ്യചയാപചയ പ്രക്രിയയുടെ തകർച്ച പ്രകൃതിയുമായുള്ള പാരസ്പര്യത്തിന്റെ അടിസ്ഥാനത്തിൽ ജീവിതം നിലനിർത്തുന്നതിന് മനുഷ്യർ സ്വാഭാവികമായി കൈക്കൊണ്ടിരുന്ന രീതികളെയും അദ്ധ്വാനരൂപങ്ങളെയും തകർക്കുന്നു. ഇത്തരം ബന്ധങ്ങളെ ചയാപചയ കൈമാറ്റം അല്ലെങ്കിൽ ചയാപചയ ബന്ധം എന്നൊക്കെയാണ് മാർക്സ് വിളിച്ചത്. ഇതിലുണ്ടാകുന്ന വേർതിരിവിനെ ചയാപചയത്തിലെ വിള്ളൽ (Metabolic Rift) എന്നാണ് ജോൺ ബെല്ലമി ഫോസ്റ്റർ എന്ന മാർക്സിസ്റ്റ് പരിസ്ഥിതി ശാസ്ത്രജ്ഞൻ വിളിക്കുന്നത്. എന്നാൽ ജേസൺ മൂർ എന്ന മറ്റൊരു മാർക്സിസ്റ്റ് ശാസ്ത്രജ്ഞൻ അതിനെ ചയാപചയ വ്യതിയാനം (Metabolic Shift) എന്നു വിളിക്കാനാണ് ഇഷ്ടപ്പെടുന്നത്. ഈ വ്യതിയാനത്തിന്റെ ഭാഗമായി മനുഷ്യരുടെ ജീവിത സാഹചര്യങ്ങൾ, ഭൂമിയടക്കമുള്ള പ്രകൃതിയും വിഭവങ്ങളുമെല്ലാം മൂലധനത്തിന്റെ നിയന്ത്രണത്തിൽ, മുതലാളിയുടെ സ്വകാര്യസ്വത്തായി മാറുകയാണ്. അതായത് സാധാരണ മനുഷ്യരുടെ ജീവിതത്തിന്റെ പ്രത്യുല്പാദനംപോലും മുതലാളിത്തം ഏറ്റെടുക്കുകയാണ്.

5. ഇതിന്റെ ഭാഗമായി മുതലാളിത്തം ചെയ്യുന്നത് ജീവിതോപാധികളുടെ അടക്കമുള്ള ഉല്പാദനത്തിനായി എല്ലാ ഉല്പാദനരൂപങ്ങളെയും പുനഃസംഘടിപ്പിക്കുകയാണ്. അതിനായി മണ്ണും വിഭവങ്ങളും അദ്ധ്വാനരൂപങ്ങളുമെല്ലാം പുനഃസംഘടിപ്പിക്കപ്പെടുന്നു. ഇതിന്റെ ലക്ഷ്യം ഉല്പാദനശക്തികളുടെ, മനുഷ്യരുടെ നൈസർഗ്ഗികവും സ്വാഭാവികവുമായ ഉല്പാദനശേഷികളുടെ സ്വച്ഛന്ദമായ വികാസമല്ല, ചരക്കുല്പാദനത്തിനും ലാഭം കൊയ്യുന്നതിനുമുള്ള മുതലാളിയുടെ തത്രപ്പാടാണ്. ലാഭം കൊയ്യുന്നതിനുള്ള മുതലാളിയുടെ ശ്രമങ്ങൾ പ്രകൃതിയുടെയും വിഭവങ്ങളുടെയും മനുഷ്യാദ്ധ്വാനത്തിന്റെയും അമിതചൂഷണത്തിലേക്കും നാശത്തിലേക്കും നയിക്കുന്നു.

6. ഇതിന്റെ ആദ്യരൂപം കൃഷിയിൽ വരുന്ന മാറ്റമാണ്. മനുഷ്യൻ നിത്യജീവിതവൃത്തിക്കുള്ള ഉപാധികൾ ഉല്പാദിപ്പിച്ച ആദ്യ രൂപമാണ് കൃഷി. കൃഷിയും കൈത്തൊഴിലുകളും ചേർന്നാണ് പ്രകൃതിയുമായുള്ള

പാരസ്പര്യത്തെയും സാമൂഹ്യചയാപചയ പ്രക്രിയയെയും നിലനിർത്തിയത്. മുതലാളിത്തം കൃഷിയെ ഒരു വ്യവസായ രൂപമാക്കി മാറ്റുകയും കമ്പോളത്തിൽ ചരക്കുകളുടെ വിലകളുടെ ഏറ്റക്കുറച്ചിലുകളുമായി ബന്ധപ്പെടുത്തുകയും ചെയ്തു. പ്രകൃതിയുമായുള്ള പാരസ്പര്യത്തിൽ ജീവിച്ചിരുന്ന കോടിക്കണക്കിനു മനുഷ്യരുടെ ജീവിതമാർഗ്ഗങ്ങൾ തകർന്നു. അവർ തൊഴിലും ജീവിതവും തേടി നഗരങ്ങളിലെത്തി. കൃഷി ചെയ്യുന്നവരുടെ എണ്ണം തന്നെ കുറഞ്ഞു. പ്രകൃതിയെ നിലനിർത്താനും പോഷിപ്പിക്കാനുമായി ജനങ്ങൾ കണ്ടെത്തിയിരുന്ന നിരവധി മാർഗ്ഗങ്ങൾപോലും ഇല്ലാതായി.

7. നഗരങ്ങളിൽ വ്യവസായങ്ങളുടെ കേന്ദ്രീകരണവും കൃഷിയുടെ വ്യവസായവല്കരണവും സാമൂഹ്യചയാപചയ പ്രക്രിയയുടെ ഭാഗമായി സ്വാഭാവികമായി നടക്കേണ്ടിയിരുന്ന തേയ്മാനം സംഭവിച്ചതും പാഴായിപ്പോയതുമായ വസ്തുക്കളുടെയും വിസർജ്ജ്യങ്ങളുടെയും ഭൂമിയിലേക്കുള്ള തിരിച്ചുപോക്ക് മുടക്കി. അത് പ്രകൃതിയുടെ പുനരാവർത്തന പ്രക്രിയ അസാദ്ധ്യമാക്കി. ഒരു വശത്ത് മണ്ണിന്റെ പുനരുല്പാദനക്ഷമതയെയും ഫലഭൂയിഷ്ഠതയെയും ഇല്ലാതാക്കുകയും മറുവശത്ത് വിസർജ്ജ്യങ്ങൾ നഗരങ്ങളിലും വ്യാവസായിക കേന്ദ്രങ്ങളിലും കുമിഞ്ഞു കൂടുകയും ചെയ്തു. ജനങ്ങളുടെ പാപ്പരീകരണം വർദ്ധിക്കുന്നതിനോടൊപ്പം പാപ്പരീകരിക്കപ്പെട്ട ജനതയിലും നഗരങ്ങളിലെ തൊഴിലാളിമേഖലകളിലും രോഗങ്ങളും പോഷകാഹാരക്കുറവും പ്രജനനത്തിലെ വൈകല്യങ്ങളുമടക്കമുള്ള ദാരുണാവസ്ഥകൾ സൃഷ്ടിക്കുകയും ചെയ്തു. എംഗൽസ് തന്റെ *ഇംഗ്ലണ്ടിലെ തൊഴിലാളിവർഗ്ഗത്തിന്റെ സ്ഥിതി*, *ഭവന പ്രശ്നം* എന്നീ ഗ്രന്ഥങ്ങളിൽ തൊഴിലാളികളുടെ ദാരുണമായ ജീവിത സാഹചര്യങ്ങൾ വിശദമായി പ്രതിപാദിക്കുന്നു.

8. ഇത്തരത്തിൽ നടക്കുന്ന പ്രകൃതി ചൂഷണത്തിന്റെ മറ്റൊരു വശമാണ് കോളനിവല്ക്കരണം. കോളനികളായി മാറുന്ന പ്രദേശങ്ങളിൽ നിലനില്ക്കുന്നത് പൊതുസ്വത്താണ്. പൊതുസ്വത്തിൽ അദ്ധ്വാനിച്ചു ജീവിക്കുന്ന വമ്പിച്ച ജനാവലിയാണ്. ഇവിടെ ഉല്പാദനം വർദ്ധിപ്പിക്കണമെങ്കിൽ പൊതുസ്വത്തിനെ സ്വകാര്യസ്വത്താക്കണം. ജനങ്ങളെ ജീവിതോപാധികളിൽനിന്നു പുറത്താക്കി അവരെ കൂലിവേലക്കാരാക്കി മാറ്റണം. അതിനോടൊപ്പം കുടിയേറ്റത്തൊഴിലാളികളെ കൊണ്ടുവന്ന് സ്വന്തം എസ്റ്റേറ്റുകളിൽ പണിയെടുപ്പിക്കണം. കോളനികളിലെ കൃഷിയിടങ്ങളല്ലാത്ത പ്രദേശങ്ങൾ എങ്ങനെ യൂറോപ്യൻ പ്രഭുക്കന്മാരുടെ സ്വകാര്യസ്വത്തായി മാറുന്നുവെന്നും മാർക്സ് ചൂണ്ടിക്കാണിക്കുന്നു. ഇവയുടെ ഫലമായി ഉണ്ടായ ഭീതിദമായ പ്രകൃതിയുടെയും ജീവിതമാർഗ്ഗങ്ങളുടെയും നാശവും വിഭവചൂഷണവുമാണ് മുതലാളിത്തത്തെ വളർത്തിയത്. ഇതിന്റെ ഫലമായി കോളനികളിലെ ജനത മുതലാളിത്തവിരുദ്ധരായും മാറുന്നു. അവർക്ക് മുതലാളിമാരുടെ തോട്ടങ്ങളിൽ കൂലിപ്പണിയെടുക്കാൻ താല്പര്യമില്ല. തരംകിട്ടിയാൽ സ്വന്തം കൃഷിയിടങ്ങളിലേക്കു

തിരിച്ചുപോയി സ്വതന്ത്രരായി പ്രവർത്തിക്കാൻ ഇഷ്ടപ്പെടുന്നു. അപ്പോൾ മുതലാളിമാർക്ക് ഏതെങ്കിലും രൂപത്തിൽ അവരുടെ നൈസർഗ്ഗിക പ്രകൃതിയെ നശിപ്പിക്കേണ്ടിവരുന്നു. റെയിൽപാതകൾക്കും ഖനികൾക്കും മറ്റും വേണ്ടി വലിയ കമ്പനികളുണ്ടാക്കി ഭൂമിയെ തകർക്കുകയും വിറ്റുതുലയ്ക്കുകയും ചെയ്യുന്ന ഏർപാട് ഇതിന്റെ ഉദാഹരണമായി മാർക്സ് ചൂണ്ടിക്കാണിക്കുന്നു.

(മൂലധനം വോള്യം ഒന്ന്,
മുപ്പത്തിമൂന്നാം അദ്ധ്യായം)

മാർക്സിന്റെ *ഗോഥാ പരിപാടിയുടെ വിമർശന*ത്തിൽ ജർമ്മൻ സോഷ്യൽ ഡെമോക്രാറ്റുകളുടെ ഇടയിലെ ഫെർഡിനാന്റ് ലസാലിന്റെ നിലപാടുകളെ അദ്ദേഹം നേരിടുന്നുണ്ട്. സമൂഹത്തിന്റെ സമ്പത്ത് മുഴുവൻ ഉണ്ടാകുന്നത് അദ്ധ്വാനത്തിൽനിന്നാണ് എന്ന ലസാലിയൻ നിലപാടിനെ മാർക്സ് വിമർശിക്കുന്നു. സമ്പത്ത് പ്രകൃതിയും സൃഷ്ടിക്കുന്നുണ്ട്. ഒരു സമൂഹത്തിന്റെ മൊത്തം സമ്പത്തായി കാണേണ്ടത് പ്രകൃതിദത്തമായ സമ്പത്തും മനുഷ്യാദ്ധ്വാനത്തിന്റെ സൃഷ്ടിയായ സമ്പത്തും ചേർന്നാണ്. സ്വകാര്യലാഭത്തിനുവേണ്ടി മനുഷ്യാദ്ധ്വാനത്തെയും പ്രകൃതിവിഭവങ്ങളെയും ഒരുപോലെ നശിപ്പിക്കുകയാണ് മൂലധനം ചെയ്യുന്നത്. പ്രകൃതിയെയും മനുഷ്യരുടെ ജീവിതോപാധികളെയും ഒരുപോലെ കമ്പോളത്തിനു കീഴ്പ്പെടുത്തുന്നു. അതിന്റെ ദുരന്തഫലങ്ങളാണ് ഫോസിൽ ഇന്ധനങ്ങളുടെയും ജൈവസമ്പത്തിന്റെയും നാശത്തിന്റെ രൂപത്തിൽ, നഗരവല്ക്കരണത്തിന്റെയും പാഴ്‌വസ്തുക്കളുടെയും വിസർജ്യങ്ങളുടെയും കുമിഞ്ഞു കൂടലിന്റെ രൂപത്തിൽ, പകർച്ചവ്യാധികളുടെയും പുതിയ രോഗങ്ങളുടെയും ഉല്പാദനത്തിന്റെ രൂപത്തിൽ, ആഗോളതാപനത്തിന്റെയും കാലാവസ്ഥാ മാറ്റത്തിന്റെയും രൂപത്തിൽ, മനുഷ്യരാശി ഇന്ന് അഭിമുഖീകരിക്കുന്നത്. മാർക്സ് സൂചിപ്പിക്കുന്നതുപോലെ വരുംതലമുറകൾക്കു കൈമാറേണ്ടുന്ന സമ്പത്തായി ഭൂമിയെ നിലനിർത്തണമെങ്കിൽ മൂലധനാധിപത്യത്തെ തകർത്തെറിയുന്ന തൊഴിലാളിവർഗ്ഗ പോരാട്ടങ്ങളുടെ അവിഭാജ്യ ഘടകമായി പാരിസ്ഥിതിക പോരാട്ടങ്ങൾ മാറണം.

മാർക്സും സാങ്കേതിക വിദ്യകളും

ഒന്ന്

മൂലധനത്തിന്റെ വളർച്ചയെക്കുറിച്ചുള്ള മാർക്സിന്റെ വിശദീകരണം നിരവധി ചർച്ചകൾക്കു വിഷയമായിട്ടുണ്ട്. ബൂർഷ്വാ സാമ്പത്തികശാസ്ത്രജ്ഞരുടെ നിലപാടുകളെ ശക്തമായി വിമർശിച്ചുകൊണ്ട് മാർക്സ് വളർത്തിക്കൊണ്ടുവന്ന സമീപനത്തിന്റെ ഏറ്റവും പ്രധാനപ്പെട്ട വശങ്ങൾ തൊഴിൽദിനത്തെയും സാങ്കേതികവിദ്യയെയും സംബന്ധിച്ചുള്ളതാണ്. മൂലധനസമാഹരണത്തെക്കുറിച്ച് മാർക്സ് വളർത്തിക്കൊണ്ടുവന്ന ആശയങ്ങളുടെ ആധാരശിലകൾ നമുക്ക് ഈ അന്വേഷണങ്ങളിൽ കാണാം.

ഉല്പാദനശക്തികളുടെ വികാസത്തെക്കുറിച്ച് മാർക്സ് വളർത്തിക്കൊണ്ടുവന്ന ധാരണകൾ മാർക്സിസ്റ്റ് സാമ്പത്തിക സമീപനത്തിന് വളരെ പ്രധാനമാണ്. ഉല്പാദനശക്തികളെന്നാൽ തൊഴിലെടുക്കുന്നവരുടെ അദ്ധ്വാനശക്തി, ഉല്പാദനോപാധികളും ഉപകരണങ്ങളും എന്നിവ ചേരുന്നതാണ്. എങ്കിലും, *മൂലധന*ത്തിൽ മാർക്സ് നടത്തിയ സാങ്കേതിക വിദ്യകളെ സംബന്ധിച്ച വിശദമായ പരിശോധനയെ മുൻനിർത്തി മാർക്സിനെ സാങ്കേതിക നിർണ്ണയവാദിയായി ചിത്രീകരിക്കാൻ ശ്രമം നടന്നിട്ടുണ്ട്. ഉല്പാദനശക്തികളുടെ വികാസമെന്നാൽ സാങ്കേതികവിദ്യകളുടെ വികാസമാണെന്ന ധാരണ ചില മാർക്സിസ്റ്റുകളിലും കാണാം.

ശാസ്ത്ര സാങ്കേതിക വിദ്യകളെക്കുറിച്ചുള്ള മാർക്സിന്റെ സമീപനത്തെക്കുറിച്ച് കൃത്യമായ ധാരണയിലെത്താൻ ഏറ്റവും സഹായകം *മൂലധനം* ഒന്നാം വോള്യത്തിലെ പതിന്നാലും പതിനഞ്ചും അദ്ധ്യായങ്ങളാണ്.

രണ്ട്

ശാസ്ത്ര സാങ്കേതിക വിദ്യകളെക്കുറിച്ചുള്ള മാർക്സിന്റെ ആശയങ്ങളിലേക്കു കടക്കുന്നതിനുമുമ്പ് മാർക്സ് ഉപയോഗിക്കുന്ന രണ്ട് ആശയങ്ങളിലേക്ക് കടക്കേണ്ടതുണ്ട്. അതിലൊന്ന് തൊഴിൽവിഭജനമാണ്. സമൂഹത്തിൽ തൊഴിൽവിഭജനം വളർന്നുവരുന്നത് ലിംഗത്തിന്റെയും പ്രായത്തിന്റെയും അടിസ്ഥാനത്തിൽ സ്വാഭാവികമായാണ്. അവിടെ ശാരീരിക ഘടനയുടെ സവിശേഷതകൾ മാത്രമാണ് തൊഴിൽ വിഭജനത്തിനാധാരം. പിന്നീട് ജനസംഖ്യ വർദ്ധിക്കുകയും ഗോത്രങ്ങൾ തമ്മിൽ സംഘർഷങ്ങൾ വളർന്നുവന്ന് ഒരു ഗോത്രം മറ്റൊരു ഗോത്രത്തെ കീഴടക്കുകയും ചെയ്യുമ്പോൾ തൊഴിൽവിഭജനം കൂടുതൽ സങ്കീർണ്ണമായിത്തീരുന്നു. ഇതിനോടൊപ്പം വ്യത്യസ്ത കുടുംബങ്ങളും ഗോത്രങ്ങളും സമുദായങ്ങളും തമ്മിലുള്ള ക്രയവിക്രയങ്ങളും വളർന്നുവരുന്നു. ഈ ക്രയവിക്രയങ്ങളിൽ പങ്കെടുക്കുന്നത് വ്യക്തികളല്ല, കുടുംബങ്ങളും ഗോത്രങ്ങളുമാണ്. അവർ വ്യത്യസ്ത പരിതസ്ഥിതികളിൽ വ്യത്യസ്ത ഉല്പാദനോപാധികളും ജീവിതമാർഗ്ഗങ്ങളും കണ്ടെത്തുന്നവരാണ്. അതുകൊണ്ട് അവരുടെ ഉല്പാദനരീതികളും ജീവിതരൂപങ്ങളും ഉല്പന്നങ്ങളും വ്യത്യസ്തമാണ്. ഈ വ്യത്യസ്തതയാണ് ഉല്പന്നങ്ങളുടെ ക്രയവിക്രയത്തെ വളർത്തിയെടുക്കുന്നത്. ക്രയവിക്രയത്തിൽ വരുന്ന വസ്തുക്കളെയാണ് ക്രമേണ ചരക്കുകളാക്കി മാറ്റുന്നത്.

ഈ രണ്ടു വിധത്തിലുള്ള തൊഴിൽവിഭജനങ്ങൾ തമ്മിൽ പ്രധാനപ്പെട്ട ഒരു വ്യത്യാസം മാർക്സ് കാണുന്നു. ശാരീരികക്ഷമതയെ ആധാരമാക്കിയുള്ള തൊഴിൽവിഭജനത്തിൽ കുടുംബം, ഗോത്രം മുതലായവ പരസ്പരബന്ധിതമായ കൂട്ടങ്ങളാണ്. എന്നാൽ ഇത്തരം കൂട്ടങ്ങൾ തമ്മിലുള്ള ബന്ധങ്ങളും ക്രയവിക്രയവും വളർന്നുവരുമ്പോൾ കൂട്ടങ്ങളുടെ സമഗ്ര സ്വഭാവം ദുർബലമാകുന്നു, അവ വിഘടിക്കാനും തകരാനുമാരംഭിക്കുന്നു. എന്നാൽ ക്രയവിക്രയബന്ധങ്ങൾ വളർന്നുവരുന്നത് പരസ്പരം ബന്ധമില്ലാത്ത സ്വതന്ത്രമായ സമുദായങ്ങൾ തമ്മിലാണ്. അവ തമ്മിൽ കൂടിച്ചേർന്ന് ഒരു പൊതു ഉല്പാദനരൂപത്തിന്റെ വിവിധ ശാഖകളായി മാറുന്നു. മറ്റു ചില സവിശേഷതകളും മാർക്സ് ദർശിക്കുന്നുണ്ട്. പരസ്പരാശ്രിതത്വം കുറവുള്ള സമൂഹങ്ങളിൽ ജനസംഖ്യ കൂടുതലുണ്ടാകാം. ആശയവിനിമയത്തിനും ഗതാഗതത്തിനുമുള്ള സൗകര്യങ്ങളുടെ ദൗർലഭ്യം കാരണം അത് പുറത്തു കാണണമെന്നില്ല. അതേസമയം പരസ്പരബദ്ധതയും ഗതാഗതവും കൂടുതലുള്ള സമൂഹങ്ങളിൽ ജനസംഖ്യ കുറവെങ്കിലും ജനസാന്ദ്രത അനുഭവപ്പെടാം. ഉദാഹരണത്തിന്, അമേരിക്കൻ ഐക്യനാടുകൾക്ക് (അന്നത്തെ) ഇന്ത്യയെക്കാൾ ജനസാന്ദ്രതയുണ്ടാകാം.

മുതലാളിത്ത ഉല്പാദനവ്യവസ്ഥയുടെ മുന്നുപാധികൾ ചരക്കുല്പാദനവും ചരക്കുകളുടെ വിനിമയവുമാണ്. അതിന് കൈത്തൊഴിലുക

ളിലെ തൊഴിൽവിഭജനമാണ് പ്രധാനം. തൊഴിൽശാലകളിലെ തൊഴിൽ വിഭജനത്തിന് സമൂഹത്തിലെ തൊഴിൽവിഭജനം നിശ്ചിത വളർച്ചയെത്തിയിരിക്കണം. മാർക്സ് ഇതിന് ഉപയോഗിക്കുന്ന ഉദാഹരണങ്ങളിൽ ഒന്ന് പ്രാചീന ഇന്ത്യൻ സമുദായങ്ങളാണ്. പ്രാചീന ഇന്ത്യയിൽ തൊഴിൽ വിഭജനം ഉണ്ടായിരുന്നു. അതിൽ കൃഷിയും കൈത്തൊഴിലുകളും തമ്മിൽ വേർതിരിക്കപ്പെട്ടിരുന്നില്ല. തൊഴിൽവിഭജനത്തിൽ ഒരുവിധ പരിവർത്തനവും സാദ്ധ്യമായിരുന്നില്ല. അതുകൊണ്ട് പുതിയ സമുദായങ്ങളിലും പഴയ തൊഴിൽവിഭജന രൂപങ്ങൾ തുടർന്നു. എല്ലാ ഉല്പന്നങ്ങളും സമുദായത്തിന്റെ ഉപഭോഗത്തിനായതുകൊണ്ട് ചരക്കുല്പാദനത്തിലേക്കു നീങ്ങിയിരുന്നില്ല. മിച്ച ഉല്പന്നം മാത്രമാണ് കൈമാറ്റം ചെയ്യപ്പെട്ടത്. പല ഗ്രാമസമൂഹങ്ങളിലും ഗ്രാമസമൂഹത്തിനാവശ്യമായ ഗ്രാമത്തലവൻ, കണക്കെഴുത്തുകാരൻ, ശിക്ഷ നടപ്പിലാക്കുന്നവൻ, കാവൽക്കാരൻ, വെള്ളം നല്കുന്നവൻ, ബ്രാഹ്മണൻ, അദ്ധ്യാപകൻ, ജ്യോതിഷി, കൊല്ലൻ, ആശാരി, കുശവൻ, ക്ഷുരകൻ, വണ്ണാൻ, ചെമ്പുകൊട്ടി മുതലായ തൊഴിൽവിഭാഗങ്ങളുണ്ടായിരുന്നു. പക്ഷേ, ഇവയെല്ലാം മാറ്റങ്ങളില്ലാതെ ദൃഢീഭവിക്കുകയും ജാതികളായി മാറുകയും ചെയ്തു.

മറ്റൊരുദാഹരണം യൂറോപ്പിലെ ഗിൽഡുകളാണ്. ഗിൽഡുകളിൽ ഒരു മാസ്റ്ററുണ്ടാകും; അയാളുടെ കീഴിൽ ജേണിമെൻ എന്നു വിളിക്കുന്ന കൈത്തൊഴിൽക്കാരും അയാളുടെ അപ്രന്റീസുമാരും ഉണ്ടാകും. കച്ചവടക്കാർക്ക് ഏതു ചരക്കും ഗിൽഡുകളിൽ നിന്നുവാങ്ങാം. അയാൾക്ക് കൈത്തൊഴിൽക്കാരുടെ അദ്ധ്വാനം വാങ്ങാൻ സാധിക്കില്ല. അതായത് ഗിൽഡുകൾ ഓരോ കൈത്തൊഴിലുകളുടെയും വളർച്ച ഉറപ്പുവരുത്തിയെങ്കിലും സ്വന്തം തൊഴിൽശാലയിൽ ഒരു വിധത്തിലുള്ള തൊഴിൽ വിഭജനവും അനുവദിച്ചില്ല. അതുകൊണ്ട് തൊഴിലാളിയും അയാളുടെ ഉല്പാദനോപാധിയും തമ്മിലുള്ള ബന്ധം ദൃഢമായിരുന്നു. ഈ ബന്ധം തകർന്നാൽ മാത്രമാണ് കൈത്തൊഴിൽക്കാരൻ കൂലിവേലക്കാരനാകുക, ഉല്പാദനോപാധികൾ മുതലാളിയുടെ നിയന്ത്രണത്തിൽവരിക. അതായത് തൊഴിൽശാലയ്ക്കകത്തുള്ള തൊഴിൽ വിഭജനം മുതലാളിത്ത ഉല്പാദനരീതിയുടെ സവിശേഷതയാണ്. അതിന് പ്രാചീന സമുദായങ്ങളിലെ സ്വാഭാവികമായ തൊഴിൽ വിഭജനരീതിയും ഇല്ലാതാകണം, കൈത്തൊഴിൽക്കാർക്ക് സ്വന്തം ഉല്പാദനോപാധികളോടും വിഭവങ്ങളോടുമുള്ള ബന്ധവും ഇല്ലാതാകണം.

രണ്ടാമത്തെ സുപ്രധാന ആശയം സഹകരണമാണ്. *മൂലധന*ത്തിന്റെ പതിമൂന്നാം അദ്ധ്യായത്തിലാണ് മാർക്സ് സഹകരണത്തെക്കുറിച്ച് വിശദീകരിക്കുന്നത്. പ്രാചീന മദ്ധ്യകാല സമൂഹങ്ങളിലെ ഉല്പാദനബന്ധങ്ങളെ സ്വാധീനിക്കുന്നത് കുടുംബം, ഗോത്രം, സമുദായം മുതലായവയാണ്. അവിടെ പണിയാളർ വ്യക്തികളല്ല, കൂട്ടങ്ങളാണ്. അവരുടെ തൊഴിൽ പരമ്പരാഗതമാണ്; അല്ലെങ്കിൽ ജാതിപോലുള്ള സമൂഹക്രമത്താൽ നിർണ്ണയിക്കപ്പെട്ടതാണ്. എന്നാൽ മുതലാളിത്തത്തിൽ സ്ഥിതി വ്യത്യ

സ്തമാണ്. മുതലാളി താൻ നടത്തുന്ന ഒരു ഉല്പാദനസംരംഭത്തിനുവേണ്ടി അദ്ധ്വാനശക്തിയെ വാങ്ങുകയാണ് ചെയ്യുന്നത്. അയാൾ വാങ്ങുന്നത് വ്യക്തികളെയാണ്. കുടുംബങ്ങളെയല്ല, അതും അയാൾക്കാവശ്യമുള്ള അത്രയും വ്യക്തികളെ മാത്രമാണ് വാങ്ങുന്നത്.

ഒരു തൊഴിലാളി ഒറ്റയ്ക്കാണ് തൊഴിലിൽ ചേരുന്നത്. എന്നാൽ അയാൾ പണിയെടുക്കുന്നത് ഒറ്റയ്ക്കല്ല. മുതലാളി ആവശ്യപ്പെടുന്ന അത്രയും അദ്ധ്വാനം അത്രയും വേഗത്തിൽ ഒരാൾക്കുമാത്രമായി ചെയ്തു തീർക്കാനാവില്ല. അതുകൊണ്ട് നിരവധിപേർ ഒരുമിച്ചു ചേരുമ്പോഴാണ് ഉപയോഗമൂല്യമുള്ള ധാരാളം വസ്തുക്കൾ ഉല്പാദിപ്പിക്കാനാകുന്നത്, ഒരു വസ്തുവിന്റെ ഉല്പാദനത്തിനുള്ള തൊഴിൽ സമയം കുറയ്ക്കാനാകുന്നത്. കൂട്ടായ പ്രവർത്തനം ഉല്പാദനശക്തിയെ വൻതോതിൽ വർദ്ധിപ്പിക്കുന്നു. നിരവധി പ്രവർത്തനങ്ങൾ ഒന്നിച്ചു ചെയ്യാൻ കഴിയുന്നതുകൊണ്ടും ഒരേ ഉല്പാദനോപാധിയുടെ പൊതുവായ ഉപയോഗം കൊണ്ടും ഉല്പാദനക്ഷമതയും വർദ്ധിക്കുന്നു. ഇത്തരം പ്രവർത്തനത്തെയാണ് മാർക്സ് സഹകരണം എന്നു വിളിക്കുന്നത്. സഹകരണാത്മകമായ അദ്ധ്വാനം കൊണ്ട് മനുഷ്യർ അവരുടെ വ്യക്തിപരത കൈവെടിയുകയും ഒരു സ്പീഷീസ് എന്ന നിലയിലുള്ള അവരുടെ കഴിവുകളെ സാക്ഷാൽക്കരിക്കുകയും ചെയ്യുന്നു.

സഹകരണത്തിന്റെ മറ്റു ചില സ്വഭാവങ്ങളെയും മാർക്സ് സൂചിപ്പിക്കുന്നു. സഹകരണം തൊഴിലെടുക്കുന്ന വ്യക്തികളുടെ കൂട്ടായ്മയാണ്. പ്രായോഗികതലത്തിൽ അവരുടെ അദ്ധ്വാനത്തെ ചിട്ടപ്പെടുത്തുന്നതിനും ചില മേൽനോട്ടക്കാരുടെ ആവശ്യം വരും. ഉദാഹരണത്തിന് ഫ്യൂഡൽ കാലഘട്ടത്തിൽ ഇത്തരം ഉത്തരവാദിത്വങ്ങൾ പട്ടാളമേധാവിയോ ന്യായാധിപനോ ഒക്കെയാണ് ഏറ്റെടുക്കുന്നത്. എന്നാൽ മുതലാളിത്ത ഘട്ടത്തിൽ വ്യവസായങ്ങളുടെ നേതൃത്വം മൂലധനത്തിന്റെ സ്വഭാവമാണ്. ഇത്തരത്തിലുള്ള മേൽനോട്ടം മൂലധനത്തിന് അദ്ധ്വാനത്തിന്റെ മേലുള്ള സ്വേച്ഛാധിപത്യമായിത്തീരുന്നു. സഹകരണാദ്ധ്വാനം സൃഷ്ടിക്കുന്ന നിരവധി സാദ്ധ്യതകൾക്കുപകരം, മുതലാളിയുടെ ലക്ഷ്യനിർണ്ണയത്തിനനുസരിച്ച്, അയാൾ സൃഷ്ടിക്കുന്ന സാഹചര്യങ്ങളിൽ തൊഴിലാളിക്കു പണിയെടുക്കേണ്ടിവരുന്നു. എന്നാൽ, മുതലാളിത്തത്തിന്റെ കീഴിൽ തൊഴിലാളികൾ നടത്തുന്ന സഹകരണാദ്ധ്വാനമാണ് അദ്ധ്വാനത്തെ ഒരു സാമൂഹ്യപ്രക്രിയയാക്കി മാറ്റുന്നത്.

മൂന്ന്

മുതലാളിത്ത അദ്ധ്വാനം ആരംഭിക്കുന്നത് രണ്ടുതരത്തിലുള്ള അദ്ധ്വാനരൂപങ്ങളിലൂടെയാണ്. ഒന്ന് ലളിതമായ സഹകരണമാണ്. വ്യത്യസ്ത കഴിവുകളുള്ള കൈത്തൊഴിൽക്കാരെ പങ്കെടുപ്പിച്ച് ഒരു പ്രത്യേക ഉല്പന്നം സൃഷ്ടിക്കുന്ന രീതിയാണിത്. ഒരു വീട് നിർമ്മിക്കുമ്പോൾ

അസ്ഥിവാരം നിർമ്മിക്കുന്നവർ മുതൽ പ്ലംബർമാരും പെയിന്റർമാരും വരെയുള്ള വ്യത്യസ്ത തൊഴിലാളികളുടെ ഉപയോഗം ലളിതമായ സഹകരണത്തിനു ഉദാഹരണമാണ്. ഒരു വാഹനം നിർമ്മിക്കുന്നതിന് ആവശ്യമായ വ്യത്യസ്ത തൊഴിലാളികൾ മറ്റൊരുദാഹരണമാണ്. ലളിതമായ സഹകരണം വ്യത്യസ്ത കൈത്തൊഴിൽക്കാരുടെ സഹകരണമാണ്. അല്ലെങ്കിൽ ഒരു മുതലാളിയുടെ കീഴിൽ വ്യത്യസ്ത കൈത്തൊഴിൽക്കാരെ സംഘടിപ്പിക്കുന്ന രീതിയാണിത്.

ഈ രീതിയനുസരിച്ച് ഒരു തൊഴിലാളിക്ക് അയാൾ ചെയ്യേണ്ടുന്ന എല്ലാ ജോലികളും തുടർച്ചയായി ഒറ്റയ്ക്കോ ഒന്നു രണ്ടുപേരുടെ സഹായത്തോടെയോ ചെയ്തു തീർക്കാം. പക്ഷേ, ഉല്പാദിപ്പിക്കേണ്ടുന്ന വസ്തുക്കളുടെ എണ്ണം വർദ്ധിപ്പിച്ചാൽ ഈ രീതി പ്രായോഗികമല്ല. ഒരാൾ തന്റെ വൈദഗ്ദ്ധ്യമനുസരിച്ചുള്ള എല്ലാ ജോലികളും തുടർച്ചയായി ചെയ്തു തീർക്കുന്നതിനുപകരം, ആ തൊഴിൽ തന്നെ പുനർവിതരണം ചെയ്യാം. ഒരാൾ ചെയ്യുന്ന എല്ലാ പ്രവർത്തനങ്ങളെയും പരസ്പരബന്ധമില്ലാത്ത, ഒറ്റപ്പെട്ട പ്രവർത്തനങ്ങളാക്കി മാറ്റാം. അവയെല്ലാം ഒരുമിച്ചു നിർവ്വഹിക്കാം. ഓരോ പ്രവർത്തനവും ഒരു തൊഴിലാളിയെ ഏൽപിക്കുന്നു. അവയെല്ലാം എല്ലാ തൊഴിലാളികളും ഒരുമിച്ചു നിർവ്വഹിക്കുന്നു. ഓരോ ചെറുപ്രവർത്തനവും തൊഴിലാളി വീണ്ടും വീണ്ടും ആവർത്തിക്കുന്നു. അങ്ങനെ പുതിയ ഒരു തൊഴിൽ വിഭജനം രൂപപ്പെടുന്നു. ഇതിന്റെ ഫലമായി ഒരു തൊഴിലാളിയുടെ അദ്ധ്വാനത്തിന്റെ ഫലമായി ഉല്പാദിപ്പിക്കപ്പെടുന്ന ഒരു തൊഴിലാളിക്കൂട്ടത്തിന്റെ സാമൂഹ്യ ഉല്പന്നമായിതീരുന്നു. അതിൽ ഒരു തൊഴിലാളിയുടെ പങ്ക് ഒരൊറ്റ ഭാഗിക പ്രവർത്തനം മാത്രമായി തീരുന്നു.

ഈ പ്രക്രിയയിലൂടെ രണ്ടു പ്രവർത്തനങ്ങളാണ് നടക്കുന്നത്. ഒന്നാമത്തേത്, ഒരു കൈത്തൊഴിൽക്കാരന്റെ മൊത്തം പ്രവർത്തനത്തെ നിരവധി സവിശേഷ ഉദ്യമങ്ങളാക്കി മാറ്റുന്നു. അവ ഓരോന്നും വേർതിരിക്കപ്പെട്ട് പ്രത്യേക അദ്ധ്വാന രൂപങ്ങളായി മാറുന്നതോടെ അവ ഓരോന്നും ഓരോ തൊഴിലാളിയുടെ അദ്ധ്വാനമായിത്തീരുന്നു. ഇത്തരത്തിൽ വേർതിരിക്കപ്പെടുന്ന നിരവധി കൈത്തൊഴിലുകൾ ഒരേ ഉല്പന്നത്തെ സൃഷ്ടിക്കാനാണ് ഉപയോഗിക്കപ്പെടുന്നത്. അതായത് വ്യത്യസ്തമായ കൈത്തൊഴിലുകൾ ഒന്നു ചേർന്ന് ഒരു ഉല്പാദനപ്രവർത്തനമായിത്തീരുന്നു. നിരവധി മനുഷ്യർ ഭാഗങ്ങളായ ഒരു ഉല്പാദനയന്ത്രം ഉണ്ടാവുകയാണ്.

ഒരു തൊഴിലാളി ഒരേ പ്രവർത്തനം വീണ്ടും വീണ്ടും നടത്തുമ്പോൾ, അയാൾക്ക് ആ പ്രവർത്തനത്തിൽ നൈപുണ്യം കൈവരുന്നുണ്ട്. ഏറ്റവും കുറവ് അദ്ധ്വാനം വഴി ആവശ്യമുള്ള ഫലം ഉല്പാദിപ്പിക്കാൻ അയാൾക്ക് കഴിയുന്നുണ്ട്. നിരവധി തലമുറകളിൽപെട്ട തൊഴിലാളികൾ ഒരു തൊഴിൽശാലയിൽ ഒരുമിച്ച് പണിയെടുക്കുന്നതുകൊണ്ട് നിരവധി വിദഗ്ദ്ധ തൊഴിൽരീതികൾ കൈമാറിപ്പോവുകയും അവയ്ക്ക് സ്ഥിരത കൈവരികയും ചെയ്യുന്നു. ഇത്തരം ഓരോ പ്രത്യേക പ്രവർത്തനവും

ഒരു വ്യക്തിയുടെ സവിശേഷ നൈപുണ്യമായി മാറുന്നു. അതിനോടൊപ്പം തൊഴിലുപകരണങ്ങളിലും വൈവിദ്ധ്യം വരുന്നു. ഓരോ ഉപകരണവും കൂടുതൽ മെച്ചപ്പെട്ടതും ലളിതവുമാകുന്നു. ഓരോ പ്രത്യേക പ്രവർത്തനങ്ങൾക്കനുസരിച്ച് ഉപകരണങ്ങൾ നിർമ്മിക്കപ്പെടുന്നതുകൊണ്ട് ഉപകരണങ്ങളുടെ വൈവിദ്ധ്യം വർദ്ധിക്കുന്നു.

ഇത്തരത്തിലുള്ള ഉല്പാദനത്തിനും രണ്ടു സ്വഭാവമുണ്ട്. ഒന്ന് നിരവധി വ്യക്തികളുടെ സവിശേഷ വൈദഗ്ദ്ധ്യത്തിലൂടെ കടന്നുപോകുന്ന രീതിയാണ്. മാർക്സ് നല്കുന്ന ഉദാഹരണം സൂചിയാണ്. വ്യത്യസ്തമായ 72 അല്ലെങ്കിൽ 92 തൊഴിലാളികളിലൂടെ കടന്നുപോയാണ് ഒരു സൂചി നിർമ്മിക്കപ്പെടുന്നത്. രണ്ടാമത്തേത്, നിരവധി ഭാഗങ്ങൾ ഒരേ സമയത്ത് വ്യത്യസ്ത തൊഴിലാളികൾ നിർമ്മിക്കുന്നു. അവയെല്ലാം കൂടി കൂടിച്ചേർന്ന് അന്തിമ ഉല്പന്നമാകുന്നു.

ഒരു തീവണ്ടി എഞ്ചിൻ അയ്യായിരത്തിലധികം ഭാഗങ്ങൾ ചേർന്നതാണ്. അവയെല്ലാം വ്യത്യസ്തമായി നിർമ്മിക്കുകയും അവസാനം കൂട്ടിച്ചേർക്കപ്പെടുകയും ചെയ്യുന്നു. വാച്ചുകൾ മറ്റൊരുദാഹരണമാണ്. ഇവയിൽ ഓരോ ഭാഗങ്ങളുടെ ഉല്പാദനവും ഓരോ വ്യത്യസ്ത തൊഴിലായി മാറാം. അതിനുശേഷം മാത്രമാണ് അവയെല്ലാം ചേർക്കപ്പെടുന്നത്. ഇതു സൃഷ്ടിക്കുന്ന ഒരു പ്രശ്നമുണ്ട്. ഓരോ സ്പെയർപാർട്ടും ഓരോ സ്ഥലത്ത്, ഒരു പണിശാലയ്ക്കകത്ത് വ്യത്യസ്ത സ്ഥലങ്ങളിൽ നിർമ്മിച്ചു കൂട്ടിച്ചേർക്കപ്പെടുമ്പോൾ അതിന് ഗതാഗത സൗകര്യങ്ങൾ ആവശ്യമായി വരുന്നുണ്ട്. വിലപ്പെട്ട സമയം പാഴാകുന്നുണ്ട്. അതുപോലെ ഒരു വസ്തുവിന്റെ നിർമ്മാണത്തിന്റെ ഒരു ഘട്ടത്തിനും അടുത്തഘട്ടത്തിനുമിടയിൽ സമയം പാഴാകുന്നുണ്ട്. ഉല്പാദനവുമായി നേരിട്ടു ബന്ധപ്പെടാത്ത ഒരുപാടദ്ധ്വാനവും (ഉദാ: ഗതാഗതം, വിനിമയം) വേണ്ടിവരുന്നുണ്ട്. ഇവയെല്ലാം പരമാവധി വെട്ടിക്കുറച്ചാലാണ് സമയം ലാഭിക്കുക, ഉല്പാദനക്ഷമത വർദ്ധിക്കുക.

അദ്ധ്വാനസമയം ലഘൂകരിക്കുന്നതിനാണ് ആദ്യകാലത്ത് യന്ത്രങ്ങൾ ഉപയോഗിക്കപ്പെട്ടത്. പ്രാചീനകാലത്തുതന്നെ നിർമ്മിക്കപ്പെട്ട ജലചക്രം ഇതിനൊരുദാഹരണമായിരുന്നു. വെള്ളം തേകി ജലസേചനം നടത്തുന്നതിനുവേണ്ടിവന്ന സമയത്തെ ജലചക്രം ലഘൂകരിച്ചു. പിൽക്കാലത്ത് വളർന്നുവന്ന മില്ലുകൾ മറ്റൊരുദാഹരണമായിരുന്നു. അരി പൊടിക്കുന്നതിന്, കടലാസ് നിർമ്മാണത്തിനാവശ്യമായ പാഴ്വസ്തുക്കൾ മുറിക്കുന്നതിന്, ലോഹം അയിരിക്കുന്നതിന് എല്ലാം മില്ലുകൾ ഉപയോഗിക്കപ്പെട്ടു. എണ്ണയാട്ടുന്ന ചക്കുകൾ മറ്റൊരുദാഹരണമാണ്. ഇത്തരം യന്ത്രങ്ങൾ തൊഴിലാളികളെ സഹായിച്ചുവെന്നല്ലാതെ അവരെ വേറെ രൂപങ്ങളിൽ സ്വാധീനിച്ചില്ല. മുതലാളിത്തത്തോടെ സ്ഥിതി മാറി, വ്യത്യസ്ത സവിശേഷ തൊഴിലാളികൾ ചേർന്നാണ് ഉല്പാദന പ്രവർത്തനം നടത്തുന്നത്. ഇവരിൽ ചില പ്രവർത്തനങ്ങളിൽ തൊഴിലാളികൾക്ക് കൂടുതൽ ശക്തി വേണ്ടിവരും, ചിലതിൽ കരവിരുതും ചിലതിൽ കൂടുതൽ

ശ്രദ്ധയും. ഒരേ വ്യക്തിയിൽ ഈ എല്ലാ കഴിവുകളിലും ഉണ്ടാകണമെന്നില്ല. എല്ലാവരും കൂടിച്ചേർന്നു കൂട്ടായ തൊഴിലാളിയിൽ, അല്ലെങ്കിൽ അദ്ധ്വാനശക്തിയിൽ ഇതെല്ലാം ഉണ്ടാകും. അതായത് ഓരോ വ്യക്തിയിലുമില്ലാത്ത പ്രാഗത്ഭ്യം കൂട്ടായ അദ്ധ്വാനശക്തിക്ക് ഉണ്ടാകും. ഈ കൂട്ടായ അദ്ധ്വാനശക്തി, വ്യക്തിഗതമായ കഴിവുകളിൽനിന്ന് അന്യമാണ്. അതിന്റെ പ്രവർത്തനം യാന്ത്രികമാണ്.

നാല്

മുതലാളിത്തത്തിന്റെ അദ്ധ്വാനരൂപങ്ങളെ സംബന്ധിച്ച ഈ അടിസ്ഥാന സങ്കല്പങ്ങളിൽനിന്നാണ് മാർക്സ് യന്ത്രങ്ങളുടെ, സാങ്കേതിക വിദ്യകളുടെ പ്രാധാന്യത്തിലേക്കു കടക്കുന്നത്. ഒരു യന്ത്രവും ഒരുപകരണവും തമ്മിൽ അദ്ദേഹം വേർതിരിക്കുന്നു. പല ഇംഗ്ലീഷ് സാമ്പത്തികശാസ്ത്രജ്ഞരും ഒരുപകരണമെന്നാൽ ലഘുവായ യന്ത്രമെന്നും ഒരു യന്ത്രമെന്നാൽ സങ്കീർണ്ണമായ ഉപകരണമെന്നുമാണ് പറയുന്നത്. ഇതൊരു മതിയായ വിശദീകരണമല്ല. യന്ത്രങ്ങളുടെ ഉല്പാദനത്തിന്റെ ചരിത്രപരമായ സാഹചര്യങ്ങളിലേക്ക് ഇതു കടക്കുന്നുമില്ല. മാർക്സിന്റെ അഭിപ്രായത്തിൽ എല്ലാ യന്ത്രങ്ങൾക്കും മൂന്നു ഭാഗങ്ങളുണ്ട്. ഒന്ന് ഒരു ചാലകയന്ത്രരൂപം (motor mechanism), രണ്ട് വിനിമയ യന്ത്രരൂപം (transmitting mechanism) അവസാനം ഉപകരണം അല്ലെങ്കിൽ പ്രവർത്തനയന്ത്രം. ചാലകയന്ത്രമാണ് മുഴുവൻ ചലിപ്പിക്കുന്നത്. അതിന് അതിന്റേതായ ഊർജ്ജരൂപമുണ്ട്. അവ താപോർജ്ജം, ഇലക്ട്രോ മാഗ്നെറ്റിസം (പിന്നീട് വൈദ്യുതി, ആണവോർജ്ജം, കൽക്കരി, പെട്രോളിയം മുതലായവ). വെള്ളവും വായുവുമെല്ലാം ഊർജ്ജരൂപങ്ങളിൽ പെടും. രണ്ടാമത്തേത് ഈ ചാലകശക്തിയെ ഉപകരണത്തിലേക്ക് വിനിമയം ചെയ്യുന്ന ചക്രങ്ങൾ, കപ്പികൾ, കയറുകൾ, കെട്ടുകൾ, ഗിയറുകൾ, ഷാഫ്റ്റുകൾ മുതലായവയാണ്. അവയാണ് ചലനത്തെ നിർണ്ണയിക്കുകയും ഉപകരണത്തെ പ്രവർത്തനക്ഷമമാക്കുകയും ചെയ്യുന്നത്. മൂന്നാമത്തെ ഭാഗമാണ് ഉല്പാദന പ്രവർത്തനത്തിൽ നേരിട്ടു പങ്കെടുക്കുന്നത്.

തൊഴിലാളികൾ മുമ്പുപയോഗിച്ചിരുന്ന ഉപകരണങ്ങളുടെ മറ്റൊരു രൂപമാണ് നാം യന്ത്രങ്ങളിൽ കാണുന്നത്. ഒരു വ്യത്യാസമാണുള്ളത്. ഇവയെല്ലാം മനുഷ്യർ ഉപയോഗിക്കുന്ന ഉപകരണങ്ങൾക്കുപകരം ചാലകയന്ത്രം വഴി പ്രവർത്തിക്കുന്ന യാന്ത്രിക ഉപകരണങ്ങളാണിവ. അതായത് മനുഷ്യർ ചെയ്യുന്ന അതേ പ്രവർത്തനങ്ങൾ തന്നെയാണ് യന്ത്രങ്ങളും ചെയ്യുന്നത്. അവിടെയും ഒരു വ്യത്യാസം പ്രകടമാണ്. മനുഷ്യർക്ക് അവരുടെ ശാരീരികമായ പരിമിതികൾകൊണ്ട് നിരവധി പ്രവർത്തനങ്ങൾ ഒരേ സമയത്ത് ഏറ്റെടുക്കാനോ നിരവധി യന്ത്രങ്ങളെ ഒരേസമയത്ത് സ്വന്തം അവയവങ്ങൾകൊണ്ട് പ്രവർത്തിപ്പിക്കാനോ കഴിയുക

യില്ല. ഇതാണ് യന്ത്രങ്ങൾ ചെയ്യുന്നത്. മനുഷ്യശക്തിക്ക് പകരമായി നില്ക്കുന്ന വിധത്തിൽ ഏതെങ്കിലും പ്രകൃതിശക്തി ഉപയോഗിക്കുവാനും മനുഷ്യർക്കു കഴിയാത്ത വിധത്തിൽ നിരവധി ഉപകരണങ്ങളെ ഒരേ ശക്തിയുപയോഗിച്ച് പ്രവർത്തിപ്പിക്കാനും അതിനു കഴിയുന്നു.

മാർക്സ് മുമ്പ് സൂചിപ്പിച്ച രണ്ടു വിധത്തിലുള്ള സഹകരണ രൂപങ്ങളാണ് യന്ത്രങ്ങളുടെ ഉപയോഗത്തിലും ആവിഷ്കരിക്കുന്നത്. കൈത്തൊഴിൽക്കാർ തമ്മിലുണ്ടാകുന്ന ലളിതമായ സഹകരണ രൂപമാണ് യന്ത്രങ്ങളുടെ ഒരുതരത്തിലുള്ള ഉപയോഗത്തിൽ ഉണ്ടാകുന്നത്. കൈത്തറിക്കുപകരം നിരവധി യന്ത്രത്തറികൾ പ്രവർത്തിപ്പിച്ച് വസ്ത്രങ്ങൾ നെയ്യുന്നു. തൊട്ടടുത്തുതന്നെ നിരവധി തുന്നൽ യന്ത്രങ്ങൾ പ്രവർത്തിപ്പിക്കുന്നു. ഇവിടെ യന്ത്രങ്ങൾ ചെയ്യുന്നത് തൊഴിലാളികൾ ചെയ്തിരുന്ന കൈത്തൊഴിലുകൾ തന്നെയാണ്. ഉല്പന്നങ്ങളുടെ എണ്ണം നിരവധി ഇരട്ടിയാകുന്നുവെന്നു മാത്രം.

എന്നാൽ വികസിത ഉല്പാദനരീതി ഇതല്ല. നിരവധി യന്ത്രങ്ങളെ ഒരിടത്തുവെച്ച് ഉല്പാദനം വർദ്ധിപ്പിക്കുകയല്ല അവിടെ ചെയ്യുന്നത്. ഉല്പാദന പ്രവർത്തനത്തെ തന്നെ നിരവധി സൂക്ഷ്മതല ഘട്ടങ്ങളായി തിരിച്ച് ആവശ്യമായ യന്ത്രങ്ങളെയും അവയെ പ്രവർത്തിപ്പിക്കുന്ന തൊഴിലാളികളെയും പ്രയോജനപ്പെടുത്തുകയാണ്. വ്യത്യസ്ത പ്രത്യേകത്തൊഴിലാളികൾ ഒന്നിച്ചു പ്രവർത്തിച്ച് ഉല്പാദിപ്പിക്കുന്നതുപോലെ ഒരു യന്ത്രഭാഗം മറ്റൊരു യന്ത്രഭാഗത്തിന് അതിന്റെ പ്രവർത്തനത്തിനാവശ്യമായ അസംസ്കൃതോല്പന്നങ്ങൾ നല്കുകയാണ്. ഇവയെല്ലാം ഒരുമിച്ച് പ്രവർത്തിക്കുന്നതുകൊണ്ട് ഉല്പന്നം അതിന്റെ നിർമ്മാണത്തിന്റെ വിവിധ ദശകളിലൂടെ ഒരേസമയം കടന്നുപോവുകയാണ്. ഒരേസമയം പ്രവർത്തിക്കുന്ന ഈ യന്ത്രഭാഗങ്ങളെല്ലാം ചേർന്ന് ഒരു യന്ത്ര വ്യവസ്ഥയായിതീരുന്നു, ഒരു ഘട്ടത്തിൽനിന്ന് മറ്റൊരു ഘട്ടത്തിലേക്കുള്ള പ്രയാണത്തിന്റെ ചാലകശക്തി മനുഷ്യരല്ല, യന്ത്രങ്ങൾ തന്നെയാണ്. ഒറ്റപ്പെട്ട യന്ത്രങ്ങൾക്കുപകരം ഫാക്ടറികളിൽ ഇപ്പോഴുള്ളത് ഇത്തരം യന്ത്ര വ്യവസ്ഥകളാണ്.

ഇത്തരത്തിൽ, മനുഷ്യശക്തിക്കുപകരം പ്രകൃതിശക്തികളെ പകരം വയ്ക്കുകയാണ് യന്ത്രങ്ങൾ ചെയ്യുന്നത്. മനുഷ്യരുടെ കരവിരുതിനു പകരം പ്രകൃതിശക്തികളെ പ്രവർത്തിപ്പിക്കുന്നത് ശാസ്ത്രത്തിന്റെ ബോധപൂർവ്വമായ പ്രയോഗത്തിലൂടെയാണ്. കൈത്തൊഴിലുകളിൽ അദ്ധ്വാനപ്രക്രിയ ആത്മനിഷ്ഠമാണ്, അതു പ്രത്യേക തൊഴിലാളികളുടെ കൂട്ടായ്മയിലൂടെയാണ് പ്രവർത്തിക്കുന്നത്. എന്നാൽ ഫാക്ടറി ഉല്പാദനം വസ്തുനിഷ്ഠമാണ്, അവിടെ യന്ത്രവ്യവസ്ഥ ഉല്പാദനത്തിന്റെ ഭൗതികസാഹചര്യമായി തീരുന്നു. തൊഴിലാളികൾ അതിനെ പ്രവർത്തിപ്പിക്കുന്നവരും. പക്ഷേ, യന്ത്രങ്ങൾക്ക് ഒരുമിച്ച് പ്രവർത്തിക്കാൻ കഴിയുന്നത് കൂട്ടായ അദ്ധ്വാനത്തിലൂടെ മാത്രമാണ്. അദ്ധ്വാനത്തിന്റെ ഉപകരണങ്ങൾ

തന്നെ സൃഷ്ടിക്കുന്ന സാങ്കേതിക ആവശ്യമായി സഹകരണാത്മകമായ അദ്ധ്വാന പ്രക്രിയ മാറുന്നു.

അഞ്ച്

യന്ത്രവല്ക്കരണത്തിന്റെയും സാങ്കേതിക വൈദഗ്ദ്ധ്യത്തിന്റെ ഉപയോഗത്തെയും മാർക്സ് കാണുന്ന വിധം ശ്രദ്ധേയമാണ്. ഒരു ഫാക്ടറിക്കകത്തു നടക്കുന്ന തൊഴിൽ വിഭജനവും, അതായത് ഉല്പാദന പ്രക്രിയയെ സവിശേഷ നൈപുണ്യങ്ങളാക്കി തിരിച്ച് ഒരു പ്രത്യേക തൊഴിലാളിയെ ഏല്പിക്കുന്ന രീതിയും, തൊഴിലാളികളുടെ സഹകരണവും മുതലാളികൾക്ക്, അധികച്ചെലവവൊന്നും ഉണ്ടാക്കുന്നില്ലെന്ന് മാർക്സ് ചൂണ്ടിക്കാണിക്കുന്നു. ഭൗതികശക്തികളെ ഉല്പാദനക്ഷമമാക്കി മാറ്റാൻ തൊഴിലാളിയുടെ ചില കരവിരുതുകൾ വേണ്ടിവരും. മനുഷ്യർ അവരുടെ ശ്വാസകോശം ഉപയോഗിച്ച് ശ്വാസോച്ഛ്വാസം നിർവ്വഹിക്കുന്നതുപോലെയാണിത്. വൈദ്യുതിയുടെ വിതരണത്തെയും ഉപയോഗത്തെയും നിർണ്ണയിക്കുന്നതിന് മനുഷ്യർക്ക് ഉപകരണങ്ങൾ വേണ്ടിവരും. അത്തരത്തിലുള്ള യാന്ത്രിക ഉപകരണങ്ങൾ ഉപയോഗിച്ചാണ് തൊഴിലാളികൾ ആധുനിക ഫാക്ടറികളിൽ ജോലി ചെയ്യുന്നത്. ഈ ഉപകരണങ്ങൾ അദ്ധ്വാനത്തിന്റെ ഉല്പാദനക്ഷമതയെ വൻതോതിൽ വർദ്ധിപ്പിക്കുന്നുണ്ട്. പക്ഷേ, ഈ വർദ്ധിച്ച ഉല്പാദനശക്തികൾ പുതിയ അദ്ധ്വാനത്തെ, അതായത് മനുഷ്യശക്തിയെ കൂലിവേലയിലൂടെ എടുക്കുന്നതു മൂലമല്ല സംഭവിക്കുന്നത്. യന്ത്രങ്ങൾ പുതിയ മൂല്യങ്ങൾ സൃഷ്ടിക്കുകയല്ല, ഉല്പന്നങ്ങളെന്ന നിലയിൽ അതിലടങ്ങിയ മൂല്യങ്ങൾ നേരെ മൂലധനമാക്കി മാറ്റുകയാണ് ചെയ്യുന്നത്. സാധാരണ സാമ്പത്തികശാസ്ത്രത്തിന്റെ ഭാഷയിൽ, യന്ത്രങ്ങൾ സ്ഥിര മൂലധനമാണ്.

ഇതിന്റെ മറ്റൊരു വശവും മാർക്സ് ചൂണ്ടിക്കാണിക്കുന്നു. ഒരു യന്ത്രം പുതിയ മൂല്യം ഉല്പന്നത്തിൽ ചേർക്കുന്നത് അതിന്റെ തേയ്മാന പ്രക്രിയ വഴിയാണ്. ഒരു യന്ത്രം തേയ്മാനം വരുമ്പോൾ, നാം പുതിയ യന്ത്രം വാങ്ങുന്നു, അല്ലെങ്കിൽ യന്ത്രം റിപ്പയർ ചെയ്യുന്നു. അപ്പോൾ പുതിയ മൂല്യം അതുവഴിയായുള്ള ഉല്പന്നത്തിൽ ഉൾച്ചേരുന്നു. ഒരു യന്ത്രത്തിന്റെ ആയുസ്സ് ഉല്പാദനപ്രക്രിയയിൽ ദീർഘകാലമാണെങ്കിൽ അതിന്റെ തേയ്മാനത്തിന്റെ തോത് കുറയുകയാണ്, അതായത് അത് ഉല്പന്നത്തിൽ ചേർക്കുന്ന മൂല്യവും കുറയുന്നു. ഒരു ഉപകരണവും യന്ത്രവും തമ്മിലുള്ള വ്യത്യാസം ഇതാണ്. ഉപകരണങ്ങൾ മനുഷ്യന്റെ അദ്ധ്വാനത്തിന്റെ ഒരുതരം വലിച്ചു നീട്ടലാണ്. മനുഷ്യർ തന്നെ നേരിട്ട് രൂപപ്പെടുത്തുന്നതുകൊണ്ട് തേയ്മാനത്തിന്റെ അംശവും കൂടും. അതായത് മനുഷ്യരെ പുനരുല്പാദിപ്പിക്കുന്നതുപോലെ ഉപകരണങ്ങളെയും പുനരുല്പാദിപ്പിക്കേണ്ടിവരും. യന്ത്രങ്ങൾ പ്രവർത്തിപ്പിക്കുന്നത് പ്രകൃതിശക്തികളാണ്, ഈ പ്രകൃതിശക്തികളെ ഉല്പാദനത്തിനായി ചിട്ടപ്പെടുത്തുന്ന

വിധത്തിൽ ഭൂതകാല മനുഷ്യാദ്ധ്വാനം, അതായത് യാന്ത്രികമായ ഉല്പാദനം നടക്കുന്നതിനുമുമ്പ് യന്ത്രങ്ങളെ രൂപപ്പെടുത്തുന്ന മനുഷ്യാദ്ധ്വാനം, ഒരു പ്രകൃതിശക്തിയെന്നോണം യന്ത്രങ്ങളിൽ സന്നിവേശിക്കപ്പെടുന്നുണ്ട്. യന്ത്രങ്ങൾ വാങ്ങുമ്പോൾ തന്നെ ഈ അദ്ധ്വാനത്തെ മുതലാളി വാങ്ങുകയും അതിനെ മൂലധനത്തിന്റെ ഭാഗമാക്കുകയും ചെയ്യുന്നുണ്ട്. ഇത്തരത്തിൽ മൂലധനമായി മാറിയ പൂർവ്വാദ്ധ്വാനവും പ്രകൃതിശക്തികളുടെ വിനിയോഗവും ചേർന്ന് മനുഷ്യാദ്ധ്വാനത്തിന്റെ വൻതോതിലുള്ള വിനിയോഗമില്ലാതെതന്നെ ഉല്പാദനം വൻതോതിൽ വർദ്ധിപ്പിക്കുന്നു. മറ്റൊരു രീതിയിൽ പറഞ്ഞാൽ പ്രകൃതിശക്തികളുടെ വർദ്ധിച്ച വിനിയോഗം യന്ത്രവല്ക്കരണത്തിന്റെ ഭാഗമായി മൂലധനത്തിൽ ഉൾച്ചേരുന്നു.

മുതലാളിത്ത ഉല്പാദനത്തിൽ സഹകരണം വ്യത്യസ്ത ഉപകരണങ്ങളുപയോഗിച്ച് പല സ്ഥലങ്ങളിൽ ജോലി ചെയ്യുന്ന തൊഴിലാളികളെ ഒരൊറ്റ സ്ഥലത്തുള്ള ഉപകരണങ്ങളുപയോഗിച്ച് ജോലി ചെയ്യുന്നതിലെത്തിക്കുന്നു. അതുകൊണ്ട് ഉല്പാദനച്ചെലവ് കുറയുന്നു. ഉല്പന്നത്തിന്റെ വിലയും കുറയാനിടയാക്കുന്നു. യന്ത്രവ്യവസ്ഥ നിലവിൽ വരുമ്പോൾ നിരവധി ഉപകരണങ്ങൾ ഒരു യന്ത്രത്തിന്റെ സഹായത്തോടെ പ്രവർത്തിക്കുന്നു. അല്ലെങ്കിൽ നിരവധി യന്ത്രോപകരണങ്ങൾ ലഭ്യമായ ഊർജ്ജത്തെ വിവിധ വിനിമയ സംവിധാനങ്ങളുടെ സഹായത്തോടെ ഉപയോഗിക്കുന്നു. ഈ യന്ത്രവ്യവസ്ഥയ്ക്ക് എത്രമാത്രം മനുഷ്യാദ്ധ്വാനത്തിനുപകരം നില്ക്കാൻ കഴിയുമെന്നതാണ് ഒരു യന്ത്രത്തിന്റെ ഉല്പാദനക്ഷമത നിർണ്ണയിക്കുന്ന ഘടകം. ഉദാഹരണത്തിന്, ഏലി വിറ്റ്നി കോട്ടൺ ജിൻ എന്ന യന്ത്രം സൃഷ്ടിക്കുന്നതിനുമുമ്പ് ഒരു പൗണ്ട് പഞ്ഞിയിൽനിന്ന് കുരുക്കൾ വേർപെടുത്തുന്നതിന് ഒരു അടിയാള സ്ത്രീക്ക് ഒരു ദിവസത്തെ അദ്ധ്വാനം വേണ്ടിയിരുന്നു. കോട്ടൺ ജിൻ ഉപയോഗിച്ചു തുടങ്ങിയതിനുശേഷം ഒരു അടിയാള സ്ത്രീക്ക് 100 പൗണ്ട് പഞ്ഞിയിൽനിന്ന് കുരു വേർപെടുത്താൻ കഴിഞ്ഞു. ഒരു പൗണ്ട് പരുത്തി ഉണ്ടാക്കുന്നതിനു മുമ്പ് 50 സെന്റ് വേണ്ടിയിരുന്നെങ്കിൽ ജിന്നിന്റെ സഹായത്തോടെ അത്രയും പരുത്തി പത്തു സെന്റിന് വില്ക്കാൻ കഴിഞ്ഞു. ഇന്ത്യയിലെ ചർക്കയുടെ ഉപയോഗവും ഇതുപോലെ മാർക്സ് ഉദാഹരണമാക്കുന്നുണ്ട്. പക്ഷേ, യന്ത്രങ്ങളുടെ ഉപയോഗത്തിൽ പ്രകൃതിശക്തികളുടെ സ്വാഭാവികമായ വിനിയോഗവും നടക്കുന്നുണ്ട്. അതുകൊണ്ട് അത് ഉൾക്കൊള്ളുന്ന മനുഷ്യാദ്ധ്വാനം കുറവാണ്. അതേസമയം അതു പുറന്തള്ളുന്ന മനുഷ്യാദ്ധ്വാനം (ഏലി വിറ്റ്നിയുടെ ജിൻ 99 അടിയാള സ്ത്രീകളുടെ അദ്ധ്വാനമാണ് പുറന്തള്ളുന്നത്) കൂടുതലാണ്. ഇത് ഉല്പന്നത്തിന്റെ വില കുറയ്ക്കുന്നതിനെ സഹായിക്കുന്നു. മുതലാളിയെ സംബന്ധിച്ചിടത്തോളം അയാൾക്ക് കൂടുതൽ തൊഴിലാളികൾക്ക് കൂലി നല്കേണ്ടി വരുന്നില്ല. യന്ത്രത്തിലടങ്ങിയ അദ്ധ്വാനശക്തിയുടെ മൂല്യത്തിനാണ് അയാൾ ചെലവാക്കുന്നത്. അപ്പോൾ തൊഴിലാളികൾക്ക് യ

ഥാർത്ഥത്തിൽ നല്കുന്ന കൂലിയും യന്ത്രത്തിലടങ്ങിയ അദ്ധ്വാനശക്തിയുടെ മൂല്യവും തമ്മിലുള്ള അന്തരമാണ് യന്ത്രങ്ങളുടെ ഉപയോഗത്തിൽ അയാൾക്ക് പ്രധാനമാകുന്നത്. യന്ത്രത്തിലുള്ള അദ്ധ്വാനശക്തിയുടെ മൂല്യം കൂടുകയും തൊഴിലാളികളുടെ അദ്ധ്വാനത്തിനു നല്കുന്ന വില (കൂലി) കുറയുകയും ചെയ്യുകയാണെങ്കിൽ, മുതലാളി യന്ത്രവല്ക്കരണത്തോട് താല്പര്യം കാണിക്കണമെന്നില്ല, അമേരിക്കക്കാർ കണ്ടുപിടിച്ച സ്റ്റോൺ ക്രഷറുകൾ ഇംഗ്ലണ്ടിൽ പെട്ടെന്നു ഉപയോഗത്തിൽ വന്നില്ല. കാരണം പാറമടത്തൊഴിലാളികൾ ക്രഷറുകളുടെ മൂല്യത്തെക്കാൾ കുറഞ്ഞ വേതനത്തിൽ പണിയെടുക്കാൻ ഇംഗ്ലണ്ടിൽ തയ്യാറായിരുന്നു.

ആറ്

യന്ത്രവല്ക്കരണം തൊഴിലാളിയിലും സമൂഹത്തിലും നിരവധി മാറ്റങ്ങൾ സൃഷ്ടിക്കുന്നുണ്ട്. അതിലൊന്ന്, യന്ത്രം കായികാദ്ധ്വാനത്തെ അല്ലെങ്കിൽ പേശീബലത്തിന്റെ അടിസ്ഥാനത്തിലുള്ള അദ്ധ്വാനത്തെ നിരാകരിക്കുന്നു എന്നതാണ്. യന്ത്രങ്ങളുടെ പ്രവർത്തകരായി തൊഴിലാളികൾ മാറുന്നതോടെ, പേശീബലമില്ലാത്തവർക്കും അതേ തൊഴിൽ ചെയ്യാമെന്നു വരുന്നു. (ഇതിനെയാണ് നാം 'അദ്ധ്വാനഭാരം ലഘൂകരിക്കുന്നു' എന്നു പറയുന്നത്. യഥാർത്ഥത്തിൽ അദ്ധ്വാനഭാരമല്ല, കായികാദ്ധ്വാനം എന്ന രൂപമാണ് ലഘൂകരിക്കപ്പെടുന്നത്) അപ്പോൾ സ്ത്രീകൾക്കും കുട്ടികൾക്കുമെല്ലാം ഇതേ തൊഴിൽ ഏറ്റെടുക്കാമെന്നു വരുന്നു. യന്ത്രവല്കൃതമായ ഫാക്ടറികളിൽ സ്ത്രീകളുടെയും കുട്ടികളുടെയും വർദ്ധിച്ച വിന്യാസത്തെ മാർക്സ് വിശദീകരിക്കുന്നത് ഈ രീതിയിലാണ്. അപ്പോൾ കുടുംബത്തലവനുപകരം കുടുംബത്തിലെ മൊത്തമാളുകൾ ജോലി ചെയ്യുന്ന സ്ഥിതിയുണ്ടാകുന്നു. നാലുപേരടങ്ങിയ കുടുംബത്തിന്റെ മൊത്തം അദ്ധ്വാനം മുതലാളി വാങ്ങുന്നതോടെ ഒരാളുടെ മിച്ച അദ്ധ്വാനത്തിനുപകരം നാലുപേരുടെ മിച്ച അദ്ധ്വാനം മുതലാളി കൈയടക്കുകയാണ്. അതനുസരിച്ച് ഒരാളുടെ അദ്ധ്വാനത്തിന്റെ വിലയുടെ തോത് കുറയുന്നു. ഇത്തരത്തിൽ യന്ത്രവല്ക്കരണം മുതലാളിയുടെ ചൂഷണത്തിന്റെ തോത് വർദ്ധിപ്പിക്കുന്നു.

യന്ത്രവല്ക്കരണത്തിന്റെ മറ്റൊരു ഫലം തൊഴിൽദിനത്തിന്റെ വലിച്ചു നീട്ടലാണ്. ഒരാൾക്ക് ഒരു ദിവസം ചെയ്യാവുന്ന മനുഷ്യാദ്ധ്വാനത്തിന് പരിമിതിയുണ്ട്. അതിലധികം അയാൾ ചെയ്യുകയാണെങ്കിൽ ഒരുല്പാദനവും നടക്കില്ല. എന്നാൽ പ്രകൃതിശക്തികൾക്കും അവയുടെ പ്രവർത്തനങ്ങളെ ചിട്ടപ്പെടുത്തുന്ന യന്ത്രങ്ങൾക്കും അത്തരം പരിമിതികളില്ല. അവയ്ക്ക് എത്ര സമയം വേണമെങ്കിലും പ്രവർത്തിക്കാൻ കഴിയും. അത് എന്തു ചെയ്യണമെന്നും എത്ര സമയം ചെയ്യണമെന്നും തീരുമാനിക്കുന്നത് മുതലാളിയാണ്. മുതലാളിയാണ് യന്ത്രത്തിന്റെ ബുദ്ധിയും ഇച്ഛാശക്തിയും. മനുഷ്യാദ്ധ്വാനത്തിന്റെ പ്രകൃതിദത്തമായ

പരിമിതികളെ മറികടക്കാനും അവ നല്കുന്ന പ്രതിരോധത്തെ കഴിയാവുന്നത്ര വെട്ടിക്കുറയ്ക്കാനും മുതലാളി ശ്രമിക്കുന്നു. യന്ത്രത്തിന്റെ തേയ്മാനം കുറയുന്നതനുസരിച്ച്, യന്ത്രം വിനിമയം നടത്തുന്ന മൂല്യം എത്തുന്ന ഉല്പന്നങ്ങളുടെ എണ്ണം വർദ്ധിക്കുകയാണ്. അതായത് ഓരോ ചരക്കിലും (യന്ത്രത്തിന്റെ പ്രവർത്തനഫലമായി ചേരുന്ന) മൂല്യം കുറയുന്നു. തൊഴിൽദിനത്തിന്റെ സമയം വർദ്ധിക്കുന്നതനുസരിച്ചാണ് യന്ത്രത്തിന്റെ പ്രവർത്തന ദൈർഘ്യവും നിർണ്ണയിക്കപ്പെടുന്നത്. അതായത് ഒരു ദിവസം യന്ത്രം പ്രവർത്തിക്കുന്ന സമയവും യന്ത്രം പ്രവർത്തിക്കുന്ന മൊത്തം ദിനങ്ങളും കൂടി ഗുണിച്ചാൽ അതു ലഭിക്കും. യന്ത്രങ്ങളുടെ തേയ്മാനവും ഇതിനനുസരിച്ചാണ്. യന്ത്രങ്ങൾ ഉപയോഗിക്കാതിരുന്നാൽ തുരുമ്പു പിടിച്ച് തേയ്മാനം സംഭവിക്കും. ഉപയോഗിച്ചാൽ, ഉപയോഗം വഴിയും.

യന്ത്രങ്ങൾക്ക് ഒരു തരത്തിലുള്ള 'ധാർമ്മിക തേയ്മാന'വും സംഭവിക്കാമെന്ന് മാർക്സ് പറയുന്നു. അതേതരത്തിലുള്ള യന്ത്രങ്ങൾ വില കുറച്ചു നിർമ്മിച്ചാലോ ഭേദപ്പെട്ട യന്ത്രങ്ങൾ അവയ്ക്കൊപ്പം മത്സരിച്ചാലോ സംഭവിക്കുന്നതാണിത്. അപ്പോൾ ഒരു യന്ത്രത്തിലടങ്ങിയിരിക്കുന്ന അദ്ധ്വാനമല്ല അതിന്റെ മൂല്യം നിർണ്ണയിക്കുന്നത്. അതുപോലെയോ അതിനേക്കാൾ മെച്ചപ്പെട്ടതോ ആയ യന്ത്രം പുനർനിർമ്മിക്കാനുള്ള തൊഴിൽ സമയമാണ്. ഇത്തരത്തിലുള്ള പുനർനിർമ്മാണം കുറച്ചു സമയം കൊണ്ടു സാധിക്കുമെങ്കിൽ 'ധാർമ്മികതേയ്മാന'ത്തിന്റെ അപകടം കുറയും. പഴയയന്ത്രം ഒഴിവാക്കി പുതിയതിലേക്ക് മാറാൻ കഴിയും. തൊഴിൽദിനം വർദ്ധിക്കുന്നതനുസരിച്ച് യന്ത്രത്തിന്റെ പ്രത്യുല്പാദനത്തിലുള്ള സമയം കുറയും. ഒരു പുതിയ യന്ത്രം വ്യവസായത്തിലേക്ക് വന്നാൽ, അതിനെ കൂടുതൽ ചെലവു ചുരുക്കി പ്രത്യുല്പാദിപ്പിക്കാനുള്ള ശ്രമങ്ങളും വർദ്ധിക്കും. നിലവിലുള്ള യന്ത്രം പരമാവധി പ്രയോജനപ്പെടുത്താനായി തൊഴിൽദിനത്തിന്റെ ദൈർഘ്യവും വർദ്ധിക്കും.

ആപേക്ഷിക മിച്ചമൂല്യം സൃഷ്ടിക്കപ്പെടുന്നത് യന്ത്രങ്ങൾ വഴിയാണ്. ഒരു തൊഴിലാളിക്ക് അയാളുടെ ജീവസന്ധാരണത്തിനാവശ്യമുള്ള അദ്ധ്വാനത്തിനുവേണ്ട സമയത്തിനപ്പുറം അയാളുടെ സമയം തൊഴിൽസമയമായി അപഹരിച്ചുകൊണ്ടാണ് മുതലാളിമാർ കേവല മിച്ചമൂല്യം സൃഷ്ടിക്കുന്നത്. ഈ അധികസമയത്തുല്പാദിപ്പിക്കുന്ന ചരക്കുകളുടെ മൂല്യം ഒരിക്കലും തൊഴിലാളികളുടെ കൈവശമെത്തുന്നില്ല. ആപേക്ഷികമിച്ചമൂല്യം വ്യത്യസ്തമാണ്. തൊഴിലാളിയുടെ ഉല്പാദനക്ഷമത വർദ്ധിപ്പിച്ചുകൊണ്ടാണ് അതു സാദ്ധ്യമാകുന്നത്. അതുകൊണ്ട് അയാളുടെ അദ്ധ്വാനത്തിന്റെ വിനിയോഗത്തിൽ ഒരു മാറ്റവും വരാതെ അയാൾ കൂടുതൽ ഉല്പാദിപ്പിക്കുന്നു. ഉല്പാദിപ്പിക്കുന്ന മൊത്തം ചരക്കുകളിൽ വിനിയോഗിക്കുന്ന അദ്ധ്വാനസമയത്തിൽ മാറ്റമില്ല. പക്ഷേ, ഈ അദ്ധ്വാനസമയം കൂടുതൽ ഉപയോഗമൂല്യങ്ങളെ (ഉപഭോഗവസ്തുക്കളെ) സൃഷ്ടിക്കുന്നു. അപ്പോൾ ഓരോ ചരക്കിന്റെയും മൂല്യം താഴുന്നു. ഇതു സാ

ദ്ധ്യമാകുന്നത് യന്ത്രങ്ങൾ വഴിയാണ്. യന്ത്രങ്ങൾ നേരിട്ട് അദ്ധ്വാനശക്തിയുടെ വില കുറയ്ക്കുന്നു. പല രീതികളിലാണ് ഇത് സാധിക്കുന്നത്. ഒന്ന്, അദ്ധ്വാനശക്തിയുടെ പ്രത്യുല്പാദനത്തിനാവശ്യമായ ചരക്കുകളുടെ വില (യന്ത്രസാമഗ്രികളുടെ ഉപയോഗം വഴി) കുറയുന്നു. രണ്ട്, യന്ത്രങ്ങൾ അദ്ധ്വാനത്തിന്റെ പ്രവർത്തനക്ഷമതയെ വർദ്ധിപ്പിക്കുന്നു. മൂന്ന്, അതിന്റെ യഥാർത്ഥമൂല്യത്തേക്കാൾ വർദ്ധിച്ച സാമൂഹ്യമൂല്യം അത് സൃഷ്ടിക്കുന്നു. അതായത് യന്ത്രത്തിന്റെ വിനിയോഗം ചരക്കിലടങ്ങിയ മൂല്യത്തെ കുറയ്ക്കുന്നു എങ്കിലും ഫാക്ടറി ഉല്പന്നം എന്ന നിലയിലുള്ള സാമൂഹ്യമൂല്യം കുറയുന്നില്ല. ഇതിന്റെ ഫലമായി ഒരു ദിവസത്തെ മുഴുവനും അദ്ധ്വാനശക്തിയുടെ ഫലത്തെ ഒരു ദിവസത്തിന്റെ യാന്ത്രിക ഉല്പാദനത്തിനുള്ള മൂല്യത്തിന്റെ ചെറിയ പങ്കുകൊണ്ട് നിറവേറ്റാൻ സാധിക്കുന്നു. ശിഷ്ടം മിച്ചമൂല്യമായി മുതലാളിയുടെ കൈവശമെത്തുകയാണ്.

ഇവയുടെ ഫലമായി വിചിത്രമായ ഒരു പ്രതിഭാസം വളർന്നുവരുകയാണ്. മുതലാളിയെ സംബന്ധിച്ചിടത്തോളം ഒരു ദിവസത്തിന്റെ മുഴുവൻ സമയവും തൊഴിൽദിനമാണ്. അത്രയും സമയം യന്ത്രങ്ങൾ പ്രവർത്തിപ്പിക്കാൻ കഴിഞ്ഞാൽ അതിൽ അയാൾ സന്തുഷ്ടനാണ്. അതുവഴിയായി അയാൾക്ക് ലഭിക്കുന്ന മിച്ചമൂല്യം പരമാവധി വർദ്ധിപ്പിക്കാൻ കഴിയും. ഒരു തൊഴിലാളിക്ക് അയാളുടെ ജീവിതം നേടിയെടുക്കാനുള്ള സമയം കുറയുകയാണ്. അതിന്റെ ഒരു സാഹചര്യമായി മാർക്സ് കാണുന്നത് ലളിതമായ വസ്തുതയാണ്. അദ്ധ്വാനശക്തിയുടെ കാര്യക്ഷമതയും അവ വിനിയോഗിക്കപ്പെടുന്ന കാലയളവും വിപരീതാനുപാതത്തിലായിരിക്കും. അദ്ധ്വാനശക്തി കൂടുതൽ സമയം തുടർച്ചയായി വിനിയോഗിച്ചാൽ കാര്യക്ഷമത കുറയുമെന്നർത്ഥം. ഒരു നിശ്ചിത സമയത്തിലധികം അദ്ധ്വാനശക്തിയെ വിനിയോഗിക്കാൻ അതുകൊണ്ട് കഴിയുകയില്ല. സമയംകുറച്ച് കാര്യക്ഷമത ഏതെങ്കിലും വിധത്തിൽ വർദ്ധിപ്പിക്കുകയാണ് മുതലാളിയുടെ മുമ്പിലുള്ള മാർഗ്ഗം. കാര്യക്ഷമത വർദ്ധിപ്പിക്കാൻ മുതലാളിത്തത്തിന്റെ കൈവശമുള്ള ഉപാധികൾ യന്ത്രസാമഗ്രികളാണ്. യന്ത്രങ്ങൾ വഴി കൂടുതൽ അദ്ധ്വാനം ഒരു നിശ്ചിത സമയത്തിനകം പിഴിഞ്ഞെടുക്കാൻ മുതലാളിക്കു സാധിക്കുന്നു. രണ്ടു രീതിയിലാണ് ഇതു സാധിക്കുന്നത്. ഒന്ന്, യന്ത്രത്തിന്റെ ചലനവേഗത പരമാവധി വർദ്ധിപ്പിക്കുന്നു. അതനുസരിച്ച് സ്വന്തം ചലനവേഗം വർദ്ധിപ്പിക്കാൻ തൊഴിലാളികൾ നിർബ്ബന്ധിതരാകുന്നു. രണ്ടാമത്തേത് നിരവധി യന്ത്രങ്ങളുടെ പ്രവർത്തനത്തിന്റെ നിയന്ത്രണം ഒരു തൊഴിലാളിയെ ഏല്പിക്കുന്നു. ഇതിനായി യന്ത്രങ്ങളുടെ നിർമ്മാണം നിരന്തരമായി മെച്ചപ്പെടുത്തേണ്ടതുണ്ട്. തൊഴിലാളിയുടെ മേലുള്ള സമ്മർദ്ദം നിലനിർത്തുന്നതിന് ഇതാവശ്യമാണ്. രണ്ടാമത്തേത് തൊഴിലാളികളുടെ അദ്ധ്വാനസമയം കുറയുമ്പോൾ മുതലാളിക്ക് ഉല്പാദനച്ചെലവിന്റെ മേൽ കൃത്യമായ മേൽനോട്ടം അനിവാര്യമാകുന്നു. അതായത് ഒരു തുണ്ടു യന്ത്ര

സാമഗ്രി പോലും പാഴ്ച്ചെലവാകരുത്. ഇതെല്ലാം സാദ്ധ്യമാകുന്നത് ആധുനിക ഫാക്ടറി വ്യവസ്ഥയിലാണ്, ഒരു വ്യൂഹമായി, വ്യവസ്ഥയായി (system) ചമയ്ക്കപ്പെട്ട യന്ത്രസാമഗ്രികളാണ് ഒരു ഫാക്ടറി.

ഏഴ്

മനുഷ്യർ ചരിത്രത്തിലുടനീളം ഉപയോഗിച്ചുവന്ന ഉപകരണങ്ങളുടെ, പ്രകൃതിശക്തികളുടെ, ഉപയോഗത്തിലൂടെ നടത്തുന്ന പരിവർത്തനങ്ങളാണ് യന്ത്രങ്ങൾ. യന്ത്രങ്ങൾ മനുഷ്യരെ സഹായിക്കാനുള്ളതാണ്. മനുഷ്യർ യന്ത്രങ്ങളെ സഹായിക്കുകയല്ല വേണ്ടത്. മൂലധനം ചെയ്യുന്നത് ഒരു തൊഴിലാളിയെ ഒരു പ്രത്യേക യന്ത്രത്തിന്റെ പ്രവർത്തനത്തിന്റെ സ്പെയർ പാർട്ടാക്കി തീർക്കുകയാണ്. അതോടെ ഫാക്ടറിയോട്, അതായത് മുതലാളിയോടുള്ള തൊഴിലാളിയുടെ ആശ്രിതത്വം പൂർണ്ണമാകുന്നു. ഫാക്ടറികളിൽ തൊഴിലാളികളല്ല തൊഴിലുപകരണങ്ങളെ ഉപയോഗിക്കുന്നത്, ഫാക്ടറികളിലെ തൊഴിലുപകരണങ്ങളനുസരിച്ച് തൊഴിലാളികൾ ഉപയോഗിക്കപ്പെടുകയാണ്. യന്ത്രവൽകൃത ഫാക്ടറികളിൽ ശാസ്ത്രം, ഭൗതികശക്തികൾ, അവയുപയോഗിച്ച് നിർമ്മിക്കപ്പെടുന്ന യന്ത്രങ്ങളിൽ ഉൾക്കൊള്ളുന്ന അദ്ധ്വാനശക്തി എന്നിവ ചേർന്ന് ഓരോ തൊഴിലാളിയുടെയും പ്രത്യേക കഴിവുകളെ നിഷ്പ്രഭമാക്കുകയാണ്. എല്ലാ തൊഴിലാളികളും ലിംഗഭേദമെന്യേ ഫാക്ടറികളിലെ 'ബാരക്ക് അച്ചടക്ക'ത്തിന് വിധേയരാകുന്നു. തൊഴിലാളികളെ പ്രവർത്തകരും മേൽനോട്ടക്കാരുമാക്കി മാറ്റുന്നു. അങ്ങനെ, വ്യവസായങ്ങളിൽ സൈന്യത്തിലെന്നപോലെ പട്ടാളക്കാരും പട്ടാളമേധാവികളുമുണ്ടാകുന്നു. മേൽനോട്ടക്കാർ (മാനേജർമാർ) ചുമത്തുന്ന പിഴകളും ശിക്ഷകളും പഴയ കങ്കാണികളുടെ ചാട്ടയുടെ സ്ഥാനമേറ്റെടുക്കുന്നു. അത്തരം ശിക്ഷകളെല്ലാം വേതനത്തിൽനിന്ന് പിടിക്കുന്ന രീതിയുമുണ്ടാകുന്നു.

യന്ത്രവല്ക്കരണത്തിന്റെ ഫലമായി മാറ്റങ്ങളും ഉണ്ടാകുന്നുണ്ട്. മുമ്പുണ്ടായിരുന്ന കൈത്തൊഴിലുകളോടൊപ്പമോ അതിനേക്കാൾ കൂടുതലോ ഉല്പന്നങ്ങൾ സൃഷ്ടിക്കാൻ യന്ത്രങ്ങൾക്ക് സാധിക്കുമെങ്കിൽ അത്രയും ഉല്പന്നങ്ങളിൽ ചെലവഴിച്ച അദ്ധ്വാനം കുറയും. അതുകൊണ്ട് പുതിയ അദ്ധ്വാനം മുഴുവൻ യന്ത്രസാമഗ്രികളുടെ ഉല്പാദനത്തിലേക്ക്, അല്ലെങ്കിൽ കൽക്കരി മുതലായ ഊർജ്ജസ്രോതസ്സുകളിലേക്കു നീങ്ങുകയാണ്. ഇവയോരോന്നും സൃഷ്ടിക്കുന്ന യന്ത്രങ്ങൾക്ക് ചെലവാക്കുന്ന അദ്ധ്വാനം യന്ത്രങ്ങൾ പുറത്താക്കുന്ന അദ്ധ്വാനത്തേക്കാൾ കുറവായിരിക്കും. അങ്ങനെയല്ലെങ്കിൽ യന്ത്രങ്ങൾകൊണ്ടു പ്രയോജനമില്ല. അത്തരം യന്ത്രങ്ങൾ വാങ്ങുന്നതിൽ ഓരോ മുതലാളിയും ശ്രദ്ധിക്കുകയും ചെയ്യും. മറ്റൊരു രീതിയിൽ പറയുകയാണെങ്കിൽ അസംസ്കൃതവസ്തുക്കൾ, ഉല്പാദനോപാധികൾ, യന്ത്രങ്ങൾ മുതലായവയും തൊഴിലാളികളുടെ അദ്ധ്വാനഫലമാണ്.പക്ഷേ, അവയുപയോഗിച്ചുള്ള യന്ത്രങ്ങൾ

വർദ്ധിക്കുമ്പോൾ മുതലാളിത്ത ഉല്പാദനത്തിലെ സ്ഥിരമൂലധനം വർദ്ധിക്കുകയും മനുഷ്യാദ്ധ്വാനത്തിനുവേണ്ടി ചെലവാക്കുന്ന മൂലധനത്തിന്റെ അംശം (Variable Capital) കുറയുകയും ചെയ്യും. ഉല്പാദനത്തിൽ തുടർച്ചയായുണ്ടാകുന്ന മാറ്റങ്ങൾ യന്ത്രസാമഗ്രികളിലെ പരിവർത്തനങ്ങളാണ്. ഇത് സാദ്ധ്യമാകുന്നത് ഒരു വ്യവസ്ഥയെന്ന നിലയിൽ മുതലാളിത്ത ഉല്പാദനരീതി വികസിക്കുമ്പോഴാണ്. അപ്പോൾ അധികമധികം അദ്ധ്വാനശക്തി യന്ത്രസാമഗ്രികളെന്ന നിലയിൽ മൂലധനത്തിന്റെ സ്ഥിരാംഗമായി മാറുന്നു. യന്ത്രസാമഗ്രികളുപയോഗിച്ച് മൂലധനത്തിൽ വരുന്ന ഇത്തരം മാറ്റത്തെ മൂലധനത്തിലെ ജൈവഘടന(Organic Composition of Capital)യിലുണ്ടാകുന്ന മാറ്റം എന്നാണ് മാർക്സ് വിളിക്കുന്നത്.

ഇത്തരം മാറ്റങ്ങൾ നിരവധി ഫലങ്ങൾ സൃഷ്ടിക്കുന്നു. ഒന്ന് ഫാക്ടറിവ്യവസ്ഥയിൽ തുടർച്ചയായുണ്ടാകുന്ന മാറ്റങ്ങൾ അതനുസരിച്ചുള്ള അസംസ്കൃതവസ്തുക്കളുടെയും പ്രകൃതിവിഭവങ്ങളുടെയും ലഭ്യത അനിവാര്യമാക്കുന്നു. കൽക്കരി, പെട്രോളിയം, മറ്റു ഫോസിൽ ഇന്ധനങ്ങൾ, ധാതുവിഭവങ്ങൾ തുടങ്ങിയവയ്ക്കുവേണ്ടിയുള്ള അന്വേഷണം ലോകവ്യാപകമാകുന്നു. അവ ലഭ്യമാക്കുന്നതിന് അതിവേഗത്തിൽ സഞ്ചരിക്കുന്ന ഗതാഗത വാർത്താവിനിമയ രൂപങ്ങളും ആവശ്യമാകുന്നു. അതിവേഗത്തിൽ ഉല്പാദിപ്പിക്കുന്ന ചരക്കുകൾ വിറ്റഴിക്കാൻ വിപണികളും ആവശ്യമായിവരുന്നു. അതിനുവേണ്ടിയുള്ള അന്വേഷണങ്ങളും ഊർജ്ജിതപ്പെടുന്നു. രണ്ടാമത്, യാന്ത്രിക ഉല്പാദനത്തിന്റെ ഫലമായി സമൂഹത്തിന്റെ കൈവശം വന്നുചേരുന്ന മിച്ച ഉല്പന്നങ്ങളുടെ അളവു വർദ്ധിക്കുകയാണ്. അതുകൊണ്ട് നിലവിലുള്ള ഉല്പന്നങ്ങൾ തന്നെ നിരവധി പുതിയ ആകൃതികളിലും മാതൃകകളിലുമെല്ലാം ലഭ്യമാക്കേണ്ടി വരുന്നു. ഇതിനായി നിരവധി വസ്തുക്കളെ ആഡംബരവസ്തുക്കളാക്കി മാറ്റുന്നു. നിരവധി വിദേശ നിർമ്മിത വസ്തുക്കളെ ആഡംബരവസ്തുക്കളെന്ന നിലയിൽ സ്വദേശി വസ്തുക്കളുമായി വിനിമയം നടത്തുന്നു. വിദേശത്തുനിന്നുമുള്ള നിരവധി അസംസ്കൃതവസ്തുക്കളും ഉല്പന്നങ്ങളും സ്വദേശി വ്യവസായങ്ങളിലെ ഉല്പാദനോപാധികളായി മാറുകയും ചെയ്യുന്നു. ഇതിന്റെ ഫലമായി ഗതാഗത വാണിജ്യമേഖലകളിൽ നിരവധി പുതിയ തൊഴിലുകൾ സൃഷ്ടിക്കപ്പെടുന്നു. മൂന്നാമത്, മേല്പറഞ്ഞ മാറ്റങ്ങളുടെ ഫലമായി കനാലുകൾ, ടണലുകൾ, പാലങ്ങൾ, റോഡുകൾ മുതലായ നിരവധി പുതിയ മേഖലകളിൽ തൊഴിലുകൾ ഉണ്ടാകുന്നു. ഇവ കൂടാതെ ഏറ്റവും പ്രധാനപ്പെട്ടതും ഗുരുതരവുമായ ഫലം മൂലധന പരിക്രമത്തെ സഹായിക്കുന്ന വിധത്തിൽ ടെലഗ്രാഫ്, ഫോട്ടോഗ്രഫി, റെയിൽവെ തുടങ്ങിയ സഹായക സേവനമേഖലകളിലും തൊഴിലുകളുണ്ടാകുന്നതാണ്. മുതലാളിത്ത സാമ്പത്തിക കുഴപ്പങ്ങളുടെയും ആധാരം ഇത്തരത്തിലുള്ള വളർച്ചയാണ്. ഫാക്ടറി ഉല്പാദനത്തിന്റെ സ്ഫോടനാത്മകമായ വികാസമാണ് അമിതോല്പാദനക്കുഴപ്പങ്ങളിലേക്കു നീങ്ങുന്നത്.

എട്ട്

മാർക്സ് സാങ്കേതിക വികാസത്തിനെതിരായിരുന്നുവെന്ന് മേല്പറഞ്ഞതിൽനിന്ന് അർത്ഥമാക്കേണ്ടതില്ല. 16–18 നൂറ്റാണ്ടുകളിൽ ഇംഗ്ലണ്ടിൽ അരങ്ങേറിയ യന്ത്രങ്ങളെ തകർക്കുന്ന സമരങ്ങളെക്കുറിച്ച് മാർക്സിന്റെ പരാമർശങ്ങളിൽനിന്ന് ഇത് വ്യക്തമാണ്. ഇംഗ്ലണ്ടിലുടനീളം വ്യാപിച്ച യന്ത്രനശീകരണ സംഭവങ്ങൾ കാണിച്ചത്, തൊഴിലാളികൾ യന്ത്രങ്ങളെയല്ല, യന്ത്രങ്ങളുപയോഗിച്ച് സ്വന്തം വിഭവങ്ങളും ജീവിതോപാധികളും തകർത്ത മുതലാളിമാരെയാണ് എതിർത്തത് എന്നാണ്. അദ്ധ്വാനശക്തിക്ക് അനുപൂരകമായ ഉപകരണങ്ങളുടെയും യന്ത്രസാമഗ്രികളുടെയും ഉല്പാദനം ഉല്പാദനശക്തികളുടെ വികാസത്തിന്റെ ഭാഗമാണ്. തൊഴിലാളികൾ തമ്മിലുള്ള സഹകരണത്തെ ശക്തിപ്പെടുത്തുന്ന, ഒരു വ്യക്തിയെന്ന നിലയിലും തൊഴിൽക്കൂട്ടമെന്ന നിലയിലും തൊഴിലാളിയുടെ അദ്ധ്വാനശക്തിയെ പൂർണ്ണതയിലെത്തിക്കുന്ന രൂപങ്ങളാണ് യന്ത്രസാമഗ്രികൾ. മുതലാളി യന്ത്രസാമഗ്രികളെ ഉപയോഗിക്കുന്നത് അയാളുടെ മിച്ചമൂല്യസമാഹരണത്തിന്റെ ഉപാധിയായാണ്. അതിനായി തൊഴിലാളികളുടെ സഹകരണം തകർക്കുകയാണ് മുതലാളിമാർ ചെയ്യുന്നത്. അതിനായി യന്ത്രസാമഗ്രികൾ കേന്ദ്രീകരിക്കുന്ന ഫാക്ടറികളിൽ തൊഴിലാളികളെ കേന്ദ്രീകരിക്കുമ്പോൾ തന്നെ അതിന് അനുപൂരകമായ നിരവധി തൊഴിൽരൂപങ്ങളിൽ പ്രവർത്തിപ്പിക്കുന്നവരെ ചിതറിപ്പിക്കുകയാണ് മുതലാളിമാർ ചെയ്യുന്നത്. മാർക്സ് തന്നെ ഒരുദാഹരണം ഇതിന് നല്കുന്നു. ഇംഗ്ലണ്ടിലെ ഒരു ഷർട്ട് ഫാക്ടറി ആയിരം തൊഴിലാളികളെ ഫാക്ടറികളിൽ പണിയെടുപ്പിച്ചപ്പോൾ 9000 പേരെ ഗ്രാമങ്ങളിൽ സ്വന്തം വീടുകളിൽ പണിയെടുക്കുന്നവരാക്കി മാറ്റുകയാണ് ചെയ്തത്. യന്ത്രവല്ക്കരണത്തിന്റെ ഈ രീതി നമുക്ക് ഏതാണ്ടെല്ലാ വ്യവസായമേഖലകളിലും ഇപ്പോൾ കാണാം. തൊഴിലാളികളുടെ സഹകരണാത്മകതയുടെയും സാമൂഹ്യ അദ്ധ്വാനത്തിന്റെയും ശത്രു യന്ത്രങ്ങളല്ല, മൂലധനമാണ് എന്ന് മാർക്സ് വ്യക്തമായി അവതരിപ്പിക്കുന്നു. അതിനുപകരം തൊഴിലാളികളുടെ സഹകരണാത്മകമായ അദ്ധ്വാനത്തെ പൂർണ്ണതയിലെത്തിക്കുന്ന രൂപങ്ങളായി യന്ത്രങ്ങളെ മാറ്റിയെടുക്കാൻ കഴിയും.

ഗ്രുൻഡ്റിസ് 'എം' നോട്ട്ബുക്ക്

മാർക്സിന്റെ നിരവധി രചനകളിൽ ഏറ്റവുമധികം കാലം നിലനില്ക്കാൻ പോകുന്നത് *കമ്യൂണിസ്റ്റ് മാനിഫെസ്റ്റോയും മൂലധനവു*മായിരിക്കും. *കമ്യൂണിസ്റ്റ് മാനിഫെസ്റ്റോ* പൊതുജനമദ്ധ്യത്തിൽ വായിക്കുന്നതിനും പ്രചരിപ്പിക്കുന്നതിനുമുള്ള രേഖയായിരുന്നെങ്കിൽ *മൂലധനം* അദ്ദേഹത്തിന്റെ നിരീക്ഷണങ്ങളുടെയും നിഗമനങ്ങളുടെയും സമഗ്രരൂപമായിരുന്നു. *മൂലധന*ത്തിന്റെ രചനയ്ക്കുവേണ്ടി അദ്ദേഹം തയ്യാറാക്കിയ കുറിപ്പുകളുടെ ഒരു ഭാഗം മാത്രമാണ് പൂർണ്ണമായി സംശോധനം ചെയ്ത് 1867 ൽ അദ്ദേഹത്തിന് പ്രസിദ്ധീകരിക്കാൻ കഴിഞ്ഞത്.

മുതലാളിത്ത ഉല്പാദനത്തിന്റെ സമഗ്രമായ വിമർശനം എന്ന നിലയിൽ ഒരു ബൃഹദ്ഗ്രന്ഥം രചിക്കാനുള്ള ശ്രമം 1851 ൽ തന്നെ മാർക്സ് ആരംഭിച്ചിരുന്നു. *കൂലിവേലയും മൂലധനവും* എന്ന ലഘുലേഖ 1849 ൽ എഴുതിയതിനുശേഷം വിശദമായ സാമ്പത്തികശാസ്ത്ര പഠനങ്ങൾ അദ്ദേഹം ആരംഭിച്ചു. ഇതിന്റെ കുറിപ്പുകളടങ്ങിയ ആദ്യത്തെ കൈയെഴുത്തുപ്രതി 1851 ലെയാണ്. അതിൽ ഡേവിഡ് റിക്കാർഡോയുടെ മൂല്യസിദ്ധാന്തത്തിന്റെ വിമർശനം അടങ്ങിയിരുന്നു.

1851 മുതൽ 1857 വരെയുള്ള കാലഘട്ടത്തിലാണ് ബ്രിട്ടീഷ് മ്യൂസിയത്തിൽ ലഭ്യമായ നിരവധി റിപ്പോർട്ടുകളും പുസ്തകങ്ങളും മാർക്സ് പഠിച്ചത്. ലണ്ടനിൽ പൂർണ്ണമായ ദാരിദ്ര്യത്തിൽ ജീവിച്ച മാർക്സും കുടുംബവും നിലനില്ക്കാനുള്ള തത്രപ്പാടിലുമായിരുന്നു. ജർമ്മനിയിലും ഫ്രാൻസിലും ബ്രിട്ടനിലുമുള്ള പത്രമാസികകളിൽ പ്രസിദ്ധീകരിക്കാൻ അനുവദിക്കാത്തതുകൊണ്ട് *ന്യൂയോർക്ക് ഡെയ്‌ലി ട്രിബ്യൂൺ, ന്യൂ അമേരിക്കൻ എൻസൈക്ലോപീഡിയ* എന്നിവയിലെ കൂലി ലേഖകനായാണ് മാർക്സ് പ്രവർത്തിച്ചിരുന്നത്. ആ പണം പോലും മര്യാദയ്ക്കു ലഭിച്ചി

രുന്നില്ല. മാഞ്ചസ്റ്ററിലെ ഫാക്ടറിയുടമയായ എംഗൽസിന്റെ ധനസഹായം കൊണ്ടാണ് അദ്ദേഹം ജീവിച്ചത്. ഇതിനിടയിൽ അദ്ദേഹം വായിച്ച പുസ്തകങ്ങളുടെയും റിപ്പോർട്ടുകളുടെയും മറ്റു രേഖകളുടെയും അടിസ്ഥാനത്തിലാണ് തന്റെ സാമ്പത്തിക ശാസ്ത്ര വിമർശനത്തിന്റെ ആദ്യ കൈയെഴുത്തു പ്രതികൾ അദ്ദേഹം തയ്യാറാക്കുന്നത്. 1857 ൽ ഏഴു നോട്ടുബുക്കുകളിലായി തയ്യാറാക്കിയ കുറിപ്പുകൾ ഇപ്പോൾ നമുക്കു ലഭിച്ചിട്ടുണ്ട്. അതിനുമുമ്പ് 1851-53ൽ 24 നോട്ടുബുക്കുകളിലായി അദ്ദേഹം തയ്യാറാക്കിയ കുറിപ്പുകളും ലഭ്യമാണ്.

ഇവയുടെയെല്ലാം അടിസ്ഥാനത്തിലാണ് *സാമ്പത്തികശാസ്ത്ര വിമർശനത്തിന് ഒരു സംഭാവന* എന്ന ഗ്രന്ഥം അദ്ദേഹം 1859 ൽ പ്രസിദ്ധീകരിക്കുന്നത്. വരാൻ പോകുന്ന വിശദമായ പഠനത്തിന് ഒരു മുഖവുരയായി മാത്രമാണ് മാർക്സ്. ആ കൃതിയെ കണ്ടത്.

മാർക്സിന്റെ സാമ്പത്തികശാസ്ത്ര വിമർശനങ്ങൾക്ക് തുടക്കം കുറിച്ചത് *സംഭാവന*യാണെന്നാണ് നേരത്തെ കരുതിയിരുന്നത്. 1857 ലെ കൈയെഴുത്തു പ്രതികളെപ്പറ്റി ആർക്കും അറിയില്ലായിരുന്നു. 1939 ൽ ജർമ്മനിയിലെ മാർക്സ് - എംഗൽസ് - ലെനിൻ ഇൻസ്റ്റിറ്റ്യൂട്ടാണ് കൈയെഴുത്തു പ്രതികളുടെ ഒരു ഭാഗം പ്രസിദ്ധീകരിച്ചത്. പിന്നീട് 1953 ൽ കൈയെഴുത്തു പ്രതികൾക്കെഴുതിയ ഒരു അവതാരിക ('എം' നോട്ടുബുക്ക്) വേറെയും പ്രസിദ്ധീകരിച്ചു. കൈയെഴുത്തു പ്രതികൾക്ക് ഒരു തലക്കെട്ടില്ലായിരുന്നു. 1858 ൽ മാർക്സ് ലസാലിനെഴുതിയ ഒരു കത്തിൽ നിന്ന് സാമ്പത്തിക സംവർഗ്ഗങ്ങളുടെ വിമർശനം (Critique of Economic categories) എന്ന തലക്കെട്ടിനെക്കുറിച്ച് മാർക്സ് സൂചിപ്പിക്കുന്നുണ്ട്. പക്ഷേ 1939 ലെ സംശോധകർ ഈ കൈയെഴുത്തു പ്രതികൾക്ക് നല്കിയ തലക്കെട്ട് ഗ്രുൻഡ്റിസ് (Grundrisse Foundations) - സാമ്പത്തിക ശാസ്ത്ര വിമർശനത്തിന്റെ അടിത്തറ എന്നായിരുന്നു. ഇന്നും ഈ കൈയെഴുത്തു പ്രതികൾ *ഗ്രുൻഡ്റിസ്* എന്ന പേരിലാണ് അറിയപ്പെടുന്നത്.

രണ്ട്

ഗ്രുൻഡ്റിസ് നോട്ടുബുക്കുകൾ *മൂലധനം* എന്ന ബൃഹദ് ഗ്രന്ഥത്തിന്റെ രചനയുടെ തുടക്കമായിരുന്നു. മൂലധനം എങ്ങനെ എഴുതണമെന്നതിനെക്കുറിച്ച് നിരവധി പദ്ധതികൾ മാർക്സിന്റെ മനസ്സിലുണ്ടായിരുന്നു. 1857 ൽ തന്നെ എഴുതിയ ഒരു കത്തിൽ ആറു പുസ്തകങ്ങളടങ്ങുന്ന ഒരു പദ്ധതിയാണ് മാർക്സ് അവതരിപ്പിക്കുന്നത്. ഇവയെല്ലാം ചേർത്ത് സാമ്പത്തികശാസ്ത്ര വിമർശനം എന്ന പേരിൽ അറിയപ്പെടുമെന്ന് മാർക്സ് രേഖപ്പെടുത്തുന്നു. പുസ്തകങ്ങൾ താഴെ പറയുന്നവയാണ്.

1. *മൂലധനം*
2. *ഭൂസ്വത്ത്*
3. *കൂലിവേല*
4. *ഭരണകൂടം*
5. *അന്താരാഷ്ട്ര വാണിജ്യം*
6. *ലോകവിപണി*

ഇവ കൂടാതെ എല്ലാ സമൂഹരൂപങ്ങളുടെയും പൊതുവായ അമൂർത്ത ഘടകങ്ങളെ സംബന്ധിച്ച ഒരു ഭാഗവും മാർക്സ് വിഭാവനം ചെയ്തിരുന്നുവെങ്കിലും പിന്നീട് അത് ഉപേക്ഷിക്കപ്പെട്ടു.

ഇവ തുല്യമായ ഭാഗങ്ങളായി മാർക്സ് വിഭാവനം ചെയ്തിരുന്നില്ല. മൂലധനത്തെ സംബന്ധിച്ച പുസ്തകത്തിനു തന്നെയായിരുന്നു പ്രാധാന്യം. *മൂലധന*ത്തെപ്പറ്റിയുള്ള പുസ്തകത്തിന് നാലു ഭാഗങ്ങൾ വിഭാവനം ചെയ്തു. 1. മൂലധനം - പൊതുവിമർശനം 2. മത്സരം 3. വായ്പ - പണമിടപാടുകൾ 4. ഓഹരി മൂലധനവും അവയുടെ വൈരുദ്ധ്യങ്ങളും. ഇവയിൽ മൂലധനം - പൊതുവിമർശനത്തിൽ മൂന്നു ഭാഗങ്ങൾ ഉൾപ്പെടുത്തി 1. മൂല്യം 2. പണം 3. മൂലധനം. ഗ്രുൻഡ്റിസ് നോട്ടുബുക്കുകളും ഇതിനനുസരിച്ചായിരുന്നു. 1859 ലെ *സംഭാവന*യിൽ പൊതുവിമർശനത്തിന്റെ ചില ഭാഗങ്ങൾ ഉൾപ്പെടുത്തപ്പെട്ടു. എന്നാൽ, മാർക്സിന്റെ പ്രതീക്ഷകൾക്കെതിരായി അക്കാദമിക ലോകം ആ പുസ്തകത്തെ (*സാമ്പത്തികശാസ്ത്ര വിമർശനത്തിന് ഒരു സംഭാവന*) പൊതുവിൽ അവഗണിച്ചു.

മാർക്സ് തന്റെ *സാമ്പത്തികശാസ്ത്ര വിമർശന*ത്തെ പൂർണ്ണമായി മാറ്റിയെഴുതി. ഒരു ശാസ്ത്രത്തിൽ വിപ്ലവപരമായ മാറ്റങ്ങൾ വരുത്താനുള്ള ശാസ്ത്രീയമായ ശ്രമങ്ങൾക്ക് ജനപ്രീതിയുണ്ടാകണമെന്നില്ലെന്ന് അദ്ദേഹം തിരിച്ചറിഞ്ഞു. കൂടുതൽ ഗവേഷണങ്ങളുടെ അടിസ്ഥാനത്തിൽ തന്റെ വാദഗതികൾക്ക് കൂടുതൽ കൃത്യത സൃഷ്ടിക്കാനുള്ള ശ്രമങ്ങളാണ് നടന്നത്.

1861 നും 1863 നും ഇടയിൽ *മൂലധന*ത്തെക്കുറിച്ചുള്ള ഭാഗങ്ങൾ പൂർണ്ണമായി മാറ്റിയെഴുതി. അതിനോടൊപ്പം മിച്ചമൂല്യ സങ്കല്പത്തെ വ്യക്തമായി ആവിഷ്കരിക്കുന്ന ഭാഗങ്ങൾ കൂട്ടിച്ചേർത്തു. 1472 പേജ് വരുന്ന ഇരുപത്തിമൂന്ന് പുസ്തകങ്ങളിലാണ് ഇത് എഴുതപ്പെട്ടത്. ഇതിൽ നിന്നാണ് പിന്നീട് *മിച്ചമൂല്യ സിദ്ധാന്തങ്ങൾ* (*Theories of surplus value*) എന്ന ഗ്രന്ഥം കാൾ കൗട്സ്കിയുടെ സംശോധനത്തിൽ പ്രസിദ്ധീകരിച്ചത്. 1863 മുതൽ 1865 വരെയുള്ള കാലത്തിൽ മിക്കവാറും ഭാഗങ്ങളും വീണ്ടും മാറ്റിയെഴുതി. പിന്നീട് എംഗൽസ് സംശോധനം ചെയ്തു പ്രസിദ്ധീകരിച്ച *മൂലധനം* രണ്ടും മൂന്നും വോള്യങ്ങളുടെ ആദ്യകരട് ഇക്കാലത്ത് എഴുതി തീർത്തു.

*മൂലധന*ത്തെക്കുറിച്ചുള്ള പുസ്തകത്തിന്റെ ഘടനയിൽ മാർക്സ് വീണ്ടും മാറ്റങ്ങൾ വരുത്തി. മൂല്യം, പണം എന്നിവയെ ആധാരമാക്കി

പുസ്തകം ആരംഭിക്കാനുള്ള ആശയം ഉപേക്ഷിച്ചു. മത്സരം, വായ്പ, ഓഹരിമൂലധനം എന്നീ പ്രത്യേക ഭാഗങ്ങൾ എഴുതുന്ന ആശയവും ഉപേക്ഷിച്ചു. അവയെല്ലാം *മൂലധനം* രണ്ടും മൂന്നും വോള്യങ്ങളിലെ വിവിധ അദ്ധ്യായങ്ങളിൽ ഉൾപ്പെടുത്തപ്പെട്ടു. അവയ്ക്കുപകരം, ഗ്രുൻഡ്റിസിലെ *മൂലധന*ത്തെക്കുറിച്ചുള്ള അദ്ധ്യായത്തിൽ ചർച്ച ചെയ്ത ഉല്പാദനപ്രക്രിയ, മൂലധനചംക്രമണം, മിച്ചമൂല്യം, അവയുടെ ഭാഗങ്ങളായ ലാഭം, പലിശ, പാട്ടം എന്നിവയുടെ വിശദീകരണം ഉൾപെടുത്താൻ തീരുമാനിച്ചു. പൊതുവിൽ സമൂഹത്തെയും സാമ്പത്തിക സംവർഗ്ഗങ്ങളെയും സംബന്ധിച്ച അവതാരികയ്ക്കുപകരം ചരക്കുകളെയും വിനിമയമൂല്യത്തെയും സംബന്ധിച്ച ആദ്യ അദ്ധ്യായം എഴുതുകയും പണത്തെക്കുറിച്ചുള്ള പ്രാഥമിക ധാരണകൾ അതിൽ തന്നെ ഉൾപ്പെടുത്തുകയും ചെയ്തു. ഇങ്ങനെ മുതലാളിത്ത ഉല്പാദനത്തെക്കുറിച്ചുള്ള വിമർശനം എന്ന നിലയിലാണ് 1867 ൽ *മൂലധന*ത്തിന്റെ ഒന്നാം വോള്യം പ്രസിദ്ധീകരിക്കപ്പെട്ടത്. മൂലധനത്തിന്റെ പുനരുല്പാദനം, ചംക്രമണം, മൂലധനസമാഹരണത്തിന്റെ വികാസം എന്ന രീതിയിൽ ശേഷിച്ച ഭാഗങ്ങൾ ക്രമീകരിക്കാനായിരുന്നു പദ്ധതി. ഭരണകൂടം, അന്താരാഷ്ട്ര വാണിജ്യം, ലോകവിപണി എന്നിവയെക്കുറിച്ചെഴുതാനുള്ള പദ്ധതിയും അദ്ദേഹം ഉപേക്ഷിച്ചിരുന്നില്ല.

സ്വയം തീരുമാനിച്ച ദൗത്യം പൂർത്തിയാക്കാൻ മാർക്സിനു സാധിച്ചില്ല. തുടർച്ചയായ അനാരോഗ്യം അദ്ദേഹത്തിന്റെ പഠനത്തെ ബാധിച്ചു. ഒന്നാം ഇന്റർനാഷണലിൽ അദ്ദേഹം നടത്തിയ നിരവധി ഇടപെടലുകളും ധാരാളം സമയമപഹരിച്ചു. ഒന്നാം വോള്യം പുറത്തിറങ്ങിയതിനുശേഷം തിരുത്തലുകളും ഫ്രെഞ്ച് - ഇംഗ്ലീഷ് പതിപ്പുകളുടെ തയ്യാറാക്കലും സമയം അപഹരിച്ചു. തുടർന്ന് 1870 മുതൽ 1877 വരെ ശേഷിച്ച വോള്യങ്ങളുടെ എട്ടു കൈയെഴുത്തുപ്രതികൾ മാർക്സ് തയ്യാറാക്കി. ഈ കൈയെഴുത്തുപ്രതികളെയും അതിനു മുമ്പു തയ്യാറാക്കിയ കുറിപ്പുകളെയും ആധാരമാക്കിയാണ് എംഗൽസ് മൂലധനത്തിന്റെ രണ്ടും മൂന്നും വോള്യങ്ങൾ 1885 ലും 1894 ലുമായി പ്രസിദ്ധീകരിച്ചത്. ഒരർത്ഥത്തിൽ മാർക്സിന്റെ ഭാവനയിൽ ഉണ്ടായിരുന്ന അന്തിമ രൂപമല്ല, കൈയെഴുത്തുപ്രതികളിൽനിന്ന് എംഗൽസ് തയ്യാറാക്കിയ രൂപമാണ് രണ്ടും മൂന്നും വോള്യങ്ങളായി പുറത്തുവന്നത്. *മിച്ചമൂല്യ സിദ്ധാന്തങ്ങൾ* എന്ന നാലാമത്തെ വോള്യം തയ്യാറാക്കുന്നുവെന്ന് എംഗൽസ് പ്രസ്താവിച്ചെങ്കിലും അത് പൂർത്തിയാക്കാൻ അദ്ദേഹത്തെകൊണ്ടു കഴിഞ്ഞില്ല (1894ൽ എംഗൽസ് അന്തരിച്ചു). തുടർന്ന് അദ്ദേഹത്തിന്റെ നിർദ്ദേശമനുസരിച്ച് ആ ദൗത്യം ഏറ്റെടുത്ത കൗട്സ്കി മൂന്നു വോള്യങ്ങളിലായി 1863 ലെ കൈയെഴുത്തുപ്രതികളനുസരിച്ചുള്ള *മിച്ചമൂല്യ സിദ്ധാന്തങ്ങൾ* പ്രസിദ്ധീകരിച്ചു.

മൂന്ന്

മൂലധനം എന്ന കൃതിക്കുവേണ്ടി മാർക്സ് തയ്യാറാക്കിയ നിരവധി കൈയെഴുത്തു പ്രതികളുടെയും കരടു രൂപങ്ങളുടെയും ഭാഗമായി മാർക്സിന്റെ രചനാരീതിയിൽ തന്നെ മാറ്റം സംഭവിക്കുന്നുണ്ട്. 1857 ലെ ഗ്രുൻഡ്റിസിൽ മാർക്സ് തന്റെ പഠനരീതിയെന്തെന്ന് വ്യക്തമായി പറയുകയും അത് പഠനത്തിന്റെ വിവിധ ദശകളിൽ വീണ്ടും പ്രകടമാക്കുകയും ചെയ്യുന്നുണ്ട്. വൈരുദ്ധ്യാത്മകതയെക്കുറിച്ചുള്ള മാർക്സിന്റെ നിലപാടിന്റെ അവതരണമാണ് ഇവിടെ നടക്കുന്നത്. ഹെഗലിന്റെ ലോജിക്കിന്റെ വിമർശനമായാണ് മാർക്സ് ഇത് അവതരിപ്പിക്കുന്നത്. എന്നാൽ, പത്തുവർഷം കഴിഞ്ഞ് മൂലധനത്തിന്റെ ഒന്നാം വോള്യം പ്രസിദ്ധീകരിക്കുമ്പോൾ വൈരുദ്ധ്യാത്മകതയെക്കുറിച്ചുള്ള പ്രസ്താവനകൾ അപ്രത്യക്ഷമാകുന്നു. തന്റെ രീതിശാസ്ത്രമെന്തെന്ന് മാർക്സ് *മൂലധന*ത്തിലൊരിടത്തും വിശദീകരിക്കുന്നില്ല. അതിനുപകരം മൂലധനത്തെക്കുറിച്ചുള്ള വിശകലനത്തിന്റെ ഭാഗമായി ഈ രീതിശാസ്ത്രം മാറുകയാണ്. മുതലാളിത്ത ഉല്പാദനത്തിന്റെ വിമർശനം തന്നെ ഇവിടെ വൈരുദ്ധ്യാത്മകമാണ്. മറ്റൊരു രീതിയിൽ പറഞ്ഞാൽ, വൈരുദ്ധ്യാത്മക രീതിശാസ്ത്രം എങ്ങനെ പ്രയോഗിക്കണമെന്നതിന് ഏറ്റവും നല്ല ഉദാഹരണം *മൂലധനം* തന്നെയാണ്.

മാർക്സിന്റെ രചനാരീതിയിൽ വന്ന ഈ മാറ്റം വായനക്കാരുടെ ഇടയിൽ ആശയക്കുഴപ്പങ്ങൾ സൃഷ്ടിച്ചതായി മാർക്സ് തന്നെ സൂചിപ്പിക്കുന്നുണ്ട്. നിലവിലുള്ള സാമ്പത്തികശാസ്ത്ര സിദ്ധാന്തങ്ങളെ വിമർശിക്കാൻ മാർക്സ് ഉപയോഗിക്കുന്ന രീതി എന്താണെന്നതിനെ സംബന്ധിച്ച് വായനക്കാരുടെയും അക്കാദമിക് പണ്ഡിതന്മാരുടെയും ഇടയിൽ അഭിപ്രായ ഭിന്നതകൾ ഉണ്ടായിരുന്നു. മാർക്സ് സാമ്പത്തികശാസ്ത്രത്തെ അതിഭൗതികപരമായി ചിത്രീകരിക്കുകയും ചില വസ്തുതകളെ വിമർശിക്കുകയുമാണ് ചെയ്തതെന്ന് ചിലർ വാദിച്ചു. മറ്റു ചിലർ മാർക്സിന്റെ രീതി വിശകലനാത്മകമാണെന്ന് ചൂണ്ടിക്കാണിച്ചു. വേറെ ചിലർ, അവർ യഥാർത്ഥത്തിൽ വാദിക്കുന്നത് എന്താണെന്നറിയാതെ വൈരുദ്ധ്യാത്മകതയിൽ തന്നെ എത്തിച്ചേർന്നു.

മാർക്സിന്റെ രീതിയെക്കുറിച്ചുണ്ടായ ആശയക്കുഴപ്പങ്ങൾ വിശകലനരീതിയും വിശകലനത്തിന്റെ ഫലങ്ങളെ വിശദീകരിക്കുന്ന രീതിയും കൊണ്ടാണെന്ന് മാർക്സ് ചൂണ്ടിക്കാണിച്ചു. വിവരസമാഹരണവും ശാസ്ത്രീയമായി ശേഖരിച്ച വിവരങ്ങൾ തമ്മിലുള്ള പരസ്പര ബന്ധങ്ങൾ കണ്ടെത്തുന്ന വിധവുമാണ് വിശകലനരീതിയിൽ പ്രധാനം. അത് എപ്പോഴും സങ്കീർണ്ണവും ചിലപ്പോൾ ദുർഗ്രഹവുമായിരിക്കും. എന്നാൽ, ചെന്നെത്തിയ നിഗമനങ്ങളെ ജനങ്ങൾക്കു മനസ്സിലാകുന്ന രീതിയിൽ യുക്തിയുക്തമായി വിശദീകരിക്കുമ്പോഴാണ് അത് ഒരു പുസ്തകമായി മാറുന്നത്. നിഗമനങ്ങളിൽ എത്താൻ സ്വീകരിച്ച രീതിശാസ്ത്രം അതിൽ

ഉൾക്കൊണ്ടിരിക്കും. ഇതു വേർതിരിക്കാനാവാത്തതാണ് പല വായനക്കാരുടെയും പ്രശ്നം. *മൂലധന*ത്തെക്കുറിച്ചു പിന്നീടുണ്ടായ വിമർശനങ്ങളുടെ അടിത്തറയും ഇതാണ്.

*മൂലധന*ത്തിന്റെ ഒന്നാം അദ്ധ്യായത്തെക്കുറിച്ചും ഇതുപോലുള്ള വിമർശനമുണ്ടായിട്ടുണ്ടെന്ന് മാർക്സ് പറയുന്നുണ്ട്. ഒന്നാം അദ്ധ്യായം ദുർഗ്രഹമാണ്. അതിലുപയോഗിക്കുന്ന സംവർഗ്ഗങ്ങൾ ഒരുപാട് വിശദീകരണങ്ങൾ വേണ്ടതാണ്. പക്ഷേ, അത് ഒഴിവാക്കാൻ കഴിയുന്നതല്ലെന്നാണ് മാർക്സ് ചൂണ്ടിക്കാണിക്കുന്നത്. ശാസ്ത്രീയമായ വിശകലനം പൂർണ്ണമായി ഉൾക്കൊള്ളാൻ ഇത്തരത്തിലുള്ള കടമ്പകൾ കടക്കേണ്ടിവരും. വിശദീകരണത്തിൽ ഊന്നിയുള്ള മറ്റ് അദ്ധ്യായങ്ങളുമായി താരതമ്യപ്പെടുത്തുമ്പോൾ, വൈരുദ്ധ്യാത്മക രീതി ഏറ്റവും പ്രകടമായി കാണുന്ന അദ്ധ്യായവുമാണിത്.

*മൂലധന*ത്തിന്റെ രണ്ടാം പതിപ്പിന് മാർക്സ് എഴുതിച്ചേർത്ത കുറിപ്പിൽ ഹെഗലിന്റെയും തന്റെയും വൈരുദ്ധ്യാത്മക രീതിയെക്കുറിച്ചുള്ള പരാമർശമുണ്ട്. ഹെഗലിനെ സംബന്ധിച്ചിടത്തോളം 'മനുഷ്യമസ്തിഷ്കത്തിലെ ജീവിതപ്രക്രിയ' അതായത് ചിന്തയാണ്, ആശയമാണ് യഥാർത്ഥ ലോകത്തെ കരുപ്പിടിപ്പിക്കുന്നത്. ആശയങ്ങളുടെ ഭൗതികവും പ്രാതിഭാസികവുമായ രൂപമാണ് യഥാർത്ഥ ലോകം. മാർക്സിന് ആശയമെന്നത് മനുഷ്യമനസ്സ് പ്രതിഫലിപ്പിക്കുകയും ചിന്താരൂപങ്ങളായി വിവർത്തനം നടത്തുകയും ചെയ്യുന്ന ഭൗതികലോകമാണ്. എന്നാൽ, ഹെഗലിനെ ഒരു *ചത്ത നായ*യെപ്പോലെ കാണുന്നവരോട് മാർക്സിന് യോജിപ്പില്ല. ഹെഗലിന്റെ വാദം നിഗൂഢതയുടെ ആവരണംകൊണ്ട് പൊതിഞ്ഞിരിക്കുകയാണ്. അതിനുള്ളിലെ യുക്തിപരമായ കാമ്പ് കണ്ടെത്തുകയാണ് വേണ്ടത്. അതിൽനിന്ന് പുതിയ വൈരുദ്ധ്യാത്മക രീതി വളർന്നുവരണം.

ഇതേ ആശയം തന്നെ പിന്നീട് ലെനിൻ മറ്റൊരു വിധത്തിൽ അവതരിപ്പിച്ചു. ഹെഗലിന്റെ ലോജിക്ക് വായിച്ചതിനുശേഷം ലെനിൻ കുറിച്ചിട്ടത് ഇത് വായിക്കാതെ മാർക്സിന്റെ *മൂലധനം* മനസ്സിലാക്കാൻ കഴിയുകയില്ലെന്നാണ്. അതായത്, അൻപതു വർഷക്കാലം (ലെനിൻ ഇതു കുറിച്ചിട്ടത് 1916 ലാണ്) മാർക്സിനെ വായിച്ച് മനസ്സിലാക്കാൻ മാർക്സിസ്റ്റുകൾക്കുപോലും കഴിഞ്ഞിട്ടില്ലെന്നാണ് ലെനിൻ സൂചിപ്പിച്ചത്. അന്ന് ലെനിന് *ഗ്രുൻഡ്റിസിനെ*ക്കുറിച്ച് അറിയില്ലായിരുന്നു. ഹെഗലിനെക്കുറിച്ച് വ്യക്തമായ വിമർശനങ്ങൾ അടങ്ങിയ മാർക്സിന്റെ ആദ്യകാല കൃതികൾ പ്രസിദ്ധീകരിച്ചിട്ടില്ലായിരുന്നു. സ്വതന്ത്രമായി തന്നെ *മൂലധന*ത്തിന്റെ രീതിശാസ്ത്രത്തെക്കുറിച്ചുള്ള വ്യക്തമായ ധാരണയിലേക്ക് ലെനിൻ എത്തിയിരുന്നുവെന്ന് ഇതിൽനിന്ന് തെളിയുന്നു.

നാല്

*മൂലധന*മെഴുതുന്നതിനുമുമ്പ് കാൽനൂറ്റാണ്ടിലധികം കാലം മാർക്സ് നടത്തിയ സാമ്പത്തികശാസ്ത്രപരവും രീതിശാസ്ത്രപരവുമായ അന്വേഷണങ്ങളുടെ വെളിച്ചത്തിൽ മാത്രമേ ആ ഗ്രന്ഥത്തെ വിലയിരുത്താനാകൂ. ഇതിന് ഏറ്റവുമധികം സഹായിക്കുന്നത് ഗ്രുൻഡ്റിസ് ആണെന്നു സൂചിപ്പിച്ചു. *ഗ്രുൻഡ്റിസ്* ഒരിക്കലും പ്രസിദ്ധീകരണത്തിനുവേണ്ടി തയ്യാറാക്കിയ കൈയെഴുത്തുപ്രതികളല്ല. അവയുടെ ലക്ഷ്യം സ്വയം വ്യക്തത കൈവരുത്തലായിരുന്നു. ഇതിന്റെ ഭാഗമായി അക്കാലത്തെ സാമ്പത്തികശാസ്ത്രജ്ഞർ ഉപയോഗിച്ചിരുന്ന എല്ലാ സംവർഗ്ഗങ്ങളെയും മാർക്സ് വിമർശനത്തിനു വിധേയമാക്കി. ഇവയിൽ ഏറ്റവും പ്രധാനപ്പെട്ടത് മാർക്സിനോടൊപ്പം തൊഴിലാളിവർഗ്ഗ പ്രസ്ഥാനത്തിൽ സ്വാധീനം ചെലുത്തിയ പ്രൂധോണിന്റെ പണത്തെക്കുറിച്ചുള്ള സങ്കല്പങ്ങളും റിക്കാർഡോ മുതലുള്ള സാമ്പത്തിക ചിന്തകരുടെ മൂല്യത്തെയും വിലയെയുംകുറിച്ചുള്ള ആശയങ്ങളുമായിരുന്നു. ഇവയിൽനിന്ന് മാർക്സ് മൂലധനത്തിന്റെ നിർവ്വചനത്തിലേക്കും വിശദീകരണത്തിലേക്കും കടക്കുകയും മൂലധനത്തെ പണത്തിനും ലാഭത്തിനും പകരം ഉല്പാദന പ്രക്രിയയുമായി ബന്ധപ്പെടുത്തുകയും ചെയ്യുന്നു. ഉല്പാദന പ്രക്രിയയുടെ വിശദീകരണത്തിലൂടെ മാർക്സ് ലാഭത്തെ പുനർനിർവ്വചിക്കുന്നു. മിച്ചമൂല്യത്തിന്റെ വിശദാംശങ്ങളിലേക്കു കടക്കുന്നു. മിച്ചമൂല്യത്തിലൂടെ ലാഭത്തിന്റെ നിർണ്ണയത്തിലേക്കു കടക്കുന്ന മാർക്സ് യന്ത്രവല്ക്കരണത്തിന്റെ വളർച്ചയിലൂടെ അദ്ധ്വാനത്തിന്റെ സ്വഭാവത്തിൽ വരുന്ന മാറ്റങ്ങളെയും അതിന് ലാഭവിഹിതത്തിലുള്ള സ്വാധീനത്തെയും വിലയിരുത്തുന്നു. മാർക്സ് *മൂലധന*ത്തിൽ പിന്തുടരുന്ന രീതിയല്ല ഇത്. പക്ഷേ, മാർക്സിന്റെ ചിന്ത എങ്ങനെയാണ് സുപ്രധാന നിഗമനങ്ങളിൽ ചെന്നെത്തുന്നതെന്ന് ഇതിൽനിന്ന് മനസ്സിലാക്കാം.

ഗ്രുൻഡ്റിസിന് മാർക്സ് എഴുതിയ 'അവതാരിക' ഈ കൈയെഴുത്തു പ്രതികളിലെ ഒരുപക്ഷേ ഏറ്റവും പ്രധാനപ്പെട്ട ഭാഗമാണ്. സാമ്പത്തിക സംവർഗ്ഗങ്ങളുടെ വിമർശനമെന്ന നിലയിൽ മാർക്സ് എഴുതാനുദ്ദേശിച്ചിരുന്ന ഭാഗത്തിന്റെ ബാക്കിവന്നിരിക്കുന്ന ഏക കൈയെഴുത്തു പ്രതി 'നോട്ട്ബുക്ക് എം' എന്നറിയപ്പെടുന്ന ഈ അവതാരികയാണ്. മാർക്സിന്റെ അവശേഷിച്ചിരിക്കുന്ന ഏക രീതിശാസ്ത്രപരമായ പ്രസ്താവനയാണിത്. (മറ്റൊന്ന് *സാമ്പത്തികശാസ്ത്ര വിമർശനത്തിനുള്ള ഒരു സംഭാവന*യിലെ 'സാമ്പത്തിക ശാസ്ത്രത്തിന്റെ രീതി' എന്ന ഭാഗമാണ്. എന്നാൽ അതും പൂർണ്ണമല്ല). ഇതിൽ മാർക്സ് നടത്തുന്ന നിരീക്ഷണങ്ങൾ *മൂലധന*ത്തിന്റെയും മൊത്തത്തിൽ മാർക്സിസ്റ്റ് പഠനരീതിയുടെയും ശ്രദ്ധേയമായ പ്രവേശികയാണ്.

മാർക്സ് തന്റെ പഠനരീതി അവതരിപ്പിക്കുന്നത് ഒരു രാഷ്ട്രത്തിന്റെ സമ്പദ്‌വ്യവസ്ഥയുടെ വിശകലനത്തിൽനിന്നാണ്. ഇതിൽ ഉൾപ്പെടുത്തു

ന്നത് ജനസംഖ്യ, വ്യത്യസ്ത വർഗ്ഗങ്ങളിലുള്ള ജനസംഖ്യയുടെ വിതരണം, ഗ്രാമം, നഗരം, തീരപ്രദേശം, ഉല്പാദനത്തിന്റെ വിവിധ ശാഖകൾ, കയറ്റുമതിയും ഇറക്കുമതിയും. വാർഷിക ഉല്പാദനവും ഉപഭോഗചരക്കും വിലയും മുതലായവയാണ്. ബൂർഷ്വാ സാമ്പത്തികശാസ്ത്രത്തിന്റെയും ഹെഗലിയൻ രീതിയുടെയും വിമർശനത്തിലൂടെ തന്റെ പഠനരീതി അവതരിപ്പിക്കുകയാണ് മാർക്സ് ഇവിടെ ചെയ്യുന്നത്.

സമ്പദ്‌വ്യവസ്ഥയുടെ പരിഗണനയ്ക്ക് ജനസംഖ്യ മൂർത്തമായ തലമാണെന്നു തോന്നാം. പക്ഷേ, ജനസംഖ്യ അല്ലെങ്കിൽ ജനങ്ങൾ എന്നാൽ ആരാണ്? മൂർത്തതലത്തിൽ ജനങ്ങൾ വിവിധ വർഗ്ഗങ്ങളായി തിരിക്കപ്പെട്ടിരിക്കുന്നു. വർഗ്ഗങ്ങളെന്നാൽ അവർ കൂലിവേലക്കാരാണ്, മുതലാളിമാരാണ്. അല്ലെങ്കിൽ മറ്റു വിഭാഗങ്ങളാണ്. ഇത്തരം വിഭാഗങ്ങൾ നിലനില്ക്കുന്നത് തൊഴിൽ വിഭജനം, വിനിമയം, വില തുടങ്ങിയവയെ ആധാരമാക്കിയാണ്. മൂലധനം എന്നത് കൂലിവേല, മൂല്യം, പണം, വില തുടങ്ങിയവയില്ലെങ്കിൽ ഒന്നുമല്ല. അതായത് ജനസംഖ്യ എന്നത് അതിലടങ്ങിയ പ്രക്രിയകളില്ലാതെ ഒരു വെറും അമൂർത്തതയായിരിക്കും. ഈ പ്രക്രിയകളെക്കുറിച്ചുള്ള ജടിലമായ കുറെ ആശയങ്ങളുടെ സംഘാതമായിരിക്കും. അപ്പോൾ പഠിതാവ് ചെയ്യുന്നത് ജനസംഖ്യയിൽനിന്ന് ആരംഭിക്കുകയല്ല അത് ഉൾക്കൊള്ളുന്ന കൂടുതൽ ലളിതമായ അമൂർത്തതകളിലേക്കും അവയെല്ലാം രൂപപ്പെടുത്തുന്ന ഏറ്റവും ലളിതമായ നിർണ്ണായക ഘടകങ്ങളിലേക്കും നീങ്ങുകയാണ്. ഈ നിർണ്ണായക ഘടകങ്ങളിൽനിന്ന് വീണ്ടും തിരിച്ചു നടക്കുകയും അവസാനം ജനസംഖ്യയിലെത്തുകയും ചെയ്യുന്നു. അപ്പോൾ ജനസംഖ്യ എന്നത് ജടിലമായ ആശയങ്ങളുടെ കൂട്ടമാകില്ല, ജനസംഖ്യയിൽ ഉൾക്കൊള്ളുന്ന നിർണ്ണായക ഘടകങ്ങളുടെയും ബന്ധങ്ങളുടെയും സമഗ്രതയായിരിക്കും. അങ്ങനെ അദ്ധ്വാനം, തൊഴിൽവിഭജനം, ആവശ്യങ്ങൾ, വിനിമയമൂല്യം മുതലായവ ലളിതമായ ബന്ധങ്ങളിൽനിന്ന് ഭരണകൂടം, അന്താരാഷ്ട്ര വാണിജ്യം, ലോകവിപണി മുതലായവയിലേക്ക് മുന്നേറുകയാണ് ചെയ്യുക. ഇതിനെയാണ് ശാസ്ത്രീയമായി ശരിയായ മാർഗ്ഗമെന്ന് മാർക്സ് വിളിക്കുന്നത്.

എന്തുകൊണ്ടാണ് നാം ചില സംവർഗ്ഗങ്ങളെ അമൂർത്തം എന്നും മറ്റു ചിലവയെ മൂർത്തം എന്നും വിളിക്കുന്നത്? മൂർത്തമായ വസ്തുക്കളിലും പ്രക്രിയകളിലുമെല്ലാം നിരവധി നിർണ്ണായകഘടകങ്ങൾ ഉണ്ടാകും. വ്യത്യസ്തമായ നിരവധി കാര്യങ്ങളുടെ ഐക്യമായാണ് അവ പ്രത്യക്ഷപ്പെടുക. വ്യത്യസ്തതകളാണ് യഥാർത്ഥ വസ്തുക്കളുടെയെല്ലാം സ്വഭാവം. പക്ഷേ, അവയെല്ലാം നിരവധി വ്യത്യസ്ത വസ്തുതകളുടെ കേന്ദ്രീകൃത രൂപമായാണ് നാം മനസ്സിലാക്കുന്നത്. നമ്മുടെ നിരീക്ഷണങ്ങളിലും ആശയരൂപീകരണത്തിലും വൈവിദ്ധ്യമാർന്ന യാഥാർത്ഥ്യങ്ങളെയാണ് കാണുന്നത്. അത്തരത്തിലുള്ള നിരീക്ഷണങ്ങൾ കേന്ദ്രീകൃതവും അമൂർത്തവുമായ നിർണ്ണയങ്ങളിലേക്ക് നമ്മെ എത്തിക്കുന്നു. ഇ

ത്തരത്തിലുള്ള അമൂർത്ത ധാരണകൾ വഴി നാം മൂർത്തമായ വസ്തുതകളെ ചിന്തയിലൂടെ പുനരുല്പാദിപ്പിക്കുന്നു.

പക്ഷേ, മൂർത്തമായ വസ്തുതകൾ ഉണ്ടാകുന്നത് അമൂർത്ത ധാരണകളിൽനിന്നോ ചിന്തയിൽനിന്നോ അല്ല. ഇവിടെയാണ് ഹെഗലിനു പിഴച്ചതെന്ന് മാർക്സ് ചൂണ്ടിക്കാണിക്കുന്നു. ഉദാഹരണത്തിന് വിനിമയമൂല്യം എന്ന ലളിതമായ സാമ്പത്തിക ഘടകത്തെ എടുക്കുക. വിനിമയമൂല്യത്തിന് വിനിമയം നടത്തുന്ന ജനങ്ങൾ ആവശ്യമാണ്. ജനങ്ങൾ തമ്മിലുള്ള ബന്ധങ്ങളും കുടുംബം, കൂട്ടായ്മകൾ, ഭരണകൂടം തുടങ്ങിയവയും ആവശ്യമാണ്.

ഇത്തരം നിരവധി ഘടകങ്ങളെ ചേർത്ത് ജനസംഖ്യ എന്ന ഒരൊറ്റ സംവർഗ്ഗത്തിന്റെ അടിസ്ഥാനത്തിൽ ഏകപക്ഷീയമായാണ് നാം കാണുന്നത്. അതായത്, ജനസംഖ്യയെ മൂർത്തമായ സമഗ്രതയിൽ നിലനില്ക്കുന്ന അമൂർത്തവും ഏകപക്ഷീയവുമായ ബന്ധമാക്കി മാറ്റുന്നു. ഇതേ രീതിയിലുള്ള അമൂർത്തമായ ബന്ധങ്ങളാണ്, അതായത് വ്യത്യസ്ത ചിന്തകളുടെ കൂട്ടങ്ങളായാണ് യഥാർത്ഥ ലോകത്തിലെ പ്രക്രിയകൾ നടക്കുന്നത് എന്ന് നാം വിലയിരുത്തുന്നു. ചിന്ത എപ്പോഴും സൈദ്ധാന്തികമാണ്, മനനത്തിൽ അധിഷ്ഠിതമാണ്. യഥാർത്ഥ ലോകം ഈ ചിന്തയ്ക്കും മനനത്തിനും പുറത്തുമാണ്. ഈ യഥാർത്ഥ ലോകത്തെ, സമൂഹത്തെ ചിന്തകൾക്കും സിദ്ധാന്തങ്ങൾക്കുമുള്ള മുന്നുപാധികളായി നിലനിർത്തുകയാണ്. ഇതാണ് ഹെഗലിയൻ ചിന്തയുടെ മായിക പ്രപഞ്ചം. യാഥാർത്ഥ്യത്തെ ചിന്തയുടെ ഉല്പന്നമായാണ് ഇവിടെ കാണുന്നത്.

ഇത്തരത്തിലുള്ള അമൂർത്ത സംവർഗ്ഗങ്ങളെ ഒഴിവാക്കാൻ കഴിയുമോ? ഏറ്റവും ലളിതമായ സംവർഗ്ഗങ്ങൾക്ക് മൂർത്തമായ ജീവിത രീതികളുടെ മുന്നുപാധികളായി നിലനില്ക്കേണ്ടിവരില്ലേ? ഉദാഹരണത്തിന് കൈവശാവകാശം എന്ന സംവർഗ്ഗം (possession) എടുക്കുക. ഹെഗൽ തന്റെ സാമൂഹ്യ ചർച്ചകൾ കൈവശാവകാശത്തിൽനിന്നാണ് ആരംഭിക്കുന്നത്. കൈവശാവകാശം വളർന്നുവരുമ്പോൾ കുടുംബം അല്ലെങ്കിൽ ഉടമ അടിമബന്ധങ്ങൾ ഉണ്ടാകണം. പക്ഷേ, കുടുംബം വളർന്നുവരുന്നതിനുമുമ്പ് തന്നെ കൈവശാവകാശം നിലനില്ക്കുന്നില്ലേ? ആദിമ മനുഷ്യർക്ക് ആയുധങ്ങൾ, ഉപകരണങ്ങൾ എന്നിവ കൈവശം വയ്ക്കാം. പക്ഷേ, അതൊരു നിയമപരമായ ബന്ധമല്ല. ആയുധങ്ങൾ കൈവശം വയ്ക്കുന്നതുകൊണ്ട് കുടുംബങ്ങൾ ഉണ്ടാകില്ല. ആയുധങ്ങൾ കൈവശം വയ്ക്കുമ്പോൾ ആയുധങ്ങൾ കൈവശം വയ്ക്കുന്നവർ തമ്മിലുള്ള ബന്ധങ്ങൾ വളർന്നുവരും. അത്തരത്തിലുള്ള ബന്ധങ്ങളുണ്ടാകുമ്പോഴാണ് ആയുധങ്ങൾ കൈവശം വയ്ക്കുന്നതിനെ സംബന്ധിച്ച സാമൂഹ്യമായ നിബന്ധനകൾ (ആർക്ക് കൈവശം വയ്ക്കാം, എത്ര കാലം വയ്ക്കാം, ഏതു തരത്തിലുള്ള ആയുധങ്ങൾ വയ്ക്കാം) രൂപപ്പെടുന്നത്. ഇതിന്റെ ഫലമായി രൂപപ്പെടുന്ന ആയുധങ്ങൾ കൈവശം വയ്ക്കുന്നതിനെ സംബന്ധിച്ച നിയമങ്ങൾക്ക്, ആയുധം കൈവശമുള്ളവർ തമ്മിലുള്ള ബന്ധ

ങ്ങൾ മുന്നുപാധിയാണ്.

ഇത്തരത്തിലുള്ള കൈവശാവകാശങ്ങൾ കുറെക്കൂടി വിപുലമായ സാമൂഹ്യഘടനയുടെ ഭാഗമാകുന്നുവെന്നു വിചാരിക്കുക. അവിടെ കൈവശാവകാശങ്ങൾ ഏതെങ്കിലും കുലത്തിന്റെ അല്ലെങ്കിൽ കുടുംബത്തിന്റെ അവകാശമായിത്തീരുന്നു. മറ്റു കുലങ്ങൾക്ക്, കുടുംബങ്ങൾക്ക് വ്യത്യസ്തമായ മറ്റ് അവകാശങ്ങളുണ്ടാകും. സമൂഹം അതോടെ നിരവധി തരത്തിലുള്ള അവകാശങ്ങൾ തമ്മിലുള്ള ബന്ധങ്ങളുടെ സംഘാതമായിത്തീരുന്നു. ഇതിൽ ഏതെങ്കിലും പ്രത്യേക തരത്തിലുള്ള അവകാശം, ഉദാഹരണത്തിന് ആയുധധാരികൾ തമ്മിലുള്ള ബന്ധങ്ങൾ, ഒരു പ്രത്യേക സ്വത്തായി മാറുന്നു. ആയുധം അതോടെ ഒരു പ്രത്യേക കുലത്തിന്റെ, കുടുംബത്തിന്റെ സ്വത്തായി മാറുകയാണ്. ഇത്തരം കുടുംബസ്വത്തിന്റെ രൂപീകരണത്തിന് ആയുധധാരികൾ തമ്മിലുള്ള ബന്ധങ്ങളും ആയുധങ്ങളുടെ കൈവശാവകാശവും മുന്നുപാധിയാണ് (presupposition). മറ്റൊരു രീതിയിൽ പറഞ്ഞാൽ, ചരിത്രപരമായി കൈവശാവകാശ ബന്ധങ്ങളുടെ പശ്ചാത്തലത്തിലാണ് സ്വത്തുടമാബന്ധങ്ങൾ വളർന്നുവരുന്നത്. സ്വത്തുടമാബന്ധങ്ങൾ സമൂഹത്തിലെ അധീശത്വബന്ധങ്ങളായി നിലനില്ക്കുമ്പോൾ ചരിത്രപരമായി ആദ്യം വളർന്നുവന്ന കൈവശാവകാശം കീഴാളബന്ധങ്ങളായി നിലനില്ക്കുന്നു.

നാം ഇന്നുപയോഗിക്കുന്ന ലളിതമായ സംവർഗ്ഗങ്ങൾ (ഉദാ: കൈവശാവകാശം, കുലം, ഗോത്രം, വിനിമയം) ചരിത്രപരമായി വളർച്ചയെത്താത്ത, അല്ലെങ്കിൽ കൂടുതൽ പ്രാചീനമായ സാമൂഹ്യ സമഗ്രതകളുടെ അധീശത്വബന്ധങ്ങളാണ്. അല്ലെങ്കിൽ അവ കൂടുതൽ വളർച്ചയെത്തിയതും കൂടുതൽ മൂർത്തവുമായ (ഉദാ: സ്വത്തുടമ, കുടുംബം, വാണിജ്യം) സമൂഹങ്ങളേക്കാൾ മുമ്പ് ചരിത്രപരമായി വളർന്നുവന്നതും ഇപ്പോൾ കീഴാളബന്ധങ്ങളായി മാറിയതുമായവയാണ്. മറ്റൊരു രീതിയിൽ പറഞ്ഞാൽ, ഏതൊരു പഠനത്തിലും പ്രാഥമികത നല്കേണ്ടത് നാമുപയോഗിക്കുന്ന അമൂർത്തമായ സംവർഗ്ഗങ്ങൾക്കല്ല, അത്തരം സംവർഗ്ഗങ്ങൾ മനുഷ്യമനസ്സുകളിൽ രൂപം കൊള്ളുന്നതിലേക്കു നയിക്കുന്ന മൂർത്തമായ സമൂഹബന്ധങ്ങൾക്കാണ്. മൂർത്തമായ സമൂഹബന്ധങ്ങളുടെ ചരിത്രപരമായ വളർച്ച പരിശോധിക്കുമ്പോഴാണ് വ്യത്യസ്ത സംവർഗ്ഗങ്ങൾ എന്തുകൊണ്ട് ഉപയോഗിക്കപ്പെട്ടു എന്ന തിരിച്ചറിവുണ്ടാകുക.

ചരിത്രപരമായ വളർച്ച എന്നതിനെയും മാർക്സ് ഇതേ രീതിയിൽ തന്നെയാണ് കാണുന്നത്. ഉദാഹരണത്തിന്, ചരിത്രപരമായി വളർച്ചയെത്താത്ത സമൂഹങ്ങളിൽ നമുക്ക് ഉയർന്ന സമ്പദ്ഘടനാരൂപങ്ങളും ഉയർന്ന തൊഴിൽ വിഭജനവും കണ്ടെന്നുവരാം. പണം ഉപയോഗിക്കാത്ത ആദിമ പെറൂവിയൻ സമൂഹത്തിൽ വളർന്നുവന്ന സഹകരണ രൂപങ്ങളും തൊഴിൽ വിഭജനവും ഉദാഹരണമാണ്. കിഴക്കേ യൂറോപ്യൻ സമൂഹങ്ങളിൽ പണവും വിനിമയവും സ്വാധീനം ചെലുത്തുന്നത് സമൂഹങ്ങൾക്കുള്ളിലല്ല, സമൂഹങ്ങൾ തമ്മിലാണ്. കൈമാറ്റം അല്ലെങ്കിൽ വിനിമയം

എന്നത് ഗോത്ര സമൂഹത്തിന്റെ അടിസ്ഥാന രൂപമായി കണക്കാക്കുന്നതുപോലും തെറ്റാണെന്നു മാർക്സ് പറയുന്നു. രണ്ടു സമൂഹങ്ങൾ തമ്മിലുള്ള ബന്ധങ്ങളിലാണ് വിനിമയം ആദ്യം പ്രത്യക്ഷപ്പെടുന്നത്. സമൂഹങ്ങൾക്കുള്ളിലുള്ള ബന്ധങ്ങളിലല്ല. പണം എല്ലാക്കാലത്തും സമൂഹബന്ധങ്ങളിൽ ഒരു പങ്കുവഹിക്കുന്നുണ്ട്. പക്ഷേ, അതിന് അധീശത്വം കൈവരുന്നത് വാണിജ്യ സമൂഹങ്ങളിൽ മാത്രമാണ്. പണം എന്ന ലളിതമായ സംവർഗ്ഗത്തിന് പൂർണ്ണവളർച്ച കൈവരുന്നത് ആധുനിക ബൂർഷ്വാ സമൂഹത്തിലാണ്. എല്ലാ സമൂഹങ്ങളിലും ഒരേ തരത്തിലുള്ള പങ്കല്ല പണത്തിനുള്ളത്. അതായത്, സഹകരണംപോലുള്ള കൂടുതൽ മൂർത്തമായ സംവർഗ്ഗം അവികസിത സമൂഹത്തിൽ തന്നെയുണ്ടാകുമ്പോൾ പണം പോലുള്ള ലളിതമായ സംവർഗ്ഗം പൂർണ്ണ വളർച്ചയെത്തുന്നത് വികസിത സമൂഹങ്ങളിലാണ്.

അദ്ധ്വാനം എന്നത് ലളിതമായ സംവർഗ്ഗമായി തോന്നാം. ഒരു പൊതുരൂപമെന്ന നിലയിൽ അദ്ധ്വാനം ഏറെ പഴയതുമാണ്. പക്ഷേ, അദ്ധ്വാനം എന്ന ലളിതമായ അമൂർത്ത രൂപത്തെ സൃഷ്ടിക്കുന്ന ബന്ധങ്ങൾ ആധുനികമാണ്. ആധുനിക സമൂഹത്തിൽ സമ്പത്തിനെ കുറിക്കുന്ന രണ്ടു വ്യവസ്ഥകളെ മാർക്സ് വേർതിരിക്കുന്നു; ഒന്ന് ധനവ്യവസ്ഥയും (monetary system) രണ്ടാമത്തേത് വാണിജ്യ വ്യാവസായിക വ്യവസ്ഥയും (commercial -manufacturing system). ധനവ്യവസ്ഥയിൽ സമ്പത്തിനെക്കുറിക്കുന്നത് പണമാണ്. സമ്പന്നൻ എന്നാൽ കൂടുതൽ പണം കൈവശമുള്ളവൻ എന്നർത്ഥം. ഇവിടെ പണം സമ്പത്തിനെക്കുറിക്കുന്ന ബാഹ്യമായ ഒരു വസ്തു (thing) വാണ്. വാണിജ്യ വ്യാവസായിക വ്യവസ്ഥയിൽ സമ്പത്തിന്റെ ഉറവിടം ഒരു വസ്തുവല്ല, ആത്മനിഷ്ഠമായ പ്രവർത്തനമാണ്, വ്യാവസായികോല്പാദനമാണ്.

ഇവിടെ ആദംസ്മിത്തിന്റെ സംഭാവനയെ മാർക്സ് പരാമർശിക്കുന്നു. സ്മിത്തിന്റെ സംഭാവന സമ്പത്തിന്റെ സൃഷ്ടിയെ വ്യാവസായികവും വാണിജ്യപരവും കാർഷികവുമായ അദ്ധ്വാനവുമായി ബന്ധപ്പെടുത്തി എന്നതു മാത്രമല്ല, പൊതുഅദ്ധ്വാനവുമായി (Labour in general) ബന്ധപ്പെടുത്തി എന്നതാണ്. സമ്പത്ത് എന്നത് സാർവ്വത്രികമായി പ്രത്യക്ഷപ്പെടുന്ന ഒരു വസ്തുവാണ്. ആ വസ്തു അദ്ധ്വാനത്തിന്റെ ഉല്പന്നമാണ്. സമ്പത്ത് മുമ്പു ചെയ്തുതീർത്ത, വസ്തുവല്കരിക്കപ്പെട്ട അദ്ധ്വാനമാണ്. ഇവിടെ എല്ലാ സമൂഹത്തിലും പ്രത്യക്ഷപ്പെടുന്ന അതിപ്രാചീനമായ ഒരു ബന്ധത്തിന് അമൂർത്തമായ രൂപം കൈവരുന്നതായി തോന്നാം. അമൂർത്താദ്ധ്വാനം (abstract labour) എന്ന ആശയം നിരവധി യഥാർത്ഥ അദ്ധ്വാനരൂപങ്ങളുടെ സമഗ്രതയിൽനിന്നാണ് പ്രത്യക്ഷപ്പെടുന്നത്. അപ്പോൾ മാത്രമാണ് ഏതെങ്കിലും ഒരു പ്രത്യേക അദ്ധ്വാന രൂപം അധീശമല്ലാതാകുന്നത്. അതിനുപകരം നിരവധി തരത്തിലുള്ള പ്രവർത്തനങ്ങളുടെ പൊതുരൂപമായി അദ്ധ്വാനം മാറുന്നു. വ്യത്യസ്ത അദ്ധ്വാന രൂപങ്ങളുടെ സമഗ്രതയുടെ മാനസികമായ ഉല്പന്നമായി അമൂർത്താ

ദ്ധ്വാനം പ്രത്യക്ഷപ്പെടുന്നു. വ്യക്തികൾക്ക് ഒരു തൊഴിലിൽനിന്ന് മറ്റൊരു തൊഴിലിലേക്ക് മാറാൻ കഴിയുന്നു. പ്രത്യേക തൊഴിൽ എന്തെന്നത് വ്യക്തിഗത തീരുമാനമാകുന്നു. ഏതെങ്കിലും പ്രത്യേക വ്യക്തികളുമായി ബന്ധപ്പെടുന്നതിനുപകരം, പൊതുവിൽ സമ്പത്തുല്പാദിപ്പിക്കുന്നതിനുള്ള ഉപാധിയായി അദ്ധ്വാനം മാറുന്നു. അമൂർത്താദ്ധ്വാനം എന്നത് ആധുനിക സമൂഹത്തിന്റെ സൃഷ്ടിയാണ്. അമേരിക്കയിലെ ആധുനിക മുതലാളിത്ത സമൂഹത്തിൽ അദ്ധ്വാനം എന്നത് പൊതുരൂപമായി പ്രത്യക്ഷപ്പെടുകയും പ്രത്യേക അദ്ധ്വാനം എന്തെന്നത് അവഗണിക്കപ്പെടുകയും ചെയ്യുമ്പോൾ റഷ്യയിൽ പ്രത്യേക അദ്ധ്വാന രൂപങ്ങൾ വ്യക്തിതാല്പര്യമനുസരിച്ച് തെരഞ്ഞെടുക്കപ്പെടുന്നുവെന്ന് മാർക്സ് പറയുന്നു. റഷ്യയിൽ പ്രത്യേക അദ്ധ്വാന രൂപങ്ങ(19-ാം നൂറ്റാണ്ടിന്റെ മദ്ധ്യത്തിലെ റഷ്യയെക്കുറിച്ചാണ് മാർക്സ് ഇവിടെ പറയുന്നത്)ളിലേക്ക് ജനങ്ങൾ പ്രവേശിക്കുന്നത് പാരമ്പര്യമനുസരിച്ചാണ്. അതായത് വ്യക്തിതാല്പര്യങ്ങൾ പരമ്പരാഗതമാണ്. അമേരിക്കയിൽ അത്തരം താല്പര്യങ്ങളോ പാരമ്പര്യമോ ഇല്ല, കിട്ടുന്നത് സ്വീകരിക്കുന്നു.

അന്ന് ഏറ്റവും വികസിതവും സങ്കീർണ്ണവുമായ ഉല്പാദന സംഘാടനം ബൂർഷ്വാ സമൂഹത്തിലാണ്. ബൂർഷ്വാ സമൂഹത്തിലെ ബന്ധങ്ങൾ ആവിഷ്കരിക്കുന്ന സംവർഗ്ഗങ്ങൾ ബൂർഷ്വാ സമൂഹത്തിനുമുമ്പുള്ള സമൂഹരൂപങ്ങളുടെ ഘടനയിലേക്കും ഉല്പാദനബന്ധങ്ങളിലേക്കും ഉൾക്കാഴ്ചകൾ നല്കുന്നുവെന്ന് മാർക്സ് പറയുന്നു. പൂർവ്വകാല സാമൂഹ്യബന്ധങ്ങളുടെ അവശിഷ്ടങ്ങൾ പലതും ബൂർഷ്വാ സമൂഹം പേറിപ്പോരുന്നുണ്ട്. അവയുടെ ചില അംശങ്ങൾക്ക് ബൂർഷ്വാ സമൂഹത്തിൽ പ്രസക്തി കൈവരുന്നുമുണ്ട്. അതായത്, കൂടുതൽ വികസിതമായ സമൂഹബന്ധങ്ങളിൽനിന്നാണ് പൂർവ്വകാല ഘടനകളെക്കുറിച്ചുള്ള കൂടുതൽ വ്യക്തമായ ഉൾക്കാഴ്ചകൾ ലഭിക്കുക. ഉദാഹരണത്തിന് ആധുനിക കാലത്തെ തറപ്പാട്ടത്തെപ്പറ്റി മനസ്സിലാക്കുമ്പോഴാണ് അതിനുമുമ്പുണ്ടായിരുന്ന കപ്പം, പാട്ടം മുതലായവയെപ്പറ്റി കൂടുതൽ ഉൾക്കാഴ്ചകൾ ലഭിക്കുക. ബൂർഷ്വാ സമൂഹം പഴയ സമൂഹ രൂപങ്ങളെ നിലനിർത്തുന്നത് അവയുടെ ജീർണ്ണവും ജഡവുമായ രൂപങ്ങളിലാണ്. ബൂർഷ്വാ സ്വകാര്യസ്വത്തിനിടയിൽ നിലനില്ക്കുന്ന കൂട്ടായ്മ സ്വത്തുരൂപങ്ങൾ ഉദാഹരണമാണ്.

മറ്റു രണ്ടു കാര്യങ്ങൾ കൂടി ഇവിടെ പ്രസക്തമാണെന്ന് മാർക്സ് കരുതുന്നു. ഒന്ന്, എല്ലാ സമൂഹങ്ങളും സ്വന്തം ചരിത്രപരമായ വികാസത്തെ ആവിഷ്കരിക്കുന്നത് ഒരേ രീതിയിലാണ്. അതിനു മുമ്പുണ്ടായിരുന്ന സമൂഹ രൂപങ്ങൾ ആ സമൂഹത്തിലേക്കുള്ള വെറും ചവിട്ടുപടികളായാണ്, അതായത് ഏകപക്ഷീയമായാണ് സ്വന്തം സമൂഹം തന്നെ ജീർണ്ണിച്ചുകൊണ്ടിരിക്കുകയാണെന്ന് തിരിച്ചറിയുമ്പോൾ മാത്രമാണ് മറ്റു തരത്തിലുള്ള വിശകലനങ്ങളുണ്ടാകുക. രണ്ടാമത്തേത്, ചരിത്രപരമോ സാമൂഹ്യശാസ്ത്രപരമോ ആയ സംവർഗ്ഗങ്ങളുടെ തുടർച്ചകൾ ചർച്ച ചെയ്യുമ്പോൾ യഥാർത്ഥ സമൂഹം, അതായത് ബൂർഷ്വാ സമൂഹം ഇവിടെ

ദത്തമാണ്. ബൂർഷ്വാ സമൂഹത്തിന്റെ ഘടനയെ, അതിന്റെ രൂപങ്ങളെ നിലനില്പിന്റെ സ്വഭാവ വിശേഷങ്ങളെ എല്ലാം ആവിഷ്കരിക്കുന്നത് ഈ സംവർഗ്ഗങ്ങളുടെ അടിസ്ഥാനത്തിലാണ്. ഫിസിയോക്രാറ്റുകൾ എന്ന സാമ്പത്തിക ശാസ്ത്രജ്ഞന്മാർ ബൂർഷ്വാ സമൂഹത്തിന്റെ വിശകലനം ആരംഭിച്ചത് കൃഷിയിലെ തറപ്പാട്ടത്തിൽനിന്നാണ് (ഇന്ന് നാം ആരംഭിക്കുന്നത് പ്രദാനം, ചോദനം മുതലായ സംവർഗ്ഗങ്ങളിൽനിന്നാണ്) എല്ലാ സമൂഹങ്ങളിലും ചില പ്രത്യേക ഉല്പാദനരൂപങ്ങൾ മറ്റുള്ളവയുടെമേൽ അധീശത്വം ചെലുത്തുന്നുണ്ട്. അവയുടെ ബന്ധങ്ങളാണ് മറ്റുള്ളവയുടെ സ്വാധീനവും പദവിയും നിർണ്ണയിക്കുന്നത്. മദ്ധ്യകാല സമൂഹത്തിൽ കാർഷികബന്ധങ്ങളാണ് മൂലധനത്തിന്റെ പോലും ഘടന നിർണ്ണയിച്ചത്. എന്നാൽ ബൂർഷ്വാ സമൂഹത്തിൽ കൃഷി വ്യവസായത്തിന്റെ ശാഖയാണ്. തറപ്പാട്ടം പോലുള്ള സംവർഗ്ഗങ്ങൾ മൂലധനത്തിനനുസരിച്ചല്ലാതെ മനസ്സിലാക്കാൻ കഴിയുകയില്ല.

അതുകൊണ്ട് സാമ്പത്തിക സംവർഗ്ഗങ്ങളുടെ ചരിത്രപരമായ വളർച്ചയുടെ അടിസ്ഥാനത്തിൽ ഇന്നത്തെ സമ്പദ്വ്യവസ്ഥയെ മനസ്സിലാക്കാൻ കഴിയുകയില്ല. ആധുനിക ബൂർഷ്വാ സമൂഹത്തിൽ ഇവയുടെ ബന്ധങ്ങളുടെ അടിസ്ഥാനത്തിലാണ് സംവർഗ്ഗങ്ങളുടെ തുടർച്ച മനസ്സിലാകുക. കേവലമായ സാമ്പത്തികാശയങ്ങളിൽനിന്നല്ല പഠനം ആരംഭിക്കേണ്ടത്, ആധുനിക ബൂർഷ്വാ സമൂഹത്തിൽ അവ പിന്തുടരുന്ന ക്രമമനുസരിച്ചാണ്.

ഇതിന് മാർക്സ് നല്കുന്ന ഒരുദാഹരണം ധനമൂലധനമാണ് (Money Capital). ധനമൂലധനം ഒരു സംവർഗ്ഗമായി യഥാർത്ഥ മൂലധനം വികസിക്കാത്ത പ്രാചീനകാലത്തും ഉപയോഗിക്കപ്പെടുന്നുണ്ട്. കാർഷിക പ്രവർത്തനങ്ങൾക്കു പ്രാധാന്യമുണ്ടായിരുന്ന പ്രാചീന സമൂഹങ്ങളിൽ ഫിനിഷ്യന്മാർ, കാർത്തേജുകാർ തുടങ്ങിയ വാണിജ്യ സമൂഹങ്ങളിൽ ധനമൂലധനം കാണുന്നുണ്ട്. പിന്നീട് മദ്ധ്യകാലത്ത് ജൂതന്മാർ ധനമൂലധനത്തിന്റെ ആളുകളാണ്. ഇതേ സംവർഗ്ഗം തന്നെ മുതലാളിത്തത്തിന്റെ ആദ്യഘട്ടത്തിൽ ഈസ്റ്റ് ഇന്ത്യാ കമ്പനി പോലുള്ള കുത്തക വാണിജ്യ കമ്പനികളിൽ പ്രത്യക്ഷപ്പെടുന്നു. ഇപ്പോൾ അത് ഫൈനാൻസ് കമ്പനികളിലും ബാങ്കുകളിലും വീണ്ടും പ്രത്യക്ഷപ്പെടുന്നു. വ്യത്യസ്ത ദശകങ്ങളിൽ ഒരേ സംവർഗ്ഗം കൈവശം വയ്ക്കുന്ന സ്ഥാനവും അതിൽ ഉൾപ്പെടുന്ന ബന്ധങ്ങളും വ്യത്യസ്തമാണ്. ഈ ബന്ധങ്ങളെന്തെന്ന് നിർണ്ണയിക്കാതെ ഈ സംവർഗ്ഗം കേവലമായി ഉപയോഗിക്കുകയോ അതിന്റെ ചരിത്രപരമായ 'പടവുകൾ' നിർണ്ണയിക്കുകയോ ചെയ്യുന്നത് അസംബന്ധമാണ്.

ഹെഗലിന്റെ ആശയവാദത്തെയാണ് മാർക്സ് ഇവിടെ വിമർശിക്കുന്നതെങ്കിലും അന്നു വളർന്നുവന്ന ചരിത്ര സാമൂഹ്യശാസ്ത്ര മേഖലകളിൽ ഉപയോഗിച്ചിരുന്ന പൊതുരീതികൾ മാർക്സിന്റെ വിമർശനത്തിന് വിധേയമാകുന്നുണ്ടെന്നു കാണാൻ വിഷമമില്ല. ബൂർഷ്വാ സാമ്പത്തിക

ശാസ്ത്രവും ചരിത്രവുമടക്കം എല്ലാ പഠന രൂപങ്ങളും ആരംഭിക്കുന്നത് പഠനത്തിനാധാരമെന്ന് കരുതപ്പെടുന്ന സംവർഗ്ഗങ്ങളിൽ നിന്നാണ്. സംവർഗ്ഗങ്ങൾ എപ്പോഴും ചരിത്രപരമായ പ്രയോഗത്തിൽനിന്ന്, മനുഷ്യരുടെ ഭൗതിക ജീവിതത്തിൽനിന്ന് രൂപപ്പെടുന്ന അമൂർത്താശയങ്ങളാണ്. അമൂർത്താശയങ്ങൾ എപ്പോഴും അവ രൂപപ്പെടുന്ന യഥാർത്ഥ ബന്ധങ്ങളെയാണ് ആവിഷ്കരിക്കുന്നത്. യഥാർത്ഥ ബന്ധങ്ങൾ ഒരു പ്രത്യേക സമൂഹരൂപത്തിന്റെ, ഇവിടെ ബൂർഷ്വാ സമൂഹത്തിന്റെ ആന്തരികവും ബാഹ്യവുമായ സാമൂഹ്യബന്ധങ്ങളാണ്. സാമൂഹ്യബന്ധങ്ങളുടെ മുൻഉപാധി സമൂഹത്തിലെ ഉല്പാദനബന്ധങ്ങളാണ്. ഇവ എപ്പോഴും വൈവിദ്ധ്യമാർന്നതായിരിക്കും. അവയിൽ അധീശത്വം പുലർത്തുന്ന ഉല്പാദനബന്ധങ്ങളാണ് ആ സമൂഹരൂപത്തെ നിർണ്ണയിക്കുന്നത്. അതേസമയം അതിനുമുമ്പുള്ള സമൂഹരൂപങ്ങൾ അമൂർത്താശയങ്ങളും സംവർഗ്ഗങ്ങളും ചിലപ്പോൾ കീഴ്പ്പെടുത്താനാവാത്ത പ്രയോഗ രൂപങ്ങളുമായി ഈ പുതിയ സമൂഹരൂപത്തിൽ (Social Formation) ഉൾക്കൊണ്ടിരിക്കും. ഒരു സമൂഹം വളരുന്തോറും അതിന്റെ ഘടനയും സമൂഹബന്ധങ്ങളും കൂടുതൽ സങ്കീർണ്ണമായിരിക്കും. ഇവയെ ഇഴതിരിച്ചെടുക്കുമ്പോഴാണ് സാമൂഹ്യശാസ്ത്രപരമായി ഉപയോഗിക്കുന്ന സംവർഗ്ഗങ്ങളുടെയും അമൂർത്താശയങ്ങളുടെയും പ്രാധാന്യം പുറത്തുവരിക.

സങ്കീർണ്ണമായ സാമൂഹ്യബന്ധങ്ങളെ ഇഴ തിരിച്ചെടുക്കുന്നതിന്റെ രീതി എന്താണ്? മാർക്സ് അന്വേഷിക്കുന്നത് ഇതിനുള്ള വഴികളാണ്.

ആറ്

ഭൗതിക ജീവിതത്തെ നിർണ്ണയിക്കുന്ന ഘടകങ്ങളിൽനിന്നാണ് മാർക്സ് തന്റെ അന്വേഷണം ആരംഭിക്കുന്നത്. അതിലൊന്ന്, ഉല്പാദനമാണ്, തുടർന്ന് വിതരണം, വിനിമയം, ഉപഭോഗം ഇവ തമ്മിലുള്ള ബന്ധങ്ങൾ എന്നിവ പരിശോധിക്കുന്നു. മാർക്സ് ആരംഭിക്കുന്നത് ഭൗതിക ഉല്പാദനത്തിൽനിന്നാണ്.

മാർക്സിന്റെ പഠന രീതിയനുസരിച്ച് ഉല്പാദനത്തെ സാമൂഹ്യബന്ധങ്ങളുടെ അടിസ്ഥാനത്തിലാണ് കാണുന്നത്. സാമൂഹ്യബന്ധങ്ങളുടെ സമഗ്രതയിലാണ് ഒരു പ്രത്യേക സമൂഹത്തിൽ ഉല്പാദനം എന്ന സാമ്പത്തിക സംവർഗ്ഗം രൂപപ്പെടുന്നത്. ഉല്പാദനത്തെ അമൂർത്താശയമായി, സംവർഗ്ഗമായി പരിശോധിക്കണമെങ്കിൽ ഉല്പാദനം നടക്കുന്ന ബന്ധങ്ങൾ ആകെ സമഗ്രമായി നിരീക്ഷിക്കേണ്ടിവരും.

ഭൗതിക ഉല്പാദനം എന്നത് സാമൂഹ്യമായി നിർണ്ണയിക്കപ്പെടുന്ന വ്യക്തിഗത ഉല്പാദനമാണ്. ഇതിലൂടെ 18-ാം നൂറ്റാണ്ടിലെ ജ്ഞാനോദയചിന്തകരുടെയും, അതുവഴി ആദംസ്മിത്തിന്റെയും റിക്കാർഡോയുടെയും നിലപാടുകളെ മാർക്സ് നിഷേധിക്കുന്നു. 18-ാം നൂറ്റാണ്ടിലെ ചിന്തകർ ധരിച്ചത് വ്യക്തികളാണ് ഉല്പാദനം നടത്തുന്നതെന്നായിരുന്നു.

സ്വാഭാവികമായും സ്വതന്ത്രരായ വ്യക്തികൾ തമ്മിലുള്ള കരാറാണ് റൂസോയുടെ ഭാഷയിൽ പറഞ്ഞാൽ സമൂഹത്തെ സൃഷ്ടിക്കുന്നത്. വ്യക്തികളുടെ ഉല്പാദനം, അവരുടെ സ്വതന്ത്രമായ മത്സരം തുടങ്ങിയവ ചേർന്നാണ് ആധുനിക 'പൗര സമൂഹ'ത്തെ (Civil Society) സൃഷ്ടിക്കുന്നത്. ഇവിടെയെല്ലാം വ്യക്തി മനുഷ്യസ്വഭാവമനുസരിച്ച് ഉണ്ടാകുന്ന 'സ്വാഭാവിക' വ്യക്തിയാണ്. ഫ്യൂഡൽ സമൂഹത്തിന്റെ തകർച്ചയുടെ പശ്ചാത്തലത്തിൽ ചരിത്രപരമായി സൃഷ്ടിക്കപ്പെടുന്ന വ്യക്തികളല്ല ഇവർ. ഓരോ പുതിയ സമൂഹത്തിന്റെ വളർച്ചയുടെ ഘട്ടത്തെയും ഇത്തരത്തിലുള്ള മറിമായങ്ങൾ സ്വാധീനിക്കുന്നുവെന്ന് മാർക്സ് ചൂണ്ടിക്കാണിക്കുന്നു.

യാഥാർത്ഥ്യം ഇതല്ല. ചരിത്രത്തിൽ നാം പിന്നോട്ടുപോകുംതോറും, ഉല്പാദിപ്പിക്കുന്ന വ്യക്തികൾ സമൂഹവുമായി ബന്ധപ്പെട്ടവരാണ്. അവർ നിലനില്ക്കുന്നത് കുടുംബങ്ങളിലും കുലങ്ങളിലും സമുദായങ്ങളിലുമാണ്. വ്യക്തിയുടെ സ്വകാര്യ ആവശ്യങ്ങൾ നിറവേറ്റാനുള്ള ഉപാധിയായി പലവിധത്തിലുള്ള സാമൂഹ്യബന്ധങ്ങളോടെയുള്ള പൗരസമൂഹം വളർന്നുവരുന്നത് പതിനെട്ടാം നൂറ്റാണ്ടിൽ മാത്രമാണ്. ഏറ്റവും വികസിതമായ സാമൂഹ്യബന്ധങ്ങൾ വളർന്നുവരുന്ന ആധുനികസമൂഹത്തിലാണ് തികച്ചും ഒറ്റപ്പെട്ട വ്യക്തിയെക്കുറിച്ചുള്ള ആശയങ്ങളും ഉണ്ടാകുന്നത്. മനുഷ്യർ എല്ലാകാലത്തും സാമൂഹ്യജീവികളായിരുന്നു. അവർക്ക് പൂർണ്ണ വ്യക്തിത്വം കൈവരിക്കാൻ കഴിയുന്നത് സമൂഹമദ്ധ്യത്തിലാണ്. ഒറ്റപ്പെട്ട വ്യക്തിയുടെ ഉല്പാദനമെന്നത് മനുഷ്യർ ഒരുമിച്ചു ജീവിക്കാതെയും അന്യോന്യം സംസാരിക്കാതെയും ഭാഷയുണ്ടാകുമെന്നു പറയുന്നതിന് തുല്യമാണ്.

വെറും വ്യക്തികളല്ല അപ്പോൾ ഉല്പാദനം നടത്തുന്നത്. സമൂഹത്തിന്റെ ഭാഗമായ വ്യക്തികളാണ്. ചരിത്രത്തിന്റെ വ്യത്യസ്ത ഘട്ടങ്ങളിൽ ഉല്പാദനത്തിന്റെ വ്യത്യസ്ത രൂപങ്ങൾ വളർന്നുവന്നിട്ടുണ്ട്, ഇന്നത്തേത് മുതലാളിത്ത ഉല്പാദനമാണ്. എല്ലാ കാലഘട്ടങ്ങളിലെയും ഉല്പാദനത്തിന് ചില പൊതുസ്വഭാവങ്ങളുണ്ട്. പൊതുസവിശേഷതകളുണ്ട്. എങ്കിലും പൊതുഉല്പാദനം എന്നത് അമൂർത്താശയമാണ്. അവ നിരവധി നിർണ്ണായക രൂപങ്ങളായി വേർതിരിക്കപ്പെടുന്നുണ്ട്. നിരവധി ഉല്പാദന രൂപങ്ങൾ അതുകൊണ്ട് പൊതുഉല്പാദനത്തിൽ ഉൾപ്പെടുത്തപ്പെടുന്നുണ്ട്. ഇവയിൽ ചിലത് (ഉദാ: കൃഷി, കന്നുകാലി വളർത്തൽ) ആദ്യകാലം മുതൽ ആധുനിക ഉല്പാദന രൂപങ്ങളിൽവരെ പ്രത്യക്ഷപ്പെടുന്നു. മറ്റു ചിലത് ചില സമൂഹവ്യവസ്ഥകളിൽ മാത്രം കാണുന്നതാണ്. മനുഷ്യനും പ്രകൃതിയും തമ്മിലുള്ള (വൈരുദ്ധ്യാത്മകമായ) ഐക്യത്തിലൂടെയാണ് എല്ലാ ഉല്പാദനവും നടക്കുന്നത്. പക്ഷെ, പ്രകൃതിക്കില്ലാത്തതായ ഒരു സവിശേഷത മനുഷ്യനുണ്ട്. എല്ലാ ഉല്പാദനവും നടക്കുന്നത് മനുഷ്യൻ തന്നെ സൃഷ്ടിച്ച ഉല്പാദനോപകരണങ്ങൾ കൊണ്ടാണ്. അവ വെറും കൈയുടെ ഉപയോഗം മാത്രമാകാം.

എല്ലാ ഉല്പാദനവും നടക്കുന്നത് സഞ്ചയിക്കപ്പെട്ട ഭൂതകാല അദ്ധ്വാനം ഉപയോഗിച്ചാണ്, അത് ഒരേ പ്രവർത്തനം ആവർത്തിച്ചു ചെയ്യുന്നതു കൊണ്ട് മനുഷ്യർ നേടിയെടുത്ത മെയ്‌വഴക്കമാകാം. ഇങ്ങനെ പരിശോധിച്ചാൽ മൂലധനവും ഒരു ഉല്പാദന ഉപകരണമാണ്. അതും വസ്തുവല്ക്കരിക്കപ്പെട്ട ഭൂതകാല അദ്ധ്വാനമാണ്.

ഉല്പാദനം എന്നത് ഏതെങ്കിലും പ്രത്യേക ശാഖയിൽപെട്ട ഉല്പാദനമാണ് (ഉദാ: കൃഷി, കന്നുകാലി വളർത്തൽ, വ്യവസായം) പക്ഷേ, സാമ്പത്തികശാസ്ത്രമെന്നത് സാങ്കേതികവിദ്യകളുടെ പഠനമല്ല. ഉല്പാദനത്തിന്റെ പൊതുരൂപങ്ങൾ എല്ലാ സമൂഹരൂപങ്ങളിലും സവിശേഷ ഉല്പാദന രൂപങ്ങളുമായി ബന്ധപ്പെട്ടിരിക്കും. പ്രത്യേക ശാഖകളിൽപെട്ട ഉല്പാദന രൂപങ്ങളിലെല്ലാം ഒരു സാമൂഹ്യ കർത്തൃത്വം ഉണ്ടായിരിക്കും. അത് എല്ലാ ഉല്പാദന ശാഖകളിലും പ്രവർത്തിക്കാം, അല്ലെങ്കിൽ ചിലതിൽമാത്രം പ്രവർത്തിക്കാം. (ഉദാ: വ്യാവസായിക ഉല്പാദനം). അതുപോലെ ജോൺ സ്റ്റുവർട്ട് മില്ലിനെപ്പോലുള്ളവർ മുന്നോട്ടുവയ്ക്കുന്ന ഉല്പാദനത്തിന്റെ പൊതു സാഹചര്യങ്ങൾ മുതലായ ആശയങ്ങളെയും മാർക്സ് വിമർശിക്കുന്നു. ഉല്പാദനക്ഷമതയുടെ വികാസമെന്നത് ഉല്പാദനത്തിന്റെ പൊതുസാഹചര്യമല്ല. ചരിത്രപരമായി ഉല്പാദനരീതി അതിന്റെ ഉയർന്ന ഘട്ടത്തിലെത്തുമ്പോഴാണ് ഉല്പാദനക്ഷമതയുടെ ഏറ്റവും ഉയർന്നഘട്ടമുണ്ടാകുന്നത്. സമ്പത്ത് ഏറ്റവുമധികം വർദ്ധിക്കുന്നത് അതിന്റെ വളർച്ചയ്ക്കുള്ള വസ്തുനിഷ്ഠവും ആത്മനിഷ്ഠവുമായ സാഹചര്യങ്ങൾ വളരുമ്പോൾ ആണ്. അതുകൊണ്ട് ഉല്പാദനക്ഷമതയും ഉല്പാദനത്തിന്റെ വർദ്ധനയ്ക്കുള്ള ആത്മനിഷ്ഠ - വസ്തുനിഷ്ഠ ഘടകങ്ങളും ഒത്തിണങ്ങുമ്പോൾ ഉല്പാദനം വർദ്ധിക്കുന്നു എന്നു പറയുന്നത് കേവലമായ പുനരുക്തിയാണ്. പ്രത്യേകിച്ച് ഒന്നും പുതിയതായി പറയുന്നില്ല.

ഇവിടെയെല്ലാം മുതലാളിത്ത സമ്പദ്‌വ്യവസ്ഥയുടെ ചരിത്രപരതയിൽ ഊന്നാതെ, അത് ശാശ്വതവും സ്വാഭാവികവുമായ ഉല്പാദന രൂപമാണെന്ന് സ്ഥാപിക്കാനാണ് സാമ്പത്തിക ശാസ്ത്രജ്ഞരുടെ വ്യഗ്രത. ഉല്പാദനത്തെയും വിതരണത്തെയും സംബന്ധിച്ച പൊതുനിയമങ്ങൾ കൊണ്ടുവരുന്നത് മുതലാളിത്തവും മറ്റു സമൂഹരൂപങ്ങളും തമ്മിലുള്ള ഭിന്നതകളെ ഇല്ലാതാക്കി എല്ലാത്തിനെയും പൊതുമാനവിക നിയമങ്ങളുടെ ഭാഗമാക്കുന്നതിലൂടെയാണ്. ഉദാഹരണത്തിന്, അടിമകൾക്കും കുടിയാന്മാർക്കും കൂലിപ്പണിക്കാർക്കുമെല്ലാം നിലനില്പിനാവശ്യമായ ഭക്ഷണം വേണം. നേരെമറിച്ച് ഒരു ചക്രവർത്തി ഭക്ഷണം കഴിക്കുന്നത് കപ്പവും കരവും പിരിച്ചാണ്, ഉദ്യോഗസ്ഥർ നികുതിപിരിച്ചാണ്, ഭൂവുടമ പാട്ടം വാങ്ങിയാണ്. പുരോഹിതൻ കാണിക്കകൾ വഴിയാണ്, അല്ലെങ്കിൽ പള്ളി വരുമാനത്തിൽ നിന്നാണ്, ഇവയ്ക്കെല്ലാം വ്യത്യസ്തമായ നിയമങ്ങൾ ഓരോ സമൂഹത്തിലും സൃഷ്ടിക്കുന്നു. രണ്ടു വിധത്തിലാണ് നിയമവ്യവസ്ഥകൾ ഉണ്ടാകുന്നത്: ഒന്ന്, സ്വത്തുടമ, രണ്ട്, കോടതി, പൊലീസ് മുതലായവ വഴിയുള്ള സ്വത്തിന്റെ സംരക്ഷണം. ഇവയുടെ വളർ

ച്ച പൊതുമാനവ നിയമങ്ങളായിത്തീരുന്നു. അവ ഉല്പാദനത്തിന്റെ സാഹചര്യങ്ങളായിത്തീരുന്നു. ഈ സാഹചര്യങ്ങളാണ് ബൂർഷ്വാ സാമ്പത്തിക ശാസ്ത്രജ്ഞരുടെ കാഴ്ചയിൽ ഉല്പാദനത്തെ രൂപപ്പെടുത്തുന്നത്.

സ്വത്ത് എന്നാൽ എന്താണ്? എല്ലാ ഉല്പാദനവും ഒരു സമൂഹരൂപത്തിനുള്ളിൽ, അതു വഴിയായി ഒരു വ്യക്തി ബാഹ്യപ്രകൃതിയെ സ്വാംശീകരിച്ചു നടത്തുന്ന പ്രക്രിയയാണ്. ഈ സ്വാംശീകരണമാണ് സ്വത്തിന്റെ അടിത്തറ. ഒരു വ്യക്തി ഉല്പാദനത്തിനായി സ്വാംശീകരിക്കുന്ന പ്രകൃതി അയാളുടെ സ്വത്തായിതീരുന്നു. പക്ഷേ, ഈ സ്വത്ത് (അതായത് പ്രകൃതി) അയാളുടെ ഉല്പാദനത്തിന്റെ സാഹചര്യമല്ല, അതാണ് അയാളുടെ ഉല്പാദനോപാധി. അതിൽനിന്ന് സ്വകാര്യസ്വത്ത് എന്ന രൂപത്തിലേക്ക് കടക്കുന്നത് തികച്ചും ബാലിശമാണെന്ന് മാർക്സ് പറയുന്നു. ചരിത്രത്തിൽ പൊതുസ്വത്താണ് ആദ്യ രൂപം. അതിൽനിന്ന് വിവിധ തരങ്ങളിലുള്ള സമുദായ സ്വത്തുരൂപങ്ങളുണ്ടാകുന്നു. എല്ലാ ഉല്പാദനവും പ്രകൃതിയുടെ ഏതെങ്കിലും വിധത്തിലുള്ള സ്വാംശീകരണമായതുകൊണ്ട് ഉല്പാദനം നടക്കുന്ന സമൂഹങ്ങളിലെല്ലാം ഏതെങ്കിലും വിധത്തിലുള്ള സ്വത്തു രൂപങ്ങളുമുണ്ടാകും. സ്വകാര്യസ്വത്താണ് ഉല്പാദനത്തിന്റെ അടിസ്ഥാന സാഹചര്യം എന്നു പറയുന്നതിൽ അർത്ഥമില്ല.

രണ്ടാമത്തേത്, കോടതി, പൊലീസ് മുതലായവ വഴിയുള്ള സ്വത്തിന്റെ സംരക്ഷണമാണ്. എല്ലാ ഉല്പാദനരൂപങ്ങളും അവയുടേതായ നിയമബന്ധങ്ങൾ, ഭരണരൂപങ്ങൾ തുടങ്ങിയവ സൃഷ്ടിക്കും. എന്നാൽ ഉല്പാദനബന്ധങ്ങൾ ജൈവതലത്തിൽ സൃഷ്ടിക്കപ്പെടുന്ന യാദൃച്ഛികമായ ബന്ധങ്ങളാണ്. അവ നിയമപരമായ പ്രതിഫലനങ്ങളല്ല. പക്ഷേ, അങ്ങനെയാണ് നിയമപാലകർ ഇത്തരം ബന്ധങ്ങളെ കരുതുന്നത്. ഉദാഹരണത്തിന് ആധുനിക പൊലീസിന്റെ കീഴിൽ ഉല്പാദനം മെച്ചപ്പെടുത്താമെന്ന് എല്ലാ സാമ്പത്തിക ശാസ്ത്രജ്ഞർക്കും അറിയാം. പക്ഷേ, അവയും നിയമപരമായ ബന്ധങ്ങളാണ്. ലിബറൽ ഭരണഘടനയനുസരിച്ചുള്ള റിപ്പബ്ലിക്കുകളിലും നിയമം ശക്തിമാന്മാരെ തന്നെയാണ് സഹായിക്കുക.

ജോൺ സ്റ്റുവർട്ട്മില്ലിന്റെയും മറ്റു ബൂർഷ്വാ സാമ്പത്തിക ശാസ്ത്രജ്ഞരുടെയും ഉല്പാദനത്തിനുള്ള പൊതുസാഹചര്യങ്ങൾ, ഉല്പാദനത്തിന്റെ ഏതെങ്കിലും ചരിത്രഘട്ടത്തെ മനസ്സിലാക്കാൻ നമ്മെ സഹായിക്കാത്ത അമൂർത്തതകളാണ്.

ഏഴ്

ബൂർഷ്വാ സാമ്പത്തിക ശാസ്ത്രജ്ഞർ ഉല്പാദനബന്ധങ്ങളെ താഴെപ്പറയുന്ന രീതിയിലാണ് വിശദീകരിക്കുന്നതെന്ന് മാർക്സ് പറയുന്നു. മനുഷ്യാവശ്യങ്ങൾക്കനുസരിച്ച് ഉല്പാദനം നടക്കുന്നു. ഉല്പന്നത്തിന്റെ

വ്യക്തിഗത വിഹിതങ്ങൾ വിതരണത്തിൽ തീരുമാനിക്കപ്പെടുന്നു. അവ വ്യക്തിഗത ആഗ്രഹങ്ങൾക്കനുസരിച്ച് വിനിമയം ചെയ്യപ്പെടുന്നു, ഉല്പന്നങ്ങളെ വ്യക്തികൾ സ്വന്തം സംതൃപ്തിക്കായി ഉപഭോഗം നടത്തുന്നു. അപ്പോൾ ഉല്പാദനത്തിന് പൊതുസ്വഭാവമുണ്ട്, വിതരണത്തിനും വിനിമയത്തിനും സവിശേഷ സ്വഭാവമുണ്ട്. ഉപഭോഗം വ്യക്തിഗതമാണ്. ഇവയെല്ലാം ചേരുമ്പോൾ സമ്പദ്‌വ്യവസ്ഥയായി. എന്നാൽ യാഥാർത്ഥ്യം ഇതുതന്നെയാണോ?

ഉല്പാദനമെന്നാൽ രണ്ടുവിധത്തിൽ ഉപഭോഗമാണ്. ഒന്ന്, ആത്മനിഷ്ഠ തലത്തിൽ ഉല്പാദകർ അവരുടെ ഉല്പാദനത്തിനുള്ള കഴിവുകൾ വികസിപ്പിക്കുക മാത്രമല്ല, അവ ഉപയോഗിക്കുകയും ചെയ്യുന്നു. പ്രത്യുല്പാദനം ജീവിതശക്തികളുടെ ഉപഭോഗമാകുന്നതുപോലെയാണിത്. രണ്ട്, വസ്തുതലത്തിൽ ഉല്പാദനോപാധികൾ ഉപഭോഗം ചെയ്യപ്പെടുന്നു. അതുപോലെ അസംസ്കൃത വസ്തുക്കളും.

ഉപഭോഗമെന്നാൽ ഉല്പാദനമാണ്. ഭക്ഷണം കഴിക്കുമ്പോൾ ഒരു മനുഷ്യൻ അയാളുടെ ശരീരം ഉല്പാദിപ്പിക്കുകയാണ്. പ്രത്യുല്പാദനവും ഇതുപോലെ ഉപഭോഗ കേന്ദ്രിതമായ ഉല്പാദനമാണ്. സാമ്പത്തികശാസ്ത്രത്തിൽ ഉപഭോഗവുമായി ബന്ധപ്പെട്ട ഉല്പാദനം രണ്ടാമത്തെ തലമാണ്. ഉല്പാദനം ഉപഭോഗമാകുമ്പോൾ ഉല്പാദകർ സ്വയം വസ്തുവല്ക്കരിക്കുകയാണ്. ഉപഭോഗം ഉല്പാദനമാകുമ്പോൾ അയാൾ സൃഷ്ടിക്കുന്ന വസ്തുവിനെ വ്യക്തിവല്ക്കരിക്കുന്നു. ഉപഭോഗം ഉല്പാദനത്തെ രണ്ടുവിധത്തിൽ ഉല്പാദിപ്പിക്കുന്നു. ഒന്ന്, ഉപഭോഗം നടക്കുമ്പോൾ മാത്രമാണ് ഒരുല്പന്നം യഥാർത്ഥ ഉല്പന്നമാകുന്നത്. ഒരു ഷർട്ട് ധരിക്കുമ്പോൾ ആണ് അത് ഷർട്ടാകുന്നത്. രണ്ട് ഉപഭോഗം പുതിയ ഉല്പാദനത്തിനുള്ള ആവശ്യം സൃഷ്ടിക്കുന്നു. കാരണം, ഉപഭോഗത്തിന്റെ മുൻഉപാധിയാണ് ഉല്പാദനം. ഉല്പന്നത്തെ ഒരു ആവശ്യമാക്കി, ഒരു ആവേഗമാക്കി, ആന്തരിക ബിംബമാക്കി മാറ്റുന്നത് ഉപഭോഗമാണ്. അതേസമയം ഉപഭോഗത്തിനുള്ള വസ്തു നല്കുന്നത് ഉല്പാദനമാണ്. ഉപഭോഗത്തിന് അതിന്റെ സവിശേഷതയും സ്വഭാവവും നല്കുന്നതും ഉല്പാദനമാണ്. ഒരു ഉല്പന്നമെന്നത് ഒരു പൊതുഉല്പന്നമല്ല. പ്രത്യേക വിധത്തിൽ ഉപഭോഗം നടത്തേണ്ട സവിശേഷ ഉല്പന്നമാണ്. വിശപ്പ് വിശപ്പാണ്. പക്ഷേ, പച്ച ഇറച്ചി തിന്നുന്ന വിശപ്പും കത്തിയും മുള്ളും ഉപയോഗിച്ച് ചിക്കൻ കഴിക്കുന്ന വിശപ്പും രണ്ടാണ്. ഉല്പാദനം ഒരു ഉല്പന്നത്തെ പ്രദാനം ചെയ്യുക മാത്രമല്ല, അതിന്റെ ആവശ്യത്തെയും പ്രദാനം ചെയ്യുന്നു. ഈ ആവശ്യം അതിനെ കാണുമ്പോഴാണ് ഉണ്ടാവുക. ഒരു കലാരൂപത്തിന്റെ കാഴ്ച ആ കലാരൂപത്തോടു പ്രതികരിക്കുകയും ആസ്വദിക്കുകയും ചെയ്യുന്ന ജനങ്ങളെ സൃഷ്ടിക്കുന്നത് ഇതുപോലെയാണ്.

ഇതിന്റെ അർത്ഥം ഉല്പാദനവും ഉപഭോഗവും ഒന്നാണെന്നല്ല. സേയുടെ നിയമം (Say's Law) ഇത്തരത്തിൽ തുലനം ചെയ്യാനുള്ള ശ്രമമാണ്. അതിനുപകരം മാർക്സ് ഉല്പാദനത്തെയും ഉപഭോഗത്തെ

യും ഒരേ പ്രക്രിയയുടെ രണ്ടു ക്ഷണങ്ങൾ (moment) ആയാണ് കാണുന്നത്. ഉല്പാദനത്തിൽനിന്നാണ് ഈ പ്രക്രിയ ആരംഭിക്കുന്നത്. ഉപഭോഗമാണ് ഉല്പാദനത്തിനുള്ള ആവശ്യം സൃഷ്ടിക്കുന്നത്. ഉല്പന്നങ്ങളുടെ സാക്ഷാല്ക്കാരം സാദ്ധ്യമാക്കുന്നത് ഉപഭോഗമാണ്. പ്രത്യുല്പാദനത്തിലൂടെ വീണ്ടും ഉല്പാദന പ്രക്രിയ നടക്കുമെന്ന് ഉറപ്പുവരുത്തുന്നതും ഉപഭോഗമാണ്. അങ്ങനെ ഉപഭോഗം ഉല്പാദനത്തിന്റെ ക്ഷണമായിത്തീരുന്നു. എന്നാൽ, ഉല്പാദകരും ഉല്പന്നങ്ങളും തമ്മിലും ഉല്പാദനവും ഉപഭോഗവും തമ്മിലുള്ള ബന്ധങ്ങളിൽ ഇടപെടുന്നത് വിതരണമാണ്.

എട്ട്

സാമ്പത്തിക ശാസ്ത്ര ചർച്ചകളിൽ ഉല്പാദനത്തിന്റെയും വിതരണത്തിന്റെയും ഘടകങ്ങൾ കൂടിക്കുഴഞ്ഞു കിടക്കുന്നതു കാണാമെന്ന് മാർക്സ് പറയുന്നു. തറപാട്ടം, കൂലി, പലിശ, ലാഭം തുടങ്ങിയവ വിതരണ രൂപങ്ങളാണ്. ഭൂമി, അദ്ധ്വാനം, മൂലധനം എന്നിവ ഉല്പാദനത്തിന്റെ ഘടകങ്ങളാണ്. മൂലധനം ഉല്പാദനത്തിന്റെ ഘടകവുമാണ്, വരുമാന രൂപവുമാണ്. പലിശയും ലാഭവും വിതരണ രൂപങ്ങളാണ്. പക്ഷേ, ഉല്പാദനത്തിന്റെ ഘടകമെന്ന നിലയിൽ മൂലധനത്തിന്റെ നിലനില്പ് അവയ്ക്കാവശ്യമാണ്. അവ മൂലധനത്തിന്റെ പ്രത്യുല്പാദനത്തിന് ആവശ്യവുമാണ്.

ഒരു കൂലിപ്പണിക്കാരൻ കൂലി വാങ്ങുമ്പോൾ അയാൾ ഉല്പന്നങ്ങളുടെ ഒരു പങ്കു പറ്റുകയും ഉല്പാദനത്തിന്റെ ഫലത്തിന്റെ പങ്കു പറ്റുകയും ചെയ്യുന്നുണ്ട്. അതായത് കൂലി എന്ന വിതരണത്തിന്റെ രൂപത്തെ യഥാർത്ഥത്തിൽ ഉല്പാദനത്തിന്റെ ഘടനയാണ് നിർണ്ണയിക്കുന്നത്. വിതരണം യഥാർത്ഥത്തിൽ ഉല്പാദനത്തിന്റെ ഉല്പന്നമാണ്. ഉല്പാദനത്തിന്റെ ഫലങ്ങൾ മാത്രമേ വിതരണം ചെയ്യാനാകൂ. ഭൂമിയെ ഉല്പാദനോപാധിയായി കാണുകയും ഭൂമിയിൽ നിന്നുള്ള ഉല്പാദനത്തിന്റെ ഉല്പന്നമായ തറപ്പാട്ടത്തെ വിതരണ രൂപമായി കാണുകയും ചെയ്യുന്നത് മിഥ്യാധാരണയാണെന്ന് മാർക്സ് പറയുന്നു.

ഈ മിഥ്യാധാരണ പൂർണ്ണമാകുന്നത് വിതരണം ഉല്പാദനത്തിന്റെ മുന്നോടിയാണെന്ന ധാരണയിലാണ്. ഒരു വ്യക്തി ഭൂമിയിൽ ജനിക്കുന്നത് മൂലധനവും ഭൂമിയുമില്ലാതെയാണ്. അയാൾക്ക് അയാളുടെ സമൂഹത്തിലെ സ്ഥാനത്തെ, അതായത് കൂലിവേലക്കാരന്റെ പദവിയെ നിർണ്ണയിക്കുന്ന നിയമമായാണ് വിതരണം പ്രത്യക്ഷപ്പെടുന്നത്. മൂലധനവും ഭൂസ്വത്തും ഉല്പാദനത്തിന്റെ നിയന്ത്രണം കൈയാളുന്നതുകൊണ്ടാണ് ഈ സ്ഥിതിയുണ്ടാകുന്നത്. (അവ രണ്ടും മുൻ അദ്ധ്വാനത്തിന്റെ ഉല്പന്നവുമാണ്). ഈ ധാരണ തന്നെയാണ് രാജാക്കന്മാർ കീഴടക്കുന്ന ഭൂമി പുനർവിതരണം നടത്തുന്നതിലേക്കും ഭൂമി മുഴുവൻ നിയമം വഴിയായി ചില കുടുംബങ്ങളുടെ ശാശ്വതമായ സ്വത്തായി മാറ്റുന്നതിലേ

ക്കും നയിക്കുന്നത്. വിതരണം എന്നത് ഉല്പന്നങ്ങളുടെ വിതരണം മാത്രമല്ല, ഉല്പാദനോപാധികളുടെയും ഉല്പാദകരായ മനുഷ്യരുടെയും വിതരണം കൂടിയാണ്.

വിതരണവും ഉല്പാദനവും തമ്മിലുള്ള ബന്ധത്തിന്റെ പ്രശ്നങ്ങൾ ഉല്പാദനത്തിന്റെ പ്രശ്നങ്ങളാണെന്ന് മാർക്സ് ചൂണ്ടിക്കാണിക്കുന്നു. ഉല്പാദനോപാധികളും ഉല്പാദകരും വിതരണം ചെയ്യപ്പെടുന്നതുകൊണ്ടല്ല ഉല്പാദനമുണ്ടാകുന്നത്. ഉല്പാദനം നടക്കുന്നതിന് അവ ആവശ്യമായതുകൊണ്ടാണ്. ഓരോ ചരിത്ര കാലഘട്ടത്തിലെയും ഉല്പാദന രൂപങ്ങൾക്ക് ഇത്തരത്തിലുള്ള വിഭവങ്ങൾ ആവശ്യമുണ്ട്. അവ സ്വാഭാവികമായും ഇത്തരം വിഭവങ്ങളുടെ വിതരണത്തെയും സ്വാധീനിക്കുന്നു. യന്ത്രസാമഗ്രികളുടെ വികാസം എങ്ങനെ ഉല്പാദനോപാധികളുടെയും ഉല്പന്നങ്ങളുടെയും വിതരണത്തിൽ മാറ്റം വരുത്തിയെന്നത് ഉദാഹരണമാണ്.

വിതരണം ഉല്പാദനത്തിൽ അധിഷ്ഠിതമാണെന്നു വാദിക്കാൻ മാർക്സ് മറ്റൊരുദാഹരണം കൂടി അവതരിപ്പിക്കുന്നു. ഒരു പ്രദേശം മറ്റൊരു പ്രദേശത്തെ കീഴടക്കുമ്പോൾ മൂന്നു സാദ്ധ്യതകളുണ്ടാകും. കീഴടക്കുന്നവരിൽ സ്വന്തം ഉല്പാദനരീതി അടിച്ചേല്പിക്കുന്നു (ഉദാ: ഇംഗ്ലണ്ട് അയർലണ്ടിലും ഭാഗികമായി ഇന്ത്യയിലും), കീഴടക്കപ്പെട്ടവരുടെ ഉല്പാദന വ്യവസ്ഥ അതേപടി നിലനിർത്തുന്നു (ഉദാ: റോമാക്കാരും തുർക്കികളും) രണ്ടു ഉല്പാദനരീതികളും തമ്മിലുള്ള പാരസ്പര്യം വഴി പുതിയൊരു ഉല്പാദനരീതി വളർന്നുവരുന്നു. (റോമാ സാമ്രാജ്യവും ജർമ്മനിക് ഗോത്രവർഗ്ഗക്കാരും) ഇവിടെയെല്ലാം ഉല്പാദനരീതികളുടെ ശക്തിദൗർബല്യങ്ങളാണ് മാറ്റങ്ങളിലേക്കു നയിക്കുന്നത്, നിയമങ്ങൾ കൊണ്ടല്ല. നിയമങ്ങൾക്ക് സാമ്പത്തിക പ്രസക്തിയുണ്ടാകുന്നത് അവ ആ സമൂഹത്തിലെ ഉല്പാദനവുമായി പൊരുത്തപ്പെട്ടു പോകുമ്പോഴാണ്. നിയമങ്ങൾക്ക് ഉല്പാദനത്തിലുള്ള സ്വാധീനം ഓരോ പ്രത്യേക സാഹചര്യത്തിലും സവിശേഷമായി നിർണ്ണയിക്കേണ്ടതാണ്.

വിനിമയവും ചംക്രമണവും (circulation) ഇതിന്റെ തുടർച്ചയായി കാണണം. വിനിമയം ഉല്പാദന വിതരണ രൂപങ്ങളും ഉപഭോഗവും തമ്മിലുള്ള ബന്ധത്തിൽ ഇടപെടുന്ന ചംക്രമണമാണ്. മൂന്നുതരത്തിലുള്ള വിനിമയങ്ങളുണ്ട്. പ്രവർത്തനങ്ങളുടെയും കഴിവുകളുടെയും വിനിമയം, ഉല്പന്നങ്ങളുടെ വിനിമയം, കച്ചവടക്കാർ തമ്മിലുള്ള വിനിമയം, ഉപഭോഗത്തിനുവേണ്ടി നേരിട്ടു വിനിമയം ചെയ്യുമ്പോൾ മാത്രമാണ് വിനിയമം ഉല്പാദനത്തിൽനിന്നു വേർപെട്ടതായി തോന്നിക്കുന്നത്. പക്ഷേ, തൊഴിൽ വിഭജനമില്ലാതെ വിനിമയമില്ല. സ്വകാര്യ വിനിമയത്തിന് സ്വകാര്യ ഉല്പാദനം ആവശ്യമാണ്. ഉല്പാദനത്തിന്റെ ഘടനയും വികസനവുമാണ് വിനിമയത്തിന്റെ തോതും തീവ്രതയും നിർണ്ണയിക്കുന്നത് (ഉദാ: നഗരവും ഗ്രാമവും തമ്മിലുള്ള വിനിമയം).

ഇതെല്ലാം കാണിക്കുന്നത് ഉല്പാദനം, വിതരണം, വിനിമയം, ഉപ

ഭോഗം എന്നിവയെല്ലാം ഒരു സമഗ്രതലത്തിന്റെ വ്യത്യസ്ത ഭാഗങ്ങളാണെന്നാണ്. ഇവയിൽ അധീശത്വം ഉല്പാദനത്തിനാണ്. നിശ്ചിത ഉല്പാദനം, നിശ്ചിതമായ ഉപഭോഗത്തെയും വിതരണത്തെയും വിനിമയത്തെയും അവ തമ്മിലുള്ള ബന്ധങ്ങളെയും നിർണ്ണയിക്കുന്നു. ഏകപക്ഷീയമായ തലത്തിൽനിന്ന് പരിശോധിച്ചാൽ ഉല്പാദനം തന്നെ മറ്റുക്ഷണങ്ങളാൽ നിർണ്ണയിക്കപ്പെടുന്നുണ്ട്. വിനിമയം വളരുമ്പോൾ അത് ഉല്പാദനത്തിന്റെ വളർച്ചയ്ക്കു കാരണമാകുന്നു. വിതരണത്തിലെ മാറ്റവും ഉല്പാദനത്തെ ബാധിക്കുന്നു (ഉദാ: മൂലധന കേന്ദ്രീകരണം, നഗരവും ഗ്രാമവും തമ്മിലുള്ള ബന്ധം). ഉപഭോഗത്തിന്റെ ആവശ്യങ്ങളും ഉല്പാദനത്തെ നിർണ്ണയിക്കുന്നു. ഇവയെല്ലാം ചേർന്നുള്ള പരസ്പര പ്രവർത്തനങ്ങൾ ഈ ഉല്പാദനരീതിയെ ഒരു ജൈവസമഗ്രതയാക്കി മാറ്റുന്നു.

*നോട്ടുബുക്കി*ന്റെ അവസാനം പൂർണ്ണമായി വിശദീകരിക്കാത്ത ചില കുറിപ്പുകൾ കൂടി മാർക്സ് ഉൾപ്പെടുത്തുന്നു.

1. യുദ്ധം സമാധാനത്തേക്കാൾ മുമ്പു വളർന്നുവന്നു. കൂലിവേല, യന്ത്രവല്ക്കരണം മുതലായവ വളർന്നുവരുന്നതിൽ യുദ്ധങ്ങൾക്ക് പ്രധാന പങ്കുണ്ട്.
2. സാംസ്കാരിക ചരിത്രങ്ങൾ മതങ്ങളുടെയും ഭരണകൂടങ്ങളുടെയും ചരിത്രങ്ങൾ മാത്രമാണ്. ആശയവാദപരമായ അത്തരം ചരിത്രങ്ങളിൽനിന്നു ഭിന്നമായ യഥാർത്ഥ ചരിത്രരചനയുടെ ആവശ്യകത.
3. അന്താരാഷ്ട്രബന്ധങ്ങളും അവ വ്യുൽപതിപ്പിക്കുന്ന (derivative) ഉല്പാദനബന്ധങ്ങളും.
4. ഭൗതികവാദത്തെക്കുറിച്ചുള്ള ആരോപണങ്ങൾ.
5. ഉല്പാദനശക്തികളും ഉല്പാദനബന്ധങ്ങളും തമ്മിലുള്ള വൈരുദ്ധ്യാത്മകത.
6. ഭൗതിക ഉല്പാദനവും കലാപരമായ വികാസവും തമ്മിലുള്ള അസന്തുലിതാവസ്ഥ.
7. ലോകചരിത്രം എല്ലാകാലത്തും ഉണ്ടായിട്ടില്ല. ചരിത്രം പിന്നീട് ലോകചരിത്രമാവുകയാണ്.
8. സ്വാഭാവിക ജീവിതത്തിൽ നിന്നുള്ള വേർതിരിവുകൾ, ഗോത്രവർഗ്ഗങ്ങൾ, വംശങ്ങൾ മുതലായവ.
9. സാമൂഹ്യവികാസം മിത്തുകളെയും പ്രകൃതിയുടെ മിത്ത്വല്കരണത്തെയും ഒഴിവാക്കുന്നില്ല. അതുകൊണ്ട് മിത്തുകളിൽനിന്ന് ഭിന്നമായ ഭാവുകത്വം കലാകാരന്മാർക്ക് ആവശ്യമാണ്. അതിനോടൊപ്പം സാമൂഹ്യവികാസവും കലാപരമായ വികാസവും തമ്മിലുള്ള പൊരുത്തക്കേടും പരിശോധിക്കേണ്ടതാണ്. അതിനോടൊപ്പം സാമൂഹ്യമാറ്റങ്ങൾ ചില തരത്തിലുള്ള ഭാവുകത്വങ്ങൾ അസാദ്ധ്യമാക്കുകയും ചെയ്യുന്നു. തോക്കുകളുടെയും വെടിമരുന്നിന്റെയും യു

ഗത്തിൽ അക്കില്ലെസ് എന്ന കഥാപാത്രം (*ഇലിയഡിൽ*) സാദ്ധ്യമാണോ? അച്ചടിയന്ത്രത്തിനുശേഷം *ഇലിയഡ്* പോലൊരു കാവ്യം സാദ്ധ്യമാണോ?

ഈ അവസാനത്തെ ചോദ്യങ്ങളിൽ പലതും പിന്നൊരിക്കലും മാർക്സ് പരിശോധിച്ചിട്ടില്ല. എങ്കിലും മാർക്സിന്റെ വൈരുദ്ധ്യാത്മകരീതിയുടെ വ്യാപ്തി എത്രമാത്രമുണ്ടെന്നറിയാൻ ഈ കുറിപ്പുകൾ ഉപകരിക്കും. ഇതേ രീതി തന്നെ ഇന്നത്തെ അന്വേഷണ വിഷയങ്ങളായ ജാതി, മതം, ജെൻഡർ തുടങ്ങിയവയിലേക്കും വ്യാപിപ്പിക്കാവുന്നതല്ലേ? ഗോത്രസമൂഹങ്ങളെയും വംശങ്ങളെയും കുറിച്ചു പഠിക്കാൻ മാർക്സ് തന്നെ ശ്രമിച്ചിരുന്നുവെന്നും ഓർക്കുക.

ഗ്രുൻഡ്റിസ് (2) -
പണം, ചരക്ക്, മൂല്യം

ഒന്ന്

ഗ്രുൻഡ്റിസിന്റെ ഏഴു നോട്ടുബുക്കുകൾ പ്രധാനമായി രണ്ടു വിഷയങ്ങളാണ് കൈകാര്യം ചെയ്യുന്നത്. ഒന്ന് പണവും മറ്റേത് മൂലധനവും.

മാർക്സിന്റെ *മൂലധന*ത്തിൽനിന്നു വ്യത്യസ്തമായി, തന്റെ സാമ്പത്തികശാസ്ത്രപഠനങ്ങൾ പണത്തിൽനിന്ന് ആരംഭിക്കുന്നതിന് കാരണങ്ങളുണ്ടായിരുന്നു. സാമ്പത്തികശാസ്ത്രത്തിന്റെ വളർച്ചയുടെ ആദ്യഘട്ടത്തിൽ ഭൂമി, വിഭവങ്ങൾ, വസ്തുക്കളുടെ ഉല്പാദനം എന്നിവയെ കേന്ദ്രീകരിച്ചാണ് ചർച്ചകൾ നടന്നതെങ്കിലും പത്തൊമ്പതാം നൂറ്റാണ്ടിൽ മൂലധനത്തിന്റെ വികാസമുണ്ടായപ്പോൾ മൂല്യം, വില, ലാഭം, പണത്തിന്റെ ഉപയോഗം എന്നിവയിലേക്ക് ചർച്ചകൾ നീങ്ങി. ആദംസ്മിത്തും റിക്കാർഡോയും അവരുടെ പിന്തുടർച്ചക്കാരും ഉല്പന്നങ്ങളുടെ മൂല്യത്തെയും വിലയെയും നിർണ്ണയിക്കാൻ ശ്രമിച്ചതും അവയെ അദ്ധ്വാനവുമായി ബന്ധപ്പെടുത്തിയതും സാമ്പത്തികശാസ്ത്ര പഠനങ്ങൾക്കാധാരമായി അവയോടൊപ്പം പ്രദാനവും ചോദനവും തമ്മിലുള്ള ബന്ധങ്ങളെക്കുറിച്ചുള്ള ചർച്ചകളും വളർന്നുവന്നു.

ഈ പശ്ചാത്തലത്തിലാണ് മുതലാളിത്ത വ്യവസ്ഥയിലെ സമ്പത്തിന്റെ വിതരണത്തിലെ വൈരുദ്ധ്യങ്ങളെക്കുറിച്ചുള്ള ചർച്ചകളും രൂപപ്പെട്ടത്. സമ്പത്തിന്റെ വിതരണത്തിലെ ഏറ്റക്കുറച്ചിലുകൾ അന്നു പകൽപോലെ വ്യക്തമായിരുന്നു. മുതലാളിത്ത വ്യവസ്ഥ വളർന്നു വന്നപ്പോൾ തന്നെ ധനികരും ദരിദ്രരും തമ്മിലുള്ള അന്തരവും വർദ്ധിച്ചുവന്നു. സ്വാർത്ഥതാല്പര്യങ്ങൾക്കനുസരിച്ചുള്ള വികാസത്തിന്റെ സ്വാഭാവികമായ പരിണാമമായി ഒരു കൂട്ടം പണ്ഡിതർ ഈ മാറ്റങ്ങളെ ചിത്രീകരിച്ചു. ചില

വ്യക്തികളിലേക്ക് സമ്പത്ത് കുമിഞ്ഞുകൂടുന്നത് താല്ക്കാലിക പ്രതിഭാസമാണെന്നും ഭൂമിയുടെയും വിഭവങ്ങളുടെയും മേലുള്ള നിയന്ത്രണം വ്യാപിക്കുമ്പോൾ എല്ലാവരെയും സംതൃപ്തരാക്കുന്ന സമൂഹം വളർന്നുവരുമെന്നും ചിലർ പ്രത്യാശിച്ചു. ചോദനമനുസരിച്ചുള്ള വസ്തുക്കളുടെ ഉല്പാദനം ഉറപ്പുവരുത്തിയാലും അത് സാധിക്കുമെന്നും വാദം ഉയർന്നു.

എന്നാൽ പ്രൌഢോമർ, ദാരിമോ, ജോൺ ഗ്രേ, തോമസ് കാർലൈൽ മുതലായവർ ഇത്തരം ആശയങ്ങളെ എതിർത്തു. സ്വത്തുടമാ സമ്പ്രദായം നിലനില്ക്കുന്നിടത്തോളം കാലം ഉല്പന്നങ്ങളുടെ നീതിയുക്തമായ വിതരണം സാദ്ധ്യമല്ല. സമ്പത്തിന്റെ ആധാരം പണമാണ്. സ്വത്തുടമകൾ ചെയ്യുന്നത് സാധാരണ ജനങ്ങളിൽ എത്തിപ്പെടേണ്ട പണത്തെ കൊള്ളയടിക്കുകയാണ്. മനുഷ്യരുടെ ദുരയെയും അത്യാഗ്രഹത്തെയും ജനിപ്പിക്കുകയും പോഷിപ്പിക്കുകയും ചെയ്യുന്നത് പണമാണ്. ഈ ദുരാഗ്രഹത്തെയും കൊള്ളയെയും നിർത്തിയാൽ മാത്രമാണ് ഉല്പന്നങ്ങളുടെ നീതിയുക്തമായ വിതരണം സാധിക്കുക.

ഇതിനുള്ള ഒരു പ്രധാന നിർദ്ദേശം അദ്ധ്വാന ധന (Labour Money) മായിരുന്നു. നിർദ്ദേശം ഏതാണ്ടിതുപോലെയാണ്. സമൂഹത്തിന്റെ സമ്പത്തു മുഴുവൻ ബാങ്കുകളിൽ നിക്ഷേപിക്കപ്പെടും. ഓരോ വ്യക്തിക്കും അയാൾ അദ്ധ്വാനത്തിനുപയോഗിക്കുന്ന സമയത്തിനനുസരിച്ച് സമയച്ചിട്ടികൾ (Time Chits) നല്കും. ഈ സമയച്ചിട്ടികളിൽ നിർദ്ദിഷ്ടമായ പണം അയാൾക്കെടുത്ത് നിത്യാവശ്യങ്ങൾക്കുവേണ്ടി ഉപയോഗിക്കാം. അതായത് പണത്തിന്റെ വിതരണത്തിന്റെ ഏറ്റക്കുറച്ചിലുകൾ നിയന്ത്രിക്കാൻ ബാങ്കുകളെ ഉപയോഗിക്കുക, അദ്ധ്വാനവും വേതനവും തമ്മിലുള്ള ബന്ധമുപയോഗിച്ച് വിതരണത്തെ ക്രമീകരിക്കുക എന്നതായിരുന്നു അദ്ധ്വാന ധനസിദ്ധാന്തത്തിന്റെ കാതൽ. മനുഷ്യരുടെ ദുരാഗ്രഹത്തെയും വെട്ടിപ്പിടിക്കാനുള്ള താല്പര്യത്തെയും മറികടക്കാൻ ധനത്തിനുമേലുള്ള നിയന്ത്രണത്തിനു കഴിയുമെന്നും അവർ പ്രത്യാശിച്ചു.

ഇത്തരം നിലപാടുകളെ മാർക്സ് അതിശക്തമായി വിമർശിച്ചു. സമ്പത്തിന്റെ സമാഹരണത്തിലും വിനിമയത്തിലും പണത്തിന് നിർണ്ണായകമായ പങ്കുണ്ടെന്നത് ശരിയാണ്. അദ്ധ്വാനസമയവും പണവും തമ്മിലുള്ള ബന്ധം പ്രൌഢോമറിനെപ്പോലുള്ളവർ കരുതുന്നതു പോലെയല്ല. ബാങ്കുകൾക്ക് പണത്തിന്റെ വിതരണത്തെ നിർണ്ണയിക്കാൻ കഴിയും. അത് അന്നത്തെ സോഷ്യലിസ്റ്റുകൾ കരുതിയതുപോലുള്ള പുനർവിതരണത്തിനു കാരണമാകില്ല. സാമൂഹ്യ വിപ്ലവത്തിനുവേണ്ടി പ്രവർത്തിക്കുന്നവർ ചുറ്റുമുള്ള പ്രവണതകളെ സസൂക്ഷ്മം പഠിക്കുകയും വിമർശിക്കുകയും ചെയ്യേണ്ടത് ആവശ്യമാണ്. പണത്തിന്റെ സാമൂഹ്യമായ പങ്ക് അവയിൽ പ്രധാനമാണ്. ധനസമാഹരണവും പണത്തിനുമേലുള്ള ദുരാഗ്രഹവും മനുഷ്യരുടെ പ്രകൃതിദത്തമായ ഒരു സ്വഭാവവിശേഷമായല്ല കാണേണ്ടത്, സാമൂഹ്യബന്ധങ്ങളുടെ ഉല്പന്നമായാണ്.

രണ്ട്

പണത്തിന് നിരവധി സ്വഭാവങ്ങളുണ്ടെന്ന് മാർക്സ് പറയുന്നു. ഒന്നാമത്തേത്, പണം ഒരു മാനമാണ്. വസ്തുക്കളുടെ വില പണം വഴിയാണ് അളക്കുന്നത്. ഒരു വസ്തു ഉപയോഗിക്കപ്പെടുമ്പോൾ അതിനു വിലയില്ല. അതുകൊണ്ട് പണം വഴി അളക്കേണ്ട ആവശ്യവും വരുന്നില്ല. ഒരു വസ്തു കൈമാറ്റം ചെയ്യപ്പെടുമ്പോഴാണ് അതിന് വിലയുണ്ടാകുന്നത്. വ്യത്യസ്ത വസ്തുക്കൾക്ക് വ്യത്യസ്ത ഉപയോഗങ്ങൾ ഉണ്ടായിരിക്കും. ഉപയോഗങ്ങളുടെ തുല്യത അനുസരിച്ച് വസ്തുക്കളെ കൈമാറ്റം ചെയ്യാനാകില്ല. ഓരോ വസ്തുവിന്റെയും ഉപയോഗങ്ങൾ തമ്മിൽ തുലനം ചെയ്യാൻ കഴിയാത്തതുകൊണ്ടാണത്. അതിനുപകരം വസ്തുവിന്റെ മാനത്തെ തത്തുല്യമായ മറ്റൊരു വസ്തുവുമായി തുലനം ചെയ്യുന്നു, അതിനുശേഷം കൈമാറുന്നു.

നിരവധി വസ്തുക്കൾ കൈമാറുമ്പോഴോ? എല്ലാ വസ്തുക്കളുടെയും വിലകൾ തുലനം ചെയ്യാൻ കഴിയുന്ന ഒരു പൊതുവസ്തുവുണ്ടാകണം. സമൂഹത്തിന്റെ ആദിമദശകളിൽ ഇത്തരം പൊതുവസ്തുക്കൾ കന്നുകാലികളാകാം, കക്കകളാകാം, അടിമകളാകാം. അവയുടെ വിലയുമായി തുലനം ചെയ്താണ് കൈമാറ്റം നടക്കുന്നത്. പക്ഷേ, പൊതുവസ്തുക്കളായി മാറുന്നതിൽ ഇവയ്ക്കെല്ലാം പരിമിതികളുണ്ട്. ഇവയ്ക്കെല്ലാം സമൂഹത്തിൽ സവിശേഷ ഉപയോഗങ്ങളുണ്ട്. അപ്പോൾ സമൂഹത്തിൽ കാര്യമായ ഉപയോഗമില്ലാത്ത; ദുർല്ലഭമാണെങ്കിലും പൊതുവിൽ പ്രത്യക്ഷപ്പെടുന്ന വസ്തുക്കളാണ് വിലയുടെ മാനങ്ങളായി നിലനില്ക്കാൻ സൗകര്യം. സ്വർണ്ണവും വെള്ളിയും ഇത്തരത്തിലുള്ള വിലപിടിപ്പുള്ള ലോഹങ്ങളാണ്. ഒരു കാലത്ത് ചെമ്പ് പോലുള്ള മറ്റ് ലോഹങ്ങൾക്കും വില നിർണ്ണയത്തിൽ സ്ഥാനമുണ്ടായിരുന്നു. പിന്നീട് കടലാസ് നാണയങ്ങൾക്കും അതേ സ്ഥാനം കൈവന്നു.

പണം എന്തിനെയാണ് അളക്കുന്നത്? വസ്തുക്കളുടെ ഉപയോഗം ഭിന്നവും ആത്മനിഷ്ഠവുമായതുകൊണ്ട് ഏതെങ്കിലും ഒരു ലോഹത്തിന്റെ മാനം കൊണ്ടു മാത്രം അതിനെ അളക്കാൻ കഴിയില്ല. വസ്തുക്കൾക്ക് ഉപയോഗം മാത്രം പോര, കൈമാറ്റം ചെയ്യപ്പെടാനുള്ള കഴിവുകൂടി ഉണ്ടാകണം. ഈ കഴിവാണ് വസ്തുവിനെ ചുറ്റിപ്പറ്റി നില്ക്കുന്ന ആത്മനിഷ്ഠതലത്തെ ഇല്ലാതാക്കുന്നത്, അതൊരു ചരക്കായി മാറുന്നത്. ചരക്കാണ് പണം വഴി കൈമാറ്റം ചെയ്യപ്പെടുന്നത്. മറ്റൊരു രീതിയിൽ പറഞ്ഞാൽ, പണം വഴി നിർണ്ണയിക്കുന്നത് വസ്തുവിന്റെ ഉപയോഗമൂല്യമല്ല, വിനിമയമൂല്യമാണ്. വസ്തുവിന്റെ വിനിമയമൂല്യമാണ് കൈമാറ്റം ചെയ്യപ്പെടുന്നത് എങ്കിൽ കൈമാറ്റത്തിന്റെ മാധ്യമം പണമായിത്തീരുന്നു.

വസ്തുവിന്റെ വിലയെ നിർണ്ണയിക്കുന്നത് അപ്പോൾ പണമാണെന്നു വരില്ലേ? മാർക്സ് വിമർശിക്കുന്ന പണ്ഡിതന്മാർ എടുത്ത നിലപാടും അതാണ്. പക്ഷേ, കൈമാറ്റവും (barter) വിനിമയവും (exchange) തമ്മി

ലുള്ള വ്യത്യാസം ഇവിടെ മാർക്സ് ചൂണ്ടിക്കാണിക്കുന്നു. കൈമാറ്റമെന്നത് വസ്തു ഉല്പാദിപ്പിക്കുന്നവരും ആവശ്യക്കാരും തമ്മിലുള്ള വെച്ചുമാറ്റമാണ്. അവിടെ രണ്ടു വസ്തുക്കളെയും തുലനം ചെയ്യാൻ പ്രാദേശികമായി അംഗീകരിക്കപ്പെടുന്ന മൂല്യമുള്ള എന്തു വസ്തുവുമുണ്ടായാൽ മതി. വിനിമയം അങ്ങനെയല്ല. നിരവധി വസ്തുക്കൾ തമ്മിൽ നിരവധി തവണ കൈമാറ്റം ചെയ്യപ്പെടുന്ന പ്രക്രിയയാണത്. അവിടെയും പ്രാദേശികമായി അംഗീകരിക്കപ്പെടുന്ന പൊതുരൂപം ഉണ്ടാകാം. പക്ഷെ അത്തരം പൊതുരൂപങ്ങളുടെ, അവ സ്വർണ്ണവും വെള്ളിയുമായാൽപ്പോലും, ആന്തരികമൂല്യം അപ്രസക്തമാവുകയാണ്. അവ അതിനുപകരം വെച്ചു മാറപ്പെടുന്ന വസ്തുക്കളുടെ വിനിമയ മൂല്യത്തെ പ്രതിനിധാനം (representation) ചെയ്യുകയാണ്. അവ വെറും പ്രതീകങ്ങളാണ് (symbol). പുറത്തുമുദ്രകളും അക്ഷരങ്ങളും അടയാളങ്ങളുമുള്ള, പ്രാദേശികതലത്തിലുള്ള ഏതു വസ്തുവിന്റെയും മാനമായി ഉപയോഗിക്കാവുന്ന അടയാളങ്ങളാണവ. അത്തരം അടയാളങ്ങളാണ് വസ്തുക്കളുടെ മൂല്യങ്ങൾ നിർണ്ണയിക്കുന്നത് എന്നു പറയുന്നത് യുക്തിസഹമല്ല. അപ്പോൾ വസ്തുവിന്റെ മൂല്യം നിർണ്ണയിക്കുന്നതിന് വസ്തുനിഷ്ഠമായ മറ്റൊരു മാനം അന്വേഷിക്കേണ്ടിവരുന്നു. മാർക്സ് അതു കണ്ടെത്തുന്നത് അദ്ധ്വാനത്തിലാണ്. മനുഷ്യാദ്ധ്വാനമാണ് വസ്തുക്കളുടെ വിനിമയമൂല്യം നിർണ്ണയിക്കുന്ന അടിസ്ഥാന ഘടകം. മനുഷ്യാദ്ധ്വാനം ഉല്പാദിപ്പിക്കുന്ന വസ്തുക്കളുടെ വിനിമയമൂല്യത്തെ തുലനം ചെയ്യുന്ന, പ്രതിനീധികരിക്കുന്ന അങ്കങ്ങളെയാണ് നാം പണം എന്നു വിളിക്കുന്നത്.

മൂല്യവും പണവും തമ്മിലുള്ള വേർതിരിവും മാർക്സ് വിശദീകരിക്കുന്നു. മനുഷ്യാദ്ധ്വാനത്തിന്റെ സൃഷ്ടിയെന്ന നിലയിൽ മൂല്യം സ്വാഭാവികമായ ഫലമാണ്. എല്ലാ ചരക്കുകളുടെയും ആധാരഘടകവും വിനിമയമൂല്യമാണ്. എന്നാൽ പണം സാമൂഹ്യമായ നിർമ്മിതിയാണ്. വിനിമയമൂല്യത്തിന് സാമൂഹ്യമായി അംഗീകരിക്കപ്പെടുന്ന മാനമാണ് പണം. അതുകൊണ്ട് ചരക്കിന്റെ വിലയിൽ ഏറ്റക്കുറച്ചിലുണ്ടാകാം. എന്നാൽ അതിൽ ഉൾപ്പെടുന്ന സാമൂഹ്യമായ അദ്ധ്വാനസമയത്തിൽ മാറ്റമില്ലാത്തതുകൊണ്ട് വിനിമയമൂല്യത്തിൽ മാറ്റമുണ്ടാകില്ല. പണം നിർണ്ണയിക്കുന്നത് വിലയെയാണ്. അതായത് മനുഷ്യാദ്ധ്വാനത്തിന്റെ മൂല്യത്തിന് സമൂഹം അംഗീകരിക്കുന്ന മാനമാണ് വിലയായി പണത്തിലൂടെ നിർണ്ണയിക്കുന്നത്.

ഇവിടെ മാർക്സിന്റെ വാദഗതിയുടെ ഒരു അടിസ്ഥാന സ്വഭാവം പുറത്തുവരുന്നുണ്ട്. വിലയും മൂല്യവും തമ്മിലുള്ള ബന്ധമെന്താണ്? മനുഷ്യാദ്ധ്വാനത്തിന്റെ ഉല്പന്നങ്ങൾക്ക് വൈരുദ്ധ്യാത്മക സ്വഭാവമുണ്ട്. ഉല്പന്നങ്ങളുടെ ലക്ഷ്യം അവയുടെ ഉപയോഗമാണ്, അപ്പോൾ അവയ്ക്കു വിലയില്ല. എന്നാൽ അവ ചരക്കുകളായി മാറുമ്പോൾ ആണ് അവയ്ക്ക് വിലയുണ്ടാകുന്നത്. ഉല്പന്നങ്ങളുടെ ഉപയോഗം വ്യക്തിഗതമാണ്. എന്നാൽ വിനിമയം സാമൂഹ്യമാണ്. ഉപയോഗം അതുകൊണ്ടു

തന്നെ ആത്മനിഷ്ഠമാണ്. എന്നാൽ വിനിമയത്തിലൂടെ ഉല്പന്നത്തിന് വസ്തുനിഷ്ഠ സ്വഭാവം കൈവരുന്നു. മനുഷ്യാദ്ധ്വാനത്തിന്റെ ഉല്പന്നത്തിന്റെ മൂല്യം ഈ വൈരുദ്ധ്യാത്മക സ്വഭാവം കാണിക്കുന്നുണ്ടെങ്കിൽ, അതിന്റെ വില അതിന്റെ വിനിമയ സ്വഭാവം, അതായത് വസ്തുനിഷ്ഠ സ്വഭാവം മാത്രമാണ് കാണിക്കുന്നത്. എല്ലാ ഉല്പന്നങ്ങളും ചരക്കുകളായി മാറുന്ന മുതലാളിത്ത സമൂഹത്തിൽ മൂല്യവും വിലയും അടിസ്ഥാനപരമായി ഒന്നു തന്നെയാണ്. രണ്ടും മനുഷ്യാദ്ധ്വാനത്തിന്റെ സൃഷ്ടികളാണ്. പക്ഷേ, വസ്തുവിന്റെ വില മനുഷ്യാദ്ധ്വാനത്തിൽനിന്ന് വേറിട്ട മാനമായി പ്രത്യക്ഷപ്പെടുന്നു. മനുഷ്യാദ്ധ്വാനത്തിൽനിന്ന് വേറിട്ട മറ്റൊരു ചരക്കിന്റെ, പണത്തിന്റെ, ഉപയോഗത്തിലൂടെയാണ് വിലയ്ക്ക് ഈ മാനം കൈവരുന്നത്.

മൂന്ന്

ഈ ആശയത്തെ മാർക്സ് വിശദീകരിക്കുന്നത് താഴെ പറയുന്ന വിധത്തിലാണ്. ഒരു വ്യക്തി തന്റെ കൈവശമുള്ള ഒരു വസ്തു വില്ക്കുന്നു. അതിന് പ്രതിഫലമായി കിട്ടുന്നത് പണമാണ്. ഈ പണം നല്കി അയാൾക്കാവശ്യമുള്ള മറ്റൊരു വസ്തു വാങ്ങുന്നു.അപ്പോൾ അയാൾ രണ്ടു സാമൂഹ്യപ്രക്രിയകളിൽ ഏർപ്പെടുന്നു.

1. ചരക്കു കൊടുത്ത് പണം വാങ്ങുന്നു. ചരക്ക് j പണം
2. പണം കൊടുത്ത് (മറ്റൊരു) ചരക്ക് വാങ്ങുന്നു. പണം j ചരക്ക്

ഇതിലൂടെ വാങ്ങുന്ന ആൾ അയാളുടെ ആവശ്യം നിറവേറ്റുകയാണ്. അപ്പോൾ പണം രണ്ടു തരത്തിലുള്ള ധർമ്മങ്ങൾ നിർവ്വഹിക്കുന്നുണ്ട്.

1. രണ്ടു ചരക്കുകളുടെയും വിലയെ തുല്യമാക്കുന്നു അല്ലെങ്കിൽ താരതമ്യപ്പെടുത്തുന്നു.

2. രണ്ടു ചരക്കുകളുടെയും വിനിമയത്തിൽ ഇടനിലയായി പ്രവർത്തിക്കുന്നു.

രണ്ടു ചരക്കുകളുടെ വിലയെ തുലനം ചെയ്യുമ്പോൾ അതിന്റെ ആധാരം എത്ര നാണയങ്ങളാണ് അവിടെ ഉപയോഗിക്കപ്പെടുന്നത് എന്നല്ല, ചരക്കുകളുടെ വിനിമയമൂല്യം എന്താണ് എന്നതു തന്നെയാണ്. ചരക്കുകളുടെ വിനിമയമൂല്യം തീരുമാനിക്കുന്നത് അവയിൽ നിക്ഷിപ്തമായ അദ്ധ്വാനശക്തി അനുസരിച്ചുമാണ്. പണം അവിടെ തുലനത്തിന്റെ ബാഹ്യഘടകമായാണ് പ്രവർത്തിക്കുന്നത്. വിനിമയത്തിന്റെ ഇടനിലയിൽ വരുമ്പോൾ ഈ ബാഹ്യഘടകം അപ്രത്യക്ഷമാവുകയാണ്. ഒരു വസ്തു വിറ്റു കിട്ടുന്ന പണംകൊണ്ട് മറ്റൊരു വസ്തു വാങ്ങുന്നതോടെ രണ്ടു ചരക്കുകളുടെ മൂല്യങ്ങൾ തമ്മിലുള്ള തുലനമാണ് നടക്കുന്നത്. അത് നടത്തുന്നതിന് ഉപയോഗിക്കുന്ന ബാഹ്യഘടകമെന്ന നിലയിൽ പണം പ്രത്യക്ഷപ്പെടുകയും അപ്രത്യക്ഷമാവുകയും ചെയ്യുന്നു.

ഈ രണ്ടു പ്രക്രിയകളെയും കൂട്ടിച്ചേർത്തു വയ്ക്കുകയാണെങ്കിൽ

പണത്തിന്റെ മൂന്നാമത്തെ ധർമ്മം പ്രത്യക്ഷമാകുമെന്ന് മാർക്സ് ചൂണ്ടിക്കാണിക്കുന്നു.

ചരക്ക് - പണം - പണം - ചരക്ക്

(പിന്നീടുള്ള പ്രതിപാദനങ്ങളിൽ ചരക്ക് - പണം - ചരക്ക് എന്നു മാത്രമാണ് മാർക്സ് ഉപയോഗിക്കുന്നത്)

വില്ക്കുക, വാങ്ങുക എന്ന രണ്ടു പ്രക്രിയകൾ പൂർത്തിയാകുന്നതോടെ കൈമാറ്റത്തിന്റെ ഒരു ചക്രം പൂർത്തിയാവുകയാണ്. പക്ഷേ, ഈ ചക്രം പൂർത്തിയാക്കണമെങ്കിൽ പണം ഒരു മാനവും മാദ്ധ്യമവും മാത്രമായി പ്രവർത്തിച്ചാൽ പോര, അത് ഒരു ചരക്കായി മാറണം. ഇവിടെ തന്റെ അദ്ധ്വാനമോ മറ്റൊരു ഉല്പന്നമോ ഒരാൾ വില്ക്കുമ്പോൾ അയാളുടെ കൈവശം വരുന്നത് പണമാണ്, ഈ പണം കൊണ്ട് മറ്റൊരു ഉല്പന്നം വാങ്ങുമ്പോൾ അവിടെ രണ്ടു കൈമാറ്റങ്ങളാണ് നടക്കുന്നത്. രണ്ടു കൈമാറ്റങ്ങളിൽ പണം ചരക്കായി മാറുകയാണ്. ഈ ചരക്കിനെ മാർക്സ് ചരക്കുദൈവം (God of commodities) എന്നാണ് വിളിക്കുന്നത്. ഇത് ലോഹമെന്ന നിലയിൽ അദ്ധ്വാനത്തിന്റെ അംശം അതിൽ വരുമെങ്കിലും സ്വന്തമായി മൂല്യമില്ലാത്ത, മറ്റു വിനിമയമൂല്യങ്ങളെ പ്രതിനിധാനം ചെയ്യുന്ന ചരക്കാണിത്. മറ്റു ചരക്കുകളും പണവും തമ്മിലുള്ള വൈരുദ്ധ്യാത്മകബന്ധമാണ് അതിനെ നിലനിർത്തുന്നത്. പണത്തിന് ഒരേ സമയം മറ്റെല്ലാ ചരക്കുകളുമായി മാറാൻ കഴിയും. പക്ഷേ, ചരക്കുകളുടെ സവിശേഷതകൾ പണത്തിന് ആവിഷ്കരിക്കാൻ കഴിയില്ല. എല്ലാ ചരക്കുകളുടെയും കൈമാറ്റത്തിനുള്ള കഴിവ് പണത്തിലൂടെ പ്രകടിപ്പിക്കപ്പെടും. അവയുടെ ഉപയോഗം പണത്തിന് നിറവേറ്റാനാവില്ല.

ഇതിൽനിന്നാണ് മാർക്സ് തന്റെ മറ്റൊരു സുപ്രധാന നിഗമനത്തിലേക്കു നീങ്ങുന്നത്. മനുഷ്യാദ്ധ്വാനം ഉല്പന്നങ്ങളായി മാറുകയും അവയിൽനിന്ന് മനുഷ്യാദ്ധ്വാനത്തിലൂടെ തന്നെ പുനരുല്പാദനം നടക്കുകയും ചെയ്യും. ഈ പ്രക്രിയ സാദ്ധ്യമാകുന്നത് വിനിമയം നടക്കുന്നതുകൊണ്ടാണ്. ഉദാഹരണത്തിന്, ഒരു തൊഴിലുടമയ്ക്ക് അയാൾക്കാവശ്യമായ ഭൂമി, വിഭവങ്ങൾ, അസംസ്കൃത വസ്തുക്കൾ, യന്ത്രസാമഗ്രികൾ, മനുഷ്യാദ്ധ്വാനം മുതലായവ വാങ്ങാതെ പുതിയ ഒരു വസ്തു ഉല്പാദിപ്പിക്കാനോ അത് ചരക്കായി വിപണിയിലെത്തിക്കാനോ സാദ്ധ്യമല്ല. ചരക്കുകളുടെ പരിക്രമ (circulation)ത്തിനുള്ള ബാഹ്യഘടകമായി പണത്തിന് പ്രവർത്തിക്കേണ്ടിവരും. അതായത്

ചരക്ക് - പണം - പണം - ചരക്ക്

എന്ന പ്രക്രിയ എത്ര വേണമെങ്കിലും തുടർന്നുകൊണ്ടു പോകാം. ഒരു പ്രദേശത്തിലെ എല്ലാ വിഭവങ്ങളെയും ചരക്കുവല്കരിക്കുന്നതുവരെ ഈ പ്രക്രിയ തുടരും. ആ പ്രദേശത്തെ സമസ്ത വിഭവങ്ങളെയും ഈ പരിക്രമത്തിൽ പെടുത്തുന്നതിനുള്ള ബാഹ്യ ഉപാധിയായി പണം മാറുന്നു. പണം വെറുതെ പണമായി നിലനില്ക്കുകയല്ല ചെയ്യുന്നത്, ചരക്കുകളുടെ വിനിമയ പ്രക്രിയയെ വളർത്തുകയും വ്യാപിപ്പിക്കുകയും

ചെയ്യുന്ന സവിശേഷ ചരക്കും ഉപാധിയുമായി മാറുകയാണ്. ചരക്കുകളുടെ വിനിമയമൂല്യം തന്നെയാണ് പണമായി വസ്തുവല്ക്കരിക്കപ്പെടുന്നത്. വസ്തുക്കളുടെ വിലയായി മാറുന്നതും പണത്തിന്റെ അടിസ്ഥാനത്തിൽ ക്രമപ്പെടുത്തിയ വിനിമയമൂല്യം തന്നെയാണ്. അതേസമയം പണം മനുഷ്യാദ്ധ്വാനത്തിൽനിന്ന് വേറിട്ട ഒന്നായി പ്രത്യക്ഷപ്പെടുകയും ചെയ്യുന്നു.

ഇതിൽനിന്നാണ് മാർക്സ് സമ്പത്ത് എന്നാൽ എന്താണെന്ന ധാരണയിലേക്കു കടക്കുന്നത്. മനുഷ്യാദ്ധ്വാനവും സമ്പത്തും തമ്മിലുള്ള ബന്ധത്തെക്കുറിച്ച് ആദം സ്മിത്ത് മുതലുള്ളവർ വിശദീകരിച്ചിരുന്നു. എങ്കിലും മനുഷ്യാദ്ധ്വാനത്തെ തൊഴിലാളിക്കു ലഭിക്കുന്ന വേതനത്തിന്റെ അടിസ്ഥാനത്തിലാണ് അവർ നിർവ്വചിച്ചത്. അതുപോലെ മൂല്യവും വിലയും തമ്മിലുള്ള വേർതിരിവും അവർ കണക്കിലെടുത്തില്ല. സമ്പത്തിനെ പണത്തിന്റെ (സ്വർണ്ണം, വെള്ളി പോലുള്ള ലോഹങ്ങളുടെ) അടിസ്ഥാനത്തിൽ നിർവ്വചിച്ചതോടെ പണത്തിന്റെ വളർച്ചയ്ക്കാധാരമായ വിനിമയമൂല്യം, മനുഷ്യാദ്ധ്വാനം നിരാകരിക്കപ്പെടുകയോ, സമ്പത്തിന്റെ സൃഷ്ടിക്കുള്ള ഒരു ഘടകമായി മാറുകയോ ചെയ്തു. സമ്പത്തിനെ ചൂഴ്ന്നു നില്ക്കുന്ന ദുരാഗ്രഹം, കൊള്ള മുതലായ ആശയങ്ങളും ഇതിന്റെ ഭാഗമാണ്. സമ്പത്തിന്റെ രൂപം പണമായി മാറുന്നത് എല്ലാ ചരക്കുകൾക്കും പകരം വയ്ക്കാവുന്ന പ്രതീകാത്മക വസ്തുവായി പണം പ്രത്യക്ഷപ്പെടുന്നതുകൊണ്ടാണ്. ഈ കാഴ്ചയല്ല യാഥാർത്ഥ്യം എന്നാണ് മാർക്സ് വാദിക്കുന്നത്. പണം എന്ന രൂപത്തിലൂടെ സമാഹരിക്കപ്പെടുന്നത് പ്രകൃതിയാണ്, വിഭവങ്ങളാണ്, അസംസ്കൃത വസ്തുക്കളാണ്, മനുഷ്യാദ്ധ്വാനമാണ്, മനുഷ്യാദ്ധ്വാനത്തിലൂടെ നിർമ്മിക്കപ്പെടുന്ന സാങ്കേതിക വിദ്യകളാണ്. വിപണനം നടത്തുന്നതിനുള്ള കമ്പോളങ്ങളാണ് ഈ വ്യത്യസ്ത മേഖലകളിലൂടെ ചരക്കുകളുടെ വിനിമയം നടക്കുന്നതിന്റെ പ്രവേഗ (Velocity) മാണ്. സമ്പത്തിന്റെ വളർച്ച വിനിമയമൂല്യത്തിന്റെ വികാസവും വിനിമയത്തിന്റെ പ്രവേഗവുമനുസരിച്ചാണ്. അത്തരത്തിൽ വികസിക്കണമെങ്കിൽ സവിശേഷമായ ചരക്കിൽനിന്നല്ല പരിക്രമ പ്രക്രിയ ആരംഭിക്കേണ്ടത് സാർവ്വലൗകിക, പൊതുസ്വഭാവമുള്ള ചരക്കായ പണത്തിൽനിന്നാണ്.

അതായത് മുൻ സൂചിപ്പിച്ച ചരക്കുകളുടെ വിപണന പ്രക്രിയയെ തിരിച്ചിടേണ്ടിവരും. വാങ്ങലും വില്പനയും

പണം - ചരക്ക് - ചരക്ക് - പണം

എന്നിങ്ങനെ മാറും. ഈ തിരിച്ചിടലിലൂടെ പണം മൂലധനമായി മാറുകയാണ്. ഈ പണം ഏതെങ്കിലും വിധത്തിലുള്ള അത്ഭുതവസ്തുവല്ല. ചരിത്രപരമായി അതിനുമുമ്പുള്ള മനുഷ്യാദ്ധ്വാനത്തിലൂടെ ഉല്പാദിപ്പിക്കപ്പെട്ടതും വിനിമയം ചെയ്യപ്പെട്ടതുമായ മൂല്യമാണ്. മൂലധനം വിനിമയമൂല്യമാണ്. അതു പണത്തിന്റെ രൂപത്തിൽ സമാഹരിക്കപ്പെടുകയും വിനിമയം ചെയ്യപ്പെടുകയും ചെയ്യുന്നു എന്നു മാത്രം.

പരിവർത്തനപ്രശ്നം (transformation problems) എന്ന ദൗർബല്യം മാർക്സിന്റെ ഈ വിശകലനത്തിനുണ്ടെന്ന് സാമ്പത്തിക ശാസ്ത്രജ്ഞർ വാദിച്ചിട്ടുണ്ട്. മനുഷ്യാധാനത്തിലൂടെ മൂല്യം ഉല്പാദിപ്പിക്കുമ്പോൾ വില കണക്കാക്കുന്നത് പണത്തിന്റെ അളവുകോലിലൂടെയാണ്. ഒരു വസ്തുവിന്റെ വിലയും അതിന്റെ മൂല്യവും ഒന്നാണെന്ന് എങ്ങനെ തെളിയിക്കാം? ഈ പ്രശ്നത്തിന് ഉത്തരം കാണാൻ പലപ്പോഴും കഴിഞ്ഞെന്നുവരില്ല. വിലയിലെ ഏറ്റക്കുറച്ചിലുകൾ സംഭവിക്കുന്നത് മനുഷ്യാദ്ധ്വാനംകൊണ്ടു മാത്രമല്ല എന്നതുതന്നെ കാരണം. അതുകൊണ്ട് ഉല്പാദനച്ചെലവുകളെയും വിലയുടെ ഏറ്റക്കുറച്ചിലുകളെയും മാത്രം കേന്ദ്രീകരിക്കുകയും മൂല്യസിദ്ധാന്തത്തെ അവഗണിക്കുകയും ചെയ്യുന്ന രീതി പലപ്പോഴും പ്രത്യക്ഷപ്പെടാറുണ്ട്. ഗ്രുൻഡ്റിസിന്റെ വിശകലനത്തിൽ നിന്ന് ഒന്ന് വ്യക്തമാണ്. മൂല്യത്തെയും വിലയെയും ഗണപരമായി തുലനം ചെയ്യാമെന്ന് മാർക്സ് കരുതിയിരുന്നില്ല. ഒരുസമൂഹത്തിൽ മൊത്തമായി ഉല്പാദിപ്പിക്കുന്ന മൂല്യമാണ് വിലയുടെ ആധാരഘടകമെന്നു മാത്രമാണ് മാർക്സ് സൂചിപ്പിക്കുന്നത്. സമൂഹത്തിലെ മൊത്തം വിനിമയമൂല്യം ഒരു പ്രത്യേക ചരക്കിന്റെ മൂല്യത്തെ നിർണ്ണയിക്കുമെന്നും അദ്ദേഹം പറഞ്ഞു. മറ്റൊരു രീതിയിൽ പറഞ്ഞാൽ സമൂഹത്തിൽ ഉല്പാദിപ്പിക്കുന്ന മൊത്തം മൂല്യം സമൂഹത്തിന്റെ സമ്പത്താണ്. പണത്തിന്റെ മൂല്യവും അതനുസരിച്ചു തീരുമാനിക്കപ്പെടും. സമ്പത്തിന്റെ രൂപം ചരക്കുമാണ് പണവുമാണ്. അപ്പോൾ സൃഷ്ടിക്കപ്പെടുന്ന തുലനമാണ് മൂല്യവും വിലയും തമ്മിലുണ്ടാവുക. അതല്ലാതെ ഓരോ വസ്തുവിന്റെയും മൂല്യവും വിലയും ഒറ്റയ്ക്ക് താരതമ്യം ചെയ്യുന്നത് യുക്തിസഹമായ രീതിയായി മാർക്സ് കണക്കാക്കിയില്ല.

ഗ്രുൻഡ്റിസ് (4) -
മൂലധനത്തിന്റെ പരിക്രമം

ഒന്ന്

മാർക്സിന്റെ മൂലധന സങ്കല്പത്തിൽ ഉല്പാദനത്തോളവും മിച്ച മൂല്യത്തോളവും പ്രാധാന്യമുള്ള മറ്റൊരാശയമുണ്ട്. മൂലധനത്തിന്റെ പരിക്രമണം (circulation) ആണത്. ഉല്പാദനം Z വിനിമയം Z ലാഭം (മിച്ചമൂല്യം) Z പുനരുല്പാദനം എന്ന ചക്രത്തെയാണ് മൂലധനത്തിന്റെ പരിക്രമണം എന്നു പറയുന്നത്.

ഉല്പാദനം നടക്കണമെങ്കിൽ അസംസ്കൃത വസ്തുക്കൾ വേണം. ഉല്പാദനോപാധികൾ (ഭൂമി, വെള്ളം, ഊർജ്ജം മുതലായവ) വേണം. സാങ്കേതികോപകരണങ്ങൾ വേണം. ഉല്പാദനം നടക്കുമ്പോൾ ഇവയുടെ അളവ് മാറുമെന്നല്ലാതെ ഇവയുടെ ആവശ്യം മാറുന്നില്ല. ഇവയെ അതുകൊണ്ട് സ്ഥിരമൂലധനം (fixed capital) എന്നു വിളിക്കുന്നു. എന്നാൽ ഉല്പാദനം നടക്കണമെങ്കിൽ അദ്ധ്വാനം ആവശ്യമാണ്. അദ്ധ്വാനത്തിൽ ഏറ്റക്കുറച്ചിലുകൾ ഉണ്ടാകും. അദ്ധ്വാനശേഷികളിൽ വ്യത്യാസം വരും. എന്നാൽ സ്ഥിര മൂലധനത്തിന് സ്വയമേവ ഉല്പന്നങ്ങളായി മാറാൻകഴിയില്ല. അതിന്റെ എണ്ണമോ ആകൃതിയോ ഗുണമോ ഉറപ്പുവരുത്താൻ കഴിയില്ല. അതു നടത്തുന്നത് അദ്ധ്വാനമാണ്. അതുകൊണ്ടാണ് നിശ്ചിത സമയത്തിലുള്ള അദ്ധ്വാനം ഉല്പാദനത്തിന്റെ അവശ്യാദ്ധ്വാനമായി മാറുന്നത് (necessary labour). അതുകൊണ്ട് ഉല്പന്നങ്ങളുണ്ടാകുന്നു, വിനിമയം നടക്കുന്നു, ലാഭമുണ്ടാകുന്നു. മൂലധനത്തിന്റെ പരിക്രമം നടക്കുന്നു.

ലാഭത്തിന് രണ്ടു തരത്തിലുള്ള ഉപയോഗങ്ങളുണ്ട്. ഒന്ന്, മുതലാളിയടക്കം ലാഭവിഹിതം പറ്റുന്നവരുടെ ഉപഭോഗമാണ്. മറ്റേത് മൂലധനത്തിലേക്കുള്ള കൂട്ടിച്ചേർക്കലാണ്. ഉപഭോഗത്തിലൂടെ അത്രയും മൂല്യം

നഷ്ടപ്പെടുകയാണ്. കൂട്ടിച്ചേർക്കലിലൂടെയാണ് പുനരുല്പാദനം നടക്കുന്നത്, മൂലധനം വികസിക്കുന്നത്. അതായത് അദ്ധ്വാനത്തിലൂടെയാണ് മിച്ചമൂല്യമുണ്ടാകുന്നത്, ലാഭമുണ്ടാകുന്നത്. പരിക്രമം വർദ്ധിക്കുകയും മൂലധനം വളരുകയും ചെയ്യുന്നത്. അദ്ധ്വാനമില്ലാതെ അസംസ്കൃത വസ്തുക്കളും സാങ്കേതിക വിദ്യകളും പണവും കൈവശം വെച്ചതുകൊണ്ട് ഒരു പ്രയോജനവുമില്ല. അവ മൂലധനമായി മാറുകയില്ല.

പരിക്രമത്തിന് രണ്ടു സ്വഭാവങ്ങളുണ്ട്. സാമൂഹ്യതലത്തിൽ പൊതുവായ മൂലധനത്തെ മാത്രമല്ല പരിക്രമം സൃഷ്ടിക്കുന്നത്. നിരവധി തരത്തിലുള്ള മൂലധനങ്ങളെ അത് സൃഷ്ടിക്കുന്നു. മാർക്സ് പറയുന്ന ഒരുദാഹരണം ഇതാണ്. ഒരു ആധുനിക വ്യവസായ ഉല്പാദനം യഥാർത്ഥത്തിൽ നിരവധി തരത്തിലുള്ള ഉല്പാദനങ്ങളാണ്, അവയെല്ലാം മൂലധനമാണ്. അസംസ്കൃതവസ്തുക്കളുടെ ഉല്പാദനത്തിനുള്ള മൂലധനം, ഉല്പാദനോപാധികൾക്കുള്ള മൂലധനം, യന്ത്രസാമഗ്രികളുടെ ഉല്പാദനത്തിനുള്ള മൂലധനം (ഇവയെ ഉപയോഗിച്ചുകൊണ്ട്), ഉപഭോഗവസ്തുക്കളുടെ ഉല്പാദനത്തിനുള്ള മൂലധനം, ഉപഭോഗവസ്തുക്കളെ വിപണിയിലെത്തിക്കുന്ന വസ്തുക്കൾക്കാവശ്യമായ മൂലധനം ഇവയെല്ലാം വ്യത്യസ്ത മൂലധനങ്ങളായാണ് സമൂഹത്തിൽ പ്രത്യക്ഷപ്പെടുന്നത്. ഇവ തമ്മിൽ വിനിമയം നടക്കുന്നതായും അതിന് പണം ഉപയോഗിക്കുന്നതായും കാണുന്നു. എന്നാൽ ഇവയെയെല്ലാം കൂട്ടിയിണക്കുന്ന യഥാർത്ഥ കണ്ണി തൊഴിലാളിയുടെ അദ്ധ്വാനമാണ്.

ഇത്തരത്തിൽ മൂലധനത്തിന്റെ പരിക്രമത്തിൽ പുതിയ കണ്ണികൾ ചേരുന്നുണ്ട്. മുതലാളികളുടെ ലാഭം മുഴുവനും അതേ ഉല്പന്നത്തിന്റെ പുനരുല്പാദനത്തിനു വിനിയോഗിക്കണമെന്നില്ല. മെച്ചപ്പെട്ട സാങ്കേതികവിദ്യകൾ ഉപയോഗിച്ചുകൊണ്ട് തൊഴിലാളിയുടെ ഉല്പാദനക്ഷമത വർദ്ധിപ്പിക്കാം. അപ്പോൾ തൊഴിലാളിയുടെ അതേ ഉല്പന്നത്തിനാവശ്യമായ അദ്ധ്വാനസമയം കുറയും. കൂടുതൽ ഉല്പന്നങ്ങളുണ്ടാവുകയും വിപണി കൈവശപ്പെടുത്തുകയും ചെയ്താൽ ലാഭം വർദ്ധിക്കും. പക്ഷേ, ഈ അധികവരുമാനം അതേ വസ്തുവിന്റെ പുനരുല്പാദനത്തിന് ഉപയോഗിക്കേണ്ട ആവശ്യമില്ല. പുതിയ ഒരു വസ്തുവിന്റെ ഉല്പാദനത്തിനായി ഈ ലാഭം മാറ്റാം. അങ്ങനെ പുനരുല്പാദനം ഉല്പന്നങ്ങളുടെ വൈവിദ്ധ്യവല്ക്കരണത്തിലേക്കും അതുവഴി മൂലധനത്തിന്റെ വികാസത്തിലേക്കും നയിക്കാം.

മറ്റൊരു സ്വഭാവം മത്സരമാണ്. പരിക്രമം നടക്കുന്നത് നിരവധി മൂലധനങ്ങൾ തമ്മിലാണ്. അതുതന്നെയാണ് മത്സരത്തിലേക്കു നയിക്കുന്നതും. മത്സരം മൂലധനത്തിന്റെ സ്വഭാവമാണ്. മത്സരം വ്യക്തിസ്വാതന്ത്ര്യത്തെയല്ല കാണിക്കുന്നത്. മൂലധനത്തിന്റെ സ്വാതന്ത്ര്യത്തെയാണെന്ന് മാർക്സ് പറയുന്നു. തൊഴിൽസമയവും ഉല്പാദനവും തമ്മിലുള്ള ബന്ധമല്ല, തൊഴിൽസമയവും പുനരുല്പാദനവും തമ്മിലുള്ള ബന്ധമാണ് മത്സരത്തിലേക്കു നയിക്കുന്നത്. തൊഴിൽസമയത്തിന്റെ ഒരു

ഭാഗം ലാഭമെന്ന നിലയിൽ വീണ്ടും മൂലധന സമാഹരണത്തിനു ഉപയോഗപ്പെടുമ്പോഴാണ് മത്സരം ഉണ്ടാകുന്നത്. കാരണം എല്ലാ മൂലധനങ്ങളും പുനരുല്പാദനത്തിനാണ് ശ്രമിക്കുന്നത്. അതുകൊണ്ട് മത്സരം അനിവാര്യമാകുന്നു.

മൂലധന പരിക്രമത്തിന്റെ അടുത്ത സ്വഭാവം ഇവിടെയാണ് പ്രകടമാകുന്നത്. പുനരുല്പാദനത്തിന്റെ വർദ്ധനയും അതിനുവേണ്ടിയുള്ള മൂലധനത്തിന്റെയും അദ്ധ്വാനത്തിന്റെയും വർദ്ധനയും ചേർന്ന് മത്സരം അനിവാര്യമാക്കുന്നു. ഇതിന് അസംസ്കൃതവസ്തുക്കൾ സമാഹരിക്കപ്പെടണം, സാങ്കേതിക വിദ്യകൾ വികസിക്കണം, പുതിയ തൊഴിൽ സേന വളർന്നുവരണം. അസംസ്കൃതവസ്തുക്കൾ തേടിയുള്ള യാത്ര ഭൂഖണ്ഡാന്തര യാത്രകളായി മാറുകയും ലോകമാസകലം വെട്ടിപ്പിടിക്കുന്നതിലെത്തുകയും ചെയ്യുന്നു. സാങ്കേതിക വിദ്യകൾ വളർത്താനുള്ള ശ്രമങ്ങൾ ശാസ്ത്ര ഗവേഷണത്തിലെത്തിക്കുന്നു. പ്രപഞ്ചത്തെയും ജൈവഘടനയെയും മനസ്സിലാക്കുന്നതിലേക്കും നയിക്കുന്നു. പുതിയ തൊഴിൽ സേനയെ സൃഷ്ടിക്കുന്നതിനുള്ള ശ്രമങ്ങൾ ജനസംഖ്യയെയും സമൂഹരൂപങ്ങളെയുംകുറിച്ചുള്ള അന്വേഷണങ്ങളിലേക്കു നയിക്കുന്നു. ചുരുക്കത്തിൽ ആധുനിക നാഗരിക സമൂഹത്തിലേക്കു (Civilization)ള്ള മാറ്റം നടക്കുന്നത് പരിക്രമത്തിന്റെ ഫലമായാണ്. ലോകത്തിന്റെ വിവിധ ഭാഗങ്ങളിലുള്ള അദ്ധ്വാനശക്തി മൂലമാണ് ഈ മാറ്റങ്ങളുണ്ടാകുന്നത്. ഉല്പാദനശക്തികളുടെ വിഭവമാണിത്. ശാസ്ത്ര - സാങ്കേതിക വിദ്യകളുടെ വളർച്ചയും ഗതാഗതത്തിന്റെയും വാർത്താവിനിമയത്തിന്റെയും വളർച്ചയും ഉല്പാദനശക്തികളുടെ വികാസത്തിന്റെ ഫലം തന്നെയാണ്. എന്നാൽ അവയെല്ലാം മൂലധനത്തിന്റെ വികാസമായാണ് പ്രത്യക്ഷപ്പെടുന്നത്. അന്യവല്ക്കരിക്കപ്പെടുകയും വസ്തുവല്ക്കരിക്കുകയും ചെയ്യപ്പെട്ട അദ്ധ്വാനം(alienated objectified labour) മൂലധനത്തെ സ്വതന്ത്രശക്തിയായി കാണിക്കുമ്പോൾ അന്യവല്ക്കരിക്കപ്പെട്ട ജീവിതാദ്ധ്വാനം (alienated living labour) തൊഴിലാളിയെ വെറും കൂലിവേലക്കാരനും മൂലധനത്തിന്റെ അടിമയുമാക്കി മാറ്റുന്നു. യാഥാർത്ഥ്യത്തിന്റെ നേർവിപരീതമായ ഈ അവസ്ഥയാണ് മൂലധന പരിക്രമത്തെ ശക്തിപ്പെടുത്തുന്നത്.

രണ്ട്

ഇപ്പോഴാണ് ഒരു പ്രധാന ചോദ്യമുദിക്കുന്നത്. ഇങ്ങനെ കാണുകയാണെങ്കിൽ മൂലധന പരിക്രമത്തിന് അനന്തമായ സാദ്ധ്യതകളില്ലേ? അസംസ്കൃതവസ്തുക്കൾ, ശാസ്ത്ര സാങ്കേതിക വിദ്യകൾ, പശ്ചാത്തല സൗകര്യങ്ങൾ, അദ്ധ്വാനശക്തിയുടെ വികാസം എന്നിവ വഴി മൂലധന പരിക്രമം സ്ഥിരമായി മുന്നോട്ടു പോവുകയില്ലേ? ഇവിടെ ഉല്പാദനവും ഉല്പന്നങ്ങളുടെ (മൂല്യമായുള്ള) സാക്ഷാല്ക്കാരവും തമ്മിലുള്ള വൈരുദ്ധ്യത്തിലേക്ക് മാർക്സ് വിരൽചൂണ്ടുന്നു.

മൂലധനത്തിന്റെ വിറ്റുവരവിനെ (turnover) അദ്ദേഹം നാലുദശ (moment) കളായി തിരിക്കുന്നു. 1. യഥാർത്ഥ ഉല്പാദന പ്രക്രിയയും അതിനെടുക്കുന്ന സമയവും 2. ഉല്പന്നം പണമായി മാറുന്ന പ്രക്രിയയും അതിനെടുക്കുന്ന സമയവും 3. പണം വീണ്ടും ശരിയായ അനുപാതങ്ങളിൽ അസംസ്കൃത വസ്തുക്കൾ, അദ്ധ്വാനത്തിന്റെ ഉപാധികൾ, അദ്ധ്വാനം എന്നിവയായുള്ള മാറ്റം 4. ജീവിതാദ്ധ്വാനശേഷിയും മൂലധനത്തിന്റെ ഒരു ഭാഗവും തമ്മിലുള്ള വിനിമയം അല്ലെങ്കിൽ കൂലി. ഇവയിൽ ഉല്പാദന പ്രക്രിയയെയല്ല അടുത്ത രണ്ടു ദശകങ്ങളെയാണ് പരിക്രമമായി സാധാരണയായി പറയാറുള്ളത്.

ഉല്പന്നങ്ങൾ മുഴുവൻ വിറ്റുവരവിലൂടെ പണമായി മാറുകയും ആ പണം ആവശ്യമനുസരിച്ച് അസംസ്കൃതവസ്തുക്കളും ഉല്പാദനോപാധികളും സംഘടിപ്പിക്കുന്നതിനും കൂലിവേലക്കാരെകൊണ്ടു പണിയെടുപ്പിക്കുന്നതിനും മാത്രം ഉപയോഗിച്ചിരുന്നെങ്കിൽ മൂലധന പരിക്രമത്തിന് ഒരു കോട്ടവും തട്ടാതെ മുന്നോട്ടുപോകാമായിരുന്നു. വസ്തുതകൾ അത്ര ലളിതമല്ല. ഇവിടെയാണ് മാർക്സ് പരിധികൾ (limits) എന്ന പ്രയോഗം നടത്തുന്നത്.

മുതലാളിത്ത ഉല്പാദനത്തിന് ആവശ്യമുള്ള അദ്ധ്വാനം എന്ന ആശയം തൊഴിലാളിയുടെ ജീവിതാദ്ധ്വാനശേഷിയെ അല്ലെങ്കിൽ തൊഴിലാളിയുടെ വേതനത്തിന്റെ പരിധിയായിത്തീരുന്നു. അതുപോലെ മുതലാളി സമാഹരിക്കുന്ന മിച്ചമൂല്യം മിച്ച അദ്ധ്വാനസമയത്തിന്റെയും പരിധിയായിത്തീരുന്നു. മറ്റൊരു രീതിയിൽ പറയുകയാണെങ്കിൽ, തൊഴിലാളിയുടെ അദ്ധ്വാനത്തെ, മുതലാളിയുടെ ഉല്പന്നത്തിന്റെ വിനിമയമൂല്യവും മിച്ചമൂല്യത്തിന്റെ പങ്കും നിർണ്ണയിക്കാൻ ആരംഭിക്കുന്നു. തൊഴിലാളിയുടെ അദ്ധ്വാനത്തിന്റെയും അതു സൃഷ്ടിക്കുന്ന മൂല്യത്തിന്റെയും പരിധിയായാണ് മൂലധനസമാഹരണം മാറുന്നത്. വീണ്ടും, വിനിമയ മൂല്യമാണ് പണമായി മാറുന്നത്. എല്ലാ ഉല്പാദനവും വിനിമയത്തിനുവേണ്ടി മാറുമ്പോൾ പണത്തിലേക്കുള്ള മാറ്റം വർദ്ധിക്കും. ഉല്പാദനം പണത്തിനുവേണ്ടിയാകുമ്പോൾ അത് ഉല്പാദനത്തിന്റെ പരിധിയായി തീരുന്നു. ഇതുപോലെ ഉപയോഗമൂല്യങ്ങളുടെ ഉല്പാദനം മുഴുവനും പരിമിതപ്പെടുത്തുന്നത് വിനിമയമൂല്യമാണ്. ഏതൊരു സമ്പത്തിനും ഏതെങ്കിലും പ്രത്യേക ഉല്പന്നത്തിന്റെ രൂപത്തിൽ മാത്രമേ നിലനില്ക്കാൻ കഴിയൂ എന്ന അവസ്ഥ എത്തുന്നു. ഉല്പാദനം തന്നെ അധികമധികം മിച്ചമൂല്യം സൃഷ്ടിക്കാനുള്ള പ്രവർത്തനമായി തീരുന്നു. അതിനുവേണ്ടി നിലവിലുള്ള തൊഴിൽസമയത്തിൽ കൂടുതൽ ഉല്പാദനത്തിനുവേണ്ടിയുള്ള ശ്രമം നടക്കുന്നു. എന്നാൽ അദ്ധ്വാനം നിർണ്ണയിക്കുന്നത് മുതലാളി നിശ്ചയിക്കുന്ന തൊഴിൽസമയമനുസരിച്ചായതുകൊണ്ട് വേതനം വർദ്ധിക്കുന്നില്ല. ഉല്പാദനം വർദ്ധിക്കുന്നുണ്ടെങ്കിലും ഉപയോഗമൂല്യം വർദ്ധിക്കുന്നില്ല. ഇത് അമിതോല്പാദനത്തിലേക്കു നയിക്കുന്നു.

ഇതിനെ മാർക്സ് കൂടുതൽ വിശദീകരിക്കുന്നത് പ്രതിബന്ധം (barrier) എന്ന പ്രയോഗത്തിലൂടെയാണ്. തൊഴിലാളിയുടെ അദ്ധ്വാനസമയത്തിൽനിന്നാണ് വിനിമയമൂല്യം സൃഷ്ടിക്കപ്പെടുന്നത്. എന്നാൽ അയാളുടെ കൂലി നിർണ്ണയിക്കുന്നത് അവശ്യസമയത്തിൽനിന്നാണ്. അപ്പോൾ ഉല്പന്നത്തിന്റെ മൂല്യത്തേക്കാൾ താഴ്ന്ന കൂലിയാണ് അയാൾക്ക് ലഭിക്കുക. ഇത് അയാളുടെ ഉപഭോഗത്തെ ഇടിച്ചുതാഴ്ത്തുന്നു. അങ്ങനെ ചെയ്യാതെ മൂലധന പരിക്രമം നടക്കുകയുമില്ല. മൂല്യവർദ്ധനയനുസരിച്ച് വേതനത്തിന്റെ വർദ്ധന നടക്കാത്തതുകൊണ്ട് ഉല്പന്നം മുഴുവൻ ചെലവാക്കാൻ കഴിയുന്നില്ല. അതു കെട്ടിക്കിടക്കുകയും വിനിമയത്തിൽ നിന്നു പിൻവലിക്കേണ്ടിവരികയും ചെയ്യുന്നു. ഇതാണ് സാമ്പത്തികക്കുഴപ്പങ്ങൾക്കു കാരണമാകുന്നത്. സാമ്പത്തികക്കുഴപ്പങ്ങൾ താല്ക്കാലികമായ പ്രതിഭാസങ്ങളല്ല, മുതലാളിത്തത്തിന്റെ വളർച്ചയുടെ ഭാഗമാണ്. മൂലധന പരിക്രമത്തിൽ സ്വാഭാവികമായി വളർന്നുവരുന്ന പ്രതിബന്ധങ്ങളാണ് കുഴപ്പങ്ങൾ സൃഷ്ടിക്കുന്നത്.

മൂലധന പരിക്രമത്തിലെ യഥാർത്ഥ പ്രതിബന്ധം ജനങ്ങളുടെ ഉപഭോഗമാണോ? അല്ല. പരിക്രമത്തിലെ യഥാർത്ഥ പ്രതിബന്ധം മൂലധനം തന്നെയാണ്. മുതലാളിക്ക് മിച്ചമൂല്യം ലഭിക്കുന്ന വിധത്തിൽ തൊഴിൽ സമയത്തെയും അവശ്യ അദ്ധ്വാനത്തെയും ചിട്ടപ്പെടുത്തുന്നത് മൂലധനമാണ്. എല്ലാ വസ്തുവല്ക്കരിക്കപ്പെട്ട അദ്ധ്വാനത്തിന്റെയും അതിന്റെ മൂല്യത്തിന്റെയും പരിധിയായി മിച്ചമൂല്യം മാറുന്നു. ഇത് അദ്ധ്വാനത്തിനും മൂല്യത്തിന്റെ സൃഷ്ടിക്കുമുള്ള പ്രതിബന്ധമായി മാറുന്നു. അതേസമയം മൂലധനത്തിന്റെ താല്പര്യം മൂല്യത്തിന്റെ അനന്തമായ വികാസമാണ്. എല്ലാ പ്രതിബന്ധങ്ങളെയും മുറിച്ചുകടക്കാൻ അതു ശ്രമിക്കുന്നു. അതു തന്നെയാണ് മൂലധനത്തിന്റെ ഏറ്റവും വലിയ വൈരുദ്ധ്യമായി മാർക്സ് കാണുന്നത്. മൂലധനം തന്നെ വൈരുദ്ധ്യമാണ്.

മൂന്ന്

മൂലധനം വൈരുദ്ധ്യങ്ങളെയും പ്രതിബന്ധങ്ങളെയും മറികടക്കുന്നത് ഉല്പാദനത്തിന്റെ വർദ്ധനയിലൂടെ തന്നെയാണ്. ഉല്പാദനം വർദ്ധിക്കണമെങ്കിൽ മൊത്തം അദ്ധ്വാനം വർദ്ധിക്കണം. അതിനോടൊപ്പം മൊത്തം ആവശ്യങ്ങളും വർദ്ധിക്കണം. മൊത്തം അദ്ധ്വാനം വർദ്ധിപ്പിക്കുന്നതിന് തൊഴിലാളികളുടെ എണ്ണം വർദ്ധിപ്പിക്കുകയല്ല മൂലധനം ചെയ്യുന്നത്, തൊഴിലാളിയുടെ ജീവിതാദ്ധ്വാനവും മറ്റു തൊഴിലാളികളുടെ അദ്ധ്വാനവും ചേർന്ന അദ്ധ്വാനവ്യവസ്ഥ സൃഷ്ടിക്കുകയാണ്. മിച്ച അദ്ധ്വാനം മൂലധനമാകുന്നത് രണ്ടു രൂപങ്ങളിലാണ്. ഒന്നിൽ തൊഴിലാളികളുടെ അദ്ധ്വാനം മിച്ചമൂല്യത്തെ സൃഷ്ടിക്കുന്നു. രണ്ടാമത്തേതിൽ തൊഴിലാളികളുടെ അദ്ധ്വാനഫലമായി ഉല്പാദിപ്പിക്കപ്പെട്ട അസംസ്കൃതവസ്തുക്കളും യന്ത്രങ്ങളും മറ്റുപാധികളും മുതലാളി വാങ്ങുന്നു. അവയുപയോഗിച്ചുള്ള തൊഴിലാളികളുടെ അദ്ധ്വാനം മിച്ചമൂല്യം സൃഷ്ടി

ക്കുന്നു. ഇതിൽ രണ്ടാമത്തേതിൽ തൊഴിലാളികളുടെ മൊത്തം അദ്ധ്വാനം മുതലാളി ഉപയോഗിക്കുന്നുണ്ട്. പക്ഷേ, മൊത്തം അദ്ധ്വാന സമയം മുതലാളി ഉപയോഗിക്കുന്നില്ല. യന്ത്രസാമഗ്രികളുടെയും അസംസ്കൃത വസ്തുക്കളുടെയും ഉല്പാദനസമയം മുതലാളിയുടെ സ്ഥിരനിക്ഷേപമായി മാറുകയാണ്. ഇതുകൊണ്ട് മുതലാളിക്ക് സ്വന്തം ഉല്പന്നത്തിൽ മുഴുവൻ അദ്ധ്വാന സമയവും കേന്ദ്രീകരിക്കാൻ കഴിയുകയും ഉല്പാദനവും മിച്ചമൂല്യവും വർദ്ധിക്കുകയും ചെയ്യുന്നു. പക്ഷേ, ഇതേ പ്രക്രിയ മുതലാളിക്ക് തുടരേണ്ടതുണ്ട്, സ്വന്തം ഉല്പന്നത്തെ വിപണിയിലെത്തിക്കണം, പണമായി മാറ്റണം, പുതിയ അസംസ്കൃതവസ്തുക്കളും സാമഗ്രികളും കണ്ടെത്തണം. ഗതാഗതം, ആശയവിനിമയം, വിപണി കണ്ടെത്തൽ, പണം തിരിച്ചുവരുത്തൽ തുടങ്ങിയവയ്ക്കെല്ലാം സമയം ആവശ്യമാണ്. ഈ സമയം വർദ്ധിക്കുന്നതനുസരിച്ച് ഉല്പന്നത്തിന്റെ മൂല്യം കുറയുകയാണ് ചെയ്യുക. കാരണം വ്യത്യസ്തരീതിയിലുള്ള പരിക്രമച്ചെലവുകൾ (circulation costs) എല്ലാം മൂല്യത്തെ ബാധിക്കുന്നു. ഇത്തരത്തിലുണ്ടാകുന്ന മൂല്യശോഷണം കുറയ്ക്കണമെങ്കിൽ മൊത്തത്തിലുള്ള പരിക്രമസമയം കുറയ്ക്കേണ്ടിവരും. അതായത് അസംസ്കൃത വസ്തുക്കൾ മുതൽ വിപണിവരെയുള്ള മൂലധനത്തിന്റെ ഇടങ്ങൾ മുഴുവൻ ഇല്ലാതാക്കിയാൽ മാത്രമാണ് സമയം വെട്ടിക്കുറയ്ക്കാൻ കഴിയുക. സമയം വഴി സ്ഥലത്തിന്റെ ഉന്മൂലനം (Annihilation of space by time) എന്നാണ് മാർക്സ് ഇതിനെ വിളിക്കുന്നത്.

മാർക്സിന്റെ ഏറ്റവും ശ്രദ്ധേയമായ ആശയങ്ങളിലൊന്നാണിത്. മനുഷ്യരുടെ ഉപയോഗമൂല്യങ്ങൾ സൃഷ്ടിക്കുന്നത് അദ്ധ്വാനത്തിലൂടെയാണ്. അതിനായി മനുഷ്യർ പ്രകൃതിവിഭവങ്ങളുപയോഗിക്കുകയും പ്രകൃതിയുമായുള്ള ബന്ധങ്ങളുടെ അടിസ്ഥാനത്തിൽ അതിനെ സ്വന്തം ഉപയോഗമൂല്യങ്ങളായി മാറ്റുകയും ചെയ്യുന്നു. എന്നാൽ വിനിമയമൂല്യം എല്ലാ ഉപയോഗമൂല്യങ്ങളെയും മാറ്റിമറിക്കുമ്പോൾ സ്ഥലത്തിന്റെ വിനിയോഗവും മാറുകയാണ്. പ്രകൃതിയുമായുള്ള പാരസ്പര്യത്തിൽ ഉപയോഗമൂല്യത്തെ ഉല്പാദിപ്പിക്കുകയല്ല മൂലധനം ചെയ്യുന്നത്, വിനിമയമൂല്യത്തിന്റെ ആവശ്യത്തിനായി പ്രകൃതിയെ പുനർനിർമ്മിക്കുകയാണ്, അല്ലെങ്കിൽ പ്രകൃതിയെ വിനിമയമൂല്യമായി മാറ്റുകയാണ്. പ്രകൃതിവിഭവങ്ങൾ അസംസ്കൃതവസ്തുക്കളായും പ്രകൃതിയുടെ ചലനവും ഊർജ്ജവും യന്ത്രസാമഗ്രികളായും മനുഷ്യാദ്ധ്വാനം വിനിമയമൂല്യമായും മാറുന്നു. ഇവയെല്ലാം മൂലധനപരിക്രമത്തിന്റെ ഭാഗമാകുകയും പരിക്രമസമയം പരമാവധി കുറയ്ക്കുകയും ചെയ്യുന്നു. ഇതിന് മാർക്സ് തന്നെ നല്കുന്ന ഉദാഹരണം റോഡുകളാണ്. മനുഷ്യർക്ക് വിവിധ സ്ഥലങ്ങളിൽ എത്താനുള്ള വഴികളെന്ന നിലയിൽ റോഡുകൾക്ക് ഉപയോഗമൂല്യമാണുള്ളത്. അത്തരം റോഡുകൾ നിർമ്മിക്കുന്നതിൽ മൂലധനത്തിന് താല്പര്യമില്ല. ഗതാഗതം വർദ്ധിക്കുകയും ഉല്പന്നങ്ങളുടെ ഗതാഗതത്തിനുവേണ്ട സമയം പരമാവധി കുറയ്ക്കാൻ കഴിയുമെന്ന് ഉറപ്പുവരു

കയും ചെയ്യുമ്പോൾ മൂലധനം സമാഹരിക്കുന്ന മിച്ചമൂല്യത്തിന്റെ ചെറിയ പങ്കുപയോഗിച്ച് റോഡുകൾ നിർമ്മിക്കാൻ മൂലധനം തയ്യാറാകുന്നു. റോഡുകളുടെ ചെലവ് അതിലൂടെ നടക്കുന്ന ഗതാഗതം തന്നെ വഹിച്ചോളുമെന്ന് ഉറപ്പുവരുത്തുകയും ചെയ്യുന്നു. ഗതാഗതം, ആശയവിനിമയം തുടങ്ങിയവയിലൂടെ ഉല്പന്നങ്ങളുടെ പരിക്രമസമയം പൂജ്യമായി കുറയ്ക്കാൻ കഴിഞ്ഞാൽ ഉല്പന്നങ്ങളെ ഒട്ടും മൂല്യശോഷണം വരുത്താതെ വിപണിയിലെത്തിക്കാനും മൂലധനസമാഹരണം ഉറപ്പുവരുത്താനും കഴിയും.

ഇതിൽ മറ്റൊരു അപകടം പതിയിരിക്കുന്നുണ്ട്. പരിക്രമസമയം പരമാവധി കുറയ്ക്കണമെങ്കിൽ ഉല്പാദനവും വിപണനവും പരമാവധി കേന്ദ്രീകരിക്കണം. അതിന് സ്ഥിരമൂലധനം വൻതോതിൽ വർദ്ധിക്കണം. എന്നാൽ മിച്ചമൂല്യം അതായത് ലാഭം ഉല്പാദിപ്പിക്കുന്നത് സ്ഥിരമൂലധനത്തിൽനിന്നല്ല, മനുഷ്യാദ്ധ്വാനത്തിൽനിന്നാണ്. മനുഷ്യാദ്ധ്വാനം കുറയുന്നില്ലെങ്കിലും ഓരോ വസ്തുവിന്റെ ഉല്പാദനത്തിലും ചെലവാക്കുന്ന മനുഷ്യരുടെ ജീവിതാദ്ധ്വാനം കുറയുന്നുണ്ട്. വസ്തുവിൽ വരുന്ന മൂല്യത്തിന്റെ കൂടുതൽ ഭാഗവും സ്ഥിരമൂലധനം സമാഹരിക്കുന്നതിനുവേണ്ടി വരുന്ന മൂല്യമാണ്. അതായത് മുമ്പ് സമാഹരിച്ച ലാഭം മുഴുവൻ സ്ഥിരമൂലധനമാകുകയാണ്. അതായത് സമാഹരിച്ച മൂലധനത്തിന്റെ സിംഹഭാഗവും ഉല്പാദനശക്തിയായി മാറുമ്പോൾ, അതിനുവേണ്ടി ഉപയോഗിക്കപ്പെട്ട മനുഷ്യരുടെ ജീവിതാദ്ധ്വാനം ആപേക്ഷികമായി കുറയുകയാണ്. അതിന്റെ ഫലമായി മൂലധനത്തിന് സമാഹരിക്കാൻ കഴിയുന്ന ലാഭത്തിന്റെ തോതും കുറയുന്നു.

ഇതിനെ മറികടക്കാനും മൂലധനം ശ്രമിക്കുന്നത് ഉല്പാദനവർദ്ധനവിലൂടെ തന്നെയാണ്. ഒരു ലോകവിപണിയുടെ സൃഷ്ടിയും എല്ലാ മൂല്യങ്ങളെയും വിനിമയമൂല്യമായി മാറ്റുകയുമാണ് പോംവഴി. തൊഴിലാളിക്ക് ലഭിക്കുന്ന വേതനത്തെ പരമാവധി വെട്ടിക്കുറയ്ക്കുകയും അതേസമയം അവരെ വിപണിക്ക് വിധേയരാക്കി മാറ്റുകയുമാണ് മറ്റൊരു വഴി. പണത്തിന്റെ വിനിമയ രൂപങ്ങൾ ഇതിനു പ്രധാനമാണ്. അവിടെയും പ്രതിബന്ധങ്ങളുണ്ടാകുമെന്ന് മാർക്സ് ചൂണ്ടിക്കാണിക്കുന്നു.

മൂലധനത്തിന്റെ വളർച്ചയുടെ ഭാഗമായി ആപേക്ഷിക മിച്ചമൂല്യം വർദ്ധിപ്പിക്കുകയും തൊഴിലാളിയുടെ ജീവിതാദ്ധ്വാനം പരമാവധി വെട്ടിക്കുറയ്ക്കുകയും ചെയ്യുമെന്നു സങ്കല്പിക്കുക. അതായത് പൂർണ്ണമായും യന്ത്രവല്കൃതമായ, റോബോട്ടുകൾ നിയന്ത്രിക്കുന്ന ഫാക്ടറികൾ നിലവിൽ വരും. അപ്പോഴും തൊഴിലാളികൾക്ക് വേതനം നല്കേണ്ടിവരും. കാരണം വേതനം നല്കുമ്പോഴാണ് അവശ്യ അദ്ധ്വാനവും അതുവഴി മിച്ചമൂല്യവും കണക്കാക്കാൻ സാധിക്കുക. അതുപോലെ ഗതാഗതത്തിന്റെയും ആശയവിനിമയത്തിന്റെയും അഭൂതപൂർവ്വമായ വളർച്ചയുടെ ഫലമായി പരിക്രമസമയം പൂജ്യമാണെന്നും കരുതുക. ഇതിന്റെയൊക്കെ ഫലമായി സ്ഥിരമൂലധനം മാത്രം വഴി ഉല്പാദനം നടക്കുമ്പോൾ മൂ

ല്യമോ വിലയോ കണക്കാക്കാൻ ഒരു വഴിയും ഉണ്ടാകില്ല. പ്രകൃതിദത്തമായ വിഭവങ്ങളും സ്ഥലവും കാലവും സ്ഥിരമൂലധനത്തിന്റെ വളർച്ചയുടെ പരിധിയാണ്. ഉപഭോഗത്തിനുള്ള വസ്തുക്കളുടെ വിലയെന്താണെന്ന് അറിയാൻ കഴിയില്ല. പൂർണ്ണമായ മൂല്യശോഷണവും ഉല്പന്നങ്ങളുടെ നാശവുമായിരിക്കും ഫലം. ഉപയോഗമൂല്യം എന്ന ആശയം പോലും ഇല്ലാതായതുകൊണ്ട് അപ്പോഴും വിനിമയമൂല്യം കണക്കാക്കേണ്ടിവരും. അത് സൃഷ്ടിക്കുന്ന സാമ്പത്തിക അരാജകത്വത്തെ തടയാൻ ഒരു ശക്തിക്കും കഴിയണമെന്നില്ല. മാർക്സ് വേറൊരിടത്ത് മ്ലേച്ഛത (barbarism) എന്നു വിളിച്ചത് ഈ അവസ്ഥയെയാണ്. അത് പരിഹരിക്കാൻ മൂലധനത്തിന്റെ കൈവശമുള്ള എല്ലാ ആയുധങ്ങളും ഇല്ലാതാക്കിയിരിക്കും. അത് ഒരേ സമയം സാമൂഹ്യവും സാമ്പത്തികവും പാരിസ്ഥിതികവുമായ നശീകരണമായിരിക്കും.

മനുഷ്യരാശിക്ക് മറികടക്കാനാവാത്ത ഈ പ്രതിസന്ധിയിൽ തൊഴിലാളികളുടെ അവസ്ഥ എന്തായിരിക്കും.? ഇവിടെയാണ് ദാരിദ്ര്യം എന്ന വാക്കിന്റെ പ്രസക്തി പുറത്തുവരുന്നത്. ദാരിദ്ര്യം എന്നത് വേതനമില്ലാത്ത, പട്ടിണികിടക്കുന്ന അവസ്ഥ എന്ന രീതിയിലല്ല മാർക്സ് പരിശോധിക്കുന്നത്. മനുഷ്യർക്ക് അവരുടെ അദ്ധ്വാനത്തിനും ജീവിതത്തിനാവശ്യമായ ഉപയോഗമൂല്യങ്ങളുടെ സൃഷ്ടിക്കും വേണ്ട വിഭവങ്ങളും ഉല്പാദനോപാധികളും യന്ത്രസാമഗ്രികളും ശേഷികളുമെല്ലാം മൂലധനത്തിന്റെ നിയന്ത്രണത്തിലായിരിക്കും. മൂലധനം പ്രതിസന്ധിഘട്ടത്തിലെത്തുമ്പോൾ അതിനെ തരണം ചെയ്യാനുള്ള കഴിവുകൾ അദ്ധ്വാനിക്കുന്നവർക്ക് നഷ്ടപ്പെട്ടിരിക്കും. ഈ അവസ്ഥയെയാണ് മാർക്സ് ദാരിദ്ര്യം എന്നു വിളിക്കുന്നത്. മൂലധനത്തിൻകീഴിൽ അടിമകളായി ജീവിതം നയിക്കേണ്ടിവരുന്ന അവസ്ഥ, അവർ നല്കുന്ന പണം കൊണ്ടുമാത്രം സംതൃപ്തിയും ആനന്ദവും കണ്ടെത്തുന്ന അവസ്ഥ, വേതനം കൂടിയാലും കുറഞ്ഞാലും ദാരിദ്ര്യമാണ്. ഈ ദാരിദ്ര്യം ഇല്ലായ്മ ചെയ്യണമെന്നാണ് മാർക്സ് വാദിക്കുന്നത്.

ഗ്രുൻഡ്റിസ് (5) - സ്വത്തുടമാബന്ധങ്ങളുടെ വികാസം

ഒന്ന്

മൂലധനത്തിന്റെ വികാസത്തിനുള്ള പരിധികളും പ്രതിബന്ധങ്ങളും അവ സൃഷ്ടിക്കുന്ന തുടർച്ചയായ കുഴപ്പങ്ങളും മനുഷ്യാദ്ധ്വാനത്തെ തകർക്കുകയും മനുഷ്യരാശിയെ മുഴുവൻ ദുരിതത്തിലാഴ്ത്തുകയും ചെയ്യും. മനുഷ്യരാശിയുടെ ഏതെങ്കിലും വിഭാഗത്തിന് ഏതെങ്കിലും നിലയിൽ സ്വതന്ത്രമായ വികാസം ഉറപ്പുവരുത്തുന്നതിന് മൂലധനം ഒരു തടസ്സമാണോ? ഇതിനുത്തരം നല്കുന്നതിന് മൂലധനവും അദ്ധ്വാനവും തമ്മിലുള്ള ബന്ധം കൂടുതൽ വ്യക്തമാക്കേണ്ടതുണ്ട്. തൊഴിലാളിയുടെ മിച്ച അദ്ധ്വാനം മിച്ച ഉല്പന്നമായിത്തീരുന്നതും അത് എങ്ങനെ ഉപയോഗിക്കപ്പെടുന്നു എന്നതുമനുസരിച്ചാണ് മൂലധനത്തിന്റെ പ്രവർത്തനത്തിന്റെ ഫലങ്ങൾ പരിശോധിക്കപ്പെടേണ്ടത്. ഈ ബന്ധത്തെ താഴെ പറയുന്ന വിധമാണ് മാർക്സ് വിശദീകരിക്കുന്നത്.

മിച്ചമൂല്യം അല്ലെങ്കിൽ മിച്ച അദ്ധ്വാനം വസ്തുവല്ക്കരിക്കപ്പെട്ട ജീവിതാദ്ധ്വാനത്തിന്റെ നിശ്ചിത അളവാണ്. അത് അദ്ധ്വാനവുമായി വിനിമയം നടത്തുന്ന സ്വതന്ത്രമായ ഒരു പുതിയ മൂല്യമായി, അദ്ധ്വാനത്തിന്റെ ഉല്പന്നമായി, മൂലധനമായി തൊഴിലാളിയെ അഭിമുഖീകരിക്കുന്നു. ഇത്തരത്തിലുള്ള മൂല്യം സ്വീകരിക്കേണ്ട പുതിയ രൂപങ്ങൾ, അതായത് അസംസ്കൃത വസ്തുക്കൾ, പണിയായുധങ്ങൾ, അദ്ധ്വാനശേഷി നിലനിർത്തുന്നതിനാവശ്യമായ വസ്തുക്കൾ തുടങ്ങിയവ മിച്ച അദ്ധ്വാനത്തിന്റെ പ്രത്യേക രൂപങ്ങൾ മാത്രമാണ്. ഇവയിൽ അസംസ്കൃത വസ്തുക്കൾ, പണിയായുധങ്ങൾ മുതലായവ അദ്ധ്വാനത്തിന്റെ വസ്തുനിഷ്ഠദശകളാ

ണെങ്കിൽ ജീവിതാദ്ധ്വാനത്തിനുള്ള ഉപഭോഗവസ്തുക്കൾ അവയുടെ ആത്മനിഷ്ഠ ദശകളാണ്. ഇത്തരത്തിൽ വസ്തുവല്ക്കരിക്കപ്പെട്ട അദ്ധ്വാനത്തിന്റെ സ്വതന്ത്രവും അന്യവല്ക്കരിക്കപ്പെട്ടതുമായ സ്വഭാവം തൊഴിലാളി എന്ന വ്യക്തിയെ അഭിമുഖീകരിക്കുന്നത് മുതലാളി എന്ന വ്യക്തിയിലൂടെയാണ്. മുതലാളി എന്ന വ്യക്തിയുടെ വ്യക്തിത്വവല്ക്കരണം (personification) സാധിക്കുന്നത് പുതിയ മൂല്യം അദ്ധ്വാനത്തിൽനിന്നും തൊഴിലാളിയിൽ നിന്നും പൂർണ്ണമായി വേർപെടുമ്പോഴാണ്. അന്യമായ സ്വത്തായി അത് മാറുന്നു. ഈ അന്യമായ സ്വത്ത് നിയമപരമായി മറ്റുള്ളവരുടെ കൈവശമാണ്. അവരുടെ ഇംഗിതത്തിന് അധീനമാണ്. മനുഷ്യരുടെ അദ്ധ്വാനശേഷിയും അതു സാക്ഷാല്ക്കരിക്കപ്പെടുന്ന സാഹചര്യങ്ങളും, ജീവിതാദ്ധ്വാനവും വസ്തുവല്ക്കരിക്കപ്പെട്ട അദ്ധ്വാനവും തമ്മിൽ, മൂല്യവും മൂല്യം സൃഷ്ടിക്കുന്ന പ്രവർത്തനവും തമ്മിൽ, അദ്ധ്വാനവും സ്വത്തും തമ്മിലുള്ള വേർപെടലാണ് ഇവിടെ സംഭവിക്കുന്നത്. അത് അദ്ധ്വാനത്തിന്റെ ഉല്പന്നമെന്ന നിലയിലാണ്, അതിന്റെ വിവിധ ദശകളുടെ വസ്തുവല്ക്കരണമെന്ന നിലയിലാണ് പ്രത്യക്ഷപ്പെടുന്നത്. ഇത് മറ്റൊരു രൂപത്തിലും പറയാം. തൊഴിലാളിയുടെ മൊത്ത അദ്ധ്വാനത്തിന്റെ ഉല്പന്നം മൂലധനമായി മാറുകയാണ്. തൊഴിലാളിയുടെ അദ്ധ്വാനശേഷിയിൽനിന്ന് അത് സ്വതന്ത്രമാകുന്നു. വിനിമയമൂല്യമെന്ന നിലയിൽ അത് ഉപയോഗമൂല്യത്തെ നേരിടുന്നു. തൊഴിലാളി നടത്തുന്ന ഉല്പാദനത്തിനുള്ള അവശ്യ അദ്ധ്വാനത്തിനു സൃഷ്ടിക്കപ്പെടുന്ന സാഹചര്യങ്ങൾ മൂലധനത്തിന്റേതായി മാറുന്നു. മൂലധനം ഉല്പന്നങ്ങളുടെയും ഉല്പാദന സാഹചര്യങ്ങളുടെയും തൊഴിലാളിയുടെ അദ്ധ്വാനശേഷിയുടെയും മേൽ ആധിപത്യം നേടുന്നതോടെ തൊഴിലാളിയുടെ ദാരിദ്ര്യവും സൃഷ്ടിക്കപ്പെടുന്നു. മുതലാളിയുടെ സമ്പത്തും തൊഴിലാളിയുടെ ദാരിദ്ര്യവും തൊഴിലാളി തന്നെയാണ് ഉല്പാദിപ്പിക്കുന്നത്. തൊഴിലാളിയുടെ ഉല്പന്നങ്ങൾ, അയാളുടെ തന്നെ വസ്തുവൽക്കരണമെന്ന നിലയിൽ അയാളിൽനിന്ന് സ്വതന്ത്രമായ ശക്തിയായി മാറുകയും അയാളെ ഭരിക്കുകയും ചെയ്യുന്നു.

ഇവിടെ സ്വത്ത് എന്ന ആശയവും കീഴ്മേൽ മറിയുന്നതായി മാർക്സ് ചൂണ്ടിക്കാണിക്കുന്നു. സ്വത്ത് എന്നാൽ സ്വന്തം അദ്ധ്വാനത്തിന്റെയും വിഭവങ്ങളുടെയും ഉല്പാദനോപാധികളുടെയും ഉല്പന്നങ്ങളുടെയും മേലുള്ള അവകാശമാണ്. എന്നാൽ മൂലധനത്തിന്റെ, സ്വത്തിന്റെ സങ്കല്പം അന്യരുടെ ഉല്പന്നങ്ങളുടെയും അദ്ധ്വാനത്തിന്റെയും മേലുള്ള അവകാശമാണ്. മറ്റുള്ളവരുടെ അദ്ധ്വാനത്തെ തത്തുല്യമായ വില നല്കാതെ പിടിച്ചെടുക്കാനുള്ള അവകാശവും അതിൽപ്പെടുന്നു. അദ്ധ്വാനിക്കുന്നവരെ സംബന്ധിച്ചിടത്തോളം സ്വന്തം അദ്ധ്വാനത്തെ, സ്വന്തം ഉല്പന്നത്തെ മറ്റുള്ളവരുടെ സ്വത്തായി കണക്കാക്കേണ്ടിയും വരുന്നു. സ്വന്തം ഉല്പന്നത്തെ വീണ്ടും മറ്റൊരു അദ്ധ്വാനശേഷിയുമായാണ് തുലനം ചെയ്യുന്നത്. അദ്ധ്വാനിക്കുന്നവർക്ക് സ്വന്തം ഉല്പന്നങ്ങളെ ഒരി

ക്കലും ഉപയോഗിക്കാൻ കഴിയില്ല. അങ്ങനെ മുതലാളി അദ്ധ്വാനത്തെ തന്നിൽനിന്ന് അന്യമായി ഉല്പാദിപ്പിക്കുന്നു. തൊഴിലാളി തന്റെ ഉല്പന്നത്തെയും അന്യവല്ക്കരിക്കുന്നു. മുതലാളിയും തൊഴിലാളിയും തമ്മിലുള്ള വൈരുദ്ധ്യം മൂലധനത്തിന്റെ വൈരുദ്ധ്യമാണ്. സ്വത്തുടമാബന്ധങ്ങളിൽ അത് പ്രകടിപ്പിക്കപ്പെടുന്നു.

രണ്ട്

മൂലധനത്തിന്റെ ആധാരം മൂലധനവും കൂലിവേലയും തമ്മിലുള്ള ബന്ധമാണ്. മൂലധനം അദ്ധ്വാനത്തിന്റെ ഉല്പന്നമായതുകൊണ്ട്, അതു സൃഷ്ടിക്കണമെങ്കിൽ അദ്ധ്വാനം സ്വതന്ത്രമാകണം. അതായത് മനുഷ്യർക്ക്, അവരുടെ അദ്ധ്വാനത്തെയും അദ്ധ്വാനശേഷിയെയും വരിഞ്ഞുകെട്ടിയ മറ്റു നിയന്ത്രണങ്ങളിൽനിന്ന് പുറത്തുവരാൻ കഴിയണം. മൂലധനം സമാഹരിക്കപ്പെടുന്നത് വിനിമയമൂല്യത്തിലൂടെയാണ്. ഒരാളുടെ ഉല്പന്നം മറ്റൊരാളുടെ ആവശ്യങ്ങളെ നിറവേറ്റുമ്പോഴാണ് വിനിമയമൂല്യം സാക്ഷാല്ക്കരിക്കപ്പെടുക. ആവശ്യങ്ങൾ വിനിമയത്തിലൂടെ നിറവേറപ്പെടുമ്പോൾ മറ്റു രൂപങ്ങളിലൂടെ അയാളുടെ ആവശ്യങ്ങൾ നിറവേറ്റേണ്ടതില്ലാതാകുന്നു, അയാൾ സ്വതന്ത്രനാകുന്നു. പിന്നീട് ആവശ്യങ്ങൾ നിറവേറ്റുന്നതിനുവേണ്ടി അയാൾ സ്വന്തം അദ്ധ്വാനശേഷി വില്ക്കാൻ സന്നദ്ധനാകുന്നു. കൂലിവേല വളർന്നുവരുന്നു.

കൂലിവേലയുടെ വളർച്ചയുടെ രണ്ടു രീതികൾ മാർക്സ് പറയുന്നുണ്ട്. ഒന്ന് പണത്തിന്റെ ലളിതമായ പരിക്രമം വഴിയുള്ള കൂലിവേലയാണ്. വേതനം, ലാഭവിഹിതം, വാണിജ്യം മുതലായ ഏതെങ്കിലും രീതിയിൽ പണം കൈവശമുള്ളവർ അവർക്കാവശ്യമുള്ള ഏതെങ്കിലും തൊഴിൽ കൂലിക്കാളെ നിർത്തി ചെയ്യിക്കുന്നു. ഇവിടെയും അദ്ധ്വാനശേഷിയുടെ ഉപയോഗമുണ്ട്. പക്ഷേ, അവിടെ നടക്കുന്നത് വിനിമയമൂല്യത്തിനുള്ള ഉല്പാദനമല്ല. ഏതെങ്കിലും വിധത്തിലുള്ള ഉപയോഗമൂല്യം സൃഷ്ടിച്ചാൽ പണത്തിന്റെ പരിക്രമം അവസാനിക്കുന്നു. ഇത്തരത്തിൽ പരിക്രമം നടത്തുന്ന പണം വ്യക്തിയുടെയോ സ്ഥാപനത്തിന്റെയോ ആദായമാണ് (revenue) അതു മൂലധനമല്ല. അവ ചെലവാക്കപ്പെടുമ്പോൾ പിന്നീട് വരുമാനമായി മാറണമെന്നില്ല. അവ വ്യക്തിഗതമായ ഉപഭോഗത്തെ സൃഷ്ടിക്കുമെന്നു മാത്രം. അദ്ധ്വാനം പൂർണ്ണരൂപത്തിൽ വിനിമയമൂല്യത്തെ ഉല്പാദിപ്പിക്കുന്നതിനായി ഉപയോഗിക്കുകയും അത് മിച്ചമൂല്യത്തിന്റെ സൃഷ്ടിയിലൂടെ ചരക്കുകളുടെ പരിക്രമത്തെ നിലനിർത്തുകയും ചെയ്യുമ്പോഴാണ് മൂലധനം നിലവിൽ വരുന്നത്. അതിനു സ്വതന്ത്രമായ അദ്ധ്വാനം കൂലിവേലയായി മാറണം.

മറ്റൊരു രീതിയിൽ പറഞ്ഞാൽ, മൂലധനത്തിന്റെ ചരിത്രപരമായ മുന്നുപാധികളിലൊന്ന് സ്വതന്ത്രമായ അദ്ധ്വാനവും പണത്തിന് വേണ്ടിയുള്ള സ്വതന്ത്ര അദ്ധ്വാനത്തിന്റെ കൈമാറ്റവുമാണ്, അതിലൂടെ പണം

പുനരുല്പാദിപ്പിക്കപ്പെടണം. അദ്ധ്വാനത്തിന്റെ ഉപയോഗമൂല്യം വ്യക്തിഗതമായ ഉപഭോഗത്തിനുള്ളതല്ല, അത് പണത്തിന്റെ ഉപയോഗമൂല്യമായി മാറണം. രണ്ടാമത്തെ മുന്നുപാധി സ്വതന്ത്ര അദ്ധ്വാനം അതിന്റെ സാക്ഷാല്ക്കാരത്തിന്റെ വസ്തുനിഷ്ഠ സാഹചര്യങ്ങളായ ഉല്പാദനോപാധികളിൽനിന്നും ഉപകരണങ്ങളിൽനിന്നും മോചിപ്പിക്കപ്പെടണം. അതായത് ചെറുകിട ഭൂവുടമസ്ഥത, കൂട്ടായ സ്വത്തുടമ സമ്പ്രദായങ്ങൾ തുടങ്ങിയവയിൽ നിന്നെല്ലാം പുറത്താക്കപ്പെടണം. രണ്ടിടത്തും തൊഴിലാളി അയാളുടെ അദ്ധ്വാനത്തിന്റെ വസ്തുനിഷ്ഠ സാഹചര്യങ്ങളെ (ഭൂമി, വിഭവങ്ങൾ, ഉല്പാദനസാമഗ്രികൾ) സ്വന്തം സ്വത്തായി കാണുന്നു. അദ്ധ്വാനവും ഭൗതിക സാഹചര്യങ്ങളും തമ്മിലുള്ള സ്വാഭാവിക ഐക്യമാണിത്. ഒന്നുകിൽ അത് വ്യക്തിഗതസ്വത്താണ്, അല്ലെങ്കിൽ അത് കൂട്ടായ്മ സ്വത്താണ്.

മൂന്ന്

സ്വത്തുടമാ സമ്പ്രദായങ്ങളിലും വ്യക്തികൾ ബന്ധപ്പെടുന്നത് തൊഴിലാളികളായല്ല, ഉടമകളായാണ്, അല്ലെങ്കിൽ സമുദായങ്ങളിലെ അംഗങ്ങളായാണ്. അതേസമയം അവർ പണിയെടുക്കുകയും ചെയ്യുന്നു. പണിയുടെ ലക്ഷ്യം വിനിമയമൂല്യമല്ല, മിച്ച ഉല്പന്നം അതിന്റെ ഭാഗമായി ഉണ്ടാകുന്നുണ്ട്. എങ്കിലും പ്രധാന ലക്ഷ്യം വ്യക്തിഗതസ്വത്തുടമയെ സംബന്ധിച്ചിടത്തോളം അയാളുടെയും അയാളുടെ കുടുംബത്തിന്റേയും നിലനില്പാണ്. അതിനോടൊപ്പം മൊത്തം സമുദായത്തിന്റേതുമാണ്.

സ്വത്തുടമാബന്ധങ്ങളുടെ വളർച്ചയെ പൊതുവിൽ മൂന്നു ഘട്ടങ്ങളായാണ് മാർക്സ് തിരിക്കുന്നത്. സ്വത്തുടമാബന്ധങ്ങൾ തീരെയില്ലാതിരുന്ന, മനുഷ്യർ ഒരു സമുദായമായി കഴിഞ്ഞിരുന്ന ആദ്യഘട്ടം, പിന്തുടർച്ചകളനുസരിച്ചുള്ള കുലങ്ങൾ രൂപംകൊണ്ട രണ്ടാമത്തെ ഘട്ടം, ഗ്രാമങ്ങൾ, നഗരങ്ങൾ എന്ന പ്രാദേശിക സമൂഹങ്ങൾ വളർന്നുവന്ന മൂന്നാമത്തെ ഘട്ടം. ഈ മൂന്നുഘട്ടങ്ങളിലും മനുഷ്യരുടെ സാമുദായിക സ്വഭാവം ഇല്ലാതാകുന്നില്ല. പ്രകൃതിയുമായുള്ള ജൈവബന്ധങ്ങളുടെ അടിസ്ഥാനത്തിൽ നിലനില്പിനും സമുദായങ്ങളുടെ പുനരുല്പാദനത്തിനുംവേണ്ടിയുള്ള അദ്ധ്വാനമാണ് നടക്കുന്നത്. പക്ഷേ, ഈ അദ്ധ്വാനത്തിന്റെ ഫലമായി തന്നെ മനുഷ്യരും പ്രകൃതിയും തമ്മിലുള്ള ബന്ധത്തിൽ ഭൂമിയുടെയും വിഭവങ്ങളുടെയും ഉല്പന്നങ്ങളുടെയും മേലുള്ള അവകാശങ്ങളിൽ ഭിന്നതകൾ വളർന്നുവരുന്നു. അദ്ധ്വാനത്തിന്റെയും ഉല്പാദനശക്തികളുടെയും വളർച്ചയുടെ ഫലമായി പ്രകൃതിയുമായി പൊരുത്തപ്പെട്ടും കീഴടങ്ങിയും ജീവിക്കുന്ന മനുഷ്യരെയല്ല നാം കാണുന്നത്. സ്വന്തം നിലനില്പിനും ജീവസന്ധാരണത്തിനും ഉതകുന്ന വിധത്തിൽ മാനവികപ്രകൃതിയെ (humanised nature) ഉല്പാദിപ്പിക്കുന്നവരായാണ് മനുഷ്യൻ പ്രത്യക്ഷപ്പെടുന്നത്. ഭൂമിയും വിഭവങ്ങളും ഉല്പ

ന്നങ്ങളുമെല്ലാം മനുഷ്യശരീരത്തിന്റെ തന്നെ വിപുലീകരണങ്ങളായി, അജൈവശരീരങ്ങളായി പ്രത്യക്ഷപ്പെടുന്നു. ഇവയുടെമേൽ മനുഷ്യർ വ്യക്തികളായും കൂട്ടായും സ്ഥാപിക്കുന്ന അവകാശങ്ങളാണ് സ്വത്തവകാശങ്ങളായി മാറുന്നത്.

ഇത്തരത്തിൽ നാലുവിധത്തിലുള്ള സ്വത്തുടമ രൂപങ്ങളാണ് മാർക്സ് തിരിച്ചറിയുന്നത്. അതിലൊന്ന് ഏഷ്യാറ്റിക്കാണ്. ഏഷ്യൻ സമൂഹങ്ങളിൽ നിലനിന്ന സ്വത്തുടമ രൂപമാണിത്. അതിൽ പ്രാധാന്യം കൂട്ടായ്മ സ്വത്തിനു തന്നെയാണ്. വ്യക്തികൾ കൂട്ടായ്മ സ്വത്തിന്റെ ഭാഗമായി നില്ക്കുന്ന ആകസ്മികതകൾ തന്നെയാണ്. കൂട്ടായ്മ രൂപങ്ങൾ തന്നെ പണിയെടുത്ത് ഭൂമിയുടെയും വിഭവങ്ങളുടെയും മേലുള്ള അവകാശങ്ങളും സ്വന്തം ജീവിതവും നിലനിർത്തുന്നു. പിന്തുടർച്ചകൾ കുലങ്ങളിലൂടെയാണ് തീരുമാനിക്കപ്പെടുന്നത്. അദ്ധ്വാനത്തിലെ വേർതിരിവുകളും പ്രത്യേക അവകാശങ്ങളും കുലങ്ങളിലൂടെ തീരുമാനിക്കപ്പെടുന്നു. അതിന്റെ ഏറ്റവും ശക്തമായ സാമൂഹ്യ വേർതിരിവാണ് ജാതി. മിച്ച ഉല്പന്നത്തിന്റെയും അതിന്റെ വിനിമയത്തിന്റെയും നിയന്ത്രണം സ്വേച്ഛാധിപത്യ സ്വഭാവമുള്ള ഭരണകൂടത്തിനാണ്.

രണ്ടാമത്തേത് സ്ലാവോണിക് സ്വത്തുടമ രൂപമാണ്. അടിസ്ഥാന സ്വഭാവത്തിൽ ഏഷ്യാറ്റിക്കിനു സമാനമാണെങ്കിലും ഗ്രാമ കൂട്ടായ്മയുടെ മുകളിൽ ഒരു തലവൻ അധിപതിയായി പ്രത്യക്ഷപ്പെടുന്നു. മിച്ച ഉല്പന്നത്തിന്റെ സമാഹരണം ഗ്രാമത്തലവനാണ്. മെക്സിക്കോ, പെറു മുതലായ സമൂഹങ്ങളിലും ഇന്ത്യയിലെ ചില കുലങ്ങളിലും ഇത്തരം അധിപതികളെ (Dominus) കാണാമെന്നു പറയുന്നു.

മൂന്നാമത്തേത്, ജർമ്മാനിക രൂപമാണ്. ജർമ്മാനിക് രൂപത്തിലും കൂട്ടായ്മയ്ക്കുതന്നെയാണ് മുൻതൂക്കം. എന്നാൽ കൂട്ടായ്മയ്ക്കുകീഴിൽ വ്യക്തിഗത അവകാശങ്ങൾക്ക് അംഗീകാരം ലഭിക്കുന്നു. കൂട്ടായ്മ കീഴടക്കുന്ന വിഭവങ്ങളെല്ലാം വ്യക്തിഗത അവകാശങ്ങളായി പങ്കുവയ്ക്കുന്ന രീതിയാണ് വളർന്നുവരുന്നത്. നാലാമത്തേത് ക്ലാസിക്കൽ റോമൻ സ്വത്തുടമ രൂപമാണ്. അവിടെയും കൂട്ടായ്മ രൂപം പൗരത്വത്തിന്റെ രീതികളിൽ നിലനില്ക്കുന്നുണ്ട്. എങ്കിലും വ്യക്തിഗത സ്വത്തവകാശം വ്യക്തമായി രൂപം കൊള്ളുന്നു. വ്യക്തി നിയന്ത്രിക്കുന്ന കുടുംബസ്വത്തായാണ് അത് പ്രത്യക്ഷപ്പെടുന്നത്. കുടുംബങ്ങൾ വഴി സ്വത്ത് കൈമാറ്റം ചെയ്യപ്പെടുന്നു. ഇവിടെ വ്യക്തിക്ക് രണ്ടു തരത്തിലുള്ള സ്വത്വങ്ങളുണ്ട്. ഒന്ന് കൂട്ടായ്മയിലെ അംഗം, രണ്ട് സ്വത്തുടമയായ കുടുംബത്തലവൻ, ഇതു രണ്ടും ചേർന്നാണ് സ്വത്തവകാശം നിർണ്ണയിക്കുന്നത്.

ഇവിടെയെല്ലാം സ്വത്ത് എന്നത് ഒരാളുടെ ഉല്പാദനത്തിനും പുനരുല്പാദനത്തിനുമുള്ള സാഹചര്യങ്ങളുടെ അടിസ്ഥാനത്തിൽ ഉണ്ടാകുന്ന ഉല്പാദനം അല്ലെങ്കിൽ സ്വയം പുനരുല്പാദനബന്ധമാണ്. ഉല്പാദന സാഹചര്യങ്ങൾക്കനുസരിച്ചുള്ള ഭിന്നരൂപങ്ങൾ സ്വത്തുടമാബന്ധങ്ങളിൽ ഉണ്ടാകാം. ഏതെങ്കിലും കുലത്തിന്റെയോ (കുടുംബത്തിന്റെയോ) സമു

ദായത്തിന്റെയോ അംഗത്വത്തിന്റെയോ അടിസ്ഥാനത്തിൽ സ്വത്തുടമാ ബന്ധം നിർണ്ണയിക്കപ്പെടും. യുദ്ധവും കീഴടക്കലുകളും സ്വത്തവകാശ ത്തിന്റെ, അതായത് വിഭവങ്ങളുടെമേലുള്ള അവകാശങ്ങളുടെ വിപുലീ കരണമാണ്. അടിമസമ്പ്രദായം, നിർബ്ബന്ധിതാദ്ധ്വാനം, കുടിയായ്മ തുട ങ്ങിയവയിൽ സ്വത്തുടമയുടെ ഉല്പാദനത്തിന്റെ സ്വാഭാവിക സാഹച ര്യമായാണ് മനുഷ്യാദ്ധ്വാനം പ്രത്യക്ഷപ്പെടുന്നത്. മാർക്സിന്റെ ഈ പരി ശോധനയിൽ ഒരു കാര്യം കൂടി വ്യക്തമാണ്. സ്വത്തുടമയായാലും അടി യാളരായാലും മനുഷ്യർ പ്രത്യക്ഷപ്പെടുന്നത് കൂട്ടായ്മ സ്വത്വങ്ങളായാണ്. കുലമായാലും ജാതിയായാലും ഏതെങ്കിലും വിധത്തിലുള്ള സാമുദാ യിക രൂപങ്ങൾ നിലവിലുണ്ടായിട്ടുണ്ട്. അതിൽനിന്നു തന്നെ മിച്ച ഉല്പ ന്നങ്ങൾ സമാഹരിക്കുന്നവരും വിഭവങ്ങളും ഭൂമിയും കയ്യടക്കിയവരും സ്വത്തുടമകളായപ്പോൾ അടിമകളെയും കുടിയാന്മാരെയും പോലുള്ള അദ്ധ്വാനിക്കുന്ന വിഭാഗങ്ങൾ ഉല്പാദന സാഹചര്യങ്ങളുടെ ഭാഗമായി. മുതലാളിത്ത ബന്ധങ്ങളിൽപോലും തൊഴിലാളിക്ക് ആത്മനിഷ്ഠമായ നിലനില്പു മാത്രമേയുള്ളൂ. അദ്ധ്വാനത്തിന്റെ വസ്തുവല്ക്കരണത്തിന്റെ ഫലമായി മൂലധനസമാഹരണം സൃഷ്ടിക്കുന്ന ബൂർഷ്വാസമൂഹം തൊഴി ലാളിയ്ക്കെതിരായി യഥാർത്ഥ സമുദായമായി സ്ഥാനം പിടിക്കുകയാണ്. അതായത് ബൂർഷ്വാ സമൂഹത്തിലെ കൂട്ടായ്മ മുതലാളിത്തംതന്നെയാണ്; അതിന്റെ നിയമ സംഹിതകളാണ്. മാർക്സ് സൂചിപ്പിക്കുന്നതുപോലെ തൊഴിലാളി അന്നം തേടുന്നത് ബൂർഷ്വാ സമൂഹത്തിൽനിന്നാണ്. എന്നാൽ അത് തൊഴിലാളിയെ സ്വന്തം ഭക്ഷണമാക്കി മാറ്റുന്നു.

നാല്

വ്യക്തികൾ ചരിത്രത്തിന്റെ ഉല്പന്നങ്ങളാണെന്ന് മാർക്സ് പറയുന്നു. തൊഴിലെടുക്കുന്നവർ ഉടമകളാകുന്ന രീതിയിലും ഉടമകൾ ജോലി ചെയ്യുന്ന രൂപങ്ങളിലും ചരിത്ര പ്രക്രിയകൾ സൃഷ്ടിക്കുന്ന മാറ്റ ങ്ങളാണ് പ്രധാനം. അതിലൂടെയാണ് പ്രാങ് - മുതലാളിത്ത സമുദായ രൂപങ്ങളെല്ലാം തകരുന്നത്. അതിലൊന്ന് ഭൂമിയുമായുള്ള ബന്ധത്തിന്റെ വിഛേദമാണ്. പൗരസ്ത്യ രാജ്യങ്ങളെപ്പോലെ നേരിട്ടുള്ള കൂട്ടായ്മ സ്വത്തു രൂപങ്ങളും പാശ്ചാത്യരാജ്യങ്ങളിലെ കുടുംബസ്വത്തും വിച്ഛേദിക്കപ്പെ ടുന്നു. രണ്ടാമത്തേത് കൈത്തൊഴിൽ രൂപങ്ങൾ, ഗിൽഡുകൾ മുതലാ യവയിൽ കാണുന്ന ഉപകരണങ്ങളുടെമേലുള്ള സ്വത്തവകാശങ്ങൾ വിച്ഛേ ദിക്കപ്പെടുന്നു. മൂന്നാമത്തേത് ഉപഭോഗത്തിനുള്ള ഉപാധികളുടെമേലുള്ള നിയന്ത്രണം വിച്ഛേദിക്കപ്പെടുന്നതാണ്. ഉല്പാദന പ്രക്രിയയുടെ ഭാഗ മായി തൊഴിലാളിക്ക് അയാൾക്ക് ജീവിക്കാനുള്ള ഭൂമിയും മറ്റുപകരണ ങ്ങളും (പാട്ട വ്യവസ്ഥയിൽ) ലഭിക്കുന്നു. ഏറ്റവും അവസാനം അവ രുടെ ജീവിതാദ്ധ്വാനശേഷികൾപോലും നഷ്ടപ്പെടുന്നു. അവർക്ക് ഉടമ യുടെ ഭൂമിയിൽ അടിയാരോ കുടിയാരോ ആയി അദ്ധ്വാനിക്കേണ്ടിവരുന്നു.

ഇവയോരോന്നും നഷ്ടപ്പെടുന്നത് മൂലധനത്തിനാണ്. മൂലധനം ഇവ മുഴുവൻ സമാഹരിക്കുകയും മുതലാളിമാർ ഈ സമാഹരണത്തിന്റെ വ്യക്തിത്വ രൂപങ്ങളാകുകയും ചെയ്യുന്നു.

സ്വാതന്ത്ര്യത്തിന്റെ രണ്ടു തലങ്ങളാണ് ഇവിടെ സൃഷ്ടിക്കപ്പെടുന്നത്. ഉല്പാദനത്തിന്റെ എല്ലാ ഭൗതിക സാഹചര്യങ്ങളിൽനിന്നും തൊഴിലെടുക്കുന്നവർ സ്വതന്ത്രരാകുന്നു. അവരുടെ ജീവിതസാഹചര്യങ്ങൾ മുഴുവൻ വസ്തുനിഷ്ഠ സാഹചര്യങ്ങളായി അവരുടെ മുമ്പിൽ പ്രത്യക്ഷപ്പെടുകയും അത് സ്വത്തുടമകൾക്ക് (മുതലാളിമാർക്ക്) ഉപയോഗിക്കാവുന്ന സ്വതന്ത്ര ധനസഞ്ചയ (fund)മായി മാറുകയും ചെയ്യുന്നു. ഈ വൈരുദ്ധ്യത്തിൽനിന്നാണ് തൊഴിലാളിയും മുതലാളിയും ഉണ്ടാകുന്നത്. തന്റെ ജീവിത സാഹചര്യങ്ങളിൽനിന്ന് എന്തെങ്കിലും വരുമാനം ഉണ്ടാക്കുന്നതിനായി തൊഴിലാളിക്ക് തന്റെ അദ്ധ്വാനശേഷി വില്ക്കേണ്ടിവരുന്നു. മുതലാളിക്ക് അദ്ധ്വാനത്തിന്റെ ജൈവസാഹചര്യങ്ങൾ സ്വതന്ത്രഫണ്ടായി കൈവശം വരുന്നു. അതുപയോഗിച്ച് ഉല്പാദിപ്പിക്കുന്നതിന്, വിനിമയമൂല്യം സൃഷ്ടിക്കുന്നതിന് തൊഴിലാളിയുടെ അദ്ധ്വാനം വാങ്ങേണ്ടിവരുന്നു. തൊഴിലാളി അയാളുടെ അദ്ധ്വാനം പണത്തിനു വില്ക്കുകയും മൂലധനത്തിന്റെ അടിമയാകുകയും ചെയ്യുന്നു.

ഈ പ്രക്രിയ രൂപപ്പെടുന്നത് പണത്തിന്റെ വളർച്ചയിലൂടെയാണ്, വിനിമയത്തിന്റെ വളർച്ചയിലൂടെയാണ്. മൂലധനത്തിന്റെ വളർച്ചയുടെ മുന്നുപാധികളാണിവ. വിനിമയം വർദ്ധിപ്പിക്കുന്നതിന്റെ ഭാഗമായി കച്ചവടക്കാർ പണം കൊടുത്ത് അദ്ധ്വാനം വാങ്ങുന്നു. മൂലധനത്തിന്റെ വളർച്ചയ്ക്കുമുമ്പു മിച്ച ഉല്പന്നങ്ങളിലും ആഡംബര വസ്തുക്കളിലുമാണ് വിനിമയം നടന്നിരുന്നത്. ക്രമേണ ഗ്ലാസ്, പേപ്പർ, ഇരുമ്പുല്പന്നങ്ങൾ, തുണിത്തരങ്ങൾ തുടങ്ങിയവയിൽ വിനിമയം വർദ്ധിക്കുന്നു. വർദ്ധിച്ച ഗതാഗതം കപ്പലുകളുടെ നിർമ്മാണത്തിലേക്കും നയിക്കുന്നു. ഇതിനെല്ലാം ആവശ്യമായ അദ്ധ്വാനശക്തി കണ്ടെത്തുന്നത് നഗരങ്ങളിലല്ല, ഗ്രാമീണ കൈത്തൊഴിലുകളിലും പിന്തുണാ രൂപങ്ങളിലുമാണ്. വിദേശവാണിജ്യം വർദ്ധിക്കുമ്പോൾ അതനുസരിച്ച് ആന്തരിക ഉല്പാദനവും വർദ്ധിപ്പിക്കേണ്ടിവരുന്നു. ഇവയുടെയെല്ലാം ഫലമായി വിനിമയമൂല്യം സൃഷ്ടിക്കുന്ന അദ്ധ്വാനം വളരുന്നു. എപ്പോഴും തൊഴിലെടുക്കുന്നവരുടെ ആവശ്യങ്ങൾ കഴിച്ചുള്ള മിച്ച ഉല്പന്നമാണ് വിനിമയമൂല്യമായി തീരുന്നത്. പൂർണ്ണമായും വിനിമയമൂല്യത്തിലേക്ക് നീങ്ങുന്ന ഉല്പന്നങ്ങളിലൊന്ന് കപ്പൽ നിർമ്മാണമാണെന്ന് മാർക്സ് പറയുന്നു.

ഫ്യൂഡൽ കാർഷികബന്ധങ്ങൾക്കും ഗിൽഡ് സമ്പ്രദായത്തിനും വിനിമയമൂല്യത്തിന്റെ വികാസം ഉറപ്പുവരുത്താനാവില്ല. അവ കേന്ദ്രീകരിക്കുന്നത് മിച്ച ഉല്പന്നത്തിന്റെ വിതരണത്തിലാണ്, ചരക്കുല്പാദനത്തിലല്ല. ചരക്കുല്പാദനം വർദ്ധിപ്പിക്കണമെങ്കിൽ അതിനാവശ്യമായ വിഭവങ്ങളും ഉപകരണങ്ങളും അദ്ധ്വാനശക്തിയും ഉല്പാദകന്റെ നിയന്ത്രണത്തിൽ വരണം. അതിന്റെ അർത്ഥം ഭൂവുടമയും ഗിൽഡ് മാസ്റ്ററും

അവരുടെ കീഴിലുള്ള അടിയാളരെയും കുടിയാരെയും തകർക്കുകയും വിഭവങ്ങൾ സമാഹരിച്ച് ആവശ്യമായ അദ്ധ്വാനശക്തി വിലയ്ക്കു വാങ്ങുകയും ചെയ്യണമെന്നാണ്. അല്ലെങ്കിൽ തൊഴിലാളികൾ തന്നെ തൊഴിലുടമകളായി തീരുകയും കൂലിവേലയ്ക്ക് മറ്റുള്ളവരെ ഏർപ്പെടുത്തി ഉല്പാദനം വർദ്ധിപ്പിക്കുകയും വേണം. രണ്ടു രീതിയിലും ഫ്യൂഡൽ ഭൂവുടമാബന്ധങ്ങളും കുടിയായ്മയും നിലനില്ക്കുകയില്ല. ഭൂവുടമകൾ കൃഷിയിടങ്ങളിൽ ഉല്പാദനം വർദ്ധിപ്പിക്കാനായി അവിടത്തെ കുടികിടപ്പുകാരെ പുറത്താക്കുകയും അവരുടെ ഭൂമി കൈയടക്കുകയും ചെയ്യുന്നു. നഗരങ്ങളിലെ തൊഴിലുടമകൾ പുറത്താക്കപ്പെട്ട കുടികിടപ്പുകാരെയും കൈത്തൊഴിൽകാരെയും കൂലിക്കെടുത്ത് ചരക്കുല്പാദനം വർദ്ധിപ്പിക്കുന്നു. ഈ പ്രക്രിയയിലൂടെയാണ് കൂലിവേലയും ചരക്കുല്പാദനവും വളരുന്നത്, മൂലധനമുണ്ടാകുന്നത്.

തൊഴിലുടമയും തൊഴിലാളിയും തമ്മിലുള്ള ബന്ധത്തിന് മറ്റൊരു മാനവുമുണ്ട്. അദ്ധ്വാനശക്തി പൂർണ്ണരൂപത്തിൽ വില്ക്കപ്പെടണമെങ്കിൽ, ഒരു അദ്ധ്വാനരൂപവും മറ്റൊരു അദ്ധ്വാനരൂപവും തമ്മിൽ കൈമാറ്റം ചെയ്യപ്പെടണമെങ്കിൽ തൊഴിലാളി സ്വത്തുടമയാകാൻ പാടില്ല. തൊഴിലാളി സ്വത്തുടമയാണെങ്കിൽ അയാൾ സ്വന്തം അദ്ധ്വാനം മറ്റൊരു അദ്ധ്വാനത്തിനുവേണ്ടി, അതായത് അതിനു തുല്യമായ പണത്തിനുവേണ്ടി വില്ക്കാൻ തയ്യാറാകില്ല. അതുകൊണ്ട് അദ്ധ്വാനശക്തി പൂർണ്ണമായി സ്വതന്ത്രമാകണമെങ്കിൽ അയാൾക്ക് സ്വത്തില്ലാതാകണം. അതായത് സ്വത്ത് മുഴുവൻ മൂലധനത്തിൽ കേന്ദ്രീകരിക്കണം. ഇങ്ങനെ സ്വത്തുടമകളും സ്വത്തില്ലാത്തവരും തമ്മിലുള്ള വൈരുദ്ധ്യത്തിന്റെ അടിസ്ഥാനത്തിലാണ് മൂലധനം നിലനില്ക്കുന്നത്.

മൂലധനത്തിന്റെ വളർച്ചയെക്കുറിച്ചുള്ള മാർക്സിന്റെ നിരീക്ഷണങ്ങൾ നിരവധി ചർച്ചകൾക്ക് വിധേയമായിട്ടുണ്ട്. പോൾ സ്വീസി മുതൽ ഇമ്മാനുവൽ വാലർസ്റ്റീൻ വരെയുള്ള ചിലർ വാണിജ്യബന്ധങ്ങളിലും ധനവ്യവസ്ഥയുടെ വളർച്ചയിലുമാണ് മൂലധനത്തിന്റെ വളർച്ച കണ്ടത്. മോറിസ് ഡോബ്, റോബർട്ട് ബ്രെന്നർ, റോഡ്നി ഹിൽട്ടൻ എന്നിവരെപോലുള്ള മറ്റു ചിലർ കാർഷികബന്ധങ്ങളിലെ വൈരുദ്ധ്യങ്ങളിലും 'കാർഷികവിപ്ലവ'ത്തിലുമാണ് കേന്ദ്രീകരിച്ചത്. മാർക്സിന്റെ നിരീക്ഷണങ്ങൾ ഈ രണ്ടു പ്രവണതകൾ തമ്മിലുള്ള വൈരുദ്ധ്യാത്മക ബന്ധത്തിലാണ് കേന്ദ്രീകരിക്കുന്നത്. ചരക്കുല്പാദനത്തിന്റെയും വിനിമയമൂല്യത്തിന്റെയും വികാസം സ്വതന്ത്രമായ അദ്ധ്വാനവും ഉല്പാദന സാഹചര്യങ്ങളുടെ മേലുള്ള സമഗ്രമായ ആധിപത്യത്തിന്റെ അടിസ്ഥാനത്തിലുള്ള മൂലധനവും തമ്മിലുള്ള വൈരുദ്ധ്യാത്മക ബന്ധത്തിന്റെ വളർച്ചയിലേക്ക് എങ്ങനെ നയിക്കുന്നുവെന്ന് മാർക്സ് വിശദീകരിക്കുന്നു. അദ്ധ്വാനവും ഉല്പാദനത്തിന്റെ ഭൗതിക സാഹചര്യങ്ങളും തമ്മിലുള്ള വേർപെടലാണ് വൈരുദ്ധ്യത്തിന്റെ കാതൽ. അദ്ധ്വാനശക്തികളും ഭൗതികസാഹചര്യങ്ങളും തമ്മിലുള്ള പാരസ്പര്യത്തിന്റെ പുനഃസ്ഥാപനത്തിന് മൂലധന

ത്തിന്റെ അന്ത്യം അനിവാര്യമാകുന്നു. മൂലധനപരിക്രമത്തിന്റെ വികാസം എങ്ങനെ അദ്ധ്വാനശക്തികളുടെയും അതുവഴി മനുഷ്യരാശിയുടെയും തകർച്ചയിലേക്കു നയിക്കുമെന്ന് മാർക്സ് വിശദീകരിക്കുന്നുണ്ട്. മനുഷ്യരാശിയുടെ മോചനത്തിനും സ്വസാക്ഷാൽക്കാരത്തിനും മൂലധനം ഇല്ലാതാകേണ്ടത് ആവശ്യമാണെന്നും മാർക്സ് വാദിക്കുന്നു.

മൂലധനം
ഒന്നാം അദ്ധ്യായം - ചരക്കുകൾ

ഒന്ന്

രണ്ടായിരത്തി പതിനേഴ് ആകുമ്പോഴേക്കും മാർക്സിന്റെ *മൂലധന*ത്തിന്റെ ആദ്യവോള്യം - മാർക്സിന്റെ ജീവിതകാലത്തു പ്രസിദ്ധീകരിച്ച ഏകവോള്യം - പ്രസിദ്ധീകരിച്ചിട്ട് 150 വർഷം തികയും. ഈ കാലയളവിൽ ലോകത്തിൽ ഇത്രയധികം ചർച്ച ചെയ്യപ്പെടുകയും വിലയിരുത്തപ്പെടുകയും വിമർശിക്കപ്പെടുകയും ചെയ്യപ്പെട്ട വേറൊരു അർത്ഥശാസ്ത്ര ഗ്രന്ഥം ഉണ്ടാകില്ല. മാർക്സിസത്തെയും കമ്യൂണിസ്റ്റ് പ്രസ്ഥാനത്തെ മൊത്തത്തിലും പുച്ഛിച്ചു തള്ളിയവർക്കുപോലും ഈ ഗ്രന്ഥത്തിലെ ആശയങ്ങളെ ചർച്ച ചെയ്യാതിരിക്കാൻ കഴിഞ്ഞിട്ടില്ല. അതുകൊണ്ടുതന്നെയാണ് *മൂലധന*ത്തിന് നിരവധി വ്യാഖ്യാനങ്ങളും പ്രവേശികകളും വിമർശനാത്മക പരിശോധനകളും ഇന്നും വന്നുകൊണ്ടിരിക്കുന്നത്.

1844 ലെ *സാമ്പത്തികവും ദാർശനികവുമായ കൈയെഴുത്തു പ്രതികൾ*, 1849 ലെ *കൂലിവേലയും മൂലധനവും* 1865 ലെ *കൂലി, വില, ലാഭം* എന്നിവയുടെ പരിശോധനയിലൂടെ മാർക്സിന്റെ അർത്ഥശാസ്ത്ര ചിന്തയുടെ വളർച്ച നാം കണ്ടു. ഇവ കൂടാതെ ആദ്യകാല കൃതികളായ *തത്ത്വശാസ്ത്രത്തിന്റെ ദാരിദ്ര്യം, ജർമ്മൻ പ്രത്യയശാസ്ത്രം* എന്നിവയിലും പിന്നീടു പുറത്തുവന്ന *അർത്ഥശാസ്ത്ര വിമർശനത്തിന് ഒരു സംഭാവന*യിലും അദ്ദേഹത്തിന്റെ ആശയങ്ങളുടെ വളർച്ച കാണാം. ഇവ കൂടാതെ 1857-58, 1861-63, 1869-73 മുതലായ ഘട്ടങ്ങളിലെ നിരവധി കൈയെഴുത്തുപ്രതികൾ അടുത്തകാലത്ത് സമാഹരിക്കപ്പെട്ടിട്ടുണ്ട്. *മൂലധന*ത്തോടൊപ്പം തയ്യാറാക്കിയ കൈയെഴുത്തുപ്രതികൾ മാർ

ക്സിന്റെ മരണശേഷം എംഗൽസ് സംശോധനം ചെയ്ത് *മൂലധന*ത്തിന്റെ രണ്ടും മൂന്നും വോള്യങ്ങളായി പുറത്തിറക്കി. പിന്നീട് മറ്റു ചില കൈയെഴുത്തുപ്രതികൾ കാൾ കൗട്സ്കി *മിച്ചമൂല്യത്തെക്കുറിച്ചുള്ള സിദ്ധാന്തങ്ങൾ* എന്ന പേരിൽ സമാഹരിച്ച് പ്രസിദ്ധീകരിച്ചു. 1857–58 ലെ കൈയെഴുത്തുപ്രതികൾ *ഗ്രുണ്ട്റീസ്* എന്ന പേരിൽ പുറത്തിറങ്ങി. ശേഷിച്ച കൈയെഴുത്തുപ്രതികളിൽ കുറെഭാഗം മോസ്കോയിൽനിന്ന് പ്രസിദ്ധീകരിച്ച *മാർക്സ് - എംഗൽസ് സമ്പൂർണ്ണ കൃതിക* (50 വോള്യം)ളിൽ പ്രസിദ്ധീകരിച്ചു. സമാഹരിക്കപ്പെടാത്തവ ഇനിയും ഉണ്ടെന്നാണ് അറിയുന്നത്. ഏറെ താമസിയാതെ അവയും നമുക്ക് ലഭ്യമാകുമെന്നു പ്രതീക്ഷിക്കാം.

മുതലാളിത്ത വ്യവസ്ഥയെ നിശിതമായി വിമർശിക്കുന്നതിനോടൊപ്പം അതിന്റെ ചലനാത്മകതയെയും പ്രവർത്തനരീതികളെയും ശാസ്ത്രീയമായി പരിശോധിക്കാനുള്ള തീവ്രമായ ശ്രമം മാർക്സിന്റെ പ്രസിദ്ധീകരണങ്ങളിലും കൈയെഴുത്തുപ്രതികളിലും ഉടനീളം കാണാം. അതിനുവേണ്ടി അക്കാലത്തു പ്രസിദ്ധീകരിക്കപ്പെട്ട എല്ലാ അർത്ഥശാസ്ത്ര ഗ്രന്ഥങ്ങളും മാർക്സ് സസൂക്ഷ്മം പരിശോധിക്കുന്നുണ്ട്. നിരവധി ഗവൺമെന്റ് റിപ്പോർട്ടുകളും സർവ്വേ റിപ്പോർട്ടുകളും കണക്കുകളും അദ്ദേഹം പരിശോധിക്കുന്നുണ്ട്. വിവരസമാഹരണത്തിനായി നാം സാധാരണയായി ആനുഭവിക (emperical) എന്നു വിളിക്കുന്ന രീതിയാണ് അദ്ദേഹം സ്വീകരിക്കുന്നത്. എങ്കിലും വിവരങ്ങളെ വിമർശനാത്മകമായി പരിശോധിക്കുന്നതിനായി അദ്ദേഹം നിർവധി ആശയങ്ങളും പരികല്പനകളും ഉപയോഗിക്കുന്നുണ്ട്. താൻ തന്നെ മുമ്പുപയോഗിച്ച നിരവധി ആശയങ്ങൾ *മൂലധന*ത്തിൽ വീണ്ടും പ്രത്യക്ഷപ്പെടുന്നത് ഇത്തരം അന്വേഷണത്തിന്റെ ഭാഗമായാണ്.

രണ്ടു കാര്യങ്ങൾ കൂടി ആമുഖമായി സൂചിപ്പിക്കേണ്ടതുണ്ട്. മൂലധനം സാമ്പ്രദായികമായ ഒരു സാമ്പത്തികശാസ്ത്ര ഗ്രന്ഥമല്ല. മുതലാളിത്തത്തെ സംബന്ധിച്ച ഒരു സാമ്പത്തികശാസ്ത്ര മാതൃകയോ പരികല്പനയോ പ്രദാനം ചെയ്ത് അക്കാലത്തെയും പില്ക്കാലത്തെയും സാമ്പത്തികശാസ്ത്ര സംവാദങ്ങളിൽ പങ്കാളിയാവുക അദ്ദേഹത്തിന്റെ ലക്ഷ്യമായിരുന്നില്ല. തൊഴിലാളിവർഗ്ഗത്തിന്റെ കാഴ്ചപ്പാടിൽനിന്നുള്ള മുതലാളിത്ത വ്യവസ്ഥയുടെ നിശിതമായ വിമർശനമായിരുന്നു അദ്ദേഹത്തിന്റെ ലക്ഷ്യം. വ്യവസ്ഥാപിത സാമ്പത്തിക ശാസ്ത്രത്തിന്റെ വിമർശനമാണ് അദ്ദേഹം നടത്തുന്നത്. അദ്ദേഹത്തിന്റെ രീതിശാസ്ത്രം അതുകൊണ്ടുതന്നെ ചരിത്രപരവും വൈരുദ്ധ്യാത്മകവുമാണ്. രണ്ടാമത്തേത്, ലൂയി അൽത്ത്യൂസറും അൽത്ത്യൂസറിനെ പിന്തുടർന്ന് മറ്റു നിരവധി പണ്ഡിതന്മാരും ധരിച്ചതുപോലെ, *മൂലധന*ത്തെ ഘടനാപരമായല്ല അദ്ദേഹം കാണുന്നത്, അതൊരു വ്യവസ്ഥ (System) അല്ല. മൂലധന രൂപീകരണം ഒരു പ്രക്രിയയാണ്. അതൊരു ഉല്പാദന രീതിയാണ് (Mode of Production). ചരിത്രപരമായ പ്രക്രിയയാണ് മൂലധനത്തിലേക്കു നയി

ക്കുന്നതെന്ന തിരിച്ചറിവാണ് മൂലധനത്തെ മറികടന്ന് ഒരു സോഷ്യലിസ്റ്റ് സമൂഹത്തിന്റെ സൃഷ്ടിയെ സൈദ്ധാന്തികമായി വിഭാവനം ചെയ്യാൻ മാർക്സിനെ സഹായിക്കുന്നത്.

*മൂലധന*ത്തെ മൊത്തത്തിൽ പരിചയപ്പെടുത്താൻ ഇവിടെ ഉദ്ദേശിക്കുന്നില്ല. അതെളുപ്പത്തിൽ സാധിക്കുന്നതുമല്ല. പക്ഷേ, ദുർഗ്രഹമെന്ന് സാധാരണയായി കരുതപ്പെടുന്ന 'ചരക്കുകളെ' കുറിച്ചുള്ള ആദ്യത്തെ അദ്ധ്യായം *മൂലധനം* എഴുതുമ്പോൾ ഉപയോഗിച്ച രീതിശാസ്ത്രം മനസ്സിലാക്കാൻ ഏറെ സഹായിക്കും. മാർക്സ് അതിനുമുമ്പ് അർത്ഥശാസ്ത്രപഠനങ്ങൾ നടത്താൻ ഉപയോഗിച്ച ആശയങ്ങൾ പരിചയപ്പെട്ടവർക്ക് ഈ അദ്ധ്യായം കുറച്ചുകൂടി എളുപ്പമാകാൻ സാദ്ധ്യതയുമുണ്ട്.

രണ്ട്

*മൂലധന*ത്തെ സംബന്ധിച്ച തന്റെ പഠനം തയ്യാറാക്കുന്നതിന് മാർക്സ് വിവിധ തരത്തിലുള്ള തുടക്കങ്ങൾ ആലോചിച്ചിരുന്നതായി നമുക്കറിയാം. പണം, മൂല്യം, അദ്ധ്വാനം തുടങ്ങിയവയെല്ലാം മാർക്സിന്റെ പരിഗണനകളിൽപ്പെട്ടിരുന്നു. പിന്നീടാണ് *ജർമ്മൻ പ്രത്യയശാസ്ത്ര*ത്തിൽ രൂപപ്പെടുത്തിയെടുത്ത ഒരു പ്രയോഗത്തിൽനിന്നാണ് മുതലാളിത്ത ഉല്പാദനരീതിയിൽനിന്നു (Mode of Production) തന്നെ തന്റെ തുടക്കം കണ്ടെത്തിയത്. *മൂലധന*ത്തിലെ ആദ്യവാചകം തന്നെ മൊത്തം ഗ്രന്ഥത്തിന്റെ ദിശ വ്യക്തമാക്കുന്നതാണ്. "മുതലാളിത്ത ഉല്പാദനരീതി നിലനില്ക്കുന്ന സമൂഹങ്ങളിലെ സമ്പത്ത് ചരക്കുകളുടെ ബൃഹത്തായ സമാഹരണമെന്ന നിലയിലാണ് പ്രത്യക്ഷപ്പെടുന്നത്." അതുകൊണ്ട് ഒരു ചരക്കാണ് ഉല്പാദനരീതിയുടെ മാത്ര. ചരക്കിന്റെ വിശകലനത്തിൽനിന്നാണ് മാർക്സ് *മൂലധനം* ആരംഭിക്കുന്നത്.

ചരക്കുകൾ നമ്മളിൽനിന്ന് വ്യത്യസ്തമായ വസ്തുക്കളാണ്. മനുഷ്യരുടെ ഏതെങ്കിലും തരത്തിലുള്ള ആവശ്യങ്ങളെ നിറവേറ്റുന്ന ഘടകങ്ങൾ ചരക്കിലുണ്ടാകും. ആവശ്യങ്ങൾ വിശപ്പടക്കുക എന്നതാകാം, ഭാവനയിൽ കാണുന്നതാകാം, ഇവ തമ്മിൽ ഒരു വ്യത്യാസവുമില്ല. എങ്ങനെ ഈ വസ്തുക്കൾ ആവശ്യങ്ങൾ നിറവേറ്റുന്നു എന്നതും കണക്കിലെടുക്കുന്നില്ല. ചിലപ്പോൾ അതു നേരിട്ട് ഉപഭോഗത്തിനാകാം, ചിലപ്പോൾ മറിച്ചു വില്ക്കാനോ അസംസ്കൃത വസ്തുവായി ഉപയോഗിക്കുന്നതിനോ ആകാം. എല്ലാ വസ്തുക്കൾക്കും ഗുണവും അളവുമുണ്ട്. ഗുണം കണ്ടെത്തുന്നത് ഉപയോഗത്തിലൂടെയാണ്. ഉപയോഗത്തിലൂടെ കണ്ടെത്തുന്ന ഗുണമാണ് വസ്തുവിന്റെ ഉപയോഗമൂല്യം (use-value) തീരുമാനിക്കുന്നത്. എല്ലാ സമ്പത്തിന്റെയും ഉള്ളടക്കം തീരുമാനിക്കുന്നത് ഉപയോഗത്തിലൂടെയാണ്.

സമ്പത്തിന് വിവിധ തരത്തിലുള്ള സാമൂഹ്യരൂപം ഉണ്ടാകാം. മുത

ലാളിത്ത സമൂഹത്തിൽ അതിന്റെ രൂപത്തിനാധാരം ഉപയോഗമൂല്യമല്ല, വിനിമയമൂല്യമാണ്. എല്ലാ വസ്തുക്കളുടെയും മൂല്യം തീരുമാനിക്കുന്നത് മറ്റു വസ്തുക്കളുമായി കൈമാറ്റം ചെയ്യുമ്പോഴാണ്. ഈ കൈമാറ്റത്തിന്റെ അനുപാതം സമയവും സ്ഥലവുമനുസരിച്ച് മാറിക്കൊണ്ടിരിക്കും. ഓരോ ഉല്പന്നത്തിനും അതിന്റേതായ ഉപയോഗമുണ്ട്, ഗുണങ്ങളുണ്ട്. പല വസ്തുക്കൾ തമ്മിൽ കൈമാറ്റം ചെയ്യുമ്പോൾ അത്തരം വസ്തുക്കൾക്ക് പൊതുവായ ഘടകം ഉണ്ടായിരിക്കണം. ഒന്നുകിൽ ഒരേ വിധത്തിലുള്ള ഉപയോഗം ഉണ്ടാകണം, അല്ലെങ്കിൽ നിറവേറ്റുന്ന ആവശ്യങ്ങൾ തമ്മിൽ തുല്യത ഉണ്ടാകണം. ഇവ രണ്ടും പ്രായോഗികതലത്തിൽ നിറവേറ്റപ്പെടുക അസാദ്ധ്യമാണ്. എള്ളും എണ്ണയും തമ്മിൽ കൈമാറ്റം ചെയ്യാം. അവയുടെ ഉപയോഗമോ ആവശ്യങ്ങളോ എങ്ങനെ തുലനപ്പെടുത്താം?

ഇവിടെയാണ് മറ്റു സാമ്പത്തികശാസ്ത്രജ്ഞരിൽനിന്ന് മാർക്സിനെ വേർതിരിക്കുന്ന ആദ്യത്തെ ആശയം അവതരിപ്പിക്കപ്പെടുന്നത്. വിനിമയമൂല്യത്തിൽ കൈമാറ്റം ചെയ്യപ്പെടുന്ന വസ്തുക്കളുടെ തുലനം സാദ്ധ്യമാകുന്നത് അവയിൽ അടങ്ങിയിരിക്കുന്ന അമൂർത്തമായ മനുഷ്യ അദ്ധ്വാനമാണ്. 1844 ലെ കൈയെഴുത്തു പ്രതികളിൽ മാർക്സ് ആദ്യം നിർദ്ദേശിച്ച ആശയമാണ് ഇവിടെ ഉപയോഗിക്കുന്നത്.

അമൂർത്തമായ മനുഷ്യാദ്ധ്വാനം എന്നുവെച്ചാൽ എന്താണ്? കൈമാറ്റം ചെയ്യപ്പെടുന്ന വസ്തുക്കൾ മനുഷ്യാദ്ധ്വാനത്തിന്റെ മൂർത്തീകരണമാണ്. അവയിലുള്ളത് സാമൂഹ്യാദ്ധ്വാനത്തിന്റെ ദൃഢീകൃത (Crystallised - *കൂലി, വില, ലാഭം* എന്നതിലും ഇതേ പ്രയോഗം കാണാം) രൂപമാണ്. എല്ലാ വസ്തുക്കളും ഈ ദൃഢീകൃത രൂപങ്ങളാണ്. അവയെയാണ് മൂല്യം എന്ന് മാർക്സ് വിളിക്കുന്നത്. കൈമാറ്റ പ്രക്രിയയിൽ മനുഷ്യാദ്ധ്വാനം സൃഷ്ടിക്കുന്ന മൂല്യങ്ങളാണ് കൈമാറ്റം ചെയ്യപ്പെടുന്നത്.

മനുഷ്യന് ഉപയോഗമുള്ള ഒരു വസ്തുവിന് മൂല്യം ലഭിക്കുന്നത് അവയിൽ മനുഷ്യാദ്ധ്വാനം സാക്ഷാൽക്കരിക്കപ്പെട്ടതുകൊണ്ടാണ്. വസ്തുവിൽ അടങ്ങിയ മനുഷ്യാദ്ധ്വാനത്തെ എങ്ങനെ അളക്കാം? വസ്തുവിൽ അടങ്ങിയ മനുഷ്യാദ്ധ്വാനം അളക്കുന്നത് അതു നിർമ്മിക്കുന്നതിനുവേണ്ടി ചെലവാക്കിയ സമയം, അതായത് അദ്ധ്വാനസമയം ഉപയോഗിച്ചാണ്.

ഇവിടെ ഒരു കാര്യം ശ്രദ്ധിക്കേണ്ടതുണ്ട്. അദ്ധ്വാനസമയമാണ് നാം അളക്കുന്നതെങ്കിലും അവിടെ നടക്കുന്നത് അദ്ധ്വാനശക്തിയുടെ വിനിയോഗമാണ്. ഒരാൾ വെറുതെ ഇരുന്നും കിടന്നുറങ്ങിയും ''അദ്ധ്വാന സമയം കൂട്ടിയാൽ'' ആ ഉല്പന്നത്തിന്റെ മൂല്യം വർദ്ധിക്കില്ല. അദ്ധ്വാനശക്തി (മുമ്പ് *കൂലി, വില, ലാഭം* എന്ന കൃതിയിൽ വിശദീകരിച്ചതുപോലെ) ഒരാളുടെ അറിവും വൈദഗ്ദ്ധ്യവും പ്രവർത്തനക്ഷമതയും കായികശേഷിയുമെല്ലാം അനുസരിച്ച് ചിട്ടപ്പെടുന്നതാണ്. സമൂഹത്തിൽ ഉല്പാദിപ്പിക്കുന്ന എല്ലാ ചരക്കുകളുടെയും മൂല്യം നിർണ്ണയിക്കുന്നത്

ആ സമൂഹത്തിന്റെ മൊത്തം ഏകരൂപമായ അദ്ധ്വാനശക്തിയാണ്. അത് നിരവധി വ്യക്തികളിൽ വ്യക്തിഗതമാത്രകളായി പ്രത്യക്ഷപ്പെടുന്നു. ഒരു ചരക്കുല്പാദിപ്പിക്കുന്നതിനുള്ള അദ്ധ്വാനം അതിന് സാമൂഹ്യമായി ആവശ്യമുള്ള ശരാശരി അദ്ധ്വാനശക്തിയാണ്. അതായത്, നിലവിലുള്ള ഉല്പാദന സാഹചര്യങ്ങളിൽ ആവശ്യമായ ശരാശരി വൈദഗ്ദ്ധ്യവും പ്രവർത്തനതീവ്രതയും വഴി ഒരു വസ്തു ഉല്പാദിപ്പിക്കാൻ സാമൂഹ്യമായി ആവശ്യമായ പ്രവർത്തന സമയത്തെയാണ് നാം അദ്ധ്വാനസമയം എന്നു വിളിക്കുന്നത്. സ്വാഭാവികമായും കൈത്തൊഴിലുകളുടെ അദ്ധ്വാനസമയവും യന്ത്രവല്കൃത ഫാക്ടറികളിലെ അദ്ധ്വാനസമയവും വ്യത്യസ്തമാകും. വിവരസാങ്കേതികവിദ്യയുടെ പശ്ചാത്തലത്തിൽ അദ്ധ്വാന സമയത്തിന് വീണ്ടും മാറ്റം വരും.

ഉല്പാദിപ്പിക്കപ്പെട്ട വസ്തു, അല്ലെങ്കിൽ ചരക്ക്, അപ്പോൾ എന്താണ്? മാർക്സിന്റെ ഭാഷയിൽ ''എല്ലാ ചരക്കുകളും ഘനീഭവിപ്പിച്ച അദ്ധ്വാന സമയത്തിന്റെ നിശ്ചിതമായ പിണ്ഡങ്ങളാണ്''. അദ്ധ്വാനം ചരക്കുകളെ ഉല്പാദിപ്പിക്കുന്നു. അതുകൊണ്ട് അവയ്ക്ക് മൂല്യമുണ്ടാകുന്നു. അദ്ധ്വാന സമയം സ്ഥിരമാണെങ്കിൽ ചരക്കിന്റെ മൂല്യവും സ്ഥിരമാകും. പക്ഷേ, അദ്ധ്വാനസമയം സ്ഥിരമാകില്ല. അദ്ധ്വാനത്തിന്റെ ഉല്പാദനശേഷി മാറുന്നതനുസരിച്ച് അദ്ധ്വാനസമയത്തിന് മാറ്റം വരും. തൊഴിലാളിയുടെ വൈദഗ്ദ്ധ്യം, പ്രവർത്തനക്ഷമത, ഉല്പാദനത്തിന്റെ സാമൂഹ്യസംഘാടനം, ഉല്പാദനോപാധികളുടെ (യന്ത്രസാമഗ്രികളുടെ, ഭൂമിയുടെ) പ്രവർത്തനക്ഷമത, ഭൗതികസാഹചര്യങ്ങൾ, ശാസ്ത്രത്തിന്റെ വികാസം തുടങ്ങിയ ഒട്ടനവധി ഘടകങ്ങൾ അതിലടങ്ങുന്നു. കാലാവസ്ഥയും ഭൂമിശാസ്ത്ര ഘടകങ്ങളും, വിഭവങ്ങളുടെ ലഭ്യതയുമെല്ലാം പ്രധാനമാണ്. അതായത് അദ്ധ്വാനശക്തിയുടെ വിനിയോഗത്തിൽ വരുന്ന മാറ്റങ്ങളനുസരിച്ച് അദ്ധ്വാനസമയം കൂടുകയും കുറയുകയും ചെയ്യുന്നു. ഇത്തരത്തിലുള്ള ഘടകങ്ങളെല്ലാം ഒത്തിണങ്ങുമ്പോൾ അദ്ധ്വാനത്തിന്റെ ഉല്പാദനക്ഷമത വർദ്ധിക്കുകയാണ്. അതനുസരിച്ച് ഉല്പാദനം വർദ്ധിക്കുന്നു. ഓരോ ഉല്പന്നത്തിലും അടങ്ങിയ അദ്ധ്വാനത്തിന്റെ മൂല്യം കുറയുന്നു. നേരെ മറിച്ച് വസ്തുവിന്റെ ഉല്പാദനത്തിന്, കൂടുതൽ അദ്ധ്വാനസമയം വേണ്ടിവരുമ്പോൾ, അതിന്റെ മൂല്യം വർദ്ധിക്കുന്നു.

മൂന്ന്

ഒരു വസ്തുവിന് രണ്ടു തരത്തിലുള്ള മൂല്യങ്ങളുണ്ടെന്ന് നാം കണ്ടു. ഒന്ന് കൈമാറ്റമൂല്യം അല്ലെങ്കിൽ വിനിമയമൂല്യം, മറ്റേത് ഉപയോഗമൂല്യം. ഇവ രണ്ടും സൃഷ്ടിക്കുന്നത് ഒരേ അദ്ധ്വാന പ്രക്രിയയിലൂടെയാണ്. പക്ഷേ, ഈ അദ്ധ്വാന പ്രക്രിയയുടെ സ്വഭാവം രണ്ടാണ്.

അദ്ധ്വാനശക്തിയുടെ പൊതുരൂപം എല്ലാ മനുഷ്യരിലും അടങ്ങുന്ന

മുൻസൂചിപ്പിച്ചതുപോലെ കായികവും മാനസികവും ജ്ഞാനപരവുമെല്ലാമായ അമൂർത്ത അദ്ധ്വാനമാണ്. ഇത് എല്ലാ ചരക്കുകളിലും വിതരണം ചെയ്യപ്പെട്ടു കിടക്കുന്നു. അതാണ് വിനിമയമൂല്യം സൃഷ്ടിക്കുന്നത്. പക്ഷേ, ഉപയോഗമൂല്യം അതായത് മനുഷ്യർക്കാവശ്യമായ വ്യത്യസ്ത ഉല്പന്നങ്ങൾ സൃഷ്ടിക്കുന്നത് മനുഷ്യാദ്ധ്വാനശക്തിയുടെ സവിശേഷമായ വിനിയോഗമാണ്.

ഉദാഹരണത്തിന് നെയ്ത്തും തുന്നലും ഒരു ഷർട്ടിന്റെ നിർമ്മാണത്തിന് ആവശ്യമാണ്. ഇവ രണ്ടും സവിശേഷമായ അദ്ധ്വാന രൂപങ്ങളാണ്. അവയ്ക്ക് വ്യത്യസ്തമായ ഗുണനിലവാരവും ഉണ്ടാകാം. പക്ഷേ, ഇവ ഷർട്ടായി വിപണിയിലെത്തുമ്പോൾ അവയിൽ ഉൾച്ചേർന്ന സവിശേഷ അദ്ധ്വാനങ്ങളല്ല, അവയുടെ ഉപയോഗമൂല്യമല്ല കണക്കിലെടുക്കുന്നത്, അവയിൽ ഉൾച്ചേർന്ന മനുഷ്യാദ്ധ്വാനശക്തിക്ക് സാമൂഹ്യമായി അംഗീകരിക്കപ്പെടുന്ന മൂല്യമാണ്. നിരവധി വ്യത്യസ്ത ഉപയോഗമൂല്യങ്ങളുടെ സൃഷ്ടി ഭൗതിക സമ്പത്തിന്റെ വളർച്ചയിലേക്ക് നയിക്കാം. പക്ഷേ, ഭൗതിക സമ്പത്തിന്റെ വളർച്ചകൊണ്ട് അതിന്റെ മൂല്യം, അതായത് മൊത്തം അദ്ധ്വാനശക്തിയുടെ മൂല്യം വർദ്ധിക്കണമെന്നില്ല. താഴോട്ടു പോവുകയും ചെയ്യാം. ഇതിന്റെ കാരണം ലളിതമാണ്. ഒരു നിശ്ചിത കാലത്തും സ്ഥലത്തും സമൂഹത്തിൽ ലഭ്യമായ മൊത്തം അദ്ധ്വാനശക്തിയുടെ മാത്രകളായാണ് മൂല്യം കണക്കുകൂട്ടുന്നത്. അദ്ധ്വാനശക്തി വർദ്ധിക്കുമ്പോൾ മൂല്യം വർദ്ധിക്കും. ഉല്പാദനശക്തി, അതായത് അദ്ധ്വാനത്തിന്റെ മൂർത്തമായ പ്രായോഗികതലത്തിലുള്ള രൂപങ്ങൾ, ഉപയോഗമൂല്യങ്ങൾ വർദ്ധിക്കുമ്പോൾ വസ്തുവിന്റെ മൂല്യം കുറയുകയാണ് ചെയ്യുക. കാരണം, ഓരോ വസ്തുവിന്റെയും ഉല്പാദനത്തിനുള്ള അദ്ധ്വാനസമയം കുറയും.

മാർക്സിന്റെ പിന്നീടു വരുന്ന വിശകലനങ്ങൾക്കുള്ള സുപ്രധാനമായ അടിത്തറയാണിത്. ഒരു വസ്തുവിന്റെ വിനിമയമൂല്യം കുറയാതിരിക്കണമെങ്കിൽ, ഉല്പാദനം വർദ്ധിപ്പിക്കുകയും അധികമധികം വസ്തുക്കൾ വിപണിയിലിറക്കുകയും മാത്രം ചെയ്തിട്ടു കാര്യമില്ല, അതു വസ്തുക്കളുടെ മൂല്യത്തെ, അതായത് വിലയെ ഇടിച്ചു താഴ്ത്തുകയാണ് ചെയ്യുന്നത്. അതിനുപകരം വിനിമയമൂല്യം വർദ്ധിപ്പിക്കുന്നതിന് മനുഷ്യാദ്ധ്വാനശക്തി, അതായത് ശാസ്ത്ര സാങ്കേതിക വിദ്യകളും ഭൗതിക സാഹചര്യങ്ങളും മെച്ചപ്പെട്ട സംഘാടനവുമടക്കമുള്ള അദ്ധ്വാനശക്തിയുടെ ഉറവിടങ്ങൾ തുടർച്ചയായി വർദ്ധിപ്പിക്കേണ്ടിവരും. പിന്നീട് മാർക്സ് വിശദീകരിക്കുന്നതുപോലെ സ്വന്തം ഉല്പാദന സാഹചര്യങ്ങളിലും ഉപാധികളിലും നിരന്തരമായി വിപ്ലവകരമായ മാറ്റങ്ങൾ വരുത്താതെ മുതലാളിത്തത്തിന് വിനിമയമൂല്യം വർദ്ധിപ്പിക്കാൻ, അതായത് ലാഭം വർദ്ധിപ്പിക്കാൻ സാദ്ധ്യമല്ല. മൂലധനസമാഹരണ പ്രക്രിയയുടെ ആണിവേരാണ് ചരക്കുല്പാദനത്തിന്റെ ദ്വിമുഖസ്വഭാവം. ഈ ദ്വിമുഖസ്വഭാവത്തെ മറ്റൊരു വിധത്തിലും മാർക്സ് ആവിഷ്കരിക്കുന്നുണ്ട്. ഒരു ഉപയോഗമൂല്യം, അതായത് ഉപഭോഗവസ്തു സൃഷ്ടിക്കുന്ന അദ്ധ്വാനം

തൊഴിലാണ് (Work), വിനിമയമൂല്യം സൃഷ്ടിക്കുന്നത് അദ്ധ്വാനമാണ് (Labour).

നാല്

പിന്നീട് മാർക്സ് ശ്രദ്ധ മുഴുവൻ കേന്ദ്രീകരിക്കുന്നത് വിനിമയമൂല്യത്തിൽ, അതായത് മൂല്യത്തിലാണ്. മൂല്യം പ്രകടിപ്പിക്കപ്പെടുന്നത് സാമൂഹ്യബന്ധമായാണ്. ഈ ബന്ധം സൃഷ്ടിക്കുന്നത് സമൂഹമാണെങ്കിലും ബന്ധം പ്രത്യക്ഷപ്പെടുന്നത് മനുഷ്യനും മനുഷ്യനും തമ്മിലല്ല, ചരക്കും ചരക്കും തമ്മിലാണ്. ഈ ബന്ധം എങ്ങനെയാണ് പ്രത്യക്ഷപ്പെടുന്നത്?

ഈ ബന്ധത്തിന് നാലു രൂപങ്ങളുണ്ടെന്ന് മാർക്സ് ചൂണ്ടിക്കാണിക്കുന്നു. ഒന്നാമത്തേത് യാദൃച്ഛികമായി ഒരു വസ്തു കൈവരിക്കുന്ന മൂല്യമാണ്. ഉദാഹരണത്തിന്, പഴയ തുണി വിറ്റ് പാത്രം വാങ്ങുന്ന ഒരാളെ സംബന്ധിച്ചിടത്തോളം തുണിക്ക് അയാൾ കണക്കാക്കുന്ന മൂല്യം പ്രകടിപ്പിക്കാനുള്ള ഉപാധി മാത്രമാണ് പാത്രങ്ങൾ. അതായത് പഴയ തുണികളുടെ മൂല്യം ആപേക്ഷികമായി അയാൾ മറ്റൊരു ചരക്കിൽ കണ്ടെത്തുന്നു. മനുഷ്യന്റെ അദ്ധ്വാനശക്തിയുടെ പ്രവർത്തനരൂപം, അതായത് അദ്ധ്വാനമാണ് തുണിയുടെ മൂല്യം സൃഷ്ടിക്കുന്നത്. ഈ മൂല്യത്തെ കൈമാറ്റം ചെയ്യണമെങ്കിൽ തത്തുല്യമായ മൂല്യമുള്ള വസ്തു ആവശ്യമാണ്, അത് തുണി ആകരുത്. അദ്ധ്വാനത്തിലൂടെ സൃഷ്ടിക്കുന്ന മറ്റൊരു വസ്തു ആകുമ്പോൾ അതിന്റെ മൂല്യമുപയോഗിച്ച് തുണിയുടെ മൂല്യമളക്കാം. അങ്ങനെ പത്തു ഷർട്ടിന്റെ മൂല്യം അഞ്ചുപാത്രമാകും.

പത്തു ഷർട്ടിന്റെ മൂല്യം അഞ്ചുപാത്രമാണെന്ന് തീരുമാനിക്കുമ്പോൾ ഇവ രണ്ടിന്റെയും മൂല്യം തുല്യമാണോ? പത്തുഷർട്ടും അഞ്ചുപാത്രങ്ങളും വ്യത്യസ്ത ഉപയോഗമൂല്യങ്ങളുള്ളവയാണ്. ഇവയുടെ തുല്യത എങ്ങനെ തീരുമാനിക്കും? അതിനൊരു മാർഗ്ഗമേ ഉള്ളൂ. രണ്ടിന്റെയും ഉപയോഗമൂല്യങ്ങളെ വിനിമയമൂല്യമായി മാറ്റണം. അതു സാധിക്കണമെങ്കിൽ രണ്ടിലും ഉപയോഗിച്ചിരിക്കുന്ന അദ്ധ്വാനം തുല്യമാകണം. രണ്ടിലും ഉപയോഗിച്ചിരിക്കുന്ന അദ്ധ്വാനം വ്യത്യസ്തമാണ്, അത് മൂർത്തമായ (concrete) അദ്ധ്വാനമാണ്. ഈ മൂർത്തമായ അദ്ധ്വാനത്തെ അമൂർത്തമായി പ്രകടിപ്പിക്കണം. എന്നാൽ മാത്രമാണ് തുല്യത കൈവരിക്കാൻ സാധിക്കുക. അതായത്, പത്തു ഷർട്ടിന്റെ മൂല്യം അഞ്ചു പാത്രമാണെങ്കിൽ, അഞ്ചു പാത്രത്തിന്റെ വില (പണമായോ അല്ലാതെയോ) ഉപയോഗിച്ച് പത്തു ഷർട്ട് വാങ്ങാൻ കഴിയണം.

ഇതിൽനിന്നാണ് മാർക്സ് നിർദ്ദേശിക്കുന്ന രണ്ടാമത്തെ രൂപം വളർന്നുവരുന്നത്. അതായത്, പത്ത് ഷർട്ട് = 5 പാത്രം എന്ന സമവാക്യം 5 പാത്രം = ഒരു കിലോ കാപ്പി, ഒരു കിലോ കാപ്പി = 2 കിലോ അരി എന്നി

ങ്ങനെ നീട്ടിക്കൊണ്ടുപോകാം. അതായത് നിരവധി വസ്തുക്കൾ കൈമാറ്റം ചെയ്യുമ്പോൾ കൈമാറ്റം ചെയ്യപ്പെടുന്ന, വ്യത്യസ്ത ഉപയോഗ മൂല്യങ്ങളുടെ അളവുകൾ തമ്മിൽ ബന്ധം ഉണ്ടാകുന്നു. അവ ഒരു പൊതുവിനിമയ മൂല്യം പ്രകടിപ്പിക്കുന്നു.

ഇതിൽനിന്നാണ് മാർക്സ് നിർദ്ദേശിക്കുന്ന മൂന്നാമത്തെ രൂപം വളർന്നുവരുന്നത്. വിവിധ അളവുകളിലുള്ള വ്യത്യസ്ത വസ്തുക്കളെല്ലാം ഒരു പൊതുവായ ചരക്കുമായി തുലനം ചെയ്യപ്പെടുന്നു. ഉദാഹരണത്തിന് 5 പാത്രങ്ങൾ എന്നത് പത്ത് ഷർട്ട്, ഒരു കിലോ കാപ്പി, 2 കിലോ അരി, ഇരുമ്പു കൊണ്ടുണ്ടാക്കിയ ഒരു കത്തി തുടങ്ങിയവയെല്ലാം പൊതു തുലനരൂപമായി മാറുന്നു. എല്ലാ വസ്തുക്കളും സാമൂഹ്യമായി ഉല്പാദിപ്പിക്കുന്നതുകൊണ്ട് പൊതു തുലന രൂപവും അതാതു സമൂഹങ്ങളിൽ അംഗീകരിക്കുന്ന ഒന്നായിരിക്കും. പ്രാചീന ഇന്ത്യാ സമൂഹത്തിൽ ആടുകൾ ഇത്തരത്തിലുള്ള പൊതു തുലനരൂപമായിരുന്നു. പിന്നീട് സ്വർണ്ണക്കട്ടികൾ പൊതുരൂപമായി.

ഈ പ്രക്രിയയുടെ അന്തിമരൂപമായാണ് പണത്തിന്റെ ആവിർഭാവം. മുമ്പു പറഞ്ഞ സ്വർണ്ണക്കട്ടികൾ പണത്തിന്റെ തുടക്കമാണ്. സ്വർണ്ണം ആദ്യഘട്ടത്തിൽ മറ്റെല്ലാ വസ്തുക്കളെയുംപോലെ വിനിമയം ചെയ്യപ്പെടുന്ന ചരക്കായിരുന്നു. പിന്നീട് എല്ലാ ചരക്കുകളും കൈമാറ്റം ചെയ്യപ്പെടുന്ന പൊതുരൂപമായി സ്വർണ്ണം മാറി. അതായത്, എല്ലാവിധ വിനിമയങ്ങളുടെയും പൊതു തുല്യതാരൂപം സ്വർണ്ണമായി.

അഞ്ച്

ഇവിടെയാണ് മാർക്സിന്റെ വാദഗതിയിലെ മറ്റൊരു സുപ്രധാന ആശയം പുറത്തുവരുന്നത്. മൂല്യം, അല്ലെങ്കിൽ വിനിമയ മൂല്യം ഉണ്ടാകുന്നത് വസ്തുക്കൾ, അല്ലെങ്കിൽ ചരക്കുകൾ തമ്മിലുള്ള ബന്ധത്തിൽ നിന്നാണ്. മനുഷ്യബന്ധങ്ങളിൽ നിന്നല്ല. മനുഷ്യാദ്ധ്വാന ശക്തിയുടെ മാത്രകളായാണ് ചരക്കുകൾ സൃഷ്ടിക്കപ്പെടുന്നത്. മനുഷ്യരുടെ സാമൂഹ്യാദ്ധ്വാനത്തിന്റെ സൃഷ്ടികളായ ചരക്കുകൾ, ചരക്കുകളായി വിനിമയം ചെയ്യപ്പെടുന്ന വസ്തുക്കളായാണ് നമ്മുടെ മുമ്പിൽ പ്രത്യക്ഷപ്പെടുന്നത്. ഉല്പാദകരെ സംബന്ധിച്ചിടത്തോളം അവരുടെ മൊത്തം അദ്ധ്വാനം ഒരു സാമൂഹ്യ ബന്ധമായി പ്രത്യക്ഷപ്പെടുകയാണ്, ബന്ധമുള്ളത് അവരവർ തമ്മിലല്ല, അവർ നിർമ്മിച്ച ഉല്പന്നങ്ങൾ തമ്മിലാണ്. ചരക്കുകൾ അവ നിർമ്മിച്ചെടുക്കപ്പെട്ട ഭൗതികസാഹചര്യങ്ങളും ബന്ധങ്ങളുമായി വേർപെടുന്നു. മനുഷ്യർ തമ്മിലുള്ള സാമൂഹ്യബന്ധങ്ങളെ അവർ വസ്തുക്കൾ തമ്മിലുള്ള മായികബന്ധമായി കാണുന്നു. അദ്ധ്വാനത്തിന്റെ ഉല്പന്നങ്ങൾക്കുണ്ടാകുന്ന ഈ മായിക സ്വഭാവത്തെയാണ് മാർക്സ് ചരക്കുകളുടെ വിഗ്രഹവല്ക്കരണം (fetishism of the commodities) എന്നു പറയുന്നത്. ചരക്കുകളുടെ ഉല്പാദനത്തിൽനിന്ന് വേർപെടുത്താൻ കഴിയാത്തതാണിത്.

എങ്ങനെയാണ് ചരക്കുകൾക്ക് ഈ മായികസ്വഭാവം കൈവരുന്നത്? ഉല്പന്നങ്ങൾക്കു രണ്ടു തരത്തിലുള്ള മൂല്യങ്ങളുണ്ടെന്ന് നാം കണ്ടു; വിനിമയമൂല്യവും ഉപയോഗമൂല്യവും. മുതലാളിത്ത സമൂഹത്തിന്റെ സവിശേഷത എല്ലാത്തരത്തിലും ഉപയോഗമുള്ള വസ്തുക്കളെയും വിനിമയം ചെയ്യപ്പെടുന്നു എന്നതാണ്. അപ്പോൾ ഒരു വ്യക്തിഗത ഉല്പാദകന്റെ അദ്ധ്വാനത്തിന് രണ്ടു തരത്തിലുള്ള സ്വഭാവങ്ങളുണ്ടാകുന്നു. ഒന്ന്, ഒരു സാമൂഹ്യാവശ്യം നിറവേറ്റുന്നതിനു വേണ്ടി നടത്തുന്ന ഉപയോഗപ്രദമായ അദ്ധ്വാനം, അത് എല്ലാവരുടെയും കൂട്ടായ അദ്ധ്വാനത്തിന്റെ ഭാഗമാകുന്നു. മറ്റൊന്ന്, ഉല്പാദകന്റെ വ്യത്യസ്ത ആവശ്യങ്ങൾക്കുവേണ്ടിയുള്ള ഉല്പാദനമാണ്. അതിന് ഉല്പാദകരുടെ എല്ലാ ആവശ്യങ്ങളും നിറവേറ്റുന്ന വിധത്തിൽ വസ്തുക്കൾ പരസ്പരം കൈമാറ്റം ചെയ്യപ്പെടണം. ഓരോ വ്യക്തിയുടെയും സ്വകാര്യ ആവശ്യങ്ങൾക്കുവേണ്ടിയുള്ള അദ്ധ്വാനം മറ്റുള്ളവരുടെ സ്വകാര്യ ആവശ്യങ്ങൾക്കുവേണ്ടിയുള്ള അദ്ധ്വാനത്തിനു തുല്യമായിരിക്കണം. യഥാർത്ഥത്തിൽ വ്യക്തികളുടെ അദ്ധ്വാനവും ആവശ്യങ്ങളും തുല്യമല്ല. അവ തുല്യമാക്കപ്പെടുന്നത് മനുഷ്യാദ്ധ്വാനശക്തിയുടെ അമൂർത്തതയെ ആധാരമാക്കിയാണ്. അതായത് മനുഷ്യരുടെ എല്ലാ ആവശ്യങ്ങളും ഉല്പന്നങ്ങളുടെ വിനിമയം വഴിയാണ് നിറവേറ്റപ്പെടുന്നത് എന്ന് ഓരോ വ്യക്തിയും മനസ്സിലാക്കുന്നു.

മൂല്യം എന്നത് ഓരോ വസ്തുവിന്റെമേലും എഴുതിയൊട്ടിച്ച ഒരു ലേബലല്ല. മൂല്യമാണ്, എല്ലാ ഉല്പന്നങ്ങളെയും ഒരു സാമൂഹ്യ അടയാളമാക്കി, വരമൊഴിയാക്കി (Hieroglyptic) മാറ്റുന്നത്. മൂല്യം എന്നത് ഭാഷ പോലെയുള്ള ഒരു സാമൂഹ്യ ഉല്പന്നമാണ്. ഒരു വസ്തുവിന് മൂല്യമുണ്ടെന്നു പറഞ്ഞാൽ അതിന്റെ അർത്ഥം, അവ മറ്റു മൂല്യമുള്ള വസ്തുക്കളുമായി തുടർച്ചയായി പ്രവർത്തിക്കുകയും പ്രതിപ്രവർത്തിക്കുകയും ചെയ്യുന്നു എന്നാണ്. അതായത്, ഉല്പാദകർക്ക് അവരുടെ സാമൂഹ്യപ്രവർത്തനം വസ്തുക്കളുടെ പ്രവർത്തനമായി മാറുന്നു. വസ്തുക്കളുടെ പ്രവർത്തനം അവരുടെ പ്രവർത്തനത്തെ നിർണ്ണയിക്കാനാരംഭിക്കുന്നു. വ്യത്യസ്തമായി നടത്തപ്പെടുന്ന വിവിധ തരത്തിലുള്ള സാമൂഹ്യാദ്ധ്വാന രൂപങ്ങൾ, സമൂഹത്തിനാവശ്യമുള്ള ഉല്പന്നങ്ങളുടെ അനുപാതമായി കണക്കുകൂട്ടാനാരംഭിക്കുന്നു. വസ്തുക്കളുടെ വിനിമയബന്ധങ്ങളുടെ തുടർച്ചയായ ഏറ്റക്കുറച്ചിലുകളാണ് പിന്നീട് പരിശോധിക്കപ്പെടുന്നത്. അതുല്പാദിപ്പിക്കാൻ എടുത്ത സമൂഹത്തിനാവശ്യമായ അദ്ധ്വാനസമയം ഒരു പ്രകൃതി നിയമമായി മാറുന്നു.

ഇപ്പോൾ നിലവിലുള്ള സാമ്പത്തികശാസ്ത്രത്തിനെതിരായ അതിശക്തമായ വിമർശനമാണ് മാർക്സ് അവതരിപ്പിക്കുന്നത്. ചരക്കുകളുടെ വിഗ്രഹവല്ക്കരണത്തിന്റെ ഭാഗം തന്നെ മാർക്സ് ഈ വിമർശനത്തിനുവേണ്ടി എഴുതിയതാണ്. മനുഷ്യരുടെ സാമൂഹ്യശാസ്ത്ര വിശകലനം

ആരംഭിക്കുന്നത് മനുഷ്യർ സൃഷ്ടിച്ച ചരക്കുകൾപോലുള്ള രൂപങ്ങളിൽ നിന്നാണ്. അവ ചരിത്രപരമായി എങ്ങനെ വികസിച്ചുവന്നുവെന്ന പരിശോധനയിൽനിന്നല്ല. ചരിത്രപരമായ വികാസത്തിന്റെ ഫലങ്ങളിൽനിന്നാണ്, കാരണങ്ങളിൽനിന്നല്ല, ഇത്തരം പഠനങ്ങൾ ആരംഭിക്കുന്നത്. മനുഷ്യരെ സംബന്ധിച്ചിടത്തോളം ചരക്കുകൾ സാമൂഹ്യ ജീവിതത്തിന്റെ സ്വാഭാവികമായ, അലംഘനീയമായ രൂപങ്ങളാണ്. അതുകൊണ്ട് അവയുടെ വളർച്ചയെ ചരിത്രപരമായി പരിശോധിക്കേണ്ട ആവശ്യമില്ല. അതുകൊണ്ട് പഠനങ്ങൾ ആരംഭിക്കുന്നത് വസ്തുക്കളുടെ വിലയിൽനിന്നാണ്, വില പണമായി കണക്കാക്കിയിട്ടാണ് അവയുടെ മൂല്യത്തെ പരിശോധിക്കുന്നത്. എന്നാൽ, വ്യക്തിഗത ഉല്പാദകർ തമ്മിലുള്ള സാമൂഹ്യബന്ധങ്ങളെ പണം വഴിയായുള്ള ബന്ധങ്ങൾ തുറന്നു കാണിക്കുകയല്ല, ഒളിപ്പിക്കുകയാണ് ചെയ്യുന്നതെന്ന് മാർക്സ് വാദിക്കുന്നു. സാമൂഹ്യഉല്പാദനബന്ധങ്ങളുടെ ചരിത്രപരമായ വികാസത്തെ പണത്തിലൂടെ കണ്ടെത്തുക സാദ്ധ്യമല്ല.

പണം അപ്പോൾ എന്താണ്? പണത്തിന്റെ സ്വഭാവത്തെക്കുറിച്ചുള്ള ഏറ്റവും വിശദമായ പരിശോധന മാർക്സ് നടത്തുന്നത് *ഗ്രുണ്ട്റിസി*ലാണ്. അതിന്റെ ചുരുക്കം *മൂലധന*ത്തിന്റെ പിന്നീടുള്ള ഭാഗങ്ങളിൽ കാണാം. ചരക്കുകൾ മനുഷ്യാദ്ധ്വാനത്തിന്റെ വിഗ്രഹവല്ക്കരണമാണെങ്കിൽ, പണം ചരക്കുകളെ ഒരു നിശ്ചിത ഭാരമുള്ള ലോഹക്കഷണത്തോട് തുലനം ചെയ്യുന്ന രൂപമാണ്. ചരക്കുകൾ തമ്മിൽ കൈമാറ്റം നടക്കുമ്പോൾ നിശ്ചിതമൂല്യങ്ങൾ തമ്മിലാണ് കൈമാറുന്നത്, എന്നാൽ പണവും വസ്തുവും തമ്മിൽ കൈമാറ്റം നടക്കുമ്പോൾ അവിടെ വസ്തു സാമൂഹ്യമായി അംഗീകരിക്കപ്പെടുന്ന അവതാരമായി (incarnation) രൂപാന്തരപ്പെടുകയാണ് ചെയ്യുന്നത്. ഈ അവതാരം കൈമാറ്റം ചെയ്യപ്പെടുന്ന വസ്തുവിന്റെ മൂല്യത്തിലല്ല. കാരണം, വസ്തുവിന്റെ മൂല്യവും കൈമാറ്റം ചെയ്യപ്പെടുന്ന ലോഹക്കഷണത്തിന്റെ മൂല്യവും തമ്മിൽ ബന്ധമുണ്ടാകണമെന്നില്ല. അതിന് തുലനാത്മകമായ നിശ്ചിതമൂല്യം സമൂഹം ആശയപരമായി നല്കുകയാണ് ചെയ്യുന്നത്. ഒരു ലോഹക്കഷണത്തിന്റെ വില 5 രൂപ, അല്ലെങ്കിൽ പത്തു രൂപയാണെന്നത് സമൂഹം കൈക്കൊള്ളുന്ന തീരുമാനമാണ്. മറ്റൊരു തീരുമാനമനുസരിച്ച് 10 രൂപയുടെ 50 ലോഹക്കഷണങ്ങൾ ചേരുമ്പോൾ 500 രൂപയുടെ ഒരു കറൻസി നോട്ടുണ്ടാകുമെന്ന തീരുമാനമുണ്ടാകുന്നു. അതുപോലെ മറ്റൊരു തീരുമാനം വഴി 500 രൂപയുടെ 100 കറൻസി നോട്ടുകൾ ചേരുമ്പോൾ 50,000 രൂപയുടെ ക്രെഡിറ്റ് കാർഡായി മാറുന്നു. ഇവയെല്ലാം മൂല്യമുള്ള ചരക്കുകളുടെ അവതാരങ്ങൾ തന്നെയാണ്. ഇവയെല്ലാം മൂല്യ നിർമ്മിതിയുടെ പ്രാഥമിക രൂപങ്ങളിൽ വീണ്ടും വീണ്ടും അന്യവല്ക്കരിക്കുകയും ചരക്കിന്റെ മായികരൂപത്തിൽനിന്ന് ധനമൂലധനത്തിന്റെ ഇന്ദ്രജാലക്രിയകളായി മനുഷ്യാദ്ധ്വാനത്തെ മാറ്റുകയും ചെയ്യുന്നു.

ഇത്തരം രൂപങ്ങളിൽ നിന്നാണ് ബൂർഷ്വാ സമ്പദ്വ്യവസ്ഥ വളർ

ന്നുവരുന്നത്. ചരക്കുല്പാദനം എന്ന ചരിത്രപരമായി നിർണ്ണയിക്കപ്പെട്ട ഉല്പാദനരീതിയാണ് ഇതിന്റെ അടിത്തറ. ഈ ഉല്പാദനരീതി വളർന്നുവരുന്ന സാഹചര്യങ്ങളും ബന്ധങ്ങളുമുണ്ട്. ഇവയുടെ സാമൂഹ്യമായ സാധുത നിർണ്ണയിക്കുന്നതിനുള്ള ചിന്താ രൂപങ്ങളായാണ് മേൽ സൂചിപ്പിച്ച രൂപങ്ങൾ (ചരക്ക്, പണം മുതലായവ) അവതരിപ്പിക്കപ്പെടുന്നത്. മറ്റൊരു രീതിയിൽ പറഞ്ഞാൽ ഇവ ചരിത്രത്തിന്റെ ഉല്പന്നങ്ങളെന്നതിനുപകരം ബൂർഷ്വാ സാമ്പത്തികശാസ്ത്രത്തിന്റെ സംവർഗ്ഗങ്ങൾ (categories) ആയി മാറുന്നു.

ആറ്

ചരക്കുല്പാദനത്തിന്റെ ചരിത്രപരതയെ മുൻനിർത്തി ബൂർഷ്വാ സാമ്പത്തികശാസ്ത്രത്തിനെതിരെ മാർക്സുന്നയിക്കുന്ന വിമർശനങ്ങൾ ഒന്നാമദ്ധ്യായത്തിന്റെ അവസാന താളുകളിൽ കൂടുതൽ പ്രകടമാക്കുന്നുണ്ട്. ആദ്യകാല ബൂർഷ്വാ സാമ്പത്തികശാസ്ത്രജ്ഞർക്കും ജെറമി ബെൻതാമിനെപ്പോലുള്ള പ്രയോജനവാദികൾക്കും ഇഷ്ടപ്പെട്ട ഒരു കഥാപാത്രമായിരുന്നു ദാനിയൽ ഡെഫോയുടെ റോബിൻസൺ ക്രൂസോ. തനിയെ ഒരു ദ്വീപിൽ ചെന്നുപെട്ട ക്രൂസോ തന്റെ ആവശ്യങ്ങൾ നിറവേറ്റാനായി നിരവധി ഉപകരണങ്ങളുണ്ടാക്കുകയും, മൃഗപരിപാലനം, മത്സ്യബന്ധനം, നായാട്ട് മുതലായവ നടത്തുകയും ചെയ്തു. അദ്ധ്വാനം അദ്ദേഹത്തിന് ഒരു ആനന്ദമായിരുന്നു. അദ്ദേഹം തനിയെ ഒരു ലെഡ്ജറുണ്ടാക്കി കണക്കു സൂക്ഷിക്കുകയും അക്കൗണ്ട് ബുക്കുകൾ ഉണ്ടാക്കുകയും ചെയ്തു. അങ്ങനെ സ്വന്തം ഇഷ്ടപ്രകാരം തന്റെ ആവശ്യങ്ങൾക്കുവേണ്ടി എല്ലാ വസ്തുക്കളുമുണ്ടാക്കുകയും അതിന്റെ കണക്കുകളും സ്റ്റോക്ക് ബുക്കും വരെയുണ്ടാക്കുകയും ചെയ്ത മനുഷ്യനായിരുന്നു റോബിൻസൺ ക്രൂസോ.

ഇത്തരം ഒരു വ്യക്തിയോ, ഇത്തരം വ്യക്തികൾ ദ്വീപുകളെപ്പോലെ കഴിയുന്ന സമൂഹമോ യാഥാർത്ഥ്യമാണോ? യൂറോപ്പിലെ മദ്ധ്യകാല സമൂഹം വ്യക്തിപരമായ ആശ്രിതത്വബന്ധങ്ങളിൽ അധിഷ്ഠിതമായിരുന്നു. ഈ ആശ്രിതത്വബന്ധങ്ങൾ സാമൂഹ്യ ഇടപാടുകൾ, വസ്തുക്കളായുള്ള സേവന രൂപങ്ങളും കൈമാറ്റങ്ങളും തുടങ്ങിയവയിലൂടെയാണ് പ്രത്യക്ഷപ്പെട്ടിരുന്നത്. ഇവിടെ സാമൂഹ്യാദ്ധ്വാനം എന്നത് സ്വാഭാവികവും സവിശേഷവുമായ അദ്ധ്വാനരൂപമായിരുന്നു. അതുകൊണ്ടുതന്നെ സ്വന്തം അദ്ധ്വാനശക്തിയുടെ ഒരു ഭാഗമാണ് ജന്മിക്ക് പാട്ടമായി നല്കുന്നതെന്ന് കുടിയാനറിയാം. അതുകൊണ്ട് ഉല്പാദനബന്ധങ്ങൾ വ്യക്തിഗതമായ ബന്ധങ്ങളായി തന്നെയാണ് പ്രത്യക്ഷപ്പെടുന്നത്. കുടുംബാദ്ധ്വാനത്തിൽ, അതിലെ ഓരോ അംഗത്തിന്റെയും അദ്ധ്വാനശക്തി, മൊത്തം കുടുംബത്തിന്റെ ഒരു ഭാഗം തന്നെയാണ്. അതായത് സ്വാഭാവികമായ അദ്ധ്വാന

രൂപവും അതിന്റെ സാമൂഹ്യരൂപവും തമ്മിൽ മുതലാളിത്തപൂർവ്വ സമൂഹങ്ങളിൽ ഒരു വ്യത്യാസവുമില്ല.

മുതലാളിത്ത സമൂഹത്തിൽ ഇതല്ല സംഭവിക്കുന്നത്. അവിടെ സാമൂഹ്യാദ്ധ്വാനം അതിൻെറ പൊതുവായ അമൂർത്ത രൂപത്തിലാണ് പ്രത്യക്ഷപ്പെടുന്നത്. അതായത്, വിനിമയമൂല്യമായി മാറുന്നത് മനുഷ്യാദ്ധ്വാനശക്തിയുടെ അമൂർത്ത രൂപമാണ്. ചരക്കുല്പാദനത്തിനുള്ള അദ്ധ്വാനം അദ്ധ്വാനസമയമനുസരിച്ചാണ് നിർണ്ണയിക്കപ്പെടുന്നത്. ഉല്പാദിപ്പിക്കുന്ന വസ്തുക്കളും തന്റെ അദ്ധ്വാനശക്തിയും തമ്മിലുള്ള ബന്ധം കുടിയാനറിയാമെങ്കിൽ, തൊഴിലാളി കൂലിക്കുവേണ്ടി സ്വന്തം അദ്ധ്വാനം വില്ക്കുകയാണ് ചെയ്യുന്നത്. ഈ വിനിമയത്തിൽനിന്നാണ് ചരക്കുകളുടെ വിഗ്രഹവല്ക്കരണം നടക്കുന്നത്. ജന്മി - കുടിയാൻ ബന്ധങ്ങൾ വ്യക്തിഗത ബന്ധങ്ങളാണ്. എന്നാൽ മുതലാളി - തൊഴിലാളിബന്ധങ്ങൾ വസ്തുക്കൾ തമ്മിൽ, ചരക്കുകൾ തമ്മിലുള്ള ബന്ധങ്ങളായി പ്രത്യക്ഷപ്പെടുന്നു.

ഇനി മറ്റൊരു തരത്തിലുള്ള സമൂഹം വിഭാവനം ചെയ്യാൻ മാർക്സ് നമ്മോടാവശ്യപ്പെടുന്നു. റോബിൻസൺ ക്രൂസോ എന്ന വ്യക്തിക്കുപകരം സ്വതന്ത്രരായ വ്യക്തികളുടെ ഒരു സമുദായത്തിൽ ഉല്പാദനോപാധികൾ പൊതുവായി കൈകാര്യം ചെയ്യപ്പെടുകയും എല്ലാ വ്യത്യസ്ത വ്യക്തികളുടെയും അദ്ധ്വാനശക്തി സമുദായത്തിന്റെ സംയോജിത അദ്ധ്വാനശക്തിയായി ബോധപൂർവ്വം ഉപയോഗിക്കപ്പെടുകയും ചെയ്യുന്നു. ഇത്തരം സമൂഹത്തിൽ റോബിൻസൺ ക്രൂസോയുടെ നടപടികൾ ആവർത്തിക്കപ്പെടും. അവ സാമൂഹ്യാദ്ധ്വാന രൂപങ്ങളായിരിക്കും. മൊത്തം ഉല്പന്നങ്ങൾ സാമൂഹ്യാദ്ധ്വാനത്തിന്റെ ഉല്പന്നങ്ങളാകും. അതിലൊരു ഭാഗം അംഗങ്ങളുടെ നിലനില്പിനായി ഉപയോഗിക്കപ്പെടും. മറ്റേഭാഗം സാമൂഹ്യതലത്തിൽ തന്നെ പുതിയ ഉല്പാദനോപാധികളായി മാറും. അംഗങ്ങളുടെ ഉപയോഗത്തിനുള്ള ഉല്പന്നങ്ങളുടെ വിതരണം സമൂഹത്തിന്റെ ഉല്പാദന സംഘാടനമനുസരിച്ചും, ഉല്പാദകരുടെ ചരിത്രപരമായ വികാസമനുസരിച്ചും മാറിക്കൊണ്ടിരിക്കും. അതായത്, ഒരു ഉല്പാദകന്റെ അദ്ധ്വാനസമയമനുസരിച്ച് നിലനില്പിനാവശ്യമുള്ള വസ്തുക്കളിൽ നിന്ന് അയാൾക്ക് ലഭിക്കുന്ന പങ്ക് കണക്കാക്കപ്പെടും. അതായത്, അദ്ധ്വാനസമയത്തിന് ദ്വിമുഖ സ്വഭാവമുണ്ടാകും. സാമൂഹ്യാവശ്യങ്ങൾക്കനുസരിച്ചുള്ള ഉല്പാദനത്തിന്റെ തോത് വ്യക്തമായ ഒരു നിശ്ചിത സാമൂഹ്യാസൂത്രണമനുസരിച്ച് നിർണ്ണയിക്കുന്നതിനും വ്യക്തിഗതമായ ഉപഭോഗത്തിനു ലഭിക്കുന്ന വസ്തുക്കൾ എത്ര മാത്രമെന്ന് സാമൂഹ്യാദ്ധ്വാനമനുസരിച്ച് തിട്ടപ്പെടുത്തുന്നതിനും അദ്ധ്വാനസമയം തന്നെയാണ് ഉപയോഗിക്കുക. ഇത്തരത്തിലുള്ള സമൂഹബന്ധങ്ങളിൽ ഉല്പാദകർ തമ്മിലുള്ള സാമൂഹ്യബന്ധങ്ങൾ ലളിതവും പെട്ടെന്ന് ഉൾക്കൊള്ളാൻ കഴിയുന്നതുമാകും.

ഇവിടെ മാർക്സ് സംസാരിക്കുന്നത് സോഷ്യലിസത്തെക്കുറിച്ചാണ്.

സോഷ്യലിസം സാദ്ധ്യമാകണമെങ്കിൽ ഉല്പാദനത്തെ ചൂഴ്ന്നുനില്ക്കുന്ന മായികമായ മുഖംമൂടി പൊളിക്കുക തന്നെ വേണം. പക്ഷേ, ബൂർഷ്വാ സാമ്പത്തികശാസ്ത്രം പരിശോധിക്കുന്നത് ഉല്പാദനപ്രക്രിയയ്ക്ക് മനുഷ്യരുടെ മേൽ ആധിപത്യമുള്ള സമൂഹത്തെയാണ്. അതുകൊണ്ട് ബൂർഷ്വാ സമ്പദ്‌വ്യവസ്ഥയുടെ സംവർഗ്ഗങ്ങളെ പ്രകൃതിദത്തമായ, അനിവാര്യമായ രൂപങ്ങളായാണ് ബൂർഷ്വാ ബുദ്ധിജീവികൾ കാണുന്നത്. അതുകൊണ്ട് മുതലാളിത്ത പൂർവ്വ ബന്ധങ്ങളെ ബൂർഷ്വാ ബുദ്ധിജീവികൾ കാണുന്നത് പള്ളിവികാരികൾ ക്രിസ്തുമതത്തിനു മുമ്പുള്ള മതങ്ങളെ കാണുന്നതുപോലെയാണെന്ന് മാർക്സ് പറയുന്നു. അതായത് പ്രാകൃത സമ്പദ്‌വ്യവസ്ഥകളായാണ്, അവ തിരസ്കരിക്കപ്പെടേണ്ടവയായാണ് - ചരിത്രപരമായി പരിശോധിക്കപ്പെടേണ്ടവയായല്ല.

ചരക്കുകളുടെ വിഗ്രഹവല്ക്കരണത്തെക്കുറിച്ചുള്ള മാർക്സിന്റെ നിരീക്ഷണങ്ങൾ, മൂലധനത്തിൽ ആനുഷംഗികമായി കടന്നുവന്ന തത്ത്വചിന്താരൂപമല്ല. ബൂർഷ്വാ സാമ്പത്തികശാസ്ത്രത്തിനും പൊതുവിൽ ബൂർഷ്വാ ചിന്തയ്ക്കുമെതിരായ അതിശക്തമായ വിമർശനമാണ്. മൂലധനം ചരിത്രപരമായ സാഹചര്യങ്ങളുടെ സൃഷ്ടിയാണെന്നും അതിന്റെ ഭാഗമായി വളർന്നുവന്ന ചരക്ക്, വിനിമയം, പണം, മൂലധനചംക്രമണം, ചോദനവും പ്രദാനവും തമ്മിലുള്ള ബന്ധങ്ങളും സന്തുലിതാവസ്ഥയും തുടങ്ങിയവയെല്ലാം കേവലമായ സംവർഗ്ഗങ്ങളല്ല. ചരിത്രത്തിന്റെ സൃഷ്ടിയാണെന്നുമാണ് മാർക്സ് ചൂണ്ടിക്കാണിക്കുന്നത്. ചരക്കുകളും വിനിമയമൂല്യവും ബൂർഷ്വാ സമൂഹത്തിന്റെ സൃഷ്ടിയല്ല, അവ അതിനുമുമ്പുള്ള സമൂഹങ്ങളിൽ രൂപപ്പെട്ടതും മുതലാളിത്ത ഉല്പാദനബന്ധങ്ങളിൽ ആധിപത്യം നേടിയവയുമാണ്. അദ്ധ്വാനവും മൂല്യവും തമ്മിലുള്ള ബന്ധവും മുതലാളിത്ത സമൂഹം സൃഷ്ടിച്ചതല്ല. മൂലധനം അദ്ധ്വാനശക്തിയുടെ വിനിമയത്തിന്റെ അടിസ്ഥാനത്തിലുള്ള യഥാർത്ഥ ബന്ധങ്ങളെ തമസ്കരിക്കുകയും അതിനുപകരം വസ്തുക്കൾ തമ്മിലുള്ള ബന്ധങ്ങൾ മാത്രമായി ഇത്തരം ബന്ധങ്ങളെ ആവിഷ്കരിക്കുകയുമാണ് ചെയ്തത്. പണം കേന്ദ്ര സ്ഥാനത്തു വന്നതോടെ ഈ ബന്ധങ്ങൾ വീണ്ടും അന്യവല്ക്കരിക്കപ്പെട്ടു. ഈ പ്രക്രിയയെയാണ് മനുഷ്യബന്ധങ്ങളെ പൊതിഞ്ഞിരിക്കുന്ന 'നിഗൂഢമായ മറ' (Mystical Veil) ആയി മാർക്സ് കാണുന്നത്. ബൂർഷ്വാ ബുദ്ധിജീവികൾ ഈ മറയെ യാഥാർത്ഥ്യമായി അവതരിപ്പിക്കുകയാണ് ചെയ്യുന്നത്. ഈ മറ പൊളിക്കുക മനുഷ്യരാശിയുടെ ചരിത്രപരമായ ദൗത്യമാണെന്നും അതിലൂടെ വളർന്നുവരുന്ന പുതിയ സോഷ്യലിസ്റ്റ് വ്യവസ്ഥിതിയിലാണ് മനുഷ്യബന്ധങ്ങൾ വീണ്ടെടുക്കാൻ കഴിയുക എന്നും മാർക്സ് വാദിക്കുന്നു.

എംഗൽസ് തന്റെ സോഷ്യലിസം: *സാങ്കല്പികവും ശാസ്ത്രീയവും* എന്ന കൃതിയിൽ മാർക്സിന്റെ സുപ്രധാന കണ്ടുപിടിത്തങ്ങളായി പറയുന്ന രണ്ടും മാർക്സ് *മൂലധന*ത്തിന്റെ ആദ്യ അദ്ധ്യായത്തിൽ തന്റേതായ രീതിയിൽ അവതരിപ്പിക്കുന്നു. ഒന്ന് മിച്ചമൂല്യസങ്കല്പവും അതിനാധാരമായ അദ്ധ്വാനശക്തിയും മൂല്യവും (അതായത് വിനിമയമൂല്യവും)

തമ്മിലുള്ള ബന്ധവുമാണ്; രണ്ട്, ചരിത്രപരമായ ഭൗതികവാദത്തെ മുൻനിർത്തി മുതലാളിത്ത ഉല്പാദനരീതിയുടെ ചരിത്രപരതയെ സംബന്ധിച്ചുള്ള വാദവും അന്തിമമായി അതിന്റെ ചരിത്രപരമായ നാശത്തെക്കുറിച്ചുള്ള സങ്കല്പവുമാണ്. *മൂലധന*ത്തിന്റെ തുടർന്നുള്ള അദ്ധ്യായങ്ങളിൽ ഇവയെ ആധാരമാക്കി മൂലധനത്തിന്റെ ഘടനയെയും ചലനാത്മകതയെയും സംബന്ധിച്ച ആഴത്തിലുള്ള അന്വേഷണമാണ് മാർക്സ് നടത്തുന്നത്.

മൂലധനം -
പ്രാകൃത മൂലധന സമാഹരണം

ഒന്ന്

മൂലധനസമാഹരണത്തെക്കുറിച്ചുള്ള മാർക്സിന്റെ നിരീക്ഷണങ്ങൾ സാമ്പത്തികചരിത്ര ചർച്ചകളിൽ സ്ഥാനം പിടിച്ചിട്ടുണ്ട്. റോസാ ലക്സംബെർഗ്ഗ്, ലെനിൻ, ബുഖാറിൻ, പ്രിയോ ബ്രഷെൻസ്കി തുടങ്ങിയവരുടെ ചർച്ചകളിൽനിന്നാണ് ഇതാരംഭിക്കുന്നത്. കമ്യൂണിസ്റ്റ് പ്രസ്ഥാനത്തിന്റെ അടവു-തന്ത്രങ്ങൾ തീരുമാനിക്കുന്നതിൽ ഈ ചർച്ചകൾക്ക് പ്രധാനപ്പെട്ട പങ്കുണ്ടായിരുന്നു. തുടർന്ന് ഇംഗ്ലീഷ് സാമ്പത്തിക ശാസ്ത്രജ്ഞനും കമ്യൂണിസ്റ്റുമായ മോറിസ് ഡോബ്, അമേരിക്കൻ മാർക്സിസ്റ്റായ പോൾ സ്വീസി എന്നിവരുടെ സംവാദം മുതലാളിത്തത്തിന്റെ വളർച്ചയെ സംബന്ധിച്ച ഗവേഷണങ്ങൾക്ക് കനത്ത സംഭാവനയാണ് നല്കിയത്. അതിനുശേഷം കാർഷിക മുതലാളിത്തത്തിന്റെ വളർച്ചയെക്കുറിച്ച് റോബർട്ട് ബ്രന്നർ ഉയർത്തിവിട്ട സംവാദവും ആധുനിക ലോക വ്യവസ്ഥയെക്കുറിച്ച് ഇമാനുവേൽ വാലർസ്റ്റീൻ, ജിയോവാന്നി അരിഹി തുടങ്ങിയവരുടെ നിരീക്ഷണങ്ങളും ചർച്ചാവിഷയമായി. കഴിഞ്ഞ നൂറ്റിഅൻപതുവർഷമായി നടന്നുവന്ന ചർച്ചകളുടെ എല്ലാം അടിത്തറ *മൂലധനം* എന്ന കൃതിയിൽ മൂലധനത്തിന്റെ ചരിത്രപരമായ വളർച്ചയെക്കുറിച്ച് മാർക്സ് നടത്തിയ നിരീക്ഷണങ്ങളായിരുന്നു.

മൂലധനത്തിന്റെ വളർച്ച വിശകലനം ചെയ്യാൻ മാർക്സ് ഉപയോഗിക്കുന്ന രീതിശാസ്ത്രത്തെക്കുറിച്ച് അല്പം പറയേണ്ടതുണ്ട്. രണ്ടു തരത്തിലുള്ള അപഗ്രഥനരീതികളെ സമന്വയിപ്പിക്കാൻ മാർക്സ് തുടർച്ചയായി ശ്രമിക്കുന്നു. അതിലൊന്ന് മൂലധന സമാഹരണം നടക്കുന്ന ചരക്കുല്പാദനത്തിന്റെയും വിനിമയത്തിന്റെയും രൂപങ്ങളെ തുറന്നുകാ

ട്ടുന്ന രീതിയാണ്. ഘടനാപരമായ വിശ്ലേഷണം എന്നു വേണമെങ്കിൽ ഇതിനെ പറയാം. ചരക്കുല്പാദനത്തിനായി നിക്ഷേപിക്കപ്പെടുന്ന മൂലധനം, ഉല്പാദനം, വിനിമയം, ഉപഭോഗം എന്നീ പ്രക്രിയകളിലൂടെ വീണ്ടും മൂലധനമായി പ്രത്യുല്പാദിപ്പിക്കപ്പെടുന്ന (Reproduction) രീതിയുടെ വിശ്ലേഷണമാണിത്. രണ്ടാമത്തെ രീതി മൂലധന സമാഹരണവും പ്രത്യുല്പാദനവും സൃഷ്ടിക്കുന്ന ബന്ധങ്ങളുടെ ചലനാത്മകതയുടെ ചരിത്രപരമായ അന്വേഷണമാണ്. അത് പ്രക്രിയാബദ്ധമായ വിശ്ലേഷണമാണ്. ഇവ രണ്ടും വൈരുദ്ധ്യാത്മകമായി സമന്വയിപ്പിച്ചുകൊണ്ടാണ് മാർക്സ് മുതലാളിത്ത വ്യവസ്ഥയുടെ ചലനാത്മകത നമ്മുടെ മുമ്പിൽ അവതരിപ്പിക്കുന്നത്.

ഒരു നിരീക്ഷണം കൂടി ഇവിടെ പ്രസക്തമാണ്. പതിനെട്ടാം നൂറ്റാണ്ടിൽ, വ്യാവസായിക വിപ്ലവത്തിന്റെയും വിവിധ രാഷ്ട്രങ്ങളിലെ രാഷ്ട്രീയ വിപ്ലവങ്ങളുടെയും വെളിച്ചത്തിൽ പെട്ടെന്നുല്പാദിപ്പിക്കപ്പെട്ട ഒരു സമൂഹ രൂപമായല്ല, മുതലാളിത്തത്തെ മാർക്സ് കാണുന്നത്. മുതലാളിത്ത വ്യവസ്ഥയുടെ ആരംഭം പതിനാറാം നൂറ്റാണ്ടു മുതലാണ്. ഫ്യൂഡൽ സമൂഹത്തിന്റെ ഉള്ളിൽനിന്നു തന്നെയാണ് മുതലാളിത്ത വ്യവസ്ഥയുടെ ജനനം. അതിനുശേഷം രണ്ടു മൂന്നു നൂറ്റാണ്ടുകളിലെ സംഘർഷങ്ങൾക്കൊടുവിലാണ് മുതലാളിത്ത വ്യവസ്ഥ ബ്രിട്ടനിലും മറ്റു യൂറോപ്യൻ രാജ്യങ്ങളിലും ആധിപത്യം സ്ഥാപിച്ചത്.

മുതലാളിത്തത്തിന്റെ വികാസ പ്രക്രിയയുടെ വിശദീകരണത്തിലും മാർക്സ് മുൻ സൂചിപ്പിച്ച ദ്വിമാനമായ രീതിശാസ്ത്രം ഉപയോഗിക്കുന്നുണ്ട്. ആദ്യം ചരക്കുല്പാദനത്തിന്റെയും വിനിമയത്തിന്റെയും പ്രത്യുല്പാദനത്തിന്റെ ലളിതമായ രൂപങ്ങളെ വിശദീകരിക്കുന്നു. അതിനുശേഷം പ്രത്യുല്പാദനത്തിന്റെ വികസിത രൂപങ്ങളിലേക്ക് പിന്നീട് പോകുന്നു. ചരക്കുല്പാദനത്തിന്റെയും വിനിമയത്തിന്റെയും പ്രത്യുല്പാദനത്തിലേക്ക് നയിക്കുന്ന സാമൂഹ്യ സാമ്പത്തികബന്ധങ്ങളെ അതിനോടൊപ്പം വിശദീകരിക്കുന്നു. അതിനുശേഷം പ്രത്യുല്പാദനത്തിന്റെ വികസിത രൂപങ്ങൾ സൃഷ്ടിക്കുന്ന മൂലധന പരിക്രമത്തിന്റെ സങ്കീർണ്ണ രൂപങ്ങളെപ്പറ്റി പ്രതിപാദിക്കുന്നു. വൈരുദ്ധ്യാത്മകമായ ഈ പ്രതിപാദനരീതി *മൂലധന*ത്തെക്കുറിച്ച് വ്യത്യസ്തമായ അഭിപ്രായങ്ങൾ സൃഷ്ടിക്കാൻ കാരണമായിട്ടുണ്ട്. ചിലർ സാമൂഹ്യശാസ്ത്രത്തിലെയും സാമ്പത്തിക ശാസ്ത്രത്തിലെയും ഏറ്റവും ഉദാത്ത ഗ്രന്ഥമായി മൂലധനത്തെ വിലയിരുത്തുമ്പോൾ മറ്റു ചിലർ സാമ്പത്തികശാസ്ത്രത്തിലെ ഏറ്റവും വികലവും നികൃഷ്ടവുമായ ഗ്രന്ഥമായി *മൂലധന*ത്തെ തള്ളിക്കളയുകയും ചെയ്തിട്ടുണ്ട്.

*മൂലധന*ത്തെക്കുറിച്ചുള്ള ചർച്ചകളിലേക്ക് നാം പോകേണ്ടതില്ല, മൂലധന സമാഹരണത്തെക്കുറിച്ച് മാർക്സ് എന്തു പറയുന്നുവെന്നു നോക്കാം. മൂലധനം പ്രത്യുല്പാദിപ്പിക്കപ്പെടണമെങ്കിൽ, മൂലധനത്തെ പ്രത്യുല്പാദിപ്പിക്കുന്ന സാമൂഹ്യ സാമ്പത്തിക ബന്ധങ്ങൾ, വർഗ്ഗബന്ധ

ങ്ങൾ സൃഷ്ടിക്കപ്പെടണമെങ്കിൽ ചിലരുടെ കൈയിൽ മൂലധനം വന്നു ചേരണം. മൂലധനമെന്നാൽ വെറും പണമല്ല, ഏതെങ്കിലും ചരക്കുല്പാദനത്തിൽ നിക്ഷേപിക്കപ്പെടുന്ന സമ്പത്താണ്. ഇതെങ്ങനെയാണ് ചില യാളുകളുടെ കൈയിൽ വന്നു ചേരുന്നത്? അവർ എന്തിന് ചരക്കുല്പാദനത്തിൽ നിക്ഷേപിക്കണം? അതായത് മുതലാളിത്തം പൂർണ്ണരൂപത്തിലെത്തണമെങ്കിൽ, പ്രത്യുല്പാദന പ്രക്രിയ നടക്കണമെങ്കിൽ, അതിനാവശ്യമായ മൂലധനം പ്രാഥമികമായ മുതലായി, നിക്ഷേപമായി രൂപപ്പെടേണ്ടതുണ്ട്. ഈ രൂപപ്പെടലിനെയാണ് പ്രാകൃത സമാഹരണം (Primitive Accumulation) എന്ന് മാർക്സ് വിളിക്കുന്നത്.

രണ്ട്

ക്രിസ്ത്യൻ ദൈവശാസ്ത്രത്തിലെ ആദ്യപാപവുമായാണ് മാർക്സ് പ്രാകൃത സമാഹരണത്തെ താരതമ്യപ്പെടുത്തുന്നത്. ആദം ആപ്പിൾ കടിച്ചുതിന്നു, മനുഷ്യവംശം മുഴുവൻ പാപികളായി. ഏതോ ഒരാളുടെ കൈയിൽ പ്രത്യുല്പാദിപ്പിക്കപ്പെടുന്ന മൂലധനം വന്നുപെട്ടു. പിന്നീടാരംഭിച്ച മൂലധന പ്രത്യുല്പാദന പ്രക്രിയ മനുഷ്യരാശിയിൽ നല്ലൊരു ഭാഗത്തെ കൊടും വറുതിയിലും പട്ടിണിയിലുമാക്കി. ആപ്പിൾ പാപത്തിന്റെ ഫലമല്ല, ആദം സ്വയമേവ പാപിയുമല്ല. ഒരു പ്രത്യേക അവസ്ഥയിൽ വിലക്കപ്പെട്ട കനി ആദം ഭക്ഷിച്ചുവെന്നതാണ് പാപം. അതുപോലെ പണവും ചരക്കുകളും സ്വന്തം നിലയ്ക്ക് മൂലധനമല്ല. പണം ഉല്പാദനത്തിനുള്ള ഉപാധിയാണെങ്കിൽ ചരക്കുകൾ നിലനില്പിനുള്ള ഉപാധിയാണ്. അവ മൂലധനമായി മാറേണ്ടതുണ്ട്. അവ മൂലധനമായി മാറണമെങ്കിൽ രണ്ടു തരത്തിലുള്ള ചരക്കുകൾ കൈവശമുള്ളവർ പരസ്പരം ബന്ധപ്പെടേണ്ടതുണ്ട്. ഒന്ന് പണം, ഉല്പാദനോപാധികൾ, നിലനില്പിനുള്ള ഉപാധികൾ എന്നിവ കൈവശമുള്ളവരാണ് അവർ. മറ്റുള്ളവരുടെ അദ്ധ്വാനശക്തി വിലയ്ക്കു വാങ്ങി സ്വന്തം കൈയിലുള്ള മൂല്യങ്ങൾ വർദ്ധിപ്പിക്കാനായി ആഗ്രഹിക്കുന്നു. മറ്റൊരു കൂട്ടർ സ്വതന്ത്രരായ തൊഴിലാളികളാണ്. അവർ സ്വന്തം അദ്ധ്വാനശക്തിയെ വില്ക്കുന്നു. ഇവർ സ്വതന്ത്രരാകുന്നത് എങ്ങനെയാണ്? അടിമകളെപ്പോലെ ഇവർ ഉല്പാദനോപാധികളുടെ ഭാഗമല്ല. കൃഷിക്കാരെപ്പോലെ ഇവർ ഉല്പാദനോപാധികളുടെ ഉടമകളുമല്ല. ഇവരുടെ കൈവശം ഉല്പാദനോപാധികൾ ഒന്നുമില്ല. മുതലാളിത്ത വ്യവസ്ഥയുടെ മുന്നുപാധി തൊഴിലാളിയുടെ എല്ലാവിധ സ്വത്തിൽനിന്നുമുള്ള പൂർണ്ണമായ വേർപെടലാണ്. മുതലാളിത്ത വ്യവസ്ഥ സ്വന്തം കാലിൽ നില്ക്കാൻ തുടങ്ങുന്നതോടെ ഈ വേർതിരിവ് നിലനിർത്തുന്നു, അതിനെ കൂടുതൽ വിപുലമായ വിധത്തിൽ പ്രത്യുല്പാദിപ്പിക്കുകയും ചെയ്യുന്നു. എല്ലാ സാമൂഹ്യ ഉല്പാദനോപാധികളും നിലനില്പിന്റെ രൂപങ്ങളും മൂലധനമായിത്തീരുന്നു, ഉല്പാദകരെല്ലാവരും കൂലിവേലക്കാരായി തീരുകയും ചെയ്യുന്നു.

ഉല്പാദകരെ ഉല്പാദനോപാധികളിൽനിന്ന് വേർപെടുത്തുന്ന പ്രക്രിയയെയാണ് മാർക്സ് പ്രാകൃത സമാഹരണം എന്നു വിളിക്കുന്നത്. ഇതിനെ പ്രാകൃതം എന്ന് കരുതുന്നത് മുതലാളിത്ത വ്യവസ്ഥയുടെ വളർച്ചയുടെ മുന്നുപാധിയായാണ്. അതിന്റെ പ്രാക് ചരിത്ര ഘട്ടമായാണ് പ്രാകൃത സമാഹരണം പ്രത്യക്ഷപ്പെടുന്നത് എന്നതുകൊണ്ടാണത്. മുതലാളിത്ത സമൂഹം വളർന്നുവരുന്നത് ഫ്യൂഡൽ സമൂഹത്തിന്റെ (പ്രാക് മുതലാളിത്ത സമൂഹത്തിന്റെ) സാമ്പത്തികഘടനയിൽനിന്നാണ്. പ്രാക് മുതലാളിത്ത സമൂഹത്തിന്റെ തകർച്ചയാണ് മുതലാളിത്ത വ്യവസ്ഥയുടെ ഘടകങ്ങളെ സ്വതന്ത്രമാക്കുന്നത്. അതായത് പ്രാകൃത സമാഹരണം ഫ്യൂഡൽ വ്യവസ്ഥയുടെ മറ്റ് പ്രാക് മുതലാളിത്ത രൂപങ്ങളുടെ തകർച്ചയാണ്.

ഇതിന്റെ അർത്ഥമെന്താണ്? തൊഴിലാളികൾക്ക് മണ്ണുമായി അഭേദ്യബന്ധമുണ്ടാകരുത്, അടിമ, കുടിയാൻ, വേലക്കാരൻ തുടങ്ങിയവർ ഒന്നുമാകരുത്. കൈത്തൊഴിൽ ഗിൽഡുകളുടെയും മറ്റു കൈത്തൊഴിൽ രൂപങ്ങളുടെയും ബന്ധങ്ങളിൽനിന്ന് രക്ഷപ്പെടണം. ജന്മി - കുടിയാൻ വ്യവസ്ഥ അവസാനിക്കുകയും കുടിയായ്മയിൽനിന്ന് മോചിപ്പിക്കപ്പെടുകയും ചെയ്യണം. അതിനോടൊപ്പം അവരുടെ എല്ലാ ഉല്പാദനോപാധികളിൽനിന്നും പഴയ സമൂഹ മര്യാദകൾകൊണ്ട് നിലനിർത്തപ്പെട്ട അവരുടെ അതിജീവന സംവിധാനങ്ങളിൽനിന്നെല്ലാം പുറത്താക്കപ്പെടണം. ഈ പിടിച്ചെടുക്കലിന്റെ ചരിത്രം മനുഷ്യരാശിയുടെ രേഖകളിൽ ''ചോരയുടെയും അഗ്നിയുടെയും'' ലിപികളിൽ എഴുതിവെച്ചതായി മാർക്സ് പറയുന്നു. ഫ്യൂഡൽ ഭരണാധികാരികൾക്കും ഗിൽഡുകൾക്കുമെതിരായ മുതലാളിത്തത്തിന്റെ പടയോട്ടമാണിത്. അതിലൂടെ ഉല്പാദനത്തിന്റെ സ്വതന്ത്രമായ വികാസം മാത്രമല്ല മനുഷ്യൻ മനുഷ്യരുടെമേൽ നടത്തുന്ന സ്വതന്ത്രമായ ചൂഷണത്തിന്റെയും വളർച്ചയാണത്.

പ്രാകൃത സമാഹരണ പ്രക്രിയ എങ്ങനെയാണ് നടക്കുന്നത്? അതിന്റെ അടിത്തറ മണ്ണിൽ പണിയെടുക്കുന്ന കൃഷിക്കാരെ മണ്ണിൽനിന്നു പുറത്താക്കുമ്പോഴാണ്, രണ്ടാമത്തേത് പൊതുഭൂമികൾ കൈയടക്കുമ്പോഴാണ്. 16-ാം നൂറ്റാണ്ടിൽ ഇംഗ്ലണ്ടിലെ ചെമ്മരിയാടു കൃഷിക്കാർ ചെയ്തതിതാണ്. അതേ നൂറ്റാണ്ടിൽ സന്ന്യാസിമഠങ്ങൾ പൂട്ടുകയും പള്ളിവക ഭൂമികൾ കൈവശപ്പെടുത്തുകയും ചെയ്തപ്പോൾ അവിടെയുണ്ടായിരുന്ന കുടിയാന്മാരും കുടികിടപ്പുകാരും പുറത്താക്കപ്പെട്ടു. നികുതിദായകരായ ഭൂവുടമകൾ എല്ലാ ഭൂമികളും വളച്ചുകെട്ടുകയും അവിടെയുണ്ടായിരുന്ന കൃഷിക്കാരെയും കുടികിടപ്പുകാരെയും പുറത്താക്കുകയും ചെയ്തു. പൊതുഭൂമികളും ഇതുപോലെ വളച്ചുകെട്ടി കൈവശപ്പെടുത്തി. ക്രമേണ പാർലമെന്റ് നിയമങ്ങൾ വഴി അത്തരം ഭൂമികളുടെ അവകാശം വളച്ചുകെട്ടിയവർക്ക് നല്കി, വളച്ചുകെട്ടൽ (enclosures) മണ്ണിന്റെയും വിഭവങ്ങളുടെയും മേലുള്ള കടന്നുകയറ്റമായിരുന്നു. കർഷകത്തൊഴിലാളിയും പൊതുസ്വത്തും തമ്മിലുണ്ടായിരുന്ന ബന്ധത്തിന്റെ ഓർമ്മ

പോലും 19-ാം നൂറ്റാണ്ടോടെ ഇല്ലാതായി. ഭൂമിയും വിഭവങ്ങളും മുതലാളിമാരുടെ സ്വത്തായി. പുറത്താക്കപ്പെട്ട തൊഴിലുടമകൾ പ്രോലിറ്റേറിയറ്റായി മാറി.

ഇത്തരം പ്രോലിറ്റേറിയന്മാരുടെ സൃഷ്ടിയിൽ ഭരണകൂടവും പ്രധാന പങ്കുവഹിച്ചു.അലഞ്ഞുതിരിയുന്നവർക്കും യാചകർക്കുമെതിരായ നിയമങ്ങൾ പ്രധാനപ്പെട്ടതാണ്. അത്തരം ആളുകളെ നിർബ്ബന്ധമായി തൊഴിലുകളിൽ പുനരധിവസിപ്പിക്കണമെന്ന നിയമങ്ങൾ ഉണ്ടായി. അങ്ങനെ തൊഴിൽ ചെയ്യാത്തവരെ ഇരപ്പാളികളും അലസരുമായി ചിത്രീകരിച്ചു. സ്വന്തം നാട്ടിലെ ഭൂമിയും വിഭവങ്ങളും തൊഴിലും സൗകര്യങ്ങളുമെല്ലാം നഷ്ടപ്പെട്ടവർക്ക് കൂലിവേല ചെയ്യുകയല്ലാതെ ഗത്യന്തരമില്ലാതെയായി.

മൂന്ന്

കാർഷിക മുതലാളിത്തത്തിന്റെ വളർച്ചയും ഈ പ്രക്രിയയുടെ ഭാഗമായിരുന്നു. 14-ാം നൂറ്റാണ്ടിൽ വളർന്നുവന്ന കൃഷിക്കാർക്ക് ഭൂപ്രഭുക്കൾ വിത്ത്, കന്നുകാലികൾ, ഉപകരണങ്ങൾ എന്നിവ നല്കി സഹായിക്കുമായിരുന്നു. അത്തരം കൃഷിക്കാർ തൊഴിലാളികളെ ഉപയോഗിച്ചിരുന്നു. ക്രമേണ ഇത്തരക്കാർ ഭൂപ്രഭുവിന്റെ കൂടെ പങ്കു കൃഷിക്കാരായി. ഇവർ തൊഴിലാളികളെ ഉപയോഗിച്ചു കൃഷിചെയ്യുകയും മിച്ച ഉല്പന്നത്തിന്റെ ഒരു പങ്ക് പാട്ടമായി നല്കുകയും ചെയ്തു. ക്രമേണ ഇവർ പൊതുഭൂമികൾ കൈയടക്കുകയും ധാരാളം കന്നുകാലികൾ പ്രത്യേകിച്ചു ചെലവൊന്നുമില്ലാതെ ഇവരുടെ കൈവശം വരികയും ചെയ്തു. പങ്കു കൃഷിക്കുള്ള കരാറുകൾ 99 വർഷം വരെയായി. നാണയങ്ങൾ വ്യാപകമാവുകയും വില കുറയുകയും ചെയ്തതോടെ നല്കുന്ന കൂലിയുടെ മൂല്യവും കുറഞ്ഞു. ധാന്യങ്ങൾ, കമ്പിളി, മാംസം തുടങ്ങിയവയുടെ വില വർദ്ധിച്ചു. ഇതിന്റെ ഫലമായി കൃഷിക്കാരന്റെ ആസ്തികൾ പണമെന്ന നിലയിൽ വർദ്ധിച്ചു. കൃഷിക്കാർ തൊഴിലാളികളെയും ഭൂപ്രഭുക്കളെയുംകാൾ സമ്പന്നരായി. ഇത്തരത്തിൽ കാർഷിക മുതലാളിത്തത്തിന്റെ വളർച്ചയെയാണ് ഇംഗ്ലണ്ടിൽ 16-ാം നൂറ്റാണ്ടിലെ കാർഷിക വിപ്ലവം എന്നു വിളിക്കുന്നത്.

കാർഷിക വിപ്ലവത്തിന്റെ യഥാർത്ഥ സ്വഭാവം കുടിയാന്മാർ ഭൂവുടമകളാവുകയും അവർ ക്രമേണ കാർഷിക മുതലാളിമാരായി ശക്തിപ്പെടുകയും ചെയ്യുന്നു എന്നതു മാത്രമല്ല. മുൻകാലങ്ങളിൽ ഒരു കർഷക കുടുംബം നിലനില്പിനുള്ള ഉപാധികളും അസംസ്കൃത വസ്തുക്കളും ഉല്പാദിപ്പിച്ചിരുന്നു. അതവർ തന്നെയാണ് ഉപയോഗിച്ചിരുന്നത്. എന്നാൽ കാർഷിക വിപ്ലവത്തിനുശേഷം കർഷക കുടുംബങ്ങൾ അവരുടെ ഉപാധികൾ ഉല്പാദിപ്പിക്കുന്നില്ല. അവർ കൂലിപ്പണിക്കാരായി ഒരു കാർഷിക മുതലാളിയുടെ വയലിൽ അതേ വസ്തു ഉല്പാദിപ്പിക്കുന്നു. വസ്തു

വിന് ഒരു മാറ്റം വരുന്നില്ല. മാർക്സ് പറയുന്നതുപോലെ അതിന് പുതിയ ഒരു 'ആത്മാവ്' ലഭിക്കുന്നു. മുമ്പ് കർഷകർ സ്വയം ഉല്പാദിപ്പിച്ച ഒരു ഉപഭോഗവസ്തു ഇപ്പോൾ ഒരു ചരക്കായി മാറുന്നു. കർഷക മുതലാളി അതുല്പാദിപ്പിക്കുന്നത് ഉപഭോഗവസ്തുവായല്ല. ഒരു ചരക്കായാണ്, അവ വില്ക്കുകയാണ് അയാളുടെ ലക്ഷ്യം. ഇതുപോലെ നാട്ടിൻപുറത്തെ കൈത്തൊഴിൽക്കാർ ഉല്പാദിപ്പിച്ച് അവരുടെ പ്രാദേശിക വിപണിയിൽ വിറ്റഴിച്ചിരുന്ന വസ്തുക്കളുണ്ട്. കൈത്തൊഴിൽശാലകൾ അടച്ചുപൂട്ടി വ്യാവസായിക മുതലാളിയുടെ കൂലിപ്പണിക്കാരാകുമ്പോൾ അവർ അതേ വസ്തു തന്നെയാണ് ഉല്പാദിപ്പിക്കുന്നത്. പക്ഷേ, അത് ഒരു വ്യാവസായിക ഉല്പന്നമാണ്. കൈത്തൊഴിലുകാർ വില്പന നടത്തിയിരുന്ന പ്രാദേശിക വിപണികൾ ഇപ്പോൾ വ്യാവസായിക മുതലാളിയുടെ വിപണിയുടെ ഭാഗമാണ്. അതായത് മുതലാളിത്ത ഉല്പാദന വ്യവസ്ഥയുടെ വികാസത്തിന് ഒരു രാഷ്ട്രത്തിലെ ആഭ്യന്തര വിപണി മുഴുവൻ അതിന്റെ കീഴിൽവരണം. അതിന് ഗ്രാമീണ പ്രാദേശിക വ്യവസായങ്ങളുടെ നാശം അനിവാര്യമാണ്.

നാല്

കാർഷിക വിപ്ലവം ക്രമാനുഗതമായി ഭൂമിയിൽനിന്നും മറ്റു വിഭവങ്ങളിൽനിന്നും പണിയെടുക്കുന്നവരെ പുറത്താക്കുന്ന രീതിയാണ് അവലംബിച്ചതെങ്കിൽ വ്യാവസായിക മൂലധനത്തിന്റെ വികാസം കൂടുതൽ ധൃതഗതിയിലായിരുന്നു. അമേരിക്കയിൽ കണ്ടെത്തിയ സ്വർണ്ണവും വെള്ളിയും, അവയുടെ ഖനികളിൽ പ്രാദേശിക ജനതയെ അടിമപ്പണിയെടുപ്പിക്കുന്ന സമ്പ്രദായം, അടിമപ്പണിക്കായി ആഫ്രിക്കൻ ജനതയെ വേട്ടയാടിയവിധം, ഏഷ്യൻ രാജ്യങ്ങളെ കീഴടക്കുകയും കൊള്ളയടിക്കുകയും ചെയ്തത് എന്നിവയാണ് മുതലാളിത്ത ഉല്പാദനത്തിന്റെ മനോജ്ഞമായ ഉയർച്ചയുടെ അടിത്തറയായത്. ഇവ കൂടാതെ ലോകത്തിലെ വിഭവസാമഗ്രികൾക്കും കൂലിവേലക്കാർക്കുംവേണ്ടി യൂറോപ്യൻ രാജ്യങ്ങൾ നടത്തിയ 'വാണിജ്യയുദ്ധങ്ങൾ' ലോകവിഭവങ്ങളുടെ പ്രാകൃത സമാഹരണത്തെ ഒന്നുകൂടി കൊഴുപ്പിച്ചു. ഇതേ വാണിജ്യയുദ്ധങ്ങളാണ് ഇംഗ്ലണ്ടും ഫ്രാൻസും തമ്മിലുള്ള വൈരത്തിലും മാർക്സിന്റെ കാലത്തു നടന്നുവന്ന 'കറുപ്പ്' യുദ്ധങ്ങളിലും കാണാവുന്നത്. വേറൊരിടത്ത് ഇത്തരം കൊള്ളയോടുള്ള ഇന്ത്യൻ ജനതയുടെ പ്രതിക്രിയയായി 1857 ലെ കലാപത്തെ മാർക്സ് വിലയിരുത്തുന്നു.

കൊളോണിയലിസം എന്ന പേരിൽ നടന്ന പ്രാകൃത സമാഹരണത്തിന് ക്രിസ്തുമതവും അടിമവ്യാപാരവുമെല്ലാം അകമ്പടി സേവിച്ചു. ഡച്ചുകാർ ജാവാദ്വീപിൽ അടിമപ്പണിക്കായി ആളുകളെ മോഷ്ടിച്ചു കൊണ്ടുപോകുന്നത് പതിവായിരുന്നു. അവരെ ഇരുട്ടറയിലിട്ടടച്ച് അടിമപ്പണിക്ക് പാകപ്പെടുത്തിയെടുക്കും. ജാവയിലെ ബഞ്ചുവൻഗി എന്ന സ്ഥ

ലത്ത് 1750 ൽ 80,000 താമസക്കാരുണ്ടായിരുന്നെങ്കിൽ 1811 ൽ അത് 18000 ആയി ചുരുങ്ങി. ഇംഗ്ലീഷ് ഈസ്റ്റ് ഇന്ത്യാ കമ്പനി ഇന്ത്യയിൽ ഉപ്പ്, കറുപ്പ്, വെറ്റില, പുകയില മുതലായ കുത്തക വ്യാപാരത്തിൽനിന്നും ഗവർണർ ജനറൽ അടക്കമേർപ്പെട്ടിരുന്ന സ്വകാര്യവാണിജ്യത്തിൽനിന്നുമാണ് പ്രാകൃത സമാഹരണം നടത്തിയത്. കമ്പനിയും അതിലെ ജീവനക്കാരും ലക്ഷക്കണക്കിന് പൗണ്ടാണ് ഓരോ വർഷവും 'സമ്മാന'മായി പിടിച്ചെടുത്തത്. വെസ്റ്റ് ഇൻഡീസിലെ പ്ലാന്റേഷൻ കോളനികളിലായിരുന്നു ഏറ്റവും ഭീതിദമായ രീതിയിലുള്ള അടിമകളുടെ വിനിയോഗം കണ്ടത്. ക്രിസ്തുമതവും കൊളോണിയൽ ആധിപത്യവും തമ്മിലുള്ള കൂട്ടായ്മയും അവിടെ വ്യക്തമായിരുന്നു. അമേരിക്കയിൽ കുടിയേറിയ ദൈവഭക്തരായ ഇംഗ്ലീഷുകാർ അവിടെയുണ്ടായിരുന്ന അമേരിന്ത്യന്മാരെ കൊന്നൊടുക്കാനും അടിമകളായി പിടിച്ച് വിൽക്കാനും അമാന്തിച്ചില്ല. ഇത്തരം അക്രമങ്ങൾക്ക് ഭരണകൂടത്തിന്റെ പിന്തുണയുമുണ്ടായിരുന്നു. പുതിയ നികുതി സമ്പ്രദായം, കോളനികളുടെയും സ്വന്തം വിഭവങ്ങളുടെയും ഉല്പന്നങ്ങളുടെയും മേൽ ഏർപ്പെടുത്തുന്ന സംരക്ഷണം, ദേശീയ കടം മുതലായ രീതികളിലൂടെ മുതലാളിത്തത്തെ വികസിപ്പിച്ചത് ഭരണകൂടമാണ്. ഭരണകൂടത്തിന്റെ കൈവശമുണ്ടായിരുന്ന ശക്തിയില്ലായിരുന്നുവെങ്കിൽ മുതലാളിത്തത്തിന്റെ വളർച്ച എളുപ്പമാവുകയില്ലായിരുന്നു.

പൊതുകടം പ്രാകൃത സമാഹരണത്തിന്റെ ശക്തമായ ഉപാധിയാണ്. ജെനോവയിലെയും വെനീസിലെയും ബാങ്കർമാരാണ് ഈ തന്ത്രം ആദ്യമായി ഉപയോഗിച്ച് അവിടെ വളർന്നുവന്ന സമുദ്രാന്തര വാണിജ്യത്തിനുള്ള പണം കണ്ടെത്തിയത്. പിന്നീട് അത് ഹോളണ്ടിൽ ശക്തിപ്പെടുകയും ഇംഗ്ലണ്ടിനെപ്പോലുള്ള രാജ്യങ്ങളുടെ വ്യാവസായിക വികസനത്തെ സഹായിക്കുകയും ചെയ്തു. ബാങ്കുകൾ നാട്ടിലുള്ള എല്ലാവരിൽനിന്നും ഡെപ്പോസിറ്റായി കടം വാങ്ങുകയും അതിനെ പൊതുബോണ്ടുകളിലൂടെയും മറ്റു രൂപങ്ങളിലൂടെയും പ്രത്യുല്പാദിപ്പിക്കുകയും ചെയ്യുന്നു. ഈ പണം ജോയിന്റ് സ്റ്റോക്ക് കമ്പനികളടക്കം എല്ലാ വിധത്തിലുള്ള ഇടപാടുകൾക്കും സ്റ്റോക്ക് എക്സ്ചേഞ്ചുകളിലെ ഊഹക്കച്ചവടത്തിനും വിനിയോഗിക്കുകയും ചെയ്യുന്നു. വൻകിട ബാങ്കുകൾ വളർന്നുവരുന്നതോടെ ഭരണകൂടങ്ങളടക്കം പൊതുകടം വഴിയുള്ള സമാഹരണത്തിന്റെ ഭാഗമായിത്തീരുന്നു.

നികുതികളും അതുപോലെയുള്ള സമാഹരണ രൂപമാണ്. ആധുനിക നികുതി സമ്പ്രദായം നിലനില്ക്കുന്നതുതന്നെ നിത്യോപയോഗ വസ്തുക്കളുടെ നികുതിയിലും അതുവഴി അവയ്ക്കുണ്ടാകുന്ന വിലക്കയറ്റത്തിലുമാണ്. അധികനികുതി ചുമത്തുക എന്നത് ഒരു നയമാണ്, കേവലമായ ആകസ്മികത അല്ല. പൊതുകടവും നികുതി വ്യവസ്ഥയും ജനങ്ങളുടെ കൈവശമുള്ള സമ്പത്തിനെ മൂലധനമാക്കി മാറ്റുന്നതിലും അതുവഴിയുള്ള ജനങ്ങളുടെ ചൂഷണത്തിലും പ്രധാന പങ്കു വഹിച്ചിട്ടുണ്ട്. ഇവയാണ് ജനങ്ങളുടെ ദാരിദ്ര്യത്തിനു കാരണമെന്ന നിഗമനത്തി

ലേക്ക് ചില നിരീക്ഷകർ എത്തിയിട്ടുണ്ട്. പക്ഷേ, അതു ശരിയല്ല എന്നു മാർക്സ് ചൂണ്ടിക്കാണിക്കുന്നു. ഭരണകൂടം പ്രാകൃത സമാഹരണത്തിന്റെ പ്രേരകശക്തിയാണ്. അതു നടത്തുന്നത് മൂലധനത്തിന്റെ വികാസത്തിനു വേണ്ടിയുമാണ്.

അഞ്ച്

മൂലധനത്തിന്റെ പ്രാകൃത സമാഹരണത്തിന്റെ ഫലം എന്താണ്? ഒന്ന്, തൊഴിലാളികളും അവരുടെ തൊഴിലുപകരണങ്ങളും ഉല്പാദനോപാധികളും തമ്മിലുള്ള ബന്ധങ്ങളുടെ അടിസ്ഥാനത്തിൽ നിലനിന്ന സ്വത്തുടമാരൂപങ്ങളെ ഇല്ലാതാക്കുന്നു. തൊഴിലാളികളുടെ സ്വത്തുടമരൂപങ്ങൾ ചെറുകിട ഉല്പാദനരീതികളെ (petty mode of production) ആണ് സൃഷ്ടിച്ചത്. അതുമാറി മുതലാളിയുടെ വ്യക്തിഗത സ്വത്തായി ഉല്പാദനോപാധികളെയും ഉപകരണങ്ങളെയും ആവശ്യമായ അദ്ധ്വാനത്തെയും മാറ്റുന്നു. മുതലാളിത്ത സ്വത്തുടമ നിലനില്ക്കുന്നത് മറ്റുള്ളവരുടെ അദ്ധ്വാനത്തെ കൂലിവേലയാക്കി മാറ്റി ചൂഷണം ചെയ്യുന്നതിലൂടെയാണ്.

രണ്ടാമത്, വ്യക്തിഗത അദ്ധ്വാനം കൂലിവേലയായി മാറുന്നതോടെ, അദ്ധ്വാനം സാമൂഹ്യ അദ്ധ്വാനമായി തീരുകയാണ്. ഭൂമിയും മറ്റെല്ലാ ഉല്പാദനോപാധികളും സാമൂഹ്യമായാണ് ചൂഷണം ചെയ്യപ്പെടുന്നത്. അതേസമയം ഈ അദ്ധ്വാനത്തിന്റെമേലുള്ള നിയന്ത്രണം സ്വകാര്യസ്വത്തുടമകളുടെ കൈവശമാകുന്നു. അതിനോടൊപ്പം മുതലാളിത്തത്തിന്റെ കേന്ദ്രീകരണ പ്രക്രിയയും നടക്കുന്നു. മൂലധനം കൂടുതൽ കൂടുതൽ വികസിക്കുകയും വ്യാപകമാവുകയും ചെയ്യുമ്പോൾ ഒരു ശക്തനായ മുതലാളി പല മുതലാളിമാരെ വിഴുങ്ങുന്നു. അയാൾ അത് ചെയ്യുന്നത് അദ്ധ്വാനത്തിന്റെ കൂടുതൽ മെച്ചപ്പെട്ട സഹകരണ രൂപങ്ങൾ, ശാസ്ത്രസാങ്കേതികവിദ്യകളുടെ വിനിയോഗം, ശാസ്ത്രീയ കൃഷി രൂപങ്ങൾ, ഉല്പാദനോപാധികളുടെ വിനിയോഗത്തിൽ വരുത്തുന്ന ക്രമീകരണം, ലോകവിപണിയുടെ വളർച്ചയും അതിൽ എല്ലാ ജനവിഭാഗങ്ങളെയും തളച്ചിടലും അതായത് മുതലാളിത്തത്തിന്റെ സാർവ്വദേശീയ സ്വഭാവം വളർത്തൽ എന്നിവയിലൂടെയാണ്. മുതലാളിത്തത്തിന്റെ കുത്തകവല്ക്കരണം വളരുന്നതനുസരിച്ച് ജനങ്ങളുടെ ദുരിതങ്ങളും ദാരിദ്ര്യവും, ചൂഷണവും മർദ്ദനവും വർദ്ധിക്കുന്നു. മൂലധനകേന്ദ്രീകരണം അതിനു തന്നെ വിനയായിത്തീരുകയും സംഘടിത തൊഴിലാളിവർഗ്ഗത്തിന്റെ ചെറുത്തുനില്പിനുമുമ്പിൽ മുതലാളിത്ത സ്വകാര്യസ്വത്തിന് കീഴടങ്ങേണ്ടിവരുകയും ചെയ്യുന്നു.

വ്യക്തിഗത സ്വകാര്യസ്വത്തിന്റെ നിഷേധമാണ് മുതലാളിത്ത സ്വകാര്യസ്വത്ത്. മുതലാളിത്ത സ്വകാര്യസ്വത്തിന്റെ നിഷേധം സൃഷ്ടിക്കുന്നത് വ്യക്തിഗത സ്വകാര്യസ്വത്തല്ല. അതിനുപകരം ഉല്പാദകരുടെ സ്വത്തിന്റെ

രൂപം മുതലാളിത്ത കാലഘട്ടത്തിൽ വന്ന മാറ്റങ്ങൾക്കനുസൃതമായിരിക്കും. അതായത് സഹകരണാത്മക അദ്ധ്വാനവും, ഭൂമി, ഉല്പാദനോപാധികൾ തുടങ്ങിയവയുടെ പൊതുവിനിയോഗത്തെയും ആധാരമാക്കിയുള്ള പുതിയ ഒരു സ്വത്തു രൂപമായിരിക്കും.

മുതലാളിത്ത ഉല്പാദനരൂപം ഇപ്പോൾ തന്നെ സാമൂഹ്യമായ ഉല്പാദനരൂപങ്ങളെ ആധാരമാക്കിയാണ് പ്രവർത്തിക്കുന്നത്. മുതലാളിത്ത സ്വകാര്യസ്വത്തിനെ സമൂഹത്തിന്റെ സ്വത്താക്കുക എന്നതാണ് ഇപ്പോഴത്തെ കർത്തവ്യം. ജനങ്ങളുടെ സമ്പത്തിനെ ഏതാനും കൈയേറ്റക്കാരുടെ കൈയിലെത്തിക്കുകയാണ് മുതലാളിത്തം ചെയ്തത്. ഏതാനും കൈയേറ്റക്കാരുടെ സ്വത്ത് ജനങ്ങളുടെ മൊത്തം കൈയിലെത്തിക്കുകയാണ് ഇപ്പോൾ വേണ്ടത്.

മൂലധനം
ലളിതമായ പ്രത്യുല്പാദനം

ഒന്ന്

പ്രാകൃത സമാഹരണത്തിന്റെ ആധാരത്തിൽ മൂലധനം വളർന്നുവരുന്ന സമൂഹങ്ങളിൽ മൂലധനസമാഹരണം എങ്ങനെയാണ് നിലനില്ക്കുന്നത്? ഒരു സമൂഹം നിലനില്ക്കുന്നത് ആ സമൂഹത്തിലെ ഉല്പാദനം നിലനില്ക്കുന്നതുകൊണ്ടാണ്. ഒരു സമൂഹത്തിന് അതിന്റെ ഉപഭോഗം ഇല്ലാതാക്കാൻ കഴിയുകയില്ല. അതുകൊണ്ട് ഉല്പാദനവും നിലനിർത്തേണ്ടിവരും. ഒരു സമൂഹത്തിലെ ഉല്പാദനപ്രക്രിയ തുടർച്ചയായ പ്രക്രിയയാണ്. ഉല്പാദനത്തിന്റെ വിവിധ ഘട്ടങ്ങളിലൂടെ അതിന് വീണ്ടും വീണ്ടും കടന്നുപോകേണ്ടിവരും. നെല്ല് വിളയുന്ന വയലുകളിൽ വിതച്ച് വിളവെടുപ്പു നടത്തിയതിനുശേഷം വീണ്ടും വിതച്ച് വിളവെടുപ്പു നടത്തേണ്ടിവരും. ഒരു ഉല്പാദനപ്രക്രിയയെ അതിന്റെ സമഗ്രതയിൽ കാണുമ്പോൾ, വീണ്ടും വീണ്ടും നടക്കുന്ന പുനർനവീകരിക്കപ്പെടുന്ന പ്രക്രിയയായി കാണേണ്ടിവരും. ഇതിനെയാണ് പ്രത്യുല്പാദനപ്രക്രിയ എന്നു പറയുന്നത്.

മാർക്സിന്റെ വിശ്ലേഷണ രീതിയിൽ പ്രത്യുല്പാദനപ്രക്രിയയ്ക്കുള്ള പ്രാധാന്യം വേണ്ടത്ര ഉൾക്കൊണ്ടിട്ടില്ല. മുതലാളിത്ത വ്യവസ്ഥയുടെ വികാസ പരിണാമങ്ങളെ വിലയിരുത്തുമ്പോൾ ഉല്പാദനശക്തികൾക്കും ഉല്പാദനബന്ധങ്ങൾക്കും മാത്രമല്ല, വ്യവസ്ഥയുടെ പ്രത്യുല്പാദനപ്രക്രിയ എങ്ങനെ നടക്കുന്നുവെന്നതും ഗൗരവത്തിൽ പരിശോധിക്കേണ്ടതാണ്. ഒരു സമൂഹം അതിന്റെ എല്ലാ ഉല്പന്നങ്ങളെയും ഉപഭോഗത്തിനുവേണ്ടി മാത്രമല്ല ഉപയോഗിക്കുന്നത്. സമൂഹത്തിന്റെ ചില

ഉല്പന്നങ്ങളെ മറ്റു ഉല്പാദനത്തിനുള്ള അസംസ്കൃതവസ്തുക്കളായും ഉപകരണങ്ങളായും ഉല്പാദനോപാധികളായും ഉപയോഗിക്കുന്നുണ്ട്. വിളവെടുപ്പിനുശേഷം നെല്ല് ഒരുല്പന്നമാകുന്നതുപോലെ കാടുവെട്ടിത്തെളിച്ച്, അല്ലെങ്കിൽ ചതുപ്പുനിലം വറ്റിച്ചെടുത്ത് ഒരു വയലാക്കി മാറ്റുമ്പോൾ അതും ഒരുല്പന്നമാണ്. ഇരുമ്പിന്റെ കത്തി ഒരുല്പന്നമാകുന്നതുപോലെ ആ കത്തിക്കുപയോഗിക്കുന്ന ഇരുമ്പും ഒരുല്പന്നമാണ്. ഇതിൽ വയലും ഇരുമ്പുമെല്ലാം ഉല്പാദനോപാധികളാണ്. അവ ഉല്പാദനത്തിനായി ഉപഭോഗിക്കപ്പെടുന്നു. അവയിൽനിന്നുള്ള ഉല്പന്നങ്ങൾ വ്യക്തികളുടെ ജീവിതാവശ്യങ്ങൾക്കുവേണ്ടി ഉപയോഗിക്കുന്നു.

ഉല്പാദനം മുതലാളിത്ത രൂപത്തിലാകുമ്പോൾ, പ്രത്യുല്പാദനവും അതേ വിധത്തിലായിരിക്കും. മുതലാളിത്തത്തിലെ അദ്ധ്വാനപ്രക്രിയ മൂലധനത്തിന്റെ വികാസത്തിനുവേണ്ടിയുള്ളതാണ്. പ്രത്യുല്പാദനം മൂലധനത്തെ മൂലധനമായി തന്നെ പ്രത്യുല്പാദിപ്പിക്കുന്ന പ്രക്രിയയാണ്. മൂലധനത്തിന് ആദ്യമുള്ള മൂല്യം വികസിത രൂപത്തിൽ പ്രത്യുല്പാദിപ്പിക്കപ്പെടുന്നു. അതായത് നൂറു രൂപ മൂലധനമായി നിക്ഷേപിക്കുകയും ഉല്പാദന പ്രക്രിയയിൽനിന്ന് 20 രൂപ മിച്ചമൂല്യം (ലാഭം) ഉണ്ടാവുകയും ചെയ്താൽ അടുത്തവർഷവും അതേ പ്രക്രിയ തുടരണം. ഇത്തരത്തിൽ പ്രത്യുല്പാദിപ്പിക്കപ്പെടുമ്പോൾ മിച്ചമൂല്യം മൂലധനത്തിൽ നിന്നു സൃഷ്ടിക്കപ്പെടുന്ന ആദായത്തിന്റെ രൂപം കൈക്കൊള്ളുന്നു. ഈ വരുമാനം മുതലാളിക്ക് അയാളുടെ ഉപഭോഗത്തിനുള്ള ഒരു തുക മാത്രമാണെങ്കിൽ വീണ്ടും നിക്ഷേപിക്കപ്പെടുന്നത് ആദ്യം നിക്ഷേപിച്ച പണം മാത്രമാണ്. ഇതിനെ മൂലധനത്തിന്റെ ലളിതമായ പ്രത്യുല്പാദനം എന്നു വിളിക്കുന്നു.

മൂലധനപ്രക്രിയ വിശദീകരിക്കുന്നതിന് മാർക്സ് ഉപയോഗിക്കുന്ന ഒരു അമൂർത്തമായ ആശയം മാത്രമായാണ് ലളിതമായ പ്രത്യുല്പാദനത്തെ പലരും കാണാറുള്ളത്. മുതലാളിയുടെ ലാഭം അയാളുടെ ഉപഭോഗത്തിനു മാത്രമല്ല ചെലവാകുന്നത്. അത് പല രൂപങ്ങളിൽ മൂലധനത്തിന്റെ ഭാഗമായി വീണ്ടും ഉല്പാദനത്തിലേക്കു വരുന്നുണ്ട്. ഇത് മാർക്സിനറിയാമെന്നു മാത്രമല്ല, അദ്ദേഹം പിന്നീട് മൂലധനത്തിന്റെ വികാസം എന്നതിലേക്കു തിരിച്ചുവരുന്നുമുണ്ട്. പക്ഷേ, പ്രത്യുല്പാദനം തുടർച്ചയായ ഒരു പ്രക്രിയയായി നിർവചിക്കപ്പെട്ടതോടെ കേവലമായ ഉല്പാദനം Ô വിനിമയം Ô ഉപഭോഗം എന്ന പരിക്രമത്തിൽനിന്ന് വ്യത്യസ്തമായ സ്വഭാവങ്ങൾ മൂലധനത്തിന് വന്നു ചേരുന്നുണ്ട്. അത് ലളിതമായ പ്രത്യുല്പാദനത്തിൽ തന്നെ കാണാം.

രണ്ട്

മൂലധനം ഉല്പാദനത്തിലൂടെ കടന്നുപോകുമ്പോൾ കേവലം പണമായല്ല കടന്നുപോകുന്നത്. ഉല്പാദനസാമഗ്രികൾ, അസംസ്കൃതവസ്

തുക്കൾ, ഉല്പാദനോപാധികൾ എന്നിവയ്ക്കുവേണ്ടി മുതലാളി പണം ചെലവാക്കുന്നുണ്ട്. അതിനെ സ്ഥിരമൂലധനം എന്നു വിളിക്കാം. ഈ ഉല്പാദനോപാധികളുപയോഗിച്ച് അദ്ധ്വാനിക്കാൻ തൊഴിലാളികളെ നിയമിക്കുന്നുണ്ട്. അവർക്കു നല്കുന്ന കൂലിയെ അസ്ഥിരമൂലധനം എന്നു വിളിക്കാം. തൊഴിലാളിയുടെ അദ്ധ്വാനം അയാൾക്കു കിട്ടുന്ന കൂലിയിൽ മാത്രമൊതുങ്ങുന്നില്ല. അയാൾ കൂടുതൽ സമയം പ്രവർത്തിക്കുമ്പോൾ ഉല്പാദിപ്പിക്കുന്ന മൂല്യം തൊഴിലാളി ഉല്പാദിപ്പിക്കുന്ന മിച്ചമൂല്യമാണ്. ഉല്പന്നത്തിന്റെ വിറ്റുവരവിനുശേഷം അതു ലാഭമായി, പണമായി മുതലാളിയുടെ കൈയിൽ വന്നുചേരുന്നു. അപ്പോൾ തൊഴിലാളിയുടെ അദ്ധ്വാനത്തിന് രണ്ടു സ്വഭാവമുണ്ട്. അയാൾ തുടർച്ചയായി പ്രത്യുല്പാദിപ്പിക്കുന്ന ഉല്പന്നത്തിന്റെ ഒരു ഭാഗം തന്നെയാണ് അയാളുടെ കൈയിൽ കൂലിയായി വന്നു ചേരുന്നത്. അതേസമയം അയാളുടെ അദ്ധ്വാനത്തിന്റെ പങ്ക് അയാളുടെ കൈവശം എത്തുന്നത് മുതലാളി നല്കുന്ന പണത്തിന്റെ രൂപത്തിലാണ്. കഴിഞ്ഞ ആഴ്ചത്തെയോ കഴിഞ്ഞ വർഷത്തെയോ തൊഴിലാളിയുടെ അദ്ധ്വാനത്തിൽനിന്നാണ് ഇപ്പോൾ തൊഴിലാളിയുടെ അദ്ധ്വാനശക്തിയുടെ പ്രതിഫലം നല്കപ്പെടുന്നത്. തൊഴിലാളിക്ക് ഒരു വ്യക്തിയെന്ന നിലയിൽ നല്കപ്പെടുന്ന കൂലി മുതലാളിയുടെ വരദാനമായി തോന്നാം. ഈ ധാരണ അപ്രത്യക്ഷമാകുന്നത് ഒരൊറ്റ തൊഴിലാളിക്ക് ഒരൊറ്റ മുതലാളി എന്നതിനു പകരം മുതലാളിവർഗ്ഗത്തെയും തൊഴിലാളിവർഗ്ഗത്തെയും ഒരുമിച്ച് എടുക്കുമ്പോഴാണ്. മുതലാളിവർഗ്ഗം തൊഴിലാളിവർഗ്ഗത്തിന് അവർ ഉല്പാദിപ്പിച്ച ചരക്കുകളുടെ ഒരു ഭാഗത്തിനാവശ്യമുള്ള ഓർഡറുകൾ നല്കുന്നു. തൊഴിലാളി അദ്ധ്വാനത്തിലൂടെ ഈ ഓർഡറുകൾ തിരിച്ചുനല്കി അവരുടെ ഉല്പന്നത്തിന്റെ പങ്ക് കൈപ്പറ്റുന്നു. ഇതാണ് കൂലിയുടെ പണത്തിന്റെ രൂപവും ഉല്പന്നങ്ങൾക്കുള്ള ചരക്കിന്റെ രൂപവും ചേർന്ന് മറച്ചുപിടിക്കുന്നത്.

അസ്ഥിരമൂലധനം എന്നത് തൊഴിലാളികളുടെ ജീവിതാവശ്യങ്ങൾ, അല്ലെങ്കിൽ അവരുടെയും കുടുംബത്തിന്റെയും ജീവിതാവശ്യങ്ങൾ നിറവേറ്റാനുള്ള ഒരു നിധി (fund) ആയാണ് പ്രത്യക്ഷപ്പെടുന്നത്. ഈ അദ്ധ്വാനനിധി തൊഴിലാളിയുടെ കൈയിലേക്കു പണത്തിന്റെ രൂപത്തിൽ എത്തുമ്പോൾ, അയാളുടെ അദ്ധ്വാനത്തിന്റെ ഉല്പന്നം അയാളിൽനിന്ന് അകന്നുപോവുകയും മൂലധനമായി തീരുകയും ചെയ്യുകയാണ്. മാർക്സ് ഇതിനെ വിശദീകരിക്കുന്നത് ഇങ്ങനെയാണ്. ഒരു കൃഷിക്കാരൻ സ്വന്തം പ്രഭുവിനുവേണ്ടി ജോലി ചെയ്യാൻ നിർബ്ബന്ധിക്കപ്പെടുകയാണെന്ന് കരുതുക. അയാൾ അയാളുടെ ഭൂമിയിൽ മൂന്നു ദിവസവും പ്രഭുവിന്റെ ഭൂമിയിൽ മൂന്നു ദിവസവും ജോലി ചെയ്യുന്നു. അയാൾ അയാളുടെ അദ്ധ്വാനനിധി സ്വന്തം ഭൂമിയിൽനിന്ന് തന്നെ പുനരുല്പാദിപ്പിക്കുന്നു. പ്രഭുവിന്റെ ഭൂമിയിലെ നിർബ്ബന്ധിതാദ്ധ്വാനം അയാളുടെ കൈവശം ഒരിക്കലും വന്നു ചേരുന്നില്ല. ഒരു ദിവസം പ്രഭു അയാളുടെ ഭൂമിയും വിഭവങ്ങളും വിത്തുമെല്ലാം കൈയടക്കിയാൽ കൃഷിക്കാരൻ പ്രഭുവിന്റെ കീഴിൽ കൂലിവേല

ക്കാരനായിത്തീരും. അപ്പോഴും അയാൾ ആഴ്ചയിൽ 6 ദിവസം ജോലി ചെയ്യും. 3 ദിവസം അയാൾക്കുവേണ്ടിയും 3 ദിവസം കൂലി കൊടുക്കുന്ന കർഷക മുതലാളിയായി മാറിയ തന്റെ പ്രഭുവിനുവേണ്ടിയും. അപ്പോൾ നിർബ്ബന്ധിതാദ്ധ്വാനം കൂലിവേലയായി മാറുന്നു. മുമ്പ് അദ്ധ്വാനനിധിയായിരുന്നത് ഇപ്പോൾ മൂലധനത്തിന്റെ രൂപം കൈക്കൊള്ളുകയും അതിൽനിന്ന് പ്രഭു കൃഷിക്കാരന് കൂലി നല്കുകയും ചെയ്യുന്നു.

ഇവിടെ ഒരു ചോദ്യം ഉണ്ടാകാം. മുതലാളിമാർ ഫാക്ടറികൾ പണിയുകയും യന്ത്രസാമഗ്രികളും മറ്റു സംവിധാനങ്ങളും ഏർപ്പെടുത്തുകയും ചെയ്യുന്നതു കൊണ്ടല്ലേ തൊഴിലാളിക്ക് പണിയെടുക്കാൻ സാധിക്കുന്നത്? അതിനുള്ള കൂലിയല്ലേ അയാൾക്കു ലഭിക്കുന്നത്? ഇവിടെയാണ് മാർക്സിന്റെ വാദഗതിയുടെ പ്രധാനപ്പെട്ട അംശം വരുന്നത്. മുതലാളിയുടെ സംവിധാനങ്ങളെ, അല്ലെങ്കിൽ സ്ഥിര മൂലധനത്തെ, കെട്ടിടങ്ങളും യന്ത്രസാമഗ്രികളുംപോലുള്ള ഭൗതിക വസ്തുക്കളായല്ല, അവയിലടങ്ങിയ മൂല്യമായാണ് ചർച്ച ചെയ്യുന്നത്. ഒരാൾ അയാളുടെ സ്വത്ത് മുഴുവൻ ചെലവാക്കി അതിനു തുല്യമായ കടം വരുത്തിവയ്ക്കുകയാണെങ്കിൽ, അയാളുടെ സ്വത്തെന്നത് അയാളുടെ കടബാദ്ധ്യതയ്ക്ക് തുല്യമായിരിക്കും. അതുപോലെയാണ് ഒരു മുതലാളിയും. അയാൾ ചെലവാക്കുന്ന മൂലധനം അയാൾ പണം കൊടുക്കാതെ കരസ്ഥമാക്കുന്ന മൊത്തം മിച്ച മൂല്യമാണ്. അയാൾ മുമ്പ് കരസ്ഥമാക്കിയ മിച്ചമൂല്യമുപയോഗിച്ചാണ് യന്ത്രസാമഗ്രികളും കെട്ടിടവും മറ്റും സമ്പാദിച്ചത്. ഇപ്പോഴത്തെ മിച്ചമൂല്യം ലാഭമായി അയാളുടെ കൈവശം വന്നു ചേരുന്നു. അയാൾ തൊഴിലാളിക്ക് കൊടുക്കുന്ന പങ്ക് ഉപഭോഗത്തിലൂടെ മൂലധനപരിക്രമത്തിൽ നിന്ന് അപ്രത്യക്ഷമാവുകയാണ്. അതിനോടൊപ്പം അയാളുടെ ആദ്യത്തെ മൂലധനനിക്ഷേപവും യന്ത്രസാമഗ്രികളിലൂടെയും തൊഴിലാളികളുടെ അദ്ധ്വാനത്തിലൂടെയും അപ്രത്യക്ഷമാകുന്നു. അതിനുപകരം തൊഴിലാളികളുടെ അദ്ധ്വാനം സൃഷ്ടിച്ച മൂല്യമാണ് മൂലധനമായി അയാളുടെ കൈവശം എത്തുന്നത്. അതായത് തൊഴിലാളികളുടെ അദ്ധ്വാനമില്ലാതെ മൂലധനത്തിന്റെ പ്രത്യുല്പാദനം സാദ്ധ്യമല്ല.

ലളിതമായ പ്രത്യുല്പാദനം വിചിത്രമായ ഫലമാണ് സൃഷ്ടിക്കുന്നത്. ഉല്പാദനപ്രക്രിയ തുടർച്ചയായി ഭൗതിക സമ്പത്തിനെ മൂലധനമാക്കി മാറ്റുന്നു. അതിൽനിന്ന് കൂടുതൽ സമ്പത്തും മുതലാളിയുടെ ആനന്ദത്തിനു ആവശ്യമായ വസ്തുക്കളും ഉല്പാദിപ്പിക്കുന്നു. തൊഴിലാളി ഈ പ്രക്രിയയിൽ വരുന്നത് സമ്പത്തിന്റെ ഒരു ഉറവിടമെന്ന നിലയിലാണ്. പക്ഷേ, ആ സമ്പത്തിനെ അയാളുടെ സ്വന്തമാക്കാനുള്ള ഒരു ഉപാധിയും അയാളുടെ കൈവശമില്ല. അയാളുടെ അദ്ധ്വാനശക്തി അയാളിൽനിന്ന് അന്യവല്ക്കരിക്കപ്പെട്ട് മൂലധനത്തിന്റെ ഭാഗമായി തീരുകയാണ്. അദ്ധ്വാനശക്തി കൂലിക്കുവേണ്ടി വില്ക്കുന്നതോടെയാണ് ഇതു സംഭവിക്കുന്നത്. അദ്ധ്വാനത്തിന്റെ ഉല്പന്നങ്ങൾ ചരക്കുകളായും, മൂലധനമായും മാറുന്നു. അതിനോടൊപ്പം തൊഴിലാളിക്കാവശ്യമായ നി

ലനിൽപിനുള്ള ഉപാധികൾ കൂലിയായി നല്കപ്പെടുന്നു. തൊഴിലാളി സ്വന്തം അദ്ധ്വാനംകൊണ്ട് ഉല്പാദിപ്പിക്കുന്ന വസ്തുനിഷ്ഠ സമ്പത്ത് അയാളെ ചൂഷണം ചെയ്യുകയും നിയന്ത്രിക്കുകയും ചെയ്യുന്ന അന്യവല്ക്കരിക്കപ്പെട്ട ശക്തിയായി മാറുന്നു. അതേസമയം മുതലാളിമാർ കൂലി നല്കി ഉല്പാദിപ്പിക്കുന്ന അദ്ധ്വാനശക്തി സമ്പത്തിന്റെ ആത്മനിഷ്ഠ ഉറവിടമായിത്തീരുന്നു. ഈ ആത്മനിഷ്ഠ ഉറവിടത്തിന് അയാളുടേതല്ലാത്ത വസ്തുക്കളെ ഉപയോഗിച്ചു മാത്രമേ സ്വയം സാക്ഷാല്ക്കരിക്കാൻ കഴിയുകയുള്ളൂ. അതായത് അയാൾ കൂലിപ്പണിക്കാരനായി മാറേണ്ടിവരുന്നു. മുതലാളിത്ത ഉല്പാദനത്തിന്റെ പ്രത്യുല്പാദനം കൂലിപ്പണിയുടെയും പ്രത്യുല്പാദനമായി തീരുകയാണ്.

തൊഴിലാളികൾ രണ്ടു വിധത്തിലാണ് ഉല്പന്നങ്ങളുടെ ഉപഭോഗം നടത്തുന്നത്. അവർ ഉല്പാദനോപാധികളെ കൂടുതൽ ഉയർന്ന മൂല്യമുള്ള ഉല്പന്നങ്ങളാക്കി മാറ്റുന്നു. ഇത് ഉല്പാദനപരമായ ഉപഭോഗമാണ്. രണ്ടാമത്, അയാൾക്ക് കിട്ടുന്ന വേതനം ഉപയോഗിച്ച് അയാളുടെ നിലനില്പിനുള്ള ഉപാധികൾ തേടുന്നു. ഇത് വ്യക്തിഗതമായ ഉപഭോഗമാണ്. ഇവ രണ്ടും വ്യത്യസ്തമാണ്. ആദ്യത്തേതിൽ അയാൾ മൂലധനത്തിന്റെ ചാലകശക്തിയായാണ് പ്രവർത്തിക്കുന്നത്. ആ അദ്ധ്വാനം മൂലധനം കൈപ്പറ്റുന്നു. രണ്ടാമത്തേതിൽ ഉല്പാദനത്തിനു പുറത്ത് അയാൾക്കാവശ്യമായ പ്രവർത്തനങ്ങൾ നടത്തുന്നു. ആദ്യത്തേതുപയോഗിച്ച് മുതലാളി ജീവിക്കുന്നു, രണ്ടാമത്തേതുപയോഗിച്ച് തൊഴിലാളിയും.

മൂന്ന്

വർഗ്ഗവൈരുദ്ധ്യങ്ങളെയും വർഗ്ഗസമരത്തെയുംകുറിച്ചുള്ള മാർക്സിന്റെ നിഗമനങ്ങൾ ലളിതമായ പ്രത്യുല്പാദനത്തിന്റെ വിശ്ലേഷണത്തിൽനിന്നു തന്നെ രൂപംകൊള്ളുന്നുണ്ട്. കൂലിയിലൂടെ, മൂലധനത്തിന്റെ ഒരു ഭാഗം അദ്ധ്വാനശക്തിയാക്കി മാറ്റുന്നതിലൂടെ മുതലാളി ഒരു കല്ലെടുത്തെറിഞ്ഞ് രണ്ടു പക്ഷികളെ കൊല്ലുന്നതായി മാർക്സ് പറയുന്നു. തൊഴിലാളിയുടെ അദ്ധ്വാനത്തിൽനിന്നു മാത്രമല്ല, തൊഴിലാളിക്കു നല്കുന്ന വേതനത്തിൽനിന്നും മുതലാളി ലാഭമുണ്ടാക്കുന്നു. തൊഴിലാളിക്കു നല്കുന്ന വേതനം അയാളുടെ നിത്യോപയോഗത്തിനുവേണ്ടി ചെലവാക്കപ്പെടുകയും അതുവഴി അയാളുടെ പേശികളും ഞരമ്പുകളും അസ്ഥികളും മസ്തിഷ്കവും പ്രത്യുല്പാദിപ്പിക്കപ്പെടുകയും ചെയ്യുന്നുണ്ട്. തൊഴിലാളി മുതലാളിക്കു നല്കുന്ന അദ്ധ്വാനശക്തിക്കുപകരമായി നല്കുന്ന നിലനില്പിനുള്ള ഉപാധികളാണ് ഇത്തരത്തിൽ മാറ്റപ്പെടുന്നത്. അതായത് മുതലാളിക്കാവശ്യമായ കഴിവുകളാണ് പ്രത്യുല്പാദിപ്പിക്കപ്പെടുന്നത്. മറ്റൊരു രീതിയിൽ പറഞ്ഞാൽ, ഒരു യന്ത്രം തുടച്ചുവൃത്തിയാക്കുകയും അറ്റകുറ്റപ്പണികൾ നടത്തുകയും ചെയ്യുന്നതുപോലെ ഒരു തൊഴിലാളിയെ 'നവീകരിക്കുന്നതിനുള്ള' വേതനമാണ്

മുതലാളി നല്കുന്നത്. തൊഴിലാളി അയാളുടെ ഉപഭോഗം ആസ്വദിക്കുമെന്നത് മുതലാളിയുടെ പ്രശ്നമല്ല. ഭാരം വലിക്കുന്ന മൃഗവും അതിനു നല്കുന്ന ഭക്ഷണം ആസ്വദിക്കും. അതേസമയം തൊഴിലാളിക്ക് അയാളുടെ ഉപഭോഗം ഉല്പാദനക്ഷമമല്ല, കാരണം അതുകൊണ്ട് സൃഷ്ടിക്കപ്പെടുന്നത് കൂടുതൽ ആവശ്യങ്ങളുള്ള വ്യക്തികളെ മാത്രമാണ്. മുതലാളിക്കും ഭരണകൂടത്തിനും വേതനം നല്കുന്നത് ഉല്പാദനക്ഷമതയുടെ വർദ്ധനയാണ്. എന്നാൽ മാത്രമാണ് അവർക്കാവശ്യമായ സാമ്പത്തിക ഉല്പാദനം നടക്കുക.

വ്യക്തിഗതമായ ഉപഭോഗത്തിന് മറ്റൊരു വശവും കൂടിയുണ്ട്. അയാളുടെ ആവശ്യങ്ങൾ നിറവേറ്റുക എന്നാൽ ആവശ്യങ്ങൾ നിറവേറ്റുന്നത് ജീവിതോപാധികളുടെ നശീകരണം കൂടിയാണ്. കാരണം ജീവിതോപാധികളെ നിർണ്ണയിക്കുന്നത് തൊഴിലാളിയല്ല, മൂലധനമാണ്. അതുകൊണ്ട് ജീവിതോപാധികൾക്കുവേണ്ടി അയാൾക്ക് വീണ്ടും തൊഴിൽ തേടി തൊഴിൽ വിപണിയിലെത്തേണ്ടിവരുന്നു. തൊഴിലാളിയുടെ സ്വാതന്ത്ര്യം ആവർത്തിച്ചുറപ്പിക്കുമ്പോഴും കാണാച്ചരടുകൾ വഴി മുതലാളിത്ത ഉല്പാദനപ്രക്രിയയുമായി ബന്ധിപ്പിക്കുന്നു. അയാളുടെ സ്വാതന്ത്ര്യം കരാർ വ്യവസ്ഥകൾ വഴിയും തൊഴിൽദായകരെ മാറ്റുന്നതുവഴിയും ഉറപ്പിക്കുന്നുവെന്ന തോന്നലാണ് ജനിപ്പിക്കുന്നത്. യഥാർത്ഥത്തിൽ, എവിടെ പണിയെടുത്താലും അയാൾ മൂലധന പ്രക്രിയയുടെ ഭാഗമാണ്, മൂലധനത്തിന്റെ ഒരു സ്പെയർപാർട്ട് മാത്രമാണ്.

മുതലാളിത്ത ഉല്പാദനം അദ്ധ്വാനശക്തിയും അദ്ധ്വാനോപാധികളും തമ്മിലുള്ള വേർതിരിവ് പ്രത്യുല്പാദിപ്പിക്കുന്നു. ഇതാണ് തൊഴിലാളിയെ ചൂഷണം ചെയ്യാനുള്ള സാഹചര്യങ്ങൾ സൃഷ്ടിക്കുന്നത്. അദ്ധ്വാനോപാധികൾ മുതലാളിയുടെ കൈവശം വന്നു ചേരുന്നതോടെ ജീവിക്കുന്നതിനുവേണ്ടി സ്വയംവില്ക്കുകയല്ലാതെ തൊഴിലാളിക്കു മറ്റു മാർഗ്ഗമില്ലാതാകുന്നു. തൊഴിലാളിയും മുതലാളിയും വിപണിയിൽ അഭിമുഖീകരിക്കുകയാണ്. തൊഴിലാളി സ്വയം വില്ക്കുന്നതിനു മുമ്പുതന്നെ അയാൾ മൂലധനത്തിന്റെ ഭാഗമായി മാറുകയാണ്.

നാല്

മുതലാളിത്തത്തിലെ വർഗ്ഗവൈരുദ്ധ്യങ്ങളുടെ വിശദീകരണം ലളിതമായ പ്രത്യുല്പാദനത്തിൽനിന്ന് സാദ്ധ്യമാണെന്നു കാണാം. മൂലധനത്തിന്റെ പ്രത്യുല്പാദനം നടക്കുന്നത് അദ്ധ്വാനശക്തിയുടെ ഉപയോഗത്തിലൂടെ തന്നെയാണ്. അദ്ധ്വാനത്തിന്റെ മിച്ചമൂല്യമാണ് ആദ്യത്തെ മൂലധന നിക്ഷേപത്തെ വികസിപ്പിക്കുന്നതും ക്രമേണ അതിനുപകരമായി വരുന്നതും. അതുകൊണ്ട് മിച്ചമൂല്യത്തെ പരമാവധി വർദ്ധിപ്പിക്കേണ്ടത് മൂലധനത്തിന്റെ വികാസത്തിന് ആവശ്യമാണ്. മുതലാളിയുടെ

വ്യക്തിഗതമായ താല്പര്യങ്ങളുമായി ബന്ധപ്പെട്ടതല്ല അത്. മുതലാളിയുടെ സന്മനസ്സിനും ജീവകാരുണ്യ പ്രവർത്തനങ്ങളിലുള്ള താല്പര്യങ്ങൾക്കും മൂലധനത്തിന്റെ പ്രത്യുല്പാദനത്തിന്റെ അടിസ്ഥാന സ്വഭാവത്തെ മാറ്റാൻ കഴിയുകയില്ല. മിച്ചമൂല്യത്തിന്റെ വർദ്ധനയെന്നാൽ തൊഴിലാളിയുടെ ഉല്പാദനക്ഷമതയുടെ വർദ്ധനയാണ്. മൂലധനത്തിന്റെ വികാസത്തിന് ഇത് അവശ്യഘടകമായി മാറുന്നു.

തൊഴിലാളിയുടെ ഉല്പാദനക്ഷമതയുടെ വർദ്ധനയും മൂലധനസമാഹരണവും തമ്മിലുള്ള ബന്ധം വിവിധ ദശകളിലൂടെ മാർക്സ് വിശദീകരിക്കുന്നുണ്ട്.

ഖനികളിലും അതുപോലെ വസ്തുക്കളെ ഭൂമിയിൽനിന്ന് വേർപെടുത്തുന്ന വ്യവസായങ്ങളിലും അസംസ്കൃതവസ്തുക്കൾ മൂലധനനിക്ഷേപത്തിന്റെ ഭാഗമല്ല. അസംസ്കൃതവസ്തുക്കളാണ് ഉല്പാദിപ്പിക്കപ്പെടുന്നത്. സ്ഥിരമൂലധനം ഉല്പാദനോപകരണങ്ങളാണ്. അതുകൊണ്ട് അദ്ധ്വാനത്തിന്റെ തോതാണ് ഉല്പന്നത്തിന്റെ അളവും മൂല്യവും ഉയർത്തുക. പ്രകൃതിയും മനുഷ്യനും ഒരുമിച്ചു പ്രവർത്തിക്കുന്ന ഘട്ടമാണിത്. സ്ഥിരമൂലധനത്തിൽ വ്യത്യാസമില്ലാതെതന്നെ മൂലധനസമാഹരണത്തെ വളർത്താൻ അദ്ധ്വാനശക്തിക്കു കഴിയുന്നു.

കൃഷിയെന്നതിന് കൂടുതൽ വിത്തും വളവുമില്ലാതെ കൃഷിഭൂമിയിൽ വികാസം സാദ്ധ്യമല്ല. അതിനുശേഷം മണ്ണിന്റെ മേലുള്ള യാന്ത്രികമായ പ്രവർത്തനം ഉല്പന്നത്തെ വൻതോതിൽ വർദ്ധിപ്പിക്കും. അവിടെയും മനുഷ്യന്റെ പ്രകൃതിയുടെ മേലുള്ള പ്രവർത്തനം സമാഹരണത്തെ ശക്തിപ്പെടുത്തും.

കൈത്തൊഴിൽശാലകളിൽ അദ്ധ്വാനത്തിന്റെ വർദ്ധന അസംസ്കൃതവസ്തുക്കളുടെ വർദ്ധനയെ ആശ്രയിച്ചിരിക്കുന്നു. കൈത്തൊഴിൽശാലകൾക്കാവശ്യമായ അസംസ്കൃതവസ്തുക്കളും ഉപകരണങ്ങളും നല്കുന്നത് ഖനനവ്യവസായവും കൃഷിയുമാണ്. അവ മൂലധനനിക്ഷേപം വർദ്ധിപ്പിക്കാതെ ഉല്പാദനം വർദ്ധിപ്പിക്കുന്നത് കൈത്തൊഴിലുകൾക്ക് സഹായകരമാണ്.

ചുരുക്കത്തിൽ സമ്പത്തിന്റെ പ്രധാന ഉല്പാദകരായ ഭൂമിയെയും അദ്ധ്വാനശക്തിയെയും സ്വന്തം നിയന്ത്രണത്തിൽകൊണ്ടുവരുന്നതോടെ മൂലധനത്തിന് സ്വന്തം പരിമിതികൾക്കപ്പുറം മൂലധനസമാഹരണത്തിന്റെ സാദ്ധ്യതകൾ വർദ്ധിപ്പിക്കാൻ സഹായിക്കുന്നു. ഇത് സാധിക്കുന്നത് അദ്ധ്വാനത്തിന്റെ ഉല്പാദനക്ഷമതയുടെ വികാസത്തോടെയാണ്. മുമ്പു സൂചിപ്പിച്ച എല്ലാ ഘട്ടങ്ങളിലും പൊതുഘടകമായിരുന്നതും അദ്ധ്വാനശക്തിയുടെ വികാസമാണ്. ഭൂമിയുടെമേലുള്ള നിയന്ത്രണം കൂടി സാധിക്കുന്നതോടെ യന്ത്രസംവിധാനങ്ങൾ പോലുള്ള സ്ഥിരമൂലധനത്തിന്റെ ഘടകങ്ങൾ ശക്തിപ്പെടുത്തുകയും അതുവഴി ഉല്പാദനക്ഷമത വളരുകയും ചെയ്യുന്നു. അതുകൊണ്ട് പഴയ മൂലധനം കൂടുതൽ ഉല്പാദനക്ഷമമായ രൂപങ്ങളിലാണ് പ്രത്യുല്പാദനം നടത്തുന്നത്. ശാസ്ത്ര സാ

ങ്കേതിക വിദ്യകളുടെ ഉപയോഗം നിലവിൽ പ്രവർത്തിക്കുന്ന മൂലധനത്തിന്റെ അളവിൽനിന്ന് തികച്ചും സ്വതന്ത്രമായ വികസനം സാദ്ധ്യമാക്കുന്നു. ഇതോടെ പഴയ രൂപങ്ങൾ ഇല്ലാതാകുകയും പുതിയ രൂപങ്ങൾ വളർന്നുവരുകയും ചെയ്യുന്നു. അത് സാമൂഹ്യപുരോഗതിയുടെ രൂപമായി കരുതപ്പെടുകയും ചെയ്യുന്നു.

ഈ മാറ്റം മൂലധനത്തിന്റെ വളർച്ചയുടെ മറ്റൊരു സ്വഭാവത്തിലേക്കു കൂടി വിരൽചൂണ്ടുന്നതായി മാർക്സ് പറയുന്നു. യന്ത്രസാമഗ്രികൾ മൂലധനത്തിന്റെ ഭാഗമാകുന്നതോടെ അദ്ധ്വാനത്തിന്റെ സ്വാഭാവികശക്തിയും മൂലധനത്തിന്റെ ആന്തരിക സ്വഭാവമാണെന്ന പ്രതീതി ജനിപ്പിക്കുന്നു. അതായത് സാമൂഹ്യാദ്ധ്വാനത്തിന്റെ ഉല്പാദനശക്തികൾ മൂലധനത്തിന്റെ സവിശേഷതയാണെന്ന ധാരണയാണ് സൃഷ്ടിക്കുന്നത്. അതോടെ മൂലധനത്തിന്റെ മിച്ചമൂല്യസമാഹരണം മൂലധനത്തിന്റെ വികാസമായും തോന്നിക്കുന്നു.

അതായത് മൂലധനസമാഹരണത്തിന്റെ വികാസം മൂലധനവും കൂലിവേലയും തമ്മിലുള്ള വൈരുദ്ധ്യത്തെ കൂടുതൽ കൃത്യമായി പ്രതിനിധീകരിക്കുകയാണ്. യന്ത്രസാമഗ്രികൾ ഭൂതകാലത്തെ തൊഴിലാളികളുടെ അദ്ധ്വാനമാണ്, അതുപയോഗിച്ച് തൊഴിലാളികൾ പുതിയ ഉല്പന്നങ്ങൾ സൃഷ്ടിക്കുന്നു. എന്നാൽ യന്ത്രസാമഗ്രികളും അദ്ധ്വാനശക്തിയും മുതലാളിയുടെ നിയന്ത്രണത്തിൽ വരുന്നതോടെ ഭൂമിയും യന്ത്രസാമഗ്രികളും അദ്ധ്വാനവുമെല്ലാം മൂലധനത്തിന്റെ പ്രത്യുല്പാദനത്തിന്റെ വിവിധ ഘടകങ്ങളായാണ് പ്രത്യക്ഷപ്പെടുന്നത്. യന്ത്രസാമഗ്രികളുടെ സഹായത്തോടെ തൊഴിലാളികളുടെ ഉല്പാദനശക്തികളിൽ ഉണ്ടാകുന്ന കുതിച്ചുചാട്ടത്തിലൂടെ അവരുടെ അദ്ധ്വാനശക്തിയാണ് പ്രത്യുല്പാദിപ്പിക്കപ്പെടുന്നത്. എന്നാൽ അത് മൂലധനത്തിന്റെ പ്രത്യുല്പാദനമായാണ് അവതരിപ്പിക്കപ്പെടുന്നത്. പ്രതീതിയും യാഥാർത്ഥ്യവും തമ്മിലുള്ള ഈ വൈരുദ്ധ്യമാണ് മൂലധനത്തിന്റെ പ്രത്യുല്പാദനത്തിന്റെ കാതൽ. ഇതുതന്നെയാണ് മുതലാളിത്തത്തിന്റെ വർഗ്ഗവൈരുദ്ധ്യങ്ങളുടെയും കാതലായി മാർക്സ് കാണുന്നത്. ഇതിലൂടെ തൊഴിലാളികൾക്കു നേരിടുന്ന ദുരിതങ്ങളുടെയും പുറന്തള്ളലിന്റെയും അന്യവല്ക്കരണത്തിന്റെയും അമാനവീകരണത്തിന്റെയും തലങ്ങളാണ് മുതലാളിത്തത്തിലെ വർഗ്ഗസംഘർഷങ്ങളുടെ അടിത്തറയായി മാറുന്നത്.

വർഗ്ഗവൈരുദ്ധ്യങ്ങളുടെ കാതൽ ഇത്തരത്തിൽ മാർക്സ് ലളിതമായ പ്രത്യുല്പാദനത്തിൽ കണ്ടെത്തുന്നതോടെ മൂലധനസമാഹരണത്തിന്റെ വികാസചരിത്രം വർഗ്ഗവൈരുദ്ധ്യങ്ങളുടെ വികാസചരിത്രം കൂടിയായി തീരുന്നു.

മൂലധനം: മൂലധനസമാഹരണത്തിന്റെ പൊതു നിയമം

ഒന്ന്

മൂലധനത്തിന്റെ വികാസത്തെക്കുറിച്ച് മാർക്സ് പിന്നീട് (അതായത് രണ്ടും മൂന്നും വോള്യങ്ങളിൽ) നടത്തുന്ന വിശദമായ പ്രതിപാദനത്തിന്റെ അടിത്തറ *മൂലധനം* ഒന്നാം വോള്യത്തിലെ ഇരുപത്തഞ്ചാം അദ്ധ്യായത്തിൽ കാണാം. ഇതിലെ വിശദീകരണരീതിക്കും ദ്വിമുഖ സ്വഭാവമുണ്ട്. ഒന്ന്, മൂലധനത്തിന്റെ ഘടനാപരമായ വികാസം വിശദീകരിക്കുന്നു. ഇതാണ് മൂലധനത്തിന്റെ ഘടന (Composition of Capital) എന്നതുകൊണ്ട് മാർക്സ് ഉദ്ദേശിക്കുന്നത്. രണ്ടാമത്, മൂലധനത്തിന്റെ വളർച്ച ഉൾക്കൊള്ളുന്ന വർഗ്ഗവൈരുദ്ധ്യങ്ങളാണ്. അതായത് മൂലധനത്തിന്റെ വളർച്ച അതിലടങ്ങുന്ന വർഗ്ഗവൈരുദ്ധ്യങ്ങളുടെയും വളർച്ചയാണ്. ഇവയെ പരസ്പരബദ്ധമായാണ് മാർക്സ് കാണുന്നത്.

വർഗ്ഗ വൈരുദ്ധ്യങ്ങളെ ഉൾക്കൊള്ളുന്ന വിധത്തിലാണ് മാർക്സ് മൂലധനത്തിന്റെ ഘടനയെ വിശദീകരിക്കുന്നത്. അതിന് രണ്ട് സ്വഭാവങ്ങളുണ്ട്. മൂല്യത്തിന്റെ ഭാഗത്തുനിന്ന് നോക്കിയാൽ അത് ഉല്പാദനോപാധികളുടെ മൂല്യം അല്ലെങ്കിൽ സ്ഥിരമൂലധനമായും അദ്ധ്വാനശക്തിയുടെ മൂല്യം അല്ലെങ്കിൽ അസ്ഥിര മൂലധനമായും മാറുന്നു. ഇതിലെ അസ്ഥിര മൂലധനം മൊത്തം നല്കപ്പെടുന്ന വേതനമാണ്. ഭൗതിക വസ്തുക്കളുടെ ഭാഗത്തുനിന്ന് നോക്കിയാൽ മൂലധനം ഉല്പാദനോപാധികളും ജീവിച്ചിരിക്കുന്ന അദ്ധ്വാന ശക്തിയുമാണ്. അത് ഉല്പാദനത്തിനു വേണ്ടി ഉപയോഗിക്കുന്ന മൊത്തം ഉല്പാദനോപാധികളും അതിനെ ഉപയോഗിക്കുന്നതിനാവശ്യമായ മൊത്തം അദ്ധ്വാനവും (അതായത് തൊഴിലാളികളും) തമ്മിലുള്ള ബന്ധമാണ്. ഇവയിലാദ്യത്തേത് മൂലധന

ത്തിന്റെ മൂല്യഘടനയാണ് (Value Composition). രണ്ടാമത്തേത് സാങ്കേതിക ഘടനയും (Technical Composition). ഇവ രണ്ടും തമ്മിലുള്ള ബന്ധം മൂലധനത്തിന്റെ മൂല്യഘടനയിൽതന്നെ കാണാം. മൂലധനത്തിന്റെ മൂല്യഘടനയ്ക്ക്, അതായത് ഉല്പാദനോപാധികളുടെ മൂല്യവും അദ്ധ്വാനശക്തിയുടെ മൂല്യവും തമ്മിലുള്ള ബന്ധത്തിന് മൂലധനത്തിന്റെ സാങ്കേതിക ഘടനയിൽ വരുന്ന മാറ്റങ്ങളെ പ്രതിഫലിപ്പിക്കാൻ കഴിയും. ഇതിനെയാണ് മൂലധനത്തിന്റെ ജൈവ ഘടന (Organic Composition of Capital) എന്ന് മാർക്സ് വിളിക്കുന്നത്. മൂലധനത്തിന്റെ വികസനത്തെക്കുറിച്ചുള്ള മാർക്സിന്റെ വിശദീകരണത്തിന്റെ ആധാര ശിലകളിലൊന്നാണിത്.

ഒരു പ്രത്യേക ഉല്പാദനമേഖലയിൽ നിക്ഷേപിക്കപ്പെടുന്ന നിരവധി മൂലധനങ്ങൾക്ക് വ്യത്യസ്ത ഘടനയാകും ഉണ്ടാകുക. അതായത് ഉല്പാദനോപാധികളുടെ അളവ്, തൊഴിലാളികളുടെ എണ്ണം എന്നിവയിൽ വേർതിരിവുകൾ ഉണ്ടായിരിക്കും. ഇവയുടെ ശരാശരിയാണ് ആ മേഖലയിലെ മൂലധനത്തിന്റെ ഘടനയായി മാറുന്നത്. എല്ലാ മേഖലകളിലുംപെട്ട മൂലധനഘടനയുടെ ശരാശരിയാണ് ഒരു രാഷ്ട്രത്തിലെ മൊത്തം സാമൂഹ്യ മൂലധനത്തെ നല്കുന്നത്.

പൊതുവായി പറയുകയാണെങ്കിൽ, മറ്റൊരു ഘടകത്തിലും മാറ്റങ്ങളുണ്ടാകുന്നില്ലെങ്കിൽ മൂലധനത്തിന്റെഘടനയിൽ മാറ്റമുണ്ടാവുകയില്ല. അതായത് ഉല്പാദന ഉപാധികളുടെ നിശ്ചിത അളവ് പ്രവർത്തിപ്പിക്കുന്നതിന് ഒരു നിശ്ചിത എണ്ണം തൊഴിലാളികളെ ആവശ്യമുണ്ടാകും. മൂലധനം വളരുന്നതനുസരിച്ച് തൊഴിലാളികളുടെ ആവശ്യവും അവർക്കാവശ്യമാണ്. നിലനില്പിന്റെ ഉപാധികളും വർദ്ധിക്കും. എല്ലാവർഷവും മൂലധനം മിച്ചമൂല്യം ഉല്പാദിപ്പിക്കുന്നതുകൊണ്ട് അതിന്റെ ഒരുഭാഗം എല്ലാവർഷവും മൂലധനത്തോട് ചേർക്കപ്പെടും. പുതിയ വിപണികൾ, പുതിയ സാമൂഹ്യ ആവശ്യങ്ങൾക്കനുസരിച്ച് പുതിയ മൂലധന നിക്ഷേപങ്ങൾക്കുള്ള സാഹചര്യങ്ങൾ തുടങ്ങിയവ വളർന്നുവരുന്നതനുസരിച്ച് മൂലധനസമാഹരണത്തിന്റെ തോത് പെട്ടെന്ന് വിപുലീകരിക്കപ്പെടും. മിച്ചമൂല്യം മൂലധനവും ആദായവുമായി മാറുന്ന തോതിൽ ഒരു ചെറിയ വ്യത്യാസം വന്നാലും ഇത് സംഭവിക്കും. അതുകൊണ്ട് സമാഹരിക്കപ്പെട്ട മൂലധനത്തിന്റെ ആവശ്യങ്ങൾ ലഭ്യമായ അദ്ധ്വാനശക്തിയേക്കാളും തൊഴിലാളികളുടെ എണ്ണത്തേക്കാളും വർദ്ധിക്കാം. അതായത് മുതലാളിമാർക്ക് കൂടുതൽ തൊഴിലാളികളെ ആവശ്യമായി വരുന്നു. അല്ലെങ്കിൽ കൂടുതൽ കൂലി നല്കി തൊഴിലാളികളെ നിലനിർത്തേണ്ടിവരുന്നു.

ഇതിന് മുതലാളി അവലംബിക്കുന്ന രീതി വ്യത്യസ്തമാണ്. മൂലധന സമാഹരണം നടക്കുന്ന രീതിതന്നെ വിപുലീകരിക്കുകയാണത്. മൂലധനത്തെ ലളിതമായ രീതിയിൽ പ്രത്യുല്പാദിപ്പിച്ചാൽ മുതലാളി-തൊഴിലാളി ബന്ധങ്ങളെ അതേപടി പ്രത്യുല്പാദിപ്പിക്കുകയാണ് ചെയ്യുക. അതുകൊണ്ട് മൂലധന സമാഹരണം, അതായത് മൂലധന

ത്തിന്റെ തുടർച്ചയായ വികസനത്തിന്റെ രൂപങ്ങൾ അന്വേഷിക്കേണ്ടി വരും. ഇത് നടക്കുന്നത് കൂടുതൽ മുതലാളിമാരെ സൃഷ്ടിച്ചുകൊണ്ടാണ്, അല്ലെങ്കിൽ മൂലധന കേന്ദ്രീകരണത്തിലൂടെ, വലിയ മുതലാളിമാരുടെ വളർച്ചയിലൂടെയാണ്. മൂലധനത്തിന് അധികമധികം തൊഴിലാളികളെ ആവശ്യമാണ്. തൊഴിലാളികൾക്ക് മൂലധനത്തിൽനിന്നും സ്വതന്ത്രരാകാൻ കഴിയുകയില്ല. ഈ പാരതന്ത്ര്യം മറയ്ക്കപ്പെടുന്നത് അവർ സ്വന്തം അദ്ധ്വാനം വില്ക്കുന്ന മുതലാളിമാരുടെ വൈവിദ്ധ്യംകൊണ്ടാണ്. നിരവധി പ്രത്യേക ഉല്പാദനമേഖലകളിൽ നിരവധി വ്യത്യസ്ത മുതലാളിമാർക്ക് അവരുടെ അദ്ധ്വാനം വില്ക്കുന്നു. മൂലധനത്തിന്റെ വികാസം പ്രോലിറ്റേറിയറ്റിന്റെ വികാസം കൂടിയാകുന്നു.

ഇവിടെ ഉയരുന്ന ഒരു ചോദ്യമുണ്ട്. എന്തുകൊണ്ടാണ് തൊഴിലാളിയുടെ കൂലി കുറയുകയും കൂടുകയും ചെയ്യുന്നത്? തൊഴിലാളികളുടെ എണ്ണം കുറയുകയും അവരെക്കൊണ്ടുള്ള ആവശ്യം വർദ്ധിക്കുകയും ചെയ്താൽ കൂലി കൂടുന്നു. തൊഴിലാളികളുടെ എണ്ണം വർദ്ധിച്ചാൽ കൂലി കുറയുന്നു. അപ്പോൾ ജനസംഖ്യയിൽ വരുന്ന മാറ്റങ്ങളാണോ കൂലി കൂട്ടുകയും കുറയ്ക്കുകയും ചെയ്യുന്നത്? അല്ലെന്ന് മാർക്സ് പറയുന്നു. മറ്റൊരു രീതിയിൽ പറഞ്ഞാൽ കൂലിക്കൂടുതൽ കൊണ്ടാണോ മൂലധനം കുറയുന്നത്? കൂലി കുറഞ്ഞാൽ മൂലധനം വർദ്ധിക്കുമോ? മാർക്സ് വാദിക്കുന്നത് നേരെ തിരിച്ചാണ്. ജനസംഖ്യാ വർദ്ധനവിനനുസരിച്ചോ തൊഴിലാളികളുടെ എണ്ണത്തിന്റെ ഏറ്റക്കുറച്ചിലുകളനുസരിച്ചോ അല്ല കൂലി കുറയുകയും കൂടുകയും ചെയ്യുന്നത്, മൂലധന സമാഹരണത്തിന്റെ തോതനുസരിച്ചാണ്. സമാഹരിക്കപ്പെടുന്ന മൂലധനം വർദ്ധിക്കുമ്പോൾ അദ്ധ്വാനശക്തി അപര്യാപ്തമായിത്തീരുന്നു. അതുപോലെ മൂലധന സമാഹരണം ദുർബലമാകുമ്പോൾ, അദ്ധ്വാനശക്തി, അല്ലെങ്കിൽ അദ്ധ്വാനശക്തിക്ക് നല്കുന്ന വില (കൂലി) അധികമാകുന്നു. അതായത് നാം സാധാരണയായി മൂലധനത്തിന്റെ അപര്യാപ്തതയ്ക്കു കാരണമായി പറയുന്ന 'തൊഴിൽപ്രശ്നം' യഥാർത്ഥത്തിൽ തൊഴിലാളിയുടെ പ്രശ്നമല്ല, അപര്യാപ്തമായ മൂലധനത്തിന്റെ പ്രശ്നമാണ്. മൂലധനം ക്രമാനുഗതമായോ അതിവേഗത്തിലോ വളരുമ്പോൾ അതിനനുസരിച്ച് തൊഴിലാളികളുടെ എണ്ണത്തിലും മാറ്റമുണ്ടാകുന്നു, അവരുടെ കൂലിയിലും. തൊഴിലാളികളുടെ എണ്ണത്തിലും കൂലിയിലും വരുന്ന മാറ്റം മൂലധന സമാഹരണത്തിന് വിധേയമാണ്. നേരെ തിരിച്ചല്ല.

മറ്റൊരു കാര്യംകൂടി ഇവിടെ മാർക്സ് സൂചിപ്പിക്കുന്നു. മൂലധന സമാഹരണവും കൂലിയുടെ തോതും തമ്മിലുള്ള ബന്ധം മൂലധനത്തിന്റെ അളവും തൊഴിലാളികളുടെ സംഖ്യയും തമ്മിലുള്ള ബന്ധമല്ല. മൂലധനമെന്നത് മിച്ചമൂല്യം മൂലധനമായി മാറുന്നതാണ്, അങ്ങനെയാണ് മൂലധന സമാഹരണം നടക്കുന്നത്. കൂലിയെന്നത് മിച്ചമൂല്യം സൃഷ്ടിക്കുന്നതിന് ആവശ്യമായ കൂലി കൊടുത്തുകൊണ്ടുള്ള അദ്ധ്വാനമാണ്. മിച്ചമൂല്യം തൊഴിലാളിയിൽനിന്ന് സമാഹരിക്കുന്ന കൂലി കൊടുക്കാതെയുള്ള

അദ്ധ്വാനവും. അതായത് മൂലധനവും കൂലിവേലയും തമ്മിലുള്ള ബന്ധം തൊഴിലെടുക്കുന്ന ജനങ്ങളുടെ കൂലികൊടുക്കാതെയുള്ള അദ്ധ്വാനവും കൂലിക്കുള്ള അദ്ധ്വാനവും തമ്മിലുള്ള ബന്ധമാണ്. തൊഴിലാളി നല്കുന്ന കൂലിയില്ലാത്ത അദ്ധ്വാനം വർദ്ധിക്കുകയും അത് മൂലധനമാക്കി മാറ്റുന്നതിൽ കൂലിയോടെയുള്ള അദ്ധ്വാനം വൻതോതിൽ ആവശ്യമാവുകയും ചെയ്യുമ്പോൾ, കൂലി വർദ്ധിക്കുന്നു. കൂലി വർദ്ധിക്കുമ്പോൾ മുതലാളിയുടെ ആദായത്തിന്റെ കൂടുതൽ ഭാഗം മൂലധനമായി മാറ്റേണ്ടി വരുന്നു. മൂലധന സമാഹരണത്തിന്റെ അളവു കുറയുകയുന്നു. അതുകൊണ്ട് കൂലിയുടെ വർദ്ധനയും മരവിക്കുന്നു. അദ്ധ്വാനത്തിന്റെമേലുള്ള ചൂഷണത്തിന്റെ തോത് കുറച്ചുകൊണ്ട് മൂലധന സമാഹരണം തുടർന്നുപോകാൻ സാദ്ധ്യമല്ല. അതുകൊണ്ട് വർദ്ധമാനമായ തോതിൽ മൂലധന സമാഹരണം നടത്തിക്കൊണ്ടു മാത്രമേ മുതലാളിത്തത്തിന് പിടിച്ചുനിൽക്കാൻ സാധിക്കുകയുള്ളു. അദ്ധ്വാനശക്തിയുടെ വർദ്ധിച്ച ചൂഷണമില്ലാതെ ഇത് സാധിക്കുകയുമില്ല.

രണ്ട്

മൂലധന സമാഹരണത്തെ തുടർച്ചയായി നിലനിർത്താനുള്ള മാർഗ്ഗം കൂടുതൽ തൊഴിലാളികളെ നിയമിക്കുക എന്നതു മാത്രമല്ല. അദ്ധ്വാനശക്തികളുടെ ഉല്പാദനക്ഷമത വർദ്ധിപ്പിക്കുക എന്നതുകൂടിയാണ്. ഉല്പാദനക്ഷമത വർദ്ധിക്കുമ്പോൾ മിച്ചമൂല്യം വർദ്ധിക്കുന്നു. മിച്ചമൂല്യം കൂടുതൽ മൂലധനമായി മാറുന്നു, അത് ഉല്പാദനോപാധികളുടെ അളവ് വർദ്ധിപ്പിക്കാനും അവയെ പ്രവർത്തിപ്പിക്കാനുള്ള തൊഴിലാളികളെ നിയമിക്കാനും സഹായിക്കുന്നു. മൂലധനത്തിന്റെ കാഴ്ചപ്പാടിൽ മൂലധനത്തിന്റെ ഘടന സ്ഥിരമൂലധനത്തിനനുകൂലമായി മാറുകയാണ്. തൊഴിലാളികളുടെ എണ്ണം വർദ്ധിക്കാമെങ്കിലും വർദ്ധിച്ച സ്ഥിരമൂലധനത്തിന് ആനുപാതികമായി അസ്ഥിര മൂലധനത്തിന്റെ അനുപാതം കുറയുകയാണ്. ഉദാഹരണത്തിന് ഒരു വ്യവസായശാല ആദ്യഘട്ടത്തിൽ മൂലധനത്തിന്റെ 50% ഉല്പാദനോപാധികൾക്കും 50% വേതനത്തിനും ഉപയോഗിച്ചുവെങ്കിൽ ഉല്പാദനക്ഷമതയുടെ വർദ്ധനമൂലം 80% ഉല്പാദനോപാധികൾക്കും 20% വേതനത്തിനും ഉപയോഗിക്കുന്നു. മൂലധന സമാഹരണത്തിന്റെ വർദ്ധനയുടെ തോതും അദ്ധ്വാനശക്തിക്ക് നല്കുന്ന കൂലിയുടെ തോതും വിപരീതാനുപാതത്തിലായിരിക്കും.

മൂലധന സമാഹരണത്തിന്റെ വികാസം അപ്പോൾ നടക്കുന്നത് മൂലധനത്തിന്റെ ജൈവഘടനയുടെ വളർച്ചയനുസരിച്ചാണ്, അതായത് ഉല്പാദനോപാധികളുടെ വളർച്ചയും ഉല്പാദനക്ഷമതയുടെ വളർച്ചയുമനുസരിച്ചാണ്. ഈ വളർച്ചയുടെ ഒരു പരിമിതി മാർക്സ് ചൂണ്ടിക്കാണിക്കുന്നു. മുതലാളിമാരുടെ കൈയിൽ വന്നുചേരുന്ന, കേന്ദ്രീകരിക്കുന്ന സാമൂഹ്യ ഉല്പാദന ഉപാധികളുടെ അളവ്, ആ പ്രദേശത്തെ സാമൂഹ്യ

സമ്പത്തിന്റെ വളർച്ചയെ ആശ്രയിച്ചിരിക്കും. സാമൂഹ്യ സമ്പത്തിൽ പരിമിതികളുണ്ടെങ്കിൽ മൂലധന കേന്ദ്രീകരണത്തിലും പരിമിതികളുണ്ടാകും. രണ്ടാമത്തെ ഒരു പ്രശ്നം കൂടിയുണ്ട്. ഒരു പ്രത്യേക പ്രദേശത്തെ ഒരു പ്രത്യേക മേഖലയിലുള്ള സാമൂഹ്യ മൂലധനം പരസ്പരം മത്സരിക്കുന്ന നിരവധി മുതലാളിമാരുടെ ഇടയിൽ വിഭജിക്കപ്പെടുകയാണ്. അതുകൊണ്ട് ഒരു മൂലധനത്തിന്റെ വളർച്ചയെ മൂലധനത്തിനുള്ള വിഭജനംതന്നെ തടസ്സപ്പെടുത്താം. അപ്പോൾ മൂലധന സമാഹരണം മൂലധന കേന്ദ്രീകരണമായി മാറുമ്പോൾ ഉല്പാദനോപാധികളുടെ കേന്ദ്രീകരണവും അദ്ധ്വാനത്തിന്റെമേലുള്ള അധീശത്വവും മാത്രമായല്ല പ്രത്യക്ഷപ്പെടുക. പല വ്യക്തിഗത മുതലാളിമാരും പുറത്താക്കപ്പെടുന്നതിലേക്കും നയിക്കും.

കേന്ദ്രീകരണം എന്നാൽ നിരവധി ചെറുകിട മുതലാളിമാരെ വൻകിട മുതലാളികൾ വിഴുങ്ങുന്ന പ്രക്രിയയാണ്. മത്സരാധിഷ്ഠിതമായ മുതലാളിത്തത്തിലാണ് ഇത് നടക്കുക. മുതലാളിത്ത മത്സരം നടക്കുന്നത് ചരക്കുകളുടെ വില കുറച്ചിട്ടാണ്. വിലക്കുറവ് സാദ്ധ്യമാകുന്നത് ഉല്പാദനക്ഷമതയുടെ വർദ്ധനയിലൂടെയാണ്, ഉല്പാദനത്തിന്റെ അളവിന്റെ വർദ്ധനയിലൂടെയാണ്. ഇവ രണ്ടിനും മൂലധനത്തിന്റെ ഘടനയുടെ വളർച്ച ആവശ്യമാണ്. അതായത് ഘടനാപരമായി വികസിച്ച വൻ മൂലധനം ചെറുകിടക്കാരെ പുറന്തള്ളുന്നു.

വൻ മൂലധനം കൈയടക്കാത്ത മേഖലകളിൽ ചെറുകിട മുതലാളിമാർ കേന്ദ്രീകരിക്കുന്നതും കാണാം. അങ്ങനെ വരുമ്പോൾ ചെറുകിടക്കാരും വൻകിടക്കാരും തമ്മിലുള്ള സംഘർഷമായി അത് മാറുന്നു. പല മുതലാളിമാരുടെയും സമ്പൂർണ്ണമായ തകർച്ചയിലേക്ക് ഇത് നയിക്കുന്നു.

മത്സരാധിഷ്ഠിത മുതലാളിത്തത്തിൽനിന്നുതന്നെയാണ് മറ്റൊരു ശക്തിയും വളർന്നുവരുന്നത്. ഇന്ന് നാം ഫൈനാൻസ് മൂലധനമെന്ന് വിളിക്കുന്നത് വായ്പാ-ബാങ്കിങ് മൂലധനത്തെയാണ്. വായ്പാവിപണി ആദ്യഘട്ടത്തിൽ മൂലധന സമാഹരണത്തിന്റെ 'വിനീത' സഹായിയായാണ് ആദ്യം പ്രത്യക്ഷപ്പെടുന്നത്. ലോകമാസകലം ചിതറിക്കിടക്കുന്ന ധനവിഭവങ്ങളെ സമാഹരിക്കുന്ന ജോലിയാണ് അതിനുള്ളത്. ക്രമേണ മുതലാളിത്ത മത്സരങ്ങളിലെ ഒരു പുതിയ ആയുധമായി അത് മാറുന്നു. പിന്നീട് മൂലധന കേന്ദ്രീകരണത്തിനുള്ള അതി വിപുലമായ സാമൂഹ്യ പ്രവർത്തന ഉപാധിയായി അത് മാറുന്നു.

മൂലധന സമാഹരണവും മൂലധന കേന്ദ്രീകരണവും തമ്മിലുള്ള സുപ്രധാന ഭിന്നതയിലേക്ക് മാർക്സ് വിരൽചൂണ്ടുന്നു. മൂലധന സമാഹരണം പ്രത്യുല്പാദനത്തിലൂടെയുള്ള മൂലധനത്തിന്റെ ക്രമാനുഗതമായ വികാസമാണ്. അവിടെ പ്രത്യുല്പാദനം ചാക്രികമായ രൂപത്തിൽ നിന്ന് അതായത് മൂലധനത്തിന്റെ കേവലമായ പ്രത്യുല്പാദനത്തിൽനിന്ന്, വർത്തുള രൂപത്തിലേക്ക്, അതായത് മൂലധനത്തിന്റെ വിപുലീകൃതമായ പ്രത്യുല്പാദനത്തിലേക്ക് മാറുന്നു. കേന്ദ്രീകരണം അതല്ല, മൂലധനം വികസിച്ച ദശയിലാണ് കേന്ദ്രീകരണം നടക്കുന്നത്. മൊത്തം സാമൂഹ്യ

മൂലധനത്തിന്റെ വ്യത്യസ്ത ഭാഗങ്ങളെ മാറ്റുകയാണ് അത് ചെയ്യുന്നത്. ചില മുതലാളിമാർക്ക് ഒരു റെയിൽപാത നിർമ്മിക്കാൻ വേണ്ടത്ര മൂലധനം കൈവശമുണ്ടാകുന്നതുവരെ കാത്തിരുന്നെങ്കിൽ റെയിൽവേ ഉണ്ടാകുമായിരുന്നില്ലെന്ന് മാർക്സ് പറയുന്നു. റെയിൽപ്പാതകൾ പണിയുന്നതിനുവേണ്ടി സൃഷ്ടിക്കപ്പെട്ട ജോയിന്റ് സ്റ്റോക്ക് കമ്പനികൾവഴി ഞൊടിയിടയിലാണ് അത് സാധിച്ചെടുത്തത്. ഇത്തരത്തിലുള്ള വൻ കുതിച്ചുചാട്ടങ്ങൾവഴി മൂലധനത്തിന്റെ സാങ്കേതികഘടനയിൽ വിപ്ലവാത്മകമായ മാറ്റങ്ങൾ വരുത്തപ്പെടുകയും അതുവഴി സ്ഥിര മൂലധനം വൻതോതിൽ വർദ്ധിക്കുകയും ചെയ്യുന്നു. അത് അദ്ധ്വാനത്തിന്റെ ആവശ്യത്തെ കുറയ്ക്കുന്നു.

മൂലധന കേന്ദ്രീകരണം അദ്ധ്വാനത്തിൽ സൃഷ്ടിക്കുന്ന മാറ്റങ്ങളും പ്രധാനമാണ്. പുതിയ മേഖലകളിലെ മൂലധനം അതിലെ നിക്ഷേപങ്ങൾക്ക് ആനുപാതികമായി കുറഞ്ഞ അദ്ധ്വാനം ആവശ്യമുള്ളവയാണ്. പഴയ മൂലധനമാകട്ടെ, സാങ്കേതിക ഘടനയുടെ വികാസംവഴി തൊഴിലാളികളെ പുറന്തള്ളുകയും ചെയ്യുന്നു.

മൂന്ന്

മുതലാളിമാർ ഉപയോഗിക്കുന്ന യന്ത്രസാമഗ്രികളും ഗതാഗത രൂപങ്ങളും ഊർജ്ജസ്രോതസ്സുകളുമെല്ലാം മനുഷ്യരുടെ അദ്ധ്വാനത്തിന്റെ ഉല്പന്നങ്ങളാണ്. അതുകൊണ്ടാണ് മൂലധനത്തിന്റെ മൂല്യഘടനയിൽ അവയ്ക്ക് സ്ഥാനമുള്ളത്. പക്ഷേ, അവയെല്ലാം ജഡമായ അദ്ധ്വാനമാണ്. ജൈവമായ അദ്ധ്വാനത്തിനുമാത്രമാണ് മുതലാളി വേതനം നല്കുന്നത്. മൂലധനത്തിന്റെ സാങ്കേതിക ഘടന വളരുമ്പോൾ മുതലാളി ഉപയോഗിക്കുന്ന ജൈവാദ്ധ്വാനം ആനുപാതികമായി കുറയുകയാണ്. ഇതിന്റെ ഫലമായി മൂലധന സമാഹരണം നിലവിലുള്ള സാങ്കേതിക അടിത്തറയിൽ ഉല്പാദനത്തിന്റെ വികാസമായാണ് പ്രവർത്തിക്കുന്നത്. ഇത്തരത്തിലുള്ള മൂലധന സമാഹരണത്തിന്റെ ക്രമാനുഗതമായ വളർച്ചയ്ക്ക് കൂടുതൽ തൊഴിലാളികളെ വിന്യസിക്കേണ്ടിവരുന്നുണ്ട്. അതിനോടൊപ്പം മൂലധനസമാഹരണം കേന്ദ്രീകരണത്തിലേക്ക് നീങ്ങുമ്പോൾ സാങ്കേതിക ഘടനയിലെ തുടർച്ചയായ മാറ്റങ്ങളും പുതിയ മുന്നേറ്റങ്ങളും അനിവാര്യമായിത്തീരുന്നു. ഇത് മൂലധനത്തിന്റെ അസ്ഥിര-വേതനാധിഷ്ഠിത മൂലധനത്തിന്റെ ചുരുങ്ങലിലേക്ക് നയിക്കുന്നു. അതായത് അദ്ധ്വാനിക്കുന്ന ജനതയുടെ എണ്ണം വൻതോതിൽ വർദ്ധിക്കുന്നതായി നമുക്കനുഭവപ്പെടുന്നു. അതായത് ലഭ്യമായ തൊഴിലുകളുടെ വളർച്ചയെക്കാൾ എത്രയോ മടങ്ങ് വർദ്ധനയാണ് അദ്ധ്വാനശേഷിയുള്ളവരുടെ എണ്ണത്തിൽ നാം കാണുന്നത്. അതായത് മൂലധന സമാഹരണത്തിന്റെയും കേന്ദ്രീകരണത്തിന്റെയും വളർച്ച അതിനാവശ്യമുള്ള ജനതയേക്കാൾ വളരെയധികമുള്ള 'അനാവശ്യമായ' മിച്ച ജനസംഖ്യയെയും ഉല്പാദിപ്പിക്കുന്നു.

ഈ മിച്ച ജനസംഖ്യ മുതലാളിത്ത വികാസത്തിന്റെ ഉല്പന്നമാണ്. മുതലാളിത്ത ഉല്പാദന രീതിയുടെ നിലനില്പിനുള്ള സാഹചര്യംകൂടിയായി അത് മാറുന്നു. മുതലാളിത്തത്തിന്റെ സ്വയം വികാസത്തിന്റെ മാറുന്ന ആവശ്യങ്ങൾക്കുവേണ്ടി ഉപയോഗിക്കാനും ചൂഷണംചെയ്യാനും പറ്റിയ മാനവിക വിഭവമായി അത് മാറുന്നു. മൂലധന സമാഹരണത്തിന്റെയും ഉല്പാദനക്ഷമതയുടെ വികാസത്തിന്റെയും ഫലമായി പൊടുന്നനെയുള്ള അതിതീവ്രമായ വികാസത്തിനുള്ള കിഴിവും മുതലാളിത്തത്തിൽ വർദ്ധിക്കുന്നുണ്ട്. ഇതിന്റെ കാരണം മൂലധനത്തിന്റെ വർദ്ധനയും സമൂഹത്തിലെ സമ്പത്തിന്റെ വർദ്ധനയും വായ്പയുടെ വർദ്ധനയും മാത്രമല്ല. ഉല്പാദന പ്രക്രിയയ്ക്കുതന്നെ അതി തീവ്രമായ മാറ്റങ്ങൾ സൃഷ്ടിക്കുന്നതിനുള്ള സാദ്ധ്യതകൾ യന്ത്രസാമഗ്രികൾ, ഗതാഗത മാർഗ്ഗങ്ങൾ തുടങ്ങിയവകൂടി ഒരുക്കുന്നതുകൊണ്ടാണ്. അപ്പോൾ പെട്ടെന്ന് വികസിക്കുന്ന മേഖലകളിൽ വൻതോതിൽ മനുഷ്യശക്തിയെ ഉപയോഗിക്കേണ്ടി വരും. മിച്ച ജനസംഖ്യയാണ് ഇത്തരം അദ്ധ്വാനശക്തിയെ നല്കുന്നത്. ഇവരെയാണ് മാർക്സ് വ്യാവസായിക റിസർവ്വ് സൈന്യം എന്നു വിളിക്കുന്നത്. അവർ മൂലധനത്തിന്റെതന്നെ സ്വന്തമാണ്. അവർ സ്വന്തം ചെലവിൽ പോറ്റിവളർത്തിയവരെപ്പോലെ തന്നെയാണ്. മുതലാളിത്തത്തിന്റെ വികാസത്തിന്റെയും കുഴപ്പങ്ങളുടെയും മുരടിപ്പിന്റെയും വീണ്ടുമുള്ള വികാസത്തിന്റെയും ചക്രങ്ങൾ വ്യവസായ റിസർവ്വ് സൈന്യത്തിന്റെ ഘടനയിലും അടിമുടി മാറ്റങ്ങൾ വരുത്തുന്നുണ്ട്. മുതലാളിത്തത്തിന്റെ ആദ്യഘട്ടത്തിൽ ക്രമാനുഗതമായ വളർച്ച മാത്രമുണ്ടായപ്പോൾ അതനുസരിച്ച് അദ്ധ്വാനത്തിന്റെ ആവശ്യത്തിലും വളർച്ചയുണ്ടായി. അതിനുശേഷം മുതലാളിത്തം അതിന്റെ വികാസത്തിന്റെയും മുരടിപ്പിന്റെയും ചക്രങ്ങളിലൂടെ കടന്നുപോയപ്പോൾ പുറന്തള്ളപ്പെടാവുന്ന മനുഷ്യവിഭവങ്ങൾ ആവശ്യമായി വന്നു. ആധുനിക വ്യവസായങ്ങളുടെ ചലനാത്മകത ആശ്രയിച്ചിരിക്കുന്നത് അദ്ധ്വാനിക്കുന്ന ജനതയുടെ ഒരു ഭാഗത്തെ, തൊഴിലില്ലാത്തവരും ഭാഗികമായി മാത്രം തൊഴിൽ ചെയ്യുന്നവരുമായ ജനതയായി മാറ്റുന്നതിലാണ്.

അസ്ഥിര മൂലധനം, അതായത് അദ്ധ്വാനത്തിന്റെ വിനിയോഗം ഉയരുമെന്നും മാർക്സ് അംഗീകരിക്കുന്നു. പക്ഷേ, അവിടെ ഉയരുന്നത് അദ്ധ്വാനമാണ്. അദ്ധ്വാനിക്കുന്നവരുടെ എണ്ണമല്ല. മുതലാളിയുടെ പ്രധാന താല്പര്യം ഒരു ചെറുവിഭാഗം തൊഴിലാളികളിൽനിന്ന് കൂടുതൽ അദ്ധ്വാനം സൃഷ്ടിക്കുന്നതിലാണ്. ഇതിനുള്ള ഏറ്റവും ഫലപ്രദമായ ഉപാധി സ്ഥിര മൂലധനത്തിന്റെ വികാസമാണ്. അതിനോടൊപ്പം തൊഴിലാളി വർഗ്ഗത്തിലെ തൊഴിലുള്ളവരുടെ അധികാദ്ധ്വാനം റിസർവ്വ് സൈന്യത്തിന്റെ എണ്ണം വർദ്ധിപ്പിക്കുന്നു. മറിച്ച് റിസർവ്വ് സൈന്യം തൊഴിലെടുക്കുന്നവരിൽ ചെലുത്തുന്ന സമ്മർദ്ദം തൊഴിലെടുക്കുന്നവരെ മൂലധനത്തിന്റെ നിയന്ത്രണത്തിന് പൂർണ്ണമായി കീഴടങ്ങുന്നതിലെത്തിക്കുന്നു. റിസർവ്വ് സൈന്യത്തിന്റെ വളർച്ചയും മൂലധന സമാഹരണത്തിന് ആനു

പാതികമാകുന്നു. മൂലധനം ഒരുവശത്ത് അദ്ധ്വാനത്തിനുള്ള ആവശ്യത്തെ വർദ്ധിപ്പിക്കുകയും നിരവധി തൊഴിലാളികളെ (അവരുടെ ജീവിതോപാധികളിൽനിന്ന്) 'സ്വതന്ത്രരാ'ക്കിക്കൊണ്ട് ഈ ആവശ്യത്തെ ഉല്പാദിപ്പിക്കുകയും ചെയ്യുന്നു.

നാല്

മൂന്നു തരത്തിലുള്ള മിച്ച ജനസംഖ്യയാണ് മുതലാളിത്തത്തിൽ സൃഷ്ടിക്കപ്പെടുന്നത്. ഒഴുകിനടക്കുന്നവർ (floating), ലീനമായ വിഭാഗം, മുരടിച്ചവർ. വ്യവസായത്തിൽ ഇടയ്ക്കിടെ തൊഴിൽ ചെയ്യുന്നവരും പിരിച്ചുവിടപ്പെടുന്നവരുമാണ് ഒഴുകി നടക്കുന്നവർ. കാർഷികരംഗത്ത് ഇപ്പോൾ തൊഴിലെടുക്കുന്നവരും എന്നാൽ വ്യവസായ പ്രോലിറ്റേറിയറ്റിന്റെ ഭാഗമാകാൻ എപ്പോഴും സാദ്ധ്യതയുള്ളവരുമാണ് 'ലീന'(latent) മായ വിഭാഗം. മുരടിച്ചവർ എന്നു വിളിക്കുന്നവർ തൊഴിൽ സേനയുടെ ഭാഗമാണ്. എന്നാൽ പൂർണ്ണമായും അസ്ഥിരമായ തൊഴിലുള്ളവരാണ്. ഏറ്റവുമധികം സമയം തൊഴിൽചെയ്യുന്നവരും ഏറ്റവും കുറവ് വേതനമുള്ളവരും ഇവർ സാധാരണയായി 'ഗാർഹിക വ്യവസായ'ങ്ങളിലാണ് പെടുക. തൊഴിൽസേനയുടെ ഏറ്റവും വലിയ വിഭാഗവും ഇവർതന്നെയാണ്.

ഇവരെല്ലാം കൂടാതെ മറ്റൊരു വിഭാഗത്തെയും മാർക്സ് പരാമർശിക്കുന്നു. പാപ്പരീകരണത്തിന്റെ അതിരുകളിൽ ജീവിക്കുന്നവരാണിവർ. അലഞ്ഞുതിരിയുന്നവർ, കുറ്റവാളികൾ, ലൈംഗികത്തൊഴിലാളികൾ തുടങ്ങിയവരെ കൂടാതെ മൂന്നുതരം പാപ്പർമാർ ഉണ്ട്. ഒന്ന്, പണിയെടുക്കാൻ കഴിയുന്നവർ, രണ്ട്, അനാഥരും പാപ്പരായ കുട്ടികളും, മൂന്ന്, തൊഴിൽചെയ്യാൻ പലകാരണങ്ങൾകൊണ്ടും സാധിക്കാത്തവർ, വ്യവസായ അപകടങ്ങളിൽപെട്ടവർ, യന്ത്രങ്ങൾ, ഖനികൾ, രാസവ്യവസായങ്ങൾ തുടങ്ങിയവയിൽ പണിയെടുത്ത് തൊഴിൽ ശക്തി നഷ്ടപ്പെട്ടവർ, രോഗികൾ, വിധവകൾ തുടങ്ങിയവർ ഇതിൽപെടും. 'തൊഴിൽ സേന'യുടെ ആശുപത്രിയും വ്യവസായ റിസർവ്വ് സൈന്യത്തിന്റെ ഭാരവുമാണ് ഈ ജനവിഭാഗമെന്ന് മാർക്സ് പറയുന്നു. പക്ഷേ, പാപ്പരീകരണം മിച്ച ജനസംഖ്യപോലെ മുതലാളിത്ത ഉല്പാദനത്തിന്റെയും മുതലാളിത്തത്തിലെ സമ്പത്തിന്റെ വളർച്ചയുടെയും അടിസ്ഥാന സാഹചര്യമാണ്.

ഈ വിശദീകരണത്തിൽനിന്നാണ് മൂലധന സമാഹരണത്തിന്റെ പൊതുനിയമത്തിലേക്ക് മാർക്സ് എത്തിച്ചേരുന്നത്. സാമൂഹ്യസമ്പത്ത്, പ്രവർത്തനത്തിലുള്ള മൂലധനം, അതിന്റെ വളർച്ചയുടെ വ്യാപ്തിയും ഊർജ്ജവും, ഉല്പാദനക്ഷമതയുടെയും പ്രോലിറ്റേറിയറ്റിന്റെയും വളർച്ച എന്നിവയോടൊപ്പം വ്യാവസായിക റിസർവ്വ് സൈന്യവും അതേപോലെ വർദ്ധിക്കും. റിസർവ്വ് സൈന്യത്തിന്റെ കൈയിൽ സമ്പത്ത് (സൃഷ്ടിക്കുന്നതിനുള്ള) സ്ഥാവരോർജ്ജമുണ്ട്. എന്നാൽ അതുപയോഗിക്കപ്പെടുന്നി

ല്ലെന്നു മാത്രമല്ല, അവരുടെ ഇടയിലെ ദുരിതങ്ങൾ വർദ്ധിക്കുകയും ചെയ്യുന്നു. തൊഴിലാളിവർഗ്ഗവും വ്യവസായ റിസർവ്വ് സൈന്യവും വർദ്ധിക്കുന്നതോടെ ഔദ്യോഗിക പാപ്പരീകരണവും വർദ്ധിക്കുന്നു. മുതലാളിത്ത മൂലധന സമാഹരണത്തിന്റെ പൊതു നിയമം ഇതാണ്. മൂലധനത്തിന്റെ സർവ്വാധിപത്യം ലോക ജനതയിൽ ഒരു വിഭാഗത്തിന്റെ പാപ്പരീകരണത്തിലേക്കും നാശത്തിലേക്കും നയിക്കുന്നു.

മൂലധനം:
വിപുലീകൃതമായ പ്രത്യുല്പാദനം

ഒന്ന്

മൂലധനം ഒന്നാം വോള്യത്തിൽ നല്കിയ താത്ത്വികമായ വിശദീകരണത്തെ ആധാരമാക്കി മൂലധനത്തിന്റെ പ്രത്യുല്പാദന പ്രക്രിയയുടെ ചലനാത്മക രൂപങ്ങളെ സവിസ്തരം പരിശോധിക്കുകയാണ് *മൂലധനം* രണ്ടും മൂന്നും വോള്യങ്ങളിൽ ചെയ്യുന്നത്. മിച്ചമൂല്യത്തിന്റെ രൂപങ്ങളെയും പ്രവർത്തനങ്ങളെയും അന്നു നിലവിലുണ്ടായിരുന്ന സിദ്ധാന്തങ്ങളുടെ വെളിച്ചത്തിൽ 'മിച്ചമൂല്യ സിദ്ധാന്തങ്ങളിലും' പരിശോധിക്കുന്നു. ലോകവിപണിയെയും ഭരണകൂടത്തെയുംകുറിച്ചുള്ള പഠനങ്ങൾ മാർക്സ് ഉദ്ദേശിച്ചിരുന്നുവെങ്കിലും അവ പൂർത്തിയാക്കാൻ അദ്ദേഹത്തിനു സാധിച്ചില്ല. 'വർഗ്ഗങ്ങളെ'ക്കുറിച്ചുള്ള ഭാഗവും അതുപോലെ തന്നെയാണ്. *മൂലധനം* മാർക്സിനു പൂർത്തിയാക്കാൻ കഴിയാത്ത, ഇന്നും ആർക്കും പൂർത്തിയാക്കാൻ കഴിയാതെ കിടക്കുന്ന കൃതിയാണ്.

പില്ക്കാല ഭാഗങ്ങളിൽ മാർക്സ് ഉപയോഗിച്ച രീതിശാസ്ത്രത്തെ പറ്റി പലവിധ വാദങ്ങളുണ്ട്. സ്വന്തം അടിസ്ഥാന സിദ്ധാന്തങ്ങളുമായി യാഥാർത്ഥ്യത്തെ പൊരുത്തപ്പെടുത്തുകയും അതിലൂടെ പുതിയ കാഴ്ചപ്പാടുകളിലേക്കു നീങ്ങുകയും ചെയ്യുന്ന തുടർച്ചയായ അഭ്യാഗമനങ്ങളാണ് (Successive Approximations) മാർക്സിന്റെ രീതി എന്ന് പോൾ സ്വീസി വാദിച്ചിട്ടുണ്ട്. സമകാലിക യാഥാർത്ഥ്യങ്ങളെ ആധാരമാക്കി വികസിപ്പിച്ച് എടുക്കുന്ന പ്രാഥമിക അമൂർത്ത ധാരണകളെ അവതരിപ്പിക്കുകയും അവയെ ആധാരമാക്കി യാഥാർത്ഥ്യങ്ങളെ വിശകലനം ചെയ്ത് പുതിയ അമൂർത്ത ധാരണകളിലെത്തുകയും അവയെ വീണ്ടും പ്രയോ

ഗിക്കുകയും ചെയ്യുന്ന വൈരുദ്ധ്യാത്മക രീതിയായിരുന്നു മാർക്സിന്റെ സമീപനമെന്നു കരുതുന്നതാണ് കൂടുതൽ ശരി. മൂലധനം ഒന്നാം വോള്യത്തിൽ ചരക്കുകളെക്കുറിച്ചുള്ള പ്രാഥമിക ധാരണകളിൽനിന്ന് മാർക്സ് ചെന്നെത്തുന്നത് മൂലധനസമാഹരണത്തിന്റെയും പ്രത്യുല്പാദനത്തിന്റെയും ചരിത്രപരമായ വളർച്ചയെ സംബന്ധിച്ച പൊതുനിരീക്ഷണങ്ങളിലേക്കാണ്. അവയുടെ കൂടുതൽ സൂക്ഷ്മതലത്തിലുള്ള വിശകലനത്തിലാണ് പിന്നീടു വരുന്ന വോള്യങ്ങൾ ശ്രദ്ധിക്കുന്നത്.

ഈ വിശകലനത്തിന്റെ സവിസ്തരമായ പ്രതിപാദനം ഇവിടെ ഉദ്ദേശിക്കുന്നില്ല. മാർക്സിസ്റ്റ് സാമ്പത്തികശാസ്ത്രത്തെക്കുറിച്ചുള്ള പുതിയൊരു പരമ്പരയിലൂടെ മാത്രമേ വളരെ സങ്കീർണ്ണമായ ആശയങ്ങളുടെ ഇഴകൾ വിടർത്തി പരിശോധിക്കാൻ കഴിയൂ. ഉല്പാദന വില, ലാഭത്തോതിന്റെ തകർച്ചയ്ക്കുള്ള പ്രവണത, മൂലധനത്തിന്റെ അമിതോൽപാദനവും ചാക്രികക്കുഴപ്പങ്ങളും മുതലായ പിന്നീട് മാർക്സിസ്റ്റുകൾക്കിടയിലും അല്ലാതെയും വിശദമായ ചർച്ചയ്ക്ക് വിഷയമായ നിരവധി ആശയങ്ങളും അപ്പോഴാണ് പൂർണ്ണമായി പരിശോധിക്കാൻ കഴിയുക. മൂലധനത്തിന്റെ വിപുലീകൃതമായ പ്രത്യുല്പാദനം (Extended Reproduction) എന്ന ആശയം വഴി അത്തരത്തിലുള്ള പഠനത്തിനുള്ള വഴി തുറന്നിടുക മാത്രമാണ് ഇവിടെ ചെയ്യുന്നത്.

രണ്ട്

മൂലധനം നിലനില്ക്കുന്നത് അതിന്റെ പ്രത്യുല്പാദനംവഴിയാണ്. മുതലാളി താൻ നിക്ഷേപിക്കുന്ന മുടക്കുമുതൽ വഴി ഉല്പാദനോപാധികളും അവയെ ഉല്പന്നങ്ങളാക്കി മാറ്റുന്ന തൊഴിലാളികളുടെ അദ്ധ്വാനവും സംഭരിക്കുന്നു. തൊഴിലാളികളുടെ അദ്ധ്വാനത്തിന്റെ ഒരു ഭാഗം വേതനമായി അവർക്കു തന്നെ നല്കപ്പെടുമ്പോൾ മറ്റൊരു ഭാഗം മിച്ച മൂല്യമായി മാറുന്നു. മുതലാളിയുടെ ഉപഭോഗച്ചെലവുകൾക്കുള്ള ആദായം ഒഴിച്ചാൽ ബാക്കിയുള്ളത് വീണ്ടും വ്യവസായത്തിൽ നിക്ഷേപിക്കപ്പെടുകയാണ്. ഇങ്ങനെ മൂലധനം പ്രത്യുല്പാദിപ്പിക്കപ്പെടുന്നു.

ഒരർത്ഥത്തിൽ, ഇവിടെ നടക്കുന്നത് ഒരു തരം ക്രയവിക്രയ പ്രക്രിയയാണ്. സാധാരണ ക്രയവിക്രയ പ്രക്രിയകളിൽ രണ്ടു പ്രവർത്തനങ്ങളാണ് നടക്കുക; വില്ക്കുന്നയാൾ സ്വന്തം കൈയിലുള്ള ചരക്കുകൾ പണത്തിന് വില്ക്കുന്നു, വാങ്ങുന്നയാൾ സ്വന്തം കൈയിലുള്ള പണം നല്കി ചരക്കുകൾ വാങ്ങുന്നു. മൂലധനപരിക്രമത്തിൽ ഈ പ്രക്രിയയെ തിരിച്ചിടുകയാണ്. മുതലാളി സ്വന്തം കൈയിലുള്ള പണം മുടക്കി ഉല്പാദനോപാധികൾ വാങ്ങുന്നു. അതിൽ അസംസ്കൃതവസ്തുക്കൾ, യന്ത്രസാമഗ്രികൾ തുടങ്ങിയവയടക്കമുള്ള സ്ഥിരമൂലധനവും തൊഴിലാളികളുടെ അദ്ധ്വാനത്തിന്റെ വിലയെന്ന അസ്ഥിര മൂലധനവുംപെടും. പി

ന്നീട് ഉല്പന്നങ്ങൾ കമ്പോളത്തിൽ വിറ്റ് പണമായി മാറ്റുന്നു. ഈ രണ്ടു ക്രയവിക്രയ പ്രക്രിയകൾക്കിടയിലാണ് ഉല്പാദനം നടക്കുന്നത്. മുതലാളി ആദ്യദശയിൽ വാങ്ങുന്ന ഉല്പന്നങ്ങളെ തൊഴിലാളികളുടെ അദ്ധ്വാനത്തിലൂടെ വർദ്ധിതമൂല്യമുള്ള മറ്റൊരുല്പന്നമാക്കി മാറ്റുമ്പോഴാണ് മൂലധനപരിക്രമത്തിലൂടെ നേട്ടങ്ങൾ കൊയ്യുന്നത്. അപ്പോഴാണ് അയാൾ ചെലവാക്കിയതിനേക്കാൾ അധികം പണം അയാളുടെ കൈയിലേക്ക് തിരിച്ചു വരുമെന്ന് ഉറപ്പുവരുത്താൻ കഴിയുന്നത്.

ഈ ആശയത്തെ മൂന്നു സമവാക്യങ്ങളിലൂടെയാണ് മാർക്സ് അവതരിപ്പിക്കുന്നത്.

ആദ്യത്തെ സമവാക്യം:

പണം (M) Õ ചരക്കുകൾ (C) Õ ഉല്പാദനം (P) Õ വർദ്ധിതമൂല്യമുള്ള ചരക്കുകൾ (C^1) Õ വർദ്ധിച്ച പണം (M^1)

ആദ്യഘട്ടത്തിലെ സാധാരണ ക്രയവിക്രയ പ്രക്രിയ വർദ്ധിതമൂല്യമുള്ള ചരക്കുകളുടെ ക്രയവിക്രയമായി മാറുന്നത് ഉല്പാദനത്തിലൂടെയാണ്. ഉല്പാദനം എന്നത് രൂപമാറ്റവും ഭാവമാറ്റവും മാത്രമല്ല അതിലൂടെ നടക്കുന്ന മൂല്യത്തിന്റെ മാറ്റമാണ്, അല്ലെങ്കിൽ മൂല്യത്തിന്റെ വർദ്ധനയാണ്. (ഇന്ന് സാധാരണയായി വ്യവഹരിക്കുന്ന മൂല്യവർദ്ധിത ഉല്പന്ന (Value added Product)വുമായി ഇതിനൊരു ബന്ധവുമില്ല. മനുഷ്യാദ്ധ്വാനം കൊണ്ട് രൂപമാറ്റം വരുത്തുന്ന ഏതൊരുല്പാദനവും മൂല്യവർദ്ധിതമാണ്). അപ്പോൾ രണ്ടു തരത്തിലുള്ള ക്രയവിക്രയങ്ങൾ ഇവിടെ നടക്കുന്നുണ്ട്. ഒന്ന്, ഉല്പാദനത്തിനാവശ്യമായ ചരക്കുകളുടെ (ഉല്പാദനോപാധികൾ, അസംസ്കൃതവസ്തുക്കൾ, യന്ത്രങ്ങൾ, അദ്ധ്വാനം) ക്രയവിക്രയം. രണ്ട്, ഉല്പാദിപ്പിക്കപ്പെട്ട ചരക്കുകളുടെ ഉപഭോഗത്തിനുവേണ്ടിയുള്ള ക്രയവിക്രയം. ഇതിലാദ്യത്തെ ക്രയവിക്രയവും ഉപഭോഗത്തിനാണ്, അത് മുതലാളി തന്നെ നടത്തുന്ന ഉല്പാദനത്തിനുവേണ്ടിയുള്ള ഉപഭോഗമാണ് (Productive Consumption). അതിനെയും നിത്യോപയോഗത്തിനുള്ള ഉപഭോഗത്തെയും തമ്മിൽ വേർതിരിക്കണം.

രണ്ടാമത്തെ സമവാക്യം:

ഉല്പാദനം (P) Õ പരിക്രമസമയം (TC) Õ ഉല്പാദനം (P)

ഉല്പാദനപ്രക്രിയ പ്രത്യുല്പാദിപ്പിക്കപ്പെടുന്നതിന്റെ സമവാക്യമാണിത്. ഒരു ഉല്പന്നം വിപണിയിലെത്തുകയും അത് വിറ്റഴിക്കപ്പെട്ട് പണമായി മാറി വീണ്ടും ഉല്പാദനപ്രക്രിയയിലേക്കു നിക്ഷേപിക്കുകയും ചെയ്യുന്നതിന്റെ കാലപരിധിയാണ് പരിക്രമസമയത്തിലൂടെ ഉദ്ദേശിക്കുന്നത്. ഇത് പൂർത്തിയാകുമ്പോഴാണ് ഉല്പാദനത്തിന്റെ പ്രത്യുല്പാദനം നടക്കുക.

മൂന്നാമത്തെ സമവാക്യം:

പരിക്രമസമയം (TC) Õ വർദ്ധിത മൂല്യമുള്ള ചരക്കുകളുടെ ഉല്പാദനം P(C^1)

മൂലധനത്തിന്റെ പ്രത്യുല്പാദനത്തിന്റെ കാതലായ സമവാക്യമാ

ണിത്. പരിക്രമസമയംകൊണ്ട് വർദ്ധിതമൂല്യമുള്ള ചരക്കുല്പാദനത്തിലേയ്ക്ക് കടക്കാൻ കഴിയണം. അതായത് പരിക്രമത്തിനുശേഷം വീണ്ടും ചരക്കുല്പാദനം നടക്കുമ്പോൾ അവിടെ മൂല്യവർദ്ധനവുണ്ടാകണം. ഇത് ഉല്പന്നങ്ങളുടെ സാങ്കേതിക മികവിന്റെ വർദ്ധനയാകാം. തൊഴിലാളികളുടെ എണ്ണത്തിലോ ഉല്പാദന ക്ഷമതയിലോ വർദ്ധനയുണ്ടാകാം. ഇതിനുള്ള അധികനിക്ഷേപം മൂലധന പരിക്രമത്തിലൂടെ തന്നെ കണ്ടെത്തണം.

ഇത്തരം അധികനിക്ഷേപം എന്തിനാണ്? മനുഷ്യരുടെ ഉപയോഗത്തിനുള്ള ഉല്പാദനവും വിനിമയവും എന്നതുമാത്രം ലക്ഷ്യമാക്കിയാൽ പോരെ? ഇവിടെയാണ് മൂലധനവും മറ്റ് ഉല്പാദന വിനിമയ രീതികളും തമ്മിലുള്ള വ്യത്യാസം കിടക്കുന്നത്. മറ്റ് ഉല്പാദന വിനിമയ രീതികൾ ക്രയവിക്രയത്തിൽനിന്നാരംഭിക്കുന്നില്ല. അവിടെ മനുഷ്യർ പ്രകൃതിയുമായി ഇടപഴകുന്നു, പ്രകൃതിയുമായുള്ള പാരസ്പര്യത്തിന്റെ അടിസ്ഥാനത്തിൽ വസ്തുക്കളെ ഉല്പാദിപ്പിക്കുന്നു, വിനിമയം നടത്തുന്നു. സ്വന്തം മിച്ച ഉല്പന്നമാണ് ക്രയവിക്രയം ചെയ്യപ്പെടുന്നത്, രാജധാനികളും ക്ഷേത്രങ്ങളും പള്ളികളും സൃഷ്ടിക്കുന്നത്, യുദ്ധങ്ങളും ആഘോഷങ്ങളും നടത്തുന്നതിനുപയോഗിക്കുന്നത്. കച്ചവടം ഉല്പാദനത്തിൽനിന്ന് സ്വതന്ത്രമായി നിലനില്ക്കാനുള്ള സാദ്ധ്യതയും ഏറെയാണ്. മൂലധനം അങ്ങനെയല്ല പ്രവർത്തിക്കുന്നത്. പ്രകൃതിയുമായി നേരിട്ട് ഇടപഴകുന്നതും പ്രതിപ്രവർത്തിക്കുന്നതും ഉല്പാദകർ, അദ്ധ്വാനിക്കുന്ന തൊഴിലാളികൾ, മാത്രമാണ്. മുതലാളി തൊഴിലാളികളുടെ അദ്ധ്വാനവും യന്ത്രസാമഗ്രികളും ഉല്പാദനോപാധികളും വാങ്ങിയെടുക്കുന്ന കച്ചവടക്കാരനാണ്. അവയെ മുതലാളിക്കാവശ്യമുള്ള ഉല്പന്നമായി മാറ്റുന്നത് തൊഴിലാളിയാണ്, മുതലാളി നേരിട്ടല്ല. സാധാരണ കച്ചവടത്തിലെ ലാഭം പോലെ സ്വന്തം മുതൽമുടക്കിനേക്കാൾ വർദ്ധിതമായ മൂല്യം അയാൾ ഉല്പന്നത്തിന്റെ വിറ്റുവരവിൽനിന്ന് പ്രതീക്ഷിക്കുന്നു. ഈ വർദ്ധിത മൂല്യമാണ് മുതലാളിയെന്ന നിലയിൽ അയാളെ നിലനിർത്തുന്നത്. വീണ്ടും അയാൾ മുതൽമുടക്കുമ്പോൾ അടുത്ത ഘട്ടത്തിലും വർദ്ധിതമൂല്യം അയാൾക്കുവേണ്ടി വരികയാണ്. അതിനുവേണ്ടി കൂടുതൽ യന്ത്രസാമഗ്രികൾ വാങ്ങുമ്പോൾ കൂടുതൽ ചെലവാണ് അയാൾക്കുണ്ടാകുക, അയാളുടെ ഉല്പാദനത്തിന്റെ വില വർദ്ധിക്കുകയാണ്. അതനുസരിച്ച് ലാഭം വീണ്ടും വർദ്ധിപ്പിക്കാനുള്ള വഴി കണ്ടെത്തേണ്ടിവരുന്നു. തൊഴിലാളിയുടെ അദ്ധ്വാനത്തിനു നല്കുന്ന വിലയിൽ മാറ്റം വരുത്താൻ അയാൾ നിർബ്ബന്ധിതനാകുകയാണ്. മൂലധന പരിക്രമ പ്രക്രിയ മുതലാളിയുടെ ശക്തിയാണ്, അയാൾ ചെന്നുപെടുന്ന ഊരാക്കുടുക്കുമാണ്.

മൂന്ന്

പരിക്രമ പ്രക്രിയയുടെ കൂടുതൽ ആഴത്തിലേക്കുള്ള വിശകലനത്തിലേക്ക് മാർക്സ് നീങ്ങുന്നത് ഒരു സമൂഹത്തിന്റെ മൊത്തം മൂലധനത്തിന്റെ അല്ലെങ്കിൽ മൊത്തം സാമൂഹ്യമൂലധനത്തിന്റെ വിശകലനത്തിലൂടെയാണ്. മുമ്പു നല്കിയ സമവാക്യങ്ങളനുസരിച്ച് മൂലധനത്തിന്റെ പ്രത്യുല്പാദനം മൊത്തം സാമൂഹ്യ ഉല്പാദനവുമായി ബന്ധപ്പെടുന്നുവെന്ന് കാണാൻ പ്രയാസമില്ല. രണ്ടു തരത്തിലുള്ള വിഭാഗങ്ങളാണ് (Departments) മൊത്തം ഉല്പാദനത്തിലുള്ളത്. ഒന്ന്, ഉല്പാദന ഉപാധികൾക്ക്, അല്ലെങ്കിൽ ഉല്പാദനപരമായ ഉപഭോഗത്തിനായി ഉപയോഗിക്കുന്ന ചരക്കുകൾ. രണ്ട്, ഉപഭോഗവസ്തുക്കൾ. അതായത് മുതലാളിമാരുടെയും തൊഴിലാളികളുടെയും വ്യക്തിഗത ഉപഭോഗത്തിനുവേണ്ടി ഉല്പാദിപ്പിക്കപ്പെടുന്നവ. ഇവ രണ്ടും ഉല്പാദിപ്പിക്കപ്പെടുന്നത് ഒരേ രീതിയിലാണ്. അതായത് രണ്ടു വിഭാഗത്തിൽപെട്ട ഉല്പാദനത്തിനും രണ്ടു തരത്തിലുള്ള മൂലധനം ആവശ്യമുണ്ട്. ഒന്ന്, ആ ഉല്പാദനമേഖലയിൽ പ്രവർത്തിക്കുന്ന സാമൂഹ്യ അദ്ധ്വാനശക്തിയുടെ മൂല്യം അഥവാ അസ്ഥിര മൂലധനം; രണ്ട്, അതേ മേഖലയിലെ ഉല്പാദന പ്രവർത്തനങ്ങൾക്കുവേണ്ടി ഉപയോഗിക്കുന്ന എല്ലാ ഭൗതിക ഉപാധികളുടെയും മൂല്യം, അല്ലെങ്കിൽ സ്ഥിരമൂലധനം. ഇവയിൽ അസ്ഥിര മൂലധനത്തെ രണ്ടായി വിഭജിക്കാം. ഒന്ന്, അദ്ധ്വാനശക്തിയുടെ പ്രതിഫലമായി നല്കപ്പെടുന്ന വേതനം. രണ്ട്, വേതനം കൂടാതെ തൊഴിലാളി നല്കുന്ന അദ്ധ്വാനത്തിന്റെ വില, അല്ലെങ്കിൽ മിച്ചമൂല്യം. സ്ഥിരമൂലധനത്തിനും രണ്ട് ഘടകങ്ങളുണ്ട്. ഒന്ന്, യന്ത്രസാമഗ്രികൾ, ഉപകരണങ്ങൾ, കെട്ടിടങ്ങൾ മുതലായവയടങ്ങുന്ന സ്ഥാവര (fixed) മൂലധനം. രണ്ട്, അസംസ്കൃതവസ്തുക്കൾ, സഹായക വസ്തുക്കൾ തുടങ്ങിയവയടങ്ങുന്ന ജംഗമ (circulating) മൂലധനം. ഇവയ്ക്കെല്ലാം വേണ്ടിവരുന്ന വില മൂലധന നിക്ഷേപത്തിന് തുല്യമായിരിക്കും ഒരു ഉല്പന്നത്തിന്റെ മൂല്യം അല്ലെങ്കിൽ വില.

ഇതിൽ സ്ഥിര മൂലധനം (C) ഉല്പാദന പ്രക്രിയയിൽ ഉപഭോഗിക്കപ്പെടുന്നതാണ്. പക്ഷേ, മൊത്തം സ്ഥിര മൂലധനത്തിന്റെ ഒരു ഭാഗം മാത്രമേ ഉല്പാദനത്തിൽ മൊത്തമായി ചെലവാക്കപ്പെടുകയും അതിന്റെ മൂല്യം ഉല്പന്നത്തിലേക്ക് മാറുകയും ചെയ്യുന്നുള്ളൂ. അത് അസംസ്കൃതവസ്തുക്കളാണ്. യന്ത്രസാമഗ്രികൾ, കെട്ടിടങ്ങൾ, ഭൂമി മുതലായത് ഉല്പാദന പ്രക്രിയയ്ക്കുശേഷവും ചെറിയ വാർഷിക തേയ്മാനത്തോടെ തുടരുന്നുണ്ട്. അതായത് ഉല്പന്നത്തിലേക്ക് മാറ്റപ്പെടുന്ന മൂല്യം അദ്ധ്വാനത്തിന്റെ മൂലധനമാണ്. അതാണ് യന്ത്രങ്ങളുടെ പ്രവർത്തനവും അസംസ്കൃതവസ്തുക്കളുടെ യഥാവിധിയുള്ള ചേരുവകളും ഉല്പന്നത്തിന്റെ രൂപപ്പെടുത്തലും സ്വഭാവവിശേഷങ്ങളുടെ സൃഷ്ടിയും സാധിക്കുന്നത്.

അതുകൊണ്ടാണ് മിച്ചമൂല്യത്തെ അസ്ഥിരമൂലധനത്തിന്റെ ഭാഗമാക്കുന്നതും.

ഇവയുടെ അടിസ്ഥാനത്തിൽ ലളിതമായ പ്രത്യുല്പാദനം നടക്കുന്നത് താഴെ പറയുന്ന വിധത്തിലാണ്.

ഒന്നാമത്തെ വിഭാഗം (ഉല്പാദനോപാധികൾ)

സ്ഥിരമൂലധനം + അസ്ഥിരമൂലധനം (വേതനം) + മിച്ചമൂല്യം = ഉല്പന്നത്തിന്റെ വില.

ഉദാ: 4000 + 1000 + 1000 = 6000

(ഇവിടെ വേതനവും മിച്ചമൂല്യവും തുല്യമാണെന്നു സങ്കല്പിക്കുന്നു)

രണ്ടാമത്തെ വിഭാഗം (ഉപഭോഗവസ്തുക്കൾ)

സ്ഥിരമൂലധനം + അസ്ഥിരമൂലധനം (വേതനം) + മിച്ചമൂല്യം = ഉല്പന്നത്തിന്റെ വില.

ഉദാ: 2000 + 500 + 500 = 3000

ഇവിടെ ഒന്നാമത്തെ വിഭാഗത്തിൽ സ്ഥിരമൂലധനത്തിൽനിന്ന് പുതിയ മൂല്യം ഉല്പന്നത്തിൽ ചേരുന്നില്ല. അസ്ഥിരമൂലധനത്തിന്റെ ഭാഗമായ വേതനത്തിന്റെയും മിച്ചമൂല്യത്തിന്റെയും അംശങ്ങൾ മാത്രമാണ് പുതിയ മൂല്യമായി (മൂല്യവർദ്ധനയായി) മാറുന്നത്. അതുകൊണ്ട് രണ്ടാമത്തെ വിഭാഗമായ ഉപഭോഗവസ്തുക്കളുടെ ഉല്പാദനത്തിൽ സ്ഥിരമൂലധനമായി മാറുന്നത് (അവ യന്ത്രസാമഗ്രികളായാലും ഉപാധികളായാലും) ആദ്യ വിഭാഗത്തിലെ അസ്ഥിരമൂലധനത്തിനു തുല്യമായ മൂല്യമാണ്. അതായത് ഉദാഹരണത്തിലെ 2000. പിന്നീട് ഈ 2000ത്തോട് അതിനെ ഉപഭോഗവസ്തുവായി പുനരുല്പാദിപ്പിക്കാനാവശ്യമായ അദ്ധ്വാനം (വേതനവും മിച്ചമൂല്യവും) ചേരുമ്പോൾ ഉപഭോഗവസ്തുവിന്റെ മൊത്തം മൂല്യമായി തീരുന്നു.

മേൽ സൂചിപ്പിച്ച ഉദാഹരണത്തിൽ മൊത്തം മൂല്യം 9000 ആണ്. ലളിതമായ പ്രത്യുല്പാദനത്തിൽ മൊത്തം മൂല്യത്തിൽ മാറ്റങ്ങൾ ഉണ്ടാകില്ല. എന്നാൽ അടുത്തവർഷം ഉപഭോഗവസ്തുക്കളുടെ ഉല്പാദനം വർദ്ധിപ്പിക്കുന്നുവെന്നു കരുതുക. സ്ഥിരമൂലധനത്തിലും വേതനത്തിലും നിന്നല്ല, മിച്ചമൂല്യത്തെ സ്ഥിരവും അസ്ഥിരവുമായ മൂലധനമായി പുനർവിതരണം നടത്തുകയാണ് ചെയ്യുക. മുൻ സൂചിപ്പിച്ച ഉദാഹരണത്തിൽ ഉല്പാദന ഉപാധികളുടെ ഉല്പാദനത്തിൽ മൂലധനം 500 ആയി വർദ്ധിപ്പിക്കുകയാണെന്നും അതിൽ 400 സ്ഥിരമൂലധനത്തിലും 100 അസ്ഥിരമൂലധനത്തിലും വിന്യസിക്കുന്നുവെന്നും സങ്കല്പിക്കുക. അപ്പോൾ മൊത്തം മൂലധനം 4400 + 1100 = 5500 ആകും. വേതനത്തിന്റെ തുകയും മിച്ചമൂല്യവും തുല്യമാകുമെന്ന ആശയത്തിൽ

4400 + 1100 + 1100 = 6600 ആകും.

ഇനി വിപുലീകൃതമായ പ്രത്യുല്പാദനത്തിന്റെ ആശയമനുസരിച്ച്

അന്തിമ ഉല്പന്നത്തിന്റെ മൂല്യം വർദ്ധിക്കേണ്ടതുണ്ട്. ഇതു സാധിക്കുന്നത് അസ്ഥിരമൂലധനത്തിന്റെ അളവ് വർദ്ധിപ്പിക്കുകയും സമാന്തരമായി ഉപയോഗിക്കുന്ന സ്ഥിരമൂലധനത്തിന്റെ അളവ് കുറയ്ക്കുകയും ചെയ്യുമ്പോഴാണ്. അതായത് മിച്ചമൂല്യ ഉദാഹരണത്തിന് മുമ്പ് സൂചിപ്പിച്ച ഉദാഹരണം ഈ രൂപത്തിലാകും.

4000 + 1000 + 1000 = 6000

1500 + 750 + 750 = 3000

ഉപഭോഗവസ്തുക്കളുടെ മൊത്തം മൂല്യം പഴയതുപോലെയാണെങ്കിലും വേതനവും മിച്ചമൂല്യവും വർദ്ധിച്ചതായി കാണാം. അടുത്തഘട്ടത്തിൽ ഉല്പാദനോപാധികളുടെ വർദ്ധിച്ചമൂല്യം ഉപഭോഗവസ്തുക്കളുടെ മൂല്യത്തിൽ വർദ്ധിക്കും. അപ്പോൾ, 1600 + 800 + 800 = 3200. അപ്പോൾ മൊത്തത്തിൽ മൂല്യം 9800 ആയി വർദ്ധിക്കുന്നു.

ഒന്ന് ഇതിൽനിന്ന് വ്യക്തമാണ്. മിച്ചമൂല്യം സ്ഥിരമൂലധനവും അസ്ഥിരമൂലധനവുമായി വിതരണം ചെയ്യുന്നതിന്റെ തോതനുസരിച്ചാണ് മൂലധനസമാഹരണം പ്രത്യുല്പാദിപ്പിക്കപ്പെടുന്നത്. അതിൽ തന്നെ ഉല്പാദനോപാധികളുടെ ഉല്പാദനവും ഉപഭോഗവസ്തുക്കളുടെ ഉല്പാദനവും ഒരേ തോതിലല്ല നടക്കുന്നത്. യന്ത്രസാമഗ്രികൾ, അസംസ്കൃത വസ്തുക്കൾ മുതലായ ഉല്പാദനോപാധികളുടെ ഉല്പാദനത്തിലാണ് മൂല്യനിക്ഷേപം കൂടുതൽ നടക്കുന്നത്. ഇതിൽതന്നെ യന്ത്രസാമഗ്രികൾ, അസംസ്കൃതവസ്തുക്കൾ തുടങ്ങിയവയുടെ അനുപാതത്തിൽ വ്യത്യാസം വരാം. അതനുസരിച്ച് രണ്ടാമത്തെ വിഭാഗത്തിൽ ഉപയോഗിക്കപ്പെടുന്ന മൂല്യത്തിലും ഭിന്നതകളുണ്ടാകും. ഉപഭോഗവസ്തുക്കളുടെ ഉല്പാദനത്തിനാവശ്യമായ സാങ്കേതികവിദ്യകൾ, ഉല്പാദനോപാധികൾ, അദ്ധ്വാനക്ഷമത തുടങ്ങിയവ ശക്തിപ്പെടുകയും വർദ്ധിച്ചുവരുന്ന ആവശ്യങ്ങൾക്കനുസരിച്ചുള്ള ഉല്പാദന വർദ്ധന സാദ്ധ്യമാവുകയും ചെയ്യുന്നു.

ഇത് വിശദീകരിക്കുന്നതിനായി രണ്ട് ആശയങ്ങൾ മാർക്സ് മുന്നോട്ടുവയ്ക്കുന്നുണ്ട്. ഒന്ന് ഉപഭോഗനിധി (consumption fund)-സാങ്കേതികവിദ്യകളൊഴികെ നാമിന്ന് പശ്ചാത്തല സൗകര്യങ്ങൾ എന്നു വിളിക്കുന്ന ഉപഭോഗവസ്തുക്കളുടെ ഉല്പാദനത്തിനും വിനിമയത്തിനും ആവശ്യമായ ചെലവുകളെല്ലാം ഇതിൽപെടും (ഗതാഗതം, പരസ്യം, വായ്പകൾ, ഭവനപദ്ധതികൾ മുതലായവ). രണ്ടാമത്തേത് രണ്ടു വിധത്തിലുള്ള ഉപഭോഗവസ്തുക്കളാണ്. ഒന്ന്, നിത്യോപയോഗ വസ്തുക്കളുടെ, അതായത് തൊഴിലാളികളെ നിലനിർത്തുന്ന വസ്തുക്കളുടെ ഉല്പാദനം, മറ്റേത് ആഡംബര വസ്തുക്കളുടെ ഉല്പാദനം. ഇതനുസരിച്ച് പ്രത്യുല്പാദനരീതികളിൽ വൈവിദ്ധ്യമുണ്ടാകും. അതായത് വിപുലീകൃതമായ പ്രത്യുല്പാദനരൂപത്തിൽ മൂലധനത്തിന്റെ കേവലമായ പ്രത്യുല്പാദന

മല്ല നടക്കുന്നത്.

മൂലധനപരിക്രമത്തിൽ, മിച്ചമൂല്യത്തിന്റെ പുനർവിതരണത്തിന്റെ സ്വഭാവമനുസരിച്ച് വീണ്ടും ഉല്പാദനം വർദ്ധിക്കുകയും വർദ്ധിച്ച മിച്ച മൂല്യത്തിന്റെ സൃഷ്ടി സാദ്ധ്യമാക്കുകയും ചെയ്യുന്നു. മൂലധനത്തിന്റെ പ്രത്യുല്പാദനം സാദ്ധ്യമാകുന്നത് മിച്ചമൂല്യത്തിന്റെ വർദ്ധനയിലൂടെയാണ്.

മൂലധനപരിക്രമത്തിന്റെ കണക്കുകൂട്ടലുകളുടെ രണ്ട് പ്രത്യേകതകളും ശ്രദ്ധേയമാണ്. ഒരിക്കലും മൂലധനത്തിന് അതിന്റെ ആദിമ നിക്ഷേപങ്ങളുടെ തോതിൽനിന്ന് താഴെ പോകാൻ സാദ്ധ്യമല്ല. അങ്ങനെ സംഭവിച്ചാൽ, വ്യവസായം അടച്ചുപൂട്ടേണ്ടിവരും. പക്ഷേ, സ്ഥിര മൂലധനത്തിന്റെയും അസ്ഥിര മൂലധനത്തിന്റെയും അനുപാതത്തിൽ മാറ്റങ്ങൾ സംഭവിക്കാം. ഈ മാറ്റങ്ങളെല്ലാം ആത്യന്തികമായി ഉല്പാദിപ്പിക്കുന്ന ചരക്കുകളുടെ മൂല്യത്തിന്റെ വർദ്ധന ഉറപ്പുവരുത്തും. അത് ഉറപ്പുവരുത്തുന്ന വിധത്തിൽ മൂലധനത്തിന്റെ വർദ്ധിച്ച പ്രത്യുല്പാദനം അല്ലെങ്കിൽ അമിതോല്പാദനം അനിവാര്യമാണ്. ഇതിന്റെ ഫലമായി ഉണ്ടാകുന്ന ലാഭം പണമായി മുതലാളിയുടെ കൈവശമുണ്ടാവുകയും ചെയ്യും. അപ്പോൾ മാത്രമാണ് മൂലധനപരിക്രമം അനുസ്യൂതമായി തുടരാനാവുക. സ്ഥാവരമായ അല്ലെങ്കിൽ ലളിതമായ പ്രത്യുല്പാദനംപോലും മുതലാളിത്തത്തിന്റെ നിലനില്പിനെ ബാധിക്കും. മൂലധനത്തിന്റെ വർദ്ധന മിച്ചമൂല്യത്തിന്റെ വർദ്ധനയെ ആശ്രയിക്കുന്നതുകൊണ്ട് മൂലധനപരിക്രമത്തിന്റെ വ്യത്യസ്ത തലങ്ങളിൽ വിവിധ രീതികളിലുള്ള തൊഴിലാളികളുടെ ചൂഷണവും അനിവാര്യമായിവരും. തൊഴിലാളിവർഗ്ഗത്തിന്റെയും ആത്യന്തികമായി മനുഷ്യരാശിയുടെയും മേലുള്ള മൂലധനാധിപത്യം അങ്ങനെയാണ് യാഥാർത്ഥ്യമാകുന്നത്.

മൂലധനത്തിന്റെ വിപുലീകൃതമായ പ്രത്യുല്പാദനത്തെക്കുറിച്ചുള്ള മാർക്സിന്റെ ആശയങ്ങൾ മൂലധനത്തിന്റെ വികാസത്തെയും മുതലാളിത്ത വ്യവസ്ഥയുടെ വ്യത്യസ്തഘട്ടങ്ങളെയും വൈരുദ്ധ്യങ്ങളെയും സംബന്ധിച്ച മാർക്സിന്റെ സമീപനത്തിന് അതിപ്രധാനമാണ്. അതിലേറ്റവും പ്രധാനം മൂലധനത്തെ രണ്ടു വിഭാഗങ്ങളായി തിരിച്ചുകൊണ്ട് മൂലധനപരിക്രമത്തെ സമഗ്രമായി വിലയിരുത്തുന്ന രീതി, മാർക്സിന്റെ സമീപനത്തിന്റെ ഭാഗമായ മൂല്യസങ്കല്പത്തെ പണത്തിന്റെയും ചരക്കുകളുടെയും വിനിമയവുമായി കൂട്ടിയിണക്കുന്നുവെന്നതാണ്. ഒരു ഉല്പന്നം കമ്പോളത്തിലെത്തി വിനിമയം ചെയ്യപ്പെടുമ്പോൾ മാത്രമേ അത് ചരക്കായി മാറുന്നുള്ളൂ. അതുവരെയുള്ള എല്ലാ ഘട്ടങ്ങളും (ഗതാഗതവും വാർത്താവിനിമയവും വായ്പയുടെ ഉപയോഗവുമടക്കം) ഉല്പാദനപ്രക്രിയയുടെ ഘട്ടങ്ങളാണ്. ചരക്കായി വില്ക്കപ്പെട്ട് പണമായി തിരിച്ചെത്തുമ്പോഴും അതിനുശേഷം വീണ്ടും നിക്ഷേപിക്കപ്പെടുമ്പോഴുമാണ് മൂല

ധന പരിക്രമം പൂർത്തിയാവുക. സ്ഥിര - അസ്ഥിര മൂലധനത്തിന്റെ ഭാഗമായുള്ള മുതലാളിയുടെ നിക്ഷേപങ്ങളെ ഉല്പാദനത്തിന്റെ വില (Price of Production) യായും മിച്ചമൂല്യത്തെ ലാഭമായും വിലയിരുത്താൻ മാർക്സിനെ സഹായിക്കുന്നു. അതിലൂടെ മുതലാളിത്തക്കുഴപ്പങ്ങൾ, കേന്ദ്രീകരണം, സാമ്രാജ്യത്വം, ഫൈനാൻസ് മൂലധനത്തിന്റെ വികാസം മുതലായവയെ സംബന്ധിച്ച പ്രാഥമിക ആശയങ്ങളിലേക്കും മാർക്സ് കടക്കുന്നു. ഏറ്റവും അവസാനമായി മുതലാളിത്തം ഇല്ലാതാകുന്നതോടെ, മുതലാളിത്തത്തിലൂടെ സൃഷ്ടിക്കുന്ന സാമൂഹ്യമായ ഉല്പാദന പരിക്രമം ഇല്ലാതാവുകയല്ല, വേതനത്തിനുപുറമെ മിച്ചമൂല്യവും ഒരു റിസർവ്വ് ഫണ്ട് എന്ന നിലയിൽ ഉല്പാദകരുടെ കൈവശം വരുന്നതോടെ കൂടുതൽ നീതിയുക്തമായ വിതരണക്രമം വളർന്നുവരുകയാണ് ചെയ്യുക എന്നും മാർക്സ് ചൂണ്ടിക്കാണിക്കുന്നു.

മൂലധനം, വർഗ്ഗസമരം, സോഷ്യലിസം

ഒന്ന്

ഫ്രെഡറിക് എംഗൽസ് പ്രസിദ്ധീകരിച്ച മാർക്സിന്റെ മൂലധനം മൂന്നാം വാല്യം മുതലാളിത്ത ഉല്പാദനപ്രക്രിയയെ സമഗ്രമായി പരിശോധിക്കുന്നതാണ്. ആദ്യത്തെ രണ്ടു വാല്യങ്ങളിലെ പ്രതിപാദന വിഷയങ്ങളുടെ അടിസ്ഥാനത്തിലാണെങ്കിലും, രീതിശാസ്ത്രത്തിലും പ്രതിപാദനരീതിയിലും പ്രകടമായ ഭിന്നത നമുക്ക് ഈ വോല്യത്തിൽ കാണാൻ കഴിയും. ആദ്യത്തെ വാല്യത്തിൽ ചരക്കുല്പാദന പ്രക്രിയയിൽനിന്ന് മൂലധനസമാഹരണത്തെ ചരിത്രപരമായി നോക്കിക്കാണുകയാണ് മാർക്സ് ചെയ്തത്. രണ്ടാമത്തെ വാല്യത്തിൽ മൂലധനത്തിന്റെ പരിക്രമത്തെയും പ്രത്യുല്പാദനത്തെയും ഘടനാപരമായി അപഗ്രഥിക്കുന്നു. ഇവയുടെ ഫലങ്ങളെ ആധാരമാക്കി മുതലാളിത്ത ഉല്പാദന പ്രക്രിയയെ സമഗ്രതയിൽ കാണുകയാണ് മൂന്നാമത്തെ വാല്യത്തിൽ ചെയ്യുന്നത്.

മൂന്നാമത്തെ വാല്യത്തിന്റെ എല്ലാ വശങ്ങളിലേക്കും കടക്കാൻ ഇവിടെ ഉദ്ദേശിക്കുന്നില്ല. അതിലെ പ്രതിപാദനംതന്നെ അപൂർണ്ണമാണ്. വർഗ്ഗങ്ങൾ എന്ന അദ്ധ്യായത്തിന്റെ ഏതാനും വരികൾ എഴുതുകയല്ലാതെ അത് മുഴുവനാക്കാൻ മാർക്സിന് കഴിഞ്ഞില്ല. എന്താണ് മാർക്സ് ആ അദ്ധ്യായത്തിലൂടെ ഉദ്ദേശിച്ചത് എന്ന് പറയാനും ആർക്കും കഴിയുന്നില്ല. എങ്കിലും അതിനുമുമ്പുള്ള അദ്ധ്യായങ്ങളിലെ പ്രതിപാദ്യത്തിൽനിന്ന് വർഗ്ഗവൈരുദ്ധ്യങ്ങളുടെ സ്വഭാവത്തെക്കുറിച്ച് ചില നിഗമനങ്ങളിലെത്താൻ നമുക്ക് കഴിയും. അതിനാവശ്യമായ സുപ്രധാനവും ഏറെ ചർച്ചചെയ്യപ്പെട്ടതുമായ ചില നിരീക്ഷണങ്ങളിലേക്കാണ് ഇനി കടക്കുന്നത്.

രണ്ട്

മിച്ചമൂല്യവും ലാഭവും തമ്മിലുള്ള ബന്ധമാണ് ഇതിൽ ആദ്യത്തേത്. മാർക്സിന്റെ നിരീക്ഷണത്തിൽ മിച്ചമൂല്യം വേതനം നല്കപ്പെടാത്ത അദ്ധ്വാനമാണ്. അതായത് മുതൽമുടക്കിന്റെ ഭാഗമാണ്. ഒരു മുതലാളി തൊഴിലാളികളുടെ വേതനത്തിനുവേണ്ടി ചെലവാക്കുന്ന പണത്തിനുപുറമെ തൊഴിലാളി നല്കുന്ന അദ്ധ്വാനമാണത്. മിച്ചമൂല്യമാണ് മൂലധനത്തിന്റെ പ്രത്യുല്പാദനം സാദ്ധ്യമാക്കുന്നത്. പിന്നീട് മൂലധനമായി മാറുന്നതും മിച്ചമൂല്യമാണ്. അതുകൊണ്ട് മൂലധന സമാഹരണത്തിന്റെ അനുസ്യൂതമായ വളർച്ചയ്ക്ക് മിച്ചമൂല്യത്തിന്റെ വളർച്ച അത്യാവശ്യമാണ്.

മിച്ചമൂല്യംതന്നെയാണ് മുതലാളിയുടെ ലാഭവും. പക്ഷേ, ലാഭം കണക്കാക്കുന്നവിധം വേറൊന്നാണ്. മുടക്കുമുതലനുസരിച്ചാണ്, ലാഭം കണക്കാക്കുന്നത്. മുടക്കുമുതലുപയോഗിച്ച് ഉല്പാദിപ്പിക്കുന്ന ചരക്കുകളുടെ വിറ്റുവരവ് മുടക്കുമുതലിനേക്കാൾ അധികമായിരിക്കണമെന്നത് ലാഭത്തിന്റെ അടിസ്ഥാനതത്ത്വമാണ്. മുടക്കുമുതലെന്നത് ഉല്പാദിപ്പിക്കപ്പെട്ട ചരക്ക് കമ്പോളത്തിലെത്തുന്നതുവരെയുള്ള മുഴുവൻ ചെലവാണ്. ഇതിനെയാണ് മാർക്സ് ഉല്പാദനവില (price of production) എന്നു പറയുന്നത്. സാധാരണനിലയിൽ ഇതിൽ യന്ത്രസാമഗ്രികളും അസംസ്കൃത വസ്തുക്കളുമടങ്ങുന്ന സ്ഥിര മൂലധനം, വേതനത്തിനുള്ള അസ്ഥിരമൂലധനം, ഗതാഗത സൗകര്യങ്ങളടക്കമുള്ള പശ്ചാത്തലസൗകര്യങ്ങൾ, കെട്ടിടങ്ങൾ മുതലായവയ്ക്കുള്ള ഉപഭോഗനിധി തുടങ്ങിയവയെല്ലാം പെടും. ഇതെല്ലാം കഴിഞ്ഞ് ബാക്കിവരുന്ന വരുമാനമാണ് ലാഭം. ഇത് മിച്ചമൂല്യമായാണ് മാറുക.

വേതനമൊഴിച്ച് ഉല്പാദനവില പ്രത്യുല്പാദിപ്പിക്കുമ്പോൾ തേയ്മാനച്ചെലവൊഴിച്ച് മറ്റു മാറ്റങ്ങളുണ്ടാകില്ല. അപ്പോൾ വേതനവുമായി ബന്ധപ്പെടുത്തിയാണ് ലാഭമുണ്ടാവുക. അതായത് മിച്ചമൂല്യവും ലാഭവും ഒരേ പ്രക്രിയയുടെതന്നെ രണ്ടു രൂപങ്ങളാണ്. പക്ഷേ, വേതനം കണക്കാക്കപ്പെടുന്നത് അദ്ധ്വാനസമയമനുസരിച്ചാണ്. നിശ്ചിത സമയത്തിൽ തൊഴിലാളിയുടെ ഉല്പാദനക്ഷമത വർദ്ധിപ്പിക്കുമ്പോഴാണ് അതേ സമയത്തിൽ വേതനത്തേക്കാൾ വർദ്ധിച്ച അനുപാതത്തിൽ തൊഴിലാളിയുടെ അദ്ധ്വാനം മുതലാളി കൈവശപ്പെടുത്തുന്നത്, അതായത് മിച്ചമൂല്യം വർദ്ധിക്കുന്നത്. ഇത് സാധിക്കുന്നത് വർദ്ധിച്ചതോതിൽ അസംസ്കൃതവസ്തുക്കൾ ഉപയോഗപ്പെടുത്തുമ്പോഴാണ്, അല്ലെങ്കിൽ വർദ്ധിച്ചതോതിൽ യന്ത്രവല്ക്കരണം നടത്തുമ്പോഴാണ്. സ്ഥിരമൂലധനത്തിന്റെ വർദ്ധനയോടെ തൊഴിലാളിയുടെ ഉല്പാദനക്ഷമതയും അതനുസരിച്ച് മിച്ചമൂല്യവും വർദ്ധിക്കുന്നു. മുതലാളിത്ത വികാസത്തിന്റെ അടിസ്ഥാന സ്വഭാവമാണിത്.

ഇതുതന്നെ വൈരുദ്ധ്യാത്മകമായ മറ്റൊരു പ്രവണതയിലേക്കും നയിക്കുമെന്ന് മാർക്സ് ചൂണ്ടിക്കാണിക്കുന്നു. സ്ഥിരമൂലധനത്തിന്റെയും ഉല്പാദനച്ചെലവിന്റെയും വർദ്ധനയെന്നാൽ ലാഭം മുഴുവൻ മൂലധനമായി മാറുക എന്നാണ്. ഈ മൂലധനം പ്രധാനമായി സന്നിവേശിക്കുന്നത് വേതനത്തിലല്ല സ്ഥിരമൂലധനമായാണ്. അതായത് ഉല്പാദനച്ചെലവിൽ വേതനത്തിന്റെപങ്ക് കുറഞ്ഞുവരുമെന്നർത്ഥം.

മിച്ചമൂല്യം അതായത് ലാഭം വേതനത്തിന് ആനുപാതികമായാണ് കണക്കാക്കപ്പെടുന്നത്. മൊത്തം ഉല്പാദനച്ചെലവിൽ വേതനത്തിന്റെ പങ്ക് കുറയുന്നതോടെ ഒരു വ്യവസായ ഉല്പാദനത്തിൽനിന്ന് ലഭിക്കുന്ന ലാഭത്തിന്റെ തോതും കുറയുന്നു. ഇത്തരത്തിൽ ലാഭത്തിന്റെ തോത് കുറയുന്ന പ്രവണതയ്ക്ക് മിച്ചമൂല്യത്തിന്റെ വർദ്ധന, അതായത് മൊത്തം ലാഭത്തിന്റെ വർദ്ധനയുമായി പൊരുത്തമുണ്ടാകണമെന്നില്ല. ലാഭം മിച്ചമൂല്യമാകുമ്പോൾ ലാഭത്തിന്റെ തോത് (rate of profit) മൊത്തം ഉല്പാദനച്ചെലവുമായി ബന്ധപ്പെട്ടിരിക്കും. ഉല്പാദനക്ഷമത വർദ്ധിപ്പിക്കുന്നതിനായി യന്ത്രസാമഗ്രികളും മറ്റും ഉപയോഗിച്ച് സ്ഥിരമൂലധനവും ഉല്പാദനച്ചെലവുകളും വർദ്ധിപ്പിക്കുമ്പോൾ ലാഭത്തിന്റെ തോത് കുറയുകയാണ് ചെയ്യുന്നത്. മറ്റൊരു രീതിയിൽ പറയുകയാണെങ്കിൽ മൂലധന പരിക്രമത്തിലൂടെ ലഭിക്കുന്ന മൊത്തം ലാഭത്തെക്കാൾ അധികം സംഖ്യ സ്ഥിരമൂലധനവും മൊത്തം ഉല്പാദനച്ചെലവുമായി നിക്ഷേപിക്കുന്ന പ്രവണത ഉണ്ടാകുന്നു. മിച്ചമൂല്യം വൻതോതിൽ വർദ്ധിക്കുമ്പോൾതന്നെ ഈ പ്രവണതയും ഉണ്ടാകും.

മാർക്സിന്റെ നിരീക്ഷണങ്ങളിൽ ഏറ്റവുമധികം ചർച്ചചെയ്യപ്പെട്ടിട്ടുള്ള വാദഗതിയാണിത്. നിരവധി സാമ്പത്തിക ശാസ്ത്രജ്ഞർ ഈ വാദഗതി പൂർണ്ണമായും വസ്തുതകൾക്ക് നിരക്കാത്തതായി കാണിച്ച് നിരാകരിച്ചിട്ടുണ്ട്. മാർക്സിന്റെ സിദ്ധാന്തം മുഴുവൻ അബദ്ധജടിലമാണെന്ന് വാദിക്കാൻ ഇത് ഉപയോഗപ്പെടുത്തിയിട്ടുണ്ട്. സമൂഹത്തിന്റെ മിച്ചമൂല്യം അതിവേഗം വർദ്ധിക്കുമ്പോൾതന്നെ ലാഭത്തിന്റെ തോത് കുറയുന്നതായി വാദിക്കുന്നത് മൂല്യത്തെ പണമായും തിരിച്ചും പരിവർത്തനം നടത്തുമ്പോൾ തികഞ്ഞ ആശയക്കുഴപ്പം സൃഷ്ടിക്കുന്നതായി ചൂണ്ടിക്കാണിച്ചിട്ടുണ്ട്. അതേസമയം മൂലധനത്തെക്കുറിച്ചുള്ള മാർക്സിന്റെ സമഗ്രവീക്ഷണത്തിൽ കേന്ദ്രസ്ഥാനത്തു നില്ക്കുന്ന വാദമുഖമാണിത്.

മൂന്ന്

മാർക്സിന്റെ വാദത്തെ ഒന്നുകൂടി പരിശോധിക്കാം. അദ്ധ്വാന സമയമനുസരിച്ചാണ് മൂല്യം സൃഷ്ടിക്കപ്പെടുന്നത്. അപ്പോൾ സൃഷ്ടിക്കപ്പെടുന്ന മൂല്യത്തിന്റെ തൊഴിലാളികളുടെ ജീവിതത്തിന്റെ നിലനില്പിനുള്ള ഭാഗമാണ് അയാൾക്ക് ലഭിക്കുന്ന വേതനം. ഇത് അയാൾക്ക് ലഭിക്കുന്ന

ത് പണമായാണ്. മറുഭാഗം മിച്ചമൂല്യമായി മുതലാളിയുടെ കൈവശം വരുന്നു. അതും കണക്കുകൂട്ടുന്നത് പണമായാണ്. അപ്പോൾ പണമായി നല്കുന്ന അദ്ധ്വാനത്തിന്റെ വില കുറയുമ്പോൾ ലാഭം കൂടുന്നു. സ്ഥിരമൂലധനത്തേക്കാൾ അസ്ഥിരമൂലധനത്തിന്, അതായത് തൊഴിലാളിയുടെ വേതനത്തിന് പ്രാധാന്യം ലഭിച്ചിരുന്ന ആദ്യഘട്ടത്തിൽ വേതനം വെട്ടിക്കുറച്ചുകൊണ്ടും തൊഴിൽ സമയം കൂട്ടിക്കൊണ്ടുമാണ് മുതലാളി ലാഭം വർദ്ധിപ്പിച്ചിരുന്നത്. മുടക്കുമുതലുമായി താരതമ്യപ്പെടുത്തുമ്പോൾ ലാഭത്തിന്റെ തോത് വൻതോതിൽ വർദ്ധിച്ചിരുന്നത് - നാം സാധാരണയായി ചൂഷണം എന്നു വിളിക്കുന്നതും ഇതിനെയാണ്.

ആപേക്ഷിക മിച്ചമൂല്യത്തിന്റെ വികാസത്തോടെ സ്ഥിതി മാറുന്നു. തൊഴിൽ സമയത്തിൽ മാറ്റം വരുത്താതെ ഉല്പാദനക്ഷമത വർദ്ധിപ്പിക്കാനാണ് മുതലാളി ശ്രമിക്കുന്നത്. ഇതിന് തൊഴിലാളികളുടെ എണ്ണം വർദ്ധിപ്പിക്കാം. വേതനത്തിൽ മാറ്റം വരുത്താതെയുമിരിക്കാം. അപ്പോഴും മിച്ചമൂല്യവും ലാഭത്തിന്റെ തോതും വർദ്ധിക്കും. പക്ഷേ, മുതലാളിത്ത മത്സരം ശക്തിപ്പെടുമ്പോൾ ഉല്പന്നങ്ങളുടെ ഗുണനിലവാരം മാത്രമല്ല വിറ്റുവരവിനെടുക്കുന്ന സമയവും വിലപ്പെട്ടതാകുന്നു. ഉല്പന്നങ്ങളുടെ വർദ്ധനയും വിറ്റുവരവിന്റെ വേഗതയും ഉറപ്പുവരുത്തുന്നതിനായി മുതലാളിക്ക് യന്ത്രസാമഗ്രികളെയും 'ഉപഭോഗനിധി'യെയും (അതായത് പരിക്രമത്തിനുള്ള പശ്ചാത്തല സൗകര്യങ്ങളെയും) കൂടുതൽ ആശ്രയിക്കേണ്ടിവരുന്നു. തൊഴിലാളികളുടെ വർദ്ധിച്ച അദ്ധ്വാനംപോലും പുതിയ രൂപങ്ങളിൽ വിന്യസിക്കേണ്ടിവരുന്നു. അതേസമയം, സ്ഥിരമൂലധനത്തിന്റെ വൻതോതിലുള്ള വർദ്ധനയനുസരിച്ച് തൊഴിലാളികളുടെ എണ്ണം വർദ്ധിക്കുന്നില്ല. തൊഴിലാളികളുടെ വേതനം വർദ്ധിച്ചാൽപോലും അസ്ഥിരമൂലധനം ആനുപാതികമായി കുറയുകയാണ്. ഇതിന്റെ ഫലമായാണ് ലാഭത്തിന്റെ തോത് കുറയുന്നത്.

ലാഭത്തിന്റെ തോത് കുറയുന്നത് മൂലധനവികാസത്തിന്റെ അനിവാര്യതയാണ്. ഇവിടെ യന്ത്രസാമഗ്രികളോ ഉല്പാദനക്ഷമതയുടെ വികാസമോ പശ്ചാത്തല സൗകര്യങ്ങൾക്കുള്ള ചെലവോ അല്ല ലാഭത്തിന്റെ തോത് കുറയ്ക്കുന്നത്. അവയെല്ലാം മൂലധനമായി മാറുന്നുവെന്നതാണ്. തൊഴിലാളിയുടെ അദ്ധ്വാനത്തിന്റെ വിപുലീകൃതങ്ങളായല്ല ഉല്പാദനശക്തികളുടെ വികാസം നടക്കുന്നത്. അദ്ധ്വാനംതന്നെ മൂലധനമായി മാറുന്നതോടെ ഉല്പാദനശക്തികളുടെ വികാസം മൂലധനത്തിന്റെ വികാസമായാണ് നടക്കുന്നത്; അദ്ധ്വാനശക്തിയുടെ വികാസമായല്ല. ഇതുതന്നെയാണ് ലാഭത്തിന്റെ തോത് കുറയാനുള്ള മുഖ്യകാരണവും.

എന്നാൽ മുതലാളിമാരുടെ കൈയിൽ ഇപ്പോഴും സമ്പത്ത് കുമിഞ്ഞുകൂടുന്നില്ലേ? എല്ലാ വൻ വ്യവസായങ്ങളും വൻ ലാഭത്തിലല്ലേ പ്രവർത്തിക്കുന്നത്? ഇതിനുള്ള മാർക്സിന്റെ ഉത്തരം പ്രധാനമാണ്. ലാഭത്തിന്റെ തോത് കുറയുമ്പോൾ അത് വെറുതെ കണ്ടിരിക്കുകയല്ല മുതലാളി ചെയ്യുന്നത്. അതിനെതിരായ നടപടികൾ തുടർച്ചയായി എടുത്തുകൊ

ണ്ടിരിക്കുകയാണ്. ഇതിലാദ്യത്തെ അടവ്, മൂലധനത്തിന്റെ കയറ്റുമതിയാണ്. ഏറ്റവും കുറഞ്ഞ വിലയ്ക്ക് അദ്ധ്വാനവും അസംസ്കൃതവസ്തുക്കളും മറ്റു സൗകര്യങ്ങളും ലഭിക്കുന്ന പ്രദേശങ്ങളിലേക്ക്, അതായത് കോളനികളിലേക്കും ഭൂമിയുടെ മറ്റു ഭാഗങ്ങളിലേക്കും മൂലധനം കയറ്റി അയക്കുകയും വിപണികൾ അവിടെത്തന്നെ തേടുകയും ചെയ്യുമ്പോൾ ലാഭത്തിന്റെ തോത് വർദ്ധിക്കുന്നു. കൊളോണിയൽ നവ കൊളോണിയൽ ചൂഷണം ലാഭത്തിന്റെ തോത് വർദ്ധിപ്പിക്കാനുള്ള തന്ത്രമാണ് എന്നർത്ഥം.

രണ്ടാമത്തെ അടവ്, മൂലധന കേന്ദ്രീകരണമാണ്. മൂലധനവികാസത്തിന്റെ സ്വാഭാവികരീതിയുമാണിത്. അസംസ്കൃത വസ്തുക്കളുടെ ലഭ്യതയും യന്ത്രസാമഗ്രികളുടെ വികാസവും പശ്ചാത്തല സൗകര്യങ്ങളും സാദ്ധ്യമായ അതേയിടത്തിൽതന്നെ പരമാവധി തൊഴിലാളികളെയും ഉപയോഗിച്ചാൽ സ്ഥിരമൂലധനത്തിന്റെയും അസ്ഥിരമൂലധനത്തിന്റെയും അനുപാതം നിലനിർത്താൻ കഴിയും. അതുവഴി ലാഭത്തിന്റെ തോതും നിലനിർത്താം. ഇത്തരം മൂലധനകേന്ദ്രീകരണം മറ്റു മുതലാളിമാരെ തകർക്കുകയും വിഴുങ്ങുകയും ചെയ്യുന്ന അവസ്ഥയിലെത്തുന്നതുകൊണ്ട് മൂലധന വികാസംതന്നെ മുരടിക്കും. (പോൾസ്വീസിയെപ്പോലുള്ളവർ കുത്തക മുതലാളിത്തം സൃഷ്ടിക്കുന്ന മുരടിപ്പ് സിദ്ധാന്തത്തിന്റെ വക്താക്കളാണ്).

അതുകൊണ്ട് വ്യവസായവല്ക്കരണം നേർവിപരീത ദിശയിലേക്ക് നീങ്ങാം. കുത്തകവല്ക്കരണത്തിൽനിന്ന് രക്ഷപ്പെടാനായി മുതലാളിമാർ മറ്റു പ്രദേശങ്ങളിലേക്കും ഉല്പാദനമേഖലകളിലേക്കും നീങ്ങുകയും വികേന്ദ്രീകൃതമായ ഉല്പാദനരീതി സ്വീകരിക്കുകയും ചെയ്യാം. അതായത് പുതിയ വിഭവങ്ങൾ, യന്ത്രസാമഗ്രികൾ, തൊഴിൽശക്തി, വിപണികൾ എന്നിവയ്ക്കുവേണ്ടിയുള്ള അന്വേഷണം നടത്തുകയും അത്തരം ഉല്പാദനത്തിന്റെ ഫലമായി ലാഭത്തിന്റെ തോത് നിലനിർത്തുകയും വർദ്ധിപ്പിക്കുകയും ചെയ്യാം. അത്തരം സംരംഭങ്ങൾ കുത്തകവല്ക്കരണത്തിലേക്ക് നീങ്ങുമ്പോൾ പുതിയ രൂപത്തിലുള്ള മുതലാളിത്ത മത്സരത്തിലേക്കു നീങ്ങും. ഈ മത്സരം ലാഭത്തിന്റെ തോത് വീണ്ടും കുറയുന്നതിലെത്തിക്കും.

ഇതിന് മാർക്സ് തന്നെ ചൂണ്ടിക്കാണിക്കുന്ന മറ്റൊരു പോംവഴിയുണ്ട്. ലാഭവിഹിതം മുഴുവൻ സ്ഥിര മൂലധനമായി നിക്ഷേപിക്കാതിരിക്കുക എന്നതാണത്. അതായത് രണ്ടുതരത്തിലുള്ള മൂലധനങ്ങൾ സൃഷ്ടിക്കപ്പെടും. ഒന്ന് വ്യവസായങ്ങളിൽ നിക്ഷേപിക്കപ്പെടുന്ന സംരംഭക മൂലധനം (Enterprise Capital) രണ്ടാമത്തേത് പണത്തിന്റെ രൂപത്തിൽ തന്നെ നിലനില്ക്കുന്ന ധനമൂലധനം (Money Capital - ഇപ്പോൾ [3]Finance Capital). മൂലധനം കേന്ദ്രീകരിക്കപ്പെടുമ്പോൾ സംരംഭക മൂലധനത്തിന് മൂലധനത്തിന്റെ വ്യത്യസ്ത ഘടകങ്ങൾ തമ്മിലുള്ള അനുപാതത്തെ ക്രമീകരിക്കുന്നതിലും അതുവഴി ലാഭത്തിന്റെ തോത് കുറയാ

തെ ശ്രദ്ധിക്കുന്നതിലും പങ്കുവഹിക്കാൻ കഴിയും. അപ്പോഴും യന്ത്രസാമഗ്രികളുടെയോ മറ്റു സ്ഥിര മൂലധന രൂപങ്ങളുടെയോ അളവ് കുറയ്ക്കാൻ അതിന് കഴിയുകയില്ല. തൊഴിലാളികളുടെ എണ്ണം ക്രമീകരിച്ച് ഉല്പാദനക്ഷമത വർദ്ധിപ്പിക്കാനാണ് പ്രധാനമായും ശ്രദ്ധിക്കുക. ഇതിന്റെ ഫലമായി എപ്പോഴും ഒരു മിച്ച ജനസംഖ്യ അദ്ധ്വാനത്തിനു പുറത്തായിരിക്കും. അവരാണ് വ്യവസായ റിസർവ്വ് സൈന്യം. അവരെ അസ്ഥിര തൊഴിലാളികളായി മാറ്റിച്ച് ലാഭം വർദ്ധിപ്പിക്കാനുള്ള തന്ത്രങ്ങളും ഉപയോഗിക്കാം.

ധന മൂലധനത്തിന്റെ പ്രവർത്തനം കൂടുതൽ സങ്കീർണ്ണമാണ്. ചരിത്രപരമായിത്തന്നെ ധന മൂലധനം വർദ്ധിച്ചിട്ടുള്ളത് പലിശയുടെ രൂപത്തിലാണ്. ധന മൂലധനത്തിന് ധന മൂലധന പരിക്രമത്തിലേക്ക് വായ്പയായി കടന്നുചെല്ലുകയും പലിശസഹിതം തിരിച്ചുവരികയും വേണം. സംരംഭക മൂലധനവും പണംതന്നെയാണ്. അത് അച്ചാരമായാണ് മൂലധന പരിക്രമത്തിലെത്തുന്നത്. തുടർന്ന് യന്ത്രസാമഗ്രികളും അദ്ധ്വാനവും മറ്റുമായി വിറ്റുവരവിലൂടെ തിരിച്ചെത്തുകയാണ്. അതായത് മിച്ചമൂല്യത്തിന് പലിശയുടെ സ്വഭാവംകൂടി വരികയാണ്. സാധാരണ വ്യവസായ മൂലധനത്തോടൊപ്പം വായ്പയായി വരുന്ന ധന മൂലധനവും ചേരുമ്പോൾ മിച്ച മൂലധനത്തിൽ സാധാരണ ലാഭത്തിന്റെ ഘടകം കൂടാതെ പലിശയും ചേരുന്നു.

സംരംഭക മൂലധനത്തിന് യന്ത്രസാമഗ്രികളും പശ്ചാത്തല സൗകര്യങ്ങളുമൊക്കെയായി നിലനില്ക്കാം. തൊഴിലാളികളെ നിലനിർത്താനും ഉപയോഗിക്കാം. ധനമൂലധനത്തിന് അത്തരത്തിലുള്ള നിലനില്പ് സാദ്ധ്യമല്ല. അപ്പോൾ അത് കേവലമായ സഞ്ചയ (Loard) മായി മാറും. അതോടെ ക്രമമായി അതിന്റെ മൂല്യവും നഷ്ടപ്പെടും. ധന മൂലധനം നിലനില്ക്കുന്നത് നിരന്തരമായ ചലനത്തിലൂടെയാണ്. നേരിട്ട് ഒരു വ്യവസായത്തിലേക്ക് പോകുന്നില്ലെങ്കിൽ നിരവധി രീതികളിൽ അതിന്റെ പരിക്രമം ഉറപ്പുവരുത്തേണ്ടിവരും. സ്റ്റോക്ക് എക്സ്ചേഞ്ചുകൾ, ഊഹക്കച്ചവടത്തിന്റെ രൂപങ്ങൾ തുടങ്ങിയവ മുതൽ സാങ്കേതിക രൂപങ്ങളും ചൂതാട്ടശാലകളും കെട്ടിട കോംപ്ലക്സുമടക്കം എല്ലാ മേഖലകളിലേക്കും ഭാവിയുടെ വിപണികൾ എന്നറിയപ്പെടുന്ന മോഹ വിപണി രൂപങ്ങളിലേക്കുമെല്ലാം ധന മൂലധനം വിന്യസിക്കപ്പെടുന്നത് ഈ രൂപത്തിലാണ്. ഇത്തരം മുതൽമുടക്കുകളെല്ലാം പലിശസഹിതം തിരിച്ചെത്തുന്നത് അവ മൂലധന പരിക്രമത്തിന്റെ സാമാന്യ നിയമങ്ങളനുസരിച്ച് പ്രവർത്തിക്കുന്നതുകൊണ്ടാണ്, അതായത് ഉല്പാദന മേഖലകളായി വികസിച്ച് മിച്ച മൂല്യം സൃഷ്ടിപ്പിക്കുന്നതുകൊണ്ടാണ്. അതിനു കഴിഞ്ഞില്ലെങ്കിൽ സമ്പദ്‌വ്യവസ്ഥ തുടർച്ചയായ കുഴപ്പങ്ങളിലേക്ക് കൂപ്പുകുത്തും. ധന മൂലധനത്തിന്റെ ഇത്തരം ഇടപെടലുകളെ കാല്പനിക മൂലധനം (fictitious capital) എന്നാണ് മാർക്സ് വിളിക്കുന്നത്. അതായത് അത് വെറും പണമാണ്. മൂലധനമായി മാറുന്നത് ഉല്പാദന പ്രക്രിയയായി മാറുമ്പോൾ

മാത്രമാണ്; അതുവരെ അത് കാല്പനികമായ ഊഹവും മോഹവുമാണ്.

ഇത്തരം ഇടപെടലുകളുടെ മറ്റൊരു രൂപംകൂടി മാർക്സ് വിശദമായി പരിശോധിക്കുന്നു. അത് ഭൂമിയാണ്. ഭൂമി എല്ലാ കാലത്തും മനുഷ്യരുടെ ഉല്പാദനോപാധിയാണ്. ഭൂമിയെ മനുഷ്യർ ഉല്പാദനക്ഷമമാക്കി മാറ്റുമ്പോഴാണ് അതിന് മൂല്യമുണ്ടാകുന്നത്. അതിനെയാണ് നാം പാട്ടം (rent) എന്നു വിളിക്കുന്നത്. ഈ അധികമൂല്യത്തെയാണ് ഫ്യൂഡൽ വ്യവസ്ഥയിൽ ജന്മിമാർ മിച്ച ഉല്പന്നമായി കൈയടക്കുന്നത്. മുതലാളിത്ത വ്യവസ്ഥയിൽ ഭൂമി മിച്ചമൂല്യത്തിന്റെ ഉപാധിയായി മാറുകയും തൊഴിലാളികളുടെ അദ്ധ്വാനം അതിന് മൂല്യം സൃഷ്ടിക്കുകയും ചെയ്യുന്നു. ഇതിനെയാണ് മുതലാളിത്ത തറപ്പാട്ടം എന്നു വിളിക്കുന്നത്. തറപ്പാട്ടത്തിന്റെ വർദ്ധന മിച്ചമൂല്യത്തിന്റെ വർദ്ധനയിലേക്ക് നയിക്കുന്നു. അതായത് തൊഴിലാളികളുടെ ഭൂമിയിലെ അദ്ധ്വാനം മിച്ചമൂല്യത്തിലേക്ക് പാട്ടത്തിന്റെ പങ്കുകൂടി നല്കുന്നു. ധനമൂലധനം കാല്പനിക മൂലധനത്തിന്റെ ഭാഗമായി ഭൂമിക്ക് വില നിശ്ചയിക്കുന്നു. ഈ വിലകൊടുത്ത് വാങ്ങുന്നവർ ഉല്പാദന പ്രക്രിയയിലൂടെതന്നെ ഭൂമിയുടെ തറപ്പാട്ടവും ഉല്പന്നത്തിന്റെ മിച്ചമൂല്യവും സൃഷ്ടിക്കുകയും അതുവഴി നല്കിയ വിലയെ പലിശസഹിതം ഈടാക്കുകയും ചെയ്യുന്നു. ഈ പ്രക്രിയ ഭൂവുടമകളുടെ ഒരു വർഗ്ഗത്തെ സൃഷ്ടിക്കുകയും ചെയ്യുന്നു.

ലാഭത്തിന്റെ തോത് നിലനിർത്താനും വർദ്ധിപ്പിക്കാനും മൂലധനം നടത്തുന്ന വിവിധ തന്ത്രങ്ങളുടെ ഭാരം മുഴുവൻ ആത്യന്തികമായി പേറേണ്ടിവരുന്നത് അദ്ധ്വാനിക്കുന്നവർ തന്നെയാണ്. ധനമൂലധനം നടത്തുന്ന ഊഹക്കച്ചവടവും ചൂതാട്ട രൂപങ്ങളും എത്തിച്ചേരുന്നത് ജനജീവിതത്തെ തകർക്കുന്ന ചൂഷണ രൂപങ്ങളിലേക്കും സാമ്പത്തികക്കുഴപ്പങ്ങളിലേക്കുമാണ്. മൂലധന പരിക്രമത്തിലൂടെ പ്രോത്സാഹിപ്പിക്കപ്പെടുന്ന ആഡംബരവസ്തുക്കളുടെ വിപണിയും ജനജീവിതത്തിന് അന്യമായി തീരുകയാണ്. വർദ്ധിച്ചുവരുന്ന മിച്ച ജനസംഖ്യ മൂലധന പരിക്രമത്തിന്റെ പങ്കുപറ്റാതെ പുറത്തുപോകുന്നു. അതായത് ലാഭത്തിന്റെ തോത് കുറയുന്ന പ്രവണതയെ പിടിച്ചുനിർത്താനുള്ള ശ്രമങ്ങളെല്ലാം മൂലധനത്തിന്റെ വികാസത്തിന് പുതിയ പരിമിതികൾ സൃഷ്ടിക്കുകയാണ്.

നാല്

ഈ നിരീക്ഷണങ്ങളിൽനിന്നാണ് മാർക്സ് ത്രിത്വത്തിന്റെ ഫോർമുല (Trinity formula) എന്നു വിളിക്കുന്ന സുപ്രധാന നിഗമനത്തിലെത്തുന്നത്. മൂല്യവും പണവും തമ്മിലുള്ള ബന്ധത്തെക്കുറിച്ച് മാർക്സ് ചെന്നെത്തുന്ന ഉയർന്ന തലമായും ഇതിനെ കണക്കാക്കാം. മൂലധനവും ലാഭവും തമ്മിലും ഭൂമിയും പാട്ടവും തമ്മിലും അദ്ധ്വാനവും കൂലിയും തമ്മിലുമാണ് ഇവിടെ ബന്ധപ്പെടുത്തുന്നത്. ഇവിടെ ലാഭം എന്നത് ഒരു വ്യവസായ സംരംഭത്തിന്റെ ലാഭവും പലിശയും ചേർന്നാണ്. അതിൽ

ഒരു വ്യവസായ സംരംഭത്തിന്റെ ലാഭം നിലനില്ക്കുന്നത് തൊഴിലാളിയുടെ അദ്ധ്വാനത്തിന്റെയും അയാൾക്കു കിട്ടുന്ന കൂലിയുടെയും മേലാണ്. അദ്ധ്വാനത്തിലുള്ള മൊത്തം കൂലി തൊഴിലാളിക്ക് ലഭിച്ചാൽ മിച്ച മൂല്യവും ലാഭവും ഇല്ലാതാകും. പണമെന്ന നിലയിൽ മൂലധനം വളരുന്നത് പലിശവഴി മാത്രമാകും. ഭൂമിയുടെ മൂല്യം തറപ്പാട്ടംവഴി തീരുമാനിക്കാം. സാമൂഹ്യ ഉല്പാദന പ്രക്രിയയുടെ ഘടകങ്ങൾ എന്നാണ് മാർക്സ് ഈ ത്രിത്വ ഫോർമുലയെ വിശേഷിപ്പിക്കുന്നത്.

ഈ ത്രിത്വ ഫോർമുലയ്ക്ക് ഒരു പൊതു സ്വഭാവമുണ്ട്. മുതലാളി ലാഭമെടുക്കുന്നത് മനുഷ്യാദ്ധ്വാനത്തിന്റെ മേലാണ്. ഭൂമിക്ക് മൂല്യമുണ്ടാകുന്നത്, അതായത് തറപ്പാട്ടമുണ്ടാകുന്നതും അദ്ധ്വാനം മൂലമാണ്. ധന മൂലധനം പലിശയെ സൃഷ്ടിക്കുന്നതും ഏതെങ്കിലും വിധത്തിലുള്ള സംരംഭങ്ങളിൽ നിക്ഷേപിച്ചിട്ടും സ്റ്റോക്ക് എക്സ്ചേഞ്ച്, ഊഹക്കച്ചവടം മുതലായ രൂപങ്ങളിലൂടെയുമാകും. അവിടെയും മനുഷ്യാദ്ധ്വാനമില്ലാതെ പലിശ സൃഷ്ടിക്കാൻ സാദ്ധ്യമല്ല. അതായത് ലാഭവും പലിശയും തറപ്പാട്ടവുമെല്ലാം പ്രകൃതിയും മനുഷ്യനും തമ്മിലുള്ള പാരസ്പര്യത്തിന്റെ ഫലമായി മനുഷ്യാദ്ധ്വാനത്തിലൂടെ സൃഷ്ടിക്കപ്പെടുന്ന ഉല്പന്നങ്ങൾവഴിയാണ്, അവ ചരക്കാകുന്നതുമൂലമാണ്. ലാഭവും തറപ്പാട്ട പലിശയും അതോടെ മിച്ചമൂല്യത്തിന്റെ ഭാഗമായി മാറുന്നു. കൂലിയും പാട്ടവും (പലിശയടക്കമുള്ള) ലാഭവും ചേരുമ്പോഴാണ് ഒരു സമൂഹത്തിന്റെ റവന്യൂ ആയി മാറുന്നത്. മനുഷ്യാദ്ധ്വാനമാണ് ഒരു സമൂഹത്തിന്റെ മൊത്തം വരുമാനം സൃഷ്ടിക്കുന്നത്.

ഇവിടെയാണ് മാർക്സിന്റെ പ്രധാനപ്പെട്ട വൈരുദ്ധ്യാത്മക നിരീക്ഷണം വരുന്നത്. സമൂഹത്തിന്റെ മൊത്തം വരുമാനം അല്ലെങ്കിൽ റവന്യൂ, മൂലധനത്തിന്റെ ഉല്പന്നമായാണ് സമൂഹത്തിൽ പ്രത്യക്ഷപ്പെടുന്നത്. തൊഴിലാളിയുടെ അദ്ധ്വാനംമൂലമല്ല, വരുമാനദായകമായ സംരംഭങ്ങളിൽ പണം നിക്ഷേപിക്കാനുള്ള മുതലാളിയുടെ കഴിവുകൊണ്ടാണ് പലിശയുണ്ടാകുന്നത്. ഭൂവുടമ നടത്തുന്ന നിക്ഷേപംമൂലമാണ് ഭൂമിയുടെ തറപ്പാട്ടം വർദ്ധിക്കുന്നത്. അതായത് തൊഴിലാളിയുടെ അദ്ധ്വാനം മുതലാളിയുടെ നിക്ഷേപമായി പ്രത്യക്ഷപ്പെടുകയും അത് വരുമാനമുണ്ടാക്കുന്നുവെന്ന് നാം വിലയിരുത്തുകയും ചെയ്യുന്നു. അതുപോലെ ഭൂമിയുടെ ഉല്പാദനക്ഷമത വർദ്ധിക്കുന്നത് ഭൂവുടമയുടെ കഴിവുമൂലമാണ്, അവിടെ നടത്തുന്ന അദ്ധ്വാനംമൂലമല്ലെന്നും നാം വിലയിരുത്തുന്നു. മുതലാളിമാർ തമ്മിലുള്ള മത്സരംമൂലം ഉല്പാദനച്ചെലവുകൾ വെട്ടിക്കുറച്ച് ലാഭം വർദ്ധിപ്പിക്കുവാൻ ഓരോ മുതലാളിയും കാണിക്കുന്ന വ്യഗ്രതയാണ് സമ്പത്ത് വർദ്ധിപ്പിക്കുന്നതെന്നും നാം ധരിക്കുന്നു. ലാഭം വർദ്ധിക്കുന്നത് തൊഴിലാളിയുടെ ഉല്പാദനക്ഷമത വർദ്ധിക്കുന്നതുകൊണ്ടാണെന്ന് നാമറിയുന്നില്ല. പല സാമ്പത്തിക ശാസ്ത്രജ്ഞരും ബുദ്ധിജീവികളും ഇത്തരം മായക്കാഴ്ചകൾക്ക് സ്ഥിരീകരണം നല്കുകയാണ്.

മാർക്സ്തന്നെ ചൂണ്ടിക്കാണിക്കുന്നതുപോലെ ഈ മായികവും

വക്രീകരിക്കപ്പെട്ടതും തലതിരിഞ്ഞതുമായ ലോകത്തിൽ മൂലധനവും ഭൂമിയും ഒരേസമയം സാമൂഹ്യ കഥാപാത്രങ്ങളും വസ്തുക്കളുമായി പ്രേത നടത്തം തുടരുകയാണ്. ഈ പ്രേതനടത്തംമൂലം സമൂഹത്തിന്റെ സമ്പത്ത് വർദ്ധിക്കുന്നത് തൊഴിലാളിയുടെ അദ്ധ്വാനംകൊണ്ടല്ല, മുതലാളിയുടെ സംരംഭകത്വംകൊണ്ടാണെന്ന് അനുഭവപ്പെടുന്നു. മൂലധനം ഒരു വസ്തുവും അതേസമയം അത് കൈയടക്കുന്ന മുതലാളിയുമായി അനുഭവപ്പെടുന്നു. ഭൂമിയെ അതിന്റെ ഉടമയായ ഭൂപ്രഭുവുമായി യോജിപ്പിക്കുന്നു. ഇങ്ങനെ ഒരു വസ്തുവിനെ, ഉല്പന്നത്തെ അതിന്റെ യഥാർത്ഥ സ്രഷ്ടാക്കളായ മനുഷ്യരിൽനിന്ന് വേർപെടുത്തുകയും അവയുടെ മൂർത്തീഭാവങ്ങളായി മുതലാളിമാരെയും ഭൂപ്രഭുക്കളെയും സൃഷ്ടിക്കുകയുമാണ് മൂലധനം ചെയ്യുന്നത്. ഇത്തരത്തിൽ ലാഭത്തിന്റെയും പലിശയുടെയും തറപ്പാട്ടത്തിന്റെയും മൂർത്തീഭാവങ്ങളായ മുതലാളിമാരും ഭൂപ്രഭുക്കളുമാണ് പ്രേതനടത്തമായ മായക്കാഴ്ചയിലെ നടീനടന്മാർ. “ദൈനംദിന ജീവിതത്തിന്റെ മതം എന്നാണ് ഈ മായക്കാഴ്ചയെ മാർക്സ് വിളിക്കുന്നത്. ക്രിസ്തുമതത്തിന്റെ ത്രിത്വത്തിനുപകരം മറ്റൊരു ത്രിത്വം അരങ്ങേറുന്നു.

അഞ്ച്

ത്രിത്വ ഫോർമുലയെ സംബന്ധിച്ച അദ്ധ്യായം മാർക്സ് പൂർത്തിയാക്കിയിട്ടില്ല. വർഗ്ഗങ്ങളെക്കുറിച്ചുള്ള മൂന്നാം വോള്യത്തിലെ അദ്ധ്യായംപോലെയാണിത്. എങ്കിലും ഇവയിൽനിന്നും, വർഗ്ഗങ്ങളെക്കുറിച്ചുള്ള മാർക്സിന്റെ നിരവധി പരാമർശങ്ങളിൽനിന്നും ഒരു പൊതുധാരണയിലെത്താൻ കഴിയും.

സാധാരണയായി വർഗ്ഗങ്ങളെ സംബന്ധിച്ച ആശയങ്ങൾ തൊഴിൽ വിഭജനത്തിൽനിന്നാണ് ആരംഭിക്കുന്നത്. മാർക്സും തന്റെ ആദ്യകാല കൃതികളിൽ ഇതേ ആശയം ഉപയോഗിക്കുന്നതായി കാണാം. കൃഷിക്കാരും കൈത്തൊഴിൽകാരും തമ്മിലുള്ള വിഭജനം, നഗരവും ഗ്രാമവും തമ്മിലുള്ള വിഭജനം, വ്യത്യസ്ത തൊഴിൽ രൂപങ്ങൾ തമ്മിലുള്ള വിഭജനം തുടങ്ങിയവയെയെല്ലാം മാർക്സ് പരാമർശിക്കുന്നുണ്ട്. വർഗ്ഗങ്ങളുടെ രൂപീകരണത്തിൽ തൊഴിൽ വിഭജനത്തിന്റെ പ്രാധാന്യം മാർക്സ് ചൂണ്ടിക്കാണിക്കുന്നുണ്ടെങ്കിലും വർഗ്ഗവൈരുദ്ധ്യങ്ങൾ ഉണ്ടാകുന്നത് തൊഴിൽ വിഭജനത്തിന്റെ അടിസ്ഥാനത്തിലാണെന്ന് കരുതുന്നില്ല. വർഗ്ഗവൈരുദ്ധ്യങ്ങൾ അവസാനിച്ചാലും തൊഴിൽ വിഭജനവും പ്രത്യേക തൊഴിലുകളിലെ വൈദഗ്ദ്ധ്യവും ഇല്ലാതാകില്ല.

വർഗ്ഗവൈരുദ്ധ്യങ്ങളുടെ ആധാരം സ്വത്തുടമാബന്ധങ്ങളാണ്. മനുഷ്യരുടെ ജീവസന്ധാരണത്തിനാവശ്യമായ അസംസ്കൃത വസ്തുക്കളും ഉല്പാദനോപാധികളും ഭൂമിയും മറ്റു വിഭവങ്ങളും ഒരു വിഭാഗം ജനങ്ങൾ കൈയടക്കുമ്പോൾ, ഇവയെല്ലാം ഉപയോഗിച്ച് ജീവിതത്തിനാവ

ശ്യമായ വസ്തുക്കൾ ഉല്പാദിപ്പിക്കുന്ന അദ്ധ്വാനശക്തിയുടെമേലും അവർ ആധിപത്യം ചെലുത്തുമ്പോൾ ആണ് അവരെ നാം സ്വത്തുടമകളായി കണക്കാക്കുന്നത്. ഭൂമിയടക്കമുള്ള പ്രകൃതിവിഭവങ്ങളുടെയും അടിമകളെന്ന നിലയിൽ മനുഷ്യാദ്ധ്വാനത്തിന്റെയുംമേലുള്ള അവകാശമാണ് ആദ്യകാല സ്വത്തായി മാറിയത്. പിന്നീട് അത് ഭൂമിയുടെയും പ്രകൃതിവിഭവങ്ങളിൽനിന്ന് മനുഷ്യരുടെ നിത്യോപയോഗ ആവശ്യങ്ങൾകഴിച്ചുള്ള മിച്ച ഉല്പന്നങ്ങളുടെയുംപോലുള്ള അവകാശമായി. സ്വത്തവകാശങ്ങൾ പിന്തുടർച്ചാവകാശങ്ങളുടെയും നിയമസംഹിതകളുടെയും അടിസ്ഥാനത്തിൽ സ്ഥിരീകരിക്കപ്പെട്ടതോടെ സ്വത്തുടമകളും ഇല്ലാത്തവരും തമ്മിലുള്ള വൈരുദ്ധ്യവും സ്ഥിരീകരിക്കപ്പെട്ടു.

മൂലധന സമാഹരണത്തിന്റെ വളർച്ച സ്വത്തുടമാ ബന്ധങ്ങളിൽ ഒരു പുതുയുഗത്തെ കുറിക്കുന്നു. മറ്റ് സാമൂഹ്യവ്യവസ്ഥകളിലെന്നപോലെ തൊഴിലാളികളുടെ അദ്ധ്വാനത്തിന്റെമേലുള്ള ഭൗതികനിയന്ത്രണത്തിന്റെ അടിസ്ഥാനത്തിലല്ല സ്വത്തുടമ മിച്ച അദ്ധ്വാനം കൈയടക്കുന്നത്. അദ്ധ്വാനശക്തി ഇവിടെ സ്വതന്ത്രമാണ്. പക്ഷേ, നിലനില്പിനുള്ള പോരാട്ടത്തിന്റെ ഭാഗമായി മനുഷ്യർ അവരുടെ ഊർജ്ജത്തെ, അദ്ധ്വാനശക്തിയെ വിഭവങ്ങളും ഉല്പാദനോപാധികളും നിയന്ത്രിക്കുന്ന ആൾക്ക് വിൽക്കുകയാണ് ചെയ്യുന്നത്. വിഭവങ്ങളും ഉല്പാദനോപാധികളും മുൻകാലത്തെപ്പോലെ ആക്രമണങ്ങൾവഴി കീഴടക്കുക മാത്രമല്ല സ്വത്തുടമകൾ ചെയ്യുന്നത്. കോളണിവല്ക്കരണത്തിലെന്നപോലെ ആക്രമണങ്ങൾ ഇപ്പോഴും ഉണ്ടാകാം. അതിനോടൊപ്പം ഉല്പാദനോപാധികളും അസംസ്കൃതവസ്തുക്കളുമെല്ലാം മുതലാളിമാർ തുടങ്ങുന്നുമുണ്ട്. ഒരു വ്യവസായമാരംഭിക്കുന്നത് കേവലം കൊള്ളയിലൂടെയല്ല, വിഭവങ്ങളും അദ്ധ്വാനശക്തിയും വാങ്ങുന്നതിലൂടെയാണ്. വിനിമയ മൂല്യത്തിന്റെ ആശയത്തിലൂടെ മാർക്സ് സ്ഥാപിക്കുന്ന ഈ കൈമാറ്റ പ്രക്രിയയാണ്, ചരക്കുവല്ക്കരണമാണ് ഇന്നത്തെ സ്വത്തുടമാ ബന്ധങ്ങളെ മറ്റുള്ളവയിൽനിന്ന് വേർതിരിക്കുന്നത്.

മൊത്തം സാമൂഹ്യ ഉല്പാദനപ്രക്രിയയെ സ്ഥിര മൂലധനം, അസ്ഥിരമൂലധനം, മിച്ചമൂല്യം എന്നിങ്ങനെ വേർതിരിക്കുകയും മിച്ചമൂല്യത്തെ മൂലധന സമാഹരണത്തിന്റെ അടിസ്ഥാന രൂപമായി കണക്കാക്കുകയും ചെയ്യുന്നതോടെ മുതലാളിത്ത സ്വത്തുടമാ ബന്ധങ്ങൾക്ക് കൃത്യമായ രൂപം കൈവരികയാണ്. ഭൂമിയും വിഭവങ്ങളും യന്ത്രസാമഗ്രികളുമെല്ലാം സ്ഥിരമൂലധനത്തിന്റെ ഭാഗമാണ്. ഇവയെല്ലാം സ്ഥിരമൂലധനത്തിന്റെ ഭാഗമായി തീരുന്നത് മനുഷ്യാദ്ധ്വാനത്തിന്റെ ഫലമായി തന്നെയാണ്. ഭൂമി പ്രകൃതിയുടെ ഭാഗമാണ്. അത് വിഭവമായി മാറുന്നത് മനുഷ്യാദ്ധ്വാനം കൊണ്ടാണ്. മനുഷ്യാദ്ധ്വാനമാണ് ജൈവവിഭവങ്ങളെ ഉല്പാദിപ്പിക്കുന്നത്. ധാതുക്കളടക്കമുള്ള പ്രകൃതിവിഭവങ്ങളെ വേർപെടുത്തിയെടുത്ത് പാകപ്പെടുത്തി വ്യവസായങ്ങൾക്കാവശ്യമായ അസംസ്കൃത വസ്തുക്കളാക്കുന്നതാണ്. ഭൂമിയുടെ മൂല്യം അല്ലെങ്കിൽ പാട്ടം മനുഷ്യാദ്ധ്വാന

ത്തിന്റെ ഉല്പന്നമാണ്. അസംസ്കൃതവസ്തുക്കളും യന്ത്രസാമഗ്രികളുമടങ്ങുന്ന സ്ഥിരമൂലധനവും അതുപോലെതന്നെ. ഇവയെല്ലാം വാങ്ങുന്നതിനുപയോഗിക്കുന്ന പണം അദ്ധ്വാനത്തിന്റെ, മൂല്യത്തിന്റെ ആകത്തുകയുടെ തുലനരൂപവുമാണ്. വീണ്ടും ഈ മൂലധനമുപയോഗിച്ച് പുതിയ ചരക്കുകളെ ഉല്പാദിപ്പിക്കുന്നതും അതുവഴി മൂലധനത്തെ പ്രത്യുല്പാദിപ്പിക്കുന്നതും മനുഷ്യാദ്ധ്വാനംതന്നെ.

മനുഷ്യാദ്ധ്വാനത്തിന്റെ മൂർത്തീഭാവമാണ് തൊഴിലാളിവർഗ്ഗം. മാർക്സിന്റെ തൊഴിലാളിവർഗ്ഗം പ്രോലിറ്റേറിയറ്റാണ്. അവരുടെ നിത്യജീവിതത്തിന്റെ ഉല്പാദനത്തിനാവശ്യമായ വിഭവങ്ങളുടെമേൽപോലും അവകാശം നിഷേധിക്കപ്പെട്ടവരാണ്. മറ്റു സമൂഹങ്ങളിലും കൂലിവേലയുള്ളതായി മാർക്സ് സൂചിപ്പിക്കുന്നുണ്ട്. ഗ്രീസിലും റോമാനഗരത്തിലും കൂലിവേലക്കാരുണ്ടായിരുന്നു. പക്ഷേ, മനുഷ്യാദ്ധ്വാനത്തിന്റെയോ സ്വത്തുടമാബന്ധങ്ങളുടെയോ ആധാരഘടകം അവിടെ കൂലിവേലയായിരുന്നില്ല. ഒന്നുകിൽ അദ്ധ്വാനം അടിമവേലയോ നിർബ്ബന്ധിതാദ്ധ്വാനമോ ആയിരുന്നു. അല്ലെങ്കിൽ വിഭവങ്ങളുടെമേലുള്ള ഉഴവവകാശം അദ്ധ്വാനിക്കുന്നവർക്കായിരുന്നു, പക്ഷേ, ഉല്പന്നങ്ങൾ അവർ നിർബ്ബന്ധമായി നല്കുകയുമായിരുന്നു. രണ്ടുരൂപങ്ങളിലും ഉല്പന്നങ്ങളുടെ ചരക്കുരൂപമല്ല സ്വത്തുടമാ ബന്ധങ്ങളെ നിയന്ത്രിച്ചിരുന്നത്, സ്വത്തുടമകളുടെ കൈയൂക്കായിരുന്നു, മതങ്ങളുടെയും മറ്റ് അഭൗമശക്തികളുടെയും അംഗീകാരവും സ്വത്തുടമകൾക്കുണ്ടായിരുന്നു.

മുതലാളിത്തവ്യവസ്ഥയിൽ സ്വത്തുടമാബന്ധങ്ങൾ ചരക്കുല്പാദകരും ഉപഭോക്താക്കളും തമ്മിലുള്ള ബന്ധമാണ്. മുതലാളിമാർ കൂലി നല്കി മനുഷ്യാദ്ധ്വാനം വിലയ്ക്കുവാങ്ങുന്നു, അതിനോടൊപ്പം മനുഷ്യാദ്ധ്വാനം ഉല്പാദിപ്പിക്കുന്ന വസ്തുക്കളും വാങ്ങുന്നു. അത് മറ്റ് ഉപഭോക്താക്കൾക്ക് വിറ്റ് മൂലധനസമാഹരണം നടത്തുന്നു. ഇത് വീണ്ടും പണമായി കൂടുതൽ വിഭവങ്ങളും മനുഷ്യാദ്ധ്വാനവും വാങ്ങുന്നതിലെത്തിക്കുകയാണ്. ഇവയുടെ ഫലമായി വിഭവങ്ങൾ കീഴടക്കുന്നതിന്റെയും മനുഷ്യാദ്ധ്വാനത്തെ ഭൗതികമായി ബലമുപയോഗിച്ച് നിയന്ത്രിക്കുന്നതിന്റെയും യുക്തിയല്ല മുതലാളിത്ത സ്വത്തുടമാ ബന്ധങ്ങളെ നിയന്ത്രിക്കുന്നത്, ചരക്കുവല്ക്കരണത്തിന്റെ, വിലപേശലിന്റെ കമ്പോളയുക്തിയാണ് മുതലാളിത്ത സ്വത്തുടമാബന്ധങ്ങളെ നിർണ്ണയിക്കുന്നത്. തൊഴിലാളി സ്വന്തം അദ്ധ്വാനം കൂലിക്കു വില്ക്കുന്നു, ഭൂമിക്ക് ഭൂവുടമ നിശ്ചയിക്കുന്ന വില നിർണ്ണയിക്കുന്നത് തറപ്പാട്ടമാണ്, അല്ലെങ്കിൽ ഭൂമിയെ വിഭവമാക്കിമാറ്റിയ മനുഷ്യാദ്ധ്വാനത്തിന്റെ വിലയാണ്. മുതലാളിയുടെ കൈവശം വരുന്ന മിച്ചമൂല്യം പണമായി മാറുമ്പോൾ, മൂലധനം വളരുന്നത് സമാഹരിക്കപ്പെട്ട പണത്തിന് കിട്ടുന്ന പലിശയിലൂടെയാണ്. മനുഷ്യാദ്ധ്വാനം ചരക്കുവല്ക്കരിക്കുമ്പോൾ അതിന്റെ മൂല്യം പണമായി മാറുകയും ധനസമാഹരണത്തിന്റെ സാദ്ധ്യതകളും പരിമിതികളും സ്വത്തുടമ ബന്ധങ്ങളെ നിർണ്ണയിക്കുകയും ചെയ്യുന്നു.

മാർക്സിന്റെ പൂർത്തീകരിക്കപ്പെടാത്ത വർഗ്ഗങ്ങളെക്കുറിച്ചുള്ള അദ്ധ്യായത്തിൽ മൂന്നു വർഗ്ഗങ്ങളെക്കുറിച്ചാണ് പറയുന്നത്, മുതലാളിമാർ, ഭൂപ്രഭുക്കൾ, തൊഴിലാളിവർഗ്ഗം. മിച്ചമൂല്യത്തിന്റെ സങ്കല്പത്തിൽ നിന്നും കൃത്യമായ ഫോർമുലയിൽനിന്നുമാണ് ഈ മൂന്നു വർഗ്ഗങ്ങളുടെ ആശയം ഉണ്ടായതെന്ന് വ്യക്തമാണ്. മൂലധനത്തിന്റെ പ്രത്യുല്പാദനത്തെ സംബന്ധിച്ച മൂലധനം രണ്ടാംവാള്യത്തിലെ വിശദീകരണത്തിൽ സ്ഥിരമൂലധനവും തൊഴിലാളികൾക്കുള്ള വേതനവും കഴിച്ചുള്ള വിനിമയമൂല്യത്തിന്റെ അംശമാണ് മിച്ചമൂല്യം. മൂന്നാം വാള്യത്തിന്റെ ആദ്യഭാഗത്തിൽ ഉല്പാദനവില കഴിച്ച് ഒരു ചരക്കിന്റെ വിലയുടെ ബാക്കിഭാഗം ലാഭമാകുന്നു. പിന്നീടുള്ള ചർച്ചകളിലൂടെ ലാഭത്തോടൊപ്പം പലിശയെയും തറപ്പാട്ടത്തെയും മാർക്സ് കൊണ്ടുവരുകയാണ്. അതായത് ഉല്പന്നത്തിന്റെ വില എന്നത് ഉല്പാദനവില + ലാഭം + തറപ്പാട്ടം + പലിശ എന്നായിത്തീരുന്നു. ഇതിൽ പലിശ സമാഹരിക്കുന്നത് ധനമൂലധനമാണ്. അതായത് ഷെയർഹോൾഡർമാരാണ്, ബാങ്കുവായ്പ നല്കിയവരാണ്, ഊഹക്കച്ചവടക്കാരാണ്. പാട്ടം ഭൂവുടമയ്ക്ക് പോകുന്നു. മുതലാളിയുടെ നിത്യോപയോഗച്ചെലവുകൾ കഴിച്ച് ശേഷിച്ച ലാഭം ഉല്പാദനവിലയിലേക്കുതന്നെ പോകുന്നു.

ഈ പ്രക്രിയയാണ് വർഗ്ഗങ്ങളെ സൃഷ്ടിക്കുന്നത്. ധനമൂലധനമായാലും സംരംഭക മൂലധനമായാലും അവ കൈകാര്യംചെയ്യുന്നവർ മൂലധനത്തിന്റെ മൂർത്തീഭാവങ്ങൾ അല്ലെങ്കിൽ മുതലാളിമാരാകുന്നു. പാട്ടപ്പണത്തിന്റെ മൂർത്തീഭാവമായി ഭൂവുടമകൾ മാറുന്നു. രണ്ടും സൃഷ്ടിക്കുന്ന അദ്ധ്വാനം തൊഴിലാളികളുടെയുമാണ്. അതേസമയം മുതലാളിമാർ ലാഭം കൊയ്യുന്നതും ഭൂവുടമകൾ പാട്ടം കൈപ്പറ്റുന്നതും ഏതെങ്കിലും വിധത്തിലുള്ള മർദ്ദനമുറകളിലൂടെയല്ല. കാരണം ചരക്കുകൾ വില്ക്കുമ്പോൾതന്നെ ഇവയെല്ലാം വിലയിൽ അടങ്ങുന്നതുകൊണ്ട് ഫ്യൂഡൽ പ്രഭുക്കളുടെയും അടിമയുടമകളുടെയും മർദ്ദകഭാവം മുതലാളിമാർക്കുണ്ടാകില്ല. മൂലധന സമാഹരണ പ്രക്രിയതന്നെയാണ് വിഭവങ്ങളിൽനിന്നും സ്വന്തം അദ്ധ്വാനത്തിൽനിന്നുപോലുമുള്ള തൊഴിലാളിയുടെ വേർപെടൽ ഉറപ്പുവരുത്തുന്നത്. ഈ വേർപെടൽ പൂർത്തിയാകുന്നത് മുതലാളിയുടെ മൂലധന സമാഹരണ പ്രക്രിയയുടെമേലും ഭൂപ്രഭുവിന്റെ ഭൂവിഭവങ്ങളുടെമേലുമുള്ള അധീശത്വം ഉറപ്പാകുമ്പോഴാണ്. ഭൂമി മൂലധനത്തിന്റെ പ്രത്യുല്പാദനോപാധിയായി മാറുന്നതോടെ ഭൂവുടമയ്ക്ക് ലഭിക്കുന്ന തറപ്പാട്ടം മൂലധനപരിക്രമത്തിന്റെ ഭാഗമാകുന്നു. അതേസമയം ലാഭവും പാട്ടവും പലിശയുമെല്ലാം മിച്ചമൂല്യത്തിന്റെ വ്യത്യസ്ത രൂപങ്ങളാണ്. അതായത് മുതലാളിത്തത്തിലെ അടിസ്ഥാന വൈരുദ്ധ്യം മിച്ചമൂല്യത്തിന്റെ വ്യത്യസ്ത രൂപങ്ങൾ കൈയടക്കുന്നവരും മൂല്യം ഉല്പാദിപ്പിക്കുന്ന അദ്ധ്വാനത്തിന്റെ, മാനവികോർജ്ജത്തിന്റെ മൂർത്തീഭാവങ്ങളായ തൊഴിലാളിവർഗ്ഗവും തമ്മിലാണ്.

മാർക്സ് മറ്റൊരു സുപ്രധാനവശവും ചൂണ്ടിക്കാണിക്കുന്നു. ലാഭ

ത്തോത് കുറയുന്ന പ്രവണത സാമൂഹ്യ ഉല്പാദനത്തിന്റെ വളർച്ചയെയും സൂചിപ്പിക്കുന്നു. യന്ത്രസാമഗ്രികളും പശ്ചാത്തല സൗകര്യങ്ങളുമടക്കം ഉല്പാദനശക്തികളുടെ വളർച്ച ഉല്പാദനം സാമൂഹ്യമാകുന്നതിന്റെ രൂപമാണ്. അതായത് മൂലധന പരിക്രമത്തിന്റെ ഒരു ദശയിൽത്തന്നെ ഭൂതകാലത്തിലും വർത്തമാനകാലത്തിലുമുള്ള അദ്ധ്വാനം (ഭൂതകാലാദ്ധ്വാനം സ്ഥിരമൂലധനമായും, വർത്തമാനകാലാദ്ധ്വാനം ഉല്പന്നങ്ങളായും) ഉൾച്ചേരുന്നു. ലാഭത്തോത് കുറയാനുള്ള കാരണം സാമൂഹ്യാദ്ധ്വാനത്തിന്റെ വളർച്ചയാണ്. ഇതിനെ മറികടക്കാനുള്ള ഓരോ ശ്രമവും മുതലാളിത്തത്തിനുള്ളിലെ സംഘർഷങ്ങളെ വർദ്ധിപ്പിക്കുകയാണ്. പ്രതിസന്ധികളും കുഴപ്പങ്ങളും സാമ്പത്തികമാന്ദ്യവും യുദ്ധവും പരിസ്ഥിതിനാശവും പാപ്പരീകരണത്തിന്റെ ശാരീരികവും മാനസികവുമായ കെടുതികളുമായി ഈ സംഘർഷങ്ങൾ പ്രത്യക്ഷപ്പെടുന്നു. ഇവയുടെഫലമായി വളർന്നുവരുന്ന വർഗ്ഗ സംഘർഷങ്ങളെ, തൊഴിലാളികളുടെയും മറ്റു പാപ്പരീകരിക്കപ്പെട്ട ജനവിഭാഗങ്ങളുടെയും പ്രക്ഷോഭങ്ങളെ അടിച്ചമർത്തുന്നതിനാണ് ഭരണകൂടങ്ങൾ വളർന്നുവരുന്നത്. ഇത്തരം സംഘർഷങ്ങൾ തൊഴിലാളിവർഗ്ഗത്തിന്റെ സംഘടിതശക്തിയുടെയും വർഗ്ഗബോധത്തിന്റെയും പരസ്യമായ പ്രകടനങ്ങളുമാണ്.

മൂലധനം ഒരു സാമ്പത്തിക പ്രക്രിയയുടെ ഫലമാണ്. അത് സ്വകാര്യസ്വത്തായി മാറുന്നത് ഭൂമിയുടെയും വ്യവസായ സംരംഭങ്ങളുടെയും വിഭവങ്ങളുടെയും പശ്ചാത്തല സൗകര്യങ്ങളുടെയുംമേൽ മൂലധനം സമാഹരിക്കുന്നവർക്കു ലഭിക്കുന്ന നിയമപരമായ അവകാശംവഴിയാണ്. മൂലധനത്തിന്റെ മായക്കാഴ്ചയ്ക്ക് നിയമപരമായ സാധുത നല്കുന്നത് ഭരണകൂടമാണ്. മൂലധന സമാഹരണത്തിനുള്ള പ്രതിബന്ധങ്ങളെ ഇല്ലാതാക്കുന്നതും പുതിയ മൂലധന നിക്ഷേപ സാദ്ധ്യതകൾക്ക് നിയമപരമായ പരിരക്ഷ നല്കുന്നതും ഭരണകൂടമാണ്. മൂലധനം നടത്തുന്ന അദ്ധ്വാനത്തിന്റെ ചൂഷണത്തിനെതിരായ തൊഴിൽ സമരങ്ങളെ അടിച്ചമർത്തുന്നതും അവരുടെ പ്രവർത്തനങ്ങളെ നിയന്ത്രിക്കുന്ന നിയമാവലികൾ സൃഷ്ടിക്കുന്നതും ഭരണകൂടമാണ്. ഈ പരിരക്ഷയില്ലാതെ എത്ര വലിയ മുതലാളിക്കും നിലനില്ക്കാനാവില്ല. മൂലധനം സൃഷ്ടിക്കുന്ന തലതിരിഞ്ഞ ലോകത്തെ യഥാർത്ഥ ലോകമായി ചിത്രീകരിക്കുന്ന ആശയസംഹിതകളുടെ സൃഷ്ടിയും ഇതിൽ ഉൾച്ചേരുന്നു.

മാർക്സിന്റെ കാഴ്ചയിൽ, വർഗ്ഗസമരം എന്തെന്ന് ഇതിൽനിന്ന് വ്യക്തമാണ്. അത് മൂലധനം സൃഷ്ടിക്കുന്ന മായക്കാഴ്ചയെയും മൂലധനത്തെയും ഇല്ലായ്മചെയ്യാനുള്ള സമരമാണ്. ഈ സമരം വിജയിക്കണമെങ്കിൽ മൂലധനത്തിന്റെ മായക്കാഴ്ചകളെ സാധൂകരിക്കുകയും യാഥാർത്ഥ്യമാക്കുകയും ചെയ്യുന്ന ഭരണകൂടത്തിന്റെ തകർച്ച അനിവാര്യമാണ്. അദ്ധ്വാനശക്തിയുടെ ഉടമകൾ തൊഴിലാളികളാണെന്നും അവരാണ് സമൂഹത്തിന്റെ സമ്പത്ത് മുഴുവനും ഉല്പാദിക്കുന്നതെന്നുമുള്ള തിരിച്ചറിവാണ് വർഗ്ഗസമരത്തിന്റെ ഉൾപ്രേരകശക്തി. സാമൂഹ്യ ഉല്പാദ

നശക്തികൾ എന്ന നിലയിലുള്ള തൊഴിലാളിവർഗ്ഗത്തിന്റെ വളർച്ചയും വർഗ്ഗസമരത്തെ തീവ്രമാക്കുന്നു.

മുതലാളിത്ത ഉല്പാദനത്തിന്റെ സാമൂഹ്യ സ്വഭാവം ഇതിന് ശക്തമായ അടിത്തറയേകുകയും ചെയ്യുന്നു. ഭരണകൂടം തകരുകയും മൂലധനത്തിന്റെ മായക്കാഴ്ചകളും ആശയ സംഹിതകളും തകർന്നടിയുകയും ചെയ്യുമ്പോൾ വർഗ്ഗമെന്നനിലയിൽ മുതലാളിമാർക്ക് തൊഴിലാളികളുടെ മുന്നേറ്റത്തിനുമുമ്പിൽ പിടിച്ചുനില്ക്കാൻ കഴിയാതെയാകും. അപ്പോഴാണ് അവർ കൈയടക്കിവെച്ച മിച്ചമൂല്യം തിരികെ തൊഴിലാളികളുടെ കൈവശമെത്തുന്നത്; പിടിച്ചടക്കിയവർ പിടിച്ചടക്കപ്പെടുന്നത്. അതുകൊണ്ട് തൊഴിലാളിവർഗ്ഗ വിപ്ലവങ്ങൾ പുറമെനിന്നുള്ള ആക്രമണങ്ങളല്ല, മുതലാളിത്ത വ്യവസ്ഥയുടെ ആന്തരിക വിസ്ഫോടനങ്ങളാണ്.

ആറ്

മുതലാളിത്ത വ്യവസ്ഥയുടെ തകർച്ചയുടെ ഫലമെന്തായിരിക്കും? അത് സോഷ്യലിസമാണ്. സോഷ്യലിസത്തെക്കുറിച്ചുള്ള മാർക്സിന്റെ നിരീക്ഷണങ്ങൾ അദ്ദേഹത്തിന്റെ കൃതികളിലുടനീളം പ്രത്യക്ഷപ്പെടുന്നുണ്ട്. മൂലധനത്തിൽ മുതലാളിത്ത വ്യവസ്ഥയെക്കുറിച്ചുള്ള വിമർശനത്തിന്റെ ഭാഗമായിത്തന്നെ സോഷ്യലിസത്തെക്കുറിച്ചുള്ള നിരീക്ഷണങ്ങൾ പ്രത്യക്ഷപ്പെടുന്നു.

മൂലധന സമാഹരണ പ്രക്രിയയുടെ ഭാഗമായിത്തന്നെയാണ് മാർക്സിന്റെ സോഷ്യലിസത്തെക്കുറിച്ചുള്ള നിരീക്ഷണങ്ങൾ വികസിക്കുന്നത്. അതിലാദ്യത്തേത് വ്യക്തിഗത അദ്ധ്വാനത്തിൽനിന്ന് സഹകരണാത്മക അദ്ധ്വാനത്തിലേക്കുള്ള മാറ്റമാണ്. ആദിമവർഗ്ഗ വ്യവസ്ഥകളിൽ മനുഷ്യാദ്ധ്വാനം അടിയാളരുടെ അദ്ധ്വാനവും സ്വതന്ത്രരായ ഉല്പാദകർ ഭരണകൂടത്തിനും ദൈവങ്ങൾക്കും ഉടമകൾക്കും നല്കുന്ന നിർബ്ബന്ധിതാദ്ധ്വാനവുമായി. കാർഷികവ്യവസ്ഥകളിലും ആദിമ നാഗരിക സമൂഹങ്ങളിലും വ്യക്തിഗത അദ്ധ്വാനത്തിന് പ്രാധാന്യം ലഭിച്ചു. കുടിയായ്മ രൂപങ്ങളും കൈത്തൊഴിലുകളും ശക്തിപ്പെട്ടു. മൂലധനസമാഹരണത്തിന്റെ ഭാഗമായാണ് സഹകരണാത്മക രൂപങ്ങൾ വികസിച്ചത്. ഉല്പാദനത്തിന്റെ വികാസം ഉറപ്പുവരുത്തപ്പെട്ടത് നിരവധി തൊഴിലാളികൾ തമ്മിലുണ്ടായ സഹകരണത്തിലൂടെയാണ്. ഫാക്ടറി ഉല്പാദനം സഹകരണാത്മക അദ്ധ്വാനത്തിന്റെ ഉദാഹരണമായിരുന്നു. വ്യത്യസ്ത വൈദഗ്ദ്ധ്യമുള്ള തൊഴിലാളികൾ തമ്മിലുള്ള സഹകരണവും മുതലാളിത്ത ഉല്പാദനത്തെ ശക്തിപ്പെടുത്തി.

സാങ്കേതികവിദ്യകളുടെ വികാസവും മൂലധന പരിക്രമത്തിന്റെ സാർവ്വത്രികവല്ക്കരണവും അദ്ധ്വാനത്തിന് പുതിയ മാനങ്ങൾ നല്കി. ഉല്പാദനം സാമൂഹ്യ ഉല്പാദനമായി മാറുകയായിരുന്നു. ഉല്പാദനക്ഷമതയുടെ വികാസം എന്നതുതന്നെ നിരവധി തൊഴിലാളികളുടെ അ

ദ്ധ്വാനം വിഭവങ്ങളായും സാങ്കേതികവിദ്യകളായും വിവിധ രൂപങ്ങളിലുള്ള അന്തിമോല്പന്നങ്ങളായും ഏകീഭവിക്കുകയായിരുന്നു. ഇതുകൂടാതെ മൂലധന പരിക്രമത്തിന്റെ എല്ലാ ഘട്ടങ്ങളിലും ഉൾച്ചേർന്ന അദ്ധ്വാനം സാമൂഹ്യ അദ്ധ്വാനത്തിന്റെ പുതിയ രൂപമായി മാറി.

മൂലധന പരിക്രമം ആഗോളതലത്തിലേക്ക് വ്യാപിച്ചതോടെ കൂലിവേല വ്യാപകമായി. തൊഴിലാളിവർഗ്ഗം വ്യവസായത്തൊഴിലാളികളായി, അല്ലെങ്കിൽ റിസർവ്വ് സൈന്യമായി. ഇവർതമ്മിലുള്ള പരസ്പരബദ്ധമായ സാമൂഹ്യ ഉല്പാദനമാണ് വ്യാപിക്കുന്നത്. ഗതാഗത-പശ്ചാത്തല സൗകര്യങ്ങളുടെ വികാസവും സാമൂഹ്യ ഉല്പാദനത്തെ വ്യാപിപ്പിക്കുകയാണ്.

ഉല്പാദനം സാമൂഹ്യമാകുന്നതോടെ പുതിയ രീതിയിലുള്ള വൈവിദ്ധ്യവല്ക്കരണവും നടക്കുന്നു. മുമ്പ് ഒരു തൊഴിലാളി അല്ലെങ്കിൽ ഒരു കർഷകൻതന്നെ ഉല്പാദനത്തിന്റെ എല്ലാ ഘട്ടത്തിലുമുള്ള അദ്ധ്വാനം നിർവ്വഹിച്ചിരുന്നെങ്കിൽ ഇപ്പോൾ ഒരേ ഉല്പന്നത്തിന്റെ ഓരോ സ്പെയർപാർട്ടും സവിശേഷ വൈദഗ്ദ്ധ്യം ആവശ്യമുള്ള അദ്ധ്വാനമായി മാറുന്നു. ഈ വിദഗ്ധ അദ്ധ്വാന രൂപങ്ങൾ സാമൂഹ്യമായി സഹകരിച്ചാണ് ഓരോ ഉല്പന്നവും പുറത്തിറങ്ങുന്നത്. അദ്ധ്വാനത്തിന്റെ വൈദഗ്ദ്ധ്യവൽക്കരണവും സവിശേഷ രൂപങ്ങളുംതന്നെ സാമൂഹ്യ അദ്ധ്വാനത്തെ യാഥാർത്ഥ്യമാക്കുകയാണ്.

ശാസ്ത്രസാങ്കേതികവിദ്യകളുടെ വികാസവും ഉല്പാദന പ്രക്രിയയുടെ സാർവ്വദേശീയമായ വ്യാപനവും സാമൂഹ്യ അദ്ധ്വാനത്തിനു വിലങ്ങുതടിയായി മാർക്സ് കാണുന്നില്ല. അവ സാമൂഹ്യ ഉല്പാദനത്തെ ശക്തിപ്പെടുത്തുകയാണ് ചെയ്യുന്നത്. തൊഴിലാളികളുടെ വിദ്യാഭ്യാസത്തിന്റെയും ശാസ്ത്രസങ്കേതിക ജ്ഞാനത്തിന്റെയും വികാസവും സാമൂഹ്യമായ അദ്ധ്വാനം അവരുടെ വർഗ്ഗബോധത്തെ പുതിയ സമൂഹസൃഷ്ടിക്കുള്ള അവബോധമാക്കി മാറ്റുകയാണ്. മാർക്സിന്റെ ത്രിത്വ ഫോർമുലയും സാമൂഹ്യ ഉല്പാദന പ്രക്രിയയുടെ ഫോർമുലയാണ്. അവിടെ മുടക്കുമുതലിനെയും വിഭവങ്ങളെയും സാങ്കേതികവിദ്യകളെയും തൊഴിലാളികളുടെ ജീവിതച്ചെലവുകളെയും തമ്മിൽ ബന്ധിപ്പിക്കുന്നത് അദ്ധ്വാനമാണെന്ന് മാത്രം. സ്വന്തം അദ്ധ്വാന പ്രക്രിയയെക്കുറിച്ചുള്ള തിരിച്ചറിവുകളാണ് തൊഴിലാളിയുടെ വളർച്ചയുടെ അടിത്തറയാകുന്നത്.

മുതലാളിത്ത വ്യവസ്ഥയിൽ ഇതേ അദ്ധ്വാനമാണ് മൂലധനമായി മാറുന്നത്. അദ്ധ്വാനത്തിന്റെ സർവ്വതോമുഖമായ സാമൂഹ്യമായ വളർച്ചയുടെമുമ്പിൽ വിലങ്ങുതടി സൃഷ്ടിക്കുന്നതും മൂലധനമാണ്. മൂലധനമാണ് അദ്ധ്വാനത്തെ നിശ്ചിതസമയത്തിനുള്ളിൽ നടക്കുന്ന പ്രക്രിയയാക്കി മാറ്റുന്നത്; അദ്ധ്വാനസമയത്തിന്റെ ദൈർഘ്യം ഉപയോഗിച്ച് അദ്ധ്വാനത്തിന്റെ ഒരുഭാഗത്തെ മിച്ചമൂല്യമാക്കി മാറ്റുന്നത്. മൂലധനം അദ്ധ്വാനത്തെ സ്വന്തം നിയന്ത്രണത്തിനനുസരിച്ച് നടക്കുന്ന പ്രക്രിയയാക്കി മാറ്റുന്നതോടെ അദ്ധ്വാനശക്തികളുടെ സർവ്വതോമുഖമായ വളർച്ചയ്ക്ക് പ്രതി

ബന്ധങ്ങൾ ഉയരുകയാണ്. അദ്ധ്വാനം മൂലധന സമാഹരണത്തിന്റെ ഘടകമായി പ്രത്യക്ഷപ്പെടുന്നു. അദ്ധ്വാനശക്തിയെ നിലനിർത്തുകയോ പുറന്തള്ളുകയോ ചെയ്യുന്നത് മൂലധനത്തിന്റെ ലാഭവിഹിതത്തെക്കുറിച്ചുള്ള കണക്കുകൂട്ടലുകൾക്കനുസരിച്ചായി മാറുന്നു. അദ്ധ്വാനശക്തിയുടെ വിനിയോഗ രൂപങ്ങൾപോലും മൂലധനത്തിന്റെ കണക്കുകൂട്ടലുകൾക്കനുസരിച്ച് ക്രമീകരിക്കപ്പെടുന്നു. അതേസമയം മനുഷ്യാദ്ധ്വാനത്തെ ഒഴിവാക്കാൻ മൂലധനത്തിന് സാധിക്കുന്നില്ല. ഏറ്റവും തീവ്രമായ യന്ത്രവല്ക്കരണ രൂപങ്ങൾക്കുപോലും അവയുടെ ഉല്പാദനത്തിനും നടത്തിപ്പിനും അദ്ധ്വാനത്തെ ആശ്രയിക്കേണ്ടിവരുന്നു. അദ്ധ്വാനത്തെ ക്രമീകരിക്കുമ്പോൾ ലാഭത്തിന്റെ തോത് കുറയുന്നതും മിച്ച ജനസംഖ്യയും മിച്ചമൂലധനവും സൃഷ്ടിക്കപ്പെടുന്നതും മൂലധനശക്തികളെ ആശങ്കാകുലരാക്കുന്നുണ്ട്. ഇവയെല്ലാം അദ്ധ്വാനശക്തിയുടെ വളർച്ചയെ തടയുകമാത്രമല്ല, അവരെ പാപ്പരീകരിക്കപ്പെട്ട, മനസ്സും ശാരീരികക്ഷമതയും നഷ്ടപ്പെട്ട മൃഗതുല്യരായ വിഭാഗമാക്കി മാറ്റുകയും ചെയ്യുന്നു. മൊത്തം സാമൂഹ്യാദ്ധ്വാനം മൊത്തം സാമൂഹ്യ മൂലധനമായി മാറുമ്പോൾ തകരുന്നത് അദ്ധ്വാനശക്തിയാണ്. അതായത് സാമൂഹ്യ അദ്ധ്വാനശക്തിയുടെ വികാസംതന്നെ മൂലധനത്തിന്റെ വാഴ്ചയിൽ വ്യക്തികളെന്ന നിലയിൽ തൊഴിലാളികളെ തകർക്കുന്നു.

ഇവിടെ ആവശ്യകതയും സ്വാതന്ത്ര്യവും തമ്മിലുള്ള വേർതിരിവ് മാർക്സ് ഉപയോഗപ്പെടുത്തുന്നു. നിലനില്പിന്റെ ആവശ്യകതയാണ് മനുഷ്യരെ തൊഴിലാളികളാക്കി മാറ്റുന്നത്. കൃഷിയും കൈത്തൊഴിലുകളടക്കമുള്ള മറ്റു ജീവിതോപാധികൾ അടയുമ്പോൾ മനുഷ്യർ ഒന്നടങ്കം കൂലിവേലക്കാരായി മാറുകയാണ്. അവർ നിശ്ചിതസമയം അവർക്ക് നിശ്ചയിക്കപ്പെട്ട തൊഴിൽ മാത്രമെടുക്കുന്നതും മുതലാളിയുടെ നിയന്ത്രണങ്ങളും നിബന്ധനകളും അനുസരിക്കുന്നതും ഉൾക്കൊള്ളുന്നതും ആവശ്യകതകൊണ്ടുമാത്രമാണ്. സ്വന്തം ഉല്പന്നങ്ങളും അദ്ധ്വാനവും അന്യവല്ക്കരിക്കപ്പെടുമ്പോഴും അവ വസ്തുക്കളായി തങ്ങളുടെ ഉപഭോഗത്തിനുതന്നെ തിരിച്ചുവരുമ്പോഴും അവയെ അംഗീകരിക്കുന്നതും ഗതികേടുകൊണ്ടുമാത്രമാണ്. ആവശ്യകതയനുസരിച്ചുള്ള അന്യവല്ക്കരിക്കപ്പെട്ട അദ്ധ്വാനമാണ് മുതലാളിത്തത്തിന്റെ ഐശ്വര്യത്തെയും സുഖലോലുപതയെയും മുതലാളിത്തലോകം നല്കുന്ന സ്വാതന്ത്ര്യത്തെയും താങ്ങി നിർത്തുന്നത്. മൂലധനത്തിന്റെ ഇത്തരം മായക്കാഴ്ചകൾ തകരുമ്പോൾ മാത്രമാണ് തൊഴിലാളികൾ സ്വതന്ത്രരാകുന്നത്. ഉല്പാദകരുടെ സംഘടിത രൂപങ്ങളുടെ സർവ്വതോമുഖമായ വികാസം അപ്പോഴാണ് സാദ്ധ്യമാകുന്നത്. മിച്ചമൂല്യത്തിനും ലാഭത്തിനുംവേണ്ടി മുതലാളികൾ സൃഷ്ടിക്കുന്ന നിബന്ധനകളിൽനിന്നും നിയന്ത്രിത അദ്ധ്വാന രൂപങ്ങളിൽനിന്നും സ്വയം മോചിപ്പിക്കാനും ഉല്പാദനപ്രക്രിയയെ സ്വയം നിർണ്ണയിക്കുന്നതിനും തൊഴിലാളിവർഗ്ഗത്തിന് സാധിക്കുന്നതും അപ്പോൾ മാത്രമാണ്. സോഷ്യലിസമാണ് ഈ സാദ്ധ്യതകൾ സാക്ഷാത്ക്കരിക്കുന്നത്.

ഏഴ്

സാമൂഹ്യമായ ഉല്പാദന വിതരണ പ്രക്രിയകൾ എല്ലാ സമൂഹങ്ങളിലും തുടരുന്നുണ്ട്. മൂലധന പരിക്രമത്തിൽ എല്ലാ ഉല്പന്നങ്ങളും ചരക്കുവല്ക്കരിക്കപ്പെടുകയും മൂലധന സമാഹരണത്തിനുവേണ്ടി മാത്രം ഉപയോഗിക്കുകയും ചെയ്യുന്നു. അതിലെ ഉപഭോഗംപോലും ജനങ്ങളുടെ ആവശ്യങ്ങൾ നിറവേറ്റാനുള്ളതല്ല, മൂലധന സമാഹരണത്തിനുള്ള ഉപാധി മാത്രമാണ്. അതുകൊണ്ട് മൂലധനസമാഹരണത്തിന് ഏറ്റവും അധികം സാദ്ധ്യതയുള്ള ഉപഭോഗ രൂപങ്ങൾ ജനങ്ങളിൽ അടിച്ചേല്പിക്കുകയാണ് അത് ചെയ്യുന്നത്. തികച്ചും അനാവശ്യമായ ആഡംബര വസ്തുക്കളുടെ വിപണി ഉദാഹരണമാണ്. എന്നാൽ, മുതലാളിത്ത സ്വത്തുടമാവകാശങ്ങൾ അവസാനിച്ചാലും ജനങ്ങളുടെ ആവശ്യങ്ങൾ നിറവേറ്റുന്ന രീതിയിൽ ഉല്പാദനവും വിതരണ പ്രക്രിയകളും തുടരേണ്ടിവരും. സ്വകാര്യസ്വത്തിന്റെ അടിസ്ഥാനത്തിലുള്ള മിച്ചമൂല്യത്തിന്റെ ലാഭത്തിന്റെ സമാഹരണവും അതിനെ ഉപയോഗിച്ച് മൂലധനത്തിന്റെ പ്രത്യുല്പാദനവുമല്ല അവിടെ നടക്കുക, ഉല്പാദനം അവിടെ റവന്യു ആയി മാറുകയാണ് ചെയ്യുക. മൂലധനവ്യവസ്ഥയിൽ വളർന്നുവന്ന രൂപങ്ങൾ അതുപോലെ നിലനില്ക്കുകയില്ല. പക്ഷേ അവയുടെ മൂലഘടന മുതലാളിത്താനന്തര വ്യവസ്ഥയിലും നിലനില്ക്കും.

മനുഷ്യനും പ്രകൃതിയും തമ്മിലുള്ള ബന്ധത്തിന്റെ പാരസ്പര്യത്തിന്റെ അടിസ്ഥാനത്തിലാണ് എല്ലാ ഉല്പാദനവും നടക്കുന്നത്. പ്രകൃതി എന്നാൽ മനുഷ്യരെ സംബന്ധിച്ചിടത്തോളം ഭൂമിയാണ്, പരിസ്ഥിതിയാണ്, വിഭവങ്ങളും ഊർജ്ജസ്രോതസ്സുകളുമാണ്. ഇവയെല്ലാം മനുഷ്യരെ സംബന്ധിച്ചിടത്തോളം സമ്പത്താണ്. ഇവയെ അദ്ധ്വാനംവഴി മൂല്യമാക്കി മാറ്റുക മനുഷ്യന്റെ കർത്തവ്യമാണ്. ഈ അദ്ധ്വാനം ഭൂമിയുടെയും പ്രകൃതിവിഭവങ്ങളുടെയും മൂല്യം സൃഷ്ടിക്കുന്നുണ്ട്. അവയുടെ മൂല്യം പാട്ടമായി കണക്കാക്കേണ്ടിവരും. അതുപോലെ ഉല്പാദന പ്രവർത്തനങ്ങൾക്ക് മുടക്കുമുതൽ ആവശ്യമാണ്. ഈ മുടക്കുമുതൽ ഏതെങ്കിലും സഞ്ചിത രൂപത്തിൽ സമൂഹത്തിന് ലഭ്യമാക്കേണ്ടി വരും. ധനത്തിന്റെ ഏതെങ്കിലും രൂപം തുടരുമെന്നർത്ഥം. ഉല്പാദന പ്രവർത്തനങ്ങളുടെ തോതും മൂല്യവും വർദ്ധിക്കുന്നതനുസരിച്ച് ഈ പണം തിരിച്ചുവരണം. അതായത് മുടക്കുമുതലും പലിശയും തമ്മിലുള്ള ബന്ധം നിലനില്ക്കും. വ്യത്യസ്ത പ്രദേശങ്ങളിലും രാഷ്ട്രങ്ങളിലും വ്യത്യസ്ത തലത്തിലുമുള്ള ഉല്പാദനം നടക്കുമ്പോൾ അവയുടെ മൂല്യങ്ങൾ തമ്മിലുള്ള തുലനത്തിനും പണം ആവശ്യമാണ്. പണത്തിന്റെ പരിക്രമം മുതലാളിത്തത്തിനുശേഷം ഇല്ലാതാകുകയില്ല. മുതലാളിത്ത വ്യവസ്ഥയിൽ പണം കൈക്കൊള്ളുന്ന രൂപമാണ് ഇല്ലാതാകുക. ഭൂമിയുടെയും വിഭവങ്ങളുടെയും മൂല്യത്തെ സംബന്ധിച്ച ധാരണകളും വ്യത്യസ്തമാകും.

വിപണികളിൽകൂടി മൂലധനത്തിന്റെ പരിക്രമമല്ല നടക്കുക. പലിശയുടെയും പാട്ടത്തിന്റെയും രൂപങ്ങളെയും നിർണ്ണയിക്കുന്ന തലം അദ്ധ്വാനമാണ്.

മുതലാളിത്ത വ്യവസ്ഥയിൽ അദ്ധ്വാനത്തിന് രണ്ടു രൂപങ്ങളുണ്ട്. ഒന്ന് നിത്യജീവിതവൃത്തിക്കുവേണ്ടിയുള്ള അദ്ധ്വാനം, അതാണ് കൂലിയായി തൊഴിലാളിയുടെ കൈവശം എത്തുന്നത്. രണ്ടാമത് മുതലാളി സമാഹരിക്കുന്ന മിച്ചമൂല്യത്തിന്, ലാഭത്തിനുവേണ്ടിയുള്ള അദ്ധ്വാനം. ഇവ രണ്ടും ചേർന്ന് മുതലാളി നിശ്ചയിക്കുന്ന സമയപരിധിക്കുള്ളിൽ ചെയ്തുതീർക്കാൻ തൊഴിലാളി നിർബ്ബന്ധിതരാകുന്നു. കൂലിയെന്നത് നിത്യോപയോഗ വസ്തുക്കൾ സമാഹരിക്കാനും ജീവിതം നിലനിർത്താനും തൊഴിലാളിക്കു ലഭിക്കുന്ന നിധി (fund) യാണ്. തൊഴിലാളികളടക്കമുള്ള ജനങ്ങളുടെ ആവശ്യങ്ങൾ നിറവേറ്റപ്പെടുന്നത് മുതലാളിയുടെ ലാഭേച്ഛയ്ക്ക് വിധേയമായാണ്. ഇതിന്റെ അടിസ്ഥാനത്തിലാണ് ഉല്പാദനബന്ധങ്ങൾ വിതരണബന്ധങ്ങളുമാണെന്ന് മാർക്സ് സൂചിപ്പിക്കുന്നത്. മുതലാളിത്ത വ്യവസ്ഥയിൽ മനുഷ്യാദ്ധ്വാനമല്ല, മൂലധനമാണ് മനുഷ്യരുടെ ആവശ്യങ്ങൾ നിറവേറ്റുന്നത്.

മുതലാളിത്തം ഇല്ലാതാകുമ്പോൾ, മനുഷ്യാദ്ധ്വാനക്രമത്തിൽ മാറ്റം വരുന്നില്ല. മനുഷ്യരുടെ നിത്യാവശ്യങ്ങൾ നിറവേറ്റാനുള്ള അദ്ധ്വാനം വേണ്ടിവരും. പക്ഷേ, മൂലധനം സൃഷ്ടിക്കാനുള്ള അദ്ധ്വാനം എന്ന നിലയിലല്ല, മനുഷ്യരുടെ ആവശ്യങ്ങൾ നിറവേറ്റാനുള്ള അദ്ധ്വാനം എന്ന നിലയിലായിരിക്കും അത് ഉണ്ടാവുക. മുതലാളിത്ത വ്യവസ്ഥയിൽ ലാഭം സൃഷ്ടിക്കാനുള്ള അദ്ധ്വാനം അതിന്റെ ഭാഗമായിരിക്കുകയില്ല. അതേസമയം മനുഷ്യരുടെ നിത്യജീവിതാവശ്യങ്ങൾ നിറവേറ്റുന്നതിനായി നിശ്ചിതസമയം എല്ലാവരും അദ്ധ്വാനിക്കേണ്ടിവരും. അദ്ധ്വാനമൂല്യത്തിന് തുല്യമായ വേതനം അവർക്ക് ലഭിക്കുകയും ചെയ്യും. മൂലധനവും മനുഷ്യാവശ്യങ്ങളും തമ്മിൽ മുതലാളിത്തത്തിൽ നിലനില്ക്കുന്ന ബന്ധങ്ങൾക്കുപകരം മനുഷ്യാദ്ധ്വാനവും മനുഷ്യാവശ്യങ്ങളും തമ്മിലുള്ള ബന്ധമാണ് ഉണ്ടാവുക.

മനുഷ്യരുടെ ജീവിതകാലം മുഴുവൻ ഈ അദ്ധ്വാനം കവർന്നെടുക്കുമോ? അങ്ങനെയെങ്കിൽ അദ്ധ്വാനിക്കുന്നവരെ സംബന്ധിച്ചിടത്തോളം മുതലാളിത്തവും അതിനുശേഷമുള്ള ഘട്ടവും തമ്മിൽ വ്യത്യാസമില്ലെന്നുവരും. ഇവിടെ രണ്ടു സാദ്ധ്യതകളാണ് മാർക്സ് കാണുന്നത്. ഒന്ന്, തൊഴിൽ സമയം വെട്ടിച്ചുരുക്കലാണ്. അദ്ധ്വാനസമയത്തെ കൃത്രിമമായി നിജപ്പെടുത്തുന്നത് മൂലധനമാണ്. മിച്ചമൂല്യത്തിന്റെ സൃഷ്ടിക്കും മൂലധന സമാഹരണത്തിനും വേണ്ടിയാണത്. അതുകൊണ്ടുതന്നെ തൊഴിൽരഹിതരായ ഒരു റിസർവ്വ് സൈന്യത്തെ പുറത്തുനിർത്തുകയും ചെയ്യുന്നു. മുതലാളിത്തത്തിന്റെ ഉല്പാദന രൂപം സാമൂഹ്യാദ്ധ്വാനമാണ്. ജനസംഖ്യയുടെ മൊത്തം ആവശ്യങ്ങൾ നിറവേറ്റുന്നതിനുള്ള അദ്ധ്വാനത്തിൽ

(തീരെ തൊഴിൽ പ്രാപ്തികൾ ഇല്ലാത്ത കുട്ടികൾ, പടുവൃദ്ധന്മാർ, ശാരീരികക്ഷമത നശിച്ചവർ എന്നിവരൊഴികെ) എല്ലാവരും പങ്കാളികളാകേണ്ടിവരും. അപ്പോൾ തൊഴിൽ സമയം വെട്ടിക്കുറയ്ക്കുക സാദ്ധ്യമാണ്.

മനുഷ്യരുടെ ആവശ്യങ്ങൾ നിരന്തരമായി വർദ്ധിക്കുന്നുണ്ട്. അതിനനുസരിച്ച് ഉല്പാദനക്ഷമതയും വൈവിദ്ധ്യവല്ക്കരണവും നിരന്തരമായി വളർത്തേണ്ടിവരും. ഇവിടെയാണ് ശാസ്ത്ര സാങ്കേതികവിദ്യകളുടെ വളർച്ച അനുപേക്ഷണീയമാകുന്നത്. മൂലധനം ഉപയോഗിച്ചതുപോലെ സാങ്കേതിക വിദ്യകളെ പലിശ മൂലധനമാക്കി മാറ്റി മൂലധന സമാഹരണത്തിന്റെ ഭാഗമാക്കുകയല്ല ചെയ്യേണ്ടത്. അവയെ മനുഷ്യാദ്ധ്വാനത്തിന്റെതന്നെ വിപുലീകരണമായി കണക്കാക്കി അദ്ധ്വാനത്തിന്റെ സാങ്കേതിക മികവും ഉല്പാദനക്ഷമതയും വർദ്ധിപ്പിക്കുകയാണ് വേണ്ടത്. മുതലാളിത്ത വ്യവസ്ഥതന്നെ സൃഷ്ടിച്ച മാതൃക പിന്തുടരുകയാണെങ്കിൽ ശാസ്ത്രസാങ്കേതിക വിദ്യകളുടെ സഹായത്തോടെ തൊഴിൽ സമയം വർദ്ധിപ്പിക്കാതെതന്നെ മനുഷ്യരുടെ വൈവിദ്ധ്യമാർന്ന വർദ്ധമാനമായ ആവശ്യങ്ങൾ നിറവേറ്റാൻ കഴിയും. അവിടെ മൂലധന സമാഹരണത്തിൽ വഹിക്കുന്ന പങ്കല്ല പണം നിറവേറ്റുക, എങ്കിലും നിക്ഷേപത്തിനും വരുമാനത്തിനുമുള്ള ഉപാധിയായി പണം വേണ്ടിവരും. ഭൂമിക്ക് അപ്പോഴും വിലയുണ്ടാകും. അതിന്റെ ബന്ധം മൂലധനവുമായിട്ടല്ല, അദ്ധ്വാനവുമായാകും.

സാമൂഹ്യ ഉല്പാദനപ്രക്രിയയ്ക്ക് മറ്റൊരർത്ഥം കൂടിയുണ്ട്. സമഗ്രമായ സാമൂഹ്യപുരോഗതിക്കുവേണ്ടിയുള്ള അദ്ധ്വാനംകൂടിയാണത്. ഈ അദ്ധ്വാനസാദ്ധ്യതയെ കൈയടക്കി മുതലാളിമാരുടെ ലാഭമാക്കി മാറ്റുകയാണ് മുതലാളിത്തം ചെയ്തത്. അതായത് സാമൂഹ്യ പുരോഗതി എന്ന ആശയത്തെതന്നെ കൈയടക്കുകയും മുതലാളിത്ത ലാഭ പ്രക്രിയയുടെ ഭാഗമാക്കി മാറ്റുകയും ചെയ്തു. സാമ്പത്തിക വളർച്ചയും മുതലാളിത്തത്തിൽ മൂലധനസമാഹരണ പ്രക്രിയയനുസരിച്ച് പുനർ നിർവ്വചിക്കപ്പെട്ടു. മുതലാളിത്തം ഇല്ലാതാകുന്നതോടെ സാമൂഹ്യപുരോഗതിക്കുവേണ്ടിയുള്ള വൈവിദ്ധ്യമാർന്ന അന്വേഷണങ്ങളുടെയും പ്രശ്നനിർദ്ധാരണത്തിന്റെയും പുതിയ സമൂഹ രൂപങ്ങളുടെയും സാങ്കേതിക വിദ്യകളുടെയും സൃഷ്ടിയുടെയും പൂർണ്ണമായ ഉത്തരവാദിത്വവും പ്രവർത്തന സ്വാതന്ത്ര്യവും തൊഴിലാളികൾക്ക് ലഭിക്കുകയാണ്. തൊഴിൽദിനത്തിന്റെ വെട്ടിക്കുറയ്ക്കൽ കൂടുതൽ സമയവും അവർക്ക് നല്കുന്നു. അതായത് ഉല്പാദനശക്തികളുടെ അപരിമേയമായ വളർച്ചയ്ക്കുള്ള എല്ലാ സാദ്ധ്യതകളും അതോടെ തുറന്നിടുകയാണ്. ഈ സാദ്ധ്യതകൾക്കനുസരിച്ചുള്ള മുന്നേറ്റം വർദ്ധമാനമായ മനുഷ്യാവശ്യങ്ങൾക്കു മാത്രമല്ല, പുതിയ സമൂഹ രൂപങ്ങൾക്കും അദ്ധ്വാന രീതികൾക്കുമുള്ള സാദ്ധ്യതകൾവരെയാണ് മനുഷ്യരാശിയുടെമുമ്പിൽ തുറന്നിടുക. ഇതിനുള്ള

അദ്ധ്വാനമാണ് മനുഷ്യരുടെ ആന്തരികശക്തികളെയും അവരുടെ ആഗ്രഹങ്ങളെയും തമ്മിൽ ബന്ധിപ്പിക്കുന്ന കമ്യൂണിസ്റ്റ് സമൂഹത്തിലേക്ക് അവരെ നയിക്കുക. മുതലാളിത്ത വ്യവസ്ഥ സൃഷ്ടിക്കുന്ന അവകാശങ്ങളും സാമൂഹ്യ ബന്ധങ്ങളും പൂർണ്ണമായി ഇല്ലാതാകുന്നത് കമ്യൂണിസത്തിലാണ്. സാമൂഹ്യ പരിവർത്തനത്തിനുള്ള പുതിയ സാദ്ധ്യതകൾ തുറന്നിടുന്ന സാമൂഹ്യ ഉല്പാദന വിതരണക്രമത്തെയാണ് മാർക്സ് സോഷ്യലിസം എന്നു വിളിക്കുന്നത്. മുതലാളിത്ത വ്യവസ്ഥയ്ക്കകത്തു തന്നെ സാമൂഹ്യ ഉല്പാദനരൂപങ്ങൾ വളർന്നുവരുന്നുണ്ട്. മൂലധന സമാഹരണംതന്നെ സാമൂഹ്യപ്രക്രിയയായി മാറുന്നുണ്ട്. വ്യക്തിഗത സമ്പത്തിനുപകരം കോർപറേറ്റുകളുടെ വളർച്ച ഇതിനുദാഹരണമാണ്. വ്യവസായ സംരംഭങ്ങളുടെ മാനേജ്മെന്റുപോലും വ്യക്തിഗത തലത്തിൽനിന്ന് സാമൂഹ്യതലത്തിലേക്ക് മാറുന്നുണ്ട്. പക്ഷേ, ഇവയെല്ലാം സ്വകാര്യ സ്വത്തുടമാബന്ധങ്ങളുടെ ലാഭാധിഷ്ഠിത യുക്തിക്കകത്താണ് പ്രവർത്തിക്കുന്നത്. മനുഷ്യാവശ്യങ്ങളെ നിറവേറ്റുന്നതിനുള്ള ശ്രമവും സാങ്കേതികവിദ്യാ വികാസവും, സാമൂഹ്യ പുരോഗതിയുടെ ആശയങ്ങളുമെല്ലാം ലാഭാധിഷ്ഠിത യുക്തിക്കുള്ളിൽ നിന്നുതന്നെയാണ് പ്രവർത്തിപ്പിക്കപ്പെടുന്നത്. മാർക്സ് ആവർത്തിച്ചു പറയുന്നതുപോലെ മുതലാളിത്ത വ്യവസ്ഥയുടെ ഏറ്റവും വലിയ വിലങ്ങുതടി മൂലധനം തന്നെയാണ്. മനുഷ്യാവശ്യങ്ങൾ നിറവേറ്റുന്നതിനുള്ള ശ്രമങ്ങളും പ്രകൃതിയുമായുള്ള പാരസ്പര്യവും സാമൂഹ്യ നീതിക്രമങ്ങൾക്കുവേണ്ടിയുള്ള ശ്രമങ്ങളുമെല്ലാം ഈ പരിമിതിക്കുള്ളിൽനിന്നുതന്നെയാണ് നടത്താൻ കഴിയുന്നത്. അതുകൊണ്ടുതന്നെയാണ് മുതലാളിത്തത്തെ തകർത്തെറിയുന്ന സാമൂഹ്യ വിപ്ലവത്തിൽ മാർക്സ് തുടർച്ചയായി ഊന്നുന്നത്. ഉല്പാദനശക്തികളുടെ സ്വച്ഛന്ദവും സ്വതന്ത്രവുമായ വികാസത്തിന് സാമൂഹ്യവിപ്ലവം അനിവാര്യമായിത്തീരുന്നു.

എട്ട്

ഈ പരിവർത്തന പ്രക്രിയ എങ്ങനെയാണ് സാധിക്കുക? മാർക്സിന്റെ ആശയങ്ങൾ മറ്റു പലയിടങ്ങളിലുമായി സൂചിപ്പിച്ചിട്ടുള്ളതുകൊണ്ട് ഇവിടെ ആവർത്തിക്കുന്നില്ല. എങ്കിലും തൊഴിലാളിവർഗ്ഗ സർവ്വാധിപത്യം എന്ന ഏറെ ചർച്ചചെയ്യപ്പെട്ടതും വിമർശിക്കപ്പെട്ടതുമായ ആശയത്തിന്റെ പ്രസക്തി മുൻവിവരിച്ച സോഷ്യലിസത്തിന്റെ സങ്കല്പത്തിൽ നിന്നുതന്നെ പുറത്തുവരും. മനുഷ്യാദ്ധ്വാനത്തിന്റെയും പ്രകൃതി വിഭവങ്ങളുടെയുംമേലുള്ള മുതലാളിയുടെ സ്വകാര്യസ്വത്തവകാശം നിയമപരമായ ബന്ധങ്ങളായാണ് പ്രത്യക്ഷപ്പെടുന്നത്. മുതലാളിത്ത ഭരണകൂടമാണ് നിയമാവലികളിലൂടെ മുതലാളിത്ത സ്വത്തവകാശത്തെയും മൂലധന സമാഹരണ രൂപങ്ങളെയും സ്ഥായിയാക്കാൻ ശ്രമിക്കുന്നത്. മൂല

ധനത്തിന്റെ മായക്കാഴ്ചകളെ ആശയസംഹിതകളിലൂടെയാണ് യാഥാർത്ഥ്യമാക്കുന്നത്. മുതലാളിത്തത്തിനെതിരായ സാമൂഹ്യവിപ്ലവം ചെയ്യേണ്ടത് സ്വത്തുടമാബന്ധങ്ങളെ നിലനിർത്തുന്ന നിയമാവലികളെയും സ്വത്തുടമകൾക്ക് ലഭിക്കുന്ന നിയമപരമായ പരിരക്ഷയെയും തകർത്തെറിയുക എന്നതാണ്. വിദ്യാഭ്യാസം, സംസ്കാരം, ഗവേഷണ പദ്ധതികൾ മുതലായ ആശയസംഹിതകളെ സൃഷ്ടിക്കുന്ന രൂപങ്ങളിൽ സമഗ്രമായ പരിവർത്തനം വരുത്തേണ്ടതും തൊഴിലാളികളുടെ അദ്ധ്വാനത്തിന്റെ നിലനില്പിനാവശ്യമായ ശാരീരികവും മാനസികവുമായ കൈത്താങ്ങുകൾ സൃഷ്ടിക്കേണ്ടതും ആവശ്യമായി വരും. സാമൂഹ്യ ഉല്പാദന പ്രക്രിയകളുടെ അധീശത്വം തൊഴിലാളികളുടെ കൈയിലായിരിക്കും. എങ്കിലും അതിനാവശ്യമായ നിയമപരമായ പരിരക്ഷ നല്കേണ്ടി വരും. അദ്ധ്വാനവും ആവശ്യങ്ങളും തമ്മിൽ ബന്ധപ്പെടുമ്പോഴും ഉല്പാദന വിതരണ പ്രക്രിയയ്ക്ക് പരിക്രമ സ്വഭാവമുണ്ടാകും. അതുകൊണ്ട് ഉല്പന്നങ്ങളുടെ വിലനിലവാരം നിർണ്ണയിക്കുന്നതടക്കം നിയന്ത്രണ രൂപങ്ങൾ വേണ്ടിവരും. ഏറ്റവും പ്രധാനമായി സാമൂഹ്യ ഉല്പാദന വിതരണപ്രക്രിയ സാമൂഹ്യമായ ആസൂത്രണത്തിനനുസരിച്ചാണ് നടക്കുക. ഈ ആസൂത്രണ പ്രക്രിയ സമൂഹത്തിൽ മൊത്തമായും വ്യത്യസ്ത ഉല്പാദന മേഖലകളിൽ സവിശേഷമായും നടത്തേണ്ടിവരും. ഫാക്ടറികളുടെയും കൃഷിയിടങ്ങളുടെയും മറ്റു പണി രൂപങ്ങളുടെയും ലക്ഷ്യനിർണ്ണയവും നടത്തേണ്ടിവരും. പ്രത്യുല്പാദനം നടക്കുന്നത് മിച്ചമൂല്യത്തെ ആധാരമാക്കിയല്ല, സാമൂഹ്യാവശ്യങ്ങളും അദ്ധ്വാനവും തമ്മിലുള്ള ബന്ധത്തെ ആധാരമാക്കിയായിരിക്കുമെന്നതുകൊണ്ട് കൃത്യമായ ആസൂത്രണവും ഉല്പാദന വിതരണ രൂപങ്ങളുടെ കൃത്യമായ അക്കൗണ്ടിങ്ങും ആവശ്യമായി വരും. ഉല്പാദനക്ഷമതയുടെയും ഉപഭോഗത്തിന്റെയും സന്തുലിതവും സ്ഥായിയുമായ വർദ്ധന ഉറപ്പുവരുത്തുന്ന നിർവ്വഹണ-മാനേജ്മെന്റ് രൂപങ്ങളും ആവശ്യമായി വരും. മുതലാളിത്തത്തിനുകീഴിൽ വളർന്നുവന്ന എല്ലാ രീതികളെയും പൂർണ്ണമായി ഇല്ലാതാക്കുകയല്ല പുതിയ ഭരണകൂടം ചെയ്യുക. ഈ രീതികളുടെ മൂലധന സമാഹരണത്തിൽ കേന്ദ്രീകരിച്ചുള്ള രൂപങ്ങൾ ഇല്ലാതാകും. സാമൂഹ്യ ഉല്പാദന വിതരണ പ്രക്രിയയെ ശക്തിപ്പെടുത്തുന്ന അംശങ്ങൾ നിലനില്ക്കും. ഇതിനെല്ലാം ഒരു ഭരണക്രമം ആവശ്യമാണ്. ഈ ഭരണക്രമത്തെയാണ് തൊഴിലാളി വർഗ്ഗ സർവ്വാധിപത്യം എന്ന് മാർക്സ് വിശേഷിപ്പിക്കുന്നത്.

തൊഴിലാളിവർഗ്ഗ സർവ്വാധിപത്യത്തെ പാർട്ടി സ്വേച്ഛാധിപത്യവും മറ്റുമായി പിന്നീട് വ്യാഖ്യാനിക്കപ്പെട്ടിട്ടുണ്ട്. ഭരണകൂടത്തിന്റെ വർഗ്ഗ സ്വഭാവമാണ്, കേവലമായ സ്വേച്ഛാധിപത്യമല്ല സർവ്വാധിപത്യം എന്ന പ്രയോഗംകൊണ്ട് മാർക്സ് വ്യവഹരിച്ചത്. മദ്ധ്യകാല സേച്ഛാധിപത്യ രൂപങ്ങൾ അതേപടി മുതലാളിത്ത വ്യവസ്ഥയിൽ ആവർത്തിക്കുകയുമില്ല. അങ്ങനെ ആവർത്തിക്കുന്നുണ്ടെങ്കിൽ അതൊരു ദുരന്തമായിരിക്കും. മുതലാളിത്ത വ്യവസ്ഥയിലെ ഭരണകൂടം മുതലാളിത്തത്തിന്റെ വർഗ്ഗാധിപത്യത്തെ ഉ

റപ്പുവരുത്തുന്ന ഭരണകൂടമാണ്. ഈ അർത്ഥത്തിൽ അത് മുതലാളിത്തത്തിന്റെ സർവ്വാധിപത്യമാണ്. അതിന് പാർലമെന്ററി ജനാധിപത്യത്തിന്റെ രൂപമുണ്ടോ എന്നത് രൂപപരമായ പ്രശ്നമാണ്. അതുപോലെ തൊഴിലാളിവർഗ്ഗം മുതലാളിത്ത വ്യവസ്ഥയ്ക്ക് വിരുദ്ധമായ ഒരു വർഗ്ഗമായി നിലനില്ക്കുന്നിടത്തോളംകാലം അതിന് ഒരു ഭരണക്രമം ആവശ്യമായി വരും. മുതലാളിത്ത വ്യവസ്ഥയെയും അത് സ്ഥായിയാക്കാൻ ശ്രമിക്കുന്ന സ്വത്തുടമാബന്ധങ്ങളെയും നേരിടാൻ അത് ആവശ്യമാണ്. ഈ അർത്ഥത്തിലുള്ള വർഗ്ഗാധിപത്യമാണ് തൊഴിലാളിവർഗ്ഗ സർവ്വാധിപത്യം.

മുതലാളിത്ത രാഷ്ട്രീയ സമൂഹത്തിൽ മുതലാളിത്ത നിയമാവലികളെയും നിയന്ത്രണ രൂപങ്ങളെയും നേരിടാൻ തൊഴിലാളിവർഗ്ഗത്തിന് ഒരു പാർട്ടി വേണമെന്ന കാര്യത്തിൽ മാർക്സിന് കൃത്യമായ ധാരണയുണ്ടായിരുന്നു. വർഗ്ഗബോധമുള്ള തൊഴിലാളികളാണ് ഈ പാർട്ടിയെ സൃഷ്ടിക്കുന്നത്. ബൂർഷ്വാഭരണക്രമത്തിനെതിരായ ബദൽ രൂപങ്ങളും നിയമസംഹിതകളും പ്രവർത്തനശൈലികളും സൃഷ്ടിക്കുന്നതും തൊഴിലാളിവർഗ്ഗ പാർട്ടിതന്നെയാണ്. മുതലാളിത്ത നിയമസംഹിതകളെയും നീതിക്രമത്തെയും തകർക്കുന്നതിനും പുതിയ ക്രമം സൃഷ്ടിക്കുന്നതിനും ഇത്തരത്തിലുള്ള സംഘടിത രാഷ്ട്രീയ രൂപം ആവശ്യമായി വരും. അത്തരമൊരു പാർട്ടി സമൂഹത്തിലെ ബഹുഭൂരിപക്ഷത്തിന്റെ പാർട്ടിയാണ്. അതുകൊണ്ട് ജനാധിപത്യപരമായ അടിവേരുകൾ ശക്തമായിരിക്കും. തൊഴിലാളിവർഗ്ഗ സർവ്വാധിപത്യം സമൂഹത്തിലെ ഭൂരിപക്ഷത്തിന്റെ ഒരു ചെറുന്യൂനപക്ഷത്തിന്റെമേലുള്ള ആധിപത്യമായിരിക്കും.

ഈ പ്രക്രിയയെ സ്ഥായിയായ വിപ്ലവം (Revolution in permanence) എന്ന് മാർക്സ് വിശേഷിപ്പിക്കുന്നുണ്ട്. പാർവുഡ്, ട്രോട്സ്കി മുതലായവർ യാന്ത്രികമായി ഉപയോഗിച്ചതാണ് ഈ ആശയം. പക്ഷേ, മാർക്സിന്റെ വിപ്ലവ സങ്കല്പത്തിന്റെ നിദർശനമാണിത്. മൂലധന വ്യവസ്ഥ ആഗോളതലത്തിൽ വളരുമ്പോഴും അതിന്റെ സമാഹരണ രൂപങ്ങൾ ഓരോ പ്രദേശത്തിന്റെയും വിഭവ-അദ്ധ്വാന സാദ്ധ്യതകളുമായി ബന്ധപ്പെട്ട് സവിശേഷമായിരിക്കുമെന്ന് മാർക്സ് കണ്ടു. അതുകൊണ്ട് വിപ്ലവ പ്രക്രിയയിലും വൈവിദ്ധ്യമുണ്ടാകും. ഈ വൈവിദ്ധ്യം മുതലാളിത്തവുമായുള്ള നീണ്ടുനില്ക്കുന്ന പോരാട്ടം അനിവാര്യമാക്കുന്നു. മുതലാളിത്തം അവസാനിച്ച പ്രദേശങ്ങളിലും വിപ്ലവാനന്തര സമൂഹ വ്യവസ്ഥയുടെ സൃഷ്ടിയിൽ സങ്കീർണ്ണതകളേറെയായിരിക്കും. അതുകൊണ്ട് സാർവ്വദേശീയ തൊഴിലാളി പ്രസ്ഥാനത്തിന്റെ വളർച്ചയോടൊപ്പം ഓരോ രാഷ്ട്രത്തിന്റെയും സവിശേഷപ്രശ്നങ്ങൾ കൈകാര്യംചെയ്യുന്നവിധത്തിൽ വർഗ്ഗബോധമുള്ള തൊഴിലാളിവർഗ്ഗത്തെയും അവരുടെ പാർട്ടികളെയും മാർക്സ് വിഭാവനംചെയ്തു. മുതലാളിത്തത്തെ ഭൂമുഖത്തുനിന്ന് തൂത്തെറിയുന്നതുവരെ വിപ്ലവ പ്രക്രിയ തുടരും. അതിൽ തിരിച്ചടികളും അനി

വാര്യമാണ്. നിലവിലുള്ള പ്രതിബന്ധങ്ങളെ തകർത്തു മുന്നേറാനുള്ള ബോധമണ്ഡലത്തിന്റെയും ഇച്ഛാശക്തിയുടെയും വികാസമാണ് മനുഷ്യ രാശിയുടെ സർവ്വതോമുഖമായ വളർച്ച ഉറപ്പുവരുത്തുന്ന ഘടകമായി മാർക്സ് കണ്ടത്. ആവശ്യകതയുടെ മണ്ഡലത്തിൽനിന്ന് സ്വാതന്ത്ര്യ ത്തിന്റെ മണ്ഡലത്തിലേക്കുള്ള വികാസമായി മാർക്സ് കണ്ടതും ഇതേ പ്രക്രിയയെയാണ്.

www.ingramcontent.com/pod-product-compliance
Lightning Source LLC
LaVergne TN
LVHW040559051026
849519LV00004B/1390